மார்க்ஸ் எங்கெல்ஸ்

தேர்வு நூல்கள்

தொகுதி

10

நியூ செஞ்சுரி புக் ஹவுஸ் (பி) லிட்.,

41-பி, சிட்கோ இண்டஸ்டிரியல் எஸ்டேட்,

அம்பத்தூர், சென்னை - 600 098.

☎: 044 - 26251968, 26258410, 26241288

Language: Tamil
Marx Engels Selected Works
Volume 10

Editor: **N. Muthumohan**
First Edition: February, 2018
Copyright: Publisher
No.of Pages: xxii + 584 = 606
Publisher:
New Century Book House Pvt. Ltd.,
41-B, SIDCO Industrial Estate,
Ambattur, Chennai - 600 098.
Tamilnadu State, India.
Email: info@ncbh.in
Online: www.ncbhpublisher.in

ISBN. 978 -81-2343 -699-9
Code No. A 3838

இருபது தொகுதிகள்: ₹ **5000/-**

Branches

Ambattur (H.O.) 044 - 26359906 **Spenzer Plaza (Chennai)** 044-28490027
Trichy 0431-2700885 **Pudukkottai** 04322- 227773 **Tanjore** 04362-231371
Tirunelveli 0462-4210990, 2323990 **Madurai** 0452 2344106, 4374106
Dindigul 0451-2432172 **Coimbatore** 0422-2380554 **Erode** 0424-2256667
Salem 0427-2450817 **Hosur** 04344-245726 **Krishnagiri** 0434-3234387
Ooty 0423 2441743 **Vellore** 0416-2234495 **Villupuram** 04146-227800
Pondicherry 0413-2280101 **Thiruvannamalai** 04175-223449

மார்க்ஸ் எங்கெல்ஸ் தேர்வு நூல்கள்
தொகுதி 10
பதிப்பாசிரியர்: ந. முத்துமோகன்
முதல் பதிப்பு: பிப்ரவரி, 2018

அச்சிட்டோர்: **பாவை பிரிண்டர்ஸ் (பி) லிட்.,**
16 (142), ஜானி ஜான் கான் சாலை, இராயப்பேட்டை, சென்னை - 14
☎: 044-28482441

All rights reserved. No part of this book may be reprinted or reproduced or utilised in any form or by any electronic, mechanical, or other means, now known or hereafter invented, including photocopying and recording, or in any information storage or retrieval system, without permission in writing from the publishers.

பொருளடக்கம்

அறிமுகவுரை vii

டூரிங்குக்கு மறுப்பு:

திரு ஒய்கேன் டூரிங் விஞ்ஞானத்தில் நிகழ்த்திய புரட்சி

மூன்று பதிப்புகளுக்குமான முகவுரைகள் 1-14

அறிமுகவுரை (15 - 40)

1. பொது நிலை 17
2. ஹெர் டூரிங் வாக்களிப்பது என்ன? 33

பாகம் 1

தத்துவஞானம் (41 - 196)

3. வகைப்படுத்துதல்: மன நிச்சயவாதம் 43
4. உலக வரைமுறை இயல் 52
5. இயற்கைத் தத்துவவியலும் காலமும் விசும்பும் 59
6. இயற்கைத் தத்துவவியல்: விண்கோளியல், பௌதிகவியல், இரசாயனவியல் 74
7. இயற்கைத் தத்துவவியல்: உயிர்ப்புள்ள உலகம் 87
8. இயற்கைத் தத்துவவியல்: உயிர்ப்புள்ள உலகம் (முடிவுரை) 101
9. ஒழுக்க நெறியும் சட்டமும்: சாசுவத உண்மைகள் 112
10. ஒழுக்க நெறியும் சட்டமும்: சமத்துவம் 128
11. ஒழுக்க நெறியும் சட்டமும் சுதந்திரமும் அவசியமும் 145
12. இயக்கவியல்: அளவும் பண்பும் 161
13. இயக்கவியல்: நிலைமறுப்பு நிலைமறுக்கப்படல் 175
14. முடிவுரை 194

பாகம் 2

அரசியல் பொருளாதாரம் (197 - 348)

1. உட்கிடைப் பொருளும் முறையும் — 199
2. பலப்பிரயோகத் தத்துவம் — 215
3. பலப்பிரயோகத் தத்துவம் (தொடர்ச்சி) — 226
4. பலப்பிரயோகத் தத்துவம் (முடிவுரை) — 238
5. மதிப்பின் தத்துவம் — 252
6. எளிமையான மற்றும் கூட்டு உழைப்பு — 268
7. மூலதனமும் உபரி மதிப்பும் — 276
8. மூலதனமும் உபரி மதிப்பும் (முடிவுரை) — 288
9. பொருளியலின் இயற்கை விதிகள்: நில வாடகை — 302
10. "விமர்சன வரலாற்றில்" இருந்து — 311

பாகம் 3

சோசலிசம் (349 - 454)

1. வரலாற்றுக் கட்டுரை — 351
2. தத்துவ முறை — 367
3. பொருளுற்பத்தி — 396
4. வினியோகம் — 415
5. அரசாங்கம், குடும்பம், கல்வி — 436

பிற்சேர்க்கைகள் (455 - 529)

"டூரிங்குக்கு மறுப்பு" என்ற நூலுக்கான பழைய முகவுரை இயக்கவியலைப் பற்றி — 457

"டூரிங்குக்கு மறுப்பு" என்ற நூலுக்கான எங்கெல்சின் தயாரிப்பு விஷயதானங்கள் — 469

காலாட்படைப் போர்த்தந்திரம், அதன் பொருளாயத அடித்தளம் 1700 - 1870 — 503

"டூரிங்குக்கு மறுப்பு" நூலுக்கான குறிப்புகள் — 512

ருஷ்யப் பதிப்பாசிரியர் முன்னுரை — 526

விளக்கக் குறிப்புகள் — 530
நூல் பட்டியல் — 565
பெயர்க் குறிப்பகராதி — 574

அறிமுகவுரை

மார்க்ஸ், எங்கெல்ஸ் தேர்வு நூல்கள் பத்தாவது தொகுதி எங்கெல்சால் 1878ல் எழுதப்பட்ட "டூரிங்கிற்கு மறுப்பு" என்ற ஒரே நூலை முழுவதும் கொண்டுள்ளது. மார்க்சியத் தத்துவம், அரசியல் பொருளாதாரம், சோசலிசம் என்ற மூன்று பகுதிகளையும் முதன் முறையாக ஒரே நூலில் கொண்டுள்ளது என்பது இந்நூலின் சிறப்பு ஆகும். மூன்று பகுதிகளை இந்நூல் ஒன்றாக்கிக் காட்டியுள்ளது என்பதிலிருந்து இம்மூன்று பகுதிகளும் தான் மார்க்சியத்தின் மூன்று அடிப்படையான உட்பகுதிகள் என்பது இந்நூலின் அமைப்பின் வழி நிறுவப்பட்டுள்ளது. மார்க்சியத்தை "முழுமை"யாகக் காட்ட எங்கெல்சின் இந்நூல் முயன்றுள்ளது. பகுதிகளிலிருந்து முழுமைக்கும், முழுமையிலிருந்து பகுதிகளுக்கும் செல்லக்கூடிய இரு சாத்தியப் பாடுகளை இந்நூல் ஏற்படுத்திக் கொடுக்கிறது.

பின்னாட்களில் "மார்க்சியத்தின் மூன்று பகுதிகளும் அவற்றின் தோற்றுவாய்களும்" என்ற ஒரு சிறு நூலை லெனின் எழுதினார். அவர் எங்கெல்சின் நூலிலிருந்து கிடைத்த மார்க்சியத்தின் மூன்று பகுதிகள் என்ற பகுப்பு முறையை ஏற்றுக் கொண்டது மட்டுமல்லாமல் அம்மூன்று பகுதிகளின் தோற்றுவாய்களையும் அதே பகுப்பு முறையின் அடிப்படையில் பிரித்துக் காட்டியிருந்தார். இவ்வகையான பகுப்பு முறை முதலில் எங்கெல்சால் முன்மொழியப்பட்டு, பின்னால் லெனினால் வழிமொழியப்பட்டு மார்க்சியர்களின் வழக்கில் நிலைபெற்றுள்ளது என்பதனைக் காணுகின்றோம்.

இந்நூலுக்கு எங்கெல்ஸ் எழுதிய முகவுரை ஒன்றில் இந்நூல் தவிர்க்க இயலாத சூழல்களில் ஒரு "கலைக்களஞ்சியம்" போன்ற வடிவத்தினை ஈட்டியுள்ளது என்று குறிப்பிடுகிறார். இந்நூல் எவ்கென் டூரிங் *(1833-1921)* என்ற ஒரு ஜெர்மானியச் சிந்தனையாளருக்குப் பதிலாக எழுதப்பட்டது. அன்றைய நாட்களில் ஜெர்மனியில் முளைத்த ஒவ்வொரு தத்துவவாதியும் அறிவாளிகளின் உலகத்திற்குள் நுழையும் போது "சூரியனுக்குக் கீழே உள்ள சகலவற்றையும் பற்றித்" தனது தத்துவம் பேசுகிறது என்பது போல, ஒரு மிகப் பெரிய தத்துவக்

கட்டிடத்தைக் கட்டுவதை வழக்கமாகக் கொண்டிருந்தனர். ஒரு தத்துவ “அமைப்பின்” தந்தையாக (System Building) ஒவ்வொருவரும் தன்னை உருவகித்துக் காட்டுவர். அப்படித்தான் எங்கேன் டூரிங்கும் அறிவுலகத்தினுள் பிரவேசித்தார். டூரிங்கிற்குப் பதில் சொல்ல முனைந்த எங்கெல்சும் தவிர்க்க முடியாதபடி அவருடைய நூல்களின் அமைப்பு முறையைப் பின்பற்றினார் என்று சொல்ல வேண்டும். “டூரிங்கிற்கு மறுப்பு” என்ற தலைப்பிடப்பட்ட இந்நூல் இவ்வாறாக ஒரு “கலைக் களஞ்சிய” வடிவைப் பெற்றுள்ளது என்று கூறலாம். மார்க்ஸ், எங்கெல்ஸ் ஆகியோரிடமிருந்து அன்றைக்கு அறியப் பட்டிருந்த மார்க்சிய சிந்தனையின் அடிப்படையான கோட்பாடுகளை முதன்முறையாகத் தொகுத்து வழங்கும் நூலாக இது நமக்குக் கிடைக்கிறது.

“டூரிங்கிற்கு மறுப்பு” (Anti-Duhring) என்ற இந்நூலின் தலைப்பு பண்டைய கிரேக்கத்தில் வழங்கிய “கேடோவிற்கு மறுப்பு” (Anti-Cato) என்ற ஒரு பழைய நூலின் தலைப்பைப் பின்பற்றுகிறது என்று ஆய்வாளர்கள் கருதுகிறார்கள். அது ஜூலியஸ் சீசரால் கேடோ என்ற கதாபாத்திரத்துடன் மேற்கொண்ட விவாதம் குறித்தது. எதிராளியின் பெயரை ஒளிவு மறைவு இன்றி குறிப்பிட்டு அவருக்கு மறுப்பாக, எதிராக என்ற சொல்லையும் கொண்டு அத்தலைப்பு அமைக்கப்படும் ஒரு மரபு கிரேக்க, ரோமாபுரிக் கலாச்சாரங்களில் உருவாகியிருந்தது. அந்த மரபையே எங்கெல்ஸ் இந்நூலில் கையாண்டுள்ளார் என்று தோன்றுகிறது. வெளிப்படையான, சமரசமற்ற விவாதம் என்ற வடிவத்தினை இது போன்ற தலைப்புக்கள் அறிவிக்கின்றன.

பிரெஞ்சு மார்க்சியரான லூயி அல்த்தூசர் அவர் எழுதிய நூல் ஒன்றுக்கு “மார்க்சுக்கு ஆதரவாக (For Marx)” என்று பெயரிட்டார். அதுவும் ஒளிவுமறைவின்றி, தான் யாருக்கு ஆதரவு என்பதைத் தலைப்பிலேயே பகிரங்கமாக அறிவிக்கும் முறையைப் பின்பற்றுகிறது. நீதிமன்றங்களில் வாதிடும் போது, அல்லது சட்டசபைகளில் ஓட்டளிக்கும் போது, இதுபோன்ற பகிரங்க அறிவிப்புகளுக்கு ஒரு முக்கியத்துவம் உண்டு. அந்த மரபையே எங்கெல்சும் பயன்படுத்தியுள்ளார் என்பது சுவாரசியமானது.

இந்நூலில் பிரச்சினைக்கு உள்ளாக்கப்படும் எவ்கேன் டூரிங் என்பார் ஜெர்மன் சமூக சனநாயகவாதிகளிடையில் ஒரு குறிப்பிட்ட காலக்கட்டத்தில் பிரபலமடைந்தவர். இவர் ஒரு கதம்பவாதி

(குழப்பவாதி, Eclectic) என்று எங்கெல்சால் குறிப்பிடப்படுகிறார். ஆகஸ்ட் கோன்ட் என்ற பிரெஞ்சு சிந்தனையாளரால் உருவாக்கப்பட்ட நேர்க்காட்சிவாதம் என்ற சிந்தனைப் பள்ளியைச் சார்ந்தவர் என்றும் அவர் அறியப்படுகிறார். நேர்க்காட்சிவாதம் எனும் தத்துவப் பள்ளி நவீன விஞ்ஞானத்தின் அடிப்படைகளை ஏற்று, விஞ்ஞானக் கண்டு பிடிப்புகளுக்கான முறையியலை வழங்கும் தத்துவம் என அக்காலத்தில் பிரபலம் அடைந்திருந்தது. பல இயற்கை விஞ்ஞானிகள் விருப்புடன் நேர்க்காட்சிவாதத்தை ஆதரித்தனர். 19 ஆம் நூற்றாண்டின் கடைசி ஆண்டுகளில் நேர்க்காட்சிவாதமும் பொருள்முதல்வாதமும் ஒன்றே எனவும், நேர்க்காட்சிவாதமே பொருள்முதல்வாதத்தின் முன்னேறிய வடிவம் எனவும் பேச்சுக்கள் வெளிவரத் தொடங்கின. இன்னும் கூடுதலாக, மார்க்ஸ், எங்கெல்சின் காலத்திற்குப் பின்னால், மார்க்சியத்தினுள் நேர்க்காட்சிவாத செல்வாக்கு வலுவாக இருந்தது என்ற கருத்தும் சொல்லப்படுகிறது. இத்தகைய தத்துவப் பின்புலம் கொண்ட டூரிங்கைத் தான் எங்கெல்ஸ் தனது நூலில் எதிர்கொள்ளு கிறார்.

"டூரிங்கிற்கு மறுப்பு" என்ற இந்நூலை மார்க்சியம் நேர்க்காட்சி வாதத்தை அதன் ஆரம்ப நாட்களில் எதிர்கொள்ளும் ஒரு சந்தர்ப்பமாகக் கொள்ளலாம். நேர்க்காட்சிவாதத்தை எங்கெல்ஸ் நேரடியாக எதிர்கொண்ட ஒரு சந்தர்ப்பமாகவும் கொள்ளலாம். பின்னால் லெனின் எழுதிய "பொருள்முதல்வாதமும் அனுபவ விமர்சனவாதமும் (Materialism and Empirio Criticism)" என்ற நூலுக்கு ஒரு முன்னோடி நூலாக "டூரிங்கிற்கு மறுப்பு" என்ற இந்த நூலைச் சொல்ல வேண்டும். "பொருள்முதல்வாதமும் அனுபவ விமர்சனவாதமும்" நூலிலும் லெனின் நேர்க்காட்சிவாதிகளைச் சந்திக்கிறார். மேற்கு ஐரோப்பிய நாடுகளிலும் ரஷ்யாவிலும் தோன்றிய நேர்க்காட்சிவாத விஞ்ஞானிகளுக்கும் தத்துவவாதிகளுக்கும் லெனின் அவரது நூலில் பதில் எழுதுகிறார்.

எவ்கேன் டூரிங் முதலான நேர்க்காட்சிவாதிகள் மார்க்சின் சிந்தனையை நிராகரிக்க முயற்சித்தனர். மார்க்சும் அவரது தோழரும் சோசலிச சிந்தனைக்கு ஒரு தத்துவார்த்த அடிப்படையை வழங்க முயற்சிக்கும்போது, டூரிங் அத்தத்துவார்த்த அடிப்படையைப் பலவீனப்படுத்த முயற்சித்தார். ஹெகலின் இயங்கியலை நேர்க்காட்சித் தன்மையற்ற மறைஞானம் (Mysticism) என விமர்சிக்கும் டூரிங் அதனைத் தவிர்த்த ஹெகலின் கருத்துமுதல்வாதமே பரவாயில்லை

என அதனைப் பாராட்டுவார். அதுபோலவே, மார்க்ஸ் எங்கெல்சின் வரலாற்றுப் பொருள்முதல்வாதத்தை விமர்சித்து, நேர்க்காட்சி விஞ்ஞானங்கள் வழங்கும் "பொருள் (Matter)" என்ற கருத்தாக்கத்தை முன்வைப்பார். நேர்க்காட்சித் தத்துவப் பார்வையில், எதார்த்தத்தின் தத்துவம் என்றும் இயற்கை விஞ்ஞானங்களின் தத்துவம் என்றும் டூரிங் தனது தத்துவத்திற்குப் பெயரிட்டார். வரலாற்றிலும் சமூகத்திலும் தொழில்படும் பொருள்வகைச் சமூக உறவுகள் எனும் கருத்தாக்கத்தை நேர்க்காட்சியாளர்கள் ஏற்பது கிடையாது. மீண்டும் மார்க்சுக்கு முந்திய பொருள் எனும் கருத்தாக்கத்திற்கு அவர்கள் மீண்டு செல்ல விழைவார்கள்.

இயங்கியல் தத்துவத்திற்கு எங்கெல்சின் இந்நூல் முன்னுரிமை வழங்குகிறது. சோசலிசத்தை இயங்கியல் மெய்யான ஓர் அடித்தளத்தின் மீது அமர்த்துகிறது என்று எங்கெல்ஸ் குறிப்பிடுகிறார். மட்டுமின்றி, இயங்கியலின் மிகப்பெரிய சாட்சி இயற்கை என்று எங்கெல்ஸ் குறிப்பிடுவார். நவீன இயற்கை விஞ்ஞானங்களின் இயக்கவியல் பண்பை அவர் இந்நூலில் விரிவாக எடுத்துரைக்கிறார். உண்மையில் "டூரிங்கிற்கு மறுப்பு" எனும் இந்நூல் தத்துவம், அரசியல் பொருளாதாரம், சோசலிசம் என்ற மூன்று பகுதிகளை மட்டும் கொண்ட நூல் அல்ல, இயற்கை விஞ்ஞானங்கள் என்ற பிறிதொரு பகுதியையும் சேர்த்து நான்கு பகுதிகளைக் கொண்டது எனச் சொல்லலாம். நேர்க்காட்சிவாத இயற்கைக்கு மாற்றாக இயங்கியல் இயற்கையை எங்கெல்ஸ் முன்வைக்கிறார். நவீன விஞ்ஞானங்களை மார்க்சியம் உள்வாங்க வேண்டும் என்ற உந்துதலில் எங்கெல்ஸ் தொழில்படுகிறார். பல்வேறு சொற்களால் எங்கெல்ஸ் இயங்கியலை விரிவாக்கிச் சொல்கிறார்.

"எதுவும் அப்படியே முன்பிருந்த விதமாகவே தொடர்ந்து இல்லாமல், யாவும் இயங்கிக் கொண்டும், மாறிக் கொண்டும், உருவாகி எழுந்து கொண்டும், மறைந்து சென்று கொண்டும் இருக்கக் காணுகிறோம்."

"ஒவ்வொன்றும் இருந்து கொண்டும், அதே போழ்தில் இல்லாமலும் இருக்கிறது; ஏனெனில் ஒவ்வொன்றும் நிலை பாடற்றதாய் இருக்கிறது."

"ஒவ்வொரு முரண்நிலையின் இரு துருவங்களும் - உதாரணமாய் நேர்நிலையும் எதிர்நிலையும் - எந்த அளவுக்கு ஒன்றுக்கொன்று

எதிராய் இருக்கின்றனவோ அதே அளவுக்குப் பிரிக்க முடியாதன வாயும் இருக்கக் காணுகிறோம். எவ்வளவுதான் ஒன்றையொன்று எதிர்த்துக் கொண்ட போதிலும் பரஸ்பரம் அவை ஒன்றுள் ஒன்று ஊடுருவக் காண்கிறோம்.”

“காரணங்களும் விளைவுகளும் ஓயாமல் இடம்மாறி இங்கே இப்போது விளைவுகளாக இருப்பது அங்கே அப்போது காரண மாகவும் இதற்கு எதிர்மாறாகவும் அமையும்.”

“இயக்கமறுப்பியலாளருக்குப் பொருட்களும் அவற்றின் மனப்பிரதிமைகளும் கருத்தினங்களும் தனிமைப்பட்டனவாய் இருக்கின்றன; ஒன்றன்பின் ஒன்றாகவும் ஒன்றிலிருந்து ஒன்று தனியாகவும் பரிசீலிக்கப்பட வேண்டியனவாகி விடுகின்றன. நிலையான கெட்டிப் பிடித்து இறுகிய, என்றென்றைக்கும் உறுதியாய் அப்படியே இருக்கத்தக்க பரிசீலனைப் பொருட்களாகி விடுகின்றன. ஒன்றுக்கொன்று சிறிதும் இணங்காத எதிரிடை களில் தான் அவர் சிந்திக்கிறார். அவருடைய பேச்செல்லாம் ‘ஆம்’ அல்லது ‘இல்லை’ என்பதுதான். அதற்கு அதிகமான எதுவும் பாவத்தில் பிறந்தது. அவருக்கு ஒரு பொருள் இருப்ப தாகவோ அல்லது இல்லாதத்தாகவோ தான் இருக்க முடியும்; ஒரு பொருள் ஏக காலத்தில் அதுவாகவும் மற்றும் வேறொன் றாகவும் இருக்க முடியாது. நேர்நிலையும் எதிர்நிலையும் அறவே ஒன்றை ஒன்று விலக்கியே தீர வேண்டும்; காரணமும் விளைவும் ஒன்றுக்கொன்று இறுகிய முரண்நிலையிலேயே இருந்தாக வேண்டும்.”

இங்கு இயக்கமறுப்பாளர்கள் என்று எங்கெல்ஸ் குறிப்பாக நேர்க்காட்சிவாதிகளை எனப் பொருள்கொண்டால் இந்நூலின் முழுச் சூழலும் நமக்கு வெளிப்படும்.

எங்கெல்ஸ் இயற்கை விஞ்ஞானங்களில் ஆர்வம் காட்டினார். “இயற்கையின் இயங்கியல்” என்ற தலைப்பில் எங்கெல்சின் இயற்கை குறித்த கட்டுரைகளும் குறிப்புகளும் தனி நூலாகத் தொகுக்கப் பட்டுள்ளன. “டூரிங்கிற்கு மறுப்பு” எனும் இந்நூலில் டூரிங்கிற்குப் பதில் சொல்லும் பொருட்டு, எங்கெல்ஸ் இயற்கை விஞ்ஞானங்கள் குறித்த சில தத்துவ விவாதங்களை முன்னெடுத்துச் செல்கின்றார். “இயக்கத்தின் வடிவங்கள்” என்ற கருத்தாக்கம் அவற்றில் குறிப்பிட்டுச் சொல்லத்தக்கது. எங்கெல்சைப் பொறுத்தமட்டில், இயக்கம் என்பது

இயற்கை, சமூகம், வரலாறு ஆகிய எதார்த்தத்தின் அனைத்து வடிவங்களிலும் காணக்கிடைகிறது எனினும் அவற்றைக் குறிப்பிட்ட சில வகைமைகளாகப் பிரிக்கலாம் என எங்கெல்ஸ் கருதுகிறார்.

இயக்கத்தின் வடிவங்கள் அல்லது வகைமைகள் என்ற தலைப்பின் கீழ் குறிப்பாக மூன்று வகைமைகளை எங்கெல்ஸ் பகுக்கிறார். அவை: உயிரற்ற இயற்கையின் இயக்கங்கள், உயிரினங்களின் உலகில் நிலவும் இயக்கங்கள் மற்றும் மானுட உலகில் வெளிப்படும் இயக்கங்கள். உயிரற்ற உலகினையும் அதன் இயக்கங்களையும் இன்னும் பல வகைமைகளாகச் சுட்ட முடியும். அவை முறையே புவியியல் இயக்கம், பௌதீக இயக்கம், ரசாயன இயக்கம். உயிரினங்களின் உலகில் தாவரயியல் இயக்கம், உயிரின இயக்கம் என்ற இரண்டு உண்டு. இறுதியாக மானுட உலகில் அல்லது சமூக வாழ்வில் அதன் இயக்க வகைமைகளை சமூக வரலாற்று வளர்ச்சிக் கட்டங்களாகப் பிரித்துக் காட்டலாம். புராதன பொதுவுடைமை, அடிமை முறை, நிலவுடமை முறை, முதலாளியம், சோசலிசம் எனச் சொல்லப்படும் ஐந்து சமூக உற்பத்தி முறைகளையும் சமூக இயக்கங்களின் வகைகள் என்று சுட்டலாம். ஆக, புவியியல் இயக்கம் தொடங்கி சமூக வரலாற்றின் வளர்ந்த கட்டம் வரையில் இயக்கங்களின் வகைமை களைப் பிரித்துக் காட்டலாம். வெறுமனே அவற்றைப் பிரித்துக் காட்டுவது மட்டுமின்றி, ஒவ்வொரு இயக்க வகைமையின் தனித்த பண்புகளை வரையறுத்துக் காட்ட முனைவோமெனில் அது மேலும் சிறப்பான ஓர் இயங்கியல் சாதனையாக அமைய முடியும். இயக்க வகைமைகள் ஒரே நேரத்தில் தங்களுக்குள் ஒருமை கொண்டன வாகவும் தமக்குள் வேறுபாடு கொண்டனவாகவும் எங்கெல்சால் முன்வைக்கப்படுகின்றன. ஒன்றிலிருந்து மற்றொன்றாக அவை மேலும் மேலும் சிக்கலான உள் அமைப்பை நோக்கி வளர்வனவாகச் சித்தரிக்கப்படுகின்றன. மனிதர்கள் சமூகமாக வாழும் அமைப்பு அதிகப்பட்ச சிக்கல் கொண்ட இயக்க வடிவம் (வகைமை) என்ற புரிதல் இங்கு முன்வைக்கப்படுகிறது.

இயக்கத்தின் பலவகைமைகள் என்ற கருத்தின் வழியாக மனித சமூக வரலாற்றுக்கு முந்திய இயற்கையின் வரலாற்றை எங்கெல்சால் வடிவமைக்க முடிகிறது. இயற்கையின் வரலாறு என்ற கருத்து புதியது. ஹெகல் இது பற்றிப் பேசியிருக்கிறார். ஆயின் விஞ்ஞானங்களின் குறிப்பிட்ட அளவு வளர்ச்சிக்குப் பிறகுதான் அது குறித்து பேச முடிந்திருக்கிறது. எல்லாவற்றையும் துல்லியமாக இணைக்கும்

அளவுக்கு இன்னும் விஞ்ஞானங்கள் போதுமான அளவு வளர்ச்சி அடையவில்லை என்பதை எங்கெல்ஸ் ஒப்புக்கொள்கிறார். இருப்பினும் பல இடைவெளிகளை விஞ்ஞானங்கள் கடந்து வந்துள்ளன என்பதைச் சுட்டிக்காட்டுகிறார்.

குறிப்பாக பரிணாமக் கொள்கையை வரையறுத்த டார்வினைச் சொல்ல வேண்டும். அமீபா எனும் ஒரு செல் உயிரிலிருந்து உயிரினங்களின் பலதிசைப் பரிணாமம் என்ற மிக நீண்ட பரிணாமச் சங்கிலியை அவரால் கோர்த்துக் காட்ட முடிந்தது. அங்கக ரசாயனம் (Organic Chemistry or Carbon Chemistry) எனும் பிரிவு உயிரின் தோற்றம் எனும் இடைவெளியை இட்டு நிரப்பும் வேலையை வேகமாக நிறைவு படுத்தி வருகிறது. எந்திரவியலிலிருந்து வெப்பம், வெப்பத்திலிருந்து மின்சாரம், மின்சாரத்திலிருந்து காந்த சக்தி போன்ற ஆற்றல் பரிமாற்றங்கள் இன்று பெருகிவருகின்றன. இவையெல்லாம் இயற்கையிலும் விஞ்ஞானத்திலும் இயங்கியல் சாதனைகள். எங்கெல்சின் காலத்திற்குப் பிறகு, பொருளின் நுண்துகளான அணு உடைக்கப்பட்டு அது ஆற்றலாக மாற்றப்பட்ட மிகப்பெரும் சம்பவம் நிகழ்ந்தது. மாற்றம் ஒன்றே நிரந்தரம் என்று மார்க்சியர்களால் சொல்லப்பட்ட கருத்தின் அடிப்படையில் விஞ்ஞானங்களின் வரலாற்றில் ஒரு புதுயுகம் பிறந்தது. இருபதாம் நூற்றாண்டில், உயிரின மரபணுக்களில் தலையீடு செய்து தேவையான மாற்றங்களை ஏற்படுத்தும் உயிரி தொழில்நுட்பம் (Bio Technology) மிக வேகமாக வளர்ச்சியடைந்த துறையாகும்.

எங்கெல்ஸ் “டூரிங்கிற்கு மறுப்பு..” எனும் நூலில் நேர்க்காட்சி வாதத்திற்கும் இயங்கியலுக்கும் இடையிலான மிகப்பெரிய விவாதம் ஒன்றைத் துவக்கிறார். அது 19 ஆம் நூற்றாண்டின் பிற்பகுதியிலிருந்து அடுத்து வந்த நூற்றாண்டிலும் தொடர்ந்தது.

பிற மார்க்சிய நூல்களில் காணக்கிடைக்காத சில அபூர்வமான தலைப்புகளில் எங்கெல்சின் கருத்துக்கள் இந்நூலில் கிடைக்கின்றன. எடுத்துக்காட்டாக, சாசுவத உண்மைகள் குறித்த மதிப்பீடு, உண்மை/தவறு, நன்மை/தீமை போன்ற எதிர்வுகளின் இயங்கியல், ஒழுக்கநெறி குறித்த வரையறை முதலானவை. இந்தப் பிரச்சினைகளில் எவ்கேன் டூரிங் தனது கருத்துக்களை அவரது நூல்களில் தாராளமாகக் குறிப் பிட்டு எழுதியிருப்பதால், எங்கெல்ஸ் சுருக்கமாகவேனும் அப் பிரச்சினைகளைப் பற்றி எழுதியுள்ளார். உண்மை/தவறு, நன்மை/

தீமை ஆகியவை குறித்துப் போதுமான ஆய்வுகள் நடைபெறவில்லை என எங்கெல்ஸ் குறிப்பிடுகிறார்.

மேற்கு நாடுகளின் வரலாற்றில் கிறிஸ்தவ நிலப்பிரபுத்துவ ஒழுக்கம், பின்னர் அது இரண்டாகப் பிரிந்து, கத்தோலிக்க ஒழுக்கம், புரோட்டஸ்டண்ட் ஒழுக்கம் என்று பிளவுண்டது, அறிவொளி இயக்க ஒழுக்கம், நவீன முதலாளித்துவ ஒழுக்கம், பாட்டாளி வர்க்க ஒழுக்கம் என்ற ஐந்து வகை ஒழுக்க நெறிகளைக் காணமுடிகிறது என எங்கெல்ஸ் சுட்டிக்காட்டுகிறார்.

ஒழுக்கநெறிகளைப் பற்றி எங்கெல்ஸ் சில முக்கியமான பொது முடிவுகளையும் இந்நூலில் வழங்குகிறார். "வரலாற்றுக்கும் நாடு களிடையிலான வேற்றுமைகளுக்கும் அப்பாற்பட்டு நிற்பவை என்ற சாக்கில் ஒரு சாசுவதமான என்றென்றும் மாற்றவொண்ணா அறநெறி விதி என்ற முறையில் ஏதேனும் ஓர் ஒழுக்க நெறிச் சூத்திரத்தை எம்மீது திணிக்க நடத்தும் ஒவ்வொரு முயற்சியையும் நாம் நிராகரிக்கிறோம். ...இதுகாறும் உள்ளதான எல்லா ஒழுக்கநெறித் தத்துவங்களும் அந்தந்தக் காலங்களில் நிலவிய சமூகத்தின் பொருளாதார நிலைமை களின் விளைவே என்று மெய்ப்பித்து நாம் நிலை நிறுத்துகிறோம். சமூகம் இதுவரையில் வர்க்கப் பகைமைகளிலேயே இயங்கி வந்திருப்பதால், ஒழுக்கநெறி எப்பொழுதுமே வர்க்க ஒழுக்கநெறியாக இருந்து வந்துள்ளது."

ஒழுக்கநெறி, சட்டம் ஆகிய துறைகள் நவீன சமூகத்தில் அதிகப் பிரபலம் அடைந்துள்ள சுதந்திரம் எனும் கருத்தாக்கத்தோடு தொடர்பு கொண்டவை என்பதைச் சுட்டிக்காட்டும் எங்கெல்ஸ், தொடர்ந்து ஹெகலியத்தை முன்மொழிந்து சுதந்திரம் என்பதனை வரையறுக் கிறார். சுதந்திரத்திற்கும் தேவைக்கும் இடையிலான உறவை ஹெகல் தான் முதலில் கண்டறிந்தார் என்று எங்கெல்ஸ் தொடங்குகிறார். "தேவை, அதைப் புரிந்து கொள்ளாத வரையில் மட்டுமே குருடாக இருக்கிறது" என்கிறார் ஹெகல். எனவே சுதந்திரம் என்பது, "விஷயம் பற்றிய அறிவுடன் முடிவுகளைச் செய்யும் ஆற்றல்... இயல்பான தேவை பற்றிய அறிவின் மீது அடிகோலப்பட்ட ஒரு கட்டுப்பாடு... அது வரலாற்று வளர்ச்சியின் விளைவாகும்... கலாச்சாரத்தின் ஒவ்வொரு படியும் சுதந்திரத்தை நோக்கிய ஒரு படியாகும்". மாறாக, முரண்பாடுகளுக்கிடையில் தன்னிச்சையாகத் தேர்வு செய்யும் நிச்சய மின்மை என்பது அறியாமையை அடிப்படையாகக் கொண்டுள்ளது என்கிறார்.

இயங்கியலின் முக்கியமான கருத்தாக்கங்களான முரண்பாடு, அளவு மாற்றமும் பண்பு மாற்றமும், நிலை மறுப்பும் நிலை மறுப்பும் ஆகியன குறித்து எங்கெல்ஸ் "டூரிங்கிற்கு மறுப்பு" எனும் நூலில் விரிவாகப் பேசுகிறார்.

இயங்கியலில் மையக் கருத்தான முரண்பாடு என்பதனை டூரிங் பயனற்றது என்றும் அபத்தம் என்றும் கூறி அவற்றை நிராகரிக்கிறார். அது மாயாவாதத்திலிருந்து கடன் வாங்கப்பட்ட கருத்து என்று டூரிங் கருதுகிறார். பொருட்களை அவற்றின் இயக்கம், மாற்றம், அவற்றின் வாழ்க்கை, பரஸ்பரச் செல்வாக்கு ஆகியவற்றுடன் வைத்துப் பார்க்கும் போது, அவை முரண்பாடுகளை இயக்கத் துடிப்பாகக் கொண்டுள்ளன என்பதை நாம் அறிகிறோம், இயக்கம் என்பதே முரண்பாடாகும் என்று எங்கெல்ஸ் குறிப்பிடுகிறார்.

அளவு மாற்றம் பண்பு மாற்றம் என்பது குறித்தும் நிலை மறுத்தலும் நிலைமறுத்தலும் குறித்தும் எங்கெல்ஸ் நீண்ட கட்டுரைப் பகுதிகளை இந்நூலில் வழங்கியுள்ளார். இயற்கை விஞ்ஞானங்கள், தினசரி வாழ்க்கை, சமூக வரலாறு ஆகியவற்றிலிருந்து எங்கெல்ஸ் பல எடுத்துக்காட்டுக்களைச் சுட்டி இக்கட்டுரைப் பகுதிகளை எழுதியுள்ளார். "டூரிங்கிற்கு மறுப்பு" நூலில் மார்க்சிய தத்துவம் குறித்த முதல் பகுதி மட்டும் சுமார் 150 பக்கங்களைத் தாண்டுகிறது. குறிப்பாக இயங்கியல் குறித்த விரிவான வாசிப்புக்கு உரிய பகுதிகள் இவை.

அரசியல் பொருளாதாரம் எனும் அதன் இரண்டாம் பகுதி, அரசியல் பொருளாதாரம் என்றால் என்ன? என்ற வரையறையுடன் தொடங்குகிறது.

"அரசியல் பொருளாதாரம் அதன் விரிவான பொருளில், மனித சமுதாயத்தின் பொருளாயதப் பிழைப்புச் சாதனங்களின் உற்பத்தி மற்றும் பரிவர்த்தனையினை ஆளுமை செய்யும் விதிகளின் விஞ்ஞான மாகும்... எந்த நிலைமைகளின் கீழ் மனிதர்கள் உற்பத்தியும் பரிவர்த்தனையும் செய்கிறார்களோ, அவை நாட்டுக்கு நாடும், ஒவ்வொரு நாட்டுக்குள்ளேயும், தலைமுறைக்குத் தலைமுறையும் வேறுபடுகின்றன. எனவே அரசியல் பொருளாதாரம் எல்லா நாடுகளுக்கும் எல்லா வரலாற்று சகாப்தங்களுக்கும் ஒரே தன்மை யுடையதாக இருக்க முடியாது... அரசியல் பொருளாதாரம் என்பது சாராம்சத்தில் ஒரு வரலாற்றுத் துறை விஞ்ஞானமாகும்."

இந்நூலில் முன்வைக்கப்படும் அரசியல் பொருளாதாரம், "முதலாளித்துவ உற்பத்தி முறை பற்றிய சோசலிச விமர்சனத்துடன், அதாவது அதன் விதிகளை அவற்றின் எதிர்மறை அம்சங்களில் அம்பலப்படுத்தி, இந்த உற்பத்தி முறை அதன் சொந்த வளர்ச்சியின் காரணமாகவே தன்னைத்தானே அசாத்தியமாக்கிக் கொள்ளும் ஒரு கட்டத்தை நோக்கி முடுக்கிச் செல்கிறது என்பதை எடுத்துக்காட்டு வதுடன் முடிவுறுகிறது." முதலாளித்துவ உற்பத்தி முறை பற்றிய சோசலிச விமர்சனம் என்ற சொற்கள் இங்கு முக்கியமானவை. முதலாளியம் பற்றிய வியாக்கியானம் அல்ல, அதனை எப்படி மாற்றுவது என்ற நோக்கிலான விமர்சனத்திற்கு எங்கெல்ஸ் முன்னுரிமை வழங்குகிறார்.

அரசியல் பொருளாதாரம் குறித்த தனது எழுத்துக்களில் எவ்கேன் டூரிங், ஒரு சவாலான பிரச்சினையை முன்வைத்துப் பேசுகிறார். வரலாற்றில் பலப்பிரயோகம் (Force, Violence, Power, Oppression, Politics, State) எனும் பிரச்சினை குறித்தது அது. சமூக வாழ்வில் அடிப்படையாக அமைவது அரசியலா, பொருளாதாரமா? என்ற கேள்வியோடு நேரடியாகத் தொடர்பு கொண்ட பிரச்சினை இது. வரலாற்றில் அரசு எப்போது ஏன் தோன்றியது? அதன் பாத்திரம் என்ன? போன்ற கேள்விகளோடும் தொடர்புடைய பிரச்சினை இது. தொழிலாளர் இயக்கத்தில் அராஜகர்கள் தொடங்கி சமீபகாலங்களில் பின்னை நவீனத்துவவாதிகள் வரை இப்பிரச்சினை மீண்டும் மீண்டும் பேசப்பட்டுள்ளது.

டானியல் டெஃபோ என்ற புகழ்பெற்ற எழுத்தாளரின் ராபின்சன் குரூசோ, ஃபிரைடே என்ற இரு கதாபாத்திரங்களைத் தனது அரசியல் பொருளாதாரக் கோட்பாட்டுக்கு டூரிங் ஆதாரமாகக் கொள்ளுகிறார். கப்பல் உடைந்து ராபின்சன் குரூசோ ஒரு தீவுக்குள் மாட்டிக் கொள்ளுகிறார். அந்த தீவில் வாழ்ந்த ஆதிவாசி மனிதர் ஒருவரை ராபின்சன் சந்திக்கிறார். இருவரும் இணைந்து அத்தீவில் அலைந்து திரிகின்றனர். படிப்படியாக அவர்கள் இருவருக்கும் இடையிலான உறவுகள் மாற்றமடைகின்றன. நவீன ஐரோப்பிய மனிதனான ராபின்சன் எஜமானனாகவும் ஆதிவாசி மனிதனான ஃபிரை டே அடிமையாகவும் ஆகின்றனர். இரு மனிதர்களுக்கு இடையிலான முதன்மையான உறவு ஆண்டான்-அடிமை உறவு அல்லது பலப்பிரயோகத்தை அடிப்படை யாகக் கொண்ட உறவு (ஒடுக்குமுறை உறவு) என்று டூரிங் சித்தரிக் கிறார். பலப்பிரயோக ஒடுக்குமுறை உறவுகளும் உடைமை உறவுகளும் இரட்டைப் பிறவிகள் என்றும் எவ்கேன் டூரிங் குறிப்பிடுகிறார்.

டூரிங்கின் இரண்டு கதாபாத்திரங்களை எங்கெல்ஸ் கேலியாக முதல் ஆதாம், இரண்டாம் ஆதாம் என்று பெயரிடுகிறார். முதல் ஆதாமுக்கு இரண்டாம் ஆதாம் அடிமையாகிறார். அதாவது அடிமைப் படுத்தலே ஆதாமின் முதற்பாவம் (Origin Sin). உலக வரலாறு இந்த முதல் பாவத்தின் மீது நிற்கிறது. இன்று வரை வரலாற்றில் நடந்துள்ள எல்லாக் கொடூரங்களுக்கும் இதுவே அடிப்படை, தொடக்கம். டூரிங், அவருக்கே உரிய ஒற்றைக் கோட்பாட்டைக் கொண்டு மொத்த வரலாற்றையும் விளக்குவது எனும் முறையியலை இங்கு பயன்படுத்தி யுள்ளார். கற்பனையாகப் புனையப்பட்ட இரண்டு மனிதர்களின் உறவை உலக வரலாறு குறித்த கோட்பாட்டு விளக்கங்களுக்குப் பயன் படுத்தலாமா? என்ற கேள்வியை எங்கெல்ஸ் எழுப்புகிறார். காத்திரமான காரியங்களைப் பேசி விவாதிக்க விரிந்த அளவிலான “சமூகப் புலப்பாடு” தேவையாகிறது என்று எங்கெல்ஸ் குறிப்பிடு கிறார்.

“பலப்பிரயோகம் சுரண்டலைப் பாதுகாக்கிறதே தவிர அதை ஏற்படுத்துவதில்லை” என்ற துல்லியமான கருத்து நிலையை எங்கெல்ஸ் வெளிப்படுத்துகிறார். “மூலதனத்திற்கும் கூலி உழைப் புக்கும் இடையிலான உறவே தொழிலாளி சுரண்டப்படுவதற்கான அடிப்படை என்பதையும் இது முற்றிலும் பொருளாதாரக் காரணங் களால் விளைக்கப்பட்டது, பலப்பிரயோகம் மூலம் அல்லவே அல்ல என்பதையும்” எங்கெல்ஸ் எடுத்துக்காட்டுகிறார்.

சுரண்டல் என்பது ஊதியமில்லாத உழைப்பு சம்பந்தப்பட்டது. முதலாளி தொழிலாளிக்கு முழு ஊதியத்தையும் ஏன் வழங்கவில்லை என்பது முதலாளியப் பொருளாதாரம் தொடர்பு கொண்ட பிரச்சினை. ஆயின் டூரிங் அதனை ஒழுக்க நெறி சார்ந்த பிரச்சினையாக்குகிறார். பலப்பிரயோகம் என்ற சொற்பயன்பாடு பொருளாதாரச் சுரண்டல் எனும் செயல்பாட்டைக் “கொள்ளையடித்தல்” எனும் சம்பவமாக மாற்றுகிறது. இதுவும் ஏற்புடையதல்ல. களவு அல்லது கொள்ளை யடித்தல் என அமைப்புரீதியான பொருளாதார நிகழ்வுகளைக் குறைத்துக் காட்டுதல் சரியல்ல என்று எங்கெல்ஸ் விளக்குகிறார். மார்க்சியம் வரலாற்றின் பல்வேறு சமூகக் கட்டங்களை அவற்றின் பொருளாதார உறவுகளைக் கொண்டு ஆய்வு செய்கிறது. ஒவ்வொரு சிறிய பெரிய கட்டங்களிலும் ஏற்படும் மாற்றங்களை அதே பொருளாதாரக் காரணிகளைக் கொண்டு விளக்குகிறது. ஒரு சமூக மாற்றம் அல்லது புரட்சி நிகழ வேண்டுமெனில் அது பொருள்வகை

முரண்பாடுகளின் வேர்கொண்டிருக்க வேண்டும், ஒழுக்க உணர்வு களில் அல்ல. பொருள்வகை ஆற்றல் கொண்ட வர்க்கம் திரள வேண்டும். இவையெல்லாம் டூரிங்கின் பலப்பிரயோகம் பற்றிய கோட்பாட்டுக்கு எங்கெல்ஸ் முன்வைக்கும் பதில்கள். இன்னும் பல வரலாற்று எடுத்துக் காட்டுக்களையும் முன்வைத்து எங்கெல்ஸ் தனது விளக்கங் களை வளர்க்கிறார்.

டூரிங் தொடர்ந்து பேசும்போது, அரசியல் உறவுகளை அடிப் படையானவை என்றும் பொருளாதார உறவுகளை விளைவுகள் அல்லது விசேடங்கள் என்றும் வகைப்படுத்துகிறார். அரசியலின் ஒரு மறைமுகமான, பிற்போக்கான வடிவம் பொருளாதாரம் என்றும் விளக்குகிறார். ராவின்சன் குரூசோ ஃபிரை டேயை அடிமையாக்கிய போது, அது ஒரு பலப்பிரயோகச் செயல், அது ஓர் அரசியல் செயல் என்கிறார். இந்த விளக்கங்களுக்குப் பதில் கூறும் எங்கெல்ஸ், வரலாற்றை அரச குடும்பங்களின் வரலாறாகக் காணும் பழைய வரலாற்று முறை இது எனக் குற்றம் சாட்டுகிறார். இவர் அவரை அடிமைப்படுத்தினார், இவர் தோல்வியுற்றார் அவர் வெற்றி பெற்றார் என்பவற்றைத் தாண்டி பழைய வரலாற்றாசிரியர்கள் வேறு எதனையும் வரலாறு என ஒத்துக் கொண்டது கிடையாது. ஆயின் சமூக வரலாறு என்பதில் உற்பத்தி, பகிர்வு, பரிவர்த்தனை, உற்பத்தி சாதனங்கள், உற்பத்தி உறவுகள் ஆகியவற்றால் நிலைபெறும் வரலாறு போன்றவை அடங்கும். வரலாற்றில் பொருளாதார நலன்களை முன்வைத்து வர்க்கங்கள் மோதிக் கொள்ளுகின்றன. பலப்பிரயோகம் வெறும் சாதனம் மட்டுமே, பொருளாதார நலனே நோக்கம். "கையில் வாளுடன்" ராபின்சன் குரூசோ ஃபிரை டேயை அடிமைப்படுத்தினார் என்று டூரிங்க் எழுதுகிறார். ஆயின் அடிமைத்தனம் சாத்தியமாவதற்கு முன்னால் உற்பத்தியில் ஒரு குறிப்பிட்ட வளர்ச்சி நிலை தோன்றி யிருக்க வேண்டும். பண்டைப் பொதுவுடைமைச் சமுதாயத்தில் அடிமைத்தனம் கிடையாது, தனிவுடைமை தோன்றிய பிறகே அடிமைத்தனம் மற்றும் களவு ஆகியவை சாத்தியம். மார்க்சின் ஆய்வுகளின் படி, "உடைமை என்பது முதலாளி மற்றவர்களின் விலை தரப்படாத உழைப்பை அல்லது அதன் உற்பத்திப் பொருளைப் பறித்துக் கொள்ளும் உரிமையாகவும், தொழிலாளியைப் பொறுத்த வரை தனது சொந்த உற்பத்திப் பொருளையே சுவீகரிப்பதற்குச் சாத்தியமற்ற நிலையாகவும்" உள்ளது. எங்கெல்ஸ் மார்க்சின் மூலதனம் நூலில் அமைந்துள்ள உடைமை குறித்த விளக்கத்தை

எடுத்து இங்கு பயன்படுத்தியுள்ளார். எனவே வரலாற்றின் எல்லாக்கட்டங் களிலும் பொருளாதார உறவுகளை அரசியல் சூழல்களை விட அடிப்படையான பாத்திரம் வகிக்கின்றன என்பதை "டூரிங்கிற்கு மறுப்பாக" நூலின் அரசியல் பொருளாதாரம் பகுதியில் உறுதியாக எடுத்து நிறுவுகிறார்.

எது நிர்ணயமானது, அரசியலா, பொருளாதாரமா? என்ற இப்பகுதி எங்கெல்சின் நூலில் முக்கியமான, மிகவும் பயனுள்ள ஒரு விவாதத்தை முன்னெடுத்துச் செல்கிறது. இன்னும் கூடுதலாக மார்க்சின் அடிப்படையான பொருளாதாரக் கருத்தாக்கங்களையும் எங்கெல்ஸ் இப்பகுதியில் தெளிவுபடுத்துகிறார். அரசியல் பொருளா தாரம் என்ற அறிவுத்துறை அதன் விமர்சன வடிவில் எவ்வாறு உருவானது என்பதை இந்நூலில் மார்க்சின் ஒரு கட்டுரை விளக்குகிறது.

"டூரிங்கிற்கு மறுப்பு" எனும் இந்நூலின் மூன்றாவது பகுதி சோசலிசம் குறித்தது. அது தனி ஒரு நூலாகவே மார்க்ஸ் எங்கெல்ஸ் தேர்வு நூல்கள் வரிசையில் தொகுதி 11ல் சேர்க்கப்பட்டுள்ளதால், அது குறித்த எனது அறிமுகவுரை அதே தொகுதியின் முகப்பில் இடம் பெற்றுள்ளது. இந்நிலையில் தொகுதி 10 குறித்த அறிமுகவுரையை இங்கு நாம் நிறைவு செய்வோம்.

மார்க்சின் இரண்டாம் நூற்றாண்டை முன்னிட்டு மார்க்ஸ், எங்கெல்சின் 20 தொகுதிகளை வெளியிடுவது என்ற மிகப்பெரிய வேலைத் திட்டத்தை வகுத்துச் செயல்பட்டு வரும் நியூ செஞ்சுரி புத்தகநிறுவனத்திற்கு தமிழ் வாசகர்கள் நன்றி கூறவேண்டும். அந்நிறுவனத்தின் மேலாண்மை இயக்குநர் நண்பர் சண்முகம் சரவணனுக்கும் அவரோடு உடன் நின்று வேலை செய்யும் பொது மேலாளர் ரத்தின சபாபதி முதலான தோழர்களுக்கும் நன்றி கூறுவோம்.

மதுரை — ந. முத்துமோகன்

17. 2. 2018

மார்க்ஸ்-எங்கெல்ஸ் தேர்வுநூல்கள் தொகுதி பத்தில் “டூரிங்குக்கு மறுப்பு: திரு ஒய்கேன் டூரிங் விஞ்ஞானத்தில் நிகழ்த்திய புரட்சி” என்ற நூல் இடம் பெற்றுள்ளது. இது 1978ஆம் ஆண்டு மாஸ்கோ முன்னேற்றப் பதிப்பகம் வெளியிட்ட கே. ராமநாதன் அவர்களின் மொழியாக்கம் ஆகும்.

பிரெடெரிக் எங்கெல்ஸ்

டூரிங்குக்கு மறுப்பு

திரு ஒய்கேன் டூரிங் விஞ்ஞானத்தில் நிகழ்த்திய புரட்சி

மூன்று பதிப்புகளுக்குமான முகவுரைகள்

1

பின்கண்ட நூல்[1] எந்தஒரு "உள்தூண்டுதலின்" பலனாகவும் பிறந்ததல்ல. அதற்கு நேர்மாறானது.

மூன்றாண்டுகளுக்கு முன்னால் ஹெர் [திரு] டூரிங், சோசலிசத்தில் கைதேர்ந்தவராயும் அதைச் சீர்திருத்துவோராயும் முன்வந்து தனது நூற்றாண்டுக்குத் திடுமென அறைகூவல் விடுத்தபொழுது, அந்த நாட்களில் சமூக - ஜனநாயகக் கட்சியின் மத்திய ஏடாக இருந்த Valksstaat[2] இந்தப் புதிய சோசலிச தத்துவத்தை விமரிசன முறையில் பரிசீலனை செய்ய வேண்டும் என்ற தம் விருப்பத்தை ஜெர்மனியில் இருந்த நண்பர்கள் மீண்டும் மீண்டும் வலியுறுத்தினார்கள். இளம் பருவத்தில் இருந்த, இப்பொழுதுதான் திட்டவட்டமான ஒற்றுமையை சாதனையாக்கி இருந்த கட்சிக்குள் செக்டேரியன் பிளவும் குழப்பமும் ஏற்படுவதற்கான ஒரு புதிய வாய்ப்பினைத் தடுப்பதற்கு இது முற்றிலும் அவசியம் என்று அவர்கள் கருதினார்கள். ஜெர்மனியில் இருந்த நிலைமையை நிர்ணயிக்க அவர்கள் என்னைவிடச் சிறந்த நிலையில் இருந்தார்கள், எனவே அவர்களது கருத்தை ஏற்றுக்கொள்ள நான் கடப்பாடுடையவனானேன். மேலும் சோசலிசப் பத்திரிகைகளில் ஒரு பகுதி இந்தப் புதிய பக்தரை வரவேற்றது என்பதும் தெளிவாகத் தெரியவந்தது. இது உண்மையில் ஹெர் டூரிங்கின் நல்லெண்ணத் திற்கான வரவேற்பு மட்டுமே, ஆனால் இது அதே சமயம் கட்சிப் பத்திரிகைகளின் இந்தப் பகுதியிடம் குறிப்பாயும் ஹெர் டூரிங்கின் நல்லெண்ணம் காரணமாக அவர் பால் நல்லெண்ணம் நிலவியதை மட்டுமின்றி ஹெர் டூரிங்கின் போதனையையும் பரிசீலனை இன்றி ஆதரிக்கும் போக்கு இருப்பதையும் சுட்டிக் காட்டியது. இதற்கும் மேல் இந்தப் போதனையை தொழிலாளர்களிடையே ஜனரஞ்சகமான வடிவில் ஏற்கெனவே பரப்புவதற்குத் தயாரான நபர்களும் இருந்தார்கள். இறுதியாக ஹெர் டூரிங்கும் அவரது சிறு கூட்டமும் இத்தகைய பலமான போலிப்பகட்டோடு முன்வந்துள்ள இந்தப் புதிய போதனை சம்பந்தமாக Volksstaat பத்திரிகை ஒருதிட்டவட்டமான நிலை எடுக்க வேண்டும் என்று நிர்ப்பந்திக்க விளம்பரம் மற்றும் சூழ்ச்சியின் சகல கலைகளையும் பயன்படுத்தி வந்தார்கள்.

இருந்த போதிலும் எனது வேறு வேலைகளைப் புறக்கணித்து இந்தப் புளிக்கும் ஆப்பிளைக் கடிப்பது போன்ற இனிமையல்லாத வேலையில் இறங்குவது என்று உறுதிகொள்ள ஓராண்டு பிடித்தது. ஒருமுறை கடித்தால் முழுவதும் மென்று விழுங்க வேண்டிய வகைப் பட்ட ஆப்பிளாகும் இது; இது மிகவும் புளிப்பானது மட்டுமல்ல மிகவும் பருமனானது. இந்தப் புதிய சோசலிச தத்துவம் ஒரு புதிய தத்துவ இயல் அமைப்பின் இறுதியான நடைமுறைப் பயனாகச் சித்திரிக்கப்பட்டது. எனவே அதை இந்த அமைப்புடனான அதன் தொடர்பிலிருந்து பரிசீலிக்க வேண்டுவது அவசியம்; அவ்வாறு செய்யும் போது அந்த அமைப்பையே பரிசீலிக்க வேண்டும். சூரியனின் கீழேயுள்ள அனைத்தோடும் வேறு பலவற்றோடும் காரியம் செய்து வந்த அந்தவிரிந்த பரப்பில் ஹெர் டூரிங்கைக் கூர்ந்து கவனித்தல் அவசியமாகும். இதுவே Volksstaat பத்திரிகையின் பின்னோடியான லைப்சிக் Vorwarts பத்திரிகையில் 1877 முதல் வெளிவந்த தொடர் கட்டுரைகளின் தோற்றுவாய், இங்கு அவை தொடர்ச்சியான முழுத் தொகுப்பாகத் தரப்பட்டுள்ளன.

விமரிசனத்தை இவ்வளவு விரிவாக நடத்துவதற்குக் கட்டாயப் படுத்தியது இந்தப் பொருளின் தன்மையே, இந்தப் பொருளின் அதாவது டூரிங்கின் நூல்களின் விஞ்ஞான உள்ளடக்கத்திற்கு முற்றிலும் மிகையான விகிதத்தில் இது நடத்தப்பட்டது. இந்தளவு நீளமான விளக்கத்தை அனுமதிப்பதற்கான வேறு இரண்டு காரணங்கள் உள்ளன. முதலாவதாக இங்கு சுட்டியுரைக்கவிருக்கும் மிகவும் பல வகைப்பட்ட விஷயங்களின் தொடர்பாக, இன்று பெருமளவு பொது விஞ்ஞான அல்லது நடைமுறை முக்கியத்துவமுள்ள விவாதத்திற்குரிய பிரச்சனைகள் மீது உறுதியான வடிவில் எனது கருத்துகளை முன் வைப்பதற்கு இது எனக்கு ஒரு வாய்ப்பளித்தது. இது ஒவ்வொரு அத்தியாயத்திலும் செய்யப்பெற்றுள்ளது, ஹெர் டூரிங்கின் "அமைப்புக்கு" மாற்றாக இன்னொரு அமைப்பை முன்வைக்கும் நோக்கத்தை இந்த நூல் எவ்வகையிலும் கொண்டிருக்க முடியாது என்ற பொழுதிலும் நான் முன்வைத்துள்ள பல்வேறு கருத்துகளில் உள்ளார்ந்து கிடக்கும் தொடர்ச்சியை வாசகர் காணத் தவறமாட்டார் என்று நம்புகிறேன். இந்த விஷயத்தில் எனது நூல் முற்றிலும் பலனற்றுப் போகவில்லை என்பதற்கு ஏற்கெனவே போதிய சான்று இருக்கிறது.

மறுபுறத்தில் "அமைப்பை - படைக்கும்" ஹெர் டூரிங் சமகால ஜெர்மனியில் எந்த வகையிலும் தனிப்படுத்தப்பட்ட ஒரு குறிப்பிடத் தக்க நபர் அன்று. ஏனெனில் தற்போது சிறிது காலமாக ஜெர்மனியில் விண்கோளியல், பொதுவாக இயற்கைத் தத்துவ இயல், அரசியல், பொருளாதார அமைப்புகள் ஆகியவை காளான்கள் போன்று

டஜன் கணக்கில் இரவோடிரவாக முளைத்து வருகின்றன. மிகவும் முக்கியமில்லாத தத்துவ இயல் டாக்டர் என்ற ஒரு மாணவன்கூட முழு "அமைப்புக்கு" குறைவான எதிலும் சென்று ஈடுபடமாட்டான். இன்றைய அரசியல் தன்னிடம் ஓட்டு அளிக்குமாறு கோரப்படும் எல்லாப் பிரச்சினைகளிலும் தீர்ப்பு வழங்கும் தகுதி இருப்பதாக ஒவ்வொரு குடிமகனும் உரிமையோடு எண்ணுவது போல இருக்கிறது இது; பொருளாதாரத்தில் ஒவ்வொரு நுகர்வாளரும் தனது தேவைக்காக வாங்கும் வாய்ப்புப்பெற்றுள்ள எல்லாப் பண்டங்களையும் பற்றிய சுவை வல்லுநராகக் கருதிக்கொள்வது போன்று விஞ்ஞானத்தில் இதே போன்ற கற்பிதங்கள் செய்யப்பட வேண்டியுள்ளது. விஞ்ஞானத்தில் சுதந்திரம் என்பது மக்கள் தாம் படித்தாராயாத ஒவ்வொரு விஷயம் பற்றியும் எழுதவும் இது மட்டுமே கறாரான விஞ்ஞான முறை என்று முன்வைக்கவும் உரியதாக எடுத்துக் கொள்ளப்படுகிறது. இன்றைய நாட்களில் ஜெர்மனியில் எங்கும் முன்னணிக்குத் தன்னை வலுவந்தமாக உந்திக்கொண்டு தனது அதிர்முழக்கமிடும் உன்னத மடமையினால் எல்லாவற்றையும் மூழ்கடித்து வரும் இந்த அகம்பாவமான போலி விஞ்ஞானத்தின் குறிப்பிடத்தக்க மாதிரிகளில் ஒருவரே ஹெர் டூரிங். கவிதையில், தத்துவ இயலில், அரசியலில், பொருளாதாரத்தில், வரலாற்றியலில் உன்னதமான மடமை, சொற்பொழிவு மண்டபத்தில், பொது மேடையில் எங்கணும் உன்னதமான மடமை; இதர நாடுகளின் எளிய சாதாரணமான மடமையிலிருந்து தன்னை வேறுபடுத்திக் காட்டும் உன்னதமான மடமை. இது மேன்மையான ஆழமான சிந்தனைக்கும் உரிமை கொண்டாடுகிறது; ஜெர்மனியின் அறிவுத் துறைத் தொழிலின் மிகவும் தனிச்சிறப்பான பெருமளவிலான பண்டம் உன்னதமான மடமையே - இது இதர ஜெர்மன் சரக்குகளைப் போன்று மலிவானது ஆனால் மோசமானது, துரதிருஷ்டவசமாக இது அவற்றுடன் கூடவே ஃபிலெடெல்ஃபியாவில்[3] காட்சிக்கு வைக்கப்பட வில்லை. அண்மைக் காலத்தில் ஜெர்மன் சோசலிசமும்கூட குறிப்பாயும் ஹெர் டூரிங்கின் நல்ல உதாரணத்திற்குப் பிறகு "விஞ்ஞானத்தைப்" பற்றி "உண்மையில் ஒரு வார்த்தைகூடப் படித்தறியாது"[4] "அதைப்" பற்றி ஜம்பமடிக்கும் பல்வேறு நபர்களை உருவாக்கியதன் மூலம் கணிசமான அளவு உன்னத மடமைக்கு இலக்காகியுள்ளது. இது ஒரு சிறுபிள்ளைக் கோளாறு, சமூக - ஜனநாயகத்தின்பாலான ஜெர்மன் மாணவனின் முதிராத பற்றினைக் குறிப்பது, அதிலிருந்து பிரிக்கவொண்ணாதது, ஆனால் இதை அரிய ஆரோக்கியமான தன்மையுள்ள நமது தொழி லாளர்கள் வென்று சமாளிப்பார்கள் என்பதில் ஐயமில்லை.

நான் ஒரு மேம்போக்கான ஆர்வலர் என்று மட்டுமே பாத்தியதை கொண்டாடத்தக்க துறைகளில் ஹெர் டூரிங்கை நான் கூர்ந்து கவனிக்க

நேர்ந்தது எனது தவறல்ல; அத்தகைய இடங்களில் பெரும்பாலும் எனது எதிராளியின் பொய்யான அல்லது புரட்டான வன்கூற்றுகளை எதிர்த்து சரியான மறுக்க முடியாத உண்மைகளை முன்வைப்பதோடு அமைந்துள்ளேன். இது சட்ட இயலுக்கும் சில சமயங்களில் இயற்கை விஞ்ஞானத்திற்கும் பொருந்தும். இதர விஷயங்களில் இது இயற்கை விஞ்ஞானத்தின் தத்துவம் தொடர்பான பொதுக் கருத்துகள் பற்றிய பிரச்சனையாகும், - அதாவது இயற்கை விஞ்ஞானமே தொழிலாகக் கொண்டவரும் கூட தனது சொந்தத் தனித்துறைக்கு அப்பால் கடந்து செல்லும்படி கட்டாயப்படுத்தப்பட்டு அண்டையர் துறைக்குள் மீறிப் பிரவேசிக்கும் துறையாகும் - ஹெர் வீர்ஹோவ் ஒப்புக் கொண்டு விட்டது போன்று அந்தத் துறையில் அவர் எம்மில் யாராவது ஒருவரைப் போன்று ஒரு "கற்றுக் குட்டியாகவே"⁵ இருப்பார். சில்லரைப் பிழைகள் நேர்த்திக் குறைவான சொல்லாட்சி விஷயத்தில், இந்தத் துறையில் ஒருவருக்கொருவர் தோற்றுவித்துக் கொள்ளும் சலுகை எனக்கும் வழங்கப்படும் என்று எதிர்பார்க்கிறேன்.

இந்த முகவுரையை நான் பூர்த்தி செய்துகொண்டிருந்த சமயத்தில் ஹெர் டூரிங்கால் உருவாக்கப்பட்ட பிரசுரகர்த்தர் அறிக்கையைப் பெற்றேன். இது ஹெர் டூரிங்கின் ஒரு புதிய "அதிகாரபூர்வ" நூலைப் பற்றியதாகும்: Neue Grundgesetze zur rationellen Physik und Chemie. [ஆய்வறிவு பௌதிகம் மற்றும் இரசாயனத்திற்கான புதிய அடிப்படை விதிகள்] பௌதிகம் மற்றும் இரசாயனம் சம்பந்தமான எனது அறிவின் பற்றாக்குறை பற்றி நான் உணர்கிறேன். இருந்தபோதிலும் எனது ஹெர் டூரிங்கை நான் அறிவேன் என்று நம்புகிறேன், எனவே அந்த நூலை நேரிடையாகப் பார்க்காமலே அதில் எடுத்துக் கூறப்பட்டுள்ள பௌதிகம் மற்றும் இரசாயனம் பற்றிய விதிகள் அவற்றின் பிழைமலிந்த தன்மை அல்லது வெற்றுரைத் தன்மை காரணமாக, முன்னால் ஹெர் டூரிங்கால் கண்டுபிடிக்கப்பட்ட, இந்த நூலில் என்னால் பரிசீலிக்கப் படுகிற பொருளியல் மற்றும் உலக வரைமுறை இயல்விதிகள் ஆகிய வற்றுடன் இடம் பெறத் தகுதியுள்ளன என்று முன்கூட்டியே கூற எனக்கு உரிமை உண்டு. மிகவும் குறைவான தட்பவெப்பநிலையினை அளக்க ஹெர் டூரிங் கட்டியமைத்துள்ள கருவியான ரிகோமீட்டர் உயர்ந்த அல்லது தாழ்ந்த வெப்பநிலையை அளவிட உதவாது. மாறாக, ஹெர் டூரிங்கின் அறியாமைத் தன்னாணவத்தை எளிதாகவும் முற்றாகவும் அளக்க உதவும்.

லண்டன், ஜூன் 11, 1878

2

இந்த நூலின் ஒரு புதிய பதிப்பு வெளியிடப்பட வேண்டியிருக்கும் என்று நான் எதிர்பார்க்கவில்லை. இதன் விமர்சனத்திற்கு ஆளான கருப்பொருள் இப்பொழுது பெரும்பாலும் மறக்கப்பட்டுவிட்டது; இந்த நூலே ஆயிரக்கணக்கான வாசகர்களுக்கு லைப்சிக் Vorwarts ஏட்டில் 1877 மற்றும் 1878-ல் தொடர் கட்டுரை வடிவில் கிடைத்தது மட்டுமல்ல, முழுவதும் ஒரு தனி நூலாக வெளியிடப்பட்டு அதிகப் பிரதிகள் கொண்ட பதிப்பாக அச்சிடப்பட்டது. அப்படியிருக்க ஹெர் டூரிங் பற்றிப் பல ஆண்டுகளுக்கு முன்னால் நான் என்ன கூறவிருந்தேன் என்பது பற்றி எவராவது இன்னும் அக்கறை கொண்டிருக்க முடியுமா?

இதற்குக் காரணம், முதலாவதாக இந்த நூலும் அந்தச் சமயத்தில் மக்களிடையே நிலவிய ஏறத்தாழ எனது நூல்கள் அனைத்தும் பொதுவாக சோசலிஸ்டு - எதிர்ப்புச் சட்டம்[6] பிறப்பிக்கப்பட்ட உடனேயே ஜெர்மன் பேரரசுக்குள் தடை செய்யப்பட்டதே என்று நான் நினைக்கிறேன். புனிதக் கூட்டணி[7] நாடுகளின் பரம்பரையான அதிகார வர்க்கத்தப்பெண்ணங்களால் மூளை இறுகிப்போகாத எவருக்கும் இந்த நடவடிக்கையின் விளைவு குறித்து விளக்கத் தேவையில்லை, தடை செய்யப்பட்ட நூல்களின் விற்பனை இருமடங்கு மும்மடங்காயிற்று, தடைகளைப் போட்டுவிட்டு அதைச் செயல்படுத்த முடியாது போன பெர்லின் கனவான்களின் செயலற்ற தன்மை அம்பலமாயிற்று. சாம்ராஜ்ஜிய அரசாங்கத்தின் கருணை, உண்மையில் நான் சமாளிக்க முடிந்ததை விட அதிகமாக எனது சிறிய நூல்களின் புதிய பதிப்புகளை வழங்கியிருப்பது கண்கூடு; வாசகத்தைச் சரிவரத் திருத்திப் பதிப்பிக்க எனக்கு அவகாசம் கிடைக்கவில்லை, பெரும்பாலும் அவை அப்படியே மீண்டும் அச்சிடப்பட வேண்டிய நிலை ஏற்பட்டது.

ஆனால் இங்கு இன்னொரு காரணமும் உண்டு. இந்த நூலில் விமரிசிக்கப் பெற்றுள்ள ஹெர் டூரிங்கின் "அமைப்பு" மிகவும் பரந்த தத்துவார்த்தத் துறைக்கு விரிந்திருக்கிறது. அவர் சென்ற விடமெல்லாம் அவரைப் பின்தொடர்ந்து செல்லவும் அவரது கருத்தோட்டங்களுக்கு எதிராக எனது கருத்தோட்டங்களை முன்வைக்கவும் நான் கட்டாயப் படுத்தப் பெற்றேன். இதன் விளைவாக எனது எதிர்மறை விமர்சனம் நேர்நிலை விமர்சனமாயிற்று; இந்த வாதம் மார்க்சும் நானும் ஆதரித்துப் போராடி வருகிற ஏறத்தாழ ஒரு தொடர் விளக்கமாக மாற்றப்பட்டது - ஓரளவு விரிவான கல்வித் துறைகளைத் தழுவிய ஒரு

விளக்கமாக இருந்தது. மார்க்சின் தத்துவத்தின் வறுமை என்ற நூலிலும் கம்யூனிஸ்டு அறிக்கையிலும் எங்களது இந்தக் கண்ணோட்டம் இந்த உலகத்திற்கு முதன்முதலாக வழங்கப்பட்ட பிறகு இருபதாண்டுகள் முழுமையாக அடைகாப்புக் காலத்தைக் கடந்து மூலதனம் என்ற நூலில் வெளியிடப்பட்ட பிறகு மேலும் விரிவான வட்டங்களிடையே[8] தன் செல்வாக்கை மேலும் மேலும் துரிதமாகப் பரப்பி, இப்பொழுது ஐரோப்பாவின் எல்லைகளுக்கும் மிக அப்பால் ஒரு புறம் பாட்டாளிகளும் மறுபுறம் அஞ்சாத விஞ்ஞானத் தத்துவாசிரியர்களும் இருக்கும் ஒவ்வொரு நாட்டிலும் அங்கீகாரமும் ஆதரவும் பெற்றுள்ளது. இந்த வாதம் பெருமளவுக்கு அதன் முக்கியத்துவத்தை இழந்துவிட்ட போதிலும் டூரிங்கின் தத்துவக் கூறை எதிர்த்த வாதத்துடன் கூடவே ஆக்கபூர்வமான கருத்தோட்டங்கள் வளர்ச்சியடைந்த காரணத்தால் மட்டுமே இந்த விஷயத்தில் பொது மக்கள் பெருமளவு அக்கறை காட்டுவதாகத் தெரிகிறது.

இந்த நூலில் விளக்கப்பட்டுள்ள கண்ணோட்டம் பெருமளவுக்கு மார்க்சினால் தோற்றுவிக்கப்பட்டு வளர்க்கப்பட்டதாகும். மிகவும் சின்னஞ்சிறு அளவுக்கே என்னால் வளர்க்கப்பட்டது. அவர் அறியாமல் எனது இந்த விளக்கத்தை வெளியிடக்கூடாது என்று எங்களுக்குள் சுய இணக்கம் இருந்தது என்பதைப் போகிற போக்கில் குறிப்பிட வேண்டும். இது அச்சிடப்படுவதற்கு முன்பு நான் அவருக்குக் கையெழுத்துப் பிரதி முழுவதையும் படித்துக் காட்டினேன். பத்தாவது அத்தியாயத்தில் வரும் பொருளாதாரம் பற்றிய பகுதியானது (From "the Critical History") மார்க்சால் எழுதப்பட்டது. ஆனால் முற்றிலும் வெளிக்காரணங்களால் துரதிருஷ்டவசமாக என்னால் அது சற்றே சுருக்கப்பட வேண்டி நேர்ந்தது. உண்மையில் நாங்கள் விசேஷமான அறிவுத் துறைகளில் ஒருவருக்கொருவர் உதவிக் கொள்வதை எப்போதும் வழக்கமாகக் கொண்டிருந்தோம்.

ஓர் அத்தியாயம் நீங்கலாக இந்தப் புதிய பதிப்பு முந்தைய பதிப்பின் மாறுதல் செய்யப்படாத மறு அச்சடிப்பே. இதை விளக்கிக் கூறுவதில் பலவற்றை நான் மாற்ற விரும்பியபோதிலும் இதை முற்ற முழுமையாகச் சரிபார்ப்பதற்கு எனக்கு நேரம் இருக்கவில்லை. மேலும் மார்க்ஸ் விட்டுச் சென்றிருந்த கையெழுத்துப் பிரதிகளை அச்சிடத் தயாரிக்கும் பொறுப்பில் நான் இருந்தேன். இது மற்ற எல்லாவற்றையும் விட அதிக முக்கியமானதாகும். மேலும் மாறுதல்கள் செய்வதை எதிர்த்து எனது மனச்சாட்சி கலகம் செய்கிறது. இந்த நூல் ஒரு வாத நூல், எனது எதிராளி தனது நூலில் எவ்வித மேம்பாடும் செய்ய இயலாததால் நானும் எனது நூலில் எவ்வித மேம்பாடும் செய்யவில்லை.

ஹெர் டூரிங்கின் பதிலுக்கு ஓர் எதிருரையினைத் தயார் செய்யும் உரிமையை மட்டுமே நான் கோர முடியும். எனது கண்டனம் சம்பந்தமாக ஹெர் டூரிங் எழுதியுள்ளதை ஏதாவது விசேஷக் காரணம் இருந்தால் ஒழிய நான் படிக்கவில்லை, படிக்க மாட்டேன். தத்துவத்தைப் பொறுத்தவரை இனி அவரிடம் வாதிக்கத் தேவை இல்லை. அன்றியும் இலக்கியப் போராட்டத்தில் அவர் சம்பந்தமாக உயர் பண்பான விதிகளை அதிகக் கண்டிப்புடன் அனுசரிக்க வேண்டும். காரணம் பெர்லின் பல்கலைக்கழகம் அவருக்கு வெறுக்கத்தக்க அநீதி இழைத்துள்ளது. இதற்கான தண்டனையைப் பல்கலைக்கழகம் பெற்றது என்பது உண்மை. நன்கறியப்பட்ட சந்தர்ப்பச் சூழ்நிலைகளில் ஹெர் டூரிங்குக்கு அவரது போதனை சுதந்திரத்தினை மறுத்த ஒரு பல்கலைக்கழகம், இதே அளவில் நன்கறியப்பட்ட சந்தர்ப்பச் சூழ்நிலைகளில் ஹெர் ஷ்வெனிங்கரை அதன் மீது திணித்தது பற்றி அதிசயப்படக் கூடாது.⁹

நான் சற்றே கூடுதலான விளக்கம் தந்திருப்பது மூன்றாம் பகுதியின் இரண்டாம் பிரிவான "தத்துவார்த்தம்" பற்றிய அத்தியாயத்தில் மட்டுமே. இந்த அத்தியாயம் நான் ஆதரித்து நிற்கும் உலகக் கண்ணோட்டத்தில் அச்சாணியாக இருக்கும் ஒரு கருத்தை விளக்குவதையே தெளிவாகவும் முழுமையாகவும் புரிகிறது. எனவே அதை மேலும் ஜனரஞ்சகமான வடிவில் மேலும் கூட்டிசைவாக விளக்க நான் செய்யும் முயற்சி குறித்து எனது எதிராளி குறைகூற முடியாது. இதைச் செய்வதற்கு ஒரு விசேஷ காரணமும் இருந்தது என்பது உண்மை. எனது நண்பர் லபார்க் அவற்றைப் பிரெஞ்சு மொழியில் மொழியாக்கம் செய்து தனிப்பிரசுரமாக வெளியிட வேண்டும் என்பதற்காக இந்த நூலின் மூன்று அத்தியாயங்களைச் சரிபார்த்திருந்தேன் (முதல் அத்தியாயமான "முகவுரை", III பகுதியின் முதல் இரண்டாவது அத்தியாயங்கள்). பிரெஞ்சுப் பதிப்பு இத்தாலியப் பதிப்புக்கும் போலிஷ் மொழிப் பதிப்புக்கும் அடிப்படையாக உதவியதன் பின் Die Entwicklung des Sozialismus von der Utopie zur Wissenschaft★ என்ற தலைப்பில் ஒரு ஜெர்மன் பதிப்பு என்னால் வெளியிடப்பட்டது. இது சில மாதங்களுக்குள் மூன்று பதிப்புகள் வெளியிடப்பட்டு விற்பனையாயிற்று அதோடு, இது ருஷ்யன் மற்றும் டேனிஷ் மொழிகளில் மொழியாக்கம் செய்து வெளியிடப்பட்டது. இந்தப் பதிப்புகள் அனைத்திலும் குறிப்பிடப்பட்ட அத்தியாயம் மட்டுமே விரிவாக்கப் பட்டுள்ளது, ஒரு மூல நூலின் புதிய பதிப்பில் சர்வதேசியரீதியில் பிரபலமாகியுள்ள பிந்தைய வாசகத்திற்குப் பதிலாக ஆதிநூலின்

★ தமிழில்: கற்பனாவாத சோசலிசமும் விஞ்ஞான சோசலிசமும் என்ற தலைப்பில் வெளியிடப்பட்டது. - ப.ர்.

வாசகத்திலேயே நான் கட்டுண்டு நிற்பது வெறும் பண்டிதப் பகட்டாகவே இருந்திருக்கும்.

நான் மாற்றம் செய்ய விரும்பிய மற்றவை யாவும் இரண்டு விஷயங்கள் பற்றியதே. முதலாவது, புராதன சமுதாயத்தின் வரலாறு பற்றியது. இதற்கான விடையினை மார்கன் 1877-ல் தான் வழங்கியது.[10] அதற்குப் பிறகு எனது நூலான Der Ursprung der Familie, des Privateigentums und des Staats இல் (Zurich, 1884)* இதற்கிடையில் எனக்குக் கிட்டிய தகவல் பொருட்களை வைத்துப் பணியாற்றும் வாய்ப்புக் கிடைத்தது. இந்தப் பிந்தைய நூலுக்கான சுட்டுக் குறிப்பு இதை நிறைவு செய்கிறது.

இரண்டாவது விஷயம், தத்துவார்த்த இயற்கை விஞ்ஞானம் பற்றி விளக்கும் பகுதி சம்பந்தப்பட்டதாகும். எனது விளக்கத்தில் பெருமளவு நேர்த்திக் குறைகள் உள்ளன. இதை இன்று மேலும் தெளிவாகவும் திட்டவட்டமாகவும் விளக்க முடியும். இந்தப் பகுதியை சீர்படுத்தும் உரிமையினை எனக்கு நானே அனுமதித்துக் கொள்ளவில்லை, அந்தக் காரணத்திற்காகவே இங்கு நான் என்னையே விமர்சனம் செய்து கொள்ளக் கடமைப்பட்டிருக்கிறேன்.

உணர்வுபூர்வமான இயக்கவியலை ஜெர்மன் கருத்தியல் தத்துவ இயலிலிருந்து காப்பாற்றி அதனை இயற்கை மற்றும் வரலாற்றின் பொருள்முதல்வாதக் கருத்தோட்டத்திற்குப் பயன்படுத்திய நபர்கள் மார்க்சும் நானுமே என்பது ஏறத்தாழத் தெரிந்ததே. இயக்கவியல் தன்மையும் அதே சமயம் பொருள்முதல்வாதத் தன்மையும் கொண்டதான இயற்கை பற்றிய கருத்தோட்டத்திற்கு கணிதவியல் மற்றும் இயற்கை விஞ்ஞானம் பற்றிய அறிவு இன்றியமையாதது. மார்க்ஸ் கணிதத்தில் நல்ல திறன் கொண்டிருந்தார். ஆனால் இயற்கை விஞ்ஞானம் பொறுத்தவரை நாங்கள் விட்டுவிட்டும் தொடர்ச்சி இன்றியும் சிறிது சிறிதாகவுமே அறிந்து செயல்பட முடிந்தது. இந்தக் காரணத்தால் நான் தொழில் அலுவலிலிருந்து ஓய்வு பெற்று லண்டனுக்குக் குடிபெயர்ந்து சென்ற பிறகு[11] இதற்குத் தேவையான கால அவகாசத்தைக் கொடுக்க இயன்ற பொழுதில், நான் சாத்தியமான அளவுக்குக் கணிதவியலிலும் இயற்கை விஞ்ஞானத்திலும் லீபிக்[12] கூறுவது போன்ற முழுமையான "இறகுதிர்ப்பை" (மாற்றம்) பெற்று எட்டு ஆண்டுகளின் சிறந்த பகுதியை அதற்காகச் செலவிட்டேன். நான் "இறகுதிர்ப்பு" நிகழ்ச்சிப் போக்கின் நட்ட நடுவில் இருந்த பொழுது ஹெர் டூரிங்கின் இயற்கை தத்துவ இயல் என்று அழைக்கப்படும்

* குடும்பம், தனிச்சொத்து, அரசு ஆகியவற்றின் தோற்றம். - ப-ர்.

பொருளுடன் நான் நேரத்தைச் செலவிட நேர்ந்தது. எனவே இந்த விஷயத்தைப் பற்றி விளக்கும் போதில் நான் சில சமயம் சரியான நுட்பவியல் சொற்களைத் தேடிக் கண்டுபிடிக்க இயலாதிருந்தேன். பொதுவாக தத்துவார்த்த இயற்கை விஞ்ஞானத் துறையில் பெருமளவு நேர்த்திக் குறைகளுடன் இயங்கி வந்தேன் என்றால் அது முற்றிலும் இயல்பே. ஆனால் நான் இன்னும் வென்று சமாளிக்காதிருக்கும் இந்தத் துறையிலான எனது உறுதியின்மை என்னை எச்சரிக்கையுடன் நடக்கச் செய்தது. எனவே அந்தக் காலத்தில் அறியப்பட்டிருந்த தகவல்கள் சம்பந்தமாக உண்மையில் பெரும் பிழை செய்ததாகவோ அல்லது அங்கீகரிக்கப் பெற்ற தத்துவங்களைத் தவறாக விளக்கியதாகவோ எவரும் என் மீது குற்றம் சாட்டமுடியாது. இதன் தொடர்பாக அங்கீகாரம் பெறாத ஒரே ஒரு கணிதவியல் மேதை மட்டுமே நான் $\sqrt{-1}$ (பெருக்கமூலம்) இன் தன்மானத்தை வேண்டுமென்றே தாக்கியதாக மார்க்சிடம் எழுதிய கடிதத்தில் புகார் செய்தார்.[13]

இயற்கையில், எண்ணற்ற மாற்றங்களின் அமளிக்கு மத்தியில், வரலாற்றின் நிகழ்ச்சிகளின் தோற்றத்திலான தற்செயல் தன்மையினை ஆளுமை செய்யும் அதே போன்ற இயக்கத்தின் இயக்கவியல் விதிகள் ஊடுருவிச் செல்கின்றன; இதே விதிகள்தான் மனித சிந்தனையின் வளர்ச்சி வரலாற்றில் ஊடும் பாவுமாக உருவம் பெற்று மனித மனத்தின் உணர்வில் படிப்படியாக எழுச்சியுறுகின்றன; இந்த விதிகள் ஹெகலால் அனைத்தையும் தழுவிய ரீதியில் ஆனால் மாயை வடிவத்தில் முதலில் வளர்க்கப்பட்டன, இந்த மாயை வடிவத்தை உரித்தெறிந்து அவற்றின் முழுமையான எளிமையுடனும் சர்வப்பொதுத் தன்மையுடனும் மனத்தின் முன் தெளிவாகக் கொண்டு வருவதை எமது நோக்கங்களில் ஒன்றாக வைத்திருந்தோம் - இதைப்பற்றி பொதுவாக எனக்கு எவ்வித ஐயமும் இல்லை - ஆனால் விரிவாக எனக்கு நானே மெய்ப்படுத்திப் புரிந்து கொள்வதற்காக நான் கணிதவியல் மற்றும் இயற்கை விஞ்ஞானங்கள் பற்றித் திரும்பவும் தொகுத்துப் பார்க்கும் பணியினை மேற்கொண்டேன் என்பது கூறாமலே விளங்கும். பழைய இயற்கைத் தத்துவ இயல் - உண்மையான மதிப்பும் அதிலடங்கிய பல பயனுள்ள வித்துகளையும் கொண்டிருந்த போதிலும்* - எமக்குத் திருப்தி அளிக்க

* பழைய இயற்கைத் தத்துவவியலின் வரலாற்று முக்கியத்துவத்தை உணர்ந்து மதிப்பிடுவதை விட கார்ல் வோக்ட்டின் சிந்திக்காத கும்பலுடன் சேர்ந்து அதை எதிர்ப்பது அதிக எளிதானது. அதில் பெருமளவு முட்டாள்தனமும் ஆகாசக் கற்பனையும் உள்ளன. ஆனால் அந்தத் தத்துவவியலுடன் சமகாலத்ததான அனுபவவாத இயற்கை விஞ்ஞானிகளின் தத்துவவியலல்லாத தத்துவங்களில் இருப்பதைவிடவும் அவை அதிகமாக இல்லை. அதில் பொருள் உள்ள பகுத்தறிவான அதிகமான அம்சங்கள் இருப்பதை பரிணாம தத்துவம் விரிவாகப் பரவியதற்குப் பிறகுதான் உணர்ந்து காணத்தொடங்கினர். எனவே

முடியவில்லை என்பது கூறாமலே விளங்கும். இந்த நூலில் மேலும் முழுமையாக விளக்கப்பட்டிருப்பது போன்று, குறிப்பாயும் ஹெகலியன் வடிவத்திலான இயற்கை தத்துவ இயல் தவறு செய்தது, காரணம் அது இயற்கைக்குக் காலத்தில் எந்த வளர்ச்சியையும் எந்தத் "தொடர் மரபையும்" வழங்கவில்லை; "சகவாழ்வை" மட்டுமே வழங்கியது. இது ஒரு புறத்தில் வரலாற்றுப் பரிணாமத்தினை "ஆன்மாவுக்கு" மட்டுமே சாட்டிக் கூறும் ஹெகலியன் முறையில் நிலைநாட்டப்பட்டிருந்தது. ஆனால் மறுபுறத்தில் அந்தக் காலகட்டத்தின் இயற்கை விஞ்ஞானத்தின் முழு நிலையும் இதற்குக் காரணமாகும். இந்த விஷயத்தில் ஹெகல் கான்ட்டைவிட மிகவும் பின்தங்கியே நின்றார். கான்ட்டின் "முகிற் படலம்" சார்ந்த தத்துவம் சூரிய மண்டலத்தின் தோற்றத்தை ஏற்கெனவே

ஹெகல் திரிவிரானஸ் மற்றும் ஓகெனின்[14] சிறப்புகளை அங்கீகரித்தது முற்றிலும் நியாயமானதே. தனது ஆதிமுதல் சேற்றிலும் ஆதிமுதல் குமிழியிலும் ஓகென் ஓர் உயிரியல் முதற்கூற்றை முன்வைத்தார். அது பின்னால் உண்மையில் புரோடோபிளாசமும் (உயிர்த்தாது) உயிரணுவுமே என்பது கண்டுபிடிக்கப் பட்டது. குறிப்பாயும் ஹெகலைப் பொறுத்த வரை அவர் தமது அனுபவவாத சம காலத்தவர்களை விடப் பல வகைகளில் மிகமிக உயர்ந்தவராவார். அவர்கள் ஈர்ப்புச் சக்தி, மிதப்பாற்றல் மின்சாரத் தொடர்பின் சக்தி ஆகியவற்றையோ அல்லது இது போதாத இடத்து அறியாத சில பொருட்களை; ஒளி, வெப்பம், மின்சாரம் ஆகியவற்றைக் கொண்ட சில சக்தி அல்லது ஆற்றலை வழங்கியவுடன் விளக்கப் பெறாத எல்லாப் புலப்பாடுகளையும் விளக்கி விட்டதாகக் கருதினார்கள். கற்பனைப் பொருட்கள் இப்பொழுது ஓரளவுக்கு நன்றாகவே நீக்கம் செய்யப்பட்டு விட்டன. ஆனால் ஹெகல் எதை எதிர்த்து போராடினாரோ அந்த மோசடி சக்தி இன்னும் மகிழ்ச்சியோடு தலைதூக்குகிறது, உதாரணம் 1869-ல் ஹெல்ம் ஹோல்ட்ஸ் இன் ஸ்பிரக் சொற்பொழிவு (ஹெல்ம் ஹோல்ட்ஸ் Populare Vorlesungen, II. Heft, 1871, S. 190).[15] பதினெட்டாம் நூற்றாண்டின் பிரெஞ்சுக்காரர்களிடமிருந்து மரபாக வந்த நியூட்டனை கடவுள் ஆக்கும் போக்கு, நியூட்டனுக்கு ஆங்கிலேயர் புகழும் செல்வமும் வாரித்தந்தது ஆகிய இவற்றுக்கு நேர் மாறாக ஹெகல், ஜெர்மனியால் பட்டினி கிடந்து வாட அனுமதிக்கப்பட்ட கெப்ளர், விண்ணகக் கோள்களின் நவீன இயந்திரவியலில் உண்மை நிறுவகர் என்பதையும் நியூட்டனின் புவி ஈர்ப்பு விதி கெப்ளரின் மூன்று விதிகளில் மூன்றாவது விதியில் மிகவும் பட்டவர்த்தனமாக இருப்பதையும் பற்றிய உண்மையை வெளிப்படுத்தினார். ஹெகல், தனது Naturphilosophie, 270 லும் அனுபந்தத்திலும் (ஹெகல், **நூல்கள்**, *1842*, VII. Band, Seiten 98 und 113 bis. 115). ஒரு சில சாதாரண சமன்பாடுகளின் மூலம் நிருபிப்பவை குஸ்தாவ் கிர்ஹோவின் Vorlesungen über Mathematische Physik, 2. Auflage, Leipzig, 1877 S. 10 ல் மிகவும் சமீபகாலத்திய கணிதவியல் இயந்திரவியலின் விளைவாக மீண்டும் தோற்றமளிக்கிறது - ஹெகல் முதலில் உருவாக்கிய அதே சாமான்ய கணிதவியல் வடிவில் முக்கியமாகவும் தோற்றமளிக்கிறது. இயற்கைத் தத்துவ வியலாளர்கள், கற்பனாவாதிகள் நவீனக் கம்யூனிசத்தின்பால் எவ்வாறு உறவு கொண்டிருக்கிறார்களோ அதே போன்ற உறவினை உணர்வுபூர்வமான இயக்கவியல் இயற்கை விஞ்ஞானத்துடன் கொண்டிருக்கிறார்கள். [**எங்கெல்சின் குறிப்பு.**]

சுட்டிக்காட்டியிருந்தது. உலகின் சுழற்சியை ஏற்றவற்றங்கள் மந்தப் படுத்துகின்றன என்ற கண்டுபிடிப்பு அந்த முறையின் அழிவைப் பறைசாற்றியது.[16] இறுதியாக என்னைப் பொறுத்த வரையில் இயக்க வியல் விதிகளை இயற்கைக்குள் நிர்மாணிப்பது என்ற பிரச்சனையே இல்லை, மாறாக அவற்றை இயற்கையில் கண்டறிவதும் அதிலிருந்து முறையாக வெளிப்படுத்துவதுமே தேவை.

ஆனால் இதைத் திட்டமிட்ட முறையிலும் ஒவ்வொரு தனிப் பிரிவிலும் செயல்படுத்துவது ஒரு பிரம்மாண்டமான கடமையாகும். இங்கு கற்றுக் கரைகாண வேண்டிய துறை ஏறத்தாழ எல்லையற்றது; இந்த முழுத்துறையிலும் இயற்கை விஞ்ஞானத்தில் புரட்சி ஏற்படுத்தும் வலிமை மிக்க மாற்றப் போக்குக்கு அது தானே ஆளாகி வருவதால், அதற்காகத் தமது ஓய்வு நேரம் முழுவதையும் ஈடுபடுத்தக் கூடியவர்கள் கூட அதன் வேகத்திற்கு ஈடு கொடுத்தல் அரிது. கார்ல் மார்க்சின் மறைவுக்குப் பிறகு எனது நேரம் மேலும் அதிக அவசரப் பணிகளுக்குத் தேவை என்று கோரப்பட்டதால் நான் எனது வேலைகளைத் தள்ளி வைக்கும் கட்டாயம் ஏற்பட்டது. தற்போதைக்கு நான் இந்த நூலில் கொடுக்கப்பட்டுள்ள சுட்டிக்காட்டுகளோடு திருப்தியடைய வேண்டும். நான் அடைந்துள்ள விளைவுகளைத் திரட்டி மார்க்ஸ் விட்டுச் சென்றுள்ள மிகவும் முக்கியமான கணிதவியல் கையெழுத்துப் பிரதியுடன் சேர்த்து வெளியிடப் பின்பு ஒரு சந்தர்ப்பத்தைத் தேடிக் காத்திருக்க வேண்டும்.[17]

எனினும் தத்துவார்த்த இயற்கை விஞ்ஞானத்தின் முன்னேற்றம் எனது பணியை மிகப் பெருமளவுக்கோ அல்லது முற்றிலுமோ கூட மீமிகையாக்கி விடலாம். காரணம் பெருந்திரளாகக் குவிந்து கிடக்கும் முற்றிலும் அனுபவவாதரீதியிலான கண்டுபிடிப்புகளை முறைப்படுத்தி வைக்கும் தேவையால் மட்டுமே தத்துவார்த்த இயற்கை விஞ்ஞானம் மீது வலுவந்தமாகத் திணிக்கப்படும் புரட்சியானது, இதனை மிகவும் எதிர்க்கும் அந்த அனுபவவாதிகளின் உணர்வில் கூட இயற்கையின் மாற்றப் போக்குகளின் இயக்கவியல் தன்மையை மேலும் மேலும் கொண்டுவரும் அத்தகைய வகைப்பட்டதாகும். பழைய இறுகிப்போன பகைமைகள் கடுமையான கடக்கவியலாத வேறுபாடுகள் மேலும் மேலும் மறைந்து வருகின்றன. இறுதியான "உண்மை" வாயுக்கள் கூட நீர்மமாக்கப்பட்டு விட்டதாலும் நீர்ம மற்றும் வளி வடிவங்களைப் பிரித்தறிய முடியாத நிலைமைக்கு ஒரு பண்டத்தினைக் கொண்டுவர முடியும் என்பது நிருபிக்கப்பட்டு விட்டதாலும் திரட்சி நிலைகள் (aggregate states) தமது முன்னாள் முற்ற முழுத்தன்மையின் கடைசி எச்சக் கூறுகளை இழந்து விட்டன.[18] சம வெப்பநிலையில் உள்ள கலப்பற்ற வாயுக்களில் தனிப்பட்ட வாயு மூலக்கூறுகள் இயங்கும் வேகங்களின் வர்க்கங்கள் தமது மூலக்கூறு எடைகளுக்கு தலைகீழ்

விகிதத்தில் உள்ளன என்று கூறும் வாயுக்களின் இயங்காற்றல் தத்துவ ஆய்வுரைக்குப் (kinetic theory or gases) பிறகு வெப்பமும் கூட இயக்கத்தின் வடிவங்களிடையே நேரிடையாகத் தனது இடத்தை எடுத்துக் கொள்கிறது; இவற்றை அப்படியே உடனடியாக அளவிட முடியும். பத்தாண்டுகளுக்கு முன்னால் மட்டுமே அப்பொழுது அண்மையில் கண்டுபிடிக்கப்பட்ட இயக்கம் பற்றிய மாபெரும் அடிப்படை விதி வெறும் ஆற்றலின் அழியாநிலை விதியாக மட்டுமே, இயக்கத்தின் அழியாத் தன்மை மற்றும் படைக்கவியலாத் தன்மையின் வெளியீடாகவுமே அதாவது அதன் அளவு அம்சத்தில் மட்டுமே கருதிப் பார்க்கப்பட்டு வந்தது, இந்தக் குறுகிய எதிர்மறை கருத்தோட்டம் மேலும் மேலும் ஆற்றலின் மாற்றத்தைப் பற்றிய நேர்நிலைக் கருத்திற்கு இடமளிக்க நேர்ந்து, இந்த இயக்கப் போக்கின் குணாம்ச உள்ளடக்கம் முதன் முதலாகத் தன்நிலைக்கு வருகிறது, உலகியலுக்கு அப்பாற்பட்ட படைப்பாளரின் கடைசி எச்சம் ஒழிக்கப்படுகிறது. இயக்கத்தின் அளவு (ஆற்றல் எனப்படுவது) இயக்கம் சார்ந்த ஆற்றலிலிருந்து (யாந்திரிக இயக்கம்) மின்சக்தி, வெப்பம், ஒடுக்க நிலை ஆற்றலாகவும் (potential energy) அது மறுபுறமும் மாற்றப்படும் பொழுது அது ஏதோ புதியது என்று இனிமேல் பிரச்சாரம் செய்ய வேண்டுவதில்லை; மாற்றமடைதலின் உண்மை நிகழ்ச்சிப் போக்குப் பற்றியதான மிகவும் கருத்து நிறைந்த ஆராய்ச்சிக்குரிய இயற்கை பற்றிய சகல அறிவையும் உள்ளடக்கிய அறிவைக் கொண்ட அந்த மாபெரும் அடிப்படை நடைமுறையின் ஏற்கெனவே பெறப்பட்ட அடித்தளமாகச் செயல் படுகிறது. பரிமாணத் தத்துவத்தின் வெளிச்சத்தில் உயிரியல் பின்பற்றப் பட்டு வருவதால் உயிர் உள்ள இயற்கையின் துறையில் இறுகிப்போன எல்லைக்கோடுகள் ஒன்றன் பின் ஒன்றாக அகற்றித் தள்ளப்படுகின்றன. கிட்டத்தட்ட வகைப்படுத்தவியலாத இடைத்தட்டு இணைப்புகள் நாளொருமேனியாகப் பெருகி வருகின்றன. நெருங்கி ஆய்ந்தாராயும் போதில் அங்க ஜீவிகள் ஒரு வகையிலிருந்து இன்னொன்றுக்குத் தள்ளப்படுகின்றன. ஏறத்தாழக் கொள்கைக் கூறுகளாகி விட்ட தனிப் பட்ட சிறப்பியல்புகள் அவற்றின் முழுமையான செல்தகமையினை இழந்து வருகின்றன. இப்போது முட்டையிடும் பாலூட்டிகள் இருக் கின்றன; இத்தகவல் ஊர்ஜிதம் பெறும் பட்சத்தில் நாலு கால்களில் நடக்கும் பறவைகளும் இருக்கலாம்.[19] பல ஆண்டுகளுக்கு முன்னால் உயிரணு கண்டுபிடிக்கப்பட்டதைத் தொடர்ந்து விர்ஹோவ் தனிப் பட்ட பிராணி ஜீவிகளின் ஒற்றுமையை உயிரணு - அமைவுகளின் ஒரு கூட்டமைவாகக் கலைத்து மாற்றும்படி கட்டாயப்படுத்தப்பட்டார், - இவ்வாறு அவர் விஞ்ஞான ரீதியாகவும் இயக்கவியல் முறையிலும் விட[20] அதிக முன்னேற்றமான வழியில் செயல்பட்டார் - இப்போது பிராணியின் (அதன் காரணமாக மனிதனின்) தனித்தன்மை, உயர்

பிராணிகளின் உடம்புகளுக்குள் அமீபா போன்று ஊர்ந்து செல்லும் வெள்ளை இரத்த நுண்ணிமம் கண்டுபிடிக்கப்பட்ட காரணத்தால் மேலும் அதிகச் சிக்கலாகி வருகிறது. எனினும் சமரசப்படுத்த இயலாதது தீர்வு காண முடியாதது என்று முன்வைக்கப்படும் துருவகோடிப் பகைமைகளும், பாகுபாடுகளும் வர்க்க வேறுபாடுகள் பற்றி நிர்ப்பந்தமாக நிர்ணயித்த வரையறைகளுமே குறிப்பாகவும் நவீன தத்துவார்த்த இயற்கை விஞ்ஞானத்திற்கு அதன் கட்டுப்படுத்தப்பெற்ற இயக்க மறுப்பியல் தன்மையினை அளித்துள்ளன. இந்தப் பகைமைகளும் வேற்று நிலைகளும் இயற்கையில் காணப்பட்ட பொழுதிலும் அவை ஓரளவுக்கு மட்டுமே செல்தகமை உள்ளவை என்றும், மறுபுறம் அவற்றின் கற்பனையான இறுகிய தன்மையும் முற்றமுழு செல்தகமையும் நமது பிரதிபலிக்கும் மனங்களாலேயே இயற்கைக்குள் புகுத்தப்பட்டன என்பதையும் குறித்த அறிவு. இந்த அறிவே இயற்கையின் இயக்கவியல் கருத்தோட்டத்தின் சாரமான உள்ளடக்கமாகும். இயற்கை விஞ்ஞானத்தின் திரண்டு வரும் உண்மைத் தகவல்கள் நம்மை இவ்வாறு செய்யும்படி கட்டாயப்படுத்துவதால் நாம் இந்த அறிவை வந்தடைவது சாத்தியமாகிறது. ஆனால் எவரும் இயக்கவியல் சிந்தனையின் விதிகள் பற்றிய அறிவை ஆயுதமாகப் பயன்படுத்தி இந்தத் தகவல்களின் இயக்கவியல் தன்மையை அணுகுவார்களானால் இந்த முடிவுக்கு இன்னும் எளிதாக வரலாம். எப்படியும் இயற்கை விஞ்ஞானம் பெருமளவு முன்னேறி விட்டதால் அது இயக்கவியல் பொதுமைப்படுத்தலில் இருந்து இனிமேல் தப்பமுடியாது. எதில் அதன் அனுபவங்கள் தொகுத்துக் கூறப்பட்டுள்ளனவோ அந்த விளைவுகள் கருத்தோட்டங்கள் என்பதையும், கருத்தோட்டங்களுடன் செயல் புரிவது என்ற கலை உடன்பிறந்ததல்ல, அதோடு சாதாரண அன்றாட உணர்வின்பாற்பட்டதல்ல, மாறாக உண்மையான சிந்தனைக்கு அவசியப்படும் ஒன்று என்பதையும், இந்தச் சிந்தனைக்கும் இதே போன்று நீண்ட அனுபவவாத வரலாறு இருக்கிறது, அது அனுபவவாத இயற்கை விஞ்ஞானத்தைவிடவும் கூடவோ குறைந்ததோ அல்ல என்பதையும் காணத் தவறாவிடில் இந்த மாற்றப்போக்கு மேலும் எளிதானதாகும். கடந்த இரண்டரை ஆயிரம் ஆண்டுகளின் பொழுது தத்துவவியல் வளர்ச்சியில் ஏற்பட்ட பலன்களைத் தன்வயப்படுத்திப் படித்துக் கொள்வதன் மூலம் மட்டுமே, இயற்கை விஞ்ஞானமானது ஒரு புறம் அதிலிருந்து விலகியும், அதற்குப் புறம்பாயும் அதற்கு எட்டாமலும் இருக்கும் எந்த ஒரு இயற்கைத் தத்துவவியலையும், மறுபுறத்தில் ஆங்கில அனுபவவாதத்திடமிருந்து மரபுடைமையாக வந்த அதன் சொந்த வரையறைக்குட்பட்ட சிந்தனா முறையையும் உதறித் தள்ள முடியும்.

லண்டன், செப்டம்பர் 23, 1885

3

பின்வரும் புதிய பதிப்பு, ஒரு சில மிகவும் முக்கியமல்லாத நடைப்பாணி மாற்றங்களைத் தவிர மற்றபடி முந்தைய பதிப்பின் மறு பதிப்பேயாகும். ஒரே ஒரு அத்தியாயத்தில் மட்டுமே - இரண்டாம் பகுதியின் பத்தாவது அத்தியாயத்தில் (From "the Critical History") மட்டுமே - பின்வரும் காரணங்களால் கணிசமான பகுதிகளைச் சேர்த்திருக்கிறேன்.

இரண்டாம் பதிப்புக்கான முகவுரையில் ஏற்கெனவே கூறியபடி இந்த அத்தியாயம், முக்கியமான தகவல் அனைத்தையும் பொறுத்த வரை, மார்க்சின் படைப்பேயாகும். மார்க்சின் கையெழுத்துப் பிரதியில் நான் கணிசமான பகுதிகளை எடுத்துவிடும் கட்டாயம் ஏற்பட்டது. அதன் ஆரம்ப வாசகங்கள் அது ஒரு சஞ்சிகைக்கு எழுத உத்தேசிக்கப் பட்ட கட்டுரை என்பதைக் காட்டின. பொருளியல் வரலாறு பற்றிய மார்க்சின் சொந்தக் கருத்து வளர்ச்சி டூரிங்கின் அறுதியுரைகள் பற்றிய விமர்சனத்தை மூடிமறைத்து விடுவது போன்று இருந்ததால் அந்தப் பகுதிகளை அகற்றிவிட்டேன். ஆனால் கையெழுத்துப் பிரதியின் இந்தப் பகுதிதான் இன்றுங்கூட ஆகப் பெரிய மிகவும் நிலையான முக்கியத்துவமுடையதாகும். எனவே மார்க்ஸ் மூலச்சிறப்புள்ள அரசியல் பொருளாதாரத்தின் தோற்றத்தில் பெட்டி, நார்த், லாக், ஹியூம் போன்றோருக்கு உரிய இடத்தை நிர்ணயிக்கும் வாசகங் களையும், அதற்கும் மேலாக நவீன அரசியல் பொருளாதாரம் அனைத் திற்கும் ஒரு சூரரிமாவின் (sphinx) விடைகாண முடியாத புதிர் போல இருந்த கெனேயின் பொருளாதார புள்ளிவிவர அட்டவணை பற்றிய அவரது விளக்கத்தையும் சாத்தியமான அளவு முழுமையும் நாணயமுமான வடிவில் கொடுப்பது என் கடமை என்று கருதுகிறேன். மறுபுறத்தில் வாதத்தின் போக்கு எங்கெல்லாம் அனுமதிக்கிறதோ அங்கெல்லாம் முற்றிலுமாக ஹெர் டூரிங்கின் படைப்புகளைப் பற்றிக் குறிக்கும் வாசகங்களைத் தவிர்த்திருக்கிறேன்.

மற்றபடி இந்த நூலின் முந்தைய பதிப்பு வெளியிட்டதன் பின்னால் இதில் நிலைநாட்டப்பெற்ற கருத்துகள் உலகிலுள்ள எல்லா நாகரிக நாடுகளின் விஞ்ஞான வட்டங்களின், தொழிலாளி வர்க்கத்தின் சமூக உணர்வில் ஊடுருவியுள்ளதோ அதனைக் குறித்தும் நான் முற்றிலும் திருப்தியடைந்துள்ளேன்.

லண்டன், மே 23, 1894. பி. எங்கெல்ஸ்

அறிமுகவுரை

1. பொது நிலை

அதன் சாரப்பொருளில் நவீன சோசலிசமானது ஒரு புறத்தில் இன்றைய சமுதாயத்தில் உடமையாளர்களுக்கும் உடமையற்றவர்களுக்கும், முதலாளிகளுக்கும் கூலித் தொழிலாளர்களுக்கும் இடையே நிலவும் வர்க்கப் பகைமைகளையும், மறுபுறத்தில் பொருளுற்பத்தியில் நிலவும் அராஜகத்தையும் கண்டறிவதன் நேரிடையான விளைவாகும். ஆனால் அதன் தத்துவார்த்த வடிவில் நவீன சோசலிசமானது பதினெட்டாம் நூற்றாண்டின் மாபெரும் பிரெஞ்சுத் தத்துவவியலாளர்கள் வகுத்தளித்த கோட்பாடுகளை மேலும் தர்க்கவாதப் பொருத்தமுடையதாய்ச் செய்யும் ஒரு விரிவாக்கமாய் ஆதியில் வெளித்தோற்றத்திற்குத் தெரிகிறது. எவ்வளவுதான் அதன் வேர்கள் (பொருளாயத)[21] பொருளாதார உண்மைகளில் ஆழப்பதிந்திருந்த போதிலும், எந்தவொரு புதிய தத்துவத்தையும் போலவே நவீன சோசலிசமும் தயாராய்த் தன் கைக்குக் கிடைத்த அறிவுத்துறை விவரங்களுடன் முதலில் தன்னை இணைத்துக் கொள்ள வேண்டியிருந்தது.

வரவிருந்த புரட்சிக்காக பிரெஞ்சு நாட்டில் மனிதர்களுடைய மனத்தைத் தயார் செய்த அந்த மாமேதைகள் தாமே தீவிரப் புரட்சியாளர்களாய் இருந்தவர்கள். எவ்வகையான வெளி அதிகாரத்தையும் அவர்கள் அங்கீகரிக்கவில்லை. சமயம், இயற்கை விஞ்ஞானம், சமுதாயம், அரசியல் நிறுவனங்கள் - யாவுமே சிறிதும் தயவு தாட்சண்யமின்றி விமர்சனத்திற்கு உட்படுத்தப்பட்டன. யாவும் தாம் இருப்பதற்குரிய நியாயத்தை அறிவின் தீர்ப்பு - மேடையின் முன்னால் நிரூபித்தாக வேண்டும்; இல்லையேல் இல்லாதொழிந்தாக வேண்டும் என்றாகியது. யாவற்றுக்கும் அறிவு ஒன்றே அளவுகோல் ஆயிற்று. ஹெகல் கூறுவது போல உலகமானது தலையின் மீது நின்ற காலம் அது[22] - முதலாவதாக மனிதனது தலையும் அதன் சிந்தனையால் வந்தடையப் பெற்ற கோட்பாடுகளும் எல்லா மனிதச் செயல்களுக்கும் உறவுகளுக்கும் தாம்தான் அடிப்படையென உரிமை கொண்டாடின என்னும் அர்த்தத்திலும்; நாளடைவில் இதோடன்றி இந்தக் கோட்பாடுகளுக்கு முரணாயிருந்த யதார்த்தம் மெய்யாகவே தலைகீழாய் மாற்றப்பட வேண்டியதாயிற்று என்னும் விரிவான அர்த்தத்திலும் உலகமானது தலையின் மீது நின்றது. அன்று இருந்த சமுதாய, அரசாங்க வடிவமைப்பு ஒவ்வொன்றும், மாமூலான கருத்தமைப்பு ஒவ்வொன்றும் அறிவுக்கு ஒவ்வாததாய்க் குப்பைக் குழியிலே எறியப்பட்டது. உலகம் இதுகாறும் முற்றிலும்

தப்பெண்ணங்களாலேயேதான் வழிகாட்டப்பட அனுமதித்து வந்து விட்டது. கடந்த காலத்தவை யாவும் பரிதாபத்திற்கும் இளக்காரத் துக்குமே தகுதியுடைத்தவை. இப்பொழுதுதான் முதன்முதலாய் இருளகன்று பகலின் ஒளி, (அறிவின் ஆட்சி) தோன்றியது. இனி மூடநம்பிக்கையும் அநீதியும் தனிச்சலுகையும் ஒடுக்குமுறையும் அகற்றப்பட்டு அவற்றினிடத்தில் சாசுவத உண்மையும் சாசுவத நீதியும், இயற்கையின் அடிப்படையிலான சமத்துவமும், இழக்கவோ துறக்கவோ முடியாத மனித உரிமைகளும் அமர்த்தப்பட்டாக வேண்டும்.

இன்று நாம் அறிவோம்: இந்த அறிவின் ஆட்சி முதலாளித்துவ வர்க்க ஆட்சியின் கருத்துருவாக்கமே அன்றி வேறொன்றுமல்ல; இந்தச் சாசுவத நீதியானது முதலாளித்துவ நீதியாய் வந்து நிறைவேற்றம் கண்டது; இந்தச் சமத்துவம் சட்டத்தின் முன்பான முதலாளித்துவச் சமத்துவமாய்க் குறுகிச் சிறுத்துவிட்டது; முதலாளித்துவச் சொத் துடைமை அத்தியாவசிய மனித உரிமைகளில் ஒன்றாய்ப் பிரகடனம் செய்யப்படலாயிற்று; அறிவின் அரசு, - ரூஸ்ஸோவின் சமுதாய ஒப்பந்தம்,[23] - பிறந்தது அது முதலாளித்துவ ஜனநாயகக் குடியரசாக மட்டுமே உருவாக முடிந்தது. பதினெட்டாம் நூற்றாண்டின் இம் மாபெரும் சிந்தனையாளர்களால்- அவர்களது முன்னோர்களால் எப்படி முடியவில்லையோ அதேபோல - அவர்களுடைய சகாப்தம் அவர்களுக்கு விதித்த வரம்புகளுக்கு அப்பால் செல்ல முடியவில்லை.

ஆனால் பிரபுத்துவக் கோமான்களுக்கும் (சமுதாயத்தின் ஏனைய எல்லாப் பகுதிகளையும் பிரதிநிதித்துவம் செய்ததாய்க் கூறிக்கொண்ட) நகரத்தாருக்கும் இடையிலான பகைமையுடன் கூடவே, சுரண்டு வோருக்கும் சுரண்டப்படுவோருக்கும் செல்வந்தர்களாகிய சோம்பேறி களுக்கும் ஏழைகளாகிய உழைப்பாளர்களுக்கும் இடையே பொதுவான பகைமையும் நிலவி வந்தது. இப்படிப்பட்ட ஒரு நிலைமையால் தான் முதலாளித்துவ வர்க்கத்தின் பிரதிநிதிகள் தம்மைத் தனியொரு வர்க்கத்திற்கு அல்லாது துயருறும் மனிதகுலம் அனைத்துக்குமே பிரதிநிதிகள் என்று கூறிக்கொண்டு முன்வர முடிந்தது. அது மட்டு மல்ல, தோன்றியது முதலாகவே முதலாளித்துவ வர்க்கம் அதன் எதிரிடையால் இழுத்தடிக்கப்படலாயிற்று; கூலித் தொழிலாளர்கள் இல்லாமல் முதலாளிகளால் இருக்க முடியாது; மத்திய காலக் கை வினைச் சங்க நகரத்தார் நவீனகால முதலாளிகளாய் வளர்ச்சியுற்ற அதே அளவில் கைவினைச் சங்கத் துணை வினைஞர்களும் கைவினைச் சங்கங்களுக்குப் புறம்பான நாட் கூலியாட்களும் பாட்டாளி வர்க்கத் தாராய் வளர்ச்சியுற்றனர். மொத்தத்தில் முதலாளித்துவ வர்க்கத்தினர் பிரபுத்துவக் கோமான்களுடனான தமது போராட்டத்தில் அக்காலத்தியப் பல்வேறு உழைப்பாளி வர்க்கங்களின் நலன்களையும் தாம் பிரதி

நிதித்துவப்படுத்தியதாய்க் கூறிக்கொள்ள முடிந்த போதிலும், நவீனப் பாட்டாளி வர்க்கத்தின் அதிகமாகவோ குறைவாகவோ வளர்ச்சி பெற்ற முன்னோடியாய் இருந்த வர்க்கத்தினது சுயேச்சையான கொந்தளிப்புகளும் ஒவ்வொரு பெரிய முதலாளித்துவ இயக்கத்தின் போதும் ஏற்படவே செய்தன. உதாரணமாய், ஜெர்மனியில் சமயச் சீர்திருத்தத்தின் போதும், விவசாயிகளது யுத்தத்தின் போதும் (அனாபாப்டிஸ்டுகளும்) தாமஸ் முன்ட்சரும்; மாபெரும் இங்கிலாந்து புரட்சியின் சமனவாதிகள்;²⁴ மாபெரும் பிரெஞ்சுப் புரட்சியில் பாபெஃப்.

இன்னும் வளர்ச்சி பெறாத ஒரு வர்க்கத்தின் இந்தப் புரட்சிகர எழுச்சிகளுக்கு இசைவாய் தத்துவார்த்த விளக்கங்களும் முன்வைக்கப்பட்டன - பதினாறாவது, பதினேழாவது நூற்றாண்டுகளில், இலட்சிய சமுதாய அமைப்பு²⁵ பற்றிய கற்பனாவாதச் சித்திரங்கள், பதினெட்டாவது நூற்றாண்டில் மெய்யான கம்யூனிசத்தன்மை வாய்ந்த தத்துவங்கள் (மொரெல்லியும் மாப்லியும்). சமத்துவத்திற்கான கோரிக்கை இனி அரசியல் உரிமைகளுக்கு மட்டுமானதாய் வரம்பிடப்படவில்லை, தனியாட்களது சமுதாய நிலைமைகளுக்கும் ஆனதாய் விரிவாக்கப்பட்டது. ஒழிக்கப்பட வேண்டியவை வர்க்கத் தனிச்சலுகைகள் மட்டுமல்ல, வர்க்கப் பாகுபாடுகளே ஒழிக்கப்பட்டாக வேண்டும் என்று கோரப்பட்டது. துறவு மனப்பான்மையும் (வாழ்வின் இன்பங்களை எல்லாம் நிராகரிப்பதும்) ஸ்பார்த்தானிய எளிமையும் கடுமையும் வாய்ந்ததுமான ஒரு கம்யூனிசமே இந்தப் புதிய போதனையின் முதலாவது வடிவம் பிறகு மாபெரும் மூன்று கற்பனாவாதிகள் தோன்றினர்: பாட்டாளி வர்க்க இயக்கத்துடன் கூடவே மத்திய வர்க்க இயக்கத்தையும் இன்னமும் ஓரளவு முக்கியத்துவமுடையதாய்க் கொண்ட ஸான் சிமோன்; ஃபூரியே; முதலாளித்துவப் பொருளுற்பத்தி மிகவும் வளர்ச்சியுற்றிருந்த ஒரு நாட்டில் இவ்வளர்ச்சியின் விளைவாய்ப் பிறந்த பகைமைகளால் உந்தப்பட்டு முறையாகவும் பிரெஞ்சுப் பொருள்முதல்வாதத்துடன் நேரிடைத் தொடர்பு கொண்டு வர்க்கப் பாகுபாட்டின் நீக்கத்துக்கான தமது திட்டங்களை வகுத்திட்ட ஓவன்.

இம்மூவருக்கும் பொதுவானது ஒன்று உண்டு. இவர்களில் எவரும் இதற்குள் வரலாற்று வளர்ச்சியால் தோற்றுவிக்கப்பட்டுவிட்ட பாட்டாளி வர்க்கத்தின் நலன்களது பிரதிநிதியாய் முன்வரவில்லை. பிரெஞ்சுத் தத்துவவியலாளர்களைப் போலவே இவர்களும் குறிப்பிட்ட ஒரு வர்க்கத்தை (முதலில்) விடுவிக்கப்போவதாய்ச் சொல்லாமல் (உடனடியாக) மனிதகுலம் அனைத்தையுமே விடுவிக்கப் போவதாய்க் கூறிக் கொள்கின்றனர். அவர்களைப் போலவே இவர்களும் அறிவின், சாசுவத நீதியின் ஆட்சியை மலரச் செய்ய விரும்புகிறார்கள். ஆனால் இவர்களுடைய கருத்துப்படி இந்த ஆட்சிக்கும் பிரெஞ்சுத் தத்துவ

வியலாளர்கள் கூறிய ஆட்சிக்குமிடையே விண்ணுக்கும் மண்ணுக்கு முள்ள வேறுபாடு உள்ளது.

நமது (இம்மூன்று சமுதாயச் சீர்திருத்தாளர்களுக்கும்) இந்தத் தத்துவவியலாளர்களுடைய கோட்பாடுகளின் அடிப்படையில் அமைந்த முதலாளித்துவ உலகமானது, பிரபுத்துவத்தையும் சமுதாயத்தின் முந்தைய எல்லாக் கட்டங்களையும்போல் அதே அளவுக்கு அறிவுக்கு ஒவ்வாததாகவும் அநீதியாகவும் இருக்கின்றது. ஆகவே அவற்றைப் போலவே சடுதியில் குப்பைக் குழிக்குப் போய்ச்சேர வேண்டியதாகிறது. தூய அறிவும் நீதியும் இதுகாறும் உலகில் ஆட்சி புரியவில்லை என்றால் மனிதர்கள் அவற்றைச் சரியாய்ப் புரிந்து கொள்ளாததுதான் அதற்குரிய காரணம். மேதாவிலாசம் படைத்த தனிமனிதர் இல்லாமற்போய் விட்டார். இப்படிப்பட்டவர் இப்பொழுது தோன்றிவிட்டார், உண்மையை இவர் புரிந்து கொள்கிறார். இவர் இப்பொழுது தோன்றி விட்டார், உண்மை இப்பொழுது தெட்டத் தெளிவாய்ப் புரிந்து கொள்ளப்படுகிறது என்பது வரலாற்று வளர்ச்சி எனும் தொடர் இணைப்பில் அவசியத்தின் காரணமாய் நிகழ்ந்த தவிர்க்க முடியாத ஒரு நிகழ்ச்சியல்ல; இனியதொரு சந்தர்ப்பவச நிகழ்ச்சியேயாகும். 500 ஆண்டுகள் முன்னதாகவும்கூட இவர் பிறந்திருக்கலாம், அப்பொழுது மனித குலத்துக்கு இந்த 500 ஆண்டுக் காலப்பிழையும் பூசலும் துன்பதுயரமும் இல்லாதபடி தவிர்க்கப்பட்டிருக்கும்.

இந்த முறையிலான கண்ணோட்டம் அனைத்து ஆங்கிலேய மற்றும் பிரெஞ்சு சோசலிஸ்டுகளின், வெய்த்லிங் உள்ளிட்ட ஆரம்ப ஜெர்மன் சோசலிஸ்டுகளின் முக்கியமான அம்சமாகும். (இவர்கள் அனைவருக்கும்) சோசலிசமானது தனி முதலான உண்மை, அறிவு, நீதி ஆகியவற்றின் வெளிப்பாடாகும். கண்டுபிடித்துச் சொன்னாலே போதும் இந்தச் சோசலிசம் தன் சொந்த சக்தியாலேயே அனைத்து உலகையும் வெற்றி கொண்டுவிடும். தனிமுதல் உண்மையானது காலம், இடம் மற்றும் மனிதனது வரலாற்று வளர்ச்சி ஆகியவற்றைச் சார்ந் திருக்கவில்லை. ஆதலால் இது எங்கே, யாரால் கண்டுபிடிக்கப் படுகிறது என்பது அகஸ்மாத்தாய் நடைபெறும் தற்செயல் நிகழ்ச்சியே ஆகும். இப்படியெல்லாம் இருந்தும் கூட தனிமுதலான இந்த உண்மையும் அறிவும் நீதியும் வெவ்வேறு தனிப்போக்கின் மூலவருக்கும் வெவ்வேறு வகையினதாகவே இருக்கின்றன. ஒவ்வொருவருடைய இந்தத் தனி வகைப்பட்ட தனிமுதல் உண்மையும் அறிவும் நீதியும் அவரவரது அகநிலை உணர்வாற்றலாலும் வாழ்நிலைமைகளாலும் அறிவின் ஆழத்தாலும் மதிநுட்பப் பயிற்சியாலும் நெறியாக்கப்படுவதால் இந்தத் தனிமுதல் உண்மைகளிடையே எழும் மோதலானது பரஸ்பரம் ஒவ்வாதனவாய் ஒன்றையொன்று விலக்கித் தள்ளுவதைத் தவிர வேறு

எந்த முடிவையும் வந்தடைவது சாத்தியமன்று. எனவே இதிலிருந்து ஒரு வகைப் பல்திரட்டான சராசரியான சோசலிசத்தைத் தவிர்த்து வேறு எதுவும் தோன்ற வழியில்லை; உண்மையில் இத்தகைய ஒரு சோசலிசம்தான் பிரான்சிலும் இங்கிலாந்திலும் மிகப் பெருவாரியான சோசலிஸ்டுத் தொழிலாளர்களின் உள்ளங்களில் இதுநாள்வரையில் ஆதிக்கத்தில் இருந்து வந்தது. மிகப் பல்வேறுபட்ட கருத்துச் சாயல் களுக்கு இடம் தரும் ஒரு கதம்பத் திரட்டு; பல்வேறு குழுக்களின் மூலவர்களது போதியளவு எடுப்பில்லாத விமர்சனக் கருத்துரைகள், பொருளியல் தத்துவங்கள், வருங்கால சமுதாயம் பற்றிய சித்திரங்களின் ஒரு கதம்பத் திரட்டு; அருவியிலே உருண்டு மழுங்கிய கூழாங் கற்களைப் போல் வாதப் பிரதிவாதங்களில் அடிபட்டு உள்ளடக்கத் தனிக்கூறுகளின் துல்லியமான கூர்முனைகள் எவ்வளவுக்கு எவ்வளவு மழுங்கடிக்கப்பட்டிருக்கின்றனவோ அவ்வளவுக்கு அவ்வளவு எளிதில் தயாரிக்கப்படக்கூடிய ஒரு கதம்பத் திரட்டு.

சோசலிசத்தை ஒரு விஞ்ஞானமாக்கும் பொருட்டு முதலில் அதை மெய்யான ஓர் அடித்தளத்தின் மீது அமர்த்த வேண்டியிருந்தது.

இதற்கிடையில் பதினெட்டாம் நூற்றாண்டுப் பிரெஞ்சுத் தத்துவ வியலுடன் கூடவும் அதற்குப் பிற்பாடும் புதிய ஜெர்மன் தத்துவவியல் உதித்தெழுந்து ஹெகலினிடம் உச்ச நிலையை வந்தடைந்திருந்தது. அறிவாய்வின் மிக உயர்ந்த வடிவாய் இயக்கவியலை மீண்டும் ஏற்றுக் கொண்டதுதான் இந்தப் புதிய ஜெர்மன் தத்துவவியலுக்குரிய தனிப் பெருஞ்சிறப்பு. பண்டைக் கிரேக்கத் தத்துவவியலாளர்கள் எல்லோரும் பிறவியிலேயே இயற்கையாகவே இயக்கவியலாளர்களாய் இருந்தவர்கள். இவர்கள் யாவரினும் சகலகலா வல்லவராய் விளங்கிய அரிஸ்டாடில் இயக்கவியல் சிந்தனையின் முக்கிய வடிவங்களைப் பகுத்தாராய்ந் திருந்தார். ஆனால் இதற்கு மாறாய்ப் பிற்காலத்தில் புதிய தத்துவ வியலானது, இயக்கவியலைத் தேர்ந்த திறமையோடு விளக்கிக் கூறி வற்புறுத்திய சிறப்பாளர்கள் இதிலும் இருந்தார்கள் என்றாலும் கூட (உதாரணம்: டேக்கார்ட் ஸ்பினோசா) குறிப்பாய் ஆங்கிலேயச் செல்வாக்கின் விளைவாய் மேலும் மேலும் இறுக்கமடைந்து இயக்க மறுப்பியல் சிந்தனை பாணியில் உறைந்துவிட்டது. இந்தச் சிந்தனைப் பாணிதான் பதினெட்டாம் நூற்றாண்டு பிரெஞ்சுக்காரர்களிடத்தும், எப்படியும் அவர்களது தத்துவவியல் குறித்த விசேஷ நூல்களில் அனேகமாய் முழு அளவுக்கு ஆதிக்கம் செலுத்திற்று. இருப்பினும் குறுகிய பொருளில் தத்துவவியல் எனும் துறைக்கு வெளியில் பிரெஞ்சுக்காரர்கள் இயக்கவியலில் தலைசிறந்த படைப்புகளை சிருஷ்டித்தனர். தீத்ரோவின் Le Neveu de Rameau ரூஸ்ஸோவின் Discourssur I' origine et les fondements de l'inegalite parmiles hommes[26]

இவை இரண்டை மட்டும் நினைவுகூர்ந்தாலே போதும். இந்த இரு சிந்தனை முறைகளின் சாராம்சத்தை சுருக்கமாய் இங்கு தருகின்றோம்: பின்னால் அவற்றை மேலும் விரிவாக ஆராய்வோம்.

பொதுப்பட இயற்கையையோ, மனித குலத்தின் வரலாற்றையோ, நமது அறிவுத்துறைச் செயற்பாட்டையோ ஆலோசித்துப் பார்க்கையில் முடிவின்றிப் பின்னிப் பிணைந்து சிக்கலாகிச் செல்லும் தொடர்புகளும் எதிர்வினைகளும் (வரிசை மாற்றங்களும் சேர்த்தல்களுமான) ஒரு சித்திரத்தையே முதலில் காண்கிறோம்; இதில் எதுவும் அப்படியே அங்கேயே முன்பிருந்த விதமாகவே தொடர்ந்து இல்லாமல், யாவும் இயங்கிக் கொண்டும், மாறிக் கொண்டும், உருவாகி எழுந்து கொண்டும் மறைந்து சென்று கொண்டும் இருக்கக் காண்கிறோம். (ஆகவே முதலில் நாம் ஒட்டுமொத்தமாய் இச்சித்திரத்தைப் பார்க்கிறோம். இதன் தனித்தனிப் பகுதிகள் பெருமளவுக்கு இன்னமும் பின்னணியிலேதான் இருக்கின்றன; இயக்கங்களையும் இடைக்கட்டங்களையும் இணைப்பு களையும் உற்று நோக்குகிறோமே அன்றி இயங்கியும் சேர்ந்தும் இணைக்கப் பெற்றும் வரும் பொருள்களை அவ்வளவாய்க் கவனிப்ப தில்லை. உலகைப் பற்றிய இந்த ஆதிநிலையிலான அறியாப் பருவத்திற் குரிய ஆயினும் உள்ளியல்பில் பிழையற்ற கருத்தோட்டம்தான் பண்டைக் கிரேக்கத் தத்துவவியலின் கருத்தோட்டம். முதன் முதல் ஹெராக்லிடஸ் இதைத் தெளிவாய் வரையறுத்துக் கூறினார்: ஒவ்வொன்றும் இருந்து கொண்டும், அதே போதில் இல்லாமலும் இருக்கிறது; ஏனெனில் ஒவ்வொன்றும் நிலைபாடற்றதாய் இருக்கிறது, இடையறாது மாறிக்கொண்டு இடையறாது உருவாகி எழுவதாகவும் மறைந்து செல்வதாகவும் இருக்கிறது.

ஆனால் இந்தக் கருத்தோட்டம் தோற்றங்களின் ஒட்டு மொத்த மான சித்திரத்தின் பொதுவான தன்மையைப் பிழையற்ற முறையில் தெரிவிப்பினும், இந்தச் சித்திரத்தில் அடங்கிய விவரங்களை விளக்கு வதற்கு இது போதாது. இந்த விவரங்களைப் புரிந்து கொள்ளாத வரை முழுச் சித்திரத்தையும் பற்றிய தெளிவான கருத்து நமக்குக் கிடைப்ப தில்லை. இந்த விவரங்களைப் புரிந்து கொள்ளும் பொருட்டு இவற்றின் இயற்கை அல்லது வரலாற்றுத் தொடர்புகளிலிருந்து இவற்றை நாம் பிரித்தெடுத்து தனித்தனியே ஒவ்வொன்றையும் அதன் தன்மை, விசேஷக் காரணங்கள், பலன்கள் முதலானவை குறித்துப் பரிசீலித்தாக வேண்டும். பிரதானமாய் இது இயற்கை விஞ்ஞானத்துக்கும் வரலாற்று ஆராய்ச்சிக்கும் உரிய பணியாகும். பண்டைக் காலத்திய கிரேக்கர்கள் விஞ்ஞானத்தின் இந்தக் கிளைகளைக் கீழ்நிலைக்கு உரியனவாய் ஒதுக்கியிருந்தனர். தக்க காரணங்களுடன்தான் இப்படிச் செய்திருந்தனர். ஏனெனில் (இந்த விஞ்ஞானங்கள் செயல்படுவதற்கு வேண்டிய விவரப்

பொருட்களை) முதலில் அவர்கள் சேகரிக்க வேண்டியிருந்தது. (இயற்கையிலிருந்தும் வரலாற்றிலிருந்தும் விவரப் பொருள்கள் ஓரளவுக்கு சேகரிக்கப்பட்ட பிறகுதான் எவ்விதமான விமர்சனப் பகுத்தாய்வும் ஒப்பீடும், வகைகளிலும் படிகளிலும் இனங்களிலுமான ஒழுங்கமைப்பும் நடைபெற முடியும்). (எனவே) துல்லிய இயற்கை விஞ்ஞானங்களின் அடிப்படைகள் முதன் முதலாய் அலெக்சாந்திரிய காலத்தின்[27] கிரேக்கர்களாலும், பிற்பாடு மத்திய காலத்தில் அரபுகளாலும் உருவாக்கப்பட்டன. மெய்யான இயற்கை விஞ்ஞானம் பதினைந்தாம் நூற்றாண்டின் இரண்டாவது பாதியில் ஆரம்பமாயிற்று; அது முதலாய் மேலும் மேலும் கூடுதலான வேகத்தில் முன்னேறி வந்துள்ளது. இயற்கையை இதன் தனித்தனிப் பிரிவுகளில் பகுத்தாய்தல் வெவ்வேறு இயற்கை நிகழ்ச்சிப் போக்குகளையும் பொருள்களையும் திட்டவட்டமான வகுப்புகளில் வகைபிரித்தல், அங்ககச் சேர்மங்களின் பல்வேறு வடிவங்களிலும் அவற்றின் உள் அமைப்பியலை ஆராய்தல் இவைதாம் இயற்கையைப் பற்றிய நமது அறிவு கடந்த நானூறு ஆண்டுகளில் பீடுநடை போட்டுப் பிரமாதமான முன்னேற்றம் கண்டதன் அடிப்படை நிபந்தனைகள். ஆனால் இவ்விதமான ஆய்வு முறையானது இயற்கைப் பொருட்களையும் நிகழ்ச்சிப் போக்குகளையும் பிரம்மாண்டமான முழு அமைப்புடனும் அவற்றுக்குள்ள தொடர்புகளிலிருந்து பிரித்துத் தனிமைப்படுத்தி வைத்து அவற்றைக் கண்ணுறும் பழக்கத்தை, அவற்றை இயக்கத்தில் அல்லாது அசைவின்மையில், சாராம்சத்தில் மாறிக் கொண்டிருக்கும் மதிப்புருக்களாய் அல்லாது நிலையாய் இருக்கும் மாறிலிகளாய், அவற்றின் உயிருள்ள வாழ்வில் அல்லாது மரணநிலையில் வைத்துக் கண்ணுறும் பழக்கத்தை நமக்கு மரபுரிமையாய்விட்டுச் சென்றுள்ளது. பொருட்களைக் கண்டறிவதற்கான இந்த வழிமுறையை பேகனும், லாக்கும் இயற்கை விஞ்ஞானத்திலிருந்து தத்துவவியலுக்கு மாற்றிய பொழுது அது கடந்த நூற்றாண்டிற்கு உரிய தனி இயல்பாகிய குறுகிய இயக்கமறுப்பியல் சிந்தனை முறையைத் தோற்றுவித்தது.

இயக்கமறுப்பியலாளருக்குப் பொருட்களும் அவற்றின் மனப் பிரதிமைகளும் கருத்தினங்களும் தனிமைப்பட்டனவாய் இருக்கின்றன; ஒன்றன்பின் ஒன்றாகவும் ஒன்றிலிருந்து ஒன்று தனியாகவும் பரிசீலிக்கப் பட வேண்டியனவாகி விடுகின்றன. நிலையான கெட்டிப் பிடித்து இறுகிய என்றென்றைக்கும் உறுதியாய் அப்படியே இருக்கத்தக்க பரிசீலனைப் பொருட்களாகி விடுகின்றன. ஒன்றுக்கொன்று சிறிதும் இணங்காத எதிரிடைகளில்தான் அவர் சிந்திக்கிறார். "அவருடைய பேச்செல்லாம் 'ஆம்' அல்லது 'இல்லை' என்பதுதான். அதற்கு அதிகமான எதுவும் பாவத்தில் பிறந்தது." அவருக்கு ஒரு பொருள்

இருப்பதாகவோ அல்லது இல்லாததாகவோதான் இருக்க முடியும்; ஒரு பொருள் ஏககாலத்தில் அதுவாகவும் மற்றும் வேறொன்றாகவும் இருக்க முடியாது. நேர்நிலையும் எதிர்நிலையும் அறவே ஒன்றை ஒன்று விலக்கியே தீர வேண்டும்; காரணமும் விளைவும் ஒன்றுக்கொன்று இறுகிய முரண் நிலையிலேயே இருந்தாக வேண்டும்.

முதற் பார்வைக்கு இந்தச் சிந்தனை முறை அறிவார்ந்ததாகவே நமக்குத் தோன்றுகிறது. ஏனெனில் இது சர்வசாதாரணப் பொது அறிவாகும். ஆனால் இந்தச் சர்வசாதாரணப் பொதுஅறிவு அதற்குரிய நான்கு சுவர்களுக்குள் அடைபட்ட அதன் அன்றாட இருப்பிடத்தின் வரம்புகளுக்குள் கீர்த்திமிக்கதாய்த் திகழ்ந்தாலும், ஆராய்ச்சி என்னும் பரவலான உலகினுள் அடியெடுத்து வைத்ததும் உடனே விந்தை மிகு வினோதங்களை அனுபவிக்க நேர்கிறது. இந்த இறுக்கமறுப்பியல் சிந்தனை முறையானது பரிசீலிக்கப்படும் குறிப்பிட்ட ஆய்வுப் பொருளுக்குத் தக்கவாறு மாறுபடும் அளவைக் கொண்ட பல துறை களில் நியாயமாகவும் அவசியமாகவும் இருந்தாலும்கூட முன்னோ பின்னோ கட்டாயம் ஒரு வரம்பை வந்தடைகிறது. இந்த வரம்புக்கு அப்பால் ஒருதலைப்பட்சமானதாய் குறுகிய வரையறைகளுக்கு உட்பட்டதாய், சூக்குமக் கருத்தியல்பானதாய், தீராத முரண்பாடுகளில் சிக்குண்டு விடுவதாய் மாறுகிறது. தனிப்பட்ட பொருள்களில் சிந்தனை செலுத்துகையில் அவற்றுக்கிடையிலான தொடர்புகளை அது மறந்து விடுகிறது; அவற்றின் இருத்தலில் சிந்தனை செலுத்துகையில் அந்த இருத்தலின் ஆதியையும் அந்தத்தையும் மறந்து விடுகிறது. அவற்றின் அசைவின்மையில் சிந்தனை செலுத்துகையில் அவற்றின் இயக்கத்தை மறந்து விடுகிறது. விவரங்களில் கருத்துச் செலுத்தி முழுமையைக் காணத் தவறி விடுகிறது. அன்றாட அலுவல்களைப் பொறுத்த அளவுக்கு உதாரணமாய், ஒரு பிராணி உயிரோடு இருக்கிறதா இல்லையா என்பது நமக்குத் தெரியும். சந்தேகத்திற்கிடமின்றி இதை நிச்சயமாய்ச் சொல்ல முடியும். ஆனால் நெருங்கிச் சென்று ஆராய்கையில் பல சந்தர்ப்பங் களில் இது மிகச் சிக்கலான பிரச்சனையாவதைக் காண்கிறோம். சட்டத்துறையினர் இதை நன்கு அறிவர். கர்ப்பமாய்த் தாயின் வயிற்றில் இருக்கும் சிசுவைக் கொல்லுதல் எந்த வரம்புக்கு அப்பால் கொலைக் குற்றமாகிறது என்று அறிவுக்குகந்த ஒரு வரம்பை வகுத்திட இவர்கள் எவ்வளவோ மண்டையை உடைத்துக் கொண்டும் பயனில்லை. மரணம் உண்டாகும் தருணத்தை முழு உறுதியுடன் நிர்ணயிப்பதும் இதேபோல முடியாத காரியமே. ஏனெனில் மரணமானது திடுமென உடனடியாய் நடைபெறும் நொடிநேர நிகழ்ச்சி அல்ல நீடித்ததொரு நிகழ்ச்சிப் போக்கு என்பதை உடலியல் நிரூபித்திருக்கிறது.

உயிருள்ளது எதுவும் இதே முறையில் ஒவ்வொரு கணமும் அதுவாகவும் அதேபோதில் அதுவல்லாததாகவும் இருக்கின்றது. ஒவ்வொரு கணமும் அது புறத்தே இருந்து தரப்படும் பொருளைக் கிரகித்துக் கொள்கிறது, பிற பொருளைத் தன்னுள் இருந்து வெளி யேற்றுகிறது. ஒவ்வொரு கணமும் அதன் உடலில் சில உயிரணுக்கள் மடிகின்றன வேறு சில உயிரணுக்கள் புதிதாய் உருவாகித் தோன்று கின்றன. அதிக நேரத்திலோ குறைந்த நேரத்திலோ அதன் உடலின் பருப்பொருள் அறவே புதுப்பிக்கப்படுகிறது; பருப்பொருளின் புதிய மூலக்கூறுகளால் மாற்றீடு செய்யப்படுகிறது. இவ்விதம் உயிருள்ளது எதுவும் எந்நேரமும் தானேயாகவும் மற்றும் தானல்லாத பிறிதொன்றாகவும் இருக்கிறது.

தவிரவும் நெருங்கிச் சென்று ஆராய்கையில் ஒவ்வொரு முரண் நிலையின் இரு துருவங்களும் - உதாரணமாய் நேர்நிலையும் எதிர் நிலையும் - எந்தளவுக்கு ஒன்றுக்கொன்று எதிராய் இருக்கின்றனவோ அதே அளவுக்குப் பிரிக்க முடியாதனவாயும் இருக்கக் காண்கிறோம்; எவ்வளவுதான் ஒன்றையொன்று எதிர்த்துக் கொண்ட போதிலும் பரஸ்பரம் அவை ஒன்றுள் ஒன்று ஊடுருவக் காண்கிறோம். இதே போலக் காரணமும் விளைவும் தனிப்பட்ட உதாரணங்களில் கையாளப் படுகையில் மட்டுமே ஏற்புடைத்த கருத்தோட்டங்களாய் அமையக் காண்கிறோம். இந்தத் தனிப்பட்ட உதாரணங்களை பிரபஞ்சம் முழுமையுடனுமான அவற்றின் பொதுத் தொடர்பினில் பரிசீலிக்க முற்பட்டதும் இக்கருத்தோட்டங்கள் ஒன்றோடொன்று இணைந்து கலக்கக் காண்கிறோம்; காரணங்களும் விளைவுகளும் ஓயாமல் இடம்மாறி இங்கே இப்போது விளைவுகளாக இருப்பது அங்கே அப்போது காரணமாகவும் இதற்கு எதிர்மாறாகவும் அமையும் பிரபஞ்ச அளவிலாகிய செயலையும் எதிர்செயலையும் பற்றிச் சிந்திக் கையில் இக்கருத்தோட்டங்கள் பெரும் குழப்படியாவதைக் காண்கிறோம்.

இந்த நிகழ்ச்சிப் போக்குகள் சிந்தனை முறைகள் எவையும் இயக்க மறுப்பியல் அறிவாய்வின் கட்டுக்கோப்பில் இடம் பெறுவதில்லை. ஆனால் இயக்கவியலானது இதற்கு மாறாய் பொருள்களையும் அவற்றின் பிரதிமைகளாகிய கருத்துகளையும் அவற்றுக்குரிய அத்தியா வசியத் தொடர்பிலும் சங்கிலித்தொடர் கோவையிலும் இயக்கத்திலும் ஆதியிலும் அந்தத்திலும் உய்த்துணர்ந்து புரிந்துகொள்கிறது. ஆகவே மேற்கூறிய நிகழ்ச்சிப் போக்குகள் யாவும் அதற்குத் தனது செயல் முறையைச் சரியென உறுதிப்படுத்தும் சான்றுகளாகி விடுகின்றன.

இயற்கைதான் இயக்கவியலுக்கான நிரூபணம். நவீன விஞ்ஞானத்தைப் பொறுத்தவரை அது இந்த நிரூபணத்திற்கு

அன்றாடம் மேலும் மேலும் கூடுதலான விவரப்பொருள்களை வழங்கியுள்ளது என்பதைக் குறிப்பிட்டாக வேண்டும். முடிவாய்ப் பார்க்குமிடத்து இயற்கையானது இயக்கவியல் வழியில் செயல் படுகிறதே அன்றி இயக்க மறுப்பியல் வழியில் அல்ல என்பதை இவ்விதம் அது தெளிவுபடுத்தியுள்ளது. தொடங்கிய நிலைக்கே நிரந்தரமாய்த் திரும்பித் திரும்பி வந்து சேரும் (அலைவட்டங்களில் சாசுவதமான ஒரே தன்மையதாய் இயற்கை இயங்கவில்லை, மாறாக, வரலாற்று வழியிலான மெய்யான பரிணாமம் அடைகிறது என்பதை அது தெளிவுபடுத்தியுள்ளது. இந்தச் சந்தர்ப்பத்தில் ஏனையோர் எல்லோருக்கும் முன்பு டார்வினைக் குறிப்பிட்டாக வேண்டும். உயிருள்ளவை யாவும் தாவரங்களும், பிராணிகளும் மனிதனும் கூட, கோடிக்கணக்கான ஆண்டுகளாய் நடைபெற்று வரும் பரிணாம நிகழ்ச்சிப் போக்கின் விளைவாகுமென்று நிரூபித்ததன் மூலம் அவர் இயற்கையைப் பற்றிய இயக்கமறுப்பியல் கருத்தோட்டத்திற்கு என்றையும்விட மிகக் கடுமையான அடி கிடைக்கச் செய்தார்). ஆயினும் இயக்கவியல் முறையில் சிந்திக்கக் கற்றுக் கொண்ட இயற்கை விஞ்ஞானிகள் மிகச் சொற்பமே ஆவர். விஞ்ஞானக் கண்டுபிடிப்பின் விளைவுகள் முன்கூட்டியே புனைந்தமைக்கப்பட்ட சிந்தனை முறை களுக்கு ஒவ்வாதனவாய் இருத்தலால் எழும் இந்த மோதல்தான், தற்போது தத்துவார்த்த இயற்கை விஞ்ஞானத்தில் ஆட்சி செலுத்தி கற்பிப்போரையும் கற்போரையும் நூலாசிரியர்களையும் வாசகர் களையும் ஒருங்கே திண்டாடச் செய்யும் முடிவில்லாக் குழப்பத்துக்குக் காரணமாகும்.

ஆகவே பிரபஞ்சத்தையும் அதன் பரிணாமத்தையும் மனித குலத்தின் வளர்ச்சியையும் இந்தப் பரிணாமம் மனிதர்களது மனத்தில் பிரதிபலிப்பதையும் துல்லியமாய் உருவமைத்துக் காட்டுதல், உருவாதலும் மறைதலுமாகிய, முற்போக்கான அல்லது பிற்போக்கான மாறுதல் களாகிய எண்ணிலடங்காச் செயல்களையும் எதிர்செயல்களையும் இடையறாது கணக்கில் எடுத்துக் கொள்ளும் இயக்கவியல் முறை களால் மட்டும்தான் சாத்தியம். புதிய ஜெர்மன் தத்துவவியலானது இந்த வழியில்தான் நடைபோட்டு வந்துள்ளது. நியூட்டனுடைய நிலையான சூரிய மண்டலத்தையும், பெயர்பெற்ற அந்தத் துவக்கத் தூண்டுவிசை ஒருதரம் அளிக்கப்பட்டபின் என்றென்றும் சாசுவதமாய் இருக்கக்கூடியதான அதன் நீள்கால ஆற்றலையும் வரலாற்று நிகழ்ச்சிப் போக்கின் விளைவாக்கி சூரியனும் அதன் எல்லாக் கிரகங்களும் சுழலும் வாயு முகிற்படலத்திலிருந்து உருவாயின என்று விளக்கிக் கூறித் தத்துவவியலில் கான்ட் தமது பணியை ஆரம்பித்தார். சூரிய மண்டலம் இவ்வாறுதான் தோன்றியதெனில் வருங்காலத்தில் அது

இறக்கப்போவதும் நிச்சயமே என்ற முடிவையும் இதிலிருந்து அவர் வந்தடைந்தார். அரை நூற்றாண்டுக்குப் பிறகு அவருடைய தத்துவத்தை லாப்ளாஸ் கணித வழியில் நிலைநாட்டினார். அதற்கும் அரை நூற்றாண்டுக்குப் பிற்பாடு இத்தகைய வெண்சுடர் வாயுத் திரட்சிகள் இறுக்க நிலையின் பல்வேறு கட்டங்களில் அண்டவெளியில் இருப்பதை நிறமாலை காட்டி நிரூபித்தது.[28]

இந்தப் புதிய ஜெர்மன் தத்துவவியல் ஹெகலின் கோட்பாடு முறையில் உச்சி முடியை (மேல் நிலையை) வந்தடைந்தது. இந்தக் கோட்பாட்டு முறையில் - இதன் பெருஞ்சிறப்பு இதில்தான் காணக் கிடக்கிறது - இயற்கை உலகு, வரலாற்று உலகு, அறிவுலகு ஆகிய அனைத்தும் முதன் முதலாய் ஒரு வளர்ச்சிப் போக்காய்க் காட்டப் பட்டது; அதாவது இடையறாது ஓயாமல் இயங்கியும், திரிந்தும், உருமாறியும் வளர்ச்சியுற்றுவரும் ஒன்றாய்க் காட்டப்பட்டது. இந்த இயக்கம், வளர்ச்சி அனைத்தையும் தொடர்பான ஒரு முழுமையாக்கும் உட்தொடர்பைப் புலப்படுத்துவதற்கு முயற்சி செய்யப்பட்டது. இந்த நோக்கு நிலையிலிருந்து பார்க்கையில் மனிதகுல வரலாறு, இதுகாறும் தோன்றியது போல முதிர்ச்சியுற்ற தத்துவவியலின் அறிவாய்வுத் தீர்ப்பு மேடையின் முன்னால் ஒருங்கே கண்டனம் செய்யப்பட வேண்டி யவையும் நம் நினைவில் இல்லாதபடி கூடுமான விரைவில் மறந்து விடுவதே உத்தமமெனக் கருத வேண்டியவையுமான அர்த்தமற்ற வன்முறைச் செயல்களின் கண்மூடித்தனமான கூத்தாய்த் தோன்ற வில்லை; இதற்கு மாறாய் மனிதனது பரிணாம வளர்ச்சிப் போக்காய்த் தோன்றியது. இந்த வளர்ச்சிப் போக்கு படிப்படியாய் முன்செல்வதைக் கோணல்மாணலான அதன் எல்லா வழிகளிலும் கவனித்துச் சென்று வெளிப்பார்வைக்கு அகஸ்மாத்தானவையாய்த் தெரியும் எல்லா நிகழ்வுகளினூடாகவும் இழையோடும் உள்ளார்ந்த விதியைப் புலப்படுத்திக் காட்டுவதுதான் இப்பொழுது அறிவாற்றலின் பணி என்றாகியது.

(தான் எடுத்துரைத்த) இப்பிரச்சினைக்கு (ஹெகல்) அமைப்பு தீர்வு காணவில்லை என்பது இங்கு முக்கியமல்ல. இந்தப் பிரச்சினையை எடுத்துரைத்தது என்பதுதான் அதன் வரலாற்று முக்கியத்துவம் வாய்ந்த சிறப்பாகும். தனி ஒருவர் எவராலும் எக்காலத்திலும் தீர்வு காண இயலாத ஒரு பிரச்சனை இது. அவர் காலத்தில் ஹெகல், ஸான் சிமோனுடன் கூட - தலையாய சகலகலா வல்லமை வாய்ந்த சிந்தனை யாளராய்த் திகழ்ந்தார் என்ற போதிலும், முதலாவதாக அவரது அறிவின் வீச்சு தவிர்க்க முடியாதபடி எல்லைக்கு உட்பட்டிருந்த தாலும், இரண்டாவதாக அவர் காலத்திய அறிவும் கருத்தோட்டங்களும் வீச்சிலும் ஆழத்திலும் எல்லைக்கு உட்பட்டிருந்ததாலும் அவர்

வரம்பிடப்பட்டிருந்தார். இந்த வரம்புகளுடன்கூட மூன்றாவது ஒன்றையும் சேர்த்துக் கொள்ள வேண்டும். ஹெகல் ஒரு கருத்து முதல்வாதி. அவர் தமது மனத்தின் எண்ணங்களை மெய்யான பொருள்களின் நிகழ்ச்சிப் போக்குகளின் கூடுதல் அல்லது குறைவான சூக்குமச் சித்திரங்களாய்க் கொள்ளவில்லை; இதற்கு மாறாய்ப் பொருள்களும் அவற்றின் பரிணாமமும் உலகம் தோன்றுவதற்கு முன்பிருந்தே வரம்பில்லா அநாதிகாலமாய் எங்கோ இருந்து வரும் "கருத்தின்" மெய்மையாக்கமாய் அமைந்த சித்திரங்களே அன்றி வேறல்ல என்பதாய்க் கொண்டார். இந்த விதமான சிந்தனையானது யாவற்றையும் தலைகீழாய் மாற்றியது, உலகில் பொருள்களிடையே உண்மையில் இருந்துவரும் தொடர்பினை நேர்மாறாகத் திருப்பியது. செயலுண்மைகளின் தனிப்பட்ட தொகுதிகள் பலவற்றையும் ஹெகல் பிழையின்றியும் மிகுந்த விவேகத்துடனும் புரிந்து கொண்டார். என்றாலும் மேற்கூறிய காரணங்களினால் குறைபாடானவையும் செயற்கையானவையும் இட்டுக் கட்டப்பட்டவையும், சுருங்கச் சொன்னால் விவரங்களின் நோக்கில் தவறானவை நிறைய இருந்தன. ஹெகலிய அமைப்பே மகத்தானதோர் அகாலப் பிறவியாய் அமைந்தது, இத்தகையவற்றுள் கடைசியானதாகவும் விளங்கிற்று. ஏனெனில் அது தீராத உள்முரண்பாட்டால் பீடிக்கப்பட்டிருந்தது. ஒரு புறத்தில் அது, மனிதகுல வரலாறு பரிணாம வளர்ச்சிப் போக்காகும் என்ற கருத் தோட்டத்தைத் தனது ஆதார முதற்கோளாய்க் கொண்டிருந்தது; இந்தப் பரிணாம வளர்ச்சிப் போக்கு தனி முதல் உண்மை என்பதான எதையும் கண்டுபிடிப்பதில் அதன் இயல்பு காரணமாகவே தனது அறிவாற்றலின் இறுதி காலக்கூறினைக் காண முடியவில்லை. ஆனால் மறுபுறத்தில் அது தானே தான் இந்தத் தனிமுதல் உண்மையின் சாரப்பொருள் என்பதாய் உரிமை கொண்டாடிற்று. இயற்கையையும் வரலாற்றையும் பற்றிய அறிவானது அனைத்தையும் தன்னகத்தே கொண்டு என்றென்றைக்குமாய் இறுதிமுடிவான அமைப்பாதல் இயக்கவியல் சிந்தனையின் அடிப்படை விதிக்கே முரணாகும். புறப் பிரபஞ்சத்தைப் பற்றிய முறையான அறிவு பெரு நடைபோட்டு காலத்துக்குக்காலம் முன்னேறிச் செல்லவல்லது எனும் கருத்தை தன்னுள் கொண்டுள்ளதே அன்றி எவ்வகையிலும் அதை ஒதுக்கி விலக்கவில்லை.

ஜெர்மன் கருத்துமுதல்வாதத்தின் இந்த அடிப்படை முரண்பாடு குறித்த அறிவு தவிர்க்க முடியாதபடி பொருள்முதல்வாதத்துக்கு இட்டுச் சென்றது. ஆனால் இந்தப் பொருள்முதல்வாதம் பதினெட்டாம் நூற்றாண்டின் பச்சையான இயக்க மறுப்பியலான, முழுக்க முழுக்க இயந்திரிகப் பொருள்முதல்வாதமல்ல என்பது குறிப்பிடத்தக்கது.

முந்தைய வரலாறு முழுவதையும் பாமரப் புரட்சித்தனத்தால் அப் பட்டமாயும் நிராகரிப்பதற்கு நேர்மாறாக நவீனப் பொருள்முதல் வாதம் பிந்தையதில் மனிதகுலத்தின் பரிணாம நிகழ்ச்சிப் போக்கைக் காண்கிறது, இதன் இயக்க விதிகளைக் கண்டறிவதே தனது கடமை எனக் கொள்கிறது. பதினெட்டாம் நூற்றாண்டு பிரெஞ்சுக்காரர் களிடமும் ஏன் ஹெகலிடமும் (கூட) இயற்கையானது ஒட்டுமொத்தமாய்க் குறுகிய வட்டங்களில் இயங்கியதாகவும், நியூட்டன் போதித்ததைப் போல் சாசுவதமான விண்கோள்களையும் லின்னேயஸ் போதித்தது போல் மாற முடியாத உயிர்வகைகளையும் கொண்டு என்றென்றும் மாற்றமின்றி நிலையாக இருந்ததாகவும், கூறிய கருத்தோட்டமே நிலவி வந்தது. ஆனால் நவீனப் பொருள்முதல்வாதம் இயற்கை விஞ்ஞானத்தின் அண்மைக் காலத்திய கண்டுபிடிப்புகளையும் தன்னுள் கொண்டுள்ளது; இவற்றின்படி இயற்கையும் கால அளவிலான அதன் வரலாற்றைப் பெற்றிருக்கிறது, விண்கோள்களும் சாதக நிலைமைகளில் அவற்றில் வாழும் உயிர்வகைகளைப் போலவே பிறந்தெழுந்து கொண்டு இறந்து மறைந்து கொண்டுமுள்ளன. மொத்தத்தில் இயற்கை அலைவட்டச் சுழல்களில் இயங்குவதாகவே சொல்ல வேண்டியிருப்பினும் இந்தச் சுழல்கள் வரம்பின்றி மிகப் பெரும் பரிமாணங்கள் கொண்டவையாகி விடுகின்றன. இரு சந்தர்ப்பங்களிலும் நவீனப் பொருள்முதல்வாதம் சாராம்சத்தில் இயக்கவியல் தன்மையதாகும். இதர விஞ்ஞானங்களுக்கு மேலே நிற்கும் எந்தத் தத்துவவியலும் இனி மேல் அதற்குத் தேவை யில்லை. ஒவ்வொரு விசேஷ விஞ்ஞானமும் பொருள்களின் முழு மொத்தத்திலும் பொருள்களைப் பற்றிய நமது அறிவிலும் தனக்குள்ள நிலையினைத் தெளிவுபடுத்த வேண்டியதாகியதும் இந்த முழு மொத்தம் குறித்துப் பரிசீலிக்கும் தனி விஞ்ஞானம் தேவையற்றது அல்லது (அவசியமற்றது) ஆகிவிடுகிறது. முந்தையத் தத்துவவியல் அனைத்திலும் மறையாது இனியும் எஞ்சியிருப்பது சிந்தனையையும் அதன் விதிகளையும் பற்றிய விஞ்ஞானம் மட்டும்தான் - அதாவது சம்பிரதாயத் தர்க்கவியலும் இயக்கவியலும் மட்டும்தான். ஏனைய அனைத்தும் இயற்கையையும் வரலாற்றையும் பற்றிய ஆக்கபூர்வமான விஞ்ஞானத்தில் உள்ளடங்கி விடுகிறது.

இயற்கை பற்றிய கருத்தோட்டத்தில் புரட்சி ஏற்படுவது அதற்குரிய நேர்முக விவரப்பொருள்கள் ஆராய்ச்சித் துறையால் எந்தளவுக்கு வழங்கப்படுகின்றன என்பதைப் பொறுத்திருந்தபோது அதற்கு மிகவும் முன்னதாகவே குறிப்பிட்ட சில வரலாற்று உண்மைகள் புலனாகி, வரலாறு பற்றிய கருத்தோட்டத்தில் தீர்மானகரமான ஒரு மாறுதலுக்கு வழிகோலியிருந்தன. 1831-ல் முதலாவது தொழிலாளி வர்க்க எழுச்சி லியோனில் நடைபெற்றது. 1838க்கும் 1842க்கும் இடையில்

தேச அளவிலான முதலாவது தொழிலாளி வர்க்க இயக்கமாகிய ஆங்கிலேய சார்ட்டிஸ்டுகளின் இயக்கம் அதன் உச்சநிலையை அடைந்தது. மிகவும் முன்னேறிய ஐரோப்பிய நாடுகளின் வரலாற்றில் ஒருபுறத்தில் நவீனத் தொழில் துறையின் வளர்ச்சிக்கும் மறுபுறத்தில் முதலாளித்துவ வர்க்கம் புதிதாய்ப் பெற்றுக்கொண்ட அரசியல் மேலாண்மைக்கும் ஏற்ப பாட்டாளி வர்க்கப் போராட்டம் முன்னிலைக்கு வரலாயிற்று. மூலதனமும் உழைப்பும் ஒருமித்த நலன்கள் கொண்டவை என்றும், தடையில்லாப் போட்டியின் விளைவாய் சர்வவியாபகமான இசைவும் சுபிட்சமும் உண்டாகும் என்றும் முதலாளித்துவப் பொருளியல் கூறியவற்றை உண்மைகள் மேலும் மேலும் வலிமையாகப் பொய்ப் பித்து வந்தன. இவற்றை எல்லாம் இனி கவனியாது ஒதுக்க முடியவில்லை; அதேபோல குறைபாடானதுதான் எனினும் இவற்றின் தத்துவார்த்த வெளிப்பாடாய் அமைந்த பிரெஞ்சு ஆங்கிலேய சோசலிசத்தையும் கவனியாது ஒதுக்க முடியவில்லை. ஆனால் வரலாறு பற்றிய பழைய கருத்துமுதல்வாதக் கண்ணோட்டம் இன்னமும் கழித்துக் கட்டப் படாமலே இருந்து வந்தது; இந்தக் கருத்தோட்டம் பொருளாதார நலன்களை அடிப்படையாய்க் கொண்ட வர்க்கப் போராட்டங்கள் குறித்து, பொருளாதார நலன்கள் குறித்து ஏதும் அறியாதது; பொருளுற் பத்தியும் மற்றும் பொருளாதார உறவுகள் யாவுமே இதில் இடைக் குறிப்பாகவே, "நாகரிகத்தினுடைய வரலாற்றின்" கீழ்நிலைக் கூறுகளாகவே இடம் பெற்று வந்தன.

கடந்த வரலாறு அனைத்தும் புதிதாய்ப் பரிசீலினை செய்யப் படுவதை இந்தப் புதிய உண்மைகள் அவசியமாக்கின. இதன்பின் கடந்த வரலாறு அனைத்துமே (அதன் முதிர்ச்சியற்ற புராதன கட்டங்களைத் தவிர்த்து) வர்க்கப் போராட்டங்களின் வரலாறே என்பது புலனாயிற்று;[29] போரிடும் இந்தச் சமூக வர்க்கங்கள் எப்பொழுதுமே பொருளுற்பத்தி பரிவர்த்தனை முறைகளின் விளைவாய் உருவாகின்றவை - சுருங்கக் கூறுமிடத்து அவற்றின் காலத்தியப் பொருளாதார நிலைமைகளின் விளைவாய் உருவாகின்றவை - என்பது புலனாயிற்று. சமுதாயத்தின் பொருளாதாரக் கட்டமைப்புதான் மெய்யான அடித்தளமாய் எப் பொழுதும் அமைகிறது. இதிலிருந்து தொடங்கினால்தான் வரலாற்றின் அந்தந்தக் காலக் கூறுக்குரிய நீதிநெறி அரசியல் நிறுவனங்களுக்கும் மற்றும் சமயக் கருத்துகளும் தத்துவவியல் கருத்துகளும் பிற கருத்து களுமாகிய மேற்கட்டுமானம் அனைத்திற்கும் நாம் முடிவான விளக்கம் காண முடியும். (வரலாற்றை இயக்கமறுப்பியலிலிருந்து ஹெகல் விடுவித்திருந்தார் - வரலாற்றை அவர் இயக்கவியல் தன்மையதாக்கி யிருந்தார். ஆனால் வரலாறு பற்றிய அவரது கருத்தோட்டம் சாராம்சத்தில் கருத்துமுதல்வாத வகைப்பட்டதாகவே இருந்தது.)

முடிவில் இப்பொழுது கருத்துமுதல்வாதம் அதன் கடைசிப் புகலிடமாய் அமைந்திருந்த வரலாற்றின் தத்துவவியலிலிருந்து விரட்டப்பட்டது. இப்பொழுது வரலாற்றுக்குப் பொருள்முதல்வாத விளக்கம் முன்வைக்கப்பட்டது. இதுகாறும் செய்யப்பட்டது போல மனிதனது உணர்வைக் கொண்டு அவனுடைய வாழ்நிலைக்கு விளக்கம் கூறுவதற்குப்பதில் மனிதனது வாழ்நிலையைக் கொண்டு அவனுடைய உணர்வுக்கு விளக்கம் கூறுவதற்கு ஒரு வழி கண்டறியப்பட்டது.

(அது முதலாய் சோசலிசம் இந்த அல்லது அந்த மேதாவிலாச மூளையின் அகஸ்மாத்தான கண்டுபிடிப்பாய் இல்லாமல் வரலாற்று வழியில் வளர்ச்சியுற்ற இரு வர்க்கங்களிடையே - பாட்டாளி வர்க்கத்துக்கும் முதலாளித்துவ வர்க்கத்துக்கும் இடையே நடைபெறும் போராட்டத்திலிருந்து தோன்றிய அவசிய விளைவு ஆயிற்று. இனி சோசலிசத்தின் பணி சாத்தியமான முழு அளவுக்குக் குற்றங்குறை யில்லாத நிறைவான ஒரு சமுதாய அமைப்பை உற்பத்தி செய்வதல்ல; தவிர்க்க முடியாத அவசியத்தின் காரணமாய் இந்த வர்க்கங்களும் இவற்றுக்கிடையிலான பகைமையும் உதித்தெழும் நிகழ்ச்சிகளது வரலாற்று - பொருளாதார வரிசையமைப்பைப் பரிசீலிப்பதும் இவ்வாறு தோற்றுவிக்கப்படும் பொருளாதார நிலைமைகளில் இந்த மோதலுக்கு முடிவுகட்டுவதற்கான சாதனங்களைக் கண்டுபிடிப்பதும் தான் அதற்குரிய பணியாகும்).

ஆனால் இயற்கை பற்றி பிரெஞ்சுப் பொருள்முதல்வாதிகளுக்கு இருந்த கருத்தோட்டம் எப்படி இயக்கவியலுக்கும் நவீன இயற்கை விஞ்ஞானத்திற்கும் ஒவ்வாததாய் இருந்ததோ, அதே அளவுக்கு முந்தைய நாட்களது சோசலிசம் இந்தப் பொருள்முதல்வாதக் கருத்தோட்டத்துக்கு ஒவ்வாததாய் இருந்தது. முந்தைய நாட்களது சோசலிசம் நடப்பிலுள்ள முதலாளித்துவப் பொருளுற்பத்தி முறையையும் அதன் விளைவு களையும் கண்டன விமர்சனம் செய்தது மெய்தான். ஆனால் அதனால் அவற்றுக்கு விளக்கம் கூறமுடியவில்லை, ஆகவே அவற்றின் மீது ஆண்மை பெற இயலவில்லை. அவற்றைத் தீயவை என்பதாய் நிராகரிக்க மட்டுமே அதனால் முடிந்தது. (தொழிலாளி வர்க்கம் சுரண்டப்படுவதை, முதலாளித்துவத்தில் தவிர்க்க முடியாததாய் இருக்கும் இதனை இந்த முந்தைய சோசலிசம் எவ்வளவுக்கு எவ்வளவு கடுமையாய்க் கண்டித்துச் சாடியதோ அவ்வளவுக்கு அவ்வளவு குறைவாகவே அதனால் இந்தச் சுரண்டல் எதில் அடங்கியிருந்தது, இது எப்படி ஆரம்பமாயிற்று என்பதைத் தெளிவுபடக் காட்ட முடிந்தது.) ஆனால் இதைச் செய்வதற்குத் தேவையாய் இருந்தது என்னவென்றால் - 1) முதலாளித்துவப் பொருளுற்பத்தி முறையை அதன் வரலாற்றுத் தொடர்பிலும், குறிப்பிட்ட வரலாற்றுக் காலக்கூறில் அது தவிர்க்க

முடியாததாவதிலும் தெளிவுபடக் காட்டி, இவ்விதம் அதன் வீழ்ச்சியும் தவிர்க்க முடியாததாகி விடுவதைத் தெளிவுபடுத்தல்; 2) இன்னமும் தெளிவுபடுத்தப்படாத இரகசியமாய் இருந்து வந்த அதன் சாராம்சத் தன்மையை அம்பலப்படுத்திக் காட்டுதல், ஏனெனில், இதைக் கண்டன விமர்சனம் செய்தவர்கள் அதன் மாற்றப்போக்கைத் தாக்காமல் இதுகாறும் அதன் தீய விளைவுகளையே தாக்கிவந்துள்ளனர். உபரி மதிப்பு கண்டுபிடிக்கப்பட்டதன் மூலம் இவை செய்யப்பட்டன. ஊதியம் தரப்படாத உழைப்பை அபகரித்துக் கொள்வதுதான் முதலாளித்துவப் பொருளுற்பத்தி முறைக்கும், அதன் கீழ் தொழிலாளர் சுரண்டப்படுதலுக்கும் அடிப்படையாய் அமைகிறதென்று தெளிவு படுத்தப்பட்டது. முதலாளி தனது தொழிலாளியின் உழைப்புச் சக்தியை சந்தையில் விற்பனைக்கு வரும் பரிவர்த்தனைப் பண்டம் என்ற முறையில் அதற்குரிய முழு மதிப்பையும் தந்து வாங்கிக் கொண்டாலுங் கூட தாம் தந்ததற்கும் கூடுதலாய் அதிலிருந்து மதிப்பை வடித்தெடுத்துக் கொள்கிறார் என்பது விளக்கிக் காட்டப்பட்டது. உடமையாளர் வர்க்கங்களது கைகளில் தொடர்ந்து மேலும் மேலும் குவிந்து வரும் பெருந்தொகையான மூலதனத்திற்கு ஆதாரமாயுள்ள அந்த மதிப்புத் தொகைகள் இறுதியாய் ஆராய்கையில் இந்த உபரி மதிப்பிலிருந்து தான் பெறப்படுகின்றன என்பதும் தெளிவாய்க் காட்டப்பட்டது. முதலாளித்துவப் பொருளுற்பத்தியின் பிறப்பும் மற்றும் மூலதனத்தின் உற்பத்தியும் விளக்கப்பட்டன.

வரலாறு பற்றிய பொருள்முதல்வாதக் கருத்தோட்டம் மற்றும் உபரி மதிப்பு மூலம் முதலாளித்துவப் பொருளுற்பத்தியின் இரகசியம் புலப்படுத்தப்படல் ஆகிய இந்த மாபெரும் இரு கண்டுபிடிப்பு களுக்காக நாம் மார்க்சுக்குக் கடமைப்பட்டிருக்கிறோம். இந்தக் கண்டுபிடிப்புகளின் விளைவாய் சோசலிசம் ஒரு விஞ்ஞானமாயிற்று. இனி அடுத்தபடி செய்ய வேண்டியிருந்த பணி அதன் எல்லா விவரங் களையும் (உறவுகளையும்) வகுத்தமைத்திடுவதுதான்.

ஹெர் ஓய்கேன் டூரிங் பெருமளவு ஆரவாரத்தோடு மேடை மீது ஏறித் தாம் தத்துவவியல், அரசியல் பொருளாதாரம் மற்றும் சோசலிசத்தில் முழுமையான புரட்சியை வெற்றிகரமாக நிறைவேற்றி விட்டதாகப் பறைசாற்றிய பொழுது தத்துவார்த்த சோசலிசம் மற்றும் காலாவதியாகிவிட்ட தத்துவவியல் துறைகளில் நிலைமைகள் தோராயமாக இவ்வாறுதான் இருந்தன.

ஹெர் டூரிங் நமக்கு அளிக்கும் வாக்குறுதிகள் என்ன, தமது வாக்குறுதிகளை அவர் எவ்வாறு நிறைவேற்றுகிறார் என்பதைப் பார்ப்போம்.

2. ஹெர் டூரிங் வாக்களிப்பது என்ன?

இங்கு நாம் பிரதானமாயும் அக்கறை கொண்டுள்ள ஹெர் டூரிங்கின் நூல்கள் Kursus der Philosophie, Kursus der National-und Sozialokonomie, மற்றும் Kritisope Geschichte der Nationalokonomie und des Sozialismus என்பனவே.[30] முதலில் குறிப்பிடப்பட்ட நூலே இங்கு விசேஷமாய் நமது கவனத்தை ஈர்க்கிறது.

முதல் பக்கத்திலேயே ஹெர் டூரிங்

"இந்தச் சக்தியை (தத்துவவியல்) தனது யுகத்திலும் அதன் உடனடியான வரவிருக்கும் வளர்ச்சிக்காகவும் பிரதிநிதித்துவப் படுத்துவதாக உரிமை கொண்டாடும் மனிதனாகத்" தன்னைத் தானே அறிமுகப்படுத்திக் கொள்கிறார்.

இவ்வாறாக அவர் தன்னைத்தானே இன்றைக்கும் "வரப்போகும்" எதிர்காலத்திற்குமான ஒரே உண்மைத் தத்துவஞானி என்று பறை சாற்றிக் கொள்கிறார். அவரிடமிருந்து யார் விலகிச் சென்றாலும் அவர்கள் உண்மையிடமிருந்து விலகிச் சென்றவர்களாவர். ஹெர் டூரிங்குக்கு முன்பாகவும் கூடப் பலபேர்- ரீஹார்ட் வாக்னர் தவிர - சிறிதளவு இந்த வகையில் தம்மைப் பற்றி எண்ணியிருந்தார்கள் - ஆனால் இவர்தான் முதன்முதலாக இவ்வாறு அமைதியாக உளறிக் கொட்டியவர் போலும். அவர் குறிப்பிடும் உண்மை

"அறுதியும் உறுதியுமான உண்மை".

ஹெர் டூரிங்கின் தத்துவவியல்.

"இயற்கை முறை அல்லது எதார்த்தத்தின் தத்துவவியலாகும்... அதில் எதார்த்தம் கருக்கொண்டிருக்கும் விதம், உலகம் பற்றிய ஒரு கற்பனையான அகநிலையாகக் கட்டுப்படுத்தப் பெற்ற கருத்தோட்டத்திற்கான எவ்விதப் போக்கும் விலக்கப்படும் வகையில் உள்ளது."

எனவே இந்தத் தத்துவவியல் ஹெர் டூரிங் தானே மறுக்க இயலாத தனது சொந்த அகநிலைக் குறைபாடுகளின் வரம்புக்கு மேல் அவரை உயர்த்தும் தன்மையுடையதாக இருக்கிறது. அவர் அறுதியும் இறுதியுமான உண்மையை வகுத்தளிக்கும் நிலையில் இருக்கவேண்டு

மானால் இது உண்மையில் அவசியம், எனினும் இந்த அற்புதம் எவ்வாறு நிகழப்போகிறது என்பது இதுவரை எமக்குத் தெரிகிறது.

"தன்னிலையிலேயே மனதிற்குப் பயன் தரும் இந்த இயற்கை முறை அறிவு", "சிந்தனையின் அறிவாழத்திலிருந்து கொஞ்சமும் குறைவு படுத்தாத விதத்தில் வாழ்வின் அடிப்படை வடிவங்களைப் பத்திரமாக நிலைநாட்டியது." அதன் உண்மையிலேயே விமரிசனத் தன்மை கொண்ட நோக்கு நிலையில்" இருந்து அது "ஒரு தத்துவ வியலின் கூறுகளை" வழங்குகிறது, "இது உண்மையானது எனவே இயற்கையின் மற்றும் வாழ்க்கையின் எதார்த்தத்திற்கு நெறி யாக்கம் செய்யப்பட்டுள்ளது, இந்தத் தத்துவவியல் வெறும் தோற்றத்திலான அறிவெல்லையின் செல்தகைமையை அனுமதிக்க முடியாது. ஆனால் அதன் வலிமையாகப் புரட்சி மயமாக்கும் இயக்கத்தில் புற மற்றும் அகத்தன்மையதான மண்ணகங் களையும் விண்ணகங்களையும் திறந்து காட்டுகிறது." இது "சிந்தனையின் ஒரு புது முறை", இதன் விளைவுகள் "அடிமுதலே சுயமான முடிவுகளும் கருத்துகளுமாகும்... அமைப்புகளைப் படைக்கும் கருத்துகள் - நிலைநாட்டப் பெற்ற உண்மைகள்." இதனுள் நம்முன்னே "செறிவான முன்முயற்சியில் தம் வலிமை யினைக் காணும் ஒரு பணி இருக்கிறது"- இதன் பொருள் எது வாயினும்சரி, வேர்களை நோக்கிச் செல்லும் அலசி ஆராய்தல்... ஆழவேரூன்றிய விஞ்ஞானம்... பொருட்கள் மனிதர்கள் பற்றிய கறார்த்தன்மை கொண்ட விஞ்ஞானக் கருத்தோட்டம்... ஒரு சகலதுறை நுழை நோக்குடைய சிந்தனைப் பணி, சிந்தனையால் கட்டுப்படுத்தக் கூடியதான, முற்கூற்றுகளையும் முடிவுகளையும் படைப்பாற்றல் முறையில் மலர்ச்சியுறச் செய்தல்... முற்றமுழு அடிப்படை யானது."

பொருளியல் மற்றும் அரசியல் துறைக்கு அவர் நமக்கு.

"வரலாற்றுவழி மற்றும் முறையான சர்வாம்ச நூல்களை" தருவதோடு மட்டும் நின்றுவிடவில்லை, இவற்றில் வரலாற்று வழி நூல்கள் "பெருமித நடையிலான எனது வரலாற்று வர்ணனையை" மிகையாகக் குறிப்பிடுவதாகும்; அதேபொழுதில் பொருளியல் பற்றிய நூல்கள் "படைப்பாற்றல் திருப்பங்களை" ஏற்படுத்தியுள்ளன;

எதிர்கால சமுதாயத்திற்காக முழுமையாக வகுக்கப் பெற்றதான அவரது சொந்த சோசலிசத் திட்டத்தை நிறைவு செய்திருக்கிறார், இத்திட்டம்

"விஷயங்களின் இறுதி வேர்களுக்குச் செல்லும் தெளிவான தத்துவத்தின் நடைமுறைப் பலனாகும்."

எனவே டூரிங்கின் தத்துவவியல் போன்று இத்திட்டம் பிழை யற்றது, விமோசனத்திற்கான ஒரே வழியை வழங்குகிறது.

"எனது 'அரசியல் மற்றும் சமூகப் பொருளாதாரப் பாடத்தில்', நான் விரித்துரைத்துள்ள அந்த சோசலிசக் கட்டமைப்பில் மட்டுமே ஓர் உண்மை உடமையாளர் உடமை உரிமையின் இடத்தை மேற்கொள்ள முடியும், இது வெறும் மேலீடான தோற்றம், தற்காலிகமானது, வன்முறையைக் கூட அடிப்படை யாக்கியதாகும்." எதிர்காலம் இந்த நெறியாண்மைகளைப் பின்பற்ற வேண்டும்.

ஹெர் டூரிங்குக்கு ஹெர் டூரிங்கே புகழ்மாலைகள் சூட்டிக் கொள்வதை எளிதாக இன்னும் பத்து மடங்கு பெரிதாக்கலாம். தாம் தொடர்பு கொண்டுள்ளவர் உண்மையிலேயே ஒரு தத்துவவியல் அறிஞர்தானா என்ற ஓரளவு ஐயத்தை இது வாசகர் மனதில் ஏற்கெனவே உருவாக்கியிருக்கும் - மேலே குறிப்பிட்ட "ஆழ வேரூன்றிய தன்மையை" மேலும் நெருக்கமாகப் பரிசீலித்து அறியும் வரையில் வாசகர் தமது தீர்ப்பை ஒத்திவைக்குமாறு நாம் வேண்டிக் கேட்டுக் கொள்ள வேண்டும். மேற்சொன்ன நூற்கோவையைக் கொடுத்ததற்குக் காரணம் நம்முன் இருப்பவர் தமது கருத்துகளை வெளியிடுவதோடு நின்று அவற்றின் மதிப்பை நிர்ணயிக்கும் பொறுப்பினை எதிர் காலத்திடம் விட்டு விடும் ஏதோ ஒரு சாதாரணத் தத்துவவியல் அறிஞர் அல்லது சோசலிசவாதி அல்ல, மாறாக முற்றிலும் அசாதாரணமான பேர்வழி, தவறிழைக்காதிருப்பதில் தாம் போப்புக்குச் சற்றும் குறைந்த வரல்ல என்று உரிமை கொண்டாடுபவர், அவரது போதனை மட்டும் விமோசனத்திற்கான ஒரே மார்க்கம், வெறுக்கத்தக்க பாவத்திற்குள் விழாதிருக்க விரும்பும் எவரும் இதை அப்படியே ஏற்றுக்கொள்ள வேண்டும் என்பதே அவர் கூற்று. இங்கு நம் எதிரே இருப்பது அனைத்து சோசலிச இலக்கியத்திலும் அண்மையில் ஜெர்மன் சோசலிச இலக்கியத்திலும் பல்கிக் கிடந்த படைப்புகளில் ஒன்றல்ல என்பது நிச்சயம். அந்த நூல்களில் பல்வேறு திறமை வாய்ந்த மக்கள் உலகில் மிகவும் நேர்மையான வழியில் தமது மனதிலுள்ள பிரச்சினை களுக்குப் பரிகாரம் தேட முயல்கின்றனர். அவர்களிடம் போதிய விவரப்பொருட்கள் இல்லாதிருக்கலாம்; இந்த நூல்களின் விஞ்ஞான, இலக்கியக் குறைபாடுகள் எதுவாக இருந்த பொழுதிலும் அவற்றின் சோசலிச நல்லெண்ணம் எப்போதுமே அங்கீகாரம் பெறத்தகுதியுள்ள

தாகும். அதற்கு நேர்மாறாக, ஹெர் டூரிங் அறுதியும் இறுதியுமான உண்மைகள் என்று அவரே பிரகடனம் செய்யும் கோட்பாடுகளை நமக்கு வழங்குகிறார், எனவே இவற்றோடு மோதும் எந்தக் கருத்தும் துவக்க முதலே பொய்யானவை; அவர் தம்மிடம் தனி உரிமையான உண்மையை மட்டுமின்றி ஒரே கறாரான விஞ்ஞானமுறை ஆராய் தலையும் உடமையாக வைத்திருக்கிறார், இதற்கு மாறுபாடான இதர முறைகள் அனைத்தும் விஞ்ஞான ரீதியற்றவை என்று வாதிக்கிறார். ஒன்று அவரது கூற்றுச் சரியாக இருக்க வேண்டும் - இங்கு நம்முன் இருப்பது எல்லாக் காலத்திற்குமான மாபெரும் மேதை, முதல் மீமனிதர், ஏனெனில் தவறிழைக்காத மனிதர். அல்லது அவரது கூற்றுத் தவறாக இருக்க வேண்டும் - அப்படியானால் நமது தீர்ப்பு எதுவாக இருப்பினும், அவரிடம் இருந்திருக்கலாம் என்று கருதக்கூடியதான நல்லெண்ணங்கள்பால் தோற்றுவிக்கும் அனுகூலமான பரிவு ஹெர் டூரிங்குக்கு இழைக்கப்படும் மிகவும் கொடுமையான அவமதிப்பாகவே இருக்கும்.

ஒரு மனிதர் தம்மிடம் அறுதியும் இறுதியுமான உண்மையையும், ஒரே கறாரான விஞ்ஞான முறையையும் உடமையாக வைத்திருக்கும் பொழுது, அவர் தவறிழைக்கும் விஞ்ஞான வழிப்படாத மீதி மனிதர்கள் மீது ஓரளவு வெறுப்புக் கொண்டிருப்பது இயல்பே. எனவே ஹெர் டூரிங் தமது முன்னோடிகள் பற்றி மிகவும் கேவலமாகப் பேசினார் என்றால், அவரால் விதிவிலக்குச் செய்யப்பட்டதால் பெரிய மனிதர்கள் என்றழைக்கப்படும் ஒரு சிலர் மட்டுமே அவரது "ஆழ வேரூன்றிய தன்மையின்" காருண்யத்தைக் காண முடியும் என்றால் இதைக் கண்டு நாம் வியப்படைய வேண்டுவதில்லை.

தத்துவவியலாளர் பற்றி அவர் கூறப்போவதென்ன என்பதை முதலில் கேட்போம்:

> "லைப்னிட்ஸ் எல்லா அரண்மனை- தத்துவவியலாளர்களிலும் சிறந்தவர் உத்தம உளப்பாடு எதுவும் இல்லாதவர்."
>
> கான்ட் இன்னும் ஏதோ சற்றுச் சகித்துக் கொள்ளப்பட்டிருக் கிறார்; அவருக்குப் பிறகு எல்லாம் குழப்பத்தினுள் சென்று விட்டது.
>
> "பின்னால் உடனடி பின்தோன்றலாக வந்த பிறவிகளான ஃபிஹ்டே மற்றும் ஷெல்லிங்கின் வெறிப்பிதற்றல்களும் அதற்குச் சமமான சிறுபிள்ளைத்தனமான கிலி கொண்ட முட்டாள் தனங்களும் தொடர்ந்தன; அறியாத இயற்கைத் தத்துவ

விசாரணையின் கோரமான கேலிச்சித்திரங்கள்... கான்ட்டுக்குப் பிந்தைய காலத்திய கோரக் கொடுமைகள்... "ஒரு ஹெகலால்" முடிசூட்டப் பெற்ற "வெறிப்பிதற்றல் கற்பனைகள்" தொடர்ந்தன. கடைசியாகக் குறிப்பிட்ட பேர்வழி "ஹெகலின் பரிபாஷைச் சொற்களைப்" பயன்படுத்தி வடிவிலும்கூட விஞ்ஞானத் தன்மை யற்ற பாங்கு மூலமும், தனது "ஜீரணிக்க முடியாத கருத்துகள்" மூலமும் "ஹெகல் கொள்ளை நோயைப்" பரப்பினார்.

இயற்கை விஞ்ஞானிகளின் நிலை சற்றும் மேலானதல்ல, டார்வின் மட்டுமே பெயர் கூறி அழைக்கப்படுவதால் அவரளவில் நாம் பின் வருவதை வரையறுத்துக் கொள்வோம்:

> *"டார்வினிய அரைக் கவிதையும், உருமாற்றத்திலான சாமர்த்தியமும், அவற்றின் முரடான தன்னுணர்வான குறுகிய தன்மை வாய்ந்த விளக்கமும், வகையீடு செய்வதிலான மழுங்கடித்த சக்தியும்... லாமார்க்கின் வாய்ப்பாடுகளை விலக்கிவிட்டால் டார்வினியத்தில் பிரத்தியேகமாக நிற்பது மனித குலத்தை எதிர்த்து ஏவப்படும் காட்டுமிராண்டித்தனமே என்பதே எமது கருத்து."*

சோசலிஸ்டுகள் பாடு படுமோசம். அவர்களில் மிகவும் முக்கிய மற்றவரான லூயீ பிளாங்கி நீங்கலாக அவர்கள் அனைவரும் பாவிகள், ஹெர் டூரிங்குக்கு முன்போ பின்போ பெருமை பெற்றிருக்க வேண்டிய தகுதியில்லாதவர்கள். உண்மை மற்றும் விஞ்ஞான முறை விஷயத்தில் மட்டுமின்றி அவர்களது பண்பு விஷயத்திலும் தகுதியற்றவர்கள். பாபெஃபும் மற்றும் 1871 கம்யூனார்டுகளில் சிலரும் தவிர மற்ற எவரும் "ஆண்கள்" அல்ல. மூன்று கற்பனாவாதிகளும் "சமூக இரசவாதிகள்" என்று அழைக்கப்படுகின்றனர். அவர்களில் வைத்து ஸான்சிமோன் விஷயத்தில் சற்றுச் சலுகை காட்டப்படுகிறது, அவர் "சிந்தனையைப் புகழ்ந்தார்" என்ற அளவுக்கு மட்டுமே குற்றம் சாட்டப்படுகிறார். அவர் சமயப் பித்தினால் வருந்தினார் என்று ஓர் இரக்கக் குறிப்பும் உள்ளது. ஃபூரியேவைப் பொறுத்தவரை ஹெர் டூரிங் முற்றிலும் பொறுமை இழந்து விடுகிறார். காரணம்

> "ஃபூரியே பைத்தியக்காரத்தனத்தின் எல்லாக் கூறுகளையும்... பைத்தியக்கார விடுதிகளில் சகஜமாக ஒருவர் காணப்பெரிதும் எதிர்பார்க்கும் கருத்துகளையும்... ஆக மடத்தனமான கனவு களையும்... ஜன்னி வெறியின் விளைவுகளையும் வெளிப்படுத்தினார்... சொல்ல முடியாத அளவில் மடத்தனமான ஃபூரியே" இந்தச் "சிறுபிள்ளைத்தனமான மூளை" இந்த "முட்டாள்", இதற்கும்

மேல் ஒரு சோசலிஸ்டு கூட அல்ல; அவரது சமுதாயப் பொது வாழ்வுத் திட்டம் அறவே[31] ஒரு பகுத்தறிவு சோசலிசத்தின் பகுதி அல்ல; மாறாக "அன்றாட வாணிபத்தின் பாணியில் கட்டப்பட்ட கேலிச்சித்தி ரமேயாகும்."

இறுதியாக

(நியூட்டன் பற்றி ஃபூரியேவின்) "உணர்ச்சி வர்ணனைகளில் ஃபூரியே பெயரிலும், ஃபூரியேரியம் முழுவதிலும் முதல் அசையான (ஃபூ - பிரெஞ்சில் வெறித்தனம்) இருப்பதைப் போதியளவு மெய்யாகத் தெரிந்துகொள்ளாமல் எவனாவது இருப்பானாகில், இவற்றில் ஏதாவது உண்மை இருக்கிறது என்று கருதுவானாகில் அவன் முட்டாள்களின் ஏதாவது ஒருவகை இனத்தில் சேர்க்கப்பட வேண்டியவனாகி விடுவான்."

இறுதியாக ராபர்ட் ஓவன்

"பலவீனமான அற்பமான கருத்துகள் கொண்டிருந்தார்... அற நெறியில் அவரது அறிவாய்வு மிகவும் முரடானதாக இருந்தது... யாவரும் அறிந்த ஒரு சில செய்திகள் கோணல் நெறிகளாகச் சீரழிந்தன... விஷயங்களைப் பார்ப்பதில் முட்டாள்தனமான முரடான முறை... ஓவனது கருத்துகளின் வரிசை இதைவிட மிகவும் பொறுப்பான விமரிசனத்துக்கு உட்படுத்தச் சற்றும் தகுதியற்றது... அவரது வீண் இடம்பம்" இத்தியாதி.

மிகவும் வேடிக்கையான முறையில் ஹெர் டூரிங் கற்பனாவாதி களை அவர்களது பெயர்களைச் சுட்டியே வர்ணனை செய்கிறார்: ஸான் சிமோன் - saint (புனிதமான); ஃபூரியே - fou (வெறி); என்பான்டின் - enfant (சிறுபிள்ளைத்தனம்); ஓவனுக்கு - o woe! (ஓ துயரம்!) என்பதைச் சேர்க்க வேண்டியதே பாக்கி. இவ்வாறு சோசலிசத்தின் வரலாற்றில் ஒரு முக்கியமான காலகட்டம் நாலே சொற்களில் வெளிப்படையாகக் கண்டனம் செய்யப்பட்டுள்ளது. இதைப் பற்றி எவருக்காவது சந்தேகம் எழுமானால் "அவர் முட்டாள்களின் ஏதாவது ஒரு வகை இனத்தில் சேர்த்துக் கொள்ளப்படுவார்."

பிற்காலத்திய சோசலிஸ்டுகள் பற்றிய டூரிங்கின் கருத்தைப் பொறுத்தவரை சுருக்கமாகக் கூற வேண்டும் என்பதால் லஸ்ஸால், மற்றும் மார்க்ஸ் பற்றி அவர் கூறியுள்ளதை மட்டுமே இங்கு தருகிறோம்:

லஸ்ஸால்: "தடையின்றி வளம் பெற்றிருந்த சமயசித்தாந்தத்தைப் பரப்புவதற்காகப் பண்டிதபாணி மயிர் - பிளந்து நடத்தும் முயற்சிகள்... பொதுவான தத்துவங்கள் அற்பமான குப்பைக் கூளங்களின் கோரமான கதம்பம்... அர்த்தமற்ற ஒழுங்கற்ற ஹெகல் மூடநம்பிக்கை... ஒரு பயங்கர உதாரணம்... தனக்கே பிரத்தியேகமான குறுகிய மனப்பான்மை - மிகவும் அற்பமான சில்லரை விஷயங்களை ஆடம்பரமாக விளம்பரம் செய்தல்... எமது யூதவீரர்... சிறுபிரசுர எழுத்தாளர்... வாழ்க்கை பற்றியும் உலகம் பற்றியுமான தமது நோக்கில் சாமானியத் தன்மையும் உள்ளார்ந்த உறுதியின்மையும் கொண்டிருந்தார்.

மார்க்ஸ்: "கருத்தோட்டத்தின் குறுகியதன்மை... அவரது படைப்பு களையும் சாதனைகளையும் அவற்றின் அளவிலேயே, முற்றிலும் தத்துவார்த்த நோக்கு நிலையிலிருந்து பார்க்கும்போது எமது துறையில் (சோசலிசம் பற்றிய விமர்சன வரலாறு) அவற்றுக்கு எவ்வித நிரந்தர முக்கியத்துவமும் கிடையாது. அறிவுத் துறைப் போக்குகளின் பொது வரலாற்றில் அவை அதிகபட்சம் இன்றைய செக்டேரியன் சமயவாத இயலின் ஒரு பிரிவின் செல்வாக்கின் அடையாளங்கள் என்று சுட்டிக் காட்டலாம்... ஒருமுகப்படுத்தல் முறைப்படுத்தல் என்ற ஆற்றல்களில் வலிமையின்மை... சிந்தனை யிலும் நடையிலும் உருச்சிதைவு, மொழி நடையில் மதிப்பிழந்த போலிப் பகட்டு, ஆங்கில மோகத் தற்பெருமை... மோசம் செய்தல்... மலட்டுத்தனமான கருத்தோட்டங்கள்... இவை உண்மையில் வரலாற்று மற்றும் தர்க்கவியல் கற்பனைகளின் இழிபிறவிகளே... ஏமாற்றும் திருகுதாளம் சொந்த இடம்பம்... இழிந்த போலிநடை.... சிடுசிடுப்பான கோமாளித்தனம் வேடிக் கையாக நடப்பது போலப் பாவனை... சீனத்துப் புலமை... தத்துவவியல் மற்றும் விஞ்ஞானத்தில் அறிவு முதிராத் தன்மை."

இவ்வாறு இப்படியே - இது டூரிங்கின் ரோஜாத் தோட்டத்தி லிருந்து சிறியளவில் மேலோட்டமாகக் கொய்து தொடுத்த மலர்ச் செண்டு. தற்போது இந்தக் கேண்மையான ஏச்சுச் சொற்றொடர் களும் கூட - அவருக்குக் கல்வி போதனை என்று ஏதாவது இருந் திருக்குமானால் அது ஹெர் டூரிங் இழிந்த சிடுசிடுப்பான எதையும் காணாது தடுத்திருக்க வேண்டும் - அறுதியும் இறுதியுமான உண்மை களா என்பது பற்றி நாம் கிஞ்சிற்றும் கவலைப்படவில்லை என்பது புரிந்து கொள்ளப்பட வேண்டும். இப்போதைக்கு அவற்றின் ஆழ வேரூன்றிய தன்மை பற்றி எந்தவொரு ஐயமும் எழுப்புவது பற்றிப்

பாதுகாப்பாக இருப்போம். இல்லையேல் நாம் முட்டாள்களின் எந்த வகை இனத்தைச் சேர்ந்தவர்கள் என்று கண்டுபிடிப்பதிலிருந்து கூடத் தடுக்கப்படலாம்.

"பரிவுடையவரின் தேர்ந்தெடுத்த மொழிநடை, அதன் உண்மை யான பொருளில் நிதானமான விளக்க முறை" என்று ஹெர் டூரிங் கூறுவதன் ஓர் உதாரணத்தை ஒருபுறம் எடுத்துக் காட்டுவதும், மறுபுறம் ஹெர் டூரிங்கைப் பொறுத்தவரை அவரது முன்னோடிகளின் உதவாக் கரைத் தன்மை அவரது சொந்தப் பிழையற்ற தன்மையின் அளவுக்கு ஒப்பாக நிலைநாட்டப்பட்டுவிட்ட உண்மை என்பதை தெளிவாக்குவதும் எமது கடமை என்று கருதினோம். இதன் பின்னால் எல்லாக் காலங் களுக்குமான மாவலிமை பெற்ற மேதை முன் - நிலைமைகள் உண்மையில் அவ்வாறு இருக்குமானால் - ஆழ்ந்த வணக்கத்துடன் நிலம்படிந்து பணியோம்.

பாகம் 1
தத்துவஞானம்

3. வகைப்படுத்துதல்: மன நிச்சயவாதம்

ஹெர் டூரிங்கின் கூற்றுப்படி தத்துவஞானம்; உலகம் மற்றும் வாழ்வு பற்றிய ஆக உயர்வடிவிலான உணர்வாகும். விரிவான பொருளில் இது அனைத்து அறிவு மற்றும் விருப்பாற்றல் கோட்பாடுகளைத் தழுவுகிறது. எங்கெல்லாம் பல புலனறி நிலைகள் அல்லது தூண்டுவிப்புகள் அல்லது வாழ்நிலை வடிவங்களின் ஒரு தொகுதி மனித உணர்வினால் பரிசீலிக்கப்படுகின்றனவோ அங்கு இந்த வெளிப்பாடுகளுக்கு அடிப்படையாக அமைந்த கோட்பாடுகள் தவிர்க்க முடியாத நிலையில் தத்துவ ஞானத்தின் பொருளாகிறது. இந்தக் கோட்பாடுகள் பல்வேறான அறிவு மற்றும் விருப்பாற்றலின் எளிமையான - இதுவரையில் எளிது என்று ஊகிக்கப்பெற்ற - பகுதிகளாகும். சேர்மங்களின் இரசாயன கூட்டமைவு போலவே பொருட்களின் பொது அமைப்பினை அடிப்படை வடிவங்கள் மற்றும் அடிப்படை மூலகங்கள் என்று வகுத்தமைக்கலாம். இந்த இறுதியான ஆக்கக் கூறுகள் அல்லது கோட்பாடுகள் ஒரு தடவை கண்டுபிடிக்கப்பட்டுவிட்டால் உடனடியாகத் தெரிந்ததும் மற்றும் அணுகத்தக்கவற்றுக்கும் மட்டுமின்றி, நமக்குத் தெரியாததும், மற்றும் அணுகவியலாதது மான உலகிற்கும் கூட அவை செல்தகைமையுடையனவாகும். இதன் விளைவாக தத்துவஞானக் கோட்பாடுகள் இயற்கையையும் மனித வாழ்வையும் விளக்கக்கூடிய ஒரு சீரான அமைப்பாவதற்கு விஞ்ஞானங்களுக்குத் தேவைப்படுகிற அறுதியான நிறைவாக்கத்தை வழங்குகின்றன. எல்லா வாழ்நிலைகளின் அடிப்படையான வடிவங்களுக்குப் புறம்பாகத் தத்துவஞானத்திடம் இயற்கை மற்றும் மனிதனின் உலகம் என்ற இரு குறிப்பிட்ட விஷயங்களே அலசி ஆராய்வதற்காக உள்ளன. இதற்கேற்ப எமது விவரப் பொருட்கள் மூன்று வகுப்புகளாக முற்றிலும் இயல்பாக ஒழுங்கமைகின்றன. அவையாவன: பிரபஞ்சத்தின் பொது அமைப்பு, இயற்கையின் கோட்பாடுகள் பற்றிய விஞ்ஞானம், கடைசியாக மனித குலத்தின் விஞ்ஞானம். அதே சமயத்தில் இந்த வரிசை ஓர் உள் தர்க்க ரீதியான தொடர் நிகழ்வைக் கொண்டதாக இருக்கிறது. எல்லா வாழ்நிலைக்கும் செல்தகைமையுடைய சகஜமான கோட்பாடுகள் முன் இடம் பெறுகின்றன. அவை பிரயோகிக்கப்பட வேண்டிய பொருட்களின் துறைகள் அவற்றின் கீழ்நிலையின் அளவின்படி பிறகு பின்தொடர்கின்றன.

இதுவரையில் ஹெர் டூரிங்கின் கருத்தை ஏறத்தாழ வார்த்தைக்கு வார்த்தை முழுதுமாகக் கொடுத்தோம்.

எனவே அவர் கையாள்பவை கோட்பாடுகளாகும். இவை புற உலகில் இருந்து அல்லாமல் சிந்தனையிலிருந்து பெறப்பட்டதான, சம்பிரதாயமான சித்தாந்தக் கூறுகளாகும், இவை இயற்கையிலும் மனித உலகிலும் பயன்படுத்தப்பட இருக்கின்றன. எனவே இவற்றுடன் இயற்கையும் மனிதனும் ஒத்துப்போக வேண்டும். ஆனால் சிந்தனை இந்தக் கோட்பாடுகளை எங்கிருந்து பெற்றது? தன் நிலையிலிருந்தா? இல்லை, ஏனெனில் ஹெர் டூரிங் தானே கூறுகிறார்: தூய சிந்தனையின் துறை தர்க்கரீதியான வரைமுறைத் திட்டங்கள் மற்றும் கணக்கியல் வடிவங்களுக்குள் அடங்கியதாக இருக்கிறது (பிந்தையது தவறு என்பதை நாம் மேலும் காண்போம்). தர்க்கரீதியான வரைமுறைத் திட்டங்கள் சிந்தனை வடிவங்களுடன் மட்டுமே தொடர்புடையவை; நாம் இங்கு விளக்குவது புற உலகத்தின் வாழ்நிலையின் வடிவங்களை மட்டுமே; இந்த வடிவங்களை சிந்தனையால் தன்நிலையிலிருந்து என்றும் உருவாக்க முடியாது, பெறமுடியாது; புற உலகில் இருந்து மட்டுமே முடியும். இதோடு உறவுத்தன்மை முழுவதும் தலைகீழாக்கப் படுகிறது; இந்தக் கோட்பாடுகள் இந்த ஆராய்ச்சியின் துவக்க நிலை அல்ல, மாறாக இதன் அறுதிவிளைவே; அவை இயற்கை மற்றும் மனித வரலாற்றில் பிரயோகிக்கப்படுவதில்லை, மாறாக அவற்றிலிருந்து தனித்தெடுக்கப் பெறுகின்றன; இயற்கையோ அல்லது மனித குலத்தின் உலகமோ இந்தக் கோட்பாடுகளை ஒத்துக் கொள்வதில்லை, ஆனால் இந்தக் கோட்பாடுகள் இயற்கை மற்றும் வரலாற்றோடு ஒத்திருக்கும் வரையில் மட்டுமே செல்தகைமை பெற்றதாக உள்ளன. அதுவே பருப்பொருளின் ஒரே பொருள்முதல்வாதக் கருத்தோட்டமாகும். ஹெர் டூரிங்கின் மாறான கருத்தோட்டம் கருத்துமுதல்வாதத் தன்மையுடையதாகும். எல்லாவற்றையும் தலைமீது நிற்கச் செய்வது, ஒரு ஹெகலைப் போலவே, உலகில் ஊழிக்கலாம் முதலாக நிலவிவந்த திட்டங்கள் மற்றும் வகையினங்களைக் கொண்ட கருத்துகளாலும் வரைமுறைகளாலும் நிஜ உலகினை அவரும் உருவாக்குகிறார்.

உண்மையில் நாம் ஹெகலின் கலைக் களஞ்சியத்தையும்[32] அதிலுள்ள வெறித்தனமான கற்பனைக் கனவுகளையும் ஹெர் டூரிங்கின் அறுதியும் இறுதியுமான உண்மைகளுடன் ஒப்பு நோக்கு வோம். ஹெர் டூரிங்கிடம் முதன் முதலாக பொதுவான உலக வரை முறை காணப்படுகிறது. இதனை ஹெகல் தர்க்கவியல் என்று அழைக் கிறார். பிறகு இருவரும் இந்த வரைமுறைகளை அல்லது தர்க்க வியல் வகையினங்களை இயற்கையில் பிரயோகிக்கின்றனர்; பிறகு

இயற்கையின் தத்துவவியல்; இறுதியாக அவற்றை மனிதனது உலகில் பிரயோகிக்கின்றனர். இதனையே ஹெகல் மனதின் தத்துவவியல் என்கிறார். டூரிங் வரிசையின் "உள்தர்க்கவியல் தொடர் நிகழ்வு" நம்மை முற்றிலும் இயல்பாக ஹெகலின் கலைக்களஞ்சியத்திற்கு இட்டுச் செல்கிறது, ஹெகலியன் சீடபரம்பரையினைச் சார்ந்த பெர்லின்வாசி பேராசிரியர் மிஹெலெட் என்ற திக்கின்றித் திரியும் யூதர் கசிந்து கண்ணீர் மல்குமளவுக்கு மெய்ப்பற்றுடன் இது எடுத்தாளப் பட்டுள்ளது.[33]

"உணர்வை"யும் "சிந்தனை"யையும் முற்றிலும் இயற்கைப் பண்பாடு முறையில் வழங்கப்பட்ட ஏதோ ஒன்றாக, வாழ்நிலைக்கும் இயற்கைக்கும் தொடக்க முதலே எதிரான ஏதோ ஒன்றாக ஏற்றுக் கொள்வதனால் வருவது இதுவே. அது அப்படியானால், உணர்வும் இயற்கையும், சிந்தனையும் வாழ்நிலையும், சிந்தனையின் விதிகளும் இயற்கையின் விதிகளும் இத்துணை நெருக்கமாக ஒத்திசைந்து இருப்பது மிகவும் புதுமையாகவே தோன்றுகிறது. சிந்தனையும் உணர்வும் உண்மையில் என்ன, அவை எங்கிருந்து வருகின்றன என்று மேலும் கேள்வி எழுப்பப்படுமானால், அவை மனித மூளையின் விளைவுகள் என்பதும் மனிதனே இயற்கையின் விளைவு என்பதும், அவன் அதன் சுற்றுச்சூழலின் உள்ளும் உடனும் வளர்ந்து வந்திருக் கிறான் என்பதும் தெளிவாகும். எனவே மனித மூளையின் விளைவுகள் இறுதியாக ஆய்வு செய்யும் பொழுதில் இயற்கையின் விளைவு களாகவும் உள்ளன என்பதும் இவை இயற்கையின் இதர இடை உறவுகளுக்கு முரணாக இல்லை, மாறாக அவற்றுக்கு ஒத்திசைவாகவே உள்ளன என்பதும் விளக்கத் தேவையில்லை.[34]

இந்த விஷயத்தை இவ்வளவு எளிதாக விளக்குவதை ஹெர் டூரிங் தமக்குத் தாமே அனுமதிக்க முடியாது. அவர் மனிதகுலத்தின் பேரால் மட்டும் நினைக்கவில்லை - இதுவே சிறிய சாதனையல்ல - எல்லா விண்ணக அமைப்புகளிலுள்ள உணர்வுள்ள அறிவாய்வுடைய ஜீவிகள் அனைத்தின் பெயராலும் சிந்திக்கிறார்.

> "அவற்றுக்கு மானுட என்ற அடைமொழியினைச் சேர்ப் பதன் மூலம் அவற்றின் சர்வ சுதந்திர செல்தகைமையினையும் உண்மையின் பாலான அவற்றின் நிபந்தனையற்ற உரிமை பாராட்டுதலையும் அகற்றவோ அல்லது ஐயத்திற்குள் வைக்கவோ முயல்வது உணர்வு மற்றும் அறிவின் அடிப்படை வடிவங்களை உண்மையில் அவமதிப்புச் செய்வதாகும்."

எனவே விண்ணக அமைப்புகள் சிலவற்றில் இரண்டு முறை இரண்டு ஐந்து என்பது போன்று சந்தேகம் எழாதபடி இருக்க ஹெர்

டூரிங் சிந்தனை "மனிதத்தன்மையுள்ளது" என்று குறித்துக் காட்டத் துணியமாட்டார், எனவே அதை நாம் காண்கிற ஒரே உண்மையான அடிப்படையிலிருந்து அதாவது மனிதன் மற்றும் இயற்கையிலிருந்து அவர் வேறுபடுத்தியாக வேண்டும்; இது அவரைக் காப்பியடிப்பவரைக் "காப்பியடிப்பவராக" வெளிப்படுத்தி ஹெகலின் சித்தாந்தத்தில் போய்ப் படுமோசமாக உருண்டு விழச் செய்கிறது. ஹெர் டூரிங்கை நாம் மீண்டும் இதர விண்ணக அமைப்புகளில் அடிக்கடி நிச்சயம் சந்திப்போம்.

இத்தகைய சித்தாந்த அடிப்படையில் எந்த ஒரு பொருள் முதல்வாத போதனையையும் நிறுவமுடியாது என்பதைச் சொல்லத் தேவையில்லை. இயற்கையில் உணர்வுபூர்வச் செயல்பாடு இருப்பதாக ஹெர் டூரிங் பல தடவை இரகசியமாக ஒப்புக் கொள்ளும்படி நிர்ப்பந்திக்கப்படுகிறார் என்பதைப் பின்னால் காண்போம்; சாமானிய மொழியில் கூறினால் இது கடவுள் என்று கூறப்படும்.

எனினும் நமது எதார்த்தவழி தத்துவஞானிக்கு அனைத்து உண்மைகளின் அடிப்படையையும் உண்மையான உலகிலிருந்து சிந்தனா உலகிற்கு மாற்றிக் கொள்வதற்கான வேறு நோக்கங்கள் இருந்தன. இந்தப் பொதுவான உலக வரையறை வாதத்தின் மற்றும் வாழ்நிலையின் சம்பிரதாயமான கோட்பாடுகளின் விஞ்ஞானமே சரிநுட்பமாயும் ஹெர் டூரிங்கின் தத்துவஞானத்தின் அடிப்படையாக இருக்கிறது. உலக வரைமுறை வாதத்தை நமது மனங்களில் இருந்தல்ல மாறாக மனங்களின் மூலமாக மட்டுமே உண்மை உலகிலிருந்து உய்த்துணருவோமானால், இருத்தலில் இருந்து வாழ்நிலையின் கோட்பாடுகளை உய்த்துணருவோமானால் இதற்கு நமக்கு ஒரு தத்துவவியல் தேவையில்லை மாறாக உலகம் பற்றியும் அதில் என்ன நடைபெறுகிறது என்பது பற்றியும் ஆக்கபூர்வ அறிவு வேண்டும். இது வழங்குவதும் தத்துவஞானமல்ல மாறாக ஆக்கபூர்வ விஞ்ஞானமே. அப்படியாயின் ஹெர் டூரிங்கின் தொகுப்பு முழுவதும் பயனற்ற ஊதியமில்லா உழைப்பின்றி வேறில்லை.

இதற்கு மேல்: தத்துவவியல் என்று எதுவும் இனிமேல் அவசிய மில்லை என்றால், பிறகு எந்த முறையும் தேவையில்லை. தத்துவ வியலின் எந்த ஓர் இயற்கை முறையும் தேவையில்லை. இயற்கையின் எல்லா இயக்கப் போக்குகளும் முறையாகத் தொடர்பு கொண்டிருக் கின்றன என்ற புலனறிவு. இந்த முறையான தொடர்பினை பொது வாகவும் குறிப்பாகவும் அடி முதல் முடி வரை நிரூபித்துக் காட்டும்படி ஞானத்தை முடுக்குகிறது. ஆனால் இந்த இடைத் தொடர்பு பற்றிய தகுதியான, விரிவான விஞ்ஞான விளக்கம், நாம் வாழும் உலக

அமைப்பின் சரியான மன பிம்பத்தின் உருவாக்கம் நமக்குச் சாத்திய மல்ல, என்றுமே இது சாத்தியமற்றதாக இருக்கும். மனித குலத்தின் பரிணாமத்தில் ஏதேனும் ஒரு காலத்தில் உலகிலுள்ள இடைத் தொடர்புகளின் - உடல் சார்ந்த மனம் சார்ந்த மற்றும் வரலாற்று இடைத்தொடர்புகளின் - அமைப்பின் இறுதியும் அறுதியுமான அமைப்பினைக் கொண்டு வரமுடியுமானால், இதன் பொருள் மனித உறவு அதன் எல்லையை எட்டிவிட்டது என்பதாகும். சமூகம் அந்த அமைப்புக்கு ஏற்ற முறையில் கொண்டு வரப்பட்ட தருணம் முதல் இனி மேலான வரலாற்றுப் பரிணாமம் வெட்டிச் சுருக்கப்படும் - இது ஓர் அபத்தமான கருத்து, முழு முட்டாள் தனமாகும். எனவே மனிதகுலம் தம்முன் ஒரு முரண்பாட்டைக் காண்கிறது: ஒருபுறம் எல்லா இடையுறவுகளோடும் கூடிய உலக அமைப்புப் பற்றிய விரிவான அறிவைப் பெறவேண்டும். மறுபுறத்தில் மனிதன், உலக அமைப்பு ஆகிய இரண்டின் இயல்பு காரணமாக இந்தக் கடமையினை என்றுமே முற்றாக நிறைவேற்றுதல் முடியாது. ஆனால் இந்த முரண்பாடு இரு காரணிகளான உலகம் மற்றும் மனிதனது இயல்பில் மட்டும் காணக்கிடப்பதல்ல. இது அனைத்து அறிவுத்துறை முன்னேற்றத் திற்குமான நெம்புகோலுமாகும். அதோடு தொடர்ச்சியாக நாளுக்கு நாள் மனித குலத்தின் முடிவில்லாத முன்னேற்றப் பரிணாமத்தில் இது தனக்குரிய தீர்வினைக் காண்கிறது, உதாரணமாக கணக்கியல் வினாக்கள் வரம்பில்லாத வரிசையிலான அல்லது தொடர்ச்சியான பின்னங்களில் தமது விடையினைக் காண்பதுபோல. உலக அமைப்பின் ஒவ்வொரு மனம் சார்ந்த பிம்பமும், புறநிலையில் வரலாற்று நிலைமைகளாலும், அகநிலையில் இதன் மூலவரின் உடல், மன அமைப்புக் காரணமாகவும் நடைமுறை உண்மையில், வரையறைக்குட் பட்டதாக உள்ளன. தனது அறிவாய்வு முறை, எத்தகையதென்றால் அது, உலகம் பற்றிய அகவயப்பட்ட வரம்புக்குட்பட்ட கருத்தோட்டத்தை விலக்குகிறது என்று ஹெர் டூரிங் முன்கூட்டியே விளக்கம் தருகிறார். இதற்கும் மேலாக நாம் அவர் - சாத்தியமான சகல விண்ணக அமைப்பு களிலும் - எங்கும் இருப்பதைக் கண்டோம். அவர் எல்லாம் அறிந்த வராகவும் இருப்பதை நாம் இப்போது பார்க்கிறோம். அவர் விஞ்ஞானத்தின் இறுதியான பிரச்சினைகளுக்குத் தீர்வு கண்டுவிட்டார், அதன் மூலம் எல்லா விஞ்ஞானங்களின் எதிர்காலத்திற்கும் குறுக்கே மரத்தட்டிகளை அடித்து விட்டார்.

வாழ்நிலையின் அடிப்படை வடிவங்களைப் போலவே, தனி நிலைக் கணக்கியல் முழுவதிலும் நிலைமை உள்ளது: புற உலகம் நமக்கு வழங்கியுள்ள அனுபவத்தினைப் பயன்படுத்தாமலே அதனை மன நிச்சயவாதத்தால் உருவாக்கிவிடலாம், தனது தலைக்குள் நிர்மாணித்து விடலாம் என்று ஹெர் டூரிங் கருதுகிறார்.

தனிநிலைக் கணக்கியல் மனது “தனது சொந்த சுதந்திரப் படைப்புகள் மற்றும் கற்பனைகளுடன்” காரியம் செய்கிறது. எண்ணும் உருவமும் பற்றிய கருத்தோட்டங்கள் “அந்தத் தனி நிலை விஞ்ஞானத்தின் தகுதியான புறப்பொருளாகும், இதை அது தானே படைத்துக் கொள்ளும்”, எனவே இதற்குக் “குறிப்பிட்ட அனுபவத்தில் இருந்தும் உலகின் உண்மையான சாராம்சத்தில் இருந்தும் சுதந்திரமான செல்தகைமை” ஒன்று உண்டு.

தனிநிலைக் கணக்கியலுக்கு ஒவ்வொரு தனிநபரின் குறிப்பிட்ட அனுபவத்திலிருந்து சுதந்திரமான ஒரு செல்தகைமை உண்டு என்பது அதைப்பற்றிய வரை சரியே. இது ஒவ்வொரு விஞ்ஞானத்திலும் நிலை நாட்டப் பெற்ற எல்லா உண்மைத் தகவல்கள் விஷயத்திலும், வாஸ்தவத்தில் எல்லாத் தகவல்கள் விஷயத்திலும் இது மெய்யே. காந்தத் துருவங்கள், தண்ணீர் நீர்வாயுவும் உயிர்வாயுவும் சேர்ந்தது என்ற உண்மை, ஹெகல் இறந்து விட்டார், ஹெர் டூரிங் உயிர் வாழ்கிறார் என்ற உண்மையானது எனது அனுபவம் வேறு இதர நபர்களின் அனுபவத்திலிருந்து சுதந்திரமாக, ஹெர் டூரிங்கின் - அவர் ஆழ்ந்த உறக்கம் உறங்கத் தொடங்கும் பொழுது கிட்டும் - அனுபவத்தி லிருந்தும் கூட சுதந்திரமாக நீடித்து நிற்கும். தனிநிலைக் கணக்கியலில் மனது தனது சொந்தப் படைப்புகளையும் கற்பனைகளையும் மட்டுமே விளக்க முற்படுகிறது என்பது உண்மையே அல்ல. எண்ணும் உருவமும் பற்றிய கருத்தோட்டங்கள் எதார்த்த உலகம் அன்றி வேறு எந்த ஆதாரத்திலிருந்தும் பெறப்படவில்லை. மனிதர்கள் எண்களை எண்ணுவதற்குப் பயிற்சி பெற்ற அதாவது முதல் எண்கணிதச் செய் மானங்களை நடத்திய பத்து விரல்கள் மனதின் சுதந்திரமான படைப் பல்ல. எண்ணுவதற்கு எண்ணுவதற்கான பொருட்கள் வேண்டும், அவற்றின் எண்ணிக்கை தவிர மற்றப்படி பொருட்களின் எல்லாத் தன்மைகளையும் விலக்குவதற்கான ஆற்றலும் வேண்டும் - இந்த ஆற்றல் அனுபவத்தை அடிப்படையாகக் கொண்ட நீண்டதோர் வரலாற்றுப் பரிமாணத்தின் விளைவாகும். எண்குறித்த கருத்துப் போலவே உருவம் பற்றிய கருத்தும் புற உலகில் இருந்து முற்றிலுமாகக் கடன்வாங்கப் பெற்றதே. சுத்த சிந்தனையிலிருந்து மனதில் எழுவதல்ல. உருவங்கொண்டிருந்த பொருட்கள் இருந்திருக்க வேண்டும், எண் வடிவம் பற்றிய கருத்துக்கு எவரும் வருமுன் இந்த உருவங்களை ஒப்பு நோக்கிப் பார்த்திருக்க வேண்டும். தனிநிலைக் கணக்கியல் உண்மை உலகத்தின் இடவடிவங்கள் மற்றும் அளவியல் உறவுகள் பற்றி அதாவது கண்கூடாகவே மெய்யான விவரப் பொருட்களைப் பற்றி விளக்குகிறது. இந்த விவரப் பொருட்கள் மிகவும் சூக்குமமான வடிவில் தோற்றமளிப்பது வெளி உலகத்திலிருந்து அதன் தோற்றத்தை

மேலோட்டமாக மட்டுமே மறைக்க முடியும். இந்த வடிவங்களையும் மற்றும் உறவுகளையும் தனி நிலையில் ஆராய்வதைச் சாத்தியமாக்க அவற்றை அவற்றின் உள்ளடக்கத்திடமிருந்து முழுமையாக வேறு பிரிக்க வேண்டும், உள்ளடக்கத்தை பொருத்தமற்றது என்று ஒதுக்கி வைத்துவிட வேண்டும். இவ்வாறாக நமக்கு அளவுகள் இல்லாத புள்ளிகள், அகலம் மற்றும் கனம் இல்லாத கோடுகள் a, b, x, y என்ற நிலையான மதிப்பளவுகளும் மாறும் மதிப்பளவுகளும் கிடைக்கும், இறுதியாகத்தான் மனதின் சுதந்திரமான படைப்புகள் மற்றும் கற்பனைகளை அதாவது கற்பனைப் பரிமாணங்களை நாம் எட்டு வோம். ஒன்றுக்கொன்று வெளித்தோற்றத்தில் அடையப்பெற்றுள்ள கணிதரீதியான பரிமாணங்கள் கூடத் தமது அனுபவத்துக்கு முந்தைய அறிவின் துவக்கத்தை நிரூபிக்கவில்லை, அவற்றின் பகுத்தறிவுத் தொடர்பை மட்டுமே காட்டின. ஒரு நீள்சதுர வடிவத்தின் சுழற்சியி லிருந்து ஒரு நீள் உருளை வடிவத்தை உய்த்துணரும் கருத்துக்கு ஒருவர் வருவதற்கு முன்னால் வடிவில் எத்துணை செம்மையற்றதாயினும் சரி பல உண்மையான நீள்சதுர வடிவங்களையும் நீள் உருளைகளையும் நிச்சயம் பரிசீலித்தே தீர வேண்டும். இதர விஞ்ஞானங்களைப் போலவே கணிதமும் நிலத்தின் பரப்பளவு முதல் கலங்களின் கொள்ளளவு வரையில், நேரத்தை கணக்கிடுதல் மற்றும் இயந்திரவியல் உட்பட்ட மனிதரின் தேவைகளிலிருந்தே எழுந்தது. சிந்தனையின் ஒவ்வொரு துறையையும் போலவே, வளர்ச்சியின் ஒரு குறிப்பிட்ட கட்டத்தில் இருந்த உண்மை உலகிலிருந்து பாகுபடுத்தப்பட்டிருந்த நியதிகள் உண்மை உலகில் இருந்து விலக்கம் பெற்றது. அதற்கு எதிராக சுதந்திர மான எதுவோ போன்று, வெளியிலிருந்து வந்த நியதிகள் போன்று நிறுவப்பட்டன. இவற்றை உலகம் ஒத்துக்கொள்ள வேண்டியிருந்தது. இவ்வாறுதான் காரியங்கள் சமுதாயத்திலும் அரசிலும் நிகழ்ந்தன. இந்த வழியில்தான் வேறுவகையில் அல்ல. தனிநிலை கணிதம் பின்னால் உலகிற்குப் பிரயோகிக்கப்பட்டது. அதுவும் இதே உலகில் இருந்து கடன்வாங்கப் பெற்று இடைத் தொடர்பின் வடிவங்களில் ஒரு பகுதியையே பிரதிநிதித்துவப் படுத்தியது - இதன் காரணமாக மட்டுமே இது பிரயோகிக்கத் தக்கதாயிற்று.

"தனிநிலை தர்க்கவியலுக்கு ஏற்ப ஆதாரப்படுத்த வேண்டிய அவசியமோ அதற்கான ஆற்றலோ வேண்டுவதில்லை" என்னும் கணித வியலில் மூதுண்மைகளிலிருந்து எந்தவிதமான அனுபவத்தின் கலப்பும் இல்லாமல் தனிநிலை கணிதவியல் முழுவதையும் உய்த்துணர்ந்து பிறகு உலகிற்குப் பிரயோகிக்கலாம் என்று ஹெர் டூரிங் கற்பனை செய்து கொள்வது போலவே அவர் முதலில் தமது தலையிலிருந்து வாழ் நிலையின் அடிப்படை வடிவங்களையும், அனைத்து அறிவின்

சாமானியக் கூறுகளையும் தத்துவவியலின் மூதுண்மைகளையும் உருவாக்கலாம். இவற்றிலிருந்து தத்துவஞானம் முழுவதையும் அல்லது உலக வரைமுறை இயலை உய்த்துணரலாம், பிறகு சர்வ சுதந்திரக் கட்டளை மூலம் தமது இந்த அமைப்பினை இயற்கை மற்றும் மனித இனத்தின் மேல் திணிக்கலாம் என்று கற்பனை செய்கிறார். துரதிருஷ்ட வசமாக இயற்கை எந்த வகையிலும் 1850-ன் மான்டொய்பெல் பிரஷ்யர்களைக்[35] கொண்டதாக அறவே இல்லை. மனித குலம் அவர்களுக்கு மிகமிக அற்பமான அளவிலேயே இடமளித்துள்ளது.

கணிதவியல் மூதுண்மைகள் மிகவும் அற்பசொற்பமான சிந்தனை - சாராம்சம் கொண்டவை. இவற்றைக் கணிதம் தர்க்கவியலிடமிருந்து கடன் வாங்கும் கட்டாயம் ஏற்பட்டுள்ளது. இவற்றை இரண்டுக்குள் அடக்கலாம்:

1) முழுமை அதன் பகுதியை விடவும் பெரியது. இந்தக் கூற்று முற்றிலும் கூறியது கூறலாகும், அளவு ரீதியாக உருவாக்கப் பெறும் கருத்து என்ற முறையில் "பகுதி" துவக்கத்தில் இருந்தே "முழுமை" என்ற கருத்துடன் திட்டவட்டமான உறவு கொண டிருக்கிறது; உண்மையில் "பகுதியின்" நேரடிப்பொருள், அளவுரீதியான "முழுமை" பல அளவுரீதியான "பகுதிகளைக்" கொண்டதாக இருக்கிறது என்பதே. இதை வெளிப்படையாகக் கூறும்பொழுது இந்த மூதுண்மை எனப்படுவது நம்மை ஒரு படி கூட முன்னே கொண்டு செல்வதில்லை. இந்தக் கூறியது கூறலை பின்வருமாறு கூறுவதன் மூலம் ஒரு வழியில் நிரூபிக்கலாம்: முழுமை என்பது பல பகுதிகளைக் கொண்ட தாகும்; பல சேர்ந்து ஒரு முழுமையைச் செய்வதே ஒரு பகுதி; எனவே பகுதி முழுமையை விடக் குறைந்தது - இதில் திரும்பக் கூறலின் வெறுமை உள்ளடக்கத்தின் வெறுமையினை மேலும் தெளிவாகக் கொண்டு வருகிறது.

2) இரண்டு பரிமாணங்கள் ஒரு மூன்றாம் பரிமாணத்துக்குச் சமமானால் அவை ஒன்றுக்கொன்று சமம். இந்தக் கூற்று ஹெகல் ஏற்கெனவே சுட்டிக் காட்டியபடி ஒரு முடிவாகும். இது சரி என்பதைத் தர்க்கவியல் உத்தரவாதம் செய்துள்ளது.[36] எனவே தனிநிலை கணிதவியலுக்குப் புறம்பாக இருந்த போதிலும் இது நிரூபிக்கப்பட்டுள்ளது. சமத்துவம் மற்றும் அசமத்துவம் சம்பந்தமான மீதமுள்ள மூதுண்மைகள் இந்த முடிவின் வெறும் தர்க்கவியல் நீட்டிப்புகளே.

இந்த அரைகுறையான கோட்பாடுகள் கணிதத்திலும் சரி வேறு இதர துறையிலும் சரி காரியமாக எதுவும் செய்யவில்லை. ஏதேனும்

முன்னேற்றம் காணும் பொருட்டு நாம் உண்மையான உறவுகளை, உண்மையான பொருட்களிலிருந்து எடுக்கப்பட்ட உறவுகளையும் இடவடிவங்களையும் கொண்டு வரும் கட்டாயம் ஏற்பட்டுள்ளது. கோடுகள், மேற்பரப்பு, கோணங்கள், பல்கோணக்கட்டங்கள், கன சதுரங்கள், கோளங்கள் இத்தியாதிகள் பற்றிய கருத்துகள் எதார்த்தத்திலிருந்து எடுக்கப்பட்டவை; அதோடு, முதல்கோடு இடவெளியில் ஒரு புள்ளி இயங்கியதன் மூலமே ஏற்பட்டது. முதல் மேற்பரப்பு ஒரு கோட்டின் இயக்கத்தாலும், முதல் திடப்பொருள் மேற்பரப்பின் இயக்கத்தாலும் ஏற்பட்டன என்று கூறும் கணிதவியலாளரை நம்புவதற்குச் சூதறியாச் சித்தாந்தத்தின் நல்ல ஒரு பாகம் தேவைப்படும். மொழியும் கூட இத்தகைய ஒரு கருத்தோட்டத்தை எதிர்த்துக் கலகம் செய்கிறது. மூவளவைக் கூறுகள் உள்ள ஒரு கணிதவியல் வடிவம் திடப்பொருள் என்றும் லத்தீனில் Corpus solidium என்றும் ஒரு திட்பமுடைய பொருள் என்றும் அழைக்கப்படுகிறது. எனவே இதற்கு உறுதியான எதார்த்தத்திலிருந்து பெறப்பட்ட பெயர் உள்ளது. இது எவ்வகையிலும் மனதின் இஷ்டம் போன்ற கற்பனையிலிருந்து வந்ததல்ல.

ஆனால் ஏன் இத்தனை சொற்குவியல்? ஹெர் டூரிங் பக்கம் 42, 43-ல்[37] அனுபவ உலகத்திலிருந்து தனிநிலை கணிதம் சுதந்திரமாக இருப்பது, அதன் அனுபவத்துக்கு முந்தைய அறிவு, மனதின் சொந்த சுதந்திரப் படைப்புகள் மற்றும் கற்பனைகள் பற்றி அதன் முன்னீடுபாடு ஆகியவை பற்றி உற்சாகப்பாட்டுப் பாடிய பிறகு 63 ஆம் பக்கத்தில் அவர் கூறுகிறார்:

இந்தக் கணிதவியல் கூறுகள் (எண் வடிவம், பரிமாணம், காலம், விசும்பு, ஜியோமிதி இயக்கம்) தமது வடிவில் மட்டுமே கருத்தியலானவை... எனவே முற்ற முழு பரிமாணங்கள் - அவை எந்த இனவகையைச் சார்ந்தனவாக இருந்தபோதிலும் - முற்றிலும் அனுபவவாதத் தன்மையுடையவை"... ஆனால் "கணக்கியல் வரைமுறைகள் அனுபவத்திலிருந்து விலக்குப் பெற்றிருந்தாலும் கூட தகுதியான தனிச் சிறப்புப் பெறும் ஆற்றலுடையவை என்பது எளிதில் புறக்கணிக்கப்படுகிறது."

இந்தக் கடைசிக் கூற்று ஒவ்வொரு பகுப்பீடு விஷயத்திலும் ஏறத்தாழ உண்மையே. ஆனால் இது எதார்த்தத்திலிருந்து பகுத்துப் பெறப்படவில்லை என்பதை எவ்விதத்திலும் நிரூபிக்கவில்லை. உலக வரைமுறை இயலில் தனிநிலை கணிதம் சுத்த சிந்தனையிலிருந்து எழுந்தது - இயற்கைத் தத்துவவியலில் இது முற்றும் அனுபவவாதத் தன்மையுடையது. புற உலகிலிருந்து எடுத்துக்கொண்டு பிறகு அதிலிருந்து விலக்கப்படுவது. இவற்றில் எதை நாம் நம்புவது?

4. உலக வரைமுறை இயல்

"சகலமுந் த.ழுவிய வாழ்நிலை ஒன்று. அதன் சுயதேவை நிறைவில் அதனுடன் கூடவோ அதற்கு மேலாகவோ அதனிடம் எதுவும் இல்லை. அதோடு ஓர் இரண்டாம் வாழ்நிலையைச் சேர்ப்பது அது எதுவாக இல்லையோ அதனைச் செய்வதாகும், அதாவது மேலும் சர்வாம்சமான முழுமையின் ஒரு பகுதி அல்லது பாகமாக அதைச் செய்வதாகும். நாம் நமது ஒருமுகப்படுத்தப்பெற்ற சிந்தனையை ஒரு கட்டுக்கோப்பைப் போல விஸ்தரிப்பதன் காரணமாக, இந்தச் சிந்தனை - ஒற்றுமைக்குள் அடங்க வேண்டிய எதுவும் தனக்குள் ஓர் இரட்டைத் தன்மையினை வைத்திருக்க முடியாது. இதுமட்டுமல்ல, மீண்டும் எதனாலும் இந்தச் சிந்தனை- ஒற்றுமையிலிருந்து தப்ப முடியாது... அனைத்து சிந்தனையின் சாரம் உணர்வின் கூறுகள் ஓர் ஒற்றுமையின் ஒன்றிப்பில் அமைவதாகும்... சிந்தனையின் அவ்வாற்றலிலிருந்தே உலகம் பிரிக்கவொண்ணாதது என்ற கருத்து ஏற்பட்டது, பிரபஞ்சம் - அதன் பெயரே சுட்டுவது போன்று - சகலமும் ஓர் ஒற்றுமையில் ஒன்று சேர்ந்து இருப்பதாக அறியப்பட்டது."

இதுவரை ஹெர் டூரிங், கணிதவியல் முறையில் முதல் பிரயோகம் இதுவாகும்.

"ஒவ்வொரு பிரச்சினையும் மூதுண்மை வழியில் எளிய அடிப் படை வடிவங்களுக்கு ஏற்ப, நாம் எளிமையான... கணிதவியல் கோட்பாடுகளை விளக்குவது போன்று நிர்ணயிக்கப்பட வேண்டும்."

"சகலமுந் தழுவிய வாழ்நிலை ஒன்று." எழுவாய் ஏற்கெனவே வெளியிட்டதை அப்படியே மறுபடியும் பயனிலை திரும்பச் சொல்லும், கூறியது கூறல் ஒரு மூதுண்மையாகுமானால் இங்கு அத்தகைய அப்பட்டமான ஒன்று இருக்கிறது எனலாம். ஹெர் டூரிங் வாழ்நிலை எல்லாவற்றையும் தழுவுகிறது என்று எழுவாயில் கூறுகிறார், அப்படியானால் அதற்கு வெளியே எதுவும் இல்லை என்று பயனிலையில் துணிந்து கூறுகிறார். எவ்வளவு பிரம்மாண்டமான "அமைப்பை உருவாக்கும் சிந்தனை!"

இது உண்மையில் "அமைப்பை உருவாக்குவதே!" அடுத்த ஆறு வரிகளுக்குள் ஹெர் டூரிங் வாழ்நிலையின் ஏகத்துவத்தை "நமது

ஒருமுகப்படுத்தப்பட்ட சிந்தனை" வழியாக அதன் ஒற்றுமையாக மாற்றிவிட்டார். எல்லாச் சிந்தனையின் சாரமும் வஸ்துக்களைச் சேர்ந்து ஓர் ஒற்றுமைக்குள் கொண்டுவருவதில் அமைந்திருப்பதால் வாழ்நிலையானது கருக்கொள்ளப்பட்ட உடனேயே ஒருமுகப்படுத்தப் பட்டதாகக் கருதப்படும். உலகம் பிரிக்கவொண்ணாதது என்ற கருத்தும் எழும்; எனவே கருக்கொண்ட வாழ்நிலையான உலகம் பற்றிய கருத்து ஒருமுகப்படுகிறது. எனவே நிஜ வாழ்நிலையான, நிஜ உலகமும் பிரிக்கவொண்ணாத ஒற்றுமை ஆகிறது. இதோடு

> "மனம் வாழ்நிலையைத் தன் ஒருபடித்தாயுள்ள சர்வப் பொதுத் தன்மையில் உருவாக்கப் பயின்றுவிட்ட பிறகு இதற்கு அப்பாலான விஷயங்களுக்கு இனிமேல் இடமே இல்லை."

இந்தப் பிரச்சாரம் ஆஸ்டெர்லிட்ஸ் மற்றும் யேனா, கோனிக் ராட்ஸ் மற்றும் செடானை முற்றிலும் இருந்த இடம் தெரியாமல் செய்துவிட்டது.[38] நாம் முதலாவது மூதுண்மையினைப் புடைபெயர் வித்த பிறகு, ஒரு பக்கம்கூட முடிவதற்குள் ஒரு சில வாக்கியங்களில் உலகிற்கு அப்பாற்பட்ட - கடவுள் விண்ணுலக தேவர்கள், சுவர்க்கம், நரகம், பாவம் போக்குமிடம், ஆகியவற்றோடு ஆன்மாவின் இறவாத் தன்மையையும் எல்லாம் ஏற்கெனவே ஒழித்துப் புறம் தள்ளி அழித்து விட்டோம்.

வாழ்நிலையின் ஏகத்துவத்திலிருந்து அதன் ஒற்றுமைக்கு எவ்வாறு போய்ச் சேருகிறோம்? அதைக் கருத்தில் உருவாக்கும் செயலுண்மை மூலமே வாழ்நிலையைச் சுற்றி ஒரு கட்டுமானம் போன்று நமது ஒற்றுமைக் கருத்தை நாம் பரப்பும் வரை, அதன் சிந்தனை ஏகத்துவம் ஓர் ஒற்றுமையாகிறது. ஒரு சிந்தனை - ஒற்றுமையாகிறது; ஏனெனில் எல்லா சிந்தனையின் சாரமும் உணர்வின் கூறுகளை ஓர் ஒற்றுமைக்குள் சேர்த்துக்கொண்டு வருவதில் அமைகிறது.

இந்தக் கடைசி அறிவித்தல் வெறும் பொய். முதலாவதாக சிந்தனை என்பது, உணர்வின் புறநிலைப் பொருட்களை அவற்றின் கூறுகளாகப் பிரித்து எடுத்துச் செல்வது, தொடர்புடைய கூறுகளை ஓர் ஒற்றுமைக்குள் சேர்ப்பது ஆகியவை அடங்கிய ஒன்றாகும். பகுத்தாய்வு இல்லாமல் தொகுத்தாய்தல் இல்லை. இரண்டாவதாக தவறுகள் எதுவும் செய்யாமல், இந்த ஒற்றுமை ஏற்கெனவே முன்பு நிலவி இருந்த உணர்வின் கூறுகள் அல்லது அவற்றின் உண்மையான முன் மாதிரிகளை மட்டுமே சிந்தனையால் ஓர் ஒற்றுமைக்குள் சேர்த்துக் கொண்டு வரமுடியும். நாம் ஒரு காலணி - பிரஷ்ஷை பாலூட்டிகள் வகுப்புடன் சேர்த்து விடுவதால் அது பாலூட்டி சுரப்பிகளைப் பெறுவதற்கு உதவிவிட முடியாது. எனவே வாழ்நிலையின் ஒற்றுமை,

அல்லது ஓர் ஒற்றுமை என்ற வகையில் அதன் கண்ணோட்டம் நியாயமானதா என்பதே குறிப்பாயும் நிரூபிக்கப்பட வேண்டிய பிரச்சனை. ஹெர் டூரிங் வாழ்நிலையை இருமையாக அன்றி ஓர் ஒருமையாக உருவகப்படுத்திப் பார்ப்பதாக நமக்கு உறுதிகூறும் போது அவர் தமது அதிகாரப் பூர்வமற்ற கருத்தையே கூறுகிறார் வேறெதையும் அன்று.

அவரது சிந்தனை வளர்ச்சிப் போக்கை கலப்பற்ற வடிவில் எடுத்துக்கூற நாம் முயல்வோமானால் அது பின்வருமாறு இருக்கும்: "நான் வாழ்நிலையுடன் தொடங்குகிறேன். எனவே வாழ்நிலை என்பது என்ன என்பதை நான் எண்ணிப் பார்க்கிறேன். வாழ்நிலையின் சிந்தனை ஒருமுகமான சிந்தனை. ஆனால் சிந்தனையும் வாழ்நிலையும் இணக்கம் கொண்டிருக்க வேண்டும். அவை ஒன்றுக்கொன்று ஒத்திசைவாக உள்ளன. அவை 'ஒன்றித்து' விளங்குகின்றன. எனவே வாழ்நிலை எதார்த்தத்திலும் ஓர் ஒற்றுமையேயாகும். எனவே 'அப்பாற்பட்ட' ஏதேனும் ஒன்று இருக்க முடியாது." இந்த வழியில், மேலே குறிப்பிட்ட இருபொருள் வாசகங்களை நமக்குப் படைத்திராமல், எவ்வித ஒளிவு மறைவும் இன்றி ஹெர் டூரிங் பேசியிருப்பாரானால் அவரது சித்தாந்தம் தெளிவாகப் புலனாயிருக்கும். சிந்தனை வாழ்நிலை இரண்டின் முற்றொருமை மூலம் எந்த ஒரு சிந்தனையின் விளைவினது எதார்த்தத்தையும் நிரூபிக்க முயல்வது ஹெகலின் அபத்தமான வெறித்தன்மையான கற்பனைக்கனவுகளில் ஒன்றாகும்.

அவரது நிரூபணமுறை முழுவதுமே சரியாக இருந்தாலும் கூட ஹெர் டூரிங் ஆன்மிகவாதியிடமிருந்து ஓர் அங்குல அளவு ஆதரவைக் கூட வென்று பெற்றிருக்க மாட்டார். பின்னவர் சுருக்கமாகப் பதில் கூறிவிடுவார்: "எங்களுக்கும் பிரபஞ்சம் சாமானியமானதே; இந்த உலகம், அப்பாற்பட்ட உலகம் என்ற பிரிவு எங்களது குறிப்பான மண்ணகத்திற்குரிய முதற்பாவம் என்ற நிலைபாட்டிற்காக, அதில் அதற்காக மட்டுமே அதாவது கடவுளில் இருக்கிறது, எல்லா வாழ் நிலையும் ஓர் ஒற்றுமையே." அவர்கள் ஹெர் டூரிங்கை அவரது வேறு அன்புக்குரிய விண்ணக அமைப்புகளுக்குப் பின்தொடர்ந்து சென்று, முதற்பாவம் இல்லாத ஒன்றையோ பலவற்றையோ காட்டுவார்கள். எனவே அங்கு, இந்த உலகிற்கும் அப்பால் உள்ள உலகிற்கும் இடையே எதிர்ப்பு நிலவவில்லை, பிரபஞ்சத்தின் ஒற்றுமை அங்கே ஒரு நம்பிக்கை சூத்திரமாகும்.

வாழ்நிலை என்னும் கருத்திலிருந்து கடவுள் இல்லாமையை நிரூபிப்பதற்கு, ஹெர் டூரிங், கடவுள் இருப்பது பற்றிய மெய்ப்பொருள் வாதச் சான்றைப் (the ontological proof) பயன்படுத்துவது கேலிக்

கூத்தாகும். இது பின்வருமாறு: "நாம் கடவுளைப் பற்றிச் சிந்திக்கும் பொழுது அவரை அனைத்துத் தனிச் சிறப்புகளின் மொத்த முழுமை யாகவே உருவகப்படுத்துகிறோம். ஆனால் அனைத்து தனிச்சிறப்பு களின் மொத்த முழுமையில் எல்லாவற்றுக்கும் மேலாக இருத்தல் உட்படும், காரணம் இருத்தல் இல்லாத ஜீவி நிச்சயமாயும் செம்மை யற்றதே; எனவே கடவுளின் தனிச்சிறப்புகளில் நாம் இருத்தலை உட்படுத்த வேண்டும். எனவே கடவுள் இருக்க வேண்டும்." ஹெர் டூரிங் முற்றிலும் இதே வழியில்தான் வாதிக்கிறார்: "ஜீவி பற்றி நாம் சிந்திக்கும் போது அதை ஒரு கருத்தாக உருவகப்படுத்துகிறோம். ஒரு கருத்தில் அடக்கமான யாவும் ஓர் ஒற்றுமை. ஜீவி ஒற்றுமையாக இருந்திரா விட்டால் அது இருத்தல் என்ற கருத்தோடு இசைவாக இருக்காது. இதன் விளைவாக அது ஓர் ஒற்றுமையாகத்தான் இருக்க வேண்டும். இதன் பின்விளைவாகக் கடவுள் இல்லை. இத்தியாதி."

வாழ்நிலை பற்றி, முற்றிலும் வாழ்நிலை பற்றி நாம் பேசும் பொழுது, ஒற்றுமை நாம் குறிப்பிடும் எல்லாப் பொருட்களும் வாழ் கின்றன என்ற அடிப்படையிலேயே அமையும். அவை இந்த வாழ் நிலையின் ஒற்றுமையில் அடங்கியுள்ளன. வேறு எந்த ஒற்றுமையிலும் அன்று, மேலும் அவை யாவும் நிலவுகின்றன என்ற பொது ஆணையால் சாமானியமோ அல்லவோ எந்த ஒரு கூடுதல் பண்புகளையும் அவற்றுக்குக் கொடுக்கமுடியாது என்பது மட்டுமல்ல தற்காலிகமாக இந்தப் பண்புகள் அனைத்தும் ஆராய்விலிருந்தே விலக்கப்பட்டுள்ளன. இந்த வஸ்துக்கள் அனைத்திற்கும் வாழ்நிலை பொதுவானது என்ற சாமானிய அடிப்படை உண்மையிலிருந்து ஒரு மில்லிமீட்டர் அளவு திசை மாறினால்கூட இந்த வஸ்துக்களின் இடையில் வேற்றுமைகள் தோன்றத் தொடங்கும் - சில வெள்ளை, சில கறுப்பு, சில உயிருள்ளவை மற்றவை உயிரற்றவை, சில இந்த உலகத்தவை, வேறு சில அப்பால் இருக்கும் உலகத்தவை என்று சூழல் சம்பந்தமான இந்த வித்தியாசங்கள் இருக்கின்றனவா என்பதை வெறும் இருத்தல் அவை அனைத்திற்கும் சமமான முறையில் உரியதாக உள்ளது என்பதால் நம்மால் முடிவு செய்ய முடியாது.

உலகின் ஒற்றுமை அதன் வாழ்நிலையில் அடங்கியிருக்கவில்லை, அதன் வாழ்நிலை அதன் ஒற்றுமைக்கு முன்நிபந்தனையாகும். ஏனெனில் அது ஒன்று ஆவதற்கு முன்னால் அது வாழ வேண்டும். வாழ்நிலை உண்மையில் எப்போதுமே ஒரு பகிரங்கப் பிரச்சினையாகும்; இந்த எல்லைக்கு அப்பால் நமது காட்சிப் பதிவீடுத் துறை முடிவுறுகிறது. உலகின் உண்மையான ஒற்றுமை அதன் பொருளாயதத் தன்மையில் அமைந்திருக்கிறது, இதை நிரூபிப்பது ஒரு சில ஜாலவித்தைச்

சொற்றொடர்கள் அன்று, மாறாக தத்துவவியலின் மற்றும் இயற்கை விஞ்ஞானத்தின் நீண்ட சலிப்பூட்டும் வளர்ச்சியே யாகும்.

மீண்டும் நூலுக்கு வருவோம். ஹெர் டூரிங் நம்மிடம் விளக்கிக் கூறும் ஜீவி.

"எல்லா விசேஷ நிர்ணயக் கூறுகளும் இல்லாத சுத்தமான சுயசமத்துவ ஜீவி அன்று, உண்மையில் அது ஒன்றுமில்லை என்ற கருத்தின் அல்லது கருத்து இல்லாமையின் மறுபடிவத்தை மட்டுமே பிரதிநிதித்துவப்படுத்துகிறது."

ஹெர் டூரிங்கின் பிரபஞ்சம், அனைத்து உள் பாகுபாட்டு முறை, அனைத்து இயக்கம் மற்றும் மாற்றம் இல்லாத ஒரு வாழ்நிலையுடன் உண்மையில் தொடங்குகிறது. எனவே ஒன்றுமில்லை என்ற கருத்தின் மறுபடிவமாக, எனவே உண்மையில் ஒன்றுமில்லாததாக இருக்கிறது என்பதை நாம் விரைவில் காண்போம். இந்த ஒன்றுமில்லா இருத்தலி லிருந்து மட்டுமே இன்றைய பாகுபடுத்தப்பெற்ற பிரபஞ்சத்தின் மாறும் நிலை வளர்கிறது. இது ஒரு வளர்ச்சியை, ஒரு மாற்றத்தைப் பிரதிநிதித் துவப்படுத்துகிறது; இதை நாம் புரிந்து கொண்ட பிறகுதான் இந்த நிரந்தர மாறுதலுக்குள்ளேயே,

"ஒரு சுய - சமத்துவ நிலையிலுள்ள ஒரு சர்வப்பொது ஜீவி பற்றிய கருத்தோட்டத்தைப் பேணி வைத்திருக்க முடியும்."

எனவே இப்பொழுது உயர்மட்டத்தில் வாழ்நிலை என்ற ஓர் எண்ணம் ஏற்படுகிறது. இங்கு அது அதன் உள்ளே நிலைமம் மற்றும் அலைவையும் இருத்தலையும் மாற்றத்தையும் உட்படுத்துகிறது. இந்தக் கட்டத்தை எட்டிவிட்ட நாம்.

"இனம் மற்றும் ராசிகள், அல்லது பொதுவும் தனிப்பட்டதுமான அம்சங்களே பாகுபாட்டு முறைக்கான சாமானிய மார்க்கங்கள், இவை இன்றி வஸ்துக்களின் இயைபினைப் புரிந்து கொள்ள முடியாது என்பதைக் காண்கிறோம்."

ஆனால் இவை பண்புகளின் பாகுபாட்டு முறைக்கான மார்க்கங்கள் ஆகும்; அவற்றை விளக்கிய பிறகு நாம் மேலே செல்கிறோம்:

"இனத்திற்கு எதிராக, பரிமாணக் கருத்தோட்டம் ராசிகளின் கூடுதலான வேறுபாடுகள் இல்லாத ஒருமித்த தன்மை போல நிற்கிறது."

இவ்வாறு நாம் பண்பிலிருந்து அளவுக்குச் செல்கிறோம்; இது எப்பொழுதுமே "அளவிடத்தக்கது."

இந்தப் "பொது விளைவு - வரைமுறையின் கூரிய பிரிவையும்" அதன் "உண்மையான விமர்சன நோக்குநிலையினையும்" ஹெகலுடைய ஜீரணிக்க முடியாத கருத்துகள், வெறிப்பிதற்றல்கள், வெறித்தனமான கற்பனைக் கனவுகளுடன் இப்போது நாம் ஒப்புநோக்குவோம். ஹெகலின் தர்க்கவியல் ஹெர் டூரிங்கைப் போலவே ஜீவியில் ஒன்று மற்றதாக வந்தமைகிறது. இந்த "ஒன்றுமில்லாத தன்மையிலிருந்து" மாற்றத்தை நோக்கிய இடைக்காலம் இருக்கிறது. இதன் விளைவு - டூரிங்கினது போலவே - நிர்ணயக் கூறுகள் ஜீவி (Dasein) அதாவது ஓர் உயர் முழுவடிவிலான ஜீவி (Sein) ஆகிறது. நிர்ணயக் கூறுடைய ஜீவி பண்பு நோக்கி இட்டுச் செல்கிறது, பண்பு அளவை நோக்கி இட்டுச் செல்கிறது - இதுவும் ஹெர் டூரிங்கிடம் உள்ளது போன்றதே. இன்றியமையாத எந்த அம்சமும் விட்டுப் போகாமல் இருப்பதற்காக ஹெர் டூரிங் இன்னொரு சந்தர்ப்பத்தில் நம்மிடம் கூறுகிறார்:

"உணர்வு அற்ற ஒரு துறையில் இருந்து உணர்வு உள்ள துறைக்கான ஒரு மாற்றம் அளவு ரீதியான படிகள் அனைத்தும் இருந்த போதிலும் பண்புரீதிப் பாய்ச்சல் மூலம் மட்டுமே செய்யப்படுகிறது; இது ஒரே தன்மையின் வெறும் படி முறையி லிருந்து பெருமளவு வேறுபட்டதாகும் என்று கூறலாம்."

இதுவே குறிப்பாக அளவு உறவுகள் பற்றிய ஹெகலின் மையமான கொள்கை வழி, இதில் ஒரு சில கணு நிலைப்பாடுகளில் முற்றிலும் அளவு ரீதியான பெருக்கம் அல்லது இறக்கம் ஒரு பண்பு ரீதிப் பாய்ச்சலை உருவாக்குகிறது. உதாரணமாக சூடேற்றப்பட்ட அல்லது குளிர்விக்கப் பெற்ற தண்ணீர் - கொதிக்கும் கட்டம் மற்றும் உறையும் கட்டம் கணு நிலைப்பாடுகளாக இருக்க - வழக்கமான அழுத்தத்தின் கீழ் - ஒரு புதிய திரட்சி நிலைக்கான பாய்ச்சல் நடைபெறுகிறது, அங்கு இதன் பின்விளைவாக அளவு பண்பாக மாற்றமடைகிறது.

இதேபோன்று எமது அலசி ஆராய்தல், வேர் வரைக்கும் செல்ல முயன்று, ஹெர் டூரிங்கின் ஆழவேரோடிய அடிப்படை வரை முறையின் வேர்கள், ஹெகலின் வெறித்தனமான கற்பனைக் கனவு களாகவே இருப்பதைக் கண்டுபிடித்துள்ளது. ஹெகலின் தர்க்க வியலின் வகை இனங்கள் (பகுதி I, ஜீவி பற்றிய போதனை)[39] கறாராயும் பழைய - ஹெகலின் "வரிசைப்படி" ஆனது, இந்தக் கருத்துத் திருட்டை மூடி மறைக்க எவ்வித முயற்சியும் செய்யப்படவில்லை.

தம்மால் படுமோசமாக அவதூறு செய்யப்பட்ட முன்னோடியிட மிருந்து வாழ்நிலை பற்றிய அவரது திட்டம் முழுவதையும் களவாடிய தோடு திருப்தியுறாத ஹெர் டூரிங், அளவிலிருந்து பண்பை நோக்கிய

பாய்ச்சல் பாணியிலான மாறுதல் பற்றிய மேலே எடுத்துக் காட்டப் பெற்ற உதாரணத்தைத் தாமே கொடுத்துவிட்டு, கிஞ்சிற்றும் கலக்க மின்றி மார்க்சைப் பற்றிக் கூறுகிறார்:

> "அளவு பண்பாக மாற்றப்படுகிறது என்ற ஹெகலின் குழப்பமான தெளிவற்ற கருத்தை (மார்க்ஸ்) குறிப்பிடுவது எத்துணை அபத்தம்!"

குழப்பமான தெளிவற்ற கருத்து! இங்கு யார் மாற்றப்பட்டிருக் கிறார்கள்? யார் அபத்தமாக நிற்கிறார்கள், ஹெர் டூரிங்கே?

எனவே இந்தச் சின்னஞ்சிறு விஷயங்கள் எல்லாம் "மூதுண்மை ரீதியில்" வகுத்துக் கொடுத்தபடி முடிவு செய்யப்படவில்லை என்பது மட்டுமல்ல அவை வெளியிலிருந்து அதாவது ஹெகலின் தர்க்கவியலில் இருந்து வெறுமனே இறக்குமதி செய்யப்பட்டனவுமாகும். அதன் வடிவத்தைப் பார்த்தால் உண்மையில் இந்த அத்தியாயம் முழுவதிலும் ஹெகலிடமிருந்து கடன்வாங்கினால் ஒழிய எவ்விதமான உள் கூட்டிசைவின் அடையாளம் கூடக் கிடையாது. இறுதியாக இந்தப் பிரச்சினை முழுவதும் விசும்பு காலம், நிலைமம் மாற்றம் என்று பொருளற்ற முறையில் நுண்ணியப்படுத்துவதில் போய் வடிந்து விட்டது.

வாழ்நிலையில் இருந்து ஹெகல் சாரத்திற்கு, இயக்கவியலுக்குக் கடந்து செல்கிறார். இங்கு அவர் பிரதிபலிப்பை நிர்ணயப்படுத்தல் அவற்றின் உள் பகைமைகள் மற்றும் முரண்பாடுகள் - உதாரணமாக நேர்நிலை மற்றும் எதிர்நிலை - பற்றி விளக்குகிறார்; பிறகு அவர் காரணங்களின் செயற்பாட்டுக்கு அதாவது காரணத்திற்கும் விளைவுக்கும் இடையிலான உறவுகளுக்கு வந்து அவசியத்தில் வந்து முடிக்கிறார். வேறுவழியில்லை ஹெர் டூரிங்கின் விளக்கம். ஹெகல் சாரத்தின் போதனை என்று அழைப்பதை ஹெர் டூரிங் "வாழ்நிலையின் தர்க்க வியல் பண்புகள்" என்று மொழிபெயர்க்கிறார். எனினும், எல்லா வற்றுக்கும் மேலாக இவை "சக்திகளின் பகைமை", எதிர் நிலைகள் ஆகியவற்றில் அமைந்துள்ளன. முரண்பாட்டை ஹெர் டூரிங் முற்றிலுமாக மறுக்கிறார். இந்த விஷயத்திற்குப் பின்னால் வருவோம். பிறகு அவர் காரணங்களின் செயற்பாட்டுக்கும் அதில் இருந்து அவசியத்திற்கும் செல்கிறார். தம்மைப் பற்றி,

"ஒரு கூண்டுக்கு வெளியே தத்துவஞானம் பேசாத நாம்" என்று ஹெர் டூரிங் சொல்லிக் கொள்கிறார். இவர் கூண்டுக்குள்ளே அதாவது ஹெகலின் வரைமுறைவாத வகை இனங்களின் கூண்டில் தத்துவ ஞானம் பேசுகிறார்.

5. இயற்கைத் தத்துவவியலும் காலமும் விசும்பும்

நாம் இப்போது இயற்கைத் தத்துவவியலுக்கு வருகிறோம். இங்கும் ஹெர் டூரிங் தமது முன்னோடிகளிடம் அதிருப்திப்படக் காரணம் உள்ளது.

இயற்கைத் தத்துவவியல் "மிகவும் கேவலமாக வீழ்ச்சியுற்று, அறியாமையில் தோற்றுவிக்கப்பட்ட வறண்ட, போலியான நையாண்டிப் பாடலாகியது", "ஹெல்லிங் மற்றும் அவரைப் போன்றாரின் சோரம்போன ஏமாற்று தத்துவவியலுக்குள் சிக்கியது, அவர்கள் பரம்பொருளின் பூசாரிகளாக வேடமிட்டுப் பொது மக்களை ஏமாற்றினர்". சோர்வு எம்மை இந்த "உருக் குலைவிலிருந்து" பாதுகாத்தது; ஆனால் இதுவரையில் அது "ஸ்திரமின்மைக்கு மட்டுமே" இடம் அளித்துள்ளது; "ஒட்டு மொத்தமான பொது மக்களைப் பொறுத்தவரை ஒரு பெரிய போலி அறிஞனின் மறைவு, அவனைவிட மட்டமான ஆனால் வாணிபமுறையில் அதிக அனுபவமுள்ள பின்னோடி ஒருவர் இன்னொரு விளம்பரப் பலகையின் கீழ் தனது முன்னோடியின் சரக்கைக் கடை பரப்புவதற்கு வாய்ப்பைத் தருகிறது என்பது நன்கு தெரிந்ததே." இயற்கை விஞ்ஞானிகள் தாமே "உலகைச் சுற்றி வளைத்திருக்கும் கருத்துகளின் மண்டலத்தில் சுற்றுலா நடத்த விருப்பம் சிறிதும் இன்றி உள்ளனர்" இதன் விளைவாக தத்துவார்த்தத் துறையில் "மனம்போன போக்கில், அவசரமான முடிவுகளில்" குதிக்கின்றனர்.

இதிலிருந்து விடுபட வேண்டிய அவசியம் அவசரமானது, நல்ல அதிருஷ்டம் காரணமாக ஹெர் டூரிங் அருகே இருக்கிறார்.

உலகின் வளர்ச்சியைக் காலத்திலும் அதன் வரையறையை 'விசும்பிலுமாகப் பின்தொடரும் வெளிப்பாடுகளைச் சரியாக அறிந்து மதிப்பிட நாம் மீண்டும் உலக வரைமுறை இயலின் சில வாசகங் களுக்குத் திரும்பிச் செல்ல வேண்டும்.

வரம்பற்ற நிலை - மோசமான வரம்பற்ற நிலை என்று ஹெகல் அழைக்கும்[40] - ஹெகலின் கூற்றுப்படி வாழ்நிலைக்கும் கற்பித்துக் கூறப் படுகிறது (கலைக்களஞ்சியம், 93). பிறகு இந்த வரம்பற்ற நிலை அலசி ஆராயப்படுகிறது.

முரண்பாடு இன்றி உருவாக்கக்கூடிய வரம்பற்ற நிலையின் ஆகத் தெளிவான வடிவம் இலக்கத் தொடரில் இலக்கங்கள் அளவின்றிச் சேகரிக்கப்பட்டிருப்பதாகும்... எந்த ஓர் இலக்கத் திற்கும், மேற்கொண்ட இலக்கங்களின் சாத்தியக் கூறை என்றும் தீர்த்து விடாமல் மேலும் ஒரு யூனிட்டைச் சேர்ப்பது போலவே ஒவ்வொரு இருத்தல் நிலைமையையும் மேலும் ஒரு நிலைமை பின்தொடருகிறது; வரம்பற்ற நிலை இந்த நிலைகளை எல்லை யின்றித் தோற்றுவிப்பதில் அடங்கியுள்ளது. இந்தச் சரிநுட்பமாக உருவாக்கப் பெற்ற வரம்பற்ற நிலைக்கு இதன் பின்விளைவாகத் தனி ஒரு திசைவழி கொண்ட தனியொரு அடிப்படை வடிவம் உள்ளது. நிலைகளைத் திரட்டுவதில் இது எதிர்த் திசையினை உருவாக்குகிறதா இல்லையா என்பது எமது சிந்தனைக்கு அவசியமற்றதாயினும், இந்தப் பின்னோக்கிச் செல்லும் வரம்பற்ற நிலை கண்மூடித்தனமாக நிர்மாணிக்கப் பெற்ற சிந்தனை - பிம்பமே. இந்த வரம்பற்ற நிலை உண்மையில் பின்செல்லும் திசையில் செல்ல வேண்டி இருப்பதால் அது தனது நிலைகள் ஒவ்வொன்றிலும் தனக்குப் பிறகு எண்ணற்ற இலக்கங்களின் தொடரினைக் கொண்டிருக்கும். ஆனால் எண்ணப்படும் வரம்பிலா இலக்க வரிசையின் அனுமதிக்க முடியாத முரண்பாட்டை உள்ளடக்கியிருக்கும். எனவே இது வரம்பற்ற நிலையின் ஏதாவது ஒரு இரண்டாம் திசை வழியினை முதற்கூறாகக் கோருவது அறிவுக்கு முரணானதாகும்."

வரம்பற்ற நிலை பற்றிய இந்தக் கருத்தோட்டத்திலிருந்து எடுக்கும் முதல் முடிவு, காரணங்கள் விளைவுகளின் சங்கிலித் தொடருக்கு இந்த உலகில் ஏதாவது ஒரு சமயத்தில் துவக்கம் இருந்திருக்க வேண்டும் என்பதே:

"ஏற்கெனவே ஒன்றன்பின் ஒன்றாக வரிசையாக நிற்கின்றன என்று எண்ணப்படும் வரம்பிலா எண்ணிக்கையிலான காரணங்கள் கருதுதற்கியலாதவை. இதற்குக் காரணம் எண்ண முடியாத வற்றை எண்ணி முடித்துவிட்டதாக இது முன்னனுமானிக்கிறது."

இவ்வாறாக ஓர் இறுதிக் காரணம் நிரூபிக்கப்பட்டு விட்டது. இரண்டாவது முடிவானது,

"வரையறுக்கப்பட்ட இயக்கங்களின் விதி: சுதந்திரமான பொருட் களின் ஏதாவது உண்மை இனவகைகளின் முற்றொருமைத் தன்மைகளின் சேகரம் மட்டுமே ஒரு வரையறுக்கப்பட்ட இலக்கத்தை உருவாக்கும் என்று கருதலாம். காலத்தின் எந்தக் கூறிலேனும் நிலவிய விண்ணகக் கோள்களின் இலக்கம் தானே

வரையறையுள்ளதாக இருத்தல் வேண்டும் என்பது மட்டுமல்ல, உலகில் நிலவும் வஸ்துவின் ஆகச்சிறிய துகள்கள் கூட உள்ளிட்டு அனைத்தின் மொத்த எண்ணிக்கையும் இவ்வாறு இருக்க வேண்டும். இந்தப் பிந்தைய தேவைதான் அணுக்கள் இல்லாமல் எந்த ஒரு கலவை பற்றியும் எண்ணிப் பார்க்க முடியாது என்பதற்கான உண்மைக் காரணமாகும். எல்லா உண்மையான வகுத்தலுக்கும் ஒரு வரையறையுள்ள எல்லை உள்ளது. எண்ண முடிந்தது, எண்ண முடியாதது பற்றிய முரண்பாடு தவிர்க்கப்பட வேண்டுமானால் இதை நிச்சயம் கொண்டிருக்க வேண்டும். இதே காரணத்திற்காகத்தான் இன்றைய கட்டம் வரை சூரியனைப் பூமி சுற்றி வந்ததன் சுற்றுகளின் எண்ணிக்கை - அதை எடுத்துக் கூறமுடியாவிடினும் கூட - வரைநிலையான எண்ணாக இருத்தல் வேண்டும்; இயற்கையின் எல்லா வளர்ச்சி போக்குகளுக்கும் ஏதாவது ஒரு துவக்கம் இருந்திருக்க வேண்டும், மரபாகத் தோன்றுகின்ற இயற்கையின் எல்லாப் பாகுபாடுகளும் பல்வகைத் தன்மையும் ஒரு சுய-சமத்துவ நிலையில் நிச்சயமாயும் வேர் கொண்டிருத்தல் வேண்டும். இந்த நிலை எவ்வித முரண் பாட்டையும் அகத்தே கொண்டிராமல் அனாதிகாலம் முதல் இருந்து வந்திருக்கலாம்; ஆனால் தன்னிலையான காலம் உண்மையான பகுதிகளால் இணைக்கப் பெற்று, பல்வகையான கருதிப் பார்க்கக் கூடிய சாத்தியக் கூறுகள் காரணமாக நமது மனங்களால் அறவே தன்னிச்சையாகப் பகுக்கப்படாமல் இருக்குமானால் இந்தக் கருத்தும் கூட விலக்கப்படும். உண்மை யான, தன்நிலையில் வேறுபாடான கால உள்ளடக்கத்தைப் பொறுத்தவரை நிலை முற்றிலும் வேறு: வேறுபிரித்தறியக் கூடிய உண்மைகளால் காலத்தை மெய்யாகவே நிரப்பும் இதுவும், இந்தத் துறையின் வாழ்நிலை வடிவங்களும் எண்ணக்கூடிய துறைக்கு குறிப்பாயும் அவற்றின் வேறுபிரித்தறியும் தன்மையால் உரித்தாகின்றன. மாறுதல்கள் எதுவும் ஏற்படாத ஒரு நிலையை, அது தனது சுய - சமத்துவத்தால் வளர்ச்சி மரபுரிமை வேறுபாடு களை வழங்காத ஒரு நிலையைக் கற்பனை செய்து கொள்வோ மானால் காலம் பற்றிய அதிக தனிச்சிறப்பான கருத்து வாழ்நிலை பற்றிய மேலும் பொதுவான கருத்தாக மாற்றமடைகிறது. இந்த வெற்றுக் கால அளவில் திரட்சியின் விளைவு முற்றிலும் கற்பனை செய்ய முடியாதது.

இதுவரை ஹெர் டூரிங்கைப் பார்த்தோம், அவர் இந்த வெளிப் பாடுகளின் முக்கியத்துவத்தால் சற்றும் மேம்பாடு கண்டுவிடவில்லை. "அவை குறைந்தபட்சம் அற்பசொற்ப உண்மைகள்" என்று

கருதப்படமாட்டா என்று முதலில் அவர் நம்புகிறார்; ஆனால் பின்னால் நாம் காண்பது:

"வரம்பற்ற நிலையின் கருத்தோட்டங்களையும் அவற்றின் விமர்சன விளக்கங்களையும், இதுகாறும் அறிந்திராத முக்கியத் துவத்தை நோக்கி முன்னேற நாங்கள் உதவிய மிகவும் எளிய முறைகளை... விசும்பு காலம் பற்றிய சர்வப் பொதுக்கருத் தோட்டத்தின் கூறுகளை, உங்கள் மனதில் நினைவு கூருங்கள்; தற்போது செயல்படுத்தப் பெற்ற கூர்மைப்படுத்தல் மற்றும் ஆழப்படுத்தல் மூலம் இவற்றுக்கு இத்தகைய எளிய வடிவம் தரப்பட்டது."

நாங்கள் முன்னேற உதவினோம்! தற்போது செயல்படுத்தப் பெற்ற கூர்மைப்படுத்தல் மற்றும் ஆழப்படுத்தல்! "நாம்" என்பது யார் "தற்போது" என்பது எப்போது? யார் கூர்மைப்படுத்தியும் ஆழப் படுத்தியும் வருபவர்?

"அடியுரை: உலகத்திற்கு காலத்தில் ஒரு துவக்கமுண்டு, விசும்பைப் பொறுத்தவரை அதுவும் வரையறைக்குட்பட்டது.

"நிரூபணம்: உலகத்திற்கு காலத்தில் ஒரு துவக்கம் இல்லை என்று மேற்கொள்ளப்படுமானால் சம்பந்தப்பட்ட ஒவ்வொரு கால இலக்கு வரையில் ஓர் அனாதிகாலம் கடந்திருக்க வேண்டும், இதன் பின்விளைவாக வஸ்துக்களின் மரபான நிலைகளின் வரம்பில்லாத தொடர் இந்த உலகில் சென்று மறைந்திருக்க வேண்டும். ஒரு தொடர்ச்சியின் வரம்பின்மை இதில்தான் குறிப் பாயும் காணக்கிடக்கிறது; தொடர்ச்சியான தொகுத்தாய்தல் மூலம் இதை முழுமைப்படுத்தவே இயலாது. எனவே எல்லை யற்றுக் கடந்து சென்ற தொடரான உலகங்கள் சாத்தியமல்ல, இதன் பின்விளைவாக உலகத்தின் நிலவுதலுக்கு உலகத்தின் துவக்கம் ஓர் இன்றியமையாத நிபந்தனையாகும். இதுவே முதன் முதலாக நிரூபிக்கப்பட வேண்டிய விஷயம்.

"இரண்டாவதைப் பொறுத்தவரை எதிர்நிலை மீண்டும் மேற் கொள்ளப்பட்டால் உலகம் ஒட்டுமொத்தமாக சகவாழ்வு நடத்தும் வஸ்துக்களைக் கொண்ட வரம்பிலியாகும். நாம் உள்ளுணர்வின் ஒரு குறிப்பிட்ட வரையறைக்குள் அடங்காத ஒரு குவாண்டத்தின் அளவுகளை அதன் பகுதிகளின் தொகுத் தாய்தல் மூலம் தவிர வேறு எந்த வழியிலும் கருதிப் பார்க்க முடியாது. அத்தகைய ஒரு குவாண்டத்தின் ஒட்டுமொத்தத்தை முழுமையான சேர்க்கை மூலமோ அல்லது ஓர் உலகை தனக்குத்

தானே மீண்டும் சேர்ப்பது மூலமோதான் கருதிப்பார்க்க முடியும். இதன்படி எல்லா விசும்புகளையும் ஒட்டுமொத்தமாக நிறைவு செய்யும் உலகு பற்றிக் கருத்துருவாக்க, வரம்பற்ற உலகின் பகுதிகளின் தொடர்ச்சியான சேர்க்கை முழுமையாகிவிட்டது என்று காண வேண்டும்; அதாவது அனைத்து சகவாழ்வு வஸ்துவையும் கணக்கெடுப்பதில் வரம்பற்ற காலம் கடந்து விட்டதாகக் கருதல் வேண்டும். இது சாத்தியமல்ல. இந்தக் காரணத்திற்காக எதார்த்த வஸ்துகளின் ஒரு வரம்பற்ற திரட்சியை சம்பந்தப்பட்ட முழுமை என்று கருத முடியாது, எனவே சம்பந்தப்பட்ட அதே காலத்தியதாகவும் கருத முடியாது. எனவே இதன் தொடர்பாக விசும்பின் விரிவாக்கத்தைப் பொறுத்தவரை உலகம் வரம்பிலி அன்று மாறாக வரம்புகளால் சுற்றிவளைக்கப் பட்டுள்ளது" (இது நிரூபிக்கப்பட வேண்டிய இரண்டாம் விஷயம்).

இந்த வாக்கியங்கள் சொல்லுக்குச் சொல் ஒரு பிரபலமான நூலிலிருந்து பெயர்த்து எடுக்கப்பட்டவை; இந்த நூல் முதல் தடவையாக 1781-ல் வெளிவந்தது; இதன் பெயர் இம்மானுவேல் காண்ட் எழுதிய 'சுத்த அறிவாய்வின் விமர்சன விளக்கம்' (Critique of Pure Reason). இதை எவர் வேண்டுமாயினும் இந்த நூலின் II, அத்தியாயம் II & II, முதல் பகுதியின் இரண்டாம் பிரிவில் படிக்கலாம்: சுத்த அறிவாய்வின் முதல் முரணுரை.[41] எனவே ஹெர் டூரிங்கின் புகழ், காண்ட் வெளிப் படுத்திய ஒரு கருத்துக்கு "நிர்ணயமான இலக்கங்களின் விதி" என்ற ஒரு பெயரைச் சூட்டியதிலும் உலகம் இருந்த போதிலும் காலம் இல்லாது இருந்த ஒரு சமயம் முன்னே இருந்தது என்ற கண்டுபிடிப்பைச் சாத்தியமாக்கியதிலுமே முற்றாக இடம் பெறுகிறது. மற்றவற்றைப் பொறுத்தவரை ஹெர் டூரிங்கின் விரிவுரையில் - "நாம்" என்பது இம்மானுவேல் காண்ட், "தற்போது" என்பது 95 ஆண்டுகளுக்கு முன்னே என்று பொருள்படும். "நிச்சயமாயும் மிக எளிதானதே!" அதிசயமான "இது காறும் அறிந்திராத முக்கியத்துவம்!"

மேலே கூறப்பட்ட முதலுரைகள் தனது நிரூபணத்தினால் நிலை நாட்டப்பட்டு விட்டதாக காண்ட் உரிமை பாராட்டவே இல்லை. இதற்கு மாறாக அடுத்த பக்கத்தில் அவர் எதிரானநிலையைக் கூறி நிரூபிக்கிறார்: உலகத்திற்கு காலத்தில் துவக்கமோ, விசும்பில் முடிவோ இல்லை. இதில்தான் குறிப்பாகவும் அவர் இந்த ஒன்று மற்றதைப் போலவே எடுத்துக்காட்டத்தக்கதாகும் என்னும் முரணுரையை, தீர்க்கமுடியாத முரண்பாட்டைக் காண்கிறார்; ஒரு "காண்ட்" ஒரு தீர்க்கமுடியாத இடர்ப்பாட்டைக் கண்டுவிட்டார் என்ற காரணத்தால்

சிறிய திறனுடைய மக்கள் ஒருக்கால் சிறிது ஐயுறலாம். ஆனால் "அடிமுதலே சுயமான முடிவுகள் கருத்துகள் வரை" கற்பனை செய்த நமது வீர கட்டுக்கதையாளர் அப்படிப்பட்ட பேர்வழி அல்ல; கான்ட்டினது முரணுரையில் தனது நோக்கத்திற்குப் பொருத்தமான வற்றை எல்லாம் மகிழ்ச்சியுடன் பிரதி எடுத்துக் கொள்கிறார் அவர், மற்றவற்றை உதறித் தள்ளிவிடுகிறார்.

இந்தப் பிரச்சனை தன்னிலேயே மிக எளிதான தீர்வைக் கொண் டிருக்கிறது. காலத்தில் அனாதிகாலம், விசும்பில் வரம்பற்ற நிலை என்பவை எந்தத் திசையிலும் முன்னால் அல்லது பின்னால், மேலே அல்லது கீழே, வலது அல்லது இடது பக்கம் எங்கும் முடிவு இல்லை என்பதைத் துவக்கத்திலிருந்தே சுட்டிக்காட்டுகின்றன. சொற்களின் எளிதான பொருளில் விளக்குகின்றன. இந்த வரம்பிலி வரம்பற்ற தொடரிலிருந்து முற்றிலும் வேறுபட்டது; ஏனெனில் பிந்தையது எப்பொழுதும் ஒன்றிலிருந்து, முதல் காலக்கூறுடன் தொடங்குகிறது. நமது இலக்குக்கு இந்தத் தொடரின் கருத்து பொருத்தமற்றது என்பது அதை நாம் விசும்புக்கு நேரடியாகப் பிரயோகிக்கும் பொழுது தெளிவாகிறது. விசும்பின் துறைக்கு மாற்றப்படும் வரம்பற்றதன் தொடர், வரம்பின்மை நோக்கிய திட்டவட்டமான திசையில் திட்ட வட்டமான புள்ளியிலிருந்து வரையப்பெற்ற கோடாகும். விசும்பின் வரம்பின்மை இதில் மிகவும் தொலைவான வழியிலாவது வெளியிடப் பட்டுள்ளதா? இதற்கு மாறாக இடஞ்சார்ந்த பரிமாணங்களின் கருத்து இந்த ஒரு புள்ளியிலிருந்து மூன்று எதிர்த்திசைகளில் வரையப்பெற்ற ஆறு கோடுகளை உள்ளடக்கியதாக இருக்கிறது. இதன் விளைவாக நாம் இந்தப் பரிமாணங்கள் ஆறையும் பெற்றிருப்போம். கான்ட் இதை மிகவும் தெளிவாகப் பார்த்த காரணத்தால் அவர் தமது எண்ணியலான தொடரை மறைமுகமாகச் சுற்றி வளைத்த வழியில் உலகின் விசும்பு உறவுகளுக்கு மாற்றினார். ஆனால் மறுபுறத்தில் ஹெர் டூரிங்கோ நம்மை விசும்பில் ஆறு பரிமாணங்களை ஏற்றுக் கொள்ளுமாறு கட்டாயப்படுத்துகிறார். உடனடிப் பின்னால் காஸினுடைய கணித வியல் மாயாவாதத்தை நோக்கிய தமது ஆத்திரத்தை வெளிப்படுத்தச் சொற்களைத் தேட முடியாது நிற்கிறார் - காஸ் விசும்பின் வழக்கமான மூன்று பரிமாணங்களுடன் திருப்தியடைபவர் அன்று.[42]

காலத்திற்குப் பிரயோகிக்கப்பட்டது போன்ற இரு திசை களிலுமான வரம்பின்மை கொண்ட கோடு அல்லது யூனிட்களின் தொடருக்கு ஓரளவு உருவகமான பொருள் உண்டு. ஆனால் காலத்தை நாம் ஒன்று முதல் முன்னோக்கி எண்ணும் தொடராகவோ அல்லது ஒரு திட்டவட்டமான புள்ளியில் இருந்து துவங்கும் ஒரு கோடாகவோ

சிந்தித்துப் பார்ப்போமானால் நாம் காலத்திற்கு ஒரு துவக்கமுண்டு என்பதை முன்கூட்டியே மறைமுகமாகக் குறிப்பிட்டவர்களோவோம்: நாம் நிரூபித்துக் காட்ட வேண்டியது எதுவோ அதனையே குறிப்பாக ஒரு முதற்கோளாக முன்வைத்தவர்களாவோம். காலத்தின் வரம் பின்மைக்கு நாம் ஒருபட்சமான அரைவாசித் தன்மையினை வழங்கு கிறோம்: ஆனால் ஒருபட்சமான அரைவாசியான வரம்பின்மையும் கூடத் தன் நிலையில் ஒரு முரண்பாடாகும். "முரண்பாடின்றி கருத்தில் உருவாக்கிய வரம்பின்மைக்கு" நேர் எதிரானதாகும். தொடரை எண்ணத் தொடங்கும் அந்த ஓர் அலகு என்பதும், கோட்டை அளப்பதற்கு நாம் தொடங்கும் புள்ளி இந்தத் தொடரில் ஏதாவது ஓர் அலகு என்பதும் இந்தக் கோட்டில் ஏதாவது புள்ளி என்பதும், இந்த அலகை அல்லது இந்தப் புள்ளியை நாம் எங்கே வைக்கிறோம் என்பதும் இந்தக் கோட்டிற்கோ அல்லது தொடருக்கோ அலட்சிய மான காரியம் என்று நாம் கருதிக் கொண்டால் மட்டுமே நாம் இந்த முரண்பாட்டைக் கடந்து செல்லமுடியும்.

"எண்ணப்பெற்ற வரம்பிலா எண் சார்ந்த தொடரின்" முரண்பாடு பற்றி என்ன கூறுவது? அதை எண்ணும் கெட்டிக்கார சாகசத்தை நமக்காக ஹெர் டூரிங் செய்தவுடனேயே இதை மிகவும் நெருக்கமாகப் பரிசீலனை செய்யும் நிலையில் நாம் இருப்போம். - ∞ கழித்தற்குறி முதல் 0 வரையில் எண்ணும் கடமையை முழுமைப்படுத்திவிட்டு அவர் மீண்டும் வரட்டும். அவர் எந்த முனையிலிருந்து எண்ணத் தொடங் கினாலும் அவர் தமக்குப் பின்னால் ஒரு வரம்பில்லாத் தொடரையும் அதோடு கூடவே தாம் நிறைவேற்ற வேண்டிய கடமையையும் நிச்சயம் விட்டுவிடுவார் என்பது உறுதியான கண்கூடு. அவர் தமது வரம்பிலித் தொடரை 1+2+3+4... என்று சற்றே புரட்டி வரம்பில்லா முனையிலிருந்து 1ஐ நோக்கிப் பின்வரிசையில் எண்ணிப் பார்க்க முயலட்டும்; இது பிரச்சனை என்ன என்பது பற்றிச் சற்றும் தெளிவாகப் புரிந்து கொள்ளாத ஒரு மனிதனின் முயற்சியாகவே இருக்கும் என்பது கண்கூடு. மீண்டும்: ஹெர் டூரிங் கடந்து சென்ற காலத்தின் வரம்பிலித் தொடர் எண்ணப்பட்டதாகக் கூறுவாரானால், அதன் மூலம் அவர் காலத்திற்கு ஒரு துவக்கம் உண்டு என்றே கூறுகிறார்; இல்லாவிடில் அவர் "எண்ணுவதற்கு" தொடங்கியே இருக்கமுடியாது. மீண்டும் ஒரு முறை அவர் தாம் நிரூபித்துக் காட்ட வேண்டிய ஒரு விஷயத்தை தமது வாதத்தின் முதற்கோளாக முன்வைக்கிறார். எண்ணப்பெற்றதான வரம்பிலித் தொடர் பற்றிய கருத்து, வேறு சொற்களில் கூறினால், நிலையான எண்கள் பற்றிய உலகுதழுவியதான டூரிங்கின் விதி

contradictio in adjecto,★ இது தனக்குள்ளே ஒரு முரண்பாட்டைக் கொண்டிருக்கிறது, உண்மையில் ஓர் அபத்தமான முரண்பாட்டைக் கொண்டிருக்கிறது.

முடிவு உள்ள ஆனால் துவக்கம் இல்லாத ஒரு வரம்பிலி துவக்கம் உள்ள ஆனால் முடிவு இல்லாத வரம்பிலியை விடவும் கூடவோ அல்லது குறைந்ததோவான வரம்பின்மை கொண்டது அல்ல என்பது தெளிவு. மிகச் சொற்பமான இயக்கவியல் நுண்ணறிவுங்கூட, வடதுருவம் தென் துருவம் போன்று துவக்கமும் முடிவும் நிச்சயமாயும் ஒன்றுசேர்ந்த இணைபகுதியானவை - முடிவு விடப்பட்டுவிட்டால் துவக்கம் அப்படியே முடிவாகி விடும், - இதுவே இந்தத் தொடரின் ஒரு கோடி பின்னது முன்னதாகவும் இருக்கும் என்று ஹெர் டூரிங்குக்கு எடுத்துக் கூறியிருக்க வேண்டும். வரம்பிலித் தொடருடன் கணக்குச் செய்தல் என்ற கணிதவியல் வழக்கம் இருந்திராவிட்டால் இந்த ஏமாற்று முழுவதுமே சாத்தியமற்றதாகி இருக்கும். ஏனெனில் கணிதவியலில் நிர்ணயமற்றதையும் முடிவிலாததையும் சென்றடை வதற்கு நிர்ணயமான வரம்புடைய எண்ணுருக் கூறிலிருந்து தொடங்க வேண்டுவது அவசியம்; எல்லா கணிதவியல் தொடர்களும் நேர்நிலை எதிர்நிலை எதுவும் 1 இலிருந்து தொடங்க வேண்டும். இல்லையேல் அவற்றைக் கணக்கிடுதலுக்குப் பயன்படுத்த இயலாது. ஒரு கணிதவியலாளரின் பண்பியலான தேவை எதார்த்த உலகிற்கான கட்டாய விதியாக இருக்க முடியாது.

இதைப் பொறுத்தவரை ஹெர் டூரிங் முரண்பாடு இல்லாமல் உண்மையான வரம்பிலியைக் கருதிப் பார்ப்பதில் என்றுமே வெற்றி பெறமாட்டார். வரம்பிலி ஒரு முரண்பாடாக இருக்கிறது. முரண்பாடுகள் நிறைந்ததாக உள்ளது. துவக்க முதலே வரம்பிலி வரம்புகள் தவிர வேறு எதையும் கொண்டதாக இல்லை என்பது ஒரு முரண்பாடு, எனினும் நிலைமை இதுவே. பொருளாயத உலகின் எல்லைவரையறை அதன் எல்லைவரையறை இல்லாதத் தன்மை போலவே முரண்பாடுகளுக்கு இட்டுச் செல்கிறது. இந்த முரண்பாடுகளைச் சமாளிக்க நடத்தப்பெறும் ஒவ்வொரு முயற்சியும் புதிய மற்றும் மோசமான முரண்பாடுகளுக்கு இட்டுச் செல்வதை நாம் காண்கிறோம். வரம்பிலி முரண்பாடாக இருப்பதன் காரணமாகவே அது ஒரு வரம்பில்லா நடைமுறையாக காலத்திலும் விசும்பிலும் முடிவின்றித் தன்னை வெளிப்படுத்திக் கொள்கிறது. இந்த முரண்பாடு அகற்றப்படுவது வரம்பிலியின் முடிவில் கொண்டுபோய் விடும்.

★ வரையறுப்பில் முரண்பாடு, அபத்தமான முரண்பாடு "வட்டச் சதுரம்", "மர இரும்பு" என்பவை போல. - ப-ர்.

ஹெகல் இதை முற்றிலும் சரியாகக் கண்டார். அந்தக் காரணத்தால் இந்த முரண்பாட்டின் மீது நுண்ணயம் புரிந்த கனவான்களைத் தக்கதான வெறுப்புடன் நடத்தினார்.

நாம் மேலே செல்வோம். காலத்திற்கு ஒரு துவக்கம் இருந்தது. இந்தத் துவக்கத்திற்கு முன்னால் என்ன இருந்தது? பிரபஞ்சம், அது அன்று ஒரு சுய - சமத்துவமான மாறுதலற்ற நிலையில் இருந்தது. இந்த நிலையில் மாற்றங்கள் எதுவும் ஒன்றன்பின் இன்னொன்று தொடர் வதில்லை என்பது போலவே காலம் பற்றிய தனிவகைக் கருத்து மேலும் வாழ்நிலை பற்றிய பொதுக் கருத்தாகத் தன்னைத் தானே மாற்றிக் கொள்கிறது. முதலாவதாக நாம் ஹெர் டூரிங்கின் தலையில் என்ன கருத்துகள் மாற்றமடைகின்றன என்பது குறித்து சிறிதும் கவலைப் படவில்லை. விவாதத்துக்கு உட்பட்ட விஷயம் காலம் பற்றிய கருத்தல்ல மாறாக உண்மையான காலம், இதை ஹெர் டூரிங் இத்தனை துச்சமாக அகற்றிவிட முடியாது. இரண்டாவதாக காலம் என்ற கருத்து தன்னைத் தானே மேலும் பொதுவான வாழ்நிலை பற்றிய கருத்தாக எவ்வளவு தான் மாற்றிக் கொள்ளலாம் என்றாலும்கூட இது நம்மை ஒரு படி கூட முன்னே கொண்டு செல்லாது. ஏனெனில் எல்லா வாழ்நிலையின் அடிப்படை வடிவங்களும் விசும்பும் காலமுமாகும்; காலத்துக்குப் புறம்பான வாழ்நிலை என்பது, விசும்புக்குப் புறம்பான வாழ்நிலை என்பதன் அளவுக்குப் படுமோசமான அபத்தமாகும். ஹெகலின் "காலமற்ற பழமையின் வாழ்நிலையும்" நவீன ஷெல்லிங்கியன் வாதப்படியான "முன் கருதிப் பார்க்கவியலாத வாழ்நிலையும்[43]" இந்தக் காலத்துக்குப் புறம்பான வாழ்நிலையுடன் ஒப்புநோக்கும் பொழுது பகுத்தறிவுக் கருத்துகளாகும். இந்தக் காரணத்தால்தான் ஹெர் டூரிங் மிகவும் முன் கவனத்துடன் வேலையைத் துவங்குகிறார்; உண்மையில் இது காலம்தான், ஆனால் உண்மையில் காலம் என்று அழைக்க வியலாத அத்தகைய வகையானது; காலம் தன்நிலையில் உண்மையான பகுதிகளைக் கொண்டிருக்கவில்லை, நமது மனதின் விருப்பப்படி மட்டுமே பகுதிகளாகப் பிரிக்கப்படுகிறது என்பது மெய்யே - சிறப்புக்கு உரியதான உண்மை தகவல்களால் காலம் உண்மையில் நிரப்பப்படுவது மட்டுமே கணிப்பதற்கு இடமளிப்பதாக இருக்கும். வெற்றுக் காலத் தொடர்ச்சியின் சேகரத்தின் விளைவு முற்றிலும் கற்பனை செய்ய வியலாதது. இந்தத் திரட்சியின் உத்தேச விளைவு என்ன என்பதை இங்கு குறிப்பிடத் தேவையில்லை; கேள்வி என்னவென்றால், இங்கு மேற் கொண்டுள்ள நிலையில் உலகத்திற்கு காலத்தொடர்ச்சி இருக்கிறதா, காலத்தின் தொடர்ச்சியூடே அது கடந்து செல்கிறதா என்பதே. வெற்று இடவெளியினை நோக்கமோ பயனோ இன்றி அளப்பதால் நமக்கு எதுவும் கிடைக்காது என்பதுபோல உள்ளடக்கம் இல்லாத இத்தகைய

காலத் தொடர்ச்சியை அளப்பதால் எதுவும் கிடைக்காது என்பதை நீண்ட காலமாகவே நாம் அறிவோம்; ஹெகல் அத்தகைய சலிப்புத் தரும் முயற்சி காரணமாக அத்தகைய வரம்பற்ற நிலையை சீர்கேடானது என்கிறார். ஹெர் டூரிங்கின் கூற்றுப்படி காலம் மாற்றத்தின் மூலமே நிலவுகிறது; காலத்தின் உள்ளேயும் அதன் மூலமுமான மாறுதல் நிலவுவதில்லை. காலம் மாறுதலில் இருந்து வேறுபட்டிருப்பதால், அது அதனிடம் சார்பின்றி உள்ளது; அதை மாற்றத்தால் அளக்க முடியும். காரணம் அளப்பதற்கு அளக்கப்படும் பொருளிலிருந்து வேறுபட்ட ஏதாவது எப்பொழுதும் தேவை. இனம் கண்டுகொள்ளத் தக்க மாற்றங்கள் நிகழாத காலம் நிலைபேறு இல்லாத ஓரளவு தூயதான காலம். எந்த அந்நியக் கலவையின் பாதிப்புக்கும் உட்படாதது, அது உண்மையான காலம், எடுத்துக்காட்டான காலம். காலம் பற்றிய கருத்தை அதன் அனைத்துப் பரிசுத்தமுடன் அன்னியமும் புறச்சார்புமான கலவையில் இருந்து விலக்கிப் புரிந்து கொள்ள விரும்புவோமானால், காலத்தில் ஒரே சமயத்திலோ அல்லது ஒன்றன் பின் ஒன்றாகவோ நிகழும் பல்வேறு நிகழ்ச்சிகள் அனைத்தையும் இங்கு பொறுத்தமற்றது என்று ஒதுக்கி வைக்குமாறு கட்டாயப்படுத்தப் படுகிறோம். இந்த வழியில் எதுவுமே நிகழாத ஒரு காலத்தைப் பற்றிய கருத்தை உருவாக்க நேருகிறது. எனவே இதைச் செய்வதன் மூலம் நாம் காலம் பற்றிய கருத்துரு வாழ்நிலை பற்றிய பொதுவான கருத்தில் மூழ்கிட அனுமதிப்பதில்லை. ஆனால் அதன் மூலம் முதல் தடவையாக காலம் பற்றிய தூய கருத்துருவை வந்தடைகிறோம்.

உலகின் சுய-சமத்துவ ஆரம்பநிலை என்று ஹெர் டூரிங் விழுந்து தடுமாறும் குழப்பத்தோடு ஒப்புநோக்கில், இந்த முரண்பாடுகள் மற்றும் நடைமுறை சாத்தியமற்ற தன்மைகள் யாவும் வெறும் குழந்தை விளையாட்டு மட்டுமேயாகும். எத்தகைய மாறுதலுமே ஏற்படாத நிலையில் உலகம் எப்போதுமே இருந்து வந்திருக்குமானால் அது இந்த நிலையிலிருந்து மாற்றத்தை நோக்கி எவ்வாறு கடந்து செல்ல முடியும்? முற்றிலும் மாற்றமில்லாத, இந்த நிலையில் அனாதிகாலம் முதல் அது இருந்து வந்திருக்குமானால் அது தானாகவே அத்தகைய நிலையி லிருந்து வெளியேறி இயக்கமும் மாற்றமும் கொண்ட ஒரு நிலைக்குக் கடந்து செல்வது சாத்தியம் அல்ல. எனவே ஓர் ஆதித் தூண்டுதல் - அதை இயக்குவிக்கும் ஒரு தூண்டுதல் - வெளியிலிருந்து, பிரபஞ்சத்திற்கு வெளியிலிருந்து கட்டாயம் வந்திருக்க வேண்டும். இந்த "ஆதித் தூண்டுதல்" கடவுள் என்பதற்கான வேறு ஒரு சொல் மட்டுமே என்பதை யாவருமறிவர். ஹெர் டூரிங் தனது உலக வரைமுறை இயலில் மிகவும் அழகாக உரித்துக் காட்டப் பாவனை செய்துள்ள கடவுளும் அப்பாலும் என்ற இரண்டும் அவரால் இங்கு இயற்கை தத்துவ

இயலுக்குள் புகுத்தப் பெற்று கூர்மைப்படுத்தி ஆழப்படுத்தப் பெற்றுள்ளன.

மேலும் ஹெர் டூரிங் கூறுகிறார்:

"வாழ்நிலையின் ஒரு நிலையான கூறுக்குப் பரிமாணம் கற்பித்துக் கூறப்படும் இடத்து அது தனது நிர்ணயக் கூறுகளில் மாறுதல் இன்றி நீடித்து நிற்கும். இது பருப்பொருள் மற்றும் இயந்திரவியல் சக்திக்குப் பொருத்தமானதே."

முதல் வாக்கியம் ஹெர் டூரிங்கின் மூதுண்மை வழி கூறியது கூறும் சண்டப்பிரசண்டத்திற்கு ஓர் அரிய உதாரணம் என்று போகிற போக்கில் குறிப்பிடலாம்; பரிமாணம் மாறுதல் அடையாத இடத்து அது அப்படியே இருக்கிறது. எனவே உலகில் நிலவும் இயந்திரவியல் சக்தியின் அளவு ஊழிக்காலத்திற்கும் அப்படியே இருக்கிறது. இது சரி என்ற அளவுக்கு டேக்கார்ட் இதை ஏற்கெனவே அறிந்திருந்தார். முன்னூறு ஆண்டுகளுக்கு முன்னால் தத்துவ இயலில் இதைப் பற்றிக் கூறியிருந்தார்[44] இயற்கை விஞ்ஞானத்தில் சக்தியின் அழியாநிலை பற்றிய தத்துவம் கடந்த 20 ஆண்டுகளாக ஆதிக்கம் செலுத்தி வந்துள்ளது; ஹெர் டூரிங் இதனை இயந்திரவியல் சக்தி அளவுக்குக் கட்டுப்படுத்துவதன் மூலம் இதனை எந்த வகையிலும் மேம்படுத்த வில்லை என்ற உண்மையை நாம் காணத்தவறி விடுவோம். மாற்ற மில்லாத நிலையின் காலத்தில் இயந்திரவியல் சக்தி எங்கே இருந்தது? இந்தக் கேள்விக்கு எந்த ஒரு விடையையும் கூறப் பிடிவாதமாக மறுக்கிறார் ஹெர் டூரிங்.

ஹெர் டூரிங்கே, அந்தக் காலத்தில் நிலைபேறான சுய - சமத்துவ இயந்திரவியல் சக்தி எங்கே இருந்தது. அது எதை இயக்குவித்தது? இதற்குப் பதில்:

"பிரபஞ்சத்தின் தொடக்க நிலை, அல்லது மேலும் தெளிவாகக் கூறினால் காலத்திலான மாற்றங்களின் திரட்சியைக் கொண்டிராத பருப்பொருளின் மாற்றமில்லாத நிலவுதல் என்னும் பிரச்சினை, தனது சொந்த பிறப்பித்தல் ஆற்றலைத் தானே கண்டதுண்ட மாக்குவதில் அறிவின் சிகரத்தினைக் காணும் ஒரு மூளையால் மட்டுமே உதறித் தள்ளக் கூடியதாகும்."

எனவே: எனது மாற்றமில்லா தொடக்க நிலையினைப் பரிசீலிக் காமல் ஏற்றுக் கொள்ளுங்கள் இல்லையேல் ஒய்கேன் டூரிங் ஆகிய படைக்கும் ஆற்றல் பெற்ற நான் உங்களை அறிவுத் துறை அலிகள் என்று சான்றளிப்பேன். இது பல பேர்களை அச்சமூட்டித் தடுக்கலாம். ஆனால் ஹெர் டூரிங்கின் பிறப்பித்தல் ஆற்றலின் சில உதாரணங்களை

ஏற்கெனவே கண்டுவிட்ட நாம், தற்போதைக்கு இந்த நாகரிக அவதூறுக்குப் பதிலளிக்காமல் விட்டு மீண்டும் ஒரு முறை கேட்கிறோம்: ஆனால் ஹெர் டூரிங் அவர்களே அந்த இயந்திரவியல் சக்தி பற்றி தயவு செய்து என்ன கூறுகிறீர்கள்?

ஹெர் டூரிங் உடனே திகைப்படைகிறார்.

உண்மையில், அவர் திக்கித் திணறிக் கூறுகிறார், "அந்த ஆரம்பக் கடைக்கோடி நிலையின் முற்றமுழுமையான முற்றொருமை தானாகவே மாற்றத்தின் எந்தக் கோட்பாட்டையும் வழங்க வில்லை. ஆனால் நமக்குப் பரிச்சயமான இருத்தலின் சங்கிலித் தொடரின் ஒவ்வொரு புதிய கண்ணியின் நிலையும், அது எத்துணை சிறியதாக இருந்த போதிலும், அடி ஆழத்தில் ஒரே வகைப்பட்டதாக இருக்கிறது என்பதை நாம் நினைவில் கொள்ள வேண்டும். இதன் காரணமாக இப்போது பரிசீலனையில் இருக்கும் அடிப்படை விஷயத்தில் இடர்ப்பாடுகளை எழுப்ப விரும்பும் எவரும் போதியளவு வெளிப்படையாக இல்லாத சந்தர்ப்பங்களில் அவற்றைப் புறக்கணிக்கும்படி தன்னைத் தானே அனுமதித்துக் கொள்ளாமல் கவனமாக இருத்தல் வேண்டும். மேலும் படிப்படியான இடைக்கால கட்டங்களையும் தொடர்ச்சியின் ஒரு பாலத்தையும் வெற்றிகரமாக இடையிற் புகுத்தும் சாத்தியக்கூறு உள்ளது. இதன் மூலம் பின்வாங்கிச் சென்று மாறுதல் நடைமுறையின் மறைவை எட்டலாம். முற்றிலும் கருத்துருவபாணி நோக்கு நிலையிலிருந்து பார்க்கும் பொழுது இந்தத் தொடர்ச்சி நாம் பிரதான இடர்ப்பாட்டைக் கடக்க உதவுவதாக இல்லை. மாறாக நமக்கு இது எல்லா முறை மையின் அடிப்படை வடிவமாக, பொதுவாக மாற்றத்தின் அறியப் பெற்ற எல்லா வடிவமுமாகக் காணப்படுகிறது. இதனால் நாம் இதனை முதல் சமன நிலைக்கும் அதன் குலைவுக்கும் இடையிலான சாதனமாகவும் பயன்படுத்தும் உரிமை பெற்றிருக்கிறோம். இயக்க மற்ற சமன நிலையை இன்றைய இயந்திரவியலில் குறிப்பிட்ட எவ்வித ஆட்சேபமும் இன்றி" (!) "கருத்துகளை ஏற்றுக் கொள்ளும் மாதிரியில் கருதிப் பார்த்திருந்தோமாயின் பருப்பொருள் எவ்வாறு மாறுதல் போக்கினை எட்டியிருக்க முடியும் என்பதை விளக்கு வதற்கு வழியே இருக்காது." பொருண்மையின் இயந்திரவியல் இயக்கம் தவிர பொருண்மையின் இயக்கம் மிகவும் சிறிய துகள் களின் இயக்கமாக மாற்றமடைவதும் உண்டு என்று நம்மிடம் கூறப்படுகிறது; இது எவ்வாறு நடைபெறுகிறது என்பதற்கு "இன்றுவரை நம் வசம் பொதுக் கோட்பாடு எதுவும் இல்லை.

இதன் விளைவாக, இறுதியில் இந்த நடைமுறைகள் ஓரளவுக்கு இருளில் நடைபெறுமானால் அதில் வியப்பில்லை."

ஹெர் டூரிங் சொல்லக் கூடியது இவ்வளவுதான். இந்த உண்மையிலேயே பரிதாபகரமான திருக்கு மறுக்குகள், தட்டிக் கழிப்புகள் நமது மனதைக் குலைக்க இடங்கொடுத்தோமானால் உண்மையில் நமது "பிறப்பிக்கும் ஆற்றலை தாமே கண்டதுண்ட மாக்குவதில்" மட்டுமின்றி கண்மூடித்தனமான முழு நம்பிக்கையிலும் நாம் அறிவின் சிகரத்தைக் காண வேண்டியிருக்கும். முற்ற முழுமையான முற்றொருமை தானாகவே மாற்றத்திற்கான மாறுதல் கட்டத்தைத் தோற்றுவிக்க முடியாது என்று ஹெர் டூரிங் ஒப்புக் கொள்கிறார். அதே போன்று முற்ற முழுமையான சமனநிலை தானே இயக்கமாக மாறுவதற்கு எந்த மார்க்கமும் இல்லை. பிறகு என்ன இருக்கிறது? மூன்று முடமான பொய்யான வாதங்கள்.

முதலாவதாக: நமக்குப் பரிச்சயமுள்ள இருத்தலின் சங்கிலித் தொடரில் எவ்வளவு சிறியதாக இருப்பினும்சரி ஒவ்வொரு கண்ணியில் இருந்தும் அடுத்த ஒன்றுக்கு மாறிச் செல்வதை எடுத்துக் காட்டுவது மிகவும் கடினம். - ஹெர் டூரிங் தமது வாசகர்கள் பச்சைக் குழந்தைகள் என்று நினைக்கிறார் போலும். இருத்தலின் சங்கிலித் தொடரில் ஆகச் சிறிய கண்ணிகளிடையே தனிப்பட்ட மாறுதல் கட்டங்களையும் தொடர்புகளையும் நிலைநாட்டுவது குறிப்பாயும் இயற்கை விஞ்ஞானத்தின் உள்ளடக்கமாகும். அதன் பணியில் எங்காவது ஓர் இடத்தில் சிக்கல் ஏற்படுமானால் எவருமே ஹெர் டூரிங்கும் கூட முற்பட்ட இயக்கம் "வெறுமையிலிருந்து" எழுந்ததாக விளக்குவதற்குக் கருதமாட்டார்கள். மாறாக ஏதோ சில முந்தைய இயக்கத்தின் ஒரு மாற்றமாக, மாறிய தோற்றமாக, செலுத்தீடாக மட்டுமே கருதுவார்கள். ஆனால் இங்கு இயக்கம் அசைவற்றதன்மையிலிருந்து அதாவது இன்மையில் இருந்து எழுந்ததாக மறுப்புக்கிடமின்றி ஒப்புக் கொள்வதே பிரச்சனையாக இருக்கிறது.

இரண்டாவதாக: "தொடர்ச்சியின் பாலம்" இருக்கிறது. முற்றிலும் கருத்துருவபாணி நோக்குநிலையிலிருந்து பார்த்தால் இது நிச்சயமாயும் இடர்ப்பாட்டைத் தவிர்க்க நமக்கு உதவுவதில்லை. ஆனால் அதே பொழுதில் இதை நாம் அசைவற்றதன்மைக்கும் இயக்கத்திற்கும் இடையிலான ஊடகமாகப் பயன்படுத்தும் உரிமை பெற்றுள்ளோம். துரதிருஷ்டமாக அசைவற்றதன்மையின் தொடர்ச்சி அசைவு இல்லாது இருப்பதில் அடங்கியுள்ளது; எனவே இது எவ்வாறு இயக்கத்தை உண்டுபண்ணும் என்பது முன்னொன்றைக் காட்டிலும் அதிக மர்மமாக இருக்கிறது. முழுமையான இயக்கமின்மையிலிருந்து சர்வப்பொது

இயக்கத்திற்கு மாறிச் செல்வதை ஹெர் டூரிங் எத்தனை அளவற்ற சிறு பகுதிகளாக வெட்டிய போதிலும், இதற்காக அவர் ஒதுக்கும் காலம் எத்துணை நீண்டதாயினும் நாம் ஒரு மில்லிமீட்டரில் பத்தாயிரத்தில் ஒரு பகுதி கூட முன்னேறவில்லை. படைப்புச் செயல் இல்லாமல் இன்மையில் இருந்து ஏதாயினும் ஒன்றை - கணிதவியல் வகையீட்டு நுட்பம் (mathematical differential) போன்ற மிகச் சிறிய ஏதாயினும் ஒன்றைக் கூடப் - பெறமுடியாது. தொடர்ச்சியின் பாலம் - கழுதை களின் பாலம்கூட★ அல்ல; ஹெர் டூரிங் மட்டுமே இதில் கடந்து செல்ல முடியும்.

மூன்றாவதாக: இன்றைய இயந்திரவியல் சரியாக இருக்கும் வரையில் - இந்த விஞ்ஞானம், ஹெர் டூரிங்கின் கூற்றுப்படி, சிந்தனை உருவாக்கத்திற்கு மிகவும் இன்றியமையாத நெம்புகோல்களில் ஒன்று - இயக்கமின்மையிலிருந்து இயக்கத்திற்குக் கடந்து செல்வது எவ்வாறு சாத்தியம் என்பதை விளக்க முடியாது. ஆனால் வெப்பம் பற்றிய இயந்திரவியல் தத்துவம் பொருண்மைகளின் இயக்கம் சில குறிப் பிட்ட நிலைமைகளில் மூலக்கூறு கொண்ட இயக்கமாக மாறுகிறது (இங்கும் கூட ஒரு இயக்கம் இன்னொன்றிலிருந்து தோற்றமளிக்கிறது, இயக்கமின்மையிலிருந்து ஒருபோதும் தோற்றமளிக்கவில்லை). இதை ஹெர் டூரிங் வெட்கித்தயங்கி கறாரான இயங்காநிலைக்கும் (சமன நிலை) இயங்காற்றலுக்கும் (இயக்கத்திற்கு) இடையில் ஒரு பாலத்தை வழங்கும் என்று யோசனை கூறுகிறார். ஆனால் இந்த நடைமுறைகள் "ஓரளவு இருளில் நடைபெறுகின்றன." ஹெர் டூரிங் நம்மை இருளில் உட்கார வைத்திருக்கிறார்.

அவரது ஆழப்படுத்தலும் கூர்மைப்படுத்தலும் எல்லாம் கொண்டு நாம் அடைந்துள்ள இடம் இதுவே: நாம் முன் என்றும் கண்டிராத கூர்மையான மடமையில் நிரந்தரமாக ஆழமாகப் போயிருக்கிறோம். அங்கு அவசியம் காரணமாக "இருளில்" போய் நிற்கவேண்டி நேர்ந் துள்ளது. ஆனால் இது ஹெர் டூரிங்கை அதிகமாக வெட்கிக் கலங்கச் செய்யவில்லை. அடுத்த பக்கத்திலேயே அவர்.

> "பருப்பொருளின் மற்றும் இயந்திரவியல் சக்திகளின் இயங்கு முறையில் இருந்து நேரடியாக சுய - சமத்துவ ஸ்திரத் தன்மைக் கருத்துக்கான உண்மையான உள்ளடக்கத்தினை வழங்க முடிந்தது" என்று பிரகடனம் செய்யும் அகந்தை அவருக்கு இருக்கிறது.

★ சொல்விளையாட்டு நாடகம் ஒன்று: ஜெர்மானிய மொழியில் Eselsbrucke கழுதைகளின் பாலத்தைக் குறிக்கும்; இன்னொரு பொருள் - மந்தபுத்தியுள்ள சோம்பேறி மாணவர் படிப்பதற்குப் பயன்படுத்தும் அதிகாரபூர்வமற்ற உதவி (ஒரு திருட்டுப்பாடக் குறிப்பு போல). - ப-ர்.

இந்த மனிதர் மற்றவர்களைப் "போலி அறிஞர்" என்று வர்ணிக்கிறார்.

அதிருஷ்டவசமாக, இந்தப் பயனற்றுத்திரிதலும் "இருளில்" குழப்பமும் இருந்த போதிலும் நமக்கு ஓர் ஆறுதல் கிட்டியுள்ளது. இது நிச்சயமாயும் ஆன்மாவுக்கு மகிழ்வளிப்பதாகும்:

"இதரவிண்ணகக் கோள்களில் வாழுவோரின் கணிதவியல் நமது சொந்த மூதுண்மைகளையே சார்ந்து நிற்கும்!"

6. இயற்கைத் தத்துவவியல்: விண்கோளியல், பௌதிகவியல், இரசாயனவியல்

இன்றைய உலகம் ஏற்பட்டதன் தன்மை குறித்த தத்துவங்களுக்கு நாம் இப்போது வருகிறோம்.

பருப்பொருள் பொதுவாகச் சிதறியுள்ள நிலையே அயோனிய தத்துவவியலாளர்களின் துவக்கநிலை என்று கூறப்படுகிறது. ஆனால் பின்நாட்களில், குறிப்பாகக் கான்ட்டின் காலம் முதல் ஆதிமுதலான முகிற் படலம் பற்றிய தற்கோள் புதிய பாத்திரம் வகித்தது. தனித்தனி திடமமான விண்ணகக் கோள்களின் படிப் படியான உருவாக்கத்திற்கு ஈர்ப்புச் சக்தியும் வெப்ப அலையின் பரவுதலும் ஏதுவாக இருந்தன. சம காலத்திய வெப்பத்தைப் பற்றிய இயந்திரிக தத்துவம் பிரபஞ்சத்தின் முந்தைய நிலைகளை மேலும் அதிகத் திட்டவட்டமான வடிவில் உய்த்துணர்வதைச் சாத்தியமாக்கி இருக்கிறது. எனினும் "அதில் நிலவும் இயந்திரிக அமைப்பினை முன்கூட்டியே மேலும் திட்டவட்டமாக விளக்குவது சாத்தியமானால் மட்டுமே வாயுரூபச் சிதறல் நிலைமையை முக்கியமான உய்த்துணர்வுகளுக்கு ஒரு துவக்க நிலையாகக் கொள்ள முடியும்." இல்லையேல் இந்தக் கருத்து உண்மையில் மிகவும் தெளிவற்றதாக இருக்கும் என்பது மட்டுமன்றி ஆரம்ப முகிற்படலம் உய்த்துணர்வு முன்னேறுந்தோறும் மேலும் அடர்த்தியாகி மேலும் ஊடுருவ இயலாததாகி விடும்;... இதற்கிடையில் இது யாவும் பரப்புதல் பற்றிய கருத்தின் தெளிவற்ற உருவற்ற நிலையிலேயே நீடிக்கிறது, இதை மேலும் நெருக்கமாக நிர்ணயம் செய்ய முடியாது," "இதை வாயுரூபப் பிரபஞ்சம்" நமக்கு "மிகவும் மேம்போக்கான கருத்துருவினை மட்டுமே வழங்குகிறது."

இன்று நிலவும் விண்ணகக் கோள்கள் யாவும் சுழலும் முகிற்படலத்திலிருந்தே தோன்றின என்ற கான்ட்டின் தத்துவம் கோப்பர்னிகசுக்குப் பின்னால் வானியலில் நிறைவேறிய மாபெரும் முன்னேற்றமாகும். காலப்போக்கில் இயற்கைக்கு வரலாறு இல்லை என்ற கருத்தமைப்பு முதன் முதலாகக் குலுக்கமடைந்தது. அது வரையில் விண்ணகக் கோள்கள் துவக்கமுதல் எப்போதுமே அதே நிலைகளில் இருந்ததாகவும், எப்போதும் அதே பாதைகளைப்

பின்பற்றியதாகவும் நம்பப்பட்டது; பல்வேறு விண்ணகக் கோள்கள் மீதிருந்த தனிப்பட்ட உயிரினங்கள் மடிந்துவிட்ட போதிலும் உயிரினங்களும் உயிர் ராசிகளும் மாற்றவொண்ணாதவை என்று கருதப்பட்டன. இயற்கை இடையறாது இயங்கிக் கொண்டிருக்கிறது என்பது தெளிவான உண்மை. ஆனால் இந்த இயக்கம் ஒரே இயக்கப் போக்கின் ஓயாது திரும்பத்திரும்ப நடைபெறும் ஒன்றாகவே தோன்றியது. சிந்தனையின் இயக்க மறுப்பியல் பாணிக்கு அவ்வாறே இணையாக இருந்த இந்தக் கருத்தோட்டத்தை முதலில் உடைத்தவர் கான்ட். இதனை அவர் அத்தகைய விஞ்ஞான வழியில் செய்ததால் அவர் வழங்கிய பெரும் பாலான நிரூபணங்கள் இன்றும் நீடித்து இயங்குகின்றன. அதே சமயம் கறாராகக் கருதப்படும் பட்சத்தில் கான்ட்டின் தத்துவம் இன்னும் ஒரு கருதுகோளாகவே இருக்கிறது. ஆனால் கோப்பர்னிகசின் உலக அமைப்பும் இன்னும் இதைவிட அதிகமானதல்ல[45]. நட்சத்திரங்கள் நிறைந்த வானத்தில் செந்தழலாக எரியும் வாயுரூபக் கட்டிகள் இருப்பது பற்றிய நிறமாலை ஆய்வின் நிரூபணத்திற்குப் பிறகு, மறுக்க முடியாத இந்த நிரூபணத்திற்குப் பிறகு, கான்ட்டின் தத்துவத்திற்கு ஏற்பட்ட விஞ்ஞானம் சார்ந்த எதிர்ப்பு அடக்கப்பட்டது. அத்தகைய முகிற் படலம் சார்ந்த கட்டம் இல்லாமற் ஹெர் டூரிங்கும் கூடத் தமது உலக நிர்மாணத்தை முழுமை செய்ய முடியாது. ஆனால் அவர் இந்த முகிற் படலம் சார்ந்த கட்டத்தில் நிலவும் இயந்திரிக அமைப்பினைக் காட்டும்படி கோரி பழி வாங்குகிறார்; இதை அவருக்கு எவராலும் காட்ட முடியாத காரணத்தால் பிரபஞ்சத்தின் இந்த முகிற்படலம் சார்ந்த கட்டத்தின் மீது எல்லா வகையான அவமதிப்பான அடைமொழிகளையும் தொடுத்து விடுகிறார். துரதிருஷ்டவசமாக சமகாலத்திய விஞ்ஞானம் இந்த அமைப்பைப் பற்றி ஹெர் டூரிங் திருப்தியடையும் அளவுக்கு விளக்கிக்கூற முடியாது. இதர பல கேள்விகளுக்கும் அதனால் மிகச் சொற்பமாகவே விடையளிக்க முடிகிறது. தேரைகளுக்கு ஏன் வால்கள் இல்லை? என்ற கேள்விக்கு, "காரணம் அவை அவற்றை இழந்துவிட்டன" என்று மட்டுமே இன்றுவரை விடையளிக்க முடிந்துள்ளது. ஆனால் இதைப்பற்றி எவரும் பரபரப்படைந்து, இது இந்தப் பிரச்சனை முழுவதையும் நஷ்டப்பட்ட ஒரு கருத்தின் தெளிவற்ற தன்மைக்கும் வடிவற்ற தன்மைக்கும் விட்டு விட வேண்டியதே. இதை மேலும் நெருக்கமாக நிர்ணயிக்க முடியாது. இது மிகவும் மேம்போக்கான கருத்தமைப்பு என்று எவரேனும் கூற வேண்டுமா, இயற்கை விஞ்ஞானத்தின் மீது இத்தகைய ஒழுக்க நெறியைப் பிரயோகிப்பது யாரையும் ஒரு படிகூட முன்கொண்டு செல்லாது. வெறுப்பையும் சின உணர்ச்சியையும் தோற்றுவிக்கும் அத்தகைய சொற்களை எப்பொழுதும் எங்கும் பயன்படுத்தலாம்.

இந்தக் காரணத்திற்காகவே அவற்றை எங்குமே பயன்படுத்தக்கூடாது. ஆதிமுதல் முகிற்படலத்தின் இயந்திரிக அமைப்பினைத் தானே கண்டுபிடிப்பதிலிருந்து ஹெர் டூரிங்கை யார் தடுக்கிறார்கள்?

> கான்ட்டின் முகிற் படலம் சார்ந்த கட்டி "உலகின் ஊடகத்தின் முழுமையான ஒற்றுமை நிலையுடனும், அல்லது வேறுவழியில் கூறினால் பருப்பொருளின் சுய - சமத்துவ நிலையுடனும் இணங்கியதாக இல்லவே இல்லை" என்பதை அதிருஷ்டவசமாக நாம் இப்போது அறிகிறோம்.

கான்ட் நிலவும் விண்ணகக் கோள்களிலிருந்து முகிற்படலம் சார்ந்த பந்துக்குத் திரும்பிச் சென்றதோடு திருப்தியடைந்ததும், பருப்பொருளின் சுய-சமத்துவ நிலை பற்றிக் கனவுகூடக் காணா திருந்ததும் உண்மையிலேயே நல்வாய்ப்புடையதாகும்! சமகால இயற்கை விஞ்ஞானம் கான்ட்டினது முகிற்படலம் சார்ந்த பந்தினை ஆதிமுதலான முகிற் படலம் என்று வர்ணிக்கும் பொழுது, இதனை ஒப்பியல்பான பொருளிலேயே புரிந்து கொள்ள வேண்டும் என்று சொல்லாமலே விளங்கும் என்பதைப் போகிற போக்கில் குறிப்பிடலாம். ஒருபுறம் அது தற்போது நிலவும் விண்ணகக் கோள்களின் துவக்கம் என்ற முறையிலும், மறுபுறம் நாம் இதுகாறும் ஆய்வு செய்ய முடிந்ததான பருப்பொருளின் ஆக முன்னதான வடிவம் என்ற முறையிலும், ஆதி முதலான முகிற்படலம் காட்சியளிக்கிறது. இது முகிற்படலம் சார்ந்த கட்டத்துக்கு முன்னால் பருப்பொருள் இதர வடிவங்களின் வரம்பற்ற வரிசைகளினூடே கடந்து சென்றது என்ற ஊகத்தை நிச்சயமாயும் விலக்கிவிடவில்லை ஆனால் சற்றுக் குறிப்பாகச் சுட்டுகிறது.

ஹெர் டூரிங் இங்கு தனக்குச் சாதகத்தைக் காண்கிறார். ஆதி முதலான முகிற்படலம் என்று கணித்துத் தற்போதைக்கு நிலைத்து நின்றுவிட்ட விஞ்ஞானத்தோடு நாம் இருக்கும் நிலையில் அவரது விஞ்ஞானங்களின் விஞ்ஞானம்.

"கருத்தின் இன்றைய பொருளில் முற்றிலும் நிலையியல் என்றோ அல்லது இயங்கியல் என்றோ புரிந்துகொள்ள முடியாத."

அதாவது அறவே புரிந்துகொள்ளவே முடியாத,

"உலகம் ஊடகத்தின் நிலைக்கு" மேலும் பின்னால் செல்ல அவருக்கு உதவுகிறது.

> உலக ஊடகம் என்று நாம் அழைக்கும் பருப்பொருள் மற்றும் இயந்திரவியல் சக்தியின் ஒற்றுமை, பரிணாமத்தின் வரிசைப் படுத்தக்கூடிய கட்டங்கள் அனைத்தின் முன்தேவை என்ற

முறையில் பருப்பொருளின் சுய - சமத்துவ நிலையினைச் சுட்டிக் காட்டுவதற்கான ஒரு தர்க்கவியலான - உண்மையான வாய்ப்பாடு என்று பெயரிட்டுக் கூறலாம்.

நாம் பருப்பொருளின் சுய - சமத்துவ ஆதிமுதலான நிலையினை எப்படியாவது உதறித் தள்ளிவிடவில்லை என்பது தெளிவு. இங்கு இது பருப்பொருள் மற்றும் இயந்திரவியல் சக்தியின் ஒற்றுமை என்றும், இது ஒரு தர்க்கவியலான - உண்மையான வாய்ப்பாடு என்றும் பேசப் படுகிறது. எனவே பருப்பொருள் மற்றும் இயந்திரவியல் சக்தியின் ஒற்றுமை முடிவுக்கு வந்தவுடன் இயக்கம் தொடங்குகிறது.

தர்க்கவியலான - உண்மையான வாய்ப்பாடு ஹெகலின் வகை இனங்களான "தன் நிலை" (Ansich) "தனக்கான நிலை" (Fursich) என்பவற்றை எதார்த்தத்தின் தத்துவவியலில் பயன்படுத்துவதற்கான ஒரு முடமான முயற்சியேயாகும். ஹெகலைப் பொறுத்தவரை "தன் நிலை" என்பது ஒரு பொருள், ஒரு இயக்கப் போக்கு அல்லது ஒரு கருத்தின் ஒளிவுமறைவான, வளர்ச்சிக் குறைந்த முரண்பாடுகளின் ஆரம்ப முற்றொருமையை உள்ளடக்குகிறது; "தனக்கான நிலை" இந்த மறைக்கப்பட்ட கூறுகளின் தனித்தன்மையையும் பிரிவையும் உள்ளடக்குகிறது. அவற்றின் மோதலின் துவக்க நிலையாகிறது. எனவே நாம் இயக்கமற்ற ஆதிமுதல் நிலையினை பருப்பொருள் மற்றும் இயந்திரவியல் சக்தியின் ஒற்றுமையாகவும், இயக்கத்திற்கு மாறிச் செல்வதை அவற்றின் பிரிவினை மற்றும் எதிரீடாகவும் எண்ணிப் பார்க்க வேண்டும். இதன் மூலம் நாம் அடைந்துள்ளது அந்தக் கற்பனையான ஆதிமுதல் நிலையின் எதார்த்தம் பற்றிய எந்த நிரூபணமும் அன்று, மாறாக இந்த நிலையை ஹெகலின் வகை இனமான "தன் நிலைக்குக்" கீழும் இதன் சம அளவுக்கு கற்பனையான இதன் முடிவை "தனக்கான நிலை" என்ற வகை இனத்தின் கீழும் கொண்டு வருவது சாத்தியம் என்ற உண்மையையேயாகும். ஹெகல் எமக்கு உதவுவாராக!

பருப்பொருள் எல்லா எதார்த்தத்தையும் எடுத்துச் செல்வது என்று ஹெர் டூரிங் கூறுகிறார்: ஆதலால் பருப்பொருளுக்குப் புறம்பாக இயந்திரவியல் சக்தி எதுவும் இருக்க முடியாது. மேலும் இயந்திரவியல் சக்தி பருப்பொருளின் ஒரு நிலையே. துவக்க நிலையில் எதுவும் நேர்ந் திராத பொழுது, பருப்பொருளும் அதன் நிலையான இயந்திரவியல் சக்தியும் ஒன்றாக இருந்தன. பிறகு ஏதோ சில நிகழத் தொடங்கிய பொழுது இந்த நிலை பருப்பொருளிலிருந்து வெளிப்படையாக வேறாகி இருக்க வேண்டும். எனவே நாம் இந்த மாயாவாதச் சொற்களை வைத்தும், சுய - சமத்துவ நிலை நிலையியலும் அல்ல இயங்கியலும்

அல்ல, அது சமன நிலையிலோ அல்லது இயக்கத்திலோ ஏற்பட்டதல்ல என்ற உறுதி மொழியை வைத்துக் கொண்டும் நம்மை நாமே விலக்கிக் கொள்ள வேண்டும். அந்த நிலையில் இயந்திரவியல் சக்தி எங்கே இருந்தது என்பதும், வெளியிலிருந்து தூண்டுதல் இன்றி அதாவது கடவுள் இன்றிப் பூரணமான இயங்கா நிலையிலிருந்து இயக்கத்தினை எவ்வாறு சென்றடைவது என்பதும் நமக்கு இன்னும் தெரியாது.

ஹெர் டூரிங்குக்கு முன்னிருந்த பொருள்முதல்வாதிகள் பருப் பொருளையும் இயக்கத்தையும் பற்றிப் பேசியிருக்கிறார்கள். அவர் உத்தேசமான அடிப்படை வடிவம் என்று இயக்கத்தை இயந்திரவியல் சக்தியளவில் அடக்கி அதன் மூலம் பருப்பொருளுக்கும் இயக்கத்திற்கும் இடையிலான உண்மையான தொடர்பைப் புரிந்துகொள்வதைத் தனக்கே சாத்தியமற்றதாக்கிக் கொள்கிறார். இது மேலும் முந்தைய பொருள்முதல்வாதிகள் அனைவருக்கும் கூட தெளிவற்றதாகவே இருந்துவந்துள்ளது. இருந்தும் இது மிக எளிதான ஒன்றே. இயக்கம் என்பது பருப்பொருளின் நிலை நிற்புப் பாங்கு ஆகும். இயக்கமின்றி பருப்பொருள் எங்கும் இருந்ததில்லை. இருக்கவும் முடியாது. பிரபஞ்ச வெளியில் இயக்கம், பல்வேறு விண்ணகக் கோள்கள் மீதான சிறிய கட்டிகளின் இயந்திரவியல் இயக்கம், வெப்பத்திலும் அல்லது மின்சார மற்றும் காந்த சக்திகளின் ஓட்டங்களிலுமான மூலக்கூறுகளின் அதிர்வு, இரசாயனச் சிதைவும் சேர்க்கையும், உயிர்ப்புள்ள வாழ்க்கை உள்ளது - குறிப்பிட்ட தருணத்தில் உலகிலுள்ள பருப்பொருளின் தனிப்பட்ட ஒவ்வொரு அணுவும் இந்த இயக்க வடிவங்கள் ஏதாவதில் ஒன்றாக, அல்லது ஏககாலத்தில் பல வடிவங்களிலுமாக நிலவுகின்றன. எல்லா ஓய்வுநிலையும் எல்லா சமனநிலையும் ஒப்பியலானவை மட்டுமே. ஏதாவது ஒரு நிலையான இயக்க வடிவத்துடனான உறவில் தான் இதற்குப் பொருள் உண்டு - உதாரணமாக, பூமியில் ஒரு திடப் பொருள் இயந்திரிக சமநிலையில் இருக்கலாம். இயந்திரவியல் முறையில் ஓய்வாக இருக்கலாம்; ஆனால் இது பூமியின் இயக்கத்திலும் மற்றும் சூரிய மண்டலம் முழுவதன் இயக்கத்திலும் அப்பொருள் கலந்து கொள்வதை எவ்வழியிலும் தடுப்பதில்லை; அதேபோன்று மிகவும் நுண்ணிய பௌதிகத் துகள்கள் அதன் வெப்பத்தால் நிர்ணயிக்கப்படும் அதிர்வுகளை நிறைவேற்றுவதிலிருந்தோ, அல்லது அதன் அணுக்கள் இரசாயன செயற்பாங்கைக் கடந்து செல்வதையோ சற்றும் தடை செய்யவில்லை. இயக்கமில்லாத பருப்பொருள், பருப் பொருள் இல்லாத இயக்கம் போலவே எண்ணிப் பார்க்க இயலாதது. எனவே இயக்கம் பருப்பொருளைப் போலவே படைக்க முடியாதது மற்றும் அழிக்க முடியாதது; பழைய தத்துவவியல் (டேக்கார்ட்) கூறுவது போன்று உலகில் நிலவும் இயக்கத்தின் அளவு எப்போதும்

ஒன்றே. எனவே இயக்கத்தைப் படைக்க முடியாது; அதை மாற்ற மட்டுமே இயலும். ஒரு பண்டத்திலிருந்து இன்னொன்றுக்கு இயக்கம் மாற்றப்படும் பொழுது அது தன்னைத்தானே மாற்றிக் கொள்ளும் அளவுக்கு அதைச் செயல்திறனுடையது என்று கருதலாம். அது மாற்றப்படும் அளவுக்கு இயக்கத்தின் காரணம் என்ற முறையில் அது செயலற்றது ஆகும். இந்தச் செயல்திறன் இயக்கத்தை நாம் சக்தி என்கின்றோம். செயலில்லாமையை சக்தியின் வெளிப்பாடு என்கின்றோம். எனவே ஒரு சக்தி அதன் வெளிப்பாட்டைப் போலவே மகத்தானது. காரணம் உண்மையில் அதே இயக்கம் இரண்டிலும் நடைபெறு கிறது என்பது பட்டப்பகல் வெட்ட வெளிச்சம் போலத் தெட்டத் தெளிவானதாகும்.

பருப்பொருளின் இயக்கமற்ற நிலை என்பது மிகவும் பொருளற்ற முட்டாள்தனமான கருத்து, அப்பட்டமான ஒரு "வெறித்தனமான கற்பனைக் கனவு". அத்தகைய கருத்தை வந்து அடைய வேண்டு மானால் ஒப்பியலான இயந்திரிக சமனநிலையை, உலகில் ஒரு பண்டம் முழுமையான ஓய்வில் இருக்கும் நிலையினைக் கருதிப் பார்க்க வேண்டுவது அவசியம். பிறகு இந்தச் சமனநிலையைப் பிரபஞ்சம் முழுவதற்கும் விஸ்தரிக்க வேண்டும். சர்வப்பொது இயக்கம் முற்றாக இயந்திரவியல் சக்தியாக குறைக்கப்படுமானால் இது நிச்சயமாயும் மேலும் எளிதாக்கப்படும். இயக்கத்தை முற்றிலும் இயந்திரவியல் சக்தி என்ற அளவுக்குக் கட்டுப்படுத்துவதால் சக்தியை ஓய்வில், கட்டுண்டு இருப்பதாக, எனவே தற்போதைக்குச் செயல்படாது இருப்பதாகக் கருதுவதற்கான மேலும் சாதகமான வாய்ப்புக் கிடைக்கும் ஏனெனில் பெரும்பாலும் நடைபெறுவது போன்று ஓர் இயக்கத்தை மாற்றுவது பல இடை இணைப்புகளைக் கொண்ட ஒரு சிக்கலான நிகழ்ச்சிப் போக்காக இருக்குமானால், இந்தச் சங்கிலித் தொடரின் கடைசிக் கண்ணியை ஒதுக்கிவிடுவதன் மூலம் உண்மையான மாற்றத்தை விருப்பமான எந்தத் தருணத்திற்கும் ஒத்திப் போடுவது சாத்தியமே. உதாரணமாக, ஒரு மனிதன் துப்பாக்கியில் மருந்து திணித்துவிட்டு விசையை இழுப்பதன் மூலம் வெடிமருந்தின் எரிப்பால் வெளியாகும் இயக்கத்தின் மாற்றம் நடைபெறும் தருணத்தை ஒத்திவைப்பது இத்தகைய சம்பவமாகும். எனவே, அதன் இயக்கமற்ற சுய - சமத்துவ நிலையில் பருப்பொருள் சக்தி திணிக்கப்பட்டிருந்தது என்பதைக் கற்பனை செய்வது சாத்தியமே. இதையே ஹெர் டூரிங் பருப்பொருள் மற்றும் இயந்திரிக சக்தியின் ஒற்றுமை என்ற முறையில் புரிந்து கொண்டிருக்கிறார் என்று தோன்றுகிறது. இந்தக் கருத்தோட்டம் முட்டாள்தனமானது, காரணம் இது பிரபஞ்சம் முழுவதற்கும் தனிமுதலான நிலையை மாற்றிவிடுகிறது. இந்நிலை அதன் இயல்பில்

ஒப்பியலானது, எனவே எந்த ஒரு சமயத்திலும் பருப்பொருளின் ஒரு பகுதியை மட்டுமே பாதிக்க முடியும். இந்த உண்மையினை நாம் காணத்தவறினாலும், இடர்ப்பாடு இன்னும் நீடித்து நிலவுகிறது: முதலாவதாக, உலகம் எவ்வாறு பளு நிறைக்கப்பட்டது, ஏனெனில் இந்த நாட்களில் துப்பாக்கிகள் தாமே மருந்து திணித்துக் கொள்வதில்லை; இரண்டாவதாக, யாருடைய விரல் விசையை இழுத்தது? நாம் இஷ்டம் போல எவ்வளவு திருக்கு முறுக்குகளும் செய்யலாம். ஆனால் ஹெர் டூரிங்கின் வழிகாட்டுதலின் கீழ் நாம் எப்பொழுதும் மீண்டும் - கடவுளின் விரலுக்கே திரும்பி வருகிறோம்.

வானியலிலிருந்து எமது எதார்த்தத்தின் தத்துவவியலாளர் இயந்திரவியலுக்கும் பௌதிகவியலுக்கும் கடந்து சென்று, வெப்பத்தைப் பற்றிய இயந்திரிக தத்துவம் அது கண்டுபிடிக்கப் பட்டதற்குப் பிந்தைய தலைமுறையில் கொஞ்சம் கொஞ்சமாக ராபர்ட் மாயர் தாமே வளர்ந்திருந்த நிலைக்கு அப்பால் பயனுள்ள முறையில் முன்னேற்றம் அடையவில்லை என்று ஒப்பாரி வைக்கிறார். தவிரவும் இந்தக் காரியம் முழுவதுமே மிகவும் புதிராக இருக்கிறது.

பருப்பொருளின் இயக்க நிலைகளில் நிலையியல் உறவுகளும் இருக்கின்றன. பிந்தையவை இயந்திரிக வேலையால் அளவிடக் கூடியன அல்ல" என்பதை நாம் எப்போதும் நினைவில் வைத்தல் வேண்டும். "முன்னால் நாம் இயற்கையை ஒரு மாபெரும் தொழிலாளி என்று வர்ணித்திருந்து, இப்போது இந்த விளக்கத்தைக் கறாராக உய்த்துணர்வோமானால், நாம் சுய-சமத்துவ நிலைகளும், நிலையியல் உறவுகளும் இயந்திரிக வேலையைச் சுட்டிக் காட்டவில்லை என்று மேலும் சேர்த்துக் கூற வேண்டும். எனவே மீண்டும் ஒருமுறை நாம் நிலையியலில் இருந்து இயங்கியலுக்கான பாலத்தைக் காணத் தவறுகிறோம். மறைந்த வெப்பம் என்று அழைக்கப்படுவது இந்தத் தத்துவத்திற்கு இதுவரையில் முட்டுக் கட்டையாக இருந்திருக்குமானால் நாம் இதிலும் ஒரு குறையினை உணரவேண்டும். இதை விண்கோளியல் பிரயோகங்களில் மறுப்பது அரிது."

இந்தப் புரியாத தேவபாணி பிரசங்கம் முழுவதும் மோசமான மனசாட்சியின் மீண்டும் ஒருமுறை செய்யப்பட்ட சொற்செரிவே; அந்த மனசாட்சி முற்றமுழு இயக்கமின்மையிலிருந்து இயக்கத்தை உருவாக்கியதோடு, அது சேற்றில் மீளமுடியாதபடி அழுந்திவிட்டதை நன்றாக அறிந்திருக்கிறது; இருந்தபோதிலும், சாத்தியமான ஒரே பாதுகாப்பாளர், விண்ணையும் மண்ணையும் படைத்தவரிடம்

வேண்டுகோள் விட வெட்கப்படுகிறது. வெப்பத்தின் இயந்திரவியல் உட்பட இயந்திரவியலுங்கூட நிலையியல் தன்மையிலிருந்து இயங்கியல் தன்மைக்கு சமனநிலையிலிருந்து இயக்கத்திற்கான பாலத்தைக் காண முடியாவிடில் தமது இயக்கமற்ற நிலையிலிருந்து இயக்கத்திற்கான பாலத்தைக் கண்டுபிடிக்க ஹெர் டூரிங்குக்கு ஏற்பட்ட கடப்பாடுகள் தான் என்ன? தமது திண்டாட்டத்திலிருந்து தப்பி வெளியேறுவதற்கு இது அவருக்கு ஒரு அதிருஷ்டவசமான வழியாகும்.

சாதாரண இயந்திரவியலில், நிலையியல் தன்மையிலிருந்து இயங்கியல் தன்மைக்கான பாலம் புறத் தூண்டுகையாகும். ஒரு சென்ட்னர் கனமுடைய ஒரு கல் தரையிலிருந்து காற்று வெளியில் பத்து கஜம் மேலே உயர்த்தப்பட்டு, சுதந்திரமாகத் தொங்கவிடப்பட்ட நிலையில் அது அங்கேயே சுய - சமத்துவ நிலையிலும் ஓய்வு நிலையிலும் தொங்கிக் கொண்டு இருக்குமானால், இந்தப் பண்டத்தின் தற்போதைய நிலைமை எந்த ஒரு இயந்திரவியல் வேலையையும் குறிப்பிடவில்லை. அல்லது அதன் முந்தைய நிலையிலிருந்து அது நகர்ந்திருக்கும் தூரத்தை இயந்திரவியல் வேலையால் அளவிட முடியாது என்று சாதிக்கப் பால்குடி மறவாத பாலகர் கூட்டம் தேவை. இந்தக் கல், கயிற்றை நோக்கித் தானே எழுந்து செல்லவில்லை என்பதை எந்த ஒரு வழிப் போக்கனும் ஹெர் டூரிங்குக்கு எளிதாக விளக்க முடியும்; இயந்திரவியல் நூல் எதுவும் இந்தக் கல் மீண்டும் விழுமாயின் அது விழும்போது மேலே பத்து கஜம் உயர்த்த அவசியமாக இருந்த இயந்திரவியல் வேலையை மீண்டும் செய்கிறது என்று அவருக்கு எடுத்துக் கூறும். கல் அங்கே தொங்கிக் கொண்டு இருக்கிறது என்ற சாதாரண உண்மையே இயந்திரவியல் வேலையைக் குறிப்பிடுகிறது; அது நீண்ட காலம் தொங்கிக் கொண்டிருக்குமானால் கல்லின் பளுவைத் தாங்குமளவுக்குப் போதிய பலமற்ற நிலை இராசயனச் சிதைவால் கயிற்றுக்கு ஏற்படும் போது கயிறு அறுந்து போகிறது. ஹெர் டூரிங்கின் பாஷையில் சொன்னால் இத்தகைய “சாமானிய அடிப்படை வடிவங்களுக்கு” எல்லா இயந்திரவியல் நடைமுறைகளையும் குறுக்கி விடலாம்; தன்னிடம் போதிய புறத்தூண்டுகை இருக்கும் வரையில் நிலையியலிலிருந்து இயங்கியலுக்கான பாலத்தைக் கண்டுபிடிக்க முடியாத பொறியாளர் இனிமேதான் பிறக்க வேண்டும்.

நிச்சயமாயும் இயக்கம் தனது எதிர்நிலையில், ஓய்வில் தனது அளவினைக் காணவேண்டும் என்பது நமது இயக்கமறுப்பிய லாளருக்கு உடைக்க முடியாத கொட்டை, கசப்பான குளிகையாகும். இது உண்மையில் மிக மோசமான முரண்பாடு. ஹெர் டூரிங்கின் கூற்றுப்படி எல்லா முரண்பாடுகளும் முட்டாள்தனம்*. எனினும்

தொங்கவிடப்பட்ட ஒரு கல் திட்டவட்டமான அளவிலான இயந்திரவியல் இயக்கத்தைக் குறிக்கிறது என்பது உண்மை; இது கல்லின் சரியான பளு, தரையிலிருந்து அது தொங்கிய தூரம் ஆகியவற்றால் அளவிடக் கூடியது; உதாரணமாக நேரடி வீழ்ச்சி, சரிவான தளப்பலகையில் கீழே சரிவதன் மூலம் அல்லது கோலால் நிமிர்த்தப்படல் என்று விருப்பப்படி பல்வேறு வழிகளைப் பயன்படுத்தலாம். மருந்து திணித்த துப்பாக்கியின் உதாரணமும் இத்தகையதே. இயக்கவியல் நிலைநோக்கி லிருந்து, இயக்கத்தை அதன் எதிர்நிலையான ஓய்விலிருந்து வெளிப் படுத்துவதற்கான சாத்தியக்கூறு அறவே எவ்விதமான இடர்ப் பாட்டையும் ஏற்படுத்தவில்லை. இயக்கவியல் தத்துவவியலுக்கு நாம் பார்த்தபடி முரண்நிலை முழுவதும் ஒப்பியலானது மட்டுமே; முழு முதல் ஓய்வு, நிபந்தனையற்ற சமனநிலை என்பன எதுவும் கிடையாது. ஒவ்வொரு தனிப்பட்ட இயக்கமும் சமனநிலையை நோக்கி முயல் கின்றது. இயக்கம் ஒட்டுமொத்தமாக மீண்டும் சமனநிலைக்கு முடிவு கட்டுகிறது. எனவே ஓய்வும் சமனநிலையும் நிகழும் போது அவை ஓரளவுக்குக் கட்டுப்படுத்தப்பட்ட இயக்கத்தின் விளைவே, இந்த இயக்கம் அதன் விளைவால் அளவிடப்படக் கூடியது, அதனால் வெளியிடப்படக் கூடியது, அதிலிருந்து மீண்டும் ஏதாவது ஒரு வடிவில் மீட்டளிக்கக் கூடியது என்பது தானே விளங்கும். ஆனால் விஷயத்தை இவ்வளவு எளிதாக விளக்குவதை வைத்துக்கொண்டு தன்னைத்தானே திருப்திப்படுத்திக் கொள்வதை ஹெர் டூரிங் அனுமதிக்க மாட்டார். ஒரு நல்ல இயக்க மறுப்பியலாளர் என்ற முறையில் அவர் இயக்கத் துக்கும் சமனநிலைக்கும் இடையே எதார்த்தத்தில் இல்லாத ஒரு அகாதமான பள்ளத்தை வெட்டித் திறக்கிறார். இந்தச் சுயமாகப் புனைந்து கட்டிய பள்ளத்திற்குக் குறுக்கே போடப் பாலம் எதையும் காணாமல் வியப்படைகிறார். அவர் தமது இயக்க மறுப்பியலான Rocinante குதிரைமேல் ஏறி கான்ட்டின் "தன்நிலைப் பொருளைத்" துரத்திச் செல்லட்டும். காரணம் இறுதியாக ஆய்வு செய்து பார்க்கும் பொழுது இந்தக் கண்டுபிடிக்க முடியாத பாலத்தின் பின்னால் மறைந்து நிற்பது அதுவே அன்றி வேறு எதுவும் அல்ல.

ஆனால் இந்தத் தத்துவத்திற்கு "ஒரு முட்டுக் கட்டையாக இருந்த" வெப்பத்தின் இயந்திரிக தத்துவம் மற்றும் கட்டுண்ட அல்லது மறைந்த வெப்பம் பற்றிய விவரம் என்ன?

★ ஜெர்மன் மொழியில் Widerspruch, Widersinn என்ற சொற்கள் மீது எழுதப்பட்ட மொழிபெயர்க்க முடியாத நாடகம். இச்சொற்களின் பொருள் முறையே முரண்பாடு மற்றும் முட்டாள்தனம் என்பதாகும். - ப-ர்.

வழக்கமான காற்றுமண்டல அழுத்தத்தின் கீழ், உறையும் நிலைத்தான தட்பவெப்பநிலையில், ஒரு பவுண்டு பனிக்கட்டி வெப்பத்தால் அதே தட்பவெப்ப நிலையுள்ள ஒரு பவுண்டு தண்ணீராக மாற்றப்படுமானால், இதில் ஓரளவு வெப்பம் மறைந்துவிடுகிறது. இந்த வெப்பம் அதே ஒரு பவுண்டு தண்ணீரை 0° யிலிருந்து 79.4°C க்கோ அல்லது 79.4 பவுண்டு தண்ணீரின் தட்பவெப்பத்தை ஒரு டிகிரியோ உயர்த்தப் போதுமானதாகும். இந்த ஒரு பவுண்டு தண்ணீர் கொதிக்கும் அளவுக்கு அதாவது 100°C சூடேற்றப்படுமானால் பிறகு 100°C நீராவி யாக மாற்றப்பட்டால் நீரின் கடைசித்துளி ஆவியாக மாறுவதற்கான நேரத்திற்குள் மறைந்துபோகும் வெப்பத்தின் அளவு ஏறத்தாழ ஏழு மடங்கு அதிகமாகும்; 537.2 பவுண்டு தண்ணீருக்கு ஒரு டிகிரி வெப்பம் ஏற்றப் போதியதாகும்.[46] மறைந்து போகும் இந்த வெப்பமே கட்டுண்டது என்று அழைக்கப்படுகிறது. குளிர்விப்பதன் மூலம் நீராவி மீண்டும் தண்ணீராகவும் தண்ணீர் பனிக்கட்டியாகவும் மாற்றப்படும் பொழுது முன்பு கட்டுண்ட, அதே அளவிலான வெப்பம் இப்போது மீண்டும் விடுவிக்கப்படுகிறது. அதாவது இது வெப்பமாக உணரப் பட்டு அளவிடப்பட முடியும். நீராவியை இறுக்கவும், நீரை உறைய வைக்கவும் வெப்பம் விடுவிக்கப்படுவதானது நீராவி 100° குளிர்விக்கப் படும் போது படிப்படியாக மட்டுமே நீராக மாறுவதற்கும், திரளான தண்ணீர் உறையும் நிலைத்தான தட்பவெப்பத்தில் படிப்படியாக மட்டுமே பனிக்கட்டியாக மாறுவதற்கும் இதுவே காரணம். இவை உண்மைகள். கட்டுப்பட்ட நிலையில் வெப்பத்திற்கு நேர்வது என்ன? என்பதே கேள்வி.

வெப்பத்தைப் பற்றிய இயந்திரிக தத்துவத்தின்படி தட்பவெப்பம் மற்றும் திரட்சி நிலைமையைச் சார்ந்து ஒரு பண்டத்தின் பௌதிகச் செயல்திறன் புரியும் ஆகச்சிறிய துகள்களின் (மூலக்கூறுகளின்) அதிகமான அல்லது குறைவான அதிர்வைக் கொண்டிருக்கிறது வெப்பம் - இந்த அதிர்வு சில குறிப்பிட்ட சூழ்நிலைமைகளின் கீழ் இயக்கத்தின் வேறு எந்த ஒரு வடிவமாகவும் மாற்றமடைய முடியும் - இந்தத் தத்துவம் மறைந்துவிட்ட வெப்பம் வேலை செய்துள்ளது, அது வேலையாக மாற்றமடைந்துள்ளது என்று விளக்குகிறது. பனிக்கட்டி உருகும் பொழுது தனிப்பட்ட மூலக்கூறுகளுக்கு இடையிலான நெருக்கமான உறுதியான தொடர்பு உடைகிறது. இணைந்திராத பக்க அணிமை நிலை மாற்றமடைகிறது; தண்ணீர் கொதிக்கும் நிலையில் நீராவியாகும் பொழுது ஒரு நிலையை அடைகிறது. இதில் தனிப்பட்ட மூலக்கூறுகளுக்கு ஒன்றுக்கொன்று குறிப்பிடத்தக்க செல்வாக்கு இனி இல்லை, வெப்பத்தின் செல்வாக்கின் கீழ் அவை எல்லாத் திசைகளிலும் பிரிந்து பறக்கவும் செய்கின்றன. ஒரு பண்டத்தின் தனி மூலக்கூறுகள்

திரவநிலையில் இருப்பதைவிட வாயுரூபத்திலும் திட உருவில் விட திரவநிலையிலும் மேலும் அதிக ஆற்றலைப் பெற்றிருக்கின்றன என்பது தெளிவு. எனவே கட்டுப்படுத்தப்பட்ட வெப்பம் மறைந்து போய்விடவில்லை; அது உண்மையில் மாற்றப்பட்டுள்ளது. மூலக் கூறின் அழுத்த வடிவத்தை எடுத்துள்ளது. தனிப்பட்ட மூலக்கூறுகள் ஒன்றுக்கொன்று தமது தனிநிலை அல்லது சார்புநிலை சுதந்திரத்தைப் பேணி வைக்க இயலும் நிலைமை முடிவுறும் போது - அதாவது வெப்பம் 100º அல்லது 0º ஆகக் குறைந்தபட்சத்திற்கு இறங்கும் போது - இந்த அழுத்தம் தளர்வுறுகிறது; மூலக்கூறுகள் முன்பு பிரிந்து பறந்த அதே விசையுடன் ஒன்றுக்கொன்று மீண்டும் முன்னால் நெருக்கிக் கொண்டு வருகின்றன; இந்தச் சக்தி மறைகிறது வெப்பமாக மீண்டும் தோற்றமளிக்கிறது. முன்னால் கட்டுண்டதான அதே அளவுக்குத் துல்லியமான வெப்பம் காட்சியளிக்கிறது. அதிர்வு நிலையில் இருக்கும் மூலக்கூறு பற்றிக் குறிப்பிடுவது ஒருபுறமிருக்க, இதுவரையில் எவரும் ஒரு மூலக்கூறை எங்குமே பார்ப்பதில்லை என்ற காரணத்தினால் இந்த விளக்கமும் வெப்பத்தைப் பற்றிய இயந்திரிக தத்துவம் முழுவதும் போலவே ஒரு கருதுகோள் என்பது உண்மையேயாகும். இந்தக் காரணத்தினால் ஒட்டுமொத்தமாக மிகவும் இளம் பருவத்திலுள்ள இந்தத் தத்துவம் நிச்சயமாயும் குறைகள் நிறைந்ததாக இருக்கும். ஆயினும் இயக்கத்தின் அழிக்கவியலாத் தன்மை மற்றும் படைக்க வியலாத் தன்மையுடன் எந்த வழியிலும் மோதுவதற்கு வராமல் இந்தத் தத்துவம் என்ன நிகழ்கிறது என்பதையாவது குறைந்தபட்சம் விளக்க முடியும்; மாற்றங்களின் போது வெப்பத்தின் கிடக்கைக்குக் காரணம் கூறவும் முடிகிறது. எனவே மறைந்ததான அல்லது கட்டுண்ட வெப்பம் வெப்பத்தைப் பற்றிய இயந்திரிக தத்துவத்திற்கு எந்த வழியிலும் முட்டுக்கட்டையாக இல்லை. இதற்கு மாறாக, இந்தத் தத்துவம் என்ன நடக்கிறது என்பது பற்றிய முதல் ஆய்வறிவு விளக்கத்தை வழங்குகிறது; பௌதிகவியலாளர்கள் மூலக்கூறு விசையின் இன்னொரு வடிவமாக மாற்றமடைந்துவிட்ட வெப்பத்தை வழக்கொழிந்ததும் பொருத்த மற்றதுமாகிவிட்ட "கட்டுண்ட" என்ற சொல் மூலமே தொடர்ந்து சித்திரித்து வருகிறார்கள் என்பதைத் தவிர இது எவ்வித முட்டுக் கட்டையிலும் சிக்கவில்லை.

எனவே, திட, திரவ மற்றும் வாயு நிலையிலான திரட்சி நிலையின் சுய - சமத்துவ நிலைகளும், ஓய்வு நிலைகளும், இயந்திரிக வேலை வெப்பத்தின் அளவு என்ற வகையில் நிச்சயமாயும், இயந்திரிக வேலையைக் குறிக்கின்றன. மண்ணுலகின் திடப்புறத்தோடு மற்றும் மாகடலின் நீர் இவை இரண்டும் அவற்றின் இன்றைய திரட்சி நிலையில் விடுவிக்கப்பெற்ற திட்டவட்டமான அளவிலான வெப்பத்தைக்

குறிக்கின்றன. இதற்கு இணையாக இதேபோலத் திட்டவட்டமான அளவில் இயந்திரவியல் சக்தியும் இருப்பது கண்டுகூடு. பூமி எதிலிருந்து மலர்ச்சியுற்றதோ அந்த வாயுருபமான பந்து, திரவமாகவும், பின்னால் பெருமளவு திடமான திரட்சி நிலையை நோக்கியும் மாற்றமடையும் போது ஒரு திட்டவட்டமான அளவு மூலக்கூறு சார்ந்த சக்தி புற வெளியில் வெப்பமாகக் கதிர்வீசியது. எனவே தமது மர்மமான போக்கில் ஹெர் டூரிங் எதைப்பற்றி முணுமுணுக்கிறாரோ அந்த இடர்ப்பாடு இல்லை; இந்தத் தத்துவத்தை விண்கோளியலில் பயன் படுத்துவதிலுங்கூட நாம் குறைகளையும் இடைமுறிவுகளையும் எதிரிட நேர்ந்த போதிலும் - இவற்றுக்குக் காரணம் நமது அறிவின் செம்மை யற்ற தன்மையே - நாம் எங்குமே தத்துவரீதியில் கடக்க முடியாத தடைகளை எதிரிடவில்லை. நிலையியலில் இருந்து இயங்கியலுக்கான பாலம் இங்கேயும் புறத்தூண்டுகையே - சமன நிலையிலுள்ள ஒரு பொருள் மீது செயல்படும் இதர பண்டங்கள் கொண்டுவந்த குளிர் வித்தல் அல்லது வெப்ப மூட்டலே. டூரிங்கின் இந்த இயற்கை தத்துவ வியலை மேலும் ஆய்வு செய்யப் புகுந்திடில் இயக்கத்தை இயக்க மின்மையிலிருந்து விளக்கவோ முற்றிலும் அசைவற்ற ஓய்வு தானே இயங்கியலுக்கு இயக்கத்திற்குக் கடந்து செல்வதற்கான பாலத்தைக் கண்டுபிடிக்கவுமான முயற்சிகள் யாவும் மேலும் சாத்தியமற்றவையாகத் தோன்றுகின்றன.

அதிருஷ்டவசமாக இதோடு நாம் சிறிது காலத்திற்கு சுய - சமத்துவ ஆதிமுதல் நிலையைத் தொலைத்தொழித்துள்ளோம். ஹெர் டூரிங் இரசாயனவியலுக்குக் கடந்து சென்று, அவரது எதார்த்தத்தின் தத்துவவியலால் இதுகாறும் கண்டுபிடிக்கப்பட்டுள்ள இயற்கையின் நிலைமம் பற்றிய மூன்று விதிகளை எமக்கு வெளிக்காட்ட இந்த வாய்ப்பை எடுத்துக் கொள்கிறார்; அவை பின்வருமாறு:

1) பொதுவாக எல்லாப் பருப்பொருட்களின் அளவு, 2) சாமானிய (இரசாயன) மூலகங்களின் அளவு, 3) இயந்திரிக சக்தியின் அளவு - மாறானவை.

எனவே: ஹெர் டூரிங் தமது கரிமமற்ற உலகின் இயற்கை தத்துவ வியலின் விளைவாக நமக்கு வழங்கக்கூடிய ஒரே ஆக்கபூர்வ விஷயம் பருப்பொருளின் அதோடு அது உருவாக்கப்பட்டுள்ள அளவுக்கு அதன் சாமானிய உள்ளடக்கக் கூறுகளின் படைக்க இயலாமை மற்றும் அழிக்கவியலாமை பற்றியும் இயக்கத்தின் படைக்க இயலாமை பற்றியதுமே - உலக முழுதும் தெரிந்த இந்தப் பழைய உண்மைகள் மிகவும் பற்றாத அளவுக்கு வெளியிடப்பட்டவை. நாம் இவற்றை எல்லாம் நெடுங்கால முன்பே அறிவோம். ஆனால் நமக்குத் தெரியாமல்

இருந்தது என்னவென்றால் அவை "நிலைமத்தின் விதிகள்", அதன் காரணமாக "வஸ்துக்களின் அமைப்பிலான வரைமுறைத் தன்மைகள்" என்பதே. மேலே கான்ட்டுக்கு நேர்ந்த கதி மீண்டும் நேர்வதை நாம் காண்கிறோம்: ஹெர் டூரிங் ஒரு சில பழைய பரிச்சயமான சொற் புதிரைப் பொறுக்கி எடுத்து அதில் டூரிங் முத்திரை ஒட்டி, இதன் விளைவை: "அடிமுதல் சுயமான முடிவுகள் கருத்துகள்... அமைப்பை உருவாக்கும் கருத்துகள்... ஆழ வேரூன்றிய விஞ்ஞானம்..." என்கிறார்.

ஆனால் இதன் காரணமாக நாம் எந்த வழியிலும் நம்பிக்கை இழக்க வேண்டுவதில்லை. மிகவும் ஆழ வேரூன்றிய விஞ்ஞானத்திலும் சிறப்பாக ஒழுங்குபடுத்தப்பெற்ற சமுதாயத்திலுங்கூட எத்தகைய குறைபாடுகள் இருந்தபோதிலும் ஹெர் டூரிங் ஒரு விஷயத்தை நம்பிக்கையுடன் எப்படியும் அடித்துக்கூற முடியும்.

"இந்தப் பிரபஞ்சத்தில் இருக்கும் தங்கத்தின் அளவு எல்லாக் காலங்களிலும் ஒன்றாகவே இருத்தல் வேண்டும். பொதுவாகப் பருப்பொருளியல் போன்று அது மிகவும் கிஞ்சிற்றே அதிகரித்தோ குறைந்தோ இருக்கும்."

ஆனால் இந்த "இருக்கும் தங்கத்தைக்" கொண்டு நாம் என்ன வாங்கலாம் என்பதைத் துரதிருஷ்டவசமாக ஹெர் டூரிங் நமக்குக் கூறுவதில்லை.

7. இயற்கைத் தத்துவவியல்: உயிர்ப்புள்ள உலகம்

"அழுத்தம் மற்றும் மோதலின் இயந்திரவியலிலிருந்து புலனுணர்வு களையும் கருத்துகளையும் சேர்த்திணைப்பதற்கு இடைத்தட்டுப் படிகள் கொண்ட தனி ஒரு மற்றும் ஒரு சீரான ஓர் ஏணி வழி காட்டுகிறது."

உலகின் பரிணாமத்தினை அதன் சுய - சமத்துவ நிலைக்குப் பின்னோக்கி விளக்கம் தந்த ஒரு சிந்தனையாளர், இதர விண்ணகக் கோள்கள் பற்றி பெருமளவு நன்கு அறிந்தவர் இந்த இடத்திலும் எது என்ன என்பதைச் சரி நுட்பமாக அறிந்திருப்பார் என்று நியாயமாகவே எதிர்பார்த்திருக்க முடியும் என்ற போதிலும் இந்த உறுதி மொழியோடு ஹெர் டூரிங் வாழ்க்கையின் தோற்றம் குறித்து மேலதிகமாக எதுவும் கூறும் தொல்லையிலிருந்து தன்னைத்தானே காப்பாற்றிக் கொள்கிறார். மற்றவையைப் பொறுத்தவரை ஏற்கெனவே குறிப்பிடப்பட்டுள்ள ஹெகலின் அளவின் உறவுகளைப் பற்றிய கணு நிலைப்பாடுகள் மூலம் அது முழுமை பெற்றால் அன்றி நமக்கு அவர் அளித்துள்ள வாக்குறுதியில் அரைவாசி மட்டுமே சரியாக இருக்கும். படிப்படித்தான தன்மை எல்லாம் இருந்த போதிலும் ஒரு வடிவிலான இயக்கத்திலிருந்து இன்னொரு வடிவிலான இயக்கத்திற்கான மாற்றம் எப்போதுமே ஒரு பாய்ச்சலாக, ஒரு நிர்ணயமான மாறுதலாக இருந்து வருகிறது. இது, விண்ணகக் கோள்களின் இயந்திரவியலிலிருந்து ஒரு குறிப்பிட்ட விண்ணகக்கோளின் மீதான சிறிய கட்டிகள் இயந்திரவியலுக்கு மாறிச் செல்லும் போது உண்மையில் நிகழ்கிறது; பௌதிகவியலில் ஆராயப் படும் இயக்க வடிவங்களான வெப்பம், ஒளி, மின்விசை, காந்தசக்தி ஆகியவை உட்பட கட்டிகளின் இயந்திரவியலிலிருந்து மூலக்கூறு களின் இயந்திரவியலுக்கு மாறிச் செல்லும்போது அதேபோல உண்மையில் நிகழ்கிறது. இதேபோன்று, மூலக்கூறுகளின் பௌதிகத்தில் இருந்து அணுக்களின் பௌதிகத்திற்கு - இரசாயனத்திற்கு மாறிச் செல்வதும் ஒரு நிர்ணயமான பாய்ச்சலை உள்ளடக்குகிறது. சாதாரண மான இரசாயன கிரியையில் இருந்து நாம் வாழ்க்கை என்று அழைக்கும் அல்புமினின் இரசாயன வினைக்கு (chemism) மாறிச் செல்வதில் இது மேலும் தெளிவாக நிகழ்கிறது.[47] வாழ்க்கை மண்டலத்திற்குள்ளேயே பிறகு இந்தப் பாய்ச்சல்கள் மேலும் அதிகமாக அடிக்கடி நிகழாமலும்,

புலப்படாத நிலையிலும் இருக்கும். - மீண்டும் ஒருமுறை ஹெகல் டூரிங்கைத் திருத்த வேண்டியுள்ளது.

செயல் நோக்கத்தின் கருத்துரு ஹெர் டூரிங் உயிர்ப்புள்ள உலகிற்கு எண்ணம் வழிமாறிச் செல்ல வகை செய்கிறது. மீண்டும் ஒரு முறை இது ஹெகலிடமிருந்து இரவல் வாங்கப்பட்டதே. அவர் தமது தர்க்க வியலில் - கருத்துப்படிவம் பற்றிய போதனை - இரசாயன வினையிலிருந்து வாழ்க்கைக்கான மாற்றத்தினை ஆழமற்ற காரணகாரியவாதம் மூலம் அல்லது செயல் நோக்கத்தின் விஞ்ஞானம் மூலம் புரிகிறார். ஹெர் டூரிங்கின் விளக்கங்களை நாம் எங்கு பார்த்தாலும் நாம் ஹெகலின் "ஜீரணிக்க முடியாத கருத்தை" எதிர்கொள்கிறோம். அதை டூரிங் தமது சொந்த ஆழவேரூன்றிய விஞ்ஞானமாகச் சற்றும் வெட்கமானமின்றிக் கவர்ச்சியாக்கி வழங்குகிறார். உயிர்ப்புள்ள உலகத்திற்கு வழிவகைக்கும் நியாயமானது மற்றும் பொருத்தமானது என்பதை அலசி ஆராய நாம் நீண்ட தொலைவுக்குச் செல்ல வேண்டியிருக்கும். தெய்வத்தின் கூரறிவு என்பது போன்ற நோக்கத்தால் தூண்டப்பட்டுச் செயல்படும் சில மூன்றாம் தரப்பினால் இயற்கையில் புகுத்தப்பெறாத, ஆனால் தன்நிலைப் பொருளின் அவசியத்தில் அமைந்திருக்கும் நோக்கமான ஹெகலின் "உள்நோக்கத்தைப்" பயன்படுத்துவதும் கூட தத்துவவியலில் நல்ல தேர்ச்சி இல்லாத பேர்களை, இயற்கைக்கு உணர்வுபூர்வமான நோக்கத்தோடு புரியப் படும் செயல்பாடு இருப்பதாக எண்ணிப்பார்க்காமல் சாட்டியுரைக்கும் நிலைக்கு இடையறாது இட்டுச் செல்லும். வேறு நபர்களிடம் மிகச் சொற்பமான "ஆவியுலக வாதப்" போக்கினைக் கண்டால் அளப்பரிய தர்மாவேசத்தால் நிரம்பிவிடும் அதே ஹெர் டூரிங்.

"இயல்பூக்கப் புலனுணர்வுகள் அவற்றின் செயல்பாட்டில் பொதிந்துள்ள திருப்திக்காகவே முதலாவதாக உருவாக்கப்பட்டன என்று நிச்சயமாயும்" உறுதி கூறுகிறார். "புறப்பொருள்களின் உலகில் ஒழுங்கை நிலைநாட்டும் இடையறாத கடப்பாடு" பாவம் இயற்கைக்கு இருக்கிறது; இதைச் செய்யும் போது அது பல காரியங்களுக்குத் தீர்வு காணவேண்டி இருக்கிறது; "இவற்றுக்கு இயற்கை அதனிடம் இருப்பதாக வழக்கமாகக் கருதப்படும் நுண்ணியத்தைக் காட்டிலும் அதிகமாகத் தோற்றுவிக்க வேண்டியுள்ளது" என்று அவர் நம்மிடம் உரைக்கிறார். ஆனால் இயற்கைக்குத் தான் இதையோ அல்லது மற்றதையோ ஏன் செய்கிறோம் என்பது பற்றித் தெரியும் என்பது மட்டுமல்ல, அது ஒரு வீட்டுப் பணிப் பெண்ணின் கடமைகளை மட்டும் செய்யவில்லை அதனிடம் அகநிலை உணர்வுச் சிந்தனையில் நல்ல ஒரு உயர்பண்பான;

நுண்ணியம் மட்டும் இருக்கவில்லை; அதனிடம் ஒரு சித்தமும் உள்ளது. இதற்கும்மேல் ஊட்டம் இனப்பெருக்கம் போன்ற உண்மையான இயற்கைப் பணிகளை இதனிடையே நிறைவேற்று வதில் கூடுதலாக இயல்பூக்கப் புலனுணர்வுகள் செய்வதை "நாம் நேரடியாக அல்ல மறைமுகமாக மட்டுமே சித்தம் செய்த முடிவு என்று கருத வேண்டும்."

எனவே நாம் உணர்வுபூர்வமாகச் சிந்திக்கும் மற்றும் செயல்படும் இயற்கையிடம் வந்து சேர்ந்திருக்கிறோம். இவ்வாறாக ஏற்கெனவே "பாலத்தின்" மீது நிற்கிறோம் - நிலையியல் நிலையிலிருந்து இயங்கு நிலைக்கல்ல, மாறாக அனைத்து இறைக் கொள்கையிலிருந்து (pantheism) ஆதிமூல இறைமைக் (deism) கோட்பாட்டிற்கு வருகிறோம். அல்லது ஹெர் டூரிங் ஒருவேளை ஒரே ஒரு தடவை "இயற்கை தத்துவவியல் அரைக்கவிதையில்" சற்று மனம்போன போக்கில் இறங்கிவிட்டாரோ?

சாத்தியமே அல்ல! எமது எதார்த்தத்தின் தத்துவவியலாளர் உயிர்ப்புள்ள இயற்கை பற்றி நமக்குக் கூற முடிந்தது எல்லாம், இந்த "இயற்கை தத்துவவியல் அரைக்கவிதையை" எதிர்த்தும், "விளையாட்டுத் தனமான மேல்பூச்சுகளும் போலி விஞ்ஞானப் புரட்டுக் கற்பனைகளும் கொண்ட போலிஞானத்தை" எதிர்த்தும், டார்வினியத்தின் "காவிய வடிவ வர்ணனைகளை" எதிர்த்துமான போராட்டத்தளவில் அடங்கி விடுகிறது.

டார்வினுக்கு எதிராகச் சாட்டப்படும் பிரதானக் குற்றச்சாட்டு, அவர் மால்தூசின் ஜனக்கணக்கு தத்துவத்தை அரசியல் பொருளா தாரத்தில் இருந்து இயற்கை விஞ்ஞானத்திற்கு மாற்றினார் என்பதும், அவர் ஒரு பிராணி வளர்ப்பாளரின் கருத்துகளுக்கு அடிமையாகி விட்டார் என்பதும், வாழ்வுக்கான போராட்டம் பற்றிய அவரது தத்துவத்தில் அவர் விஞ்ஞானமல்லாத அரைக்கவிதையைப் பின் பற்றினார் என்றும், லாமார்க்கிடமிருந்து இரவல் பெற்றதைக் கழித்துவிட்டால் பிறகு டார்வினியம் முழுவதிலும் இருப்பதெல்லாம் மனித குலத்திற்கு எதிராக இயக்குவிக்கப்பட்ட ஒரு சிறு விலங்குத் தன்மையே என்பதுமேயாகும்.

டார்வின் தமது விஞ்ஞானப் பயணங்களிலிருந்து தாவர மற்றும் பிராணி உயிரினங்கள் மாறிலிகள் அல்ல. ஆனால் மாற்றத்திற்கு இலக்கானவை என்ற கருத்தைக் கொண்டு வந்தார். தாயகம் திரும்பிய பிறகு இந்தக் கருத்தைத் தொடர்ந்து செயல்படுத்தப் பிராணிகளையும் செடிவகைகளையும் வளர்ப்பதைவிடச் சிறந்த துறை அவருக்குக் கிடைக்கவில்லை. இந்தத் துறையில்தான் குறிப்பாக இங்கிலாந்து

ஒப்பற்ற நாடாக விளங்குகிறது; இதன் தொடர்பாக வேறு நாடுகளின் சாதனைகள், உதாரணமாக ஜெர்மனியின் சாதனைகள், இங்கிலாந்து அடைந்துள்ள சாதனைகளை விட மிகவும் குறைவாகவே உள்ளன. மேலும் இந்த வெற்றிகளில் பெரும்பாலானவை கடந்த நூற்றாண்டு களில் அடையப் பெற்றவை. எனவே உண்மைகளை நிலைநாட்டுவதில் ஏற்படும் இடர்ப்பாடுகள் மிகச் சிலவே. இந்த வளர்ப்பு, ஒரே இனத்தைச் சேர்ந்த பிராணிகளிடையிலும் தாவரங்களிடையிலும் பொதுவாக வெவ்வேறு இனங்கள் என்று அங்கீகரிக்கப் பெற்றுள்ளவற்றில் காணப் படுவதை விட, அதிகமாக வேறுபாடுகளைச் செயற்கையாக உண் டாக்கியது என்பதை டார்வின் கண்டார். இவ்வாறுதான் ஒரு புறத்தில் ஒரு குறிப்பிட்ட அளவுவரை உயிரினங்களின் மாறுபடுந்தன்மையும், மறுபுறம் வெவ்வேறு பிரத்தியேகத் தன்மைகளைக் கொண்ட உயிரினங் களுக்கு ஒரு பொதுவான வழி மரபு பற்றிய சாத்தியக்கூறும் நிலை நாட்டப்பட்டன. வளர்ப்பவனது உணர்வு பூர்வமான உத்தேசம் இல்லாமலே நீண்ட காலத்திற்குப் பிறகு உயிரினங்களில் செயற்கை வளர்ப்பு உண்டாக்கும் அதே போன்ற மாறுதல்களை உருவாக்கும் காரணங்கள் இயற்கையில் இருப்பது சாத்தியமா என்று டார்வின் அலசி ஆராய்ந்தார். இந்தக் காரணங்களை அவர், இயற்கை படைத் துள்ள அளப்பரிய எண்ணிக்கையிலான கருக்களுக்கும் உண்மையில் முதிர்ச்சியடையும் மிகவும் குறைந்த எண்ணிக்கையிலான உயிரினங் களுக்கும் இடையிலான வேறுபாட்டை ஏறுமாறான தன்மையில் கண்டார். ஒவ்வொரு கருவும் வளர்ச்சியடைய முயலும் போது உயிர் வாழ்வதற்கான போராட்டம் அவசியமாயும் எழுகிறது. இது நேரடி உடலுடன் உடல் மோதல் அல்லது கொன்று தின்பது என்ற வகையில் மட்டும் வெளிப்படுவதில்லை. தாவரங்கள் விஷயத்தில் கூட இடம், ஒளி ஆகியவற்றுக்கான போராட்டமாகவும் வெளிப்படுகிறது. இந்தப் போராட்டத்தில், எத்துணை சிறியதாக இருப்பினும் சரி உயிர் வாழ்வதற்கான போராட்டத்தில் அவற்றுக்குச் சாதகத்தைத் தருவதான சில தனிப்பட்ட பிரத்தியேகத் தன்மைகளைப் பெற்றுள்ள அந்தத் தனி நபர்களுக்கு முதிர்ச்சியை அடையவும் தம்மைத் தாமே பெருக்கிக் கொள்ளவும் சிறந்த வாய்ப்புகள் உள்ளன. இந்தத் தனிப்பட்ட பிரத்தியேகத் தன்மைகளுக்கு மரபு வழி இயங்கும் தன்மை இருக்கிறது; ஒரே இனத்தைச் சேர்ந்த பல தனி நபர்களிடையே அவை நிகழும் போது, ஒரு தடவை மேற்கொள்ளப்பட்ட திசையில் திரட்டப்பட்ட மரபு மூலம் இந்தப் போக்குகள் மேலும் முனைப்படைகின்றன. அதே பொழுதில் இந்தப் பிரத்தியேகத் தன்மைகளைக் கொண்டிராத அந்தத் தனிநபர்கள் வாழ்க்கைக்கான போராட்டத்தில் மேலும் எளிதில் சரணாகி படிப்படியாக மறைகின்றனர். இந்த வழியில் ஓர் இனவகை

இயற்கைத் தேர்வு மூலமும் பிழைக்கத் தகுந்தன பிழைக்கும் என்ற காரணத்தாலும் மாற்றமடைகின்றது.

இந்த டார்வினியத் தத்துவத்திற்கு எதிராக ஹெர் டூரிங், உயிர் வாழ்வதற்கான போராட்டம் பற்றிய கருத்தின் தோற்றத்தைப் பொருளாதார மற்றும் மக்கள் தொகை கணிப்பு தத்துவநிபுணர் மால்தூசின் பொதுமைப்படுத்தப்பட்ட கருத்துகளில் நாட வேண்டும் என்று டார்வினே ஒப்புக்கொண்டதாக உரிமை பாராட்டுகிறார். எனவே டார்வின் கருத்து அபரிமிதமக்கள் தொகை பற்றிய பூசாரித் தனமான மால்தூசியக் கருத்துகளில் உள்ளார்ந்து கிடக்கும் எல்லாக் குறைகளாலும் பாதிக்கப்பட்டிருக்கிறது எனவும் அவர் இப்போது கூறுகிறார்.

உயிர் வாழ்வதற்கான போராட்டம் பற்றிய கருத்தின் மூலம் மால்தூசிடம் காணப்படுகிறது என்று டார்வின் கனவிலும் கூடச் சொல்ல மாட்டார். உயிர்வாழ்வதற்கான போராட்டம் பற்றிய தமது தத்துவமே பிராணி மற்றும் தாவர உலகம் முழுதிற்கும் மால்தூஸ் பிரயோகித்த தத்துவமாகும் என்று மட்டுமே அவர் கூறுகிறார். மால்தூசின் தத்துவத்தை இவ்வளவு சூதுவாதின்றியும் ஆராய்ந்து பாராமலும் ஒப்புக்கொண்டதன் மூலம் டார்வின் புரிந்த தவறு எத்துணை பெரிதாக இருப்பினும் இயற்கையில் உயிர் வாழ்வதற்கான போராட்டம் நடப்பதைப் பார்க்க மால்தூசின் பார்வைக் கண்ணாடிகள் தேவையில்லை என்பதை முதல் நோக்கிலேயே எவரும் காணமுடியும். இயற்கை இவ்வளவு தாராளமாக உற்பத்திச் செய்துள்ள எண்ணிலடங்காத அமோகமான கருக்களுக்கும் எப்போதாவது முதிர்ச்சியை அடையும் சிறிய தொகையிலான கருக்களுக்கும் இடையிலான முரண்பாடு இது; இந்த முரண்பாடு உண்மையில் உயிர் வாழ்வதற்கான போராட்டத்தில் - பெரும்பாலும் கடுமையான கொடுமையில் அதன் தீர்வைக் காண்கிறது. ரிக்கார்டோ அடிப்படையாக்கியிருந்த மால்தூசின் வாதங்கள் மறந்தொழிந்து போனபிறகும் கூட கூலிகள் பற்றிய நியதி அதன் செல் தகைமையினை நிலைநாட்டியிருந்தது போலவே மால்தூசின் எத்தகைய வியாக்கியானங்களும் இன்றி இயற்கையில் உயிர்வாழ்வதற்கான போராட்டம் நடைபெறலாம். அதைப் பற்றியவரை, இயற்கையின் உயிரினங்களுக்கும் அவற்றின் ஜனக்கணக்கு பற்றிய நியதிகள் உள்ளன; அவற்றை நிலைநாட்டுவது உயிரினங்களின் பரிணாமம் பற்றிய தத்துவத்திற்கு நிர்ணயமான முக்கியத்துவம் உடையதாக இருந்தும் கூட இதுகாறும் ஆராயப்படாமல் விடப்பட்டுள்ளன. இந்தத் திசையிலும் பணியாற்ற உறுதியான ஊக்குவிப்பினை அளித்தவர் யார்? டார்வினே தவிர வேறு எவருமல்ல.

பிரச்சனையின் இந்த ஆக்கபூர்வ அம்சம் ஆராயப்படுவதை மிகவும் கவனமாகத் தவிர்த்துவிடுகிறார் ஹெர் டூரிங். இதற்குப் பதிலாக உயிர்வாழ்வதற்கான போராட்டம் மீது மீண்டும் மீண்டும் குற்றம் சாட்டப்படுகிறது. அவரது கூற்றுப்படி உணர்வில்லாத தாவரங்கள் மற்றும் நல்லதன்மையுள்ள தாவர - பட்சிணிகளிடையே வாழ்க்கைக்கான போராட்டம் என்ற பேச்சுக்கே இடமில்லை என்பது தெளிவு.

"விலங்குகள் இரையைக் கொன்றும் கொன்றதைத் தின்றும் வாழும் அளவுக்குத் துல்லியமான திட்டவட்டமான பொருளில் வாழ்வுக்கான போராட்டம் மிருக உலகில் காணக்கிடக்கிறது."

வாழ்வுக்கான போராட்டத்தை இந்தக் குறுகிய வரையறை களுக்குள் கட்டுப்படுத்திய பிறகு அவர் இந்தக் கருத்திலுள்ள மிருக இயல்பு பற்றி தன் ஆக்ரோஷத்தை முழுமையாக உணர்ச்சியுடன் வெளியிடலாம்; இதை அவரே மிருக இயல்பு என்ற அளவுக்குக் குறுக்கியுள்ளார். ஆனால் இந்தத் தர்ம ஆக்ரோஷம் ஹெர் டூரிங் மீதே திருப்பித் தாக்குகிறது; இந்த வரையறைக்குட்பட்ட கருத்தோட்டத்தில் அவர் மட்டுமே உண்மையில் வாழ்வுக்கான போராட்டத்தின் ஏக கர்த்தாவாக இருக்கிறார். எனவே அவரே அதற்கு முற்றிலும் பொறுப் பாளியாவார். இறுதியாகப் பார்க்குமிடத்து "விலங்குகளின் ஆட்சியில் இயற்கையின் எல்லாச் செயல்பாடுகளினதுமான நியதிகளையும் அறிவையும் நாடியது" டார்வின் அல்ல, - டார்வின் உண்மையில் உயிர்ப்புள்ள இயற்கை முழுவதையும் இந்தப் போராட்டத்தில் தெளிவாக உட்படுத்தி இருந்தார். - மாறாக ஹெர் டூரிங் தானே வேஷங்கட்டி நிறுத்திய ஒரு கற்பனைப் பூச்சாண்டிதான் அவ்வாறு நாடியது. அந்தப் பெயர் - வாழ்வுக்கான போராட்டம் - ஹெர் டூரிங்கின் ஆக உயர் தர்ம கோபாவேசத்திற்காக வேண்டுமாயின் விருப்பபூர்வம் கைவிடப்படலாம். ஆனால் இந்த உண்மை தாவரங்களிடையிலும் நிலவுகிறது என்பதை ஒவ்வொரு புல்வெளியும் பயிர் நிலமும், ஒவ்வொரு காடும் அவருக்கு எடுத்துக்காட்டும்; இதை எப்படி அழைப்பது "வாழ்வுக்கான போராட்டம்" என்றா, அல்லது "வாழ்க்கைக்குரிய நிலைமைகளின் பற்றாக்குறையும் இயந்திரிக விளைவுகளும்" என்றா என்பதல்ல விவாதத்திற்குரிய பிரச்சனை; மாறாக உயிரினங்களைப் பாதுகாப்பதிலும் அல்லது வகை பிரிப் பதிலும் இந்த உண்மை எவ்வாறு செல்வாக்குச் செலுத்துகிறது என்பதே. இந்த விஷயத்தில் ஹெர் டூரிங் பிடிவாதமான சுய-சமத்துவ மௌனம் சாதிக்கிறார். எனவே, தற்போதைக்கு யாவும் இயற்கைத் தேர்வில் இருந்தது போலவே தொடர்ந்து இருக்கலாம்.

ஆனால் டார்வினியம் "தனது மாற்றங்களையும் வேற்றுமை களையும் இன்மையிலிருந்து உருவாக்குகிறது."

டார்வின் இயற்கைத் தேர்வு பற்றிக் கருதிப்பார்க்கும் பொழுது தனியான தனிநபர்களிடம் மாறுதல்களை உருவாக்கியுள்ள காரணங் களை கவனத்தில் எடுத்துக் கொள்வதில்லை. முதலாவதாக, இத்தகைய தனிப்பட்ட திரிபுகள் எப்படிப் படிப்படியாக ஒரு வருண இனம், வகை இனம் அல்லது உயிரினங்களின் சிறப்பியல்பாகிறது என்ற வழியைப் பற்றியே விளக்குகிறது என்பது உண்மை. டார்வினைப் பொறுத்தவரை இவற்றின் விளைவுகள் உறுதி அடைந்து நிரந்தரமான முக்கியத்துவம் பெறுவதற்கான ஒரு ஆய்வறிவு வடிவத்தைக் காண்பதை விட, இந்தக் காரணங்களைக் கண்டுபிடிப்பது குறைந்த நேரடி முக்கியத்துவம் உடையதாக இருந்தது. இந்தக் காரணங்களில் ஒரு பகுதி இன்றுவரை முற்றிலும் இன்னதென்று தெரியாதனவாகவும் ஒரு பகுதி முற்றிலும் பொதுவான வகையில் மட்டுமே எடுத்துக் கூறத்தக்கதாகவும் உள்ளன. இதைச் செய்யும் பொழுது டார்வின் தமது கண்டுபிடிப்புக்கு மிகவும் விரிவான செயற்களத்தினைக் கற்பித்துக் கொண்டார். உயிரினங்களின் மாற்றத்தில் அதை ஏக இயக்கமாகச் செய்தார். அடிக்கடியான தனிப் பட்ட வகைமாற்றத்தின் காரணங்களைப் புறக்கணித்தார். இந்த வகைமாற்றங்கள் பொதுமையாகும் வடிவத்திலேயே கவனத்தை மையப்படுத்தினார் என்பது உண்மை. ஆனால் உண்மையில் ஏதாவது முன்னேற்றம் காணுவோர் அனைவரும் புரியும் தவறையே அவரும் புரிந்தார். மேலும் டார்வின் தனது தனிப்பட்ட மாற்றங்களை இன்மையிலிருந்து உண்டு பண்ணி அவ்வாறு செய்யும் போதில் "வளர்ப்போரின் அறிவை" முற்றிலுமாகப் பயன்படுத்தியிருப்பாரானால் வளர்ப்போருங்கூட, இன்மையிலிருந்து பிராணி மற்றும் தாவர வடிவங்களில் தமது மாற்றங்களைச் செய்ய வேண்டும்; இவை வெறும் கற்பனையானவையல்ல மாறாக உண்மையானவை. ஆனால் மீண்டும், இந்த மாற்றங்களும் வேறுபாடுகளும் எவ்வாறு துல்லியமாக எழுகின்றன என்பதை அலசி ஆராய்வதற்கு ஊக்குவிப்பை அளித்த மனிதர் டார்வினே அன்றி வேறு எவருமல்ல.

அண்மைக் காலங்களில் இயற்கைத் தேர்வு பற்றிய கருத்து குறிப்பாயும் ஹெகலால் விரிவாக்கப்பட்டது. தகவமைப்பு இயல் மற்றும் மரபுவழி இயல்பின் பரஸ்பரக் கிரியையின் விளைவாகக் கருதிப் பார்க்கப்பட்ட உயிரினங்களின் வகைபாட்டில் தகவமைப்பு நடை முறை வகையினங்களை உருவாக்கும் காரணியாகவும், மரபுவழி இயல்பு பேணிக்காக்கும் காரணியாகவும் எடுத்துக் கொள்ளப்படு கின்றன. இதையும் திருப்திகரம் என்று ஹெர் டூரிங் கருதவில்லை.

"இயற்கை வழங்கும் அல்லது வழங்க மறுக்கும் வாழ்க்கை நிலைமைகளுக்குரிய உண்மையான தகவமைப்பு இயலானது கருத்துகளால் நிர்ணயம் செய்யப்படும் தூண்டுகைகளையும் செயல்பாடுகளையும் முன்னுமானிக்கிறது. இல்லையேல் தகவமைப்பு வெறும் தோற்றம் மட்டுமே. அதன்மீது இயங்கும் காரணங்களின் செயல்பாடு பௌதிக, இரசாயன, தாவர உடற்கூறுத் துறைகளின் கீழ்ப்படிக்கு மேல் உயர்வதில்லை."

மீண்டும் ஒருமுறை பெயர்தான் ஹெர் டூரிங்குக்குக் கோப மூட்டுகிறது. இந்த நிகழ்ச்சிப் போக்குக்கு அவர் என்ன பெயர் கொடுத்தாலும் இங்குள்ள கேள்வி அங்கஜீவிகளின் இனவகைகளில் வகைப் பிரிவுகள் இத்தகைய நிகழ்ச்சிப் போக்கால் உண்டாக்கப் படுகின்றனவா இல்லையா என்பதேயாகும். மீண்டும் ஹெர் டூரிங் எவ்வித விடையும் அளிப்பதில்லை.

"ஒரு தாவரம் வளரும்போது ஆக அதிகமான ஒளியினைப் பெறும் பாதையினை அது மேற்கொள்ளுமானால், ஊக்குவிப்பின் இந்த விளைவு பௌதிக சக்திகள் மற்றும் இரசாயன இயக்கிகளின் இணைப்பே அன்றி வேறு எதுவுமல்ல; இதை உருவக வழக்கில் அன்றி அந்தச் சொல்லின் கறாரான பொருளில் தகவமைப்பு இயல் என்று வர்ணிக்கச் செய்யும் எந்த முயற்சியும் இந்தக் கருத் தோட்டங்களில் ஆன்மீகவாதக் குழப்பத்தைக் கட்டாயம் புகுத்தும்."

இயற்கை யாருடைய சித்தத்தின்படி எதையும் செய்கிறது என்பதைச் சரியாக அறிந்த மனிதர், இயற்கையின் நுண்ணயம் அதன் சித்தம் பற்றியும் கூடப் பேசுகின்ற அதே மனிதர் மற்றவர்கள் பால் காட்டும் கடமை இத்தகையதாக உள்ளது! ஆன்மீகவாதக் குழப்பம், ஆம். ஆனால் எங்கே ஹெகல் இடத்திலா அல்லது ஹெர் டூரிங் இடத்திலா?

ஆன்மீகவாதக் குழப்பம் மட்டுமல்ல தர்க்கவியல் குழப்பமும் கூடத்தான். குறிக்கோளின் கருத்தமைப்பை இயற்கையில் செல் தகைமையாக்கி நிலைநாட்ட ஹெர் டூரிங் முழு வலிமையுடன் வற்புறுத்துகிறார் என்பதை நாம் கண்டோம்.

"மார்க்கங்களுக்கும் நோக்கத்திற்கும் இடையிலான உறவு கொஞ்சங்கூட ஒரு உணர்வுபூர்வமான உத்தேசத்தை முன்னனு மானிப்பதில்லை."

அப்படியானால் அவர் இவ்வளவு ஆவேசமாக எதிர்க்கும் உணர்வு பூர்வமான உத்தேசம் இல்லாத, கருத்துகளின் இடைத்தொடர்பு

இல்லாத தகவமைப்பு இயல் இத்தகைய உணர்வுபூர்வமல்லாத குறிக்கோள் வழிப்பட்ட செயல்பாடு அல்லது வேறு என்ன?

எனவே மரத் தவளைகளும் இலை தின்னும் பூச்சிபுழுக்களும் பச்சையாகவும், பாலைவனப் பிராணிகள் மணல் - மஞ்சள் - நிறமாகவும் மற்றும் துருவப் பிராந்தியப் பிராணிகள் பிரதானமாயும் பனி - வெள்ளை நிறமாகவும் இருக்கின்றன என்றால் அவை நிச்சயமாயும் இந்த நிறங்களை உத்தேசத்தோடோ அல்லது எந்தக் கருத்துகளுக்கும் இணங்கவோ தகவமைத்துக் கொள்ளவில்லை; மாறாக, இந்த நிறங்களைப் பௌதிக சக்திகள், இரசாயன இயக்கிகள் அடிப்படையில் மட்டுமே விளக்க முடியும். இருப்பினும் இந்தப் பிராணிகள் இந்த நிறங்கள் காரணமாகத் தாம் வாழும் சுற்றுச்சூழலுக்கு நோக்க வழிப்பட்டு தகவமைத்துக் கொண்டுள்ளன; இதன் வழி அவை தமது விரோதிகளின் கண்களுக்கு மிகவும் குறைவாகவே தென்படுகின்றன என்பதை மறுக்க முடியாது. சில தாவரங்கள் தம்மீது அமரும் புழுப் பூச்சிகளைப் பிடித்துக் கொன்று தின்ன உதவும் உறுப்புகள் இந்தச் செயல்பாட்டிற்குத் தகவமைந்துள்ளன, நோக்க வழிப்பட்டே தகவமைந்துள்ளன. இதன் விளைவாக இந்தத் தகவமைப்பு கருத்துகளின் மூலம் செயல்படுத்தப்பட வேண்டும் என்று ஹெர் டூரிங் வற்புறுத்துவாரானால், அவர் கருத்துகளின் மூலம் நோக்க வழிப்பட்ட செயலும் கொண்டு வரப்பட வேண்டும் என்று வேறு சொற்களில் சொல்வதாகவே இருக்கும். அவரது எதார்த்தத்தின் தத்துவவியலில் வழக்கமாக இருப்பது போன்று இது நம்மை ஒரு நோக்க வழிப்பட்ட படைப்பாளரிடம், கடவுளிடம் கொண்டு செல்கிறது.

"ஆதிமூல இறைமைக் கோட்பாடு என்று அழைக்கப்படும் இந்த வகையான ஒரு விளக்கத்தை அவ்வளவு பெரிதாகக் கருது வதில்லை" என்று ஹெர் டூரிங் நம்மிடம் கூறுகிறார். "ஆனால் இதன் தொடர்பாகவும் காரியங்கள் பின்நோக்கி வளர்ச்சியடைந் துள்ளதாகத் தோன்றுகிறது."

தகவமைப்பில் இருந்து நாம் மரபுக்குக் கடந்து செல்கிறோம். இங்கும் அதுபோலவே ஹெர் டூரிங்கின் கூற்றுப்படி டார்வினியம் முற்றிலும் தவறான பாதையிலேயே இருக்கிறது. உயிர்ப்புள்ள உலகம் முழுவதும் ஒரே ஒரு ஆதிமுதல் ஜீவியில் இருந்து மரபுவழி வந்தது. அதாவது தனி ஒரு ஜீவியின் சந்ததி என்று டார்வின் வலியுறுத்தியதாகக் கூறப்படுகிறது. டார்வின் கருத்துப்படி பொது சந்ததி இடைப்பட்டு செயலாற்றினால் ஒழிய இயற்கையின் ஒத்திசைவான பொருட்களின் சுதந்திரமான ஒருமைப்பாடு என்பது கிடையாது என்று டூரிங் கூறுகிறார்: எனவே டார்வினும் அவரது பின்நோக்கி நெறியாக்கம்

செய்யப்பட்ட கருத்துகளும், பிறப்பின் இழையோ அல்லது இதர வடிவிலான இனப்பெருக்கமோ முறிவடையும் தருணத்தில் கட்டாயத்தால் முட்டுச் சந்துக்கு வந்தே தீர வேண்டும்.

வாழும் உயிரினங்கள் அனைத்தையும் டார்வின் ஓர் ஆதிமுதல் ஜீவனிலிருந்து தோன்றியதாக ஆய்ந்து தேர்ந்தார் என்ற கூற்றினை நயமாக விளக்கிடில் அது ஹெர் டூரிங்கின் "சுயமான சுதந்திரப் படைப்பும் கற்பனையுமாகும்." டார்வின் தமது உயிரினங்களின் தோற்றம் என்ற நூலில் ஆறாவது பதிப்பு, கடைசிப் பக்கத்தில் அவர்

"எல்லா ஜீவிகளையும் விசேஷப் படைப்புகளாகக் கருதவில்லை மாறாக ஒரு சில ஜீவிகளின் வழி வந்த சந்ததிகளாகவே கருதியதாக" வெளிப்படையாகக் கூறுகிறார்.[48] ஹெகல் இன்னும் பெரு மளவுக்கு முன்னே சென்று,

"தாவர உலகிற்கு முற்றிலும் சுதந்திரமான இனமூலமும் பிராணி உலகிற்கு இரண்டாவது இன மூலமும்", "இரண்டுக்கும் இடையே பல சுதந்திரமான ஒரணு உயிர்ப்பிரிவு (protista) இனமூலங்களும் இருப்பதாகவும்; அவை ஒவ்வொன்றும் முந்தையவற்றிலிருந்து சுதந்திரமாக ஒரு மொனேரா (moneron) வடிவிலான ஒரு விசேஷ உற்பத்தி உறுப்பில் இருந்து வளர்ந்துள்ளன என்றும் ஊகிக் கிறார்." (Schopfun gsgeschichte, S. 397)[49].

இந்த ஆதிமுதல் ஜீவி, ஆதிமுதல் யூதரான ஆதாமுடன் இணைத்துக் காட்டி, சாத்தியமான அளவு மிகப்பெரிய இழிவினைக் கொண்டு வர வேண்டும் என்ற நோக்கத்துடன் மட்டுமே ஹெர் டூரிங்கால் புனையப் பட்டதாகும்; இதில் ஹெர் டூரிங் - இந்த ஆதிமுதல் யூதர் ஸ்மித்தின் அஸ்ஸிரியன் கண்டுபிடிப்புகளில் ஆதிமுதல் செமிடிக் இனத்தவராகக் காட்டப்பட்டிருக்கிறார் என்பதும், படைப்பும் பிரளயமும் பற்றிய விவிலிய வரலாறு முழுவதும் பழைய புறச்சமயக் கற்பனைக் கதைகளின் ஒரு பகுதி என்பதும், இதை யூதர்கள் பாபிலோனியர்கள், சால்தியர்கள், அஸ்ஸிரியர்களுடன் சேர்ந்து பொதுவாகக் கொண் டிருக்கிறார்கள் என்பதையும் பற்றி துரதிருஷ்டவசமாக டூரிங் லவலேசமும் அறிந்திருக்கவில்லை.

சந்ததியின் இழை அறுபட்டுப் போகும் இடத்தில் அவர் முட்டுச் சந்துக்கு வந்து விடுகிறார் என்பது நிச்சயமாயும் டார்வினை எதிர்த்த ஒரு கடுமையான குற்றச்சாட்டாகும். ஆனால் இது நியாயப்படுத்தப் பட்ட குற்றச்சாட்டாகும். துரதிருஷ்டவசமாக இந்தக் குற்றச்சாட்டு நமது இயற்கை விஞ்ஞானம் முழுவதாலும் ஈட்டப் பெற்றதாகும். சந்ததியின் இழை எங்கு அறுபடுகிறதோ அங்கு அது "முட்டுச் சந்துக்கு"

வந்து விடுகிறது. மற்றவற்றிலிருந்து வந்த சந்ததியாக இன்றி, உயிருள்ள எதையும் உருவாக்குவதில் அது இன்னும் வெற்றியடையவில்லை; இரசாயன மூலகங்களிலிருந்தான சாமானிய புரோட்டோ பிளாசம் (protoplasm) அல்லது அல்புமின் சேர்மங்களை உற்பத்திச் செய்வதில் கூட இன்னும் வெற்றியடையவில்லை. எனவே உயிரின் தோற்றத்தைப் பொறுத்தவரையில் இன்றுவரையில் இயற்கை விஞ்ஞானம் இது இரசாயன வினையின் விளைவாகத்தான் இருக்கவேண்டும் என்று மட்டுமே திண்ணமாகக் கூற முடிந்திருக்கிறது. எனினும் யதார்த்தத்தின் தத்துவவியல் இந்த விஷயத்தில் ஒருவேளை சற்றே உதவும் நிலையில் இருக்கிறது போலும். காரணம் அதனிடம் பொது சந்ததி இடைப் பட்டுச் செயலாற்றாததான இயற்கையின் ஒத்திசைவான பொருட்களின் சுதந்திரமான ஒருமைப்பாடு உள்ளது. இது எவ்வாறு ஏற்பட்டது? சுய இயல்பான பிறப்பித்தல் மூலமா? ஆனால் இதுவரை சுய-இயல்பான பிறப்பித்தலின் மிகவும் பிடிவாதமான ஆதரவாளர்களும் கூட இது பாக்டீரியா கிருமிகள், கருவுருவிலான பூசனம், இதர மிகவும் ஆரம்ப கட்ட அங்க ஜீவிகளைத் தவிர வேறு புழுபூச்சிகள், மீன்கள், பறவைகள், பாலூட்டிகள் எதையும், உற்பத்திச் செய்ததாக உரிமை பாராட்ட வில்லை. ஆனால் இயற்கையின் இந்த ஒத்திசைவான பொருட்கள் - உயிர்ப்புள்ளவை என்பது தெளிவு. இங்கு அவை பற்றி மட்டுமே குறிப்பிடுகிறோம் - பொது சந்ததியால் தொடர்புறுத்தப்பட்டவையல்ல. அவை அல்லது அவை ஒவ்வொன்றின் மூதாதையரும் "சந்ததியின் இழை அறுபடும் இடத்தில்" படைப்பின் தனியொரு செயலால் உலகில் தோற்றுவிக்கப்பட்டிருக்க வேண்டும். இவ்வாறு நாம் மீண்டும் ஒரு முறை ஒரு படைத்தோனிடம் ஆதிமூல இறைமைக் கோட்பாடு என்று அழைக்கப்படுவதனிடம் வருகிறோம்.

"இனப்பண்புகளின் பாலின இயைபின் வெறும் செயற்பாட்டை இந்தப் பண்புகளின் தோற்றத்தின் அடிப்படைக் கோட்பாடாக்கியது."

டார்வினது மிகவும் மேம்போக்கான செயல் என்று ஹெர் டூரிங் மேலும் கூறுகிறார். இதுவும் நமது ஆழவேரூன்றிய தத்துவவியலாளரின் இன்னொரு சுதந்திரமான படைப்பும் கற்பனையுமாகும். டார்வின் இதற்கு நேர் எதிராக திட்டவட்டமாகக் கூறுகின்றார்; "இயற்கைத் தேர்வு" என்ற சொல் மாற்றங்களின் பேணுகையைச் சுட்டுகின்றனவே தவிர அவற்றின் தோற்றத்தை அல்ல (பக்கம் 63). டார்வின் என்றுமே கூறியிராதவற்றை அவர் மீது புதிதாகச் சாட்டியுரைப்பதால் டூரிங்கின் மனப்போக்கின் பின்வரும் ஆழத்தைப் புரிந்துகொள்ள உதவுகிறது.

"தலைமுறையின் உள் வரைமுறை இயலில் சுதந்திரமான மாற்றங் களின் சில கோட்பாடுகள் காணப்பட்டனவென்றால் இந்தக்

கருத்து முற்றிலும் ஆய்வறிவுத்தன்மை கொண்டதாக இருந் திருக்கும்; காரணம் சர்வப் பொதுப் பிறப்பின் கோட்பாட்டோடு பாலுறவு வழி இனப்பெருக்கத்தை ஓர் ஒற்றுமையாக இணைப்பதும் தம் இயல்பான பிறப்பித்தலை உயர் நிலையிலிருந்து மறு உற்பத்தியின் முற்றமுழு முரண்நிலையாக அன்றி, ஓர் உற்பத்தியாக அப்படியே பாவிப்பதும் இயற்கையான கருத்தாகும்."

இந்தக் கூளத்தை எழுதக்கூடிய மனிதர் ஹெகலை அவரது "பரிபாஷை" பற்றிக் குறைகூறுவதற்கு வெட்கப்படவில்லை!

தான் அடைந்துள்ள பிரம்மாண்டமான ஊக்குவிப்புக்கு இயற்கை விஞ்ஞானம் டார்வினியத் தத்துவத்தின் தூண்டு சக்திக்கு கடப்பாடுடையதாக இருப்பதைக் கண்டு தம் ஆத்திரத்தை வெளியிடும் ஹெர் டூரிங்கின் சீறிவிழுகிற முரண்பாடான முணுமுணுப்பும், ஓயாது படுத்தும் தொல்லையும் போதுமே போதும். டார்வினோ அல்லது இயற்கை இயலாளர்களிடையான அவரது சீடர்களோ லாமார்க் புரிந்துள்ள மாபெரும் சேவைகளை எந்த வழியிலும் சிறுமைப்படுத்த என்றுமே எண்ணியது கிடையாது; உண்மையில் அவர்கள்தான் அவரை அவரது உரிய உயர்பீடத்தில் மீண்டும் ஏற்றி வைத்தவர்கள். லாமார்க்கின் காலத்தில் உயிரினங்களின் தோற்றம் பற்றிய கேள்விக்கு முன்னுணர்ந்த வழியில் ஒரு விதத்தில் தீர்க்கதரிசனமான வகையில் மட்டுமே அன்றி விடைகாண இயலும் அளவுக்குப் போதியதான விவரப் பொருட்களை விஞ்ஞானம் பெற்றிருக்கவில்லை என்ற உண்மையை நாம் புறக்கணிக்கக்கூடாது. இடைப்பட்ட காலத்தில் திரட்டப்பட்டிருந்த விளக்க, பகுத்தாராய்வு தாவரவியல் மற்றும் விலங்கு நூல் இரண்டிலுமான மிகப் பெருமளவிலான விவரப் பொருட்களுடன் கூடவே, லாமார்க்கின் காலத்திற்குப் பிறகு இரண்டு புதிய விஞ்ஞானங்களே தோன்றியுள்ளன. இவை இந்தப் பிரச்சனைக்கு நிர்ணயமான முக்கியத்துவம் வாய்ந்தவை; தாவர மற்றும் பிராணி கருக்கள் பற்றிய ஆராய்ச்சி (கருவியல்), பூமியின் பரப்பில் பல்வேறு அடுக்குகளில் பேணிவைத்திருக்கும் உயிர்ப்புள்ள அழிபடாக் கூறுகள் பற்றிய தொல்லுயிரியல் ஆராய்ச்சி (palaeontology). உண்மையில் உயிர்ப்புள்ள கருக்கள் முதிர்ந்த அங்கஜீவிகளாகப் படிப்படியாக வளர்ச்சியடைந்து வருவதற்கும், பூமியின் வரலாற்றில் ஒன்றை ஒன்று பின்தொடர்ந்து வரும் தாவரங்கள் மற்றும் பிராணிகளின் மரபுரிமைக்கும் இடையே ஒரு விசித்திரமான இணைவு இருக்கிறது. குறிப்பாயும் இந்த இணைவுதான் பரிணாமத் தத்துவத்திற்கு அதன் ஆக உறுதியான அடிப்படையினை வழங்கியுள்ளது. பரிணாமத் தத்துவமே மிகவும் ஆரம்பக் கட்டத்தில் இன்னும் இருக்கிறது. எனவே

உயிரினங்களின் பரிணாம நிகழ்வு முறை பற்றிய, கறாரான டார்வினியம் உள்ளிட்ட, நமது இன்றைய கருத்தோட்டங்களை மேலதிகமாக நடைபெறும் ஆராய்ச்சி பெருமளவுக்கு திருத்தம் செய்யலாம் என்பதைச் சந்தேகிக்க இடமில்லை.

உயிர்ப்புள்ள ஜீவனின் பரிணாமம் சம்பந்தமாக எதார்த்தத்தின் தத்துவவியலுக்கு ஆக்கத் தன்மையுடன் என்ன கூறவிருக்கிறது?

> "உயிரினங்களின் வேறுபடுந்தன்மை" என்பது ஒப்புக்கொள்ளக் கூடியதான ஒரு முன்னனுமானமாகும். ஆனால் அதனுடன் கூடவே "பொதுவான சந்ததியால் இடைப்பட்டுச் செயலாக்கப் படாத இயற்கையின் ஒத்திசைவான பொருட்களின் சுதந்திரமாக ஒருமைப்பாடு இருக்கின்றது."

பொதுவான சந்ததியினால் இடைப்பட்டுச் செயலாக்கப்படாத வையான இயற்கையின் முரண்கூறான பொருட்கள் அதாவது வேறு படுந்தன்மையைக் காட்டும் உயிரினங்கள் ஒன்றிலிருந்து ஒன்று மரபிற் பெறப்பட்டவை. ஆனால் ஒத்திசைவான பொருட்கள் அவ்வாறில்லை என்ற முடிவுக்கு வருவது போலத் தோன்றும். ஆனால் இதுவும் முற்றிலும் சரியானதல்ல; காரணம் வேறுபடுந்தன்மையைக் காட்டும் உயிரினங்கள் விஷயத்திலுங்கூட இதற்குமாறாக,

> "பொதுவான சந்ததியால் இடைப்பட்டுச் செயல்படுத்தப்பட்டது முற்றிலும் இயற்கையின் இரண்டாந்தரச் செயலாகவே இருக்கிறது."

நமக்குப் பொதுவான சந்ததி கிடைக்கிறது. ஆனால் அது "இரண்டாம் தரமானது." ஹெர் டூரிங் இதற்குத் தீமையும் மர்மமுமான எத்தனையையோ கற்பித்துக் கூறிவிட்ட பிறகும், இறுதியில் இது புறக்கடை வாயில் வழி மீண்டும் அனுமதிக்கப்படுவது கண்டு நாம் மகிழ்ச்சியடைய வேண்டும். இயற்கைத் தேர்வு விஷயத்திலும் அதே நிலைதான். இயற்கைத் தேர்வு செயல்பட்டுவரும் வாழ்வுக்கான போராட்டம் மீதான அவரது தர்மாவேசக் கோபத்திற்குப் பிறகு நாம் திடுமெனப் படிக்கிறோம்:

> "அங்கஜீவிகளின் ஆக்கத்தின் ஆழமான அடிப்படையினை வாழ்க்கை நிலைமைகள் மற்றும் பிரபஞ்ச உறவுகளில் நாட வேண்டும். அதே பொழுதில் டார்வின் வற்புறுத்தும் இயற்கைத் தேர்வு இரண்டாந்தரக் காரணியாக மட்டுமே வர இயலும்."

இவ்வாறாக நாம் இயற்கைத் தேர்வை எப்படியும் இரண்டாம் தரமானதாயினும் சரி பெறுகிறோம். இயற்கைத் தேர்வுடன் கூடவே வாழ்வுக்கான போராட்டத்தையும், அதோடு கூடப் பூசாரி மால்தூசின்

அபரிமித ஜனக்கணிப்பும்! இவ்வளவே, மற்றவற்றிற்கு ஹெர் டூரிங் நம்மை லாமார்க்கிடம் ஆற்றுப்படுத்துகிறார்.

முடிவாக அவர் உருமாறுபாடு மற்றும் வளர்ச்சி என்ற சொற்கள் தவறாகப் பயன்படுத்தப்படுவதை எதிர்த்து எம்மை எச்சரிக்கிறார். உருமாறுபாடு ஒரு தெளிவில்லாத கருத்தமைப்பு என்று அவர் சாதிக்கிறார், வளர்ச்சி என்ற கருத்தமைப்பு வளர்ச்சி விதிகள் உண்மையிலேயே நிலைநாட்டப்படக் கூடிய அளவுக்கு மட்டுமே அனுமதிக்கக்கூடியதாகும். இந்த இரு சொற்களின் இடத்தில் நாம் "இயைபு" என்ற சொல்லைப் பயன்படுத்த வேண்டும்; பிறகு எல்லாம் சரியாகிவிடும். மீண்டும் அதே பழைய கதைதான்: பொருள்கள் இருந்தது போலவே இருக்கின்றன, நாம் பெயர்களை அப்படியே மாற்றிவிட்ட உடனேயே ஹெர் டூரிங் முற்றிலும் திருப்தியடைந்து விடுகிறார். முட்டைக்குள் குஞ்சு வளர்வது பற்றிப் பேசும் போது நாம் குழப்பம் உண்டாக்குகிறோம். காரணம் வளர்ச்சியின் விதிகளை முழுமையற்ற வழியில் மட்டுமே நாம் நிரூபிக்க முடிகிறது; ஆனால் நாம் அதன் "இயைபு" பற்றிப் பேசுவோமானால் எல்லாமே தெளிவாகி விடுகிறது. எனவே நாம் இனிமேல் "இந்தக் குழந்தை நேர்த்தியாக வளர்ந்து வருகிறது" என்று சொல்ல மாட்டோம். மாறாக: "அது தன்னைத் தானே அற்புதமாக இயைபு செய்து வருகிறது" என்று கூறுவோம். தமது உத்தமமான சுய-மதிப்பில் மட்டுமன்றி, எதிர் காலத்தின் ஏட்டாசிரியர் என்ற முறைமையிலும் Nibelungenring இன் ஆசிரியருக்குச் சரியிணையாகும் தகுதி வாய்ந்தவரானது பற்றி ஹெர் டூரிங்கைப் பாராட்டுவோம்.[50]

8. இயற்கைத் தத்துவவியல்: உயிர்ப்புள்ள உலகம்

(முடிவுரை)

"இயற்கைத் தத்துவவியல் பற்றி எமது பிரிவுக்கு அதன் அனைத்து விஞ்ஞான மெய்கோள்களுடன் முன்னேற்பாடுகள் செய்ய எத்தகைய ஆக்கபூர்வ அறிவு தேவைப்படுகிறது என்பதைத் தீர எண்ணிப்பாருங்கள்... இதன் அடித்தளம். முதலாவதாக கணித வியலின் அனைத்து சாதனைகளாலும், பின்னால் இயந்திரவியல், பௌதிகவியல் மற்றும் இரசாயனவியலில் நுட்ப விஞ்ஞானம் நிலைநாட்டியுள்ள பிரதான முதலுரைகளாலும், உடலியல், விலங்கு நூல் இதே போன்ற ஆய்வாராய்வுத் துறைகளில் இயற்கை விஞ்ஞானம் மேற்கொண்ட பொது முடிவுகளாலும் வழங்கப்படுகிறது."

ஹெர் டூரிங்கின் கணிதவியல் மற்றும் இயற்கைப் பண்பாட்டு அறிவாழம் குறித்து ஹெர் டூரிங் இத்தகைய நம்பிக்கையுடனும் உறுதியுடனும் பேசுகிறார். சம்பந்தப்பட்ட அறவே சிறிய பிரிவி லிருந்தும், அதைவிடக் குறைவாக அதன் மேலும் அதிக அற்பமான முடிவுகளிலிருந்தும், இவற்றின் பின்னால் என்ன ஆழவேரூன்றிய ஆக்கபூர்வ அறிவு காணக்கிடக்கிறது என்பதைக் கண்டுபிடிப்பது சாத்தியமல்ல. எப்படியும் பௌதிகவியல் மற்றும் இரசாயனவியலில் டூரிங் பொய்யா மொழியினை உருவாக்குவதற்கு வெப்பத்தின் இயந்திரிக சமமதிப்பை வெளிப்படுத்தும் சமன்பாட்டுக்கு அதிகமான பௌதிகவியல் குறித்தோ அல்லது, எல்லா சேர்மங்களையும் மூலகங் களாகவும் மூலகங்களின் சேர்க்கைகளாகவும் பிரிக்கலாம் என்பதை விட அதிகமான இரசாயனவியல் குறித்தோ அறிந்திருக்கத் தேவை இல்லை. மேலும் ஹெர் டூரிங் செய்வது போன்று (பக்கம் 131) ஒரு நபர் "ஈர்க்கும் அணுக்கள்" பற்றிப் பேசுவது அவர் அணுக்களுக்கும் மூலக் கூறுகளுக்கும் இடையிலான வித்தியாசத்தைப் பொறுத்தவரை முற்றிலும் "இருட்டில்" இருக்கிறார் என்பதையே நிரூபிக்கிறது. அணுக்கள் இரசாயனச் செயல்பாடுகளில் மட்டுமேயன்றி ஈர்ப்பு அல்லது இதர இயந்திரிக அல்லது பௌதிக இயக்க வடிவங்களோடு சம்பந்தப்பட்டவையல்ல. எவராவது உயிர்ப்புள்ள இயற்கை பற்றிய அத்தியாயம் வரை படிக்க நேர்ந்தால் அவர் அதன் வெறுமையான, சுய

- முரண்பாடான, நிர்ணயமான இடத்தில் பொய்யா மொழி பாணி, பொருளற்ற வளைவுநெளிவான வெறுஞ் சொல்மயம். அதன் முற்றிலும் பயனற்ற முடிவு, ஆகியவை காரணமாக ஹெர் டூரிங், இங்கு அவருக்குக் குறிப்பிடுமளவு கிஞ்சிற்றே தெரிந்த விஷயங்களைப் பற்றிப் பேசுகிறார் என்ற கருத்தை துவக்கத்திலேயே உருவாக்கிக் கொள்வதைத் தவிர்க்க முடியாது. உயிரினம் பற்றிய விஞ்ஞானத்தில் (உயிர் நூல்) வளர்ச்சி என்ற சொல்லுக்குப் பதிலாக இயைபு என்ற சொல் பயன்படுத்தப்பட வேண்டும் என்ற யோசனையை வாசகர் வந்தடையும் போது இந்தக் கருத்து முற்றிலும் நிச்சயமாகி விடுகிறது. இத்தகைய யோசனையை முன்வைக்கக் கூடியவரான ஒரு நபருக்கு உயிர்ப்புள்ள சேர்மங்களின் உருவாக்கம் பற்றி சிறிதேனும் ஐயம் இல்லை என்பதைக் காட்டுகிறது.

எல்லா உயிர்ப்புள்ள சேர்மங்களும் மிகவும் கீழ் நிலையானவை நீங்கலாக, உயிரணுக்கள், அல்புமினின் சிறுநுண் பொடிகளைக் கொண்டனவாக இருக்கின்றன. அவை மிகப் பெருமளவுக்குப் பெரிதாக்கிக் காட்டப்பட்டால் மட்டுமே அகத்தேயுள்ள உட்கருவுடன் சேர்ந்து கண்ணுக்குத் தெரியும். பொதுவாக உயிரணுக்களும் ஒரு புறச் சவ்வை வளர்த்துக் கொள்கின்றன. அவற்றின் உட்கிடக்கை ஏறத்தாழ நிலைபாடற்றதாகவே இருக்கிறது. ஆகக்கீழ் நிலையிலான உயிரணுக் களாலான சேர்மங்கள் தனி ஒரு உயிரணுவைக் கொண்டதாக இருக்கிறது. உயிருள்ளவற்றில் அளப்பரிய பெரும்பான்மையின பல் - உயிரணுக்கள் கொண்டவை. பல உயிரணுக்களின் ஒப்பமைதியுடைய பன்முக அமைப்புகள்; இவை கீழ்நிலை அங்கஜீவிகளில் ஒத்திசைவான மாதிரியில் நிலவுகின்றன, உயர்நிலை அங்கஜீவிகளிடையே மேலும் மேலும் பல்வகையான வடிவங்களில் தொகுதிகளில் செயல்களில் வளர்ச்சியுறுகின்றன. உதாரணமாக மனித உடலில் எலும்புகள், தசைகள், நரம்புகள், தசைநாண்கள், தசை நார்கள், குறுத்தெலும்புகள், சருமம் சுருங்கக் கூறின் எல்லாத் திசுக்களும் உயிரணுக்களால் ஆக்கப் பெற்றவை அல்லது அவற்றிலிருந்து தோன்றியவை. ஆனால் எல்லா உயிர்ப்புள்ள உயிரணுக் கட்டுமானங்களிலும் எளிய உட்கருவைக் கொண்ட, பெருமளவான காலம் அகத்தே சருமம் இல்லாத அல்புமின் துகளாக இருக்கும் அமீபா (amoeba) முதல் மனிதன் வரையில் ஆகச் சின்னஞ் சிறிய ஒற்றை உயிர் அணு நீர்ப்பாசிவகை முதல் ஆக உயர் வளர்ச்சி பெற்ற தாவரம் வரை, உயிரணுக்கள் பல்கிப் பெருகும் தன்மை ஒரே மாதிரியானதாகும்: அதாவது அணுப்பிளப்பு. உயிரணுவின் உட்கரு முதலில் நடுவில் நெருக்கி இறுக்கப்படுகிறது. உட்கருவின் இரு பகுதிகளைப் பிரிக்கும் இறுக்கம் மேலும் மேலும் முனைப்படைகிறது. கடைசியாக அவை ஒன்றுக்கொன்று வேறுபிரிந்து இரண்டு உயிரணு

உட்கருக்களை உருவாக்குகின்றன. இதே நிகழ்வு உயிரணுவுக்குள்ளேயும் நடைபெறுகிறது; இந்த இரண்டு உட்கருக்கள் ஒவ்வொன்றும் உயிரணுக்களாலான உட்சத்துச் சேகரத்தின் மையமாகின்றன; ஒன்றுக்கொன்று நிலையாகக் குறுகலடைந்து வரும் ஒரு சிம்பால் இணைக்கப்பட்டு இறுதியாக இரண்டும் பரஸ்பரம் தனியாகப் பிரிந்து தொடர்ந்து சுதந்திரமான உயிரணுக்களாக நிலவுகின்றன. இத்தகைய மீண்டும் மீண்டும் நிகழும் உயிரணுப் பிளப்பினால் பிராணியானது முட்டையின் முதிருராக் கருவின் பையில் இருந்து - அது சினைப் படுத்தப்பட்ட பிறகு - படிப்படியாகப் பூரண வளர்ச்சியடைகிறது. வளர்ச்சியடைந்த விலங்கு போலவே அதன் பயன்படுத்தப்பட்டுத் தீர்ந்துபோன திசுக்கள் அதே வழியில் புதுப்பிக்கப்படுகின்றன. அத்தகைய நிகழ்வை இயைபு என்று அழைப்பதும், அதை வளர்ச்சி என்று விளக்குவது "சுத்தக் கற்பனை" என்று கூறுவதும் - இன்றைய நாட்களில் இதை நம்புவது எத்துணை கடினமாக இருப்பினும் சரி - அந்த நபருக்கு இந்த நிகழ்வு பற்றி அறவே எதுவும் தெரியாது என்பதையே நிச்சயமாயும் இது சுட்டிக்காட்டுகிறது; இங்கு குறிப்பாகவும் தனியாகவும் வளர்ச்சி நடைபெற்று வருகிறது. உண்மையில் இச்சொல்லின் சரியான அர்த்தத்திலான வளர்ச்சியாகும் இது. இயைபுக்கும் இதற்கும் முற்றிலும் எவ்வித சம்பந்தமும் கிடையாது!

வாழ்க்கை பற்றிப் பொதுவாக ஹெர் டூரிங் புரிந்து கொண்டிருப்பது என்ன என்பது குறித்துப் பின்னால் மேலும் சிலவற்றை நாம் கூறவேண்டியுள்ளது. குறிப்பாக வாழ்க்கை பற்றிய அவரது கருத்தோட்டம் பின்வருமாறு இருக்கிறது:

"உயிர்ப்பற்ற உலகமும் சுய-நிறைவேற்ற இயக்கங்களின் ஓர் அமைப்புத்தான்: ஒரு சிறிய கட்டுமானத்திற்கு ஊடு கடத்தப் படத்தக்க ஒரு கருமூலத்திட்டத்திற்கு ஏற்பவும், ஓர் உள்நிலையில் இருந்து தனிப்பாதைகள் மூலம் நடைபெறும் உட்சத்துகளின் சுற்றோட்டத்துடன் உண்மையான வகைவேறுபாடு தொடங்கும் நிலையில் மட்டுமே நாம் மேலும் நெருக்கமான கறாரான பொருளில் உண்மை வாழ்க்கை பற்றிப் பேசத் துணியலாம்."

இந்த வாக்கியம் அதன் படுமோசமாகக் குழம்பிய இலக்கணம் ஒரு புறமிருக்க மேலும் நெருக்கமான மேலும் கறாரான பொருளில் முட்டாள்தனத்தின் சுய-நிறைவேற்ற இயக்கங்களின் ஓர் (இவை எத்தகையனவாக இருப்பினும்) அமைப்புத்தான். உண்மையான வகை வேறுபாடு தொடங்கும் இடத்தில் வாழ்க்கை முதலில் ஆரம்ப மாகுமானால் புரோடிஸ்டாவின் (ஓரணு உயிர்ப்பிரிவு) ஹெகலிய உலகம் முழுவதும் ஒருக்கால் வேறுபலவும் செத்துவிட்டன என்று,

வகைவேறுபாடுக் கருத்துக்கு நாம் அளிக்கும் அர்த்தத்தைச் சார்ந்து நாம் பிரகடனம் செய்ய வேண்டும். இந்த வகைவேறுபாடு ஒரு சிறிய கருமூலத்திட்ட மூலம் ஊடுகடத்தப்படும் பொழுது வாழ்க்கை முதலில் தொடங்குமானால் பிறகு ஓரணு உயிர்ப்பிரிவுகள் வரை அவை உட்பட எல்லா கீழ்நிலை அங்கஜீவிகளும் உயிர்வாழ்வதாகக் கருதமுடியாது. தனிப்பாதைகள் மூலம் நடைபெறும் உட்சத்துகளின் சுற்றோட்டம் வாழ்க்கையின் சிறப்பின் குறியீடாக இருக்குமானால், பின்னால் நாம் முன்னால் குறிப்பிட்டுள்ளவைக்கும் கூடுதலாக உயிர் வாழ்வோர் அணிகளில் இருந்து, மெடுசாக்கள் தவிர, முதுகெலும்பு இல்லாத வற்றின் (coelenterata) உயர் வர்க்கம் முழுவதையும் அதாவது எல்லா (polyps) மற்றும் இதர தாவர- விலங்குகளையும்[51] அகற்றிவிட வேண்டும். ஓர் உள்நிலையில் இருந்து தனிப்பாதைகள் மூலம் நடைபெறும் உட்சத்துகளின் சுற்றோட்டம் வாழ்க்கையின் இன்றியமையாத சிறப்பின் குறியீடாக இருக்குமானால், பிறகு இதயம் இல்லாத விலங்குகளும் ஒன்றுக்கும் அதிகமான இதயங்கள் உள்ள விலங்குகளும் செத்துவிட்டன என்று நாம் கூறவேண்டும். இந்தத் தலைப்பின் கீழ் ஏற்கெனவே வரிசைப்படுத்திக் கூறியுள்ளவைக்கும் கூடுதலாக எல்லா புழுக்கள், நட்சத்திர மீன்கள் மற்றும் வட்டுயிரினம் (Annuloida வும் Annulosa வும் ஹக்ஸ்லியின் வகைப்படுத்தல்[52]), நண்டு -நத்தை வகையிலான இனங்கள் (கடல் நண்டுகள்), இறுதியாக (Am phioxus) ஒரு முதுகெலும்புள்ள விலங்குகளும் வரும். இதற்கும் மேலாக எல்லாத் தாவரங்களும் உட்படும்.

எனவே நிஜ வாழ்க்கையை மேலும் நெருக்கமான மற்றும் கறாரான பொருளில் வரையறுக்கும் பணியினை மேற்கொள்ளும் வகையில் ஹெர் டூரிங் நமக்கு வாழ்க்கையின் நான்கு சிறப்புப் பண்பு களை வழங்குகிறார். இவை முற்றிலும் ஒன்றுக்கொன்று முரண்படு கின்றன. இவற்றில் ஒன்று தாவர உலகம் முழுவதற்கும் மட்டுமின்றி விலங்குகள் உலகின் ஏறத்தாழ பாதிக்கும் நிரந்தர மரணத்திற்கான தண்டனை வழங்குகிறது. "அடிமுதலே சுயமான முடிவுகளையும் கருத்துகளையும்" நமக்கு அவர் வாக்களித்த பொழுது, அவர் நம்மைத் தவறான வழியில் இட்டுச் சென்றார் என்று உண்மையில் எவருமே கூற முடியாது!

இன்னொரு வாசகம் பின்வருமாறு:

"இயற்கையிலும் கூட ஆகக் கீழ்நிலையில் இருப்பதிலிருந்து ஆக உயர்நிலையில் உள்ளது வரை எல்லா அங்கஜீவிகளின் அடிப் படையும் ஒரு சாமானிய மாதிரியே." மற்றும் இந்த மாதிரி "மிகவும் வளர்ச்சி குன்றிய தாவரத்தின் ஆகக் கீழடங்கிய தூண்டுகையிலுங்

கூட அதன் பொதுவான சாரத்தில் நிறைவாகவும் முழுமையாகவும் உள்ளது."

இந்த அறிவிப்பு மீண்டும் ஒரு "நிறைவான முழுமையான" முட்டாள்தனமாகும். உயிர்ப்புள்ள இயற்கையில் காணப்படும் ஆக சாமானிய மாதிரி உயிரணுவாகும்; இது நிச்சயமாயும் உயர் அங்க ஜீவிகளின் அடிப்படையாகும். மறுபுறத்தில் ஆகக் கீழ்நிலையிலான அங்க ஜீவிகளிடையே உயிரணுவுக்கும் மிகவும் கீழ்ப்படியில் பல இருக்கின்றன- எந்த ஒரு வகைவேறுபாடும் இல்லாத ஒரு சாமானிய அல்புமின் துகளான [protamoeba] வாகவும் இதர மொனேரா [monera] வரிசை முழுவதும், எல்லா ஜவ்வுப்பைக் கடற்பாசியும் [siphoneae] இதிலடங்கும். இவையாவும் அவற்றின் பிரதான உள்ளூறுப்பு அல்புமினாக இருப்பதாலும், இதன் பின்விளைவாக அவை அல்புமினின் பணிகளை - அதாவது வாழ்தல் மற்றும் இறத்தலைச் - செய்வதாலும் மட்டுமே உயர் அங்கஜீவிகளுடன் இணைக்கப் பெற்றுள்ளன.

ஹெர் டூரிங் நம்மிடம் மேலும் கூறுகிறார்:

"உடலியல் முறையும் புலனுணர்வு எத்துணை சாமானியமான தாயினும் ஒருவகையான நரம்பு உறுப்பு அமைவின் இருத்த லோடு பந்தப்பட்டதாக இருக்கிறது. எனவே எல்லா விலங்கின கட்டமைப்புகளின் தகமைப்படி அவை புலனுணர்வு ஆற்றலுடை யவை அதாவது, தமது நிலைகள் குறித்த ஒரு அகநிலையான உணர்வுபூர்வமான விழிப்பைக் கொண்டிருப்பவை. புலனுணர் வினை நோக்கிய விழிப்பைக் கொண்டிருப்பவை. புலனுணர் வினை நோக்கிய பாய்ச்சல் நடைபெறும் கட்டத்தில்தான் தாவரத்திற்கும் விலங்கிற்கும் இடையிலான நன்கு வரையறுக்கப் பட்ட எல்லைக்கோடு காணக்கிடக்கிறது. நன்கறிந்த இடைக் காலக் கட்டமைப்புகளால் அழிக்கப்படுவதற்கு மாறாக, இந்த எல்லைக்கோடு, இந்தப் புறவியலான நிர்ணயிக்கப்படாத அல்லது நிர்ணயிக்கப்பட முடியாத வடிவங்களின் மூலம் குறிப்பாயும் ஒரு தர்க்க ரீதியிலான அவசியமாகி விடுகிறது."

மீண்டும் கூறுகிறார்:

"மறுபுறத்தில் தாவரங்கள் முழுமையாகவும் எல்லாக் காலத்திலும் புலனுணர்ச்சியின் அற்பமான சுவடுகூட இல்லாமல், அதற்கான எவ்விதமான ஆற்றலும் இல்லாமல் இருக்கின்றன."

முதலாவதாக, ஹெகல் கூறுகிறார் (Naturphilosophie, § 351, Zusatz [இயற்கையின் தத்துவவியல், § 351, பின் இணைப்பு])

புலனுணர்வு விலங்கின் differentia specifica [குறிப்பிட்ட வகை திரிபுப் பண்பு], முற்றிலும் சிறப்பாக வெளிக்காட்டும் பண்பாகும்."

இவ்வாறாக மீண்டும் ஒருமுறை ஹெகலின் ஜீரணிக்க முடியாத கருத்து ஹெர் டூரிங்கால் சாமானிய முறையில் சுவீகரிக்கப்பட்டதன் மூலம் இறுதியும் அறுதியுமான மெய்மையின் மதிப்புக்குரிய நிலைக்கு உயர்த்தப்பட்டிருப்பதைக் காண்கிறோம்.

இரண்டாவதாக, இங்கு முதல் தடவையாக, புறவியலாக நிர்ணயிக்கப்படாத அல்லது நிர்ணயிக்கப்பட முடியாத வடிவங்களிலான (அருமையான பிதற்றல்) தாவரத்திற்கும் விலங்கிற்கும் இடையிலான இடைக்காலக் கட்டமைப்புகளைப் பற்றிக் கேள்விப்படுகிறோம். இந்த இடைத்தட்டு வடிவங்கள் நிலவுகின்றன என்பதும், நாம் அப்பட்டமாக அவை தாவரங்களா அல்லது விலங்குகளா என்று கூற முடியாத அங்கஜீவிகள் இருக்கின்றன என்பதும், எனவே நாம் தாவரத்திற்கும் விலங்கிற்கும் இடையே வரையறுக்கப்பட்ட பிரிவினைக் கோட்டை முழுமையாக வரைய முடியவில்லை என்று கூறும் இந்தக் குறிப்பாயமைந்த உண்மையே ஹெர் டூரிங் வகை வேறுபாட்டுக்கு ஒரு அளவுகோலை நிலைநாட்டுவதை ஒரு தர்க்கரீதியான அவசியமாக்கியது. இது பலமற்றது என்று அதே மூச்சில் அவர் ஒப்புக்கொள்கிறார்! தாவரங்களுக்கும் விலங்குகளுக்கும் இடையிலான சந்தேக அம்சங்களும் நாம் திரும்பவும் போகவேண்டிய அவசியம் அறவே இல்லை; உணர்ச்சியுள்ள தாவரங்கள் மிகச் சிறிதளவு தொட்டால் கூடத் தமது இலைகளை மடக்கிக் கொள்கின்றனவா, அல்லது மலர்களை மூடிக் கொள்கின்றனவா, பூச்சி - தின்னும் தாவரங்கள் புலனுணர்ச்சியின் சிறிதளவு சுவடுகூட இல்லாமலா இருக்கின்றன, அதற்கான ஆற்றல்கூட இல்லாமலா உள்ளன? இதை ஹெர் டூரிங்கினால் கூட "விஞ்ஞானமற்ற அரைக் கவிதை" இல்லாமல் நிலை நிறுத்த முடியாது.

மூன்றாவதாக ஹெர் டூரிங் புலனுணர்வு உடலியல் ரீதியாக எந்தளவு சாமானியமாயினும் சிலவகையான நரம்பு உறுப்பு அமைவின் இருத்தலுடன் கட்டுண்டு கிடக்கிறது என்று வலியுறுத்தும் போது அது மீண்டும் ஒருமுறை அவருடைய இஷ்டப்படியான படைப்பாகவும் மற்றும் கற்பனையுமாகிறது. எல்லா ஆரம்ப விலங்குகள் மட்டுமல்ல தாவர - விலங்குகளும் கூட எவ்விதத்திலும் அவற்றில் மிகப் பெரும் பாலானவை ஒரு நரம்பு உறுப்பு அமைவின் சுவடைத் தோற்றுவிக்கவில்லை. புழுக்களிடம் இருந்துதான் இத்தகைய உறுப்பு அமைவு முறையாகக் காணப்பட்டது; மேலே கூறப்பட்ட விலங்குகளுக்குப் புலனுணர்வில்லை, காரணம் அவற்றுக்கு நரம்புகள் இல்லை என்ற துணிபுரையை வெளியிட்ட முதல் நபர் ஹெர் டூரிங்கே. புலனுணர்வு

நரம்புகளுடன் அவசியமாக இணைத்தெண்ணப்படுவது இல்லை. ஆனால் சந்தேகமின்றி சில அல்புமின் சேர்மங்களுடன் இணைத் தெண்ணப்படுகின்றது, அவை இதுவரையில் அதிகத் துல்லியமாக நிர்ணயிக்கப்படவில்லை.

எப்படியும் ஹெர் டூரிங்கின் உயிர் நூலறிவு அவர் டார்வினுக்குத் தயங்காது போட்ட கேள்வியில் போதியளவு வெளிப்பாடாகியுள்ளது:

"விலங்குகள் தாவரங்களில் இருந்து வளர்ந்தன என்று உத்தேசிக்கலாமா?"

இத்தகைய கேள்வி விலங்குகள் அல்லது தாவரங்கள் எதையும் பற்றிச் சற்றும் அறியாத ஒருவரால் மட்டுமே கேட்கப்பட முடியும்.

வாழ்க்கை பற்றிப் பொதுவாக நமக்கு ஹெர் டூரிங்கால் இதை மட்டுமே கூற முடிந்திருக்கிறது:

> "உருமாற்றத்தக்க செயற்கையான வரைமுறை இயல் (இந்த உலகில் இதன் பொருள் என்னவோ?) மூலம் நிறைவேற்றப் படுகிற வளர்சிதை மாற்றம் உண்மையான வாழ்க்கை நிகழ்ச்சிப் போக்கின் தனிச்சிறப்புடைய பண்பியலாக எப்போதும் நிலவுகிறது."

வாழ்க்கை பற்றி நாம் அறிவதெல்லாம் அவ்வளவே, "உருமாற்றத் தக்க செயற்கையான வரைமுறை இயலில்", அப்பட்டமான டூரிங் பரிபாஷையின் பொருளற்ற பிதற்றலில் முழங்கால் ஆழம் முழுகி நிற்கிறோம். எனவே வாழ்க்கை என்பது என்னவென்று நாம் அறிய விரும்பினால், நாமே அதைச் சற்று அதிகமாக நெருங்கிப் பார்க்க வேண்டும் என்பது தெளிவு.

பருப்பொருளின் உயிர்ப்புள்ள வளர்சிதை மாற்றமே வாழ்க் கையின் மிகவும் பொதுவான தக்கதான புலப்பாடு என்று கடந்த முப்பது ஆண்டுகளாக உடலியல் இரசாயனிகளும் இரசாயன உடல் இயலாளரும் எண்ணற்ற தடவைகள் கூறிவந்திருக்கிறார்கள்; இங்கு அது அப்படியே ஹெர் டூரிங்கால் தமது சொந்த நயநாகரிகமான தெளிவான மொழியில் பெயர்க்கப்பட்டுள்ளது. ஆனால் வாழ்க் கையைப் பருப்பொருளின் உயிர்ப்புள்ள வளர்சிதை மாற்றம் என்று வரையறுப்பது வாழ்க்கையை - வாழ்க்கை என்று வரையறுப்பதாகும்; காரணம் பருப்பொருளின் உயிர்ப்புள்ள பரிமாற்றம் அல்லது வளர் சிதை மாற்றம் உருமாற்றத்தக்க செயற்கையான வரைமுறையுடன் கூடியது - இந்தச் சொற்றொடருக்கு வாழ்க்கை மூலம் விளக்கம் ரப்பட வேண்டும். உயிர்ப்புள்ள மற்றும் உயிர்ப்பில்லாதவற்றுக்கும்

அதாவது வாழ்வதற்கும் மற்றும் வாழாததற்கும் இடையிலான வேற்று நிலை பற்றிய விளக்கம் தேவை. எனவே இந்த விளக்கம் நம்மைச் சற்றும் முன்கொண்டு செல்லவில்லை.

இதுபோன்ற பருப்பொருள் வளர்சிதை மாற்றம் வாழ்க்கை இல்லாமலேகூட நடைபெறுகிறது. இரசாயனத்தில் முழு வரிசையான நிகழ்ச்சி முறைகள் உள்ளன. இவை போதிய அளவில் மூலப் பொருள்கள் வழங்கப்படுமானால் தமது சொந்த நிலைமைகளை இடையறாது மறு உற்பத்தி செய்யும்; ஒரு குறிப்பிட்ட சேர்மம் இந்த நிகழ்ச்சி முறையின் தாங்கு கருவியாக இருக்கும் விதத்தில் இதனைச் செய்கின்றன. கந்தகத்தை எரிப்பது மூலம் கந்தக அமிலம் உற்பத்தி செய்யும் முறை இதுவே. இந்த நிகழ்ச்சிப் போக்கில் கந்தக ஈருயிரகை SO_2 [sulphur dioxide] உற்பத்தியாகிறது. நீராவியும் நைட்ரிக் அமிலமும் சேர்க்கப்படும் போது கந்தக ஈருயிரகை நீரகத்தையும் உயிரகத்தையும் சேர்த்துக் கொள்வதன் மூலம் கந்தக அமிலமாக H_2SO_4 மாற்ற மடைகிறது. நைட்ரிக் அமிலம் உயிரகத்தை வெளிப்படுத்த வெடிய உயிரகை ஆகிறது. இந்த வெடிய உயிரகை உடனடி காற்றிலிருந்து உயிரகத்தைச் சேர்த்து நைட்ரஜனின் உயர் உயிரகையாக உருவெடுக்கிறது. ஆனால் இந்த உயிரகத்தை உடனடி கந்தக ஈருயிரகைக்குக் கொடுக்கும் பொருட்டு மட்டுமே இந்த நிகழ்வு மீண்டும் மீண்டும் நடக்கிறது; எனவே தத்துவார்த்த ரீதியில் சிறிய அளவிலான நைட்ரிக் அமிலம் வரம்பற்ற அளவிலான கந்தக ஈருயிரகை உயிரகம் மற்றும் தண்ணீரை கந்தக அமிலமாக மாற்றப் போதுமானது.

பருப்பொருள் வளர்சிதை மாற்றம் இறந்த உயிர்ப்பு மற்றும் உயிர்ப்பில்லாத சவ்வுகளின் ஊடே ஊறல்கள் கடந்து செல்வதன் மூலமும் டிராவுபேயின் செயற்கை உயிரணுக்களில்[53] போன்று நடைபெறுகிறது. இங்கும் நாம் பருப்பொருள் வளர்சிதை மாற்றம் மூலம் சற்றும் முன்செல்ல இயலாது; வாழ்க்கையை விளக்க வேண்டிய தனி இயல்பான பருப்பொருள் வளர்சிதை மாற்றம் தானே வாழ்க்கை மூலம் விளக்கப்பட வேண்டியதாக உள்ளது. எனவே நாம் வேறு ஏதாவது வழியில் முயற்சி செய்தல் வேண்டும்.

வாழ்க்கை அல்புமின் சேர்மங்களின் நிலைநிற்புப் பாங்கு; இந்த நிலை நிற்புப் பாங்கு முக்கியமாயும் இந்தச் சேர்மங்களின் இரசாயன ஆக்கக்கூறுகளின் இடையூறாக சுய-புதுப்பித்தலில் அமைந்திருக்கிறது.

அல்புமின் (கருப்புரத) சேர்மம் என்ற சொல் இங்கு நவீன இரசாயனவியலில் ஈடுபடுத்தப்பட்டுள்ள பொருளில் பயன்படுத்தப் பட்டுள்ளது; இது இந்தப் பெயரின் கீழ் இதே போன்று சாமானிய

முட்டையின் வெண்கருவுக்கு உருக்கொடுக்கும், வேறுவகையில் புரதச்சத்துகள் என்றும் அறியப்படும், எல்லாப் பொருட்களும் உள்ளடங்கியவை. இந்தப் பெயர் தூரதிருஷ்டமானது; காரணம் சாமானிய முட்டையின் வெண்கரு அதனுடன் சம்பந்தப்பட்ட எல்லாப் பொருட்களுடனும் ஒப்பிடும் போது ஆக உயிரற்ற, செயலில்லாத பாத்திரத்தை வகிக்கிறது, மஞ்சள் கருவுடன் சேர்ந்து அது வளர்ந்து வரும் கருவுக்கு வெறும் உணவாகிறது. அல்புமின் சேர்மங்களின் இரசாயன இயைபு பற்றி இதுவரையில் இவ்வளவு குறைவாகவே தெரிந்திருந்த பொழுதிலும் இந்தப் பெயர் அதிகப் பொதுவானதாக இருக்கும் காரணத்தால் வேறு பெயர்களை விட அதிக நல்லது.

நாம் எங்கெல்லாம் உயிரைக் காண்கிறோமோ அங்கெல்லாம் அது ஓர் அல்புமின் சேர்மத்துடன் சேர்ந்திருப்பதைக் காண்கிறோம். ஆக்கச் சிதைவு ஏற்படாத போக்கில் அல்புமின் சேர்மங்களை எங்கெல்லாம் காண்கிறோம்; இந்த உயிரின் புலப்பாட்டின் குறிப்பிட்ட வகை வேறுபாடுகளைத் தோற்றுவிக்க வேண்டுமானால் உயிர்ப்புள்ள சேர்மத்தில் இதர இரசாயன சேர்க்கைகளும் உறுதியாக நிலவ வேண்டும்; ஆனால் அவை மாறுபடா உயிருக்கு, உடலுக்குள் உணவாகப் புகுந்து அல்புமினாக மாறுவது தவிர மற்றபடி இன்றி யமையாத் தேவை அல்ல. நமக்குத் தெரிந்த ஆகக் கீழ்நிலை வாழும் உயிர்கள் உண்மையில் அல்புமினின் சாதாரணத் துகள்களே தவிர வேறு எதுவுமல்ல; அவை ஏற்கெனவே உயிரின் எல்லா முக்கியப் புலப்பாடுகளையும் தெளிவாகக் காட்டுகின்றன.

எல்லா உயிர்வாழ் அங்கஜீவிகளிடையிலும் சம அளவில் காணப் படும் இந்த உயிரின் சர்வப்பொதுப் புலப்பாடுகள் எவை? எல்லா வற்றுக்கும் மேலாக ஓர் அல்புமின் சேர்மம் அதன் சுற்றுச் சூழலில் இருந்து இதர பொருத்தமான உட்சத்துகளை ஈர்த்துத் தன்வயப் படுத்துகிறது. அதே பொழுதில் இதர சேர்மத்தின் பழைய பகுதிகள் சிதைவுற்றுக் கழிந்து வெளியேறுகிறது. இதர உயிர் வாழா சேர்மங் களும் மாறுதல் அடைகின்றன, சிதைவுறுகின்றன, நிகழ்ச்சிகளின் இயல்பான போக்கில் சேர்க்கைகளில் இறங்குகின்றன; ஆனால் இதைப் புரிவதன் விளைவாக அவை முன் இருந்த பாங்கை இழந்து விடுகின்றன. காற்று, வெய்யில், மழை காரணமாக அரிக்கப்பட்டுப் போன ஒரு பாறை இனிமேல் பாறையாக இருக்காது; உயிரகை செய்த உலோகம் துருவாக மாறுகிறது. ஆனால் எது உயிர்வாழாத பொருட்களின் அழிவுக்குக் காரணமாக இருக்கிறதோ அது அல்புமின் விஷயத்தில் நிலை நிற்பின் அடிப்படையான நிபந்தனையாகும். இதன் ஆக்கக் கூறுகள் இடையீடின்றி உருமாற்றம் அடைந்துவரும் தருணம் முதல்,

இடையறாது மாறிமாறிவரும் ஊட்டமும் கழிதலும் ஓர் அல்புமின் சேர்மத்தில் மேற்கொண்டு நடைபெறுவதில்லை. அல்புமின் சேர்மமே ஒரு முடிவுக்கு வருகிறது. அது சிதைவுறுகிறது. அதாவது சாகிறது. அல்புமின் சேர்மத்தின் நிலைநிற்புப் பாங்கான உயிர் ஒவ்வொரு தருணமும் அது தன்னிலைப் பொருளாயும் அதே சமயம் வேறு சிலவாயும் தலைநிலையாக இந்த உண்மையில் அமைகிறது. உயிரற்ற பொருட்களில் இது நிகழக்கூடிய வழியில் போன்று, இது வெளியி லிருந்து ஆட்படுத்தும் ஒரு செயல்போக்கின் விளைவாக நடைபெறு வதில்லை. இதற்கு மாறாக, ஊட்டம் மற்றும் கழிதல் மூலம் நடை பெறும் பருப்பொருளின் வளர்சிதை மாற்றமான உயிர் தானே நிறைவேற்றிக் கொள்ளும் ஒரு நிகழ்ச்சிப் போக்கு ஆகும், அதன் தாங்குதளமான அல்புமினில் அது உள்ளார்ந்து கிடக்கிறது, அதற்கு இயற்கையாக உரியது; இது இல்லாமல் பிந்தையது நிலவமுடியாது. எனவே இரசாயனவியல் அல்புமினை செயற்கையாக உற்பத்தி செய் வதில் எப்பொழுதாவது வெற்றியடையுமானால், இந்த அல்புமின், இவை எத்துணை பலவீனமானதாக இருப்பினும் சரி, உயிரின் புலப் பாட்டைக் கட்டாயம் தோற்றுவிக்க வேண்டும் என்ற நிலை தொடரும். இந்த அல்புமினுக்குரிய சரியான உணவையும் அதே சமயத்தில் இரசாயனவியல் கண்டுபிடிக்குமா என்பது நிச்சயமாயும் கேள்விக் குரியது.

அல்புமினின் இன்றியமையாத பணி என்ற முறையில் ஊட்டம் மற்றும் கழிதல் மூலம் நடைபெறும் பருப்பொருளின் வளர்சிதை மாற்றத்திலிருந்தும் அதன் தனி இயல்பான உருமாற்றத்தக்க செயற்கைத் தன்மையில் இருந்தும் உயிரின் இதர ஆக சாமானியக் காரணிகளும் தொடங்குகின்றன: உயிர்ப்பியக்கத் தூண்டுதல், இது ஏற்கெனவே அல்புமினுக்கும் அதன் உணவுக்கும் இடையிலான பரஸ்பர செயல் - எதிர் செயலில் உட்படுத்தப்பட்டுள்ளது; சுருங்கிக் கொள்ளும் தன்மை, இது உணவு நுகர்வில் மிகவும் கீழ்நிலை கட்டத்திலேயே வெளிக் காட்டுகிறது; வளர்ச்சிக்கான சாத்தியக்கூறு, இது ஆகக் கீழ்நிலையான வடிவங்களில் உயிரணுக்களைப் பிளத்தல் மூலமான இனப்பெருக்கத்தை உள்ளடக்குகிறது; உள் இயக்கம், இதில்லாமல் உணவை நுகர்வதோ செமிக்கச் செய்வதோ சாத்தியமல்ல.

உயிர் பற்றிய எமது வரையறுப்பு இயல்பாகவே மிகவும் போது மானதல்ல, இதற்குக் காரணம் உயிரின் எல்லாப் புலப்பாடுகளையும் உட்படுத்துவதற்கு மாறாக, ஆக சாமானியமானதாயும் ஆக எளிதாகவும் இருப்பவற்றோடு இது வரம்பு கட்டப்பட்டுவிட்டது. விஞ்ஞானத்தின் நோக்கு நிலையில் எல்லா வரையறுப்புகளும் மதிப்பில்லாதனவே.

உயிர் என்பது என்ன என்பது பற்றி யாவுமளாவிய அறிவைப் பெற நாம் அது தோற்றமளிக்கும் ஆகக் கீழ்நிலையிலிருந்து ஆக உயர்நிலை வரையிலான எல்லா வடிவங்களையும் ஆராய வேண்டும். ஆனால் சாதாரணப் புழக்கத்திற்கு இத்தகைய வரையறுப்புகள் மிகவும் வசதியானவை; சில சமயங்களில் இவையின்றி சமாளிக்க முடியாது. அவற்றின் தவிர்க்கவொண்ணாத குறைபாடுகளை மறக்காதிருப்பின் அவை தீங்கு செய்ய இயலாது.

மீண்டும் ஹெர் டூரிங்குக்கு வருவோம். நிலவுலகுக்குரிய உயிரியல் துறையில் அவருக்கு நிலைமைகள் மோசமடையும் போது, எங்கு ஆறுதல் பெறுவது என்பது அவருக்குத் தெரியும்; அவர் விண்மீன் ஆர்ந்த விண்ணகத்தைப் புகலடைகிறார்.

"இன்ப துன்பங்களின் உற்பத்திக்கு தகவமைப்புச் செய்யப் பட்டுள்ளது புலனுணர்வின் ஓர் அங்கத்தின் தனிக்கருவி மட்டும் அல்ல, மாறாக புறநிலை உலகம் முழுமையுமாகும். இந்தக் காரணத்தால் நாம் இன்பத்திற்கும் துன்பத்திற்கும் இடையிலான முரண்நிலை, நமக்குப் பரிச்சயமாகியுள்ள சரியான வடிவில் ஒரு சர்வப்பொது முரண்நிலை என்றும், பிரபஞ்சத்தின் பல்வேறு உலகங்களில் இது பிரதானமாயும் ஒத்திசைவான உணர்வுகளால் பிரதிநிதித்துவப்படுத்தப்பட வேண்டும் என்று இருப்பதாக வைத்துக்கொள்கிறோம்... இந்தப் பொருத்தம் லேசுபாசான முக்கியத்துவம் உடையதல்ல, ஏனெனில் இது புலனுணர்வுகளின் பிரபஞ்சத்திற்கான திறவுகோலாகும்... எனவே அகநிலைப் பேரண்டம் நமக்குப் புறநிலைப் பேரண்டத்தைவிட அதிகப் பரிச்சயமற்றதாக இல்லை. இந்த இரு கோளங்களின் இயையும் ஓர் இணக்கமான மாதிரிக்கு ஏற்பக் கருத்தில் உருவாக்கப்பட வேண்டும்; இதில் வெறும் புவி அளவில் மட்டுமின்றி அதைவிட விரிவான அளவுடைய உணர்வின் விஞ்ஞானத்தின் துவக்கத்தை நாம் அடைகிறோம்."

புலனுணர்வுகளின் பிரபஞ்சத்திற்கான திறவுகோலைத் தன் சட்டைப்பையில் வைத்திருக்கும் ஒரு மனிதனுக்குப் புவியின் இயற்கை விஞ்ஞானத்தில் ஒரு சில படுமோசமான தவறுகள் ஒரு பொருட்டா? Allons donc! [மிகவும் கண்டிப்பாக இருக்க வேண்டாம்].

9. ஒழுக்க நெறியும் சட்டமும்: சாசுவத உண்மைகள்

உணர்வின் கூறுகளின் ஆழ வேரூன்றிய விஞ்ஞானம் என்று ஐம்பது முழுப் பக்கங்களால் தமது வாசகர்களை மகிழ்விக்கும் ஹெர் டூரிங்கின், வெற்று ஆரவார உரைகள் மற்றும் பொய்யாமொழிப் பழஞ் சொல்லின் கதம்பத் திரட்டின், அல்லது ஒரே சொல்லில் கூறினால் வெறும் முட்டாள்தனமான சொற்குவியல்களின் மாதிரிகளை வழங்காது தவிர்த்திருக்கிறோம். இதை மட்டுமே எடுத்துக் காட்டாகக் கூறுகிறோம்:

"மொழியின் வாயிலாக மட்டுமே சிந்திக்கக் கூடிய ஒருவன் சூக்கும மற்றும் தூய சிந்தனையின் பொருளை இன்னும் படித்தறியவில்லை."

இந்த அடிப்படையில் விலங்குகள் ஆக சூக்குமமான ஆகத் தூய்மையான சிந்தனையாளர்கள் ஆகின்றன, காரணம் அவற்றின் சிந்தனை மொழியின் வரம்புமீறிய குறுக்கீட்டால் என்றுமே மங்கி விடுவதில்லை. டூரிங்கின் சிந்தனைகளிலிருந்தும் மற்றும் அவை பொதியப்பட்டுள்ள மொழியிலிருந்தும், இந்தச் சிந்தனைகள் எந்த ஒரு மொழிக்கும் எவ்வளவு அற்பமாகப் பொருந்தியவை, ஜெர்மன் மொழி இந்தச் சிந்தனைக்கு எவ்வளவு அற்பமாகப் பொருந்தியுள்ளது என்பதை ஒருவர் காணலாம்.

கடைசியாக நாலாவது பகுதி நமக்கு விமோசனம் கொண்டு வருகிறது; சொல்லாட்சியின் உருகிவரும் மெல்லுணர்வு ஒரு புறமிருக்க இது நமக்கு இங்கும் அங்குமாக, ஒழுக்கநெறி மற்றும் சட்டம் குறித்த பொருள் மீது உருப்படியான சிலவற்றையாவது குறைந்தபட்சம் நிச்சயமாக வழங்குகிறது. இந்தச் சந்தர்ப்பத்தில் துவக்கத்திலேயே இதர விண்ணகக் கோள்களுக்குப் பயணம் மேற்கொள்ளுமாறு நாம் அழைக்கப்படுகிறோம்:

ஒழுக்கநெறிக் கூறுகள் "மனிதனுக்குப் புறம்பான எல்லா ஜீவி களுக்கும் இடையே இணக்கமான பாணியில் நிகழ வேண்டும்: அவற்றின் செயலூக்கமுள்ள அறிவு வாழ்க்கையின் உந்து ஆற்றலை இயல்பூக்கங்களின் வடிவில் உணர்வுபூர்வமான முறைப்படுத்தலைச் செய்தல் வேண்டும்... இருப்பினும் இத்தகைய முடிவில் நமது அக்கறை சிறிதாகவே இருப்பினும்... இருந்த போதிலும் ஆய்வறிவு முறையில் இயங்கும் ஜீவியின் பொதுவான அடிப்படை ஆக்கத்

திடமிருந்து ரத்தாகவோ அல்லது தப்பவோ இயலாத ஒரு திட்டத்தை அடிப்படையாக்கிய தனிப்பட்ட மற்றும் கூட்டு வாழ்க்கை இதர விண்ணகக் கோள்களில் இருக்க வேண்டும் என்று நாம் எண்ணும்போது இது நமது பார்வையின் வீச்சைப் பயனுள்ள வகையில் விரிவாக்குகிறது."

இந்த இடத்தில் விதிவிலக்கான முறையில், இதர சாத்தியமான உலகங்கள் அனைத்திற்காகவுமான டூரிங்கின் உண்மைகளின் செல் தகைமை போதிய காரணத்துடனேயே சம்பந்தப்பட்ட அத்தியாயத்தின் கடைசியில் போடுவதற்கு மாறாகத் தொடக்கத்தில் போடப்பட்டுள்ளது. ஒழுக்க நெறி மற்றும் நீதி குறித்த டூரிங்கின் கருத்தோட்டங்களின் செல்தகைமை எல்லா உலகங்களுக்குமாக முதலில் நிலைநாட்டப் படுமானால் அவற்றின் செல்தகைமையினை எல்லாக் காலத்துக்குமாகப் பயனுள்ள வகையில் விரிவாக்குவது இன்னும் அதிக எளிதாகும். மீண்டும் ஒருமுறை இங்கு உள்ளடங்கியுள்ளது என்னவென்றால் இறுதியும் அறுதியுமான உண்மையே; அதில் கிஞ்சிற்றும் குறைந்ததல்ல.

ஒழுக்க நெறிகளின் உலகத்துக்கு "பொது அறிவின் உலகத்திற்கு உள்ளது போன்று அதே அளவிலான அதன் நிரந்தரமான கோட்பாடுகளும் சாமானியக் கூறுகளும்" உள்ளன. ஒழுக்க நெறிக் கோட்பாடுகள் "வரலாற்றுக்கு அப்பாலும், தேசியத் தனித் தன்மைகளிலான இன்றைய வேறுபாடுகளுக்கும் அப்பால் நிற்கின்றன... எதிலிருந்து பரிணாமத்தின் போக்கில் ஒரு மேலும் முழுமையான ஒழுக்கநெறி உணர்வு அதாவது மனச்சான்று கட்டப்படுகிறதோ, அந்த விசேஷ உண்மைகள் - அவற்றின் இறுதி அடிப்படை புரிந்துகொள்ளப்பட்ட வரையில் - கணித வியலிலுள்ள தேற்றங்கள் மற்றும் பிரயோகங்களுக்கு ஒத்ததான ஒரு செல்தகைமையையும் வீச்சையும் கோருகின்றன. தூயதான உண்மைகள் பூரணமான மாறாத்தன்மை கொண்டவை... எனவே அறிவின் பிழையற்ற தன்மை காலத்தாலும் எதார்த்த நிலையில் ஏற்படும் மாறுதல்களாலும் பாதிக்கப்படக்கூடியது என்று கருதுவது முற்றிலும் முட்டாள் தனமாகும்". எனவே நாம் நமது உணர்வுகளை இழக்காமல் வைத்திருக்கும் பொழுது, அறிவின் கோட்பாடுகளின் முழுமையான செல்தகைமையைச் சந்தேகிக்க, கறாரான அறிவின் உறுதிப்பாடும் பொதுவான உய்த்தறிவின் நிறைவும் இடமளிப்பதில்லை. "விடாப்பிடியான ஐயமும் கூட, அது பலவீனத்தின் கோளாறான நிலையும் மற்றும் படுமோச மான குழப்பத்தின் வெளிப்பாடு மட்டுமேயாகும் - அதன் இன்மையின் முறையான உணர்வில் நிலையான சில தோன்று வதற்கு முயன்று செயல்படச் சில சமயங்களில் நாடுகிறது.

அறநெறித் துறையில், பொதுவான கோட்பாடுகளை மறுப்பது, வழக்கங்கள் மற்றும் கோட்பாடுகளின் புவியியல் மற்றும் வரலாற்றுவழி வகை இனத்தை இறுகப் பிடித்திருக்கிறது. தார்மீக கொடுமையும் தீமையும் தவிர்க்க முடியாத அவசியம் என்பது ஒப்புக் கொள்ளப்பட்டுவிட்டால், இது இணக்கமான ஒழுக்க நெறித் தூண்டுகைகளின் மாபெரும் முக்கியத்துவத்தையும் மற்றும் உண்மையான திறனையும் நிராகரிக்க வேண்டும். குறிப்பிட்ட பொய்யான போதத்திற்கு எதிராகத் திருப்பப்படாமல், உணர்வு பூர்வமான ஒழுக்க நெறியை வளர்ப்பதற்கான மனிதகுலத்தின் மெய்யான ஆற்றலையும் எதிர்த்துத் திருப்பப்படும் இந்த அரித்துத் தின்னும் ஐயுறுவாதம் இறுதியாக உண்மை வெறுமையாக, உண்மையின் கலப்பற்ற சூன்யவாதத்தை விட மோசமான ஒன்றாக மாறுகிறது. அது சீரழிந்த அறநெறிக் கருத்துகளின் அறமோசமான குழப்பத்திற்குள்தான் மிகவும் எளிதில் ஆதிக்கம் செலுத்த முடியும் எனவும், கோட்பாடற்ற மனம் போன போக்குக்கு வாயில்களைத் திறக்கமுடியும் எனவும் தனக்குத்தானே இச்சகம் பேசுகிறது. ஆனால் அது பெருந்தவறைச் செய்கிறது: தவறிலும் உண்மை யிலுமான அறிவின் தவிர்க்க முடியாத கதி பற்றி வெறுமனே குறிப்பிடுவதே, இந்த உவமை மூலம் மட்டுமே இயற்கையான தவறு சரியான தன்மையினை அடைவதை விலக்க வேண்டிய அவசியம் இல்லை, என்பதை எடுத்துக்காட்டப் போதும்."

இதுவரையில் நாம் இறுதியும் அறுதியுமான உண்மைகள், சிந்தனைகள் சர்வசுதந்திரம், அறிவின் முழுமையான தவறாத்தன்மை இதுபோன்ற ஹெர் டூரிங்கின் தற்பெருமைச் சொற்றொடர்களை அமைதியாகப் பொறுத்து வந்திருக்கிறோம்; காரணம் இப்போது நாம் வந்தடைந்துள்ள நிலையில்தான் இந்த விஷயத்தை நிறைவேற்ற முடியும். இதுவரையில் எதார்த்தத்தின் தத்துவவியலின் துணிபுரை களுக்கு எந்தளவு "சர்வ சுதந்திரச் செல்தகைமை" மற்றும் "உண்மையை நோக்கிய நிபந்தனையற்ற உரிமை" இருந்தது என்பதைத் தேர்ந்தாய்வு செய்வதற்குப் போதியதாக இருந்தது; இப்போது நாம் மனித அறிவின் விளைவுகளில் எதற்காவது சர்வ சுதந்திரச் செல்தகைமையும் உண்மையை நோக்கிய நிபந்தனையற்ற உரிமையும் உண்டா, அப்படி யானால் எதற்கு என்ற கேள்விக்கு வருகிறோம்.

மனித அறிவு என்று நான் கூறும் பொழுது, நான் அறிந்திருக்கும் கௌரவத்தைப் பெற்றிராத இதர விண்ணகக் கோள்களின் வாசிகளை அவதூறு செய்யும் உத்தேசத்துடன் இந்தச் சொல்லை பயன்படுத்த வில்லை. எந்த வகையிலும் சர்வசுதந்திரம் இல்லாவிடினும் விலங்கு களுக்கும் அறிவுண்டு என்ற காரணத்தினால் மட்டுமே அவ்வாறு

குறிப்பிட்டேன். ஒரு நாய் தனது எஜமானனை, அந்த எஜமானன் உலகிலேயே ஆகப்பெரும் சுயவனாக இருந்தாலும்கூட தனது கடவுளாக அங்கீகரிக்கிறது.

மனித சிந்தனை சர்வசுதந்திரமானதா? இதற்கு “ஆம்” அல்லது “இல்லை” என்று பதில் கூறுமுன் முதலில் நாம் தேர்ந்தாராய வேண்டும்: மனித சிந்தனை என்பது என்ன? இது தனிப்பட்ட மனிதனின் சிந்தனையா? இல்லை. ஆனால் இது சென்ற கால, நிகழ்கால மற்றும் எதிர்கால மனிதர்கள் பலகோடிப் பேரின் தனிப்பட்ட சிந்தனையாகவே நிலவுகிறது. இதன்பின் எனது கருத்தில் தழுவி நிற்கும் எதிர்கால மனிதர்கள் உட்பட இந்த மனித ஜீவிகள் அனைவரின் ஒட்டுமொத்த சிந்தனை சர்வசுதந்திரமானது, உலகம் நிலவுவதை அப்படியே அறியும் ஆற்றல் பெற்றது என்று நான் கூறுவேனானால் - மனிதகுலம் போதி யளவு நீண்டகாலம் வாழ்ந்து, அதன் புலனறிவு உறுப்புகளும் அல்லது அறிய வேண்டிய பொருட்களும் அதன் அறிவு மீது எவ்விதக் கட்டுப் பாட்டையும் திணிக்காதபட்சத்தில் - நான் கூறுவது ஓரளவு அற்பம் ஆகவும் ஓரளவு மலட்டுத்தனமாகவும் இருக்கும். அதிலிருந்து கிடைக்கும் மிகவும் பயன்தரு விளைவு நமது இன்றைய அறிவின் மீது நம்மை மிகவும் ஐயுறச் செய்வதேயாகும். காரணம் நாம் இப்பொழுது தான் உண்மையாகவே மனித வரலாற்றின் ஆரம்பத்தில் நிற்கிறோம். நம்மைச் சரியான முடிவுக்கு இட்டுச் செல்லும் தலைமுறைகள்- நாம் பெரும்பாலும் கணிசமான அளவு அவதூறு செய்து வரும் அறிவுடைய நபர்களை விட - மிக மிக அதிகமாக இருக்கும், திருத்துவதற்கான வாய்ப்பினைப் பெறும்.

உணர்வும் எனவே சிந்தனையும் அறிவும் தனிப்பட்ட ஜீவிகளின் ஒரு தொகுப்பில் மட்டுமே வெளிப்பாடடைய இயலும் என்பதை ஓர் அவசியம் என்று ஹெர் டூரிங் தாமே பறைசாற்றுகிறார். இந்தத் தனிநபர் உரமான மனதும் விரிந்த விழிப்பும் கொண்டிருக்கும் பொழுது அவர் மீது எந்தக் கருத்தையும் வலுவந்தமாகத் திணிக்கக் கூடிய எந்தச் சக்தியையும் நாங்கள் அறியோம் என்ற அளவில் இந்தத் தனிநபர்கள் ஒவ்வொருவரின் சிந்தனைக்கும் சர்வசுதந்திரம் உரியதாகக் கருதுவோம். ஆனால் ஒவ்வொரு தனிப்பட்ட சிந்தனையாலும் அடையப் பெற்ற அறிவின் சர்வசுதந்திரச் செல்தகைமையைப் பொறுத்தவரை அத்தகைய விஷயம் பற்றி பேச்சே இல்லை என்பதையும் இத்தகைய அறிவு எவ்விதமான விதிவிலக்கும் இன்றி மேம்படுத்த முடியாத அல்லது சரியானதை விட மிகவும் அதிகமாக மேம்படுத்தக்கூடிய அம்சங்களை எப்போதும் கொண்டிருக்கிறது என்பதை முந்தைய அனுபவம் முழுவதும் எடுத்துக் காட்டியுள்ளது என்பதையும் நாம் அனைவரும் அறிவோம்.

வேறு சொற்களில் கூறினால், சிந்தனையின் சர்வசுதந்திரம் மிக மிக சர்வசுதந்திரமற்ற முறையில் சிந்திக்கும் மனித ஜீவிகளின் வரிசையால் கைவரப்பெறுகிறது; உண்மையினை நிபந்தனை இன்றி உரிமை கொண்டாடத்தக்க அறிவு ஒப்பியலான தவறுகளின் வரிசையால் கைவரப்பெறுகிறது; இவற்றில் ஒன்றோ அல்லது மற்றதோ மனித வாழ்வின் முடிவில்லாத காலப்போக்கில் மட்டுமே முழுமையாகக் கைவரப்பெற முடியும்.

இங்கு மீண்டும் ஒரு முறை மேலே கண்டது போலவே முற்ற முழுமை என்று அவசியமாயும் கருத்தில் உருவாக்கப்பட்டதான மனித சிந்தனையின் தன்மைக்கும், ஒரு வரைமுறைக்குள் மட்டுமே சிந்திக்கும் தனிப்பட்ட மனித ஜீவிகளிலான அதன் எதார்த்தத்திற்கும் இடையிலான அதே முரண்பாட்டை நாம் காண்கிறோம். இது வரம்பற்ற முன்னேற்றத்தின் பாதையில் மட்டுமே - எம்மைப் பொறுத்தவரை குறைந்தபட்சம் உண்மையில் மனிதகுலத்தின் தலைமுறைகளின் முடிவில்லா வரிசைகளால் மட்டுமே - தீர்வு காணக்கூடிய முரண்பாடாகும். இந்த அர்த்தத்தில் மனித சிந்தனை எந்தளவு சர்வசுதந்திர முடையதோ அந்தளவு சர்வசுதந்திரமானது அல்ல, அறிவுக்கான அதன் ஆற்றலும் எந்தளவு வரையறையற்றதோ அந்தளவு வரையறைக்குட் பட்டது. அது தனது தன்மையில், தனது வாழ்க்கைத் தொழிலில், அதன் சாத்தியக் கூறுகளில், அதன் வரலாற்று இறுதி லட்சியத்தில் சர்வ சுதந்திரமுடையதாயும் வரையற்றதாகவும் விளங்குகிறது; அதன் தனிப்பட்ட நிறைவேற்றத்திலும் உண்மையில் எந்தவொரு குறிப்பிட்ட தருணத்திலும் அது சர்வசுதந்திரமாக இல்லை வரம்புக்குட்பட்டதாக இருக்கிறது.

சாசுவத உண்மைகள் விஷயத்திலும் இதே நிலைதான். மனித குலமானது சாசுவத உண்மைகளுடன் - சர்வசுதந்திரச் செல்தகைமை கொண்ட, உண்மை மீது நிபந்தனையற்ற உரிமை கொண்ட - சிந்தனையின் விளைவுகளுடன், மட்டுமே பணியாற்றும் ஒரு கட்டத்தை என்றாவது அடைந்துவிடுமானால் அது அறிவுலகின் வரம்பிலாத் தன்மையின் எதார்த்தம் மற்றும் உள்ளாற்றல் யாவும் வடியப்பெற்ற ஒரு நிலையை எட்டியிருக்கும், இவ்வாறு மதிப்பிடப் பட்ட மதிப்பிட இயலாததன் புகழார்ந்த அற்புதம் நடைபெற்றிருக்கும்.

அவைபற்றிய எந்த ஒரு ஐயமும் பைத்தியத்திற்குச் சமமாக நமக்குத் தோன்றுகிற அளவுக்கு அவ்வளவு உறுதியான அடிப்படையில் நிலவும் உண்மைகள் ஏதாவது இருக்கின்றனவா? இரு மடங்கு இரண்டு நான்காகும். ஒரு முக்கோணத்தின் மூன்று கோணங்கள் இரண்டு சம கோணங்களுக்குச் சமமாகும். பாரிஸ் பிரான்சில் இருக்கிறது. உணவு

கிடைக்காத மனிதன் பட்டினியால் இறக்கிறான் இத்தியாதிகளில் இருக்கிறதா? இருந்தபோதிலும், சாசுவத உண்மைகள் இறுதியும் அறுதியுமான உண்மைகள் இல்லையா?

நிச்சயமாயும் இருக்கின்றன. மரபான வழியில் நாம் அறிவின் முழு மண்டலத்தையும் மூன்று மாபெரும் இலாகாக்களாகப் பிரிக்கலாம். முதலாவதில், உயிரற்ற இயற்கை பற்றிய மற்றும் அதிகமான அல்லது குறைந்த அளவில் கணிதமுறைச் செயற்பாட்டுக்கு இலக்கான எல்லா விஞ்ஞானங்களும் உட்படும்: கணிதம், வானியல், இயந்திரவியல், பௌதிகவியல், இரசாயனவியல் மிகவும் சாதாரண விஷயங்களுக்குப் பெரிய சொற்களைப் பயன்படுத்துவது எவருக்காவது ஏதேனும் மகிழ்ச்சியை அளிக்குமானால், இந்த விஞ்ஞானங்கள் அடைந்துள்ள ஒரு சில விளைவுகள் சாசுவத உண்மைகள், இறுதியும் அறுதியுமான உண்மைகள் என்று துணிந்து கூறலாம்; இந்தக் காரணத்தினால் தான் இந்த விஞ்ஞானங்கள் நுட்ப விஞ்ஞானங்கள் என்று அறியப் படுகின்றன. ஆனால் அவற்றின் விளைவுகளுக்கெல்லாம் இந்தச் செல்தகைமை இல்லை. மாறிக் கொண்டிருக்கும் பரிமாணங்கள் புகுத்தப்பட்டதாலும் அவற்றின் மாறுபடுந்தன்மை வரம்பில்லாத சிறியதற்கும் வரம்பில்லாத பெரியதற்கும் விஸ்தரிக்கப்பட்டதாலும் அசாதாரணமான அளவுக்குக் கறாராயும் நெறிமுறையுடன் இருக்கும் கணிதவியல் பாங்கிழந்தது; ஆகப் பிரம்மாண்டமான சாதனைகள் கொண்ட வாழ்க்கையையும் அதே சமயத்தில் ஒரு தவறான பாதையையும் திறந்துவிட்ட அறிவுத் தருவில் உணவுண்டது. கணிதவியலில் இருக்கும் அனைத்தின் முற்றமுழு செல்தகைமை மற்றும் மறுக்க முடியாத நிரூபணம் கன்னி நிலைமை என்றென்றைக்குமாகப் போய்விட்டது; வாதப் பிரதிவாதத்துறை துவக்கி வைக்கப்பட்டது. பெரும்பாலான மக்கள், தாம் செய்வதைப் புரிந்து கொண்டதால் அல்ல மாறாக முழுமையான நம்பிக்கை காரணமாக, இதுவரையில் அது சரியாக வந்திருப்பதன் காரணமாகவே வகையிடுகிற, தொகையிடுகிற ஒரு கட்டத்தை நாம் அடைந்துள்ளோம். வானியல் மற்றும் இயந்திரவியல் விஷயத்தில் நிலைமை இன்னும் மோசம்; பௌதிகவியலிலும் இரசாயனவியலிலும் நாம் தேனீக் கூட்டத்தால் தாக்கப்பட்டது போன்று கருதுகோள்களால் அமுழ்த்தப்படுகிறோம். இது அவசிய மாயும் அவ்வாறே இருத்தல் வேண்டும். பௌதிகவியலில் நாம் மூலக் கூறுகளின் இயக்கம் பற்றியும் இரசாயனவியலில் அணுக்களிலிருந்து மூலக்கூறுகள் உருவாக்கம் பற்றியும் விளக்கி வருகிறோம். ஒளி அலைகள் அதிகரிப்பதும் குறைவதும் [interference of light] கட்டுக்கதை இல்லையென்றால், இந்தச் சுவையான காட்சிப் பொருட்களை நமது சொந்தக் கண்களால் என்றாவது காணலாம் என்பதற்கு அறவே

எவ்விதமான வாய்ப்பும் கிடையாது. காலம் செல்லச் செல்ல, இந்தத் துறையில் இறுதியும் அறுதியுமான உண்மைகள் குறிப்பிடுமளவுக்கு அரிதாகிவிடுகின்றன.

பூகர்ப்பவியலில் நாம் இன்னும் மோசமான நிலையில் இருக்கிறோம். அது தனது இயல்பால் நாம் இல்லாதிருந்த காலத்தில் மட்டுமின்றி எத்தகைய மனித ஜீவியும் இல்லாமல் இருந்தபோது நடைபெற்ற நிகழ்ச்சிப் போக்குகளையே பிரதானமாக விளக்குகிறது. எனவே இங்கு இறுதியும் அறுதியுமான உண்மைகளைப் பொறுக்கிச் சேர்ப்பது மிகவும் தொல்லை தருகிற அலுவல், மேலும் விளைவு மிகவும் குறைவானது.

விஞ்ஞானத்தின் இரண்டாவது இலாகா வாழும் அங்கஜீவிகள் குறித்து அலசி ஆராய்தலை உள்ளடக்கியதாகும். இந்தத் துறையில் இடையுறவுகளும், காரணங்களின் செயற்பாடுகளும் இத்தகைய பல்வகைப்பாடாக இருப்பதால், ஒவ்வொரு பிரச்சனைக்குமான தீர்வு பெருந்திரளான இதர கேள்விகளை எழுப்புவதாக இருப்பது மட்டுமல்ல, மாறாக பெரும்பாலானவற்றில் ஒவ்வொரு தனிப்பட்ட பிரச்சினைக்கும், பெரும்பாலும் பல நூற்றாண்டுகள் தேவைப்படுகிற தொடர்ச்சியான அலசி ஆராய்வுகள் மூலம் கொஞ்சம் கொஞ்சமாக மட்டுமே தீர்வு காண முடியும்; இதைத் தவிர, இடைத்தொடர்புகளை முறையாக முன்வைப்பதன் தேவை மீண்டும் மீண்டும் இறுதியும் அறுதியுமான உண்மைகளைக் கருதுகோள்களின் செழுமையான வளர்ச்சி கொண்டு சுற்றி வளைப்பதை அவசியமாக்குகிறது. பாலூட்டி களில் இரத்த ஓட்டம் போன்ற அத்தகைய சாமானிய விஷயங்களைச் சரியாக நிலைநாட்ட காலென் முதல் மால்பிகி வரையிலான இடைத் தட்டுக்காரர்களின் எத்தனை நீண்ட வரிசை அவசியமாக இருந்தது! இரத்த நுண்குழுக்களின் தோற்றம் பற்றிய நமது அறிவு எத்துணை சிறியது. உதாரணமாக ஒரு நோயின் அறிகுறிகளை அதன் காரணத் தோடு அறிவாய்வு முறையில் தொடர்புபடுத்த இன்றுங்கூட விட்டுப் போன கண்ணிகள் எப்படி மிகப்பலவாக இருக்கின்றன! அடிக்கடி உயிரணு போன்றவை பற்றிய கண்டுபிடிப்புகள் நடைபெறுகின்றன. இவை உயிர் நூல் துறையில் முன்நாட்களில் நிலைநாட்டப்பட்ட எல்லா இறுதியும் அறுதியுமான உண்மைகளையும் முழுமையாகத் திருத்தும் படி கட்டாயப்படுத்துகின்றன. அவற்றின் மூட்டைகள் முழுவதையும் என்றென்றைக்குமாகக் கழிவு கூளத்தில் தள்ளச் செய்கின்றன. எனவே இங்கு தூயதான மாற்றமுடியாத (நிலையான) உண்மைகளை நிலைநாட்ட விரும்பும் எவரும் - எல்லா மனிதர்களும் மாளுந்தன்மையுடையவர்கள், எல்லாப் பெண் பாலூட்டிகளும் பால்

சுரப்பிகளையுடையவை என்பன போன்ற - இத்தகைய வெற்றுரைகளுடன் திருப்தியடைய வேண்டும். உயர்நிலை விலங்குகள் தமது வயிறுகள் குடல்கள் மூலம் ஜீரணம் நடத்துகின்றன அவற்றின் தலைகளால் அன்று என்று கூடத் துணிந்து கூறமுடியாது. காரணம் தலையில் மையப்படுத்தியிருக்கும் நரம்பு மண்டலச் செயல்பாடு ஜீரணத்திற்கு இன்றியமையாதது.

மூன்றாவது இலாகாவான விஞ்ஞானங்களின் வரலாற்று வழிப் பிரிவில் சாசுவத உண்மைகள் இன்னும் மோசமான நெருக்கடி நிலையில் உள்ளன. இவற்றால் அலசி ஆராயப்படும் விஷயங்களில் அவற்றின் வரலாற்றுத் தொடர்நிகழ்விலும் அவற்றின் இன்றைய நிலையிலும் மனித வாழ்க்கையின் நிலைமைகள், சமுதாய உறவுகள், சட்டம் மற்றும் அரசாங்க வடிவங்கள் ஆகியவையும் தத்துவவியல், சமயம், கலை முதலிய உருவிலான அவற்றின் சித்தாந்த மேல் கட்டுமானமும் அடங்கும். உயிர்ப்புள்ள இயற்கையில் நிகழ்ச்சி முறைகளின் மரபு வரிசைகள் பற்றிக் குறைந்தபட்சம் விளக்கி வருகிறோம். இது எமது உடனடியான காட்சிப் பதிவீடைப் பொறுத்தவரை மிகவும் விரிவான அளவுகளுக்குள் ஓரளவுக்கு முறையாக மீண்டும் நிகழ்கின்றன. அரிஸ்டாட்டில் காலமுதல் உயிர்ப்புள்ள இனவகைகள் மொத்தத்தில் மாற்றமடையாமலே இருந்து வந்துள்ளன. ஆனால் சமுதாய வரலாற்றில் நாம் மனிதனின் ஆரம்ப நிலையை அதாவது கற்காலம் எனப்படுவதைக் கடந்து அப்பால் செல்வோமானால் நிலைமைகள் மீண்டும் உறுவது விதிவிலக்கே அன்றிப் பொது விதியல்ல; அத்தகைய நிகழ்வுகள் மீண்டும் உறும்போது சரியாக அதே கால இடச்சூழலின் கீழ் அவை என்றும் எழுவதில்லை. இதற்கு உதாரணம் அனைத்து நாகரிகமடைந்த மக்களிடையே நிலங்கள் ஆரம்பத்தில் பொது உடைமையாக இருந்ததையோ, அல்லது அது கலைக்கப்பட்ட வழியினையோ குறிப்பிடலாம். எனவே மனிதகுல வரலாற்றுத் துறையில் நமது அறிவு உயிர் நூல் துறையில் இருப்பதைக் காட்டிலும் அதிகம் பின்தங்கியதாக உள்ளது. மேலும் விதிவிலக்கான முறையில் வாழ்வின் சமுதாய மற்றும் அரசியல் வடிவங்களுக்கு இடையேயான உள்தொடர்பு ஏதாவது ஒரு சகாப்தத்தில் தெரியவரும் பொழுது, இது பொதுவாயும் இந்த வடிவங்கள் பாதிக்குமேல் காலாவதியாகி அழிவை நெருங்கி வரும்போது மட்டுமே நிகழ்கின்றன. எனவே குறிப்பிட்ட சகாப்தத்தில் மற்றும் குறிப்பிட்ட மக்களிடையே மட்டும் நிலவும் அவற்றின் சுய இயல்பிலேயே தற்காலிகமானதான சில சமூக அரசு வடிவங்களின் இடைத்தொடர்புகள் மற்றும் விளைவுகள் குறித்து அலசி ஆராய்வதோடு வரையறை செய்யப்பட்டுள்ள நிலையில் அறிவு பிரதானமாயும் சார்பு நிலையுடையதாகும். எனவே இங்கு

இறுதியும் அறுதியுமான உண்மைகளையும், தூயதான முற்றிலும் மாற்றவொண்ணாத உண்மைகளையும் வேட்டையாடி வெல்லத் தொடங்கும் எவரும் உதாரணமாக, பொதுவாகப் பேசுமிடத்து மனிதன் உழைப்பு இல்லாமல் வாழமுடியாது எனவும், இன்றுவரை மனிதர்கள் ஆளுவோர் ஆளப்படுவோர் என்று பிரிக்கப்பட்டிருந் தார்கள் எனவும், நெப்போலியன் *1821* மே 5-ந்தேதி இறந்தார் எனவும் இப்படியான வெற்றாரவார உரைகளையும் மிகவும் மோசமான வகைப்பட்ட பொதுவான பழஞ் செய்திகளையும் தவிர வேறு எதையும் கொண்டுவர மாட்டார்கள்.

குறிப்பாகவும் இந்தத் துறையில்தான் நாம் மிக அடிக்கடி சாசுவதம், இறுதி மற்றும் அறுதி என்ற பலவாக உரிமை பாராட்டும் உண்மைகளை எதிரிடுகிறோம் என்பது இப்போது ஒரு குறிப்பிடத் தக்க விஷயமாகும். மனித வரலாற்றுத் துறையிலும் சாசுவத உண்மைகள், சாசுவத ஒழுக்க நெறி, சாசுவத நீதி ஆகியவை உள்ளன. அவை கணிதவியலில் இருக்கும் தேற்றங்கள் பிரயோகங்களைப் போலவே செல்தகைமையும் வீச்சும் கோருகின்றன என்ற முடிவினைப் பொது வாக சாசுவத உண்மைகளின் நிலை நிற்பில் இருந்து உய்த்துணரும் நோக்கம் கொண்டவர்கள் மட்டுமே இரண்டு தடவை இரண்டு நான்காகும், பறவைகளுக்கு அலகுகள் உள்ளன எனவும் மற்றும் இதுபோன்ற கூற்றுகளை - சாசுவத உண்மைகள் என்று பறைசாற்று கிறார்கள். சாசுவத உண்மை பற்றி முன்னால் புரட்டுகள் செய்த அனைவரும் அதிக அளவிலோ குறைந்த அளவிலோ கழுதைகளும் பகட்டாரவாரக்காரர்களுமாவர் என்றும் அவர்கள் நெறிதவறித் தவறுகள் செய்தார்கள் எனவும், ஆனால் அவர்களது பிழையும் அவர்களது தவறு செய்யும் நிலையும் இயற்கையின் விதிகளுக்கு ஏற்ப இருப்பதாயும், தன் விஷயத்தில் உண்மையும் துல்லியமும் குறிப்பாக இருப்பதை நிரூபிக்கின்றன எனவும், இப்போது எழுந்துள்ள தீர்க்க தரிசியான அவர் தனது பைக்குள் எல்லாத் தயார் நிலை இறுதியும் அறுதியுமான உண்மை, சாசுவத ஒழுக்கநெறி மற்றும் சாசுவத நீதி ஆகியவற்றை வைத்திருப்பதாகவும் மனித குலத்தின் அதே நண்பர் நமக்கு உறுதியளிக்க முதல் வாய்ப்பினைப் பயன்படுத்துவார் என்பதைப் பிறகு நாம் எதிர்பார்ப்புடன் நம்பி நிற்கலாம். இவை எல்லாம் பல நூறு, ஆயிரம் தடவைகள் நிகழ்ந்துள்ளன; மற்றவையை நம்பாமல் இதை நம்புமளவுக்கு மக்கள் இன்னும் ஏமாளிகளாக இருப்பது கண்டு நாம் அதிசயிக்க மட்டுமே இயலும். இருந்தபோதிலும், இங்கே நம்முன்னால் குறைந்தபட்சம் மேலும் ஒரு தீர்க்கதரிசி இருக்கிறார், அவரும் முற்றிலும் வழக்கமான வழியில் எந்த ஒரு தனிநபருமே இறுதியும் அறுதியுமான உண்மையினை வழங்கும்

நிலையில் இல்லை என்று இதர மக்கள் மறுக்கும் போது மிகவும் உயர்ந்த தார்மிக ஆத்திரத்தால் வெடிக்கிறார். இத்தகைய மறுப்பு அல்லது அதைப் பற்றிய வெறும் சந்தேகங்கூட பலவீனமாகும். தீராத குழப்பம், இன்மை, அரிக்கும் ஐயுறுவாதம் பச்சையான சூன்யவாதத்தை விட மோசமானது, அறவே மோசமான பெருங்குழப்பம் என்று இது போன்று நகைச்சுவை நையாண்டியாகக் குறிப்பிடப்படுகின்றன. எல்லாத் தீர்க்கதரிசிகளிடமிருந்தும் போலவே விமர்சன முறையிலும் விஞ்ஞான வழியிலுமான பரிசீலனைக்கும் தீர்ப்புக்கும் நேர்மாறாக இங்கும் அக்கணமே தார்மிகக் கண்டனத்தை எதிரிட வேண்டியுள்ளது.

மனித சிந்தனையின் விதிகளை அலசி ஆராயும் விஞ்ஞானங் களையும் அதாவது, தர்க்கவியல் மற்றும் இயக்கவியல் பற்றியும் கூட நாம் மேலே குறிப்பிட்டிருக்கக் கூடும். ஆனால் இவற்றில் சாசுவத உண்மைகள் மேன்மையாக எதையும் சாதிக்கவில்லை. மெய்யான, இயக்கவியல் சுத்த முட்டாள்தனம் என்று ஹெர் டூரிங் பறைசாற்று கிறார்; தர்க்கவியல் பற்றி எழுதப்பட்ட இன்னும் எழுதப்பட்டு வருகிற பல நூல்கள், இங்கும் கூட சில மக்கள் நம்புவதை விடவும் மேலும் அரிதாகவே இறுதியும் அறுதியுமான உண்மைகள் விதைக்கப் பட்டுள்ளன என்பதற்கு ஏராளமான சான்று தருகின்றன.

அதற்காக, நாம் இப்பொழுது எட்டியுள்ள அறிவின் கட்டம் இதற்கு முன் கடந்து சென்றவற்றைப் போலவே சிறிதும் இறுதி யானதல்ல என்ற உண்மை கண்டு கலவரமடைய வேண்டிய அவசியம் அறவே இல்லை. இது ஏற்கெனவே விரிந்த அளவிலான தீர்ப்புகளைத் தழுவியதாக உள்ளது. எந்த ஒரு குறிப்பிட்ட விஞ்ஞானத்திலாவது அறிமுகம் பெற விரும்பும் எவரும் இந்த ஆராய்ச்சியில் மிகப் பெருமளவு தனித்தேர்ச்சி பெறவேண்டும். தனது சுய இயல்பால், பல தலைமுறைகளுக்கு சார்புநிலையிலேயே இருந்து படிப்படியாகவே முழுமை பெற வேண்டும் அல்லது விண்கோளியல் பூகர்ப்பவியல் மற்றும் மனிதனின் வரலாற்றில் வரலாற்று வழி தகவல் பொருட்கள் போதாமையால் எப்போதும் இடைமுறிவுகள் கொண்டதாக முழுமை யுறாததாக இருக்கும் அறிவுக்கு ஒரு மனிதன் தூயதான, மாற்றமுடியாத, இறுதியும் அறுதியுமான உண்மையின் அளவுகோலைப் பிரயோகிப் பானானால் அத்தகைய மனிதன், இதன் பின்னால் உள்ள உண்மையான விஷயம் - இந்த இடத்திற்போல - சொந்த தவறிழையாத் தன்மைக்கு உரிமை பாராட்டுவது அல்லவாயினும் கூட, இதன் மூலம் தனது சொந்த அறியாமையையும் வக்கரிப்பையுமே மெய்ப்பித்துக் காட்டுகிறான். உண்மையும் தவறும், எதிர்நிலையாக உள்ள துருவங்களின் போக்கில் இயங்கும் எல்லா சிந்தனைக் கருத்தோட்டங்களையும் போலவே,

மிகவும் வரம்புக்குட்பட்ட துறையில் மட்டுமே முழுமையான செல்தகைமை கொண்டிருக்கின்றன; இதை நாம் இப்போதுதான் பார்த்தோம். எல்லா எதிர்நிலையாகவுள்ள துருவங்களையும் பற்றி குறிப்பாக விளங்கும் இயக்கவியலின் ஆரம்பக் கூறுகளுடன் அவருக்கு ஏதாவது பரிச்சயம் இருக்குமானால் ஹெர் டூரிங்கும்கூட இதை உணர்வார். மேலே குறிப்பிடப்பட்ட குறுகிய துறைக்கு வெளியே நாம் உண்மைக்கும் தவறுக்கும் இடையிலான முரண்நிலையினை பிரயோகிக்கத் தொடங்கியவுடன் அது சார்புத் தன்மையுடையதாகிறது. எனவே நுட்ப விஞ்ஞான விளக்க முறைகளுக்குப் பயனற்றதாகி விடுகிறது. அந்தத் துறைக்கு வெளியே அதைத் தனிமநிலையில் செல்தகைமையுடையதாகப் பிரயோகிக்க நாம் முயல்வோமானால் உண்மையில் முழுமையாகத் தோற்கடிக்கப்படுவோம்: இந்த முரண் நிலையின் இரு துருவங்களும் தமது எதிர்நிலையாக மாற்றமடை கின்றன, உண்மை தவறாகிறது, தவறு உண்மையாகிறது. இதற்கு ஓர் உதாரணமாக நன்கறிந்த பாயில் விதியை எடுத்துக் கொள்வோம். அதன்படி வெப்பம் நிலையாக இருக்கும் போது ஒரு வாயுவின் பரிமாணம் அது ஆளாக்கப்படும் அழுத்தத்திற்குத் தலைகீழாக மாற்றமடைகிறது. இது சிலவற்றுக்கு பொருந்துவதில்லை என்பதை ரெனியொ கண்டுபிடித்தார். அவர் "ஒரு எதார்த்தத்தின் தத்துவ வியலாளராக" இருந்திருப்பின் அவர் கூறியிருப்பார் பாயிலின் விதி மாறக்கூடியது எனவே அது தூய உண்மையல்ல. எனவே அது உண்மையே அல்ல, எனவே அது ஒரு தவறு என்று. அவர் அவ்வாறு செய்திருப்பாரானால் பாயிலின் விதியில் காணப்படும் தவறை விட மிகவும் பெரிய தவறைப் புரிந்திருப்பார்; அவரது உண்மை என்னும் சிறு - மணி தவறு என்னும் மணற்குன்றில் காணாது மறைந்திருக்கும்; தமது முதலாவது சரியான முடிவை ஒரு தவறாகச் சிதைத்திருப்பார். அதோடு ஒப்பிடும்போது பாயிலின் விதி அதனுடன் பற்றி நிற்கும் சிறிய தவறுடன் உண்மை போலத் தோற்றமுடையதாக இருக்கலாம். ஆனால் ரெனியொ ஒரு விஞ்ஞான அறிஞரானதால் இத்தகைய குழந்தைத் தனத்தில் மனம்போன போக்கில் இறங்கவில்லை, மாறாகத் தொடர்ந்து ஆராய்ச்சிகளை நடத்தினார், பொதுவாக பாயிலின் விதி தோராயமான மட்டுமே உணமையானது எனவும் குறிப்பாக அது அழுத்த மூலம் திரவமாக மாற்றப்படும் வாயுக்கள் விஷயத்தில் அதாவது திரவமாதல் தொடங்கும் கட்டத்தை அழுத்தம் அணுகியவுடனே அது தனது செல்தகைமையை இழந்து விடுகிறது எனவும் அவர் கண்டுபிடித்தார். எனவே பாயிலின் விதி வரையறை செய்யப்பட்ட வரம்புகளுக்கிடையில் மட்டுமே உண்மை என்று நிரூபிக்கப்பட்டது. ஆனால் அது இந்த வரம்புகளுக்குள் முற்ற முழுமையாகவும் இறுதியாகவும் உண்மையாக

விளங்குகிறதா? எந்தப் பௌதிகவியலாளரும் இதைத் துணிந்து கூறமாட்டார். அழுத்தம் மற்றும் வெப்பத்தின் ஒரு சில வரம்பு களுக்குள் ஒரு சில வாயுக்களுக்கு இது பொருந்தும் என்று சாதிப்பார்; எதிர்கால ஆராய்ச்சிகளின் விளைவாக இந்தக் கட்டுப்படுத்தப்பட்ட வரம்புகளுக்குள்ளேயே மேலும் குறுகிய வரையறை அல்லது நியதிகளை உருவாக்குவதில் மாற்றங்களை ஏற்க நேரும் என்பதை மறுக்கமாட்டார்.* உதாரணமாக பௌதிகவியலில் இறுதியும் அறுதியுமான உண்மைகளைப் பொறுத்தவரை நிலைமை இதுவே. எனவே, உண்மையான விஞ்ஞானப் படைப்புகள் பொதுவாக தவறு மற்றும் உண்மை என்ற இத்தகைய வறட்டுச் சூத்திர தார்மிகச் சொற்களைத் தவிர்த்துவிடும்; அதே பொழுதில் இந்தச் சொற்கள் எதார்த்தத்தின் தத்துவவியல் போன்ற படைப்புகளில் நம்மை எல்லா விடங்களிலும் சந்திக்கும், இதில் வெட்டித்தனமான சொற்சவடால் தன்மை சர்வசுதந்திரச் சிந்தனையின் சர்வசுதந்திர விளைவுபோல நம்மீது தன்னைத்தானே திணித்துக் கொள்ள இயலும்.

தனது எதார்த்தத்தின் தத்துவவியல் இறுதியும் அறுதியுமான உண்மை என்று ஹெர் டூரிங் எங்கே வெளிப்படையாகக் கூறியிருக் கிறார்? என்று சூதறியாத ஒரு வாசகர் கேட்கலாம். எங்கே? உதாரண மாக அவரது அமைப்புமீதான துதிப்பாடலைப் பார்ப்போம் (பக்கம் 13). இதில் ஒரு பகுதியை நாம் II அத்தியாயத்தில் எடுத்துக்காட்டி யுள்ளோம். அல்லது மேலே மேற்கோள் காட்டப்பட்ட வாசகத்தில் அவர் பின்வருமாறு கூறும்போது: தார்மிக உண்மைகள், அவற்றின் இறுதியான அடிப்படைகளைப் புரிந்து கொண்டவரை, கணிதவியல்

★ மேலே குறிப்பிடப்பட்டதை நான் எழுதியதன் பின்னர் அது ஏற்கெனவே ஊர்ஜிதமானது போலத் தோன்றும். மெந்தெலேயெவ் மற்றும் பொகுஸ்கியால்[54] மேலும் நுட்பமான ஆய்வுக்கருவிகளால் நடத்தப்பட்டுள்ள மிக அணித்தான ஆராய்ச்சிகளின் படி எல்லா நிஜ வாயுக்களும் அழுத்தத்திற்கும் பரிமாணத்திற்கும் இடையே ஒரு மாறிக் கொண்டிருக்கும் உறவைக் காட்டுகின்றன; நீரகத்தின் மீது இதுவரையில் பிரயோகிக்கப்பட்ட எல்லா அழுத்தங்களின் கீழுமான விரிவாக்கத்தின் கெழு நேர்ப்படியாக இருக்கிறது (அதாவது பரிமாணத்தின் குறைவு அழுத்தத்தின் அதிகரிப்பைவிட மெதுவாக இருந்தது); பரிசீலிக்கப் பெற்ற வளிமண்டலக் காற்று மற்றும் இதர வாயுக்கள் விஷயத்தில் ஒவ்வொன்றுக்கும் ஒரு பூஜ்யம் அளவு அழுத்தம் இருக்கிறது. எனவே இந்த அளவுக்கும் குறைவான அழுத்தத்தில் கெழுக்கள் நேர்ப்படியாக உள்ளன. இந்த அளவுக்கு அதிகமான அழுத்தத்தில் அவற்றின் கெழுக்கள் எதிர்மறையாக உள்ளன. எனவே எல்லா நடைமுறைத் தேவைகளுக்கும் இதுவரை எப்போதும் பயன்படத்தக்கதாக இருந்த பாயிலின் விதி முழு வரிசையிலான விசேஷ விதிகளால் நிறைவு செய்யப்பட வேண்டும். (நாம் இப்போது - 1885 ல் "நிஜ" வாயுக்களே இல்லை என்பதை அறிவோம். அவையாவும் திரவ வடிவத்திற்கு மாற்றப்பட்டுவிட்டன.) [எங்கெல்சின் குறிப்பு.]

தேற்றங்களைப் போலவே அதே செல்தகைமைக்கு உரிமைக் கொண்டாடுகின்றன. தனது உண்மையிலேயே விமர்சனத் தன்மைக் கொண்ட நிலையில் இருந்தும், விஷயங்களின் வேருக்குச் செல்லும் அவரது ஆராய்ச்சிகள் மூலமாகவும் அவர் இந்த இறுதியான அடித் தளங்களுக்கு, அடிப்படை வரைமுறைக்கு முனைந்து வந்திருக்கிறார். இதன்வழி ஒழுக்கநெறி உண்மைகள் மீது இறுதியும் அறுதியுமான செல்தகைமையினை வழங்கியிருக்கிறார் என்பதை ஹெர் டூரிங் துணிந்து உரைக்கவில்லையா? அல்லது ஹெர் டூரிங் இந்த உரிமைக் கொண்டாடலைத் தனக்காகவோ அல்லது தன் யுகத்திற்காகவோ முன்வைக்கவில்லை என்றால், ஏதாவது ஒரு நாள் இருளும் முகிலும் சார்ந்த எதிர்காலத்தில் இறுதியும் அறுதியுமான உண்மைகளை உறுதியாக அறிந்துகொள்ளலாம் என்று கூறவே எண்ணியிருப் பாரானால், பெருமளவு அதையே "அரிக்கும் ஐயுறவும்" "படுமோசமான குழப்பமும்" கூறுவது போன்று மேலும் குழப்பமான முறையில் மட்டுமே கூற நினைத்திருந்தாரானால்- பிறகு அப்படியானால் "இந்த இரைச்சல் எல்லாம் என்ன, உமக்கு நாங்கள் என்ன செய்ய முடியும், ஹெர் டூரிங்கே?"[55]

பின்னால் நாம் உண்மையும் தவறும் பற்றிய ஆய்வில் பெருமளவு முன்னேற்றத்தை அடையவில்லை என்றால், நன்மையும் தீமையும் பற்றிய ஆய்வில் நாம் இன்னும் குறைவாகவே முன்னேற்றம் அடைய முடியும். இந்த எதிர்ப்பு முற்றிலும் ஒழுக்கநெறித் துறையில் அதாவது மனிதகுலத்தின் வரலாற்றுக்குரிய துறையில்தான் வெளியீடாகிறது. குறிப்பாயும் இந்தத் துறையில்தான் இறுதியும் அறுதியுமான உண்மைகள் மிகவும் அரிதாக விதைக்கப்பட்டுள்ளன. நன்மை தீமை என்ற கருத்தோட்டங்கள் தேசத்துக்குத் தேசம் யுகத்துக்கு யுகம் பெருமளவு வேறுபடுவதால், அவை பெரும்பாலும் ஒன்றுக்கொன்று நேரடி முரணாகவே இருந்து வந்துள்ளன.

இருந்தபோதிலும், நன்மை தீமையாகாது, தீமை நன்மையாகாது, நன்மை தீமையுடன் போட்டுக் குழப்பப்படுமானால் எல்லா ஒழுக்க நெறியும் அழிந்துபோகும், ஒவ்வொருவரும் தம் இஷ்டப்படி நடக்க நேரலாம் என்று எவராவது ஆட்சேபிக்கலாம். இதுவும், அனைத்து பொய்யாமொழிச் சொற்றொடர்களைக் களைந்துவிட்டால், ஹெர் டூரிங்கின் கருத்தேயாகும். ஆனால் இந்த விஷயத்தை இவ்வளவு எளிதில் முடித்துவிட இயலாது. இது அத்தகைய எளிதான காரியமாக இருப்பின் நன்மை மற்றும் தீமை பற்றி நிச்சயமாயும் எவ்விதத் தகராறும் இருக்காது; எல்லோருக்கும் நன்மை எது, தீமை எது என்பது தெரிந் திருக்கும். ஆனால் இன்று காரியங்களின் நிலை எப்படி உள்ளது?

இன்று நமக்கு என்ன ஒழுக்கநெறி போதிக்கப்படுகிறது? முந்தைய சமய காலங்களில் இருந்து மரபாக வந்த முதல் கிறிஸ்தவ - நிலப்பிரபுத்துவ ஒழுக்கநெறி இருக்கிறது; இது பிரதானமாயும் கத்தோலிக்க ஒழுக்க நெறி புரோட்டஸ்டென்ட் ஒழுக்கநெறி என்று பிரிக்கப்பட்டுள்ளது, ஜெசூட் - கத்தோலிக்கர் மற்றும் வைதிக - புரோட்டஸ்டென்ட் தொட்டு நெகிழ்வான "அறிவொளி இயக்க" ஒழுக்க நெறிகள் வரையிலான உபபிரிவுகளுக்குக் குறைவே இல்லை. இவற்றுக்குப் பக்கமாக நாம் நவீன - முதலாளித்துவ ஒழுக்க நெறியையும் அதனருகே எதிர்காலத்தின் பாட்டாளி வர்க்க ஒழுக்க நெறியையும் காண்கிறோம்; இவ்வாறாக மிகவும் முன்னேற்றம் அடைந்த ஐரோப்பிய நாடுகளில் மட்டுமே சென்ற காலம், நிகழ்காலம் மற்றும் எதிர்காலம், ஆகியவை ஏக காலத்தில் அமுல் நடக்கும் ஒன்றுக்கொன்று அக்கம் பக்கமாக இருக்கும் மூன்று மாபெரும் ஒழுக்கநெறித் தத்துவங்களின் பிரிவுகளை வழங்கியுள்ளன. அப்படியாயின் இவற்றில் உண்மையானது எது? முற்ற முழுமையான அறுதி என்ற பொருளில் அவற்றில் ஒன்றுகூட இல்லை. ஆனால் அந்த ஒழுக்கநெறி - அது தற்பொழுது நிகழ்காலம் வீழ்த்தப் படுவதைப் பிரதிநிதித்துவப் படுத்துகின்றது, எதிர்காலத்தைப் பிரதி நிதித்துவப்படுத்துகின்றது - நிரந்தரத் தன்மையினை வாக்களிக்கும் அதிகபட்சமான கூறுகளை நிச்சயமாயும் கொண்டிருக்கிறது; அதுவே பாட்டாளி வர்க்க ஒழுக்க நெறியாகும்.

இன்றைய சமுதாயத்தின் மூன்று வர்க்கங்களான நிலவுடைமைப் பிரபுக்குலம், முதலாளி வர்க்கம் மற்றும் பாட்டாளி வர்க்கம் ஒவ்வொன்றுக்கும் அவற்றுக்கே உரிய ஒழுக்கநெறி இருப்பதைக் காணும் பொழுது நாம் ஒரு முடிவுக்கு மட்டுமே வரமுடியும்: கடைசியாக நோக்குமிடத்து மனிதர்கள் தமது வர்க்க நிலையை அடிப்படையாகக் கொண்டிருக்கும் நடைமுறை உறவுகளிலிருந்தே - அவர்கள் உற்பத்தியையும் பரிவர்த்தனையையும் நடத்தி வரும் பொருளாதார உறவுகளிலிருந்தே - உணர்வுபூர்வமாகவோ அல்லது உணர்வுபூர்வம் இன்றியோ தமது அறநெறிக் கருத்துகளைப் பெறுகிறார்கள்.

இருந்த போதிலும், மேலே குறிப்பிடப்பட்ட மூன்று ஒழுக்க நெறித் தத்துவங்களுக்கும் பொதுவான அம்சங்கள் மிகப்பல உள்ளன - இது நிரந்தரமாக நிலைநாட்டப்பட்டுவிட்ட ஒரு ஒழுக்க நெறியின் குறைந்தபட்சம் ஒரு பகுதியாகாதா? இந்த ஒழுக்க நெறித் தத்துவங்கள் ஒரே வரலாற்று வழி வளர்ச்சியின் மூன்று வெவ்வேறு கட்டங்களைச் சுட்டுகின்றன. எனவே அவற்றுக்குப் பொதுவான வரலாற்றுப் பின்னணி உண்டு; இந்தக் காரணத்தால் மட்டுமே அவசியமாயும் அவற்றுக்குப்

பொதுவான பல அம்சங்கள் உள்ளன. இன்னுங்கூடக் கூறலாம், ஒரே மாதிரியான அல்லது ஏறத்தாழ ஒரே மாதிரியான பொருளாதார வளர்ச்சிக் கட்டங்களில் ஒழுக்கநெறித் தத்துவங்கள் அவசியமாயும் கிட்டத்தட்ட ஒத்ததாகவும் இருக்க வேண்டும். ஜங்கம சொத்துகளின் தனியார் உடமை வளரத் தொடங்கிய தருணம் முதல் இந்தத் தனியார் உடமை நிலவிய எல்லா சமூகங்களும் இந்த ஒழுக்கநெறி ஆணையைப் பொதுவாக வைத்திருக்க வேண்டியிருந்தது: நீ திருடக் கூடாது. இதன் மூலம் இந்த ஆணை ஒரு சாசுவத ஒழுக்க நெறி ஆணையாகி விடுமா? எவ்வழியிலும் ஆகாது. திருடுவதற்கான எல்லாச் செயல் நோக்கங்களும் அறவே ஒழிக்கப்பட்ட ஒரு சமூகத்தில் அதன் காரணமாக அதிகமாய்ப் போனால் பைத்தியக்காரர்கள் மட்டுமே எப்பொழுதாவது திருடு வார்கள் என்ற நிலையில் “நீ திருடக் கூடாது!” என்ற சாசுவத உண்மை யினை பயபக்தியுடன் பறைசாற்ற முயலும் ஒரு ஒழுக்கநெறிப் பிரச்சாரகர் எவ்வாறு சிரிப்புக்கு ஆளாவார் தெரியுமா!

எனவே, ஒழுக்க நெறி உலகத்திற்கும் அதன் நிரந்தரக் கோட் பாடுகள் உள்ளன. அவை வரலாற்றுக்கும் நாடுகளிடையான வேற்றுமை களுக்கும் அப்பாற்பட்டு நிற்பவை என்ற சாக்கில் ஒரு சாசுவதமான அறுதியான என்றென்றும் மாற்றவொண்ணா அறநெறி விதி என்ற முறையில் ஏதேனும் ஓர் ஒழுக்க நெறி சூத்திரத்தையும் எம்மீது திணிக்க நடத்தும் ஒவ்வொரு முயற்சியையும் நாம் நிராகரிக்கிறோம். இதற்கு மாறாக, இறுதியாக ஆய்வுசெய்து பார்க்கும் பொழுதில் இதுகாறும் உள்ளதான எல்லா ஒழுக்கநெறித் தத்துவங்களும் அந்தந்தக் காலங்களில் நிலவிய சமூகத்தின் பொருளாதார நிலைமைகளின் விளைவே என்று நாம் மெய்ப்பித்து நிலை நிறுத்துகிறோம். சமூகம் இதுவரையில் வர்க்கப் பகைமைகளிலேயே இயங்கி வந்திருப்பதால், ஒழுக்கநெறி எப்பொழுதுமே வர்க்க ஒழுக்கநெறியாக இருந்து வந்துள்ளது: அது ஆளும் வர்க்கத்தின் ஆதிக்கத்தையும் மற்றும் நலன்களையும் நியாயப்படுத்தியுள்ளது அல்லது ஒடுக்கப்பட்ட வர்க்கம் போதியளவு வலுப்பெறத் தொடங்கியது முதல் இந்த ஆதிக்கத்திற்கு எதிரான அதன் கோபாவேசத்தின், ஒடுக்கப்பட்டவர் களின் எதிர்கால நலன்களின் சின்னமாயமைந்துவிட்டது. இந்த நிகழ்ச்சிப் போக்கில் மனித அறிவின் இதர எல்லாக் கிளைகளிலும் போலவே ஒழுக்க நெறியில் ஒட்டுமொத்தத்தில் முன்னேற்றம் ஏற்பட்டுள்ளது என்பதை எவரும் சந்தேகிக்க மாட்டார்கள். ஆனால் நாம் இன்னும் வர்க்க ஒழுக்க நெறிக்கு அப்பால் கடந்து செல்லவில்லை. வர்க்கப் பகைமைகளுக்கு அப்பாற்பட்டு, அவற்றின் ஏதாகிலும் ஒரு நினைப்புக்கும் அப்பாற்பட்டு நிற்கின்ற ஓர் உண்மையான மானுட ஒழுக்கநெறி, வர்க்கப் பகைமைகளை ஒழித்ததோடு மட்டுமன்றி

நடைமுறை வாழ்வின் அதனை மறந்துகூடப் போய்விட்ட சமூகத்தின் ஒரு கட்டத்தில் மட்டுமே சாத்தியமாகும். பழைய வர்க்க சமூகத்தின் நடுவே இருந்து, சமுதாயப் புரட்சியின் தருவாயில், வருங்காலத்தின் வர்க்கங்களற்ற சமூகத்தின் மீது காலம் மற்றும் எதார்த்த நிலையிலான மாற்றங்களிலிருந்து விடுபட்ட ஒரு சாசுவத ஒழுக்கநெறியினைத் திணிக்க உரிமை பாராட்டி முன்வரும் ஹெர் டூரிங்கின் தகாத்துணிவை இப்போது எவரும் அளவிட்டுக் காணலாம். நாம் எதிர்கால சமூகத்தின் கட்டுமானம் பற்றிய அதன் பிரதான உருவரையினை அவர் புரிந்து கொண்டிருக்கிறார். இதுவரையில் இது நமக்குத் தெரியாது என்று ஏற்றுக் கொண்டாலும்கூட இது சரியல்ல.

இறுதியாக "அடிமுதலே சுயமானதில்" இருந்த மேலும் ஒரு திரு வெளிப்பாடு ஆனால் இந்தக் காரணத்தால் "விஷயங்களின் வேருக்கு செல்வது" எந்த விதத்திலும் குறையவில்லை.

தீமையின் தோற்றத்தைப் பொறுத்தவரை, "விலங்கு வடிவிலான வஞ்சத்துடன் கூடியதான மாதிரிப் பூனை மனித ஜீவிகளிலும் அதே மாதிரியான குணம் இருக்கிறது என்ற சந்தர்ப்பவசம் காரணமாகச் சரிசமநிலையில் நிற்கிறது என்பது உண்மை... எனவே ஒருவர் ஒரு பூனை அல்லது கொன்று இரை கொள்ளும் ஒரு விலங்கு நிலவுவதில் ஏதோ மர்மம் இருக்கிறது என்று கருதினால் ஒழிய தீமை விஷயத்தில் மர்மம் எதுவும் கிடையாது."

தீமை - இந்தப் பூனை. இந்தப் பிசாசுக்குக் கொம்புகளோ, பிளந்த குளம்புகளோ இல்லை, நகங்களும் பச்சைக் கண்களும் உள்ளன. மெஃபிஸ்டாஃபெலசை ஒரு கருப்புப் பூனை என்று காட்டுவதற்குப் பதில் கருப்பு நாயாக[56] வர்ணித்ததன் மூலம் கேதே மன்னிக்க முடியாத தவறு செய்தார். தீமை - அந்தப் பூனை. இது உலகம் முழுவதற்குமல்ல... பூனைகளுக்குமான* ஒழுக்க நெறி.

★ ஜெர்மனியில் ஒரு சொல்விளையாட்டு: fur die Katze (பூனைக்காக) என்பது அறவே பயனற்ற வீண் முயற்சியைக் குறிக்கும். - ப-ர்.

10. ஒழுக்க நெறியும் சட்டமும்: சமத்துவம்

ஹெர் டூரிங்கின் முறை பற்றி அறிமுகம் செய்துகொள்ள எமக்கு ஏற்கெனவே ஒன்றுக்கு மேற்பட்ட சந்தர்ப்பங்கள் கிடைத்திருந்தன. அதில், அறிவின் புறப்பொருள்களின் ஒவ்வொரு பிரிவையும் அவற்றின் ஆகச்சாமானியக் கூறுகள் என்று உரிமை பாராட்டப்படுபவற்றைக் கொண்டு கூறுபடுத்துவதும், இந்தக் கூறுகளுக்கு இதே போன்ற எளிமையான தாமே விளங்குகிற மூதுண்மைகளைப் பிரயோகிப்பதும் பிறகு அவ்வாறு பெற்ற விளைவுகளின் உதவியுடன் தொடர்ந்து செயலாற்றுவதும் அடங்கும். இது சமுதாய வாழ்க்கைத் துறையிலான ஒரு பிரச்சினையும்கூட.

"மூதுண்மை வழியில், கணிதத்தில் நாம் சாமானிய... அடிப்படை வடிவங்களை விளக்குவது போல, குறிப்பிட்ட சாமானிய அடிப் படை வடிவங்களுக்கு ஏற்ப முடிவு செய்யப்பட வேண்டும்."

இவ்வாறு, வரலாறு, ஒழுக்க நெறி, மற்றும் சட்டத்திற்கு கணிதவியல் சார்ந்த முறைகளைப் பிரயோகிப்பது நமக்கு இந்தத் துறைகளில் அடையப்பெறும் விளைவுகளின் உண்மைக்கு கணிதவியல் சார்ந்த உறுதிப்பாட்டை அளிப்பதோடு, அவற்றைத் தூயதான, மாற்ற வியலா உண்மைகள் என்று தக்கப்படி வகைப்படுத்தவும் உதவுகிறது.

இது, பழைய விரும்பப் பெற்ற சித்தாந்த முறைக்கு, அனுபவத்திற்கு முந்தைய அறிவு எனவும் அறியப்படுகிற முறைக்கு [a priori method], ஒரு புதிய திருக்குருவை கொடுப்பது மட்டுமேயாகும்; இது, ஒரு புறப்பொருளின் பண்புகளை அந்தப் புறப்பொருளிலிருந்தே அன்றி, அப்புறப்பொருளின் கருத்துருவிலிருந்து தர்க்கவியல் உய்த்துணர் முறை மூலம் உறுதியாக அறிவதை அடக்கியதாகும். முதலாவதாக புறப்பொருளின் கருத்துரு அந்தப் புறப்பொருளிலிருந்து புனையப் படுகிறது; பிறகு வெட்டும் கோல் சுற்றிலும் திருப்பப்பட்டு அந்தப் புறப்பொருள் அதன் பிம்பத்தால், கருத்துருவால் அளக்கப்படுகிறது. இதன் பின் புறப்பொருள் கருத்துருவுக்கு ஒத்திருக்க வேண்டும் கருத்துரு புறப்பொருளுக்கல்ல. ஹெர் டூரிங்கைப் பொறுத்தவரை ஆகச் சாமானியமான கூறுகள், அவர் அடையக்கூடிய அறுதியான அனுமேயங்கள் கருத்துருவுக்குச் சேவை புரிகின்றன; அது நிலைமை களை மாற்றுவதில்லை; இந்த ஆகச் சாமானியக் கூறுகள் அதிகமாய்ப் போனால் முற்றிலும் கருத்துரு சார்ந்த இயல்புடையவையே. எனவே

எதார்த்தத்தின் தத்துவவியல் இங்கு மீண்டும் சுத்த சித்தாந்தமாக நிலவி, எதார்த்தத்தை தன்னிடத்தில் இருந்தன்றி ஒரு கருத்துருவில் இருந்து உய்த்துணர்வதை நிரூபணம் செய்கிறது.

அத்தகைய சித்தாந்தவாதி தன்னைச் சுற்றியுள்ள மக்களின் உண்மையான சமுதாய உறவுகளில் இருந்தன்றி, மாறாகக் கருத்துருவி லிருந்தும், அல்லது "சமூகத்தின்" ஆகச் சாமானியக் கூறுகள் என்று கூறப்படுவனவற்றிலிருந்தும், ஒழுக்கநெறியையும் சட்டத்தையும் நிர்மாணிப்பாரானால் இந்த நிர்மாணத்திற்கு என்ன விஷயாதாரம் கிடைக்கும்? தெளிவாயும் இருவகையான விஷயாதாரங்கள்: முதலாவது அவர் செயல்படத் தொடங்கும் அனுமேயங்களில் நீடித்து நிலவக் கூடியதான உண்மையான உள்ளடக்கத்தின் சொற்பமான மிச்சம், இரண்டாவதாக நமது சித்தாந்தவாதி தமது உணர்விலிருந்து மீண்டும் ஒரு முறை புகுத்தும் உள்ளடக்கம் என்பனவே. அவரது உணர்வில் அவர் என்ன காண்கிறார்? பெரும்பகுதி, ஒழுக்கநெறி மற்றும் சட்டம் பற்றிய கருத்துப் பாங்குகளே; அவை, அவர் எவற்றினிடையில் வாழ்கிறாரோ அந்தச் சமூக மற்றும் அரசியல் உறவுகளின் (நேர் நிலை அல்லது எதிர்மறையான, உறுதிப்படுத்தும் அல்லது பகைமையான) ஏறத்தாழ சரியான வெளியீடாகவே இருக்கும்; ஒருக்கால் இந்த விஷயம் பற்றிய இலக்கியத்தில் இருந்து வடித்தெடுத்த கருத்துகளும் இருக்கலாம், மற்றும் இறுதி சாத்தியக்கூறாக சில சொந்த தனி மனப் போக்குகளும் இருக்கலாம். நமது சித்தாந்தவாதி தன் விருப்பப்படி திரும்பலாம் திரும்பாதிருக்கலாம். ஆனால் அவர் வாயிற்கதவுக்கு வெளியே வீசி எறிந்த வரலாற்று எதார்த்தம் மீண்டும் ஜன்னல் பக்கம் வருகிறது; மற்றும் அவர் எல்லாக் காலங்களுக்குமான எல்லா உலகங் களுக்குமான ஒழுக்க நெறிகள் மற்றும் சட்டத்தின் போதனைகளை வகுப்பதாக நினைக்கும் அதே பொழுதில் அவர் உண்மையில் தனது நாளின் பழைமைவாத அல்லது புரட்சிகரப் போக்குகளின் ஒரு பிம்பத்தையே உருவாக்குகிறார்- இந்தப் பிம்பம் அதன் உண்மையான அடிப்படையில் இருந்து பிய்த்தெடுக்கப்பட்டதால் சிதைவுற்றுள்ளது, குழிவான நிலைக் கண்ணாடியில் காணப்படும் பிரதிபிம்பம் போன்று தலைகீழாக நிற்கிறது.

இவ்வாறாக ஹெர் டூரிங் சமூகத்தினை அதன் ஆகச் சாமானியக் கூறு களாகப் பிளக்கிறார். அவ்வாறு செய்யும் போது ஆகச் சாமானியமான சமூகம் குறைந்தது இரண்டு பேர்களைக் கொண்டது என்பதைக் கண்டுபிடிக்கிறார். இந்த இரண்டு பேர்களுடன் அவர் பிறகு மூதுண்மையார்ந்த வழியில் செயலாற்றத் தொடங்குகிறார். எனவே அடிப்படையான ஒழுக்க நெறி மூதுண்மை இயல்பாகவே தானே முன் வருகிறது:

"இரண்டு மானுட சித்தங்கள் என்ற முறையில் ஒன்றுக்கொன்று முற்றிலும் சமமானவை மற்றும் முதலாவதாக ஒன்று இன்னொன்றிட மிருந்து நேர்ப்படியான எதையும் கோர முடியாது." இது "ஒழுக்க நெறி நீதியின்" மற்றும் சட்ட நீதியினதுமான "அடிப்படை வடிவத்தை விளக்குகிறது", காரணம், "நியாயத்தின் அடிப்படைக் கருத்தமைப்பை வளர்க்க இருநபர்களின் முற்றிலும் சாமானிய மான ஆரம்ப உறவுகள் மட்டுமே நமக்குத் தேவை."

இரு மக்கள் அல்லது இரண்டு மானுட சித்தங்கள் என்ற முறையில் ஒன்றுக்கொன்று முற்றிலும் சமமாக உள்ளன என்பது ஒரு மூதுண்மை அல்ல, மாறாக மிகப் பெரும் மிகைபாடாகும். முதலாவதாக இரண்டு பேர் அப்படியே பார்த்தாலும் பால் விஷயத்தில் அசமத்துவம் கொண் டிருக்கலாம். இந்த எளிய உண்மை - இந்தக் குழந்தைத்தனத்தில் நாம் ஒரு கணம் பிரவேசித்தோமானால் - சமுதாயத்தின் ஆகச் சாமானிய மான கூறுகள் இரு ஆடவர்கள் அல்ல, மாறாக உற்பத்தி நோக்கம் கொண்டு, ஆகச் சாமானியமான முதல் வடிவான குடும்பத்தினைத் தோற்றுவித்த ஓர் ஆடவனும் ஒரு பெண்ணும் ஆகும் என்ற கருத்துருக்கு எம்மை உடனடியாக இட்டுச் செல்கிறது. காரணம், ஒரு புறம் சமூகத்தின் இரண்டு நிறுவகர்கள் சாத்தியமான அளவு சமமானவர் களாக்கப்பட வேண்டும். இரண்டாவதாக ஆதி குடும்பத்தில் இருந்து ஆடவர் மகளிரின் ஒழுக்கநெறி மற்றும் சட்டமுறை சமத்துவத்தை நிர்மாணிப்பதில் ஹெர் டூரிங்கால் கூட வெற்றியடைய முடியவில்லை. ஒன்றோ அல்லது மற்றதோ: ஒன்று, சமூகம் முழுவதும் எதன் பெருக்கலால் கட்டப்பட இருக்கிறதோ அந்த டூரிங்கின் சமூக மூலக்கூறு முன்கூட்டியே பெருநாசத்திற்கு ஆளாகிவிடும். காரணம் இரண்டு ஆண்கள் தாமே இந்த உலகில் ஒரு குழந்தையைக் கொண்டுவர இயலாது; அல்லது நாம் அவர்களை ஒரு குடும்பங்களின் தலைவர் களாகக் கருதிப் பார்க்க வேண்டும். அப்படிச் செய்தால் இந்த எளிய அடிப்படைத் திட்டம் முழுவதும் அதன் எதிர்நிலைக்குத் திருப்பப் படும்: மக்களின் சமத்துவத்திற்குப் பதிலாக அது அதிகபட்சம் குடும்பத் தலைவர்களின் சமத்துவத்தை நிரூபிக்கும். இங்கு மகளிர் கவனத்தில் எடுத்துக்கொள்ளப்படாததால் அவர்கள் கீழ்ப்படியானவர்கள் என்பது மேலும் நிரூபிக்கப்படுகிறது.

இப்போது நாம் வாசகருக்கு ஒரு வெறுப்பை விளைக்கிற அறிவிப்பைச் செய்ய வேண்டியுள்ளது: அதாவது இந்தக் கட்டத்தில் இருந்து ஓரளவு கணிசமான காலத்திற்கு அவர் இந்தப் புகழ்பெற்ற இரண்டு மனிதர்களை ஒழித்துவிடமாட்டார். சமுதாய உறவுகள் துறையில் அவர்கள் இதர விண்ணகக் கோள்களின் வாசிகள் வகித்த

அதே பாத்திரத்தை வகிக்கிறார்கள். இதர விண்ணகக் கோள்களில் வாழ்பவர்களுடனான உறவுகள் இப்போது முடிந்துவிட்டது என்று நம்பலாம். எப்பொழுதாவது பொருளியல், அரசியல் முதலியவை பற்றிய ஒரு பிரச்சனைக்குத் தீர்வுகாண வேண்டியிருக்கும்போது இந்த இரண்டு மனிதர்களும் திடீர் என்று அணிவகுத்து வந்து இந்தக் காரியத்தைக் கண்ணிமைப்பதற்கு முன்னால் "மூதுண்மையார்ந்த வழியில்" தீர்த்து விடுகிறார்கள். எமது எதார்த்தத்தின் தத்துவவியலாளரது அருமையான, படைப்பாற்றல் மற்றும் அமைப்பு - உருவாக்கும் கண்டு பிடிப்பாகும் இது! ஆனால் துரதிருஷ்டவசமாக நாம் உண்மைக்கு உரிய மதிப்பை அளிக்க வேண்டுமானால் இந்த இரு மனிதர்களும் அவரது கண்டுபிடிப்பல்ல. அவர்கள் பதினெட்டாம் நூற்றாண்டு முழுவதன் பொதுவான சொத்தாகும். அவர்கள் ஏற்கெனவே அசமத்துவம் பற்றிய ரூஸ்ஸோவின் பேருரையில் (1754)[57] காணப்படுகின்றனர். அங்கு அவர்கள் இதற்கிடையே ஹெர் டூரிங்கின் வாதாட்டத்திற்கு மூதுண்மையார்ந்த வழியில் எதிர்நிலையினை நிரூபிக்கின்றனர். அவர்கள் ஆடம் ஸ்மித் முதல் ரிக்கார்டோ வரையிலான பொருளியல் நிபுணர்களின் நூல்களில் முக்கிய பாத்திரம் வகிக்கிறார்கள். ஆனால் இருவரில் ஒவ்வொருவரும் வேறான தொழில் புரிவதால் - பொதுவாக ஒருவர் வேட்டைக்காரர் மற்றவர் மீன் பிடிப்பவர் - அவர்கள் தமது பொருட்களைப் பரஸ்பரம் பரிவர்த்தனை செய்து கொள்வதில் குறைந்தபட்சம் அவர்களது வேலைகளில் அசமத்துவமாக இருக்கின்றனர். மேலும் பதினெட்டாம் நூற்றாண்டு முழுவதிலும் அவர்கள் முற்றிலும் எடுத்துக்காட்டு உதாரணங்களாக மட்டுமே சேவை புரிகிறார்கள்; ஹெர் டூரிங்கின் தற்படைப்புத் திறன் அவர் இந்த எடுத்துக்காட்டு முறையினை எல்லா சமூக விஞ்ஞானங்களுக்குமான அடிப்படை முறையாக, எல்லா வரலாற்று வழிவடிவங்களுக்குமான அளவுகோலாக உயர்த்தி இருப் பதில் மட்டுமே அடங்கியிருக்கிறது. "வஸ்துக்கள் மற்றும் மனிதர்கள் பற்றியதான கறாரான விஞ்ஞானக் கருத்தோட்டத்தை" மேலும் எளிதாக்குவது நிச்சயமாயும் சாத்தியமல்ல.

இரண்டு பேர்களும் அவர்களது சித்தங்களும் பரஸ்பரம் முற்றிலும் சமம் என்பதையும், இதில் எவரும் இன்னொருவர் மீது மேலாண்மை செய்வதில்லை என்பதுமான அடிப்படையான மூதுண்மையினை நிலைநாட்டுவதற்கு நாம் அங்கொன்று இங்கொன்றாக எந்த ஒரு ஜோடி மனிதர்களையும் பயன்படுத்த முடியாது. எல்லா எதார்த்தத்தில் இருந்தும், உலகில் காணப்படுகிற அனைத்து தேசிய, பொருளியல், அரசியல் மற்றும் சமய உறவுகளிலிருந்தும், எல்லாப் பாலுணர்வு மற்றும் சொந்த தனித்தன்மைகளிலிருந்தும் முற்றிலும் விடுபட்டவர் களான இரண்டு பேர்களாக அவர்கள் இருக்க வேண்டும். "மனித

ஜீவிகள்” என்ற வெறும் கருத்தமைப்புக்கு அப்பால் இருவர் விஷயத்திலும் வேறு எதுவும் விடப்பட்டிருக்கலாகாது. அப்படி இருப்பின் அவர்கள் “முற்றிலும் சமமானவர்கள்” என்பதில் ஐயமில்லை. எனவே அவர்கள் “ஆன்மீக” போதப் போக்குகளை எங்கும் வாடை கண்டு கண்டனம் முழக்கிவரும் அதே ஹெர் டூரிங் தாமே ஜாலம் செய்து படைத்த இரண்டு முழுமையான மாயா ரூபங்கள் ஆகும். அவற்றை ஜாலம் செய்து வாழவிட்ட மனிதன் விரும்புகிற எல்லா வற்றையும் இந்த இரு மாயா ரூபங்களும் செய்யக் கடமைப்பட்டுள்ளன என்பது இயல்பே; அந்தக் காரணத்தினாலேயே அவற்றின் தந்திரங்கள் அனைத்தும் குறித்து உலகின் இதர பகுதிகளுக்கு எவ்வித அக்கறையும் இல்லை.

ஹெர் டூரிங்கின் மூதுண்மை முறைகளை மேலும் சற்றே பின் தொடர்வோம். இந்த இரு சித்தங்களும் ஒன்றிடமிருந்து ஒன்று நேர்ப்படியான எதையும் கோர முடியாது. இருப்பினும் அவருள் ஒருவர் அவ்வாறு செய்வாரானால், வன்முறை மூலம் தனக்குச் சாதகத்தை ஏற்படுத்திக் கொள்வாரானால், இது ஓர் அநீதியான நிலையினைத் தோற்றுவிக்கும்; இந்த அடிப்படைத் திட்டம், அநீதி, கொடுங்கோன்மை, அடிமைத்தன்மை - சுருங்கக்கூறின் கடந்த காலத்தின் கண்டனத்திற்குரிய வரலாறு முழுவதையும் விளக்குவதற்கு ஹெர் டூரிங்குக்கு உதவுகிறது. மேலே குறிப்பிடப்பட்ட கட்டுரையில் ரூஸ்ஸோ ஏற்கெனவே இரண்டு மனிதர்களைப் பயன்படுத்தி இதே போன்று மூதுண்மை சார்ந்த முறையில் நேர் எதிர் நிலையை நிரூபித்துள்ளார்: அதாவது சம்பந்தப்பட்ட, “A”, “B” என்ற இரண்டு மனிதர்களில், “A”, “B” ஐ வன்முறையால் அடிமைப்படுத்த முடியாது, ஆனால் “A” இல்லாமல் “B” எதுவும் செய்ய முடியா நிலையில் “B” ஐ வைத்து விடுவதன் மூலம் இதைச் செய்ய முடியும்; இந்தக் கருத்தோட்டம் ஹெர் டூரிங்குக்கு மிகவும் அதிக பொருள்முதல்வாதத் தன்மையுள்ளதாகத் தெரிந்ததாம். இதையே சற்று வேறு வழியில் விளக்குவோம். கப்பல் தகர்ந்து அதில் தப்பிய இருவர் தனியாக ஒரு தீவில் ஒரு சமூகத்தை அமைக்கிறார்கள். அவர்களது சித்தங்கள் சகஜமாயும் முற்றிலும் சமம். இதை இருவரும் அங்கீகரித்துள்ளனர். ஆனால் பொருளாயத நோக்குநிலையில் மிகப் பெரும் அசமத்துவம் இருக்கிறது. “A” - உறுதியும் ஊக்கமும் உள்ளவன், “B”- உறுதியற்றவன் சோம்பேறி தொளதொளத்தவன். “A”- அறிவுக் கூர்மை வாய்ந்தவன், “B”- முட்டாள். முதலில் வற்புறுத்தல் மூலமும், பின்னால் வழக்கத்தின் ஆற்றலாலும் ஆனால் எப்போதுமே சுயவிருப்ப வடிவிலும் “A” தனது சித்தத்தை “B” யின் மேல் முறையாகத் திணிப்பதற்கு இன்னும் எத்தனை காலம் பிடிக்கும்? சுயவிருப்ப வடிவத்தை விடாது வைத்திருப்பினும் சரி,

அது காலின் கீழ்ப்போட்டுத் துவைக்கப்பட்டாலும் சரி, அடிமைத் தனம் அடிமைத்தனமாகவே நிலைத்திருக்கும். அடிமைத்தனத்துக்குள் விருப்பபூர்வம் பிரவேசிப்பது என்பது மத்திய யுகங்கள் முழுவதிலும் மற்றும் முப்பதாண்டுப் போருக்குப் பின்வரையில் ஜெர்மனியிலும்[58] அறியப்பட்டிருந்தது. 1806 மற்றும் 1807 ஆண்டுகளில் ஏற்பட்ட தோல்வி களுக்குப் பிறகு, பிரஷ்யாவில் பண்ணையடிமை முறையும் அதோடு கூடவே கருணைமிக்க பிரபுக்கள், இல்லாமை நிலையிலுள்ள தம் ஏவலர்களுக்கு, நோய், முதுமை காலத்திற்கு உதவ வகைசெய்யும் கடப்பாடும் ஒழிக்கப்பட்டபோது, விவசாயிகள் தம்மைப் பண்ணை அடிமைகளாகவே வைத்திருக்கும்படி கோரி மன்னரிடம் மனுப் போட்டார்கள் - இல்லையேல் கஷ்ட காலத்தில் அவர்களைப் பராமரிப்பது யார்? எனவே இந்த இரு மனிதர் திட்டம் அசமத்துவம் மற்றும் அடிமைத்தனத்திற்கும் சமத்துவம் மற்றும் பரஸ்பர உதவிக்கும் போலவே திட்பமான முறையில் "பொருத்தமாக" இருக்கிறது; சமூகம் அழிந்துவிடும் என்ற அச்சுறுத்தல் மீது நாம் அவர்களைக் குடும்பத் தலைவர்களாக ஏற்கும்படி கட்டாயப்படுத்துவது போலவே மரபு வழி அடிமைத்தனத்திற்கும் துவக்க முதலே இந்தக் கருத்தில் வகை செய்யப்பட்டுள்ளது.

இந்த விஷயம் முழுவதும் தற்போதைக்கு ஓய்ந்திருப்பதாக, ஹெர் டூரிங்கின் மூதுண்மை சார்ந்த வாதங்கள் நம்மை மெய்ப்படுத்தி நம்ப வைத்துள்ளன என்றும், "பொதுவான மனித சர்வசுதந்திரம்" "தனி நபரின் சர்வசுதந்திரம்" இவற்றின் இரண்டு சித்தங்களுக்கு இடையே உரிமைகளின் சமத்துவம் முழுவதையும் உற்சாகமாக ஆதரிப்பதாகவும் வைத்துக் கொள்வோம் - இது அசலான சொல்மயப் பேருருவாகும். இதோடு ஒப்புநோக்கும் போது - அவற்றில் ஓர் எளிய பாத்திரத்திற்கு உரிமை கொண்டாட முடியும் என்ற போதிலும் ஷ்டிர்னரின் சொந்த நிலையுடன் கூடிய தற்புகழ்ச்சி தன்னாணவமும்[59] மிகச் சிறிதாகவே தோன்றும். நல்லது, இப்போது நாம் அனைவரும் முற்றிலும் சமமான வர்கள், சுதந்திரமானவர்கள். எல்லோருமா? இல்லை, தீர எல்லோரும் அல்ல.

இங்கு "அனுமதிக்கக்கூடிய சார்பு" நிலைமையுள்ள சந்தர்ப்பங்கள் இருக்கின்றன. ஆனால் அவற்றை, "இந்த இரு சித்தங்களின் செயல்பாடுகளில் அப்படியே அன்றி மூன்றாம் துறையில் - உதாரணமாக குழந்தைகள் விஷயத்தில் அவர்களது பற்றாக் குறையான சுயநிர்ணயத்தில் நாடிக் காணும் காரணங்கள் மூலம் விளக்கலாம்."

உண்மை! சார்பு நிலைக்கான காரணங்களை இரு சித்தங்களின் செயல்பாடுகளில் அப்படியே தேட வேண்டுவதில்லை! இயல்பாகவே

வேண்டுவதில்லை, காரணம் சித்தங்களில் ஒன்றின் செயல்பாடு உண்மையில் கட்டுப்படுத்தப்பட்டுள்ளது. ஆனால் ஒரு மூன்றாம் துறையில்! இந்த மூன்றாம் துறை என்ன? ஒன்றை, கீழடக்கப்பட்ட தான சித்தத்தினைப் போதுமானதல்ல என்று ஸ்தூலமான நிர்ணயம் செய்வதாகும்! நமது எதார்த்தத்தின் தத்துவவியலாளர் எந்தளவுக்கு எதார்த்தத்தில் இருந்து பிரிந்து சென்றிருக்கிறார் என்றால் அவர் எவ்வித உள்ளடக்கமும் இல்லாத ஸ்தூலமற்ற சொல்லான "சித்தத்தை" உண்மையான உள்ளடக்கமாகக் கருதுகிறார். இந்தச் சித்தத்தின் தக்கதான நிர்ணயிப்பை "மூன்றாம் துறை" என்கிறார். அது அவ்வாறு இருப்பினும் உரிமைகளின் சமத்துவத்திற்கு விதிவிலக்கு இருக்கிறது என்று நாம் கட்டாயம் கூறவேண்டியுள்ளது. இது பற்றாக்குறையான சுயநிர்ணயத்தால் பாதிக்கப்பட்ட சித்தத்திற்கு நல்லதல்ல. பின் வாங்குதல் ஒன்று.

மேலே செல்வோம்.

"விலங்கும் மனிதனும் ஒரு நபரில் ஒன்று சேர்ந்திருக்கும் இடத்தில், அவனது செயல்பாணி மானுடர் மட்டுமான நபர்கள் ஒருவரை ஒருவர் எதிர்ப்படும் போது இருப்பது போலவே இருக்க வேண்டுமா என்ற கேள்வி முற்றிலும் மானுடரான இரண்டாவது நபரின் சார்பில் கேட்கப்படலாம்... ஒழுக்க நெறியில் இரண்டு சமமற்ற நபர்கள், அவர்களில் ஒருவருவக்குத் தமது இயல்பில் உண்மை விலங்கின் தன்மையில் ஏதோ ஓரளவு ஒரு வகையில் இருக்கிறது என்ற நமது கருதுகோள் எல்லா உறவுகளின் மாதிரி அடிப்படை வடிவமாக இருக்கிறது. அது இந்த வேற்றுமைக்கு ஏற்ப மக்கள் குழுக்களுக்கு உள்ளேயும் இடையேயும் ஏற்படலாம்.

மானுட மனிதன் விலங்கு மனிதனுக்கு எதிராக எதுவரை செல்லலாம், அவனுக்கு எதிராக, தன்னைப் பொறுத்தவரை மாற்ற வொண்ணாத ஒழுக்க நெறியிலிருந்து எந்த வழியிலும் முறை பிறழாமல் எந்தளவு அவநம்பிக்கையைக் காட்டமுடியும். தந்திரங்களையும் கடுமையான பயங்கர முறைகளையும் ஏமாற்றையும் கூடக் கையாள முடியும் என்பதைக் குதர்க்கவாத வழியில் நிர்ணயம் செய்வதற்காக ஹெர் டூரிங் ஒரு ஜெசூட் பாதிரியைப்போல திருக்கும் முறுக்கும் செய்து நடத்தும் அருவருப்பான சூழ்ச்சிகளின் பின்னலான இழிவான வசை மாரியை வாசகர் தானே பார்க்கட்டும்.

எனவே இரண்டு நபர்கள் "ஒழுக்க நெறியில் சமமாக இல்லை" என்னும் பொழுது அங்கு மீண்டும் சமத்துவம் இல்லையென்றாகிறது. ஆனால் இரு முற்றிலும் சமமான நபர்களை ஜாலத்தால் உருவாக்குதல்

நிச்சயமாயும் பயனுடையதல்ல, காரணம் ஒழுக்க நெறியில் முற்றிலும் சமமான இரு நபர்கள் இல்லை. ஒரு நபர் மானுடத் தன்மையினர், மற்றவரிடம் விலங்கின் தன்மையின் ஒரு கீற்று இருக்கிறது என்பதிலேயே இந்த அசமத்துவம் அடங்கியிருப்பதாகத் தெரிகிறது. எனினும் மனிதன் விலங்குலகத்திற்கு இயல்பான குணங்களை என்றும் முற்ற முழுமையாக ஒழித்துவிட முடியாது என்பதும், எனவே இது எப்பொழுதும் மிருகத்தனம் அல்லது மனிதத்தன்மையின் அளவிலான வித்தியாசம் பற்றிய பிரச்சினையாகவே கிட்டத்தட்ட இருக்கும் என்பதும், விலங்குலகிலிருந்து மனிதன் வம்சாவழியாக வந்ததில் உள்ளார்ந்து கிடப்பதாகும். மானுட மனிதன் விலங்கு மனிதன். நல்லவர் கெட்டவர். வெள்ளாடு செம்மறியாடு என்று இரு கூரிய வகைப்படுத்தப் பெற்ற குழுக்களாகப் பிரிப்பது - எதார்த்தத்தின் தத்துவவியல் நீங்கலாக - கிறித்தவ சமயத்தில் மட்டுமே காணப்படுகிறது; அதில் இந்தப் பிரிவைச் செய்வதற்கான அதன் பிரபஞ்ச நீதிபதியும் முற்றிலும் தர்க்கரீதியாக இருக்கிறார். ஆனால் எதார்த்தத்தின் தத்துவவியலில் பிரபஞ்ச நீதிபதி யார்? இந்த நடைமுறை கிறித்தவ வழக்கத்தைப்போலவே இருக்கும் என்று கருதலாம். அதன்கீழ் பக்தி வாய்ந்த ஆட்டுக் குட்டிகள் தமது மண்ணுலக அண்டைவாசி ஆடுகள் விஷயத்தில் தாமே பிரபஞ்ச நீதிபதியின் பதவியை ஏற்று இந்தக் கடமையினை இகழார்ந்த வெற்றியுடன் நிறைவேற்றுகின்றன. எதார்த்தத்தின் தத்துவவியலாளர்கள் கோஷ்டி எப்போதாவது நிலவில் வருமானால் இந்த விஷயத்தில் நாட்டிலுள்ள பக்திமான்களுக்கு முன்னிடத்தை உறுதியாகவும் அளிக்காது. எனினும் இது பற்றி நமக்குக் கவலை இல்லை; நமக்கு முக்கியமாகத் தெரிவது என்னவென்றால், மனிதர்களிடையிலான ஒழுக்கநெறி அசமத்துவம் காரணமாகச் சமத்துவம் மீண்டும் ஒருமுறை மறைந்துவிட்டது என்பது ஒப்புக்கொள்ளப்பட்டிருப்பதேயாகும். பின்வாங்குதல் இரண்டு.

மீண்டும் நாம் தொடர்வோம்.

"ஒருவர் உண்மைக்கும் விஞ்ஞானத்துக்கும் ஏற்பச் செயல்பட்டு, மற்றவர் சில மூடநம்பிக்கை அல்லது தப்பெண்ணத்திற்கு ஏற்பச் செயல்பட்டாரானால், பிறகு... பொதுவாகவே பரஸ்பரத் தலையீடு நிகழ வேண்டும்... தகுதியற்ற நிலை, மிருகத்தனம் அல்லது நடத்தையின் வக்கரிப்பின் ஒரு குறிப்பிட்ட அளவில் மோதல் எப்போதும் தவிர்க்க முடியாததாக இருக்கும்... குழந்தைகள் மற்றும் பைத்தியக்காரர்கள் விஷயத்தில் மட்டும் இறுதி வழிமுறை வன்முறை என்பதல்ல. மனித குலத்தில் இருக்கும் முழுமையான இயற்கை குழுக்கள் மற்றும் கலாச்சாரமுள்ள வர்க்கங்களின்

நடத்தை அவர்களின் சித்தத்தை அடிமைப்படுத்தும், அதன் வக்கரிப்புக் காரணமாக அது பகைமையுள்ளதாக இருக்கும். பொது எனக் கருதிவந்ததான பந்தங்களுக்கு அதை மீண்டும் வழிநடத்திச் செல்வதற்கு இது தவிர்க்க முடியாத வகையில் அவசியமாகும். இத்தகைய சந்தர்ப்பங்களில் கூட அந்த அன்னிய சித்தம் சம உரிமைகள் கொண்டதாக இன்னும் அங்கீகரிக்கப் படுகிறது; ஆனால் அதன் பாதகமான, பகைமையான செயலின் வக்கிரம் ஒரு சமப்படுத்தலைத் தூண்டிவிட்டுள்ளது; அது வன்முறைக்கு இலக்காக்கப்படுமானால் அது தனது சொந்த நேர்மையற்ற தன்மையின் எதிர்வினையைப் பலனாகப் பெறுகிறது என்பதேயாகும்."

எனவே ஒழுக்கநெறியில் மட்டுமன்றி மனப்பாங்கிலான அசமத்துவமும் இரு சித்தங்களின் "சமத்துவம் முழுவதையும்" அகற்றப் போதுமானது, மற்றும் அது ஓர் ஒழுக்கநெறியையும் அமைக்கிறது. அதன்படி பின்தங்கிய மக்களுக்கு எதிராக நாகரிகமுள்ள கொள்ளைக்கார அரசுகள் நடத்திய துர்கெஸ்தானில் நிகழ்ந்த ருஷ்யன் அட்டூழியங்கள்[60] வரையிலான இகழார்ந்த செயல்கள் அனைத்தையும், நியாயப்படுத்த முடியும். 1873 கோடைக்காலத்தில் "நல்ல பழம்பெரும் காக்கேசியன் வழியில்" என்ற வாசகம் கொண்ட உத்தரவோடு ஜெனரல் கஃப்மன் யோமட்டைச் சேர்ந்த தார்த்தார் பழங்குடிகளைத் தாக்கவும் அவர்களது கூடாரங்களை எரிக்கவும், அவர்களது மனைவியர் குழந்தைகளைப் படுகொலை செய்யவும் உத்தரவிட்ட போது, அவரும் யோமட்களின் சித்தம் வக்கரித்ததால் பகைமையடைந்ததாயும், பொது எனக்கருதி வந்ததான பந்தங்களுக்கு அதை மீண்டும் வழிநடத்திச் செல்லும் நோக்கத்துடன் அவர்களை அடக்குவது தவிர்க்க முடியாத ஓர் அவசியமாகிவிட்டது எனவும், அவர் கையாண்ட முறைகளே இந்த நோக்கத்திற்கு மிகவும் நன்றாகப் பொருந்தியவை எனவும், யார் முடிவை விருப்பாணையிட்டார்களோ அவர்கள் மார்க்கங்களையும் விருப்பாணையிட வேண்டும் என்றும் பறைசாற்றினார். இவை எல்லா வற்றுக்கும் மேலாக அவர் யோமட்களை சமப்படுத்தும் நோக்கத்துக்காக அவர்களைப் படுகொலை செய்வதன் மூலம் அவர்களது சித்தத்திற்குச் சம உரிமைகள் இருப்பதை அவர் அங்கீகரிப்பதாகக் கூறி அவமதிக்கு மளவுக்குக் குரூரமாக நடக்கவில்லை. மீண்டும் ஒருமுறை இந்த மோதலில் உண்மைக்கும் விஞ்ஞானத்திற்கும் ஏற்பச் செயல்படுவதாக உரிமை பாராட்டும்; எனவே கடைசியாக எதார்த்தத்தின் தத்துவ வியலாளர்களாக இருக்கும், இந்தத் தேர்ந்துயர்ந்தவர்களே மூட நம்பிக்கை, தப்பெண்ணம், மிருகத்தனம், நடத்தையில் வக்கிரம் ஆகியவை என்ன என்பதையும், சமப்படுத்தும் நோக்கங்களுக்காகப்

பலப்பிரயோகமும் அடக்குதலும் எப்பொழுது அவசியம் என்பதையும் முடிவு செய்ய வேண்டியவர்களாவர். எனவே சமத்துவம் என்பது இப்போது பலப்பிரயோகம் மூலம் சமத்துவப்படுத்தல் ஆகிறது; அடக்குதல் மூலம் சம உரிமை கொண்டதாக இரண்டாம் சித்தம் முதல் சித்தத்தால் அங்கீகரிக்கப்படுகிறது. பின்வாங்குதல் மூன்று. இங்கு ஏற்கெனவே வெட்கங்கெட்ட ஓட்டமாகச் சீரழிந்துவிட்டது.

இதற்கிடையில், பலப்பிரயோகம் மூலம் குறிப்பாயும் சமத்துவப்படுத்தி சம உரிமைகள் இருப்பதாக அன்னிய சித்தம் அங்கீகரிக்கப்படுகிறது என்ற சொற்கள் ஹெகலின் தத்துவத்தின் ஒரு சிதைவு மட்டுமே; அதன்படி தண்டனை குற்றவாளியின் உரிமை:

"தண்டனை ஒரு குற்றவாளியின் உரிமையைக் கட்டுப்படுத்துவதாகக் கருதப்படுகிறது எனவே தண்டிக்கப்படுவதன் மூலம் அவன் ஒரு பகுத்தறிவு ஜீவி என்று மதிக்கப்படுகிறான்." (Rechtsphilosophie § 100. Anmerk.) [Philosophy of Right, § 100, Note]

இதோடு நாம் முடித்து விடலாம். இவ்வளவு மூதுண்மை சார்ந்த முறையில் அவர் நிறுவிய சமத்துவத்தையும் பொதுவான மானுட சர்வ சுதந்திரத்தையும் பிறவற்றையும் துண்டு துண்டாக அழிப்பதையும், தமது இரண்டு மனிதர்களைக் கொண்டு ஒரு சமூகத்தை நிறுவ அவரால் எப்படி முடிகிறது என்பதைப் பார்ப்பதும் மிகையாகும்; இந்த அரசை உருவாக்க அவருக்கு மூன்றாம் மனிதன் தேவை - சுருங்கக் கூறின் - மூன்றாவது நபர் இல்லாமல் பெரும்பான்மை முடிவுக்கு வர இயலாது. இவை இல்லாமல், சிறுபான்மை மீது பெரும்பான்மை ஆட்சி செலுத்தாமல் எந்த அரசும் நிலவ முடியாது; பிறகு அவர் எவ்வாறு அமைதியான நிலைக்குப் படிப்படியாகத் திரும்பி எதிர்காலத்திற்கான சமூக இயல்பு சார்ந்த (socialitarian) அரசை நிர்மாணிக்கிறார். அங்கு திடீரென ஓர் அரிய காலையில் அவரைக் காணும் கௌரவம் நமக்குக் கிட்டும். இந்த ஒரு சித்தங்களும் எதையும் விருப்பாணையிடாத வரையில் மட்டுமே இந்த இரண்டின் முழுமையான சமத்துவமும் நிலவுகிறது என்பதையும், அவை மனித சித்தங்களாக இருக்கும் நிலை போய், உண்மையான தனிப்பட்டவர்கள் சித்தங்களாக, இரு உண்மையான மக்களின் சித்தங்களாக மாற்றமடையும் பொழுது சமத்துவம் முடிவுறுகிறது; குழந்தைப் பருவம், பைத்தியம், மிருகத்தனம் எனப்படுவது, உத்தேச மூடநம்பிக்கை, குறைகூறப்படும் தப்பெண்ணம், போலியான ஆற்றலின்மை ஆகியவை ஒரு புறமும், கற்பனையான மனிதத்தன்மை, உண்மை மற்றும் விஞ்ஞானம் பற்றிய அறிவு மறு புறமும் - எனவே இந்த இரு சித்தங்களின் தன்மையிலும் அவற்றோடு சம்பந்தப்பட்ட அறிவுக் கூர்மையிலுமான ஒவ்வொரு வேற்றுமையையும்

அடக்கி வைக்கும் அளவுக்குச் செல்லக்கூடியதான அசமத்துவமாக நடத்துவதை நியாயப்படுத்துகிறது. ஹெர் டூரிங் சமத்துவம் பற்றிய தமது சொந்த மாளிகையை இவ்வளவு ஆழ்ந்த வேரூன்றிய, அடி முதலே தகர்த்திருக்கும் போது நாம் மேலதிகமாக என்ன கேட்க முடியும்?

சமத்துவக் கருத்தைப் பற்றிய ஹெர் டூரிங்கின் இவ்வளவு ஆழமில்லாத அரைகுறை விளக்கத்தை நாம் இதோடு முடித்துக் கொண்டு விட்ட பொழுதிலும், நாம் அந்தக் கருத்தையே கைவிட்டு விட்டோம் என்று அர்த்தமல்ல; இது ரூஸ்ஸோவின் பணிகள் காரணமாக ஒரு தத்துவார்த்தப் பாத்திரத்தை, மாபெரும் புரட்சித் தருணத்திலும் அதற்குப் பிறகும் ஒரு பயனடைய அரசியல் பாத்திரத்தை வகித்தது. இன்றும் கூட கிட்டத்தட்ட எல்லா நாடுகளின் சோஷலிச இயக்கத்திலும் முக்கியமான கிளர்ச்சிப் பாத்திரம் வகிக்கிறது. அதன் விஞ்ஞான உள்ளடக்கம் நிலைநாட்டப்படுவதானது பாட்டாளி வர்க்கக் கிளர்ச்சிக்கான அதன் மதிப்பை நிர்ணயம் செய்யும்.

எல்லா மனிதர்களுக்கும், மனிதர்கள் என்ற முறையில், சில அம்சங்கள் பொதுவாக உள்ளன என்பதும், அந்த அளவுக்கு அவர்கள் சமம் என்பதுமான கருத்து பழங்காலத்தியது என்பது தெளிவு. ஆனால் சமத்துவத்திற்கான இன்றைய கோரிக்கை அதிலிருந்து முற்றிலும் வேறுபட்டது; இது மனிதனாக இருப்பது என்ற பொதுத் தன்மையில் இருந்து, மனிதர்கள் என்ற முறையில் மனிதர்களின் சமத்துவத்தில் இருந்து, எல்லா மனித ஜீவிகளுக்கும் அல்லது குறைந்தபட்சம் ஒரு நாட்டின் எல்லாக் குடிமக்களுக்கும், அல்லது ஒரு சமூகத்தின் எல்லா உறுப்பினர்களுக்கும் சமமான அரசியல் மற்றும் சமூக அந்தஸ்துக்கான உரிமையினை வருவிப்பதாகும். ஓரளவு சமத்துவம் என்ற ஆதிக்கருத் தோட்டம் அரசிலும் சமுதாயத்திலும் மனிதர்களுக்கு சம உரிமைகள் வேண்டும் என்ற முடிவுக்கு இட்டுச் செல்வதற்கு முன்னால், அந்த முடிவு இயல்பானது, மற்றும் தானே விளங்கக்கூடியது என்ற தோற்றத்தைப் பெறுவதற்கு முன்னால், ஆயிரக்கணக்கான ஆண்டுகள் கடந்து செல்ல வேண்டும். அவ்வாறு கடந்து சென்றுவிட்டன. மிகவும் தொன்மையான பூர்வகால மக்கட் சமுதாயத்தில் உரிமைகளின் சமத்துவம் அதிகபட்சம் சமுதாய உறுப்பினர்களுக்குப் பொருத்த முடியும்; பெண்களும் அடிமைகளும் விதேசியரும் இந்தச் சமத்துவத்திலிருந்து விலக்கப் பட்டிருந்தது இயல்பான நடைமுறையாகும். கிரேக்கர்கள் மற்றும் ரோமர்களிடையே மனிதர்களின் அசமத்துவங்கள் எந்த வகையிலான அவர்களது சமத்துவத்தைவிடவும் மிகவும் பெருமளவு முக்கியத்துவம் பெற்றிருந்தன. பழங்காலத்தவர்களுக்கு கிரேக்கர்களும் காட்டு மிராண்டிகளும், சுதந்திர மனிதரும் அடிமைகளும், குடிமக்களும்

வெளிநாட்டவரும் [peregrines], ரோமன் குடிமக்களும் ரோமுக்கு ஆட்பட்டவர்களும் [subjects] (விரிவான சொல்லில்) சமமான அரசியல் அந்தஸ்தைக் கோருவது என்பது பைத்தியக்காரத்தனமாகத் தோன்றியது. ரோமன் பேரரசின்கீழ் சுதந்திர மனிதர்களுக்கும் அடிமைகளுக்கும் இடையிலான வேறுபாடுகள் தவிர்த்த எல்லா வேறுபாடுகளும் படிப் படியாக மறைந்தன. இந்த வழியில் குறைந்தது சுதந்திர மனிதர்களுக்குத், தனிப்பட்ட நபர்களுக்கு இடையிலான அந்தச் சமத்துவம் எழுந்தது, இதன் அடிப்படையில் ரோமன் சட்டம் - நாம் அறிந்த தனியார் உடமையை அடிப்படையாக்கிய சட்டத்தின் ஆக முழுமையான விரிவாக்கம் - வளர்ந்தது. ஆனால் சுதந்திர மனிதர்களுக்கும் அடிமை களுக்கும் இடையிலான முரண்நிலை நிலவிய காலம் வரையில், மனித குலத்தின் பொது சமத்துவத்தில் இருந்து சட்ட முடிவுகள் எடுப்பது என்பது பற்றிய பேச்சுக்கே இடமில்லை; இதை அண்மையில் கூட அடிமை - உடமையுள்ள வட அமெரிக்க யூனியன் நாடுகளில் கண்டோம்.

எல்லா மனிதர்களும் சமமாக இருந்த ஒரே ஒரு நிலையை மட்டுமே கிறிஸ்தவ சமயம் அறியும்: அதாவது எல்லோரும் ஆதித் தீவினையில் சமமாகப் பிறந்தார்கள் என்பதே; இது அடிமைகள் மற்றும் ஒடுக்கப்பட்டவர்களின் சமயம் என்ற முறையில் அதன் தன்மைக்குச் செம்மையாக ஒத்திருந்தது. இதற்குப் புறம்பாக அது அதிகபட்சம் உயர்ந்தவர்கள் சமத்துவத்தை அங்கீகரித்தது. ஆனால் இது துவக்கத்தில் மட்டுமே வலியுறுத்தப்பட்டது. புதிய சமயத்தின் ஆரம்ப கட்டங்களில் காணப்பெற்ற பொது உடைமையின் அடை யாளங்களும், உண்மையான சமநிலையைப் பற்றிய கருத்துகளை விட தடை செய்யப்பட்டோர் இடையிலான ஒருமைப்பாட்டின் விளைவே என்று குறிப்பிடலாம். மிகவும் குறுகிய காலத்திற்குள் பாதிரிகளுக்கும் சாமானிய மனிதர்களுக்கும் இடையில் நிலைநாட்டப்பட்ட வேறுபாடு இந்தத் தொடக்கநிலை கிறிஸ்தவ சமத்துவத்துக்குக்கூட முடிவு கட்டி விட்டது.

மேற்கு ஐரோப்பாவை ஜெர்மானியர் படையெடுத்தழித்ததானது, முன் என்றுமே நிலவியிராத அத்தகைய சிக்கலான சமூக மற்றும் அரசியல் அதிகாரப் படிநிலை அமைப்பைப் படிப்படியாகக் கட்டி வளர்த்ததன் மூலம் சமத்துவத்தைப் பற்றிய கருத்துகள் அனைத்தையும் பல நூற்றாண்டுகளுக்கு ஒழித்துக் கட்டியது. ஆனால் அதே சமயத்தில் இந்தப் படையெடுப்பு மேற்கு மற்றும் மத்திய ஐரோப்பாவை வரலாற்று வளர்ச்சிப் போக்கில் ஈர்த்தது. முதல் தடவையாக ஒரு நெருக்கமாயமைந்த கலாச்சாரப் பிரதேசத்தை உருவாக்கியது; இந்தப் பிரதேசத்திற்குள் முதல் தடவையாக பரஸ்பரம் ஒன்றின் மீது ஒன்று செல்வாக்குச்

செலுத்துகிற, பரஸ்பரம் ஒன்றை ஒன்று தடுத்து அடக்கி வைத்துள்ள முக்கியமான தேசிய அரசுகளின் ஓர் அமைப்பை உருவாக்கியது. இதன் மூலம் அது பிந்தைய காலகட்டத்தில் மனிதரின் சம அந்தஸ்தை, மனிதரின் உரிமைகளைப் பற்றிய பிரச்சனை எதன் மீது மட்டுமே எழ முடியுமோ அதற்கான அடித்தளத்தினைத் தயாரித்தது.

நிலப்பிரபுத்துவ மத்திய யுகங்களும், அதன் இனிமேலான வளர்ச்சியில் சமத்துவத்திற்கான இன்றைய கோரிக்கையின் கொடி வீரர்களாக ஆகப்போகிற வர்க்கமான பூர்ஷ்வா வர்க்கத்தைத் தன் கருப்பையில் வளர்த்தது. துவக்கத்தில் தானே ஒரு நிலப்பிரபுத்துவ வரிசையர் ஆக இருந்த முதலாளித்துவ வர்க்கம் நிலப்பிரபுத்துவ சமூகத்திற்குள் முக்கியமாக இருந்த கைவினைத் தொழிலையும் பொருட்கள் பரிவர்த்தனையையும் ஓரளவு உயர்ந்த மட்டத்திற்கு உயர்த்தியது. அப்பொழுது பதினைந்தாம் நூற்றாண்டின் இறுதியில் மாபெரும் கடல் சார்ந்த கண்டுபிடிப்புகள் அதற்கு மேலும் விரிவான வாய்ப்புகளை அளிக்கும் புதிய வேலைத் துறையைத் திறந்து விட்டன. முன்னர் இத்தாலிக்கும் லெவாண்டிற்கும் இடையே மட்டுமே நடை பெற்று வந்த ஐரோப்பாவுக்கு அப்பாலான வாணிகம் இப்போது அமெரிக்காவுக்கும் இந்தியாவுக்கும் விஸ்தரிக்கப்பட்டு பல்வேறு ஐரோப்பிய நாடுகளுக்கிடையிலான பரஸ்பர பரிமாற்றத்தையும், ஒவ்வொரு தனிப்பட்ட நாட்டிற்குள்ளுமான உள்நாட்டு வர்த்தகத்தையும் விட முக்கியத்துவத்தில் விரைவில் விஞ்சிவிட்டது. அமெரிக்கத் தங்கமும் வெள்ளியும் ஐரோப்பாவில் வெள்ளமாகப் புகுந்து நிலப் பிரபுத்துவ சமுதாயத்தின் ஒவ்வொரு வெடிப்பு, பிளவு நுண்துளை களைச் சீர்குலைக்கும் கூறாகப் பலவந்தமாகப் பிரவேசித்து விட்டன. பெருகிவரும் தேவைகளை கைவினைத் தொழிலால் இனி நிறைவு செய்ய முடியாது; பெரும்பாலான முன்னேற்றமடைந்த நாடுகளில் முக்கியமான தொழில்துறைகளில் கைவினைத் தொழில் அகற்றப்பட்டு அதனிடத்தில் பட்டறைத் தொழில் அமைப்புகள் நிறுவப்பட்டன.

ஆனால் சமுதாயத்தின் பொருளாதார வாழ்க்கை நிலைமைகளில் ஏற்பட்ட இந்த வலிமை மிக்க புரட்சியைத் தொடர்ந்து அதன் அரசியல் கட்டமைப்பில் உடனடியாக இதற்கு இணையான மாற்றங்கள் எதுவும் ஏற்படவில்லை. சமுதாயம் மேலும் மேலும் முதலாளித்துவத் தன்மை பெற்று வந்த அதே பொழுதில் அரசியல் அமைப்பு நிலப்பிரபுத்துவத் தன்மை கொண்டதாகவே இருந்தது. பெருவீதமான வர்த்தகத்துக்கு அதாவது குறிப்பாயும் சர்வதேசிய வர்த்தகத்துக்கு, இன்னும் அதிகமான அளவில் உலக வாணிகத்துக்கு, தமது இயக்கங்களில் எவ்விதக் கட்டுப் பாடும் இல்லாத அந்த வகையில் சம உரிமைகளை அனுபவிக்கும்

சுதந்திரமான பண்டங்களின் உடமையாளர்கள் அவசியம்; அவர்கள் தமது பண்டங்களை எல்லோருக்கும், குறைந்தபட்சம் ஒவ்வொரு குறிப்பிட்ட இடத்திலும் சமமாக இருக்கும் சட்டங்களின் அடிப் படையில் பரிவர்த்தனை செய்யலாம். கைவினைத் தொழிலில் இருந்து பட்டறைத் தொழிலுக்கான மாற்றம் பல சுதந்திரமான தொழிலாளர் இருப்பதை முன்னனுமானிக்கிறது - இவர்கள் ஒருபுறத்தில் கில்டுகளின் தளைகளிலிருந்து விடுபட்டும், மறுபுறம் தமது உழைப்புச் சக்தியை தாமே பயன்படுத்துவதற்கான சாதனங்களிலிருந்து சுதந்திரத்தோடும் இருந்தனர் - பட்டறைத் தொழிலதிபர்களுடன் தமது உழைப்புச் சக்தியை கூலிக்குத் தர அவர்கள் ஒப்பந்தம் செய்து கொள்ள முடியும். எனவே இந்த ஒப்பந்தத்தின் தரப்பினர்கள் என்ற முறையில் தொழிலதி பருக்குச் சமமான உரிமைகளைக் கொண்டிருப்பார்கள். இறுதியாக அனைத்து மனித உழைப்பின் சமத்துவமும் சம அந்தஸ்தும் அது காறும் அது மனித உழைப்பாக[61] இருந்த காரணத்தால் இன்றைய முதலாளித்துவ அரசியல் பொருளாதாரத்தில் மதிப்பின் விதியாக தன்னுணர்வற்ற ஆனால் தெளிவான விளக்கத்தினைக் கண்டது; இதன்படி ஒரு பண்டத்தின் மதிப்பு அதில் உள்ளடங்கியுள்ள சமூக ரீதியில் அவசியமான உழைப்பால் அளவிடப்படுகிறது.*

எனினும் பொருளாதார உறவுகளுக்கு எங்கு சுதந்திரமும் உரிமை களில் சமத்துவமும் தேவைப்பட்டதோ அங்கு ஒவ்வொரு படியிலும் கில்ட் கட்டுப்பாடுகள் மற்றும் தனிஉரிமைகள் மூலம் அரசியல் அமைப்பு அவற்றை எதிர்த்தது. ஸ்தலத் தனியுரிமைகள், பாகுபாடான கடமைகள் எல்லா வகையிலுமான தனிவிதிகள் வாணிகத்தில் வெளி நாட்டார்களையும் காலனிகளில் வாழ்வோரையும் மட்டுமன்றி சம்பந்தப்பட்ட நாட்டின் வாசிகளின் முழு வகையினங்களையும் பாதித்தன; எல்லா இடங்களிலும் அடிக்கடி புதிது புதிதாயும் கில்டு களின் தனியுரிமைகள் பட்டறைத் தொழில் அபிவிருத்தியைத் தடுத்தன. முதலாளித்துவப் போட்டியாளர்களுக்கு எங்குமே பாதை தடை யற்றதாக இல்லை, வாய்ப்புகள் சமமாக இல்லை. இருந்தும் இது இவ்வாறே இருக்கட்டும் என்பதே முக்கியமான மிகமிக அவசரமான கோரிக்கையாக இருந்தது.

நிலப்பிரபுத்துவத் தளைகளிலிருந்து விடுதலை, நிலப்பிரபுத்துவ அசமத்துவங்களை ஒழித்து உரிமைகளின் சமத்துவத்தை நிலை நாட்டல் ஆகியவற்றுக்கான கோரிக்கையானது, சமுதாயத்தின்

★ முதலாளித்துவ சமூகத்தின் பொருளாதார நிலைமைகளில் இருந்து சமத்துவம் பற்றிய நவீனக் கருத்துகள் தோன்றியதை முதலில் மார்க்சால் **மூலதனம்** என்ற நூலில் எடுத்துக்காட்டப்பட்டது. **[எங்கெல்சின் குறிப்பு.]**

பொருளாதார முன்னேற்றம் அதைக் காலத்தில் நிகழ்ச்சி நிரலில் வைத்துவிட்டது முதலே, விரைவில் விரிவான பரிமாணத்தைப் பெறுவது நிச்சயம். இது தொழில்துறை மற்றும் வாணிகம் விஷயத்தில் எழுப்பப் பெற்றதாயின், பெரும் திரளான விவசாயிகளுக்கும் அதே சமத்துவமான உரிமைகளைக் கோருவது அவசியமாக இருந்தது; அவர்கள் முழுமையான பண்ணையடிமைத்தனம் முதலாக எல்லா அளவிலுமான அடிமைத்தனத்திலும் தமது உழைப்பு நேரத்தின் மேலதிகமான பகுதியை எவ்வித இழப்பீடும் இன்றி தமது கருணை நிறைந்த நிலப்பிரபுவுக்கு அளிக்குமாறு கட்டாயப்படுத்தப்பட்டார்கள். இதற்கும் கூடுதலாக அவருக்கும் அரசுக்கும் எண்ணற்ற பல கடமைகளைப் புரிந்துவந்தார்கள். மறுபுறம் நிலப்பிரபுத்துவத் தனியுரிமைகளையும், பிரபுக்குலம் வரிகளிலிருந்து விடுபட்டு இருப்பதையும், சமுதாயத்தின் படிநிலைகளின் அரசியல் சலுகைகளையும் ஒழிக்க வேண்டும் என்ற கோரிக்கையும் தவிர்க்க வொண்ணாத வகையில் முன் வைக்கப்பட்டது. மக்கள் ரோமன் பேரரசு போன்ற ஓர் உலகப் பேரரசில் இன்னும் வாழ்ந்திருக்கவில்லை. மாறாக ஒன்றுக்கொன்று சமமான நிலையில் அலுவல் நடத்தும், ஏறத்தாழ ஒரே மட்டத்திலான முதலாளித்துவ வளர்ச்சி பெற்ற சுதந்திர அரசுகளின் அமைப்பில் வாழ்ந்து வந்ததால், சமத்துவத்திற்கான கோரிக்கை தனிப்பட்ட ஒரு நாட்டுக்கு அப்பாலும் எட்டுகிற ஒரு பொதுத் தன்மையை மேற்கொள்ள வேண்டும் என்பதும், சுதந்திரமும் சமத்துவமும் மனித உரிமைகளாகச் சாற்றப்பட வேண்டும் என்பதும் இயல்பான நடைமுறையே யாகும். அமெரிக்க அரசியல் அமைப்புச் சட்டம் மனித உரிமைகளை முதலில் அங்கீகரித்தது. ஆனால் அதே மூச்சில் அமெரிக்காவில் வாழும் வேற்று வருண இனங்களின் அடிமைத்தனத்தை உறுதிப்படுத்தியதும், இந்த மனித உரிமைகளின் பிரத்தியேகமான முதலாளித்துவத் தன்மையின் முக்கியமான அம்சமாகும்: வர்க்கத் தனி உரிமைகள் தடை செய்யப்பட்டன, வருண இனத் தனி - உரிமைகள் அனுமதிக்கப்பட்டன.

எனினும் முதலாளி வர்க்கம் நிலப்பிரபுத்துவ நகரவாசித்துவத்திலிருந்த தருணம் முதல், மத்திய யுகத்தின் இந்தப் படிநிலைகள் ஒரு நவீன வர்க்கமாக வளர்ச்சியடைந்த பொழுது முதல், அது தனது நிழலான பாட்டாளி வர்க்கத்தால் எப்பொழுதும், தவிர்க்க முடியாத வகையில் பின்தொடரப்பட்டுள்ளது என்பது நன்கறிந்ததே. இதே வழியில் சமத்துவத்திற்கான முதலாளித்துவக் கோரிக்கைகளைச் சமத்துவத்திற்கான பாட்டாளி வர்க்கக் கோரிக்கைகள் பின் தொடர்ந்தன. வர்க்கத் தனி உரிமைகள் ஒழிக்கப்பட வேண்டும் என்ற முதலாளி வர்க்க கோரிக்கை முன்வைக்கப்பட்ட தருணம் முதல் அதோடு கூடவே வர்க்கங்கள் தம்மையே ஒழித்துவிட வேண்டும் என்ற பாட்டாளி வர்க்க

கோரிக்கை முன்வைக்கப்பட்டது - இவை முதலில் ஆதிகால கிறிஸ்தவத்தோடு சார்ந்து நின்று சமய வடிவிலும், பின்னால் முதலாளித்துவ சமநிலையைப் பற்றிய தத்துவங்கள் தம்மிலிருந்தே ஆதரவு பெற்றும் விளங்கின. பாட்டாளி வர்க்கம் முதலாளித்துவ வர்க்கம் தன் சொற்படி நேர்மையாக நடக்க வேண்டும் என்று நம்பியது: சமத்துவம் வெறும் தோற்றத்தில் மட்டுமாக இருத்தல் கூடாது. அரசின் துறைக்கு மட்டும் பொருந்தியதாக இருத்தல் கூடாது. மாறாக உண்மையாக இருக்க வேண்டும். சமூக, பொருளாதாரத் துறைகளுக்கும் விஸ்தரிக்கப்பட வேண்டும். குறிப்பாக மாபெரும் புரட்சி முதல் பிரெஞ்சு முதலாளி வர்க்கம் குடியுரிமை சமத்துவத்தை முன்னணிக்குக் கொண்டு வந்ததால் பிரெஞ்சு பாட்டாளி வர்க்கம் சமூக மற்றும் பொருளாதார சமத்துவத்திற்கான கோரிக்கையுடன் அடிக்கு அடி கொடுத்து வந்தது. சமத்துவம் குறிப்பாயும் பிரெஞ்சு பாட்டாளி வர்க்கத்தின் போராட்ட முழக்கமாகி விட்டது.

எனவே பாட்டாளி வர்க்கத்தின் வாய் முகமாக எழும் சமத்துவத்திற்கான கோரிக்கைக்கு இரட்டைப் பொருள் இருக்கிறது. அது - குறிப்பாக மிக ஆரம்பத்தில் இருந்தது போன்று, உதாரணமாக விவசாயிகள் போரில் போன்று - மிக மோசமான சமூக அசமத்துவங்களை எதிர்த்த, செல்வந்தர் ஏழைகளுக்கிடையிலான ஏற்றத்தாழ்வை எதிர்த்த, நிலப்பிரபுக்கள் அவர்களது பண்ணையடிமைகளுக்கிடையிலான, உண்டு கொழுத்தவர் மற்றும் பட்டினிகிடப்போர் இடையிலான வேற்றுமையை எதிர்த்த சுய இயல்பான எதிர்ச்செயலாகும். இந்த வகையில் இது புரட்சிகர இயல்பூக்கத்தின் வெளிப்பாடு ஆகும். இது அதிலேயே, அதில் மட்டுமே தனது அடிப்படை நியாயத்தைக் காண்கிறது. அல்லது மறுபுறத்தில் இந்தக் கோரிக்கை சமத்துவத்திற்கான முதலாளித்துவ கோரிக்கைக்கு எதிரான ஒரு எதிர்ச்செயலாக எழுந்துள்ளது. முதலாளித்துவக் கோரிக்கையில் இருந்து ஏறத்தாழ சரியான மற்றும் அதிகமாக பரந்த செயல் விளைவுகளையுடையதான கோரிக்கைகளை வகுத்து, முதலாளிகளின் சொந்தத் துணிபுரைகளின் உதவியுடன் முதலாளிகளை எதிர்த்துத் தொழிலாளர்களைக் கிளர்த்தி விடுவதற்கான ஒரு கிளர்ச்சி மார்க்கமாக இது உதவுகிறது; இந்த இடத்தில் இது முதலாளித்துவ சமத்துவத்தோடு நிற்கிறது அல்லது விழுகிறது. இரு சந்தர்ப்பங்களிலும் சமத்துவத்திற்கான பாட்டாளி வர்க்கக் கோரிக்கையின் உண்மையான உள்ளடக்கம் வர்க்கங்களை ஒழிப்பதற்கான கோரிக்கையேயாகும். அதற்கும் அப்பால் செல்லும் சமத்துவத்திற்கான எந்தக் கோரிக்கையும் அவசியமாயும் அபத்தத்தில் போய்ச் சேரும். இதற்கான உதாரணங்களைக் கொடுத்திருக்கிறோம். எதிர்காலம் பற்றிய ஹெர் டூரிங்கின் கற்பனைக் கனவுகளுக்கு வரும்

போது இன்னும் போதியளவு கூடுதலான உதாரணங்களைக் காண் போம்.

எனவே, முதலாளித்துவ மற்றும் பாட்டாளி வர்க்க வடிவம் இரண்டிலுமான சமத்துவம் பற்றிய கருத்து தானே ஒரு வரலாற்று விளைவாகும். இதன் படைப்புக்கு திட்டவட்டமான வரலாற்று நிலைமைகள் தேவைப்பட்டன; அவை தம்மைப் பொறுத்தவரையில் தாமே ஒரு நீண்ட முந்தைய வரலாற்றை முன்னனுமானிக்கின்றன. எனவே இது சாசுவத உண்மை தவிர்த்த வேறெதுவுமாகும். இன்று சாமானியப் பொது மக்களால் ஏதேனும் ஒரு பொருளில் இது ஏற்றுக் கொள்ளப்பட்டதாகக் கருதப்படுமானால் - அல்லது மார்க்ஸ் கூறுவது போன்று "வெகுஜன விருப்பு வெறுப்பின் நிலைத்த தன்மையை ஏற்கெனவே பெற்றிருக்குமானால்"[62] இது அதன் மூதுண்மை சார்ந்த மெய்மையின் விளைவல்ல, மாறாகப் பதினெட்டாம் நூற்றாண்டில் கருத்துகள் பொதுவாகப் பரப்பப்படுதலின், அவற்றின் நீடித்ததான பொருத்தமான தன்மையின் விளைவுமேயாகும். எனவே ஹெர் டூரிங் தனது புகழார்ந்த இரு மனிதர்கள் தமது பொருளாதார உறவுகளைச் சமத்துவ அடிப்படையில் நடத்த அதிகத் தொந்தரவு இன்றி அனுமதித் திருக்கிறார் என்றால் இது பொதுஜன விருப்பு வெறுப்புக்கு முற்றிலும் இயல்பானதாக இருப்பதே காரணம். உண்மையில் ஹெர் டூரிங் தமது தத்துவவியலை இயற்கை என்றழைக்கக் காரணம் இது அவருக்கு முற்றிலும் இயற்கை என்று தோன்றுவனவற்றிலிருந்தே முற்றாக வருவிக்கப்பட்டதாகும். அவை ஏன் அவருக்கு இயல்பாகத் தோன்றின என்ற கேள்வியை அவர் கேட்டுக் கொள்ளவில்லை.

11. ஒழுக்க நெறியும் சட்டமும் சுதந்திரமும் அவசியமும்

"அரசியல் மற்றும் சட்டத்துறையில் இந்த Kursus இல் விளக்கப் பெற்றுள்ள கோட்பாடுகள் ஆக விரிவான தனித்துறை ஆராய்ச்சி களை அடிப்படையாக்கியவையாகும். எனவே... இங்கு நம்மிட மிருப்பது சட்டம் மற்றும் அரசியல் விஞ்ஞானத் துறையில் எட்டியுள்ள முடிவுகளின் முரண்பாடற்ற விளக்கமே என்ற உண்மையிலிருந்து துவங்க வேண்டுவது அவசியம். சட்ட இயல் எனது ஆரம்ப விசேஷப் பாடம், அதற்காக நான் வழக்கமான மூன்றாண்டு தத்துவமுறைப் பல்கலைக்கழகத் தயாரிப்புகளில் மட்டும் ஈடுபடவில்லை. மேலும் மூன்றாண்டு காலம் நீதிமன்றத்தில் செயலாற்றிய போதும் அதன் விஞ்ஞான உள்ளடக்கத்தை மேலும் ஆழப்படுத்தும் நோக்கத்துடன் குறிப்பாக அதைத் தொடர்ந்து ஆராய்ந்தேன். இந்தத் துறையின் எல்லாப் பலவீனங்களும் அதன் பலமான அம்சங்களும் எனக்கு நன்றாகத் தெரிந்து இருந்தன என்ற உணர்வு இல்லாதிருக்குமானால், தனியார் சட்ட உறவுகள் அதனோடு இணைந்த சட்டப் பற்றாக்குறைகள் பற்றிய விமர்சன விளக்கத்தை நிச்சயமாய் இத்துணை நம்பிக்கையுடன் முன் வைத்திருக்க முடியாது."

தன்னைப் பொறுத்தவரை இதை நியாயப்படுத்திக் கூறிக் கொள்ளும் ஒரு மனிதர்.

"ஹெர் மார்க்சின் ஒரு காலத்தில் அசட்டை செய்யப்பட்டது என்று ஒப்புக்கொள்ளப்பட்ட சட்டப்படிப்புக்கு"

நேர்மாறான நிலையில் துவக்கத்திலிருந்தே நம்பிக்கையை ஊக்குவிக்க வேண்டும்.

எனவே இந்தக் காரணத்தால்தான் இத்தகைய நம்பிக்கையுடன் அரங்கமேறும் தனியார் சட்ட உறவுகள் பற்றிய விமர்சன விளக்கம் நம்மிடம்,

"சட்ட இயலின் விஞ்ஞானத் தன்மை இதுவரையில் வளர்க்கப் படவில்லை," என்றும் நேர்நிலை குடியுரிமைச் சட்டம் பலப் பிரயோகத்தை அடிப்படையாக்கிய சொத்துரிமையினை

அனுமதிப்பதால் அது அநீதியானது எனவும், குற்றவியல் சட்டத்தின் "இயற்கை அடிப்படை" பழிவாங்கல் எனவும்-

இந்தத் துணிபுரையில் இருக்கும் ஒரே ஒரு புதிய விஷயம் "இயற்கை அடிப்படை" என்ற மாயாவாதப் போர்வையே - கூறுவ தோடு தம்மைக் கட்டுப்படுத்திக் கொள்வது நமக்கு வியப்பைத் தருகிறது. அரசியல் விஞ்ஞானத்திலான முடிவுகள் புகழார்ந்த மூன்று மனிதர்களின் இடைபாடுகள் அளவுக்கு வரையறுக்கப்பட்டுவிட்டன. அவர்களில் ஒருவர் மற்றவர்களைப் பலப்பிரயோகத்தால் கீழடக்கி வந்திருக்கிறார். இவர்களில் பலப்பிரயோகத்தையும் ஆட்படுத்தலையும் முதலில் புகுத்தியவர் இரண்டாம் நபரா, மூன்றாம் நபரா என்பதைக் கண்டறிய ஹெர் டூரிங் முழுக் கவனம் செலுத்தி ஆய்வு நடத்தி வருகிறார்.

நமது நம்பிக்கைக்குரிய சட்டவியல் நிபுணரின் ஆக விரிவான தனித்துறை ஆராய்ச்சிகளையும், மூன்றாண்டு காலம் நீதிமன்றத்தில் சட்டத் தொழில் நடத்தியதால் ஆழமடைந்த அவரது புலமையையும் குறித்து நாம் சற்று அதிக ஆழமாகவே பரிசீலிப்போமாக.

ஹெர் டூரிங் லஸ்ஸால் பற்றி எம்மிடம் கூறுகிறார்,

அவர் "ஒரு பணப்பெட்டியைத் திருடுவதற்கான முயற்சிக்கு ஏவியதாக குற்றம் சாட்டப்பட்டார்" எனவும், ஆனால் "நீதிமன்ற தண்டனை எதுவும் பதிவு செய்ய முடியவில்லை எனவும், காரணம் அன்றும் சாத்தியமாக இருந்த போதிய சாட்சியமின்மையால் விடுதலை செய்யப்படும் முறை இடையிட்டு இந்த அரை விடுதலை கிடைத்தது" எனவும் கூறுகிறார்.

இங்கு குறிப்பிடப்படும் லஸ்ஸால் வழக்கு 1848 கோடையில் கொலோன் நீதிமன்றத்தின் முன் விசாரணைக்கு வந்தது,[63] இங்கு ரைன் மாகாணம் முழுவதையும் போலவே பிரெஞ்சு குற்றவியல் சட்டம் அமுலில் இருந்தது. அரசியல் குற்றம் மற்றும் குற்றச் செயல்களுக்கும் மட்டுமே விதிவிலக்காகப் பிரஷ்யன் Landrecht (சட்டம்) புகுத்தப் பட்டிருந்தது. ஆனால் 1848 ஏப்ரலிலேயே இந்த விதிவிலக்கு பிரயோகம் காம்ப்ஹாசனால் ரத்து செய்யப்பட்டுவிட்டது. குற்றம் செய்ய "ஏவுவது" பற்றி "குற்றம் செய்யும் முயற்சிக்கு ஏவுவது" பற்றிய தெளிவற்ற பிரஷ்யன் Landrecht வகையினம் குறித்து பிரெஞ்சு சட்டத்திற்கு எதுவும் தெரியாது. அதற்குக் குற்றம் புரியத் தூண்டுதல் பற்றித் தெரியும். இது தண்டனைக்குரியது; இது "பரிசுகள், வாக்குறுதிகள், அச்சுறுத்தல், அதிகாரம் அல்லது செல்வாக்கு துஷ்பிரயோகம், குற்றகரமான தந்திரங்கள் அல்லது சூழ்ச்சிகள் மூலம்" செய்யப்பட்டு இருத்தல்

வேண்டும் (Code penal, விதி. 60)⁶⁴. பிரஷ்யன் Landrecht இல் ஊறிக் கிடந்த அரசாங்க வழக்கறிஞர்கள் ஹெர் டூரிங் செய்தது போலவே கூர்மையாக வரையறுக்கப்பட்ட பிரெஞ்சு சட்டத் தொகுதிக்கும் Landrecht இன் தெளிவற்ற வரையறையற்ற தன்மைக்கும் இடையிலான வித்தியாசத்தைப் புறக்கணித்து லஸ்ஸாலை ஒரு பாரபட்சமாக நடத்தப்பட்ட வழக்குக்கு ஆட்படுத்தி இந்த வழக்கில் அதிர்ச்சி யுண்டாக்கும் விதத்தில் தோல்வியடைந்தனர். நவீன பிரெஞ்சுச் சட்டம் பற்றிய முற்றும் அறியாத நபர்தான் பிரெஞ்சு குற்றவியல் வழக்கு நடைமுறை பிரஷ்ய Landrecht வடிவிலான "சாட்சியம் போதாதால் விடுதலை" என்ற இந்த அரை விடுதலை அனுமதிக்கும் என்று துணிந்து அறைவார்; பிரெஞ்சு சட்டப்படியான குற்றவியல் வழக்கு நடைமுறை தண்டனை அல்லது விடுதலைக்கு வகை செய்கிறது, இவற்றுக்கு இடையிலான எதையும் வழங்குவதில்லை.

ஹெர் டூரிங் தம் கைகளில் Code Nopoleon⁶⁵ வைத்திருந்திருப் பாரானால், லஸ்ஸாலை எதிர்த்து இந்த "ஆடம்பர நடையிலான வரலாற்று வர்ணனையைப்" புரிந்திருக்க முடியாது என்று நாம் நிர்ப்பந்தமாகக் கூற வேண்டியுள்ளது. எனவே, நவீன பிரெஞ்சுச் சட்டம் - மாபெரும் பிரெஞ்சுப் புரட்சியின் சமுதாய சாதனைகள் மீது நிலைபெற்றுள்ள, அவற்றைச் சட்ட வடிவில் செயல்படுத்துகிற, ஒரே நவீன குடியுரிமைச் சட்டத் தொகுதி என்பது ஹெர் டூரிங்குக்கு முற்றாகத் தெரியாது என்ற உண்மையை நாம் எடுத்துக் கூற வேண்டும்.

இன்னொரு இடத்தில் பிரெஞ்சு மாதிரிக்கு ஏற்ப மாகண்டம் முழுவதிலும் ஏற்றுக் கொள்ளப்பட்டுள்ள பெரும்பான்மைத் தீர்ப்புடன் கூடிய நீதிபதிகள் விசாரணை பற்றிய விமரிசனத்தில் நம்மிடம் போதிக்கப்படுவதாவது:

"கருத்துகள் வேறுபடும் இடத்தில் தண்டனை வழங்குவது ஒரு செம்மையான சமுதாயத்தில் அசாத்தியமான அமைப்புகளில் ஒன்றாக இருக்கும் என்ற கருத்தைப் பற்றிப் பரிச்சயம் பெற்றிருப்பது கூட சாத்தியம் - அதைப் பற்றியவரை வரலாற்றில் முன்னுதாரணங்கள் இல்லை என்று கூற முடியாது... எனினும் ஏற்கெனவே மேலே எடுத்துக் காட்டியுள்ளபடி இந்த முக்கியமான மற்றும் ஆழ்ந்த அறிவுள்ள சிந்தனைப் பாணி மரபான வடிவங் களுக்குப் பொருத்தமானதல்ல, காரணம் இது அவற்றுக்குப் பொருந்தாத அளவுக்கு மிகவும் நல்லது."

மீண்டும் ஒருமுறை ஹெர் டூரிங், ஆங்கிலேயப் பொதுச் சட்டத்தில் அதாவது எழுதாத சட்டமான வழக்காறு தொன்னெடுங்கால முதல் நிச்சயமாயும் பதினான்காம் நூற்றாண்டு முதல் அமுலில் இருக்கிறது

என்பதையும் அதன்படி குற்றவழக்குகளில் தண்டனைகள் விதிப்பது மட்டுமன்றி சிவில் குடியுரிமை வழக்குகளில் தீர்ப்பளிப்பதிலும் கூட நீதிபதிகளின் ஒருமுகமான முடிவு அறவே இன்றியமையாதது என்ற உண்மையை அறியாதவராக இருக்கிறார். இவ்வாறாக முக்கியமான மற்றும் ஆழ்ந்த அறிவுள்ள சிந்தனைப் பாணி இன்றைய உலகுக்குப் பொருந்தாத அளவுக்கு மிகவும் நல்லதாக இருப்பது என்று ஹெர் டூரிங்கால் கருதப்படும் அது, இங்கிலாந்தில் இருள் சூழ்ந்த மத்திய காலங்களிலேயே சட்டச் செல்தகைமை பெற்றிருந்தது. இங்கிலாந்தி லிருந்து அது அயர்லாந்துக்கும், அமெரிக்க ஐக்கிய நாட்டுக்கும் மற்றும் எல்லா ஆங்கிலேயக் காலனிகளுக்கும் கொண்டுவரப்பட்டது. இருப் பினும் ஆக விரிவான விசேஷ ஆராய்ச்சிகள் ஹெர் டூரிங்குக்கு இவை அனைத்தின் ஆக மெல்லிய சலசலப்பைக் கூட வெளிப்படுத்தவில்லை! நீதிபதிகளின் ஒருமுகமான தீர்ப்பு தேவைப்படுகின்ற இந்தப் பரப்பு பிரஷ்யன் Landrecht அமுலில் இருக்கும் ஆகச்சிறிய பரப்பை விடவும் எல்லையற்ற அளவு மிகப்பெரிது என்பது மட்டுமல்ல, நீதிபதிகள் பெரும்பான்மை வாக்குகளால் முடிவு செய்யும் பகுதிகள் முழுவதையும் எடுத்துக் கொண்டாலுங்கூட அவற்றைவிட மிகவும் விரிவானது. ஒரு நவீனச் சட்டமான பிரெஞ்சுச் சட்டம் மட்டும்தான் ஹெர் டூரிங்குக்கு முற்றாகத் தெரியாது என்பதல்ல, இன்றுவரை ரோமன் சட்டத்தி லிருந்து சுதந்திரமாக வளர்ச்சியடைந்து உலக முழுதும் பரவியுள்ள ஜெர்மானியச் சட்டமான - ஆங்கிலச் சட்டம் பற்றியும் அவர் அதே அளவு அறியாதவராக இருக்கிறார். ஹெர் டூரிங் அதைப் பற்றி ஒன்றுமே தெரியாதவராக இருப்பது ஏன்? காரணம்,

சட்டமுறைச் சிந்தனை முறையில் ஆங்கிலேய பாணி "ஜெர்மன் மண்ணில் அளிக்கப்பெற்ற பழம்பெரும் ரோமன் சட்ட நிபுணர்களின் தூய கருத்தமைப்புகளின் பயிற்சியை எதிர்த்து நிற்க முடியாது"

என்று கூறுகிறார் ஹெர் டூரிங். அவர் மேலும் கூறுவதாவது:

> "எமது இயல்பான மொழிக் கட்டுமானத்தோடு ஒப்பிடும் போது அதன் குழந்தைத்தனமான கதம்ப மொழியுடனான ஆங்கிலம் பேசும் உலகம் எம்மாத்திரம்?"

இதற்கு நாம் Ignorantia non est argumentum என்று ஸ்பினோஸாவின் கூற்றில் விடை பகரலாம். அறியாமை வாதமல்ல.[66]

எனவே, ஹெர் டூரிங்கின் ஆக விரிவான விசேஷ ஆராய்ச்சி அவர் மூன்றாண்டுகள் Corpus Iuris[67] சட்டத் தத்துவார்த்தப் படிப்பிலும் மேலும் மூன்றாண்டுகள் உத்தமப் பிரஷ்யன் Landrecht பற்றிய நடைமுறை ஆய்விலும் அவர் கவனம் கவரப்பட்டிருந்தது என்பது

தவிர வேறு எந்த இறுதி முடிவுக்கும் வர முடியாது. இது நிச்சயமாயும் மிகவும் மதிப்புடையதே, பழைய பிரஷ்யாவின் உண்மையிலேயே மதிப்புடைய மாவட்ட நீதிபதி அல்லது வழக்குரைஞருக்குப் போது மானது. ஆனால் ஒரு நபர் எல்லா உலகங்களுக்கும் எல்லாக் காலங்களுக்குமான ஒரு சட்டத் தத்துவஞானத்தினைத் தொகுக்க முன் வருவாரானால், பிரஷ்யன் Landrecht மலர்ந்து செழிக்கும் ஜெர்மனியின் சிறு மூலையைவிட வரலாற்றில் முற்றிலும் வேறுபட்ட பாத்திரம் வகித்துள்ள பிரெஞ்சு ஆங்கில, அமெரிக்க தேசங்களின் சட்டமுறைகளில் அவர் குறைந்தபட்சம் ஓரளவுக்காவது பரிச்சயம் பெற்றிருக்க வேண்டும். அவரை நாம் மேலும் பின் தொடர்ந்து காண்போம்.

"மிகப் பல்வேறு திசைகளில் மிகவும் தன்னிச்சையான முறையில் ஒன்றுக்கு இன்னொன்று எதிராக சில சமயம் பொதுச் சட்ட மாகவும், சில சமயம் எழுதப்பட்ட சட்டமாகவும் முற்றிலும் சட்ட ரூபத்தில் ஆக முக்கியமான பிரச்சினைகளைப் பெரும் பாலும் உருமாற்றிக்காட்டும் ஸ்தல, மாகாண, மற்றும் தேசியச் சட்டங்களின் பல்வகைப்பட்ட கதம்பம் - குறிப்பிட்ட கருத்துகள் பொதுக் கோட்பாடுகளைப் புறக்கணித்து நடத்துவதும், சில சமயங்களில் பொதுக் கோட்பாடுகள் குறிப்பிட்ட கருத்துகளைப் புறக்கணித்து நடத்துவதுமான, இந்தக் குழப்பம் மற்றும் முரண்பாட்டின் மாதிரி நூல் - சட்ட இயல் பற்றி எவரும் தெளிவான கருத்தோட்டத்தினைப் பெற இயலும் வகையில் உண்மையில் திட்டமிடப்பட்டதல்ல."

இந்தக் குழப்பம் எங்கே இருக்கிறது? மீண்டும் ஒரு முறை பிரஷ்யன் Landrecht ஆதிக்கம் செலுத்தும் பகுதிக்குள்ளேதான், அங்கு இந்த Landrecht இன் மேலோ அல்லது கீழிலோ மற்றும் அதனுடனோ செல்லும் மாகாணச் சட்டங்கள் மற்றும் ஸ்தலச் சட்டங்கள் உள்ளன. இங்குமங்குமாக மிகவும் வேறுபட்ட அளவிலான ஒப்பியல் செல் தகைமை அளவுடையதான ஹெர் டூரிங் இங்கு இவ்வளவு பரிவுடன் எதிரொலிக்கும் தொழில்புரியும் சட்ட நிபுணர்கள் உதவி கோரி இதர கூளங்களும் உள்ளன. அவர் தனது அன்புக்குரிய பிரஷ்யாவுக்கு வெளியில் கூடச் செல்லத் தேவை இல்லை. இவையாவும் கடந்த எழுபதாண்டுகளாகத் தீர்ந்து போன பிரச்சனைகளே என்பதைத் தானே மெய்ப்பித்து உணர்வதற்கு அவர் ரைன் மாகாணம் வரையில் வந்தாலே போதும், இதர நாகரிகம் பெற்ற நாடுகள் பற்றிப் பேசவே வேண்டாம் அவற்றில் இந்தப் பத்தாம் பசலி நிலைமைகள் நெடுங்கால முன்பே ஒழிக்கப்பட்டுவிட்டன.

மேலும்:

“ஓரளவுக்குக் குறைவான பச்சையான வடிவில் தனிநபர்களின் இயற்கையான பொறுப்பு, சட்டக்குழு அல்லது இதர பொது அதிகார அமைப்புகளின் இரகசியமான எனவே அநாமதேயமான கூட்டு முடிவுகளாலும் செயல்களாலும் திரையிடப்படுகின்றது; இது ஒவ்வொரு தனி உறுப்பினரின் சொந்தப் பங்கினை மூடி மறைக்கிறது.”

இன்னொரு வாசகத்தில்:

“நமது இன்றைய நிலைமையில் ஒருவர் கூட்டு அமைப்புகளின் சாதனம் மூலம் தனிப்பட்ட பொறுப்புகள் மேம்போக்காகக் கருதப்படுவதையும், மூடிமறைக்கப்படுவதையும் எதிர்ப்பாரானால் அது ஒரு வியப்புத் தரும் மிகவும் கண்டிப்பான கோரிக்கையாகக் கருதப்படும்.

ஆங்கிலச் சட்டத் துறையில் நீதிபதிகள் சபையிலுள்ள ஒவ்வொரு உறுப்பினரும் தனது தீர்ப்பைத் தனியாகப் பகிரங்கமாக நீதிமன்றத்தில் அளிக்க வேண்டும் அதற்கு அடிப்படையாக உள்ள காரணங்களைக் கூற வேண்டும் என்பதையும், தேர்ந்தெடுக்கப்படாத பகிரங்கமாக அலுவல் நடத்தாத வாக்களிக்காத நிர்வாகக் கூட்டு அமைப்புகள் குறிப்பாயும் பிரஷ்யன் அமைப்பே என்பதையும் பெரும்பாலான நாடுகளில் இவை பற்றித் தெரியாது என்பதையும் எனவே அவரது கோரிக்கை பிரஷ்யாவில் மட்டுமே வியப்பூட்டுவதாகவும் கண்டிப்பான தாகவும் கருதப்படக்கூடும் என்பதையும் அவருக்கு நாம் கூறினால் ஹெர் டூரிங் அதை வியப்பூட்டும் தகவலாகக் கருதுவார் போலும்.

இதே போன்று, பிறப்பு, திருமணம், இறப்பு, அடக்கம் செய்தல் ஆகியவற்றில் சமயச் சடங்குகள் கட்டாயமாகப் புகுத்தப்பட்டிருப்பது குறித்த அவரது புகார்களும் பெரும் நாகரிக நாடுகளில் வைத்துப் பிரஷ்யாவுக்கு மட்டுமே பொருந்துவதாக இருந்தது; சிவில் குடியுரிமைச் சட்ட முறையில் பதிவு செய்தல் ஏற்கப்பட்ட பிறகு அங்கும் கூட இனி மேல் அது பொருந்தாது.[68] ஹெர் டூரிங் எதிர்காலத்தில் “சமூக இயல்பு சார்ந்த” [socialitarian] நிலைமைகளால் மட்டுமே சாதிக்க விருந்ததை இதற்கிடையே பிஸ்மார்க் கூட சாமானியச் சட்டம் மூலம் நிர்வகித்து விட்டார்.

இதே போன்றதுதான் “நீதிபதிகள் அவர்களது தனித் தொழிலுக்குப் போதிய அளவு தயார் செய்யப்படுவதில்லை என்ற குற்றச்சாட்டும்.” இது “நிர்வாக அதிகாரிகளையும்” கூட உட்படுத்தி விரிவாக்கப் படலாம். இது குறிப்பாகவும் பிரஷ்யன் ஒப்பாரி [jeremiad] யாகும்;

படுமோசமான வெறியளவுக்கு அவர் மேற்கொள்ளும் யூதர்கள் மீதான அவரது பகைமையும் கூட - இதை அவர் சாத்தியமான சகல சந்தர்ப்பங்களிலும் வெளிக்காட்டுகிறார் - குறிப்பாகப் பிரஷ்யத் தன்மை கொண்டதாக இல்லாவிடினும் எல்ப் நதிக்கும் கிழக்கேயான பிராந்தியத்திற்குப் பிரத்தியேகமானது. எல்லா விருப்பு வெறுப்புகள் மற்றும் மூடநம்பிக்கைகள் மீது சர்வசுதந்திர இகழ்ச்சியுடைய இதே எதார்த்தத்தின் தத்துவவியலாளர், தாமே சொந்த விசித்திர எண்ணங் களில் ஆழமாக மூழ்கிக்கிடப்பதால் யூதர்களை எதிர்த்த பொதுவான தப்பெண்ணத்தை, மத்தியகால மூடவெறியின் மரபாக வந்த அதனை "இயல்பான காரணங்களை" அடிப்படையாக்கிய "இயல்பான தீர்ப்பு" என்று கூறுகிறார்; மற்றும் "சற்றே பலமான யூதக் கலப்புடைய மக்களின் நிலைமைகளை எதிர்க்கக்கூடிய ஒரே சக்தி சோஷலிசமே" என்ற துணிபுரையுடன் பிரமிடுகளின் சிகரத்திற்கு உயர்கிறார். (யூதக் கலப்புடைய நிலைமைகள்! எத்தகைய "இயற்கை" ஜெர்மானியர்!)

இதோடு இது போதும். சட்டப் புலமை பற்றிய பகட்டார வாரமான ஜம்பங்கள் அதிகமாய்ப் போனால் பழைய பிரஷ்யாவின் முற்றும் சாமானிய சட்டவியலாளரின் யாவரும் அறிந்த தனித் தொழில் அறிவை மட்டுமே அடிப்படையாகக் கொண்டிருக்கின்றன. ஹெர் டூரிங் இடையறாது விரிவுரை செய்து வரும் சட்ட மற்றும் அரசியல் விஞ்ஞானத்தின் சாதனைகள் பிரஷ்ஷியன் Landrecht ஆதிக்கம் செலுத்தும் பரப்புக்குப் "பொருத்தமாக அமைகிறது." ஒவ்வொரு சட்டவியலாளரும் தற்போது இங்கிலாந்திலும் கூட ஓரளவுக்கு அறிந்திருக்கும் ரோமன் சட்டம் நீங்கலாக அவரது சட்டஞானம் முற்றாகவும் முழுமையாகவும் பிரஷ்யன் Landrecht உடன் அடங்கிய தாகும் - அறிவொளி பெற்ற ஒரு தந்தை வழி எதேச்சாதிகாரத்தின் இந்தச் சட்டத் தொகுப்பு ஹெர் டூரிங்கால் பயிற்றுவிக்கப்பட்டது போலத் தோற்றமளிக்கும் ஜெர்மன் நடையில் எழுதப் பெற்றுள்ளது. இது அதன் ஒழுக்க நெறி மேம்போக்குகள், சட்டமுறைத் தெளிவின்மை, முரண்பாடுகள், சித்திரவதை மற்றும் தண்டனைக்கான மார்க்கம் என்ற முறையிலான பிரம்படி போன்றவை காரணமாக முற்றிலும் புரட்சிக்கு முந்தைய சகாப்தத்தைச் சேர்ந்ததாகும். இதற்கு அப்பால் நிலவும் எதனையும் - நவீன பிரெஞ்சுச் சட்டம், முற்றிலும் பிரத்தியேகமான வளர்ச்சியும் மாகண்டத்தில் எங்கும் கண்டிராத வகையிலான தனிநபர் சுதந்திரத்தினைப் பாதுகாக்கும் தன்மையும் கொண்ட ஆங்கிலச் சட்டம் இவை இரண்டையும் ஹெர் டூரிங் தீமை என்று கருதுகிறார். "வெறும் தோற்றத்திலான அறிவெல்லை எதனதும் செல்தகைமை யினை அனுமதிக்காத, ஆனால் தனது வலிமைமிக்க புரட்சிகரப் படுத்தும் இயக்கத்தில் புற மற்றும் அக இயற்கையின் அனைத்து

மண்ணுலகங்களையும் விண்ணுலகங்களையும் திறந்து காட்டும்" தத்துவவியல், பழைய பிரஷ்யாவின் ஆறு கிழக்கு மாகாணங்களின் எல்லைகளையும்[69], கூடுதலாக இந்த உத்தம Landrecht ஆதிக்கம் செலுத்தும் இதர துண்டு நிலங்களையுமே தனது உண்மையான அறிவெல்லையாகக் கொண்டிருக்கிறது; அறிவெல்லைக்கு அப்பால் அது மண்ணுலகங்களையோ விண்ணுலகங்களையோ, புற அல்லது அக இயற்கையினையோ திறந்து காட்டுவதில்லை, ஆனால் உலகின் இதர பகுதிகளில் என்ன நடக்கிறது என்பது பற்றிய முழு மடமையான அறியாமையினை மட்டுமே வெளிப்படுத்துகிறது.

சுதந்திர சித்தம் என்று அழைக்கப்படும் பிரச்சினை, மனிதனின் மனத்திற்குரிய பொறுப்பு, அவசியத்திற்கும் சுதந்திரத்துக்குமிடையிலான உறவு ஆகியவற்றைப் பிரஸ்தாபிக்காமல் ஒழுக்கநெறி மற்றும் சட்டம் பற்றி விளக்குவது கடினம். எதார்த்தத்தின் தத்துவவியலிடமும் இந்தப் பிரச்சனைக்கு ஒன்று மட்டுமல்ல இரண்டு தீர்வுகள் உள்ளன.

சுதந்திரம் பற்றிய எல்லாப் பொய்யான தத்துவங்களும் அகற்றப்பட்டு, அவற்றின் இடத்தில் நாம் அனுபவத்தில் அறிந்த ஒருபுறம் அறிவாய்வான தீர்ப்பு மறுபுறம் உந்து ஆற்றல் ஆகியவற்றின் இடையிலான உறவுத் தன்மை அவற்றை ஒரு கூட்டு விளைவான சக்தியாக ஒற்றுமைப்படுத்தும் உறவு என்று இப்படியும் சொல்லத் தக்க தன்மை - புகுத்தப்பட வேண்டும். இந்த வடிவிலான இயங்கியலின் அடிப்படை உண்மைகள் காட்சிப் பதிவீட்டிலிருந்து பெறப்பட வேண்டும். இன்னும் நடைபெற்றிராத நிகழ்ச்சிகள் பற்றிய முன் கூட்டியதான கணிப்புக்கு பொதுவாக அவற்றின் தன்மை மற்றும் பரிமாணத்தை பொறுத்தவரை சாத்தியமான அளவு நெருக்கமாக மதிப்பிடப்பட வேண்டும். இந்த வழியில் ஆயிரக்கணக்கான ஆண்டுகளாக மக்கள் அசை போட்டும் உண்டு வளர்ந்தும் வந்திருக்கும் உள் சுதந்திரம் பற்றிய முட்டாள் தனமான மயக்கங்கள் மிகவும் கண்டிப்பான முறையில் அகற்றப்பட்டு வெளியேற்றப்படுவது மட்டுமன்றி, அவற்றின் இடத்தில் ஆக்க பூர்வமான சில புகுத்தப்படும், நடைமுறையில் வாழ்க்கையினை முறைப்படுத்திக்கொள்ள அவற்றைப் பயன்படுத்தலாம்."

இவ்வாறாகக் கருதிப் பார்க்கும் பொழுது அறிவாய்வுத் தீர்ப்பினைக் கொண்ட சுதந்திரம் ஒரு மனிதனை வலது பக்கம் இழுக்கிறது. அதே பொழுதில் பகுத்தறிவுக்கு ஒவ்வாத உந்து ஆற்றல்கள் அவனை இடது பக்கம் இழுக்கின்றன. இந்தச் சக்திகளின் இணைவகத்தில் எதார்த்த இயக்கம் மூலைவிட்டத்தின் திசைவழியில் செல்கிறது. எனவே சுதந்திரம் தீர்ப்புக்கும் உந்து ஆற்றலுக்கும், அறிவுக்கும் அறிவுக்குப்

பொருந்தாதற்கும் இடையிலான இடைநிலையாகும். ஒவ்வொரு தனிப்பட்ட நிகழ்விலும் அதன் அளவு வானியல் பாஷையைப் பயன்படுத்திக் கூறினால் "சொந்த சமன்பாட்டில்" அனுபவத்தின் அடிப்படையில் நிர்ணயிக்கப் படலாம்.[70] ஆனால் சில பக்கங்களுக்கு அப்பால் நாம் காண்கிறோம்:

"நாம் சுதந்திரத்தின் மீது தார்மிகப் பொறுப்பை அடிப்படை யாக்குகிறோம். இது எமக்கு நமது இயல்பான மற்றும் புதிதாய்ப் பெற்ற அறிவுக்கு ஏற்ப நிலவும் உணர்வு பூர்வமான உள்ளெண்ணங் களின் எளிதில் பதியுந்தன்மை தவிர வேறு எதுவுமன்று. உள் ளெண்ணங்கள் யாவும் சாத்தியமானச் செயல்பாடுகள் பற்றிய உணர்வு இருந்துங்கூட ஓர் இயற்கை விதியின் தவிர்க்கவொண்ணாத் தன்மையுடன் இயங்குகின்றன; ஆனால் குறிப்பாயும் இந்தத் தவிர்க்க முடியாத கட்டாயத்தைத் தான் நாம் ஒழுக்க நெம்பு கோல்களைப் பிரயோகிக்கும் போது சார்ந்து நிற்கிறோம்."

முதல் வரையறுப்பை முற்றும் மடக்கிப்போடும் வகையில் திடீர் அடி கொடுக்கும், சுதந்திரம் பற்றிய இந்த இரண்டாவது வரையறுப்பு, மீண்டும் ஹெகலின் கருத்தமைப்பின் மோசமான கொச்சைப்படுத்தலே அன்றி வேறு எதுவும் அன்று. சுதந்திரத்திற்கும் தேவைக்கும் இடை யிலான உறவை முதலில் சரியாகக் கூறியவர் ஹெகலே. அவருக்கு சுதந்திரம் தேவையின் மதிப்பீடாக இருந்தது. "தேவை, அதைப் புரிந்து கொள்ளாத வரையில் மட்டுமே, குருடாக இருக்கிறது."[71] சுதந்திரம் என்பது, இயற்கை விதிகளிலிருந்து விடுபடுவதன் கனவில் ஆக்கப் பெற்றதல்ல மாறாக இந்த விதிகள் பற்றிய அறிவிலும், திட்ட வட்டமான லட்சியங்களை நோக்கி அவற்றை முறையாகச் செயல்பட வைக்க இது வழங்கும் சாத்தியக்கூறிலும் ஆக்கப்பெற்றதாகும். புற வெளி இயற்கையின் விதிகள், மனிதனின் உடல் மற்றும் மனம் சார்ந்த வாழ்வை ஆளுமை செய்யும் விதிகள் இரண்டின் விஷயத்திலும் இது பொருந்தும், - நாம் எதார்த்தத்தில் அல்ல சிந்தனையில் மட்டுமே அதிகபட்சம் ஒன்றிலிருந்து ஒன்றைப் பிரிக்கக் கூடியதான இரு வகையான விதிகள் இவை. எனவே சித்தத்தின் சுதந்திரம் என்பது விஷயம் பற்றிய அறிவுடன் முடிவுகளைச் செய்யும் ஆற்றல் என்றே பொருளாகும், வேறு எதுவும் அன்று. எனவே ஒரு திட்டவட்டமான பிரச்சனை சம்பந்தமாக ஒரு மனிதனின் தீர்ப்பு எவ்வளவு அதிக சுதந்திரமாக இருக்கிறதோ அந்தளவுக்கு இந்தத் தீர்ப்பின் உள்ளடக்கத்தை நிர்ணயிப்பதற்கான தேவை அதிகமாக இருக்கும்; பல வேறுபட்ட மற்றும் முரண்பாடான சாத்தியமான முடிவுகளிடை தன்னிச்சையாகத் தேர்வு செய்யும் அறியாமையை அடிப்படையாக்கிய நிச்சயமின்மை

இதன் மூலம் அது சுதந்திரமானதல்ல என்பதையும் அது தானே கட்டுப்படுத்த வேண்டிய அதே பொருளால் கட்டுப்படுத்தப்படுகிறது என்பதையும் குறிப்பாகக் காட்டுகிறது. எனவே சுதந்திரம், நம்மீது புறவெளி இயற்கை மீதுமான கட்டுப்பாட்டை, இயல்பான தேவை பற்றிய அறிவின் மீது அடிகோலப்பட்ட ஒரு கட்டுப்பாட்டைக் கொண்டதாகும்; எனவே அவசியமாயும் அது வரலாற்று வளர்ச்சியின் விளைவாகும். விலங்குகளின் உலகிலிருந்து தம்மைத்தானே வேறு பிரித்துக் கொண்டே முதல் மனிதர்கள் எல்லாப் பிரதான அம்சங் களிலும் விலங்குகள் இருப்பது போன்றே சுதந்திரமற்று இருந்தார்கள்; ஆனால் கலாச்சாரத் துறையிலான ஒவ்வொரு படியும் சுதந்திரத்தை நோக்கிய ஒரு படியாகும். மனித வரலாற்றின் நுழைவாயிலில் இயந்திரிக இயக்கத்தை வெப்பமாக மாற்ற முடியும் என்ற கண்டு பிடிப்பு நிற்கிறது; உராய்தல் மூலம் நெருப்பு உற்பத்தி; இதுவரை ஏற்பட்டுள்ள வளர்ச்சியின் இறுதியாக வெப்பம் இயந்திரிக இயக்கமாக மாற்றப்படலாம் என்ற கண்டுபிடிப்பு: நீராவி எஞ்சின் நிற்கிறது.

சமுதாய உலகில் நீராவி எஞ்சின் நடத்திவருகிற - இன்னும் பாதி முழுமை பெறாத - பிரம்மாண்டமான விடுதலைப் புரட்சி இருந்த போதிலும், உராய்வு மூலம் நெருப்பு உற்பத்திச் செய்யப்பட்டதானது மனித குலத்தின் விடுதலையில் மேலதிகமான விளைவை உண்டாக்கியது என்பது சகல ஐயங்களையும் கடந்துவிட்ட உண்மை. காரணம் உராய்வு மூலம் நெருப்பு உற்பத்தி செய்யப்பட்டதானது முதல் தடவை யாக இயற்கையின் சக்திகளில் ஒன்றின் மீதான கட்டுப்பாட்டை மனிதனுக்கு வழங்கியுள்ளது. அதன் மூலம் அவனை என்றென்றைக்குமாக விலங்குகள் உலகினின்றும் வேறு பிரித்துள்ளது. நீராவி எஞ்சின் அதைச் சார்ந்து நிற்கும் அந்த அனைத்து அளப்பரிய உற்பத்திச் சக்தி களைப் பிரதிநிதித்துவப்படுத்துவதாக எமது பார்வையில் முக்கியமாகத் தோற்றமளித்த போதிலும், அதனால் மனிதகுல வளர்ச்சியில் இத்தகைய வலிமை மிக்க முன்னேற்றப் பாய்ச்சலைக் கொண்டுவர முடியாது; இந்தச் சக்திகள் மட்டுமே வர்க்க வேறுபாடுகளோ, அல்லது தனி நபருக்கு உயிர் வாழ்வதற்கான சாதனங்கள் பற்றிய கவலையோ இனி என்றுமே இல்லாத ஒரு சமுதாய அமைப்பைச் சாத்தியமாக்கும்; இதன்கீழ் முதல் தடவையாக உண்மையான மனித சுதந்திரம் பற்றியும், ஏற்கெனவே அறியப்பட்டு விட்டதான இயற்கையின் விதிகளுடன் ஒத்திசைவுடன் நிலவுவது பற்றியும் பேச்சு எழும். ஆனால் மனிதகுல வரலாறு முழுவதும் இன்னும் எவ்வளவு இளமைப் பருவத்தில் இருக்கிறது. நமது இன்றைய கருத்துகளுக்கு முற்ற முழுச் செல் தகைமையினைச் சுமத்துவதற்கு முயல்வது எத்துணை முட்டாள் தனமாகும் என்பது, பண்டைய வரலாறு அனைத்துமே இயந்திரிக

இயக்கம் வெப்பமாக மாற்றப்படுவதைப் பற்றிய செயல்முறைக் கண்டுபிடிப்பு முதல் வெப்பத்தை இயந்திரிக இயக்கமாக மாற்றுவது வரையிலான சகாப்தத்தின் வரலாறே என்று சிறப்பாகக் குறிக்கலாம் என்ற சாமானிய உண்மையில் இருந்து நிதர்சனமாகிறது.

உண்மை, ஹெர் டூரிங் வரலாற்றை விளக்கும் முறை வேறான தாகும். பொதுவாக, தவறு, அறியாமை, காட்டுமிராண்டித்தனம், வன்முறை மற்றும் அடக்குதலின் வரிசைப்பதிவு என்ற முறையில் எதார்த்தத்தின் தத்துவவியலுக்கு வரலாறு வெறுக்கத்தக்க பொருளாகும்; ஆனால் விவரமாகக் கருதிப்பார்க்கும் போது இதை இரண்டு மாபெரும் காலகட்டங்களாகப் பிரிக்கலாம், அதாவது 1) பருப்பொருளின் சுயசமத்துவ நிலையில் இருந்து பிரெஞ்சுப் புரட்சிவரை; 2) பிரெஞ்சுப் புரட்சி முதல் ஹெர் டூரிங் வரை;

பத்தொன்பதாம் நூற்றாண்டு "பதினெட்டாம் நூற்றாண்டைவிட "இன்னும் சாராம்சத்தில் பிற்போக்கானதாகவே இருந்தது; அறிவுத் துறையிலும் மேலாதிகமாக" (!) "பிற்போக்கானதாகவே இருந்தது." இருந்தபோதிலும் அது சோஷலிசத்தைத் தன் கருப்பையில் தாங்கி நிற்கிறது அதோடு, பிரெஞ்சுப் புரட்சியின் முன்னோடிகளும் மற்றும் வீரர்களும் கற்பனை செய்ததை விடவும்" (!) "மேலும் வலிமையான புது வாழ்வின் கருமூலங் களைத்" தாங்கி நிற்கிறது.

எதார்த்தத்தின் தத்துவவியலின் அனைத்துப் பழம் வரலாற்றின் மீதுமான வெறுப்பு பின்வருமாறு நியாயப்படுத்தப்படுகிறது:

"இன்னும் வரவிருக்கும் ஆயிரக்கணக்கான ஆண்டுகளின் தொடர்ச்சி பற்றிச் சிந்திக்கும் போது, மூலாதார ஆவணங்களால் துணை புரியப்பட்டு ஊக்குவிக்கப் பெற்றுள்ள ஒரு சில ஆயிரம் ஆண்டுகளின் வரலாற்று வழியினையும் மனித அரசியல் அமைப்பையும் மறித்துப் பார்ப்பதிலான முக்கியத்துவம் மிகச் சிறிதே... ஒட்டு மொத்தமாக மனித இனம் மிகவும் இளமையாகவே உள்ளது. விஞ்ஞான வழி மறித்துப் பார்த்தால் ஆயிரக்கணக்கான ஆண்டுகளுக்குப் பதில் பதினாயிரக்கணக்கான ஆண்டுகளைக் கணக்கில் எடுத்துக்கொள்ள வேண்டிய காலம் வரும்பொழுது, நமது அமைப்புகளின் அறிவியல் ரீதியாக முதிர்ச்சியடையாத குழந்தைப் பருவம், நமது சகாப்தம் சம்பந்தப்பட்ட வரை மறுக்கவியலாத தானே விளங்குகிற ஒரு மெய்க்கோளாகிறது. இது பின்னால் தொன்மை பழமை என்று போற்றப்படும்."

கடைசி வாக்கியத்தில் உண்மையான "இயற்கையான மொழிக் கட்டமைப்பை" விளக்க முற்படாமல் இரு விஷயங்களை மட்டுமே

நாம் குறிப்பிடுவோம். முதலாவதாக, "இந்தத் தொன்மைப் பழமை" எப்படியும் எல்லா எதிர்காலத் தலைமுறைகளுக்கும் மிகப்பெரும் முக்கியத்துவமுள்ள வரலாற்று சகாப்தமாக இருக்கும். காரணம் இது பிந்தைய வளர்ச்சி அனைத்திற்கும் அடிப்படையாக அமைகிறது. ஏனெனில் இது விலங்குகளின் உலகில் இருந்து மனிதனை உருவாக்கு வதைத் தனது துவக்க நிலையாகவும், எதிர்காலத்தில் கூடிவாழும் மனித குலத்தை மீண்டும் என்றுமே எதிர்கொள்ளாத வகையில் தடைகளை வென்று சமாளிப்பதை உள்ளடக்கமாயும் கொண்டிருக்கிறது. மற்றும் இரண்டாவதாக இந்தத் தொன்மைப் பழமையின் இறுதி கட்டம் - இதற்கு நேர்மாறாக, வரலாற்றின் வருங்கால கட்டங்கள் இத்தகைய இடர்ப்பாடுகளாலும் தடைகளாலும் இனிமேல் பின்தள்ளப்பட மாட்டா, அவை முற்றிலும் வேறு விஞ்ஞான, தொழில்நுட்ப, சமுதாய சாதனைகளை உறுதியுடன் வலியுறுத்தும் - எப்படியும் இந்த ஆயிரக்கணக்கான ஆண்டுகளுக்கு வரப்போகிற சட்டங்களை, இவ்வளவு மோசமான "பின்தங்கிய" மற்றும் "பிற்போக்கான" நூற்றாண்டின் அறிவியல் ரீதியாக முதிர்ச்சியடையாத குழந்தைப் பருவத்தின் அடிப்படையில் கண்டுபிடிக்கப் பெற்றதான இறுதியும் அறுதியுமான உண்மைகளின், மாற்றவொண்ணா உண்மைகள், மற்றும் ஆழவேரூன்றிய கருத்தோட்டங்களின் வடிவத்தில் வகுப்பதற்குத் தேர்ந்தெடுக்கப்படும் மிகவும் விசித்திரமான தருணமேயாகும். தத்துவவியல் ஒரு ரீஹர்ட் வாக்னர் மட்டுமே - வாக்னரின் ஆற்றல்கள் இல்லாமல் - முந்தைய வரலாற்று வளர்ச்சி மீது வீசப்பெற்ற அவமதிப்பான எல்லா அடைமொழிகளும் இதன் இறுதி விளைவு என்று உரிமை கொண்டாடும், எதார்த்தத்தின் தத்துவவியல் என்று அறியப் படுவதன் மீதும் ஒட்டிக் கொண்டிருக்கிறது என்பதைப் பார்க்கத் தவறுவார்.

புதிய ஆழவேரூன்றிய விஞ்ஞானத்தின் ஆக அதிக முக்கியத் துவமுடைய கவளங்களில் ஒன்று தனித் தன்மையாக்குவது பற்றியும் வாழ்க்கையின் மதிப்பை அதிகரிப்பது பற்றியுமான பகுதியாகும். இந்தப் பகுதியில் பொய்யாமொழி பாணி சாமானிய நிகழ்வுகள் குமிழியிட்டு மூன்று அத்தியாயங்களுக்குத் தடுத்து நிறுத்த முடியாத வெள்ளப் பெருக்காகப் பொங்கி முன்வருகின்றன. துரதிருஷ்டவசமாக நாம் ஒரு சில மாதிரிகள் அளவோடு கட்டுப்படுத்திக் கொள்ள வேண்டும்.

"எல்லாப் புலனுணர்வுகளின் எனவே வாழ்க்கையின் எல்லா அகநிலை வடிவங்களின் மேலும் ஆழமான சாரம் நிலைகளுக்கு இடையிலான வேற்றுமைகள் மீது சார்ந்திருக்கிறது... ஆனால் ஒரு

முழு" (!) "வாழ்க்கைக்கு, இதை அதிகத் தொல்லையின்றிக் காட்டமுடியும்" (!) "ஒரு குறிப்பிட்ட நிலையில் பிடிவாதம் இன்றி மாறாக வாழ்க்கையின் இதன் மதிப்பீடு உயர்த்தப்படுகிறது. நிர்ணயமான தூண்டுகைகள், ஒரு நிலைமையிலிருந்து இன்னொன்றுக்கான மாற்றத்தின் மூலம் வளர்க்கப்படுகின்றன... நிரந்தரமான நிலைமத்தில் என்று சொல்லலாம் என்றும் தோராயமான சுயசமத்துவ நிலை, ஒரு விதத்தில் சமனநிலையின் அதே நிலையில் தொடர்கிறது. அதன் தன்மை எதுவாக இருந்த போதிலும் இருத்தலைச் சோதிப்பதில் இதற்கு முக்கியத்துவம் எதுவும் இல்லை... பழக்கமும், பயிற்சிப் பழக்கம் என்று சொல்ல இருப்பதும் இதை அறவே அசட்டைப் படுத்தத் தக்கதாக அக்கறையற்றதாக ஆக்குகிறது. இறந்த தன்மையிலிருந்து அதிக வித்தியாசப்படாததாக ஆக்குகிறது. அதிகபட்சம் சலிப்பின் சித்திரவதை ஒரு வகையான எதிர்மறை உந்துசக்தியாக அதனுள் பிரவேசிக்கிறது. தேக்கமான ஒரு வாழ்வு தனி நபர்களுக்கும் சரி மக்களுக்கும் சரி வாழ்வதிலான எல்லாப் பேரார்வத்தையும் அனைத்து அக்கறையையும் அணைத்து விடுகிறது. ஆனால் இது, எதன் மூலம் இந்தப் புலப்பாடுகள் யாவும் விளங்க வைக்கக் கூடியனவாக ஆகியுள்ளனவோ அந்த நமது வேற்றுமையின் விதியாகும்."

ஹெர் டூரிங் தமது அடிமுதலே சுயமான முடிவுகளை நிலை நாட்டும் வேகம் நம்பற்கரியதாகும். ஒரே நரம்பைத் தொடர்ந்து கிளர்ச்சியுட்டுவதோ, அதே தூண்டுகை தொடர்வதோ ஒவ்வொரு நரம்பையும் அல்லது ஒவ்வொரு நரம்பு அமைப்பையும் சோர்வடையச் செய்கிறது என்பதும், எனவே சகஜமான நிலையில் நரம்புக் கிளர்ச்சி யூட்டல் இடைவிட்டதாகவும் பல்வகைப்பட்டதாகவும் இருக்க வேண்டும் என்பதும் பல ஆண்டுகளாக உடலியல் நூல் ஒவ்வொன்றிலும் எடுத்துக் கூறப்பட்டுள்ள சொந்த அனுபவத்தில் இருந்து ஒவ்வொரு பிலிஸ்தினியனும் அறிந்திருப்பதுமான இப்பழைய செய்தி முதல் முதலாக எதார்த்தத்தின் தத்துவவியலின் பாஷையில் மொழிபெயர்க்கப் பட்டது. மிகப் பழையதான இந்த வெற்றுரையானது "எல்லாப் புலனுணர்வுகளின் மிக ஆழமான சாரம், நிலைகளுக்கிடையிலான வேற்றுமைகள் மீது சார்ந்திருக்கிறது" என்று மாய வாய்ப்பாடாக மொழிபெயர்க்கப்பட்ட உடனேயே அது "நமது வேற்றுமையின் விதியாக" மேலும் மாற்றமடைந்தது. இந்த வேற்றுமையின் விதி ஒரு முழுத் தொகுதியான புலப்பாடுகளை "முற்றிலும் விளங்க வைக்கக் கூடியதாக்கியுள்ளது", அவை தம்மைப் பொறுத்தவரை வகைபாட்டின் இனியதன்மையின் சித்திரங்கள் மற்றும் உதாரணங்கள் தவிர வேறல்ல.

மிகவும் சாதாரணமான பிலிஸ்தினிய முறையில் புரிந்துகொள்வதற்குக் கூட இதை விளக்கத் தேவையில்லை. இந்த வேற்றுமையின் விதி எனப்படுவதைக் குறிப்பிடுவதன் மூலம் ஓர் அணுவின் அளவுகூடத் தெளிவு பெறுதல் இயலாது.

ஆனால் இது "நமது வேற்றுமைகளின் விதியின்" ஆழ வேரூன்றிய தன்மையினை முற்றிலும் தீர்த்துவிடவில்லை.

"வாழ்க்கை யுகங்களின் வரிசையும் அதோடு பந்தப்பட்டுள்ள வாழ்க்கையின் பல்வேறுபட்ட நிலைமைகளின் தோற்றமும் நமது வேற்றுமையின் கோட்பாட்டைச் சித்திரித்துக் காட்ட மிகவும் கண்கூடான உதாரணத்தை வழங்குகின்றன... குழந்தை, சிறுவன், இளைஞன் மற்றும் மனிதன் ஆகியோர் தாம் இருக்கும் நிலை ஏற்கெனவே ஸ்திரமாகிவிடும் போதிருப்பதை விட ஒன்றிலிருந்து ஒன்றுக்கு மாற்றமடைந்து சொல்லும் பொழுது ஒவ்வொரு கட்டத்திலும் வாழ்க்கை பற்றிய அவர்களது மதிப்பீடு முனைப் படைந்து வருவதை அனுபவிக்கிறார்கள்."

இதுவுங்கூடப் போதாது.

"ஏற்கெனவே முயற்சி செய்யப்பட்ட அல்லது செயல்படுத்தப் பட்டதை மீண்டும் செய்வதில் கவர்ச்சி இல்லை என்ற உண்மையை நாம் கவனத்தில் எடுத்துக் கொள்வோமானால் நமது வேற்றுமையின் விதியை மேலும் விரிவாகப் பிரயோகிக்கலாம்."

தற்போது வாசகர் துவக்க நிலையினை உருவாக்க மேற்கோள் காட்டப்பட்ட ஆழம், ஆழவேரூன்றிய தன்மை பற்றிய வாக்கியங் களின் பொய்யாமொழிப் பிதற்றல் பற்றித் தானே கற்பனை செய்து கொள்ளலாம். ஹெர் டூரிங் இந்தப் புத்தகத்தின் இறுதியில் வெற்றிப் பெருக்குடன் முழக்கம் செய்யலாம்:

"வாழ்க்கையின் மதிப்பை மதிப்பீடு செய்யவும் உயர்த்தவும் வேற்றுமையின் விதி, தத்துவம் நடைமுறை இரண்டிலும் நிர்ணயகரமாகிவிட்டது!"

இது தமது பொது மக்களின் அறிவியல் சிறப்பை ஹெர் டூரிங் மதிப்பதிலும் இதே போல உண்மையாக உள்ளது: பொது மக்கள் என்பது வெறும் கழுதைகளும் பிலிஸ்தினியர்களும் சேர்ந்ததே என்று அவர் நம்ப வேண்டும்.

மேலும் நமக்குப் பின்வரும் அதிதீவிர நடைமுறை வாழ்க்கை விதிகள் வழங்கப்படுகின்றன:

"வாழ்க்கையில் முழு நலனையும் செயலூக்கமுடன் வைத்திருப் பதற்கான முறை" (பிலிஸ்தினியருக்கும் அத்தகையோர் ஆக விரும்புவோருக்கும் பொருத்தமான ஓர் உடமை!) மொத்த நலனை உருவாக்கியுள்ள குறிப்பிட்டதை இப்படிக் கூறலாம் என்றால் சாமானிய நலன்களை இயற்கையான காலகட்டங் களுக்கு வளர்ச்சியடையவும் ஒன்றை ஒன்று பின்தொடரவும் அனுமதிப்பதில் அடங்கியுள்ளது. ஏககாலத்தில் அதே நிலைக்காகக் கட்டங்களில் வரிசையை தாழ்ந்த நிலையிலும் மிக எளிதில் நிறைவு செய்யப்படுவதுமான தூண்டுகையை அகற்றி, அதனிடத்தில், நலன்கள் எதுவும் இல்லாத எந்த ஓர் இடைவெளியும் ஏற்படு வதைத் தவிர்ப்பதற்காக மேலும் உயர்வான மற்றும் அதிக நிலையான திறமான கிளர்ச்சியுறும் நிலையினைப் பயன் படுத்தலாம். எனினும், இயற்கையான உலைவுகள் அல்லது சமுதாய வாழ்வின் சகஜமான போக்கில் எழும் உலைவுகள் தன்னிச்சையாகத் திரட்டப்படாமலும் அல்லது வலுவந்தப் படுத்தப்படாமலும் இருப்பதையும், அல்லது - எதிர்நிலை வக்கரிப்பு - ஆக லேசான தூண்டுகையால் திருப்தி செய்யப்பட்டு, நிறைவுபெறும் ஆற்றலுள்ள ஒரு தேவை உருவாவது தடைப் படாதிருப்பதையும் உறுதிப்படுத்த வேண்டுவது அவசியமாகும். இதில் வேறு நிகழ்வுகளில் போலவே இயற்கை லயத்தினைப் பேணி வருவது அனைத்து ஒத்திசைவான இணக்கமான இயக்கத் திற்கும் முன் நிபந்தனையாகும். எந்த ஒரு நிலையிலும் இயற்கையோ அல்லது கால இட சந்தர்ப்பங்களோ அவற்றுக்கு ஒதுக்கியுள்ள காலவரையறைக்கு மேல் தூண்டுகையை நீட்டிக்க முயலும் தீர்வுகாணமுடியாத பிரச்சனையை எவரும் தம் முன் வைத்துக் கொள்ளக் கூடாது."

"வாழ்க்கையைச் சோதிப்பதற்கு" ஆக ஆழமற்ற வெற்றுரைகள் மீது நுண்ணயம் செய்யும் பிலிஸ்தினிய பண்டிதபாணியின் பெரு மிதமான பொய்யாமொழியினைத் தனது விதியாக எடுத்துக் கொள்ளும் ஓர் அப்பாவி "நலன்கள் எதுவும் இல்லாத ஓர் இடைவெளி" குறித்து நிச்சயமாயும் புகார் செய்ய வேண்டுவதில்லை. அவனது இன்பங் களுக்குத் தயார் செய்து கொள்வதற்கும் அவற்றைச் சரியான வரிசையில் பெறவுமே அவனது காலம் எல்லாம் வேண்டியிருக்கும். எனவே அவற்றை அனுபவிப்பதற்கு ஒரு தருணமும் இருக்காது.

நாம் வாழ்க்கையை, முழுமையான வாழ்க்கையை நன்கு தேர்ந்து ஆராய வேண்டும். இரண்டு காரியங்களில்தான் ஹெர் டூரிங் நம்மைத் தடை செய்கிறார்.

முதலாவது "புகையிலைப் பழக்கத்தில் ஈடுபடும் சுத்தமல்லாத தன்மை." இரண்டாவது "வெறுப்பை எழுப்பும் அல்லது மேலும் நயமான உணர்வுகளுக்குப் பொதுவாக அருவருப்புத் தரும்" குடி வகைகள், உணவுகள்.

எனினும் அவரது அரசியல் பொருளாதாரம் பற்றிய பாடத்தில் ஹெர் டூரிங் மது காய்ச்சப்படுவது குறித்து எழுதியுள்ள துதிப்பாடலைப் பார்த்தால் இந்த வகை இனத்தில் அவர் வெறியூட்டும் மதுவகைகளை உட்படுத்துவது சாத்தியமல்ல. எனவே அவரது மது விலக்கில் ஒயினும் பீரும் மட்டுமே உட்படும் என்ற முடிவுக்கு நாம் கட்டாயமாக வர வேண்டியுள்ளது. அவர் இறைச்சியையும் தடைசெய்ய வேண்டும். அதன்பின் அவர் எதார்த்தத்தின் தத்துவவியலை காலஞ்சென்ற குஸ்தாவ் ஸ்துரூவே மாபெரும் வெற்றியுடன் தூய குழந்தைமையின் சிகரத்திற்குச் சென்றது போல அதே சிகரத்திற்கு உயர்த்தியிருப்பார்.

மற்றவற்றைப் பொறுத்தவரையில் ஹெர் டூரிங் வெறியூட்டும் மதுவகைகள் விஷயத்தில் சற்று அதிக தாரளமாக இருக்கலாம். நிலையியலில் இருந்து இயங்கியலுக்கான பாலத்தை இன்னும் காண முடியவில்லை என்று தானே ஒப்புக்கொள்ளும் ஒரு மனிதர் ஒரு கோப்பையில் சற்று அதிகமாகவே ஊற்றிக்கொண்டு அதன் விளைவாக இயங்கியலில் இருந்து நிலையியலுக்கான பாலத்தை வீணாக நாடும் ஒரு சாமானிய அப்பாவி பற்றி நிர்ணயம் செய்வதில் சற்றுச் சலுகை யளிக்க சகல காரணங்களும் நிச்சயமாக உள்ளன.

12. இயக்கவியல்: அளவும் பண்பும்

"இருத்தலின் அடிப்படையான தர்க்கரீதியான தன்மைகளின் முதலாவதும் ஆக முக்கியமானதுமான கோட்பாடு முரண்பாடுகள் விலக்கப்படுவதைக் குறிக்கிறது. முரண்பாடு, எதார்த்தத்திற்கு அன்றி, சிந்தனைகளின் ஒரு இணைதலுக்கு மட்டுமே உரித்தானதான ஒருவகை இனமாகும். வஸ்துக்களில் முரண்பாடுகள் இல்லை. இதையே இன்னொரு வழியில் கூறினால் எதார்த்தம் என்று ஏற்றுக்கொள்ளப்பட்ட முரண்பாடுதானே அபத்தத்தின் முகடாகும். ஒன்றை ஒன்று எதிர்த்துப் போட்டியிடும் எதிரெதிரான திசைகளில் இயங்கி வரும் சக்திகளின் பகைமையே உண்மையில் இந்த உலகின் அதன் ஜீவராசிகளின், வாழ்க்கையின் அனைத்துச் செயல்பாடுகளின் அடிப்படை வடிவமாகும். ஆனால் இந்த இயற்கையாற்றல்கள் மற்றும் தனிநபர்களின் சக்திகள் மேற்கொண்டுள்ள திசைவழியின் இந்த எதிர்நிலை அபத்தமான முரண்பாடுகள் என்ற கருத்துடன் சிறிதளவுங் கூடப் பொருந்துவதில்லை... எதார்த்தத்திலான முரண்பாடுகளின் உண்மையான அபத்தங்களைப் பற்றிய ஒரு தெளிவான சித்திரத்தை முன்வைத்ததன் மூலமும், பகைமைத் தன்மையுள்ள உலக வரைமுறை இயலுக்கு மாற்றாக வைக்கப்பட்டுள்ள மிகவும் அலங்கோலமாகச் செதுக்கப்பட்ட மரப்பொம்மையான - முரண்பாடுகளின் இயக்கவியலைக் கௌரவிக்கும் முகமாக இங்குமங்கும் நறுமணத் தூபமிடப்படுவதன் பயனற்ற தன்மையை எடுத்துக் காட்டுவதன் மூலமும், தர்க்கவியலின் உத்தேச மர்மங்களிலிருந்து பொதுவாக எழும் மூடுபனியை அகற்றி விட்டதாக இங்கு நாம் திருப்தியடையலாம்."

தத்துவவியல் பற்றிய பாடத்தில் இயக்கவியல் பற்றிக் கூறப்பட்டுள்ளவை முழுதும் கிட்டத்தட்ட இதுவே. ஆனால் மறுபுறம் அவரது அரசியல் பொருளாதாரம் மற்றும் சோஷலிசம் பற்றிய விமர்சன வரலாற்றில் முரண்பாடுகளின் இயக்கவியலும் அதோடு குறிப்பாக ஹெகலும் முற்றிலும் வேறாக வருணிக்கப்பட்டிருக்கிறார்கள்.

ஹெகலின் தர்க்கவியலின்படி அல்லது சரியாகக் கூறினால் லாகோஸ் போதனைப்படி [logos doctrine], முரண்பாடு சிந்தனையில் நிலவவில்லை - சிந்தனையை அதன் இயல்பு காரணமாக அகநிலையாகவும் உணர்வுபூர்வமாகவும் மட்டுமே

கருதிப்பார்க்க முடியும் - ஆனால் வஸ்துக்களிலும் வளர்ச்சிப் போக்குகளிலும் முரண்பாடு நிலவுகிறது. இதை இப்படிச் சொல்லலாம் என்றால் சடமான வடிவில் வெளிப்படுத்த முடியும். எனவே அபத்தம் சிந்தனையின் ஒரு சாத்தியமற்ற இணைப்பாக நிற்பதில்லை, மாறாக உண்மையான சக்தியாகிறது. தர்க்கவியல் தன்மை, தர்க்கவியல் அற்ற தன்மையின் ஹெகலிய ஒற்றுமையின் முதல் கொள்கைக்கூறு அபத்தத்தின் எதார்த்தமாகும்... ஒரு வஸ்து எந்தளவுக்கு அதிக முரண்பாடுடையதாக இருக்கிறதோ அந்தளவுக்கு அது அதிக உண்மையானதாக இருக்கும். புதிதாகப் புனையப்படாத ஆனால் விவிலிய இறுதி ஏட்டின் இறைமை யியலில் [the theology of Revelation] இருந்தும் மாயாவாதத்தில் இருந்தும் கடன்வாங்கப் பெற்றதான இந்த மூதுரை இயக்க வியல் கோட்பாடு என்று அழைக்கப்படுவதன் ஒளிவற்ற வெளிப் பாடாகும்."

மேலே எடுத்துக்காட்டப் பெற்றதான இரு வாசகங்களின் சிந்தனை உள்ளடக்கத்தை முரண்பாடு = அபத்தம். எனவே உண்மை உலகில் இது நிகழ முடியாது என்று அறிக்கையில் தொகுத்துக் கூறலாம். வேறு துறைகளில் ஓர் அளவுக்குப் பொது அறிவைத் தோற்றுவிக்கும் மக்கள், இந்த அறிவிப்பை ஒரு நேர்க்கோடு ஒரு வளைகோடாக இருக்க முடியாது, ஒரு வளைகோடு நேராக இருக்க முடியாது என்ற அறிவிப்புப் போன்று விளக்கம் தேவையில்லாத செல்தகைமையுடைய ஒன்றாகக் கருதலாம். ஆயினும் பொது அறிவு செய்யும் எல்லா ஆட்சேபங்களையும் பொருட்படுத்தாமல் வகையீட்டு நுண்கணிதம் சில குறிப்பிட்ட இடகால சந்தர்ப்பங்களில் நேர்க்கோடுகளையும் வளைகோடுகளையும் சமன்படுத்தி அதன் மூலம் பலனை அடைகிறது; இதை நேர்க்கோடுகளும் வளைகோடுகளும் வேறுபட முடியாதவை என்பதை அபத்தம் என்று வற்புறுத்தி வரும் பொது அறிவினால் என்றுமே அடைய முடியாது. பண்டைக் கிரேக்கர் காலமுதல் இன்று வரை முரண்பாட்டின் இயக்கவியல் எனப்படுவது தத்துவவியலில் வகித்துவந்த முக்கியமான பாத்திரம் காரணமாக, ஹெர் டூரிங்கை விடவும் பலமான எதிராளியுங் கூட ஒரு துணிபுரை மற்றும் பல ஏச்சு அடைமொழிகள் மட்டுமின்றி வேறு வாதங்கள் மூலமும் இதைத் தாக்க வேண்டிய கட்டாயத்தை உணர்ந்திருப்பார்.

வஸ்துக்கள் ஓய்விலும் மற்றும் உயிரின்றியும், ஒவ்வொன்றும் தானேயாகவும், ஒன்றன் பக்கத்தில் ஒன்றாகவும் ஒன்றுக்குப் பிறகு ஒன்றாகவும் இருப்பதாக நாம் கருதும் வரை, அவற்றில் நாம் எந்த முரண்பாட்டையும் எதிரிடுவதில்லை என்பது உண்மை. சில பண்புகள் ஓரளவுக்குப் பொதுவாகவும் ஓரளவுக்கு வேறாகவும், ஒன்றுக்கொன்று

முரணாகவுங்கூட இருப்பதைக் காண்கிறோம்; ஆனால் இவை கடைசி யாகக் குறிப்பிடப்பட்ட உதாரணத்தில் பல்வேறு பொருட்களுக் கிடையே வினியோகிக்கப்பட்டுள்ளன. எனவே உள்ளுக்குள் முரண்பாடு எதுவும் கொண்டதாக இல்லை. இந்தக் காட்சிப் பதிவீட்டுத் துறையின் வரையறைகளுக்குள், வழக்கமான இயக்க மறுப்பியல் சிந்தனை பாணியின் அடிப்படையில் நாம் சமாளிக்கலாம். ஆனால் வஸ்துக்களை அவற்றின் இயக்கம், அவற்றின் மாற்றம், அவற்றின் வாழ்க்கை, ஒன்றோடொன்றான அவற்றின் பரஸ்பரச் செல்வாக்கு ஆகியவற்றுடன் வைத்துப் பார்க்கும் போது, நிலைமை முற்றிலும் வேறாகிறது. இங்கே நாம் உடனடியாக முரண்பாடுகளில் சிக்குண்டு விடுகிறோம். இயக்கம் தானே ஒரு முரண்பாடாகும்; சாதாரண இயந்திரிக நிலைமை மாற்றம் கூட ஒரு பொருள் ஒரே சமயத்தில் ஓர் இடம் மற்றோர் இடம் இரண்டிலும் இருப்பதிலும் ஒரே மற்றும் அதே இடத்தில் இருப்பது மற்றும் இல்லாதிருப்பதன் மூலமே ஏற்படுகிறது. இந்த முரண்பாட்டின் தொடர்ச்சியான துவக்கமும் ஒரே சமயத்திற்கான அதன் தீர்வும்தான் குறிப்பாயும் இயக்கம் என்பது.

எனவே, இங்கு "வஸ்துக்கள் மற்றும் வளர்ச்சிப் போக்குகள் தமக்குள் புறநிலை நோக்கில் நிலவும் முரண்பாடுகள் உள்ளன. இவற்றை இவ்வாறாகச் சொல்வதானால் ஒரு சடமான வடிவில் சந்திக்க முடியும்". இதைப் பற்றி ஹெர் டூரிங்குக்கு என்ன சொல்ல இருக்கிறது?

இன்று வரை "ஆய்வறிவு இயந்திரவியலில் கறாராக நிலையியலில் இருந்து இயங்கியலுக்கான பாலம் இல்லை" என்று அவர் அடித்துக் கூறுகிறார்.

வாசகர் இப்பொழுதாவது ஹெர் டூரிங்கின் இந்தச் செல்வமான சொற்றொடரின் பின்னே ஒளிந்து கொண்டிருப்பது என்ன என்பதைக் கடைசியாகப் பார்க்க முடியும். இது வேறொன்றுமல்ல இதுதான்: இயக்க மறுப்பியல் முறையில் சிந்திக்கும் மனத்தால் ஓய்வு என்ற கருத்தில் இருந்து இயக்கம் என்ற கருத்துக்குக் கடந்து செல்ல அறவே இயலவில்லை. காரணம் மேலே சுட்டிக்காட்டப்பட்ட முரண்பாடு அதன் பாதையில் முட்டுக்கட்டை போடுகிறது. அதற்கு இயக்கம் என்பது சற்றும் புரிந்து கொள்ள இயலாத ஒன்று. காரணம் அது ஒரு முரண்பாடு. இயக்கத்தின் புரிந்துகொள்ள இயலாத தன்மையினை வலியுறுத்துவதன் மூலம் அது தனது சித்தத்திற்கு எதிராகவே இந்த முரண்பாடு இருப்பதை ஒப்புக் கொள்கிறது; இவ்வாறாக அது வஸ்துக்களில் மற்றும் வளர்ச்சிப் போக்குகளில் ஒரு முரண்பாடு எதார்த்தமாக இருப்பதை, அது மேலும் ஓர் உண்மையான சக்தியாக இருப்பதை ஒப்புக்கொள்கிறது.

ஒரு சாதாரண இயந்திரிகமான இடமாற்றத்தில் ஒரு முரண்பாடு இருக்குமானால், இது, பருப்பொருள் இயக்கவியல் உயர் வடிவங்கள், குறிப்பாக உயிர்களின் வாழ்க்கை மற்றும் அதன் வளர்ச்சி விஷயத்தில் மேலும் உண்மையாக இருக்கும். உயிர் குறிப்பாகவும் முதன்மை யாகவும் இதில்தான் அமைந்திருக்கிறது என்பதை - ஒரு ஜீவி ஒவ்வொரு தருணமும் தானாகவும் மற்றும் ஏதோ ஒன்றாகவும் இருக்கிறது என்பதை மேலே கண்டோம்.* எனவே உயிரும் ஒரு முரண்பாடாகவே இருக்கிறது; இது வஸ்துக்கள் மற்றும் வளர்ச்சிப் போக்குகள் தம்மிலேயே நிலவுகிறது; இது இடையறாது தோன்றி தன்னைத்தானே தீர்த்துக் கொள்கிறது; முரண்பாடு தீர்ந்தவுடன் உயிரும் முடிவுக்கு வருகிறது. சாவு உள்ளே பிரவேசிக்கிறது. இதே போன்று சிந்தனைத் துறையிலும் நாம் முரண்பாடுகளிடமிருந்து தப்ப முடியாது என்பதைப் பார்த்தோம்.** அதாவது உதாரணமாக அறிவுக்கான மனிதனது உள்ளார்ந்த எல்லையற்ற ஆற்றலும், அது புறவயமாக வரம்புக்குட் பட்ட, மற்றும் ஓர் அளவுக்குட்பட்ட அறிதலும் கொண்ட மனிதர் களிடம் மட்டுமே நிலவுவதும் - குறைந்தபட்சம் எமக்கு நடை முறையில் - முடிவற்ற தலைமுறைகளின் மரபுவழி மற்றும் வரம்பற்ற முன்னேற்றத்தில் அவர்கள் இதற்குத் தீர்வு காண்பதையும் நாம் கண்டோம்.

உயர்நிலை கணிதவியலில் அடிப்படைக் கோட்பாடுகளில் ஒன்று சில சந்தர்ப்ப சூழல்களில் நேர்க்கோடுகளும் வளைகோடுகளும் ஒன்றாகவே இருக்கலாம் என்ற முரண்பாடாகும். இது மற்ற முரண் பாட்டையும் எழுப்புகிறது: அதாவது நமது கண்முன் ஒன்றை ஒன்று ஊடறுக்கும் கோடுகள் அவற்றின் வெட்டுப் புள்ளியிலிருந்து ஐந்து அல்லது ஆறு சென்டிமீட்டரே விலகி இருந்தபோதிலும் அவற்றை இணைகோடுகளாகக் காட்டலாம். அதாவது வரம்பிலி வரையில் நீட்டிக்கப்பட்டாலும் கூட அவை என்றுமே சந்திக்கா. இவற்றோடும் இவற்றை விடப் பெரியதான முரண்பாடுகளோடும் செயல்படும் அது சரியானது மட்டுமன்றி, கீழ்நிலை கணிதத்திற்கு முற்றிலும் எட்ட முடியாத விளைவுகளைப் பெறுகிறது.

கீழ்நிலை கணிதத்திலும் முரண்பாடுகள் அமோகமாக இருக் கின்றன. A யிலிருந்து கண்டுபிடித்த மூலம் A யின் அடுக்காகவே இருக்க வேண்டும். ஆனால் அது $A^{\frac{1}{2}} = A$ யாக இருப்பது ஒரு முரண்பாடே. ஓர் எதிர்மறை அளவு [negative quantity] ஏதாவதொரு பரிமாணத்தின் வர்க்கமாகவும் இருப்பது ஒரு முரண்பாடே, காரணம் அதனாலேயே

★ இப்பதிப்பில் 110 ஆம் பக்கத்தைப் பார்க்க. - ப-ர்.

★★ இப்பதிப்பில் 46-47 ஆம் பக்கத்தைப் பார்க்க. - ப-ர்.

பெருக்கப்படும் எதிர்மறை அளவு நேர்நிலை வர்க்கத்தை அளிக்கிறது. எனவே - 1 இன் வர்க்கமூலம் ஒரு முரண்பாடு மட்டுமல்ல. ஓர் அபத்தமான முரண்பாடு. ஓர் உண்மையான அபத்தம் கூட, எனினும் - 1 பல இடங்களில் சரியான கணிதவியல் செயல்பாடுகளின் தக்கதான விளைவாகவே இருந்து வந்துள்ளது. இதற்கும் மேலாக - 1 செயல்முறை தடை செய்யப்பட்டால் கீழ்நிலை அல்லது உயர்நிலை கணிதம் எங்கே இருக்கும்?

மாறிய மதிப்புருக்களின் செயல்பாட்டில் கணிதவியல் தானே இயக்கவியல் துறையில் பிரவேசிக்கிறது. இந்த முன்னேற்றத்தைப் புகுத்தியவர் இயக்கவியல் தத்துவவியலாளரான டேக்கார்ட் என்பது முக்கியமானது. மாறிய மதிப்புருக்களின் கணிதவியலுக்கும் நிலையான மதிப்புருக்களின் கணிதவியலுக்கும் இடையிலான உறவு பொதுவாக இயக்கவியல் சிந்தனைக்கும் இயக்கமறுப்பியல் சிந்தனைக்கும் இடையிலான உறவு போன்றதே. ஆனால் இது கணிதவியல் துறையில் மட்டுமே இயக்கவியலை அங்கீகரிப்பதிலிருந்து பெருவாரியான கணிதவியலாளர்களைத் தடைசெய்வதில்லை. மற்றும் அவர்களில் பலர் இயக்கவியல் மூலம் பெறப்பட்ட முறைகளைக் கொண்டு பழைய, வரம்புக்குட்பட்ட இயக்கமறுப்பியல் வழியில் தொடர்ந்து பணிபுரிவதையும் தடை செய்யவில்லை.

இந்த ஆய்வுப்பொருள் பற்றி வெறும் சொல்லோடு நின்று விடாமல் மேலும் சற்று விவரங்களை அவர் அளித்திருப்பாராயின் ஹெர் டூரிங்கின் கருத்துப்படியான சக்திகளின் பகைமைத் தன்மை அவரது பகைமைத் தன்மையான உலக வரைமுறை இயல் ஆகியவை பற்றி மேலும் நெருக்கமாக ஆராய்வது சாத்தியமாக இருந்திருக்கும். இந்தச் சாதனையைப் புரிந்த பிறகு இந்தப் பகைமைத் தன்மை அவரது உலக வரைமுறை இயலிலோ அல்லது அவரது இயற்கைத் தத்துவவியலிலோ செயல்படுவது பற்றி நமக்கு ஒரு தடவை கூடக் காட்டப்படவில்லை - இது அவரது "உலகம் அதன் ஜீவராசிகளின் வாழ்க்கையிலான அனைத்துச் செயல்பாடுகளின் அடிப்படை வடிவுடன்" ஹெர் டூரிங் ஆக்கத்தன்மை கொண்ட எதையும் அறவே செய்ய முடியாது என்பதை மிகவும் உறுதியாக ஒப்புக் கொள்வதாகும். ஹெகலின் "சாரத்தைப் பற்றிய போதத்தினை" முரண்பாடுகளில் இன்றி எதிர்த்திசையில் இயங்கும் சக்திகள் என்ற வெற்றுரைக்கு இறக்கிய ஒருவர் இந்த சாமானிய வழக்கத்தைப் பிரயோகிக்காமல் தவிர்ப்பது நிச்சயமாயும் சிறந்ததே.

ஹெர் டூரிங் தமது இயக்கவியல் எதிர்ப்புப் பகைமையை வெளிக் காட்ட மார்க்சின் மூலதனம் இன்னொரு சந்தர்ப்பத்தை அளிக்கிறது.

"இந்த இயக்கவியல் பகட்டணிகள், புதிர்கள், கருத்துரு ஒப்பனைகள் சிறப்பித்துக் காட்டும் இயற்கையான மற்றும் புரியக்கூடியதான தர்க்கவியல் இல்லாமை... ஏற்கெனவே வெளிவந்துள்ள பகுதிக்கும் கூட நாம், நன்கறிந்த ஒரு தத்துவியல் வழியான முன் - உறு தப்பெண்ணத்துக்கு ஏற்ப சில அளவுக்குப் பொதுவாகவும்"! "எல்லாம் ஒவ்வொன்றிலும் ஒவ்வொன்றும் எல்லாவற்றிலும் நாட வேண்டும் என்ற கோட்பாட்டைப் பிரயோகிக்க வேண்டும்; எனவே, இந்தக் கலப்படமான தவறாக எண்ணப்பட்ட கருத்தின் படி இவையாவும் இறுதியில் ஒன்றேயாகித் தீரும்."

நன்கறிந்த தத்துவவியல் வழியாக முன்- உறு தப்பெண்ணத்துக்கு உள்ளான இந்த நுண்நோக்கு, மார்க்சின் பொருளியல் தத்துவ விசாரத்தின் "முடிவு" என்ன, அதாவது மூலதனம் நூலின் பிந்தைய தொகுப்புகளில் என்ன அடங்கியிருக்கும் என்பதை எல்லாம் உத்தரவாதத்துடன் முன்னறிந்து கூற ஹெர் டூரிங்குக்கு உதவியுள்ளது. இதற்கு அவர்,

"அப்பட்டமான மனித மொழியில் பேசினால் இரு (இறுதித்)[72] தொகுப்புகளில் இன்னும் என்ன வரப்போகிறது என்பதைக் கண்டறிவது உண்மையிலேயே சாத்தியமல்ல"

என்று சாற்றிய பிறகு இதை அவர் சரியாக ஏழே வரிகளில் எழுதினார்.

எனினும் ஹெர் டூரிங்கின் நூல்கள் "முரண்பாடுகள் புறநிலையில் நிலவி அவற்றை இவ்வாறு கூற முற்பட்டால் சடமான வடிவில் வெளிப்படலாம்" எனப்படும் "பொருள்களின்" பாற்பட்டது என்பதை எமக்குத் தெரியப்படுத்தியிருப்பது முதல் தடவையல்ல. ஆனால் இது அவர் வெற்றிப் பெருக்கோடு பின்வருமாறு தொடர்ந்து செல்வதைத் தடுக்கவில்லை.

"நிதானமான தர்க்கவியல் அதன் கேலிச்சித்திரம் மீது வெற்றி சூடுவது எல்லா வழிகளிலும் நிகழக் கூடியதே... இந்தப் பகட்டுத் தனமும், இந்த மர்மமான இயக்கவியல் குப்பையும் ஓர் அணுவளவாவது சரியான நுண்ணறிவுடைய எவரையும் சிந்தனையிலும் பாணியிலுமான இந்த உருச்சிதைவு குறித்து எதுவும் செய்ய ஆசையூட்ட முடியாது. இயக்கவியல் முட்டாள்தனங்களின் கடைசி மீத மிச்சங்களின் மரணத்தோடு இந்த வழியிலான ஏய்ப்பு... அதன் மாய்மாலச் செல் வாக்கினை இழக்கும்; அதிகபட்சம் சாதாரணத் தத்துவங்களின் இல்லையேல் முற்ற முழுமையான சாமானிய வழக்கங்களின் அம்சங் களை வெளிப்படுத்தும் ஓடகற்றிய சாரப் பொருளிலிருந்து சில

ஆழ்ந்த அறிவுக் கூறுகளைப் பெற அவன் தன்னைத் தானே சித்திரவதை செய்துகொள்ள வேண்டும் என்று இனிமேலாக எவரும் நம்ப மாட்டார்கள்... நிதானமாக தர்க்கவியலை இழிவுக்குள்ளாக்காமல் லோகோஸ் போதனைக்கு ஏற்ப அமைந்த (மார்க்சிய) புதிர் நெறியை மீண்டும் வெளியிடுவது முற்றிலும் சாத்தியமல்ல." ஹெர் டூரிங்கின் கருத்துப்படி மார்க்சின் முறை "தனது விசுவாசமுள்ள சீடர்களுக்கு இயக்கவியல் அற்புதங்களைப் புரிவதிலேயே" அடங்கியிருக்கிறது.

இங்கு நாம் மார்க்சின் ஆராய்ச்சிகளின் பொருளியல் விளைவுகள் சரியா அல்லது சரியில்லையா என்பது பற்றி இன்னும் எந்த வழியிலும் அக்கறை கொள்ளவில்லை, ஆனால் மார்க்ஸ் பயன்படுத்திய இயக்க வியல் முறை பற்றி மட்டுமே அக்கறை கொண்டிருக்கிறோம். ஆனால் இந்தளவு நிச்சயம்: மூலதனம் நூலின் பெரும்பாலான வாசகர்கள் தாம் உண்மையில் படித்ததென்ன என்பதை முதல் தடவையாக ஹெர் டூரிங்கிடமிருந்து கற்றறிந்திருப்பார்கள். மற்றும் அவர்களிடையில் ஹெர் டூரிங்கும் நிச்சயம் இருப்பார், அவர் 1867 ஆம் ஆண்டில் நூல்[73] பற்றி (Erganzungsblatter, III, Heft 3) [பிற்சேர்ப்பு ஏடுகள், III இதழ் 3] அவரளவு திறமை கொண்ட ஒரு சிந்தனையாளருக்குரிய ஓரளவுக்கு அறிவாய்வான கருத்தை வழங்கியிருந்தார், மார்க்சின் வாதங்களை டூரிங்கின் பாஷையில் மொழிபெயர்க்க வேண்டிய கடமை இன்றி அவர் இதைச் செய்தார். ஆனால் அது இன்றியமையாதது என்று இப்போது சாற்றுகிறார். அப்பொழுதும் கூட மார்க்சின் இயக்கவியலை ஹெகலின் இயக்கவியலுடன் முற்றொருமைப்படுத்தும் தவறினைச் செய்த பொழுதிலும் இதன் முறை இதனைப் பயன்படுத்தி அடையும் விளைவுகள் இவற்றுக்கிடையில் வேறுபடுத்திக் காணவோ, முதலாவதைப் பொதுவாக வசைபாடியதன் மூலம் பிந்தையது விவரங்களில் மறுக்கப்படவில்லை என்று புரிந்துகொள்ளவோவான ஆற்றலை அவர் முற்றிலும் இழந்து விடவில்லை.

எனினும் ஹெர் டூரிங் அளித்துள்ள மிகவும் வியப்பூட்டத்தக்க தகவல் என்னவென்றால் மார்க்சியக் கொள்கை நிலையில் இருந்து "இறுதியில் எல்லாம் ஒன்றேயாகித் தீரும்" என்பதும்; எனவே உதாரணமாக மார்க்சுக்கு முதலாளிகளும் கூலித் தொழிலாளர்களும், பிரபுத்துவ முதலாளித்துவ மற்றும் சோஷலிச உற்பத்தி முறைகளும் "ஒன்றேயாகித் தீரும்" எனவும் கூறும் அவரது அறிக்கையே - இறுதியில் மார்க்சும் ஹெர் டூரிங்கும் கூட "ஒன்றேயாகிவிடுவர்" என்பதில் சந்தேகமில்லை. "இயக்கவியல்" என்ற சொல் சற்றே கூறப்பட்டவுடன் ஹெர் டூரிங் இத்தகைய சிந்தனா பொறுப்பின்மையில் தள்ளப்பட்டு, ஒரு சில கதம்பமான தவறாகக் கருதிப்பார்க்கப்பட்ட கருத்துகளின்

விளைவாக இறுதியில் அவர் கூறுவதும் செய்வதும் "ஒன்றேயாகித் தீரும்" என்று மட்டுமே இத்தகைய முழு முட்டாள்தனத்திற்கு விளக்கம் தர முடியும்.

இங்கு ஹெர் டூரிங் "அலங்கார நடையிலான எனது வரலாற்றுச் சித்திரம்" என்று அழைப்பதன் மாதிரியை அல்லது

"இனத்துடனும் மாதிரியுடனும் தீர்வுகாணும் மொத்தமான நடவடிக்கையை மிகவும் நுண்மையான [micrological] விவரங்கள் அம்பலப்படுத்தி, படித்த கும்பல் என்று ஹியூமால் அழைக்கப் பட்டதைக் கௌரவிக்க இறங்கிச் செயலாற்றாத நடைமுறையைக் காண்கிறோம். மேலும் உயர்ந்த மேலும் உன்னதமான பாணியிலான இந்த நடவடிக்கை மாத்திரமே முழுமையான உண்மைக்கும், கில்டுகளின் தளைகளிலிருந்து விடுபட்டுள்ள பொதுமக்கள் பாலான ஒருவரின் கடமைக்கும் பொருத்தமானது" எனப்படுவதன் மாதிரியை இங்கே காண்கிறோம்.

அலங்கார நடையிலான வரலாற்றுச் சித்திரமும் இனத்துடனும் மாதிரியுடனும் தீர்வுகாணும் மொத்தமான நடவடிக்கையும் ஹெர் டூரிங்குக்கு மிகவும் வசதியாக இருக்கின்றன என்பது கண்கூடு; காரணம் இந்த முறையில் அறிய தகவல்கள் அனைத்தையும் நுண்மையான விவரங்கள் என்று புறக்கணிக்கவும் அவற்றைப் பூஜ்யத்திற்குச் சமன் படுத்தவும் அவரால் இயல்கிறது; எனவே நிருபித்துக் காட்டுவதற்குப் பதிலாக பொதுவான சொற்களைப் பயன்படுத்துவது, துணிபுரைகளைச் செய்து தமது கண்டனங்களை முழக்குவது ஆகியவற்றைச் செய்தால் போதும். இது எதிராளிக்கு எவ்விதமான உண்மையான ஆதாரத் தையும் அளிப்பதில்லை. இதன் விளைவாக அவர் பதிலளிப்பதற்கு எவ்வித சாத்தியக்கூறும் இன்றி, அலங்கார நடையில் இதே போன்ற திடீர் துணிபுரைகளைச் செய்தும், பொதுவான சொல்லடுக்குகளைக் கையாண்டும் இறுதியில் ஹெர் டூரிங்குக்கு எதிராகக் கண்டனங்களை முழக்கும்படியும் நேர்கிறது - ஒரு சொல்லில் கூறினால் பச்சையாகத் திட்டும் பந்தயத்தில் ஈடுபடுவதாக இருக்கிறது. இதை எல்லோரும் விரும்பமாட்டார்கள்; இந்தக் காரணத்தாலும் இந்த முறை மேலும் சாதகமாக உள்ளது. எனவே விதிவிலக்காகச் சில சமயங்களில் ஹெர் டூரிங் ஆக உயர் மற்றும் உன்னத பாணியினைக் கைவிட்டு லோகோஸ் பற்றிய ஆழமற்றதான மார்க்சிய போதனையின் குறைந்தபட்சம் இரண்டு உதாரணங்களை அளித்தமைக்காக நாம் அவருக்கு நன்றி யுடையவர்களாக இருக்க வேண்டும்.

"அளவு பண்பாக மாற்றமடைகிறது. எனவே ஓர் அச்சாரம் ஒரு குறிப்பிட்ட அளவை எட்டும்போது இந்த அளவு அதிகரிப்பால்

மட்டுமே மூலதனம் ஆகிறது என்ற குழம்பிய தெளிவற்ற ஹெகலின் கருத்தைக் குறிப்பிடுவதால் எத்தகைய கேலிக்கூத்தான விளைவு உண்டாகிறது!"

ஹெர் டூரிங்கின் இந்த "வேண்டாதன அகற்றப்பட்ட" விளக்கம் ஏற்படுத்தியுள்ள விளைவு நிச்சயமாயும் விசித்திரமானதே. மார்க்சின் மூல நூலில் இது எவ்வாறு காணப்படுகிறது என்பதைக் காண்போம். 313 ம் பக்கத்தில் (மூலதனம், இரண்டாம் பதிப்பு) மார்க்ஸ் நிலையான மற்றும் மாறுபடும் மூலதனம் மற்றும் உபரிமதிப்பு பற்றிய தமது முந்தைய பரிசீலனையின் அடிப்படையில் "எல்லாப் பணத் தொகைகளும் அல்லது மதிப்பும் விருப்பப்படி மூலதனமாக மாற்றப்பட முடியாது" என்ற முடிவுக்கு வருகிறார். "இந்த மாற்றத்தைச் செயல் படுத்த உண்மையில் பணம் அல்லது பண்டங்களை உடமையாக வைத்திருக்கும் தனிநபரிடம் ஏதோ ஒரு குறைந்தபட்சம் பணம் அல்லது மாற்று - மதிப்பு கட்டாயம் இருக்க வேண்டும் என்று முன்னுமானிக்கப் படுகிறது"[74] தொழில் துறையில் ஏதாவது ஒரு பிரிவில் தனக்காக- அதாவது தனது கூலியின் மதிப்பை உற்பத்திச் செய்ய - தினசரி எட்டு மணி நேரமும், தொடர்ந்து முதலாளிக்காக - முதலாளியின் பைக்குள் உடனே போய்ச் சேருகிற உபரி மதிப்பை உற்பத்திச் செய்வதற்காக - நான்கு மணி நேரமும் உழைக்கும் ஒரு தொழிலாளியின் நிலைமையை அவர் உதாரணமாக எடுத்துக் கொள்கிறார். இந்த நிகழ்வில் தனது தொழிலாளர்களில் ஒருவரைப் போலத் தாமும் வாழ்வதற்குரிய போதிய உபரி மதிப்பை அன்றாடம் பெறுவதற்கு ஒருவர் இரண்டு தொழிலாளர்களுக்கு மூலப் பொருட்கள், உழைப்புக் கருவிகள் மற்றும் கூலி கொடுக்க இயலும் அளவு போதிய மதிப்புள்ள தொகையை அவர் தம்மிடம் வைத்திருக்க வேண்டும். ஆனால் முதலாளித்துவ உற்பத்தியின் நோக்கம் வெறும் பிழைப்பூதியம் மட்டுமல்ல மாறாக செல்வத்தை அதிகரிப்பது என்பதால் இரண்டு தொழிலாளர்களைக் கொண்டுள்ள நமது நபர் இன்னும் முதலாளியாகவில்லை. சாமானியத் தொழிலாளியை விட இருமடங்கு வசதியாக அவர் வாழவும், உற்பத்தியாகும் உபரி மதிப்பில் பாதியை மீண்டும் மூலதனமாக மாற்றவும் வேண்டுமானால் அவர் எட்டுத் தொழிலாளர்களை வேலைக்கு வைத்துக் கொள்ள இயல வேண்டும், அதாவது மேலே உத்தேசமாகக் கூறப் பட்டது போன்று நான்கு மடங்கு அதிக மதிப்புள்ள தொகையை வைத்திருக்க வேண்டும். இதற்குப் பிறகும் எல்லாச் சிறு தொகைகளும் மூலதனமாக மாற்றப்படுவதற்குப் போதா என்பதையும் இந்தச் சந்தர்ப்பத்தில் வளர்ச்சியின் ஒவ்வொரு காலகட்டமும், தொழிலின் ஒவ்வொரு பிரிவும் அவற்றுக்குரிய திட்டவட்டமான குறைந்தபட்ச தொகையினைக் கொண்டிருக்க வேண்டும் என்பதையும் ஆதாரப்

படுத்தி மேலும் விளக்கங்கள் கொடுத்த பிறகே மார்க்ஸ் கூறுகிறார்: "இங்கு இயற்கை விஞ்ஞானத்தில் போலவே ஹெகல் கண்டுபிடித்த (அவரது தர்க்கவியல்) விதி, அதாவது ஒரு குறிப்பிட்ட எல்லைக்கு அப்பாலான வெறும் அளவு வித்தியாசங்கள் பண்பு மாற்றங்களாகி விடும் என்ற விதியின் பிழையற்ற தன்மை எடுத்துக்காட்டப்படுகிறது."[75]

மார்க்ஸ் உண்மையில் கூறியதற்கு நேர் எதிரான கருத்தை அவர் மீது கற்பித்துக் கூறும் ஹெர் டூரிங் எதன் காரணத்தால் இவ்வாறு கூறுகிறாரோ அந்த உயர், உன்னத பாணியினை வாசகர் பாராட்டு வாராக. மார்க்ஸ் கூறுகிறார்: மதிப்புகளின் ஒரு தொகை சந்தர்ப்பச் சூழலுக்கேற்ப மாறுபடினும் ஒவ்வொன்றிலும் திட்டவட்டமான குறைந்தபட்ச அளவினை உடைய அம்மதிப்பு ஒரு குறிப்பிட்ட அளவினை எட்டும் பொழுது மட்டுமே மூலதனமாக மாற்றப்பட முடியும் என்ற உண்மை ஹெகலின் விதியின் பிழையற்ற தன்மைக்கு சான்றாகும். ஹெர் டூரிங் மார்க்சை இவ்வாறு கூறவைக்கிறார்: காரணம், ஹெகலின் விதியின்படி அளவு பண்பாக மாறும் என்பதும் "எனவே" "ஓர் அச்சாரம் ஒரு குறிப்பிட்ட அளவினை எட்டும் போது மூலதனமாகிறது." இது நேர் எதிர்நிலையைக் கூறுவதாகும்.

டார்வின் சம்பந்தமான ஹெர் டூரிங்கின் பரிசீலனையின் தொடர்பாக நாம் அவரது பழக்கத்தை ஏற்கெனவே தெரிந்து கொண்டு விட்டோம். அதாவது "முழு உண்மையின் நலன்களுக்காகவும்", "கில்டுகளின் தளைகளிலிருந்து விடுபட்டுள்ள பொதுமக்கள் பாலான அவரது கடமை" காரணமாகவும் அவர் தவறாகவே மேற்கோள் காட்டுவார். இந்த வழக்கம் எதார்த்தத்தின் தத்துவியலின் உள்தேவை என்பதும் இது நிச்சயமாயும் ஒரு "மொத்தமான நடவடிக்கை" யாகும். ஹெர் டூரிங் மேலும் ஏதேனுமான எந்தவிதமானதுமாக அச்சாரம் பற்றி மார்க்சைப் பேசவைக்கிறார். ஆனால் மார்க்ஸ் கச்சாப் பொருட்கள், உழைப்புக் கருவிகள், கூலிகள் வடிவிலான அச்சாரத்தை மட்டுமே குறிப்பிடுகிறார். இவ்வாறு செய்வதன் மூலம் ஹெர் டூரிங் மார்க்சை அப்பட்டமான முட்டாள் கதை பேசச் செய்கிறார். தாமே கயிறு திரித்த முட்டாள்தனத்தைக் கோமாளித்தனம் என்று வர்ணனை செய்யும் துடுக்குத்தனம் அவருக்கு இருக்கிறது. டார்வினுக்கு எதிராகத் தனது பலப்பரிட்சையை நடத்தத் தமது சொந்தக் கற்பனையில் ஒரு டார்வினை அவர் உருவாக்குகிறார். "இது அலங்கார நடையிலான வரலாற்றுச் சித்திரம்தான்" ஆம்!

உலக வரைமுறை இயலைப் பற்றி விவாதிக்கும் பொழுது அளவு வித்தியாசம் திடீரென்று சில குறிப்பிட்ட முனைகளில் பண்பு மாற்ற மாகி வரும் ஹெகலின் அளவு உறவுகள் பற்றி கணுநிலைப் பாடுகள்

தொடர்பாக ஹெர் டூரிங் ஒரு சிறு விபத்திற்கு உள்ளானார்: பலவீன மான ஒரு தருணத்தில் அவரே இந்தப் போக்கினை அங்கீகரித்து இதைப் பயன்படுத்தினார் என்பதை நாம் முன்னால் ஏற்கெனவே பார்த்தோம். அங்கு நாம் நன்கறிந்த உதாரணங்களில் ஒன்றை வழங்கினோம் - அதாவது தண்ணீரின் திரட்சி நிலைமைகளின் மாறுதல் தண்ணீரின் சகஜமான காற்று அழுத்தத்தின் கீழ் 0°C யில் திரவநிலையில் இருந்து திட நிலைக்கும் 100°C யில் திரவநிலையில் இருந்து வாயுநிலைக்கும் மாறுகிறது; இந்த இரண்டு திருப்பு முனைகளிலும் வெப்பத்தின் அளவு நிலை மாற்றம் மட்டுமே தண்ணீரின் நிலையில் ஒரு பண்பு மாற்றத்தைக் கொண்டு வருகிறது.

இந்த விதியை நிரூபித்துக்காட்ட நாம் இயற்கையில் இருந்தும் மனித சமுதாயத்தில் இருந்தும் இதே போன்ற நூற்றுக்கணக்கான உண்மைகளை எடுத்துக் கூறலாம். இவ்வாறாக உதாரணமாக மார்க்சின் மூலதனத்தின் 4ஆம் பகுதி முழுதும் - "சார்பு உபரி மதிப்பு உற்பத்தி" - கூட்டுறவு, உழைப்புப் பிரிவினை மற்றும் பட்டறைத் தொழில், யந்திரத் தொழில், பெருவீதத் தொழில் ஆகியவை பரிசீலனையில் இருக்கும் துறைகளில் வஸ்துக்களின் அளவு நிலைமாற்றங்கள் பண்பு நிலையை மாற்றுவதையும் பற்றிய எண்ணற்ற நிகழ்ச்சிகளை விவரிக்கின்றது; இங்கே ஹெர் டூரிங் மிகவும் வெறுக்கும் வாசகத்தைப் பயன்படுத்திக் கூறிடில் அளவுநிலை பண்பு நிலையாக மாற்றப்படுகிறது, பண்புநிலை அளவு நிலையாக மாற்றப்படுகிறது. பல மக்களின் கூட்டுறவும், பல சக்திகள் ஒரு சக்தியாக இணைவதும் மார்க்சின் சொல்லைப் பயன் படுத்தினால் "புதிய சக்தியை" உருவாக்குகிறது; இது தனித்தனி சக்தி களின் ஒட்டுமொத்தத்தில் இருந்து அடிப்படையிலேயே வேறுபட்ட தாகும்.[76]

கூடுதலாக முழு உண்மையின் நலன்களுக்காக என்ற வாசகத்தை ஹெர் டூரிங் அதன் எதிர்நிலைக்கு வக்கிரமாகத் திரும்பினார். இவ் வாசகத்தில் மார்க்ஸ் ஓர் அடிக்குறிப்பைச் சேர்த்திருந்தார்: "லொரண்டும் ஜெரார்டும் முதன்முதலாக விஞ்ஞான முறையில் வகுத்துத் தந்த நவீன இரசாயனவியலின் மூலக்கூறுகள் பற்றிய தத்துவம் வேறு எந்த விதியையும் சார்ந்து நிற்கவில்லை."[77] இதனால் ஹெர் டூரிங்குக்கு என்ன வந்து விட்டது?

> "இயற்கை - விஞ்ஞான சிந்தனை பாணி வழங்கியுள்ள பிரபல நவீனக் கல்விக் கூறுகள் குறிப்பாயும் அவர்களிடை இல்லை, மார்க்சும் அவரது எதிராளியான லஸ்ஸாலும் போன்ற அவர்கள் தமது அறிவை ஒட்டுப்போட்டு இணைக்க மிகவும் சொற்பமான சாதனங்களாக அரை விஞ்ஞானத்தையும், அற்பமான போலித்

> தத்துவவியலையும் பயன்படுத்துகிறார்கள்” எனவும், அதே பொழுதில் ஹெர் டூரிங்கைப் பொறுத்தவரை “இயந்திரவியல், பௌதிகம் மற்றும் இரசாயனவியலின் நுண்ணறிவின் பிரதான சாதனைகளே” அடிப்படையாக அமைகின்றன.

எனவும் அவருக்குத் தெரிந்திருந்தது. இது எப்படி என்பதை நாம் பார்த்தோம். ஆனால் இந்த விஷயத்தில் மூன்றாம் மனிதர்களும் ஒரு முடிவை எட்டுவதற்கு இயலும் வகையில் மார்க்ஸ் தமது அடிக் குறிப்பில் சுட்டிய உதாரணத்தைச் சற்றே மேலும் நெருக்கமாகப் பார்ப்போம்.

இங்கே குறிப்பிடப்பட்டிருப்பது ஒரே மாதிரியான உறவு உள்ள பொருட்களின் தொடர்வகையான [homologous series] காரியம் சார்ந்த கூட்டுகைப் பொருட்களே, இவற்றில் மிகப்பல ஏற்கெனவே தெரிந்தவை. இவை ஒவ்வொன்றுக்கும் அதற்கே உரியதான கூட்டுகையின் குறிக் கணக்கியல் வாய்ப்பாடு உள்ளது. உதாரணமாக இரசாயனவியலில் செய்வது போன்று கரியத்தின் ஓர் அணுவை C எனவும், நீரகத்தின் ஓர் அணுவை H எனவும் உயிரகத்தின் ஓர் அணுவை O எனவும், ஒவ்வொரு கூட்டுகையிலுமுள்ள கரிய அணுக்களின் எண்ணிக்கையை n எனவும் குறிப்பிட்டால் இவற்றின் மூலக்கூறு வாய்ப்பாடுகளைப் பின்வருமாறு கூறலாம்:

C_nH_{2n+2} - சாதாரண மெழுகுவகை

$C_nH_{2n+2}{}^0$ - ஆரம்ப மதுவகை

$C_nH_{2n}O_2$ - ஒரு பொருள் அடிப்படை கொழுப்பு அமிலம் வகை

இந்த வரிசையின் கடைசி வாய்ப்பாட்டை உதாரணமாக எடுத்துக் கொண்டு n = 1, n = 2, n = 3, இத்தியாதிகளைத் தொடர்ச்சியாக உத்தேசத்தில் கொள்வோம். பிறகு நாம் கூட்டுச் சமநிலையை [isomers] விலக்கி பின்வரும் விளைவுகளைப் பெறுவோம்.

	கொதி நிலைத்தானம்	உருகும் நிலைத்தானம்
CH_2O_2 - பார்மிக் அமிலம்	100°	1°
$C_2H_4O_2$ - அசெடிக் அமிலம்	118°	17°
$C_3H_6O_2$ - பிரோபியானிக் அமிலம்	140°	-
$C_4H_8O_2$ - புடிரிக் அமிலம்	162°	-
$C_6H_{10}O_2$ - வேலேரியானிக் அமிலம்	175°	-

இப்படியாக $C_{30}H_{60}O_2$ மெல்லிசிக் அமிலம் வரை. இது மட்டுமே உருகும். இது கலைவுறாமல் ஆவியாக முடியாது என்ற காரணத்தால் இதற்குக் கொதிநிலை இல்லை.

எனவே இங்கு கூறுகள் எப்போதும் ஒரே விகிதத்தில் அளவு ரீதியில் சேர்க்கப்படுவதன் விளைவாகப் பண்புரீதியில் வெவ்வேறான சேர்மங்கள் வரிசையாக உருவாகி வருகின்றன. கூட்டுகையின் எல்லாக் கூறுகளின் அளவும் அதே விகிதத்தில் மாறுதலடையும் நிகழ்ச்சிகளில் இதை மிகவும் தெளிவாகக் காணலாம். இவ்வாறாக சாதாரண பாரஃபின்களில் (மெழுகு) $C_nH_2n+_2$ வில்: ஆகக் குறைந்து மெதானே CH_4 ஒரு வாயு; ஆக உயர்ந்தது ஹெக்சடெகேன் $C_{16}H_{34}$- ஒரு நிறமில்லாத படிகங்களை உருவாக்கும் ஒரு திடப்பொருள். இது 21^0 க்கு உருகும். 278^0 யில்தான் கொதிக்கும். இரு வரிசைகளின் ஒவ்வொரு புது உறுப்புத் தனிமம் CH_{2-} கரியம் ஓர் அணுவும் நீரகம் இரண்டணுவும் - முந்தைய தனிமம் பொருளின் மூலக்கூறு சார்ந்த வாய்ப்பாட்டுடன் சேர்க்கப் படுவதால் உருவாகும்; மூலக்கூறு வாய்ப்பாட்டில் ஏற்படும் இந்த அளவு நிலை மாற்றம் ஒவ்வொரு படியிலும் பண்பு ரீதியில் வெவ்வேறான சேர்மங்களை உற்பத்திச் செய்கிறது.

இந்த வரிசைகள் ஒரு குறிப்பிட்ட கண்கூடான உதாரணம் மட்டுமேயாகும்; இரசாயனவியல் முழுவதிலும் பெரும்பாலும் எங்கணும் வெடிய உயிரகைகள் மற்றும் பாஸ்பரஸ் அல்லது கந்தகத்தில் பல்வேறு உயிரக அமிலங்களில் எவ்வாறு "அளவுநிலை பண்பு நிலையாக மாற்றமடைகிறது" என்பதைப் பார்க்கலாம். இந்தக் குழப்பமானது தெளிவற்றது எனப்படும் ஹெகலின் கருத்து, வஸ்துக் களிலும் வளர்ச்சிப் போக்குகளிலும் சடமான வடிவில் தோற்ற மளிக்கிறது - இதனால் குழப்பமுற்று மூடி மறைக்கப்படுவது ஹெர் டூரிங்கே தவிர வேறு எவருமல்ல. இதை முதலில் கவனத்திற்குக் கொண்டு வந்தவர் மார்க்ஸ் என்றால், ஹெர் டூரிங் இந்தக் குறிப்பைப் புரிந்துகொள்ளாமலே படித்தார் (இல்லையேல் அவர் இந்த இணையற்ற அட்டூழியத்தை மறுக்கப்படாதவகையில் அனுமதித்திருக்க முடியாது) என்றால் இயற்கை பற்றிய புகழார்ந்த டூரிங்கின் இயற்கைத் தத்துவ வியலைத் திரும்பிப் பாராமலே "இயற்கை - விஞ்ஞான சிந்தனை பாணி வழங்கியுள்ள பிரபல நவீனக் கல்விக் கூறுகள் இல்லாமலும், "இரசாயனவியலின்... பிரதான சாதனைகள்" பற்றிய பரிச்சயம் இல்லாமலும் இருப்பது மார்க்சா, அல்லது ஹெர் டூரிங்கா, இருவரில் எவர் என்பதைத் தெளிவாக்க இவையே போதும்.

அளவுநிலை பண்புநிலையாக மாற்றமடைவதற்கு ஆதரவாக நாம் மேலும் ஒரு சாட்சியை - அதாவது நெப்போலியனை - அழைப்போமாக,

கட்டுப்பாடுடைய ஆனால் குதிரையேற்றத்தில் மோசமான பிரெஞ்சு குதிரைப்படைக்கும், அவர்களது காலத்தில் சிறந்த குதிரை வீரர்களாக ஆனால் கட்டுப்பாடு இல்லாத மாமுலுக்குகளுக்கும் இடையேயான போராட்டத்தை அவர் பின்வருமாறு வர்ணிக்கிறார்:

> *இரண்டு மாமுலுக்குள் மூன்று பிரெஞ்சுக்காரர்களை போரில் விஞ்சிவிடுவார்கள் என்பதில் சந்தேகமில்லை; 100 மாமுலுக்குகள் 100 பிரெஞ்சுக்காரர்களுக்குச் சமம்; 300 பிரெஞ்சுக்காரர்கள் பொதுவாக 300 மாமுலுக்குகளை முறியடிக்க முடியும்; 1000 பிரெஞ்சுக்காரர்கள் ஒரே படிமையில் 1500 மாமுலுக்குகளைத் தோற்கடித்தார்கள்."*[78]

மார்க்சுக்கு எவ்வாறு மூலதனமாக மாற்றுவதற்கு பல்வேறு வகையாயினும் சரி திட்டவட்டமான மாற்ற - மதிப்புகளின் குறைந்த பட்சத் தொகை நிச்சயமாகத் தேவைப்பட்டதோ அது போன்று நெப்போலியனுக்கு நெருக்கமான ஒழுங்குடன் உருவான கட்டுப் பாடான சக்தியாகத் திட்டமிட்ட முறையில் பயன்படுத்தக்கூடிய ஒரு நிர்ணயமான எண்ணிக்கையிலான குதிரைப்படைப் பிரிவு அவசியமாக இருந்தது. அது, மற்றவர்கள் மேலும் நல்ல குதிரைகள் மீதேறி திறமை சாலிகளான குதிரை வீரர்களாயும் போர் வீரர்களாயும் முன்னவர் களைப் போலவே தீரர்களாகவும் இருந்த போதிலும் ஒரு ஒழுங்கற்ற குதிரைப் படையாக இருந்ததால் எண்ணிக்கையில் பெரிதாக இருந்த போதிலும் கூட நெப்போலியன் அதைவிட உயர்ந்து மேம்பட்டுச் செயல்படுவது சாத்தியமாயிற்று. ஹெர் டூரிங்குக்கு எதிராக இது நிரூபிப்பது என்ன? ஐரோப்பாவுடன் நடத்திய போரில் நெப்போலியன் படுதோல்வியுறவில்லையா? தோல்விக்குப்பின் தோல்வியைக் காண வில்லையா? ஏன்? குதிரைப்படைப் போர்த் தந்திரங்களில் குழப்பமான தெளிவற்ற ஹெகலின் கருத்துகளைப் புகுத்தியதன் ஏகப்பின் விளைவு போலும்!

13. இயக்கவியல்: நிலைமறுப்பு நிலைமறுக்கப்படல்

"இந்த (இங்கிலாந்தில் ஏற்பட்டதாகக் கூறப்படும் மூலதனத்தின் புராதனத் திரட்சியின் பிறப்பு பற்றிய) "வரலாற்று விளக்கவுரை மார்க்சின் நூலில் ஒப்பியலில் சிறப்பான பகுதியாகும். இதன் புலமைச் சான்ற ஆதாரத்திற்கு உதவ இயக்கவியல் கவைக் கோல்களைச் சார்ந்திராமல் இருப்பின் இது இன்னும் சிறந்ததாக இருந்திருக்கும். இதைவிடச் சிறந்ததும் தெளிவானதும் இல்லாத நிலையில் ஹெகலின் நிலைமறுப்பு நிலைமறுக்கப்படல் இங்கு உண்மையில் பழமையின் கருப்பையில் இருந்து எதிர்காலத்தைப் பிறப்பித்த மருத்துவச்சியாக உதவி புரிந்துள்ளது. பதினாறாம் நூற்றாண்டு முதல் மேலே சுட்டிக்காட்டப்பட்ட வழியில் அமுலாக்கப்பட்டுள்ள "தனிப்பட்ட உடமை" ஒழிப்பு முதல் நிலைமறுப்பாகும். நிலைமறுப்பு நிலைமறுக்கப்படும் தன்மை யினைக் கொண்டதான இரண்டாவதால் இது தொடரப்படும். எனவே "தனிப்பட்ட சொத்து" மீட்டளிக்கப் பட்டது. ஆனால் ஓர் உயர் வடிவில் - நிலம் மற்றும் உழைப்புக் கருவிகளில் பொது உடைமையினை அடிப்படையாக்கியதாக இருந்தது. ஹெர் மார்க்ஸ் இந்தத் "தனிப்பட்ட சொத்தையும்" "சமூகச் சொத்து" என்றே அழைக்கிறார். இதில் ஹெகலின் உயர் ஒற்றுமை தோற்ற மளிக்கிறது. இதில் ஹெகலின் சொற்ஜாலப்படி முரண்பாடு உயர்தளப்படுத்தப்பட்டுள்ளதாகக் கருதப்படுகிறது முரண்பாடு தீர்க்கவும்படுகிறது, பேணி வைக்கவும்படுகிறது... இதன் பிரகாரம் உடைமை பறிப்போர் உடைமை நீக்கப்படும் வேலை அதன் பொருளாயத ரீதியான புறச் சூழ்நிலைமைகளில் வரலாற்று எதார்த்தத்தின் தானேயான விளைவாக இருக்கும்... நிலைமறுப்பு நிலைமறுக்கப்படல் என்பது போன்ற ஹெகலின் சொற் ஜாலங்களில் நம்பிக்கை வைப்பதும் அடிப்படையில் நிலம்

மூலதனம் ஆகியவற்றில் பொதுவுடைமையின் அவசியம் பற்றி அறிவுள்ள ஒரு மனிதனிடம் மெய்ப்படுத்திக் காட்டுவது கடின மாக இருக்கும்... மார்க்சின் கருத்தோட்டங்களின் தெளிவற்ற கலப்படம். ஹெகலின் இயக்கவியலை ஒரு விஞ்ஞான அடிப் படையாகக் கொண்டு எத்தகைய முட்டாள்தனங்களைப்

புனைந்துவிடலாம் அல்லது அதிலிருந்து என்ன முட்டாள் தனம் தவிர்க்க முடியாதபடி எழும் என்பதை உணரும் எவருக்கும் விசித்திரமாகத் தோன்றாது. இந்தத் தந்திரங்கள் பற்றிப் பரிச்சயமில்லாத வாசகருக்கு உதவும் வகையில் ஹெகலின் முதல் நிலைமறுப்பு பாவம் செய்வதைப் பற்றிய வினாவிடை பாணிக் கருத்து என்பதையும், இரண்டாவது மீட்புக்கு இட்டுச் செல்லும் உயர் ஒற்றுமை பற்றியது என்பதையும் தெளிவாகச் சுட்டிக்காட்ட வேண்டும். உண்மைகளின் தர்க்கவியல் சமயத் துறையிடமிருந்து இரவல் வாங்கிய இந்த முட்டாள்தனமான உவமையினை அடிப்படையாகக் கொள்வது மிகவும் அரிதே... ஹெர் மார்க்ஸ் தமது சொத்துடமையின் தெளிவற்ற உலகில் சந்தோஷமாக இருக்கிறார். இந்தச் சொத்து ஏக காலத்தில் தனியாருடைய தாகவும் சமூகத்தினுடையதாகவும் இருக்கிறது. இந்த ஆழமான இயக்கவியல் புதிருக்குத் தாமே தீர்வுகாணும்படி இதனைத் தம் திறமைசாலிகளுக்கு விட்டு விடுகிறார்."

இதுவரை ஹெர் டூரிங்கின் கூற்று.

இவ்வாறு, ஹெகலின் நிலைமறுப்பு நிலைமறுக்கப்படலை எடுத்துக்காட்டுவது தவிர சமுதாயப் புரட்சியின் அவசியத்தையோ அல்லது நிலம் மற்றும் உழைப்பால் உருவாக்கப்படும் உற்பத்திச் சாதனங்களைப் பொதுவுடைமையாக்குவதன் அவசியத்தை நிரூபித்துக் காட்ட மார்க்சிற்கு வேறு வழி எதுவும் இல்லை; மற்றும் அவர் தமது சோஷலிசத் தத்துவத்திற்கு சமயத்திடமிருந்து இரவல் வாங்கிய முட்டாள்தனமான உவமைகளை ஆதாரமாக்கியிருப்பதால் அவர் எதிர்கால சமுதாயத்தில் தனிநபர் மற்றும் சமுதாய உடமை உயர் தளப்படுத்தப்பட்ட முரண்பாடுகளின் ஹெகலியன் உயர் ஒற்றுமை போன்ற வகையில் இரண்டும் ஏககாலத்தில் மேலோங்கி இருக்கும் என்ற முடிவுக்கு வருகிறார்.

நிலைமறுப்பு நிலைமறுக்கப்படலைத் தற்போதைக்கு ஓய்வெடுக்க விட்டு "ஏககாலத்தில் தனிநபர் மற்றும் சமூகத்தினதாகவும்" இருக்கும் "உடைமையினைப்" பார்ப்போம். ஹெர் டூரிங் இதை ஒரு "தெளிவற்ற உலகம்" என்று இனங்காட்டுகிறார். இந்த விஷயத்தில் அவர் உண்மையில் சரியாக இருப்பது விந்தையே. ஆனால் இந்தத் "தெளிவற்ற உலகில்" துரதிருஷ்டவசமாக இருப்பது மார்க்ஸ் அல்ல ஆனால் ஹெர் டூரிங்கே. ஹெகலின் முறையிலான "வெறிப்பிதற்றலைக்" கையாளுவதிலான அவரது திறமை மூலதனம் நூலின் இன்னும் முழுமை செய்யப்படாத பாகங்களில் நிச்சயம் என்ன உள்ளடங்கி இருக்கும் என்பதை அவரால் எவ்வித இடர்ப்பாடும் இன்றி எவ்வாறு நிர்ணயிக்க முடிந்ததோ அதே

போன்று இங்கும் மார்க்சின் நூலில் ஒரு சொல்கூட இல்லாத சொத்தின் உயர் ஒற்றுமை பற்றிய தகவலை அவர் மீது சுமத்தி எவ்வித பெருமளவு முயற்சியும் இன்றி மார்க்சை ஹெகலினைப் போன்று ஆக்கி விடுகிறார்.

மார்க்ஸ் கூறுகிறார்: "இது நிலைமறுப்பு நிலைமறுக்கப்படல். இது உற்பத்தியாளருக்குத் தனிச்சொத்தை மீண்டும் நிலைநாட்டுகிறது ஆனால் முதலாளித்துவ சகாப்தத்தின் சாதனங்கள் - கூட்டுறவு, பொது நிலம், பொது உற்பத்திச் சாதனங்கள் உடைமை மீது ஈட்டப்பற்ற வற்றை அடிப்படையாக்கி தனிச்சொத்துகளை வழங்குகிறது. தனிப் பட்ட உழைப்பில் இருந்து எழுந்த, சிதறிக்கிடக்கும் தனிச் சொத்து முதலாளித்துவத் தனிச்சொத்தாக மாற்றமடைவது ஏற்கெனவே பெரும்பாலும் சமூகமயமாக்கப்பட்ட உற்பத்தியைச் சார்ந்து நிற்கும் முதலாளித்துவ தனிச் சொத்தை சமூக உடைமைச் சொத்தாக மாற்று வதைக் காட்டிலும் இயல்பாகவே ஒப்பிட முடியாத அளவுக்கு மேலும் அதிகக் காலம் நீட்டிக்கும் வன்முறையும் இடர்ப்பாடுமுடைய நிகழ்ச்சி முறையாகும்."[79] இது இவ்வளவே. எனவே உடைமை பறிப்போர்களை உடைமை நீக்கம் செய்வதன் மூலம் உருவாக்கப்பட்ட நிலைமை தனிச்சொத்து மீண்டும் நிலைநாட்டப்படுவதாக இனங்காணப்படுகிறது. ஆனால் நிலத்தின் மீதும் உழைப்புத் தானாகவே உருவாக்கிய உற்பத்திச் சாதனங்களின் மீதுமான சமூக உடைமையே இதற்கு அடிப்படை யாகும். சாதாரணப் பேச்சு முறையினைப் புரிந்து கொள்ளும் எவருக்கும் இதன் பொருள் சமுதாய உடைமை நிலத்துக்கும் இதர உற்பத்திச் சாதனங்களுக்கும் விஸ்தரிக்கப்படுகிறது. தனிப்பட்ட உடைமை பண்டங்களுக்கு அதாவது நுகர்வதற்கான பொருட்களுக்கு விஸ்தரிக்கப்படுகிறது என்பதாகும். ஆறு வயதுக் குழந்தைகளும் கூட இந்த விஷயத்தைப் புரிந்து கொள்ளும்படி செய்வதற்காக மார்க்ஸ் 56ஆம் பக்கத்தில் "உற்பத்திச் சாதனங்களில் பொதுவாகப் பணியாற்றுகிற சுதந்திரமான தனிநபர்களின் ஒரு கூட்டமைப்பை" உத்தேசமாகக் குறிப்பிடுகிறார்; "இதில் எல்லாப் பல்வேறு தனிநபர்களின் உழைப்புச் சக்தியும் கூட்டமைப்பின் ஒன்றிணைந்த உழைப்புச் சக்தியாக உணர்வுபூர்வமாகப் பயன்படுத்தப்படுகிறது" அதாவது சோஷலிஸ்ட் அடிப்படையில் நிறுவப்பெற்ற ஒரு சமூக அமைப்பு. அவர் தொடர்ந்து கூறுகிறார்: "நமது கூட்டமைப்பின் ஒட்டுமொத்த விளைபொருளும் சமூகத்தின் விளைபொருளாகும். இதில் ஒரு பகுதி புதிய உற்பத்திச் சாதனமாக சேவை புரிந்து சமூகவுடைமையாக நீடிக்கிறது. இன்னொரு பகுதி உறுப்பினர்களால் பிழைப்புக்கான சாதனமாகப் பயன்படுத்தப் படுகிறது. இதன் விளைவாக இந்தப் பகுதியை அவர்களிடையே வினியோகம் செய்வது அவசியமாகிறது"[80] ஹெகலின் போதனைகளில் சிக்கிக் கொண்ட ஹெர் டூரிங்குக்கும் கூட நிச்சயமாயும் இது போதிய அளவு தெளிவாகத் தெரிய வேண்டும்.

ஏககாலத்தில் தனிப்பட்டதும் மற்றும் சமூகத்தினதுமாக இருக்கும் சொத்து, இந்தக் குழப்பும் கலப்படம், ஹெகலின் இயக்கவியலில் இருந்து தவிர்க்க முடியாதபடி தோன்றும் இந்த முட்டாள்தனம். இந்தத் தெளிவற்ற உலகம், இந்த ஆழமான இயக்கவியல் புதிர் - மார்க்சால் தமது சீடர்கள், தாமே தீர்வு காணும்படி விட்டுள்ள புதிர் - என்பதெல்லாம் ஹெர் டூரிங்கின் இஷ்டப்படியான படைப்பும் கற்பனையுமே. ஹெகலியன் என்று கூறப்படும் மார்க்சுக்கு நிலை மறுப்பு நிலைமறுக்கப்படலின் விளைவு என்ற முறையில் ஓர் உண்மை யான உயர் ஒற்றுமையை உருவாக்கும் கட்டாயம் ஏற்படுகிறது. இதை ஹெர் டூரிங் விரும்பியபடி மார்க்ஸ் செய்யாததால் அவர் தமது மேலும் உயர்ந்த மேலும் உன்னதமான பாணியில் இறங்கி முழுமையாக உண்மையின் நலன்களுக்காக ஹெர் டூரிங்கின் சொந்தச் செய்முறைச் சரக்குகளை மார்க்சினுடையவையாகச் சாட்டி விடுகிறார். விதிவிலக்கு என்ற அளவுக்கும் கூட சரியாக மேற்கோள் காட்டுவதற்கு முற்றும் ஆற்றல் இல்லாதவராக இருக்கும் ஒரு மனிதர் எப்போதும் பிழையின்றி மேற்கோள் காட்டும் மற்றவர்களின் "சீனத்துப் புலமை" குறித்து தார்மிகக் கோபாவேசம் கொள்ளலாம். ஆனால் குறிப்பாயும் இதைச் செய்வதன் மூலம் "தாம் மேற்கோள் காட்டும் பல்வேறு எழுத்தாளர் களின் ஒட்டுமொத்தமான கருத்துகள் பற்றிய நுண்ணறிவு தமக் கில்லாததைப் போதிய அளவுக்கு மூடிமறைக்க முடியாது போகிறது." ஹெர் டூரிங் நிலை சரி. அலங்கார நடையிலான வரலாற்றுச் சித்திரம் நெடுநாள் வாழ்வதாக!

ஹெர் டூரிங் பிடிவாதமாகத் தவறாக மேற்கோள் காட்டும் வழக்கம் குறைந்தபட்சம் நல்லெண்ணத்துடன்தான் செய்யப்படுகிறது. விஷயங்களைப் புரிந்துகொள்வதிலான அவரது முழுமையான ஆற்றல் இன்மை அல்லது ஞாபகத்தில் இருந்து மேற்கோள் காட்டும் வழக்கம் ஆகியவற்றில் இருந்தே எழுந்துள்ளது - இது அலங்கார நடை யிலான வரலாற்றுச் சித்திரத்தின் பிரத்தியேகமான வழக்கம் போலத் தோன்றுகிறது. ஆனால் இது பொதுவாகக் கவனமின்மை என்றே சித்திரிக்கப்படுகிறது - என்ற பாவனையில் இதுவரை நாம் சென்று உள்ளோம். ஆனால் ஹெர் டூரிங் விஷயத்தில் கூட, அளவுநிலை பண்புநிலையாக மாற்றமடையும் நிலையினை நாம் எட்டிவிட்டது போல் தோன்றுகிறது. காரணம், முதலாவதாக மார்க்சின் வாசகம் தானே முற்றிலும் தெளிவாக உள்ளது. மேலும் அதே நூலில் தவறாகப் புரிந்து கொள்வதற்கு எவ்வகையிலும் இடந்தராத இன்னொரு வாசகம் மூலம் விரித்துரைக்கப்பட்டுள்ளது; இரண்டாவதாக "ஏககாலத்தில் தனிநபர் மற்றும் சமுதாய உடைமை என்று இரண்டுமாக இருக்கும் சொத்தின்" பெருங் கொடுமையினை ஹெர் டூரிங் மூலதனம் பற்றிய தம்

விமர்சனத்தில் மேலே சுட்டிக் காட்டப்பட்ட Erganzungsblatterஇலும் சரி, அவரது விமர்சன வரலாற்றின் முதல் பதிப்பில் இருந்த விமர்சனத்திலும் சரி கண்டுபிடிக்கவில்லை - ஆனால் இரண்டாம் பதிப்பில் மட்டும் அதாவது மூலதனம் மூன்றாம் முறை படித்தபோது கண்டார்; மேலும் சோஷலிச அர்த்தத்தோடு மாற்றிச் சேர்த்த இந்த இரண்டாம் பதிப்பில் சமுதாயத்தின் எதிர்கால அமைப்புக் குறித்து உச்ச அளவு சாத்தியமான முட்டாள் கதையை மார்க்சைக் கொண்டு சொல்லுவிக்க வேண்டியது அவசியம் என்று ஹெர் டூரிங் கருதினார்; இதன் மூலம் இதற்கு நேர் மாறாக - அவர் உண்மையில் செய்திருப்பது போன்று - "எனது பாடத்தில் பொருளாதார மற்றும் சட்டமுறை விளக்கத்தில் என்னால் விவரிக்கப்பட்டுள்ள பொருளாதாரக் கம்யூன்" என்று மேலதிகமான வெற்றிச் செருக்குடன் முன்வைக்க இயலும் - என்பதை எல்லாம் நாம் கவனத்தில் எடுத்துக் கொள்ளும் பட்சத்தில் ஹெர் டூரிங் மார்க்சின் கருத்தை ஹெர் டூரிங்குக்கு அனுகூலமான வகையில் இங்கு திட்டமிட்டே "அனுகூல விஸ்தரிப்பு" செய்திருக் கிறார் என்ற முடிவுக்கு ஏறத்தாழக் கட்டாயம் வந்தாக வேண்டும்.

ஆனால், மார்க்சின் நூலில் நிலைமறுக்கப்படல் வகிக்கும் பாத்திரம் என்ன? 791 ஆம் பக்கத்திலும் அதைத் தொடர்ந்த பக்கங் களிலும் மூலதனத்தின் புராதனத்திரட்சி[81] என்பதைப் பற்றிய 50 பக்கத்து பொருளாதார மற்றும் வரலாற்று ஆய்விலிருந்து எடுத்து இறுதி முடிவுகளை வகுத்துக் கூறுகிறார். முதலாளித்துவ சகாப்தத்திற்கு முன்னால் குறைந்தபட்சம் இங்கிலாந்தில் தொழிலாளி தனது உற்பத்திச் சாதனங்களைத் தனிச்சொத்தாக வைத்திருந்த அடிப்படையில் சிறு தொழில் நிலவியது. அங்கு புராதன மூலதனத் திரட்சி எனப்படுவது இந்த உடனடி உற்பத்தியாளர்களைப் பறிமுதல் செய்ததன் மூலம், அதாவது உடமையாளரின் உழைப்பை அடிப்படையாக்கிய தனியார் சொத்தைக் கலைத்தது மூலம் ஏற்பட்டது. இது சாத்தியமானதற்குக் காரணம் மேலே குறிப்பிடப்பட்ட சிறு தொழில். உற்பத்தியின் மற்றும் சமுதாயத்தின் குறுகிய மற்றும் ஆதிகால வரம்புகளுக்கு மட்டுமே உகந்ததாகும்; மற்றும் ஒரு குறிப்பிட்ட வளர்ச்சிக் கட்டத்தில் அதன் சொந்த அழிவுக்கான பொருளாயத சாதனங்களை அது பிறப்பிக்கிறது. இந்த அழிவு, தனிப்பட்ட மற்றும் சிதறலான உற்பத்திச் சாதனங்களைச் சமூக ரீதியில் ஒன்று குவிக்கும் இந்த மாற்றம் மூலதனத்தின் பூர்வாங்க வரலாறாகிறது. தொழில் செய்பவர்கள் பாட்டாளிகளாகவும் அவர் களது உழைப்புச் சாதனங்கள் மூலதனமாகவும் மாற்றப்பட்ட வுடனேயே, முதலாளித்துவ உற்பத்தி முறை தன் சொந்தக் கால்களில் நிற்கத் தொடங்கியவுடனேயே உழைப்பு மேலும் சமூகமயமாக்கப்பட்டு நிலமும் மற்ற உற்பத்திச் சாதனங்களும் மேலும் மாற்றப்பட்டவுடன்

தனி உரிமையாளர் மேலும் பறிமுதல் செய்யப்படுவது ஆகியவை புதிய வடிவத்தை எடுக்கிறது. "இப்போது பறிமுதல் செய்யப்பட வேண்டியவர் தனக்காக உழைக்கும் தொழிலாளி அல்ல ஆனால் பல தொழிலாளர்களைச் சுரண்டிவரும் முதலாளியேயாகும். அந்தப் பறிமுதலை முதலாளித்துவ உற்பத்தியின் உள்ளூறைந்திருக்கும் விதி களின் செயல்களே, மூலதனக் குவிப்பு மூலம் நிறைவேற்றி விடுகின்றன. ஒரு முதலாளி எப்பொழுதும் பலரைக் கொல்கிறார். இந்தக் குவிப் புடன் அல்லது ஒரு சில முதலாளிகள் பல முதலாளிகளைப் பறிமுதல் செய்வதோடு கூடக் கைகோர்த்தபடி, என்றும் விரிவான அளவில் உழைப்பு நடைமுறையின் கூட்டுறவு வடிவமும், விஞ்ஞானம் உணர்வு பூர்வமாகப் பிரயோகிக்கப்படுவதும், நிலம் முறைப்படியாகப் பயிர் செய்யப்படுவதும், உழைப்புக் கருவிகள் பொதுவாக மட்டுமே பயன்படுத்தத்தக்க வகையிலான உழைப்புக் கருவிகளாக மாற்ற மடைவதும், இணைக்கப்பட்ட சமூக உழைப்பின் உற்பத்திச் சாதனங் களாக அவற்றைப் பயன்படுத்துவதன் மூலம் எல்லா உற்பத்திச் சாதனங் களையும் சிக்கனப்படுத்துவதும் வளர்ச்சியடைகின்றன. இந்த மாறுதல் நிகழ்ச்சிமுறையின் எல்லா சாதகங்களையும் பறித்து ஏகபோகமாக்கும் மூலதனத்தின் பெருஞ்செல்வர்களின் இடையறாது குறைந்து வரும் எண்ணிக்கையுடன்கூடவே பெருமளவிலான வறுமை, ஒடுக்கு முறை, அடிமைத்தனம், இழிவு, சுரண்டல் ஆகியவை அதிகரித்து வருகின்றன; ஆனால் இதனுடன் கூடவே தொழிலாளி வர்க்கத்தின் ஆத்திரமும் வளர்கிறது; இந்த வர்க்கம் எப்பொழுதும் எண்ணிக்கையில் அதிகரித்தபடி உள்ளது. இது முதலாளித்துவ உற்பத்தி நடைமுறைப் போக்கின் அதே பொறியமைவால் கட்டுப்படுத்தப்பட்டு, ஒற்றுமைப் படுத்தப் பெற்று, ஒழுங்கமைக்கப்படுவதாகும். அதனுடனும் அதன் கீழும் உதித்தெழுந்து செழுமையடைந்த உற்பத்தி முறைக்கு மூலதனமே ஒரு தளையாகிறது. உற்பத்திச் சாதனங்களின் குவிப்பும் உழைப்பு சமூகமயமாக்கப் படுதலும் தமது முதலாளித்துவப் புறத்தோலுக்கு ஒவ்வாததாகிப் போய்விடும் ஒரு கட்டத்தை இறுதியாக அடைகின்றன. இந்தப் புறத்தோல் கிழிந்து துண்டாகிவிடுகிறது. முதலாளித்துவத் தனிச் சொத்திற்குச் சாவுமணி அடிக்கப்படுகின்றது. உடைமையைப் பறித்தவர்கள் உடைமை நீக்கம் செய்யப்படுகின்றனர்."[82]

இப்போது நான் வாசகர்களைக் கேட்கிறேன்; இயக்கவியல் பகட்டணிகளும் புதிர்களும் கருத்தோட்டம் சார்ந்த விசித்திரக் காட்சிகளும் எங்கே; இறுதியில் யாவும் ஒன்றேயாகித் தீரும் கலப்படமான, தவறாகக் கருத்தில் உருவாக்கிய கருத்துகள் எங்கே; தமது விசுவாசமுள்ள சீடர்களுக்கான இயக்கவியல் அற்புதங்கள் எங்கே; ஹெர் டூரிங்கின் கூற்றுப்படி இது இல்லாமல் மார்க்ஸ் தனது

விளக்கத்தை உருவாக்கியிருக்க முடியாது என்கிற மர்மமான இயக்க வியல் குப்பையும் ஹெகலின் லோகோஸ் போதனைக்கு ஏற்ப அமைந்த புதிரும் எங்கே? முன் நாளில் எவ்வாறு சிறு தொழில் தனது வளர்ச்சி காரணமாகவே தனது சொந்த அழிவுக்குரிய நிலைமைகளைத் தவிர்க்க முடியாதபடி உருவாக்கிக் கொண்டதோ, அதாவது சிறு உடமை யாளர்கள் பறிமுதல் செய்யப்படும் நிலைமைகளை உருவாக்கிக் கொண்டதோ, அதேபோன்று முதலாளித்துவ உற்பத்தி முறைதான் கட்டாயம் அழிவதற்கான பொருளாயத நிலைமைகளை உருவாக்கி யிருக்கிறது என்று மார்க்ஸ் அப்படியே வரலாற்றிலிருந்து காட்டுகிறார். இங்கு அதைச் சுருக்கமான வடிவில் தருகிறார். இந்த நிகழ்ச்சிப் போக்கு வரலாற்று வழிப்பட்டது. அதே சமயம் அது ஓர் இயக்கவியல் நிகழ்ச்சிப் போக்காகவும் இருக்குமானால் இது ஹெர் டூரிங்குக்கு எவ்வளவு தொந்தரவாக இருந்தாலும் சரி இது மார்க்சின் தவறல்ல.

மார்க்ஸ், வரலாறு மற்றும் பொருளியல் உண்மைகளின் அடிப்படையில் தமது நிரூபணத்தைப் பூர்த்திசெய்த பிறகு மேலே செல்கிறார்: "முதலாளித்துவ முறை உற்பத்தியின் விளைவாக முதலாளித்துவ முறையிலான சுவிகரிப்பு முதலாளித்துவத் தனிச் சொத்தை உருவாக்குகிறது. இதுவே தனி உரிமையாளரின் உழைப்பை ஆதாரமாக்கிய தனிப்பட்ட தனியார் சொத்தின் முதல் நிலைமறுப்பு: ஆனால் இயற்கை விதியின் அசைக்க முடியாத தன்மையுடன் தனது சொந்த நிலைமறுப்பினை முதலாளித்துவ உற்பத்தி பிறப்பிக்கிறது. இதுவே நிலைமறுப்பு நிலைமறுக்கப்படுதலாகும். இவ்வாறு (மேலே மேற்கோள் காட்டியபடி.)"[83]

இவ்வாறாக இந்த நிகழ்ச்சிப் போக்கை நிலைமறுப்பு நிலை மறுக்கப்படுதல் என வருணிப்பதன் மூலம் மார்க்ஸ் இந்த நிகழ்ச்சிப் போக்கு வரலாற்று முறையில் அவசியமானது என்று நிரூபிக்க உத்தேசிக்கவில்லை. இதற்கு மாறாக: இந்த நிகழ்ச்சிப் போக்கு ஓரளவுக்கு நிகழ்ந்துவிட்டது. எதிர்காலத்திலும் ஓரளவுக்கு நிகழ விருக்கிறது என்பதை வரலாற்றிலிருந்து நிரூபித்துக்காட்டிய பிறகு மட்டுமே அவர் கூடுதலாக இதனைத் திட்டமிட்ட இயக்கவியல் விதிக்கு ஏற்ப வளர்ச்சியடையும் நிகழ்ச்சிப்போக்கு என்று வருணிக் கிறார். எல்லாம் அவ்வளவே. எனவே ஹெர் டூரிங் இங்கு, நிலைமறுப்பு நிலை மறுக்கப்படுதல் பழமையின் கருப்பையில் இருந்து எதிர் காலத்தைப் பெற்றெடுக்க உதவும் மருத்துவச்சியாகச் சேவை புரிய வேண்டும் என்று அல்லது மார்க்ஸ் நிலைமறுப்பு நிலைமறுக்கப்படல் மீதான நம்பிக்கையின் அடிப்படையில் நிலை மற்றும் மூலதனத்தின் பொதுவுடைமையின் அவசியம் குறித்து எவருக்கும் மெய்ப்படுத்திக்

காட்ட விரும்பினார் என்றும் (இது "சடமான வடிவிலான" டூரிங்கின் ஒரு "முரண்பாடாகும்") பேசுவது மீண்டும் உண்மைகளை அப் பட்டமாகச் சிதைத்துக் கூறுவதேயாகும்.

ஹெர் டூரிங் இயக்கவியலின் தன்மையைப் புரிந்து கொள்ள முற்றிலும் தவறிவிட்டார் என்பதை அவர் அதை வெறும் சான்று தரும் கருவியாக, ஒரு குறையுள்ள மூளை எவ்வாறு சம்பிரதாய தர்க்கவியலை அல்லது ஆரம்ப கணிதத்தைப் பார்க்குமோ அது போன்று கருதிப் பார்ப்பதிலிருந்தே தெரிய வருகிறது. சம்பிரதாய தர்க்கவியலும் கூட பிரதானமாயும் புதிய விளைவுகளை எட்டுவதற்கான முறையே, தெரிந்ததில் இருந்து தெரியாததை நோக்கி முன்னேறும் முறையே - இயக்கவியலும் இத்தகையதே, இன்னும் சற்று அதிகம் மேம்பட்ட முறையில் இவ்வகையில் இருப்பதே; மேலும் அது சம்பிரதாய தர்க்கவியலின் குறுகிய வட்டத்திற்கும் அப்பால் வலிந்து முன்செல்வது, காரணமாக அதனுள் உலகம் பற்றிய மேலும் அதிக விரிவான நோக்கின் கருமூலம் உள்ளது. இதே தொடர்பாடு கணிதவியலில் நிலவுகிறது. ஆரம்ப கணிதம், மாறிலி மதிப்புருக்களின் கணிதம் [the mathematics of constant quantities] சம்பிரதாய தர்க்கவியலின் வரையறைக்குள்ளேயே எப்படியும் ஒட்டுமொத்தத்தில் இயங்குகிறது. மாறியல் மதிப்புருக்களின் கணிதம் [the mathematics of variables] - அதன் மிக முக்கியமான பகுதி முழுநிலை மிச்சநிலை நுண்கணிதம் [infinitesimal calculus] ஆகும் - சாராம்சத்தில் கணிதவியல் உறவுகளில் இயக்கவியலைப் பிரயோகிப்பது தவிர வேறு எதுவுமன்று. புதிய ஆராய்ச்சித் துறைகளுக்கான முறையினைப் பலவகைகளில் பிரயோகித்தல் என்பதோடு ஒப்புநோக்கும் போதில் சாமானிய நிரூபண முறை பிரச்சனை நிச்சயமாயும் பின்னணிக்குத் தள்ளப்படுகிறது. ஆனால் வகையீட்டு நுண்கணிதத்தின் முதல் நிரூபணங்கள் முதலாக உயர் கணிதத்திலான ஏறத்தாழ எல்லா நிரூபணங்களும் ஆரம்ப கணிதத்தின் நோக்கு நிலையில் கறாராகக் கூறினால் தவறானவையாகும். இந்த இடத்தில் தேர்ந்துள்ளது போன்று இயக்கவியல் துறையில் அடையப் பெற்ற விளைவுகளை சம்பிரதாய தர்க்கவியலால் நிரூபிக்க முயற்சி நடத்தும் பொழுது இது தவிர்க்க முடியாதபடி அவ்வாறே இருக்கும். தமது காலத்தில் லைப்னிட்சும் அவர்களது சீடர்களும் கணிதவியலாளர் களுக்கு முழுநிலை மிச்சநிலை நுண்கணிதத்தின் தேற்றங்களை நிரூபிக்க முயன்றது போலவே, தடித்த இயக்க மறுப்பியலாளரான ஹெர் டூரிங்குக்கு இயக்கவியலை மட்டும் வைத்து எதையும் நிரூபித்துக் காட்ட முயல்வது காலத்தை வீணாக்குவதேயாகும். ஹெர் டூரிங் நிலைமறுப்பு நிலைமறுக்கப்படலிடமிருந்து பெறுவது போன்ற பிடிப்பு நோயை அவர்கள் வகையீட்டு முறையிடமிருந்து பெற்றார்கள்,

- மேலும் இதில் வகையீட்டு முறையும் ஒரு குறிப்பிட்ட பாத்திரம் வகிக்கிறது. இறுதியாக இந்தக் கனவான்கள் - இடைக்காலத்தில் இறந்து போகாது நின்றவர்கள் - இவர்கள் மெய்யாக உணர்ந்து ஏற்று விட்டதால் அல்ல, மாறாக அது எப்போதும் சரியாக இருந்த காரணத்தால் விருப்பமின்றியே ஒப்புக் கொண்டார்கள். ஹெர் டூரிங் அவரே கூறுவதுபோன்று, நாற்பதை ஒட்டிய வயதில்தான் இருக்கிறார்; அவர் முதிய வயது அடையும் போது, - அடைவார் என்று நம்புகிறோம் - அவரது அனுபவமும் இதுபோன்றே இருக்கலாம்.

ஹெர் டூரிங்கின் வாழ்வை இவ்வளவு கசப்பாக்கி வருகிற, கிறித்தவ சமயத்தில் பரிசுத்த ஆவியினை எதிர்த்த பாவம் போன்று அவரைப் பொறுத்தவரை மன்னிக்க முடியாத குற்றத்தின் பாத்திரத்தை வகிக்கும் இந்த அச்சந்தரும் நிலைமறுப்பு நிலைமறுக்கப்படல்தான் என்ன?

எல்லா இடங்களிலும் ஒவ்வொரு நாளும் நடைபெறுகிற மிகவும் எளிதான ஒரு நிகழ்ச்சிப் போக்கேயாகும்; இதைப் போர்த்தி மூடி யிருக்கும் பழைய கருத்துமுதல்வாதத் தத்துவவியலின் மர்மமான முகமூடியினை அகற்றிவிட்டால், எந்த ஒரு குழந்தையும் இதனைப் புரிந்து கொள்ள முடியும்,- இதை இவ்வாறு போர்த்திவைப்பது ஹெர் டூரிங்கின் திறமை கொண்ட தன்செயலற்ற இயக்கமறுப்பியலாளர் களுக்குச் சாதகமாக இருக்கிறது. ஒரு பார்லித் தானியமணியை எடுத்துக்கொள்வோம். கோடிக்கணக்கான இத்தகைய பார்லித் தானியமணிகள் அரைக்கப்பட்டு, வேகவைக்கப்பட்டு, பீராகப் புளிக்க வைக்கப்பட்டுப் பிறகு நுகரப்படுகின்றன. இத்தகைய பார்லித் தானியமணி அதற்குச் சகஜமான நிலைமைகளை பெற்றுப் பொருத்த மான மண்ணில் விழுமாயின், வெப்பம் நீர்ப்பசை ஆகியவற்றின் செல்வாக்கின் கீழ் இது ஒரு குறிப்பிட்ட மாறுதலை அடையும் - முளைவிடும்; தானியம் அந்த உருவில் நிலவுவதில்லை, அது நிலை மறுக்கப்படுகிறது. அதன் இடத்தில் அதிலிருந்து உதித்த செடி தோன்றுகிறது - இது தானியத்தின் நிலைமறுப்பாகும். ஆனால் இந்தச் செடியின் சகஜமான வாழ்க்கை வளர்ச்சிப் போக்கு என்ன? அது வளர்கிறது, மலர்கிறது. மகரந்தச் சேர்க்கை ஏற்படுகிறது. இறுதியாக மீண்டும் ஒருமுறை பார்லித் தானியத்தை உற்பத்திச் செய்கிறது; இந்தத் தானியங்கள் முற்றியவுடன் தண்டு அழிகிறது; தன் முறைக்கு அது நிலைமறுக்கப்படுகிறது. இந்த நிலை மறுப்பு நிலைமறுக்கப்படல் விளைவாக நமக்கு மீண்டும் பார்லியின் ஆதிமுதல் தானியம் தனி ஒரு அலகாக அல்ல பத்து இருபது அல்லது முப்பது மடங்காகக் கிடைக்கிறது. தானியத்தின் இனவகைகள் மிகவும் மெதுவாகவே மாறுகின்றன. எனவே இன்றைய பார்லி ஒரு நூற்றாண்டுக்கு முன்பு

இருந்ததைப்போலவே கிட்டத்தட்ட இருக்கும். ஆனால் நாம் ஓர் அலங்காரச் செடியினை உதாரணமாக டாலிய செடி [a dahlia] அல்லது ஒரு பகட்டுமலர்ச்செடியை [an orchid] எடுத்துக்கொண்டு தோட்டக்காரரின் கலைப்படி விதைகளையும் அதிலிருந்து வளரும் செடிகளையும் பண்படுத்தினால் இதன் நிலைமறுப்பு நிலைமறுக்கப் படலின் விளைவாக நாம் அதிகமான விதைகளை மட்டுமே அன்றி பண்பு முறையில் மேம்படுத்தப்பட்ட விதைகளைப் பெறுவோம்; இவை மேலும் அழகான மலர்களை உற்பத்திச் செய்யும். இந்த நிகழ்ச்சி முறை மீண்டும் மீண்டும் ஒவ்வொரு தடவையும் ஒவ்வொரு புதிய நிலைமறுப்பு நிலைமறுக்கப்படலும் இந்தச் செம்மையின் நடை முறையை உயர்த்துகிறது.

பெரும்பாலான புழுப்பூச்சிகளிடையே இந்த நிகழ்ச்சி முறை பார்லித் தானியத்தின் உதாரணத்தைப் போல அதே வழிகளில் தொடர்கிறது. வண்ணாத்திப்பூச்சி முட்டையில் இருந்து முட்டையின் நிலைமறுப்பால் தோன்றி, பால் முதிர்ச்சி அடையும் வரையில் மாற்றங்களூடே கடந்து சென்று, இணைசேர்ந்து மீண்டும் நிலை மறுப்பாகி, இணைசேரும் நடைமுறை முழுமையடைந்து பெண் எண்ணற்ற முட்டைகளை இட்டவுடனே இறக்கிறது. தற்போதைக்கு நாம் இதர தாவரங்கள் மற்றும் பிராணிகள் விஷயத்தில் இந்த நிகழ்ச்சி முறை இத்தகைய எளிய வடிவத்தை எடுப்பதில்லை என்பது பற்றியோ அவை சாகும் முன் விதைகள், முட்டைகள், அல்லது ஈற்றுக்களை ஒரு முறையல்ல மாறாகப் பல தடவைகள் உற்பத்திச் செய்கின்றன என்பது பற்றியோ அக்கறை கொள்ளவில்லை; இங்கு நமது நோக்கம் உயிர்ப்புள்ள உலகத்தின் இரு துறைகளிலும் நிலைமறுப்பு நிலைமறுக்கப்படல் உண்மையிலேயே நடைபெறுகிறது என்பதை எடுத்துக்காட்டுவது மட்டுமேயாகும். மேலும் புவியமைப்பியல் முழுவதும் நிலைமறுக்கப் பட்ட நிலைமறுப்புகளின் வரிசையே, பழையவை தொடர்ச்சியாகத் தகர்க்கப்பட்டுப் புதியபாறை உருவாக்கங்களின் படிவங்கள் எழுவதன் வரிசையே. முதலில் திரவக் கட்டி உறைந்ததன் மூலம் தோற்றுவிக்கப் பட்ட ஆதி பூமியின் புறத்தோடு கடல், வானிலை சார்ந்த மற்றும் வளிமண்டல - இரசாயனச் செய்வினையால் உடைக்கப்பட்டது. இந்தத் துண்டு போடப்பட்ட கட்டிகள் கடல் படுகை மீது அடுக்காக அமைந்தன. கடல் படுகையின் ஸ்தல எழுச்சிகள் இந்த முதல் அடுக்கின் பகுதிகளை மீண்டும் ஒருமுறை மழை, பருவங்களின் மாறிய தட்ப வெப்பம், வளிமண்டலத்தின் உயிரகம் கரியமிலம் ஆகியவற்றின் செய்வினைக்கு இலக்காக்குகின்றன. பூமியின் அகத்தே இருந்து வெளிவந்து இந்த அடுக்கை பிளந்துகொண்டு பின்னால் உறைந்துவிடும் உருகிய பாறைக் கட்டிகள் மீது இவை செல்வாக்குச் செலுத்துகின்றன.

இந்த வழியில் கோடிக்கணக்கான நூற்றாண்டுகளூடே புதிய புதிய அடுக்குகள் உருவாகி அவை மீண்டும் பெருமளவு அழிக்கப்பட்டு மேலும் புதிய அடுக்குகளின் உருவாக்கத்திற்கான சாதனங்களாக மீண்டும் பணியாற்றி வருகின்றன. ஆனால் இந்த நிகழ்ச்சி முறையின் விளைவு மிகவும் ஆக்கத் தன்மையுடையது; மிகவும் பலவகையான இரசாயன தனிமங்களால் இயைந்து இயந்திர முறையில் துண்டாடப் பட்ட மண் உருவாக்கப்படுவது மிகவும் அமோகமான மற்றும் பல்வகைப்பட்டதான பயிர் பச்சைகளைச் சாத்தியமாக்குகிறது.

கணிதவியலிலும் அதே நிலைதான். நாம் ஒரு குறிக்கணித ராசியை எடுத்துக் கொள்வோம்: உதாரணமாக a, இது நிலைமறுக்கப்பட்டால் - a (மைனஸ் a). அந்த நிலைமறுப்பை நிலைமறுத்தால் அதாவது - a யை - a யால் பெருக்குதன் போது நமக்கு $+a^2$ கிடைக்கும், ஆதியில் இருந்த நேர்நிலை ராசிதான் ஆனால் உயர்ந்த அளவில் - அதன் இரண்டாம் வர்க்கத்துக்கு உயர்த்தப்பட்டிருக்கும். நேர்நிலை a யினை அதைக் கொண்டே பெருக்குவதன் மூலமும் a^2 பெறலாம். காரணம் நிலைமறுக்கப்பட்ட நிலைமறுப்பு a^2 இல் மிகவும் பாதுகாப்பாக அரண் செய்து கொண்டிருக்கிறது. பிந்தையதற்கு எப்போதும் இரண்டு கணித வர்க்க மூலங்கள் +a மற்றும் -a உள்ளன. நிலைமறுக்கப்பட்ட நிலைமறுப்பை வர்க்கத்தின் எதிர்மறை மூலத்தை - அகற்றுவது சாத்தியமல்லாதது நாம் வர்க்கச் சமன்பாடுகளுக்கு வரும் பொழுது மிகவும் கண்கூடான முக்கியத்துவத்தைப் பெறுகிறது.

மேலும் உயராய்வுகளில் அதாவது “நிர்ணயமற்ற சிறிய பரிமாணங்களின் கூட்டுதல்களில்” நிலைமறுப்பு நிலைமறுக்கப்படல் இன்னும் மிகவும் எடுப்பான வகையில் காணப்படுகிறது; இவற்றை ஆக உயர்ந்த கணிதவியல் செயல்பாடுகள் என்று ஹெர் டூரிங்கே தெரிவிக்கிறார். சாமானிய பாஷையில் இவை வகையீட்டு தொகை யீட்டு நுண்கணிதம் என்று அறியப்படுகின்றன. இந்த நுண்கணித வடிவங்கள் எவ்வாறு பயன்படுத்தப்படுகின்றன? சம்பந்தப்பட்ட ஒரு கணித வினாவில் உதாரணமாக என்னிடம் இரு மாறியமதிப்புகளான x மற்றும் y உள்ளன; இந்த விவரங்களால் நிர்ணயிக்கப்படும் விகிதத்தில் ஒன்று மாறாவிட்டால் இன்னொன்றும் மாறாது. நான் x ஐயும் y யையும் பாகுபாடு செய்கிறேன் அதாவது x ஐயும் y யையும் உண்மை யான பரிமாணங்களின் ஒப்புநோக்கில் வரம்பில்லாது சிறியதாக எடுத்துக் கொள்கிறேன். அவை மறைகின்றன, x அல்லது y யின் எதுவும் மீதமாக விடப்படவில்லை, ஆனால் அவற்றின் பரஸ்பர உறவு எவ்வித பௌதிக அடிப்படையும் இல்லாத - அளவு இல்லாத அளவு விகிதம் மட்டும் இருக்கிறது - எனவே dy/dy, x மற்றும் y யின் வகையீடுகளின்

இடையிலான விகிதம் *0/0* க்குச் சமம்; ஆனால் *0/0* ஐ y/x இன் வெளிப்பாடாக எடுத்துக்கொள்ள வேண்டும். மறைந்துவிட்ட இரு பரிமாணங்களின் இடையிலான, இவை மறையும் தருணத்தில் பிடிக்கப் பட்ட, இந்த விகிதம் ஒரு முரண்பாடு; ஆனால் அது கணிதவியல் ஏறத்தாழ இரு நூற்றாண்டுகளாகத் தொல்லைப்படுத்தியதைவிட அதிகமாக நம்மைத் தொந்தரவு செய்யப்போவதில்லை. இப்போது நான் செய்திருப்பது x ஐயும் y ஐயும் நிலைமறுப்புச் செய்துள்ளதே, ஆனால் இதை அவற்றைப் பற்றி இனி எப்போதும் தொல்லைப்படத் தேவையில்லை என்ற முறையிலோ, அல்லது இயக்கமறுப்பு இயக்க நிலைமறுப்புச் செய்யும் வழியிலோ இதை நான் செய்யவில்லை. ஆனால் இந்த நிகழ்வின் தகவல்களுக்குப் பொருத்தமான வழியில் செய்திருக்கிறேன்? x உம் y உம் இருந்த இடத்தில் அவற்றின் நிலைமறுப்பான dx உம் dy உம் என் முன்னால் வாய்பாடுகளாயும் அல்லது சமன்பாடுகளாயும் உள்ளன. இந்த வாய்ப்பாடுகளை வைத்துச் செயல்பட்டு dx ஐயும் dy ஐயும் குறிப்பிட்ட விதிவிலக்கான சில விதிகளுக்கு ஆட்பட்டவையாயினும் சரி அவற்றை உண்மையான பரிமாணங்கள் ஆகவே பாவித்தேன். மற்றும் ஒரு குறிப்பிட்ட கட்டத்தில் நான் நிலைமறுப்பை நிலைமறுப்புச் செய்தேன் - அதாவது நான் வகையீட்டு வாய்ப்பாட்டை தொகையீடு செய்து, dx *2*மற்றும் dy யின் இடத்தில் உண்மையான பரிமாணங்களான x மற்றும் y ஐப் பெறுகிறேன். நான் துவக்கத்தில் இருந்த இடத்திற்குத் திரும்பவில்லை. ஆனால் இந்த முறையைப் பயன்படுத்துவதன் மூலம் சாமானிய வடிவ கணிதமும் குறிக்கணிதமும் ஒரு வேளை வீணாகத் தமது தாடையை உடைத்துக் கொண்டிருக்கும் பிரச்சனைக்குத் தீர்வு கண்டுவிட்டேன்.

வரலாற்றிலும் நிலைமை இதுவே. நாகரிகமுடைய மக்கள் அனைவரும் நிலத்தில் பொதுவுடைமையுடன் தொடங்குகிறார்கள். ஒரு குறிப்பிட்ட ஆதி கட்டத்தைக் கடந்துவிட்ட எல்லா மக்களையும் பொறுத்தவரையில் இந்தப் பொதுவுடைமை விவசாயத்தின் வளர்ச்சிப் போக்கில் உற்பத்திக்குத் தடையாகிறது. அது ஒழிக்கப்படுகிறது, நிலை மறுக்கப்படுகிறது, நீண்டதோ அல்லது குறுகியதோவான வரிசையான பல இடைநிலை கட்டங்களுக்குப் பிறகு இது தனியார் உடைமையாக மாற்றப்படுகிறது. ஆனால் நிலத்திலான தனிவுடைமையாலேயே கொண்டு வரப்பட்டதான விவசாய அபிவிருத்தியின் ஓர் உயர் கட்டத்தில் தனியுடைமை எதிரிடையாகி உற்பத்திக்குத் தடையாகிறது. இதை இன்று பெரிய மற்றும் சிறிய நிலவுடைமைகள் இரண்டிலும் காணலாம். அதுவும் நிலைமறுக்கப்பட வேண்டும். அது மீண்டும் பொதுவுடைமையாக மாற்றப்பட வேண்டும் என்ற கோரிக்கை அவசியமாயும் எழுகிறது. ஆனால் இந்தக் கோரிக்கையின் பொருள்

மீண்டும் ஆதிகாலப் பொதுவுடைமையினை மீண்டும் ஏற்படுத்துவது என்பதல்ல. மாறாக, மிகவும் உயர்ந்த அதிக வளர்ச்சியடைந்த பொதுவான உடைமையினை நிறுவுவதாகும்; இது உற்பத்திக்கு எவ்வகையிலும் தடையாக இராது, நேர் மாறாக முதல் தடவையாக உற்பத்தியை எல்லாத் தளைகளில் இருந்தும் விடுவித்து அது நவீன இரசாயனக் கண்டுபிடிப்புகளையும் இயந்திரவியல் புதுமைகளையும் முழுமையாகப் பயன்படுத்த உதவும்.

அல்லது நாம் வேறொரு உதாரணத்தை எடுத்துக் கொள்வோம்; தொன்மைக்காலத் தத்துவவியல் புராதனமான, இயற்கைப் பொருள் முதல்வாதமே. எனவே அது சிந்தனைக்கும் பருப்பொருளுக்கும் இடையிலான உறவைத் தெளிவுபடுத்த இயலாததாக இருந்தது. ஆனால் இந்தப் பிரச்சனை மீது தெளிவை அடைவதற்கான தேவை, உடலில் இருந்து ஆன்மா பிரிக்கப்படத்தக்கது என்ற போதனைக்கும், பிறகு இந்த ஆன்மாவுக்கு இறவாத் தன்மையைத் துணிந்துரைப் பதற்கும், இறுதியாக ஒரு கடவுட் கோட்பாட்டிற்கும் இட்டுச் சென்றது. எனவே பழைய பொருள்முதல்வாதம் கருத்துமுதல்வாதத்தால் நிலைமறுக்கப்பட்டது. ஆனால் தத்துவவியலின் மேலதிக வளர்ச்சிப் போக்கில் கருத்துமுதல்வாதமும் செல்லுபடியாகாததாகிப்போய் நவீனப் பொருள்முதல்வாதத்தால் நிலைமறுக்கப்பட்டது. இந்த நவீனப் பொருள்முதல்வாதம், இந்த நிலைமறுப்பு நிலைமறுக்கப்படல் வழியே பழமையை அப்படியே மீண்டும் நிலைநாட்டவில்லை. ஆனால், இந்தப் பழைய பொருள்முதல்வாதத்தின் நிரந்தர அடிப்படை களுக்குத் தத்துவவியல் மற்றும் இயற்கை விஞ்ஞானத்தின் இரண்டாயிரம் ஆண்டு காலத்திய முழுமையான சிந்தனா - உள்ளடக்கத்தையும் அதோடு இந்த இரண்டாயிரம் ஆண்டுகளின் வரலாற்றையும் சேர்க்கிறது. அது இனிமேல் தத்துவவியலே அல்ல. ஆனால் தெளிவான ஒரு உலகக் கண்ணோட்டமே; இது தன் செல்தகையினை நிலைநாட்டிக் கொள்ள வேண்டும். விலகி நிற்கும் விஞ்ஞானங்களின் விஞ்ஞானத்தில் அல்ல மாறாக ஆக்கவழி விஞ்ஞானங்களில் பிரயோகிக்கப்பட வேண்டும். எனவே இங்கு தத்துவியல் “உயர்தளப்படுத்தப்படுகிறது”. அதாவது தீர்க்கப்படுகிறது மற்றும் பேணிவைக்கப்படுகிறது; அதன் வடிவத்தைப் பொறுத்தவரையில் தீர்க்கப்படுகிறது. அதன் உண்மையான உள்ளடக்கத்தைப் பொறுத்தவரை பேணிவைக்கப்படுகிறது. இவ்வாறாக ஹெர் டூரிங் “சொற் ஜாலத்தை” மட்டுமே பார்க்கும் இங்கு, நெருக்க மாகப் பரிசீலித்தால் ஓர் உண்மையான உள்ளடக்கம் வெளிப்படுகிறது.

இறுதியாக: ரூஸ்ஸோவின் சமத்துவத்தைப் பற்றிய போதனையுங் கூட - இவ்விஷயத்தில் டூரிங்கினது போதனை ஒரு வலிமையற்ற

சிதைந்த எதிரொலி மட்டுமே - ஹெகல் பிறப்பதற்கு இருபதாண்டுகளுக்கு முற்பட்டதாயினும் சரி, ஹெகலின் நிலைமறுப்பு நிலைமறுக்கப்படல் வழங்கிய மருத்துவச்சியின் சேவைகள் இல்லாமல் இருந்திருப்பின் உலகில் தோன்றியிராது.[84] இதைப்பற்றி எவ்விதத்திலும் வெட்கப் படாமல் இந்தப் போதனை தனது முதல் விளக்கத்திலேயே அதன் இயக்கவியல் தோற்றத்தின் முத்திரையினைக் கிட்டத்தட்டப் புறப்பகட்டுடனேயே தாங்கி நிற்கிறது. இயற்கை மற்றும் காட்டு மிராண்டி நிலையில் மனிதர்கள் சமமாக இருந்தார்கள்; ரூஸ்ஸோ மொழியையும் கூட இயற்கை நிலையின் ஒரு வக்கிரம் என்று கருதுகிறார்; ஒற்றை இனவகையின் வரம்புக்குட்பட்ட விலங்குகளின் சமத்துவத்தை ஹெகலால் அனுமானமுறையில் அண்மையில் Alali பேசாதார்[85] என்று பகுக்கப்பெற்ற விலங்கு - மனிதர்களுக்கும் விஸ்தரிப்பதில் அவர் முற்றிலும் நியாயமாகவே நடந்திருக்கிறார். இந்தச் சமமான விலங்கு - மனிதர்களுக்கு இதர விலங்குகளைக் கடந்த ஒரு சாதகத்தை வழங்கிய ஒரு பண்பு: செம்மைத் தன்மை, மேலும் வளர்ச்சியடைவதற்கான ஆற்றல்; இது அசமத்துவத்திற்குக் காரணமாயிற்று. எனவே ரூஸ்ஸோ அசமத்துவத்தின் எழுச்சியை முன்னேற்றம் என்று கருதுகிறார். ஆனால் இந்த முன்னேற்றத்தில் ஒரு எதிர்ப்பு இருந்தது: இது அதே சமயம் பின்னேற்றமாகவும் இருந்தது.

> "மேலும் ஏற்பட்ட எல்லா முன்னேற்றமும்" (ஆரம்ப நிலைக்கு அப்பால்) "தனிப்பட்ட மனிதன் செம்மையுறுவது" நோக்கிய பல படிகளாகத் தோன்றின. ஆனால் உண்மையில் இனத்தின் வீழ்ச்சியை நோக்கியதாகவே இருந்தன. இது கலைகளான உலோகவியல் மற்றும் விவசாயம் கண்டுபிடிக்கப்பட்டதானது இந்த மாபெரும் புரட்சியை உருவாக்கியது" (பழங்காலக் காடு பண்படுத்தப்பட்ட நிலமாக மாற்றப்பட்டதும் அதோடு கூடவே உடைமை மூலம் வறுமையும் அடிமைத்தனமும் புகுத்தப் பட்டதும்). "மனிதரை" நாகரிகப்படுத்தி மனித இனத்தை அழித்தது பொன்னும் வெள்ளியும் என்பர் கவிஞர். ஆனால் தத்துவவியலாளர் இரும்பும் தானியமும் என்பர்."

நாகரிகத்தின் ஒவ்வொரு முன்னேற்றமும் அதே சமயம் அசமத்துவத்திலான ஒரு புதிய முன்னேற்றமாகும். நாகரிகத்தோடு எழுந்த சமுதாயம் நிறுவியுள்ள எல்லா அமைப்புகளும் அவற்றின் ஆதி நோக்கத்திற்கு எதிராக மாறியுள்ளன.

> "மக்களினங்கள் தமது குலத் தலைவர்களை நிறுவிக் கொள்வது தமது சுதந்திரத்தைப் பாதுகாத்துக் கொள்ளவே அன்றித் தம்மை அடிமைப்படுத்திக் கொள்ள அல்ல என்பது மறுக்க முடியாத

உண்மை - எல்லாப் பொதுச் சட்டத்தின் அடிப்படைக் கோட்பாடுமாகும்."

இருந்தபோதிலும் இந்தக் குலத் தலைவர்கள் தவிர்க்க முடியாத வகையில் மக்களினங்களை ஒடுக்குவோர் ஆனார்கள். அசமத்துவம் மிகவும் கடைக்கோடிவரை கொண்டு செல்லப்பட்டு அதன் எதிர் நிலையாக மீண்டும் மாறி, சமத்துவத்தின் லட்சியமாகிறது: கொடுங் கோலின் முன்னால் எல்லோரும் சமம், எல்லோரும் பூஜ்யத்துக்குச் சமம்தான் என்ற கட்டம் வரைக்கும் தமது ஒடுக்குமுறையை முனைப் பாக்குகிறார்கள்.

"இங்கு நாம் அசமத்துவத்தின் கடைக்கோடி நடவடிக்கையைப் பார்க்கிறோம். வட்டத்தை முழுமைப்படுத்தி நாம் புறப்பட்ட முனையினைச் சந்திக்கும் இறுதிக் கட்டம். இங்கு எல்லாத் தனிநபர்களும் மீண்டும் ஒருமுறை அவர்கள் பூஜ்யத்துக்குச் சமமாக இருப்பதால் சமமாகிறார்கள். ஆட்பட்டவர்களுக்குத் தமது எஜமானர்களின் சித்தம் அல்லாது வேறு எந்தச் சட்டமும் இல்லை." பலப்பிரயோகத்தைப் பயன்படுத்த முடிந்தவரையில் தான் கொடுங்கோலன் எஜமானனாக இருக்க முடியும். "அவன் வெளியே துரத்தப்பட்டால் அவன் பலப்பிரயோகம் பயன்படுத்தப் பட்டது குறித்துப் புகார் செய்ய முடியாது... பலப்பிரயோகம் மட்டுமே அவனை அதிகாரத்தில் வைத்திருந்தது. பலப்பிரயோகம் மட்டுமே அவனை வீழ்த்துகிறது; இவ்வாறாக எல்லாமே இயற்கையான போக்கில் செல்லுகின்றன."

எனவே அசமத்துவம் மேலும் ஒருமுறை சமத்துவமாக மாறுதல் அடைகிறது; பேசாத புராதன மனிதர்களின் முன்னால் இயற்கை சமத்துவமாக அல்ல, மாறாக சமுதாய ஒப்பந்தத்தின் ஓர் உயர் சமத்துவமாக மாறுகிறது. ஒடுக்குவோர் ஒடுக்கப்படுகின்றனர். இது நிலைமறுப்பு நிலைமறுக்கப்படலாகும்.

எனவே ரூஸ்ஸோவின் படைப்புகளில், மார்க்சின் மூலதனம் என்ற நூலில் உருவாக்கப்பட்ட சிந்தனைப் போக்குக்கு சரிநுட்பமாக இணையான ஒன்றையும், அதோடு விவரங்களில் மார்க்ஸ் பயன் படுத்திய அதே இயக்கவியல் வாசகப் போக்கின் முழு வரிசையையும் நாம் காண்கிறோம்: தமது இயல்பில் பகைமையுடைய வளர்ச்சிப் போக்குகள் ஒரு முரண்பாட்டைக் கொண்டுள்ளன; ஒரு கடைக்கோடி நிலை அதன் எதிர்நிலையாக மாற்றமடைவது; இறுதியாக இது முழுவதன் சாரப்பருப்பு என்ற முறையில் நிலைமறுப்பு நிலைமறுக்கப் படல். 1754-ல் ரூஸ்ஸோ ஹெகலின் பரிபாஷையினைப் பேச முடியா விடினும் ஹெகல் பிறப்பதற்குப் பதினாறு ஆண்டுகள் முன்பாகவே

ஹெகலின் கொள்ளை நோயான முரண்பாடுகளின் இயக்கவியல், லோகோஸ் பற்றிய போதனை, இறைமை இயல் போன்றவற்றால் ஆழமாகக் கவ்வப்பட்டிருந்தார். ஹெர் டூரிங் ரூஸ்ஸோவின் சமத்துவத் தத்துவத்தின் ஆழமற்ற பதிப்புருவுடன் தமது வெற்றிகரமான இரு மனிதர்களுடன் செயல்படத் தொடங்கும் பொழுதில் அவர் தாம் ஏற்கெனவே சாய்வு மட்டத்தின் கீழ் சறுக்கி வேறுவழி இன்றி நிலை மறுப்பு நிலைமறுக்கப்படலின் கரங்களில் போய் விழவேண்டி இருக்கும். இந்த இரண்டு மனிதர்களின் சமத்துவம் செழுமையடைந்த நிலைமையானது மிகவும் சிறந்தது என்று வருணிக்கப்பட்டது. இது அவரது தத்துவவியல் பற்றிய பாடத்தில் 271 ம் பக்கத்தில் "புராதன நிலை" என்று சிறப்பிக்கப்பட்டுள்ளது. இந்தப் புராதன நிலை 279 ம் பக்கத்தில் "கொள்ளைக்கார அமைப்பினால்" அவசியமாயும் உயர் தளப்படுத்தப்பட்டது - முதல் நிலைமறுப்பு ஆனால் இப்போது எதார்த்தத்தின் தத்துவவியல் புண்ணியத்தில் நாம் கொள்ளைக்கார அமைப்பை ஒழித்து அதனிடத்தில் சமத்துவத்தை அடிப்படையாக்கிய பொருளாதாரக் கம்யூனை நிலை நாட்டுமளவுக்குச் சென்றுள்ளோம். இது ஹெர் டூரிங்கால் கண்டுபிடிக்கப்பட்டது. - நிலைமறுப்பு நிலை மறுக்கப்படல், உயர்மட்டத்திலான சமத்துவம். எத்துணை மகிழ்ச்சி கரமான காட்சி, இது எமது கண்ணோட்டத்தின் வீச்சை எவ்வளவு அனுகூலமான முறையில் விரிவாக்குகிறது. நிலைமறுப்பு நிலை மறுக்கப்படல் என்ற கொலைக் குற்றத்தை மேன்மை தங்கிய ஹெர் டூரிங் தாமே புரிகிறார்!

எனவே நிலைமறுப்பு நிலைமறுக்கப்படல் என்பது யாது? மிகவும் பொதுவான - இந்தக் காரணத்தால் மிகவும் பரந்த செயல் விளைவுடைய மற்றும் முக்கியமான - இயற்கை, வரலாறு, சிந்தனை ஆகியவற்றி னுடைய வளர்ச்சியின் விதியாகும்; இந்த விதி விலங்கு மற்றும் தாவர உலகங்களிலும், புவியமைப்பியல், கணிதவியல், வரலாறு மற்றும் தத்துவவியலில் உறுதியுடன் திகழ்வதை நாம் பார்த்தோம் - தமது பிடிவாதமான எதிர்ப்பு இருந்த போதிலும் ஹெர் டூரிங் தன்னறி வின்றியும் மற்றும் தன் சொந்த வழியிலும் பின்பற்ற நேர்ந்துள்ள விதி. வளர்ச்சியின் ஒரு குறிப்பிட்ட நிகழ்வுப் போக்குப் பற்றி உதாரணமாக முளைவிடுவது முதல் கனிதரும் தாவரத்தின் மரணம் வரையான பார்லித் தானிய மணி பற்றி அது நிலைமறுப்பின் நிலைமறுப்பாகும் என்று சொன்னால் நான் எதுவும் சொல்வதாகாது என்பது கண்கூடு. ஆனால் தொகையீட்டு நுண்கணிதமும் நிலைமறுப்பின் நிலை மறுப்பே. எனவே இதைப் போன்று எதையாவது நான் கூறினால் பார்லிச் செடியின் வாழ்க்கைப் போக்கு தொகையீட்டு நுண்கணிதமே அல்லது சோஷலிசமே என்ற முட்டாள்தனமான அறிக்கையைச்

செய்வதாகும். இதையே இயக்க மறுப்பியலாளர்கள் இயக்கவியல் மீது இடைவிடாது சாட்டி வருகிறார்கள். இந்த வளர்ச்சிப்போக்குகள் யாவும் நிலைமறுப்பின் நிலைமறுப்பே என்று நான்கூறும் போதில் நான் அவற்றை எல்லாம் சேர்த்து இந்த ஒரே இயக்க விதியின் கீழ் கொண்டு வருகிறேன். இந்தக் காரணத்தினால் ஒவ்வொரு தனி வளர்ச்சிப் போக்கின் குறிப்பிட்ட பிரத்தியேகத் தன்மைகளைக் கணக்கில் எடுத்துக் கொள்ளாது விட்டுவிடுகிறேன். எனினும், இயக்கவியல் இயற்கை, மனித சமுதாயம், சிந்தனை ஆகியவற்றினுடைய இயக்கம் மற்றும் வளர்ச்சியின் பொதுவிதிகளைப் பற்றிய விஞ்ஞானமே தவிர வேறு எதுவுமன்று.

ஆனால் யாராவது ஆட்சேபிக்கலாம்: இந்த இடத்தில் நிகழ்ந்த நிலைமறுப்பு உண்மையான நிலைமறுப்பல்ல; நான் பார்லித் தானியத்தை அரைக்கும் போதும் நானே அதை நிலைமறுப்புச் செய்கிறேன். ஒரு பூச்சியைக் காலடியில் போட்டு நசுக்கும் போதும் அதை நிலைமறுப்புச் செய்கிறேன். a என்ற நேர்நிலை பரிமாணத்தை நான் அடிக்கும்போது அதை நிலைமறுப்புச் செய்கிறேன் என்றெல்லாம் கூறலாம். அல்லது நான் "ரோஜா ஒரு ரோஜாவாகும்" என்ற வாக்கியத்தை நிலைமறுப்புச் செய்து "ரோஜா ஒரு ரோஜா அல்ல" என்று கூறலாம்; பிறகு இந்த நிலைமறுப்பை நிலைமறுப்புச் செய்து நான் பெறுவது என்ன: "எப்படியும் ரோஜா ஒரு ரோஜாதானே"?

உண்மையில் இந்த ஆட்சேபங்கள் இயக்கவியலை எதிர்த்து இயக்கமறுப்பியலாளர்கள் முன்வைக்கும் முக்கியமானவாதங்களாகும்; அவை இந்தச் சிந்தனைப் பாணியின் குறுகிய மனப்பான்மைக்கு முற்றும் தகுதியானதாகும். இயக்கவியலில் நிலைமறுப்பு என்பது இல்லை என்று அப்படியே கூறுவது என்றோ, ஏதோ ஒன்று இல்லை என்று சாற்றுவதோ அல்லது அதை எவராவது விரும்பும் வழியில் அழித்து விடுவதோ அல்ல. நீண்ட காலத்திற்கு முன்பே ஸ்பினாஸா கூறினார் Omnis determinatio est negatio - ஒவ்வொரு வரையறையும் அல்லது நிர்ணயிப்பும் அதே சமயம் ஒரு நிலைமறுப்பாகிறது.[86] இதற்கும் மேலாக இங்கு நிலைமறுப்பின் முறை முதலில் வளர்ச்சிப் போக்கின் பொதுத் தன்மையினாலும், இரண்டாவதாக அதன் பிரத்தியேகத் தன்மையினாலும் நிர்ணயிக்கப்படுகிறது. நான் நிலை மறுப்பு மட்டுமே செய்யக் கூடாது நிலைமறுப்பை உயர்தளப்படுத்த வேண்டும். நான் முதல் நிலைமறுப்பைத் தக்கபடி ஏற்பாடு செய்வதன் மூலம் இரண்டாவது மீதமாக நிற்கிறது அல்லது சாத்தியமாகிறது. எப்படி? இது ஒவ்வொரு தனிப்பட்ட நிகழ்வின் பிரத்தியேகத் தன்மை யினைச் சார்ந்திருக்கிறது. நான் பார்லித் தானியத்தை அரைக்கிறேன்

அல்லது ஒரு பூச்சியை நசுக்குகிறேன் என்றால் நான் நிலைமறுப்பின் முதற்பகுதியை நிறைவேற்றிவிட்டேன். ஆனால் இரண்டாம் பகுதியை அசாத்தியமாக்கிவிட்டேன். ஒவ்வொரு வகையான வஸ்துவும் வளர்ச்சிக்கு இடமளிக்கும் விதத்தில் ஒரு தனிப்பட்ட வழியில் நிலை மறுப்புச் செய்யப்பட வேண்டும், - எல்லா வகையான கருத்தோட்டங்கள் கருத்துக்கள் விஷயத்திலும் இதே நிலைமைதான். முழுநிலை மிச்சநிலை நுண்கணிதம் உள்ளடக்குகிற நிலைமறுப்பு வடிவம் எதிர்மறை மூலங்களிலிருந்து நேர்நிலை வர்க்கங்களை உருவாக்கப் பயன்படுத்தப்படும் நிலைமறுப்பிலிருந்து வேறுபட்டதாகும். இது மற்ற எல்லாவற்றையும் மிச்சநிலை நுண்கணிதம் இரண்டும் நிலைமறுப்பின் நிலைமறுப்பால் ஆளுமை செய்யப்படுகின்றன என்ற வெறும் அறிவு மட்டும் வெற்றிகரமாக பார்லி வளர்ப்பதற்கோ, அல்லது வகையீடும் தொகையீடும் செய்யவோ எனக்கு உதவுவதில்லை; தந்திகளின் பரிமாணங்களில் இருந்து நாதத்தை நிர்ணயிக்கும் சொற்ப அறிவு நான் வயலின் வாசிப்பதற்கு எவ்வகையில் உதவாதோ அதைப்போன்று இது உள்ளது.

மாற்றி மாற்றி a ஐ எழுதுவது மறுபடியும் அழிப்பது அல்லது மாற்றி மாற்றி ரோஜா ஒரு ரோஜா என்றும் மற்றும் ரோஜா ரோஜா அல்ல என்றும் குழந்தை விளையாட்டைக் கொண்டதான நிலை மறுப்பின் நிலைமறுப்பில் இருந்து எதுவும் நிகழ்வதில்லை; இத்தகைய சலிப்பூட்டும் நடைமுறையினை ஏற்றுக்கொண்ட நபரின் மடமை மட்டுமே வெளிப்படுகிறது என்பது தெளிவு. இருந்த போதிலும் இயக்கமறுப்பியலாளர்கள் நாம் நிலைமறுப்பை நிலைமறுப்புச் செய்ய விரும்புவோமானால், அதற்கு இதுவே சரியான வழியாகும் என்று நம்மை நம்பவைக்க முயல்கிறார்கள்.

எனவே ஹெர் டூரிங் நிலைமறுப்பு நிலைமறுக்கப்படல் என்பது ஹெகலால் புனையப் பெற்ற ஒரு முட்டாள்தனமான உவமை என்றும், இது சமயத் துறையிடம் கடன் வாங்கப்பட்டது, மனிதனது பாவத்தால் விளைந்த வீழ்ச்சியும் பழி தடுக்கப்பட்டு ஏற்பட்ட அவனது மீட்சியும் பற்றிய கதையினை அடிப்படையாக்கியது என்றும் அடித்துக் கூறும் பொழுது அவர் தான் நம்மை திகைப்படையச் செய்கிறார். இயக்கவியல் என்பது என்ன என்பதை மனிதர்கள் அறியும் முன்பே அவர்கள் இயக்கவியல் முறையில் சிந்தித்தார்கள். "வசனம்" என்ற சொல் தோன்றுவதற்கு நெடுங்கால முன்பே அவர்கள் வசனம் பேசியது போன்று. இயற்கை மற்றும் வரலாற்றில் தானறியாது செயல்படும் நிலைமறுப்பு நிலைமறுக்கப்படலின் விதி, அது உணரப்படும் வரை நமது மூளையிலும் தானறியாமலே இயங்கியவிதி, ஹெகலால்தான்

முதன் முதலாகத் தெளிவாக வகுக்கப்பட்டது; எவ்வித அரவமும் இன்றி அதைத் தாமே செயலாக்க ஹெர் டூரிங் விரும்புவாரானால் பெயர் மட்டுமே அவருக்குப் பிடிக்காது என்று இருக்குமானால் அவர் அதற்கு மேலும் சிறந்த ஒரு பெயரைக் கண்டுபிடிக்கட்டும். ஆனால் அவரது நோக்கம் நிலைமறுப்பின் நிலைமறுப்பு சாரத்தையே சிந்தனையில் இருந்து வெளியேற்றிவிட வேண்டும் என்பதாக இருந்தால் அவர் தயவு செய்து அதை முதலில் இயற்கையில் இருந்தும் வரலாற்றில் இருந்தும் வெளியேற்றி, ஒரு புதிய கணிதவியல் முறையினையும் புனைந்து தருவாராக, இதில் $-a \times -a + a^2$ அல்ல, வகையீடும் தொகையீடும் கடுந்தண்டனைக்கு ஆளாகும் எனக்கூறித் தடை செய்யப்பட்டுள்ளன.

14. முடிவுரை

நாம் இப்போது தத்துவவியலோடு முடித்துக் கொண்டு விட்டோம்; பாடத்தில் அடங்கியுள்ள எதிர்காலத்தின் இத்தகைய இதர கற்பனைக் கதைகள் பற்றி சோஷலிசத்தில் ஹெர் டூரிங் நிகழ்த்திய புரட்சிக்கு நாம் வரும்போது விளக்கப்படும் ஹேர் டூரிங் நமக்கு வாக்களிப்பது என்ன? சகலமும். அவர் எந்த வாக்குறுதியை நிறைவேற்றினார்? எதையும் இல்லை. "உண்மையான மற்றும் அதன்படி இயற்கை மற்றும் வாழ்க்கையின் எதார்த்தத்திற்கு நெறியாண்மை செய்யப்பட்ட ஒரு தத்துவவியலின் கூறுகள்", "உலகம் பற்றிய கறாரான விஞ்ஞானக் கருத்தோட்டம்", "அமைப்பு - உருவாக்கும் கருத்துகள்" மற்றும் ஹெர் டூரிங்கின் இதர சாதனைகள் யாவும் ஹெர் டூரிங்கால் பகட்டோசை யுடைய சொல்லடுக்குளால் உலகிற்குப் பறைசாற்றப்பட்ட யாவும் நாம் அவற்றின் பலவீனத்தைத் தொட்டவுடனேயே முற்றிலும் போலி அறிஞனின் இயல்பாக மாறிவிட்டது. "சிந்தனையின் ஆழமுடைமை யினைச் சிறிதளவும் குறைபடுத்தாமல் ஜீவியின் அடிப்படை வடிவங் களை உறுதியாக நிலைநாட்டிய" உலக வரைமுறை இயல் ஹெகலின் தர்க்கவியலின் வரம்பு கடந்து கொச்சைப் படுத்தப்பட்ட மறுபிரதி என்று நிருபணமாயிற்று. பிந்தையதோடு பொதுவாக இந்த "அடிப் படை வடிவங்கள்" அல்லது தர்க்கரீதியான வகை இனங்கள் எங்கோ உலகிற்கு முன்னதாக உலகிற்கு வெளியே ஒரு மர்மமான வாழ்வை நடத்தியதாகவும் அதற்கு "அவை பிரயோகிக்கப்பட வேண்டும்" எனவும் கூறும் மூடநம்பிக்கையை ஏற்றுக்கொள்கிறது. இயற்கைத் தத்துவவியல் நமக்கு ஒரு விண்கோளியலை வழங்கியது. அதன் துவக்க நிலை "பருப்பொருளின் ஒரு சுய - சமத்துவ நிலையாகும். "- இது பருப்பொருளுக்கும் இயக்கத்திற்கும் இடையிலான உறவு விஷயத்தில் மிகவும் படுமோசமான குழப்பத்தின் வாயிலாக மட்டுமே கருதிப் பார்க்கக் கூடிய நிலையாகும். இது மட்டுமன்றி பருப்பொருளின் இந்த நிலையில் இயக்கத்தைப் புகுத்தவல்ல, ஓர் அண்டத்திற்குப் புறம்பான சொந்தக் கடவுள் பற்றிய கற்பிதம் மீது மட்டுமே கருதிப் பார்க்கக்கூடிய நிலையாகும். உயிர்ப்புள்ள இயற்கை பற்றி விளக்குகையில் எதார்த்தத்தின் தத்துவவியலானது டார்வினின் பிழைப்புப் போராட்டம் மற்றும் இயற்கைத் தேர்வு என்பதை "மனித இனத்திற்கு எதிராக முடுக்கப் பட்ட மிருகத்தனப்போக்கு" என்று முதலில் நிராகரித்தது. அதற்குப் பிறகு இரண்டையும் புறக்கடை வாயில்வழி இரண்டாம் படி

வரிசையதாயினும் இயற்கையில் செயல்படும் காரணிகளே என்று மீண்டும் ஒப்புக்கொள்ள நேர்ந்தது. மேலும் ஜனரஞ்சக விஞ்ஞானச் சொற்பொழிவுகளில் இருந்து தப்பமுடியாத இன்றைய நாட்களில் "படித்த வர்க்கங்களின்" புதல்வியரிடையிலும் கூட அரிதாகவே காணப் படும் உயிர்நூல் துறை அறியாமையை வெளிப்படுத்த எதார்த்தத்தின் தத்துவவியலுக்கு சந்தர்ப்பம் கிடைத்துள்ளது. ஒழுக்கநெறி மற்றும் சட்டத் துறையில் எதார்த்தத்தின் தத்துவவியல், அதன்முந்தைய ஹெகலின் கொள்கையை ஆழமற்ற முறையில் பாடபேதம் செய்தது போன்றே ரூஸ்ஸோவைக் கொச்சைப்படுத்துவதில் அதிக வெற்றி காணவில்லை; சட்ட இயலைப் பொறுத்தவரையில் அப்படி இல்லை என்ற நேர் எதிரிடையான அதன் உத்தரவாதங்கள் அனைத்தும் இருந்த போதிலும் பழைய பிரஷ்யாவின் மிகவும் சாதாரணமான சட்ட வியலாளர்களிடம்கூட மிகவும் அரிதாகக் காணப்படும் அறிவின்மையினை இதிலும் வெளிப்படுத்தியது. "வெறும் தோற்றத்தில் மட்டுமான எந்த அறிவெல்லையின் செல்தகமையையும் அனுமதிக்காத" இந்தத் தத்துவவியல், சட்ட விஷயங்களில் பிரஷ்யன் Landrecht சட்ட அதிகாரம் செலுத்தும் பிரதேசத்தோடு சமமாக விரிந்து கிடக்கும் ஓர் உண்மை எல்லையுடன் திருப்திப்படுகிறது. "இறுதியும் அறுதியுமான உண்மைகளையும்", "முற்ற முழுமையான மூலாதார" அடிப்படையையும் காண இன்னும் நாம் காத்திருப்பது போலவே, இந்தத் தத்துவவியல் நமக்கு வெளிக்காட்டப் போவதாக வாக்களித்த "புற மற்றும் உள் இயற்கையின் வலிமைமிக்க புரட்சி வெள்ளப் பெருக்கில்" எல்லா மண்ணகங்களையும் விண்ணகங்களையும்" காண இன்றும் காத்துக் கொண்டு இருக்கிறோம். "உலகம் பற்றிய தன்நிலைப் போக்கான எந்த ஒரு வரையறைக்குட்பட்ட கருத்தோட்டத்தின் எந்த ஒரு போக்கையும் விலக்கி வைக்கும்" சிந்தனா பாணியுடைய ஒரு தத்துவவியலாளர் அவரது மிகவும் குறைபாடான அறிவு, அவரது மிகவும் குறுகிய முறையில் பொருளை விளக்கும் இயக்கமறுப்பியல் பாணி சிந்தனை, அவரது கோமாளித்தனமான இறுமாப்பு ஆகியவற்றால் மட்டுமின்றி, தமது குழந்தைத்தனமான சொந்த விசித்திர எண்ணங்களாலும் தன் நிலைப் போக்கால் அனைத்திற்கும் செல்தகைமையுள்ளதான ஒரு பொது விதி என்ற முறையில் புகையிலை, பூனைகள் மற்றும் யூதர்கள் பாலான தமது வெறுப்பை இழுத்துக்கொண்டு வராமல் அவரால் தமது எதார்த்தத்தின் தத்துவவியலை உருவாக்க முடியாது. இதர மக்கள் சம்பந்தப்பட்ட வரையான அவரது "உண்மையான விமர்சனரீதி நோக்குநிலை" அவர்கள் என்றுமே கூறாதவற்றை - ஹெர் டூரிங்கின் சொந்தப் பொய்க்கூற்றை - அவர்கள் மீது பிடிவாதமாகத் திணிப்பதில் தன்னை வெளிக்காட்டிக் கொள்கிறது. வாழ்க்கையின் மதிப்பு,

வாழ்க்கையை அனுபவிப்பதற்கான சிறந்தமுறை போன்று பிலிஸ்தினியருக்குத் தக்கதான அடிப்பொருள்கள் பற்றிய அவரது சொல்மயமான சிந்தனைகள் தாமே பிலிஸ்தினியத்தில் மூழ்கி கேதேயின் பாவுஸ்டுகளுக்கு எதிரான அவரது ஆத்திரத்தை விளக்குகின்றன. கேதே எதார்த்தத்தின் முனைப்பான தத்துவவியலாளரான வாக்னரைத் தமது கதாநாயகனாக்காததும், ஒழுக்கமற்ற பாவுஸ்டை இயற்றியதும் உண்மையிலேயே மன்னிக்கப்படக் கூடாதவை.

சுருங்கக்கூறின் எதார்த்தத்தின் தத்துவவியல் மொத்தத்தில் ஹெகல் கூறுவது போன்று "ஜெர்மனியின் வரப்போகும் அறிவொளியினது ஆகப் பலவீனமான எச்சம்" என்பதாகவே நிரூபிக்கப்படுகிறது. இந்த எச்சத்தின் எளிமையும் லேசாகப் புலப்படும் சாமானியத் தன்மையும் பொய்யாமொழிச் சொல்லாட்சியின் துணுக்குகளை கலப்பதால் மட்டுமே அதிக சாரமுள்ளதாகவும் தெளிவற்றும் காணப்படுகிறது. நாம் இந்தப் புத்தகத்தை முடித்து விட்டோம். நாம் துவக்கத்தில் எத்தனை அறிவுடன் இருந்தோமோ அதே போன்று இருக்கிறோம்; "புதிய சிந்தனைப்பாணி", "அடிமுதல் சுயமான முடிவுகள் கருத்துகள்" மற்றும் "அமைப்பு - உருவாக்கும் கருத்துகள்" அவை நமக்கு மிகப் பலவகையான சுயம்புவான முட்டாள்தனத்தைக் காட்டிய போதிலும் நாம் ஏதாவது கொஞ்சம் அறிந்து கொள்வதற்கான ஒரு வரியைக் கூட வழங்கவில்லை. தனது ஆற்றல்களையும் சரக்குகளையும் தாளங்கள், எக்காளங்களின் ஒலிமிகுந்த பக்கவாத்தியங்களுடன் சந்தைக் கடையில் போலி மருத்துவன் போல சத்தமிட்டுப் புகழ்ந்து கொண்டாலும் - இந்த மாபெரும் சொற்களின் பின்னால் ஒன்றுமில்லை. முற்ற முழுமையாக எதுவும் இல்லை - இந்த மனிதனுக்கு ஃபிஹடே, ஹெல்லிங், மற்றும் ஹெகல் - இவர்களில் மிகக் குறைந்தவர் கூட அவருடன் ஒப்பிடும் போது மிகப் பெரியவர் என்று இருக்க - அவர்களைப் போலி அறிஞர்கள் என்று கூறும் மடத்துணிச்சல் இருக்கிறது. போலி அறிஞர் வாஸ்தவம்! ஆனால் இந்தப் பெயர் யாருக்குச் சிறப்பாகப் பொருந்தும்?

பாகம் 2
அரசியல் பொருளாதாரம்

1. உட்கிடைப் பொருளும் முறையும்

அரசியல் பொருளாதாரம் அதன் விரிவான பொருளில், மனித சமுதாயத்தின் பொருளாயதப் பிழைப்புச் சாதனங்களின் உற்பத்தி மற்றும் பரிவர்த்தனையினை ஆளுமை செய்யும் விதிகளின் விஞ்ஞானமாகும். உற்பத்தியும் பரிவர்த்தனையும் இரு வெவ்வேறு பணிகளாகும். பரிவர்த்தனை இன்றி உற்பத்தி நடைபெறலாம். ஆனால் பரிவர்த்தனை - அவசியமாயும் உற்பத்திப் பொருட்களின் பரிவர்த்தனையாக இருத்தலால் - உற்பத்தி இன்றி நிகழ முடியாது. இந்த இரு சமுதாயப் பணிகள் ஒவ்வொன்றும் விசேஷ புறச் செல்வாக்குகளின் செயல் பாட்டுக்கு கணிசமான அளவில் ஆட்பட்டவை. இந்தக் காரணத்தால் ஒவ்வொன்றுக்கும் மிகவும் பெரிய அளவிலான அவற்றின் சொந்த விசேஷ விதிகளும் உள்ளன. ஆனால் மறுபுறத்தில், அவை ஒன்றுக்கொன்று அத்தகைய அளவுக்கு இடையறாது நிர்ணயித்துக் கொண்டும் மற்றும் செல்வாக்கு செலுத்தியும் வருவதால் அவற்றைப் பொருளியல் வளைகோட்டின் மட்டாயம் மற்றும் நாண்வரை என்று கூறலாம்.

எந்த நிலைமைகளின் கீழ் மனிதர்கள் உற்பத்தியும் பரிவர்த்தனையும் செய்கிறார்களோ, அவை, நாட்டுக்கு நாடும், ஒவ்வொரு நாட்டுக் குள்ளேயும், தலைமுறைக்குத் தலைமுறையும் வேறுபடுகின்றன. எனவே அரசியல் பொருளாதாரம் எல்லா நாடுகளுக்கும் எல்லா வரலாற்று சகாப்தங்களுக்கும் ஒரே தன்மையுடையதாக இருக்க முடியாது. வில்லும் அம்பும் கல்லாலான கத்தியும் விதிவிலக்கு என்ற முறையில் மட்டுமேயான காட்டுமிராண்டிகளிடையேயான பரிவர்த்தனைக்கும், ஆயிரம் குதிரைத் திறனுடைய நீராவி எஞ்சின், இயந்திரத்தறி, ரயில் வேக்கள் மற்றும் இங்கிலாந்து வங்கிக்கும் இடையே பிரம்மாண்டமான இடைத்தொலைவு இருக்கிறது. டியெரா டெல் ஃபியூகோ வாசிகள் பெருவீதப் பொருள் உற்பத்தி மற்றும் உலக வாணிபத்தை இன்னும் எட்டவில்லை. அதோடு உண்டியல் கள்ளவியாபாரம் மற்றும் பங்குமாற்ற நிறுவன வீழ்ச்சியை அனுபவிக்கவில்லை. இன்றைய இங்கிலாந்தில் அமுலாகிவரும் அதே விதிகளின் கீழ் டியெரா டெல் ஃபியூகோவின் அரசியல் பொருளாதாரத்தைக் கொண்டுவர முயலும் எவரும் மிகவும் அற்பமும் சாமானியமானதும் தவிர வேறு எதையும் உருவாக்க முடியாது என்பது கண்கூடு. எனவே அரசியல் பொருளாதாரம் என்பது சாராம்சத்தில் ஒரு வரலாற்றுத் துறை விஞ்ஞானமாகும். அது வரலாற்றுத் துறையிலான அதாவது

இடையறாது மாறிவரும் விவரப் பொருட்களைப் பகுத்தாராய்கிறது; அது முதலில் உற்பத்தி மற்றும் பரிவர்த்தனையின் பரிணாமத்திலான ஒவ்வொரு தனிப்பட்ட கட்டத்தின் விசேஷ விதிகளையும் தேர்ந்தாராய வேண்டும்; இந்தத் தேர்வாராய்வினை முழுமை செய்தபிறகு மட்டுமே அது பொதுவாக உற்பத்திக்கும் பரிவர்த்தனைக்கும் பொருத்தமான ஒரு சில முற்றிலும் பொதுவான விதிகளை நிலைநாட்ட முடியும். அதே சமயம் திட்டவட்டமான உற்பத்தி முறைகளுக்கும், பரிவர்த்தனை வடிவங்களுக்கும் செல்தகமையுள்ள விதிகள், இந்த உற்பத்தி முறைகள் மற்றும் பரிவர்த்தனை வடிவங்கள் நிலவுகிற எல்லா வரலாற்றுக் கால கட்டங்களுக்கும் பொருத்தமாக இருக்கும் என்பது கூறாமலே விளங்கும். இவ்வாறாக, உதாரணமாக, உலோகத்தாலான பணம் புகுத்தப்பட்டதானது சட்டங்களின் ஒரு தொகுதியை அமுல் படுத்தியது. இந்தச் சட்டங்கள், உலோகத்தாலான பணம் பரிவர்த்தனை சாதனமாக இருக்கும் எல்லா நாடுகளுக்கும் எல்லா வரலாற்று சகாப்தங்களுக்கும் செல்தகமையுடன் நீடிக்கின்றன.

திட்டவட்டமான ஒரு வரலாற்றுத்துறை சமுதாயத்திலுள்ள உற்பத்தி மற்றும் பரிவர்த்தனை முறையும் இந்தச் சமுதாயத்தைப் பிறப்பித்த வரலாற்று நிலைமைகளும் அதன் விளைபொருட்களை வினியோகம் செய்யும் முறையினை நிர்ணயம் செய்கின்றன. நிலத்தில் பொதுவுடைமையுள்ள குலமரபு அல்லது கிராமிய மக்கள் சமுதாயத்தில் - அதனுடனோ அல்லது எளிதில் கண்டறியத் தக்கதான அதன் மீதமிச்சங்களுடனோ நாகரிக மக்கள் அனைவரும் வரலாற்றுக்குள் பிரவேசிக்கிறார்கள் - விளைபொருள்கள் ஓரளவு சமமாக வினியோகிக்கப் படுவது இயல்பான நடைமுறையே; அங்கு மக்கள் சமுதாயத்தின் உறுப்பினரிடையே வினியோகத்தில் பெருமளவு அசமத்துவம் உறுமானால், இது இந்த மக்கட் சமுதாயம் ஏற்கெனவே உடையத் தொடங்கிவிட்டது என்பதற்கான அடையாளமாகும்.

பெருவீத மற்றும் சிறுவீத விவசாயம் இரண்டும், அவை வளர்ச்சி யடைந்த வரலாற்று நிலைமைகளைச் சார்ந்து நின்று மிகவும் வேறுபட்ட வடிவங்களிலான வினியோகத்துக்கு இடமளிக்கின்றன. ஆனால் பெருவீத விவசாயம், சிறுவீத விவசாயத்திலிருந்து முற்றிலும் வேறுபட்ட வினியோகத்திற்கு எப்பொழுதும் காரணமாக உள்ளது என்பதும், பெருவீத விவசாயம் - எஜமானர்கள் அடிமைகள், நிலப் பிரபுக்கள் பண்ணையடிமைகள், முதலாளிகள் கூலித் தொழிலாளர்கள் - என்ற வர்க்கப் பகைமையினை முன்னனுமானிக்கிறது அல்லது படைக்கிறது என்பதும், அதே பொழுதில் சிறுவீத விவசாயம் விவசாய உற்பத்தியில் ஈடுபட்டுள்ள தனிநபர்களிடையே அவசியமாயும் வர்க்க

வித்தியாசங்களை உள்ளடக்கவில்லை என்பதும், இதற்கு மாறாக இத்தகைய வித்தியாசங்கள் இருப்பதே சிறு உடைமைப் பொருளா தாரத்தின் தொடக்க நிலையிலுள்ள கலைப்பினைச் சுட்டிக் காட்டு கிறது என்பதும் கண்கூடாகும்.

இதுகாறும் இயற்கைப் பொருளாதாரம் சர்வப்பொதுவாகவோ அல்லது பிரதானமாகவோ நிலவிய ஒரு நாட்டில் உலோகத்தாலான பணம் புகுத்தப்பட்டு விரிவாகப் பயன்படுத்தப்படுவதானது, முந்தைய வினியோக முறை மெதுவாகவோ வேகமாகவோ மாற்றப்படுவதுடன் எப்போதும் தொடர்புடையதாகும். இது அத்தகைய வழியில் நடைபெறுவதன் காரணமாக தனிநபர்களிடையிலான வினியோகத்தி லிருக்கும் அசமத்துவம், - எனவே செல்வந்தர் ஏழைகளுக்கிடையிலான எதிர்ப்பு, மேலும் மேலும் முனைப்புடையதாகிறது.

மத்திய யுகங்களில் கில்டுகளால் கட்டுப்படுத்தப்பட்ட ஸ்தல கைவினைத்துறை உற்பத்தி பெரிய முதலாளிகள் மற்றும் ஆயுள் பூராவும் உழைக்கும் கூலித் தொழிலாளர்கள் இல்லாது தவிர்த்திருந்தது, இவர்கள் நவீன பெருவீதத் தொழில்துறையால், இன்றைய கடனுதவி முறையால், இருசாராருக்கும் இணையான பரிவர்த்தனை வடிவமான, சுதந்திரமான போட்டியால் தவிர்க்க முடியாத வகையில் தோற்றுவிக்கப் பட்டார்கள்.

வினியோகத்திலான வித்தியாசங்களுடன் வர்க்க வித்தியாசங்கள் எழுகின்றன. சமுதாயம் உரிமை மேம்பாடுள்ளவர்கள் உடைமை இழந்த வர்கள், சுரண்டுவோர் சுரண்டப்படுவோர், ஆளுவோர் ஆளப்படுவோர் என்று வர்க்கங்களாகப் பிரிகிறது; ஒரே குலமரபு மக்கள் சமுதாயங் களைச் சேர்ந்த ஆரம்பகாலக் குழுக்களால் தமது பொது நலன்களை (உதாரணம் கீழ்த்திசையில் பாசனம்) பாதுகாத்துக் கொள்ளவும், வெளியிலிருந்து வரும் விரோதிகளிடமிருந்து தற்காத்துக் கொள்ளவும் மட்டுமே முதன் முதலில் கொணரப்பெற்றதான அரசு, இந்தக் கட்டம் முதற்கொண்டு ஆட்பட்ட வர்க்கத்திற்கு எதிராக ஆளும் வர்க்கங்கள் வாழ்வதற்கும் மற்றும் ஆதிக்கம் செலுத்துவதற்குமான நிலைமைகளை பலப்பிரயோகம் மூலம் நிலைநிறுத்தும் பணியினை மேற்கொள்கிறது.

எனினும் வினியோகம், உற்பத்தி மற்றும் பரிவர்த்தனையின் வெறும் செயலற்ற விளைவு மட்டுமன்று; அது தன்பங்கிற்கு இவை இரண்டின்மீதும் எதிர்ச்செயல் புரிகிறது. ஒவ்வொரு புதிய உற்பத்தி முறையும் பரிவர்த்தனை வடிவமும் முதலில் பழைய வடிவங்களாலும் அவற்றுக்கு இணையான அரசியல் அமைப்புகளாலும் மட்டுமின்றி பழைய வினியோக முறையாலும் தடங்கல் செய்யப்படுகின்றன; புதிய

உற்பத்தி முறையும் பரிவர்த்தனை வடிவமும் ஒரு நீண்ட போராட்டத்தின் ஊடே மட்டுமே தமக்குப் பொருத்தமான வினியோகத்தை அடைய முடியும். ஆனால் சம்பந்தப்பட்ட உற்பத்தி மற்றும் பரிவர்த்தனை முறை எந்தளவு அதிக இயங்கு நிலையில் இருக்கிறதோ அந்தளவு அது செம்மையும் வளர்ச்சியும் அடையும் ஆற்றலுடையதாகும். அந்தளவு வேகமாக வினியோகம் தனது முன்னோடியான இதுகாறும் நிலவிய உற்பத்தி, பரிவர்த்தனை முறையை விஞ்சி வளர்ந்துவிடும் கட்டத்தை அடையும், அதனுடன் மோதும். ஏற்கெனவே குறிப்பிடப்பட்ட பழைய புராதன மக்கள் சமுதாயங்கள், - இற்றை நாள்வரை இந்தியாவிலும், ஸ்லாவ் மக்களிடையிலும், - புற உலகுடனான உறவு அவற்றினிடையே உடைமை அசமத்துவங்களை தோற்றுவித்து அவற்றின் விளைவாக அவை உடையத் தொடங்கியதற்கு முன்பாக, ஆயிரக்கணக்கான ஆண்டுகள் வாழ்ந்திருக்க முடிந்தது. இதற்கு நேர்மாறாக, ஏறத்தாழ முன்னூறு ஆண்டுகளே முதிய, நவீனத் தொழில் புகுத்தப்பட்ட பிறகே அதாவது கடந்த நூறாண்டுகளில் மட்டுமே முக்கியத்துவம் பெற்றுள்ள நவீன முதலாளித்துவ உற்பத்தித் தொழில் இந்தக் குறுகிய காலத்திற்குள் வினியோகத்தில் முரண் நிலைகளை - ஒருபுறம் ஒரு சிலர் கரங்களில் மூலதனம் குவிதல், மறுபுறம் உடைமை இல்லாத வெகுஜனங்கள் பெரிய நகரங்களில் குவிதல் - கொண்டுவந்துவிட்டது. இவை அவசியமாயும் அதன் வீழ்ச்சியைக் கொண்டுவந்தே தீரும்.

எந்த ஒரு காலகட்டத்திலுமான சமுதாய வாழ்க்கையின் பொருளாயத நிலைமைகளுக்கும் வினியோகத்துக்கும் இடையிலான தொடர்பு பெருமளவு பொருட்களின் இயல்பான தன்மையிலேயே காணக்கிடப்பதால் அது எப்போதும் பொதுஜன இயல்பூக்கத்தில் பிரதிபலிக்கிறது. உற்பத்தி முறை வளர்ச்சியைக் காட்டும் ஏறுமுக வளைகோட்டை வரையும் வரை இதன் இணையான வினியோக முறை யினால் பெரிதும் பாதிக்கப்பட்டவர்களாலும் கூட இது உற்சாகமாக வரவேற்கப்படுகிறது. நவீனத் தொழில்துறையின் துவக்கத்தில் ஆங்கிலேயத் தொழிலாளர்களின் நிலை இவ்வாறாகவே இருந்தது. இந்த உற்பத்தி முறை சமுதாயத்திற்குச் சகஜமாக இருக்கும் பொழுதில் கூட பொதுவாக வினியோகம் பற்றித் திருப்தியே நிலவியது; இதைப் பற்றிய ஆட்சேபங்கள் எழத் தொடங்கின என்றால் இவை ஆளும் வர்க்கத்திற்குள்ளே (ஸான் சிமோன், ஃபூரியே, ஓவன்) யிருந்தே வந்தன. சுரண்டப்பட்ட வெகுஜனங்களிடையே எவ்விதப் பிரதிபலிப்பும் இருக்கவில்லை. சம்பந்தப்பட்ட உற்பத்திமுறை தனது இறங்குமுக வளைகோட்டின் பெரும்பகுதியை ஏற்கெனவே வரைந்துவிட்ட பொழுது, அது தன் கால எல்லை கடந்து பாதியளவு வாழ்ந்து விட்ட பிறகு, அது நிலவுவதற்கான நிலைமைகள் பெருமளவுக்கு மறைந்து

விட்ட நிலையில் அதன் வாரிசு கதவைத் தட்டிக் கொண்டு இருக்கும் - இந்தக் கட்டத்தில் மட்டுமே வினியோகத்தின் இடையறாது அதிகரித்து வரும் அசமத்துவம் அநீதியானதாகத் தோன்றுகிறது. அதற்குப் பிறகுதான் சாசுவத நீதி எனப்படும் நோக்கத்திற்கு ஏற்கெனவே கடந்து முடிந்தவற்றின் உண்மையான தகவல்களின் வழி வேண்டுகோள் விடப் படுகிறது. விஞ்ஞான நோக்குநிலையில் இருந்து பார்த்தால் ஒழுக்கம் மற்றும் நீதிக்கான இந்த வேண்டுகோள் ஓர் அங்குலங்கூட முன்செல்ல உதவாது; தார்மிக ஆக்ரோஷம் எவ்வளவுதான் நியாயமானதாக இருப்பினும் சரி, பொருளியல் விஞ்ஞானத்துக்கு ஒரு வாதமாக உதவாது வெறும் அடையாளமாக மட்டுமே இருக்கும். அண்மையில் வளர்ந்து வந்துள்ள சமுதாய துர்ச்செயல்கள் இன்று நிலவும் உற்பத்தி முறையின் தவிர்க்க முடியாத விளைவுகளே என்பதையும், ஆனால் அதே சமயம் அதன் நெருங்கிவரும் குலைவின் அடையாளமுமாகும் என்பதையும் எடுத்துக்காட்டி இயக்கத்தின் ஏற்கெனவே கலைவுற்று வரும் பொருளாதார வடிவத்தின் உள்ளே, அந்தச் துர்ச்செயல்களுக்கு முடிவுகட்டுகிற உற்பத்தி மற்றும் பரிவர்த்தனையின் எதிர்காலத்திய புதிய அமைப்பின் கூறுகளை வெளிப்படுத்துவதும் பொருளாதார விஞ்ஞானத்தின் கடமையாகும். கவியைப் படைக்கும் ஆக்ரோஷம்[87] இந்தத் துர்ச்செயல்களைச் சித்திரிப்பதற்கும், அதோடு இவற்றை மறுக்கவோ அல்லது கடுமை தணிக்கவோ முயலும் ஆளும் வர்க்கத்திற்குச் சேவைபுரியும் அந்த இசைவின் திருத்தூதர்களைத் தாக்குவதற்கும் பொருத்தமானது; ஆனால் எந்த ஒரு குறிப்பிட்ட நிகழ்விலும் இது எவ்வளவு சொற்பமாக நிரூபணமாகிறது என்பது கடந்தகால வரலாற்றின் ஒவ்வொரு சகாப்தத்திலும் இத்தகைய ஆக்ரோஷத்திற்கான விவரப் பொருட்களுக்கு எவ்விதக் குறைவும் இல்லை என்ற உண்மையிலிருந்து தெளிவாகிறது.

பல்வேறு மனித சமுதாயங்கள் எதன் கீழ் தமது விளைபொருட் களை உற்பத்திச் செய்தும் பரிவர்த்தனை செய்தும் இதன் அடிப் படையில் வினியோகம் செய்தும் வந்துள்ளனவோ அந்த நிலைமைகள் மற்றும் வடிவங்களைப் பற்றிய விஞ்ஞானம் என்ற முறையிலான அரசியல் பொருளாதாரம் - இந்த விரிவான பொருளிலான அரசியல் பொருளாதாரம் இன்னும் தோற்றுவிக்கப்பட வேண்டியுள்ளது. இன்று வரையில் நம்மிடமுள்ள இத்தகைய பொருளியல் விஞ்ஞானம் முதலாளித்துவ உற்பத்தி முறையின் பிறப்பு மற்றும் வளர்ச்சி அளவுக்கே ஏறத்தாழ முற்றிலும் வரம்பு கட்டப்பட்டுள்ளது; இது உற்பத்தி மற்றும் பரிவர்த்தனை குறித்த பிரபுத்துவ வடிவங்களின் மிச்ச சொச்சங்கள் பற்றிய விமர்சனத்தோடு தொடங்குகிறது. அவற்றை அகற்றி அந்த இடத்தில் முதலாளித்துவ வடிவங்களை நிறுவ வேண்டுவதன்

அவசியத்தைக் காட்டுகிறது. பிறகு முதலாளித்துவ உற்பத்தி முறையையும் அதற்கு இணைவான பரிவர்த்தனை வடிவங்களையும் - அவற்றின் ஆக்கபூர்வ அம்சங்களில் அதாவது, அவை சமுதாயத்தின் பொது நோக்கங்களை ஊக்குவிக்கும் அம்சங்களில் - வளர்க்கிறது; முதலாளித்துவ உற்பத்திமுறை பற்றிய சோஷலிச விமர்சனத்துடன் அதாவது அதன் விதிகளை அவற்றின் எதிர்மறை அம்சங்களில் அம்பலப்படுத்தி, இந்த உற்பத்தி முறை தனது சொந்த வளர்ச்சியின் காரணமாகவே தன்னைத்தானே அசாத்தியமாக்கிக் கொள்ளும் ஒரு கட்டத்தை நோக்கி முடுக்கிச் செல்கிறது என்பதை எடுத்துக் காட்டுவதுடன் முடிவுறுகிறது. முதலாளித்துவ வடிவங்களிலான உற்பத்தியும் பரிவர்த்தனையும் உற்பத்தி மீது மேலும் மேலும் ஓர் சகிக்க முடியாத தளையாகி விடுகின்றன என்பதையும், அந்த வடிவங்களையும் அவசியமாயும் நிர்ணயமாக்கப்படுகிற வினியோகமுறை வர்க்கங்களிடையே நாளுக்கு நாள் மிகவும் சகிக்க முடியாத நிலைமையை உண்டாக்கியுள்ளது - இடைவிடாமல் எண்ணிக்கையில் குறைந்து கொண்டும் ஆனால் இடையறாது மேலும் செல்வந்தர்களாக வளர்ந்து கொண்டும் வரும் முதலாளிகளுக்கும், எண்ணிக்கையில் இடையறாது அதிகரித்துக் கொண்டும், மற்றும் நிலைமைகள் ஒட்டு மொத்தமாகத் தொடர்ந்து சீரழிந்தும் வருகின்ற, உடைமையற்ற கூலித் தொழிலாளர்களுக்கும் இடையிலான பகைமை நாளுக்கு நாள் கடுமையாகி வருகிறது என்பதையும், இறுதியாக முதலாளித்துவத்தால் இனிமேல் தன்வயம் செய்ய முடியாத அளவுக்கு முதலாளித்துவ உற்பத்தி முறைக்குள்ளேயே உருவாகியுள்ள பிரம்மாண்டமான உற்பத்திச் சக்திகள், சமுதாயத்தின் எல்லா உறுப்பினர்களுக்கும் பிழைப்புச் சாதனங்களையும், அவர்களது ஆற்றல்களைச் சுதந்திரமாக வளர்க்கவும் இடையறாது அதிகரித்துவரும் அளவில் உத்தரவாதம் செய்வதற்காகத் திட்டமிட்ட அடிப்படையில், கூட்டுறவுப் பணிகளுக்காக ஒழுங்கமைக்கப்பட்ட ஒரு சமுதாயத்தால் உடைமை மேற்கொள்ளுவதற்குக் காத்துக் கிடக்கின்றன என்பதையும் இந்த விமர்சனம் நிரூபிக்கிறது.

முதலாளித்துவப் பொருளாதாரத்தின் இந்த விமர்சனத்தை முழுமையாக நிறைவேற்றுவதற்கு உற்பத்தி, பரிவர்த்தனை மற்றும் வினியோகத்திலான முதலாளித்துவ வடிவத்தோடான பரிச்சயம் போதுமானதாக இருக்கவில்லை. அதற்கு முன்னர் இருந்த வடிவங்களை, அல்லது குறைவான வளர்ச்சியுள்ள நாடுகளில் அதோடு அக்கம் பக்கமாக நிலவும் வடிவங்களை, குறைந்தபட்சம் அவற்றின் பிரதான அம்சங்களைப் பரிசீலிக்க வேண்டும், ஒப்புநோக்க வேண்டும். இத்தகைய அலசி ஆராய்தலையும் ஒப்புநோக்குதலையும் பொதுவான உருவரையில் இன்றுவரை மேற்கொண்டவர் மார்க்ஸ் மட்டுமே.

எனவே முதலாளித்துவத்திற்கு முந்தைய தத்துவார்த்தப் பொருளா தாரம் சம்பந்தமாக இதுவரையில் நிலைநாட்டப் பெற்றுள்ள அனைத்திற்கும் கிட்டத்தட்ட முழுமையாக அவரது ஆராய்ச்சி களுக்கே நாம் கடப்பாடுடையோம்.

பதினேழாம் நூற்றாண்டின் இறுதியில் மேதாவிலாசமுள்ள ஒரு சில மனிதர்களின் மனங்களில் இது முதலில் உருவம் கொண்ட போதிலும் குறுகிய பொருளிலான அரசியல் பொருளாதாரம், நில ஆதிக்க ஆதரவாளர் [physiocrats] மற்றும் ஆடம் ஸ்மித்தின் ஆக்க முறை உருவாக்கம் முக்கியமாக பதினெட்டாம் நூற்றாண்டின் சிசுவே யாகும். இது அந்தக் காலகட்டத்தின் நன்மையிலும் தீமையிலும் பங்கு கொண்டு சமகாலத்திய அறிவொளி இயக்கப் பிரெஞ்சு தத்துவ வியலாளர்களின் சாதனைகளுக்கு நிகராக விளங்கியது. தத்துவ வியலாளர்கள் பற்றி நாம் என்ன கூறினோமோ அது அந்தக் காலத்திய பொருளாதார நிபுணர்களுக்கும் பொருந்தும். அவர்களைப் பொறுத்த வரையில் புதிய விஞ்ஞானம் அவர்களது சகாப்தத்தின் நிலைமைகள் மற்றும் தேவைகளின் வெளியீடு அன்று, மாறாக சாசுவத அறிவின் வெளியீடாகும்; இந்த விஞ்ஞானத்தால் கண்டுபிடிக்கப்பட்ட உற்பத்தி மற்றும் பரிவர்த்தனையின் விதிகள் இந்தச் செயல்பாடுகளின் வரலாற்று முறையில் நிர்ணயிக்கப்பட்ட வடிவின் விதிகள் அன்று. மாறாக இயற்கையின் சாசுவதமான விதிகளாகும்; இவை மனிதனின் இயல்பில் இருந்து உய்த்துணரப்பட்டவை. இந்த மனிதனை மிகவும் நெருங்கிப் பரிசீலனை செய்த பொழுது அவன் அந்தச் சகாப்தத்தின் ஒரு முதலாளியாகி வரும் பாதையிலான ஒரு சராசரி நகரவாசியாகக் காணப்பட்டான். அவனது இயல்பு, அந்தக் காலகட்டத்தின் வரலாற்று முறையில் நிர்ணயம் செய்யப்பட்ட நிலைமைகளுக்கு ஏற்புடைய செய்தொழில் மற்றும் வாணிபத்தைக் கொண்டதாக இருந்தது.

“விமர்சன அடிப்படைகளின் அடுக்குகளை நிறுவியவரான” ஹெர் டூரிங் பற்றியும் தத்துவவியல் துறையிலான அவரது முறை குறித்தும் நாம் போதிய அறிவு பெற்றுவிட்டதால், இப்போது அவர் அரசியல் பொருளாதாரத்தை எவ்வாறு கையாள்வார் என்பதை முன்னறிந்து கூறுவது எமக்குக் கடினமாக இராது. தத்துவவியலில் அவரது படைப்புகள் (அவரது இயற்கை தத்துவவியல் போன்று) வெறும் பிதற்றலாக இல்லாதவிடத்து அவரது கண்ணோட்ட பாணி பதினெட்டாம் நூற்றாண்டின் கண்ணோட்டத்தின் ஒரு புரட்டாகும். அது வளர்ச்சியின் வரலாற்றுமுறை விதிகள் பற்றிய பிரச்சனை அன்று, மாறாக இயற்கையின் விதிகள், சாசுவத உண்மைகள் பற்றியதாகும்.

ஒழுக்கநெறி மற்றும் சட்டம் போன்ற சமுதாய உறவுகள் அந்த யுகத்தின் உண்மையான வரலாற்று நிலைமைகளால் நிர்ணயிக்கப்படவில்லை. மாறாகப் புகழார்ந்த இரு மனிதர்களால் நிர்ணயிக்கப்படுகின்றன. இருவரில் ஒருவர் மற்றவரை ஒடுக்குகிறார் அல்லது ஒடுக்கவில்லை - இந்தப் பிந்தைய மாற்றுநிலை இன்னும் ஏற்படவில்லை என்று வருத்தத்தோடு கூற வேண்டியுள்ளது. எனவே, ஹெர் டூரிங் அரசியல் பொருளாதாரத்தையும் இறுதியும் அறுதியுமான உண்மையில், இயற்கையின் சாசுவத விதிகளில், மிகவும் பயனற்ற வறட்டுத்தனமான கூறியது கூறல் மூதுண்மைகளில் தேடிக்காண்பார் எனவும்; எனினும் தமக்குத் தெரிந்தவரையிலான அரசியல் பொருளாதாரத்தின் முழுமை யான ஆக்கமுறை உள்ளடக்கத்தையும் புறக்கடை வழியாக உள்ளே கடத்திக் கொள்வார் எனவும்; அவர் வினியோகத்தை உற்பத்தி மற்றும் பரிவர்த்தனையில் இருந்து வரும் ஒரு சமூகப் புலப்பாடாகப் படிப் படியாக வளர்க்க மாட்டார். ஆனால் இறுதித் தீர்வுக்கு என்று தமது புகழார்ந்த இரு மனிதர்களிடம் ஒப்படைத்து விடுவார் எனவும் நாம் முடிவுக்கு வருவோமானால் நாம் எவ்வகையிலும் சற்றும் வழி தவறிச் சென்றுவிட மாட்டோம். இவையாவும் நாம் ஏற்னெவே அறிந்துள்ள தந்திரங்களானதால் இந்தப் பிரச்சனை பற்றிய எமது விளக்கமும் சுருக்கமானதாக இருக்கும்.

உண்மையில் ஏற்கெனவே 2ஆம் பக்கத்தில்[88] ஹெர் டூரிங்

> அவரது பொருளியல், அவரது தத்துவவியலில் எது "நிலை நாட்டப்பட்டுள்ளதுவோ" அதனுடன் இணைந்திருப்பதாகவும், "மேலும் உயர் ஆய்வுத் துறையில் ஏற்கெனவே நிறைவு செய்யப் பட்ட [ausgemacht] மேலும் உயர் தன்மையான உண்மைகள் மீதும் ஒரு சில முக்கியமான விஷயங்களில் சார்ந்திருக்கிறது" எனவும் கூறுகிறது.

எல்லா இடங்களிலும் தம்மைப் பற்றிய அதே ஓயாத புகழ் மாலை; எல்லா இடங்களிலும் ஹெர் டூரிங் என்ன நிலைநாட்டி னாரோ என்ன நிறைவு செய்தாரோ [ausgemacht] அதன் மீது ஹெர் டூரிங் வெற்றிப் பவனி. நிறைவுசெய்தல் ஆம் இதை தெவிட்டுகிறவரை நாம் பார்த்து விட்டோம் - மக்கள் சுடர் விடும் மெழுகுத் திரியை அணைப்பது போன்று அவித்து விடுவது போலும்.*

உடனடியாக இதற்குப்பின்

★ ஜெர்மனில் மொழிபெயர்க்கவியலாத சொல்விளையாட்டு: ausmachen என்றால் நிறைவானது மற்றும் அவிப்பது என்று பொருளாகும். - ப-ர்.

"மிகவும் பொதுவான இயற்கை விதிகள் எல்லா பொருளாதாரத்தையும் ஆளுமை செய்வதை" நாம் கண்டோம்; எனவே எமது முன்னேறி கூற்றுச் சரியாக இருந்தது.

"அடங்கி வாழ்தல் மற்றும் குழு அமைப்பு என்ற அரசியல் வடிவங்கள் மூலம் அவற்றின் விளைவுகள் அனுபவித்தறிந்தவற்றை மேலும் துல்லியமான நிர்ணயிப்பில் அலசி ஆராய்ந்தால்" மட்டுமே பழைய வரலாறு பற்றிய சரியான புரிவை இந்த இயற்கை விதிகள் அனுமதிக்கும். பலப்பிரயோகத்தை அடிப்படையாக்கிய உடைமை என்ற தம் இரட்டைச் சகோதரனுடன் சேர்ந்து நிற்கும் அடிமைத்தனம் கூலி அடிமைத்தனம் போன்ற அமைப்புகள், முற்றிலும் அரசியல் தன்மையுடைய சமூக பொருளாதார அரசியல் சட்ட வடிவங்களாகக் கருதப்பட வேண்டும்; இவை இதுவரையில் இயற்கையின் பொருளாதார விதிகளின் பின்விளைவுகள் மட்டும் தாமே வெளிப்படுத்திக் கொள்வதற்கான கட்டுக் கோப்பாக அமைந்திருந்தன."

இந்த வாக்கியம் வாக்னரின் ஆபராவில் [leitmotif] போன்று இந்தப் புகழார்ந்த இரு மனிதர்களின் வருகையைத் தெரிவிக்கும் எக்காள மாகும். ஆனால் இது இதற்கும் மேலாக ஹெர் டூரிங்கின் முழு நூலின் அடிப்படை கருப்பொருள் ஆகும். சட்டத்துறையில் ஹெர் டூரிங் ரூஸ்ஸோவின் சமத்துவ தத்துவத்தை சோஷலிசத்தின் மொழியில் மோசமாக மொழிபெயர்த்துத் தந்தது தவிர வேறு எதையும் வழங்க முடியவில்லை, - இத்தகைய ஒன்று பாரிசில் உள்ள தொழிலாளர் உணவு விடுதி எதிலும் இன்னும் திறம்பட மொழி பெயர்க்கப்பட்டிருப்பதை எவரும் நெடுநாட்கள் முன்பே கேட்டிருக்கலாம். இப்போது அவர் அரசின், பலப்பிரயோகத்தின் தலையீடு காரணமாக இயற்கையின் சாசுவதமான பொருளாதார விதிகளும் அவற்றின் விளைவுகளும் புரட்டப்பட்டது குறித்த பொருளாதாரவியலாளரின் ஓலத்தை இதே போன்ற மோசமான சோஷலிஸ்ட் மொழிபெயர்ப்பில் தந்திருக்கிறார். இந்த விஷயத்தில் ஹெர் டூரிங் தகுதிப்படி சோஷலிஸ்டுகளிடையே முற்றிலும் தனியாக நிற்கிறார். எந்த தேசிய இனத்தைச் சேர்ந்த வனாயினும் சரி, ஒவ்வொரு சோஷலிஸ்ட் தொழிலாளியும் பலப் பிரயோகம் சுரண்டலைப் பாதுகாக்கிறதே தவிர அதை ஏற்படுத்து வதில்லை என்பதையும், மூலதனத்திற்கும் கூலி உழைப்புக்கும் இடை யிலான உறவே அவன் சுரண்டப்படுவதற்கான அடிப்படை என் பதையும், இது முற்றிலும் பொருளாதாரக் காரணங்களால் விளைக்கப் பட்டது பலப்பிரயோகம் மூலம் அல்லவே அல்ல என்பதையும் முற்றிலும் நன்றாக அறிவான்.

எல்லாப் பொருளாதாரப் பிரச்சினைகளிலும் "உற்பத்தியுடையதும் மற்றும் வினியோகத்துடையதுமான இரு நிகழ்ச்சிப் போக்குகளை இனங்காண முடியும்" என்று நம்மிடம் மேலும் கூறப்படுகிறது. அதோடு தமது மேம்போக்கான இயல்பில் இகழார்ந்த ஜே.பி.ஸே. இதற்கும் கூடுதலாக மூன்றாம் நிகழ்ச்சி முறையான நுகர்தலைக் குறிப்பிட்டார். ஆனால் அதைப்பற்றி தமது பின் வாரிசுகளை விட அதிகமாக அறிவான எதையும் அவரும் கூற முடியவில்லை. பரிவர்த்தனை அல்லது புழக்கம் எப்படியாயினும் அவை உற்பத்தியின் ஒரு பிரிவு மட்டுமே. இதில் இறுதி நுகர்வாளரான சரியான நுகர்வாளரிடம் விளை பொருள்கள் போய்ச் சேருவதற்குத் தேவையான எல்லாச் செயல்பாடுகளும் அடக்கம்.

உற்பத்தி மற்றும் புழக்கம் என்ற இரு பிரதானமாயும் வேறுபட்ட அதோடு பரஸ்பரம் சார்புள்ளதுமான நிகழ்ச்சிப் போக்குகளை குழப்புவது மூலமும், இந்தக் குழப்பத்தைத் தவிர்ப்பது "குழப்பத்திற்குக் காரணம்" என்று கூச்சமின்றி அடித்துரைப்பதன் மூலமும் ஹெர் டூரிங் கடந்த ஐம்பதாண்டுகளாகப் புழக்கத்தில் ஏற்பட்டுள்ள பிரம்மாண்டமான வளர்ச்சி பற்றி, ஒன்று, அவருக்குத் தெரியவில்லை அல்லது அவர் புரிந்து கொள்ளவில்லை என்பதை மட்டுமே வெளிக்காட்டுகிறார். அவரது நூலின் இதர பகுதிகள் இதை மேலும் எண்பித்துக் காட்டுகின்றன. ஆனால் இதோடு எல்லாம் தீர்ந்து விடவில்லை. அவர் உற்பத்தியையும் பரிவர்த்தனையையும் வெறும் உற்பத்தி என்று அப்படியே சேர்த்துக் குழப்பிப் போட்ட பிறகு வினியோகத்தை உற்பத்தியுடன் அக்கம் பக்கமாக, முற்றிலும் புறவயமான ஒரு இரண்டாம் நிகழ்ச்சிப் போக்காக, முதலாவதுடன் எவ்வித சம்பந்தமும் அற்றதாக வைக்கிறார். வினியோகம் அதன் திர்மானகரமான அம்சங்களில் ஒரு குறிப்பிட்ட சமுதாய அமைப்பிலான உற்பத்தி மற்றும் வினியோக உறவுகளினதும் அதோடு இந்தச் சமுதாய அமைப்புத் தோற்றமளித்த வரலாற்று நிலைமைகளினதும் அவசியமான விளைவாகவே எப்போதும் இருக்கும் என்பதை நாம் இப்போது கண்டோம்; இதன் காரணமாக இந்த உறவுகளையும் மற்றும் நிலைமைகளையும் நாம் அறிந்துகொள்ளும் பொழுது இந்த சமுதாயத்தில் நிலவும் உற்பத்தி முறையை நாம் நம்பிக்கையுடன் ஊகித்துத் தீர்மானிக்கலாம். ஹெர் டூரிங் ஒழுக்க நெறி, சட்டம் மற்றும் வரலாற்றிலான அவரது கருத்தோட்டங்களில் அவர் "நிலைநாட்டியுள்ள" கோட்பாடுகளுக்கு விசுவாசமின்றி நடக்க விரும்பவில்லையானால், குறிப்பாக அவர் தமது இன்றியமையாத இரு மனிதர்களைப் பொருளியலில் கடத்திக் கொண்டு வர வேண்டுமாயின், அவர் இந்தச் சாதாரணப் பொருளாதார

உண்மையினை மறுக்கும் கட்டாயத்திற்குள்ளாகிறார். உற்பத்தி மற்றும் பரிவர்த்தனையுடனான எல்லா உறவுகளிலிருந்தும் வினியோகம் தக்கப்படி விடுவிக்கப்பட்ட உடன் இந்த மாபெரும் நிகழ்ச்சி நடைபெற முடியும்.

ஒழுக்கநெறி மற்றும் சட்டத்துறையில் ஹெர் டூரிங் அவரது வாதங்களை எவ்வாறு உருவாக்கினார் என்பதை நாம் முதலில் நினைவு கூர்வோம். அவர் ஆரம்பத்தில் ஒரு மனிதனுடன் தொடங்கிப் பின் கூறினார்:

"தனியாக இருப்பதாகக் கருதப்படும் அல்லது நடைமுறையில் அதே விளைவுடைய, இதர மனிதர்களுடன் அனைத்துத் தொடர்புகளையும் இழந்த ஒரு மனிதனுக்குக் கடப்பாடுகள் எதுவும் இல்லை. அத்தகைய மனிதனுக்கு அவன் கடமையாக செய்ய வேண்டியது என்ன என்ற பிரச்சனை இல்லை. அவன் என்ன செய்ய விரும்புகிறான் என்பது மட்டுமே இருக்கும்."

ஆனால் தனியாக இருப்பதாயும் கடப்பாடுகள் இல்லாமலும் கருதப்படும் இந்த மனிதன் சுவர்க்கத்திலுள்ள விதிவசமான "ஆதி முதல் யூத ஆதாம்" தவிர வேறு யாராக இருக்க முடியும்? - அங்கு அவன் பாவம் புரிவதற்கான சாத்தியக்கூறுகள் இல்லாதிருப்பதால் பாவம் இன்றி இருக்கிறான்.

எனினும் இந்த எதார்த்தத்தின் தத்துவவியலால் சிருஷ்டிக்கப்பட்ட ஆதாமும் கூட பாவத்திற்குள் விழவேண்டிய கதி இருக்கிறது. இந்த ஆதாமின் அக்கம் பக்கமாக உண்மையில் திடீரென்று - அலை வரிக்குழல் கொண்ட ஓர் ஏவாளல்ல மாறாக ஓர் இரண்டாம் ஆதாம் தோன்றுகிறான். திடீரென்று ஆதாம் கடப்பாடுகளைப் பெறுகிறான் - அவற்றை மீறுகிறான். தனது சகோதரனைச் சம உரிமை உள்ளவனாகப் பாவித்து மார்பில் அணைத்துக் கொள்வதற்கு மாறாக, அவனைத் தனது ஆதிக்கத்திற்கு ஆட்படுத்துகிறான். அவனை அடிமையாக்கு கிறான் - இந்த முதல் பாவத்தின், மனிதன் அடிமைப்படுத்தப்பட்டதன் ஆரம்பப் பாவத்தின் பின் விளைவுகளால் உலகம் இன்றுவரை வரலாற்றின் போக்கு முழுவதன் ஊடேயும் துன்பம் அனுபவித்துள்ளது - இதுவே குறிப்பாக உலக வரலாறு ஒரு காசு மதிப்பும் பெறாது என்று ஹெர் டூரிங் சிந்திக்கும்படி செய்துள்ளது.

தற்செயலாக "நிலைமறுப்பின் நிலைமறுப்பை" ஆதிப்பாவம் மற்றும் நற்கதி என்ற பழங்கதையின் ஒரு பிரதியே என்று வர்ணித்ததன் மூலம் ஹெர் டூரிங் அதைப் போதியளவு கேவலத்திற்குள்ளாகி விட்டதாகக் கருதினார் - ஆனால் அதே கதையின் அவரது மிக

அணித்தான பதிப்புப் பற்றி நாம் என்ன கூற முடியும்? (இழிந்த பத்திரிகைகளின்[89] சொற்றொடரைப் பயன்படுத்திக் கூறினால் நாம் உரிய காலத்தில் நற்கதி பற்றியும் கூட "நிர்ணயமான முடிவுக்கு" வர இயலும்.) நாம் கூறக்கூடியதெல்லாம் என்னவென்றால் நாம் பழைய செமிடிக் குலமரபுக் கதையை மேலாக விரும்புகிறோம். அதன்படி ஒரு மனிதனும் ஒரு பெண்ணும் கன்னிமை நிலையினைக் கைவிட்டது தக்க செயலாகும். ஹெர் டூரிங் தமது ஆதிப்பாவத்தை இரு மனிதர் களை வைத்து நிர்மாணித்ததன் புகழினை மறுக்கவியலா வகையில் பெறுவாராக.

அவர் இந்த ஆதிப்பாவத்தை எவ்வாறு பொருளாதாரச் சொற் களில் மொழிபெயர்க்கிறார் என்பதை இப்போது காண்போம்.

> "இயற்கையைத் தனது சொந்த நுண்திறன்களுடன் தனியே எதிரிட்டு வேறு எவருடனும் பங்கிட நேராத நிலையில் இருந்த ஒரு ராபின்சன் குருசோவின் கருத்தோட்டத்திலிருந்து உற்பத்தி பற்றிய கருத்துக்கு நாம் பொருத்தமான கருத்தாய்வான திட்டத்தைப் பெறமுடியும்... வினியோகம் பற்றிய கருத்தில் மிகவும் முக்கியமானதைப் பிரதிமையாகக் காட்டுவதற்கு இதற்குச் சமமான பொருத்தமுடையதாக இருந்தது இரு நபர்களின் கருத்தாய்வான திட்டம்; அவர்கள் தமது பொருளாதார சக்திகளை ஒன்றிணைத்து முறையே தத்தம் பங்குகள் சம்பந்தமாக ஏதாவது ஒரு வடிவில் பரஸ்பர இணக்கத்திற்குத் தெளிவாக வந்தாக வேண்டும். வினியோகத்தின் சில மிக முக்கியமான உறவுகளைத் துல்லியமாகச் சித்திரிக்கவும், அவற்றின் விதிகளை அவற்றின் தர்க்கவியல் அவசியத்தில் கருவியல் ரீதியில் ஆராயவும் எமக்கு உதவ இந்தச் சாமானிய இருபொருள்வாதம் மட்டுமே தேவைப்படுகிறது... இங்கு சம அடிப்படையிலான கூட்டுறவுப் பணி ஒருதரப்பை முழுமையாகக் கீழடக்குவதன் மூலம் சக்திகளை ஒன்றிணைப்பது போலக் கருதத்தக்கது; அந்தத் தரப்பு, அதாவது நபர் பிறகு ஓர் அடிமை அல்லது ஒரு கருவி என்ற முறையில் பொருளாதார ஊழியம் செய்யுமாறு கட்டாயப் படுத்தப்படுகிறான் மற்றும் அவன் வெறும் ஒரு கருவியாக மட்டுமே பராமரிக்கப்படுகிறான்... சமத்துவநிலை மற்றும் வெறுமையான நிலை ஒரு பக்கம், சர்வவல்லமை மற்றும் முற்றிலும் செயலூக்கமுள்ள பங்கு பற்றல் இன்னொரு பக்கம் இவற்றின் இடையில் உலக வரலாற்று நிகழ்ச்சிகள் செழுமையான பல வகைகளில் நிறைவு செய்துள்ள வரிசையான கட்டங்கள் உள்ளன. வரலாறு முழுதிலுமான நீதி மற்றும் அநீதியின் பல்வேறு

அமைப்புகள் பற்றிய ஒரு சர்வப் பொது ஆய்வு இங்கு ஒரு முக்கியமான முன்னனுமானமாகும்...”

முடிவாக வினியோகம் பற்றிய பிரச்சனை முழுவதும்

“வினியோகத்தின் பொருளாதார உரிமையாக” மாற்றப்பட்டது.

கடைசியாக இப்போது ஹெர் டூரிங் உறுதியான தரை மீது நிற்கிறார். தனது இரு மனிதர்களுடன் கையுடன் கை கோர்த்து அவர் தமது யுகத்திற்கு அறைகூவல் விடலாம். ஆனால் இந்த மும்மூர்த்தியின் பின்னால் மேலும் இன்னொரு பெயரில்லாத மனிதன் நிற்கிறான்.

“மூலதனம் உபரி உழைப்பைப் புனையவில்லை. எங்கெல்லாம் சமுதாயத்தின் ஒரு பகுதி உற்பத்திச் சாதனங்களின் ஏகபோகத்தை உடைமையாகக் கொண்டிருக்கிறதோ அங்கு தொழிலாளி சுதந்திர மாகவோ அல்லது சுதந்திரம் இன்றியோ தனது சொந்தப் பிழைப்புக்குத் தேவையான உழைப்பு - நேரத்துக்குக் கூடுதலாக உற்பத்திச் சாதனங் களின் உடைமையாளர்களது - அவர்கள் ஆதன்ஸ் kalos kagathos *[பிரபுக் குலத்தினர்] எட்ருஸ்கன் தெய்வ ஆட்சியாளர்,* civis romanus *(ரோமன் குடிமகனோ), “நார்மன் பிரபு, அமெரிக்க அடிமை- உடமை யாளர், வாலாச்சியன் போயாட், நவீன நிலப்பிரபு அல்லது முதலாளி, எவராக இருப்பினும் அவர்களது - பிழைப்புக்கான சாதனங்களை உற்பத்திச் செய்ய உபரியான உழைப்பு - நேரத்தை வழங்க வேண்டும்.” (மார்க்ஸ் மூலதனம், பாகம் I, இரண்டாம் பதிப்பு, பக்கம் 227).*[90]

இவ்வாறாக ஹெர் டூரிங் இன்றைய வரையிலான எல்லா வடிவங் களிலுமான உற்பத்திக்கும் பொதுவான சுரண்டலின் அடிப்படை வடிவம் எது என்பதை அறிந்துவிட்ட பொழுது, - இந்த வடிவங்கள் வர்க்கப் பகைமைகளாக இயங்கும் காரணத்தால், - அவர் செய்ய வேண்டுவதெல்லாம் அவரது இரு மனிதர்களை இதில் பயன்படுத்த வேண்டுவதே, எதார்த்தத்தின் பொருளியலின் ஆழ வேரூன்றிய அடித்தளம் முழுமையுறும். இந்த “அமைப்பு உருவாக்கும் கருத்தை” நிறைவேற்ற அவர் ஒரு கணமும் தயங்கவில்லை. தொழிலாளியின் சொந்தப் பராமரிப்புக்கு அவசியமான உழைப்பு நேரத்துக்கும் அப்பால் ஊதியமல்லாத உழைப்பு - இதுவே விஷயம். இங்கு ராபின்சன் குருஸோ என்று அழைக்கப்படும் ஆதாம் தனது இரண்டாம் ஆதாமான- ஃபிரைடே என்ற மனிதனைத் தகைமைக்கு ஏற்பத் தொண்டூழியம் புரியச் செய்கிறான். ஆனால் தனது சொந்தப் பிழைப்புக்கு அவசிய மானதற்கு மேலதிகமாக ஃபிரைடே ஏன் பாடுபடுகிறான்? இந்தக் கேள்விக்கும் மார்க்ஸ் படிப்படியாக விடையளிக்கிறார். ஆனால் இந்த விடை டூரிங்கினது இந்த இரண்டு மனிதர்களுக்கும் அளவுக்கு மேல்

நீட்டி வளைத்த ஒன்றாக இருக்கிறது. விஷயம் ஒரு நொடியில் தீர்ந்து விடுகிறது: குருசோ ஃபிரைடேயை "ஒடுக்குகிறான்", "ஓர் அடிமை அல்லது ஒரு கருவி என்ற முறையில் பொருளாதார ஊழியம் செய்யுமாறு" கட்டாயப்படுத்துகிறான் மற்றும் அவனை "வெறும் ஒரு கருவியாக மட்டுமே" பராமரிக்கிறான். இந்த மிகவும் அணித்தான "படைப்பாற்றல் திருப்பங்கள்" மூலம் ஹெர் டூரிங் ஒரே கல்லால் இரண்டு பறவைகளைக் கொல்லுகிறார். முதலாவதாக இதுவரையில் நிலவியிருந்த பல்வேறு வினியோக வடிவங்கள், அவற்றின் வித்தியாசங்கள், அவற்றுக்கான காரணங்களை விளக்க வேண்டிய தொல்லையில் இருந்து தம்மைத்தாமே காப்பாற்றிக் கொள்கிறார்; ஒரே மொத்தமாக எடுத்துக் கொள்ளப்படுவதால் அவை எக்காரணத்தாலும் இல்லாது போய்விடுகின்றன - அவை ஒடுக்குமுறை மீது, பலப்பிரயோகம் மீது சார்ந்திருக்கின்றன. இதைப்பற்றி நாம் விரைவில் கவனிப்போம். இரண்டாவதாக இதன் மூலம் அவர் வினியோகம் பற்றிய முழுத் தத்துவத்தையும் பொருளியல் துறையிலிருந்து ஒழுக்கநெறி மற்றும் சட்டத்துறைக்கு அதாவது, நிலை நாட்டப்பட்ட பொருளாயத உண்மைகள் துறையில் இருந்து ஏறத்தாழ ஊசலாடும் கருத்துகள் உணர்வுகள் துறைக்கு மாற்றுகிறார். எனவே அவர் விஷயங்களை அலசி ஆராயவோ, நிரூபிக்கவோ வேண்டிய அவசியம் இனிமேல் கிடையாது; அவர் தமது உளமார உணர்ச்சி முழக்கம் செய்து கொண்டே போகலாம், மற்றும் உழைப்பின் உற்பத்திப் பொருள்களின் வினியோகம் முறைப்படுத்தப்பட வேண்டும் என்று அதன் உண்மையான காரணங்களின்படி கோராமல், மாறாக அவருக்கு, ஹெர் டூரிங்குக்கு எது அறநெறியானது, நியாயம் என்று படுகிறதோ அதற்கேற்பக் கோரலாம். ஆனால் ஹெர் டூரிங்குக்கு எது நியாயம் என்று தோன்று கிறதோ அது மாற்றவொண்ணாதது அல்லவே அல்ல. எனவே தூய உண்மையிலிருந்து அது வெகு தொலைவில் உள்ளது. ஹெர் டூரிங்கின் கூற்றுப்படித் தூய உண்மைகள் "முற்றிலும் மாற்றவொண்ணாதவை" யாகும். *1868*-ல் ஹெர் டூரிங் தனது Die Schicksale meiner Sozialen Denkschrift fur das Preussiche Staatsministerium என்ற நூலில் அடித்துக் கூறினார்:

"எல்லா உயர் நாகரிகங்களின் ஒரு போக்கு, உடைமை மீது மேலும் மேலும் அழுத்தம் கொடுப்பதாக இருக்கிறது, உரிமைகள் அரசுரிமைத் துறைகளைக் குழப்பாமல் - இதில்தான் நவீன வளர்ச்சியின் சாரமும் எதிர்காலமும் உள்ளது." இதற்கும் மேலாக "கூலி உழைப்பை ஜீவன வசதிகள் பெறுவதற்கான வேறொரு தன்மையாக மாற்றம் செய்வதை மனித இயல்பின் விதிகளோடும்

சமுதாய அமைப்பின் இயல்பாகவே அவசியமான கட்டுமானத் தோடும் எப்பொழுதாவது இணக்கப்படுத்த முடியுமா?"[91]

என்பதை அவரால் அறவே பார்க்க முடியவில்லை.

இவ்வாறு 1868-ல் தனியுடைமையும் கூலி உழைப்பும் இயல் பாகவே அவசியமாக இருந்தன எனவே அவை நீதியானவை; 1876-ல்[92] இவை இரண்டும் பலப்பிரயோகம் மற்றும் "கொள்ளையடிப்பின்" வெளிப்பாடுகள் எனவே அவை அநீதியானவை. இன்றும் சில ஆண்டுகள் கடந்து எது அறநெறியும் நீதியுமானதாகத் தோன்றும் என்பதை இத்தகைய வலிய, கட்டுக்கடங்காத மேதைக்கு எம்மால் எடுத்துக்கூறுவது சாத்தியமல்ல. எனவே, நாம், செல்வத்தை வினியோகிப்பது பற்றி கவனிக்கும் பொழுது உண்மையான புறநிலை பொருளாதார விதிகளைப் பற்றி நிற்பதே நல்லது, எது நீதி அல்லது அநீதி என்பதை முடிவு செய்ய ஹெர் டூரிங்கின் கணப்பொழுதிற்கான, மாறக்கூடிய, அகநிலைக் கருத்தோட்டங்களைச் சார்ந்து நிற்கக்கூடாது என்ற முடிவுக்கு வருவோம்.

இல்லாமையும் ஆடம்பரமும், பட்டினியும் தெவிட்டும் என்ற இந்த மோசமான முரண்பாடுகளைக் கொண்ட உழைப்பின் உற்பத்திப் பொருள்களின் இன்றைய வினியோகமுறையினை எக்கணமும் வீழ்த்த இந்த வினியோகமுறை அநீதியானது. நீதி இறுதியில் வெற்றிவாகை சூட வேண்டும் என்ற உணர்வைத்தவிர வேறு சிறந்த உத்தரவாதம் எதுவும் இல்லை என்றால், நமது நிலை ஏறத்தாழ மோசமே. நாம் அதற்கு நீண்ட காலம் காத்திருக்க வேண்டும். வரப்போகும் பொற் காலம் [millennium] பற்றிக் கனவு கண்ட மத்தியயுகத்தின் மாயாவாதிகள் வர்க்கப் பகைமைகளின் அநீதி பற்றி ஏற்கெனவே உணர்ந்திருந்தார்கள். நவீன வரலாற்றின் தலைவாயிலில் முன்னூற்று ஐம்பது ஆண்டுகளுக்கு முன்னால் தாமஸ் முன்ட்சர் அதை உலகத்துக்குப் பறைசாற்றினார். ஆங்கிலேய மற்றும் பிரெஞ்சு முதலாளித்துவப் புரட்சிகளில் இதே அறைகூவல் எதிரொலித்து, மங்கி மறைந்தது. 1830 வரையில் உழைக்கும் துன்புற்றிருந்த வர்க்கங்களைக் கிளர்ச்சி ஊட்டாதிருந்த வர்க்கப் பகைமைகளையும் மற்றும் வர்க்க வித்தியாசங்களையும் ஒழிக்கவேண்டும் என்ற அதே அறைகூவல், இன்று கோடி மடங்கு மீண்டும் எதிரொலிக்குமானால், இந்த அறைகூவல் ஒவ்வொரு நாட்டிலும் நவீனத் தொழில்துறை வளர்ச்சியுற்று வரும் அதே வரிசையில், அதே அளவிலான முனைப்புடன் ஒரு நாட்டுக்குப் பின் ஒரு நாட்டை ஈர்த்து வருகிறது என்றால், ஒரு தலைமுறைக்குள் அது தனக்கு எதிராக ஒன்று சேர்ந்துள்ள சக்திகள் அனைத்தையும் எதிர்த்து நிற்கும் வலிமையுடன் அண்மை எதிர்காலத்தில் வெற்றிகாணும்

நம்பிக்கையுடன் உரம் பெற்று வருகிறது என்றால் - இதற்குக் காரணம் என்ன? இதற்குக் காரணம் நவீனப் பெருவீதத் தொழில்துறை ஒரு புறத்தில் ஒரு பாட்டாளி வர்க்கத்தை உருவாக்கியுள்ளதும், அந்த வர்க்கம், வரலாற்றிலேயே முதல் தடவையாக இந்த அல்லது அந்தக் குறிப்பிட்ட வர்க்க நிறுவனத்தையோ அல்லது இந்த அல்லது அந்தக் குறிப்பிட்ட வர்க்கத் தனியுரிமையையோ மட்டுமன்றி, வர்க்கங்கள் தம்மையே ஒழிக்கும்படி கோர முடிந்துள்ளது; இந்தக் கோரிக்கையினை நிச்சயமாயும் நிறைவேற்றாவிட்டால் அது ஒரு சீனக் கூலியின் தரத்துக்கு கீழ்ப்பட வேண்டிய வேதனை நிலைமையில் இருக்கும். மறுபுறம் இதே பெருவீதத் தொழில்துறை முதலாளி வர்க்கத்தை உருவாக்கியுள்ளது. இந்த வர்க்கத்திடம் உற்பத்திக் கருவிகள் மற்றும் பிழைப்புச் சாதனங்கள் யாவும் ஏகபோகமாக உள்ளன; இது ஒவ்வொரு வர்த்தகச் சூதாட்ட திடீர் உயர்வு கட்டத்திலும் [speculative boom period] அதைத் தொடர்ந்து வரும் ஒவ்வொரு வீழ்ச்சியிலும் தனது சக்திக்கும் அப்பால் வளர்ந்து விட்டதான உற்பத்திச் சக்திகளை இனிமேல் கட்டுப்படுத்தும் ஆற்றல் இல்லாது போய்விட்டது; இந்த வர்க்கத்தின் தலைமையில் சமுதாயம், நசுங்கிய பாதுகாப்பு அடைப்பை இயக்குநர் திறக்க முடியாத நிலையில் கட்டுமீறி ஓடும் எஞ்சினைப் போன்று அழிவை நோக்கிக் குண்டோட்டமாக ஓடுகிறது. வேறு சொற்களில் கூறினால் இதற்குக் காரணம் நவீன முதலாளித்துவ உற்பத்திமுறை உருவாக்கியுள்ள உற்பத்திச் சக்திகள் மற்றும் அதனால் நிலைநாட்டப்பட்டுள்ள பொருட்களின் வினியோகமுறை இரண்டுமே உற்பத்திமுறையுடன் மோசமான முரண்பாடாக வந்துள்ளன. இது உண்மையில் எந்தளவுக்கு என்றால் நவீன சமுதாய அமைப்பு முற்றிலும் அழியாது இருக்க வேண்டுமானால், உற்பத்தி மற்றும் வினியோகமுறையில் ஒரு புரட்சி நடைபெற வேண்டும். எல்லா வர்க்க வித்தியாசங்களுக்கும் முடிவு கட்டுகிற ஒரு புரட்சி நடைபெற வேண்டும் என்ற அளவுக்காகும். ஏறத்தாழத் தெளிவான வடிவில், ஆனால் வெல்லற்கரிய அவசியத்துடன் சுரண்டப்படும் பாட்டாளிகளின் மனங்களில் தானே முத்திரை பதித்துள்ள இந்த உருப்படியான, பொருளாயத உண்மை மீதே, - செயல் தொடர்பற்ற வெறும் சாய்வு நாற்காலி தத்துவவியலாளர் நீதி மற்றும் அநீதி பற்றிக் கொண்டுள்ள கருத்தோட்டங்களின் மீதல்ல - நவீன சோஷலிசத்தின் வெற்றியிலான நம்பிக்கை ஆதாரப்பட்டு நிற்கிறது.

2. பலப்பிரயோகத் தத்துவம்

"எனது அமைப்பில், பொதுவான அரசியலுக்கும் பொருளியல் சட்ட வடிவங்களுக்கும் இடையிலான உறவு மிகவும் திட்ட வட்டமான வழியில், அதே சமயத்தில் மிகவும் சுயமான வழியில் நிர்ணயம் செய்யப்படுவதால் ஆராய்ச்சிக்கு வசதி செய்யும் பொருட்டு, இந்த விஷயம் பற்றி விசேஷமாகக் குறிப்பிடுவது தேவையற்றதாக இராது. அரசியல் உறவுகளின் வடிவம் வரலாற்று முறையில் ஓர் அடிப்படையான விஷயம், பொருளாதாரச் சார்பு சம்பந்தமாக எடுத்துக்காட்டுகள் விளைவுகள் அல்லது விசேஷ நிகழ்வுகள் மட்டுமே. எனவே அவை எப்போதும் இரண்டாம் தரப்பட்ட உண்மைகளாகவே இருக்கும். மிகவும் புதியதான சோஷலிஸ்டு அமைப்புகளில் சில, முற்றிலும் எதிர்மாறான உறவுகளின் முக்கியமான வெறும் தோற்றத்தைத் தமது வழி காட்டும் கோட்பாடாக எடுத்துக் கொண்டுள்ளன, அதில் அவை அரசியல் புலப்பாடுகள் பொருளாதார நிலைமைகளுக்குக் கீழடங்கியவை என்றும் அவற்றிலிருந்து வளர்ந்தவை என்றும் கருதுகின்றன. இந்த இரண்டாம் தரப்பட்ட விளைவுகள் அவ்வாறே நிலவுகின்றன என்பதும் இன்றைய கட்டத்தில் அவை மிகவும் தெளிவாகப் புலப்படுகின்றன என்பதும் மெய்யே; ஆனால் முதலாவது நேரடி அரசியல் பலப்பிரயோகத்தில்தான் நாடப்பட வேண்டுமே ஒழிய எந்த மறைமுகமான பொருளாதார சக்தியிலும் அல்ல."

இந்தக் கருத்தோட்டம் இன்னொரு வாசகத்திலும் வெளியிடப்பட்டுள்ளது, இதில் ஹெர் டூரிங்

"அரசியல் நிலைமைகளே பொருளாதார நிலைமைக்கு நிர்ணய மான காரணம் எனவும், நேர்மாறான உறவு இரண்டாந்தரமான செயலை மட்டுமே பிரதிநிதித்துவப்படுத்துகிறது எனவும் கூறும் முன் தேவையிலிருந்து தொடங்குகிறார்... அரசியல் இணைவு அதன் சொந்தத் தேவைக்காகவே துவக்க நிலையாக எடுத்துக் கொள்ளப்படாமல், வெறும் ஒரு வயிறு நிரப்பும் ஏற்பாடாக மட்டுமே கருதப்படும் வரையில் ஒருவர் எவ்வளவுதான் தீவிரமான சோஷலிஸ்ட் மற்றும் புரட்சியாளராகத் தோன்றிடினும் அவர் மனதில் கட்டாயமாகப் பிற்போக்கின் ஒரு மறைவான பகுதிக்குத் தஞ்சமளித்திருப்பார்."

அது ஹெர் டூரிங்கின் தத்துவம் ஆகும். இதிலும் இன்னும் பல இதர வாசகங்களிலும் இது அப்படியே அமைந்துள்ளது, ஆணையிடப் பட்டுள்ளது என்றும் கூறலாம். இந்த மூன்று தடித்த புத்தகங்களில் எங்குமே இதை நிரூபிக்கவோ, அல்லது இதற்கு எதிரான கருத்தை மறுக்கவோ லவலேசமும் முயற்சி செய்யப்படவில்லை. இதற்குச் சாதகமான வாதங்கள் பெரிப்பழங்கள் போல மலிவாகக் கிடைத்தும் கூட முயற்சி செய்யப்படவில்லை.[93] ஹெர் டூரிங் நமக்கு அவை எதையும் தரமாட்டார். காரணம் இந்த விவகாரம் முழுவதும் புகழார்ந்த ஆதிப் பாவம் மூலம், ராபின்சன் குருசோ ஃபிரைடேயைத் தனது அடிமை யாக்கிய பொழுது ஏற்கெனவே நிரூபிக்கப்பட்டு விட்டது. அது ஒரு பலப்பிரயோகச் செயல். எனவே ஓர் அரசியல் செயல். இந்த அடிமைப் படுத்தல் பழைய வரலாறு அனைத்தின் துவக்கநிலையும் அதன் குறிப்பாயமைந்த அடிப்படை உண்மையாகவும் இருப்பதன் காரண மாகவும், அநீதி என்ற ஆதிப்பாவத்தால் இது தடுப்புச் செய்யப் பட்டதாலும் இது பிந்தைய கட்டங்களில் மென்மையாக்கப்பட்டுப் பொருளாதாரச் சார்பு நிலையின் மேலும் மறைமுகமான வடிவங்களாக மாற்றப்பட்டது", அவ்வாறே இன்றுவரை தனது சட்டத் தகைமை யினைப் பேணிவந்துள்ள "பலப்பிரயோகத்தால் தோற்றுவிக்கப்பட்ட உடமை" இது போலவே அடிமைப்படுத்தலின் ஆரம்பச் செயலை அடிப்படையாக்கியதாகும் என்பதால் எல்லாப் பொருளாதாரப் புலப்பாடுகளும் அரசியல் காரணங்களால் அதாவது பலப்பிரயோகத் தால் விளக்கப்பட வேண்டும் என்பது தெளிவு. இதை வைத்துத் திருப்தியடையாத எவரும் மாறுவேடத்திலுள்ள பிற்போக்காளர்களே.

கிஞ்சிற்றும் சுயமானதாக இல்லாத இந்தக் கருத்தை ஹெர் டூரிங் போல அந்தளவு தன்னைப் பற்றித் தானே புகழ்ந்து கொள்ளும் ஒருவரே மிகவும் "சுயமானது" என்ற கருதமுடியும். அரசியல் செயல்கள், அரசின் மாட்சிமிகு செயற்கரிய செயல்கள் வரலாற்றில் நிர்ணயகர மானவை என்பது எழுதப்பட்ட வரலாற்றைப் போலப் பழமையானது; எனவே மேடையிலான இந்த ஆரவாரக் காட்சிகளுக்கு பின்னணியில், அமைதியாக நடைபெற்றுள்ள, மக்களின் உண்மையிலேயே முன்னேற்ற மான பரிணாமம் சம்பந்தமாக இத்துணை குறைவான தகவல்கள் மட்டுமே ஏன் பேணிவைக்கப்பட்டுள்ளன என்பதற்கான பிரதான காரணம் இதுவே. இந்தக் கருத்து கடந்த காலத்திய வரலாற்றாசிரியர் களின் கருத்தோட்டங்கள் மீது ஆதிக்கம் வகித்தது. இதை எதிர்த்த முதல் தாக்குதல் மீட்சிக் காலகட்டத்தின்[94] பிரெஞ்சு முதலாளித்துவ வரலாற்றாசிரியர்களால் தொடுக்கப்பட்டது; இதைப்பற்றிய ஒரே "சுயமான" விஷயம் இவை எல்லாம் பற்றி ஹெர் டூரிங்குக்கு மீண்டும் எதுவும் தெரியாது என்பதே.

இதற்கும் மேலாக: பழைய வரலாறு அனைத்தையும் மனிதனை மனிதன் அடிமைப்படுத்தியதற்குள் அடக்கிவிடலாம் என்று கூறுவதில் ஹெர் டூரிங் சரியாகவே இருக்கிறார் என்று தற்போதைக்கு நாம் உத்தேசித்துக் கொண்டாலும்கூட, நாம் இன்னும் இந்த விஷயத்தின் அடியாழத்தைப் போயடைவதற்கு மிகத் தொலைவிலேயே இருக்கிறோம். ஏனெனில் பிறகு இந்தக் கேள்வி எழுகிறது. குருசோ எவ்வாறு ஃபிரைடேயை அடிமைப்படுத்தினார்? வேடிக்கைக்காகவா? அப்படி எதுவும் இல்லை. மாறாக, ஃபிரைடே "ஓர் அடிமையாக அல்லது ஒரு வெறும் கருவியாகப் பொருளாதார ஊழியம் புரியும்படிக் கட்டாயப் படுத்தப்படுகிறார்; அவர் ஒரு கருவியாக மட்டுமே பராமரிக்கப் படுகிறார்". ஃபிரைடே குருஸோவின் நன்மைக்காகவே வேலை செய்ய வேண்டும் என்பதற்காக மட்டுமே குருஸோ ஃபிரைடேயை அடிமைப் படுத்தினார். ஃபிரைடேயின் உழைப்பு மூலம் தனக்கென ஏதேனும் நன்மைகளை அவர் எவ்வாறு பெற முடியும்? ஃபிரைடேயை வேலை செய்யத் தகுதியுள்ளவனாக வைத்து இருப்பதற்கு என்ற முறையில் குருஸோ தர வேண்டியதை விடவும் அதிகமாக ஃபிரைடே தனது உழைப்பு மூலம் வாழ்க்கைத் தேவைகளை உற்பத்திச் செய்வதன் மூலம் மட்டுமே இது சாத்தியமாகும். எனவே குருஸோ ஹேர் டூரிங்கின் திட்டவட்டமான உத்தரவுகளை மீறி ஃபிரைடே அடிமைப்படுத்தப் பட்டதால் எழும் "அரசியல் இணைவை" "அதன் சொந்தத் தேவைக் காகவே துவக்க நிலையாக இன்றி" மாறாக "வெறும் வயிறு நிரப்பும் ஏற்பாடாகவே எடுத்துக்கொள்கிறார்"; தனது எஜமானனும் ஆசிரியரும் டூரிங்குடன் தொடர்ந்து செல்வது அவர் பாடு.

பலப்பிரயோகம் "வரலாற்று முறையில் ஓர் அடிப்படையான விஷயம்" என்று நிரூபிப்பதற்காக ஹெர் டூரிங் சிறப்பாகத் தேர்ந் தெடுத்த குழந்தைத்தனமான உதாரணம் உண்மையில் பலப்பிரயோகம் ஒரு சாதனம் மட்டுமே என்பதையும், நோக்கம் பொருளாதார சாதகமே என்றும் நிரூபிக்கிறது. மற்றும் நோக்கம், அதைப் பெறுவதற்காகப் பயன்படுத்தப்படும் சாதனங்களை விட, அதிகளவு அடிப்படை யானது", வரலாற்றில் உறவின் அரசியல் பகுதியை விடவும் அதிகளவு அடிப்படையாக இருப்பது பொருளாதாரப் பகுதியே. எனவே இந்த உதாரணம் அது எதை நிரூபிப்பதற்காக உத்தேசிக்கப்பட்டதோ அதற்கு நேர் எதிரானதைக் குறிப்பாக நிரூபிக்கிறது. குருஸோ மற்றும் ஃபிரைடே சம்பவம் போலவே இன்று வரையிலான ஆதிக்கம் மற்றும் ஆட்படுத்தும் நிகழ்ச்சிகளும் இருக்கும். ஆட்படுத்தல் என்பது ஹெர் டூரிங்கின் நவநாகரிகச் சொல்லைப் பயன்படுத்திக் கூறினால் ஒரு "வயிறு நிரப்பும் ஏற்பாடாகும்" (வயிறு நிரப்புவதை மிக விரிவான பொருளில் எடுத்துக் கொண்டால்), ஆனால் ஓர் அரசியல் இணைவு

தன் "சொந்தத் தேவைக்காகவே" என்று என்றுமே எங்குமே நிறுவப் படுவதில்லை. அரசு வரிகள் "இரண்டாம் தரமான விளைவுகளே" என்றும், அல்லது ஆளும் முதலாளி வர்க்கத்தின் ஆளப்படும் பாட்டாளி வர்க்கத்தின் இன்றைய - அரசியல் இணைவு, "சொந்தத் தேவைக்காக" ஏற்பட்டுள்ளது, ஆளும் முதலாளி வர்க்கத்தின் "வயிறு நிரப்பும் ஏற்பாடாக" அல்ல, அதாவது லாபம் திரட்டவும் மூலதனம் சேகரிக்கவும் அல்ல என்று கற்பனை செய்துகொள்வது ஒரு ஹெர் டூரிங்குக்கே சாத்தியமாகும்.

எனினும் நாம் நமது இரு மனிதர்களுக்கு மீண்டும் திரும்புவோம். குருஸோ "கையில் வாளுடன்" ஃபிரைடேயைத் தனது அடிமையாக்கு கிறார். ஆனால் இதை வெற்றிகரமாக நடத்தக் குருஸோவுக்கு வாளைத் தவிர வேறு சிலவும் வேண்டும். யார் வேண்டுமாயினும் ஓர் அடிமையைப் பயன்படுத்த இயலாது. ஓர் அடிமையைப் பயன்படுத்த வேண்டு மானால் ஒருவர் இரு வகைப்பட்ட வஸ்துக்களை வைத்திருக்க வேண்டும்: முதலாவது அவரது அடிமையின் உழைப்புக்கான கருவி களும் பொருட்களும்; இரண்டாவதாக அவனது பிழைப்புக்கான சொற்ப சாதனங்கள். எனவே அடிமைத்தனம் சாத்தியமாவதற்கு முன்னால் உற்பத்தியில் ஒரு குறிப்பிட்ட மட்டத்தை ஏற்கெனவே தோற்றமளித்திருக்க வேண்டும். சமுதாயம் முழுவதிலும் அடிமை - உழைப்பு பிரதானமான உற்பத்தி முறையாக வேண்டுமானால் உற்பத்தி, வாணிபம் மற்றும் செல்வச் சேகரத்தில் இருந்த தரத்தைவிட மிக உயர்ந்த வளர்ச்சித் தரம் இன்றியமையாதது. நிலத்தில் பொது வுடைமையுடன் கூடிய பண்டைக்காலப் புராதன சமுதாயங்களில் அடிமைத்தனம் ஒன்று நிலவவே இல்லை, அல்லது மிகவும் முக்கியமற்ற பாத்திரமே வகித்தது. ஆரம்ப காலத்தில் விவசாயி நகரமாக இருந்த ரோமில் இவ்வாறே இருந்தது; ஆனால் ரோம் "உலக - நகரம்" ஆன பொழுது இத்தாலிய நிலவுடைமை எண்ணிக்கையில் சிறிய வர்க்கமான மிகப்பெரிய செல்வம் படைத்த உரிமையாளர் கரங்களில் மேலும் மேலும் வந்துவிட்டபொழுது விவசாய மக்கள் இருந்த இடத்தில் அடிமை மக்கள் இருத்தப்பட்டனர். பாரசீகப் போர்கள் காலத்தில் காரிந்தில் 4,60,000 ஆகவும் எகினாவில் 4,70,000 ஆகவும் அடிமை களின் எண்ணிக்கை பெருகியிருந்தது என்றால் ஒவ்வொரு சுதந்திர மனிதனுக்கும் 10 அடிமைகள் இருந்தார்கள்[95] என்றால் இதற்குப் "பலப்பிரயோகம்" நீங்கலாக வேறு சிலவும், அதாவது உயர் வளர்ச்சி யடைந்த கலைகள் மற்றும் கைவினைத் தொழிலும் விரிவான வாணிபமும் தேவையாக இருந்தது. அமெரிக்க ஐக்கிய நாட்டில் அடிமைத்தனம் பலப்பிரயோகத்தை விட ஆங்கிலப் பருத்தித் தொழில் அதிக அளவில் அடிப்படையாக்கியிருந்தது; பருத்தி விளைவிக்கப்படாத மாவட்டங்

களிலும் எல்லைப்புற மாநிலங்களில் போல பருத்தி விளைவிக்கும் மாநிலங்களுக்கும் அடிமைகளை வளர்த்து வழங்காத பகுதிகளிலும் எவ்விதப் பலப்பிரயோகமும் இன்றி, இதனால் எவ்வித ஆதாயமும் இல்லை என்பதால் அடிமைத்தனம் தானே மடிந்தது.

எனவே, இன்று நிலவுகிற உடைமையினை பலப்பிரயோகத்தை ஆதாரமாக்கிய உடைமை என்று அழைப்பதன் மூலமும்,

> "இயற்கையான பிழைப்புச் சாதனங்களை மனிதர்கள் பயன் படுத்துவதில் இருந்து அவர்களை விலக்கி வைப்பது மட்டும் இன்றி இதைவிட முக்கியமாக மனிதனை அடிமை ஊழியம் செய்யுமாறு கீழடக்குவது அதன் வேரில் காணக்கிடக்கும் வகையிலான அத்தகைய ஆதிக்க வடிவம்"

என்று வர்ணிப்பதன் மூலம் ஹெர் டூரிங் இந்த முழு உறவையும் தலை கீழாக்குகிறார். அடிமை ஊழியம் செய்யுமாறு ஒரு மனிதனை கீழடக்கு வதானது - அதன் எல்லா வடிவங்களிலும் - கீழடக்குவோரிடம் உழைப்புக் கருவிகள் உள்ளன. அவற்றின் உதவியுடன் மட்டுமே அவர் கொத்தடிமையாக இருக்கும் நபரை வேலைக்கு அமர்த்துகிறார்; அடிமைத்தனத்தைப் பொறுத்தவரை தனது அடிமையை உயிருடன் வைத்திருப்பதற்கு உதவும் பிழைப்புச் சாதனத்தை கூடுதலாக வைத்திருக்கிறார். எல்லா நடைமுறைகளிலும் சராசரிக்கு மேல் உபரியாக ஓரளவு உடைமையை அவர் வைத்திருக்கிறார் என்பது முன்னனுமானிக்கப்படுகிறது. இந்த உடைமை எப்படித் தோன்றியது? இது உண்மையில் களவாடப்பட்டிருக்கலாம் என்பது தெளிவு. எனவே அது பலப்பிரயோகத்தை அடிப்படையாக்கியதாக இருக்கலாம். ஆனால் இது அவசியமாக அவ்வாறு இருக்க வேண்டும் என்பதில்லை. இதை உழைப்பின் மூலம் பெற்றிருக்கலாம், திருடியும் பெற்றிருக்கலாம், வாணிபம் மூலமோ அல்லது ஏமாற்றியோ அடைந்திருக்கலாம். களவாடப்படுவதற்கான சாத்தியக்கூறு எழுவதற்கு முன்னதாக உழைப்பின் மூலம் உண்மையில் அதை அடைந்திருக்க வேண்டும்.

வரலாற்றில் தனியுடைமை களவு அல்லது பலப்பிரயோகத்தின் விளைவாகத் தோற்றமளிக்கிறது என்பது இல்லவே இல்லை. இதற்கு நேர்மாறாக அது அனைத்து நாகரிகமடைந்த மக்களின் பழங்காலத்திய புராதன சமுதாயங்களில் ஒரு சில பொருட்களின் அளவுக்கு வரையறுக்கப்பட்டிருந்த போதிலும் ஏற்கெனவே நிலவியது. முதன் முதலாக இது வெளிநாட்டாருடனான பண்டமாற்று மூலம் இந்த சமுதாயங் களுக்குள்ளேயே பண்டங்களின் வடிவமாக வளர்ச்சியடைந்தது. இந்தச் சமுதாயங்களின் உற்பத்திப் பொருட்கள் எந்தளவு அதிகமாகப் பண்ட வடிவத்தை அடைந்தனவோ, அதாவது எந்தளவு அவை

உற்பத்தி செய்வோரின் சொந்த உபயோகத்திற்கு உற்பத்தி செய்யப் படுவது குறைந்து, பரிவர்த்தனை நோக்கத்திற்காக அதிகமாக உற்பத்தி செய்யப்பட்டதோ, ஆரம்பகால உழைப்புப் பிரிவினை சமுதாயத்திற் குள்ளேயான பரிவர்த்தனை மூலம் எந்தளவுக்கு அகற்றித் தள்ளப் பட்டதோ, அந்த அளவுக்கு அதிகமாக சமுதாயத்தின் தனிப்பட்ட உறுப்பினர்களுக்குச் சொந்தமான உடைமையில் அசமத்துவம் வளர்ந்தது. நிலம் மீதான பழைய பொதுவுடைமை அந்தளவுக்கு அதிக ஆழமாகக் குலைக்கப்பட்டது, மற்றும் இந்தச் சமுதாயம் மேலும் வேகமாக அதன் குலைவை நோக்கி விரைந்து சிறுவுடைமை விவசாயி களின் கிராமமாக மாற்றமடையவும் தொடங்கியது. ஆயிரக்கணக்கான ஆண்டுகள் கீழ்த்திசைக் கொடுங்கோன்மையும், படை எடுத்து வென்ற நாடோடி மக்களினங்களின் மாறிவந்த ஆட்சியும் இந்தப் பழைய சமுதாயங்களைப் பாதிக்க முடியவில்லை; அவற்றின் புராதன வீட்டுத் தொழில் பெருவீத தொழிலின் உற்பத்திப் பொருட்களின் போட்டியால் படிப்படியாக அழிக்கப்பட்டு இந்தச் சமுதாயங்கள் குலைவை நோக்கி அருகி வரலாயின. கிராமச் சமுதாயங்கள் [Gehoferschaften] மொசெல் மற்றும் ஹொஹ்வால்ட் பிரதேசங்களில் பொதுவாக வைத்திருந்த நிலங்களைப் பங்கிடுவது - இது இன்னும் நடைபெற்று வருகிறது - போன்ற இந்த நிகழ்ச்சிப்போக்குகளில் பலப்பிரயோகம் அரிதாகவே இருந்தது; நிலத்தில் பொதுவுடைமைக்குப் பதில் தனியுடைமை ஏற்படுவது தமக்குச் சாதகமானது என்று விவசாயிகள் கண்டார்கள்.[96] கெல்டுகள், ஜெர்மானியர், இந்திய பஞ்சாபியர் ஆகியோர் விஷயத்தில் புராதன பிரபுக்குலம் உருவானதும் கூட - நிலத்திலான பொது வுடைமையின் அடிப்படையில்தான் நடைபெற்றது - முதலில் எந்த வழியிலும் பலப்பிரயோகத்தை அடிப்படையாக்கி இருக்கவில்லை. மாறாக சுய விருப்பம் மற்றும் வழக்கத்தை அடிப்படையாக்கியதாக இருந்தது. எங்கெல்லாம் தனியுடைமை மலர்ந்ததோ அங்கெல்லாம் அது உற்பத்தி மற்றும் பரிவர்த்தனையின் மாற்றமடைந்த உறவுகளின் விளைவாகவே, அதிகரித்த உற்பத்தி, பரஸ்பர உறவுகளை மேம்படுத்தல் ஆகியவற்றின் நலன்களுக்காகவே அதாவது பொருளாதாரக் காரணங் களின் விளைவாகவே ஏற்பட்டது. இதில் பலப்பிரயோகம் எவ்விதப் பங்கும் வகிக்கவில்லை. இன்னொரு நபரின் உடைமையை ஒரு கொள்ளைக்காரன் பறித்துக்கொள்ள வேண்டுமானால் தனியுடைமை அமைப்பு ஏற்கெனவே நிலவியிருந்திருக்க வேண்டும் என்பது தெட்டத் தெளிவு. எனவே பலப்பிரயோகம் உடைமையை மாற்ற முடியுமே தவிர தனியுடைமை என்ற முறையில் எதையும் படைக்க முடியாது.

அதன் ஆக நவீன வடிவமான கூலி உழைப்பில் - "மனிதனைக் கீழடக்கி அவன் அடிமை வேலை புரியுமாறு செய்வதை" விளக்குவதற்கு

நாம் பலப்பிரயோகத்தையோ, பலப்பிரயோகத்தின் மீது தோற்று விக்கப்பட்ட உடைமையையோ பயன்படுத்த முடியாது. பழங்கால சமுதாயங்கள் குலைவுற்றதில் அதாவது தனியுடைமையின் நேரடியான அல்லது நேரடியல்லாத பொதுவான விரிவில் உழைப்பின் உற்பத்திப் பொருள்கள் பண்டங்களாக மாற்றப்பட்டதும், அவை உற்பத்திச் செய்வோரின் நுகர்வுக்கு அன்றி மாறாகப் பரிவர்த்தனைக்காக உற்பத்திச் செய்யப்படுவதும் வகித்த பங்கு குறித்து நாம் ஏற்கெனவே தெரிவித்துள்ளோம். இப்போது மூலதனம் நூலில் மார்க்ஸ், ஒரு குறிப்பிட்ட வளர்ச்சிக் கட்டத்தில் பண்ட உற்பத்தி முதலாளித்துவ உற்பத்தியாக மாற்றமடைகிறது எனவும், இந்தக் கட்டத்தில் "பறித்தல் அல்லது தனியுடைமையின் விதிகள், பண்டங்களின் உற்பத்தி மற்றும் புழக்கத்தை அடிப்படையாக்கிய விதிகள், தமது சொந்தமான உள்ளார்ந்த மற்றும் மாற்றமுடியாத இயக்கவியல் காரணமாக அவற்றின் நேர் எதிர் நிலைக்கு மாற்றப்படுகின்றன என்று முற்ற முழுமையான விளக்கத்துடன் நிரூபித்துக் காட்டினார் - ஆனால் ஹெர் டூரிங் இது பற்றிய லவலேசமான குறிப்பையும் கூட மிகவும் எச்சரிக்கையாகத் தவிர்த்து விடுகிறார். நாம் தொடங்கிய ஆரம்ப நடைமுறையான, சம மதிப்புள்ளவற்றின் பரிமாற்றம் இப்போது எத்தகைய வழியில் சுற்றி வளைந்து வந்திருக்கிறதென்றால் இப்போது தோற்ற அளவிலான பரிவர்த்தனை மட்டுமே இருக்கிறது. இதற்குக் காரணம்: முதலாவதாக, உழைப்புச் சக்தியுடன் பரிமாற்றம் செய்யப் படும் மூலதனம் தானே சமமதிப்பு இன்றிப் பறிக்கப்பட்ட மற்றவர் களின் உழைப்பின் உற்பத்திப் பொருளின் ஒரு பகுதியே என்பதும், இரண்டாவதாக, இந்த மூலதனம் இதை உற்பத்திச் செய்தவரால் மீண்டும் ஈடு செய்யப்பட வேண்டும் என்பது மட்டுமல்ல கூடுதல் உபரியுடன் ஈடு செய்யப்பட வேண்டும் என்பதுமாகும்... முதலில் உடைமையின் உரிமைகள் மனிதனின் சொந்த உழைப்பை அடிப்படை யாக்கியது போன்று நமக்குத் தோன்றுகின்றன... ஆனால் இப் பொழுது" (மார்க்சிய ஆய்வின் இறுதியில்) "உடைமை என்பது, முதலாளி மற்றவர்களின் விலைதரப்படாத உழைப்பை அல்லது அதன் உற்பத்திப் பொருளைப் பறித்துக் கொள்ளும் உரிமையாகவும், தொழிலாளியைப் பொறுத்தவரை தனது சொந்த உற்பத்திப் பொருளையே சுவீகரிப்பதற்குச் சாத்தியமற்ற நிலையாகவும் வந்தமைந்துள்ளது. அவற்றின் முற்றொருமையில் தோன்றியது போன்று காணப் பெற்றதான ஒரு விதியின் அவசியமான பின் விளைவாகி விட்டது உடைமையை உழைப்பிலிருந்து பிரிப்பது."[97] வேறு சொற்களில் கூறினால் நாம் களவு, பலப்பிரயோகம் மற்றும் ஏமாற்றுதலின் எல்லா சாத்தியக் கூறுகளையும் விலக்கிவைத்தால் கூட, எல்லாத்

தனியுடைமையும் ஆரம்பத்தில் உடைமையாளரின் சொந்த உழைப்பையே அடிப்படையாக்கியதாக இருந்தது என்றும், பிந்தைய நிகழ்ச்சிப் போக்கு முழுவதிலும் சமமதிப்புகள் சமமதிப்புகளுடன் மட்டுமே பரிவர்த்தனை செய்யப்பட்டன என்று நாம் ஒரு நிலையை மேற்கொண்ட போதிலும் உற்பத்தி மற்றும் பரிவர்த்தனையின் முன்னேற்றமான பரிணாமம் இன்றைய முதலாளித்துவ உற்பத்தி முறை, எண்ணிக்கையில் சிறிய வர்க்கம் தன் கரங்களில் உற்பத்திச் சாதனங்கள் மற்றும் பிழைப்புச் சாதனங்களை ஏகபோகமாக வைத் திருப்பதற்கும் அளப்பரிய பெரும்பான்மையாக அமைந்த மற்ற வர்க்கமான உடைமையற்ற பாட்டாளிகளின் இழிவுக்கும், சூதாட்ட ரீதியிலான உற்பத்தி திடீர் உயர்வுகள் வாணிப நெருக்கடிகள் காலத்திற்குக் காலம் மாறிமாறி வருவதற்கும், உற்பத்தியில் இன்று நிலவும் அராஜகத்துக்கும் தவிர்க்க முடியாத வகையில் நம்மைக் கொண்டு வருகிறது. இந்த நிகழ்ச்சிப் போக்கு முழுவதையும் முற்றிலும் பொருளாதாரக் காரணங்களால் விளக்கிவிட முடியும்; எந்த ஒரு கட்டத்திலும், கொள்ளையடித்தல், பலப்பிரயோகம், எந்த வகை யிலுமான அரசு அல்லது அரசியல் தலையீடு அவசியமில்லை. "பலப் பிரயோகத்தின் மீது தோற்றுவிக்கப்பட்ட உடைமை" என்பது இங்கும் நிலைமைகளின் உண்மையான போக்கைப் புரிந்துகொள்ள முடியாததை மூடிமறைக்க உத்தேசிக்கும் ஒரு தற்பெருமையாளரின் சொல்லடுக்கே அன்றி வேறெதுவும் அல்ல.

வரலாற்று முறையில் வெளியிடப்படும் நிலைமைகளின் இந்தத் தொடர் கோவையே முதலாளி வர்க்கத்தின் பரிணாமத்தின் வரலாறு. "அரசியல் நிலைமைகளே" பொருளாதார நிலைமைக்கு நிர்ணயமான காரணம் என்றால் நவீன முதலாளி வர்க்கம் நிலப்பிரபுத்துவத் தோடான போராட்டத்தில் வளர்ந்து இருக்க முடியாது, மாறாக அதன் சுயவிருப்பப்படி ஈன்றெடுக்கப்பட்ட செல்லக் குழந்தையாக இருந் திருக்கும். நடந்தது இதற்கு நேர் எதிரானது என்பதை எல்லோரும் அறிவர். ஆரம்பத்தில் ஆளும் நிலப்பிரபுத்துவ மேற்குடிக்குக் கட்டணம் செலுத்த வேண்டியிருந்த, எல்லா வகையான பண்ணையடிமைகள் பண்ணையாட்களிடையிலிருந்து திரட்டப்பட்டவர்களைக் கொண்ட ஓர் ஒடுக்கப்பட்ட வரிசையினரான நகரவாசிகள் மேற்குடியினரோடான தமது தொடர்ச்சியான போராட்டத்தில் படிப்படியாக வெற்றிபெற்று இறுதியாக மிகவும் உயர் வளர்ச்சியடைந்த நாடுகளில் அவர்களுக்குப் பதில் தாமே ஆட்சியதிகாரத்தை எடுத்துக் கொண்டார்கள்: பிரான்சில் பிரபுக்குலத்தை நேரடியாகத் தோற்கடித்தும், இங்கிலாந்தில் அதனை மேலும் மேலும் முதலாளித்துவப்படுத்தித் தமது சொந்த அலங்காரத் தலைமையாக நிறுவியும், இவ்வாறு செய்தார்கள். இதை அவர்கள்

எவ்வாறு வெற்றிகரமாக நிறைவேற்றினார்கள்? "பொருளாதார நிலைமையில்" ஒரு மாற்றம் மூலம்தான், இதைத் தொடர்ந்து விரைவிலோ, பின்னரோ, சுயவிருப்பமாகவோ அல்லது போராட்டத்தின் விளைவாகவோ அரசியல் நிலைமைகளிலான மாற்றம் வந்ததும் நிலப்பிரபுத்துவ மேற்குடியினரை எதிர்த்த முதலாளி வர்க்கத்தின் போராட்டம், நாட்டுப்புறத்தை எதிர்த்த நகரத்தின் போராட்டமாக, நில உடைமைகளை எதிர்த்த தொழில் துறையின் போராட்டமாக இயற்கைப் பொருளாதாரத்தை எதிர்த்த பணப் பொருளாதாரத்தின் போராட்டமாக இருந்தது; இந்தப் போராட்டத்தில் முதலாளித் துவத்தின் நிர்ணயகரமான ஆயுதமாக இருந்தது அதன் பொருளாதார அதிகார சாதனங்களே; இவை தொழில்துறை வளர்ச்சி, முதலில் கைவினைத் தொழில்கள் பிந்தைய கட்டத்தில் பட்டறைத் தொழிலாக முன்னேறியதன் மூலமும், வாணிபத்தின் விரிவாக்கம் மூலமும் இடையறாது அதிகரித்தன. இந்தப் போராட்டக் காலம் முழுவதிலும் அரசியல் பலப்பிரயோகம் ஒரு வரிசையினரை இன்னொன்றின் மூலம் அடக்கிவைப்பதற்காக முடியரசு முதலாளித்துவத்தைப் பிரபுக் குலத்திற்கு எதிராக முடுக்கிவிட்ட கட்டத்தில் தவிர பிரபுக் குலத்திற்கு ஆதரவாகவே இருந்தது; ஆனால் இன்னும் அரசியல் ரீதியில் வலிமை யற்றிருந்த முதலாளி வர்க்கம் அதன் பெருகிவரும் பொருளாதார வலிமை காரணமாக அபாயகரமான அளவுக்கு வளரத் தொடங்கிய தருணம் முதல் முடியரசு பிரபுக்குலத்தோடான தனது நேசக்கூட்டை மீண்டும் மேற்கொண்டது, அவ்வாறு செய்ததன் மூலம் முதலில் இங்கிலாந்திலும் பிறகு பிரான்சிலும் முதலாளித்துவப் புரட்சியை அழைத்தது. பிரான்சில் "அரசியல் நிலைமைகள்" மாற்றம் இன்றி அப்படியே இருந்தன. அதே பொழுதில் "பொருளாதார நிலைமை" அவற்றைத் தாண்டி வளர்ந்து விட்டது. அரசியல் அந்தஸ்தை வைத்து நிர்ணயம் செய்தால் மேற்குடிப் பிரபு எல்லாமாகவும், முதலாளி எதுவுமற்றவனாகவும் காட்சியளித்தனர்; ஆனால் சமுதாய நிலைமையை வைத்து நிர்ணயித்துப் பார்த்தால் நாட்டில் முதலாளியே ஆக முக்கியமான வர்க்கமாக விளங்கினார். அதே பொழுதில் மேற்குடிப் பிரபு அவரது சமூகப் பணிகள் யாவும் துடைத்தெறியப்பட்டு மறைந்து போய்விட்ட இந்தப் பணிகளிலிருந்து வரும் வருவாய்களை மட்டுமே பெற்று வந்தார். இதோடு எல்லாம் முடிந்துவிடவில்லை. முதலாளித்துவ உற்பத்தி முழுவதும் மத்திய காலத்திய நிலப்பிரபுத்துவ அரசியல் வடிவங்களால் சுற்றி வளைக்கப்பட்டிருந்தது; இந்த வடிவங்கள் இந்த உற்பத்தி - பட்டறைத் தொழில் மட்டுமன்றிக் கைவினைத் தொழிலும் கூட நெடுங்கால முன்பே தாண்டி வளர்ந்து விட்டன; அது ஆயிரக் கணக்கான கில்ட் தனியுரிமைகள், ஸ்தல மற்றும் மாகாண சுங்கத்

தடைகளால் இன்னும் சுற்றி வளைக்கப்பட்டிருந்தது. இவை உற்பத்தி மீது வெறும் தொல்லையாகவும் தளைகளாகவும் இருந்தன.

முதலாளித்துவப் புரட்சி இதற்கு முடிவு கட்டியது. ஆனால் ஹெர் டூரிங்கின் கட்டளை வாசகத்திற்கு ஏற்ப அரசியல் நிலைமைக்குத் தக்கபடி பொருளாதார நிலைமையை ஏற்பாடு செய்து கொள்வதன் மூலம் அல்ல - இதையே பல ஆண்டுகளாகப் பிரபுக்களும் முடியரசும் செய்ய வீணாக முயன்று வந்துள்ளனர் - மாறாக இதற்கு நேர் எதிரானதைச் செய்து பழைய மண்ணாகிப்போன அரசியல் குப்பையை வெளியே வீசி எறிந்து புதிய "பொருளாதார நிலைமை" நிலவி வளர்ச்சியுறும் வகையில் அரசியல் நிலைமைகளை உருவாக்குவதன் மூலம் இதைச் செய்தார்கள். தனது தேவைகளுக்குப் பொருத்தமான இந்த அரசியல் மற்றும் சட்டபூர்வச் சூழலில் "பொருளாதார நிலைமை" மிடுக்குடன் வளர்ச்சியடைந்தது. அது எத்துணை மிடுக்குடையது என்றால், முதலாளி வர்க்கம் 1789-ல் பிரபுக்குலம் பெற்றிருந்த நிலைமைக்குக் கிட்டத்தட்ட நெருக்கமாக ஏற்கெனவே வந்து விட்டது; அது மேலும் மேலும் சமூக முறையில் மீமிகையானது மட்டுமன்றி ஒரு சமுதாயத் தடையுமாகி விட்டது. அது மேலும் மேலும் உற்பத்திச் செயற்பாட்டிலிருந்து பிரிக்கப்பட்டு விட்டது, மற்றும் பழங்காலத்திய பிரபுக்குலம் போன்று வெறுமனே வருவாய் களைப் பெற்றுவரும் வர்க்கமாகி வருகிறது. அது தனது நிலையில் இந்தப் புரட்சியையும் புதிய வர்க்கமான பாட்டாளி வர்க்கத்தை உருவாக்கியதையும் எந்த விதமான பலப்பிரயோகத்தின் செப்படி வித்தைகளும் இன்றி முற்றிலும் பொருளாதார வழியில் வெற்றிகரமாக நிறைவேற்றியுள்ளது. இதற்கும் மேலாக; தனது சொந்தச் செயல் பாடுகளின் இந்த விளைவை அது எவ்வழியிலும் விரும்பவில்லை - இதற்கு மாறாக இந்த விளைவு முதலாளி வர்க்கத்தின் விருப்பத்திற்கு எதிராக அதன் நோக்கங்களுக்கு நேர்மாறாக, வெல்ல முடியாத வலிமையுடன் தன்னைத்தானே நிலை நாட்டிக்கொண்டது; அதன் சொந்த உற்பத்திச் சக்திகள் அதன் கட்டுப்பாட்டினைக் கடந்து வளர்ந்து விட்டன; இயற்கையின் விதியால் இது தவிர்க்க முடியாதது போன்று, முதலாளித்துவ சமுதாயம் முழுவதையும் அழிவை அல்லது புரட்சியை நோக்கி முடுக்கி வருகின்றன. முதலாளி வர்க்கத்தினர் சரிந்து வரும் "பொருளாதார நிலைமையை" இறுதியான தகர்வில் இருந்து பாதுகாப்பதற்காக இப்போது பலப்பிரயோகத்தைக் கோரு கிறார்கள் என்றால் இது அவர்கள் ஹெர் டூரிங்கைப் போன்ற அதே மருட்சியில், அதாவது "அரசியல் நிலைமைகளே பொருளாதார நிலைமைக்கு நிர்ணயமான காரணம்" என்ற மருட்சியில் இடர்ப் பட்டுத் திண்டாடுகிறார்கள் என்பதையே காட்டுகிறது. ஹெர் டூரிங்

செய்வது போலவே அவர்களும் "முதலாவதை", "நேரடி அரசியல் பலப்பிரயோகத்தைப்" பயன்படுத்துவதன் மூலம் "இரண்டாம் தரப் பட்ட உண்மைகளை" அதாவது பொருளாதார நிலைமையை மற்றும் அதன் தவிர்க்க முடியாத வளர்ச்சியை மாற்றியமைக்கலாம் என்று கற்பனை செய்வதையே காட்டுகிறது; எனவே அவர்கள் நீராவி எஞ்சின், அதனால் இயக்கப்படும் நவீன இயந்திரங்கள், உலக வர்த்தகம், இன்றைய வங்கி மற்றும் கடன்வசதி அபிவிருத்திகளின் பொருளாதாரப் பின்விளைவுகளைக் குருப் பீரங்கிகளாலும் மாசர் கைத்துப்பாக்கி களாலும் இல்லாமல் அழித்து விடலாம் என்று கற்பனை செய் கிறார்கள் என்பதையே காட்டுகிறது.

3. பலப்பிரயோகத் தத்துவம்
(தொடர்ச்சி)

ஹெர் டூரிங்கின் இந்த சர்வவல்லமை வாய்ந்த "பலப் பிரயோகத்தைச்" சற்றே அதிக நெருக்கமாக அணுகிப் பார்ப்போம். "கரத்தில் வாளுடன்" குருஸோ ஃபிரைடேயை அடிமைப்படுத்தினான். அவன் எங்கிருந்து இந்த வாளைப் பெற்றான்? ராபின்சன் குருஸோ வீரக் கதையின் கற்பனைத் தீவுகளில் இதுவரையில் வாள்கள் மரங்களில் காய்த்ததாகத் தெரியவில்லை. இந்தக் கேள்விக்கு ஹெர் டூரிங் விடை வழங்கவில்லை. குருஸோ தனக்கென ஒரு வாளைப் பெறமுடிந்த தென்றால், ஒரு நல்ல காலையில் ஃபிரைடே தோட்டாக்கள் போட்ட கைத்துப்பாக்கியும் கையுமாகத் தோன்றலாம். அப்பொழுது இந்தப் "பலப்பிரயோக" உறவு முழுவதும் தலைகீழாகும். ஃபிரைடே கட்டளையிட, குருஸோ தொண்டூழியம் செய்ய வேண்டியிருக்கும். ராபின்சன் குருஸோ மற்றும் ஃபிரைடே கதைக்கு இத்தகைய வற்புறுத்தலோடு மீண்டும் வருவது குறித்து நாம் வாசகர்களிடம் மன்னிப்புக்கோர வேண்டும் - இந்தக் கதை குழந்தைகளுக்கே முற்றிலும் உரியதாகும், விஞ்ஞானத்துறைக்கு அன்று - ஆனால் இதைக்கூறாமல் எப்படி இருப்பது? நாம் ஹெர் டூரிங்கின் மூதுண்மைப் பாணி முறை யினை நேர்மையாகப் பிரயோகிக்கும் கடப்பாடுடையவர்கள்; அவ்வாறு செய்யும் போதில் நாம் காலமெல்லாம் முழுமையாக குழந்தைத்தனத் துறைக்குள்ளே இருக்க நேரிட்டால் அது எமது தவறல்ல. எனவே, பிறகு, கைத்துப்பாக்கி வாளை வெற்றி கொள்கிறது; இது ஆகக் குழந்தைத் தன்மை கொண்ட மூதுண்மைவாதியைக் கூடப் பலப் பிரயோக சித்தத்தின் வெறும் ஒரு செயல் அல்ல, ஆனால் அது செயல் படுவதற்கு முன்னால் உண்மையான பூர்வாங்க நிலைமைகள் அதாவது கருவிகள் நிலவுவது அவசியம் அதோடு இவற்றில் ஆகச் செம்மை யானது குறைந்த செம்மையுள்ளதை வென்று விஞ்சிவிடும் என்பதைப் புரிந்து கொள்ளும்படி செய்யலாம். மேலும் இந்தக் கருவிகள் உற்பத்திச் செய்யப்பட வேண்டும். இதன் பொருள் - பலப்பிரயோகத்தின் அதிகச் செம்மையான கருவிகளை, பொதுவாக ஆயுதங்கள் என்று அழைக்கப் படுவனவற்றை, உற்பத்திச் செய்பவர், குறைவான செம்மையுள்ள கருவிகளைச் செய்பவரை வென்று விஞ்சிவிடுவார்; ஒரு சொல்லில் கூறினால் பலப்பிரயோகத்தின் வெற்றியானது ஆயுதங்களின் உற்பத்தியை அடிப்படையாக்கியது. இது தன் வழியில் பொதுவாக உற்பத்தியை

அடிப்படையாக்கியது, அதாவது "பொருளாதார சக்தி" மீது "பொருளாதார நிலைமை" மீது, பலப்பிரயோகத்தின் வசமுள்ளதான பொருளாயத சாதனங்கள் மீது சார்ந்திருக்கிறது.

இற்றை நாட்களில் பலப்பிரயோகம் தரைப்படையும் கடற் படையுமாகும். இவை இரண்டுக்கும் நாம் செய்யும் செலவு "பயங் கரமான பெருஞ்செலவாகும்". பலப்பிரயோகத்தால் எவ்விதப் பணமும் செய்ய முடியாது. அதிகமாய்ப் போனால் ஏற்கெனவே செய்த பணத்தைப் பறித்துக்கொள்ளவே அதனால் இயலும் - இதுவும் அவ்வளவு அதிகமாக உதவாவது - இதுவும் பிரான்ஸ் செலுத்திய நூறு கோடி[98] விஷயத்தில் நாம் கண்டோம். எனவே இறுதியாக ஆய்வு செய்கையில் பணம் பொருளாதார உற்பத்திச் சாதனம் மூலமே வழங்கப்பட வேண்டும்; எனவே மீண்டும் ஒருமுறை பலப்பிரயோகம் பொருளாதார நிலைமையால் நெறியாக்கம் செய்யப்படுகிறது. அது பலப்பிரயோக ஆயுதங்களின் சேகரம் மற்றும் பராமரிப்புக்கான வசதிகளை வழங்கு கிறது. ஆனால் இதோடு எல்லாம் ஆகிவிடவில்லை. குறிப்பாகத் தரைப் படை மற்றும் கடற்படை போன்று பொருளாதார முன்தேவைகளை அதிகமாகச் சார்ந்திருக்கும் வேறுஎதுவும் இல்லை. ஆயுதங்கள், அமைப்பு, ஸ்தாபனம், போர்த்தந்திரங்கள், ஆதாரப் போர்த்தந்திரங்கள் ஆகியவை எல்லாவற்றுக்கும் மேலாக உற்பத்தி மற்றும் தகவல் போக்கு வரத்துகளில் எட்டப்பட்டுள்ள கட்டத்தையே சார்ந்திருக்கின்றன. இங்கு மேதையுள்ள தளபதிகளின் "மனதின் சுதந்திரமான படைப்புகள்" புரட்சிகரப்படுத்தும் விளைவை ஏற்படுத்தவில்லை. மாறாக மேலும் சிறந்த ஆயுதங்கள் புனைவும் மனிதக் கருவியிலான அதாவது படையாட்களிலான மாறுதலும்தான் அதை ஏற்படுத்தின; ஆக அதிகமாய்ப் போனால், மேதையுள்ள தளபதிகள் வகித்த பங்கு, புதிய ஆயுதங்கள் மற்றும் போர் வீரர்களுக்குத் தக்கபடி போர் முறைகளை மாற்றி அமைத்துக்கொள்ளும் அளவுக்கு வரையறுக்கப்பட்டுள்ளது.

பதினான்காம் நூற்றாண்டின் துவக்கத்தில் மேற்கு ஐரோப்பாவுக்கு வெடிமருந்து அரபுகளிடமிருந்து வந்தது. இது போர்த்தொழில் முறைகளை முழுமையாகப் புரட்சிகரமாக்கி விட்டது என்பதை ஒவ்வொரு பள்ளிச் சிறுவனும் அறிவான். வெடிமருந்து மற்றும் சுடும் ஆயுதங்கள் புகுத்தப்பட்டதானது பலப்பிரயோகத்தின் செயல் அல்லவே அல்ல. மாறாக, தொழில் துறையிலான ஒரு முன்னேற்றப்படி, அதாவது ஒரு பொருளாதார முன்னேற்றம். பொருட்களை உற்பத்திச் செய்யவோ அல்லது அழிக்கவோ எதற்குப் பயன்படுத்தப்பட்டாலும் சரி தொழில்துறை தொழில் துறையாகவே நிலவும். சுடும் ஆயுதங்கள் புகுத்தப்பட்டதானது போரை நடத்துவதில் மட்டுமன்றி, ஆதிக்கம்

மற்றும் கீழடக்குதல் பற்றிய அரசியல் உறவுகள் மீதும் புரட்சிகரப் படுத்தும் விளைவுகளை ஏற்படுத்தியது. வெடிமருந்தையும் சுடும் ஆயுதங்களையும் பெறுவதற்குத் தொழில்துறையும் பணமும் தேவை. இவை இரண்டும் நகரங்களிலுள்ள நகரவாசிகள் கரங்களில் இருந்தன. எனவே துவக்க முதலே சுடும் ஆயுதங்கள், நிலப்பிரபுத்துவ மேற்குடியினர் களை எதிர்த்து எழுச்சியுற்ற நகரங்களின் மற்றும் நகர ஆதரவு பெற்ற மன்னராட்சியின் ஆயுதங்களாக இருந்தன. இதுவரையில் நெருங்க முடியாமல் இருந்த மேற்குடியினரின் மாளிகைகளின் கற்சுவர்கள் நகரவாசிகளின் பீரங்கியின்முன் வீழ்ச்சியுற்றன. நகரவாசிகளின் துப்பாக்கிக் குண்டுகள் உயர்குடிப் போர்வீரர்களின் போர்க்கவசங் களைத் துளைத்தன. பிரபுக்குலத்தின் போர்க்கவசம் அணிந்த குதிரைப் படை தோல்வியுற்றதோடு பிரபுக்குலத்தின் மேலாண்மை தகர்க்கப் பட்டது; முதலாளி வர்க்கத்தின் வளர்ச்சியோடு காலாட்படையும் பீரங்கிப்படையும் மேலும் மேலும் தீர்மானகரமான ஆயுத வடிவங் களாயின; பீரங்கிப் படையின் வளர்ச்சியால் கட்டாயப்படுத்தப்பட்டு ராணுவத்துறையில் ஒரு புதிய, முற்றிலும் தொழில் துறையிலான ஒரு உபபிரிவை, எஞ்சினியர்களின் பிரிவைச் சேர்க்க வேண்டியது ஏற்பட்டது.

கடும் படைக்கலங்களின் மேம்பாடு மிகவும் மெதுவான நிகழ்ச்சிப் போக்காகவே இருந்தது. பீரங்கிகள் தொடர்ந்து பாங்கற்றவனாக இருந்தன. நுணுக்கங்களைப் பாதிக்கும் பல புதுப்புனைவுகள் இருந்த போதிலும் பழைய துப்பாக்கி இன்னும் முரடான ஆயுதமாகவே இருந்தது. காலாட்படை முழுவதற்கும் சாதனம் அளிக்கும் பொருத்த மான ஓர் ஆயுதத்தை நிர்மாணிப்பதற்கு முன்னூறு ஆண்டுகளுக்கு மேல் பிடித்தது. பதினெட்டாம் நூற்றாண்டின் துவக்கப் பகுதியில் தான் காலாட்படையின் ஆயுத தளவாடத்தில் ஈட்டி இருந்த இடத்தில் இறுதியாகச் சனியனைக் கொண்ட பொறித் துப்பாக்கி [flint-lock musket] இடம் பெற்றது. அந்தக் காலத்தியக் காலாட்படை வீரர்கள் அரசர்களின் கூலிப்படைகளே; சமுதாயத்தில் இருந்த மிகவும் ஒழுக்கங் கெட்ட நபர்களைக் கொண்டு அமைந்திருந்த இந்தப்படை கடுமையான பயிற்சி பெற்றிருந்தது. ஆனால் முற்றிலும் நம்பகமற்றதாக இருந்தது. தண்டபலமே அவர்களைச் சேர்த்து வைத்திருந்தது; அவர்கள் பெரும்பாலும் சேவையில் ஈடுபடுத்தப்பட்ட போர்க்கைதிகளேயாவர். புதிய ஆயுதங்களை இந்தப் படைவீரர்கள் பிரயோகிப்பதற்குரிய ஒரே போராட்ட மாதிரி - படைவரிசைப் போர்த்தந்திரம் [the tactics of the line]; இது இரண்டாம் பிரொடரிக் கீழ் ஆக உயர்ந்த செம்மை அடைந்தது. ஒரு படையின் காலாட்படைப் பிரிவு முழுவதும் மிகவும் நீண்ட குழிவான சதுர வடிவில் முவ்வரிசையாக அணிவகுக்கப்பட்டு, போர் ஆணைப்படி முழுமையாக இயக்கிச் செல்லப்பட்டது; அவசர

நிலைமைகளில் இரண்டு சாரிகளில் ஒன்று சற்றே முன்னேறலாம் அல்லது சிறிது பின்தங்கி நிற்கலாம். இந்த வில்லங்கமான மக்கள்திரள் வியூகம் வகுத்து முற்றிலும் சமதளமான நிலத்தில் மட்டுமே இயங்க முடியும், அதுவுங்கூட மிகவும் மெதுவாக (ஒரு நிமிடத்திற்கு 75 தப்படி); போர் நடக்கும்போது வியூகமாற்றம் சாத்தியமல்ல, காலாட்படை போரில் இறங்கிவிட்டது என்றால் வெற்றியோ தோல்வியோ விரைவாகவும் ஒரே அடியிலும் தீர்மானிக்கப்பட்டு விடும்.

அமெரிக்க சுதந்திரப் போரில் இந்த எளிதில் கையாள முடியாத வரிசைகளைப் புரட்சியாளர் பிரிவுகள் எதிர்த்தன; இவர்கள் பயிற்சி பெற்றிராவிடினும் தமது சுழல் துப்பாக்கிகள் [rifled guns] கொண்டு மேலும் நன்றாகச் சுட முடிந்தது. தமது ஜீவாதார நலன்களுக்காக அவர்கள் போராடினார்கள். எனவே, கூலிப்படையினர் போன்று போரை விட்டு ஓடிவிடவில்லை; அதோடு ஆங்கிலப் படைக்கு, வரிசைகளில் தெளிவான சமநிலத்தில் எதிர்த்துப் போரிடும் சலுகையையும் அளிக்கவில்லை. துரிதமாக இயங்கும் நொடியில் சுடுகிற துருப்புகளின் பகிரங்க வியூகமாகக் காடுகளில் மறைந்தபடி வந்தார்கள்; இங்கு வரிசை அமைப்பு தகுதியற்றதாகி, மறைந்திருந்த தமது எதிராளிகளிடம் தோற்றது. ஒரு புதுமுறையான போர்க்கலை என்ற வகையில் வளைத்துக் கொண்டு போர் புரிதல் [skirmishing] மறுபுனைவு செய்யப்பட்டது. - இது போருக்குரிய ஆட்பலத்தில் ஏற்பட்ட மாறுதலின் விளைவாகும்.

அமெரிக்கப் புரட்சி எதைத் தொடங்கியதோ அதனை இராணுவத் துறையிலும் கூடப் பிரெஞ்சுப் புரட்சி முழுமை செய்தது. அதுவும் கூட்டாட்சியின் நன்கு பயிற்றுவிக்கப்பட்ட கூலிப் படைகளை எதிர்த்துச் சொற்பமான பயிற்சியே பெற்ற ஆனால் நாடு முழுவதும் இருந்து திரட்டப்பட்ட மாபெரும் படைவீரர் திரளைக் கொண்டு போராட முடிந்தது. இந்த மக்கள்திரள் பாரிஸ் நகரை அதாவது ஒரு குறிப்பிட்ட பிரதேசத்தைப் பாதுகாக்கவேண்டி இருந்தது. இந் நோக்கம் நிறைவேறப் பகிரங்க வெகுஜனப் போரில் வெற்றி இன்றியமையாதது. வெறும் வளைத்துக் கொண்டு போரிடுதலால் போதியளவு எதையும் சாதிக்க இயலாது; பெருவாரியான மக்கள் திரளைப் பயன்படுத்துவதற்கான வடிவத்தைக் கண்டறிய வேண்டும். இந்த வடிவம் படையின் நீளணியில் [column] கண்டுபிடிக்கப்பட்டது. நீளணி வியூகம் மிகவும் சொற்பமான பயிற்சியே பெற்ற துருப்புகளும் கூட ஓரளவுக்கு ஒழுங்குடனும் மேலும் அதிக வேகத்துடனும் (நிமிஷத்திற்கு 100-ம் அதற்கு அதிகமான தப்படிகள்) இயங்குவதைச் சாத்தியமாக்கியது; பழைய வரிசை வியூகத்தின் இறுகிய வடிவங்களின் ஊடே உடைத்துக் கொண்டு செல்வதைச் சாத்தியமாக்கியது; எந்த

இடத்திலும் நின்று போராடவும், எனவே வரிசை வியூகத்துக்கு மிகவும் சாதகமில்லா இடத்திலும்கூடப் போரிடவும்; குறைந்தபட்ச பொருத்தமான இடங்களில் கூட எந்த வழியிலும் துருப்புகளை ஒருங்கிணைக்கவும்; மற்றும் நொடியில் சுடுவோரின் பரவலான குழுக்களின் தாக்குதலோடு இணைத்து எதிரிகள் வரிசைகளைக் கட்டுப்படுத்தி வைப்பதும், அவர்களைப் போரில் தொடர்ந்து ஈடுபடுத்திச் சோர்வுறச் செய்து, தக்கதருணம் வரும்போது சேமப் படையாக இருந்த மக்கள் திரளைப் பயன்படுத்தி நிலைமையிலான நிர்ணயமான கட்டங்களில் அவர்களில் ஊடே உடைத்துக் கொண்டு முன் செல்வதையும் சாத்தியமாக்கியது. வளைத்துக் கொண்டு போரிடு வோர் மற்றும் நீளணிகளின் இணைந்த செயல்பாட்டினையும், சேவையிலுள்ள அனைத்து ஆயுதங்களையும் கொண்டதான சுதந்திர மான டிவிஷன்கள் அல்லது ராணுவப் பிரிவுகளாக [corps] ராணுவத்தைப் பிரிப்பதுமான இந்தப் புதிய முறையிலான போர் - இதன் போர்த் தந்திரம் ஆதாரப் போர்த்தந்திரம் ஆகிய அம்சங்கள் இரண்டிலும் நெப்போலியனால் முழுமையாகச் செம்மை செய்யப்பட்ட ஒருமுறை - ஆட்களின் மாற்றம் காரணமாக, அதாவது பிரெஞ்சுப் புரட்சியின் படைவீரர்களின் காரணமாகப் பிரதானமாயும் அவசியமாகியது. இவை தவிர, இரு மிகவும் முக்கியமான தொழில்நுட்ப முன்தேவைகள் நிறைவு செய்யப்பட்டிருந்தன; முதலாவதாக கிரிபொவாலால் கட்டப் பட்டதான களப்பீரங்கிகளுக்கான கனமற்ற வண்டிகள், இவை மட்டுமே இப்போது தேவைப்படும் அவற்றின் மேலும் வேகமான இயக்கத்தைச் சாத்தியமாக்கின; இரண்டாவதாக, துப்பாக்கி குழலின் [barrel] இதுவரையில் முற்றிலும் நேராக இருந்து வந்த தொடர்ச்சியாக இருந்த பிடங்கை [butt] சாய்த்து அமைப்பது. 1777-ல் பிரான்சில் புகுத்தப்பட்ட இது, வேட்டை ஆயுதங்களிலிருந்து பிரதி செய்யப் பட்டதாகும். ஒரு குறிப்பிட்ட நபரைக் குறி தவறாமல் சுடுவதைச் சாத்தியமாக்கியதாகும். இந்த மேம்பாடு இல்லாதிருக்குமானால் பழைய ஆயுதங்களை வைத்து வளைத்துக் கொண்டு போர் நடத்துவது சாத்தியமில்லாது போயிருக்கும்.

மக்கள் முழுமைக்கும் ஆயுதங்கள் வழங்கும் புரட்சிகர அமைப்பு விரைவில் கட்டாய ராணுவ சேவையாகக் குறுக்கப்பட்டது (கட்டாய ராணுவ சேவையிலிருந்து விடுபடப் பணம் செலுத்திய செல்வந்தர் களுக்குப் பதில் வேறு ஆட்கள் எடுத்துக் கொள்ளப்பட்டார்கள்). இந்த வடிவில் இது மாகண்டத்தின் பெரும்பாலான பெரிய நாடுகளில் ஏற்கப்பட்டது. பிரஷ்யா மட்டுமே அதன் Landwehr அமைப்பு[99] மூலம் நாட்டின் ராணுவ பலத்தை மேலதிக அளவுக்குத் திரட்ட முயன்றது. 1830-க்கும் 1860-க்குமிடையே மேம்படுத்தப்பட்டதும், போரில்

பயன்படுத்தத் தகுதி எனக் கண்டதுமான சுழல் வாய்முகப் பீரங்கி [muzzle- loader] குறுகிய காலம் தன் பாத்திரத்தை வகித்ததற்குப் பின்னால், மிகவும் நவீனமான ஆயுதமான பின்வாய் சுழல் பீரங்கி [breech-loader] சாதனங்களைத் தனது காலாட்படை முழுவதற்கும் வழங்கிய முதல் நாடும் பிரஷ்யாவே. 1866-ல் அது அடைந்த வெற்றி களுக்குக் காரணம் இந்த இரண்டு புதுப்புனைவுகளே.[100]

பிரான்சுக்கும் ஜெர்மனிக்கும் இடையிலான போரில்தான் பின்வாய் சுழல் பீரங்கிச் சாதனங்களைக் கொண்டிருந்த இரு படைகள் ஒன்றை ஒன்று எதிர்த்து நின்றன; மேலும் இருபடைகளும் அடிப் படையாக ஒரே போர்த்தந்திர வியூகங்களில், பழைய ஊடிழைவான பொறித்துப்பாக்கிகள் [smoothbore flink-locks] காலத்தில் போன்று காட்சியளித்தன. ஒரே வித்தியாசம் என்னவென்றால், பிரஷ்யர்கள் புது மாதிரியான ஆயுதங்களுக்கு அதிகப் பொருத்தமான போராட்ட வடிவத்தைக் காணும் முயற்சியில் படைப்பிரிவு நீளணி வியூகத்தைப் [company column] புகுத்தியிருந்தனர். ஆனால் ஆகஸ்ட் 18-ம் நாள், செயின்ட் பிரிவாட்டில்[101] பிரஷ்யன் காவலர் படைப்பிரிவு நீளணி வியூக அமைப்பினை சிரத்தையோடு பிரயோகிக்க முயன்ற பொழுது, பிரதானமாயும் போரில் ஈடுபட்டிருந்த ஐந்து ரெஜிமெண்டுகள் இரண்டு மணி நேரத்திற்கும் குறைவான காலத்திற்குள் தமது படை பலத்தில் மூன்றில் ஒரு பகுதிக்கு மேல் (176 அதிகாரிகள், 5,114 படை வீரர்கள்) இழந்து விட்டன. அந்தச் சமயம் தொட்டு படைப்பிரிவு நீளணியும் பட்டாலியன் நீளணி மற்றும் அணி வரிசை போலவே போர் வியூகம் என்ற முறையில் பயனற்றதாகியது; எதிரியின் பீரங்கித் தாக்குதல் எந்த வகையான நெருக்கமான வியூகம் அமைப்பு மூலமும் படைகளை மேலும் இலக்காக்கும் எண்ணம் கைவிடப்பட்டது. ஜெர்மன் தரப்பில் பிந்தைய போர் முழுவதும் வளைத்துக்கொண்டு போரிட்ட கட்டுப்பாடான குழுக்கள் மூலமே நடத்தப்பட்டது. - உயர் தலைமை இது உத்தரவுக்கு மாறான செயல் என்று எதிர்த்த போதிலும், நீளணிகள் கடுமையான குண்டு மாரியின் கீழ் முன்பும் தாமே முறையாகக் கலைத்துக் கொண்டு விட்டன. எதிரியின் துப்பாக்கிச் சூட்டின் கீழ் இயக்கத்தின் ஒரே வடிவமாக கொஞ்சதூரம் ஓடிக் கடத்தல் இடம் பெற்றது. மீண்டும் ஒரு முறை படைவீரன் அதிகாரியை விடக் கூர்மதியுடன் இருப்பதைக் கண்டோம்; பின்வாய் சுழல் பீரங்கி சுடும் பொழுது இதுகாறும் பயனுள்ளது என்று நிரூபிக்கப்பட்ட ஒரே போர் வழியினை அவன் இயல்பாகவே கண்டறிந்தான், தனது அதிகாரி களிடமிருந்து எதிர்ப்பு இருந்த போதிலும் இதை வெற்றிகரமாக நிறைவேற்றினான்.

பிரான்சுக்கும் ஜெர்மனிக்கும் இடையிலான போர் முற்றிலும் புதிய சாதனங்களைப் பயன்படுத்தும் ஒரு திருப்பு முனையினைக் குறித்தது. முதலாவதாகப் பயன்படுத்தப்பட்ட ஆயுதங்கள் அத்தகைய முழுநிறை கட்டத்தை எட்டிவிட்டதால் எவ்விதமான புரட்சிகரச் செல்வாக்கும் செலுத்தத்தக்க மேலும் முன்னேற்றகரமான எதுவும் இனிச் சாத்தியமல்ல. ஒரு பட்டாளியனை இனங் கண்டுகொள்ள முடிந்த எந்த ஒரு தொலைவிலிருந்தும் தாக்கக் கூடியதான பீரங்கி களையும் தனிப்பட்ட மனிதர்களைத் தாக்க இதற்குச் சமமான அளவு திறனுடையதான கைத்துப்பாக்கிகளையும் சேனைகள் தம்மிடம் வைத்திருக்கும் பட்சத்தில், அவற்றில் மருந்து கெட்டிப்பதற்குக் குறி பார்ப்பதை விடவும் குறைந்த நேரமே எடுக்குமானால், பிறகு இனி மேற்பட்டதான மேம்பாடுகள் யாவும் களத்திலான போர் முறை சம்பந்தப்பட்ட வரை குறைந்த முக்கியத்துவமே உள்ளனவாகும். எனவே இந்தத் திசையிலான பரிணாமத்தின் சகாப்தம் அதன் பிரதான அம்சங்களில் முடிந்து விட்டது. இரண்டாவதாக இந்தப் போர், மேலும் கறாரான வடிவில் பிரஷ்யன் Landwehr அமைப்பைப் புகுத்தவும். சில ஆண்டுகளுக்குள் அந்நாடுகளுக்கே அழிவைக் கொண்டு வருகிற ராணுவப் பளுவை ஏற்கும்படியும் மாகண்டத்தின் வல்லரசுகளைக் கட்டாயப்படுத்தியது. இராணுவம் அரசின் பிரதான செயல் நோக்கம் ஆகிவிட்டது. அதுவே லட்சியம் என்றாகிவிட்டது. படை வீரர்களை வழங்கி அவர்களுக்கு உணவளிப்பதற்கு மட்டுமே மக்கள் தேவைப் பட்டனர். இராணுவ வெறி ஐரோப்பாவில் மேலாதிக்கம் செலுத்தி அதை விழுங்கி வருகிறது. ஆனால் இந்த இராணுவ வெறி தனக்குள் தனது சொந்த அழிவுக்கான வித்துகளையும் சுமந்து கொண்டிருக்கிறது. தனிப்பட்ட அரசுகளிடையான போட்டி அவை ஒருபுறம் தரைப்படை, கடற்படை, பீரங்கிப் படைக்காக ஒவ்வொரு ஆண்டும் மேலதிகமான பணம் செலவழிக்குமாறு கட்டாயப்படுத்தி, அவற்றின் நிதிநிலையின் வீழ்ச்சியை மேலும் மேலும் துரிதமாக்கி வருகிறது; மற்றும் மறுபுறத்தில் மேலும் மேலும் விரிவான முறையில் சர்வப்பொது கட்டாய இராணுவ சேவையைக் கையாளுமாறு நெருக்குகிறது. இவ்வாறு காலம் செல்லச் செல்ல மக்கள் முழுவதையும் ஆயுதங்களை உபயோகிப்பதில் பரிச்சயம் பெற்று, இதன் காரணமாக ஒரு குறிப்பிட்ட தருணத்தில் தலைமையிலுள்ள போர்த் தளபதிகளை எதிர்த்துத் தமது சித்தத்தை நிலைநாட்ட இயலுமாறு துணைசெய்கிறது. நகரிலும் நாட்டுப் புறத்திலுமான தொழிலாளர் மற்றும் விவசாயிகளின் மக்கள் திரளுக்கு ஒரு சித்தம் ஏற்பட்ட உடனே இந்தத் தருணம் வந்து வாய்க்கும். இந்தக் கட்டத்தில் அரசர்களின் இராணுவங்கள் மக்களின் இராணுவங்களாக மாற்றமடையும்; இந்த இயந்திரம் வேலை செய்ய

மறுக்கிறது, இராணுவ வெறி தனது சொந்தப் பரிணாமத்தின் இயக்க வியலாலேயே வீழ்ச்சியடைகிறது. ஆனால் 1848-ல் முதலாளித்துவ ஜனநாயகம், முதலாளித்துவத் தன்மை கொண்டதாக, பாட்டாளி வர்க்கத் தன்மை இல்லாது இருந்த காரணத்தால் உழைக்கும் வெகுஜனங்களுக்கு அவர்களது வர்க்க நிலைமைக்கு ஏற்றதான உள்ளடக்கம் கொண்டதான சித்தத்தைக் கொடுப்பதை நிறைவேற்ற முடியவில்லை - முடிந்திருப்பின் சோஷலிசம் பிழையின்றிப் பாதுகாக்கப் பட்டிருக்கும். இதன் பொருள் இராணுவ வெறிக்குள்ளேயே பிளந்து சிதறும் தகர்வு ஏற்படும் அதோடு எல்லா நிரந்தர சேனைகளிலும் அது நேரும்.

இதுவே நவீன காலாட்படை பற்றிய நமது வரலாற்றின் முதல் படிப்பினையாகும். நம்மை மீண்டும் ஹெர் டூரிங்கிடம் கொண்டு வரும் இரண்டாவது படிப்பினை சேனைகளின் முழு அமைப்பு மற்றும் போர்முறை, வெற்றி அல்லது தோல்வி யாவுமே பொருளாயத அதாவது பொருளாதார நிலைமைகளைச் சார்ந்து நிற்கின்றன என்பதையும், ஆட்பலம் மற்றும் ஆயுதப் பொருட்கள் ஆகியவற்றை - மக்களின் குணம் மற்றும் தொகையையும் தொழில்நுட்ப அபிவிருத்தியையும் - சார்ந்து நிற்கின்றன என்பதையும் நிரூபித்துவிட்டது. அமெரிக்கர் களைப் போன்ற ஒரு வேட்டையாடும் மக்கள் மட்டுமே வளைத்துக் கொண்டு போர் புரியும் போர்த்தந்திரங்களை மறு கண்டுபிடிப்புச் செய்தல் இயலும் - அவர்கள் முற்றிலும் பொருளாதாரக் காரணங் களால் முன்னே வேட்டையாளர்களாக இருந்தார்கள்; இப்பொழுது, முற்றிலும் பொருளாதாரக் காரணங்களால் பழைய நாடுகளின் யாங்கிகள் விவசாயிகளாக, தொழில் அதிபர்களாக, கப்பலோட்டி களாக மற்றும் வர்த்தகர்களாக தம்மைத்தாமே மாற்றிக்கொண்டு இருக்கிறார்கள்; அவர்கள் ஆதிகாலத்திய காடுகளில் வளைத்துக் கொண்டு போர் புரிவதில்லை மாறாக வர்த்தகச் சூதாட்டத் துறையில் திறம்படச் செய்கிறார்கள். இத்துறையில் அவர்கள் பெருவாரியான வெகுஜனங்களைப் பயன்படுத்துவதில் அதிக முன்னேற்றம் அடைந் திருக்கிறார்கள்.

முதலாளி வர்க்கத்தின் மற்றும் விசேஷமாக விவசாயிகளின் பொருளாதார விடுதலையைக் கொண்டுவந்த பிரெஞ்சுப் புரட்சி போன்ற ஒரு புரட்சியால் மட்டுமே வெகுஜன சேனைகளையும், அதே சமயத்தில் பழைய இறுகிப்போன வரிசை முறைகளை - அவை பாதுகாத்து வந்த எதேச்சாதிகாரத்தின் சரியிணை இராணுவ வடிவத்தை - தகர்த்து, சுதந்திர வடிவிலான இயங்குதலையும் தோற்று விக்க முடியும். தொழில் நுணுக்கத்தில் அடைந்த சாதனைகள்

இராணுவ முறையில் பயன்படத்தக்கனவாக இருந்து அவை உடனே, உண்மையில் பிரயோகிக்கப்பட்டதால் பெரும்பாலும் இராணுவத் தலைமையின் விருப்பத்துக்கு எதிராகவே போர் முறைகளில் உடனடியாகவும் ஏறத்தாழ நிர்ப்பந்தமாகவும் மாற்றங்களை, ஏன் புரட்சிகளைக் கூட ஏற்படுத்தியுள்ளன என்பதற்கு உதாரணத்திற்கு மேல் உதாரணமாகப் பலவற்றை நாம் கண்டுள்ளோம். இந்த நாட்களில் எந்த ஒரு பற்றார்வ மிக்க பதவிப் பொறுப்பில்லாத அதிகாரியும் சரி, போரை நடத்துவது உற்பத்திச் சக்திகளின் வளர்ச்சியையும் சேனையின் சொந்தப் பின்னணிப் பகுதியிலும் போர்க்களத்திலுமான தகவல் போக்குவரத்து சாதனங்களையும் பெரிதும் சார்ந்தே இருக்கும் என்று ஹெர் டூரிங்குக்கு விளக்கிக் கூறமுடியும். சுருங்கக்கூறின், எப்பொழுதும் எல்லா இடங்களிலும் பொருளாதார நிலைமைகளும் பொருளாதார சாதனங்களும்தான் “பலப்பிரயோகம்” வெற்றி ஈட்ட உதவுகின்றன; இவை இல்லாவிடில் பலப்பிரயோகம் பலப்பிரயோக மாக இருக்காது. டூரிங்கின் கோட்பாடுகளின் அடிப்படையில் இதற்கு நேர் எதிரான கண்ணோட்டத்தில் இருந்து போர் முறைகளைச் சீர்திருத்த முயலும் எவரும் அடிபடுவதைத் தவிர வேறு எதையும் பெற முடியாது.*

இப்போது நாம் தரையில் இருந்து கடலுக்குத் தாண்டிச் செல்வோமானால், அங்கு கடந்த இருபதாண்டுகளில் மட்டுமே மேலும் அதிக முழுமையான புரட்சி நடைபெற்றிருப்பதைக் காணலாம். கிரீமியன் போர்க்[103] காலத்திய மரத்தால் செய்யப்பட்ட போர்க்கப்பல் இரண்டு மற்றும் மூன்று தள அடுக்குக் கொண்டு, 60 முதல் 100 பீரங்கிகள் தாங்கியதாக இருந்தது; இது இன்னும் பிரதானமாக கப்பற்பாய் மூலமே செலுத்தப்பட்டது, இதில் குறைந்த விசை சக்தியுள்ள துணை நீராவி எஞ்சின் மட்டுமே இருந்தது. இந்தப் போர்க் கப்பலில் இருந்த பீரங்கிகள் பெரும்பாலும் 32 பவுண்டு குண்டுகள் கொண்ட பீரங்கிகளே, இவற்றின் எடை சுமார் 50 சென்ட்னெர்கள்.** 95 சென்ட்னெர் எடையுள்ள ஒரு சில 68 பவுண்ட் குண்டுகள் கொண்ட பீரங்கிகள் மட்டுமே இருந்தன. போரின் இறுதிக் கட்டத்தில் இரும்புக் கவசம் வேயப்பட்ட மிதக்கும் பீரங்கிக் கப்பல்கள் தோற்றமளித்தன; ஆனால் அவை பாங்கற்றவையாயும் கிட்டத்தட்ட இயங்காத பெரும்

★ இது பிரஷ்யன் சேனைத் தலைமைக்கு ஏற்கெனவே மிகவும் நன்றாகத் தெரியும். “போரின் அடிப்படை **பிரதானமாயும்** பொதுவாக மக்களின் **பொருளாதார** வாழ்க்கை முறையே” என்று சேனைத் தலைமையகத்தில் ஒரு காப்டனாக இருந்த ஹெர் மார்க்ஸ் ஜான்ஸ் ஒரு விஞ்ஞானச் சொற்பொழிவில் கூறினார் (Kolnische Zeitung, ஏப்ரல் 20,1876, பக்கம் 3).[102] **[குறிப்பு எங்கெல்சினுடையது.]**

★★ 50 கிலோகிராம் கொண்ட ஜெர்மன் சென்ட்னெர் அதாவது மெட்ரிக் சென்ட்னெரில் பாதி. - ப-ர்.

உருவினதாயும் இருந்தன; ஆனால் அந்தக் காலத்திய பீரங்கிக் குண்டுகள் ஊறுசெய்ய முடியாதனவாக விளங்கின. விரைவில் போர்க் கப்பல்களும் இரும்புக் கவசத்தால் போர்த்தப்பட்டிருந்தன; முதலில் கவசத் தகடுகள் மெல்லியதாகவே இருந்தன, நான்கு அங்குல கனம் மிகவும் கெட்டியான கவசமாகக் கருதப்பட்டது. ஆனால் விரைவில் பீரங்கி கட்டுமானத்தில் ஏற்பட்ட முன்னேற்றம் கவசங்களை விஞ்சி விட்டது; பயன்படுத்தப்பட்ட கவசங்கள் ஒவ்வொன்றின் அதிகரிக்கப் பட்ட வலிமைக்கு நேர் எதிராக இந்தக் கவசத்தகடுகளை எளிதில் குத்திக் கிழிக்கத் தகுந்த புதிய மேலும் கனமான பீரங்கிகள் வரலாயின. இந்த வழியில் ஒரு புறம் நாம் ஏற்கெனவே பத்து, பன்னிரண்டு, பதினான்கு மற்றும் இருபத்து நான்கு அங்குலக் கெட்டியான தகடு களாலான கவசங்களை எட்டி விட்டோம் (இத்தாலி மூன்றடி கெட்டி யான கவசத் தகடுகளுடனான கப்பலைக் கட்ட முன் உத்தேசிக்கிறது); மறுபுறம் 25, 35, 80 மற்றும் 100 டன் (20 சென்ட்னெர் கொண்டது) சுழல் பீரங்கிகள் 300, 400, 1700 மற்றும் 2,000 பவுண்டுகள் வரையான கனமுடைய குண்டுகளை முன்னால் கனவு கூடக் காணமுடியாத அத்தகைய தொலைதூரத்திற்குச் செலுத்தக் கூடியவை உருவாகி விட்டன. இன்றைய நாள் போர்க் கப்பல் பிரம்மாண்டமான கவச மிட்டதான திறகுவிசை நீராவிக் கப்பலாகும். 8000 முதல் 9000 டன்கள் எடையும் 6000 முதல் 8000 குதிரைத் திறனும் கொண்டவை. இவற்றில் நான்கு முதல் ஆறு கனப்பீரங்கிகள் கொண்ட சுழலும் கூண்டுகள் [turrets] உள்ளன. எதிரிக் கப்பல்களைத் தகர்ப்பதற்கான முகப்புப் பகுதியில் கப்பலின் நீர் மட்டக் கோடுக்குக் கீழ் தகர்ப்பு பொறி நீட்டிக்கப்பட்டுள்ளது. இது ஒரு தனி, பிரம்மாண்ட இயந்திரம். இதில் நீராவி கப்பலை உயர் வேகத்தில் ஓட்டுவது மட்டும் இன்றி, இயக்கு கருவியமைவையும் செயல்படுத்துகிறது. நங்கூரத்தை உயர்த்துகிறது. சுழல் கூண்டுகளை ஆட்டுகிறது. பீரங்கிகளின் தளத்தை உயர்த்தி அவற்றைக் கெட்டிக்கிறது. தண்ணீரை இறைத்து வெளியேற்றுகிறது. படகுகளை உயர்த்துகிறது இறக்குகிறது - இவற்றில் சில தாமே நீராவியால் இயக்கப்படுபவை இத்தியாதி - கவசத்துக்கும் பீரங்கிகளின் சுடும் ஆற்றலுக்கும் இடையிலான போட்டி முடிவின்றிப் போய்க் கொண்டே இருப்பதன் காரணமாக இற்றை நாட்களில் ஒரு கப்பல் வெள்ளோட்டமிடுவதற்கு முன்னதாகவே கிட்டத்தட்ட தேவைகளுக்கு ஏற்றதல்லாததாகி விடுகிறது. பழையதாகி விடுகிறது. நவீனப் போர்க் கப்பல் நவீனப் பெருவீதத் தொழிலின் ஓர் உற்பத்திப் பொருள் மட்டுமன்று அதே பொழுது இது அதன் மாதிரியாக, பிரதானமாயும் தாராளமாகப் பணவிரயம் செய்யும் ஒரு மிதக்கும் தொழிற்சாலை யாகவும் உள்ளது. பெருவீதத் தொழில்துறை மிகவும் உயர் வளர்ச்சி

அடைந்துள்ள நாட்டுக்கு இந்தக் கப்பல்களைக் கட்டுவது ஏறத்தாழ ஏகபோகமாக உள்ளது. துருக்கியின் எல்லா ஆயுதக் கப்பல்களும், ருஷ்யாவின் ஏறத்தாழ எல்லா கப்பல்களும் பெரும்பாலான ஜெர்மன் ஆயுதக் கப்பல்களும் இங்கிலாந்தில் கட்டப்பெற்றன. பயன்படுத்தத் தக்கத் தகடுகளாலான கவசங்கள் யாவும் ஷெஃபீல்டுக்கு வெளியே செய்யப்படுவது அரிதே, ஆகக் கனமான பீரங்கிகளைச் செய்யும் ஐரோப்பாவிலுள்ள மூன்று உருக்குத் தொழிற்சாலைகளில் இரண்டு (வுல்விச் மற்றும் எல்ஸ்விக்) இங்கிலாந்தில் உள்ளன. மூன்றாவது (குருப்) ஜெர்மனியில் இருக்கிறது. இந்தத் துறையில் ஹெர் டூரிங்கின் கூற்றுப்படி "பொருளாதார நிலைமைக்கு நிர்ணயமான காரணமாக" இருக்கிறது எனப்படும் "நேரடி அரசியல் பலப்பிரயோகம்" நேர்மாறாக பொருளாதார நிலைமைக்கு முற்றிலும் கீழ்ப்பட்டதாக இருப்பதும்; கடல் துறையில் பலப்பிரயோகத்தின் கருவியாக உள்ள போர்க் கப்பலின் நிர்மாணம் மட்டுமன்றி, அதன் இயக்கமும் கூட நவீன பெருவீதத் தொழில் துறையின் ஒரு கிளையாகிவிட்டது என்பதும், மிகவும் தெளிவாக நிரூபணமாகிவிட்டது. இது மற்ற எல்லாவற்றையும் விட "பலப்பிரயோகத்திற்கே" அதாவது அரசுக்கே தொல்லை விளைப்பதாகும். - அரசு வழக்கமாக ஒரு சிறு கப்பல் படைக்கு ஆகும் விலையை இப்போது தனி ஒரு கப்பலுக்குக் கொடுக்க வேண்டியுள்ளது. மேலும் இந்த விலையதிகமான கலகங்கள் நீரில் இறங்குவதற்கு முன்பே புதுமை குன்றி, எனவே பயனற்றதாகி வருவதையும் கண்டு வேறு வகையின்றிப் பொறுத்துக்கொள்ள வேண்டியுள்ளது; எனவே ஹெர் டூரிங்கைப் போலவே "பொருளாதார நிலைமையின்" மனிதனான பொறியாளர் கப்பலின் மீது "நேரடி பலப்பிரயோகத்தின்" கேப்டனை விடவும் மிகவும் அதிக முக்கியத்துவம் பெற்றுவிட்டானே என்று அரசும் நிச்சயமாயும் வெறுப்படையும். இதற்கு நேர்மாறாக, கவசத்துக்கும் பீரங்கிகளுக்கும் இடையிலான இந்தப் போட்டிப் போராட்டத்தில் போர்க்கப்பல் உச்சகட்டச் செம்மைக்கு வளர்க்கப் படுவதையும், இது படுமோசமாக அதிகரித்த விலையுடையதாயும் போரில் பயன்படுத்த இயலாததாகவும் இருப்பதையும்.* இந்தப் போராட்டம் கடற்போரிலும் வெளிப்படுவதையும், இந்த உள்ளார்ந்த இயக்கத்தின் இயக்கவியல் விதிகளின் அடிப்படையில் வேறு எல்லா வரலாற்றுப் புலப்பாட்டையும் போலவே இராணுவ வெறியும் அதன்

★ கடற்போரில் பயன்படுத்துவதற்காக நவீனத் தொழில் துறை செம்மைப்படுத்திய ஆகப் புதிய சாதனமான தானே - இயங்கும் டார்ப்பிடோ (நீர்மூழ்கி) இதை நிறைவேற்றலாம், இதன் பொருள்: ஆகச் சிறிய டார்ப்பிடோ படகு மிகவும் வலிமையான கவசக் கப்பலை விட மேலானது என்பதே. (இது 1878-ல் எழுதப்பட்டது என்பதை நினைவில் வைக்க வேண்டும்.)[104]

சொந்த வளர்ச்சியின் பின்விளைவாகவே அழிவை நோக்கி இட்டுச் செல்லப்படுவதையும் காணும் எமக்கு வெறுப்படைவதற்கு அறவே எந்தக் காரணமும் கிடையாது.

எனவே இங்கும் கூட "மூலக்கூறை நேரடி அரசியல் பலப் பிரயோகத்தில் நாட வேண்டுமே ஒழிய எந்த மறைமுகமான பொருளாதார சக்தியிலும் அல்ல" என்பது எவ்வகையிலும் உண்மை யல்ல என்பதை நாம் முற்றிலும் தெளிவாகப் பார்க்கிறோம். நிலைமை இதற்கு நேர்மாறானது. பலப்பிரயோகத்தில் "மூலக்கூறு" உண்மையில் எதைக் காட்டுகிறது. பொருளாதார சக்தியை பெருவீதத் தொழில் துறையின் சக்தி மிக்க சாதனங்களைச் செயலாட்சி செய்வதையே நவீன போர்க் கப்பல்கள் மீது சார்ந்து நிற்கும் கடற்படை அரசியல் சக்தி எவ்வகையிலுமே "நேரடியான" தல்ல மாறாக பொருளாதார சக்தியால் மற்றும் உயர் வளர்ச்சியடைந்த உலோகத்தொழில், தேர்ச்சி பெற்ற தொழில்நுட்பவியலாளரின் மேலாண்மை, உயர் உற்பத்தி திறன் வாய்ந்த நிலக்கரிச் சுரங்கங்கள் ஆகியவற்றின் இடையீட்டால் செயல்படுத்தப் படுகிறது.

இருந்தும் இவை அனைத்தாலும் கிட்டும் பயன் என்ன? அடுத்த கடற்போரில் ஹெர் டூரிங்கை உயர் தளபதியாக வைத்தால் அவர் "பொருளாதார நிலைமையின்" அடிமைகளான கவசக் கப்பல்படை முழுவதையும் டார்ப்பிடோக்கள் அல்லது வேறு இதர கருவிகள் எதுவும் இன்றித் தனது "நேரடி பலப்பிரயோகத்தின்" உதவியைக் கொண்டே அழித்து விடுவார்.

4. பலப்பிரயோகத் தத்துவம் (முடிவுரை)

"உண்மையில் இயற்கை மீதான மேலாதிக்கம் பொதுவாகக் கூறும் பொழுது (!) மனிதன் மீதான மேலாதிக்கத்தின் மூலம் மட்டுமே தோன்றியது (ஒரு மேலாதிக்கம் தோன்றியது!) என்பது மாபெரும் முக்கியத்துவமுடைய ஒரு உடனிகழ்வாகும். கணிசமான அளவிலான பரப்புடைய நிலவுடைமையில் வேளாண்மை மனிதனை ஏதாவது ஒரு வடிவிலான அடிமை - உழைப்பு அல்லது கூலியில்லா வேலையில் ஆட்படுத்தும் [corvee] முன் நிகழ்ச்சி இன்றி எங்குமே என்றுமே நடைபெற்றது கிடையாது. வஸ்துக்களின் மீது பொருளாதார மேலாதிக்கத்தை நிலைநாட்டியதானது மனிதன் மீது மனிதனின் அரசியல், சமூக, பொருளாதார மேலாதிக்கத்தை முன்னுமானித்தது. அடிமைகள், பண்ணையடிமைகள் அல்லது மறைமுகமாகச் சுதந்திரமற்று இருக்கும் இதரர் மீதான அவரது மேலாதிக்கத்தினை உடனடியாக உட்படுத்தாமல் ஒரு பெரிய நிலவுடைமையாளரைப் பற்றிக் கருதிப் பார்க்க முடியுமா? விரிவாகச் செய்யப்படும் வேளாண்மையில் ஒரு தனி நபர் அல்லது அதிகபட்சம் அவரது குடும்பத்தார் இணைந்து செய்யும் முயற்சிகள் எந்தளவு பயன்தந்திருக்கும் அல்லது பயன் தரும்? தனி நபரின் இயற்கையான ஆற்றலுக்கு மிகவும் அதிகரித்த அளவில் நிலத்தைப் பயன்படுத்தலும் அதன் மீதான பொருளாதாரக் கட்டுப்பாட்டை விஸ்தரிப்பதும் முன்னாள் வரலாற்றில் நிலத்தின் மீது மேலாதிக்கம் புகுத்தப்பட்டதற்கு முன்போ அல்லது அதே சமயத்திலோ, இது தொடர்பாக மனிதனை அடிமைப்படுத்தியதன் மூலமே சாத்தியமாயிற்று. பிந்தைய வளர்ச்சி காலகட்டங்களில் இந்த அடிமைத்தனம் மட்டுப்படுத்தப்பட்டது... மிகவும் நாகரிகமடைந்த நாடுகளில் அதன் இன்றைய வடிவம் கூலி - உழைப்பாகும். இது பெரிய அல்லது சிறிய அளவில் போலீஸ் ஆட்சியதிகாரத்தின் கீழ் நடத்தப்படுகிறது. இவ்வாறாக, கூலி - உழைப்பு விரிவான நிலப்பரப்பு(!) மீதான விரிவான நிலவுடைமையின் மேலாதிக்கத்தைக் குறிக்கும் சமகாலச் செல்வத்தின் அந்த வடிவத்திற்கான நடைமுறைச் சாத்தியக்கூறை வழங்குகிறது. இதர மாதிரிகளிலான எல்லா பங்கிடுகிற செல்வமும் வரலாற்று முறையில் இதேபோல விளக்கப்பட வேண்டும் என்பதும்,

பொருளாதார வழியில் ஆக முழுமையாக வளர்ந்துள்ள நிலைமை களின் பிரதான அம்சமாகத் தற்போது இருக்கும் மனிதன் மீது மனிதன் நேரடியில்லாது சார்ந்து நிற்பதை அதன் இயல்பால் புரிந்து கொள்ளவோ விளக்கவோ முடியாது, ஆனால் முந்தைய நேரடி ஆட்படுத்தல் மற்றும் உடைமை பறித்தலின் ஓரளவு மாற்றமடைந்த மரபுரிமையாக மட்டுமே புரிந்து கொள்ளவும் விளக்கவும் வேண்டும் என்பது சொல்லாமலே விளங்கும்."

இவ்வாறு கூறுகிறார் ஹெர் டூரிங்.

ஆய்வுரை: இயற்கை மீதான (மனிதனது) மேலாதிக்கம் மனிதன் மீதான (மனிதனது) மேலாதிக்கத்தை முன்னனுமானிக்கிறது.

நிரூபணம்: கணிசமான அளவிலான பரப்புடைய நிலவுடை மையில் வேளாண்மை கொத்தடிமை மனிதர்களைப் பயன்படுத்தாமல் எங்குமே என்றுமே நடைபெற்றதில்லை.

நிரூபணத்திற்கு நிரூபணம்: அவரது குடும்பத்தினருடன் சேர்ந்தும் கூட பெரிய நிலவுடைமையாளர் கொத்தடிமை உழைப்பாளர் உதவி இன்றித் தனது உடைமையில் ஒரு சின்னஞ்சிறு பகுதியில் மட்டுமே சாகுபடி செய்ய முடியுமாதலால் கொத்தடிமை ஊழியர் இல்லாமல் பெரிய நிலவுடைமையாளர்கள் எப்படி இருக்க முடியும்?

எனவே மனிதன் இயற்கையை தனது கட்டுப்பாட்டுக்குள் கொண்டு வருவதற்கு முன்பே மனிதனை முதலில் ஆட்படுத்த வேண்டியிருந்தது என்பதை நிரூபிப்பதற்காக ஹெர் டூரிங் "இயற்கையை" எவ்வித இடரும் இன்றி "கணிசமான அளவிலான பரப்புடைய நிலவுடைமையாக" மாற்றுகிறார். பிறகு இந்த நிலச்சொத்து - உடைமையாளர் குறிப்பிடப் படவில்லை - உடனடியாக ஒரு பெரிய நிலவுடைமையாளரின் சொத்தாக மாற்றப்படுகிறது, அவர் இயல்பாகவே அடிமை ஊழியர் இன்றித் தனது நிலத்தினைப் பண்படுத்த இயலாது.

முதலாவதாக, "இயற்கை மீதான மேலாதிக்கமும் நிலவுடைமையில் வேளாண்மை செய்வதும்" எவ்வகையிலும் ஒரே விஷயம் ஆகாது. தொழில் துறையில் இயற்கை மீதான மேலாதிக்கம் வேளாண்மையில் இருப்பதைவிட முற்றிலும் வேறாக மிகப்பெரும் அளவில் செயலாக்கப் படுகிறது; வேளாண்மையோ பருவநிலைகளைக் கட்டுப்படுத்துவதற்கு மாறாக இன்னும் அவற்றுக்கு அடிப்பட்டுள்ளது.

இரண்டாவதாக, கணிசமான அளவிலான பரப்புடைய நிலவுடை மையில் வேளாண்மை செய்வதோடு நாம் நின்றுவிடுவோமானால் இது யாருடைய நிலவுடைமை? என்ற கேள்வி எழுகிறது. அனைத்து

நாகரிகம் படைத்த மக்களின் ஆரம்ப வரலாற்றில், இங்கு ஹெர் டூரிங் தமது வழக்கமான செப்பிடு வித்தையால் இடைச்செருகல் செய்து "இயற்கை இயக்கவியல்"[105] என்று அழைக்கும் "பெரிய நிலவுடைமையினர்களை" நாம் காணவில்லை. மாறாக நிலத்தில் பொதுவுடைமையுடன் கூடிய குலமரபு மற்றும் கிராமச் சமுதாயங்களைப் பார்க்கிறோம். இந்தியா தொட்டு அயர்லாந்து வரையில் கணிசமான அளவு பரப்புடைய நிலவுடைமையில் வேளாண்மை ஆரம்பத்தில் இத்தகைய குலமரபு மற்றும் கிராமச் சமுதாயங்களாலேயே செய்யப்பட்டு வந்தது; சில சமயங்களில் சமுதாயத்தின் பொருட்டு சாகுபடி நிலம் கூட்டாகப் பண்படுத்தப்பட்டது, மற்றும் சில சமயங்களில் சமுதாயத்தால் குடும்பங்களுக்குத் தற்காலிகமாக ஒதுக்கப்பட்ட தனித்துண்டு நிலங்கள் பண்படுத்தப்பட்டன. அதே பொழுதில் காட்டு நிலங்களும் மேய்ச்சல் நிலங்களும் தொடர்ந்து பொதுவாகவே பயன்படுத்தப்பட்டன. "அரசியல் மற்றும் சட்டத்துறையில்" ஹெர் டூரிங் நடத்தியுள்ள "ஆக விரிவான விசேஷ ஆராய்ச்சிகளில்" அவர் இதைப்பற்றி ஒன்றுமே தெரியாது இருப்பதும், அவரது நூல்கள் யாவும் ஜெர்மன் சட்டம் அனைத்துக்கும் அடிப்படையான ஜெர்மன் மார்க்கின்[106] ஆரம்பகால இயைபு குறித்த மாவீரரின் சகாப்தம் படைக்கும் நூல்கள் பற்றி முற்றிலும் அறியாது இருப்பதும், ஐரோப்பா மற்றும் ஆசியாவின் எல்லா நாகரிகம் படைத்த மக்களிடையிலும் நிலத்திலான ஆதிகாலப் பொதுவுடைமையினை நிரூபிப்பதில் ஈடுபட்டுள்ளதும், அதன் பல்வேறு வடிவங்களிலான நிலவல் மற்றும் குலைவு பற்றியுமான நாளொரு மேனியாக அதிகரித்து வரும் பிரதானமாயும் மாவீரரால் ஊக்குவிக்கப்பட்ட இலக்கியம் பற்றி அறியாது இருப்பதும் அவரது தனி இயல்பாக உள்ளன. பிரெஞ்சு மற்றும் ஆங்கிலச் சட்டத்துறையில் இவ்வாறே ஹெர் டூரிங் "தாமே அந்த அறியாமை அனைத்தையும் பெற்றார்"[107], - இது மிகவும் பெரியளவில் இருந்தது. ஆனால் ஜெர்மன் சட்டம் பற்றிய அவரது அறியாமையோ இன்னும் மிகப் பெரியது. பல்கலைக்கழகப் பேராசிரியர்களின் வரையறைக்குட்பட்ட அறிவெல்லை பற்றி இத்தனை வன்மையுடன் ஆத்திரங்கொண்டு பாயும் இந்த மனிதர், இந்தத் துறையில் அதிகபட்சமாகப் பார்த்தால் இந்தப் பேராசிரியர்கள் இருபதாண்டுகளுக்கு முன்னால் இருந்த அறிவெல்லையின் நிலையில் கூட இன்று இல்லை.

கணிசமான அளவிலான பரப்புடைய நிலவுடைமைகளில் வேளாண்மை செய்ய நிலவுடைமையாளர்களும் அடிமை ஊழியர்களும் தேவையாக இருந்தது என்று ஹெர் டூரிங் அடித்துக் கூறும் போது இது மீண்டும் அவருடைய சுத்தமான "இஷ்டப்படியான படைப்பு மற்றும் கற்பனையே"யாகும். கிராம சமுதாயமோ அல்லது

அரசோ நிலத்தைச் சொந்தமாக வைத்திருந்த கீழ்த்திசை முழுவதிலும் பல்வேறு மொழிகளிலும் "நிலப்பிரபு" என்ற சொல் காணப்பட வில்லை. இந்த விஷயத்தில் ஹெர் டூரிங் ஆங்கிலச் சட்ட நிபுணர் களிடம் ஆலோசனை கலக்கலாம், நிலத்தின் உடைமையாளர் யார்? என்ற கேள்விக்கு விடைகாண இந்தியாவில் அவர்கள் நடத்திய முயற்சிகள், இரவுக் காவல்காரன் யார்? என்ற கேள்விக்கு விடை காணக் காலஞ்சென்ற ரைஸ் - கிரிஸ் - ஷ்லீட்ஸ் - லோபன்ஷ்டைன் - எபர்ஸ்வால்டே[108] மன்னர் ஹென்ரிஹ் LXXII செய்த முயற்சிகள் போன்று வீணாயின. கீழ்த்திசையில் தாம் படையெடுத்துப் பிடித்த நாடுகளில் நிலத்தில் ஒரு வகையான நிலப்பிரபுத்துவ உடைமையை முதலில் புகுத்தியவர்கள் துருக்கியரே. வீர சகாப்தத்தின் தொல் பழங்காலத்திலேயே, நீண்ட ஆனால் தெரிந்திராத வரலாற்றுக்கு முற்பட்ட விளைவு என்று தெளிவாகத் தெரியும் ஒரு சமுதாயப் படிநிலைகள் [social estates] அமைப்புடன் கிரீஸ் வரலாற்றுக்குள் பிரவேசித்தது; அங்கும் கூட நிலம் சுதந்திரமான விவசாயிகளால் பிரதானமாயும் பயிர் செய்யப்பட்டது; இதில் பிரபுக்கள் மற்றும் குல மரபுத் தலைவர்களின் பெரியநிலங்கள் விதிவிலக்காக இருந்தன. மேலும் அவை விரைவில் மறைந்துவிட்டன. இத்தாலியில் பிரதான மாயும் விவசாயிகளே நிலத்தைப் பண்படுத்தினார்கள்; ரோமன் குடியரசின் இறுதிக் காலகட்டத்தில், எஸ்டேட்டுகளின் மாபெரும் தொகுப்புகள் - பெரும்பண்ணைகள் [latifundia] - சிறு விவசாயிகளை அகற்றிவிட்டு அவர்களுக்குப் பதிலாக அடிமைகளை அமர்த்தின. வேளாண்மைக்குப் பதில் கால்நடை வளர்ப்பைப் புகுத்தின; பிளினி ஏற்கெனவே உணர்ந்து கூறியபடி இது இத்தாலியை அழிவுக்கு இட்டுச் சென்றது [Latifundia Italiam peridiere].[109] மத்திய காலகட்டத்தில் ஐரோப்பா முழுவதுமே விவசாயிகளின் வேளாண்மை முக்கியமானதாக இருந்தது (குறிப்பாயும் கன்னி நிலத்தைப் பண்படுத்தலில்): நாம் இப்போது கவனம் செலுத்தி வருகின்ற பிரச்சினை சம்பந்தமாகப் பார்த்தால் இந்த விவசாயிகள் எந்த நிலப்பிரபுக்களுக்காவது ஏதேனும் கட்டணம் செலுத்த வேண்டி இருந்ததா, அப்படியானால் என்ன கட்டணங்கள் என்பது முக்கியமானதல்ல. ஸ்லாவ் மக்களிடமிருந்து பறித்துக் கொள்ளப்பட்ட எல்ப் நதிக்குக் கிழக்கேயான நிலத்தை விவசாயத்தின் கீழ்க்கொண்டு வந்த ஃபிரிஸ்லந்து கீழ் சாக்சனி, ஃபிளாண்டர்ஸ் மற்றும் கீழ் ரைன் பகுதிகளைச் சார்ந்த காலனி வாசிகள் மிகவும் சாதகமான பணியீட்டு - வார உரிமையின்கீழ் சுதந்திர மான விவசாயிகளாக விவசாயம் செய்தார்கள். அவர்கள் "ஏதோ ஒரு வடிவத்திலான கூலியில்லா வேலை" எதையும் செய்யவில்லை.

வட அமெரிக்காவில் சுதந்திரமான விவசாயிகளின் உழைப்பால் ஆகப் பெரியதான நிலப்பகுதி பயிர் செய்வதற்குரிய வாய்ப்பைப் பெற்றது, அதே பொழுதில் தமது அடிமைகளை வைத்துக் கொண்டு நிலத்தில் கொள்ளையடிக்கும் முறையில் சாகுபடி செய்த தென்பகுதி யிலுள்ள பெரிய நிலவுடைமையாளர்கள் நிலவளம் முழுவதையும் தீர்த்து விட்டதால் அங்கு பிர் மரங்கள் மட்டுமே வளர்க்க முடிந்தது. பருத்தி சாகுபடி மேலும் மேலும் மேலைப் பகுதியில் திணிக்கப்பட்டது. ஆஸ்திரேலியாவிலும் நியூஸிலாந்திலும் நிலப்பிரபுத்துவத்தைச் செயற்கையாக நிலைநாட்ட பிரிட்டிஷ் அரசாங்கம் செய்த முயற்சிகள் எவ்விதப் பலனையும் தரவில்லை. சுருங்கக்கூறின் ஐரோப்பியர்களுக்கு விவசாய வேலை செய்வதை அசாத்தியமாக்கும் பருவநிலை கொண்ட வெப்பமண்டல மற்றும் உப - வெப்பமண்டலக் காலனிகளை ஒதுக்கி விட்டால், தனது அடிமைகள் அல்லது பண்ணையடிமைகள் மூலம் இயற்கையைக் கீழடக்கி நிலத்தைச் சாகுபடியின் கீழ்க்கொண்டு வரக்கூடிய பெரிய நிலவுடைமையாளர் என்பவர் கற்பனையின் அப்பட்டமான புனை சுருட்டே தவிர வேறில்லை. நிலைமை இதற்கு நேர்மாறானதாக இருந்தது. அவர் தரிசு நிலத்தைச் சாகுபடிக்குக் கொண்டு வருவதில்லை. மாறாக விவசாயிகளால் சாகுபடியின் கீழ்க் கொண்டுவரப்பட்ட பயிர்நிலத்தைக் கால்நடை மேய்ச்சல் நிலமாக மாற்றுகிறார். நிலத்திலிருந்து மக்களைத் துரத்திவிட்டு நாடுகளை நாசப்படுத்துகிறார். வெகு அண்மைக் காலகட்டத்தில் மட்டுமே, அதிகரித்து வரும் மக்கள் தொகைக் குவிதல் நிலத்தின் மதிப்பை அதிகரித்ததற்கும், குறிப்பாக விவசாய விஞ்ஞானத்தின் வளர்ச்சி மோசமான நிலங்களைக்கூட அதிக சாகுபடிக்குரியதாக ஆக்கியதற்கும் பிறகே, இந்தக் காலகட்டம் முதல் மட்டுமே. பெரிய நிலவுடைமை யாளர்கள் தரிசு நிலங்களையும் புல்வெளிகளையும் விரிவான அளவில் சாகுபடியின் கீழ்கொண்டு வருவதில் பங்கு பற்றித் தொடங்கினார்கள் - இதுவும் பிரதானமாக இங்கிலாந்து மற்றும் ஜெர்மனி இரு நாடு களிலும் விவசாயிகளிடமிருந்து பொது நிலங்களைக் களவாடியதன் மூலமே நடத்தப்பட்டது. இதிலுங்கூட இன்னொரு அம்சம் இருந்தது. இங்கிலாந்தில் பெரிய நிலவுடைமையாளர்கள் சாகுபடியின் கீழ்க் கொண்டுவந்த பொது நிலத்தின் ஒவ்வொரு ஏக்கருக்கும், குறைந்தது மூன்று ஏக்கர் பயிர் நிலத்தை ஸ்காட்லாந்தில் ஆடுகளின் மேய்ச்சல் நிலமாகவும், இறுதியில் பெரிய வேட்டை நிலங்களாகவும் கூட அவர்கள் மாற்றினார்கள்.

இங்கு நாம், கணிசமான அளவிலான நிலப்பரப்பு சாகுபடியின் கீழ்க்கொண்டு வரப்பட்டதும், எனவே உண்மையில் சாகுபடி செய்யப் படும் பரப்பு முழுவதும் பெரிய நிலவுடைமையாளர் அவர்களது

பண்ணையடிமைகளின் ஏற்பாடு மூலம் மட்டுமே அன்றி "வேறு எங்கும் என்றும்" நடக்கவில்லை எனவும் அடித்துக் கூறும் ஹெர் டூரிங்கின் துணிபுரை பற்றி மட்டுமே அக்கறை கொண்டிருக்கிறோம். இந்தத் துணிபுரை உண்மையிலேயே வரலாறு பற்றி நாம் என்றுமே கண்டிராத அறியாமையை "முன்னனுமானிக்கிறது" என்பதை நாம் முன்பே கண்டோம். எனவே, ஏற்கெனவே அல்லது பிரதானமாயும் சாகுபடிக்குரியதாக்கப்பட்டதான பகுதிகள் எந்த அளவுக்குப் பல்வேறு காலகட்டங்களில் அடிமைகளால் (கிரீஸின் முழுமலர்ச்சி நாட்களில் போன்று) அல்லது பண்ணை அடிமைகளால் (மத்திய காலத்திய பெரும் பண்ணைகளில் போன்று) சாகுபடி செய்யப்பட்டன என்பதையோ, அல்லது பல்வேறு காலகட்டங்களில் பெரிய நிலவுடைமையாளர் களின் சமூகப் பணிகள் என்ன என்பதையோ நாம் இங்கு பரிசீலிக்க வேண்டிய அவசியம் இல்லை.

ஹெர் டூரிங் நமக்கு இந்தக் கற்பனையின் தலைசிறந்த படைப் பினைக் காட்டிய பிறகு - இதில் அனுமானத்தின் கழைக்கூத்துத் தந்திரத்தையா அல்லது சரித்திரப் புரட்டையா எதை அதிகமாகப் புகழ்வது என்பதை நாம் அறியோம் - அவர் வெற்றிப் பெருமிதத்தோடு முழங்குகிறார்:

> "பங்கிடத்தக்க செல்வத்தின் இதர மாதிரிகள் யாவும் இதே தன்மையில் வரலாற்று வழியில் விளக்கப்பட வேண்டும் என்பது சொல்லாமலே தெரிய வரும்!"

இது உதாரணமாக மூலதனத்தின் பிறப்பு பற்றி தனி ஒரு சொல்லைக் கூட விரயமாக்கும் தொல்லையில் இருந்து அவரைப் பாதுகாக்கிறது என்பது கண்கூடு.

மனிதனை மனிதன் மேலாதிக்கம் செய்வது இயற்கையை மனிதன் மேலாதிக்கம் செய்வதற்கு முன்னதாக உள்ள நிபந்தனை என்ற கூற்றுடன் ஹெர் டூரிங் நமது பொருளாதார அமைப்பு முழுவதையும், விவசாயம் மற்றும் தொழிற்துறை இப்போது அடைந்துள்ள வளர்ச்சி மட்டத்தையும் வர்க்கப் பகைமைகளிலும், ஆதிக்கம் ஆட்படுத்தல் என்று உறவுகளிலும் பரிணாமம் பெற்றுள்ள ஒரு சமூக வரலாற்றின் விளைவு என்று பொதுவான முறையில் மட்டுமே கூற விரும்பு வாரானால், அவர் கம்யூனிஸ்டு அறிக்கைக்குப் பிறகு நீண்ட கால முன்பே சாமானியமாகிவிட்ட சிலவற்றையே கூறுகிறார் என்பது தெளிவு. ஆனால் இங்கு விவாதத்திற்குரிய பிரச்சினை வர்க்கங்களின் தோற்றத்தையும் ஆதிக்கத்தை அடிப்படையாக்கிய உறவுகளையும் எவ்வாறு விளக்குவது என்பதே; ஹெர் டூரிங்கின் ஒரே பதில் "பலப்

பிரயோகம்" என்ற ஒரு சொல்லே என்றால், நாம் துவக்கத்தில் இருந்த நிலையில் அப்படியே இருப்போம். எல்லாக் காலங்களிலும் ஆளப் பட்டவர்களும் சுரண்டப்பட்டவர்களும் ஆளுவோரையும் சுரண்டு வோரையும் விட மிகமிக அதிகமாக இருந்தார்கள் என்ற உண்மையும், எனவே முந்தையவர்களின் கரங்களில்தான் உண்மையான சக்தி இடம் பெற்றிருந்தது என்பதும் பலப்பிரயோகத்தைப் பற்றிய தத்துவத்தின் அபத்தத்தை எடுத்துக்காட்டப் போதுமானவை. எனவே ஆதிக்கம் மற்றும் ஆட்படுத்தலை அடிப்படையாக்கிய உறவுகள் இன்னும் விளக்கப்பட வேண்டும்.

அவை இரண்டு வழிகளில் எழுந்தன.

மனிதர்கள், விலங்குகளின் உலகில் இருந்து - இந்தச் சொல்லின் குறுகிய பொருளில் - ஆதியில் வெளியேற்றியதோடு அவர்கள் வரலாற்றுக்குள் பிரவேசித்தார்கள்; இன்னும் அரை விலங்குகளாய், மிருகத்தன்மையுடன், இன்னும் இயற்கையின் சக்திகள் முன் தன் செயலற்று, இன்னும் தமது சொந்த வலிமை பற்றி அறியாதவர்களாய் இருந்தார்கள்; மற்றும் விலங்குகளைப் போல அற்பமாய், அவற்றைவிட மிகவும் அரிதாகவே பயனுடையராய் இருந்தார்கள். வாழ்க்கை நிலைமை களில் ஏதோ ஒரு விதமான சமத்துவமும், குடும்பத் தலைவர்களுக்கு ஒரு வகையான சமத்துவ சமூக அந்தஸ்தும் நிலவின; குறைந்தபட்சம் சமூக வர்க்கங்கள் இல்லாத நிலை பிந்தைய காலகட்டத்தின் நாகரிக மக்களின் ஆரம்ப விவசாய சமுதாயங்களில் தொடர்ந்து நீடித்தது. இத்தகைய சமுதாயங்கள் ஒவ்வொன்றிலும் துவக்கமுதலே சில பொதுநலன்கள் இருந்தன. இவற்றைப் பாதுகாக்கும் பொறுப்பு உண்மையில் சமுதாயம் முழுவதன் கட்டுப்பாட்டின்கீழ் தனிநபர் களிடம் ஒப்படைக்கப்பட வேண்டி இருந்தது; தகராறுகளை விசாரித்துத் தீர்ப்பளித்தல்; தனி நபர்களின் அதிகார துர் உபயோகத்தை ஒடுக்குதல்; குறிப்பாக வெப்ப மண்டல நாடுகளில் தண்ணீர் வழங்குதலைக் கட்டுப் படுத்தல்; மற்றும் இறுதியாக, நிலைமைகள் முற்றிலும் இன்னும் புராதனமாக இருக்கும் பொழுது சமயப் பணிகள். இத்தகைய பதவிகள், எல்லாக் காலகட்டங்களிலுமான ஆதிவாசி சமுதாயங் களிடை - ஆகப் பழமையான ஜெர்மன் மார்க்குகளிடையில், இன்றுங் கூட இந்தியாவில் காணப்படுகின்றன. அவர்களுக்கு இயல்பாகவே ஓரளவுக்கான அதிகாரம் வழங்கப்பட்டுள்ளது. இவை அரசு அதிகாரத்தின் துவக்கங்களாகும். உற்பத்திச் சக்திகள் படிப்படியாக அதிகரிக்கின்றன; மக்கள் தொகைக் குவிதலின் பெருக்கம் ஒரு கட்டத்தில் பொதுநலன் களையும், இன்னொரு கட்டத்தில் மோதும் நலன்களையும் வெவ்வேறு சமுதாயங்களின் இடையே உருவாக்குகிறது; அந்தச் சமுதாயங்கள்

பெரிய அலகுகளாகக் குழுமி, தம் பங்குக்கு ஒரு புதிய உழைப்புப் பிரிவினையைக் கொண்டு வருகின்றன. பொது நலன்களைப் பாது காக்கவும் மோதும் நலன்களை எதிர்த்துச் சமாளிக்கவுமான அமைப்பு களை நிறுவுகின்றன. சமுதாயங்களின் குழு முழுவதன் பொதுநலன் களைப் பிரதிநிதித்துவப்படுத்தும் காரணத்தால் மட்டுமே ஒவ்வொரு தனிப்பட்ட சமுதாயம் சம்பந்தப்பட்டவரை ஒரு விசேஷ நிலையைப் பெற்றுள்ள இந்த அமைப்புகள் சில சந்தர்ப்பங்களில் எதிர்ப்பு நிலையைக்கூடப் பெற்றுள்ளன. இவை, ஓரளவு எல்லாம் தானாகவே நிகழும் ஓர் உலகில் கிட்டத்தட்ட இயல்பான நடைமுறையாகிவிட்ட பணிகளின் மரபுரிமை காரணமாகவும், ஓரளவு இவை இதர குழுக் களுடனான அதிகரித்துவரும் மோதல்களின் விளைவாக அதிகளவு இன்றியமையாததாகிவிட்ட காரணத்தாலும், விரைவில் தம்மைத் தாமே மேலும் அதிக சுதந்திரமாக்கிக் கொள்கின்றன. சமுதாயம் சம்பந்தப்பட்ட இந்தச் சமூகப் பணிகளின் சுதந்திரம் காலத்தோடு அதிகரித்து எவ்வாறு சமுதாயத்தின் மீதான ஆதிக்கம் வரை வளர்ந்தது என்பது பற்றியோ, எவ்வாறு ஆரம்பத்தில் வேலையாளாக இருந்தவன் நிலைமைகள் சாதகமாக இருந்தவிடத்துப் படிப்படியாக எஜமானனாக மாறினான் என்பது பற்றியோ, இந்த எஜமானன் நிலைமைகளைச் சார்ந்து எவ்வாறு ஒரு கீழ்த்திசைக் கொடுங்கோலன் அல்லது சிற்றரசன் ஆக கிரேக்க பூர்வகுடியின் அரசகுலம் அல்லது ஒரு கெல்டிக் மரபுக் குழுவின் தலைவனாக உருவானான் என்பது குறித்தோ, இந்த மாற்றத்தின் போக்கில் பின்னால் அவன் எந்தளவுக்கு பலப்பிரயோகத்தைக் கை யாண்டான் என்பது தொடர்பாகவோ, எவ்வாறு இறுதியாக இந்தத் தனிப்பட்ட ஆட்சியாளர்கள் ஓர் ஆளும் வர்க்கமாக ஒன்று சேர்ந் தார்கள் என்பது பற்றியோ இங்கு நாம் பரிசீலனை செய்ய வேண்டிய அவசியம் இல்லை. ஒரு சமூகப் பணியினை நிறைவேற்றுவது என்பதே எல்லா இடங்களிலும் அரசியல் மேலாண்மைக்கு அடிப்படையாக இருந்தது. மேலும் அரசியல் மேலாண்மை அது தனது சமூகப் பணி களை நிறைவேற்றும் பொழுது மட்டுமே எத்தனை காலம் வேண்டு மாயினும் நிலவி வந்துள்ளது என்ற உண்மையினை நிலைநாட்டுவதில் மட்டுமே நாம் இங்கு அக்கறை கொண்டிருக்கிறோம். பாரசீகத்திலும் இந்தியாவிலும் மலர்ந்தும் வீழ்ச்சியுற்றதுமான கொடுங்கோன்மை ஆட்சிகள் எத்துணை பெரியதாக இருந்த போதிலும், ஆற்றுப்படுகை முழுவதிலும் நீர்ப்பாசன வசதிகளைக் கூட்டாகப் பேணிக்காப்பதில் தொழில் முனைவர்களே பொறுப்பாக இருந்தனர் என்பதையும், பாசன வசதிகள் இல்லாமல் அங்கு எவ்விதமான விவசாயமும் சாத்தியமல்ல என்பதையும் அவை ஒவ்வொன்றும் முழுமையாக உணர்ந்திருந்தன. இந்தியாவில் விஷயமறிந்த ஆங்கிலேயர் இதைக் காணத்தவறினர்;

அவர்கள் பாசனக் கால்வாய்களும் மதகுகளும் அழிவுற இடமளித் தார்கள். தொடர்ந்து அடிக்கடி ஏற்படும் பஞ்சங்களின் மூலம், இந்தியாவில் அவர்களது ஆட்சியை அவர்களது முன்னோடிகளது ஆட்சி அளவுக்குக் குறைந்தபட்சம் நியாயப்படுத்த உதவியிருக்கக்கூடிய இந்த ஒரு கடமையினை அவர்கள் புறக்கணித்து விட்டதைக் கடைசி யாக இப்பொழுது கண்டுவருகிறார்கள்.

வர்க்கங்களின் உருவாக்கத்தின் இந்த நிகழ்ச்சிப் போக்குடன் பக்கம் பக்கமாக இன்னொன்றும் நடைபெற்று வந்தது. நிலத்தில் சாகுபடி செய்யும் குடும்பத்துக்குள்ளேயான இயல்பான உழைப்புப் பிரிவினை நலவாழ்வின் ஒரு குறிப்பிட்ட மட்டத்தில் கூடுதல் உழைப்புச் சக்தியாக ஒன்று அல்லது அதிகமான புது நபர்கள் சேர்த்துக் கொள்ளப் படுவதைச் சாத்தியமாக்கியது. இந்த நிலை நிலத்தின் மீதான பழைய பொதுவுடைமை ஏற்கெனவே குலைந்து போய்விட்ட அல்லது குறைந்தபட்சம் முந்தைய கூட்டுச் சாகுபடி அகற்றப்பட்டு அதனிடத்தில் துண்டுதுண்டான நிலங்களில் குறிப்பிட்ட குடும்பங்கள் சாகுபடி செய்து வந்த நாடுகளில் குறிப்பாகவும் நிலவியது. ஒரு மனிதனின் உழைப்புச் சக்தி இப்போது அதன் வெறும் பராமரிப்புக்கு அவசிய மானதைவிட அதிகமாக உற்பத்தி செய்யும் அளவுக்கு உற்பத்தி வளர்ச்சி யடைந்திருந்தது; கூடுதல் உழைப்புச் சக்திகளைப் பராமரிப்பதற்கான சாதனங்கள் இருந்தன; இதே போன்று அவற்றை வேலையில் ஈடுபடுத்தும் மார்க்கங்களும் இருந்தன; உழைப்புச் சக்தி ஒரு மதிப்பைப் பெற்றது. ஆனால் சமுதாயம் தானாகவும் அது கூறாக இருந்த அமைப்பும் கிடைக்கக்கூடிய உபரியான உழைப்புச் சக்திகளைக் கொடுக்கவில்லை. ஆனால் மறுபுறத்தில் போரால் இத்தகைய சக்திகள் வழங்கப்பட்டன, மற்றும் போர் பல சமுதாயங்களின் குழுக்கள் ஒன்றுக்கொன்று அக்கம் பக்கமாக ஏக காலத்தில் நிலவிய காலமுதலே பழமையானதாகும். அந்தக் காலம் வரையில் போர்க்கைதிகளை வைத்துக் கொண்டு என்ன செய்வது என்பதை எவரும் அறிந்திருக்கவில்லை, எனவே அவர்களை அப்படியே கொன்று விட்டார்கள்; இதற்கு முந்தைய கட்டத்தில் அவர்களைத் தின்றுவிட்டார்கள். ஆனால் இப்போது எட்டப் பட்டுள்ள "பொருளாதார நிலைமையின்" கட்டத்தில் கைதிகள் ஒரு மதிப்பைப் பெற்றார்கள்; எனவே அவர்களை வாழ அனுமதித்து அவர்களது உழைப்பைப் பயன்படுத்த முற்பட்டனர். இவ்வாறாக பலப்பிரயோகம் பொருளாதார நிலைமையைக் கட்டுப்படுத்துவதற்குப் பதில், அதற்கு மாறாகப் பொருளாதார நிலைமைக்குச் சேவை புரிய ஈடுபடுத்தப்பட்டது. அடிமைமுறை கண்டுபிடிக்கப்பட்டிருந்தது. பழைய சமுதாய குடிவாழ் கூட்டு நிலை கடந்து வளர்ச்சியடைந்து வரும் எல்லா மக்களிடையிலும் அதுவரையில் மேலோங்கிய உற்பத்தி

வடிவமாகியது; ஆனால் இறுதியில் அவற்றின் வீழ்ச்சிக்கும் ஒரு பிரதான காரணமாக இருந்தது. அடிமைமுறைதான் விவசாயத்துக்கும் தொழில் துறைக்கும் இடையே உழைப்புப் பிரிவினையைப் பெரிய அளவில் முதன்முதலாக சாத்தியமாக்கியது. இதன் மூலம் கிரேக்கப் பண்பாட்டை, தொன்மை உலகின் கலாச்சார மலர்ச்சியையும் சாத்திய மாக்கியது. அடிமைமுறை இன்றி கிரேக்க அரசு இல்லை. கிரேக்கக் கலையோ விஞ்ஞானமோ இல்லை; அடிமைமுறை இன்றி ரோமன் சாம்ராஜ்ஜியம் இல்லை. கிரேக்கக் கலாச்சாரமும் ரோமன் சாம்ராஜ்ஜியமும் நிறுவிய அடித்தளம் இன்றி நவீன ஐரோப்பாவும் இல்லை. நமது பொருளாதார, அரசியல் மற்றும் அறிவுத்துறை வளர்ச்சி முழுவதும் அடிமைமுறை சர்வப் பொதுவாக அங்கீகரிக்கப் பட்ட அளவுக்கு அவசியமானதாயும் இருக்கும் ஒரு நிலையினை முன்னனுமானிக்கிறது என்பதை நாம் என்றும் மறந்து விடக்கூடாது. இந்தப் பொருளில் நாம்: தொல்பழமை அடிமைமுறை இன்றி நவீன சோஷலிசம் இல்லை என்று கூற உரிமையுண்டு.

அடிமைமுறை மற்றும் அது போன்ற விஷயங்களை எதிர்த்துப் பொதுவான முறையில் தாக்கிப் பேசுவதும், அத்தகைய கேவலங்களை எதிர்த்து உயர் தார்மிக ஆத்திரத்தை வெளிப்படுத்துவதும் மிகவும் எளிது. துரதிருஷ்டவசமாக இது எல்லோரும் அறிந்ததையே, சுட்டி அறிவிக்கிறது. அதாவது, இந்தத் தொல்பழம் அமைப்புகள் நமது இன்றைய நிலைமைகளுக்கோ மற்றும் இந்த நிலைமைகள் நிர்ணயம் செய்யும் உணர்ச்சிகளுக்கோ ஒத்ததாக இல்லை. ஆனால் இந்த அமைப்புகள் எவ்வாறு தோன்றின, அவை ஏன் நிலவின, வரலாற்றில் அவை என்ன பாத்திரம் வகித்தன என்பது குறித்து இது நமக்கு ஒரு வார்த்தைகூடச் சொல்லவில்லை. இந்தப் பிரச்சினைகளைப் பரிசீலிக்கும் போது - இது எவ்வளவு முரண்பாடானதாகவும், கொள்கைக்கு எதிரானதாகவும் ஒலித்தபோதிலும் சரி - அந்தக் காலத்தில் நிலவிய நிலைமைகளின் கீழ் அடிமைமுறை கொண்டு வரப்பட்டதானது ஒரு மாபெரும் முன்னேற்றப்படி என்று நாம் கூற வேண்டிய கட்டாயம் ஏற்பட்டுள்ளது. மனிதன் விலங்குகளிலிருந்து தோன்றினான் என்பதும், அதன் பின்விளைவாகத் தன்னைக் காட்டு மிராண்டித்தனத்திலிருந்து விடுவித்துக் கொள்ளக் காட்டுமிராண்டி மற்றும் கிட்டத்தட்ட மிருகத் தனமான முறைகளை அவன் பயன்படுத்த வேண்டி இருந்தது என்பதும் உண்மையே. எங்கு தொன்மையான கம்யூன்கள் தொடர்ந்து நிலவினவோ அங்கு - இந்தியா முதல் ருஷ்யா வரையில் - அவை ஆயிரக்கணக்கான ஆண்டுகள் அரசின் மிகவும் குரூரமான வடிவிலான கீழ்த்திசை கொடுங்கோன்மையின் அடிப்படையாக உருவாகியிருந்தன. இந்தச் சமுதாயங்கள் கலைக்கப்பட்ட இடங்களில் மட்டுமே மக்கள்

தம்மைத் தாமே முன்னேற்றிக் கொண்டார்கள், மற்றும் அவர்களது அடுத்த பொருளாதார முன்னேற்றம் அடிமை உழைப்பு மூலம் உற்பத்தியை அதிகரித்து வளர்ப்பதில் அமைந்திருந்தது. மனித உழைப்பு இன்னும் மிகக்குன்றிய அளவிலேயே உற்பத்தித் திறனுடையதாகவும், உயிர் வாழ்வதற்கு அவசியமாக உள்ளதை விடவும், அதிகமாக சிறிய உபரியையே வழங்குவது நீடிக்கும் வரை, உற்பத்திச் சக்திகளின் எந்த ஒரு அதிகரிப்பும், வாணிப விஸ்தரிப்பும், அரசு மற்றும் சட்டத்தின் வளர்ச்சியும், கலை மற்றும் விஞ்ஞானத்தினை நிறுவுவதும் மேலதிகமான உழைப்புப் பிரிவினை மூலம் மட்டுமே சாத்தியம் என்பது தெளிவு. இதற்கு அவசியமான அடிப்படை சாதாரணமான உடலுழைப்பைப் புரியும் வெகுஜனங்களுக்கும், உழைப்பை நெறியாண்மை செய்தும், வர்த்தகம் மற்றும் பொது விவகாரங்களை நடத்தியும் பிந்தைய கட்டத்தில் கலை மற்றும் விஞ்ஞானத்தில் தம்மை ஈடுபடுத்திக் கொண்டும் இருக்கும் ஒரு சில தனியுரிமைகள் பெற்ற நபர்களுக்கு மிடையிலான மாபெரும் உழைப்புப் பிரிவினையேயாகும். இந்த உழைப்புப் பிரிவினையின் ஆக சாமானியமான மிகவும் இயல்பான வடிவம் உண்மையில் அடிமைமுறையே. பழைய உலகத்தின் குறிப்பாக கிரீஸின் வரலாற்று நிலைமைகளில் வர்க்கப் பகைமைகளை அடிப் படையாகக் கொண்ட ஒரு சமூக அமைப்பை நோக்கிய முன்னேற்றம் அடிமைமுறையின் வடிவில் மட்டுமே வெற்றிகரமாக சாத்தியமாகும். இது அடிமைகளுக்கும் கூட ஒரு முன்னேற்றமே; பெருந்திரளான அடிமைகளாகச் சேர்த்துக் கொள்ளப்பட்ட போர்க்கைதிகள் முன்நாட்களில் போலக் கொல்லப்படாமலும், இன்னும் முந்தைய காலகட்டத்தில் போன்று உயிருடன் எரித்துத் தின்னப்படாமலும் குறைந்தபட்சம் தமது உயிர்களைப் பாதுகாத்துக் கொண்டார்கள்.

சுரண்டும் மற்றும் சுரண்டப்படும் ஆளும் மற்றும் ஒடுக்கப்படும் வர்க்கங்களுக்கிடையிலான இன்று வரையான எல்லா வரலாற்று வழிப் பகைமைகளுக்கும் காரணம் இந்த மனித உழைப்பின் ஓரளவு வளர்ச்சி குன்றிய உற்பத்தித் திறனே என்பதை இந்த இடத்தில் சேர்ப்பது நன்று. உண்மையில் உழைக்கும் மக்கள் தமது அவசியமான உழைப்பிலேயே இந்தளவு ஈடுபட்டிருக்கும் காலம் வரை, அவர்களுக்கு சமுதாயத்தின் பொது விவகாரங்களை - உழைப்பை நெறியாக்கம் செய்தல், அரசு விவகாரங்கள், சட்ட விஷயங்கள், கலை, விஞ்ஞானம் இத்தியாதிகளை - கவனிக்க நேரமில்லையோ அந்தக் காலம் வரையில் உண்மையான உழைப்பில் இருந்து விடுபட்டு இந்த விவகாரங்களை நிர்வாகம் செய்வதற்கு ஒரு தனி வர்க்கம் இடையறாது இருக்க வேண்டுவது அவசியமாகும், இந்த வர்க்கம் தனது சொந்த சாதகத்திற்காக உழைக்கும் வெகு ஜனங்கள் மீது மேலும் மேலும் அதிகமான உழைப்புப் பாரத்தைச்

சுமத்துவதில் என்றுமே தவறியதில்லை. நவீனத் தொழில்துறை எய்தியுள்ள உற்பத்திச் சக்திகளின் அளப்பரிய அதிகரிப்பு மட்டுமே சமுதாயத்தின் உறுப்பினர்கள் அனைவரிடையிலும் விதிவிலக்கு இன்றி உழைப்பைப் பங்கிடுவதைச் சாத்தியமாக்கியது, மற்றும் இதன் மூலம் ஒவ்வொரு தனி உறுப்பினரின் வேலை நேரத்தையும் கட்டுப்படுத்திச் சமுதாயத்தின் பொதுவான தத்துவார்த்த மற்றும் நடைமுறை விவகாரங்களில் கலந்து கொள்வதற்குப் போதிய விடுநேரம் எல்லோருக்கும் கிடைக்கும்படி செய்தது. எனவே இப்பொழுது மட்டுமே, ஆளும் மற்றும் சுரண்டும் வர்க்கம் அனைத்தும் மீமிகையாகி, உண்மையில் சமுதாய வளர்ச்சிக்கு ஒரு முட்டுக்கட்டையாகியுள்ளது. இப்பொழுது மட்டுமே அது "நேரடிப் பலப்பிரயோகத்தை" எந்தளவு அதிகமாகத் தன்னிடம் வைத்திருந்த பொழுதிலும் அது இரக்கமின்றி ஒழிக்கப்படும்.

எனவே கிரேக்கப் பண்பாடு அடிமை முறையின் மீது நிறுவப்பட்ட காரணத்தால் தமது ஆத்திரத்தை வெளிப்படுத்தும் ஹெர் டூரிங் இதே அளவு நியாயத்தோடு கிரேக்கர்கள் நீராவி எஞ்சின்களையோ அல்லது மின்சாரத் தந்திக் கம்பிகளையோ ஏன் வைத்திருக்கவில்லை என்று குற்றம் சாட்டலாம். நமது நவீன கூலி அடிமைத்தனத்தை அதன் சொந்த இயல்பால் (அதாவது நவீன சமுதாயத்தின் பொருளாதார விதிகள் மூலம்) அன்றி ஓரளவு மாற்றமடைந்த மட்டுப்படுத்தப்பட்ட அடிமைமுறையின் மரபு என்று மட்டுமே விளக்க முடியும் என்று அவர் அடித்துக் கூறும் பொழுது இது, கூலி உழைப்பு மற்றும் அடிமைமுறை இரண்டும் அடிமைத்தனத்தின் மற்றும் வர்க்க மேலாதிக்கத்தின் வடிவங்கள் மட்டுமே என்று பொருள்படும் - இது இவ்வாறே என்பதை ஒவ்வொரு குழந்தையும் அறியும் - அல்லது இத்துணிபுரை பொய்யாக இருக்க வேண்டும். சம நியாயத்துடன் நாம் கூலி உழைப்பு, மனிதனை மனிதன் தின்பதன் மட்டுப்படுத்தப்பட்ட வடிவம் என்று மட்டுமே விளக்க முடியும் என்று கூறலாம். இது தோற்கடிக்கப்பட்ட விரோதிகளைப் பயன்படுத்திய சர்வப் பொதுவான ஆதிகாலத்திய வடிவம் என்று இப்போது நிலைநாட்டப்பட்டு விட்டது.

எனவே, பொருளாதார வளர்ச்சியுடன் வேறுபடுத்திப் பார்க்கின், பலப்பிரயோகம் வரலாற்றில் வகித்துள்ள பாத்திரம் தெளிவாகிறது. முதலாவதாக, அரசியல் அதிகாரம் அனைத்தும் ஆரம்பத்தில் ஒரு பொருளாதார, சமூகப் பணியை அடிப்படையாக்கியதாகும். ஆதிகால சமுதாயம் கலைக்கப்பட்டதன் மூலம் தனிப்பட்ட உற்பத்தியாளர்களாக மாற்றமடைந்து, இவ்வாறாக, சமூகத்தின் பொதுப் பணிகளை நிர்வாகம் செய்பவர்களிடமிருந்து மேலும் மேலும் விலகிச் செல்லும் சமூக உறுப்பினர்களின் விகிதாச்சாரத்திற்கேற்ப அரசியல் அதிகாரம் அதிகரிக்கிறது. இரண்டாவதாக, அரசியல் சக்தி சமூகத்தைப் பொறுத்த

வரை தன்னைத் தானே சுதந்திரமாக்கிக் கொண்ட பிறகு தன்னைத் தானே அதன் வேலையாள் நிலையிலிருந்து எஜமானனாக மாற்றிக் கொண்ட பிறகு, அது இரண்டு வெவ்வேறு திசைகளில் செயல்பட முடியும். இது இயல்பான பொருளாதார வளர்ச்சி என்ற பொருளிலும் திசையிலும் செயல்படுகிறது. அவ்வாறாயின் அவற்றிடையே மோதல் எழுவதில்லை. பொருளாதார வளர்ச்சி முடுக்கப்படுகிறது. அல்லது, அது பொருளாதார வளர்ச்சிக்கு எதிராகச் செயல்படுகிறது. அவ்வாறாயின் பொதுவாக ஒரு சில விதிவிலக்குகளுடன் இந்தச் சக்தி அதற்குச் சரணடைகிறது. இந்த ஒரு சில விதிவிலக்குகள் தனிப்பட்டதான படையெடுப்பு நிகழ்ச்சிகளாகும். இவற்றில் அதிகக் காட்டுமிராண்டிகளான படையெடுப்பாளர்கள் ஒரு நாட்டின் மக்களை அழித்தொழித்தார்கள் அல்லது வெளியே துரத்தினார்கள், எப்படிப் பயன்படுத்துவது என்பது தெரியாததால் உற்பத்திச் சக்திகளை வீணடித்தார்கள் அல்லது அழிந்து போகும்படி விட்டார்கள். ஸ்பெயினில் மூர்களின் உயர் வளர்ச்சி யடைந்த விவசாயமும் தோட்டக்கலையும் சார்ந்திருந்த பாசனத் திட்டங் களில் பெரும்பகுதியை கிறித்தவர்கள் இவ்வாறுதாம் நாசம் செய் தார்கள். மேலும் அதிக காட்டுமிராண்டித்தனம் கொண்ட மக்களின் ஒவ்வொரு படையெடுப்பும் பொருளாதார வளர்ச்சியின் போக்கை குலைவு செய்து எண்ணற்ற உற்பத்திச் சக்திகளை அழிக்கிறது. படை யெடுத்து நாடு பிடித்தல் நிரந்தரமாகிவிட்ட அளப்பரிய பெரும் பாலான சம்பவங்களில் அதிகக் காட்டுமிராண்டிகளான படையெடுப் பாளர் படையெடுத்தடக்கல் மூலம் எழும் உயர் "பொருளாதார நிலைமைக்கு" ஏற்பத் தம்மைத்தாமே மாற்றியமைத்துக் கொள்ளும்படி நேருகிறது; அவர் தோற்கடிக்கப்பட்டவர்களால் தன்வயப்படுத்தப் பட்டு, பெரும்பாலான இடங்களில் அவர்களது மொழியைக் கூட ஏற்றுக்கொள்ளும்படி நேருகிறது. ஆனால் படையெடுப்பு சம்பவங்கள் நீங்கலாக, ஒரு நாட்டின் உள்நாட்டு அரசு அதிகாரம் அதன் பொருளாதார வளர்ச்சிக்குப் பகைமையாக இருக்குமானால் - கடந்த காலத்தில் கிட்டத்தட்ட எல்லா அரசியல் ஆட்சிகளின் விஷயத்திலும் ஒரு குறிப்பிட்ட கட்டத்தில் நிகழ்ந்தது போன்று, - இந்த மோதல் எப்பொழுதும் அரசியல் அதிகாரத்தின் வீழ்ச்சியிலேயே போய் முடிந்தது. மாறுதல் இன்றியும் விதிவிலக்கு இன்றியும் பொருளாதார வளர்ச்சி வலிந்து முன் சென்றுள்ளது - இதற்கான மிகவும் அணித்தமான ஆக எடுப்பான உதாரணமாக மாபெரும் பிரெஞ்சுப் புரட்சியை நாம் ஏற்கெனவே சுட்டிக் காட்டியுள்ளோம். ஹெர் டூரிங்கின் தத்துவத்திற்கு ஏற்ப சம்பந்தப்பட்ட ஒரு நாட்டின் பொருளாதார நிலைமையும் அதனுடன் கூடவே பொருளாதாரக் கட்டமைப்பும் அரசியல் பலப்பிரயோகத்தை அப்படியே சார்ந்திருக்குமானால், ஏன் நாலாவது

ஃபிரெடெரிக் வில்கெல்ம் 1848-க்குப் பிறகு அவரது "அற்புதமான சேனை"[110] இருந்தும் கூட அவரது நாட்டில் அப்பொழுதுதான் வளர்ச்சியுற்று வந்த பெருவீதத் தொழில், ரயில்வே, நீராவி இயந்திரங்கள் ஆகியவற்றுடன் மத்தியகால கில்டுகளையும், இதர கற்பனா விசித்திரங் களையும் ஒட்டி இணைப்பதில் அவர் ஏன் வெற்றியடையவில்லை; அல்லது இதைவிடவும் அதிக சக்திவாய்ந்த சாதனங்களை வைத்திருந்த ருஷ்யாவின் ஜார் மேற்கு ஐரோப்பாவின் "பொருளாதார நிலையிடம்" இருந்து தொடர்ந்து கடன் வாங்காமல் தனது கடன்களைத் திருப்பிச் செலுத்த ஏன் முடியவில்லை என்பது மட்டுமல்ல தனது "படை பலத்தை" பராமரிக்கவும் கூட ஏன் முடியவில்லை என்பதைப் புரிந்து கொள்வது முற்றிலும் அசாத்தியமே.

ஹெர் டூரிங்குக்குப் பலப்பிரயோகம் முற்ற முழுத் தீம்பு; பலப் பிரயோகத்தின் முதல் செயலே அவர் கருத்துப்படி ஆரம்பப் பாவம்; அவரது முழு விளக்கமும் இந்த ஆரம்பப் பாவத்தால் நிறைவு செய்யப் பட்ட பிந்தைய வரலாறு முழுவதும் தூய்மை கெடுக்கப்பட்டது பற்றிய ஒப்பாரியே; பலப்பிரயோகம் என்ற இந்தக் கொடிய சக்தியால் எல்லா இயற்கை மற்றும் சமூகச் சட்டங்கள் கேவலமான முறையில் வக்கிரப் படுத்தப்பட்டுள்ளது பற்றிய ஒப்பாரி. அந்தப் பலப்பிரயோகம் வரலாற்றில் மேலும் இன்னொரு பாத்திரத்தை - ஒரு புரட்சிகரமான பாத்திரத்தை - வகிக்கிறது. மார்க்சின் சொற்களில் அது புதிய சமூக அமைப்பினைக் கருக் கொண்டிருக்கும் ஒவ்வொரு பழைய சமூக அமைப்புக்குமான மருத்துவச்சி,[111] சமுதாய இயக்கங்கள் வலிந்து முன்னேறி, செத்த, வழக்காறற்றதான அரசியல் வடிவங்களைத் தகர்த்தெறிய உதவும் கருவியாகும் - இதைப்பற்றி ஹெர் டூரிங் நூல்களில் ஒரு வார்த்தை கூட இல்லை. துரதிருஷ்டவசமாகப் பலப்பிரயோகத்தின் உபயோகம் அனைத்தும் அதைப் பயன்படுத்தும் வரை உரங்குலையச் செய்யும் காரணத்தால் - சுரண்டும் ஒரு பொருளாதார அமைப்பை வீழ்த்து வதற்குப் பலப்பிரயோகம் ஒருக்கால் அவசியப்படும் சாத்தியக்கூறு இருக்கலாம் என்று அவர் பெருமூச்சும் புலம்பலும் காட்டி ஒப்புக் கொள்கிறார். வெற்றிவாகை சூடிய ஒவ்வொரு புரட்சியும் வழங்கியுள்ள அளப்பரிய தார்மிக மற்றும் ஆன்மிக ஊக்குவிப்புக்குப் பிறகு இந்த நிலை! ஜெர்மனியில் முப்பதாண்டுப் போரின் படுதோல்வியைத் தொடர்ந்து நாட்டின் மனப்பாங்கில் ஊடுருவிய அடிமைத்தனத்தை அழித்துத் துடைக்கும் சாதகத்தைக் கண்ட மக்கள் மீது பலவந்தமாகத் திணிக்கப்பட்ட வன்முறை மோதல் நடைபெறும் பொழுதில் இந்த நிலை. இந்தச் சமயகுருவின் எழுச்சியற்ற, உணர்ச்சித் தூண்டாத ஆண்மையற்ற சிந்தனைப் பாங்கு, வரலாறு இதுகாறும் அறிந்துள்ளதான மிகப் புரட்சிகரமான கட்சி மீது தானே திணித்துக்கொள்வது போலத் தோன்றுகிறது!

5. மதிப்பின் தத்துவம்

பத்தொன்பதாம் நூற்றாண்டின் துவக்கத்திற்குள்ளேயே முப்பது பதிப்புகள் வெளியாகிவிட்ட ஒரு நூல் லைப்சிக்கில் பிரசுரிக்கப்பட்டு சுமார் நூற்றாண்டுகள் கடந்து விட்டன; இந்த நூல் நகரத்திலும் நாட்டுப்புறத்திலும் அதிகாரிகளால், சமயப் பிரச்சாரகர்களால் மற்றும் எல்லாவகையான பரோபகாரிகளால் பரப்பப்பட்டு வினியோகம் செய்யப்பட்டது. ஆரம்பப் பள்ளிகளில் பாடபுத்தகமாகப் பயன்படுத்த வேண்டும் என்று பொதுவாக சிபாரிசு செய்யப்பட்டது. இந்த நூல் ரோஹவ் எழுதிய குழந்தைகளின் நண்பன்[112] என்பதாகும். இதன் நோக்கம் விவசாயிகள் மற்றும் கைவினைஞர்களின் இளம் ஈற்றுகளுக்கு அவர்களது வாழ்க்கைத் தொழில், சமுதாயத்திலும் நாட்டிலும் அவர்களது மேலாளர்களுடனான கடமைகள் ஆகியவற்றை போதித்து, உலகில் அவர்களுக்குக் கிடைத்துள்ளதை வைத்துக் கொண்டு - கறுப்பு ரொட்டி, உருளைக்கிழங்கு, அடிமை உழைப்பு, குறைந்த கூலி, தந்தை பாணியில் தண்டப் பிரயோகம் இது போன்ற இன்பகரமானவற்றை எல்லாம் வைத்துக்கொண்டு - நலன் செய்கிற போதுமென்ற மனதுடன் வாழும்படி உத்வேகமூட்டுவதும் ஆகும். இவையாவும் அந்தக் காலத்தில் வழக்கத்தில் இருந்த அறிவொளி அமைப்பின் மூலமே செய்யப்பட்டன. இந்த நோக்கத்தைக் கருத்தில் கொண்டு, இயற்கை எவ்வாறு அறிவான முறையில் மனிதன் தனது பிழைப்பையும் தன் இன்பங்களையும் உழைப்பின் மூலம் பெறவேண்டும் என்று ஆணையிட்டுள்ளது என்பதையும், எனவே செல்வந்த பகாசுரர் போன்று அஜீரணம் அல்லது மலச்சிக்கல் வாதனைகளால் துன்புறாமல் சுவையான சிறு பண்டங்களை வெறுப்புடன் விழுங்காமல் மாறாகத் தமது உணவுக்குக் கடும் உழைப்பால் தனிச்சுவையூட்டும் பேறு வழங்கப்பட்டிருப்பது குறித்த விவசாயியும் கைவினைஞரும் எவ்வளவு ஆனந்தமடைய வேண்டும் எனவும் நகரங்களிலும் நாட்டுப்புறத்திலுமுள்ள இளைஞர்களுக்கு அறிவுரை கூறப்பட்டது. தமது காலத்திய சாக்சனி விவசாயச் சிறுவர் சிறுமியருக்கு நல்லது என்று பழைய ரோஹவ் கருதிய அதே வெற்றுரைகள் ஹெர் டூரிங்கால் அவரது பாடம் நூல் 14-ம் பக்கத்திலும் தொடர்ந்த பக்கங்களிலும் ஆக நவீனமான அரசியல் பொருளாதாரத்தின் “முற்ற முழு மூலாதார” அடிப்படை என்று வழங்கப்பட்டுள்ளன.

“மனிதத் தேவைகள் என்ற முறையில் அவற்றுக்கு இயற்கை விதிகள் உள்ளன, அவற்றின் விரிவாக்கம் வரையறைகளுக்குள்

கட்டுப்படுத்தப்பட்டுள்ளது; இதை இயற்கைக்குப் புறம்பான செயல்களால் மட்டுமே, ஒரு குறிப்பிட்ட காலத்திற்கு மட்டுமே, இந்தச் செயல்கள் அருவருப்பு, வாழ்க்கைச் சோர்வு, தளர்ச்சி, சமூக முடமாக்கல், இறுதியில் நன்மை தரும் அழிவில் போய் முடியும் வரையில் மட்டுமே மீறமுடியும்... எவ்விதமான மேலும் பொறுப்பான நோக்கம் இன்றி முற்றிலும் இன்பங்களையே கொண்ட ஒரு வாழ்க்கை விளையாட்டு ஒருவரை விரைவில் தெவிட்டி விடுகிறது அல்லது மொத்தத்தில் இது போன்றே உணரும் ஆற்றல் அனைத்தையும் தீர்த்து விடுகிறது. எனவே ஏதாவது ஒரு வடிவிலான உண்மை உழைப்பு ஆரோக்கியமுள்ள ஜீவிகளின் இயற்கைச் சமூக விதியாகும்... இயல்பூக்கங்களுக்கும் தேவைகளுக்கும் சரிசம எதிராற்றல்கள் வகை செய்யப்படா விட்டால் வரலாற்று முறையில் முனைப்பாக்கப் பெற்றதான வாழ்க்கை வளர்ச்சி என்பது ஒருபுறமிருக்க அவை நமக்குச் சிறுபிள்ளைத்தனமான வாழ்வைக் கூடக் கொண்டுவருவது அரிதாக இருக்கும். வரம்பின்றியும், முயற்சிகள் இன்றியும் அவா நிறைவினைக் காண முடியுமானால், அவை விரைவில் தீர்ந்து போய், தேவைகள் மீண்டும் உணரப்படும் வரையில் சலிப்புத் தரும் இடைவேளைகள் வடிவிலான ஒரு வெறுமையான வாழ்வை விடுத்துச் செல்லும்... எனவே, எல்லா வகைகளிலும், இயல்பூக்கங்கள் மற்றும் மனவெழுச்சிகளை நிறைவுசெய்வது பொருளாதாரத் தடைகளை வென்று சமாளிப்பதைச் சார்ந்திருக்கிறது என்ற உண்மை இயற்கையின் புற ஏற்பாடு மற்றும் மனிதனின் உள் இயைபு இரண்டுக்கும் நன்மை விளைக்கும் அடிப்படை விதியாகும்" - இவ்வாறு.

மதிப்புக்குரிய ரோஹவின் ஆகச் சாதாரணமான சாமானியப் பழஞ்செய்திகள், ஹெர் டூரிங் நூலில் தமது நூற்றாண்டு விழாவைக் கொண்டாடுவதை, மேலும் இது ஒன்றே இது மட்டுமே "சமூக இயல்பு சார்ந்த அமைப்பின்" ["socialitarian system"] உண்மையான விமர்சன மற்றும் விஞ்ஞானத்தின் "மேலும் ஆழமான அடித்தளம்" என்று கொண்டாடுவதைக் காணலாம்.

இவ்வாறு அடித்தளங்களை நிறுவியபின், ஹெர் டூரிங் நிர்மாணிக்கத் தொடங்கலாம். கணிதவியல் முறையினைப் பயன்படுத்தி அவர் நமக்குப் பழைமையான யூக்லிடின் உதாரணங்களைப் பின்பற்றி வரிசையாகப் பல வரையறுப்புகளைத் தருகிறார்.[113] இது மிகவும் வசதியாக இருக்கிறது, காரணம் இது, அவற்றின் உதவியுடன் நிரூபிக்கப் பட வேண்டியது ஏற்கெனவே அதில் ஓரளவுக்கு அடங்கியிருக்கிறது

என்ற வகையில் தமது வரையறுப்புகளை அவர் உடனடியாகப் புனைந்து தோற்றுவிக்க முடிகிறது. எனவே நாம் துவக்கத்திலேயே,

முந்தைய அரசியல் பொருளாதாரம் அனைத்திலும் ஆளுமை செய்யும் கருத்தமைப்பு செல்வமே என்பதையும், இதுகாறும் உண்மையில் புரிந்து கொள்ளப்பட்டதும் உலக வரலாற்றில் தனது ஆட்சியைப் பெருக்கிக் கொண்டிருப்பதுமான செல்வம் "மனிதர்கள் மற்றும் வஸ்துக்கள் மீதான பொருளாதார அதிகாரம்" என்பதையும் அறிந்து கொள்கிறோம்.

இது இரட்டிப்பான தவறு. முதலாவதாக, பழங்காலத்திய குலத்தினது மற்றும் கிராம சமுதாயங்களின் செல்வம் எவ்வகையிலும் மனிதர்கள் மீது ஆதிக்கம் செலுத்தவில்லை. இரண்டாவதாக, வர்க்கப் பகைமைகளில் இயங்கிவரும் சமூகங்களில்கூட மனிதர்கள் மீதான ஆதிக்கத்தை உள்ளடக்குவது வரை செல்வம், மனிதர்கள் மீதான ஆதிக்கத்தை, வஸ்துக்களின் மீதான ஆதிக்கத்தின் காரணமாகவும், அதன் இயக்க ஏற்பாடு மூலமும் பிரதானமாயும் கிட்டத்தட்ட முழுமையாகவும் செயல்படுத்துகிறது. அடிமைகளைப் பிடிப்பதும் அடிமைகளைச் சுரண்டுவதும் தொழிலின் தனிப் பிரிவாகிவிட்ட மிக ஆரம்ப காலகட்டம் தொட்டே அடிமை உழைப்பினைச் சுரண்டுவோர் அடிமையினை வாங்கும் விலை, அவனது பிழைப்புச் சாதனங்கள் மற்றும் உழைப்புக் கருவிகள் போல வஸ்துக்கள் மீதான முன்கூட்டியே கட்டுப்பாடு மூலம் மனிதர்கள் மீது கட்டுப்பாட்டை பெற்றே, அடிமைகளை விலைக்கு வாங்க வேண்டியிருந்தது. மத்திய காலகட்டங்கள் முழுவதும், நிலப்பிரபுக்கள் பணியீட்டு வாரம் [quit-rent] விவசாயிகளையும் ஊதியமில்லா உழைப்பைத் தரும் [corvee] விவசாயிகளையும் வைத்திருப்பதற்கு சாதனமாகப் பெரிய நிலவுடைமை முன்தேவையாக இருந்தது. இற்றை நாட்களில் செல்வம் தன் வசமுள்ள பொருட்களைக் கொண்டே முழுமையாகவும் மனிதர்கள் மீது ஆதிக்கம் செலுத்துகிறது என்பதை ஓர் ஆறுவயதுக் குழந்தைக் கூடப் பார்க்கிறது.

ஆனால் செல்வம் பற்றிய இந்தப் பொய்யான வரையறுப்பைப் புனை சுருட்டுச் செய்யுமாறு ஹெர் டூரிங்கை இயக்குவித்தது என்ன? முன்னாள் அனைத்து வர்க்க சமூகங்களிலும் நிலவிய உண்மையான தொடர்புகளை அவர் அறுத்துக்கொள்ள நேர்ந்தது ஏன்? செல்வத்தைப் பொருளாதாரத்தின் துறையில் இருந்து தார்மிகத் துறைக்கு இழுக்கும் பொருட்டு அவர் முயன்றதே. பொருட்களின் மீதான ஆதிக்கம் முற்றிலும் சரி, ஆனால் மனிதர்கள் மீதான ஆதிக்கம் தீமையான காரியம்; பொருட்களின் மீதான ஆதிக்கத்தைக் கொண்டு மனிதர்கள் மீதான ஆதிக்கம் விளக்கப்படுவதை ஹெர் டூரிங் தமக்குத் தாமே தடை

செய்து கொண்டிருப்பதால், அவர் மீண்டும் ஒருமுறை ஒரு துணிச்சலான தந்திரத்தைச் செய்து தமது அன்புக்குரிய பலப்பிரயோகம் மூலம் மனிதர்கள் மீதான ஆதிக்கத்தை முன்னேற்பாடின்றி விளக்கலாம். மனிதர்கள் மீதான ஆதிக்கம் என்ற முறையில் செல்வம் "கொள்ளை யடித்தல்" ஆகும் - இதோடு நாம் "சொத்து என்பது திருட்டு"[114] என்ற புரூதோனின் பழங்கால வாய்ப்பாடின் தூய்மை கெடுக்கப்பட்ட வாசகத்திற்கு வருகிறோம்.

இவ்வாறு நாம் செல்வத்தை இரு இன்றியமையாத அம்சங்களான உற்பத்தி மற்றும் வினியோகம் என்பவற்றின் கீழ் மிகவும் பத்திரமாக இப்போது கொண்டுவந்து விட்டோம்: பொருட்கள் மீது ஆதிக்கம் செலுத்தும் வகையிலான செல்வம், உற்பத்திச் செல்வம் - நல்ல அம்சம்; மனிதர்கள் மீது ஆதிக்கம் செலுத்தும் செல்வம், வினியோகச் செல்வம் இன்றுவரை - மோசமான அம்சம். அது ஒழிக! இன்றைய நிலைமை களுக்குப் பிரயோகித்துப் பார்த்தால், இதன் பொருள்; முதலாளித்துவ உற்பத்திமுறை முற்றிலும் நல்லது, இது இருக்கலாம். ஆனால் முதலாளித்துவ வினியோக முறை நல்லதல்ல. அது ஒழிக்கப்பட வேண்டும். உற்பத்திக்கும் வினியோகத்துக்கும் இடையிலான தொடர்பைக் கூடப் புரிந்து கொள்ளாமல் பொருளியல் பற்றி எழுதுவதால் வரும் மடத்தனம் இவ்வாறு உள்ளது.

செல்வத்தினை ஒட்டி மதிப்பு பின்வருமாறு வரையறுக்கப் படுகிறது.

"மதிப்பு என்பது வாணிபத்தில் பொருளாதார வஸ்துக்களும் சேவைகளும் கொண்டுள்ள தகுதியாகும்". இந்தத் தகுதி "விலை அல்லது இதற்கு இணையான வேறு ஒரு பெயருக்கு - உதாரண மாக கூலிக்குச் சமமானதாகும்."

வேறு சொற்களில் கூறினால் மதிப்பு என்பது விலையாகும். ஹெர் டூரிங்குக்கு அநீதி செய்யாமலும் அவரது வரையறுப்பின் அபத்தத்தைக் கூடுமான வரையில் அவரது சொந்தச் சொற்களிலேயே கூறுவோ மானால்: மதிப்பு என்பது விலைகள். ஏனெனில் அவர் 19 ஆம் பக்கத்தில் கூறுகிறார்:

"மதிப்பும் அதனைப் பணத்தில் வெளிப்படுத்தும் விலைகளும்"

இவ்வாறாகத் தாமே ஒரே மதிப்புக்குப் பல்வேறு விலைகளும் இதன் பின்விளைவாக இதே போன்று பல வெவ்வேறு மதிப்புகளும் பற்றி அவர் குறிப்பிடுகிறார். ஹெகல் நீண்ட கால முன்பே இறக்காமல் இருந்திருப்பாரானால் அவர் தமக்குத் தாமே தூக்குப் போட்டுக் கொண்டிருப்பார்; அவரது இறைமையியல் எல்லாம் இருப்பினும்

எவ்வளவு விலைகள் உள்ளனவோ அவ்வளவு வெவ்வேறு மதிப்புகளை யுடைய இந்த மதிப்பு பற்றி அவர் நினைத்துப் பார்த்திருக்கமாட்டார். விலைக்கும் மதிப்புக்கும் இடையே, ஒன்று பணத்தினால் குறிக்கப் படுகிறது மற்றது குறிக்கப்படவில்லை என்பதைத் தவிர வித்தியாசம் எதுவும் இல்லை என்ற சாற்றுதலுடன் பொருளியலின் ஒரு புதிய "மேலும் ஆழமான அடித்தளத்தைத்" துவக்கிவைக்க, மீண்டும் ஒரு முறை ஹெர் டூரிங்கின் நேர்நிலை உறுதிப்பாடு உள்ள ஏதாவது ஒருவர் தேவை.

ஆனால் இவை அனைத்தும் இன்னும் நமக்கு மதிப்பு என்பது என்ன என்பதைப் பற்றியோ, இன்னுங் குறைவாக இது எதனால் நிர்ணயிக்கப்படுகிறது என்பதைப் பற்றியோ எடுத்துக் கூறவில்லை. எனவே ஹெர் டூரிங் இன்னும் அதிக விளக்கங்களை எதிரிட வேண்டும்.

> "முற்றிலும் பொதுவாகக் கூறுமிடத்து, மதிப்பும் அதைப் பணத்தினால் குறிக்கும் விலைகளும் எதைச் சார்ந்து நிற்கின்றனவோ அந்த ஒப்புநோக்கல் மற்றும் மதிப்பீடு செய்தலின் அடிப்படை விதி, மதிப்பின் கருத்துருவத்தில் இரண்டாவது கூறினை மட்டுமே புகுத்தும் வினியோகம் நீங்கலாக, முதலாவதாயும் அப்பட்டமான உற்பத்தித் துறைக்கே உரியதாகும். வஸ்துக்களைப் பெறுவது நோக்கி நெறியாண்மை செய்யப்படும் முயற்சிகளின் பாதையில் பல்வேறு வகையான இயற்கை நிலைமைகள் இடும் பெரிய அல்லது சிறிய தடைகளும், அவற்றின் காரணமாக அதிகமாகவோ அல்லது குறைவாகவோ பொருளாதார சக்தியைச் செலவிடும் அவசிய மேற்படுவதும்... பெரிய அல்லது குறைந்த மதிப்பை நிர்ணயிக்கிறது". இது "இயற்கையும் மற்றும் கால இட சந்தர்ப்பங் களும் வஸ்துக்களைப் பெறுவதற்குத் தோற்றுவிக்கும் எதிர்ப்புக்கு ஏற்ப மதிப்பிடப்படுகிறது... அவற்றில் (வஸ்துக்களில்) நாம் நமது சொந்த சக்தியை எந்தளவுக்கு ஈடுபடுத்துகிறோமோ அது பொதுவாக மதிப்பு நிலவுவதனை, மற்றும் அதற்குரிய ஒரு குறிப்பிட்ட பரிமாணத்தினை உடனே நிர்ணயிக்கும் காரண மாகும்."

இதில் ஏதாவது பொருள் இருப்பின் அது பின்வருமாறு: உழைப்பாலான ஒரு உற்பத்திப் பொருளின் மதிப்பு அதன் உற்பத்திக்கு அவசியமான உழைப்பு நேரத்தினால் நிர்ணயிக்கப்படுகிறது; ஹெர் டூரிங் இல்லாமலே இதை நாம் நெடுங்காலம் முன்பே அறிவோம். உண்மையை அப்படியே எடுத்துக் கூறாமல் அவர் அதை ஒரு பொய்யா மொழி வாசகமாகத் திரிக்க வேண்டியுள்ளது. எவராவது எதிலாவது தமது சக்திகளை ஈடுபடுத்தும் பரிமாணங்கள் (ஆரவார நடையை

ஒட்டி) மதிப்பினை மற்றும் மதிப்பின் உயர் பரிமாணத்தினை உடனடி நிர்ணயம் செய்யும் காரணம் என்று கூறுவது அப்படியே தவறு. முதலாவதாக, இந்தச் சக்தி எந்தப் பொருளில் போடப்பட்டது என்பதையும் இரண்டாவதாக, இந்தச் சக்தி எவ்வாறு போடப்பட்டது என்பதையும் இது சார்ந்திருக்கும். இதர மக்களுக்கு எவ்விதப் பயன் - மதிப்பும் இல்லாத ஒரு வஸ்துவை யாராவது ஒருவர் செய்தால் அவரது சக்தி முழுவதும் ஓர் அணுவளவான மதிப்பைக்கூட உற்பத்திச் செய்யாது; ஓர் இயந்திரம் இருபது மடங்கு மலிவாக உற்பத்திச் செய்யும் ஒரு பொருளைக் கைகளால் செய்யுமளவு பிடி முரண்டாக அவர் இருப்பாரானால் அவர் ஈடுபடுத்தும் சக்தியில் இருபதில் பத்தொன்பது பங்கும் பொதுவாக மதிப்பையோ குறிப்பாக மதிப்பின் உயர் பரிமாணத்தையோ விளைப்பதில்லை.

நேரடியான உற்பத்திப் பொருள்களை உருவாக்கும் உற்பத்தித் திறனுள்ள உழைப்பை, எதிர்ப்பைச் சமாளிக்கும் ஓர் எதிர்மறைக் கூறாக மட்டுமே மாற்றுவது முற்ற முழுமையான புரட்டாகும். ஒரு சட்டையை அடைவதற்குப் பின்வருமாறு செயல்பட வேண்டும்; விதைக்கப்படுவதையும் வளர்வதையும் பருத்திவிதை எதிர்ப்பதை முதலில் நாம் வென்று சமாளிக்க வேண்டும். பறித்துச் சுமை கட்டி ஏற்றி அனுப்பப்படுவதை முற்றிய பருத்தி எதிர்ப்பதையும், பிறகு கட்ட விழ்க்கப்பட்டுச் சிக்கெடுத்து நூற்கப்படுவதை எதிர்ப்பதையும், நெசவு செய்யப்படுவதை நூல் எதிர்ப்பதையும், சலவை செய்யப்பட்டுத் தைக்கப்படுவதைத் துணி எதிர்ப்பதையும் இறுதியாக முழுமையாக்கப் பட்ட சட்டை அணியப்படுவதை எதிர்ப்பதையும் வென்று சமாளிக்க வேண்டும்.

இந்தக் குழந்தைத்தனமான புரட்டும் வக்கரிப்பும் எல்லாம் எதற்கு? “எதிர்ப்பின்” மூலம் உண்மையான இதுவரையில் ஒரே லட்சிய மதிப்பாக இருந்த “உற்பத்தி மதிப்பில்” இருந்து பழைய வரலாற்றால் அது மட்டுமே ஒப்புக்கொள்ளப்பட்டதான பலப்பிரயோகத்தால் புரட்டுச் செய்யப்பட்ட மதிப்பான “வினியோக மதிப்புக்குக்” கடந்து செல்லத்தான்:

> “இயற்கை கொடுக்கும் எதிர்ப்புக்குக் கூடுதல்... இன்னும் ஒரு முற்றிலும் சமூகரீதியிலான தடையும் உள்ளது... மனிதனுக்கும் இயற்கைக்கும் இடையே ஒரு முட்டுக்கட்டை சக்தி தோன்று கிறது. இந்தச் சக்தி மீண்டும் ஒரு முறை மனிதனே. தனியாகவும் தனிப்பட்டவனாயும் கருதப்படும் மனிதன் இயற்கையினை ஒரு சுதந்திர ஜீவியாக எதிர்கொள்கிறான்... கையில் வாளுடன் இயற்கையின் அதன் செல்வாதாரங்களின் செல்வழிகளைப்

பிடித்து வைத்துக் கொண்டு அதனுள் பிரவேசிப்பதற்கு எந்த வடிவிலாயினும் சரி ஒரு விலையினைக் கோரும் இரண்டாவது மனிதனைப் பற்றி நாம் நினைத்தவுடன் நிலைமை வேறாகி விடுகிறது. இந்த இரண்டாம் மனிதன் - இப்படிச் சொல்லலாம் என்றால் - மற்றவன் மீது ஒரு வரி போடுகிறான்; பாடுபட்டதான பொருளின் மதிப்பு, இந்தப் பொருளைப் பெறவோ அல்லது உற்பத்திச் செய்வதற்கோ ஏற்பட்ட இந்த அரசியல் மற்றும் சமூக முட்டுக்கட்டை இருந்திராவிடில், மேலும் அதிகமாவதற்கு இது காரணமாகிறது… பொருட்களின் இந்தச் செயற்கையாக உயர்த்தப்பட்டதான தகுதியின் குறிப்பிட்ட வடிவங்கள் மிகமிகப் பல்வகைப் பட்டவை. இதற்குச் சமமான அளவுக்கு உழைப்பின் தகுதியைக் குறைப்பதற்கான இதனுடன் சேர்ந்த மறுபடிவம் இயல்பாகவே உள்ளது… எனவே மதிப்பை முன்கூட்டியே, இந்தச் சொல்லின் சரியான பொருளில், சமமானது என்றோ, அதாவது சம தகுதியுள்ள ஒன்று என்றோ, அல்லது சேவையும் எதிர் சேவையும் சமம் என்ற கோட்பாட்டிலிருந்து எழும் பரிமாற்ற உறவு என்றோ கருதமுயல்வது ஒரு பிரமையேயாகும்… இதற்கு நேர்மாறாக, சரியான மதிப்பு தத்துவத்தின் அளவுகோல் என்ன வென்றால், இந்தத் தத்துவத்தில் கருதிப் பார்க்கப்படும் மதிப் பீட்டின் ஆகப் பொதுவான காரணம், கட்டாய வினியோகத்தைச் சார்ந்து நிற்கும் தனித்தகுதி வடிவுடன் பொருத்தமாக அமையாது இருப்பதேயாகும். இந்த வடிவம் சமூக அமைப்புடன் வேறு படுகிறது. இதே பொழுதில் சரியான பொருளாதார மதிப்பு இயற்கையோடான உறவிலிருந்து வரையறுக்கப்பட்ட உற்பத்தி மதிப்பாக மட்டுமே இருக்க முடியும். இதன் பின்விளைவாக முற்றிலும் இயற்கையான மற்றும் தொழில் நுணுக்க வகையில் உற்பத்திக்கு ஏற்படும் தடைகளில் விளையும் மாற்றங்களுடன் மட்டுமே இது மாற்றமடையும்."

எனவே ஹெர் டூரிங்கின் கூற்றுப்படி நடைமுறையில் ஒரு பொருளுக்குள்ள மதிப்பு இரு பகுதிகளைக் கொண்டதாகும்: முதலாவது அதில் உள்ளுறைந்துள்ள உழைப்பு. இரண்டாவது "கையில் வாளேந்தி" திணிக்கப்பட்டதான வரி மூலமான மிகு கட்டணம். வேறு சொற்களில் கூறினால் நடைமுறையில் இன்று மதிப்பு என்பது ஒரு ஏகபோக விலையாகும். மதிப்புப் பற்றிய இந்தத் தத்துவத்திற்கு ஏற்ப எல்லாப் பண்டங்களுக்கும் இத்தகைய ஏகபோக விலைகள் இருக்குமானால் இரண்டு மாற்று நிலைகள் மட்டுமே சாத்தியம். ஒன்று ஒவ்வொரு தனிநபரும் விற்பனையாளர் என்ற முறையில் அவர் என்ன லாபமடைகிறாரோ அதை வாங்குவோர் என்ற

முறையில் மீண்டும் இழக்கிறார்; விலைகள் பெயரளவில் மாறியுள்ளன, ஆனால் உண்மையில் - அவற்றின் பரஸ்பர உறவில் - அப்படியே நீடித்திருக்கின்றன; எல்லாம் முன்பு போலவே இருக்கிறது. புகழ் மண்டியதான வினியோக மதிப்பு வெறும் பிரமையே.

அல்லது, மறுபுறத்தில் வரி மூலமான மிகு கட்டணங்கள் என்பவை மதிப்புகளின் நிஜமான தொகையினைப் பிரதிநிதித்துவப்படுத்து கின்றன. அதாவது இவை மதிப்பை உற்பத்திச் செய்யும் உழைக்கும் வர்க்கத்தால் படைக்கப்பட்டு ஆனால் ஏகபோக வர்க்கங்களால் சுவீகரிக்கப்படுகின்றன; மேலும் இந்த மதிப்புகளின் தொகை வெறும் ஊதியம் கொடுபடாத உழைப்பைக் கொண்டதாகும்; இந்த நிகழ்ச்சியில் கையில் வாளேந்திய மனிதன் இருந்த போதிலும், வரி மூலமான மிகு கட்டணங்கள் என்பவையும் அடித்துக்கூறும் வினியோக மதிப்பும் இருந்த போதிலும் நாம் மீண்டும் ஒரு முறை உபரிமதிப்புப் பற்றிய மார்க்சிய தத்துவத்திற்கே வந்து சேருகிறோம்.

புகழார்ந்த "வினியோக மதிப்பு" சம்பந்தமான சில உதாரணங் களைப் பார்ப்போம். 135 ம் பக்கத்திலும் அதைத் தொடர்ந்த பக்கங் களிலும் நாம் காண்கிறோம்:

> "தனிப்பட்ட போட்டியின் விளைவாக விலைகள் உருவாக்கப் படுவதைப் பொருளாதார வினியோகம் மற்றும் கப்பங்களைப் பரஸ்பரம் சுமத்துதலின் ஒரு வடிவமாகவும் கருத வேண்டும்... ஏதாவது அவசியப் பண்டத்தின் இருப்பு கணிசமான அளவுக்குத் திடீரென்று குறைக்கப்படுமானால் இது விற்பனையாளர்களுக்குச் சுரண்டுவதற்குரிய ஏறுமாறான சக்தியை அளிக்கிறது... அவசியப் பொருட்களின் சப்ளை நீண்ட காலத்திற்கு வெட்டப்படும் அந்த அசாதாரண நிலைமைகளால் இது எத்துணை பிரம்மாண்டமான அளவு விலைகளின் ஏற்றத்தை உண்டாக்கும் என்பது குறிப்பாகத் தெரிகிறது." மேலும் சகஜமான நிலைமைகளிலுங்கூட செயல் துறையில் உண்மையான தன்னிச்சையான விலை அதிகரிப்புகளை சாத்தியமாக்கும் ஏகபோகங்கள் நிலவுகின்றன; உதாரணமாக, ரயில்வே கம்பெனிகள், நகரங்களுக்கு நீர் மற்றும் எரிவாயு வழங்கும் கம்பெனிகளைச் சுட்டலாம்.

ஏகபோகச் சுரண்டலுக்கான இத்தகைய வாய்ப்புகள் நேரும் என்பது நீண்ட காலமாகத் தெரிந்ததே. ஆனால் இவை அளிக்கும் ஏகபோக விலைகள் விதிவிலக்குகளாகவோ மற்றும் தனி நிகழ்வுகளாகவோ வகை செய்யப்பட வேண்டியவையல்ல, மாறாக, இன்று அமுலில் உள்ள மதிப்புகளை நிர்ணயம் செய்யும் பழம்பெரும் உதாரணங்களாகக் குறிப்பாயும் வகைப்படுத்த வேண்டியவை - இது புதிது. வாழ்க்கையின்

அவசியப் பொருட்களின் விலைகள் எவ்வாறு நிர்ணயிக்கப்படுகின்றன? ஹெர் டூரிங் பதிலளிக்கிறார்: வினியோகம் வெட்டி முடக்கப்பட்டுள்ள முற்றுகையிலிருக்கும் நகரத்திற்குச் சென்று கண்டுபிடியுங்கள்! மார்க்கெட் விலைகளை நிர்ணயிப்பதில் போட்டிக்குள்ள செயல் விளைவு என்ன? ஏகபோகவாதிகளைக் கேளுங்கள் - அவர்கள் எல்லாவற்றையும் குறித்து உங்களிடம் கூறுவார்கள்!

அதைப் பற்றியவரை, இந்த ஏகபோகங்களின் விஷயத்திலுங்கூட அவற்றுக்குப் பின்னால் நிற்பதாகக் கருதப்படுகிற கையில் வாளேந்திய மனிதன் காணப்படவில்லை. இதற்கு நேர்மாறாக: முற்றுகையின் கீழ் இருக்கும் நகரங்களில் தளபதியான வாளேந்திய மனிதன் தனது கடமையைச் செய்வானானால், அவன் பொதுவாக ஏகபோகத்துக்கு வெகு விரைவில் முடிவு கட்டி ஏகபோகமாக்கப்பட்ட இருப்புகளை சம வினியோகத்திற்காக எடுத்துக் கொள்வான். எப்படியும் வாளேந்திய மனிதர்கள் ஒரு "வினியோக மதிப்பினைப்" புனைய முயன்ற பொழுது, மோசமான வர்த்தகம், நிதி நஷ்டம் தவிர வேறுஎதையும் பலனாகப் பெறவில்லை. கிழக்கு இந்திய வர்த்தகத்தை தமது ஏகபோகமாக்கியதோடு டச்சுக்காரர்கள் தமது ஏகபோகம் தமது வர்த்தகம் இரண்டையுமே நாசத்திற்கு இட்டுச் சென்றார்கள். எக்காலத்தும் நிலவியவற்றிடையே ஆக வலிமை மிகுந்த அரசாங்கங்களான வட அமெரிக்கப் புரட்சிகர அரசாங்கமும், பிரெஞ்சு தேசிய ஆளுமன்றமும் [National Convention] அதிகபட்ச விலைகளை நிர்ணயிக்க முயன்றன. அவை படுமோசமாகத் தோல்வியுற்றன. இப்போது சில ஆண்டுகளாக ருஷ்ய அரசாங்க ருஷ்யப் பண நோட்டின் பரிமாற்ற விகிதத்தை ருஷ்யா மீதான உண்டியல்கள் [bills] லண்டனில் தொடர்ந்து வாங்கப்பட்டு வருவதால் உயர்த்த முயன்று வருகிறது - இது பணம் திரும்பப்பெற முடியாத பாங்கு நோட்டுகள் தொடர்ச்சியாக வெளியிடப்பட்டு அதைக் குறைக்கின்றன. இந்தத் திருப்திக்காகக் கடந்த சில ஆண்டுகளில் அது கிட்டத்தட்ட 6 கோடி ரூபிள்கள் செலுத்த வேண்டி இருந்தது; இப்போது, மூன்று மார்க்குகளுக்கும் அதிகமாக இருந்த ரூபிளின் மதிப்பு இரண்டு மார்க்குகளுக்கும் குறைவாக உள்ளது. ஹெர் டூரிங்கால் சாட்டியுரைக்கப்பட்டபடி வாளுக்கு மாயஜாலப் பொருளாதார வல்லமைகள் இருக்குமானால் கெட்ட பணத்துக்கு நல்ல பணத்தின் "வினியோக மதிப்பைப்" பெறுமாறு நிரந்தரமாக கட்டாயப்படுத்துவதிலோ, அல்லது நோட்டுகளுக்குத் தங்கத்தின் "வினியோக மதிப்பைப்" பெறும் படி செய்வதிலோ ஏன் எந்த அரசும் வெற்றியடையவில்லை? உலகச் சந்தை மீது ஆணை செலுத்துகிற வாள் எங்கே?

பிரதி சேவைகள் இல்லாமல் இதர மக்களின் சேவைகளை சுவீகரிப்பதற்கு உதவும் வினியோக மதிப்புடைய இன்னொரு பிரதான

வடிவமும் உள்ளது: இது "உடைமை வாடகை". அதாவது நில வாரம் மற்றும் மூலதனத்தின் சம்பாத்தியமாகும். இந்தப் பெயர் போன "வினியோக மதிப்பில்" இருந்து நாம் படித்தறிந்தது முற்றும் இதுவே என்று நாம் கூறுவதற்கு இயலும் வகையில் தற்போதைக்கு நாம் இதை வெறும் பதிவு மட்டும் செய்து வைக்கிறோம். - எல்லாமா? இல்லை முற்றிலும் அல்ல. இதைக் கேளுங்கள்:

> "ஓர் உற்பத்தி மதிப்பையும் ஒரு வினியோக மதிப்பையும் அங்கீகரிப்பதில் தன்னைத் தானே வெளிக்காட்டிக் கொள்ளும் இரட்டிப்பான கண்ணோட்டம் இருப்பினும் இவற்றுக்கு அடிப் படையாக எப்போதும் எல்லா மதிப்புகளும் கொண்டுள்ளதான, எனவே அவற்றால் அளவிடப்படுகிற பொதுவான ஒரு சில இருக்கின்றன. நேரடியான இயற்கை அளவீடு சக்தியின் செலவீடே. இதில் ஆகச் சாமானியமான அலகு இச்சொல்லின் மிகவும் முருடான பொருளிலான மனித சக்தியாகும். பிந்தைய இதை வாழும் காலத்திற்குக் குறுக்கலாம்; இதன் சுய - பராமரிப்பு, சத்துணவு மற்றும் வாழ்க்கையிலான சில மொத்த இடர்ப்பாடு களை வென்று சமாளிப்பதைக் குறிக்கிறது. எங்கு உற்பத்திச் செய்யப்படாத பொருட்களைப் பகிர்ந்தளிக்கும் அதிகாரம், மேலும் சாமானியமான சொற்களில் கூறினால் இப்பொருட்கள் தாமே சேவைகளுக்கோ அல்லது உண்மையான உற்பத்தி மதிப் புடைய பொருட்களுக்கோ பரிவர்த்தனை செய்யப்படுகிறதோ அங்கு வினியோக அல்லது சுவீகரிப்பு மதிப்பு முழுமையான தனி வடிவில் நிலவும், மதிப்பின் ஒவ்வொரு வெளியீட்டிலும், எனவே பிரதி சேவை இல்லாமல் வினியோகம் மூலம் சுவீகரிக்கப்படுகிற மதிப்பின் உட்கூறான பகுதிகளிலும் சுட்டிக்காட்டப் பெற்றும் உருவமைப்புச் செய்யப்பட்டும் இருக்கும் ஒத்திசைவான கூறு... ஒவ்வொரு பண்டத்திலும்... உருவகம் பெற்றுள்ள மனித சக்தியின் செலவீட்டில் அடங்கியதாகும்."

இப்போது நாம் இதற்குக்கூற வேண்டுவது என்ன? எல்லாப் பண்ட மதிப்புகளும் பண்டங்களில் உருவகம் பெற்றுள்ள மனித சக்தியின் செலவீட்டால் அளவிடப்படுமானால் வினியோக மதிப்பு, விலையின் மிகு கட்டணம், வரி ஆகியவை என்னாவது? உண்மை, உற்பத்தி செய்யப்படாத பொருட்கள் - இதன் பின்விளைவாக உண்மை யான மதிப்பைப் பெற முடியாத பொருட்களுக்கும் கூட ஒரு வினியோக மதிப்பு அளிக்கப்பட்டு உற்பத்தி செய்யப்பட்ட, மதிப்பைக் கொண்டுள்ள பொருட்களுடன் பரிவர்த்தனை செய்து கொள்ளப்படலாம் என்று ஹெர் டூரிங் நம்மிடம் கூறுகிறார். அதே சமயம் எல்லா மதிப்புகளும் -

முழுமையான தனிப்பட்டதான வினியோக மதிப்புகளும் உட்பட - அவற்றுள் உருவகப்படுத்தப்பட்டுள்ள சக்திச் செலவீட்டில் அடக்க மாகியுள்ளன என்றும் நம்மிடம் கூறுகிறார். துரதிருஷ்டவசமாகச் சக்தியின் செலவீடு உற்பத்தி செய்யப்படாத பொருளில் எவ்வாறு உருவகம் பெற முடியும் என்பது பற்றி எமக்குக் கூறப்படவில்லை. இந்த மதிப்புகளின் கதம்பத்தில் இருந்து எப்படியும் ஒரு விஷயம் தெளிவாக எழுந்துள்ளதாகத் தோன்றுகிறது: அதாவது, வினியோக மதிப்பு, சமூக நிலைக் காரணமாகப் பண்டங்கள் மீது பறிக்கப்படும் விலையின் மிகு கட்டணம், வாளின் காரணமாக வசூலிக்கப்படும் இந்த வரியாவும் மீண்டும் பயனற்றதாகிவிடுகின்றன. பண்டங்களின் மதிப்புகள் முற்றிலுமாக மனித சக்தியின் செலவீட்டால், vulgo [உள்ளதைச் சொல்லப்போனால்] - அவற்றில் உருவகம் பெறும் உழைப்பால் நிர்ணயிக்கப்படுகின்றன. எனவே நில வாரம் மற்றும் ஒரு சில ஏகபோக, விலைகள் நீங்கலாக, பெருமளவு இகழ்ந்துரைக்கப் பெற்றதான மதிப்பைப் பற்றிய ரிக்கார்டோ - மார்க்சிய தத்துவம் மிகவும் தெளிவான, மேலும் துல்லியமான வடிவில் நீண்டகால முன்பு எதைக் கூறியதோ அதையே மேலும் ஒழுங்கற்ற குழப்பமான சொற்களில் ஹெர் டூரிங் கூறுகிறார்.

அவர் இதைக் கூறுகிறார், அதே மூச்சில் இதற்கு எதிரானதையும் கூறுகிறார். ரிக்கார்டோவின் ஆராய்வுகளைத் தமது துவக்க நிலையாக எடுத்துக்கொண்டு மார்க்ஸ் கூறுகிறார்: பண்டங்களின் மதிப்பு அவற்றின் மீது உருக்கொண்டுள்ள சமூக வழியில் அவசியமான பொதுவான மனித உழைப்பால் நிர்ணயிக்கப்படுகிறது. இது தன்னைப் பொறுத்தவரை அதன் கால வரையறையால் அளவிடப்படுகிறது. உழைப்பு எல்லா மதிப்புகளின் அளவீடுமாகும். ஆனால் உழைப்புக்குத் தானே எவ்வித மதிப்பும் இல்லை. உழைப்பை மதிப்பின் அளவீடாகத் தமது பாங்கற்ற முறையில் இதே போன்று முன்வைத்த பிறகு ஹெர் டூரிங் தொடர்கிறார்:

> உழைப்பு "அதை வாழும் காலத்திற்குக் குறுக்கலாம் இதன் சுய - பராமரிப்பு தன் பங்கிற்கு சத்துணவு மற்றும் வாழ்க்கையிலான சில மொத்த இடர்ப்பாடுகளை வென்று சமாளிப்பதைக் குறிக்கிறது."

இங்கு முக்கியமானதாக இருக்கும் ஒரே விஷயமான உழைப்பு - நேரத்தை மதிப்பை உருவாக்கவோ அல்லது அளவிடவோ இன்னும் எதுவும் செய்திராத வாழ்வுக் காலத்தோடு போட்டுக் குழப்புவதற்கு முற்றிலும் சுயமான அவரது ஆர்வமே காரணமாதலால் அதை நாம் பொருட்படுத்த வேண்டாம். இந்த வாழ்வு நேரம் புகுத்த உத்தேசித் துள்ள சுய பராமரிப்பு பற்றிய பொய்யான "சமூக இயல்பு சார்ந்த"

போலித்தனத்தையும் நாம் சட்டை செய்ய வேண்டாம்; இந்த உலகம் நிலவியிருந்த வரையில், தொடர்ந்து நிலவும் காலம் வரை ஒவ்வொரு தனிநபரும் தன்னைத் தானே பேணிக்கொள்ள வேண்டும் அதாவது தானே தனது பிழைப்புச் சாதனங்களைப் பயன்படுத்த வேண்டும். ஹெர் டூரிங் துல்லியமான பொருளாதாரச் சொற்களில் விளக்கம் தருவதாகக் கருதுவோம்; அப்பொழுது மேற்கோள் காட்டப்பட்ட வாக்கியம் ஒன்று எவ்விதப் பொருளும் இல்லாதது, அல்லது பின்வரும் பொருளைக் கொண்டதாக இருத்தல் வேண்டும்: ஒரு பண்டத்தின் மதிப்பு அதில் உருக்கொண்ட உழைப்பு - நேரத்தால் நிர்ணயிக்கப் படுகிறது. இந்த உழைப்பு - நேரத்தின் மதிப்பு இந்தக் கால அளவுக்குத் தொழிலாளியைப் பராமரிக்கத் தேவைப்படும் பிழைப்புச் சாதனங் களால் நிர்ணயிக்கப்படுகிறது. இன்றைய சமுதாய அமைப்புக்கு இதைப் பிரயோகித்தால் இதன் பொருள்: ஒரு பண்டத்தின் மதிப்பு அதனுள் அடங்கியிருக்கும் கூலியால் நிர்ணயிக்கப்படுகிறது என்பதாகும்.

இது இறுதியாக ஹெர் டூரிங் உண்மையிலேயே என்ன கூற முயல்கிறார் என்பதை நம்முள் கொண்டு வருகிறார். கொச்சையான பொருளியலாளர்களின் சொற்களில் கூறினால், ஒரு பண்டத்தின் மதிப்பு உற்பத்திச் செலவால் நிர்ணயிக்கப்படுகிறது.

இதற்கு மாறாக கேரி, "மதிப்பை நிர்ணயிப்பது உற்பத்திச் செலவு அல்ல மாறாக மறு உற்பத்திக்கான செலவே என்று உண்மையை வெளிக்கொண்டு வந்தார்" (விமர்சன வரலாறு, பக்கம் 401).

இந்த உற்பத்தி அல்லது மறு உற்பத்திச் செலவுகள் என்ன என்பதை நாம் பின்னால் பார்ப்போம்; தற்போதைக்கு நாம் இவை நன்கறிந்தபடி கூலி மற்றும் மூலதனம் மீதான லாபத்தைக் கொண்டதாக உள்ளன என்பதை மட்டுமே குறிப்பிடுகிறோம். கூலி பண்டங்களில் உருக் கொண்ட "சக்தியின் செலவீட்டைக்" குறிக்கிறது அதாவது உற்பத்தி மதிப்பு, லாபம் முதலாளி தனது கையில் உள்ள வாளான ஏகபோகம் காரணமாக அவர் பறிக்கும் வரி அல்லது விலையின் மிகு கட்டணத்தை - வினியோக மதிப்பினைக் குறிக்கிறது. இவ்வாறாக, டூரிங்கின் மதிப்புப் பற்றிய தத்துவத்தின் முழுமையான முரண்பாட்டுக் குழப்பத்திற்கு இறுதியாக மிகவும் அழகான மற்றும் ஒத்திசைவான தெளிவுடன் தீர்வு காணப்படுகிறது.

பண்டங்களின் மதிப்பைக் கூலி மூலம் நிர்ணயிப்பது (ஆடம் ஸ்மித்தின் நூல்களில் இது அக்கம் பக்கமாக உழைப்பு - நேரத்தின் மூலம் நிர்ணயிப்பதோடு சேர்ந்து அடிக்கடி வெளிவந்தது கொண் டிருந்தது) ரிக்கார்டோவுக்குப் பிறகு விஞ்ஞான அரசியல் பொருளியலில் இருந்து தடை செய்யப்பட்டுவிட்டது. இற்றை நாட்களில் இது

கொச்சையான பொருளியலில் மட்டுமே தொடர்ந்து நிலவுகிறது. இன்று நிலவும் முதலாளித்துவ சமூக அமைப்பின் அறிவாழமற்ற முகஸ்துதியாளர்கள் [sycophants] தான் குறிப்பாகவும் மதிப்பைக் கூலி மூலம் நிர்ணயிக்க வேண்டும் என்று பிரச்சாரம் செய்கிறார்கள். இதோடு கூடவே முதலாளிகளின் லாபத்தை இதே போன்ற உயர் வகையான கூலியாக மெட்டான நடத்தைக்கான கூலியாக (தனது மூலதனத்தை வெட்டிச் செலவு செய்யாதிருப்பதற்கான பரிசாக), இழப்பு அபாயத்திற்கான காப்புக் கட்டணமாக, நிர்வாகம் செய் வதற்கான கூலியாக என்றெல்லாம் வர்ணிக்கிறார்கள். லாபம் கொள்ளை யடிப்பு என்று கூறுவதில் மட்டுமே ஹெர் டூரிங் அவர்களிடமிருந்து வேறு படுகிறார். ஹெர் டூரிங் தமது சோஷலிசத்துக்கு மிகப் படுமோசமான வகையிலான கொச்சைப் பொருளியலை நேரடி அடிப்படையாக்கியுள்ளார். அவரது சோஷலிசத்திற்குரிய தகுதி இந்தக் கொச்சைப் பொருளியலுக்கு உள்ள தகுதியேயாகும். அவை வாழ்விலும் தாழ்விலும் சேர்ந்து நிற்கின்றன.

ஒரு தொழிலாளி என்ன உற்பத்திச் செய்கிறார், அவருடைய உழைப்புச் சக்திக்குச் செலவு என்ன என்பது ஓர் இயந்திரம் செய்யும் உற்பத்தியும் அதன் விலையும் போல மிகவும் வெவ்வேறான விஷயங்கள் என்பது தெளிவாகும். ஒரு பன்னிரெண்டு மணிநேர வேலை - நாளில் ஒரு தொழிலாளி படைக்கும் மதிப்புக்கும், தனது வேலை - நாளிலும் அதோடு செல்லும் ஓய்வு நேரத்திலும் அவன் பயன்படுத்தும் பிழைப்புச் சாதனங்களின் மதிப்புக்கும் இடையே பொதுவான எதுவும் கிடையாது. இந்தப் பிழைப்புச் சாதனங்களில் மூன்று, நான்கு அல்லது ஏழு மணி உழைப்பு நேரம், தொழிலாளர் உற்பத்தித் திறன் எட்டியுள்ள வளர்ச்சிக் கட்டத்தைச் சார்ந்து பல்வேறான அளவில் உருக்கொண் டிருக்கும். அவற்றின் உற்பத்திக்கு ஏழு மணிநேர உழைப்பு அவசியம் என்று நாம் கருதுவோமானால், பின்னர் ஹெர் டூரிங் ஏற்றுக் கொண்டுள்ள கொச்சைப் பொருளியலின் மதிப்புப் பற்றிய தத்துவம் பன்னிரண்டு மணிநேர உழைப்பின் உற்பத்திப் பொருளுக்கு, ஏழு மணிநேர உழைப்பின் உற்பத்திப் பொருளினது மதிப்பே உள்ளது என்பதையும், பன்னிரண்டு மணிநேர வேலை ஏழு மணிநேர வேலைக்குச் சமம் என்பதையும் அல்லது 12 = 7 என்பதையும் உள்ளடக்குகிறது. இதை இன்னும் வெளிப்படையாகக் கூறினால்: எத்தகைய சமுதாய உறவுகளின் கீழ் இருப்பினும் சரி, நிலத்தில் வேலை செய்யும் ஒரு தொழிலாளி ஓர் ஆண்டில் ஒரு குறிப்பிட்ட அளவு தானியத்தை - 60 புஷல் கோதுமையை - உற்பத்திச் செய்கிறான். இந்தக் காலத்தில் அவன் 45 புஷல் கோதுமையின் அளவுக்கான மொத்த மதிப்புகளைப் பயன்படுத்துகிறான். அப்பொழுது அதே சந்தையில்,

இதர நிலைமைகள் முற்றிலும் ஒத்ததாக இருக்கும் போதில் 60 புஷல் கோதுமைக்கு 45 புஷல் கோதுமையின் மதிப்பே இருக்கும். வேறு சொற்களில் கூறினால் 60 = 45. இது தன்னை அரசியல் பொருளியல் என்று வேறு பகட்டிக் கொள்கிறது!

மிருகத்தனமான காட்டுமிராண்டி கட்டத்திற்கு அப்பாற்பட்ட மனித சமுதாயத்தின் முழு வளர்ச்சியும், குடும்பத்தின் உழைப்பு அதன் பராமரிப்புக்கு அவசியமானதை விடவும் அதிகமான பொருட்களைப் படைத்த நாளில், உழைப்பின் ஒரு பகுதி இனிமேல் வெறும் பிழைப்புச் சாதனங்களுக்கு மட்டுமின்றி, மாறாக உற்பத்திச் சாதனங்களுக்கும் ஈடுபடுத்தக் கூடிய நிலை ஏற்பட்ட அந்த நாளில் தொடங்குகிறது. தொழிலாளியின் பராமரிப்புச் செலவுக்கு மேலாகவும் அதிகமாயும் உழைப்பின் உற்பத்திப் பொருளில் ஏற்பட்டுள்ள உபரியும், இந்த உபரியில் இருந்து உருவாகி விரிவாக்கம் பெற்றதான சமூக உற்பத்தி மற்றும் சேமநிதியும் அனைத்து சமூக, அரசியல், அறிவுத்துறை முன்னேற்றத்துக்கு அடிப்படையாக இருந்தன, அடிப்படையாக இருக்கின்றன. வரலாற்றில் இன்று வரையில் இந்த நிதி ஒரு தனியுரிமை வர்க்கத்தின் உடைமையாக இருந்தது; மேலும் அதனிடம் இந்த உடைமையோடு கூடவே அரசியல் மேலாதிக்கமும், அறிவுத்துறைத் தலைமையும் உரிமையாக்கப்பட்டிருந்தன. வரப்போகும் சமுதாயப் புரட்சி முதல் தடவையாக இந்தச் சமூக உற்பத்தி மற்றும் சேமநிதியை - அதாவது ஒட்டுமொத்தமான மூலப்பொருட்கள், உற்பத்திக் கருவிகள், பிழைப்புச் சாதனங்கள் அனைத்தையும் - தனியுரிமை வர்க்கம் கையாட்சி செய்வதைப் பறிமுதல் செய்து சமுதாயம் முழுவதற்குமான பொதுச் சொத்தாக அதனை மாற்றம் செய்வதன் மூலம் இதை உண்மையிலேயே சமுதாய நிதியாக்கும்.

இரண்டு மாற்று வழிகளில் ஒன்று. பண்டங்களின் மதிப்பு அவற்றின் உற்பத்திக்கு அவசியமான தொழிலாளர்களைப் பராமரிப்பதற்குரிய செலவுகளால் - அதாவது இன்றைய சமூக அமைப்பில் கூலி மூலம் நிர்ணயிக்கப்படும் என்பதாகும். இந்த இடத்தில் ஒவ்வொரு தொழிலாளியும் தனது கூலியின் அவனது உழைப்பின் உற்பத்திப் பொருளின் மதிப்பைப் பெறுவானானால், பிறகு கூலி சம்பாதிக்கும் வர்க்கத்தை முதலாளி வர்க்கம் சுரண்டுவது என்பது சாத்தியமற்றதாகி விடும். ஒரு குறிப்பிட்ட சமூக அமைப்பில் ஒரு தொழிலாளியைப் பராமரிப்பதற்கான செலவு மூன்று ஷில்லிங்குகள் ஆகும் என்று வைத்துக்கொள்வோம். கொச்சைப் பொருளாதாரவாதிகளின் மேலே சுட்டிக் காட்டப்பட்ட தத்துவப்படி ஒரு நாள் உழைப்பின் உற்பத்திப் பொருள் மூன்று ஷில்லிங் மதிப்புடையதாகும். இந்தத் தொழிலாளியை

வேலைக்கு அமர்த்தியுள்ள முதலாளி இந்தப் பொருளுக்கு லாபமாக ஒரு ஷில்லிங் கட்டணம் சேர்த்து அதை நான்கு ஷில்லிங்குகளுக்கு விற்கிறார் என்று வைத்துக் கொள்வோம். இதர முதலாளிகளும் இதையே செய்கிறார்கள். ஆனால் அந்தத் தருணம் முதல் தொழிலாளி தனது தேவைகளை மூன்று ஷில்லிங்குகளைக் கொண்டு நிறைவேற்றிக் கொள்ள இயலாது. இதற்காக அவருக்கும் நான்கு ஷில்லிங்குகள் தேவை. மற்ற நிலைமைகள் யாவும் மாறாமல் அப்படியே இருக்கின்றன என்று வைத்துக் கொள்வதால் பிழைப்புச் சாதனமாக வெளியீடாகும் கூலி அப்படியே இருக்கும். அதே பொழுதில் பணத்தால் வெளியீடாகும் கூலி உயர வேண்டும் அதாவது, ஒரு நாளைக்கு மூன்று ஷில்லிங் என்பதிலிருந்து நான்கு ஷில்லிங்குகளாக உயர வேண்டும். தொழிலாளி வர்க்கத்திடமிருந்து முதலாளிகள் லாபத்தின் வடிவில் எடுத்துக் கொள்வதை அதனிடம் கூலி வடிவத்தில் திருப்பித் தர வேண்டும். நாம் இன்னும் ஆரம்பத்தில் இருந்த இடத்திலேயே உள்ளோம்; கூலி, மதிப்பை நிர்ணயிக்குமானால் தொழிலாளியை முதலாளி சுரண்டுவது சாத்தியமல்ல. ஆனால் உற்பத்திப் பொருள்களில் உபரி உருவாவதும் சாத்தியமல்ல. காரணம் நாம் இதை ஆரம்பித்த அனுமானத்தின் அடிப்படையில், தொழிலாளர்கள் தாம் உற்பத்திச் செய்யும் அளவு மதிப்பினைப் பயன்படுத்துகிறார்கள். முதலாளிகள் எவ்விதமான மதிப்பையும் உற்பத்திச் செய்யாததால் அவர்கள் எவ்வாறு வாழ் வார்கள் என்பதைக் காண்பது சாத்தியமல்ல. இருந்தபோதிலும் பயனீட்டுக்கு மேல் இத்தகைய உபரியான உற்பத்தியும், இத்தகைய உற்பத்தி மற்றும் சேமநிதியும் இருப்பதால், முதலாளிகளின் கைகளில் இருப்பதால் தொழிலாளர்கள் தமது சுய-பராமரிப்புக்குப் பண்டங் களின் மதிப்பையே பயன்படுத்துகிறார்கள். பண்டங்களை மேலும் உபயோகிப்பதற்காக முதலாளிகளிடம் ஒப்படைத்து விடுகிறார்கள் என்பதைத் தவிர வேறு சாத்தியமான விளக்கங்கள் எதுவும் இல்லை.

அல்லது, மறுபுறத்தில், இந்த உற்பத்தி மற்றும் சேமநிதியும் முதலாளி வர்க்கத்தின் கைகளில் உண்மையில் இருந்து, இலாப சேகரம் மூலம் இது உண்மையிலேயே தோன்றியிருக்குமானால் (தற்போதைக்கு நில வாரத்தைக் கவனத்தில் எடுத்துக் கொள்ளவில்லை) அப்பொழுது இது அவசியமாயும் முதலாளி வர்க்கம் தொழிலாளி வர்க்கத்திற்குக் கொடுத்த மொத்தக் கூலியின் தொகையைவிட மேலும் அதிகமாகவும், தொழிலாளி வர்க்கம் முதலாளி வர்க்கத்திடம் ஒப்படைத்த உழைப்பின் உற்பத்திப் பொருளின் சேகரிக்கப்பட்ட உபரியைக் கொண்டதாக இருக்கும். இந்த இடத்தில் கூலி, மதிப்பை நிர்ணயம் செய்யவில்லை ஆனால் உழைப்பின் அளவே அதை நிர்ணயம் செய்கிறது; இந்த இடத்தில் தொழிலாளி வர்க்கம் முதலாளி வர்க்கத்துக்கு உழைப்பின்

உற்பத்திப் பொருளின் மூலம், அது கூலி வடிவில் முதலாளி வர்க்கத்திடமிருந்து பெறுவதைவிடவும், அதிக அளவு மதிப்பை ஒப்படைக்கிறது; பிறகு மூலதனம் மீதான லாபம் மற்றவர்களின் உழைப்பு உற்பத்திப் பொருள்களுக்கு எவ்விதக் கூலி கொடுப்பதும் இன்றி இதர வடிவங்களிலான சுவீகரிப்புப் போலவே மார்க்ஸ் கண்டுபிடித்த உபரி மதிப்பின் ஒரு சாமானியமான உள்ளுறும் பகுதியாக விளக்கப்படுகிறது.

டூரிங்கின் அரசியல் பொருளாதாரம் பற்றிய பாடம் முழுதிலும் ரிக்கார்டோவின் தமது மிகவும் முக்கியமான நூலைத் துவக்கும் அந்த மகத்தான சகாப்தம் உருவாக்கும் கண்டுபிடிப்புப் பற்றி எவ்விதக் குறிப்பும் இல்லை. ரிக்கார்டோ கூறுவதாவது:

> "ஒரு பண்டத்தின் மதிப்பு... அதன் உற்பத்திக்கு அவசியமான உழைப்பின் ஒப்பியல் அளவைச் சார்ந்ததாகும்; அந்த உழைப்புக்குச் செலுத்தப்படும் அதிக அல்லது குறைந்த ஈட்டுத் தொகையினைச் சார்ந்திருப்பதல்ல."[115]

விமர்சக வரலாற்றில் இது பொய்யாமொழிச் சொல்லடுக்கோடு அகற்றப்படுகிறது:

> "அதிக அல்லது குறைந்த விகிதத்திலான கூலி வாழ்க்கையின் தேவைகளுக்கான ஓர் ஒதுக்கீடு (!) பல்வேறு வடிவங்களிலான மதிப்பு உறவுகளும் கட்டாயம் சம்பந்தப்பட்டிருக்க வேண்டும்! என்று (ரிக்கார்டோவால்) கருதப்படவில்லை!"

இந்தச் சொல்லடுக்கில் வாசகர் தான் விரும்பியதைப் படிக்கலாம், அவர் இதில் எதையுமே படித்திராவிடில் அவர் பாடு மிகவும் பத்திரம்.

ஹெர் டூரிங் நமக்கு வழங்கியுள்ள ஐந்து வகையான மதிப்புகளில் இருந்து வாசகர் தாம் ஆகவிரும்பும் ஒன்றைத் தேர்ந்து கொள்ளட்டும்; இயற்கையில் இருந்து வரும் உற்பத்தி மதிப்பு, அல்லது மனிதனின் அவக்கேட்டால் உருவாக்கியதும், அதில் உள்ளடக்கமாயிராத சக்தியின் செலவீட்டால் அளவிடப்படும் தனிச்சிறப்பு உடையதுமான வினியோக மதிப்பு, அல்லது மூன்றாவதாக உழைப்பு நேரத்தால் அளவிடப்படும் மதிப்பு, அல்லது நாலாவதாக மறு உற்பத்திச் செலவுகளால் அளவிடப்படும் மதிப்பு, அல்லது இறுதியாகக் கூலியால் அளவிடப்படும் மதிப்பு. தேர்வு விரிவானது, குழப்பம் முழுமையானது. நாம் செய்யவிருப்பதெல்லாம் ஹெர் டூரிங்குடன் சேர்ந்து,

> "மதிப்பைப் பற்றிய தத்துவம் பொருளாதார அமைப்புகளின் ..திக்கு உரைகல்!" என்று சாற்றுவதே.

6. எளிமையான மற்றும் கூட்டு உழைப்பு

ஹெர் டூரிங் மார்க்சின் நூல்களில் ஒரு பள்ளி மாணவன் கண்டு வெட்கக்கூடிய பொருளியலிலான ஒரு படுமோசமான தவறை, அதே சமயம் சமுதாயத்திற்கு மிகவும் அபாயகரமான ஒரு சோஷலிஸ்ட் முரண்கோட்பாட்டை கொண்டுள்ள ஒரு தவறைக் கண்டுபிடித் திருக்கிறார்.

மார்க்சின் மதிப்பு பற்றிய தத்துவம் "உழைப்பே எல்லா மதிப்பு களுக்கும் காரணம். உழைப்பு நேரமே அவற்றின் அளவு என்ற சாதாரண... தத்துவமே தவிர வேறெதுவும் அல்ல. தேர்ச்சி பெற்ற உழைப்பு எனப்படுவதன் தனி மதிப்பை எவ்வாறு கருதிப்பார்க்க வேண்டும் என்ற கேள்வி முற்றிலும் மர்மமாக விடப்பட்டுள்ளது. நமது தத்துவத்திலும் செலவிடப்பட்ட உழைப்பு நேரம் மட்டுமே இயற்கை அடக்கவிலையின் மற்றும் உற்பத்திப் பொருட்களின் முழுமையான மதிப்பின் அளவாக இருக்கக்கூடும் என்பது உண்மை; ஆனால் துவக்கத்தில் இங்கு ஒவ்வொரு தனிநபரின் உழைப்பு நேரமும் முற்றிலும் சமமே என்று கருதப்பட வேண்டும். தேர்ச்சி பெற்ற உற்பத்தியில் இதர நபர்களின் உழைப்பு நேரம்... உதாரணமாகப் பயன்படுத்தப்பட்ட கருவிகளாலான உழைப்பு நேரம் எந்தளவுக்கு தனிநபரின் உழைப்பு நேரத்துடன் சேர்க்கப் படுகிறது என்பதை மட்டுமே பரிசீலிப்பது அவசியம். அதிகமான சராசரி உழைப்பு நேரம் செறிந்திருப்பதால் ஒரு நபரின் உழைப்பு நேரம் இன்னொரு வருடையதை விடவும் தன்னிலையாகவே அதிக மதிப்புடையது என்னும் மார்க்சின் தெளிவற்ற கருத் தோட்டத்தில் காணப்படுவது போன்ற நிலைமை இல்லை, மாறாக எல்லா உழைப்பு நேரமும் கோட்பாடளவில் எவ்வித விதி விலக்கும் இன்றி - எனவே முதலில் ஒரு சராசரியை எடுக்கும் எவ்விதத் தேவையுமின்றி - மதிப்பில் முற்றிலும் சமமானதாகும்; ஒரு நபர் செய்துள்ள வேலையைப் பொறுத்தவரை அதோடு பூர்த்தி செய்யப்பட்ட ஒவ்வொரு பொருளையும் பொறுத்த வரை அவரது சொந்த உழைப்பு நேரம் என்று தோற்றமளிப்பதில் இதர நபர்களின் உழைப்பு நேரம் எந்தளவுக்கு மறைந்திருக்கிறது என்பதை உறுதியாக அறிவது மட்டுமே அவசியம். உற்பத்திக்கான கைக் கருவியா, அல்லது கரமா, அல்லது தலையா எது மற்றவர் களின் உழைப்பு நேரம் இன்றி வேலை செய்வதற்கான விசேஷ குண

இயல்பை மற்றும் ஆற்றலைப் பெறமுடியாமல் இருந்தது என்பது இந்தத் தத்துவத்தின் கறாரான பிரயோகத்தில் சற்றும் முக்கிய மானதல்ல. மதிப்புப் பற்றிய அவரது ஆழ்ந்தகன்ற ஆராய்ச்சியில் ஹெர் மார்க்ஸ் பின்னணியில் பதுங்கியுள்ள தேர்ச்சி பெற்ற உழைப்பு நேரம் என்ற ஆவியிடமிருந்து தன்னை என்றுமே விடுவித்துக் கொள்வதில்லை. கல்விகற்ற வர்க்கங்களின் பரம் பரையான சிந்தனைப் பாங்கினால் தடைப்படுத்தப்படுவதால் இங்கு அவர் முற்ற முழுமையான மாற்றத்தினைச் செய்ய முடிய வில்லை. படித்த வர்க்கங்களுக்கு ஒரு போர்ட்டரின் உழைப்பு நேரத்தையும், ஒரு கட்டிடக்கலைஞரின் உழைப்பு நேரத்தையும் பொருளியலின் நோக்கு நிலையில் இருந்து முற்றிலும் சமமான மதிப்புடையதாக அங்கீகரிப்பது தவிர்க்க முடியாதபடி கொடியதாகத் தோன்றுகிறது."

ஹெர் டூரிங்கிடம் இத்தகைய "மாபெரும் ஆத்திரத்தை" ஏற்படுத்தக் காரணமான மார்க்சின் வாசகம் மிகச் சிறிது. பண்டங்களின் மதிப்பை நிர்ணயிப்பது எது என்பதை மார்க்ஸ் பரிசீலனை செய்து, விடையையும் தருகிறார்: அவற்றில் உள்ளடங்கியுள்ள மனித உழைப்பு என்று. மேலும் அவர் தொடர்ந்து கூறுவதாவது: "இது ஏதேனும் தனி வளர்ச்சி நீங்கலாகச் சராசரியாக ஒவ்வொரு சாமானிய தனிப்பட்ட அங்க ஜீவியில் நிலவும் சாமானிய உழைப்புச் சக்தியின் செலவீடே.... தேர்ச்சி பெற்ற உழைப்பு விளைவு பெருக்கும் சாமானிய உழைப்பு அல்லது இன்னுஞ்சொல்லப்போனால் பன்மடங்காக்கப்பட்ட சாமானிய உழைப்பாகவே கணிக்கப்படுகிறது; ஒரு குறிப்பிட்ட அளவு தேர்ச்சி பெற்ற உழைப்பு சாமானிய உழைப்பின் மேலதிகமான அளவுக்குச் சமம் என்று கருதப்படும். சாமானிய உழைப்புக்குத் தேர்ச்சியுள்ள உழைப்பு இடையறாது குறுக்கம் செய்யப்படுவதை அனுபவம் காட்டுகிறது. ஒரு பண்டம் ஆகத் தேர்ச்சிவாய்ந்த உழைப்பின் விளைபயனாக இருக்கலாம். ஆனால் அதைச் சாமானிய தேர்ச்சியில்லாத உழைப்பின் விளை பயனுடன் சமமாக்குவதால் அதன் மதிப்பு பிந்தைய உழைப்பின் திட்டவட்டமான அளவினை மட்டுமே குறிக்கிறது. பல்வேறு வகையான உழைப்பு தேர்ச்சியற்ற உழைப்பையே தமது தரமாகக் கொள்ளும்படி பல்வேறு விகிதங்களில் குறுக்கப்படுவதை நிலை நாட்டும் சமூக நிகழ்ச்சிப்போக்கு உற்பத்தியாளர்களுக்குத் தெரியாமல் நடக்கிறது. இதன் பின்விளைவாக இது செயல் வழக்காறால் நிர்ணயிக்கப்பட்டதாகிவிடுகிறது.[116]

மார்க்ஸ் இங்கு முதலாவதாக, பண்டங்களின் அதாவது தனித் துறை உற்பத்தியாளர்களைக் கொண்ட சமுதாயத்தில் இந்தத் தனி

உற்பத்தியாளர்களால் தமது தனிக் கணக்கில் உற்பத்தி செய்யப்பட்டு ஒன்றுக்கொன்று பரிமாற்றம் செய்து கொள்ளப்படும் பொருட்களின் மதிப்பை நிர்ணயம் செய்வது பற்றி மட்டுமே விளக்கம் தருகிறார். எனவே இந்த வாசகத்தில் - இது வேறு எங்கே நிலவினாலும் சரி - "முற்ற முழு மதிப்பு" பற்றிய எந்தவிதமான பிரச்சனையும் இல்லை. மாறாக ஒரு திட்டவட்டமான வடிவிலான சமூகத்தில் நடப்பில் இருக்கும் மதிப்பு பற்றியே குறிப்பிடப்படுகிறது. இந்தத் திட்டவட்டமான வரலாற்றுப் பொருளில் இந்த மதிப்பு தனிப்பட்ட பண்டங்களில் அடக்கம் கொண்டுள்ள மனித உழைப்பால் படைக்கப்பட்டதாயும் அளவிடப்பட்டதாயும் காட்டப்பட்டுள்ளது. மேலும் இந்த மனித உழைப்பு சாமானிய உழைப்புச் சக்தியின் செலவீடாகக் காட்டப் படுகிறது. ஆனால் எல்லா உழைப்பும் சாமானிய மனித உழைப்புச் சக்தியின் வெறும் செலவீடானது; மிகப்பல வகையான உழைப்பு அதிகமாகவோ குறைவாகவோவான முயற்சி, காலம் மற்றும் பணத்தின் செலவீட்டுடன் பெறப்படும் ஆற்றல்கள் அல்லது அறிவினை உள்ளடக்கி யதாகும். இந்த வகையான கூட்டு உழைப்பு அதே கால அளவில் சாமானிய உழைப்பை அல்லது வெறும் சாமானிய உழைப்புச் சக்திச் செலவீட்டைப்போன்று அதே பண்ட மதிப்புகளை உற்பத்திச் செய்கிறதா? தெட்டத் தெளிவாயும் இல்லை. ஒரு மணிநேர கூட்டு உழைப்பின் உற்பத்திப் பொருள் உயர் மதிப்புடைய பண்டமாகும். அதன் மதிப்பு ஒரு மணிநேர சாமானிய உழைப்பு உற்பத்திப் பொருளின் மதிப்புடன் ஒப்புநோக்கும் பொழுது ஒருவேளை இரு மடங்கு அல்லது மும்மடங்காக இருக்கக்கூடும். கூட்டு உழைப்பின் உற்பத்திப் பொருட் களின் மதிப்புகள் இந்த ஒப்புநோக்கு மூலம் சாமானிய உழைப்பின் திட்டவட்டமான அளவுகளில் வெளியிடப்படுகின்றன; ஆனால் சாமானிய உழைப்புக்கு இந்தக் கூட்டு உழைப்பின் குறுக்கம் உற்பத்தி யாளர்களுக்குத் தெரியாமல் நடைபெறும் ஒரு சமூக நிகழ்ச்சிப் போக்கால் நிலைநாட்டப்படுகிறது. மதிப்புப் பற்றிய தத்துவத்தின் வளர்ச்சியின் இந்தக் கட்டத்தில் இந்த நிகழ்ச்சிப் போக்கை எடுத்துக் கூறலாம் ஆனால் இன்னும் விளக்கப்பட்டு விட்டதாகக் கூற இயலாது.

இன்றைய முதலாளித்துவ சமூகத்தில் நம் கண்முன்னே அன்றாடம் நடைபெறும் இந்தச் சாமானிய உண்மையைத் தான் மார்க்ஸ் இங்கே கூறுகிறார். இந்த உண்மை மிகவும் மறுக்க வொண்ணாததாக இருப்பதால் ஹெர் டூரிங்கும் கூட அவரது பாடத்திலோ அல்லது அவரது பொருளியல் வரலாற்றிலோ இதை மறுக்கத் துணியவில்லை; மற்றும் மார்க்சின் விளக்கம் மற்றும் மிகவும் எளிதானதாகவும் துலக்க மாயும் இருப்பதால் ஹெர் டூரிங்தான் "முற்றிலும் தெளிவின்மையில் விடப்பட்டிருக்கிறாரே" தவிர வேறு எவரும் அன்று. அவரது முழுமை

யான தெளிவின்மை காரணமாக, மார்க்ஸ் தற்போது ஆய்வாராய்ச்சி செய்வதில் அக்கறை கொண்டுள்ள பண்டத்தின் மதிப்பை இந்தத் தெளிவின்மையினை மேலும் முழுமையாக்கும் வகையில் "இயற்கை அடக்க விலையாக" அல்லது நாம் அறிந்தவரை அரசியல் பொருளா தாரத்தில் முன் என்றுமே நிலவரத்தில் இயலாத "முற்ற முழு மதிப்பாகத்" தவறாகக் காண்கிறார் டூரிங்; இயற்கை அடக்கவிலை என்பதை ஹெர் டூரிங் எப்படிப் புரிந்து கொண்டாலும் சரி, அவரது ஐந்து வகையான மதிப்புகளில் முற்ற முழு மதிப்பைப் பிரதிநிதித்துவப்படுத்தும் கௌரவம் எதற்குக் கிடைத்தாலும் சரி, குறைந்தபட்சம் இது நிச்சயம்: மார்க்ஸ் இந்த விஷயங்கள் எதையும் பற்றி விவாதிக்கவில்லை. ஆனால் பண்டங் களின் மதிப்பைப் பற்றி மட்டுமே விவாதிக்கிறார்; மதிப்பைப் பற்றி விவரிக்கும் மூலதனம் நூலின் முழுப்பகுதியிலும் பண்டங்களின் மதிப்பு பற்றிய இந்தத் தத்துவம் சமுதாயத்தின் இதர வடிவங்களுக்குப் பிரயோகிக்கப் படலாமா, அப்படியானால் எந்தளவுக்கு என்பது பற்றிய ஆகச்சிறிய அறிகுறி கூட இல்லை.

> "எனவே ஹெர் மார்க்சின் தெளிவற்ற கருத்தோட்டத்தில் காணப்படுவது போன்று, அதிகமான சராசரி உழைப்பு நேரம் செறிந்திருப்பதால் ஒரு நபரின் உழைப்பு நேரம் இன்னொரு வருடையதை விடவும் தன்நிலையாகவே அதிக மதிப்புடையது, என்ற நிலையல்ல. மாறாக எல்லா உழைப்பு நேரமும் கோட்பாடளவில் எவ்வித விதிவிலக்குமின்றி - எனவே முதலில் ஒரு சராசரியை எடுக்கும் எவ்விதத் தேவையுமின்றி - மதிப்பில் முற்றிலும் சமமானதாகும்"

என்ற ஹெர் டூரிங் தொடர்ந்து கூறுகிறார்.

தலைவிதி அவரை ஓர் உற்பத்தியாளர் ஆக்காமல், அதன் மூலம் அவர் தமது பண்டங்களுக்கு இந்தப் புதிய விதிமுறைகள் அடிப் படையில் மதிப்பை நிர்ணயித்து, அதன் விளைவாக ஓட்டாண்டித் தனத்தின் கரங்களில் தவறாது கொண்டு தள்ளப்படுவதில் இருந்து தப்பவைத்திருப்பது ஹெர் டூரிங்கின் அதிருஷ்டமே. நாம் இன்னும் உற்பத்தியாளர் சமூகத்திலா இருக்கிறோம்? இல்லை. அதிலிருந்து நெடுந்தொலைவில். அவரது இயற்கை அடக்கவிலை மற்றும் முற்ற முழு மதிப்பைக் கொண்டு ஹெர் டூரிங் நம்மை ஒரு பாய்ச்சல் போட்டு, சுரண்டலாளர்களின் இன்றைய தீய உலகை விட்டு வெளியேறி எதிர்காலத்தின் அவரது சொந்தப் பொருளாதாரக் கம்யூனுக்குள் - சமத்துவம், நீதி என்ற பரிசுத்த விண்ணகக்காற்றில் - ஒரு மெய்யான salto mortale மேற்கொள்ளுமாறு செய்துள்ளார்; எனவே நாம் சற்று முன்கூட்டியதாகவே இருந்த போதிலும் சரி, இப்பொழுது இந்தப் புதிய உலகைக் கண்ணோட்டமிட வேண்டும்.

ஹெர் டூரிங்கின் தத்துவப்படிப் பொருளாதாரக் கம்யூனிலுங்கூட செலவீடு செய்யப்பட்ட உழைப்பு நேரம் மட்டுமே பொருளாதாரப் பொருட்களின் மதிப்பை அளவிட முடியும்; ஆனால் வழக்கமாக ஒவ்வொரு தனிநபரின் உழைப்பு நேரமும் முற்றிலும் சமம் என்று கருதப்பட வேண்டும். முதலில் ஒரு சராசரியை எடுக்கும் எவ்விதத் தேவையுமின்றி எல்லா உழைப்பு நேரமும் கோட்பாட்டில் எவ்வித விதிவிலக்கும் இன்றி மதிப்பில் முற்றிலும் சமமானதாகும். இப்போது இந்தத் தீவிரமான சமத்துவவாத சோஷலிசத்துடன் [radical equalitarian socialism], ஒரு நபரின் வேலை நேரம் தானே இன்னொரு வருடையதை விட மதிப்புடையது. காரணம் அதனுள்ளே மேலும் அதிகமான சராசரி உழைப்பு நேரம் செறிந்து கிடக்கிறது என்ற மார்க்சின் தெளிவற்ற கருத்தோட்டத்தை ஒப்புநோக்குவோம்; இந்தக் கருத்தோட்டத்தை கல்விகற்ற வர்க்கங்களின் பரம்பரையான சிந்தனைப்பாங்கு காரண மாக மார்க்ஸ் விட்டுவிட முடியவில்லை. படித்த வர்க்கங்களுக்கு ஒரு போர்ட்டரின் உழைப்பு நேரத்தையும், ஒரு கட்டிடக் கலைஞனின் உழைப்பு நேரத்தையும் பொருளியலின் நோக்குநிலையில் இருந்து முற்றிலும் சமமான மதிப்புடையதாக அங்கீகரிப்பது தவிர்க்க முடியாத படி கொடியாகத் தோன்றுகிறது!

துரதிருஷ்டவசமாக மார்க்ஸ் மேலே சுட்டிக்காட்டப்பட்டுள்ள மூலதனம் நூலில் இருக்கும் வாசகத்திற்கு ஒரு சிறு அடிகுறிப்பைக் கொடுத்துள்ளார்: "ஒரு குறிப்பிட்ட உழைப்பு நேரத்திற்குத் தொழிலாளி பெறும் கூலி அல்லது மதிப்பு பற்றி இங்கு நாம் பேசவில்லை. ஆனால் அந்த உழைப்பு நேரம் உருவாக்கியுள்ளதான பண்டத்தின் மதிப்பு பற்றியே பேசுகிறோம் என்பதை வாசகர் குறித்துக் கொள்ள வேண்டும்."[117] டூரிங் கூற்றைப் பற்றிய முன்னுணர்வினை மார்க்ஸ் இங்கு கொண்டிருக்கிறார் போலும். எனவே அவர், இன்றைய சமுதாய அமைப்பில் கூட்டு உழைப்புக்கு வழங்கப்படும் கூலிக்கும்கூட மேலே மேற்கோள் காட்டப்பட்ட அவரது அறிவிப்புகள் பிரயோகிக்கப் படுவதை எதிர்த்துத் தம்மைத்தானே பாதுகாத்துக் கொள்கிறார். அவ்வாறு இருந்தும் ஹெர் டூரிங் இதைச் செய்வதோடு திருப்தியடை யாமல், சோஷலிச முறையில் நிறுவப்பட்ட ஒரு சமூக அமைப்பில் வாழ்க்கைத் தேவைகளின் வினியோகம் முறைப்படுத்தப்படுவதற்கு மார்க்ஸ் இந்த அறிவிப்புகளைக் கோட்பாடுகளாக்க விரும்புவார் என்று கூறுவாரானால் அவர் கொள்ளைக்காரப் பத்திரிகைகளில் மட்டுமே காணப்படுவதான மானங்கொட்ட மோசடி விளைத்த குற்றத்திற்கு இலக்காவார்.

மதிப்புகளில் சமத்துவம் பற்றிய போதனையை நாம் சிறிது அதிகமாக நெருங்கிப் பார்ப்போம். போர்ட்டர் மற்றும் கட்டிடக்

கலைஞனின் உழைப்பு நேரம் உள்ளிட்ட எல்லா உழைப்பு நேரமும் முற்றிலும் சமம். ஆகவே உழைப்பு நேரத்துக்கு எனவே உழைப்புக்குத் தானாகவே ஒரு மதிப்பு உண்டு. ஆனால் உழைப்பு எல்லா மதிப்பு களின் படைப்பாளியாகும். இயற்கையில் காணப்படும் பொருட் களுக்குப் பொருளியல் அர்த்தத்தில் மதிப்பை வழங்குவது இது மாத்திரமே. மதிப்பு ஒருபொருளில் உருவகம் பெற்றுள்ள சமூக முறையில் அவசியமான மனித உழைப்பின் வெளியீடே தவிர வேறு எதுவுமல்ல. எனவே உழைப்புக்கு மதிப்பு இல்லாமல் போகலாம். ஒருவர் மதிப்பின் மதிப்பைப் பற்றியும்கூடப் பேசலாம். ஒரு கனமான பொருளின் எடையை அன்றி கனத்தன்மையின் எடையை நிர்ணயிக்க முயலலாம். உழைப்பின் மதிப்பைப் பற்றிப் பேசி, அதை நிர்ணயிக்க முயல்வது போன்று, ஓவன், ஸான் சிமோன் மற்றும் ஃபூரியே போன்ற பேர்களை ஹெர் டூரிங் சமுதாய இரசவாதிகள் [social alchemists] என்று அழைத்துத் தள்ளுபடி செய்துவிடுகிறார். அவர் உழைப்பு நேரத்தின் அதாவது உழைப்பின் மதிப்பு மீது நுண்ணயம் செய்வது அவர் உண்மையான இரசவாதிகளை விடவும் கீழ் வரிசையில் கருதத்தக்கவர் என்பதைக் காட்டுகிறது. ஒரு நபரின் உழைப்பு நேரம் தானே இன்னொருவரின் உழைப்பு நேரத்தை விட அதிக மதிப்புடையது என்றும், ஆகவே உழைப்பு நேரத்துக்கு எனவே உழைப்புக்கு ஒரு மதிப்பு இருக்கிறது எனவும் துணிபுரைகளை மார்க்ஸ் மீது - முதன் முதலாக உழைப்புக்கு மதிப்பு இருக்க முடியாது, ஏன் அவ்வாறு இருக்க முடியாது என்று எடுத்துக்காட்டும் மார்க்ஸ் மீது - சாட்டும் ஹெர் டூரிங்கின் வீம்புத்தனத்தை இப்போது வாசகர் ஆழங்காண்பாராக!

மனித உழைப்புச் சக்தியை ஒரு பண்டம் என்ற அதன் நிலையில் இருந்து விடுவிக்க விரும்பும் சோஷலிசத்துக்கு உழைப்புக்கு மதிப்பு இல்லை, இருக்க முடியாதது என்ற உணர்தல் மிகவும் முக்கியமானது. இந்த உணர்வுடன் ஒருவகையான உயர் கூலி என்ற முறையில் வாழ்க்கைத் தேவைகளின் எதிர்கால வினியோகத்தை முறைப்படுத்தச் செய்த முயற்சிகள் யாவும் - ஆதிகால தொழிலாளரின் சோஷலிசத்தி லிருந்து மரபாக ஹெர் டூரிங் பெற்றிருந்த இம்முயற்சிகள் - வீழ்ச்சி புறுகின்றன. இதிலிருந்து முற்றிலும் பொருளாதாரக் காரணங்களால் ஆட்சி செய்யப்படும் வரையில் வினியோகம் உற்பத்தியின் நலன்களால் முறைப்படுத்தப்படும். சமுதாய உறுப்பினர்கள் அனைவரும் அதிக பட்சமான சர்வப்பொதுத் தன்மையுடன் தமது ஆற்றல்களை வளர்த்து, பேணிச் செயல்படுத்த அனுமதிக்கும் ஒரு வினியோக முறையினால் உற்பத்தி ஆக ஊக்குவிக்கப்படும் என்ற அடுத்தபடியான முடிவு வருகிறது. ஹெர் டூரிங் மரபாகப் பெற்றுள்ள கல்விகற்ற வர்க்கங் களின் சிந்தனைப் பாங்குக்கு வரப்போகும் காலத்தில் போர்ட்டர்கள்

மற்றும் கட்டிடக் கலைஞர்கள் என்று தனித்தொழில் புரிவோர் எவரும் இருக்க மாட்டார்கள். அரைமணி நேரம் ஒரு கட்டிடக் கலைஞனாகப் போதனை தரும் ஒரு மனிதன் கட்டிடக் கலைஞன் என்ற முறையில் அவன் செயல்படும் தேவை ஏற்படும் வரை குறிப்பிட்ட காலம் போர்ட்டராயும் செயல்படலாம் என்பது நிச்சயமாயும் கொடியதாகத் தோன்றலாம் என்பது மெய்யே. தனித்தொழில் போர்ட்டர்களை நிரந்தரமாக்குகிற சோஷலிசம் அருமையான வகையான சோஷலிசமாக இருக்கும்!

உழைப்பு நேரத்தின் சமத்துவ மதிப்பு என்பது முதலில் ஒரு சராசரி எடுக்க வேண்டிய அவசியம் இன்றி, ஒவ்வொரு தொழிலாளியும் சமமான கால அளவில் சமமான மதிப்பை உற்பத்தி செய்கிறார் என்று பொருள்படுமானால் அது தெட்டத்தெளிவாயும் தவறாகும். தொழில் துறையின் ஒரே பிரிவிலான இரண்டு தொழிலாளர்களை எடுத்துக் கொள்வோமானால், அவர்கள் ஒரு மணி உழைப்பு நேரத்தில் உற்பத்திச் செய்யும் மதிப்பு அவர்களது உழைப்பு முனைப்புக்கும் அவர்களது தேர்ச்சிக்கும் ஏற்ப எப்பொழுதுமே வேறுபடும். ஒரு பொருளாதாரக் கம்யூன்கூட, எவ்வகையிலும் நமது கோளில், இந்தத் தீமைக்குப் பரிகாரம் காணமுடியாது - இது டூரிங் போன்றவர்களுக்கு மட்டுமே தீமையாக இருக்கிறது. இதன்பின் எந்த உழைப்பும் எல்லா உழைப்பும் முற்றிலும் சமமான மதிப்பு உடையவை என்ற கூற்றின் கதி என்ன? இது முற்றிலும் ஒரு தற்புகழ்ச்சி சொல்லடுக்கு தவிர வேறு எதுவுமல்ல; உழைப்பு மூலம் மதிப்பை நிர்ணயிப்பது, கூலி மூலம் மதிப்பை நிர்ணயிப்பது இவற்றிடையே இனங்காணவியலாத ஹெர் டூரிங்கின் திறமையின்மை தவிர வேறு பொருளாதார அடிப்படை எதுவும் கிடையாது; புதிய பொருளாதாரக் கம்யூனின் கட்டளை அல்லது அடிப்படை விதி தவிர வேறுஎதுவும் இல்லை; சம உழைப்பு நேரத்திற்குச் சமக் கூலி! சமத்துவமான கூலியை ஆதரித்த பழைய பிரெஞ்சு கம்யூனிஸ்டுத் தொழிலாளர்களுக்கும் வெய்த்லிங்குக்கும் இதைவிடச் சிறந்த காரணங்கள் இருந்தன என்பது கண்கூடு.

கூட்டு உழைப்புக்கு அளிக்கப்படும் உயர் கூலி சம்பந்தமான முழு முக்கியமான பிரச்சனைக்கு எவ்வாறு தீர்வு காண்பது? தனி முறை உற்பத்தியாளர்களைக் கொண்டதான சமுதாய அமைப்பில் தனி நபர்கள் அல்லது அவர்களது குடும்பங்கள் தேர்ச்சி பெற்ற தொழிலாளியின் பயிற்சிக்கான செலவைக் கொடுக்கிறார்கள்; எனவே தேர்ச்சி பெற்ற உழைப்புச் சக்திக்கு அளிக்கப்படும் உயர் விலை முதலாவதாகத் தனி நபர்களுக்குப்போய் சேருகிறது; தேர்ச்சியுள்ள அடிமை உயர் விலைக்கு விற்கப்படுகிறான், தேர்ச்சியுள்ள கூலி உழைப்பாளி உயர் கூலி

அளிக்கப்படுகிறார். சோஷலிச முறையில் அமைக்கப்படும் ஒரு சமுதாய அமைப்பில் இந்தச் செலவுகள் சமூகத்தால் மேற்கொள்ளப் படுகின்றன. எனவே உழைப்பின் பலன் அதற்குச் சொந்தமாகிறது. அதாவது கூட்டு உழைப்பால் உற்பத்திச் செய்யப்பட்ட மேலதிகமான மதிப்புகள் அதற்குச் சொந்தமாகின்றன. தொழிலாளி தனக்கெனக் கூடுதல் சம்பளம் பெற உரிமையில்லை. இதிலிருந்து சில சமயங்களில் "உழைப்பின் முழு விளைவுகளும் வேண்டும்" என்ற தொழிலாளர் களின் பொதுக் கோரிக்கைக்கு சோர்வு ஏற்படுகிறது என்ற படிப்பினை தற்செயலாகத் தொடர்கிறது.[118]

7. மூலதனமும் உபரி மதிப்பும்

"துவக்கத்திலேயே ஹெர் மார்க்ஸ் மூலதனம் பற்றி ஏற்கப் பட்டதான பொருளாதாரக் கருத்தை, அதாவது அது ஏற்கெனவே உற்பத்திச் செய்யப்பட்ட ஓர் உற்பத்திச் சாதனம் என்பதை ஆதரிக்கவில்லை; இதற்கு நேர்மாறாக அவர் கருத்துருவங்கள் மற்றும் வரலாற்றின் பண்பு மாற்றங்களுடன் விளையாடும், மேலும் தனிச்சிறப்புடைய இயக்கவியல் - வரலாற்று வழிக் கருத்துக்கு ஏற்பாடு செய்ய முயல்கிறார். அவரது கூற்றுப்படி மூலதனம் பணத்திலிருந்து பிறந்தது; இது, பதினாறாம் நூற்றாண்டுடன் அதாவது அந்தக் காலகட்டத்தில் மெய்யெனக் கருதும்படி தோற்றமளித்ததான உலகச் சந்தையின் முதல் துவக்கத்துடன் திறக்கப்பட்டதான வரலாற்றுக் கட்டத்தை உருவாக்குகிறது. இத்தகைய கருத்துரு பாணி விளக்கத்தில் தேசிய பொருளாதார ஆய்வின் கூருணர்வு இழக்கப்பட்டுவிடும் என்பது கண்கூடு. பாதி வரலாற்று முறையிலும் பாதி தர்க்கரீதியாகவும் குறிக்கப்பட்டுள்ள, ஆனால் உண்மையில் வரலாற்றுமுறை மற்றும் தர்க்கரீதிக் கற்பனையின் போலிச் சிருஷ்டிகள் மட்டுமேயான இத்தகைய மலட்டுத்தனமான கருத்தோட்டங்களின் நுண்ணோக்கு வினைத்திறமும், அதோடு கருத்துருவங்களைப் பயன்படுத்து வதிலான எல்லா நேர்மையும் சேர்ந்து அழிவுறுகின்றன."

இவ்வாறே அவர் ஒரு முழுப்பக்கத்திற்கு அமளி செய்கிறார்.

"மூலதனம் பற்றிய கருத்துருவம் குறித்த மார்க்சின் வரையறுப்பு தேசியப் பொருளாதாரத்தின் கறாரான தத்துவத்தில் குழப்பத்தையே... ஆழமான தர்க்கரீதி உண்மைகள் என்று ஏய்ப்பு செய்யப்படும் சிறுமைத் தனங்களை... அடித்தளங்களின் பலவீனத்தை" இத்தியாதி "மட்டுமே விளைக்கக்கூடும்."

எனவே மார்க்ஸ் கருத்துப்படி மூலதனம் பதினாறாம் நூற்றாண்டின் துவக்கத்தில் பணத்திலிருந்து பிறந்தது என்று நம்மிடம் கூறப்படுகிறது. இது, இதர பொருட்களுடன் கூடவே ஒரு காலத்தில் கால்நடைகள் பணமாகவும் செயல்பட்டன என்ற காரணத்தால், முழுமையாக மூவாயிரம் ஆண்டுகளுக்கு முன்னால் உலோகத்தாலான பணம் கால் நடைகளிடமிருந்து பிறந்தது என்று கூறுவது போன்று இருக்கிறது. ஹெர் டூரிங் மட்டுமே இத்தகைய முருடான, மடத்தனமான தன்மையில்

தம்மைத் தாமே வெளிப்படுத்திக் கொள்ளும் திறமை பெற்றவராவார். பண்டங்களின் புழக்க நடைமுறை எதனுள் நிகழ்கின்றனவோ அந்தப் பொருளாதார வடிவங்கள் குறித்து மார்க்ஸ் புரிந்துள்ள ஆய்வில் பணம் இறுதி வடிவமாகத் தோற்றம் அளிக்கிறது. "பண்டங்களின் புழக்கத்தின் இந்த இறுதியான விளைவே மூலதனம் தோற்றமளிக்கும் முதல் வடிவம். மூலதனம், நிலச்சொத்துக்கு எதிரான வகையில் எங்கும் முதலில் பணத்தின் வடிவத்தை மேற்கொள்கிறது என்பது வரலாற்று உண்மை; இது பணவடிவச் செல்வமாக, வாணிகர் மற்றும் கடு வட்டியாளர் மூலதனமாகத் தோற்றம் அளிக்கிறது... இதை நாம் அன்றாடம் நம் கண்முன்னே பார்க்க முடியும். துவக்கத்தில், புதிய மூலதனம் அனைத்தும் நமது காலத்திலுங்கூட பண்டங்கள், உழைப்பு அல்லது பணம் எதுவாயினும் சரி அரங்கத்தில் அதாவது சந்தையில் ஒரு திட்டவட்டமான நடைமுறை மூலம் மூலதனமாக மாற்றப்பட வேண்டிய பணத்தின் உருவில் வருகிறது."[119]

இங்கு மீண்டும் ஒரு முறை மார்க்ஸ் ஓர் உண்மையையே எடுத்துக் கூறுகிறார். இதை மறுக்க முடியாமல் ஹெர் டூரிங் இதைப் புரட்டு கிறார்; மூலதனம் பணத்திலிருந்து பிறந்தது என்று மார்க்ஸ் கூறுவதாகச் சொல்கிறார்!

பிறகு மார்க்ஸ் பணம் மூலதனமாக மாற்றமடையும் நிகழ்ச்சிப் போக்கை ஆராய்கிறார், முதலாவதாக பணம் மூலதனமாகப் புழங்கும் வடிவம் அது பண்டங்களின் பொது சமமாற்றாகப் [as general equivalent] புழங்கும் வடிவத்தின் தலைகீழ்த் திருப்பம் என்பதைக் காண்கிறார். பண்டங்களின் சாதாரண உரிமையாளர் வாங்குவதற் காகவே விற்கிறார்; தனக்குத் தேவையில்லாததை அவர் விற்பனை செய்கிறார்; இவ்வாறு பெறும் பணத்தைக் கொண்டு அவர் தமக்குத் தேவையானவற்றை வாங்குகிறார். முளைப்பருவத்திலுள்ள முதலாளி தனக்கெனத் தேவை இல்லாதவை எவையோ அவற்றை வாங்கத் தொடங்குகிறார். அவர் விற்பதற்காக வேண்டி வாங்குகிறார்; இந்த அலுவலில் துவக்கத்தில் போடப்பட்ட பணத்தின் மதிப்பைத் திரும்பப் பெறவும், இதைப் பண அதிகரிப்பு மூலம் பெருக்கிக் கொள்ளவும் கருதி உயர்ந்த விலைக்கு விற்கிறார்; இந்த அதிகரிப்பை மார்க்ஸ் உபரி மதிப்பு என்று அழைக்கிறார்.

இந்த உபரி மதிப்பு எங்கிருந்து வருகிறது? இது, வாங்குபவர் பண்டங்களை அவற்றின் மதிப்புக்கும் குறைவாக வாங்குவது மூலமோ அல்லது விற்பனையாளர் அவற்றை அவற்றின் மதிப்புக்கும்மேலாக விற்பதாலோ வர முடியாது. இந்த இரு சந்தர்ப்பங்களிலும் ஒவ்வொரு தனிநபரின் லாபங்கள் அல்லது நஷ்டங்கள் ஒவ்வொரு நபரும் முறையே

வாங்குபவராயும் விற்பவராயும் இருப்பதால் ஒன்றையொன்று ரத்து செய்து கொண்டு விடும். ஏமாற்றுவதாலும் இது வராது. ஏனெனில் ஒருவருக்குப் பிரதிகூலமாக ஒருவர் செல்வமுற உதவுமாயினும், இருவரிடமும் உடைமையாக இருக்கும் மதிப்பின் மொத்தத் தொகையினை இதனால் அதிகரிக்க முடியாது. எனவே இது புழக்கத்திலுள்ள மதிப்புகளின் தொகையினைப் பெருக்க முடியாது. "எந்த நாட்டிலும் முதலாளி வர்க்கம் ஒட்டு மொத்தமாகத் தமக்குத் தானே பிரதிகூலமாகச் செல்வந்திரட்ட முடியாது."[120]

எனினும் ஒவ்வொரு நாட்டிலும் முதலாளி வர்க்கம் ஒட்டு மொத்தமாகத் தான் வாங்கியதை விடவும் அதிக விலைக்கு விற்பனை செய்வதன் மூலம், உபரி மதிப்பைத் தானே சுவீகரித்துக் கொள்வதன் மூலம் நம் கண்கள் முன்பே தொடர்ந்து செல்வந்திரட்டி வருவதை நாம் காண்கிறோம். எனவே நாம் துவக்கத்தில் நின்ற இடத்திலேயே இருக்கிறோம்: இந்த உபரி மதிப்பு எங்கிருந்து வருகிறது? இந்தப் பிரச்சினை தீர்க்கப்பட வேண்டும்; ஏமாற்றுதல், பலப்பிரயோகத்தின் ஏதாவது தலையீடு அனைத்தும் விலக்கப்பட்டு முற்றிலும் பொருளாதார வழியில் தீர்க்கப்பட வேண்டும்; பிரச்சினை பின்வருமாறு: சம மதிப்புகள் எப்போதும் சம மதிப்புகளுடன் பரிமாற்றம் செய்யப்படுகின்றன என்ற கருதுகோளின் படியுங்கூட ஒருவர் வாங்கியதைக் காட்டிலும் அதிக விலைக்கு இடையறாது விற்பனை செய்வது எப்படிச் சாத்தியமாகும்?

இந்தப் பிரச்சனைக்கான தீர்வுதான் மார்க்சிய பணியில் ஆக சகாப்தம் படைத்த சாதனையாக இருந்தது. சோஷலிஸ்டுகளும் முதலாளித்துவ பொருளியலாளர்களுக்குச் சற்றும் குறைவின்றி முன் நாட்களில் மிகமோசமான இருளில் தட்டித் தடவித் தேடிக்கொண்டிருந்த பொருளாதாரத் துறையின் ஊடே இது தெளிவான பகல் ஒளி பரவச் செய்தது. இந்தத் தீர்வு கண்டுபிடிக்கப்பட்ட நாள் தொட்டு விஞ்ஞான சோஷலிசம் துவங்கியது; இந்தத் தீர்வைச் சுற்றி நிர்மாணிக்கப் பட்டது.

இந்தத் தீர்வு பின்வருமாறு: மூலதனமாக மாற்றப்படவிருக்கும் பணத்தின் மதிப்பிலான அதிகரிப்பு பணம் தன்னிலேயே ஏற்பட முடியாது, கொள்முதலிலும் இது தோன்ற முடியாது, ஏனெனில் இங்கு பணம் பண்டத்தின் விலையைப் பெறுவதோடு வேறுஎதுவும் செய்வதில்லை. இந்த - விலை நாம் சம மாற்றுகளின் பரிமாற்றத்தை நமது முதற்கோளாக எடுத்துக்கொண்ட காரணத்தால் - அதன் மதிப்பிலிருந்து வேறுபட்ட தல்ல. இதே காரணத்தால், பண்டத்தின் விற்பனையில் மதிப்பின் அதிகரிப்பு தோன்ற முடியாது. எனவே வாங்கப் பெற்றதான

பண்டத்தில் மாற்றம் ஏற்பட வேண்டும்; எனினும் இதன் மதிப்பில் இது ஏற்படாது, - ஏனெனில் இது அதன் மதிப்பில் வாங்கப்பட்டு விற்கப்படுகிறது, - ஆனால் அதன் பயன்பாடு மதிப்பில் ஏற்பட வேண்டும்; அதாவது பண்டத்தின் நுகர்வில் மதிப்பு மாற்றம் தோன்ற வேண்டும். "ஒரு பண்டத்தின் நுகர்விலிருந்து மதிப்பை வலிந்து பெற வேண்டுமானால் நமது நண்பரின் பணப்பையும் அதன் பயன்பாடு மதிப்பும் மதிப்பின் ஓர் ஆதாரமாக இருக்கக்கூடிய பிரத்தியேகத் தன்மையை உடையதான, ஒரு பண்டத்தை சந்தையில் கண்டுபிடிக்கும் வாய்ப்பினைப் பெற வேண்டும். அதன் உண்மையான நுகர்வு தானே உழைப்பின் உருவகமாக விளங்கும், இதன் பின்விளைவாக அது மதிப்பின் படைப்பு ஆகும் பணத்தை வைத்திருப்பவர், சந்தையில் உழைப்பு ஆற்றல் அல்லது உழைப்புச் சக்தி வடிவில் இத்தகைய தனிப் பண்டத்தைக் காண்கிறார்."[121] உழைப்பு என்ற அளவில் அதற்கு மதிப்பு இல்லை என்பதை நாம் முன்பே கண்டபோதிலும், உழைப்புச் சக்தி விஷயத்தில் இந்த நிலைமை எவ்விதத்திலும் கிடையாது. இன்றைய காலகட்டத்தில் உண்மையிலேயே இது (உழைப்புச் சக்தி) ஒரு பண்ட மாகும் தருணம் முதலே மதிப்பை அடைகிறது; இந்த மதிப்பு "இதர எல்லாப் பண்டங்களின் மதிப்பைப் போலவே இந்த விசேஷப் பொருளின் உற்பத்திக்கும், இதன் பின்விளைவாக மறு உற்பத்திக்கும் அவசியமான உழைப்பு நேரத்தால் நிர்ணயிக்கப்படுகிறது"[122]; அதாவது ஒரு தொழிலாளி தான் வேலை செய்வதற்குத் தகுதியான நிலையில் தன்னைப் பராமரித்துக் கொள்வதற்கும் தனது இனத்தின் நிறை பேறாக்கத்துக்கும் பிழைப்புச் சாதனங்களை உற்பத்திச் செய்து கொள்ள அவசியமான உழைப்பு நேரத்தால் நிர்ணயிக்கப்படுகிறது. இந்தப் பிழைப்புச் சாதனங்களுக்கு அன்றாடம் ஆறுமணி உழைப்பு நேரம் ஆகிறது என்று வைத்துக் கொள்வோம். தனது தொழிலை நடத்துவதற்கு உழைப்புச் சக்தியை வாங்கும் அதாவது தொழி லாளியைக் கூலிக்கமர்த்தும் தமது முளைப்பருவத்திலுள்ள முதலாளி இந்தத் தொழிலாளிக்கு ஆறு மணி உழைப்புக்குமான ஒரு தொகையான பணம் கொடுப்பாரானால் அவர் அவனது நாள் உழைப்பு சக்திக்கான முழு மதிப்பையும் கொடுக்கிறார். ஒரு தொழிலாளி இந்த முளைப் பருவத்திலுள்ள முதலாளியின் கீழ் வேலைக்கமர்ந்து ஆறு மணிநேரம் வேலை செய்தவுடனேயே முதலாளியின் முதலீட்டை - அவர் கூலி கொடுத்துள்ள ஒரு நாள் உழைப்புச் சக்திக்குரிய மதிப்பை - முழுமையாக மறு ஈடுசெய்து விடுகிறார். ஆனால் இதுவரையில் பணம் மூலதனமாக மாற்றப்பட்டிருக்காது; அது எந்தவொரு உபரி மதிப்பையும் உற்பத்திச் செய்திருக்காது. இந்தக் காரணத்தால் உழைப்புச் சக்தியை வாங்குபவர், தான் நிறைவேற்றியுள்ள அலுவலின் தன்மை குறித்து முற்றிலும்

வேறான எண்ணம் கொண்டிருக்கிறார். ஒரு தொழிலாளி இருபத்து நான்கு மணிநேரம் வாழ்வதற்கு ஆறு மணி நேர உழைப்பு மட்டுமே அவசியம் என்ற உண்மை, அவர் இருபத்து நான்கு மணியில் பன்னிரண்டு மணி நேரம் வேலை செய்வதை எந்த வகையிலும் தடுக்கவில்லை. உழைப்புச் சக்தியின் மதிப்பும், உழைப்பு நிகழ்ச்சிப் போக்கில் அந்த உழைப்புச் சக்தி படைக்கும் மதிப்பும் இரு வெவ்வேறு பரிமாணங்களாகும். பணத்துக்கு உரிமையாளர் ஒரு நாள் உழைப்பு சக்திக்கான மதிப்பைக் கொடுத்திருக்கிறார், எனவே அதன் ஒரு நாள் உபயோகம் - ஒரு முழு நாள் உழைப்பு அவருடையதாகும். இந்த மதிப்பு ஒரு நாள் பயன்படுத்தப்படுவதன் விளைவாக ஒரு நாளில் அது சொந்த மதிப்பின் இருமடங்கைப் படைக்கிறது. இந்த உடனிகழ்வு வாங்கியவரும் குறிப்பாயும் நல் அதிருஷ்டமாகும். ஆனால் பண்டங்களின் பரிமாற்ற விதிகளின்படி விற்றவருக்கும் எவ்வகையிலும் அநீதியாகாது. எனவே நமது ஊகத்தின்படி தொழிலாளி பணத்தின் சொந்தக்காரருக்கு ஆறு மணி நேர உழைப்பின் உற்பத்திப் பொருளின் மதிப்பளவு விலை பிடித்தவராகிறார், ஆனால் அவரிடம் ஒவ்வொரு நாளும் பன்னிரண்டு மணி உழைப்பின் உற்பத்திப் பொருளின் மதிப்பை ஒப்படைக்கிறார். பணச் சொந்தக்காரருக்குச் சாதகமான மிச்சம் ஆறு மணி நேர கூலிகொடுபடாத உபரி உழைப்பு, அவர் பணம் செலுத்தாத ஒரு உபரி உற்பத்திப் பொருள் ஆகும். இதில் ஆறு மணி உழைப்பு உருவகம் பெற்றுள்ளது. ஜாலம் செய்யப்பட்டுவிட்டது. உபரி மதிப்பு உற்பத்திச் செய்யப்பட்டுவிட்டது; பணம் மூலதனமாக மாற்றப்பட்டுவிடுகிறது.

உபரி மதிப்பு எவ்வாறு உண்டாகிறது. பண்டங்களின் பரிமாற்றத்தை முறைப்படுத்தும் விதிகளின் ஆதிக்கத்தின் கீழ் உபரி மதிப்பு மட்டுமே எவ்வாறு உண்டாக முடியும் என்பதை இவ்வாறு எடுத்துக்காட்டுவதன் மூலம் மார்க்ஸ் நடப்பிலுள்ள முதலாளித்துவ உற்பத்தி முறையின் பொறியமைமவையும் அதனை அடிப்படையாக்கிய சுவீகரிப்பு முறையையும் அம்பலப்படுத்தினார்; இன்று நிலவும் சமுதாய அமைப்பு முழுவதும் எதைச் சுற்றி நிலையாக உருப்பெற்றுள்ளதோ அந்த உள்மையத்தையும் வெளிப்படுத்தினார்.

எனினும், இந்த மூலதனப் படைப்புக்கு ஓர் இன்றியமையாத முன்தேவையான நிபந்தனை நிறைவு செய்யப்பட வேண்டுவது அவசியம்: "பணத்தை மூலதனமாக மாற்றுவதற்கு பணத்தின் சொந்தக்காரர் சந்தையில் சுதந்திரமான தொழிலாளியை சந்திக்க வேண்டும். இரண்டு பொருளில் அவர் சுதந்திரமாக இருக்கிறார். அதாவது ஒரு சுதந்திர மனிதர் என்ற முறையில் அவர் தமது உழைப்புச் சக்தியைத் தனது சொந்தப் பண்டமாக விற்பனை செய்ய முடியும். மறுபுறம் அவரிடம் விற்பதற்குவேறு எந்தப் பண்டமும் இல்லை. தனது

உழைப்புச் சக்தி கைவரப்பெறுவதற்கு அவசியமான அனைத்திலும் பற்றாக்குறையாக இருக்கிறார்”[123] ஆனால் ஒருபுறம் பணம் அல்லது பண்டங்களின் உரிமையாளர்களுக்கும் மறுபுறம் தமது சொந்த உழைப்புச் சக்திக்கு அப்பால் வேறு எதுவும் உடைமையாக இல்லாதவர்களுக்கும் இடையிலான இந்த உறவு, ஓர் இயற்கையான உறவு அன்று, எல்லா வரலாற்றுக் காலகட்டங்களுக்கும் பொதுவான ஒன்றும் அல்ல: “இது ஒரு பழைய வரலாற்று வளர்ச்சியின் விளைவு, சமூக உற்பத்தியின் பழைய வடிவங்களின் முழு வரிசையின் அழிவினது விளைபயன் என்பது தெளிவாகும்.”[124] உண்மையில் நிலப்பிரபுத்துவ உற்பத்திமுறை குலைவுண்டதன் விளைவாக, நாம் வரலாற்றில் முதல் தடவையாக இந்தச் சுதந்திரமான தொழிலாளியினைப் பெரும் அளவில் பதினைந்தாம் நூற்றாண்டின் இறுதியில் மற்றும் பதினாறாம் நூற்றாண்டின் துவக்கத்தில் எதிர்கொள்கிறோம். எனினும் இதோடு இதே சகாப்தம் முதல் தொடங்கும் உலக வாணிகம் மற்றும் உலகச் சந்தையைத் தோற்றுவித்ததோடு நடப்பிலுள்ள ஜங்கமச் செல்வத்தின் பெரும் பகுதியை தவிர்க்கவொண்ணாதபடி மேலும் மேலும் மூலதனமாக மாற்றுவதற்குரிய அடிப்படை நிலைநாட்டப்பட்டது; உபரி மதிப்பைப் படைக்கும் நோக்கம் கொண்ட முதலாளித்துவ உற்பத்திமுறை அவசியமாயும் மேலும் மேலும் தனி முழு நடப்பு முறையாகியது.

இந்தக் கட்டம் வரையிலும் நாம் மார்க்சின் “மலட்டுத்தனமான கருத்தோட்டங்களை”, “நுண்ணோக்கு வினைத்திறம், அதனோடு கருத்துருவங்களைப் பயன்படுத்துவதிலான எல்லா நேர்மையையும் சேர்த்துக் கொண்டு அழிவுறும் இந்த வரலாற்றுமுறை மற்றும் தர்க்க ரீதிக் கற்பனையின் போலி சிருஷ்டிகளை” பின்பற்றி வந்திருக்கிறோம். இந்தச் “சிறுமைத் தனங்களை”, ஹெர் டூரிங் நமக்கு வழங்குவது போன்ற “ஆழமான தர்க்கரீதி உண்மைகளுடனும்” மற்றும் “நுண் பயில்துறைகள் என்ற பொருளில் திட்டவட்டமான மற்றும் ஆகக் கறாரான விஞ்ஞான விளக்கத்துடனும்” வேறுபடுத்திப் பார்ப்போம்.

எனவே, “மூலதனம் பற்றி ஏற்கப்பட்டதான பொருளாதாரக் கருத்தை, அதாவது அது ஏற்கெனவே உற்பத்திச் செய்யப்பட்ட உற்பத்திச் சாதனம் என்பதை மார்க்ஸ் ஆதரிக்கவில்லை”; மாறாக அவர் கூறுகிறார்: மதிப்புகளின் ஒரு தொகை மதிப்பைப் படைக்கும் பொழுதுதான் உபரி மதிப்பை உருவாக்கும் பொழுதுதான் இது மூலதனமாக மாற்றப்படுகிறது. ஹெர் டூரிங் கூறுவது என்ன?

> “மூலதனம் என்பது உற்பத்தியைத் தொடர்ந்து நடத்தவும், பொதுவான உழைப்புச் சக்தியின் பலன்களில் பங்குகளை உருவாக்கவுமான பொருளாதார அதிகார சாதனங்களின் ஓர் அடிப்படை.”

இது எவ்வளவுதான் பொய்யாமொழிப் போக்கிலும் கவனமின்றியும் கூறப்பட்டிருந்தாலும்கூட குறைந்தபட்சம் இந்தளவு நிச்சயம்: பொருளாதார அதிகார சாதனங்களின் அடிப்படை உற்பத்தியை அனாதி காலம்வரைத் தொடர்ந்து நடத்தலாம், ஆனால் ஹெர் டூரிங்கின் சொந்தச் சொற்களின்படி இது, "பொதுவான உழைப்புச் சக்தியின் பலன்களில் பங்குகளாக" உருவாகாதவரை - அதாவது உபரி மதிப்பு அல்லது குறைந்தபட்சம் உபரிப் பொருளை உருவாக்கா விட்டால் மூலதனம் ஆகாது. எனவே ஹெர் டூரிங், மூலதனம் பற்றி ஏற்கப்பட்டதான பொருளாதாரக் கருத்தை மார்க்ஸ் ஆதரிக்கவில்லை என்று குற்றம் சாட்டும் பாவத்தைத் தானே புரிவதோடு மட்டுமின்றி, இதற்கும் புறம்பாக பகட்டோசைச் சொற்களால் "மோசமாக மூடி மறைத்து" மார்க்ஸ் நூல்களில் இருந்து இங்கிதமற்ற கருத்துத் திருட்டு நடத்துகிறார்.

262 ம் பக்கத்தில் இது மேலும் விளக்கப்படுகிறது:

"சமூக அர்த்தத்தில் மூலதனம்" (சமூகரீதி இல்லாத ஒரு பொருளிலான மூலதனத்தை ஹெர் டூரிங் இன்னும் கண்டுபிடிக்க வேண்டியதாக இருக்கிறது) "வெறும் உற்பத்திச் சாதனங்களி லிருந்து உண்மையிலேயே குறிப்பாயும் வேறுபட்டது; காரணம் பிந்தையவற்றுக்கு ஒரு தொழில்நுட்ப இயல்பு மட்டுமே உள்ளது மற்றும் எல்லா நிலைமைகளிலும் அவை அவசியமானவை, முன்னையது தனது சுவீகரிப்பின் சமூக அதிகாரத்தாலும், பங்குகளின் உருவாக்கத்தாலும் தனிச்சிறப்புடையதாகும். சமூக மூலதனம் என்பது பெருமளவுக்கு தமது சமுதாயச் செயல் பாட்டிலான உற்பத்தியின் தொழில்நுட்பச் சாதனங்களே அன்றி வேறு எதுவும் அன்று; ஆனால் குறிப்பாயும் இந்தச் செயல்பாடு தான்... கட்டாயம் மறைய வேண்டும்."

மதிப்புகளின் தொகை மூலதனம் ஆவதற்கு ஒரே காரணமாக இருந்த "சமூகச் செயல்பாடு" பற்றிக் குறிப்பாகவும் மார்க்ஸ்தான் முதன் முதலாக கவனத்தை ஈர்த்தார் என்று நாம் நினைவு கூரும்போது "இந்த விஷயத்தைக் கவனமாக அலசி ஆராயும் ஒவ்வொருவருக்கும் மூலதனம் பற்றிய கருத்துருவம் குறித்த மார்க்சின் வரையறுப்பு குழப்பத்தை மட்டுமே உண்டு பண்ணும் என்பது உடனடி தெளிவாகும்" என்பது நிச்சயம், - ஆனால் ஹெர் டூரிங் எண்ணுவது போன்று தேசியப் பொருளாதாரத்தின் கறாரான தத்துவத்தில் அல்ல, மாறாக அப்பட்ட மாயும் முழுமையாகவும் ஹெர் டூரிங்கின் தலையில்தான் என்பது கண்கூடு, அவர் தமது விமர்சன வரலாற்றில், தமது பாடத்தில் மூலதனம் பற்றிய அந்தக் கருத்துருவை எந்தளவுக்குப் பயன்படுத்தினார் என்பதை ஏற்கெனவே மறந்துபோய்விட்டார்.

எனினும் ஒரு "தூய்மைப்படுத்திய" வடிவிலாயினும் சரி மூலதனம் பற்றிய அவரது வரையறுப்பை மார்க்சிடமிருந்து கடன் வாங்குவதோடு ஹெர் டூரிங் திருப்தியடையவில்லை. "மலட்டுத்தனமான கருத்தோட்டங்கள்", "சிறுமைத்தனங்கள்", "அடிப்படைகளின் பலவீனம்" இத்தியாதிகள் தவிர வேறு எதுவும் அதனிடமிருந்து வராது என்று தனது சொந்த அறிவால் நன்றாக அறிந்திருந்த போதிலும் "கருத்துருவங்கள் மற்றும் வரலாற்றின் பண்பு மாற்றங்களுடன் விளையாடுவதிலும்" கூட அவர் மார்க்சைப் பின்பற்றும் கட்டாயம் நேர்ந்துள்ளது. இதை வெறும் உற்பத்திச் சாதனங்களிலிருந்து இனம் பிரித்துக் காட்டும் ஒரே அம்சம் என்ற முறையில் மற்றவர்களின் உழைப்பின் பலன்களை சுவீகரிக்கச் செய்யும், மூலதனத்தின் இந்த "சமூகச் செயல்பாடு" எங்கிருந்து வருகிறது?

"அது "உற்பத்திச் சாதனங்களின் இயல்பையோ, மற்றும் அவற்றின் தொழில்நுட்ப இன்றியமையாத் தன்மையையோ" சார்ந்திருக்கவில்லை என்று ஹெர் டூரிங் கூறுகிறார்.

எனவே இது வரலாற்று முறையில் தோன்றியது, மற்றும் 262-ஆம் பக்கத்தில் இதன் ஆரம்பத்தை இரு மனிதர்களின் பழைய பரிச்சயமான சாகசங்களின் மூலம் விளக்கும் போது அவர்களின் ஒருவர் வரலாற்றின் புலர்காலையில் மற்றவர் மீது பலப்பிரயோகத்தைப் பயன்படுத்தித் தனது உற்பத்திச் சாதனத்தை மூலதனமாக மாற்றியது பற்றியும் அவர் கூறும் போது நாம் முன்னால் பத்துத் தடவை எதைக் கேள்விப் பட்டோமோ அதையே ஹெர் டூரிங் நம்மிடம் மீண்டும் கூறுகிறார். மதிப்புகளின் ஒரு தொகை, எதன்மூலம் மட்டுமே மூலதனம் ஆகுமோ அந்தச் சமூகச் செயல்பாட்டுக்கு ஒரு வரலாற்றுத் துவக்கத்தைச் சாட்டியுரைப்பதோடு திருப்தி அடையாது ஹெர் டூரிங் அதற்கு ஒரு வரலாற்றுரீதியான முடிவும் உண்டு என்று ஆருடம் கூறுகிறார்: "குறிப்பாகவும் இதுதான் கட்டாயம் மறைய வேண்டும்". சாமானிய பேச்சுப் பாங்கில் வரலாற்று முறையில் தோன்றி மீண்டும் வரலாற்று முறையில் மறையும் ஒரு புலப்பாட்டை "ஒரு வரலாற்றுக் கட்டம்" என்று அழைப்பது வழக்கம். எனவே மூலதனம் மார்க்சின் கருத்துப்படி மட்டுமன்றி ஹெர் டூரிங்கின் கருத்துப்படியும் ஒரு வரலாற்றுக் கட்டமாகும், இதன் பின்விளைவாக நாம் இங்கு பாசாங்குக்காரர் மத்தியில் இருக்கிறோம் என்ற முடிவுக்குக் கட்டாயமாக வரவேண்டியுள்ளது: இரண்டுபேர் ஒரே காரியத்தைச் செய்தால் அது ஒன்றானதாக இருக்காது. மூலதனம் ஒரு வரலாற்றுக் கட்டம் என்று மார்க்ஸ் கூறும் போது அது மலட்டுத்தனமான கருத்தோட்டம், வரலாற்று மற்றும் தர்க்கரீதிக் கற்பனையின் போலி சிருஷ்டி; இதில் கருத்துருவங்களைப் பயன்படுத்துவதிலான எல்லா நேர்மையையும் சேர்த்துக் கொண்டு

நுண்ணோக்கு வினைத்திறம் அழிவுறுகிறது. ஆனால் ஹெர் டூரிங் இதே போன்று மூலதனம் ஒரு வரலாற்றுக் கட்டம் என்று முன்வைக்கும் பொழுது அது அவரது பொருளாதார ஆய்வின் கூருணர்ச்சிக்கும், நுண்பயில் துறைகள் என்ற பொருளில் திட்டவட்டமான ஆகக் கறாரான விஞ்ஞானமுறை விளக்கத்துக்கும் சான்று.

மூலதனம் பற்றிய டூரிங்கின் கருத்தோட்டத்தை மார்க்சின் கருத்தோட்டத்திலிருந்து இனம் பிரித்துக் காட்டுவது என்ன?

"மூலதனம் உபரி உழைப்பைப் புனைவு செய்யவில்லை" என்கிறார் மார்க்ஸ். "எங்கெல்லாம் சமூகத்தின் ஒரு பகுதி உற்பத்திச் சாதனங் களில் ஏகபோகத்தை உரிமையாக வைத்திருக்கிறதோ, அங்கெல்லாம் சுதந்திரமான அல்லது சுதந்திரம் இல்லாத தொழிலாளி தனது சொந்தப் பராமரிப்புக்குத் தேவையான வேலை நேரத்துடன் உற்பத்திச் சாதனங்களின் உடைமையாளர்களின் பிழைப்புச் சாதனங்களை உற்பத்திச் செய்வதற்காகக் கூடுதல் உழைப்பு நேரத்தைச் சேர்க்க வேண்டியுள்ளது."[125] உபரி உழைப்பு, தொழிலாளியின் சொந்தப் பராமரிப்புக்குத் தேவையான நேரத்திற்கும் அதிகமான உழைப்பு, மற்றும் இந்த உபரி உழைப்பின் விளைபயனை மற்றவர்கள் சுவீகரித்துக் கொள்வது, தொழிலாளி சுரண்டப்படுவது ஆகியவை இதுகாறும் நிலவிய எல்லா வடிவங்களிலான சமுதாய அமைப்பிலும், அவை வர்க்கப் பகைமைகளில் இயங்கி வந்துள்ளன என்ற அளவில், பொது வானதாகும். ஆனால் இந்த உபரி உழைப்பின் விளைபயன் உபரி மதிப்பின் வடிவத்தை மேற்கொள்ளும் பொழுது மட்டுமே, உற்பத்திச் சாதனங்களின் உடைமையாளர் சுதந்திரமான தொழிலாளியை - சமூகத் தளைகளில் இருந்து விடுபட்ட, தனது சொந்த உடைமையில் இருந்து விடுபட்ட தொழிலாளியை - சுரண்டுவதற்கான இலக்காகக் காண் கிறார், பண்டங்களை உற்பத்திச் செய்யும் நோக்கத்திற்காக அவனைச் சுரண்டுகிறார், - மார்க்சின் கருத்துப்படி அப்பொழுது மட்டுமே உற்பத்திச் சாதனங்கள் மூலதனத்தின் குறிப்பிட்ட தன்மையினை மேற் கொள்கின்றன. இது முதல் தடவையாகப் பெருமளவில் பதினைந்தாம் நூற்றாண்டின் இறுதியிலும், பதினாறாம் நூற்றாண்டின் துவக்கத்திலும் நடைபெற்றது.

இதற்கு நேர்மாறாக ஹெர் டூரிங் "பொதுவான உழைப்புச் சக்தியின் பலன்களில் பங்குகளை உருவாக்கும்", அதாவது எந்த வடிவிலாவது உபரி மதிப்பினை வழங்கும் உற்பத்திச் சாதனங்களின் ஒவ்வொரு தொகையும் மூலதனம் என்று சாற்றுகிறார். வேறு சொற்களில் கூறினால், ஹெர் டூரிங் மார்க்ஸ் கண்டுபிடித்த உபரி உழைப்பை இதே போன்று மார்க்சால் கண்டுபிடிக்கப்பட்ட உபரி

மதிப்பைக் கொள்வதற்குப் பயன்படுத்தும் பொருட்டு சேர்த்துக் கொள்கிறார்; இது தற்போதைக்கு அவரது நோக்கத்திற்குப் பொருத்த மாக இல்லை. எனவே ஹெர் டூரிங்கின் கருத்துப்படி காரிந்தியன் மற்றும் அதினியன் குடிமக்களின் அடிமைப் பொருளாதாரத்தால் கட்டப்பட்ட ஐங்கம மற்றும் ஸ்தாவரச் செல்வங்கள் மட்டுமின்றி, சாம்ராஜ்ஜிய கால கட்டத்தின் பெரிய ரோமன் நிலவுடைமையாளர் களின் செல்வமும், சமமான அளவில் மத்திய காலத்திய நிலப்பிரபுக் களின் செல்வமும் ஏதாவது ஒரு வகையில் உற்பத்திக்கு உதவியிருக்கு மானால் - இவை அனைத்தும் எவ்வித வேறுபாடும் இன்றி மூலதன மாகும்.

எனவே, ஹெர் டூரிங் தாமே மூலதனம் பற்றி "ஏற்கப்பட்டதான கருத்தை அதாவது அது ஏற்கெனவே உற்பத்திச் செய்யப்பட்ட உற்பத்தி சாதனம்" என்பதை ஆதரிக்கவில்லை. ஆனால் இதற்கு முற்றிலும் எதிரான ஒரு கருத்தை, உற்பத்திச் செய்யப்படாத உற்பத்திச் சாதனங் களான பூமி அதன் இயற்கை மூலவளங்கள் ஆகியவற்றை மூலதனத்தில் உட்படுத்தும் ஒரு கருத்தை அவர் ஆதரிக்கிறார். எனினும், மூலதனம் என்பது அப்படியே "உற்பத்திச் செய்யப்பட்ட உற்பத்திச் சாதனம்" என்பது கொச்சையான அரசியல் பொருளாதாரத்தில் மட்டுமே ஏற்கப்பட்டதான கருத்தாகும். ஹெர் டூரிங் பாசத்துடன் பற்றி நிற்கும் இந்தக் கொச்சையான பொருளியலுக்கு வெளியே, "உற்பத்திச் செய்யப்பட்ட உற்பத்திச் சாதனம்" அல்லது மதிப்புகளின் எந்த ஒரு தொகை எதுவாயினும் சரி லாபம் அல்லது வட்டியை வழங்குவதன் மூலம் மட்டுமே, அதாவது உபரி மதிப்பின் வடிவில் கூலிதரப்படாத உழைப்பின் உபரி உற்பத்திப் பொருளை சுவீகரித்துக் கொள்வதன் மூலமும், அவ்விதமே உபரி மதிப்பின் இந்த இரண்டு திட்டவட்டமான உப வடிவங்களில் அதனை சுவீகரித்துக் கொள்வதன் மூலமும் மட்டுமே, மூலதனமாகிறது. சகஜமான நிலைமைகளில் உற்பத்தி அல்லது பரிமாற்றத்தில் பயன்படுத்தப்படும் மதிப்புகளின் ஒவ்வொரு தொகையிலும் லாபம் அல்லது வட்டியை வழங்கும் தன்மை உள்ளார்ந்து இருக்கிறது என்ற கருத்தில் முதலாளித்துவப் பொருளியல் முழுவதும் இன்னும் உழன்று கொண்டிருக்கிறது என்பது அறவே முக்கியமில்லாதது. சாஸ்திரிய அரசியல் பொருளாதாரத்தில் மூலதனமும் லாபமும் அல்லது மூலதனமும் வட்டியும், காரணமும் விளைவும், தந்தையும் மகனும், நேற்றும் இன்றும் போலப் பிரிக்க முடியாதவை, ஒன்றுக்கொன்று ஒரே தன்மையிலான பரஸ்பரமான உறவுகளில் நிற்பவை. எனினும் "மூலதனம்" என்ற சொல் அதன் நவீன பொருளாதார அர்த்தத்தில், அதுதானாகவே தோன்றிய பொழுது, பண்டங்களின் உற்பத்திக்காகச் சுதந்திரமான தொழிலாளர்களின் உபரி

உழைப்பைச் சுரண்டுவதன் மூலம் ஜங்கமச் செல்வம் மேலும் மேலும் அதிகமான அளவில் மூலதனத்தின் கடமையினைப் பெறும் பொழுது முதலில் எதிர்ப்பட்டது. உண்மையில் இது வரலாற்றிலேயே முதலாவதான முதலாளிகளின் தேசத்தால், இத்தாலியர்களால் பதினைந்தாவது மற்றும் பதினாறாவது நூற்றாண்டில் புகுத்தப்பட்டது. நவீன முதலாளித்துவத்தின் தனிக்குணமாக சுவீகரிப்பு முறையினை மார்க்ஸ் முதலில் அடிப்படையாக ஆய்வு செய்தார் என்றால்; மூலதனம் என்ற கருத்துருவை, கடைசியாக ஆய்வு செய்யும் பொழுது அது எதிலிருந்து கருத்தாக்கம் செய்யப்பட்டதோ, அதன் நிலவுதலுக்கு அது எதனிடம் கடப்பாடு உடையதோ அந்த வரலாற்று உண்மைகளுடன் அதை இசைவுபடுத்தினார் என்றால்; அவ்வாறு செய்வதன் மூலம் மார்க்ஸ் இந்தப் பொருளாதாரக் கருத்துருவில் இருந்து சாஸ்திரிய அரசியல் பொருளாதாரத்திலும் முன்னாள் சோஷலிஸ்டுகளிடையிலும் இன்னும் பற்றிக் கொண்டிருந்த அந்த இருண்மையான மற்றும் ஊசலாட்டமான கருத்துகளை அகற்றினார் என்றால் - பிறகு மார்க்ஸ்தான் ஹெர் டூரிங் இடையறாது பேசி வருகிற ஆனால் அவரது நூல்களில் வேதனையுடன் எவரும் காணத்தவறுகிற "திட்டவட்டமான ஆகக் கறாரான விஞ்ஞான முறை விளக்கத்தைப்" பிரயோகிக்கிறார் என்பது தெளிவு.

ஹெர் டூரிங்கின் விளக்கம் இதிலிருந்து முற்றிலும் வேறானது என்பது நடைமுறை உண்மை. மூலதனத்தை ஒரு வரலாற்றுக் கட்டமாக முன் வைப்பதை "வரலாற்றுமுறை மற்றும் தர்க்கரீதிக் கற்பனையின் போலி சிருஷ்டி" என்று அழைத்து அதை எதிர்த்து முதலில் வசைபாடுவதோடு அவர் திருப்தியடையவில்லை. பிறகு அவரே அதை ஒரு வரலாற்றுக் கட்டம் என்று முன்வைக்கிறார். பொருளாதார சக்தியின் எல்லா சாதனங்களும் "பொதுவான உழைப்புச் சக்தியின் பலன்களிலான பங்குகளை" சுவீகரிக்கும் எல்லா உற்பத்திச் சாதனங்களும் - எனவே எல்லா வர்க்க சமூக அமைப்புகளிலுமான நிலச் சொத்துகளும் - மூலதனம் என்று வெளிப்படையாகச் சாற்றுகிறார்; ஆனால் இது அவர் பாடத்தின் 156 ஆம் பக்கத்திலும் அதைத் தொடர்ந்த பக்கங்களிலும் தரும் கணிசமான அளவு நீளமான விளக்கத்தில் இதற்கு மேற்பட்டதான பகுதியில், முற்றிலும் மரபான தன்மையில் நிலச் சொத்தையும் நில வாரத்தையும் மூலதனம் மற்றும் லாபத்திலிருந்து தனித்தனியாகப் பிரித்துக் காட்டுவதையும், லாபம் அல்லது வட்டி வழங்கும் உற்பத்திச் சாதனங்களை மட்டுமே மூலதனம் என்ற பெயர் சூட்டுவதையும் சற்றும் தடைசெய்யவில்லை. ஹெர் டூரிங் சம நியாயத்துடன் "ரயில் எஞ்சின்" ["locomotive"] என்பதன் பேரின் கீழ் இவையும் போக்குவரத்துச் சாதனங்களாகப் பயன்படுத்தப்படலாம் என்ற அடிப்படையில் குதிரைகள், எருதுகள், கழுதைகள் மற்றும் நாய்களையும் முதலில்

உட்படுத்திக் கொண்டு, நவீனகால எஞ்சினியர்கள் ரயில் எஞ்சின் என்ற பெயரை நவீன நீராவி எஞ்சின் அளவில் வரையறை செய்யவும், அவர்கள் அதன்மூலம் இதை ஒரு வரலாற்றுக் கட்டமாக நிறுவி மலட்டுத்தனமான கருத்தோட்டங்கள், வரலாற்று முறை மற்றும் தர்க்கரீதிக் கற்பனையின் போலிசிருஷ்டிகள் இத்தியாதிகளை உருவாக்குவதற்காக அவர்களைக் குறைகூறலாம்; பிறகு இறுதியாக, இருந்த போதிலும் குதிரைகள், கழுதைகள், எருதுகள் மற்றும் நாய்கள், ரயில் எஞ்சின் என்ற சொல்லில் இருந்து விலக்கப்பட வேண்டியவை எனவும் இந்தச் சொல் நீராவி எஞ்சினுக்கு மட்டுமே பொருத்தமானது எனவும் சாற்றலாம்.

எனவே நாம் மீண்டும் ஒருமுறை மூலதனம் பற்றிய டூரிங்கின் கருத்தோட்டத்தில்தான் பொருளாதார ஆய்வின் எல்லாக் கூருணர்வும் இழக்கப்படுகிறது. கருத்துகளைப் பயன்படுத்துவதிலான எல்லா நேர்மையையும் சேர்த்துக் கொண்டு நுண்ணோக்கு வினைத்திறம் அழிவுறுகிறது. மலட்டுத்தனமான கண்ணோட்டங்களும், குழப்பமும், சிறுமைத் தனங்களை ஆழமான தர்க்கரீதி உண்மைகளாகக் காட்டி ஏய்ப்பதும், அடித்தளங்களின் பலவீனமும் ஹெர் டூரிங்கின் நூலில் குறிப்பாயும் முழுமலர்ச்சியாகி இருக்கின்றன என்று கூறும் கட்டாயத்திற்குள்ளாகியுள்ளோம்.

ஆனால் இவை அனைத்தும் முக்கியமானதல்ல. ஏனெனில் எல்லாப் பொருளாதாரங்களும், எல்லா அரசியலும், நீதியும் ஒரு சொல்லில் கூறினால் எல்லா வரலாறும் இதுவரையில் எதில் சுழன்று வந்தனவோ அந்த அச்சைக் கண்டுபிடித்த பெரும்புகழ் ஹெர் டூரிங்கினுடையதாகும். இதோ அது இங்கே:

"சமூகத் தொடர்புகளை உருவாக்குவதில் செயல்படும் இரு பிராதனக் காரணிகள் பலப்பிரயோகமும் உழைப்பும்."

இந்த ஒரு வாக்கியத்தில் இன்று வரையிலான பொருளாதார உலகின் முழு அமைப்பும் இருக்கிறது. அது மிகவும் குறுகியது, மேலும் கூறுவதாவது:

பிரிவு ஒன்று: உழைப்பு உற்பத்திச் செய்கிறது.

பிரிவு இரண்டு: பலப்பிரயோகம் வினியோகம் செய்கிறது.

இது, "சாமானிய மனித மொழியில்" கூறினால் ஹெர் டூரிங்கின் பொருளாதார அறிவு முழுவதையும் தொகுத்தளிக்கிறது.

8. மூலதனமும் உபரி மதிப்பும்
(முடிவுரை)

"ஹெர் மார்க்சின் கருத்துப்படி கூலி என்பது ஒரு தொழிலாளி தனது சொந்த வாழ்வைச் சாத்தியமாக்குவதற்காக உண்மையில் உழைக்கும் தறுவாயிலான உழைப்பு நேரத்திற்காகக் கொடுபடும் பணத்தை மட்டுமே குறிக்கிறது. ஆனால் இந்த நோக்கத்திற்குச் சிறிய அளவிலான மணி நேரங்களே தேவைப்படுகிறது; பெரும் பாலும் நீடித்து நிற்கும் மீதமுள்ள வேலைநாள் முழுவதும் ஓர் உபரியினை உற்பத்திச் செய்கிறது. இதில்தான் நமது ஆசிரியர் எதை "உபரி மதிப்பு" என்று அழைக்கிறாரோ அல்லது அன்றாட மொழியில் எது மூலதனத்தின் லாபம் என்று கூறப்படுகிறதோ அது அடக்கம். உற்பத்தியின் ஒவ்வொரு கட்டத்திலும் உழைப்புக் கருவிகள் மற்றும் சம்பந்தப்பட்ட மூலப்பொருள்களில் அடங்கி யுள்ள உழைப்பு நேரத்தை கணக்கில் எடுத்துக் கொண்டால் வேலை நாளின் இந்த உபரிப் பகுதி முதலாளித்துவ தொழிலதிபரின் பங்குக்குக் கிடைக்கிறது. எனவே வேலைநாளை நீட்டிப்பது என்பது முதலாளியின் நலனுக்கான முற்றிலும் சுரண்டும் தன்மையுள்ள ஆதாயமாகும்."

எனவே ஹெர் டூரிங்கின் கருத்துப்படி மார்க்ஸ் கூறும் உபரிமதிப்பு அன்றாட மொழியில் வெளியிடப்படும் மூலதனத்தின் சம்பாத்தியம் அல்லது லாபம் என்று அறியப்படுவதே தவிர அதற்கு மேற்பட்டதான வேறு எதுவும் அல்ல. மார்க்ஸ் தானே என்ன கூறுகிறார் என்பதைப் பார்ப்போம். மூலதனம் நூலின் 195-ஆம் பக்கத்தில் உபரிமதிப்பு அடைப்புக் குறிகளிடப்பட்ட பின்வரும் வார்த்தைகளால் - "வட்டி, லாபம், வாடகை"[126] - விளக்கப்பட்டுள்ளது. 210-ம் பக்கத்தில் மார்க்ஸ் ஓர் உதாரணம் தருகிறார். இதில் ஒட்டு மொத்தம் 3 பவுன் 11 ஷில்லிங் உபரி மதிப்பு பல்வேறு வடிவங்களில் வினியோகிக்கப்பட்டுள்ளது; கோயில் வரி, கட்டணம் வரிகள் - 21 ஷில்லிங்குகள்; வாரம் - 28 ஷில்லிங்குகள்; விவசாயியின் லாபமும் வட்டியும் - 22 ஷில்லிங்குகள்; இவை யாவும் சேர்ந்து மொத்தம் 3 பவுன் 11 ஷில்லிங்குகள்.[127] 542 ம் பக்கத்தில் மார்க்ஸ் ரிக்கார்டோவின் முக்கியமான குறைபாடுகளில் ஒன்றைச் சுட்டிக் காட்டுகிறார். "அவர் உபரி மதிப்பு என்ற முறையில் அதாவது லாபம், வாரம் போன்ற இதன் குறிப்பிட்ட வடிவங்களில்

இருந்து சுதந்திரமாக இதை அலசி ஆராயவில்லை" எனவும், எனவே உபரி மதிப்பு விகிதத்தின் விதிகளையும், லாப விகிதத்தின் விதிகளையும் சேர்த்துக் குழம்புகிறார் எனவும் குறிப்பிடுகிறார். இதற்கு எதிராக மார்க்ஸ் சாற்றுகிறார்: "குறிப்பிடப்பட்ட உபரி மதிப்பு விகிதத்துடன் கூடவே எத்தனையோ பல லாப விகிதங்கள் இருக்கலாம், பல்வேறு விகிதங்களிலான உபரி மதிப்பு குறிப்பிட்ட நிலைமைகளின் கீழ் தனி ஒரு லாப விகிதமாகத் தம்மை வெளிப்படுத்திக் கொள்ளலாம் என்பதை எனது நூலில் காட்டுவேன்."[128] 587 ம் பக்கத்தில் நாம் காண்பதாவது: "உபரி மதிப்பை உண்டாக்கும், அதாவது தொழிலாளர்களிடமிருந்து ஊதியம் கொடுபடாத உழைப்பை நேரடியாகக் கறந்து அவற்றைப் பண்டங்களின் மீது நிலைப்படுத்தும் முதலாளியே உண்மையில் முதல் சுவீகரிப்பாளர், ஆனால் அவர் எந்த வழியிலும் இந்த உபரி மதிப்பின் இறுதி உரிமையாளராக இருக்க முடியாது. அவர் அதே சமுதாய உற்பத்தியின் பன்முகத் தொகுதியில் இதர பணிகளை நிறைவேற்றுகிற முதலாளிகள், நிலவுடைமையாளர் போன்றவர்களுடன் அதைப் பங்கிட்டுக் கொள்ள வேண்டும். எனவே உபரி மதிப்பு பல்வேறு பகுதிகளாக துண்டுபோடப்படுகிறது. இதன் பகுதிகள் பல்வேறு வகைப்பட்ட நபர்களுக்குக் கிடைக்கிறது. அவை பல்வேறு வடிவங்களை எடுக்கின்றன; ஒன்றிலிருந்து ஒன்று விடுபட்டு நிற்கும் லாபம், வட்டி, வாணிகர் லாபம், வாரம் போன்றவையாகத் தோற்றமளிக்கின்றன. மூன்றாவது நூலில் மட்டுமே உபரி மதிப்பின் இந்த மாற்றப்பட்ட வடிவங்களை எடுத்துக் கையாள முடியும்."[129] இது போன்று இன்னும் வேறு பல வாசகங்கள் உள்ளன.

இதைவிட அதிகத் தெளிவாக எவரும் விளக்கம் தருவது சாத்தியமல்ல. தாம் குறிப்பிடும் உபரி மதிப்பை மூலதனத்தின் லாபத்துடனோ அல்லது சம்பாத்தியத்துடனோ போட்டு குழப்பக் கூடாது என்பதையும், பிந்தையது வெறும் ஒரு உபவடிவமே, பெரும்பாலும் உபரி மதிப்பின் ஒரு கூறே என்பதையும் மார்க்ஸ் ஒவ்வொரு சந்தர்ப்பத்திலும் கவனத்திற்குக் கொண்டு வந்திருக்கிறார். இவ்வாறு இருந்த போதிலும் மார்க்சின் உபரி மதிப்பு "அன்றாட மொழியில் கூறினால் மூலதனத்தின் சம்பாத்தியமே" என்று ஹேர் டூரிங் அறைந்து சொல்வாரானால் மார்க்சின் புத்தகம் முழுவதும் உபரி மதிப்பு நோக்கித் திரும்பியுள்ளது என்பது நடைமுறை உண்மையானால், பிறகு இரண்டு சாத்தியக் கூறுகளே உள்ளன; ஒன்று ஹேர் டூரிங்குக்கு எதுவும் தெரியாது, எனில் ஒரு புத்தகத்தின் பிரதான உள்ளடக்கம் பற்றி அறியாத ஒருவர் அதை இழிவுபடுத்துவது இணையே இல்லாத திமிர் பிடித்த செயல் ஆகும்; அல்லது, இவை எல்லாம் என்ன என்பது அவருக்குத் தெரியும், எனில் அவர் வேண்டும் என்றே இந்தப் புரட்சிச் செயலைப் புரிகிறார்.

மேலே செல்வோம்:

"இந்தப் பறித்துப் பிடுங்கும் காரியம் பற்றிய கருத்தோட்டத்தை ஹெர் மார்க்ஸ் இத்தகைய வன்மமிகு பகைமையுணர்வுடன் முன் வைப்பது மிகவும் புரிந்துகொள்ளக் கூடியதே. ஆனால் மார்க்சின் உபரி மதிப்பு போதனையில் வெளியிடப்பட்டுள்ள தத்துவார்த்த நிலையினை ஒப்புக்கொள்ளாமலே, கூலி உழைப்பை அடிப்படையாக்கியுள்ள பொருளாதார வடிவின் சுரண்டல் தன்மை மீது இன்னும் வலிமையான கோபாவேசம் கொள்வதும், மேலும் முழுமையாக அதை இனங்கண்டு கொள்வதும் சாத்தியமே."

நல்ல எண்ணத்துடன் ஆனால் தவறான தத்துவார்த்த நிலையினை மார்க்ஸ் மேற்கொண்டதானது அவரிடம் பறித்துப் பிடுங்கும் காரியத் திற்கு எதிராக வன்மமிகு பகைமையைக் கிளர்த்துகிறது; ஆனால் அவரது பொய்யான "தத்துவார்த்த நிலையின்" பின்விளைவாகத் தன் நிலையில் நன்னெறி சார்ந்ததாக இருக்கும் உணர்ச்சி வேகம் கீழான பகைமையிலும், தாழ்நிலையான வன்மத்திலும் வெளிப்படுவதன் மூலம் நன்னெறியற்ற தோற்றத்தைப் பெறுகிறது; அதே பொழுதில் ஹெர் டூரிங்கின் "திட்டவட்டமான மற்றும் ஆகக் கறாரான விஞ்ஞான முறை விளக்கம் "கோபாவேசத்தில், இணையான உன்னத இயல்புடைய நன்னெறிசார்ந்த உணர்ச்சி வேகத்தில் தானே தோற்றமளிக்கிறது. இது வடிவத்திலும்கூட நன்னெறிசார்ந்த முறையில் மேலானது, வன்மமிகு பகைமையிலும் கூட அளவிலே மேலானது. இது மேலும் வலிமையான கோபாவேசம். இந்த வழியில் ஹெர் டூரிங் தன்னைத்தானே மகிழ்ந்து புகழ்ந்து கொள்ளும் அதே பொழுதில் இந்த மேலும் வலிமையான கோபாவேசம் எங்கிருந்து கிளைக்கிறது என்பதை நாம் பார்ப்போம்.

மேலும் படிக்கிறோம்: "போட்டியிடும் தொழிலதிபர்கள் உபரி உழைப்பு மணிகளின் ஏற்கெனவே குறிப்பிடப்பட்ட விகிதத்தில் சுட்டிக் காட்டியுள்ளதான உற்பத்தியின் இயல்பான செலவுகளை விட மிகவும் அதிக உயர்ந்த விலைதரும் உபரி உற்பத்திப் பொருள் உள்ளிட்ட உழைப்பின் முழுமையான விளைபயனையும் எவ்வாறு இடையறாது விற்பனை செய்கிறார்கள் என்ற கேள்வி எழுகிறது. இதற்கு மார்க்சின் தத்துவத்தில் விடை காணப்படவில்லை. இதற்கு அப்பட்டமான காரணம் அதனுள் இந்தக் கேள்வியை எழுப்புவதற்குக் கூட இடமில்லை என்பதே. கூலி உழைப்பை அடிப்படையாக்கிய உற்பத்தியின் ஆடம்பரத்தன்மை கவனமாக விளக்கப்படவே இல்லை, சுரண்டும் அம்சங்களுடன் கூடிய சமுதாய அமைப்பு வெள்ளை அடிமை முறையின் இறுதி அடிப் படை என்பது எவ்வழியிலும் இனங்கண்டு கொள்ளப்பட வில்லை. இதற்கு நேர்மாறாக, அரசியல் மற்றும் சமுதாய

விஷயங்கள் எப்பொழுதும் பொருளியலால் விளக்கப்பட வேண்டியுள்ளது."

இங்கு ஹெர் டூரிங் கற்பிதம் செய்துள்ளது போன்று தொழில் துறை முதலாளி உபரி உற்பத்திப் பொருளை முதலில் சுவீகரித்துக் கொண்டு சந்தர்ப்பச் சூழல்கள் எதுவாக இருந்த போதிலும் அதனைச் சராசரி அதன் முழு மதிப்புக்கு விற்பனை செய்கிறார் என்று மார்க்ஸ் அடித்துக் கூறவே இல்லை என்பதை மேலே குறிப்பிடப்பட்ட வாசகங் களில் இருந்து நாம் இப்பொழுது பார்த்தோம். வாணிகரின் லாபமும் உபரி மதிப்பின் ஒரு பகுதியாகும் என்று மார்க்ஸ் வெளிப்படையாகக் கூறுகிறார். ஏற்கெனவே மேற்கொள்ளப்பட்ட ஊகங்களின்படி, உற்பத்திச் செய்பவர் வர்த்தகருக்கு அதன் மதிப்புக்கும் குறைவாக தன் உற்பத்திப் பொருளை விற்பனை செய்தால் மட்டுமே, அவ்வாறு அவருக்குத் தன் கொள்ளைப் பொருளில் ஒரு பகுதியை விட்டுக் கொடுத்தால் மட்டுமே இது சாத்தியம். இங்கே முன்வைக்கப்பட்டுள்ள முறையில், மார்க்சிடம் இந்தக் கேள்வியை எழுப்புவதற்குக்கூட இடம் இல்லை என்பது தெளிவாகும். ஆய்வறிவு முறையில் கூறினால், இங்கு எழும் கேள்வி: உபரிமதிப்பு எவ்வாறு அதன் உபவடிவங்களான லாபம், வட்டி, வர்த்தகர் லாபம், நில வாரம் மற்றும் இவ்வாறாக எவ்வாறு மாற்றமடைகிறது? இந்தக் கேள்விக்குத் தமது மூன்றாம் புத்தகத்தில் தீர்வு கூறுவதாக மார்க்ஸ் நிச்சயமாயும் வாக்களிக்கிறார். ஆனால் ஹெர் டூரிங் மூலதனத்தின்[130] இரண்டாம் பாகம் வெளிவரும் வரையில் காத்திருக்க முடியாவிட்டால், இதற்கிடையில் அவர் முதல் பாகத்தை மேலும் கவனமாகப் பரிசீலிக்க வேண்டும். ஏற்கெனவே மேற்கோள் காட்டப்பட்ட வாசகங்களைத் தவிர அவர் உதாரணமாக 323 ம் பக்கத்தில் பின்வருவனவற்றைக் காணலாம்: மார்க்சின் கருத்துப்படி தனிப்பட்ட மூலதன திரள்களின் புற இயக்கங்களில் முதலாளித்துவ உற்பத்தியின் இயல்பான விதிகள் [immanent laws] போட்டியின் வலு வந்த விதிகளாகத் தம்மைத்தாமே வெளிப்படுத்திக் கொள்கின்றன; இந்த வடிவில்தான் தனிப்பட்ட முதலாளியின் மனதிலும் உணர்விலும் அவனது செயல்பாடுகளை இயக்கும் உந்து விசையாக அவை ஊடுருவு கின்றன; எனவே விண்ணகக் கோள்களின் உண்மையான இயக்கங்கள் - உணர்வுகளால் நேரடி புலனறிய இயலாததான அவற்றின் மேலீடாகத் தோன்றும் இயக்கங்கள் - பற்றிப் பரிச்சயம் பெற்றவரைத் தவிர வேறு யாருக்கும் எவ்வாறு புரியவில்லையோ அதே போன்று மூலதனத்தின் உள் இயல்பு பற்றிய ஒரு கருத்தோட்டத்தைப் பெறாமல் போட்டி குறித்த ஒரு விஞ்ஞானமுறை ஆய்வு சாத்தியமல்ல;[131] பிறகு மார்க்ஸ் ஒரு திட்டவட்டமான நிகழ்வில் ஒரு திட்டவட்டமான விதி, அதாவது மதிப்பின் விதி எவ்வாறு தன்னைத்தானே வெளிப்படுத்திக் கொள்கிறது

மற்றும் போட்டியை இயக்கும் உந்து சக்தியாக எவ்வாறு செயல் படுகிறது என்பதை எடுத்துக்காட்ட ஓர் உதாரணத்தைத் தருகிறார். இதிலிருந்து மட்டுமே ஹெர் டூரிங் உபரி மதிப்பை வினியோகம் செய்வதில் போட்டி ஒரு தலையாய பங்கு வகிக்கிறது என்பதைக் காண முடியும்; மேலும் சற்றுச் சிந்தனை செய்தால், முதல் பாகத்தில் கொடுக்கப்பட்டுள்ள அறிகுறிகள் உபரி மதிப்பு அதன் உபவடிவங் களாக மாற்றம் அடைவதை, குறைந்தபட்சம் அதன் பிரதான அம்சங் களைத் தெளிவுபடுத்தப் போதுமானவை, என்பதைக் காண முடியும்.

ஆனால் போட்டியே ஹெர் டூரிங் இந்த நிகழ்ச்சிப் போக்கைப் புரிந்துகொள்ள இயலாதபடி குறிப்பாயும் முற்ற முழுமையாகத் தடை செய்து வருகிறது. போட்டியிடும் தொழிலதிபர் உற்பத்தியின் இயல்பான செலவுகளைவிட மிகவும் அதிக உயர்ந்த விலைதரும் உபரி உற்பத்திப்பொருள் உள்ளிட்டு உழைப்பின் முழுமையான விளை பயனையும் எவ்வாறு இடையறாது விற்பனை செய்ய முடிகிறது என்பதை அவரால் புரிந்துகொள்ள முடியாது. இங்கு மீண்டும் அவரது வழக்கமான விளக்கத்தின் "கறார்தன்மையினைக்" காண் கிறோம்; இது உண்மையில் அப்பட்டமான ஒழுங்கின்மையே. மார்க்ஸ் நூல்களில் உபரி உற்பத்திப் பொருள் என்ற முறையில் அதற்கு அறவே எவ்விதமான உற்பத்திச் செலவுகளும் கிடையாது; அது முதலாளிக்கு செலவு எதுவுமின்றிக் கிடைக்கும் உற்பத்திப் பொருளின் ஒரு பகுதியே என்று விளக்கப்பட்டுள்ளது. எனவே போட்டியிடும் தொழிலதிபர்கள் உபரி உற்பத்திப் பொருளில் அதன் உற்பத்தியின் இயல்பான செலவு களை ஈடுசெய்ய விரும்பினார்கள் என்றால், அவர்கள் அதை அப்படியே பரிசாகக் கொடுத்துவிட வேண்டும். ஆனால் இத்தகைய "மயிர்பிளக்கும் விவரங்களில்" நாம் நேரத்தை வீணாக்க வேண்டாம். போட்டியிடும் தொழிலதிபர்கள் ஒவ்வொரு நாளும் உழைப்பின் உற்பத்திப் பொருளை உற்பத்தியின் இயல்பான செலவுக்கு மேல் அதிகமான விலையில் விற்பனை செய்யவில்லையா? ஹெர் டூரிங்கின் கருத்துப்படி.

உற்பத்தியின் இயல்பான செலவுகள் "உழைப்பு அல்லது சக்தியின் செலவீட்டைக் கொண்டவை, இது தன் வகைக்கு கடைசியாக ஆய்வு செய்யும் போதில் உணவுக்காக செலவீட்டால் அளவிடப்பட முடியும்:"

அதாவது இன்றைய சமூக அமைப்பில் இந்தச் செலவினங்கள் மூலப்பொருள்கள், உழைப்புக் கருவிகள், மற்றும் கூலி ஆகியவற்றுக்காக உண்மையில் செலவிடப்பட்ட முதலீட்டைக் கொண்டவை, இவற்றை "வரி", லாபம் வாளைக் கரத்தில் ஏந்தி வசூலித்த மிகு கட்டணம் ஆகியவற்றில் இருந்து வேறு பிரித்துப் பார்க்க வேண்டும். நாம் வாழும்

சமுதாயத்தில் போட்டியிடும் தொழிலதிபர்கள் தமது பண்டங்களை உற்பத்தியின் இயல்பான செலவுகளின் அளவை வைத்து விற்பனை செய்வது இல்லை. ஆனால் அவர்கள் இவற்றோடு கூட மிகு கட்டணம் என அழைக்கப்படும் லாபத்தையும் சேர்த்துக் கொள்கிறார்கள் - இதைப் பொதுவாகப் பெறுகிறார்கள் - என்பதை இப்போது எல்லாரும் அறிவார்கள். ஜோஷுவா ஒரு முறை ஜெரிஹோவின் சுவர்களை எக்காள ஒலி கொண்டு வீழ்த்தியது போன்று[132] - மார்க்சின் கட்டுமானம் முழுவதையும் ஒலிகொண்டு வீழ்த்த எந்தக் கேள்வியை எழுப்பினால் மட்டும் போதும் என்று ஹெர் டூரிங் எண்ணுகிறாரோ அந்தக் கேள்வி ஹெர் டூரிங்கின் பொருளாதாரத் தத்துவத்துக்கும் இருக்கிறது. அவர் எவ்வாறு விடையளிக்கிறார் என்பதைப் பார்ப்போம்.

அவர் கூறுகிறார்: "மூலதன உடைமையில் மானுடத்தை எதிர்த்த மறைமுக பலப்பிரயோகம் ஏககாலத்தில் இணைக்கப்பட்டிருந்தால் ஒழிய அதற்கு நடைமுறை அர்த்தம் இல்லை, அதைப் பயன்படுத்த முடியாது. இது பலப்பிரயோகத்தின் விளைபயன் மூலதனத்தின் சம்பாத்தியங்களாகும். எனவே பின்னதன் பரிமாணம் இந்தச் சக்தி செயல்படுத்தப்படும் வேகம், முனைப்பு ஆகியவற்றைச் சார்ந்ததாக இருக்கும்... மூலதனத்தின் சம்பாத்தியங்கள் அரசியல் மற்றும் சமூக நிறுவனமாகும். அது போட்டியை விடவும் அதிக வலிமை வாய்ந்த செல்வாக்கைச் செலுத்துகிறது. இது தொடர்பாக முதலாளிகள் ஒரு சமூகப் படிநிலையாகச் செயல்படுகின்றனர். ஒவ்வொருவரும் தம் நிலையைப் பாதுகாத்துக் கொள்கின்றனர். தற்போது நிலவும் பொருளாதார முறையின் கீழ் மூலதனத்தின் ஓரளவு சம்பாத்தியம் அவசியமாகும்."

போட்டியிடும் தொழிலதிபர்கள் எவ்வாறு உற்பத்தியின் இயல்பான செலவுகளுக்கு மேல் அதிகமாகவே உழைப்பின் விளைபயன்களை இடையறாது விற்பனைசெய்து வருகிறார்கள் என்பது துரதிருஷ்டவசமாக இப்பொழுதும் கூட எமக்குத் தெரியாது. பிரஷ்ய மன்னர் வழக்கமாயும் சட்டத்திற்கு அப்பாற்பட்டவராக இருந்தது போல மூலதனத்தின் சம்பாத்தியங்கள் போட்டிக்கு அப்பாற்பட்டவை என்ற சொல்லைக் கூறி ஏய்க்கலாம் என்ற அளவுக்குப் பொதுமக்களைப் பற்றி அவ்வளவு குறைவாக ஹெர் டூரிங் கருதுகிறார் என்று ஆகிவிடாது. சட்டத்திற்கு அப்பாற்பட்ட நிலையினை அடைவதற்குப் பிரஷ்ய மன்னர் புரிந்த சூழ்ச்சிகளை நாம் அறிவோம்; மூலதனத்தின் சம்பாத்தியங்கள், போட்டியை விடவும் அதிக வலிமைமிக்கதாக வெற்றியீட்டப் புரியப்பட்ட சூழ்ச்சிகளைக் குறிப்பாயும் ஹெர் டூரிங் நமக்குக் கட்டாயம் விளக்கிக்கூற வேண்டும். ஆனால் அவர் இதை

விளக்கப் பிடிவாதமாக மறுக்கிறார். இதன் தொடர்பான முதலாளிகள் ஒரு படிநிலையாகச் செயல்படுகிறார்கள். அவர்களில் ஒவ்வொருவரும் நிலையைப் பாதுகாத்துக் கொள்கிறார் என்று அவர் எம்மிடம் கூறுவாரானால் அதனால் பயனில்லை. ஒவ்வொருவரும் தனது நிலையைப் பாதுகாத்துக் கொள்ளச் சிலபேர் ஒரு படிநிலையாகச் செயல்பட்டால் மட்டும் போதும் என்று அவர் சொல்வதை நாம் நம்புவோம் என்று நிச்சயமாயும் எதிர்பார்க்க முடியாது. மத்திய காலத்திய கில்ட்மன்களும் [the guildsmen] *1789*-ல் பிரெஞ்சுப் பிரபுக்களும் மிகவும் திட்டவட்டமாக ஒரு படிநிலையாகச் செயல் பட்டார்கள் இருந்தபோதிலும் அழிவுற்றார்கள். யெனாவின் [Jena] சுற்றுப்புறத்தில் பிரஷ்யன் சேனையும் ஒரு படிநிலையாகத்தான் செயல்பட்டது. ஆனால் தனது நிலைமையைப் பாதுகாத்துக் கொள் வதற்கு நேர்மாறாக அது புறமுதுகிட்டு ஓடிப் பின்னால் பகுதி பகுதியாகச் சரணாகதியடைந்தது. நிலவும் பொருளாதார முறையின் கீழ் மூலதனத்தின் ஓரளவு சம்பாத்தியம் அவசியமாகும் என்ற வாக்குறுதியால் நாம் சிறிதும் திருப்தி அடையவில்லை; இது ஏன் இப்படி என்பதைத்தான் குறிப்பாக நிரூபித்துக் காட்ட வேண்டி இருக்கிறது.

> “மூலதனத்தின் மேலாதிக்கம் நிலத்தின் மேலாதிக்கத்தோடு நெருக்கமான உறவுகொண்டே உதித்தது. விவசாயப் பண்ணை அடிமைகளில் ஒரு பகுதியினர் நகரங்களில் கைவினைஞர்களாக மாற்றப்பட்டார்கள். இறுதியில் ஆலை ஊழியர்களாக மாற்றப் பட்டார்கள். நில வாடகைக்குப் பிறகு மூலதனத்தின் சம்பாத்தியம் உடைமையில் வாடகையின் இரண்டாம் வடிவமாக வளர்ச்சி யடைந்தது”

என்று ஹெர் டூரிங் நமக்குத் தெரிவிக்கும் பொழுது நாம் லட்சியத்தை நோக்கி நெருங்கிய ஒரு படி கூட எடுக்கவில்லை.

இந்தத் துணிபுரையின் வரலாற்று முறை துல்லியமின்மையைப் புறக்கணித்துவிட்டோமாயினும் கூட இது எப்படியும் ஒரு வெறும் துணிபுரையாக நீடிக்கிறது, மற்றும் எதை விளக்கம் தந்து நிரூபிக்க வேண்டுமோ அதைப் பற்றிக் குறிப்பாக மீண்டும் மீண்டும் வாக்குறுதி அளிப்பதோடு நின்றுவிடுகிறது. எனவே நாம், போட்டியிடும் தொழிலதி பர்கள் உற்பத்தியின் இயல்பான செலவுகளுக்கு மேல் அதிகமாகவே உழைப்பின் உற்பத்திப் பொருளை எவ்வாறு இடையறாது விற்பனை செய்ய முடிகிறது என்ற தமது சொந்தக் கேள்விக்கே ஹெர் டூரிங்கால் விடை காண முடியவில்லை. வேறு சொற்களில் கூறினால், லாபத்தின் தோற்றத்தை விளக்க அவரால் இயலவில்லை என்ற முடிவுக்கு மட்டுமே

நாம் வர முடியும். மூலதனத்தின் சம்பாத்தியம் பலப்பிரயோகத்தின் விளைவாகவே இருக்க வேண்டும் என்று அவர் பச்சையாக ஆணை யிடலாம்; இது உண்மையிலேயே பலப்பிரயோகம் வினியோகம் செய்கிறது என்ற சமூகம் பற்றிய டூரிங்கின் அமைப்பு விதிகளின் பிரிவு 2க்கு முற்றிலும் பொருத்தமானது. இது நிச்சயமாகவும் மிகவும் நயமாக வெளியிடப்பட்டுள்ளது; ஆனால் இப்போது பலப்பிரயோகம் எதை வினியோகிக்கிறது என்ற "கேள்வி எழுதுகிறது". நிச்சயமாயும் வினியோகிப்பதற்கு ஏதாவது இருக்க வேண்டும். இல்லையேல் ஆக சர்வவல்லமை படைத்த பலப்பிரயோகமும் கூட - உலகில் ஆகச் சிறந்த நல்லெண்ணமுடையதாக இருப்பினுங்கூட - எதையும் வினியோகம் செய்ய முடியாது. போட்டியிடும் முதலாளிகள் பையிலிடுகிற சம்பாத்தியம் மிகவும் உருப்படியானது மிகவும் உறுதியானது. பலப் பிரயோகத்தால் அதைக் கைப்பற்ற முடியும் ஆனால் உற்பத்திச் செய்ய முடியாது. முதலாளிகளின் சம்பாதியத்தைப் பலப்பிரயோகம் எவ்வாறு கைப்பற்றும் என்பதை நமக்கு விளக்கப் பிடிவாதமாக மறுக்கிறார் ஹெர் டூரிங். பலப்பிரயோகம் எங்கிருந்து அதை எடுத்துக் கொள்ளும் என்ற கேள்விக்கு மௌனம் சாதிக்கிறார். இடுகாட்டின் மௌனம், ஒன்றும் இல்லா இடத்தில் மன்னர் இதர ஆட்சியதிகாரத்தைப் போலவே தனது உரிமைகளை இழக்கிறார். வெறுமையில் இருந்து வெறுமையே வரும்; நிச்சயமாயும் லாபம் வராது. மானுடத்துக்கு எதிராக மறைமுகமான பலப்பிரயோகம் ஏககாலத்தில் மூலதன உடைமையில் உருவகம் பெறாவிட்டால் அதற்கு நடைமுறை அர்த்தம் இல்லை. அதைப் பயன்படுத்த முடியாதென்றால் பிறகு முதலில் மூலதனச் செல்வம் எவ்வாறு இந்தப் பலப்பிரயோகத்தைப் பெற்றது, என்று மீண்டும் கேள்வி எழுகிறது; இந்தக் கேள்விக்கு மேலே சுட்டிக் காட்டப்பட்ட இரண்டு வரலாற்றுத் துணிபுரைகளால் சிறிதளவு கூட விடை காணமுடியவில்லை; இரண்டாவதாக, இந்தப் பலப்பிரயோகம் எவ்வாறு மூலதன மதிப்பின் அதிக லாபமாக மாற்றப்பட்டது; மூன்றாவதாக, இந்த லாபத்தை அது எங்கே பெறுகிறது, என்ற கேள்விகள் எழுகின்றன.

டூரிங்கின் பொருளியலை எந்தப் பக்கத்திலிருந்து நாம் அணுகினாலும் நாம் ஒருபடி கூட முன்னேற முடியாது. ஏனெனில், லாபம், நில வாடகை, பட்டினிக் கூலி, தொழிலாளர்களை அடிமைப்படுத்தல் ஆகிய ஒவ்வொரு வெறுக்கத்தக்க புலப்பாட்டுக்கும் அவரிடம் இருப்பது ஒற்றைச் சொல் விளக்கம் மட்டுமே; பலப்பிரயோகம், எக்காலத்தும் மீண்டும் பலப்பிரயோகம் என்பதே, மற்றும் ஹெர் டூரிங்கின் "மேலும் வலுவான கோபாவேசம்" இறுதியில் பலப் பிரயோகத்தை நோக்கிய கோபாவேசமாக மாறுகிறது. முதலாவதாக,

பலப்பிரயோகத்திற்கான இந்தக் குறிப்பு ஒரு நொண்டித்தனமான சூழ்ச்சி, பிரச்சினையைப் பொருளாதாரத் துறையில் இருந்து அரசியல் துறைக்கு ஒதுக்கி வைப்பது, இதனால் ஒரு பொருளாதார உண்மையைக் கூட விளக்க முடியவில்லை; இரண்டாவதாக, இது பலப்பிரயோகத்தின் தோற்றம் பற்றியே விளக்கந்தராமல் விடுகிறது - மிகவும் முன் கவனமாகவே அவ்வாறு செய்கிறது. இல்லையேல் அது எல்லாவிதமான சமுதாய அதிகாரங்களும் அரசியல் பலப்பிரயோகமும் ஒவ்வொரு சமூக அமைப்பிலும், ஒவ்வொரு காலகட்டத்திலும் வரலாற்று முறையில் வழங்கப்பட்டதான உற்பத்தி மற்றும் பரிவர்த்தனை முறையின் பொருளாதார முன் நிபந்தனைகளில், தமது தோற்றுவாயைக் கொண்டிருக்கும் என்ற முடிவுக்கு வரவேண்டி இருக்கும் என்பதை நாம் கண்டோம்.

அரசியல் பொருளாதாரத்தின் "மேலும் ஆழமான அடித்தளங்களின்" மாற்றவொண்ணா நிர்மாணியான அவரிடமிருந்து லாபம் பற்றிய மேலும் சில வெளிப்பாடான தகவல்களைப் பறித்துக்கொள்ள முடியாதா என்று பார்ப்போம். அவர் கூலி பற்றி அளித்துள்ள விளக்கங்களை நமக்குள் பிரயோகிப்போமானால் ஒருவேளை நாம் வெற்றியைச் சந்திக்கலாம். 158 ம் பக்கத்தில் நாம் காண்பதாவது:

"கூலி என்பது உழைப்புச் சக்தியின் பராமரிப்புக்காக வழங்கப் படும் கட்டணம் ஆகும். இது முதலில் நிலவாடகைக்கும் மூலதனத்தின் சம்பாத்தியத்துக்கும் ஓர் அடிப்படையாக மட்டுமே கவனத்தில் எடுத்துக் கொள்ளப்படுகிறது. இந்தத் துறையில் காணக்கிடக்கும் உறவுகள் பற்றி முழுமையான விளக்கம் பெற வேண்டுமானால் முதலில் வரலாற்று முறையில், கூலி இல்லாமல், அதாவது அடிமை முறை அல்லது பண்ணையடிமை முறையின் அடிப்படையில் நில வாடகையையும், பின்னால் மூலதனத்தின் சம்பாத்தியத்தையும் கருதிப்பார்க்க வேண்டும்... பராமரிக்கப்பட வேண்டியவர் ஓர் அடிமையா அல்லது ஒரு பண்ணையடிமையா, அல்லது கூலித் தொழிலாளியா என்பது உற்பத்திச் செலவுகளை கணக்கிடும் முறையில் மட்டுமே ஒரு வித்தியாசம் எழும்படி செய்கிறது. ஒவ்வொரு சந்தர்ப்பங்களிலும் உழைப்புச் சக்தியைப் பயன்படுத்துவதன் மூலம் அடையப்பெறும் நிகர ஆதாயங்கள் [the rent] எஜமானரின் வருவாயாக அமைகிறது... எனவே எதன் காரணத்தால் ஒருபுறம் சில வடிவிலான உடைமை வாடகையும் மறுபுறம் உடைமை இல்லாத கூலி உழைப்பும் நிலவுகின்றனவோ அந்தப் பிரதான முரண்நிலை இதன் உறுப்பினர் ஒருவரிடம் மட்டும் முழுமையாகக் காணப்படுவதல்ல, மாறாக இருவரிடத்தும் ஒரே சமயத்தில் காணப்படுகிறது."

உடைமை வாடகை என்பது நில வாடகை மற்றும் மூலதனத்தின் சம்பாத்தியம் இரண்டையும் குறிக்கும் ஒரு சொற்றொடர் என்பதை 188 ம் பக்கத்தில் நாம் படித்தறிகிறோம். மேலும் நாம் 174 ம் பக்கத்தில் காண்பதாவது:

"மூலதனத்தின் சம்பாத்தியத்தின் தனிச்சிறப்பான அம்சம் உழைப்புச் சக்தியின் ஆதாயங்களின் ஆக முக்கியமான பகுதியினை சுவீகரித்துக் கொள்வதாகும். அதை நேரடி அல்லது மறைமுகமாக ஆட்படுத்தப்பட்ட உழைப்பின் ஏதாவது வடிவத்துடனான தொடர்பாட்டில் அன்றி வேறுவகையில் கருதிப்பார்க்க முடியாது."

183-ம் பக்கத்தில் கூறப்படுவதாவது:

கூலி என்பது "எல்லா இட கால சந்தர்ப்பங்களிலும் கொடுக்கப் படும் கட்டணம் தவிர வேறு எதுவுமல்ல, இதன் மூலம் பொது வாகக் கூறுமிடத்துத் தொழிலாளியின் பராமரிப்பு மற்றும் இனப் பெருக்கத்தின் சாத்தியக் கூறும் உறுதிசெய்யப்பட வேண்டும்."

இறுதியாக 195-ம் பக்கத்தில்:

"உழைப்பு வாடகைக்குக் கிட்டும் பங்கு கூலிக்கு ஏற்படும் இழப்பு மற்றும் இது எதிரெதிர் மாறானதுமாகும். உழைப்பாளியைப் போயடையும் பொதுவான உற்பத்தி ஆற்றலின் பங்கு (!) அவசிய மாயும் உடைமையின் வருவாயிலிருந்து எடுத்துக் கொள்ளப்பட வேண்டியதேயாகும்."

ஹெர் டூரிங் நம்மை ஒரு திடீர் வியப்பிலிருந்து இன்னொன்றுக்கு இட்டுச்செல்கிறார். அவரது மதிப்புப்பற்றிய தத்துவத்திலும், போட்டியின் தத்துவம் உட்பட அதுவரையிலான பின்வரும் அத்தியாயங்களிலும் அதாவது பக்கம் 1 முதல் 155-ம் பக்கம் வரையில் பண்டங்களின் விலைகள் அல்லது மதிப்புகள் முதலில் உற்பத்தியின் இயல்பான செலவுகள் அல்லது "உற்பத்தி மதிப்பாக" அதாவது கச்சாப் பொருட்கள், உழைப்புக் கருவிகள் மற்றும் கூலி மீதான செலவுகளாகவும் பிரிக்கப் பட்டன; மற்றும் இரண்டாவதாக மிகு கட்டணம் அல்லது "வினியோக மதிப்பு" எனவும் அதாவது ஏகபோக வர்க்கங்களுக்கு அனுகூலமாக கையில் வாளேந்தி வசூலித்த கப்பம் - நாம் ஏற்கெனவே பார்த்தபடி, செல்வ வினியோகத்தில் உண்மையில் எவ்விதமான மாற்றமும் செய்ய இயலாத மிகு கட்டணம் (ஒரு கையால் எடுத்துக் கொண்டதை மறு கையால் திருப்பித்தர வேண்டியுள்ளது) ஆகவும் பிரிக்கப்படுகிறது. இது, இதன் தோற்றம் மற்றும் தன்மை பற்றி ஹெர் டூரிங் நமக்கு அறிவொளி காட்டியுள்ள அளவுக்கு, வெறுமையில் இருந்தே உதித்தது

எனவே அதில் வெறுமையே காணக் கிடக்கிறது. வருவாயின் வகைகள் பற்றி விளக்கும் பிந்தைய இரண்டு அத்தியாயங்களில் அதாவது 156 முதல் 217-ம் பக்கம் வரை இந்த மிகு கட்டணம் பற்றி இதற்குமேல் குறிப்பிடப்படவில்லை. இதற்குப் பதிலாக உழைப்பின் ஒவ்வொரு உற்பத்திப் பொருளின் மதிப்பும் அதாவது ஒவ்வொரு பண்டத்தின் மதிப்பும் இப்போது பின்வரும் இரு பங்குகளாகப் பிரிக்கப்பட்டுள்ளது: முதலாவதாக உற்பத்திச் செலவுகள் இவற்றில் கொடுக்கப்பட்ட கூலி சேர்க்கப்பட்டுள்ளது; இரண்டாவதாக, "உழைப்புச் சக்தியைப் பயன் படுத்தியதால் அடையப்பெற்ற நிகர ஆதாயம்;" இது எஜமானரின் வருவாயாக அமைகிறது. இந்த நிகர ஆதாயங்களுக்கு மிகவும் நன்கறியப்பட்ட முகத்தோற்றம் உள்ளது. இதை பச்சை குத்துதல் அல்லது ஒப்பனை ('மேக் அப்') செய்தல் மூலம் மறைத்து விட முடியாது. "இந்தத் துறையில் அடையப்பெறும் உறவுகள் பற்றிய முழுமையான விளக்கத்தைப் பெற வேண்டுமானால்", உபரி உழைப்பு, உபரி உற்பத்திப் பொருள் மற்றும் உபரி மதிப்பு பற்றிய விளக்கம் தரும் மார்க்ஸ் நூல்களில் இருந்து அண்மையில் எடுத்துக் காட்டப்பட்ட வாசகங்களுக்கு எதிர்ப்புறம் அச்சேறியுள்ள அண்மையில் எடுத்துக் காட்டப்பட்ட ஹெர் டூரிங்கின் நூல்களில் இருந்து எடுத்த வாசகங் களை வாசகர் கற்பனை செய்து கொள்வாராக. அப்படிச் செய்தால் அவர் இங்கு ஹெர் டூரிங் தமது சொந்த நடையில்தான் எனினும் நேரடியாக "மூலதனம்" நூலிலிருந்து காப்பியடிப்பதைக் காண்பார்.

அடிமை முறை, பண்ணையடிமை முறை அல்லது கூலி உழைப்பு முறை எந்த வடிவத்திலாயினும் சரி உபரி மதிப்பு ஹெர் டூரிங்கால் இன்று வரையிலான அனைத்து ஆளும் வர்க்கங்களின் வருவாய் ஆதாரமாக அங்கீகரிக்கப்பட்டுள்ளது; இது மூலதனம் (பக்கம் 227) நூலிலிருந்து பெருமளவு மேற்கோள் காட்டப்படும் வாசகத்திலிருந்தே எடுக்கப்பட்டது: "மூலதனம் உபரி உழைப்பை புனைவு செய்யவில்லை" இத்தியாதி.

"எஜமானரின் வருவாயாக" அமையும் "நிகர ஆதாயங்கள்" - இது கூலிக்கு மேல் அதிகமாக இருக்கும் உழைப்பு உற்பத்திப் பொருளின் உபரி தவிர வேறு என்ன, இதை மிகவும் மேலோட்டமான முறையில் கட்டணம் என்ற சொல்லில் மறைக்க முயலும் ஹெர் டூரிங் கூடப் பொதுவாகப் பேசும் போது தொழிலாளியின் பராமரிப்பு மற்றும் இனப்பெருக்கத்தின் சாத்தியக்கூறினையும் உறுதி செய்ய வேண்டாமா? மார்க்ஸ் சுட்டிக் காட்டுவது போன்று முதலாளி, தொழிலாளியால் நுகரப்பட்ட பிழைப்புச் சாதனங்களின் மறு உற்பத்திக்கு அவசியமான அதிக உழைப்பைத் தொழிலாளியிடமிருந்து பறித்துப் பிடுங்காமல்

அதாவது தொழிலாளிக்குக் கொடுபடும் கூலியின் மதிப்பை மீட்டளிப் பதற்கு அவசியமானதற்கும் மேலதிகமான நேரம் தொழிலாளியிடம் முதலாளி வேலை வாங்காமல், "உழைப்புச் சக்தியின் ஆதாயங்களின் ஆகமுக்கியமான பகுதியை சுவீகரிப்பது" எவ்வாறு நிறைவேற்றப்படும்? இவ்வாறாக, தொழிலாளியின் பிழைப்புச் சாதனங்களை மறு உற்பத்திச் செய்வதற்கு அவசியமான நேரத்துக்கு மேல் வேலைநாளை நீட்டிப்பது - மார்க்சின் உபரி மதிப்பு - ஹெர் டூரிங்கின் "உழைப்புச் சக்தியைப் பயன்படுத்தல்"; "நிகர ஆதாயங்கள்" எஜமானுக்குக் கிட்டச் செய்தல் என்ற கருத்தின் பின் மறைந்திருப்பது இதுவே, மற்ற எதுவுமல்ல. இவை மார்க்சிய உபரி உற்பத்திப் பொருள் மற்றும் உபரி மதிப்பு என்ற வடிவிலன்றி வேறு எந்தவகையில் தம்மைத்தாமே வெளிப்படுத்திக் கொள்ள முடியும்? அதன் துல்லியமற்ற உருவிளக்கம் நீங்கலாக டூரிங்கின் உடைமையின் வாடகையை மார்க்சின் உபரி மதிப்பிலிருந்து இனம் பிரித்துக் காட்ட வேறு என்ன இருக்கிறது? மற்றவற்றைப் பொறுத்தவரை ஹெர் டூரிங் "உடைமையின் வாடகை" ["Besitzrente"] என்ற பெயரை ராட்பெர்டசிடம் இருந்து எடுத்துக் கொண்டிருக் கிறார்; அவர் நில வாடகை, மூலதன வாடகை, இரண்டையும் அல்லது மூலதனத்தின் சம்பாத்தியத்தை வாடகை என்ற சொல்லின் கீழ் உட் படுத்தியிருந்தார். எனவே ஹெர் டூரிங் "உடைமை" என்ற சொல்லை மட்டுமே சேர்க்க வேண்டி இருந்தது.* அவரது கருத்துத் திருட்டு பற்றிய எவ்வித சந்தேகமும் இல்லாதிருப்பதற்காக ஹெர் டூரிங் தனது சொந்த வழியில் மார்க்ஸ் மூலதனம், 15 அத்தியாயத்தில் (539 பக்கமும் அடுத்த பக்கமும்) விரித்துரைத்துள்ள உழைப்புச் சக்தியின் விலையிலும் மற்றும் உபரி மதிப்பிலும் ஏற்படும் பரிமாண மாற்றங்களின் விதிகளைத்[134] தொகுத்துரைக்கிறார். இதை அவர் செய்யும் தன்மையில் உடைமையின் வாடகையாகக் கிடைப்பதை, கூலிக்காக இழக்கப்பட வேண்டியுள்ளது மற்றும் எதிர் எதிர்மாறாக; இதன் விளைவாக மிகவும் செழுமையான உள்ளடக்கம் கொண்ட சில மார்க்சிய விதிகள் உள்ளடக்கம் இல்லாத ஒரு கூறியது கூறலாக குறுக்கப்படுகின்றன - ஏனெனில் ஒரு குறிப்பிட்ட பரிமாணம் இரு பகுதிகளாகப் பிரியும்போது ஒன்று குறையாவிட்டால் இன்னொன்று அதிகரிக்கிறது என்பது விளக்கத் தேவையில்லை. எனவே மார்க்சின் கருத்துகளைச் சுவீகரித்துக் கொள்வதில் ஹெர் டூரிங் எத்தகைய வழியில் வெற்றியடையந்திருக்கிறார் என்றால் மார்க்சின் விளக்கத்தில் நிச்சயமாயும் இடம் பெற்றுள்ள "நுண் அறிவுத் துறைகள்

★ இதுவுங்கூட அல்ல. ராட்பெர்டஸ் (**சமுதாயக் கடிதங்கள்,** கடிதம் 2, பக்கம் 59) கூறுவதாவது: "இந்த" (அவரது) "தத்துவத்தின் படி வாடகை என்பது சொந்த உழைப்பு இன்றி முற்றிலும் **உடைமை காரணமாக** அடையப் பெறும் எல்லா வருவாயுமாகும்.[133] -ப-ர்.

என்ற பொருளில் திட்டவட்டமான ஆகக் கறாரான விஞ்ஞான விளக்கம்" இதில் முற்றிலும் இழக்கப்படுகிறது.

எனவே, மூலதனம் பற்றி விமர்சன வரலாற்றில் ஹெர் டூரிங் செய்யும் விசித்திரமான சந்தடியும் உபரி மதிப்புக் குறித்து முன் வந்துள்ள புகழார்ந்த கேள்வி (இதற்கு அவரால் விடை காண முடியாது என்பதால் இந்தக் கேள்வியை கிளப்பாது இருந்திருக்கலாம்) பற்றி அவர் எழுப்பும் புழுதியும் - இவையாவும் அவரது பாடம் என்ற நூலில் அவர் மார்க்சிடமிருந்து படுமோசமாகக் கருத்துத் திருட்டைப் புரிந்துள்ளதை மூடி மறைக்கச் செய்யப்படும் ராணுவச் சூழ்ச்சி. ஒரு கரவான சாணக்கியம் மட்டுமே என்ற முடிவுக்கு நாம் வருவது தவிர்க்க முடியாதது. "மார்க்ஸ் மூலதனம் என்று அழைக்கும் சிக்கலான புதிரில்", வரலாற்று மற்றும் தர்க்கமுறைக் கற்பனையின் போலி சிருஷ்டிகளில், குழப்பமான தெளிவற்ற ஹெகலின் கருத்துகள் மற்றும் ஜாலங்களில் தம்மை ஈடுபடுத்திக் கொள்ள வேண்டாம் என்று தனது வாசகர்களை எச்சரிக்க ஹெர் டூரிங்குக்கு உண்மையிலேயே எல்லா நியாயமும் இருந்தது. எந்தக் காதல் தேவதைக்கு [the Venus] எதிராக ஜெர்மன் இளைஞர்களை இந்த விசுவாச காவலர் எக்கார்ட்[135] எச்சரிக்கை செய்கிறாரோ அது இவரால் மார்க்சின் காப்புப் பொருளில் இருந்து திருட்டுத்தனமாக எடுக்கப்பட்டு சொந்த உபயோகத்திற்காக ஒரு பத்திரமான இடத்திற்குக் கொண்டு வரப்பட்டுள்ளது. மார்க்சின் உழைப்புச் சக்தியைப் பயன்படுத்துவதன் மூலம் வருவிக்கப்பெற்ற இந்த நிகர ஆதாயங்களுக்காகவும், உபரி மதிப்பு என்ற சொல் மூலம் மார்க்ஸ் லாபம் அல்லது மூலதனத்தின் சம்பாத்தியத்தை மட்டுமே குறிப்பிட்டார் என்ற அவரது பிடிவாதமான (இரு பதிப்புகளில் திரும்பத் திரும்பச் சாற்றியுள்ள) மற்றும் பொய்யான துணிபுரைக்கு உடைமையின் வாடகை என்ற பெயரின் கீழ் மார்க்சிய உபரி மதிப்பை அவர் கவர்ந்து சேர்த்துக் கொண்டதன் மூலம் எழுந்துள்ள விசித்திரமான விளக்கத்திற்காகவும், நாம் அவரைப் பாராட்ட வேண்டும்.

எனவே, ஹெர் டூரிங்கின் சாதனைகளை ஹெர் டூரிங்கின் சொந்த வார்த்தைகளிலேயே ஓரளவுக்குப் பின்வருமாறு நாம் சிந்திக்க வேண்டியுள்ளது.

"ஹெர்" டூரிங்கின் "கருத்தில் கூலி என்பது தொழிலாளி தனது சொந்த உயிர் வாழ்தலைச் சாத்தியமாக்குவதற்கு உண்மையில் வேலை செய்யும் தறுவாயிலான உழைப்பு நேரத்திற்கான ஊதியத்தை மட்டுமே குறிக்கும். ஆனால் இந்த நோக்கத்திற்குச் சிறு அளவிலான மணிநேரம் மட்டுமே தேவைப்படுகிறது. வேலைநாளின் பெரும்பாலும், நீட்டிக்கப்

பெறும் மற்ற பகுதி உபரியை வழங்குகிறது; இதில்தான் நமது ஆசிரியர்" உடைமையின் வாடகை என்று அழைப்பது "அடங்கியுள்ளது... உற்பத்தியின் ஒவ்வொரு கட்டத்திலும் ஏற்கெனவே உழைப்புக் கருவிகளிலும், பொருத்தமான மூலப்பொருள்களிலும் அடங்கியுள்ள உழைப்பு நேரத்தைக் கணக்கில் எடுத்துக் கொள்ளாது விட்டு விடுவோமானால் வேலைநாளில் இந்த உபரிப்பகுதி முதலாளித்துவ தொழிலதிபர் பங்குக்குக் கிடைப்பதாகும். எனவே இதன் விளைவாக வேலை நாளை நீட்டிப்பது என்பது முதலாளியின் அனுகூலத்திற்காக அப்பட்டமாகப் பறித்துப் பிடுங்கும் சம்பாத்தியமே. இந்தச் சுரண்டல் அலுவல் பற்றிய கருத்தோட்டத்தை ஹெர்" டூரிங் இத்தனை வன்மமான பகைமையுடன் முன்வைப்பது பெரிதும் புரிந்து கொள்ளத்தக்கதே..."

அவர் தமது "மேலும் வலுவான கோபாவேசத்திற்கு" இப்போது எவ்வாறு வந்து சேருவார் என்பது சற்றுப் புரியாமல் இருக்கிறது.

9. பொருளியலின் இயற்கை விதிகள்: நில வாடகை

ஹெர் டூரிங், பொருளியல் துறையில்

"இந்தச் சகாப்தத்திற்குப் போதுமானது மட்டும் அன்றி இந்தச் சகாப்தத்திற்கு அதிகாரப் பூர்வமானதுமான ஒரு புதிய அமைப்புக்கு உரிமை பாராட்டி முன்வருவது"

எவ்வாறு முடியும் என்பதைக் கண்டறிய நாம் மனப்பூர்வமாக முயற்சிகள் செய்தும் இதுவரையில் எமக்கு இயலவில்லை. அவரது பலப்பிரயோகத் தத்துவத்திலும், மதிப்பு மற்றும் மூலதனம் பற்றிய அவரது போதனையிலும் எதை நாம் தெளிவாக உய்த்துணர இயலவில்லையோ அது, ஹெர் டூரிங் முன்வைத்துள்ள "தேசியப் பொருளாதாரத்தின் இயற்கை விதிகள்" பற்றி நாம் கவனம் செலுத்தும் போது ஒருவேளை பட்டப்பகல் வெட்ட வெளிச்சம் போல நமக்குத் தெளிவாகத் தெரியவரலாம். ஏனெனில் அவர் தமது வழக்கமான தற்படைப்பு திறனுடன் தனது நறுக்கான முறையில் கூறுவது போல,

"வெளித் தோற்றத்தில் காணப்படும் நிலையான பருப்பொருளை வெறுமனே வர்ணிப்பது மற்றும் பகுப்பாண்மை செய்வதைக் கடந்து அப்பால் சென்று, பொருள்களின் தோற்றத்திற்கு ஒளியூட்டிக் காட்டும் உயிர்த்துடிப்புள்ள உள்ளுணர்வை அடைவதிலுமே உயர் விஞ்ஞான முறையின் வெற்றி அடங்கியுள்ளது. எனவே விதிகள் பற்றிய அறிவே மிகவும் செம்மையான அறிவு, காரணம் அது ஒரு நிகழ்ச்சிப்போக்கு இன்னொன்றால் எவ்வாறு நெறி யாக்கம் செய்யப்படுகிறது என்பதைக் காட்டுகிறது."

அனைத்துப் பொருளாதாரங்களின் ஆன முதல் இயற்கை விதி ஹெர் டூரிங்கால் சிறப்பாகக் கண்டுபிடிக்கப்பட்டுவிட்டது.

"இதில் வேடிக்கை என்னவென்றால்" ஆடம் ஸ்மித் "அனைத்துப் பொருளாதார வளர்ச்சியிலும் ஆக முக்கியமான காரணி வகிக்கும் தலையாய பங்கினை வெளிக் கொணரவில்லை என்பது மட்டுமல்ல. அதற்குத் தனிச்சிறப்பான உருவாக்கத்தை அளிக்க முற்றிலும் தவறிவிட்டார். இவ்வாறு உத்தேசம் இன்றியே நவீன கால ஐரோப்பாவின் வளர்ச்சியில் தனது முத்திரையைப் பதித்திருந்த இந்தச் சக்தியை ஓர் இரண்டாந்தரப் பாத்திரத்தின் தரத்துக்கு இறக்கி விட்டார்." "தலைமைப் பாத்திரம் ஒதுக்கப்பட

வேண்டிய" இந்த "அடிப்படை விதி தொழில்நுட்பச் சாதனம் பற்றியதாகும். இதை மனிதனின் இயற்கையான பொருளாதாரச் சக்திக்கான ஆயுத தளவாடம் என்றுங்கூடச் சொல்லலாம்."

ஹெர் டூரிங் கண்டுபிடித்த இந்த "அடிப்படை விதி" பின்வருமாறு:

விதி எண் 1. "பொருளாதாரக் கருவிகள், இயற்கை மூலவளங்கள் மற்றும் மனித சக்தியின் உற்பத்தித்திறன் புதுப் புனைவுகள் மற்றும் கண்டுபிடிப்புகளால் அதிகரிக்கப்படுகிறது.

நாம் வியப்பினால் ஆட்கொள்ளப்படுகிறோம். மொலியேரின் நாடகத்தில் புது வேக்காட்டுப் பிரபுவை அவர் வாழ்க்கை முழுவதிலும் என்ன என்று தெரியாமலே வசனம் பேசி வந்திருக்கிறார் என்ற செய்தியை அவரிடம் வெளியிட்டு வேடிக்கைக்காரன் நடத்தியது போன்று ஹெர் டூரிங் நம்மை நடத்துகிறார்.[136] மிகப் பல சந்தர்ப்பங் களில் உழைப்பின் உற்பத்தித் திறன் புதுப்புனைவுகளாலும், கண்டு பிடிப்புகளாலும் அதிகரிக்கப்பட்டுள்ளது (அதோடு பல சந்தர்ப்பங் களில் அதிகரிக்கப்படவில்லை. இதை உலகில் உள்ள எல்லா உரிமைப் பத்திர அலுவலகங்களிலும் போராகக் கிடக்கும் குப்பைக் காகிதம் நிரூபித்துக் காட்டியுள்ளது) என்பதை நெடுங்கால முன்பே நாம் அறிவோம்; ஆனால் குன்றைப்போல பழையதான இந்த அற்பச் செய்தி அனைத்துப் பொருளாதாரத்தின் அடிப்படை விதி என்னும் அறிவொளி யூட்டும் தகவலைத் தந்ததற்காக ஹெர் டூரிங்குக்கு நாம் கடப்பாடுடை யோம். தத்துவவியலில் போலவே பொருளியலிலும் ஒருவரது மனத்தில் தோன்றும் முதல் சாமானியக் கருத்துக்கு ஆடம்பரமான பெயர் கொடுத்து அதனை இயற்கை விதி அல்லது அடிப்படை விதியுங்கூட என்று எக்காள முழக்குவது மட்டுமே "உயர் விஞ்ஞான முறையின் வெற்றியாக" அமையுமானால் பிறகு எவரும் சரி, பெர்லின் Volks-Zeitung[137] ஆசிரியர்களும் கூட "மேலும் ஆழமான அடித்தளங்களை நிறுவுவதும்" மற்றும் விஞ்ஞானத்தைப் புரட்சிகரமாக்குவதும் சாத்தியமாகிவிடும். அதன் பிறகு ஹெர் டூரிங்கின் விஷயத்தில் பிளாட்டோ குறித்த ஹெர் டூரிங்கின் தீர்ப்பை "மிகவும் கடுமையாகப்" பிரயோகிக்கும்படி கட்டாயப்படுத்தப்படுவோம்:

"எனினும் இதர அரசியல் - பொருளாதார அறிவு என்று கருதப் படுமானால்", பிறகு "விமர்சன அடிப்படைகள்"[138] நூலாசிரியர் "ஒரு கருத்தை எண்ணிப்பார்க்கும் வாய்ப்புக் கிட்டிய ஒவ்வொரு நபருடனும், புறத்தோற்றத்தில் கண்கூடாகத் தோன்றும் எதையாவது பற்றி" பிதற்ற மட்டுமே செய்யும் "எவருடனும் சேர்ந்து ஒரே கருத்தைப் பகிர்ந்து கொள்கிறார்."

உதாரணமாக நாம் விலங்குகள் உண்கின்றன என்று கூறினால், நாம் நமது அறியாத்தனத்தில் மாபெரும் முக்கியத்துவமுடைய எதையோ சொல்கிறோம்; ஏனெனில் உண்பது விலங்கின உயிர்கள் அனைத்தின் அடிப்படை விதி என்று சொன்னால் மட்டுமே போதும். நாம் விலங்கியல் முழுவதையும் புரட்சிகரமாக்கி விட்டவர்களாவோம்.

விதி எண் 2. உழைப்புப் பிரிவினை: "தொழில்கள் கூறுபடுத்தப் படுவதும் செயற்பாடுகளின் பகுத்தாய்வும் உழைப்பின் உற்பத்தித் திறனை உயர்த்துகிறது."

இது எந்தளவுக்கு உண்மையோ அந்தளவுக்கு ஆடம் ஸ்மித் கால முதலே இது சாமானியமானதுமாகும்; இது எந்தளவுக்கு உண்மை யானது என்பது 3 பாகத்தில் எடுத்துக் காட்டப்படும்.

விதி எண் 3. "உற்பத்திச் சக்திகளின் ஒத்துழைப்பைத் தடைப் படுத்தும் அல்லது எளிதாக்கும் பிரதான காரணங்கள் தொலைவு மற்றும் போக்குவரத்துமாகும்."

விதி எண் 4. "தொழில் வளர்ச்சி உள்ள நாட்டுக்கு விவசாய நாட்டை விடவும் இணையற்றதான மேலதிகமான மக்கள் தொகையை வைத்திருக்கும் ஆற்றல் உண்டு."

விதி எண் 5. "பொருளாதாரத் துறையில் ஒரு பொருளாயத நலன் இன்றி எதுவும் நிகழ்வதில்லை."

ஹெர் டூரிங் தமது புதிய பொருளியலை எதன் மீது நிறுவி யுள்ளாரோ அந்த "இயற்கை விதிகள்" இவையாகும். அவரது தத்துவ வியலில் ஏற்கெனவே மெய்ப்பிக்கப்பட்ட அவரது முறையில் பற்றுறுதி யுடன் இருக்கிறார் அவர். பொருளியலிலும், அறவே அற்பமான, ஒரு சில விளக்கம் தேவையில்லாத மேலும் முற்றும் பெரும்பாலும் பொருத்தமற்று வெளியிடப்பட்டுள்ள அறிவிப்புகள் நிரூபணம் தேவைப்படாத மூதுண்மைகளாக, ஆக அடிப்படைத் தேற்றங்களாக, இயற்கை விதிகளாக உருவாகியுள்ள உள்ளடக்கம் எதுவும் இல்லாத இந்த விதிகளின் உள்ளடக்கத்தை வளர்ப்பதென்ற சாக்கில் இந்தப் போலித்தனமான விதிகளில் புதுப்புனைவுகள், உழைப்புப் பிரிவினை, போக்குவரத்துச் சாதனங்கள், மக்கள் தொகை, நலன்கள், போட்டி இத்தியாதிகளில் எவற்றின் பெயர்கள் இடம் பெற்றுள்ளனவோ அந்தப் பல்வேறு பொருட்கள் மீது பொருளாதாரப் பிதற்றல் சொல்பெருக்கை அள்ளிக் கொட்டுவதற்கு இந்த வாய்ப்பை அவர் பற்றிக் கொள்கிறார். இந்தச் சொல் சொரிவின் உப்புசப்பற்ற அடிபட்ட சாமானிய வழக்குகள் பொய்யாமொழி சண்டப்பிரசண்டத்தாலும் இங்கும் அங்குமாக மடத்தனமான உருவாக்கங்கள் அல்லது எல்லா வகையான வாயடிவாத

நயநுணுக்கங்கள் மீதான போலித்தனமான மயிர்பிளந்த வாதங் களாலும் மட்டுமே பதப்படுத்தப்பட்டுள்ளன. இறுதியாக நாம் நில வாடகை, மூலதனத்தின் சம்பாத்தியம் மற்றும் கூலியை வந்தடைகி றோம்; முந்தைய விளக்கத்தில் சுவிகரிப்பின் இரு பிந்தைய வடிவங்கள் பற்றி மட்டுமே நாம் விளக்கிய காரணத்தால், இப்போது முடிவுரையாக நில வாடகை பற்றிய டூரிங்கின் கருத்தோட்டம் குறித்துச் சுருக்கமான ஒரு பரிசீலனை நடத்த நாம் உத்தேசித்துள்ளோம்.

இதைச் சொய்யும் பொழுது, ஹெர் டூரிங் தமது முன்னோடியான கேரியிடமிருந்து அப்படியே காப்பியடித்துள்ள அந்தக் கருத்துகளை நாம் எண்ணிப் பார்க்கப் போவதில்லை; கேரியின் புரட்டுகள் மற்றும் முட்டாள்தனங்களை எதிர்த்து நில வாடகை பற்றி வெளியிடப்பட்ட ரிக்கார்டோவின் கருத்துகளை ஆதரிக்கப் போவதுமில்லை. நாம் ஹெர் டூரிங்கைப் பற்றி மட்டுமே அக்கறை கொண்டிருக்கிறோம். அவர் நில வாடகையினை

"உரிமையாளர் என்ற முறையில் நிலத்திலிருந்து பெறும் வருவாய்" என்று வரையறுக்கிறார்.

ஹெர் டூரிங்கால் விளக்கப்பட வேண்டியுள்ள நில வாடகையின் பொருளாதாரக் கருத்தமைப்பு அவரால் நேரடியாகச் சட்டத்துறைக்கு மாற்றப்படுகிறது. எனவே நாம், முன் இருந்த நிலையிலேயே இருக்கி றோம். எனவே எமது, மேலும் ஆழமான அடித்தளங்களின் நிர்மாணி - அவர் விரும்பினாலும் சரி விரும்பாவிட்டாலும் சரி - சற்றே மேலும் விளக்க இணங்கியருள வேண்டும். அவர் ஒரு குத்தகைதாரருக்கு நிலம் குத்தகைக்கு விடப்படுவதை ஒரு தொழிலதிபர் மூலதனம் கடனாகப் பெறுவதோடு ஒப்பிடுகிறார். ஆனால் இந்த ஒப்பிடுதலில் வேறு பலவற்றைப் போலவே ஒரு சிக்கல் இருப்பதை விரைவில் காண்கிறார்.

ஏனெனில் அவர் கூறுவதாவது: "இந்த உவமையினை மேலும் வலியுறுத்த விரும்பினால் நில வாடகை கொடுத்த பிறகு வாரதாரிடம் மீதமுள்ள சம்பாத்தியம், வட்டியைச் செலுத்திய பிறகு மூலதனத்தைப் பயன்படுத்துகிற தொழிலதிபரிடம் மீதமாக நிற்கும் மூலதனத்தின் சம்பாத்தியத்திற்கு இணையானதாக இருத்தல் வேண்டும். ஆனால் வாரதாரின் சம்பாத்தியத்தைப் பிரதான வருவாயாகவும் நில வாடகையை மீதமாகவும் கருதுவது வழக்கத்தில் இல்லை... நில வாடகை பற்றிய தத்துவத்தில் நிலத்தை உடைமையாளரே நிர்வகிக்கும் ஏற்பாடு பற்றித் தனியாக விளக்கப் படவில்லை. குத்தகை விஷயத்திலான வாடகையின் தொகைக்கும், உடைமையாளர் தாமே வாடகை தருவதற்கும் இடையிலான

வித்தியாசத்தின் மீது தனி அழுத்தம் கொடுக்கப்படவில்லை என்ற உண்மை இந்தக் கருத்தோட்டத்தின் வேறுபாட்டுக்குச் சான்றாகும். ஒரு பங்கு நிலச் சொத்துடைமையின் நலன்களையும், இன்னொரு பங்கு நிறுவனத்தின் உபரி சம்பாத்தியத்தையும் பிரதிநிதித்துவப் படுத்தும் அத்தகைய வழியில் பிரிவினை செய்யப்பட்டுள்ள இத்தகைய சுயநிர்வாகத்தின் விளைவே இந்த வாடகை என்று கருதிப் பார்க்க வேண்டிய அவசியம் யாருக்கும் எவ்வகையிலும் ஏற்படவில்லை. தொழிலுக்குள் அவரால் கொண்டு வரப்படும் வாரதாரின் சொந்த மூலதனம் தவிர, அவரது குறிப்பிட்ட சம்பாத்தியம் பெரும்பாலும் ஒருவகை கூலி என்றே கருதப்படும் என்று தோன்றுகிறது. எனினும் கேள்வி இந்தத் திட்டவட்டமான வடிவில் என்றுமே எழுப்பப்படாததால் இந்த விஷயத்தில் எதையும் அடித்துக் கூறுவது அபாயமானது: எங்கெல்லாம் நாம் ஓரளவு பெரிய பண்ணைகள் குறித்து செயல்படுகிறோமோ அங்கெல்லாம் குறிப்பாகவும் வாரதாரின் சம்பாத்தியமாக இருப்பதைக் கூலி என்று கருதுவது சரியல்ல என்பதை எளிதில் காணலாம். ஏனெனில் இந்தச் சம்பாத்தியம் நாட்டுப்புற உழைப்புச் சக்தி சம்பந்தமாக நிலவும் முரண் நிலையினைத் தாமே அடிப் படையாகக் கொண்டது; இந்த உழைப்புச் சக்தியைச் சுரண்டு வதன் மூலம் மட்டுமே இந்த வடிவிலான வருவாய் கிட்டுவது சாத்தியமாகிறது. வாரதாரின் கைகளில் தங்கி நிற்கும் வாடகையின் ஒரு பகுதி என்பது தெளிவு. இதன் மூலம்தானே நிர்வாகம் செய்யும் உடைமையாளர் பெறக்கூடிய முழு வாடகை குறைக்கப்படுகிறது."

நில வாடகை பற்றிய தத்துவம் பிரத்தியேகமாகவும் ஆங்கிலேயருக் குரிய அரசியல் பொருளாதாரத்தின் ஒரு பகுதியாகும். இது இன்றியமை யாத வகையில் அவ்வாறு இருக்கிறது; காரணம் இங்கிலாந்தில் மாத்திரமே உண்மையில் வாடகை, லாபத்திலிருந்தும் வட்டியிலிருந்தும் பிரிக்கப்பட்ட நிலைமையின் கீழ் ஓர் உற்பத்திமுறை நிலவியது. இங்கிலாந்தில் பெரிய நில எஸ்டேட்டுகளும் பெருவீத விவசாயமும் மேலோங்கியுள்ளன என்பது நன்கு தெரிந்ததே. நிலவுடைமை யாளர்கள் அவர்களது நிலங்களை குத்தகை - விவசாயிகளுக்குப் பெரிய, பெரும்பாலும் மிகப்பெரிய பண்ணைகளாகக் குத்தகைக்கு விடுகிறார்கள். இந்தக் குத்தகை - விவசாயிகள் அவற்றில் வேலை செய்வதற்குப் போதிய மூலதனம் வைத்திருக்கிறார்கள்; நமது விவசாயிகளைப் போலின்றி, அவர்கள் தாமே வேலைசெய்வது கிடையாது. மாறாக முழுவளர்ச்சியுற்ற முதலாளித்துவத் தொழிலதிபர் வழிகளில் பண்ணையாட்களையும் நாள் - தொழிலாளர்களையும் வேலைக்கு அமர்த்துகின்றனர். எனவே இங்கு முதலாளித்துவ சமுதாய

அமைப்பின் மூன்று வர்க்கங்களையும் ஒவ்வொன்றுக்கும் பிரத்தியேகமாக உள்ள வருவாய் வடிவங்களையும் காணலாம்: நில வாடகை பெறும் நிலவுடைமையாளர், லாபம் பெறும் முதலாளி, கூலி பெறும் தொழிலாளி. ஹெர் டூரிங்குக்குச் சரி என்று தோன்றுவது போல எந்த ஆங்கிலப் பொருளாதாரவியலாருக்கும் குத்தகை- விவசாயியின் சம்பாத்தியத்தை ஒரு வகையான கூலி என்று கருதத் தோன்றவில்லை; இத்தகைய பொருளாதாரவியலாளருக்குக் குத்தகை - விவசாயியின் லாபம், அது மறுக்கவொண்ணாவகையில், அப்பட்டமாயும், உருப்படி யாயும் மூலதனம் மீதான லாபமாக இருக்கிறது என்று அடித்துக் கூறுவதும் ஆபத்தானதே. குத்தகை விவசாயியின் சம்பாத்தியம் உண்மையில் எது என்ற கேள்வி இந்தத் திட்டவட்டமான வடிவில் எழுப்பப்படவில்லை என்று கூறுவது முற்றிலும் கேலிக்குரியது. இங்கிலாந்தில் இந்தக் கேள்வியை எழுப்புவதற்கான அவசியம் என்றுமே இருக்கவில்லை. உண்மைத் தகவல்களில் இருந்தே இந்தக் கேள்வி மற்றும் விடை இரண்டும் கிடைக்கக் கூடியதாக இருந்தது; மற்றும் ஆடம் ஸ்மித்துக்குப் பிறகு அவைகுறித்து எந்தவொரு ஐயமும் என்றுமே எழவில்லை.

ஹெர் டூரிங் அழைப்பது போன்று சுயநிர்வாக ஏற்பாடோ அல்லது ஜெர்மனியில் ஆகப் பெரும்பாலும் ஏற்பட்டுள்ளது போன்ற நிலவுடைமையாளர் கணக்கில் பண்ணைகளின் நிர்வாகத்தை மேலாளர்கள் மேற்கொள்வதோ நிலைமையை மாற்றப்போவதில்லை. நிலவுடைமையாளரும் மூலதனம் வழங்கி பண்ணையைத் தன் சொந்தக் கணக்கில் நடத்துவாரானால், அவர் நில வாடகைக்கும் கூடுதலாக மூலதனம் மீதான லாபத்தையும் எடுத்துக் கொள்கிறார் - தற்போது நிலவும் உற்பத்திமுறையின் அடிப்படையில் இது சுயமாகப் புரிந்து கொள்ளக்கூடியது மற்றும் வேறுவிதமாக இருக்கமுடியாது. உடைமை யாளரின் சொந்த நிர்வாகத்தில் இருந்து விளையும் வாடகையை (அவர் வருவாய் என்று கூற வேண்டும்) பகுதிகளாகப் பிரித்துப் பார்க்க வேண்டிய அவசியம் இதுவரையில் யாருக்கும் ஏற்படவில்லை என்று ஹெர் டூரிங் அடித்துக் கூறினால் இது வெளிப்படையான பொய். அதிகமாய்ப் போனால் மீண்டும் ஒருமுறை அவரது சொந்த அறியாமையையே நிரூபிக்கிறது. உதாரணமாக:

"உழைப்பிலிருந்து பெறும் வருவாய் கூலி என்று அழைக்கப் படுகிறது. மூலதனத்தை கையாளும் நபர் அதிலிருந்து பெறும் வருவாய் லாபம் என்று அழைக்கப்படுகிறது. ஒட்டுமொத்தமாக நிலத்திலிருந்து ஆதாயமாய்க்கிட்டும் வருவாய் வாடகை என்று அழைக்கப்படுகிறது மற்றும் அது நிலவுடைமையாளருக்குச்

சொந்தம்... இந்த மூன்று வெவ்வேறு வகையான வருவாயும் வெவ்வேறு நபர்களுக்குச் சொந்தமாகும் பொழுது அவை உடனடியாக இனங்காணப்படுகின்றன; ஆனால் அவை ஒரே நபருக்குச் சொந்தமாகும் ஒன்றுடன் ஒன்று பிரித்துணர முடியாமல் குழப்பப்படுகின்றன. தனது சொந்த எஸ்டேட்டின் ஒரு பகுதியில் சாகுபடிச் செலவைக் கட்டிவிட்டு ஒரு கனவான் விவசாயம் செய்வாரானால் அவர் நிலவுடைமையாளரின் வாடகை மற்றும் குத்தகை - விவசாயியின் லாபம் இரண்டையும் பெற வேண்டும். அவர் தமது முழு ஆதாயத்தையும் லாபம் எனப் பெயரிட்டழைக்கலாம்; இவ்வாறு குறைந்தபட்சம் பொதுமொழியினைப் பொறுத்தவரை வாடகையை லாபத்துடன் போட்டுக் குழப்பலாம். நமது வட அமெரிக்க மற்றும் மேற்கு இந்திய தோட்ட உடைமையாளர்களில் பெரும்பகுதியினர் இந்த நிலைமையில்தான் உள்ளனர். அவர்கள், அவர்களில் பெரும் பகுதி, தமது சொந்த எஸ்டேட்டுகளில் விவசாயம் செய்கிறார்கள். மற்றும் இதன்படி நாம் ஒரு தோட்டத்தின் வாடகை பற்றிக் கேள்விப்படுவது அரிதே. ஆனால் அடிக்கடி அதன் லாபம் பற்றிக் கேள்விப்படுகிறோம்... தனது சொந்தத் தோட்டத்தைத் தன் சொந்தக் கரங்களால் சாகுபடி செய்யும் ஒரு தோட்டக்காரர் தனது சொந்த உருவில் நிலவுடைமையாளர், குத்தகை - விவசாயி மற்றும் தொழிலாளியின் மூன்று வெவ்வேறு தனி இயல்புகளை ஒன்று சேர்க்கிறார். அவரது உற்பத்திப் பொருள் அவருக்கு முதலாம் நபரின் வாடகை, இரண்டாம் நபரின் லாபம் மற்றும் மூன்றாம் நபரின் கூலி ஆகியவற்றை அளிக்க வேண்டும். எனினும் இது முழுவதுமே அவரது உழைப்பின் சம்பாத்தியம் என்று பொதுவாகக் கருதப்படுகிறது. இந்த இடத்தில் வாடகை மற்றும் லாபம் இரண்டும் கூலியுடன் போட்டுக் குழப்பப்படுகின்றன."

இந்த வாசகம் ஆடம் ஸ்மித் நூல் 1-ன் ஆறாம் அத்தியாயத்தில் இருந்து எடுக்கப்பட்டது.[139] எனவே சுயநிர்வாக விஷயம் நூற்றாண்டு களுக்கு முன்பே அலசி ஆராயப்பட்டது. மற்றும் இதன் தொடர்பாக ஹெர் டூரிங்கைத் தொல்லைப்படுத்தும் ஐயங்களும், உறுதியின்மையும் அவரது அறியாமையின் காரணமாக மாத்திரமே ஏற்பட்டன.

அவர் தமது குழப்ப நிலையிலிருந்து இறுதியாக ஒரு துடுக்கான தந்திரம் மூலம் தப்பித்துக் கொள்கிறார்.

குத்தகை - விவசாயியின் சம்பாத்தியம் "நாட்டுப்புற உழைப்பு சக்தியை" சுரண்டுவதிலிருந்து வருகிறது, எனவே இது கண்கூடாகவும் "வாடகையில் ஒரு பகுதி", இதன் காரணமாக உண்மையில் நிலவுடைமை யாளருக்குக் கிடைக்க வேண்டிய "முழு வாடகை குறைக்கப்படுகிறது.

இதிலிருந்து இரண்டு விஷயங்களை நாம் அறிந்து கொள்கிறோம். முதலாவதாக, குத்தகை- விவசாயி நிலவுடைமையாளரின் வாடகையைக் "குறைக்கிறார்". எனவே ஹெர் டூரிங்கின் கருத்துப்படி இதுவரை கருதப்பட்டு வந்தது போன்று குத்தகை - விவசாயி நிலவுடைமை யாளருக்கு வாடகை கொடுப்பது என்பது இல்லை மாறாக நில வுடைமையாளர் விவசாயிக்கு வாடகை தருகிறார், - இது நிச்சயமாயும் "அடிமுதலே சுயமான" கருத்தாகும். இரண்டாவதாக, நில வாடகை பற்றி ஹெர் டூரிங் என்ன நினைக்கிறார் என்பதைக் கடைசியாக அறிந்து கொள்கிறோம், - அதாவது அது கிராம உழைப்பைச் சுரண்டுவதன் மூலம் அடையப்பெறும் முழு உபரி உற்பத்திப் பொருளாகும். ஆனால் இந்நாள் வரையிலான பொருளியலில் - ஒரு சில கொச்சைப் பொருளியல் அறிஞர் நூல்களில் தவிர - நில வாடகை மற்றும் மூலதனம் மீதான லாபம் என்று பிரிக்கப்பட்டு இருப்பதால், நில வாடகை பற்றிய ஹெர் டூரிங்கின் கருத்தும் கூட "ஏற்கத்தக்க ஒன்றல்ல" என்பதைக் குறிப்பிட வேண்டிய கட்டாயம் ஏற்பட்டுள்ளது.

எனவே, ஹெர் டூரிங்கின் கருத்துப்படி நில வாடகைக்கும் மற்றும் மூலதனம் மீதான லாபத்துக்கும் இடையிலான ஒரே வித்தியாசம் முந்தையது விவசாயத்திலும் பிந்தையது தொழில் அல்லது வாணிகத் திலும் பெறப்படுகின்றன என்பதேயாகும். இந்த விஷயத்தில் ஹெர் டூரிங் இத்தகைய சீராய்வற்ற குழப்பமான கருத்தை வந்தடைந்தது தவிர்க்க முடியாததாகும். அவரது துவக்கநிலை, நிலத்தின் மீதான ஆதிக்க்ம் மனிதன் மீதான ஆதிக்கத்தை மட்டும் அடிப்படையாகக் கொண்டிருக்கக் கூடும் என்ற "உண்மையிலேயே வரலாற்று முறை யிலான கருத்தோட்டமாகும்." எனவே நிலம் ஏதாவது வடிவிலான ஆட்படுத்தப்பட்ட உழைப்பின் மூலமாகச் சாகுபடி செய்யப்படு மானால் உடனேயே நிலவுடைமையாளருக்கு ஓர் உபரி எழுகிறது. தொழிற்துறையில் எவ்வாறு தொழிலாளி சம்பாதிப்பதற்கு அப்பாற் பட்ட உபரி உழைப்பின் உற்பத்திப் பொருள் மூலதனம் மீதான லாபமாகிறதோ அதைப்போல இந்த உபரி வாடகையாகிறது.

"உழைப்பை ஆட்படுத்துகிற எந்த ஒரு வடிவின் மூலமாவது விவசாயம் எங்கெல்லாம் மற்றும் எப்பொழுதெல்லாம் நடத்தப் படுகிறதோ அங்கு நில வாடகை கணிசமான அளவுக்கு நிலவுகிறது என்பதும் தெளிவாகும்."

விவசாயத்தில் அடையப்பெற்ற முழு உபரி உற்பத்திப் பொருள் என்று வாடகையை இங்கு சித்திரிப்பதன் மூலம் ஹெர் டூரிங், ஆங்கிலேயே குத்தகை - விவசாயியின் லாபம், ஆங்கில விவசாயத்தை அடிப்படையாக்கிய சாஸ்திரியமான அரசியல் பொருளியல்

அனைத்தாலும் அங்கீகரிக்கப்பட்டுள்ள உபரி உற்பத்திப் பொருளை நிலவாடகை மற்றும் விவசாயியின் லாபம் என்று பிரித்தல் இரண்டையும் எதிர்க்கிறார். எனவே வாடகை பற்றிய தூய துல்லிய மான கருத்தமைப்பை எதிர்க்கிறார். ஹெர் டூரிங் செய்வதென்ன? விவசாயத்தின் உபரி உற்பத்திப் பொருள் விவசாயியின் லாபமாகவும் நில வாடகையாகவும் பிரிக்கப்படுவது பற்றி எனவே சாஸ்திரிய அரசியல் பொருளியலின் வாடகைத் தத்துவம் முழுதும் குறித்து கிஞ்சிற்றும் சூசகம் இல்லாதவர் போன்று பாவனை செய்கிறார்; குத்தகை - விவசாயியின் லாபம் உண்மையில் என்ன என்ற கேள்வி "இந்தத் திட்டவட்டமான வடிவில்" இன்னும் எழுப்பப்படவே இல்லை எனவும், விவாதத்திற்குரிய இப்பிரச்சனை இதுவரை அலசி ஆராயப்படவில்லை எனவும், இதைப் பற்றி எவ்வித அறிவும் இல்லை மாறாக பிரமையும் உறுதியுன்மையுமே இருக்கின்றன என்றும் அவர் பாவனை செய்கிறார். எந்த ஒரு தத்துவார்த்தக் கொள்கைக் குழுவின் தலையீடும் இன்றி விவசாயத்தின் உபரி உற்பத்திப் பொருள் அதன் கூறுகளான நில வாடகை மற்றும் மூலதனம் மீதான லாபம் என்று கொடியமுறையில் பிரிக்கப்பட்டுள்ள கேடார்ந்த இங்கிலாந்திட மிருந்து தப்பி, தான் மிகவும் நேசிக்கும் நாட்டுக்கு, எங்கு பிரஷ்யன் Landrecht ஆதிக்கம் செலுத்துகிறதோ, எங்கு சுய நிர்வாகம் முழுத் தந்தை வழி மலர்ச்சியைப் பெற்றிருக்கிறதோ, எங்கு "நிலவுடைமை யாளர் வாடகை என்பது தமது நிலத்துண்டுகளில் இருந்து வரும் வருவாய் என்று புரிந்து கொள்கிறாரோ", எங்கு வாடகை பற்றி ஜங்கர்கள் (நிலவுடைமையாளர்கள்) கருத்து விஞ்ஞானத்திற்கு இன்னும் அதிகாரபூர்வமானது என்று உரிமை கொண்டாடப்படுகிறதோ அந்த நாட்டுக்கு ஓடுகிறார். எனவே அங்கு ஹெர் டூரிங் வாடகை மற்றும் லாபம் பற்றிய தமது குழம்பிய கருத்துகளுடன் நுழைந்து விடலாம் என்று எதிர்பார்க்கிறார்; அவரது மிகவும் அணித்தான கண்டுபிடிப்பான: நிலவாடகை விவசாயியால் நிலவுடைமையாளருக்குச் செலுத்தப் படுவதல்ல மாறாக நிலவுடைமையாளரால் விவசாயிக்குச் செலுத்தப் படுவது என்பதற்கு நம்புதலைப் பெறவும் எதிர்பார்க்கிறார்.

10. "விமர்சன வரலாற்றில்" இருந்து

இறுதியாக அவர் "முற்றிலும் முன்மாதிரி இல்லாதது" என்று கூறுகிற ஹெர் டூரிங்கின் "அந்தத் தொழில் முயற்சியான" அரசியல் பொருளாதாரத்தின் விமர்சன வரலாற்றைப் பார்ப்போம். இங்கு நாம் அவர் மிகப்பல தடவை எமக்கு வாக்குறுதியளித்துள்ளதான திட்டவட்டமான மற்றும் ஆகக் கறாரான விஞ்ஞான விளக்கத்தைக் கடைசியாகக் காணக்கூடும்.

"பொருளாதார விஞ்ஞானம் ஒரு மிகப்பெரிய நவீனப் புலப்பாடு" என்ற தமது கண்டுபிடிப்பைப் பற்றி ஹெர் டூரிங் பெருமளவு ஆரவாரம் செய்கிறார் (பக்கம் 12).

உண்மையில் மூலதனம் நூலில் மார்க்ஸ் கூறுவதாவது: "அரசியல் பொருளாதாரம் ஒரு சுதந்திரமான விஞ்ஞானம் என்ற முறையில் பட்டறைத்தொழில் காலகட்டத்தின் தறுவாயில்"[140] முதலில் உதித் தெழுந்தது; அரசியல் பொருளாதாரம் பற்றிய விமர்சனத்திற்கு விஷயதானம் என்ற நூலில் (பக்கம் 29): "சாஸ்திரியமான அரசியல் பொருளாதாரம் இங்கிலாந்தில் வில்லியம் பெட்டியுடனும், பிரான்சில் பௌகில்பெர்ட் உடனும் தொடங்கி முந்தைய நாட்டைச் சேர்ந்த ரிக்கார்டோவுடனும் பிந்தைய நாட்டைச் சேர்ந்த சிஸ்மோண்டி யுடனும் முடிகிறது"[141]. இவ்வாறாக அவருக்கென இடப்பட்டதான பாதையையே ஹெர் டூரிங் பின்பற்றுகிறார். ஆனால் அவரது கருத்துப்படி உயர் பொருளியல் அதன் சாஸ்திரிய காலகட்டம் முடிவடைந்த பிறகு முதலாளித்துவ விஞ்ஞானம் உருவாக்கிக் கொண்டு வந்த அதன் இழிவான அவசரப் பிறவிகளுடன் மட்டுமே தொடங்குகிறது. மறுபுறத்தில் அவரது "முகவுரையின்" இறுதியில் பின்வருமாறு அவர் வெற்றிகரமாக முழக்கம் செய்வது முற்றிலும் நியாயப்படுத்தக் கூடியதே.

> "இந்தத் தொழில் முயற்சி அதன் புறவயமான பாராட்டுக்குரிய பிரத்தியேகத் தன்மைகளிலும் மற்றும் அதன் உள்ளடக்கத்தின் மேலும் நவீனமான பகுதியிலும் முற்றிலும் முன்மாதிரி இல்லாததாக இருக்குமாயின், அது அதன் உள் விமர்சன அணுகுமுறைகளிலும் அதன் பொதுவான நோக்கு நிலையிலும் அதைவிடவும் மேலும் அதிக பிரத்தியேகமாக எனக்குரியதாகும்." (பக்கம் 9).

அதன் புற மற்றும் அக அம்சங்கள் இரண்டின் அடிப்படையிலும் அவர் தமது "தொழில் முயற்சியை" (தொழில்துறைப் பெயர் மோசமாகத்

தெரிவு செய்யப்படவில்லை) The Ego and his own (“நான் மற்றும் தான்”) என்று மிக நன்றாகவே பிரகடனம் செய்திருக்கலாம்.[142]

வரலாற்றில் தோற்றமளித்த விதத்தில் அரசியல் பொருளாதாரம் உண்மையில் முதலாளித்துவ உற்பத்திக் காலகட்டத்தின் பொருளா தாரத்துக்குள்ளான விஞ்ஞான உள்நோக்கே அன்றி வேறல்ல. அதன் தொடர்பான கோட்பாடுகள் மற்றும் தேற்றங்கள், உதாரணமாக பண்டை கிரேக்க சமுதாயத்தின் வரலாற்றாசிரியர்களின் நூல்களில் ஒரு சில புலப்பாடுகளின் அளவில் மட்டுமே காணப்படும் - பண்ட உற்பத்தி, வாணிகம், பணம், வட்டி கொண்ட மூலதனம் ஆகியவை - இரு சமுதாய அமைப்புகளுக்கும் பொதுவானவை. இந்தத் துறையில் கிரேக்கர்கள் சில சந்தர்ப்பங்களில் ஈடுபட்டிருந்த அளவுக்கு அவர்கள் இதர எல்லாத் துறைகளிலும் போலவே அதே மேதையையும் தற் படைப்புத்திறனையும் தோற்றுவிக்கிறார்கள். இதன் காரணமாக, அவர்களது கருத்துகள் வரலாற்று முறையில் நவீன விஞ்ஞானத்தின் தத்துவார்த்தத் துவக்க நிலையாக அமைந்துள்ளன. உலக வரலாற்றுப் புகழ் ஹெர் டூரிங் என்ன கூறுகிறார் என்பதை நாம் இப்போது கேட்போம்:

> “கறாராகக் கூறினால் விஞ்ஞான பொருளாதார தத்துவம் சம்பந்தமான பழமை குறித்து ஆக்கபூர்வமாக அறிக்கை செய்வதற்கு உண்மையில் (!) அறவே எதுவும் கிடையாது. மற்றும் முற்றிலும் விஞ்ஞான ரீதியற்றதான மத்திய காலங்கள் இதற்கு அளிக்கும் வாய்ப்பும் இன்னும் குறைவே” (இதற்கும் - ஒன்று மில்லை என்று அறிக்கை செய்யவும் (!). “எனினும் அறிவாழத்தின் ஒரு சாயலை வீண் தற்புகழ்ச்சியுடன் வெளிப்படுத்துகின்ற பாணி... நவீன விஞ்ஞானத்தின் உண்மையான தன்மையினை உருக்கெடுத்து விட்டதால் குறைந்தபட்சம் ஒரு சில உதாரணங்களையாவது கவனத்தில் வைக்க வேண்டும்.”

இதன் பின் ஹெர் டூரிங் விமரிசனத்தின் உதாரணங்களை முன் வைக்கிறார். உண்மையில் இவை “அறிவாழத்தின் ஒரு சாயல்” கூட சற்றும் இல்லாதனவாக உள்ளன.

அரிஸ்டாட்டிலின் ஆய்வுரை:

> “ஒவ்வொரு பொருளின் பயனும் இரட்டிப்பானவை. ஒன்று பொருளுக்குப் பிரத்தியேகமானது, மற்றது அப்படியல்ல; ஒரு செருப்பை அணிந்தும் கொள்ளலாம். அது பரிமாற்றம் செய்யவும் பயன்படும். இரண்டும் செருப்பின் உபயோகங்களே, செருப்பைத் தனக்குத் தேவைப்படும் பணத்திற்கோ அல்லது உணவுக்கோ

பரிமாற்றம் செய்யும் ஒருவனுங்கூடச் செருப்பை செருப்பாகப் பயன்படுத்துகிறான். ஆனால் இயற்கையான வழியில் அல்ல. காரணம் அது பரிமாற்றம் செய்யப்படுவதற்காக உண்டாக்கப் பட்டதல்ல."[143]

இந்த ஆய்வுரை "உண்மையில் வெற்றுரைத்தன்மை மற்றும் பண்டித பாணி முறையில் வெளியிடப்பட்டிருக்கிறது என்பது மட்டு மல்ல"; அதனுள் "பயன்பாடு மதிப்புக்கும் மற்றும் பரிவர்த்தனை மதிப்புக்கும் இடையிலான பாகுபாட்டை" காண்பவர்கள் மேலும் "ஏளனமான மனநிலைக்குள் விழுந்து", "ஆக அண்மிய காலகட்டத்தில்" "ஆக முன்னேற்றமான அமைப்பின் கட்டுக்கோப்பில்", - ஹெர் டூரிங்கின் சொந்த அமைப்பு என்பது கண்கூடு, - பயன்பாடு மதிப்போ, மற்றும் பரிவர்த்தனை மதிப்போ எதுவும் மீதமாக விடப்படவில்லை என்பதை மறந்து விடுவார்கள் என்று ஹெர் டூரிங் சாதிக்கிறார்.

"அரசு பற்றிய பிளாட்டோவின் நூலில் தேசியப் - பொருளாதார உழைப்புப் பிரிவினையைப் பற்றிய நவீன வகையினத்தைக் கண்டுள்ளதாக சிலர் உரிமை பாராட்டுகிறார்கள்."

இது, மூலதனம் நூலில் அத்தியாயம் XII, § 5 ல் (மூன்றாம் பதிப்பின் 369-ம் பக்கம்) உள்ள வாசகத்தைக் குறிப்பிடும் உத்தேசம் போலும், அதில் இதற்குமாறாக உழைப்புப் பிரிவினை பற்றிய சாஸ்திரிய முறைப் பழமையின் கருத்துகள் நவீனக் கருத்துக்கு "மிக முனைப்பான முறையில் எதிராக இருப்பதாகக்" காட்டப்பட்டுள்ளது.[144] பிளாட்டோ - அவரது காலத்திற்கு மேதைமை நிரம்பியதாக இருந்த - உழைப்புப் பிரிவினைக் கருத்தை[145] நகரத்தின் (நகரமும் அரசும் ஒன்றே) இயற்கையான அடிப்படையாக கிரேக்கர்களுக்கு முன் வைத்ததைக் கண்டு ஹெர் டூரிங் ஏளனம் செய்கிறார்: மற்றும் அவர் "தனித் தொழிலில் மேலும் பாகுபாடுகள் விசேஷச் செயல்பாடுகளின் தொழில் நுட்ப உபபிரிவுகள் ஆகியவற்றுக்கு மார்க்கெட்டின் சம்பந்தப்பட்ட பரிமாணங்கள் நிறுவியுள்ள வரம்பு" குறித்துக் குறிப்பிடவில்லை (ஆனால் கிரேக்க வரலாற்றாசிரியர் கிசெனஃபோன்[146] தமது நூலில் குறிப்பிட்டிருந்தார்! என்பதே ஹெர் டூரிங் காட்டும் காரணம்.

"இந்த வரம்பின் கருத்தோட்டம் மட்டுமே அறிவாக அமைகிறது. அந்த அறிவின் உதவியுடன், மற்றபடி எவ்வகையிலும் விஞ்ஞான ரீதியானது என்று கூறச்சற்றும் தகுதியில்லாத இந்தக் கருத்துப் பிரதான பொருளாதார உண்மையாகிறது."

உண்மையில், ஹெர் டூரிங் மிகவும் இழிவாகக் கருதுகிற "பேராசிரியர்" ரோஷர்தான் இந்த "வரம்பை" நிறுவினார். அதில்தான்

உழைப்புப் பிரிவினை பற்றிய கருத்து முதலில் "விஞ்ஞானத்தன்மை" பெற்றது. எனவே அவர் ஆடம்ஸ்மித்தை உழைப்புப் பிரிவினை விதியின் கண்டுபிடிப்பாளர் என்று பகிரங்கமாகச் சுட்டிக் காட்டினார்.[147] பண்ட உற்பத்தி உற்பத்தியின் மேலோங்கிய வடிவமாக இருக்கும் ஒரு சமுதாய அமைப்பில் - ஒரு தடவை ஹெர் டூரிங்கின் நடையை ஏற்றுக்கொண்டு கூறும் பட்சத்தில் - "சந்தையானது" "தொழில் அலுவலில் உள்ள பேர் களுக்கு" நன்கு தெரிந்த "வரம்பாக" எப்போதும் இருந்து வந்துள்ளது. ஆனால் முதலாளித்துவ உழைப்புப் பிரிவினையை உருவாக்கியது சந்தை அல்ல மாறாக, முந்தைய சமுதாய உறவுகள் கலைக்கப் பட்டாலும் இதிலிருந்து விளைந்த உழைப்புப் பிரிவினையுமே சந்தையை உருவாக்கின என்பதை உணர்வதற்கு "மாமூல் அறிவு மற்றும் இயல்பூக்கத்திற்கு" மேல் அதிகமான ஆற்றல் தேவை (மூலதனம், பாகம் I, அத்தியாயம் XXIV, § 5, "தொழில்துறை மூலதனத்திற்கு உள்நாட்டு சந்தையை உருவாக்குதல்")[148]

> "பணத்தின் பாத்திரம் எல்லாக் காலங்களிலும் பொருளாதாரக்" (!) "கருத்துகளுக்கு முதலும் மற்றும் முக்கியமுமான ஊக்கு விப்பை வழங்கியுள்ளது. ஆனால் இந்தப் பாத்திரம் பற்றி ஓர் அரிஸ்டாட்டிலுக்கு என்ன தெரியும்? பணத்தின் ஊடேயான பரிவர்த்தனை பண்டமாற்று மூலமான ஆதிகாலப் பரிவர்த்தனையைத் தொடர்ந்து வந்தது என்ற கருத்தில் அடங்கியுள்ளதைவிட வேறு தெளிவான எதுவும் தெரியவராது."

ஆனால் "ஓர்" அரிஸ்டாட்டில் பணத்தின் இரு வெவ்வேறு வடிவங்களிலான புழக்கத்தைக் கண்டுபிடித்ததாக - அதாவது புழக்கத்தின் வெறும் ஊடகமாக இயங்குவது ஒன்று, பண மூலதனமாக இயங்குவது இன்னொன்று[149] - என்னும் பொழுது அவர் - ஹெர் டூரிங் கருத்துப்படி -

"ஒரு தார்மிக விரோதத்தை" மட்டும் வெளியிடுபவராகிறார்.

மற்றும் "ஓர்" அரிஸ்டாட்டில் அந்தளவுக்குத் துணிந்து பணத்தை ஒரு மதிப்பின் அளவீடு என்ற "பாத்திரத்தில்" வைத்து ஆய்வு செய்ய முயன்று, பணம் பற்றிய தத்துவத்துக்கு இத்தகைய நிர்ணயமான முக்கியத்துவமுள்ள இந்தப் பிரச்சனையை உண்மையில் சரியாக வெளியிடுவாரானால்[150] - அப்பொழுது "ஒரு" டூரிங் (நல்ல சொந்தக் காரணங்களால்) இத்தகைய அனுமதிக்க முடியாத துணிச்சல் பற்றி எதுவும் சொல்லாதிருப்பதே மேல் என்று கருதுகிறார்.

இறுதி விளைவு: டூரிங்கின் "கவனத்தில் சித்தரிக்கப்பட்ட" கிரேக்கப் பழமை உண்மையில் "முற்றிலும் சாதாரணக் கருத்துகளை

மட்டுமே" உடையதாக இருந்தது (பக்கம் 25); இத்தகைய "முட்டாள் தனத்துக்கு" (பக்கம் 29) சாதாரணமோ அல்லது அசாதாரணமோ ஆன கருத்துகளுடன் ஏதாவது சில பொதுவான அம்சம் இருந்திருக்கு மானால்.

"மூலத்தில் அதாவது ஃபி. லிஸ்ட்டின் தேசிய முறையில் வாணிக இயல் பற்றிய ஹெர் டூரிங்கின் அத்தியாயத்தைப் படிப்பது நன்று. அத்தியாயம் 29. இது இந்தக் கொள்கைக் குழுவினரால் வாணிகமுறை என்று தவறாக அழைக்கப்படும் தொழில் துறை முறை." இங்கும் கூட ஹெர் டூரிங் "அறிவாழத்தின் சாயல்" எதையும் தவிர்க்க எவ்வளவு எச்சரிக்கையாக ஏற்பாடு செய்கிறார் என்பது பின்வரும் வாசகத்தில் சுட்டிக் காட்டப்பட்டுள்ளது.

லிஸ்ட், அத்தியாயம் 28: இத்தாலிய அரசியல் பொருளியல் நிபுணர்கள் கூறுவது:

"அரசியல் பொருளாதாரத்தின் தத்துவம் மற்றும் நடைமுறை இரண்டிலும் இத்தாலி எல்லா நவீன தேசங்களையும் விட முன்னணியில் இருந்தது." மேலும் அவர் "விசேஷமாயும் அரசியல் பொருளாதாரம் பற்றி விளக்கும் இத்தாலியில் முதன்முதலாக எழுதப்பட்ட நூலாக, ராஜ்ஜியங்கள் ஏராளமான தங்கம் மற்றும் வெள்ளியை அடைவதற்கான வழி பற்றி நேபிள்சைச் சேர்ந்த அந்தோனியோ செர்ராவின் நூல் (1613) இருக்கிறது" என்று சுட்டுகிறார்.[151]

ஹெர் டூரிங் இதை நம்பிக்கையுடன் ஒப்புக் கொள்கிறார். எனவே செர்ராவின் Breve trattato ("சிறு விளக்கம்")[152] என்ற நூல்.

"மேலும் அணித்தான காலத்திய பொருளாதாரத்தின் பூர்வ வரலாற்றின் நுழைவாயிலில் இருக்கும் ஒருவகையான கல்வெட்டாகக் கருதமுடிகிறது."

Breve trattato பற்றிய அவரது விளக்கம் இந்த "இலக்கியக் கோமாளித்தனச் செயல் அளவில்" உண்மையில் வரையறுக்கப் படுகிறது. துரதிருஷ்டவசமாக இந்த நிகழ்வின் உண்மையான தகவல்கள் வேறுபட்டவை: 1609-ல் Breve trattato வுக்கு நான்கு ஆண்டுகள் - முன்னதாக தாமஸ் மன் எழுதிய வர்த்தகம் பற்றிய விரிவுரை இத்தியாதி[153] என்ற நூல் வெளியிடப்பட்டது. இந்தப் புத்தகத்தின் குறிப்பான முக்கியத்துவம் என்னவென்றால், இதன் முதல் பதிப்பிலேயே, இது இங்கிலாந்தில் அதுவரையில் அரசின் கொள்கை என்பதாக ஆதரிக்கப்பட்டு வந்த ஆரம்ப நாணயச் செலாவணி அமைப்பை எதிர்த்து நெறியாக்கம் செய்யப்பட்டிருந்ததாகும்; எனவே

இது எந்த அமைப்பு அதைப் பிறப்பித்ததோ அதனிடமிருந்து வாணிக அமைப்பு உணர்வுபூர்வம் சுயபிரிவினை செய்து கொண்டதைக் குறித்தது. முதலில் வெளியிடப்பட்ட வடிவிலேயே இந்தநூல் பல பதிப்புகள் வெளியாகிறது. சட்டமியற்றல் மீது நேரடியான செல் வாக்கைச் செலுத்தியது. ஆசிரியரால் முற்றிலும் திருத்தி எழுதப்பட்டு அவரது மரணத்திற்குப்பின் வெளியிடப்பட்டதான 1664 ஆம் ஆண்டுப் பதிப்பு (இங்கிலாந்தின் பொக்கிஷம் இத்தியாதி) மேலும் நூறு ஆண்டுகளுக்கு வாணிக இயல் "திருவருள் நற்செய்தியாக" தொடர்ந்து விளங்கியது. எனவே வாணிக இயலுக்கு "அதன் நுழைவாயிலில் ஒரு வகையான கல்வெட்டாக" ஒரு சகாப்தம் படைக்கும் நூல் இருக்கு மானால் அது இந்த நூலே. இந்தக் காரணத்தால் மட்டுமே அது "பதவி வேற்றுமைகளை மிகவும் கவனத்துடன் பின்பற்றும்" ஹெர் டூரிங்கின் "வரலாற்றில்" அறவே இல்லாமல் போய்விட்டது.

நவீன அரசியல் பொருளாதாரத்தின் நிறுவகரான பெட்டி குறித்துக் கூறும் போது

> "அவரது சிந்தனை முறையில் ஒரளவான ஆழமற்ற தன்மை இருப்பதாகவும்", "கருத்தமைப்புகளிடையிலான உள்ளார்ந்த மற்றும் நயமான வேறுபாடுகள் பற்றிய உணர்வு அவரிடம் இல்லை" எனவும், "பெருமளவு அறிந்த பல்துறைப் புலமை இருக்கிறது. ஆனால் ஆழ்ந்த தன்மையுள்ள எந்த ஒரு கருத்திலும் வேரூன்றாமல் ஒரு விஷயத்திலிருந்து இன்னொன்றுக்கு லேசாகத் தாண்டிச்செல்லும் தன்மை இருக்கிறது" எனவும், அவரது "தேசியப் பொருளாதாரக் கருத்துகள் இன்னும் மிகவும் முருடாக உள்ளன". அவரது "naivetes" (சூதுவாதின்மையை) ஒப்பு நோக்கினால் பொறுப்புள்ள... ஒரு சிந்தனையாளருக்குச் சில சமயம் வேடிக்கையாக இருக்கும்" எனவும் ஹெர் டூரிங் குறிப்பிடுகிறார்.

"ஒரு பெட்டி" பற்றி "மேலும் பொறுப்பான சிந்தனையாளரான" ஹெர் டூரிங் இத்தகைய ஒரு கடாட்சம் செலுத்த அருள் கூர்ந்தது எத்தகைய மதிப்பிட முடியாத கருணைச் செயல்! அவரைப் பற்றி என்ன கடாட்சம் செலுத்துகிறார்? பின்வரும் வாக்கியம் நீங்கலாக,

> அவரது எழுத்துக்களில் குறைபாடுகள் சுவடுகளாகக் காணப் பெறும் "மதிப்பின் ஓர் அளவீடாக உழைப்பு மற்றும் உழைப்பும் நேரமும்" பற்றிய பெட்டியின் பிரேரணைகள் மீண்டும் குறிப்பிடப் படவில்லை.

குறைபாடுள்ள சுவடுகள்! வரிகள் மற்றும் கட்டணங்கள் பற்றிய விளக்கம் என்ற அவரது நூலில் (முதல் பதிப்பு 1662)[154] பெட்டி பண்டங்களின் மதிப்பின் பரிமாணம் குறித்த முற்றிலும் தெளிவான மற்றும் சரியான ஆய்வினை அளிக்கிறார். துவக்கத்தில் இந்தப் பரிமாணத்தை ஒரே அளவிலான உழைப்பு ஈடுபடுத்தப் பெற்றுள்ள அரிய உலோகங்கள் மற்றும் தானியத்தின் சமமதிப்பு மூலம் உதாரணம் காட்டி விளக்கும் போது அவர் அரிய உலோகங்களின் மதிப்புக் குறித்த முதலும் இறுதியுமான "தத்துவார்த்தச்" சொல்லைக் கூறுகிறார். அதோடு அவர் பண்டங்களின் மதிப்பு சம உழைப்பினால் அளவிடப் பட வேண்டும் என்று ஒரு திட்டவட்டமான மற்றும் பொதுவான வடிவில் வரையறுத்துக் கூறுகிறார். தமது கண்டுபிடிப்பைப் பல்வேறு பிரச்சனைகளுக்குத் தீர்வு காண்பதற்காக, இவற்றில் சில மிகவும் சிக்கலாக உள்ளன, பல்வேறு சந்தர்ப்பங்களில் பல்வேறு நூல்களில் பிரயோகிக்கிறார். அடிப்படையான பிரேரணையினை அவர் மீண்டும் கூறாத இடத்திலும் கூட அதிலிருந்து முக்கியமான முடிவுகளை எட்டுகிறார். தமது ஆக முதல் நூலிலேயே அவர் கூறுவதாவது:

> *"இதுவே" (சம உழைப்பு மூலம் மதிப்பீடு) "மதிப்புகளை சமப் படுத்தும் சரியீடு செய்யும் அடிப்படையாகும் என்று நான் கூறுகிறேன்; எனினும் இனி மேற்பட்டதான உயர் கட்டுமானங்கள் மற்றும் நடைமுறைகளில் அதிகமான பல்வகைத் தன்மையும், சிக்கலும் இருக்கின்றன என்பதை நான் ஒப்புக்கொள்கிறேன்."*

இவ்வாறாகப் பெட்டி தனது கண்டுபிடிப்பின் முக்கியத்துவம் பற்றியும், அதை விவரமாகப் பிரயோகிப்பதிலான இடர்ப்பாடு பற்றியும் சம அளவில் உணர்ந்திருந்தார். எனவே ஒருசில ஸ்தூலமான நிகழ்வு களில் இன்னொரு வழியைக் கண்டுபிடிக்க முயன்றார்.

> *நிலத்துக்கும் உழைப்புக்கும் இடையே ஒரு "இயற்கையான சம நிலை"* [a natural Par] *காணப்பட வேண்டும். அதன் மூலம் "அவை ஒவ்வொன்றும் தனியாகவோ அல்லது மேலும் சிறப்பாக இரண்டும் சேர்ந்தோ சித்தப்படி மதிப்பை வெளியிடலாம்."*
>
> *இந்தத் தவறில் கூட மேதைமை இருக்கிறது.*

பெட்டியின் மதிப்புப் பற்றிய தத்துவம் மீது ஹெர் டூரிங் இந்த நுண்ணறிவான கூராய்வினைச் செய்கிறார்:

> *"அவரது சொந்தச் சிந்தனை மேலும் அதிகக் கூருணர்வுடையதாக இருந்திருப்பின் நாம் முன்பே குறிப்பிட்ட மாறான கருத்தின் சுவடுகளை இதர வாசகங்களில் காணமுடியாது போயிருக்கும்";*

அதாவது "சுவடுகள்"... "குறைபாடானவை" என்பதைத் தவிர முன்பு வேறு எதுவும் சுட்டிக் காட்டப்படவில்லை. இது ஹெர் டூரிங்கின் முறையின் ஆகத் தனி இயல்பாகும் - "முன்னால்" அந்த மற்ற ஒரு சொல்லின் மூலம் எதையாவது சுட்டுவது, வாசகர் பிரதான விஷயம் குறித்து "முன்னாலேயே" பரிச்சயம் செய்யப்பட்டுள்ளார் என்று, பின்னால் நம்பும்படி செய்வதற்காகச் செய்வதுண்டு - உண்மையில் சம்பந்தப்பட்ட நூலாசிரியர் முன்பும் சரி பின்பும் சரி இரு கட்டங்களிலும் இதை நழுவ விட்டிருப்பார்.

ஆடம் ஸ்மித்தின் நூல்களில் நாம் மதிப்புப் பற்றிய கருத்தமைப்பின் மீது "முரணான கருத்துகளின் சுவடுகள்" மட்டுமன்றி, மதிப்பு குறித்த இரண்டு மட்டுமல்ல. மூன்றும் கறாராகச் சொன்னால் நான்கு முரண் கருத்துகள் முற்றிலும் கொண்டாட்டமாக அக்கம் பக்கமாக ஓடுவதையும் கலந்துறவாடுவதையும் காணலாம். அரசியல் பொருளாதாரத்தின் அடிப்படைகளை நிறுவிவருகிற, இப்பொழுது தான் உருப்பெற்று வருகிற கருத்துகளின் குழப்பத்தோடு சோதனை செய்து போராடி வருகிற ஓர் எழுத்தாளர் விஷயத்தில் எது முற்றிலும் இயற்கையாகத் தெரியுமோ அதே அம்சம் நூற்றைம்பது ஆண்டு காலத்திய ஆராய்வினைப் பார்வையிட்டுத் தொகுத்து வரும், இவற்றின் விளைவுகளின் ஒரு பகுதி புத்தகத்தோடு நிற்காமல் ஏற்கெனவே கடந்து சென்று பொது மக்கள் உணர்வில் இடம்பெறச் செய்துள்ள ஓர் எழுத்தாளர் விஷயத்தில் இருப்பது விசித்திரமாகும். பெரிய விஷயங்களில் இருந்து சிறிய விஷயங்களுக்குக் கடந்து செல்வோம்: ஹெர் டூரிங் தாமே இஷ்டப்படி தேர்வு செய்துகொள்ளும் வகையில் ஐந்து வெவ்வேறு வகையான மதிப்புகளையும் அவற்றுடன் கூடவே சம எண்ணிக்கையிலான முரண் கருத்துகளையும் நமக்கு வழங்கி இருப்பதைக் கண்டோம். "அவரது சொந்தச் சிந்தனை மேலும் அதிகக் கூருணர்வுடையதாக இருந்திருப்பின்" அவர் வாசகர்களை மதிப்புப் பற்றிய பெட்டியின் முற்றிலும் தெளிவான கருத்தோட்டத்தில் இருந்து ஆகப் படுமோசமான குழப்பத்தில் தள்ளிவிடுவதற்கான முயற்சியில் இவ்வளவு பாடுபட்டிருக்க வேண்டாம் என்பது கண்கூடு.

தனி ஒரு கல்லில் வடிக்கப்பட்டது என்று சொல்லத்தக்கதான பெட்டியின் சுமுகமாகப் பூர்த்தி செய்யப்பட்ட Quantulumcunque Concerning Money (பணம் குறித்த சில வார்த்தைகள்) என்ற நூலாகும். Anatomy of Ireland (அயர்லாந்தின் உள்ளமைப்பு) என்ற நூலுக்குப் பத்தாண்டுகளுக்குப் பிறகு 1682-ல் வெளியிடப்பட்டது. (அயர்லாந்தின் உள்ளமைப்பு "முதலில்" 1672-ல் வெளியாகியது, "ஆக நடப்பு பாட நூல் தொகுப்புகளிலிருந்து" இரண்டாந்தரமாகத் தகவல் பெற்று ஹெர்

டூரிங் குறிப்பிடுவது போன்று 1691-ல் அல்ல.)[155] இந்த நூலில் அவரது இதர படைப்புகளில் காணப்படும் வாணிகவாதக் கருத்துகளின் இறுதி மீதமிச்சங்கள் முழுமையாக மறைந்து விட்டன. உள்ளடக்கத்திலும் மற்றும் வடிவிலும் இது சிறியதோர் அரிய நூல்; இந்தக் காரணத் தாலேயே ஹெர் டூரிங் அதன் தலைப்பைக் கூடச் சுட்டிக் காட்ட வில்லை. மிகவும் திறமை சான்ற மற்றும் தற்படைப்பு ஆற்றல் கொண்ட பொருளாதார ஆய்வாளர்கள் விஷயத்தில் தமது வீண் தற்புகழ்ச்சி பண்டிதபாணி மட்டங்கள் அதிருப்தியால் உறுமலாம். தத்துவார்த்த சிந்தனையின் ஒளிவீச்சுகள் அணிகள் மத்தியில் தயார் நிலை "மூதுண்மைகளாகப்" பவனி வரவில்லை. மாறாக "பருமட்டமான" நடைமுறை தகவல் பொருட்களின் - உதாரணமாக வரிகள் - ஆழத்தில் இருந்து மேல் மட்டத்துக்குத் தாமாகவே எழுச்சியுற்று வருவது கண்டு குறைபடலாம்.

பெட்டியின் அரசியல் கணிதம், vulgo (அப்பட்டமாய்ச் சொல்லப் போனால், புள்ளிவிவரங்கள் குறித்த அடிப்படைகளையும் அந்த நூலாசிரியரின் குறிப்பான பொருளாதார நூல்களைப் போலவே ஹெர் டூரிங் கருதுகிறார். பெட்டி பயன்படுத்தி வரும் விசித்திரமான முறை களைக் கண்டு அவர் பழியார்வத்தோடு தமது தோள்களை ஏளனமாகக் குலுக்கிறார்! இந்தத் துறையில் ஒரு நூற்றாண்டுக்குப் பின்னால் லவுவாஸியேயால்[156] கூடக் கையாளப்பட்டதான விசித்திரமான முறைகளைக் கவனிக்கும் பொழுதும், நடப்புக்கால புள்ளி விவரத் துறைக்கும் பெட்டி விரிவான விளக்கத்தில் அதற்கு நிர்ணயித்த நோக்கத்துக்கும் இடையிலான மாபெரும் தொலைவைக் காணும் பொழுதும் இரு நூற்றாண்டு post festum (நிகழ்வுக்குப் பிறகு) இத்தகைய சுய - திருப்தி மேன்மை தனது வேடங்கலைந்த முட்டாள்தனத்துடன் அம்பலமாகியிருப்பதைக் காணலாம்.

ஹெர் டூரிங்கின் "தொழில் முயற்சியில்" இத்தகைய துச்சமான கவனத்தையே பெற்றதான பெட்டியின் ஆக முக்கியமான கருத்துகள் டூரிங் நோக்கில் தொடர்பற்ற தற்புனைவுகள், தற்செயல் சிந்தனைகள், முக்கியமல்லாத விளக்கங்கள் தவிர வேறு எதுவுமல்ல; சந்தர்ப்பத்தி லிருந்து பிய்த்து எடுத்த பகுதிகளைப் பயன்படுத்தி நமது காலத்தில் மட்டுமே அவற்றுக்கு முக்கியத்துவம் அளிக்கப்பட்டுள்ளன - அவற்றுக்குத் தாமாக எவ்வித முக்கியத்துவமும் இல்லை. எனவே அவை அரசியல் பொருளாதாரத்தின் நிஜ வரலாற்றில் எவ்விதப் பங்கும் வகிக்கவில்லை எனவும் ஹெர் டூரிங்கின் ஆழவேரூன்றிய விமர்சனம், "அலங்கார நடையிலான வரலாற்று சித்திரம்" ஆகியவற்றை விடவும் தரம்குறைந்த நவீன நூல்களில் மட்டுமே இவை இடம்பெற்றுள்ளன

எனவும் கருதப்படுகின்றன. அவர் தமது "தொழில் முயற்சியில்" அப்படியே முழுவதும் நம்பிக்கையுடைய, தமது துணிபுரைகளுக்கு நிரூபணம் கேட்காத வாசகர் குழு பற்றியே கருதியிருந்தார் என்று தோன்றுகிறது. இந்த விஷயத்திற்கு (லாக்கே மற்றும் நார்த் பற்றி விளக்கும் போது) திரும்பி வருவோம்; ஆனால் முதலில் பௌகில்பெர்ட் மற்றும் லோவைப் பற்றி முதலில் வேகமாகப் பார்வையிட வேண்டும்.

முந்தையதன் தொடர்பாக நாம் ஹெர் டூரிங் புரிந்துள்ள ஏகக் கண்டுபிடிப்பின்பால் நமது கவனத்தை ஈர்க்க வேண்டும்: அவர், பௌகில்பெர்ட் மற்றும் லோவுக்கு இடையிலான இதுவரை தவறவிடப்பட்டிருந்த தொடர்பைக் கண்டுபிடித்திருக்கிறார். பண்டப் புழக்கத்தில் அரிய உலோகங்கள் ஆற்றுகிற சகஜமான பணம் சார்ந்த பணிகளைக் கடன் பணமூலம் un morceau de papier [ஒரு காகிதத் துண்டு] மாற்றி வைக்கலாம்.[157] மறுபுறம் லோ இந்தக் "காகிதத் துண்டுகளின்" எண்ணிக்கையிலான எந்த "ஒரு அதிகரிப்பும்" ஒரு தேசத்தின் செல்வத்தை அதிகரிக்கும் என்று கற்பனை செய்கிறார். இதிலிருந்து

> "பௌகில்பெர்ட்டின் சிந்தனைப் போக்கு ஏற்கெனவே வாணிக வாதத்தின் ஒரு புதிய திருப்பத்தோடு இடமளித்து விட்டது."

வேறு சொற்களில் கூறினால் லோவை ஏற்கெனவே சேர்த்துக் கொண்டுவிட்டது என்ற முடிவுக்கு ஹெர் டூரிங் வருகிறார். இது பின்வரும் பகுதியில் பட்டப்பகல் வெட்ட வெளிச்சம் போலத் தெளிவாக்கப்பட்டுள்ளது:

> "அவசியமானது எல்லாம் இந்தச் 'சாமானிய காகிதத் துண்டுகளுக்கு' அரிய உலோகங்கள் என்ன பாத்திரம் வகித்திருக்க வேண்டுமோ அதே பாத்திரத்தை ஒப்படைப்பதேயாகும். இதன் மூலம் வாணிக இயலில் ஒரு உருமாற்றம் உடனே வெற்றிகரமாக நிறைவேற்றப்பட்டு விடும்."

இதே போல உடனடியாக ஒரு மாமாவை மாமியாக உருமாற்றம் செய்வதை வெற்றிகரமாக்குவதும் சாத்தியம். ஹெர் டூரிங் குறையாற்றும் முறையில் மேலும் கூறுகிறார்:

"பௌகில்பெர்ட்டுக்கு மனதில் அத்தகைய உத்தேசம் எதுவும் இல்லை என்பது கண்கூடு."

ஆனால் அவர் எப்படி அரிய உலோகங்களின் பணம் சார்ந்த பணி பற்றிய அவரது சொந்த ஆய்வறிவுக் கருத்தமைப்பினை, - அவர் கருத்துப்படி இந்தப் பாத்திரத்தில் அரிய உலோகங்களுக்குப் பதில்

காகிதப் பணம் இடம் பெறலாம் என்ற ஒரே காரணத்திற்காக, - வாணிக வாதிகளின் மூடநம்பிக்கைக் கருத்தோட்டத்தினை அட்டூழியமான முறையில் மாற்றிவைக்க உத்தேசிக்க முடியும்.

இருந்தபோதிலும் ஹெர் டூரிங் தமது விளையாட்டும் விளைவுமான பாணியில் தொடங்கினார்:

"இருந்தபோதிலும் நமது ஆசிரியர் இங்கும் அங்குமாக உண்மையிலேயே பொருத்தமான கருத்துரை செய்வதில் வெற்றியடைந் திருக்கிறார் என்று ஒப்புக் கொள்ளலாம்" (பக்கம் 83).

லோ சம்பந்தப்பட்ட வரையில் ஹெர் டூரிங் இந்த "உண்மையிலேயே பொருத்தமான கருத்துரை" மட்டுமே புரிவதில் வெற்றி கண்டிருக்கிறார்:

"லோவுங்கூட மேலே கூறப்பட்ட அடிப்படையை" (அதாவது "அரிய உலோகங்களின் அடிப்படையை") "இயல்பாகவே முழுமையாக அகற்றிவிட முடியவில்லை. ஆனால் நோட்டுகளின் உற்பத்தியைக் கடைக்கோடி எல்லைக்குத் தள்ளிவிட்டார், அதாவது அமைப்பின் வீழ்ச்சியின் அளவுக்குத் தள்ளிவிட்டார்" (பக்கம் 94).

ஆனால் உண்மையில் வெறும் அடையாளப் பணமான இந்தக் காகிதப் பட்டுப்பூச்சிகளைப் பொது மக்களிடையே பறக்க விடுவதன் உத்தேசம் அரிய உலோகங்களின் அடிப்படையினை "அகற்றுவது" அல்ல, மாறாக அவற்றைப் பொது மக்களின் பைகளில் இருந்து அரசின் காலியான கஜானாக்களுக்குள் கவர்ந்திழுப்பதேயாகும்.[158]

பெட்டியிடமும், ஹெர் டூரிங் அவருக்கு பொருளியல் வரலாற்றில் ஒதுக்கியுள்ள முக்கியத்துவமல்லாத பாத்திரத்திடமும் திரும்பிவரும் போது, பெட்டியின் உடனடி பின்வாரிசுகளான லாக்கே, மற்றும் நார்த் பற்றி என்ன கூறப்படுகிறது என்பதை முதலில் கேட்போம். லாக்கின் வட்டியைக் குறைப்பது மற்றும் பணத்தின் மதிப்பை உயர்த்துவது மீதான சிந்தனைகள் என்ற நூலும் நார்த்தின் வர்த்தகம் பற்றிய விரிவுரைகள் என்ற நூலும் ஒரே ஆண்டில் 1691-ல் வெளிவந்தன.

"வட்டி மற்றும் நாணயம் மீது அவர்" (லாக்) "என்ன எழுதினாரோ அது அரசியல் வாழ்வின் நிகழ்ச்சிகள் தொடர்பாக வாணிக வாதத்தின் ஆளுமையின் கீழ் நடப்பிலுள்ள பிரதிபலிப்புகளின் அளவுக்கு அப்பால் செல்வதில்லை" (பக்கம் 64).

இந்த அறிக்கையைப் படிக்கும் வாசகருக்கு லாக்கின் வட்டியைக் குறைப்பது என்ற நூல், பதினெட்டாம் நூற்றாண்டின் பிந்தைய

பகுதியில் பிரான்ஸ் மற்றும் இத்தாலியின் அரசியல் பொருளாதாரம் மீது ஏன் இத்தகைய முக்கியமான செல்வாக்கு செலுத்தியது என்பது இப்போது பளிங்குபோல் தெளிவாகத் தெரியவரும்.

"வட்டி விகிதம் பொறுத்தவரை பல தொழில் அதிபர்கள்" (லாக்கைப் போல) "கட்டுப்பாடற்ற நிலையே சரி என்று எண்ணினார்கள், வளர்ந்து வந்த நிலைமையும் வட்டி மீதான கட்டுப்பாடுகள் பயனற்றவை என்ற போக்கை உண்டாக்கியது. ஒரு டாட்லி நார்த் தனது வர்த்தகம் பற்றிய விரிவுரைகளைக் கட்டுப்பாடில்லாத வர்த்தகத்தின் பாணியில் எழுதக்கூடியதான ஒரு காலகட்டத்தில் வட்டி வகிதங்கள் மீதான கட்டுப்பாடுகள் பால் எழுந்த தத்துவார்த்த எதிர்ப்பினை எவ்வகையிலும் அசாதாரணம் அல்லாதனவாக ஆக்கியிருக்க வேண்டும் ஏதோ ஒன்று அவர்கள் சொல்வது போலக் காற்றுவாக்கில் ஏற்கெனவே பெருமளவில் இருந்தது" (பக்கம் 64).

எனவே "அசாதாரணமான" எதையும் கூறாமல் வட்டி விகிதத்திற்கான கட்டுப்பாடற்ற நிலை குறித்து தத்துவ விளக்கம் தருவதற்கு, லாக் இந்த அல்லது அந்தச் சமகால "தொழில் அதிபரின்" கருத்துகளை ஆழ்ந்து ஆராய்ந்தோ அல்லது "அவர்கள் சொல்வதுபோலக் காற்று வாக்கில்" இருந்ததைப் பெருமளவு சுவாசித்தோ மட்டும் செயல்பட்டால் போதும்! எனினும் 1662-ஆம் ஆண்டிலேயே பெட்டி தனது வரிகள் மற்றும் கட்டணங்கள் பற்றிய விளக்கம் என்ற நூலில் உண்மை யிலேயே வட்டியை, "நிலம் மற்றும் வீடுகளுக்கான வாடகை" என்ற நிலைக்கு எதிராக "நாம் லேவாதேவி என்று அழைக்கும் பணத்திற்கான வாடகை" என்று முன்வைத்து, சட்டத்தின் மூலம் நிலவாரத்தை அல்ல மாறாக பணத்தின் மீதான வாடகையைக் குறைப்பதற்கு விரும்பிய நிலவுடைமையாளர்களிடம் "இயற்கையின் விதிகளை எதிர்த்து நேர்நிலைக் குடியுரிமைச் சட்டம் இயற்றுவதன் பகட்டுத்தனம் மற்றும் பயனில்லாமை" குறித்து உரையாற்றினார்.[159] அவரது Quantulumcunque யில் (1682) வட்டி விகிதத்தைச் சட்ட மூலம் கட்டுப்படுத்துவது, அரிய உலோகங்களின் ஏற்றுமதியைக் கட்டுப்படுத்துவது அல்லது பரிவர்த்தனை விகிதங்களைக் கட்டுப்படுத்துவது போன்று முட்டாள்தனமானது என்று அவர் சாற்றினார். அதே நூலில் பணத்தின் மதிப்பை உயர்த்துவது (உதாரணமாக, ஓர் அவுன்சு வெள்ளியில் இருந்து நாணயம் முத்திரை செய்யப்படும் ஷில்லிங்குகளின் எண்ணிக்கையை இரு மடங்காக்கி ஆறு பென்சுகளுக்கு ஒரு ஷில்லிங் என்று பெயர் சூட்ட முயற்சி) பற்றிய மறுக்க முடியாததான தனிச்செல்வாக்குடைய அறிக்கைகள் செய்தார்.

இந்தக் கடைசி விஷயத்தில் லாக்கும் மற்றும் நார்த்தும் அவரைக் காப்பியடித்ததோடன்றி மேலும் சில செயல்களைப் புரிந்தார்கள். வட்டியைப் பொறுத்தவரை லாக் பணத்தின் மீதான கட்டணம், நிலத்தின் மீதான வாரம் இவற்றுக்கிடையிலான பெட்டியின் இணை வினைப் பின்பற்றினார், அதேபொழுதில் நார்த் மேலும் கடந்து சென்று, வட்டியை நில வாரத்திற்கு எதிராக "பங்குகளின் வாடகை யாகவும்" [rent of stock] பங்கு உரிமையாளர்களை [stocklords] நிலவுடைமையாளர்களுக்கு [landlords] எதிராகவும் முன்வைக்கிறார்.[160] பெட்டி கோரியபடி வட்டி வகிதத்தில் கட்டுப்பாடற்ற நிலையினை லாக் நிபந்தனையுடன் மட்டுமே ஒப்புக்கொள்கிறார். அதே பொழுதில் நார்த் இதை நிபந்தனை இன்றி ஒப்புக்கொள்கிறார்.

மேலும் "நுட்பமான பொருளில்" தாமே இன்னும் கடுமையான வாணிகவாதியாக இருக்கும் ஹெர் டூரிங் - டாட்லி நார்த்தின் வர்த்தகம் பற்றிய விரிவுரைகளை, அவை "கட்டுப்பாடில்லாத வர்த்தகத்தின் பாணியில்" எழுதப்பட்டவை என்ற விமரிசனத்தோடு அதை உதறி விடும்போது அவர் தம்மையே விஞ்சிக் கொண்டு விடுகிறார். ஹார்வி இரத்த ஓட்டத்தின் "திசை வழியில்" எழுதினார் என்று சொல்லுவது போன்று இது இருக்கிறது. நார்த்தின் நூல் - அதன் இதர சிறப்புகள் ஒருபுறமிருக்க - சாஸ்திரியமான விளக்கமாகும். அது வெளிநாட்டு மற்றும் உள்நாட்டுக்குரிய கட்டுப்பாடற்ற வர்த்தகத்தின் போதனையை தாட்சண்யமற்ற தர்க்கத்துடன் கொண்டு செல்வது. 1691 ஆம் ஆண்டில் நிச்சயமாயும் இது "அசாதாரணமான ஏதோ ஒன்று" ஆகும்!

இதற்கிடையில்,

நார்த் ஒரு "வணிகர்" எனவும் அதிலும் மோசமான மாதிரியைச் சேர்ந்தவர் எனவும் அதோடு அவரது நூல் "அங்கீகாரம் பெறவில்லை" எனவும் நமக்கு ஹெர் டூரிங் தகவல் தருகிறார்.

வாஸ்தவம்! இங்கிலாந்தில் காப்புச் சலுகையின் இறுதி வெற்றிக்கு வழி வகுத்துக் கொண்டிருந்த கும்பலின் இடையில் இது போன்ற ஒரு நூல் எவ்வாறு "அங்கீகாரம்" பெற முடியும்? ஆனால் நார்த்தின் நூலால் தத்துவம் மீது உடனடி விளைவு ஏற்படுவதை இது தடுக்கவில்லை; இதற்குப் பிந்தைய காலத்தில் இங்கிலாந்தில் வெளியிடப்பட்டதான வரிசையான பொருளாதார நூல்களில் இருந்து இதன் செல்வாக்கைக் காணலாம். இவற்றில் சில பதினேழாம் நூற்றாண்டு முடியும் முன்பே வெளியிடப்பட்டன.

அரசியல் பொருளாதாரத்தின் ஏறத்தாழ எல்லாத் துறைகளிலும் பெட்டி மேற்கொண்ட துணிச்சலான முயற்சிகள் ஒவ்வொன்றாக

அவரது ஆங்கிலப் பின்வாரிசுகளால் எவ்வாறு எடுத்துக் கொள்ளப் பட்டு மேலும் அபிவிருத்தி செய்யப்பட்டன என்பதற்கு லாக்கும் நார்த்தும் நமக்குச் சான்று தந்துள்ளனர். அந்தக் காலத்திய அதிக முக்கியமான பொருளாதார நூல்கள் எதிர்மறையாகவேதான் தொடங்கப் பட்டன என்ற பரம உண்மையிலிருந்து 1691 முதல் 1752 வரையான காலகட்டத்தின் தறுவாயில் இந்த நிகழ்ச்சிப் போக்கின் சுவடுகள் மிகவும் நுனிப்புல் மேயும் பார்வையாளருக்குக் கூடக் கண்கூடாகத் தெரிந்தன. தற்படைப்புச் சிந்தனையாளர்கள் மல்கியிருந்த அந்தக் காலகட்டம், அரசியல் பொருளாதாரத்தின் படிப்படியான பிறப்பை ஆராய்வதற்குரிய ஆக முக்கியமான கட்டமாக இருந்தது. பெட்டி மற்றும் அந்தக் காலகட்டத்து எழுத்தாளர்கள் பற்றி மூலதனம் நூலில் பெருமளவு சந்தடி கிளப்பி மன்னிக்க முடியாத பாவத்தைச் செய்த தற்காக மார்க்சை எதிர்த்துக் குற்றம் சுமத்தும் “அலங்கார நடையிலான வரலாற்றுச் சித்திரம்” அவர்களை வரலாற்றிலிருந்தே வெளியே தள்ளிவிட்டது. லாக், நார்த் பௌகில்பெர்ட் மற்றும் லோ ஆகியோரைத் தாண்டி அந்த “வரலாற்றுச் சித்திரம்” நேரடியாக நில ஆதிக்கவாதி களிடம் [the physiocrats] குதிக்கிறது; பிறகு அரசியல் பொருளா தாரத்தின் உண்மையான கோவிலின் புகுவாயிலில்... டேவிட் ஹியூம் தோன்றுகிறார். ஹெர் டூரிங்கின் அனுமதியோடு நாம் ஹியூமை நில ஆதிக்கவாதிகள் முன்னால் வைத்து காலவரிசை முறையினை மீண்டும் நிலைநாட்டுகிறோம்.

ஹியூமின் பொருளாதார வியாசங்கள் 1752-ல் வெளியாயின.[161] இது தொடர்பான வியாசங்களான: பணம் பற்றி, வர்த்தக சமநிலை பற்றி, வாணிகம் பற்றி ஆகியவற்றில் ஹியூம் படிப்படியாக பெரும்பாலும் தமது சொந்த தனி இயல்புகளிலும் கூட 1734 ல் லண்டனில் பிரசுரமான பணம் எல்லாக் காரியங்களுக்கும் விடையளிக்கிறது என்ற ஜேகப் வாண்டர்லின்டின் நூலைப் பின்பற்றுகிறார். இந்த வாண்டர் லின்ட் ஹெர் டூரிங்குக்கு எவ்வளவுதான் தெரியாதவராக இருந்த போதிலும் பதினெட்டாம் நூற்றாண்டின் இறுதியிலேயே, அதாவது ஆடம் ஸ்மித்திற்குப் பிந்தைய காலகட்டத்தில் ஆங்கில பொருளாதார நூல்களில் அவரைப் பற்றிய குறிப்புகளைக் காணலாம்.

வாண்டர்லிண்டைப் போலவே ஹியூம் பணத்தை மதிப்பின் வெறும் அடையாளமாகவே கருதினார்; ஒரு நாட்டுக்கு வர்த்தக சமநிலை ஏன் நிரந்தர சாதகமாகவோ அல்லது பாதகமாகவோ இருக்க முடியாது என்பதற்கான வாண்டர்லின்டின் வாதத்தை அவர் வார்த்தைக்கு வார்த்தை கிட்டத்தட்ட அப்படியே காப்பியடித்திருந்தார் (இது முக்கியமானது, ஏனெனில் பணம் மதிப்பின் ஓர் அடையாளம்

என்ற தத்துவத்தை அவர் வேறு பல ஆதாரங்களிலிருந்து எடுத்துக் கொண்டிருக்கலாம்); வாண்டர்லின்டைப் போலவே அவர் சமநிலை களின் சமன்பாடு வெவ்வேறு நாடுகளிலான வெவ்வேறான பொருளாதார நிலைமைகளுக்கு ஏற்ப இயல்பாகவே கொண்டு வரப்படுகிறது என்று போதிக்கிறார்; வாண்டர்லின்டைப் போலவே அவர் கட்டுப்பாடற்ற வர்த்தகத்தைச் சற்றே குறைந்த துணிவுடன் நிலையுறுதியுடன் பிரச்சாரம் செய்கிறார்; வாண்டர்லின்டைப் போல ஆனால் குறைந்த அறிவாழத் துடன் தேவைகளை உற்பத்தியின் தூண்டு சக்திகள் என்று வலியுறுத்து கிறார்; பண்ட விலைகளின் மீதான செல்வாக்கு விஷயத்தில் வாண்டர் லின்டைப் பின்பற்றும் அவர் தவறாக வங்கிப் பணம் மற்றும் அரசாங்க ஈட்டுப் பத்திரங்களைப் பொதுவாகக் காரணம் காட்டுகிறார்; வாண்டர்லின்டைப் போலவே அவர் கடன் பணத்தை நிராகரிக்கிறார்; வாண்டர்லின்டைப் போலவே அவர் பண்ட விலைகள் உழைப்பின் விலையை அதாவது கூலியைச் சார்ந்திருக்கும்படி செய்கிறார்; அரும்பொருட்களைத் திரட்டிச் சேகரிப்பதன் மூலம் பண்ட விலைகள் குறைக்கப்படுகின்றன என்ற வாண்டர்லின்டின் அபத்தமான கருத்துப் படிவத்தைக் கூட அவர் காப்பியடிக்கிறார் இத்தியாதி.

இதற்கு மிகவும் முந்தைய காலகட்டத்தில் ஹெர் டூரிங் மற்றவர்கள் எவ்வாறு ஹியூமின் நாணயச் செலவாணி தத்துவத்தைத் தவறாகப் புரிந்து கொண்டார்கள் என்பதற்கு ஒரு பொய்யாமொழி மறைக் குறிப்பைத் தருகிறார். மேலும் மார்க்ஸ் தனது மூலதனம் நூலில் ஹியூம், வாண்டர்லின்டுடனும், ஜோ, மாஸ்ஸியுடனும்[162] (பின்னால் குறிப்பிட விருக்கும்) கொண்டிருந்த இரகசியமான தொடர்புகள் பற்றிப் போலீஸ் விதிகளுக்கு முரணாகச் சுட்டிக் காட்டியுள்ளதைக் குறிப்பாகவும் அச்சுறுத்தும் வகையிலும் எடுத்துக்காட்டுகிறார் டூரிங்.

இந்தத் தப்பெண்ணத்தைப் பொறுத்தவரை உண்மைத் தகவல்கள் வருமாறு: ஹியூமின் பணம் பற்றிய உண்மையான தத்துவம் (பணம் மதிப்பின் வெறும் அடையாளம். எனவே வேறு நிலைமைகள் சமமாக இருப்பின் பண்ட விலைகள் புழக்கத்திலுள்ள பணத்தின் அளவின் அதிகரிப்புக்கு ஏற்ற விகிதத்தில் உயரும் அதன் குறைவுக்கு ஏற்ப இறங்கும்) பொறுத்தவரை ஹெர் டூரிங் உலகிலேயே ஆகச் சிறந்த நோக்கங்கள் கொண்டிருந்த போதிலும் - தனது சொந்த ஒளிவிளக்க வழியில் - தனது முன்னோடிகள் செய்த தவறுகளை மட்டுமே மீண்டும் செய்ய நேரும். ஆனால் மேலே எடுத்துக் காட்டப்பட்ட தத்துவத்தை முன்மொழிந்த பிறகு ஹியூம் தானே (மொண்டிஸ்குயே[163] இதே முதற் கோளில் தொடங்கி முன்னால் புரிந்துள்ளது போலவே) ஆட்சேபம் எழுப்பி,

இருந்த போதிலும் அமெரிக்காவில் சுரங்கங்கள் கண்டுபிடிக்கப் பட்டதற்குப் பிறகு "இந்தச் சுரங்கங்களைச் சொந்தமாகக் கொண்டிருப்பவை தவிர ஐரோப்பாவின் எல்லா தேசங்களிலும் நிச்சயமாயும் தொழில்துறை அதிகரித்துள்ளது" எனவும், இதற்கு "வேறு காரணங்களுடன் கூடவே தங்கம் மற்றும் வெள்ளியின் அதிகரிப்பையும் நியாயமாகவே குறிப்பிடலாம்" எனவும் கூறுகிறார்.

இந்தப் புலப்பாடு பற்றிய அவரது விளக்கம்:

"பண்டங்களின் உயர்ந்த விலை, தங்கம் மற்றும் வெள்ளியின் அதிகரிப்பின் ஓர் இன்றியமையாத பின்விளைவாக இருக்கலாம். எனினும் இது அந்த அதிகரிப்பை உடனடியாகப் பின்தொடர் வதில்லை; பணம் நாடு முழுவதும் புழக்கம் ஏற்பட்டு எல்லா புறநிலைகளிலுமான மக்கள் மீதும் விளைவுகளை உண்டுபண்ணு வதற்கு முன்னால் சற்றுக்காலம் தேவைப்படுகிறது" என்பதே. இந்த இடைக்காலத்தில் அது தொழில் மற்றும் வர்த்தகம் மீது அனுகூலமாக விளைவை ஏற்படுத்துகிறது.

இந்த ஆய்வின் முடிவில், தமது முன்னோடிகள் மற்றும் சம காலத்தவர்களை விடச் சற்றுக் குறைந்தளவு விரிவான வழியில் என்ற போதிலும் ஹியூம் இது ஏன் இப்படி இருக்கிறது என்பதையும் நமக்கு எடுத்துச் சொல்கிறார்:

"காமன்வெல்த் முழுவதிலும் பணத்தின் வளர்ச்சியைக் கண்டறிவது எளிது; அது உழைப்பின் விலையை அதிகரிப் பதற்கு முன் ஒவ்வொரு தனிநபரின் விடாமுயற்சியை முதலில் துரிதப்படுத்த வேண்டும் என்பதை நாம் அங்கு காண்போம்."[164]

வேறு சொற்களில் கூறினால், இங்கு ஹியூம் அரிய உலோகங்களின் மதிப்பின் மீதான ஒரு புரட்சியின் விளைவை, அதாவது ஒரு மதிப் பிறக்கத்தை அல்லது இதே விஷயமான அரிய உலோகங்களின் மதிப்பின் அளவில் ஏற்பட்ட ஒரு புரட்சியைச் சித்திரிக்கிறார். பண்டங் களின் விலைகளை மறு ஏற்பாடு செய்யும் மெதுவான நிகழ்ச்சிப் போக்கில் இந்த மதிப்பிறக்கம் கடைசி நிலை மட்டுமே "உழைப்பின் விலையை அதிகரிக்கிறது" - vulgo கூலியை அதிகரிக்கிறது; அதாவது, தொழிலாளிக்குப் பாதகமாக இது வர்த்தகர்கள் மற்றும் தொழிலதிபர் களின் லாபத்தை அதிகரிக்கிறது (இதை அவர் நியாயம் எனவும் இப்படித்தான் இருக்க வேண்டும் எனவும் எண்ணுகிறார்) மற்றும் இவ்வாறு இது "விடாமுயற்சியைத் துரிதப்படுத்துகிறது" என்பதையும் அவர் சரியாக உறுதிப்படுத்துகிறார். ஆனால் உண்மையான விஞ்ஞானக்

கேள்விக்கு அதாவது அவற்றின் மதிப்பு அதேபடி இருக்க அரிய உலோகங்களின் அதிகரித்த விநியோக பண்டங்களின் விலைகளைப் பாதிக்குமா, எந்த வழியில் பாதிக்கும் என்ற கேள்விக்கு விடையளிக்கும் கடமையினை அவர் தாமே மேற்கொள்வதில்லை; மற்றும் அவர் "அரிய உலோகங்களின்" ஒவ்வொரு "அதிகரிப்பையும்" அவற்றின் மதிப்பிறக்கத்துடன் சேர்த்துக் குழப்புகிறார். அவர் எதைச் செய்வதாக மார்க்ஸ் கூறுகிறாரோ அதையே தெளிவாகச் செய்கிறார் ஹியூம் (அரசியல் பொருளாதாரம் பற்றிய விமர்சனத்திற்கு விஷயதானம் (பக்கம் 141).[165] வழியே, இந்த விஷயத்திற்கு நாம் மீண்டும் ஒரு முறை திரும்பி வருவோம். ஆனால் முதலில் நாம் வட்டி பற்றிய ஹியூமின் வியாசத்திற்குத் திரும்புவோம்.

வட்டி வீதம் இருக்கும் பணத்தின் தொகையால் முறைப்படுத்தப் படவில்லை மாறாக, லாப வீதத்திலேயே முறைப்படுத்தப்படுகிறது என்ற ஹியூமின் வாதங்களும், வட்டி வீதத்தின் உயர்வுகள் அல்லது வீழ்ச்சிகளை நிர்ணயிக்கும் காரணங்கள் பற்றிய அவரது இதர விளக்கங்களும் பகிரங்கமாயும் லாக்குக்கு எதிராகத் திருப்பப்பட்டவை. இவையாவும் அந்த விஷயத்தைப் பற்றிய சர்.வி. பெட்டி மற்றும் திரு லாக்கின் கருத்துகள் கவனமாகப் பரிசீலனை செய்யப்படும், வட்டியின் இயக்க வீதத்தினை ஆளுமை செய்யும் காரணங்கள் பற்றிய வியாசத்தில் சற்றே திறமைக் குறைவாக இருப்பினும் மேலும் அதிகத் துல்லியமாகக் கூறப்பட்டுள்ளது. இந்த நூல் 1750-ல் ஹியூமின் வியாசத்திற்கு இரண்டாண்டுகள் முன்பாக வெளியாகியது; இதன் ஆசிரியர் பல்வேறு துறைகளில் செயலூக்கத்துடன் விளங்கிய ஜே. மாஸ்ஸி ஆவார். அவருக்கு விரிவான மக்கள் ஆதரவு இருந்தது, இதைச் சமகாலத்திய ஆங்கில இலக்கியத்திலிருந்து காணலாம். வட்டி வீதம் பற்றிய ஆடம் ஸ்மித்தின் சர்ச்சை ஹியூமின் கருத்தை விட மாஸ்ஸியின் கருத்துக்கு மேலும் நெருக்கமானது. இருவர் விஷயத்திலும் பாத்திரம் வகிக்கும் "லாபத்தின்" தன்மை குறித்து மாஸ்ஸிக்கோ அல்லது ஹியூமுக்கோ எதுவும் தெரியாது அவர்கள் எதுவும் கூறவும் இல்லை.

"பொதுவாக ஹியூமின் நூல்களை வியாக்கியானம் செய்தவர்கள் பெரும்பாலோரின் போக்கு மிகவும் தப்பெண்ணங் கொண்டதாக இருந்தது; அவர் சிறிதும் அறவே மனதிற் கொள்ளாதிருந்த கருத்துகள் அவர் பேரில் சாட்டப்பட்டன"

என்று ஹெர் டூரிங் நம்மிடம் உபதேசம் செய்கிறார்.

இந்தப் "போக்குக்கு" ஹெர் டூரிங் தாமே ஒன்றுக்கு அதிகமான எடுப்பான உதாரணங்களைத் தருகிறார்.

உதாரணமாக, வட்டி பற்றி ஹியூமின் வியாசம் பின்வரும் சொற்களுடன் தொடங்குகிறது:

"எந்த ஒரு நாட்டின் சுபிட்ச நிலைமைக்கும் மிகவும் நிச்சயமான அடையாளம் என்ற வகையில் வட்டியின் குறைந்த தன்மையை விட வேறுஎதுவும் மதிக்கப்படுவதில்லை; இதற்குக் காரணம் உண்டு. எனினும், இந்தக் காரணம் பொதுவாகக் கண்டறிந்து கொள்வதிலிருந்து சற்றே வேறுபட்டது என்று நான் கருதுகிறேன்."[166]

எனவே, முதல் வாக்கியத்திலேயே ஹியூம் வட்டியின் குறைந்த தன்மை ஒரு தேசத்தின் சுபிட்சமான நிலைமைக்கு நிச்சயமான அடையாளம் என்ற கருத்தைச் சாதாரணமாகிவிட்டதாகத் தனது நாளில் ஏற்கெனவே சாரமற்றதாகி விட்டதாகச் சுட்டிக் காட்டுகிறார். உண்மையில் சைல்டுக்குப் பிறகு இந்தக் "கருத்துக்கு" ஏற்கெனவே முழுமையாக நூறாண்டுகள் பூர்த்தியாகி, இப்போது இது பொதுவான நடப்புக் கருத்தாகிவிட்டது. ஆனால் நம்மிடம் கூறப்படுவதாவது:

"வட்டி வீதம் மீதான ஹியூமின் கருத்துகளைப் பார்க்கும் போது அது நிலைமைகளின் உண்மையான அளவுமானி" (எதைப் பற்றிய நிலைமைகள்?) "எனவும், அதன் குறைந்த தன்மை ஒரு நாட்டின் சுபிட்சத்திற்கு ஏறத்தாழ பிழையற்ற அடையாளம் என்பதுமான கருத்தின்பால் நாம் குறிப்பாக கவனத்தை ஈர்க்க வேண்டும் (பக்கம் 130).

இதைக் கூறுகிற "தப்பெண்ணமுடைய" உளங்கவரப்பட்ட "விமர்சகர்" யார்? ஹெர் டூரிங் தவிர வேறு எவருமல்ல.

நமது "விமர்சக வரலாற்றாசிரியரின்" குழந்தைத்தனமான வியப்பினை எழுப்புவது என்னவென்றால் ஹியூம் ஏதோ சில இன்னயமான கருத்துகள் தொடர்பாக "இவற்றைத் தானே தோற்று வித்ததாகவும் கூட உரிமை பாராட்டவில்லை" என்ற உண்மையே யாகும். இது நிச்சயமாயும் ஹெர் டூரிங்குக்கு நேர்ந்திராது.

ஹியூம் எவ்வாறு அரிய உலோகங்களின் ஒவ்வொரு அதிகரிப் பையும், ஒரு மதிப்பிறக்கம் பின்தொடரும் அத்தகைய அதிகரிப் போடும் - அவற்றின் சொந்த மதிப்பிலேயேயான ஒரு புரட்சியோடும், எனவே பண்டங்களின் மதிப்பின் அளவிலான ஒரு புரட்சியோடும் - போட்டுக் குழப்புகிறார் என்பதை நாம் கண்டோம். இந்தக் குழப்பம் ஹியூம் விஷயத்தில் தவிர்க்க முடியாததே, காரணம் மதிப்பின் அளவீடு என்ற முறையில் அரிய உலோகங்களின் பணியை அவர் கொஞ்சங் கூடப் புரிந்து கொள்ளவில்லை என்பதே. அவர் புரிந்து கொண்டிருக்க முடியாது. காரணம் அவருக்கு மதிப்பு பற்றியும் அறவே தெரியாது.

மதிப்பு என்ற சொல்லே அவரது வியாசங்களில் ஒரே ஒரு இடத்தில் மட்டுமே காணப்படுகிறது போலும், அதாவது அரிய உலோகங்களுக்கு "ஒரு கற்பனையான மதிப்பு மட்டுமே" இருந்தது என்ற லாக்கின் தவறான கருத்துப்படிவத்தை "சரிசெய்ய" முயலும் அந்த வாசகத்தில் காணப்படுகிறது; அவற்றுக்கு "வெறும் புனை பாவனையான மதிப்பே உள்ளது" என்று கூறுவதன் மூலம் அவர் நிலைமையினை மேலும் மோசமாக்குகிறார்.[167]

இந்த விஷயத்தில் அவர் பெட்டிக்கு மட்டுமன்றி அவரது ஆங்கில சம காலத்தியவர்கள் பலருக்கும் மிகவும் தாழ்நிலையில் நிற்கிறார். "வர்த்தகர்" தான் உற்பத்தியின் மூலவரிசை என்ற பழைய பாணியிலான கருத்துப்படிவத்தினைப் பறைசாற்றுவதன் மூலம் அவரும் அதே "பிற்பட்ட தன்மையினைக்" காட்டுகிறார் - இந்தக் கருத்தை பெட்டி நெடுங்கால முன்பே மறுத்து அப்பால் சென்றுவிட்டார். தமது வியாசங்களில் ஹியூம் "பிரதான பொருளாதார உறவுகள்" குறித்து மட்டுமே அக்கறை கொண்டிருந்தார் என்ற ஹெர் டூரிங்கின் உறுதி மொழியைப் பொறுத்தவரை: வாசகர் ஆடம் ஸ்மித் மேற்கோள் காட்டியுள்ள காண்டிலனது நூல்களுடன் (இவை ஹியூமின் வியாசங்கள் வெளியான அதே ஆண்டில் 1752-ல் ஆனால் ஆசிரியர் மரணமடைந்து பல ஆண்டுகளுக்குப் பின்னர் வெளியாயின)[168] ஒப்புநோக்கிப் பார்த்தால் ஹியூமின் பொருளாதாரம் பற்றிய நூல்கள் எத்துணை குறுகிய துறையினை மட்டுமே நிரப்பியுள்ளன என்பது கண்டு கட்டாயம் வியப்படைவார். இருப்பினும் ஹியூம், அவருக்கு ஹெர் டூரிங் பட்டய உரிமை [patent] வழங்கியுள்ள போதிலும், நாம் முன்பே கூறியபடி அரசியல் பொருளாதாரத் துறையிலும் கூட முற்றிலும் மதிக்கப்படத் தக்க ஒரு நபரே, ஆனால் இந்தத் துறையில் அவர் எவ்வகையிலும் ஒரு தற்படைப்பு ஆராய்ச்சியாளர் அல்ல. அதிலும் சகாப்தம் படைக்கும் ஒருவர் அல்லவே அல்ல. அவரது காலத்திய படித்த வட்டங்களிடையே அவரது பொருளியல் வியாசங்கள் செல்வாக்கு செலுத்தியதற்குக் காரணம் அவர் கருத்துகளை அருமையான நடையில் எடுத்துக் கூறியது மட்டுமல்ல, அதோடு அப்பொழுது செழுமையுற்று வந்த தொழில்துறை மற்றும் வர்த்தகம் பற்றி - வேறு சொற்களில் கூறினால் எதன் "அங்கீகாரத்தை" அவை பெற வேண்டுமோ அந்தக் காலத்தில் இங்கிலாந்தில் வேகமாக எழுச்சியுற்று வந்ததான அந்த முதலாளித்துவ அமைப்பு குறித்து - இந்த வியாசங்கள் முற்போக்கான மற்றும் நன்னம்பிக்கை பாணியில் புகழ்ந்துரைத்ததேயாகும். இங்கு ஓர் உதாரணமே போதும், ஹியூமின் காலத்தில் நிலப்பிரபுக்களுக்கும் பொதுவாகச் செல்வந்தர்களுக்கும் நிவாரணம் அளிக்கும் நோக்கத் துடன் இகழார்ந்த சர் ராபர்ட் வால்போல் முறையாகப் பயன்படுத்து வதற்கு என உருவாக்கிய மறைமுக வரிகள் முறையினை எதிர்த்து

ஆங்கிலேய வெகுஜனப் பகுதிகள் உணர்ச்சி மிகுந்த போராட்டம் நடத்தியதை எல்லோரும் அறிவர். வரிகள் குறித்து என்ற தமது வியாசத்தில் ஹியூமால் இன்றியமையாத நிபுணர் என்று கருதப் பட்டவரும், மறைமுக வரிவிதிப்பின் ஆக வன்மையான எதிர்ப் பாளரும், நிலவரியின் ஆக உறுதியான ஆதரவாளருமான வாண்டர் லின்டின் பெயரைக் குறிப்பிடாமலே அவருக்கு எதிராக வாதம் செய்கிறார் - நாம் படிக்கிறோம்.

"அவை" (நுகர்வு மீதான வரிகள்) "மிகவும் தாங்க முடியாத வரிகளாகவே இருக்க வேண்டும். உண்மை, அவை மிகவும் நியாயமற்ற முறையில் வசூலிக்கப்படுகின்றன; அவற்றைக் கைவினைஞர் தமது உழைப்பின் விலையை உயர்த்தாமல் தமது மேம்பட்ட விடாமுயற்சி மற்றும் சிக்கன வாழ்வு மூலம்தானே செலுத்த இயலாமல் இருக்கிறார்."[169]

இது கிட்டத்தட்ட ராபர்ட் வால்போல் தானே பேசுவது போன்று இருக்கிறது. குறிப்பாயும் நாம் "பொதுக் கடன்" பற்றிய வியாசத்தின் வாசகங்களைக் கவனத்தில் எடுத்துக்கொள்வோமானால், - அதில் நாட்டின் கடன் கொடுப்போர் மீது வரி விதிப்பிலுள்ள இடர்ப்பாடு களைக் குறிப்பிட்டுப் பின்வருமாறு கூறப்படுகிறது:

"அவர்களது வருவாயில் ஏற்பட்ட குறைவு கலால் [excise] அல்லது சுங்கவரிப் பிரிவின் தோற்றத்தின் கீழ் உருமாற்றம் பெற்றிராது."[170]

ஒரு ஸ்காட்லந்துகாரனிடம் இதை எதிர்பார்க்கலாம் என்பது போன்று, முதலாளித்துவத்தின் பிறர் பொருளைப் பறிக்கும் ஆர்வம் குறித்த ஹியூமின் பாராட்டு எவ்வகையிலும் முற்றிலும் ஆன்ம நேயமானதல்ல. ஓர் ஏழையாக வாழ்க்கையைத் தொடங்கிய அவர், ஆயிரக்கணக்கான பவுன்கள் கொண்டதான மிகவும் கணிசமான வருடாந்த வருவாய்க்கு வகைசெய்து கொண்டார்; இதை ஹெர் டூரிங் (இங்கு பெட்டி பற்றி குறிப்பிடவில்லையாதலால்) இந்த வழியில் தந்திரமாக வெளிப்படுத்துகிறார்:

"ஆரம்பத்தில் மிகச் சிறந்த பொருள் வசதிகளே கொண்டிருந்த அவர் நல்ல குடும்பப் பொருளாதாரம் மூலம் ஏனையோரை மகிழ்விக்கவே தாம் எழுத வேண்டிய அவசியமில்லை என்ற நிலைமையினை எட்டுவதில் வெற்றியடைந்தார்." ஹெர் டூரிங் மேலும் கூறுகிறார்:

"அவர் என்றுமே கட்சிகள், மன்னர்கள் அல்லது பல்கலைக் கழகங்களின் செல்வாக்குக்குச் சிறிதும் விட்டுக் கொடுக்கவில்லை."

ஹியூம் எப்பொழுதாவது "வாகனருடன்"[171] இலக்கியப் பங்காளியாகச் சேர்ந்தாரா என்பதற்குச் சான்று எதுவும் இல்லை, ஆனால் அவர் விக் [Whig] ஆதிக்கக் கும்பலின் தளர்ச்சியடையாத ஆதரவாளராக இருந்தார் என்பதும், - இந்தக் கும்பல் "சமய அமைப்பு மற்றும் அரசு" பற்றி மிகவும் உயர்வாகக் கருதியது, - இந்தச் சேவைகளுக்குப் பரிசாக அவருக்கு முதலில் பாரிசில் இருந்த தூதரகத்தில் செயலாளர் பதவியும் பின்னால் இணையற்றதும் மிகவும் முக்கியமானதும் மேலும் சிறந்த ஊதியமுள்ளதுமான அரசாங்க நேர் உதவிச் செயலாளர் [an Under Secretary of State] பதவியும் வழங்கப்பட்டது என்பதும் நன்கு தெரிந்த விஷயமே.

> "அரசியலில் ஹியூம் பழைமைவாதியாக இருந்தார், எப்போதும் தொடர்ந்து அவ்வாறே இருந்தார், தமது கருத்துகளில் பலமான மன்னராட்சி ஆதரவாளராக இருந்தார். இந்தக் காரணத்தால் நிலைநாட்டப் பெற்றுள்ள சமய அமைப்பின் ஆதரவாளர்களால், சமய மறுப்புக்காகக் கிப்பன் கடுமையாகக் கண்டனம் செய்யப் பட்டது போல ஹியூம் என்றுமே கண்டனம் செய்யப்படவில்லை" என்று முதிய ஷ்லோசர் கூறுகிறார்.[172]

> "இந்தச் சுயநலக்கார ஹியூம், இந்தப் பொய்யுரைக்கும் வரலாற்றா சிரியர்" ஆங்கிலச் சாமியார்கள் தடித்திருப்பது பற்றியும், மனைவி அல்லது குடும்பம் இன்றிப் பிச்சைவாங்கி வாழ்வது பற்றியும் குற்றம் சாட்டுகிறார்; "ஆனால் அவருக்கும் குடும்பமோ மனைவியோ என்று இருக்கவில்லை. அவரும் கொழுத்த பேர்வழியே, எவ்வித உண்மையான பொது சேவைகளாலும் தகுதி என்று கருதப்படும் முறையில் பெறாத பொதுப் பணத்தில் இருந்தே பெருமளவுக்கு ஊட்டம் பெற்றவர்" என்று "முரட்டுத்தனமான" குடிமகனான காபட் கூறுகிறார்.[173]

> வாழ்க்கையின் நடைமுறை நிர்வாகத்தில் ஹியூம், கான்ட்டை விட பிரதான அம்சங்களில் மிகவும் மேம்பட்டவராக இருந்தார்"

என்று ஹெர் டூரிங் கூறுகிறார்.

ஆனால், விமர்சக வரலாற்றில் ஹியூமுக்கு இத்தகைய மிகைப் படுத்தப்பட்ட அந்தஸ்து கொடுக்கப்பட்டது ஏன்? இந்த "காரியப் பற்றுடைய நுண்ணயமுடைய சிந்தனையாளர்" பதினெட்டாம் நூற்றாண்டில் டூரிங்காகச் செயல்படும் கௌரவத்தைப் பெற்றிருந்தார் என்பது மட்டுமே இதற்குக் காரணமாகும்.

> "இந்த விஞ்ஞானத்தின் (பொருளியல்) முழுப்பிரிவின் படைப்பும் மேலும் அறிவொளிவாய்ந்த தத்துவவியலின் சாதனையே" என்பதற்கு ஹியூம் சான்றாகப் பயன்படுகிறார்.

மற்றும் இதேபோன்று, ஒரு முன்னோடி என்ற முறையில் ஹியூம், இந்த விஞ்ஞானத்தின் முழுப்பிரிவும் உடனடி எதிர்நோக்கும் எதிர் காலத்தில் இந்தவெறும் "அதிக அறிவொளி வாய்ந்த" தத்துவியலை, எதார்த்தத்தின் முற்றிலும் ஒளிவீசும் தத்துவவியலாக மாற்றியுள்ள அந்தப் பிரம்மாண்டமான மனிதனில் முடிவாக்கத்தைக் காணும் என்பதற்குச் சிறந்த உத்தரவாதமாக விளங்குகிறார். அந்த மனிதனிடம் ஹியூம் விஷயத்தில் போலவே...

> "ஜெர்மன் மண்ணில் முன் என்றும் கண்டிராத வகையில், இச் சொல்லின் குறுகிய பொருளில், தத்துவவியலை வளர்ப்பதானது தேசியப் பொருளாதாரத்தின் சார்பிலான விஞ்ஞான முயற்சி களுடன் இணைந்திருக்கிறது."

அதன்படி, நாம் ஹியூமை எப்படியும் ஒரு பொருளாதார நிபுணர் என்ற முறையில் மதிக்கப்படுபவராகவும், முதல் தரமான பெருமைக் குரிய ஒரு பொருளாதாரத் தாரகையாக மிகையாகத் தூக்கிவிடப் பட்டவராகவும் காண்கிறோம். அவரது முக்கியத்துவத்தை, "இந்தச் சகாப்தத்திற்கு நிபுணத்துவம் வாய்ந்ததான" ஹெர் டூரிங்கின் சாதனை களை இது வரையில் இத்தனை பிடிவாதமாக அடக்கி வைத்திருந்த அதே பொறாமைக்காரப் பேர்வழிகள் மட்டுமே இதுகாறும் மறுத்து வந்திருக்கிறார்கள்.

இந்த நில ஆதிக்கக் கொள்கைக் குழு கெனேயின் பொருளாதார அட்டவணையில்[174] நமக்கு ஒரு புதிரை விட்டுவிட்டது. இதை விடுவிப்பதற்கு முயன்ற அரசியல் பொருளாதார விமர்சகர்கள் மற்றும் வரலாற்றாசிரியர்கள் வீணாகத் தமது முகவாயை உடைத்துக் கொண்டதை எல்லோரும் அறிவார்கள். ஒரு நாட்டின் மொத்தச் செல்வத்தின் உற்பத்தி மற்றும் உபயோகம் குறித்த நில ஆதிக்கவாதி களின் கருத்தோட்டத்தை தெளிவாகக் கொண்டுவரும் உத்தேசம் கொண்ட இந்த அட்டவணை பொருளாதாரவியலாளர்களின் பின் வந்த தலைமுறைகளுக்கும் மர்மமாகவே இருந்தது. இந்த விஷயத்திலும் கூட ஹெர் டூரிங் இறுதியாக ஒளிவழங்க வருகிறார்.

> "உற்பத்தி மற்றும் வினியோக உறவுகளின் இந்தப் பொருளாதார பிம்பமானது கெனேக்குத் தானும் என்ன பொருள் தருகிறது" என்பதை ஒருவர் எடுத்துக் கூறவேண்டுமானால், "அவருக்குப் பிரத்தியேகமாக இருக்கும் பிரதானக் கருத்துகளை முதலில் கவனமாகப் பரிசீலிக்க வேண்டும்." இவை இதுவரையில் "ஊசலாடும் தெளிவின்மையோடு" மட்டுமே முன்வைத்திருப்ப தாலும், ஆடம் ஸ்மித் நூல்களிலுங்கூட அவற்றின் "முக்கியமான

அம்சங்களை இனங்காண முடியாததாலும்" இது மேலும் அவசியமாகிறது.

இப்போது ஹெர் டூரிங் இந்த மரபு முறையிலான "மேலோட்டமான அறிக்கை செய்தலை" இறுதியாக முடிவுகட்டி விடுவார். பிறகு அவர் ஐந்து முழு பக்கங்களில் வாசகர்களை முட்டாளாக்கத் தொடங்குகிறார். இந்த ஐந்து பக்கங்களில் எல்லா வகையான போலிவேடச் சொற்களும், இடையறாத பல்லவிகளும், வேண்டுமென்ற திட்டமிட்ட குழப்பங்களும் உள்ளன; இவை "ஆக நடப்புக்கால பாடநூல் திரட்டுகள்" என்ற முறையில் கெனேயின் "பிரதானக் கருத்துகள்" சம்பந்தமாகக் கூறுவதற்கு ஹெர் டூரிங்குக்கு எதுவுமே இல்லை என்ற அலங்கோல உண்மையினை மூடிமறைப்பதற்காகவே திட்டமிடப்பட்டவை; இப்பாடநூல் திரட்டுகளை எதிர்த்து ஹெர் டூரிங் நம்மைச் சற்றும் சோர்வின்றி எச்சரித்தே வந்திருக்கிறார். இது இந்த முகவுரையின் "மிகவும் நம்பகமற்ற அம்சங்களில் ஒன்றாகும்" இந்தக் கட்டம் வரையில் பெயரால் மட்டுமே குறிப்பிடப்பட்டுள்ள இந்த அட்டவணையானது இங்கும் கூட போகிறபோக்கில் முகரப்பட்டு, பிறகு எல்லா வகையிலுமான "பிரதிபலிப்புகளில்", உதாரணமாக "முயற்சிக்கும் பலனுக்கும் இடையிலான வித்தியாசம்" போன்றவற்றில், ஆழ்ந்து மூழ்கி விடுகிறது. பிந்தையது "கெனேயின் கருத்துகளில் முழுமையுறுவதைக் காணமுடியாதது என்பது உண்மையே" எனினும் ஹெர் டூரிங் தமது நீண்ட ஆரம்ப "முயற்சியிலிருந்து" தமது குறிப்பிடத் தக்க சுருக்கமான "பலனுக்கு" வந்து சேர்ந்த உடனேயே அதாவது அட்டவணை பற்றிய தமது விரிவுரை விளக்கத்துக்கு வரும்போது நமக்கு அதன் கண்டனபாணி உதாரணத்தை வழங்குவார். கெனேயின் அட்டவணை குறித்து நமக்கு எடுத்துக் கூற உரிமையுண்டு என்று அவர் கருதும் அனைத்தையும் சொல்லுக்குச் சொல் அனைத்தையும் நாம் இப்போது தருகிறோம்.

தமது "முயற்சியில்" ஹெர் டூரிங் கூறுவதாவது:

> "அவருக்கு (கெனேயுக்கு) ஆதாயங்களை (ஹெர் டூரிங் இப்பொழுது தான் நிகர உற்பத்திக்குப் பொருள் பற்றிக் கூறியுள்ளார்) பண மதிப்பு என்று சிந்திப்பதும், அதன்படி நடத்துவதும் வேண்டும் என்பது தானே விளங்குவதாகத் தோன்றுகின்றன... அவர் தமது யோசனைகளை (!) உடனடியாகப் பண மதிப்புகளுடன் தொடர்பு படுத்தினார். இவை அனைத்து விவசாயப் பண்டங்களும் விற்பனையில் முதலில் கைகள் மாறும்போது ஏற்படும் விளைவுகள் என்று எடுத்துக்கொண்டார். இந்த வழியில் (!), அவர் தமது அட்டவணையின் பத்திகளில் பலகோடிகள்" (அதாவது பண மதிப்புகள்) கையாளுகிறார்.

தமது அட்டவணையில் கெனே "நிகர உற்பத்திப் பொருள்" அல்லது "நிகர ஆதாயங்களின்" பண மதிப்புகள் உள்ளிட்டு "விவசாயப் பண்டங்களின்" "பண மதிப்புகளைக்" கையாள்கிறார் என்று நாம் மூன்று தடவைகள் படித்தறிந்து விட்டோம். மேலும் இந்த நூலில் நாம் காண்பதாவது:

"கெனே உண்மையிலேயே இயற்கையான நோக்கு கோணத்தில் இருந்து விஷயங்களைக் கவனித்திருப்பாரானால், அரிய உலோகங்கள் மற்றும் பணத்தொகைகள் பாலான அக்கறையை, பண மதிப்புகளின் பாலான அக்கறையை ஒழித்துக் காட்டியிருந் தாரானால்... ஆனால் அதைப்பொறுத்தவரை அவர் முற்றிலும் மதிப்புகளின் தொகைகளை கவனத்தில் கொண்டிருக்கிறார், மற்றும் நிகர உற்பத்திப்பொருள் முன்கூட்டியே பண மதிப்பு என்று நினைத்தார் (!)".

எனவே நாலாவது, ஐந்தாவது தடவையும்: அட்டவணையில் பணமதிப்புகள் மட்டுமே உள்ளன!

"அவர் (கெனே) செலவுகளைக் கழித்தும் மற்றும் பிரதானமாக (மரபு ரீதியாக அல்ல ஆனால் மேம்போக்காக அறிக்கை செய்து) நிலவுடைமையாளருக்கு வாரமாகக் கிடைக்கும் அந்த மதிப்பை நினைத்ததும் (!) இதனை (நிகர உற்பத்திப் பொருள்) அடைந்தார்."

நாம் இன்னும் ஒரு படியும் முன்னேறவில்லை; ஆனால் இப்போது ஒருபடி வந்து கொண்டிருக்கிறது:

"மறுபுறத்தில் எப்படியாயினும், இப்பொழுது கூட - இந்த "எப்படியாயினும், இப்பொழுதும் கூட" என்பது ஒரு முத்து! - "நிகர உற்பத்திப் பொருள், இயற்கையான பொருளாக புரள்வுக்குள் பிரவேசிக்கிறது. இந்த வழியில் விளைவற்ற என்று வர்ணிக்கப் படும் வர்க்கத்தைப் பராமரிப்பதற்குச்... சேவைசெய்ய வேண்டிய... ஒரு கூறாகிறது. இதில் குழப்பத்தை உடனடியாக (!) பார்க்கலாம் - இந்தக்குழப்பம், ஓரிடத்தில் பண மதிப்பும், இன்னொரு இடத்தில் பொருள் தானேயும் சிந்தனையின் போக்கை நிர்ணயிப் பதால், எழுதுவதாகும்."

பண்டங்கள் ஏககாலத்தில் "இயற்கைப் பொருட்களாயும்" மற்றும் "பண மதிப்புகளாயும்" உபயோகத்தில் பிரவேசிப்பதால் ஏற்படும் "குழப்பத்தில்" இருந்து பண்டங்களின் எல்லா உபயோகமும் பொது வாகவே பாதிக்கப்படுவதாகத் தெரிகிறது. ஆனால் நாம் இன்னும் "பண மதிப்பு" பற்றி ஒரு வட்டத்திற்குள்ளேயே இயங்கி வருகிறோம். ஏனெனில்,

"கெனே தேசியப் - பொருளாதார ஆதாயங்களை இருமுறை கணக்கு வைப்பதைத் தவிர்ப்பதில் அக்கறையாக இருக்கிறார்."

ஹெர் டூரிங்கின் அனுமதியுடன்: கெனேயின் பொருளாதார அட்டவணையைப் பற்றிய ஆய்வில்,[175] அட்டவணையின் அடியில் பல்வேறு வகையான உற்பத்திப் பொருள் "இயற்கைப் பொருட்களாகக்" காட்சி தருகின்றன. மேலும் அட்டவணையிலேயே பண மதிப்புகள் தரப்பட்டுள்ளன. அடுத்த படியாக கெனே தமது உதவியாளனான அபே பொடோவைக் கூட [Abbe' Baudean] அட்டவணையில் இயற்கைப் பொருட்களை அவற்றின் பண மதிப்புகளுக்குப் புறம்பாகச் சேர்த்துக் கொள்ளும்படி செய்தார்.[176]

இந்த "முயற்சி" அனைத்திற்கும் பிறகு நாம் கடைசியாக "பலனை" அடைகிறோம். இந்தச் சொற்களைக் கேட்டு வியப்படையுங்கள்:

> "இருந்தபோதிலும் இந்தத் தொடர்பற்ற தன்மை" (நிலவுடைமையாளர்களுக்கு கெனே ஒதுக்கியிருந்த பாத்திரத்தைக் குறிப்பாகச் சுட்டி) "நாம், தேசியப் பொருளாதாரப் புரள்வின் போக்கில் வாரமாக சுவீகரித்துக் கொள்ளப்பட்ட நிகர உற்பத்திப் பொருள் என்னவாகிறது என்று விசாரிக்கும்போது உடனே தெளிவாகிறது. இது சம்பந்தமாக நில ஆதிக்கவாதிகளும் பொருளாதார அட்டவணையும் மாயாவாதத்தை நோக்கிச் செல்லும் குழப்பமான மற்றும் மனம்போனபடியான கருத்தோட்டங்களைத் தவிர வேறு எதையும் வழங்க முடியவில்லை."

நன்றாக முடிவது அனைத்தும் நல்லதே. எனவே "தேசியப் பொருளாதாரப் புரள்வின் போக்கில் வாரமாக சுவீகரிக்கப்பட்ட நிகர உற்பத்திப் பொருள் (அட்டவணையில் குறிக்கப்பட்டது) என்னவாயிற்று" என்பது ஹெர் டூரிங்குக்குத் தெரியாது. அவருக்கு அட்டவணை "செய்ய முடியாததைச் செய்ய முயல்வதாகும்". தனக்கு நில ஆதிக்க வாதத்தின் அரிச்சுவடியே புரியவில்லை என்பதை அவரே ஒப்புக் கொண்டிருக்கிறார். சுற்றி வளைத்தும், வெறும் கிணற்றில் வாளியைப் போட்டும், இங்கும் அங்கும் விரைந்தோடிச் செயல்பட்டதும், விகடங்கள், உட்கதைகள், திசைதிருப்புகள், சொன்னதைச் சொல்லும் பிரமிக்கச் செய்யும் குழப்பங்கள் இவை எல்லாம் செய்தும் "கெனே நூலில் அட்டவணையின் பொருள் என்னவென்றால்" கெனேயே என்று மலைக்க வைக்கும் ஒரு முடிவை ஏற்குமாறு நம்மைத் தயார்ப்படுத்தவே செய்யப்பட்டன - இதை அனைத்திற்கும் பிறகு ஹெர் டூரிங் வெட்கமற்ற முறையில் அவருக்கே எதுவும் தெரியாது என்று ஒப்புக்கொள்கிறார்.

இந்த நில ஆதிக்கவாதிகளின் நாடு முழுவதிலும் புறங்கவிந்து பின்னால் அமர்ந்து சவாரி செய்திருந்த போது இந்த வேதனையான இரகசியத்தினை, இந்த ஹோரஸின் "black care"[177] உதறித்தள்ளி விட்ட உடனேயே, அவர் "நமது காரியப்பற்றுள்ள, நுண்ணயமுடைய சிந்தனையாளர்" தமது ஊது கொம்பில் இன்னுமொரு களிப்பான எக்காளம் முழக்குகிறார்:

"மற்றபடி ஓரளவுக்கு எளிதாகவே (!) இருக்கும் அட்டவணையில் கெனே இங்கும் அங்கும் வரையும் கோடுகள்" (மொத்தத்தில் அவை ஐந்து மட்டுமே உள்ளன) "நிகர உற்பத்திப் பொருளின் புரள்வைக் குறிப்பதற்காக உள்ளவை" இவற்றைப் பார்க்கும் பொழுது எவரும் "இந்தப் பத்திகளின் விசித்திரமான இணைப்பு" கற்பனையான கணிதவியல் பரவியதாக இருக்காதா என்று வியப்புறும் வகையில் இருக்கின்றன, கெனே செய்ய முடியாததைச் செய்ய முயல்வதை நினைவூட்டுகின்றன.

இந்தக் கோடுகள் மிகவும் எளிதாக இருந்த போதிலும் அவரால் அவற்றைப் புரிந்துகொள்ள முடியவில்லை என்று அவரே ஒப்புக் கொண்டுவிட்டதால் அவற்றின் மீது சந்தேக நோட்டமிடும் அவரது விருப்பமான நடைமுறையைப் பின்பற்ற வேண்டியிருக்கிறது. இப்போது அவர் இந்த வெறுப்பூட்டும் அட்டவணைக்குரிய பின்வரும் [coup de grace] இறுதி முடிவை நம்பிக்கையுடன் வழங்க முடியும்:

"நிகர உற்பத்திப் பொருளை இந்த மிகவும் சந்தேகமுள்ள அம்சத்திலிருந்து நாம் கவனித்துள்ளோம்", இத்தியாதி.

எனவே, அவருக்குப் பொருளாதார அட்டவணை பற்றிய எதையும், அதில் இடம் பெற்றுள்ள நிகர உற்பத்திப் பொருளின் "பாத்திரம்" பற்றியும் புரிந்துகொள்ள முடியவில்லை என்று அவர் கட்டாயமாக ஒப்புக்கொள்ள நேர்ந்துள்ளது. "நிகர உற்பத்திப் பொருளின் மிகவும் சந்தேகமுள்ள அம்சம்" என்று டூரிங்கால் அழைக்கப்படுவது என்ன பயங்கர நகைச்சுவை!

ஹெர் டூரிங்கிடமிருந்து "நேரடியாக" தமது பொருளாதார ஞானத்தைப் பெறுபவர்கள் போன்று நமது வாசகர்கள் கெனேயின் அட்டவணை பற்றியும், அதே கொடுமையான அறியாமையில் அவசியமாயும் விடப்படலாகாது என்பதற்காக அதைப் பின்வருமாறு சுருக்கமாக விளக்குவோம்:

நில ஆதிக்கவாதிகள் சமூகத்தை மூன்று வர்க்கங்களாகப் பிரிக் கிறார்கள் என்பது தெரிந்ததே: 1) உற்பத்தித் திறனுள்ள, அதாவது விவசாயத்தில் உண்மையில் ஈடுபட்டுள்ள வர்க்கம் குத்தகை விவசாயிகள்,

விவசாயத் தொழிலாளர்கள்; அவர்களது உழைப்பு உபரியை, அதாவது வாரம் தருவதால், அவர்கள் உற்பத்தித் திறனுடையவர்கள் என்று அழைக்கப்படுகிறார்கள். 2) இந்த உபரியைச் சுவீகரிக்கும் வர்க்கம் - இதில் நிலவுடைமையாளர்கள், அவர்களது பரிவாரம், மன்னர், அரசினால் ஊதியம் தரப்படும் அனைத்து அதிகாரிகள் மற்றும் இறுதியாக சமயவரி [tithers] சுவீகரிக்கும் விசேஷத் தன்மை கொண்ட சமய பீடம் அனைத்தும் உட்படும். சுருக்கம் நோக்கி இவற்றைப் பின்னால் முதல் வர்க்கத்தைச் சாமானியமாக "விவசாயிகள்" எனவும் இரண்டாம் வர்க்கத்தை "நிலவுடைமையாளர்கள்" எனவும் அழைப் போம். 3) தொழில்துறை அல்லது விளைவற்ற வர்க்கம்; இது விளை வற்றது என்பதற்குக் காரணம் நில ஆதிக்கவாதிகள் கருத்துப்படி இது உற்பத்தித் திறனுடைய வர்க்கங்களால் வழங்கப்படும் மூலப்பொருள் களுக்கு அதே வர்க்கத்தால் அதற்கு வழங்கப்படும் பிழைப்புச் சாதனம் என்ற முறையில் நுகரப்படும் அளவிலான மதிப்பை மட்டுமே சேர்க்கிறது என்பதே. கெனே அட்டவணையின் நோக்கம், ஒரு நாட்டின் (பிரான்ஸ்) ஒட்டுமொத்த வருடாந்த உற்பத்திப் பொருள் இந்த மூன்று வர்க்கங்களிடையே எவ்வாறு புழங்குகிறது, வருடாந்த புனர் உற்பத்திக்கு எவ்வாறு உதவுகிறது என்பதைச் சித்திரிப்பதே.

கெனேயின் காலத்தில் பின்வரும் சொற்கள் எவ்வாறு புரிந்து கொள்ளப்பட்டனவோ அந்த அர்த்தத்தில் பெருவீத விவசாயத் துடனான வேளாண்மை குத்தகை முறை பொதுவாகப் புகுத்தப் பட்டிருந்தது, - நார்மண்டி, பிகார்டி, இல-டி-பிரான்ஸ் மற்றும் ஒரு சில பிரெஞ்சு மாகாணங்கள் இதற்கு மூலமுன்மாதிரி ஆக விளங்கின, - என்பதே இந்த அட்டவணையின் முதல் மெய்க்கோள். எனவே விவசாயி விவசாயத்தின் உண்மைத் தலைவராகத் தோற்றமளிக்கிறார். ஏனெனில் அவர் இந்த அட்டவணையில் உற்பத்தித் திறனுள்ள (விவசாய) வர்க்கம் முழுவதையும் பிரதிநிதித்துவப்படுத்துகிறார். நிலவுடைமையாளருக்குப் பணத்தில் வாரம் செலுத்துகிறார். விவசாயி எல்லோருக்குமான ஆயிரம் கோடி லீவர்கள் [livers] முதலீடு செய்யப்பட்ட மூலதனமாக அல்லது சாதன மதிப்பாக [inventory] ஒதுக்கப்பட்டுள்ளது; இந்தத் தொகையில் ஐந்தில் ஒரு பங்கு அல்லது இரு நூறு கோடி ஈடுபடுத்தப்பட்ட மூலதனமாகும்; இது ஒவ்வொரு ஆண்டும் புதுப்பிக்கப்பட வேண்டும் - இந்தத் தொகையும் மேலே குறிப்பிடப்பட்ட மாகாணங்களில் சிறந்த முறையில் நிர்வாகம் செய்யப் பட்டு வந்த பண்ணைகளை அடிப்படையாக்கிய மதிப்பிடப்பட்டதாகும்.

மேலும் உள்ள மெய்க்கோள்கள்: 1) எளிமை வேண்டி நிலையான விலைகள் மற்றும் சாமானியப் புனர் உற்பத்தி நிலவும்; 2) ஒரு

வர்க்கத்துக்குள் மட்டுமே நடைபெறும் எல்லாப் புழக்கமும் விலக்கப் படும். மற்றும் வர்க்கத்துக்கும் வர்க்கத்துக்கும் இடையிலான புழக்கம் மட்டுமே கணக்கில் எடுத்துக்கொள்ளப்படும்; 3) ஒரு தொழில் ஆண்டில் வர்க்கத்துக்கும் வர்க்கத்துக்கும் இடையே நடைபெறும் எல்லாக் கொள்முதல்களும் விற்பனைகளும் தனி ஒரு மொத்தத் தொகையில் இணைக்கப்படும். இறுதியாக கெனேயின் காலத்திய பிரான்சில் ஏறத்தாழ ஐரோப்பா முழுவதிலும் இருந்தது போலவே விவசாயக் குடும்பங்களின் வீட்டுத் தொழில்கள், உணவைத் தவிர அவர்களது மற்ற தேவைகளின் பெரும் பகுதியை நிறைவு செய்தன; எனவே இங்கு அவை விவசாயத்துக்குப் பின் சேர்ப்பு என்ற முறையில் இருப்பதாக வைத்துக் கொள்ளப்பட்டன என்பதை மனதில் இருத்தல் வேண்டும்.

அட்டவணையில் துவக்க நிலை ஒட்டுமொத்த அறுவடை, நிலத்தின் வருடாந்த விளைவின் ஒட்டுமொத்த உற்பத்திப் பொருள் பற்றியதாகும், அல்லது இது ஏதாவதொரு நாட்டின் - இங்கு பிரான்ஸ் நாட்டின்- "மொத்த புனர் உற்பத்தி"யாக வைக்கப்பட்டுள்ளது. இந்த ஒட்டுமொத்த உற்பத்திப் பொருளின் மதிப்பின் பரிமாணம், வாணிகம் புரியும் நாடுகளிடையான விவசாய விளைபொருளுக்குரிய சராசரி விலைகளை அடிப்படையாக வைத்து மதிப்பிடப்படுகிறது. இது ஐந்நூறு கோடி லீவர்கள் ஆகிறது; இது அன்று சாத்தியமாக இருந்த, அத்தகைய புள்ளிவிவர மதிப்பீடுகளை அடிப்படையாக்கிய, பிரான்சின் ஒட்டுமொத்த விவசாய உற்பத்தியின் பண மதிப்பினை ஏகதேசமாக வெளிப்படுத்துகிறது. அவரது அட்டவணையில் கெனே "பல நூறு கோடிகளை" - துல்லியமாகக் கூறினால் ஐந்நூறு கோடி களை - ஐந்து டூர்னுவா லீவர்கள் [five livers tournois][178] அல்ல - வைத்து ஏன் செயல்படுகிறார் என்பதற்கு இதுவே காரணம், வேறு எதுவுமல்ல.

எனவே உற்பத்தித் திறனுள்ள வர்க்கத்தின் கரங்களில் அதாவது விவசாயிகளிடம் ஐந்நூறு கோடி மதிப்புடைய ஒட்டுமொத்த விளை பொருள் முழுவதும் உள்ளது; அவர்கள் இதை வருடந்தோறும் ஈடுபடுத்தப்பட்ட இந்த நூறு கோடி மூலதனம் முன்போட்டு உற்பத்தி செய்திருக்கிறார்கள் - இது முதலீடு செய்யப்பட்ட ஆயிரம் கோடி மூலதனத்திற்கு இணையானதாகும். விவசாயத்தில் நேரடியாக ஈடுபட்டுள்ள எல்லோருடைய பராமரிப்பும் உட்பட ஈடுபடுத்தப்பட்ட மூலதனத்தை மாற்றீடு செய்வதற்குத் தேவைப்படும் உணவுப் பொருள்கள், மூலப் பொருட்கள் முதலியவை கொண்ட விவசாய விளைபொருள்கள் மொத்த அறுவடையில் இருந்து in natura [தானியமாக] எடுத்துக்கொள்ளப் பட்டுப் புதிய விவசாய உற்பத்திக்காகச் செலவிடப்படுகின்றன. நாம்

பார்த்தது போல ஒரு குறிப்பிட்ட அளவில் நிலையான விலைகள் மற்றும் சாமானிய உற்பத்தியும் இருப்பதாகக் கருதிவிட்ட காரணத்தால் ஒட்டுமொத்த உற்பத்திப் பொருளிலிருந்து எடுக்கப்பட்ட பகுதியின் பண மதிப்பு இரு நூறு கோடி லீவர்களுக்குச் சமமானதாகும். இந்தப் பகுதி பொதுப் புழக்கத்திற்குள் பிரவேசிப்பதில்லை. ஏனெனில், நாம் குறிப்பிட்டுள்ளபடி, ஒரு வர்க்கத்துக்கும் இன்னொரு வர்க்கத்திற்கும் இடையில் இல்லாமல் ஒரு குறிப்பிட்ட வர்க்கத்திற்கு உள்ளே மட்டுமே நடைபெறும் புழக்கம் இந்த அட்டவணையில் இருந்து விலக்கப் பட்டுள்ளது.

ஒட்டுமொத்த விளைபொருளில் இருந்து ஈடுபடுத்தப்பட்ட மூலதனத்தை மாற்றீடு செய்த பிறகு, உபரியாக முந்நூறு கோடி உள்ளது. இதில் இருநூறு கோடி உணவுப் பண்டங்களாகவும் நூறு கோடி மூலப் பொருள்களாகவும் இருக்கும். விவசாயிகள் நிலவுடைமையாளர் களுக்குச் செலுத்த வேண்டிய வாரம் இந்தத் தொகையில் மூன்றில் இரண்டு பங்கே அதாவது இருநூறு கோடிக்குச் சமம். இந்த இரு நூறு கோடி மட்டுமே ஏன் "நிகர உற்பத்திப் பொருள்" அல்லது "நிகர வருவாய்" என்ற தலைப்பின் கீழ் இடம் பெறுகின்றன என்பதை விரைவில் காண்போம்.

முந்நூறு கோடியைப் பொதுப் புழக்கத்தில் பிரவேசிக்கச் செய்யும் ஐந்நூறு கோடித் தொகை மதிப்புடைய விவசாயத்தின் "மொத்த மறு உற்பத்திக்குக்" கூடுதலாக, இந்த அட்டவணையில் வர்ணித்துள்ள இயக்கம் துவங்குவதற்கு முன்பாக விவசாயிகளின் கரங்களில் தேசத்தின் "சேகரமாக" ["pecule"] இருநூறு கோடி ரொக்கப் பணமும் இருந்தது. இது பின்வரும் வழியில் வந்தது.

மொத்த அறுவடையே அட்டவணையில் துவக்க நிலையாக இருப்பதால் இந்தத் துவக்க நிலை ஒரு பொருளாதார ஆண்டின், உதாரணமாக எந்தக் கட்டத்தில் இருந்து புதிய பொருளாதார ஆண்டு தொடங்குகிறதோ அந்த 1758 ம் ஆண்டில், இறுதி நிலையாகவும் இருக்கிறது. இந்தப் புதிய 1759 ஆண்டின் தருவாயில் புழக்கத்திற்குள் பிரவேசிக்க வேண்டியுள்ள ஒட்டுமொத்த உற்பத்திப் பொருளின் பகுதி பல தனிப்பட்ட கொடுப்பல்கள், கொள்முதல்கள் மற்றும் விற்பனைகள் சாதன மூலம் இரண்டு வேறு வர்க்கங்களிடையே வினியோகம் செய்யப் படுகிறது. இந்த அலுவல்கள் தனியாகப் பிரிந்து, ஒன்றை ஒன்று வரிசையாகப் பின்தொடர்ந்து வருடம் முழுவதும் பரந்து கிடப்பதாகும். எனினும் - எப்படியும் அட்டவணையில் கட்டாயம் நிகழ்வது போன்று - இவை ஒரு சில தக்கதான வாணிக நடவடிக்கைகளாகச் சேர்த் திணைக்கப்படும். இவை ஒவ்வொன்றும் உடனடியாக ஒரு முழு

ஆண்டின் செயல்பாடுகளைத் தழுவியதாக இருக்கும். இவ்வாறுதான் 1757-ல் நிலவுடைமையாளர்களுக்கு வாரமாகச் செலுத்தப்பட்ட மொத்தம் இருநூறு கோடி 1758 ம் ஆண்டின் இறுதியில் விவசாய வர்க்கத்துக்குத் திரும்பிப்போய்ச் சேர்ந்தது (இது எவ்வாறு நடைபெறுகிறது என்பதை இந்த அட்டவணையே காட்டும்); எனவே விவசாய வர்க்கம் இந்தத் தொகையினை 1759-ல் மீண்டும் புழக்கத்துக்கு விட முடியும். எனினும் கெனே குறிப்பிடுவது போன்று அந்தத் தொகை நாட்டின் (பிரான்ஸ்) மொத்தப் புழக்கத்துக்கு உண்மையில் தேவைப் படுவதை விடவும் மிகவும் பெரிதாக இருப்பதாலும், இடைவிடாது தொடர்ந்த தனிக் கொடுப்பல்கள் இருப்பதாலும், விவசாயிகளின் கைகளிலுள்ள இருநூறு கோடி லீவர்கள் நாட்டில் புழக்கத்திலுள்ள மொத்தப் பணத்தைக் குறிக்கிறது.

வாரம் திரட்டும் நிலவுடைமையாளர் வர்க்கம் இன்றும் கூட, ஊதியம் பெறும் பாத்திரத்தில் முதலில் தோன்றுகிறது. கெனேயின் தற்கோள்படி மெய்யான நிலவுடைமையாளர்கள் வாரப் பணமான இரு நூறு கோடியில் ஏழில் நான்கு பங்கை மட்டுமே பெறுகிறார்கள்; ஏழில் இரண்டு பங்கு அரசுக்குச் சேருகிறது. ஏழில் ஒரு பங்கு சமய வரிகள் பெறுவோர் வசம் சேருகிறது. கெனேயின் காலத்தில் பிரான்சில் சமய பீடம் ஆகப்பெரிய நிலவுடைமையாளராக இருந்தது; அது கூடுதலாக இதர நிலச் சொத்துகளில் இருந்து சமய வரியைப் பெற்றது.

ஒரு முழு ஆண்டின் நிகழ்வில் "விளைவற்ற" வர்க்கம் முன் பணமாக வைக்கும் [advances annuelles] ஈடுபடுத்தப்பட்ட மூலதனம் நூறு கோடி மதிப்புடைய மூலப்பொருள்களைக் கொண்டதாக இருக்கிறது - மூலப்பொருள்கள் மட்டும்தான்- ஏனெனில் கருவிகள், இயந்திரங்கள் ஆகியவை அந்த வர்க்கத்தினது உற்பத்திப் பொருள் களில் உட்படும். இந்த வர்க்கத்தின் தொழில்துறை நிறுவனங்களில் இத்தகைய உற்பத்திப் பொருள்கள் வகிக்கும் பல வேறான பாத்திரங்கள் குறித்து இந்த அட்டவணை, அந்த வர்க்கத்திலுள்ள முற்றுமாக நடை பெறும் பண்டங்கள் மற்றும் பணத்தின் புழக்கத்திற்கு மேல் அதிகமாக எவ்வித அக்கறையும் காட்டவில்லை. இந்த விளைவற்ற வர்க்கம் மூலப் பொருட்களைச் செய்பொருட்களாக எதைக்கொண்டு மாற்றுகிறதோ அந்த உழைப்புக்குரிய கூலி, அது ஒரு பகுதியை நேரடியாக உற்பத்தித் திறனுள்ள வர்க்கத்திடமிருந்து ஒரு பகுதியை நேரடியாக இல்லாமல் நிலவுடைமையாளரிடமிருந்தும் பெறுகிற பிழைப்புச் சாதனங்களின் மதிப்புக்குச் சமமானதாகும். அதுவே தன்னை முதலாளிகள் மற்றும் கூலித் தொழிலாளர்கள் என்று பிரித்துக் கொண்டிருந்த போதிலும் கெனேயின் அடிப்படையான கருத்தோட்டத்தின்படி உற்பத்தித்

திறனுள்ள வர்க்கம் மற்றும் நிலவுடைமையாளர்களிடம் ஊதியம் பெறும் ஓர் இணைந்த வர்க்கமாக அமைகிறது. மொத்த தொழில்துறை உற்பத்தியும், இதன் பின்விளைவாக அறுவடையைத் தொடர்ந்த ஆண்டு முழுவதும் வினியோகம் செய்யப்படும் அதன் மொத்தப் புழக்கமும் இது போலவே தனி ஒரு முழுமையாக இணைக்கப்படுகின்றன. எனவே, அட்டவணையில் வகுத்துக் கூறப்பட்டுள்ள இயக்கத்தின் துவக்கத்தின் விளைவற்ற வர்க்கத்தின் வருடாந்தப் பண்ட உற்பத்தி முழுவதும் அதன் கரங்களிலேயே இருக்கிறது. இதன் பின்விளைவாக நூறு கோடி மதிப்புடைய மூலப் பொருள்களைக் கொண்டதான அதன் ஈடுபடுத்தப் பட்ட மூலதனம் முழுவதும் இரு நூறுகோடி மதிப்புள்ள பொருள் களாக மாற்றப்படுகிறது, இதில் பாதி இந்த மாற்றத்தின்போது பயனீடு செய்யப்பட்ட பிழைப்புச் சாதனங்களின் விலையைக் குறிக்கிறது. இங்கு ஓர் ஆட்சேபம் எழுப்பப்படலாம்; விளைவற்ற வர்க்கமும் தனது சொந்த வீட்டுத் தேவைகளுக்காகத் தொழில்துறைப் பொருள்களை நிச்சயமாயும் உபயோகிக்கிறதோ - அதன் சொந்த மொத்த உற்பத்திப் பொருள் இதர வர்க்கங்களுக்குப் புழக்கமாகிச் செல்கிறது என்றால் - அவை எங்கே காட்டப்பட்டுள்ளன? நமக்குத் தரப்படும் விடை இதுவே; விளைவற்ற வர்க்கம் தானே தன்சொந்தப் பண்டங்களில் ஒரு பங்கை நுகர்வது மட்டுமல்ல அதற்கும் கூடுதலாக அது மீதமுள்ளதில் எவ்வளவு அதிகம் சாத்தியமோ அதையும் தானே வைத்துக்கொள்ள முயல்கிறது. எனவே உபயோகத்திற்குக் கொண்டுவரும் பண்டங்களை அவற்றின் மெய்யான மதிப்புக்கும் அதிகமான விலைக்கு விற்பனை செய்கிறது. இந்தப் பண்டங்களை அவற்றின் உற்பத்தியின் மொத்த மதிப்பை வைத்து மதிப்பீடு செய்திருப்பதால் இதைச்செய்ய வேண்டி யுள்ளது. ஆனால் இது அட்டவணைக் கணக்குகளை பாதிக்க வில்லை. காரணம், இதர இரண்டு வர்க்கங்களும் அவற்றின் மொத்த உற்பத்தியின் மதிப்புக்கே தொழிற் பொருள்களைப் பெறுகின்றன.

எனவே இப்போது அட்டவணையில் வகுத்து வைக்கப்பட்டுள்ள இயக்கத்தின் துவக்கத்தில் மூன்று வெவ்வேறு வர்க்கங்களின் பொருளாதார நிலைமையை நாம் அறிகிறோம்.

அதன் ஈடுபடுத்தப்பட்ட மூலதனம் பண்டத்தால் மாற்றீடு செய்யப் பட்ட பிறகும் உற்பத்தித் திறனுள்ள வர்க்கத்திடம் முந்நூறு கோடி ஒட்டுமொத்த விவசாயப் பொருள்களும், இருநூறு கோடி பணமும் உள்ளன. இப்பொழுது மட்டுமே நிலவுடைமை வர்க்கம் உற்பத்தித் திறனுள்ள வர்க்கத்திடம் இருநூறு கோடி வாரக் கோரிக்கையுடன் முன் வருகிறது. விளைவற்ற வர்க்கத்திடம் இருநூறு கோடிக்குத் தொழிற் பொருள்கள் உள்ளன. இந்த மூன்று வர்க்கங்களில் இரண்டு வர்க்கங் களின் இடையில் மட்டுமே புழக்கம் நடைபெறுவதை நில

ஆதிக்கவாதிகள் செம்மையற்றது என்று கூறுகிறார்கள்; அனைத்து மூன்று வர்க்கங்களிடையிலும் நடைபெறும் புழக்கத்தையே செம்மையானது என்று கூறுகிறார்கள்;

இப்போது பொருளாதார அட்டவணைக்கு வருவோம்.

முதல் (செம்மையற்ற) புழக்கம்; விவசாயிகள் எதையும் திரும்பப் பெறாமலே இருநூறு கோடி லீவர்களை நிலவுடைமையாளர்களுக்கு அவர்களுக்குரிய வாரமாகச் செலுத்துகிறார்கள். இந்த இருநூறு கோடியில் நூறுகோடி கொண்டு நிலவுடைமையாளர்கள் விவசாயிடமிருந்து பிழைப்புச் சாதனங்களை வாங்குகிறார்கள். இவ்வாறாக விவசாயிகளுக்கு அவர்கள் வாரம் கொடுப்பதற்காகச் செலவழித்த பணத்தில் பாதி திரும்பக் கிடைக்கிறது.

தனது பொருளாதார அட்டவணையைப் பற்றிய ஆய்வில் ஏழில் இரண்டு பங்கைப் பெறும் அரசு அல்லது ஏழில் ஒரு பங்கைப் பெறும் சமய பீடம் பற்றி கெனே மேலும் குறிப்பிடவில்லை; ஏனெனில் அவற்றின் சமுதாய பாத்திரம் பொதுவாக அறிந்த ஒன்றே. எனினும் சரியான நிலவுடைமை வர்க்கத்தைப் பொறுத்தவரையில் "அவர்களது நிலங்களைப் பராமரிக்கவும் மேம்படுத்தவும் மற்றும் சாகுபடியின் தரத்தை உயர்த்தவும்" பயன்படுத்தப்படும் சிறுபகுதி நீங்கலாக அதன் செலவுகள் (இதில் அதன் பரிவாரங்களின் செலவு உட்படும்) குறைந்த பட்சம் அதன் பெரும்பகுதி பயன்விளைவில்லாத செலவீனமாகும். ஆனால் "இயற்கை விதியின்படி", நிலவுடைமையாளர்களின் சரியான செயல்பாடு குறிப்பாயும் "நல்ல நிர்வாகத்திற்கான வசதி மற்றும் அவர்களின் தந்தைவழி உடைமையை [patrimony] நன்னிலையில் பராமரிப்பதற்கான செலவையும்"[179] அடக்கியதாகும், அல்லது இன்னும் அப்பால் விளக்கப்பட்டிருப்பது போன்று avances foncirs செய்தல் அதாவது நிலத்தைத் தயாரிப்பதற்கான முதலீடுகள், பண்ணைகள் தேவைப்படும் எல்லா சாதனங்களையும் வழங்குதல் ஆகும்; இது விவசாயி தனது மூலதனம் முழுவதையும் உண்மையான சாகுபடி அலுவலில் முழுமையாக ஈடுபடுத்த உதவுகிறது.

இரண்டாவது (செம்மையான) புழக்கம்: அவர்களது கரங்களில் இன்னும் மீதமாக இருக்கும் இன்னொரு நூறுகோடி பணம் கொண்டு நிலவுடைமையாளர்கள் விளைவற்ற வர்க்கத்திடமிருந்து தொழிற் பொருட்களை வாங்குகிறார்கள்; விளைவற்ற வர்க்கமோ இவ்வாறு பெற்ற பணத்தைக் கொண்டு அதே தொகைக்கு விவசாயிகளிடமிருந்து பிழைப்புச் சாதனங்களை வாங்குகிறது.

மூன்றாவது (செம்மையற்ற) புழக்கம்: விவசாயிகள் விளைவற்ற வர்க்கத்திடமிருந்து நூறுகோடி பணத்திற்கு, இதற்கு இணையான அளவிலான தொழிற் பொருள்களை வாங்குகிறார்கள்; இந்தப் பொருள் களில் பெரும்பகுதி விவசாயக்கருவிகள் மற்றும் விவசாயத்திற்குத் தேவையான இதர உற்பத்திச் சாதனங்களைக் கொண்டதாகும். விளைவற்ற வர்க்கம் தனதுசொந்த ஈடுபடுத்தப்பட்ட மூலதனத்திற்கு மாற்றீடு செய்ய நூறுகோடி மதிப்புடைய மூலப்பொருள்களை வாங்குவதன் மூலம் அதே அளவிலான பணத்தை விவசாயிகளுக்குத் திருப்பித்தருகிறது. இவ்வாறாக, வாரம் கொடுப்பதற்கென்று விவசாயிகள் செலவழித்த இந்த இருநூறு கோடியும் அவர்களுக்கே திரும்பப்போய்ச் சேர்ந்துவிட்டது; இயக்கம் முடிவடைந்துவிட்டது. இதனுடன் இந்த மாபெரும் புதிரும் விடுவிக்கப்பட்டது: "பொருளாதார புழக்கத்தின் போக்கில் வாரமாகச் சுவீகரிக்கப்பட்ட நிகர உற்பத்திப் பொருளுக்கு என்ன நேரும்?

இந்த நிகழ்ச்சி முறையின் துவக்க நிலையில் உற்பத்தித் திறனுள்ள வர்க்கத்தின் கரங்களில் உபரியாக முந்நூறு கோடி இருந்தது என்பதை மேலே பார்த்தோம். இவற்றில் இருநூறு கோடி நிலவுடைமை யாளருக்கு வாரத்தின் வடிவில் நிகர உற்பத்திப் பொருளாகக் கொடுக்கப்பட்டது. இந்த உபரியின் நூறுகோடி விவசாயிகள் முதலீடு செய்த மொத்தம் மூலதனத்துக்கான வட்டியாக அமையும். இது ஆயிரம்கோடிக்கு பத்து சதவிகிதம். அவர்கள் இந்த வட்டியை புழக்கத்தில் இருந்து பெறுவதில்லை என்பதைக் கவனமாகக் குறித்துக் கொள்ள வேண்டும்; அது அவர்களது கைகளில் in natura இருக்கிறது. அதை அவர்கள் புழக்கத்தில் மூலம் பயன்படுத்துகிறார்கள். இவ்வாறாக அதைச் சமமதிப்புடைய தொழிற் பொருட்களாக மாற்றிக்கொள் கின்றனர்.

இந்த வட்டி இல்லாமல் இருக்குமானால் விவசாயி - விவசாயத்தி லுள்ள பிரதான இயக்கி - இதில் முதலீடு செய்வதற்கு மூலதனம் முன்வைக்கமாட்டார். ஏற்கெனவே இந்த நோக்கு நிலையில் இருந்து, நில ஆதிக்கவாதிகள் கருத்துப்படி வட்டியைப் பிரதிநிதித்துவப் படுத்தும் விவசாயத்தின் உபரி ஆதாயத்தின் அந்தப் பங்கினை விவசாயி சுவீகரித்துக் கொள்வதானது விவசாயி வர்க்கத்தைப் போலவே புனர் உற்பத்திக்கான அவசியமான நிபந்தனையாகும்; எனவே இந்தக் கூறினை தேசிய "நிகர உற்பத்திப் பொருள்" அல்லது "நிகர வருவாய்" என்ற வகை இனத்தில் சேர்க்க முடியாது; ஏனெனில் பிந்தையது தேசியப்புனர் உற்பத்தியின் உடனடித் தேவைகள் பற்றி எவ்வித அக்கறையும் இன்றி இது நுகரக்கூடியது என்ற உண்மையால்

குறிப்பாயும் சிறப்பிக்கப்பட்டிருக்கிறது. இருந்தபோதிலும் நூறு கோடி கொண்ட இந்த நிதி கெனேயின் கருத்துப்படி பெருமளவுக்கு ஆண்டின் ஊடே அவசியமாக ஏற்படும் பழுதுபார்ப்புச் செலவுகள் மற்றும் முதலீடு செய்யப்பட்ட மூலதனத்தின் ஓரளவுக்குப் புதுப்பித்தல் ஆகியவற்றுக்கும், மேலும் விபத்துகளிலிருந்து பாதுகாப்புக்கான சேம நிதிக்கும், சாத்தியமான இடத்தில் முதலீடு செய்யப்பட்ட மற்றும் ஈடுபடுத்தப்பட்ட மூலதனத்தைப் பெருக்குவதற்கும், நிலத்தை மேம்படுத்தவும் சாகுபடியை விரிவாக்கவும் செலவழிக்கப்படுகிறது.

இந்த முழு நிகழ்ச்சிப் போக்கும் "ஓரளவு எளிதானதேயாகும்." புழக்கத்துக்குள் பிரவேசிக்கும் தொகைகள்: விவசாயிகளிடமிருந்து வாரத்துக்கெனச் செலுத்தப்படும் பணத்தில் இருநூறுகோடி, உற்பத்திப் பொருள்களில் முந்நூறு கோடி, - இதில் மூன்றில் இரண்டு பங்கு பிழைப்புச் சாதனங்கள், மூன்றில் ஒரு பங்கு மூலப் பொருள்கள்; விளைவற்ற வர்க்கத்தினர்களிடமிருந்து தொழிற் பொருட்களில் இரு நூறு கோடி, இருநூறு கோடி தொகைவரும் பிழைப்புச் சாதனங் களில் ஒரு பாதி நிலவுடைமையாளர்களாலும் அவர்களது பரிவாரங் களாலும் பயனீடு செய்யப்படுகிறது, மறு பாதி விளைவற்ற வர்க்கத்தால் அதன் உழைப்புக்கான ஊதியத்திற்கும் பயன்படுத்தப்படுகிறது. நூறு கோடி மதிப்புள்ள மூலப் பொருள்கள் இந்தப் பிந்தைய வர்க்கத்தின் ஈடுபடுத்தப்படும் மூலதனத்தை மாற்றீடு செய்கின்றன. இரு நூறு கோடி தொகைக்கான தொழில் பொருட்களில் ஒரு பாதி நிலவுடைமையாளர் களுக்கும் ஒரு பாதி விவசாயிகளுக்கும் போகிறது; அவர்களுக்கு இது அவர்களது முதலீடு செய்யப்பட்ட மூலதனத்தின் மீது மாற்றப்பட்ட வட்டியின் வடிவமேயாகும். முதலாவதாக இது விவசாயப் புனருற்பத்தி யிலிருந்து சேகரமாகிறது. வாரமாக விவசாயியால் செலுத்தப்படும் புழக்கத்தில் வந்துள்ள பணம் அவரது உற்பத்திப் பொருள்களின் விற்பனை மூலமாக அவருக்கே திரும்பிச் சேர்கிறது. இவ்வாறாக இதே நிகழ்ச்சிப்போக்கு அடுத்த பொருளாதார ஆண்டில் மீண்டும் நடை பெறலாம்.

இப்போது நாம் "மரபான மேலோட்டமான அறிக்கை செய்தலை விடவும்" மிகப்பெருமளவு மேலானதாக ஹெர் டூரிங்கின் "உண்மை யிலேயே விமர்சன பாணியிலான" விளக்கத்தைப் பாராட்டவே வேண்டும். அட்டவணையில், மேலும் உண்மையல்ல என்று காணப் பெற்றதான, வெறும் பண மதிப்புகளை வைத்துக்கொண்டு செயல் படுவது கெனேவுக்கு எவ்வளவு ஆபத்தானது என்பதைத் தொடர்ச்சி யாக ஐந்து தடவைகள் நமக்கு மர்மமாகச் சுட்டிக்காட்டிய பிறகு

அவர் "தேசியப் பொருளாதாரப் புழக்கத்தின் போக்கில் வாரமாக சுவீகரிக்கப்பட்ட நிகர உற்பத்திப் பொருள் என்னவாயிற்று?" என்ற கேள்விக்குப் பொருளாதார அட்டவணை "மாயாவாதத்தை நோக்கிச் செல்லும் குழப்பமான மற்றும் மனம் போனபடியான கருத்தோட்டங் களைத் தவிர வேறு எதையும் வழங்க முடியவில்லை" என்ற முடிவுக்கு இறுதியாக வருகிறார். இந்த அட்டவணை எளியதும், அதன் காலத்திற்கு மிகவும் மிடுக்குடைய முறையிலும் புழக்கத்தின் சாதனம் மூலம் புனர் உற்பத்தியின் வருடாந்தர நிகழ்ச்சிப் போக்கைச் சித்திரிக்கும் இந்த அட்டவணை தேசியப் பொருளாதாரப் புழக்கத்தின் போக்கில் நிகர உற்பத்திப் பொருள் என்னவாகிறது என்ற கேள்விக்கு மிகவும் துல்லியமான விடையைத் தருகிறது என்பதை நாம் பார்த்தோம். இவ்வாறாக மீண்டும் ஒரு முறை இந்த "மாயாவாதமும்" "குழப்பமான மற்றும் மனம் போனபடியான கருத்தோட்டங்களும்" ஹெர் டூரிங்கிடம் "ஆக நம்பகமற்ற அம்சமாக", நில ஆதிக்கவாதம் பற்றிய அவரது ஆய்வின் முழுமையான "நிகர விளைவாக" அப்படியே முற்றாக விடப்படுகிறது.

நில ஆதிக்கவாதிகள் தத்துவங்களைப் போலவே அவர்களது வரலாற்று முறைச் செல்வாக்கையும் ஹெர் டூரிங் அறிவார்.

"தியுர்கோவுடன் பிரான்சில் நில ஆதிக்கவாதம் நடைமுறையிலும் சரி தத்துவ அளவிலும் சரி முடிவுக்கு வந்துவிட்டது" என்று நமக்குப் போதிக்கிறார் அவர்.

எனினும், மிரபோ அவரது பொருளியல் கருத்துகளில் பிரதான மாயும் ஒரு நில ஆதிக்கவாதி ஆகவே தலையாய பொருளியல் நிபுணராக இருந்தார் என்பதும், இந்த மன்றம் அதன் பொருளியல் சீர்திருத்தங்களில் நில ஆதிக்கவாதக் கோட்பாடுகளின் கணிசமான பகுதியை தத்துவத்திலிருந்து நடைமுறைக்கு மாற்றியது என்பதும், குறிப்பாக நிலவாரத்தின் மீது அதாவது நிலவுடைமையாளர்கள் "தாட்சண்யம் இன்றி" சுவீகரித்துக் கொண்ட நிகர உற்பத்திப் பொருள் மீது பாரமான வரியை விதித்தது என்பதும் இவையாவுமே இருப்பதாக "ஒரு" டூரிங்குக்குத் தெரியவில்லை.

1691 முதல் 1752 ம் ஆண்டுவரை கிழித்த நீண்ட கோடு ஹியூமின் முன்னோடிகள் அனைவரையும் அகற்றிவிட்டது போன்று ஹியூமுக்கும் ஆடம் ஸ்மித்திற்கும் இடையில் வந்த சர் ஜேம்ஸ் ஸ்டூவர்டை இன்னொரு கோடு அழித்து ஒழித்துவிட்டது. ஸ்டூவர்டின் மாபெரும் நூல் பற்றி ஹெர் டூரிங்கின் "தொழில் முயற்சியில்" ஓர் அட்சரம் கூட இல்லை; அந்த நூல் தனது வரலாற்றுமுறை முக்கியத்துவம் ஒரு புறமிருக்க அரசியல் பொருளாதாரத்தின் துறையை நிரந்தரமாகச்

செழுமைப்படுத்தியது.[180] ஆனால் நேர்மாறாக ஹெர் டூரிங் ஸ்டூர்வர்ட் மீது தமது சொற்திரட்டில் இருந்து ஆகப் பழித்துரைக்கும் அடைமொழிகளைப் பிரயோகித்து, அவர் ஆடம் ஸ்மித் காலத்தில் "ஒரு பேராசிரியர்" ஆக இருந்தார் என்று கூறுகிறார். துரதிருஷ்டவசமாக இந்தக் குற்றச்சாட்டு முற்றிலும் புனைவே. உண்மையில் ஸ்டூவர்ட் ஸ்காட்லாந்தில் ஒரு பெரிய நிலவுடைமையாளராக இருந்தார். ஸ்டூவர்ட் சதியில் உடந்தையாக இருந்ததாகக் குற்றம் சாட்டப்பட்டு அவர் பிரிட்டனில் இருந்து நாடு கடத்தப்பட்டார். மாகண்டத்தில் நீண்டகாலம் வாழ்ந்ததாலும், பயணங்கள் நடத்தியது மூலமும் பல்வேறு நாடுகளின் பொருளாதார நிலைமைகளைப் பற்றி நன்கு தெரிந்து கொண்டார்.

ஒரு சொல்லில் கூறினால்: விமர்சன வரலாறு கூற்றுப்படி முந்தைய பொருளியல் நிபுணர்கள் அனைவரிடமும் இருந்த ஒரே மதிப்பு அவர்கள் ஹெர் டூரிங்கின் "அதிகாரபூர்வமான" ஆழமான அடிப்படைகளுக்கு "மூலக்கரு கூறுகளாகச்" சேவை புரிந்தார்கள் அல்லது அவர்களது ஆழமற்ற போதனைகள் காரணமாகப் பிந்தையதற்குப் பின்னணியாக இருந்தார்கள். எனினும் அரசியல் பொருளாதாரத்தில் "ஆழமான அடிப்படைகளுக்குரிய" "மூலக்கரு கூறுகளை" மட்டுமன்றி, ஹெர் டூரிங்கின் இயற்கை தத்துவவியலில் வகுத்துரைத்துள்ளது போல இந்த அடிப்படையை "வளர்க்காமல்" மாறாக உண்மையில் "அமைந்துள்ள" "கோட்பாடுகளைப்" பிரதிநிதித்துவப்படுத்தும் சில வீரர்களும் இருக்கிறார்கள்: உதாரணமாக ஜெர்மன் பட்டறை அதிபர்களின் நலனுக்காக ஃபெரியே மற்றும் இதரர்களின் "மேலும் நுண்ணயமான" வாணிக இயல் துறை போதனைகளை மிகைப்படுத்தி மேலும் "வலிமை கொண்ட "சொற்களாகக் காட்டிய "இணையற்ற முறையில் பெரிய மற்றும் பிரபலமான" லிஸ்ட், அதோடு

> "ரிக்கார்டோவின் முறை முரண்பாடுகள் கொண்ட ஒன்று... இது மொத்தத்தில் வர்க்கங்களிடையே பகைமையை உற்பத்திச் செய்வதை நாடுகிறது... அவரது நூல் நில சீர்திருத்தம், போர் மற்றும் சூறையாடல் மூலம் அதிகாரத்தைப் பெறமுயலும் ஒரு சண்டப்பிரசண்டனின் உண்மையான கையேடு"[181]

என்ற வாக்கியத்தில் தனது அறிவின் மெய்யான சாரத்தை வெளிப்படுத்துகிற கேரி, இறுதியாக லண்டன் நகரத்தின் கன்பூசியஸ்* மக்லெயோட்.

★ மார்க்ஸ் எழுதியுள்ள பத்தாவது அத்தியாயத்தின் கையெழுத்துப் பிரதியில் வெளியாகியுள்ள "கன்பூசியஸ்" [Confucius] என்பதற்கு மாறாக **டூரிங்குக்கு மறுப்பு** ஜெர்மன் மொழிப் பதிப்பில் ஓத்திசைவான [Confucius] ("குழப்புவர்") என்று உள்ளது. -ப-ர்.

இன்றைய மற்றும் உடனடி முன்னுணர் எதிர்காலத்திலும் அரசியல் பொருளாதாரத்தின் வரலாற்றைப் படித்தாராய விரும்பும் நபர்கள் ஹெர் டூரிங்கின் "அலங்கார நடையிலான வரலாற்றுச் சித்திரத்தை" நம்பியிருப்பதை விடவும் "ஆக நடப்பு பாடநூல் தொகுப்பு களின்" "தண்ணீர்பட்ட விளைவுகள்" "சாமானிய நிகழ்வுகள்" மற்றும் "பிச்சைக்காரர் சூப்" பற்றித் தாமே அறிந்து கொள்வார்களானால் அவர்கள் நிச்சயமாயும் மேலும் நம்பகமாக நிலையில் இருப்பார்கள்.

❑❑❑

அரசியல் பொருளாதாரம் பற்றிய ஹெர் டூரிங்கின் "மிகவும் சொந்தமான" முறை குறித்த நமது ஆய்வின் இறுதிப்பலன் என்ன? எல்லா மாபெரும் சொற்கள், இதைவிட அதிக வலிமையான வாக்குறுதிகள் எல்லாம் இருந்தும் தத்துவவியலில் போல அதே அளவுக்கு இதிலும் நாம் ஏமாற்றப்பட்டோம் என்ற உண்மை தவிர வேறு எதுவும் இல்லை. "பொருளாதார அமைப்புகளின் தகுதியைக் காட்டும் உரைகல்லான" அவரது மதிப்புப் பற்றிய தத்துவம் இதுவே யாகும்: மதிப்பு என்பதை ஐந்து முற்றிலும் வேறுபட்ட, நேரடி முரண்பாடான விஷயங்களாகவே ஹெர் டூரிங் புரிந்து கொண்டிருக் கிறார். அதை மிகவும் நன்றாக எடுத்துக்கூறும் பட்சத்தில் அவருக்கு என்ன வேண்டும் என்பது அவருக்கே தெரியாது. இத்தகைய ஆடம் பரத்தோடு முன்வைக்கப்படும் "அனைத்துப் பொருளியல்களின் இயற்கை விதிகள்" அப்படியே எல்லோருக்கும் தெரிந்ததாகவும் பெரும்பாலும் சரிவரப் புரிந்துகொள்ள முடியாத மிகவும் மோசமான பகட்டாரவாரமாயும் ஆகியுள்ளன. அவரது "மிகவும் சொந்தமான" முறை நமக்கு வழங்கக்கூடியதான பொருளாதார உண்மைகள் பற்றிய ஒரே விளக்கம், அவை "பலப்பிரயோகத்தின்" விளைவு என்பதே இந்தச் சொல்லை வைத்துக் கொண்டு எல்லா தேசங்களையும் சேர்ந்த போலிப் பண்பாளர்கள் அவர்களுக்கு ஏற்படும் வெறுப்புத் தருகிற அனைத்தி லிருந்தும் ஆயிரக்கணக்கான ஆண்டுகளாக ஆறுதல் பெற்று வருகிறார்கள்; இது நம்மை முன் இருந்த இடத்திலேயே விட்டுவிடுகிறது. இருப்பினும் இந்தப் பலப்பிரயோகத்தின் தோற்றம் மற்றும் விளைவுகள் குறித்து பரிசீலிப்பதற்குப் பதிலாக ஹெர் டூரிங், எல்லாப் பொருளாதார புலப்பாடுகளின் இறுதி முடிவான காரணம் மற்றும் அறுதியான விளக்கமும் "பலப்பிரயோகம்" என்ற வெறும் சொல் என்பதோடு நாம் நன்றியறிதலுடன் திருப்தியடைய வேண்டும் என்று எதிர்பார்க்கிறார். உழைப்பு மீதான முதலாளித்துவச் சுரண்டலை மேலும் விரித்துரைக்கு மாறு கட்டாயப்படுத்தப்பட்ட அவர் அதை வரிகள் மற்றும் விலை மிகைக் கட்டணங்களை [taxes and price surcharges] அடிப்படையாக்கி

பொதுவான முறையில் குறிப்பிடுகிறார். இதன் மூலம் புரூதோனின் "உய்த்துணர்வு" [prelevement] முறையை சுவீகரித்துக் கொண்டு பிறகு உபரி மதிப்பு, உபரி உற்பத்திப் பொருள், மற்றும் உபரி மதிப்பு பற்றிய மார்க்சின் தத்துவம் மூலம் விரிவாக விளக்கிச் செல்கிறார். இந்த வழியில் அவர் மூச்சு விடாமல் இரண்டையும் பிரதி எடுப்பது மூலம் இரு முற்றிலும் முரண்பாடான கண்ணோட்டப் பாங்குகளை ஒரு மகிழ்ச்சிகரமான சமரசத்திற்குக் கொண்டு வருகிறார். தத்துவவியலில் இவர் இடைவிடாது பயன்படுத்தியும் அதே சமயம் ஆற்றல் கெடுத்தும் வந்த அந்த ஹெகலை எதிர்த்து அவருக்குப் போதுமான கடினச் சொற்கள் எவ்வாறு கிடைக்கவில்லையோ அதைப் போலவே விமர்சன வரலாற்றில் வெளிவந்த மார்க்ஸ் மீதான மிகவும் ஆதாரமற்ற அவதூறுகள் யாவும் பாடம் நூலில் மூலதனம் மற்றும் உழைப்பு சம்பந்தமாக ஏதாவது அர்த்தம் தரக்கூடிய சகலமும் மார்க்சிடமிருந்து ஆற்றல் கெடுத்து நடத்திய கருத்துத் திரட்டை மறைப்பதற்குப் பயன் படுத்தப்பட்டவையே. பாடம் நூலில் "பெரிய நிலவுடைமையாளரை" நாகரிகமடைந்த மக்களின் வரலாற்றின் துவக்கத்தில் வைத்தும், அனைத்து வரலாற்றினதும் மெய்யான துவக்க நிலையான குலமரபு மற்றும் கிராம சமுதாயத்தின் நிலத்திலான பொது உடைமை குறித்து ஒரு வார்த்தை கூடத் தெரியாமல் இருப்பதுமான அவரது அறியாமை - இற்றை நாளில் முற்றிலும் புரிந்துகொள்ள முடியாத இந்த அறியாமையை விஞ்சுகிறது விமர்சன வரலாற்றில் உள்ள அறியாமை: இது "வரலாற்று ஆராய்ச்சிகள் உலகளாவிய விரிவு" காரணமாகத் தன்னைப் பற்றியே நினைத்துக் கொள்வது கொஞ்சமல்ல. இது பற்றி நாம் ஒரு சில அச்சமூட்டும் உதாரணங்கள் தந்துள்ளோம். ஒரு சொல்லில்; முதலில் தற்புகழ்ச்சி, சொந்தக் கொம்பில் போலி அறிஞனின் எக்காளங்கள், ஒன்றை ஒன்று விஞ்சும் வாக்குறுதிகள் ஆகியவற்றுக்கான பிரம்மாண்ட "முயற்சி" மற்றும் அதன்பிறகு "விளைவு"- துல்லியமாயும் ஒன்றுமில்லை.

பாகம் 3
சோசலிசம்

1. வரலாற்றுக் கட்டுரை

புரட்சியின் முன்னோடிகளான பதினெட்டாம் நூற்றாண்டின் பிரெஞ்சு தத்துவவியலாளர்கள் எல்லாவற்றையும் சீர்தூக்கிப் பார்க்கும் தனி ஒரு மார்க்கமாக எவ்வாறு அறிவையே நாடினார்கள் என்பதை நாம் "முன்னுரையில்"[182] கண்டோம். ஒரு பகுத்தறிவு அரசாங்கம், ஒரு பகுத்தறிவு சமூக அமைப்பு தோற்றுவிக்கப்பட வேண்டி இருந்தன. நிரந்தர அறிவுக்கு எதிராக இருந்த சகலமும் இரக்கமின்றி ஒழிக்கப்பட வேண்டியிருந்தது. இந்த நிரந்தர அறிவு, எதார்த்தத்தில் அப்பொழுது தான் முதலாளிவர்க்கமாகப் பரிணமித்து வந்து கொண்டிருந்த பதினெட்டாம் நூற்றாண்டு குடிமகனின் இலட்சியப்படுத்தப்பட்ட மெய்யுணர்வே தவிர வேறு எதுவுமல்ல. பிரெஞ்சுப் புரட்சி இந்தப் பகுத்தறிவு சமூக அமைப்பையும் அரசாங்கத்தையும் செயலுருவாக்கி விட்டது. முந்தைய நிலைமைகளுடன் ஒப்பிடும் போதில் போதியளவு பகுத்தறிவானதாக இருந்த புதிய நிலைமைகளும் எவ்வழியிலும் முற்றிலும் பகுத்தறிவானவையாகக் காணப்பெறவில்லை. அறிவை அடிப்படையாகக் கொண்டிருந்த அரசு முற்றிலும் தகர்ந்து விழுந்தது. ரூஸ்ஸோவின் சமுதாய ஒப்பந்தம் ஆட்சியாகச் செயலுருப்பெற்றது. இதிலிருந்து தமது சொந்த அரசியல் ஆற்றலில் நம்பிக்கை இழந்து விட்ட முதலாளிவர்க்கம் முதலில் இந்த நிர்வாகத் தலைமையின் [the directorate] ஊழலிலும் இறுதியாக நெப்போலியனின் எதேச்சாதிகாரத்தின்[183] காவலின் கீழும் அடைக்கலம் புகுந்தது. நம்பிக்கையூட்டும் நிந்தர அமைதி முடிவில்லாத நாடுபிடிப்போராக மாற்றப்பட்டது. அறிவை அடிப்படையாகக் கொண்டிருந்த சமுதாய அமைப்பும் அவ்வளவாக நலம் செய்யவில்லை. செல்வந்தருக்கும் ஏழைகளுக்கும் இடையிலான பகைமை பொதுவான சுபிட்சத்தில் சென்று முடிவதற்கு மாறாக, இதை ஓரளவுக்கு இணைத்து வைத்திருந்த கில்ட் மற்றும் இதரச் சலுகைகள் அகற்றப்பட்டதாலும், சமய பீடத்தின் அறம்சார்ந்த அமைப்புகள் அகற்றப்பட்டதாலும் இந்தப் பகைமை முனைப்படைந்து விட்டது. இப்போது நிலவுடைமைப் பிரபுத் தளைகளில் இருந்து மெய்ப்படியாகவே நிறைவேற்றமடைந்துவிட்ட "சொத்துச் சுதந்திரம்", பெரிய முதலாளிகள் மற்றும் நிலவுடைமையாளர்களின் மேலாதிக்க முறையிலான போட்டியின் கீழ் நசுக்கப்பட்டிருந்த சிறு முதலாளிகளுக்கும் மற்றும் சிறு உரிமையாளர்களுக்கும் இந்த மிகப் பெரும் பிரபுக்களுக்கும் தமது சிறிய உடைமைகளை விற்பனை செய்வதற்கான

சுதந்திரமாக மாறியது; இவ்வாறாக சிறு முதலாளிகள் மற்றும் விவசாய உரிமையாளர்களைப் பொருத்தவரை இது "உடைமையிலிருந்து விடுதலை" பெறுவதாயிற்று. முதலாளித்துவ அடிப்படையிலான தொழில்துறை வளர்ச்சி, உழைக்கும் வெகுஜனங்களின் வறுமை மற்றும் அவலநிலையை சமுதாயத்தின் வாழ்க்கை நிலைமையாக்கியது. [ரொக்கக் கொடுப்பல் மேலும் மேலும் கார்லைலின் சொற்றொடரின் படி மனிதனுக்கும் மனிதனுக்கும் இடையிலான தனி ஒரு தொடர்பாகியது.][184] குற்றங்களின் எண்ணிக்கை ஆண்டுக்காண்டு அதிகரித்தது. முன் நாட்களில் நிலப்பிரபுத்துவத் தீயொழுக்கங்கள் பட்டப்பகலில் பகிரங்க மாகத் தாண்டவமாடின. இப்போது இவை வேருடன் அழிக்கப்படா விடினும் கூட எப்படியும் பின்னணிக்குத் தள்ளப்பட்டு விட்டன, - அவற்றின் இடத்தில் இதுவரையில் இரகசியமாகச் செயல்படுத்தப்பட்டு வந்த முதலாளித்துவத் தீயொழுக்கங்கள் மேலும் செழுமையுற்று மலரத் தொடங்கின. வாணிகம் மேலும் மேலும் அதிக அளவுக்கு ஏமாற்றுதலாகி விட்டது. புரட்சிகர motto (நெறியுரையான) "சகோதரத்துவம்"[185] போட்டிப் போராட்டத்தின் உருட்டுப் புரட்டிலும் பொறாமையிலும் செயலுருப் பெற்றது. பலப்பிரயோக மூலமான ஒடுக்குமுறைக்குப் பதிலாக ஊழலும், முதல் சமுதாய நெம்புகோல் என்ற முறையில் வாளுக்குப் பதில் தங்கமும் இடம் பெற்றன. முதலிரவு உரிமை நிலப்பிரபுக்களிடமிருந்து முதலாளித்துவப் பட்டறை அதிபர்களுக்கு மாற்றப்பட்டது. விபசாரம் முன் என்றுமே கேட்டிராத அளவுக்கு அதிகரித்தது. திருமணம் முன்போலவே விபசாரத்திற்கான சட்ட அங்கீகாரம் பெற்ற வடிவமாக, விபசாரத்திற்கான அதிகாரபூர்வ மூடிமறைப்பதாக நீடித்தது; மேலும் இதனுடன் பெருமளவிலான கூடா ஒழுக்கம் சேர்க்கப்பட்டது.

ஒரு சொல்லில் கூறினால், தத்துவவியலாளர்களின் அற்புதமான வாக்குறுதிகளுடன் ஒப்புநோக்கும் போது, "அறிவின் வெற்றியால்" பிறந்த சமூக மற்றும் அரசியல் அமைப்புகள் மிகவும் படுமோசமான ஏமாற்றுதலைத் தந்த கேலிச்சித்திரங்களே. தேவையாக இருந்ததெல்லாம் இந்த ஏமாற்றத்தை முறைப்படுத்தி முன்வைக்க வேண்டிய மனிதர்களே; அவர்கள் இந்த நூற்றாண்டின் திருப்பத்தில் வந்தார்கள். 1802-ல் ஸான் சிமோனின் ஜெனீவாக் கடிதங்கள் வெளிவந்தன; 1808-ல் ஃபூரியேயின் முதல் நூல் வெளிவந்தது. ஆனால் அவரது தத்துவத்திற்கான அடிப் படை 1799 லேயே உருவாகியிருந்தது; 1800, ஜனவரி 1ந் தேதி ராபர்ட் ஓவன் நியூ லனார்க் ஆலையின் செயல் பொறுப்பை மேற்கொண்டார்.[186]

எனினும் இந்தச் சமயத்தில் முதலாளித்துவ உற்பத்தி முறையும் அதோடு கூடவே முதலாளி வர்க்கத்திற்கும் பாட்டாளி வர்க்கத்திற்கும்

இடையிலான பகைமையும் இன்னும் முழுமையாக வளர்ச்சியடைந் திருக்கவில்லை. இங்கிலாந்தில் இப்போதுதான் தோற்றமளித்துள்ள நவீனத் தொழில்துறை இன்னும் பிரான்சில் தெரியாத ஒன்றாகவே இருந்தது. ஆனால் நவீன தொழில்துறை ஒரு புறத்தில் உற்பத்தி முறையில் ஒரு புரட்சியை [அதன் முதலாளித்துவ இயல்பின் ஒழிப்பை] முற்றிலும் அவசியமாக்கும் மோதல்களை வளர்க்கிறது; இந்த மோதல்கள் அதனால் தோற்றுவிக்கப்பட்ட வர்க்கங்களுக்கிடை யிலானவை மட்டுமல்ல, மாறாக, அதனால் உருவாக்கப்பட்ட உற்பத்திச் சக்திகளுக்கும் பரிவர்த்தனை வடிவங்களுக்கும் இடையிலான மோதலு மாகும். மறுபுறத்தில் இதே பிரம்மாண்டமான உற்பத்திச் சக்திகளில் இந்த மோதல்களுக்கு முடிவு கட்டும் சாதனங்களையும் அது வளர்க்கிறது. எனவே, 1800 ம் ஆண்டு வாக்கில் புதிய சமுதாய அமைப்பிலிருந்து எழும் மோதல்கள் மட்டுமே உருப்பெறத் தொடங்கின என்றால், அவற்றுக்கு முடிவு கட்டும் முறைகளைப் பொறுத்தவரை அவை இன்னும் ஆரம்ப நிலையிலேயே இருந்தன. பயங்கர ஆட்சியின் காலத்தில் பாரிஸ் நகரின் "எதுவுமில்லா" வெகுஜனங்கள் ஒரு தருணம் தலைமை நிலையினை வென்றனர் [இவ்வாறு முதலாளித்துவ வர்க்கம் தானே நேர்மாறாக இருந்த போதிலும் முதலாளித்துவப் புரட்சியின் வெற்றிக்கு வழி காட்டினர்]. ஆனால் அவ்வாறு செய்ததன் மூலம், அவர்கள் அந்த நாட்களில் இருந்த நிலைமைகளின் கீழ் அவர்களது ஆதிக்கம் [நீடிப்பது என்பது] எவ்வளவு அசாத்தியமானது என்பதை மட்டுமே நிரூபித்தனர். இந்த "எதுவுமில்லா" வெகுஜனங்களிடமிருந்து ஒரு புதிய வர்க்கத்தின் மையக்கருவாக முதல் தடவையாகத் தானே பரிணமித்து வந்த பாட்டாளிவர்க்கம் சுதந்திரமான அரசியல் போராட்டத்திற்குரிய முழு ஆற்றலை இன்னும் பெற்றிருக்கவில்லை; அது ஒரு ஒடுக்கப்பட்ட துன்புற்ற அமைப்பாகவே தோற்றமளித்தது; தனக்குத்தானே உதவி புரிந்து கொள்ளும் ஆற்றலின்மை காரண மாக, அதற்கு வெளியிலிருந்தோ அல்லது மேலிருந்தோ உதவி தர வேண்டி இருந்தது.

இந்த வரலாற்று நிலை சோஷலிசத்தின் நிறுவகர்கள் மீதும் ஆதிக்கம் செலுத்தியது. முதலாளித்துவ உற்பத்திப் பக்குவமற்ற நிலைமைகளுக்கும் பக்குவமற்ற வர்க்க உறவு நிலைமைகளுக்கும் இணையாகப் பக்குவமற்ற தத்துவங்கள் இருந்தன. வளர்ச்சியடையாத பொருளியல் நிலைமைகளில் இன்னும் மறைந்து கிடந்த சமுதாய பிரச்சனைகளுக்கான தீர்வை கற்பனாவாதிகள் மனித மூளையில் இருந்து வெளிக்கொணர முயன்றார்கள். சமூகம் குறைபாடுகளைத் தவிர வேறு எதையும் வழங்கவில்லை; இவற்றை அகற்றுவது அறிவின் கடமையாகியது. பிறகு ஒரு புதிய மேலும் செம்மையான சமுதாய

அமைப்பு முறையினைக் கண்டுபிடித்து, இதைப் பிரச்சாரம் மூலமும், எங்கெல்லாம் சாத்தியமோ அங்கெல்லாம் மாதிரி சோதனைகளின் எடுத்துக்காட்டு மூலமும் வெளியிலிருந்து சமூகத்தின் மீது திணிப்பது அவசியமாக இருந்தது. இந்தப் புதிய சமுதாய அமைப்புகள் கற்பனா வாதத் தன்மை கொண்டவை என்று முன்கூட்டியே விதிக்கப்பட்டு விட்டன; அவை எந்தளவு அதிகமாக விவரமாக வகுக்கப்பட்டனவோ அந்தளவு அதிகமாக அவை முற்றிலும் கற்பனைகளை நோக்கிச் சரிந்து செல்வதைத் தவிர்க்க முடியவில்லை.

இந்த உண்மைகள் நிலைநாட்டப்பட்டுவிட்டால் பிரச்சினையின் இந்த அம்சம் குறித்து நாம் இனி ஒரு கணமும் விளக்கத் தேவையில்லை. இது முழுமையும் சென்ற காலத்தைச் சேர்ந்ததாகி விடும். இந்தக் கற்பனைகள் பற்றிப் பெருமிதத்தோடு சிலேடை பேசுவதை டூரிங் போன்ற இலக்கியச் சிற்றினங்களுக்கு விட்டுவிடலாம்; இத்தகைய "பித்துக்குளித்தனத்தோடு" ஒப்பிடும்போது மற்றும் அவர்களது சொந்த மொட்டையான அறிவாய்வின் மேன்மை நம்மை நகைக்கும்படி செய்கிறது. இவற்றின் விசித்திரமான மூடுதிரையின் ஊடே எங்கும் உடைத்துக் கொண்டு வெளிப்படும் மலைப்பு தரும் மாபெரும் சிந்தனைகள், சிந்தனை முளைகள் பற்றி நாம் மகிழ்வடைகிறோம். இதன் விஷயத்தில் போலிப்பண்பாளர்கள் கண்மூடிகளாக இருக்கிறார்கள்.

[ஸான் சிமோன் மகத்தான பிரெஞ்சுப் புரட்சியின் ஒரு புதல்வன், அது வெடித்த சமயம் அவருக்கு முப்பது வயது கூட நிரம்பவில்லை. இந்தப் புரட்சி மூன்றாவது படி நிலையினரின் வெற்றியாகும். அதாவது தனியுரிமை கொண்ட சோம்பேறி வர்க்கங்களான பிரபுக்கள் மற்றும் மத குருமார்களை எதிர்த்து உற்பத்தியிலும் வாணிகத்திலும் உழைத்து வந்த நாட்டின் மாபெரும் வெகுஜனங்கள் ஈட்டிய வெற்றியாகும். ஆனால் மூன்றாம் படிநிலையின் வெற்றி விரைவில் இந்தப் "படி நிலையின்" சிறு பகுதியினரின் தனிப்பட்ட வெற்றியாக, சமூக அடிப் படையில் தனியுரிமைகள் பெற்றிருந்த பகுதி அதாவது சொத்துடைய முதலாளி வர்க்கம் அரசியல் அதிகாரத்தை வென்று பெற்ற தன் சாதனையாகத் தன்னைத்தானே வெளிப்படுத்திக் கொண்டது. புரட்சியின் போது முதலாளித்துவ வர்க்கமானது பறிமுதல் செய்யப்பட்டுப் பிறகு விற்பனைக்கு விடப்பட்ட பிரபுக்கள் மற்றும் சமய அமைப்புகளின் நிலங்களில் ஓரளவு வர்த்தக சூதாட்டம் நடத்தியும், ராணுவ கண்டிராக்டுகள் மூலம் தேசத்தை ஓரளவு ஏமாற்றியும் நிச்சயமாயும் வளர்ச்சியடைந்தது. இந்த மோசடிக்காரர்களின் ஆதிக்கமே நிர்வாகக் குழுத் தலைமையில் பிரான்சையும் புரட்சியையும் நாசத்தின் விளிம்புக்குக் கொண்டுவந்து நெப்போலியன் தனது coup d'etat (திடீர் அரசியல் புரட்சி) நடத்தச் சாக்காயமைந்தது.

எனவே, ஸான் சிமோனைப் பொறுத்தவரை மூன்றாம் படி நிலைக்கும் மற்றும் தனியுரிமை வர்க்கங்களுக்கும் இடையிலான இந்தப் பகைமை "தொழிலாளர்கள்" மற்றும் "சோம்பேறிகள்" இடையிலான பகைமையின் வடிவினை எடுத்தது. இந்தச் சோம்பேறிகள் பழைய தனியுரிமை வர்க்கங்கள் மாத்திரம் அல்ல, மாறாக உற்பத்தியிலோ அல்லது வினியோகத்திலோ எவ்விதப் பங்கும் எடுக்காமல் தமது வருவாய்கள் மீது வாழ்க்கை நடத்திவந்த அனைவரும் இதில் உட்படுவர். "தொழிலாளர்கள்" என்போர் கூலித் தொழிலாளர்கள் மாத்திரமல்ல. ஆனால் பட்டறை அதிபர்கள், வர்த்தகர்கள், வங்கி அதிபர்கள் ஆகியோரும் ஆவர். சோம்பேறிகள் அறிவுத்துறைத் தலைமை மற்றும் அரசியல் மேலாண்மைக்கான ஆற்றலை இழந்து விட்டார்கள் என்பது நிரூபிக்கப்பட்டு விட்டது. இது புரட்சியாதல் இறுதியாக முடிவு செய்யப்பட்டுவிட்டது. உடைமை இல்லாத வர்க்கங்களுக்கு இந்த ஆற்றல் இல்லை என்பது ஸான் சிமோனைப் பொறுத்தவரை பயங்கர ஆட்சியின் அனுபவங்களால் நிரூபிக்கப்பட்டுவிட்டதாம். அப்படியானால் யார் வழிகாட்டுவது தலைமை தாங்குவது? ஸான் சிமோன் கருத்துப்படி, ஒரு புதிய சமய பந்தத்தால் இணைக்கப்பட்ட விஞ்ஞானமும் தொழில்துறையுமே, மகா சீர்திருத்தக் காலத்துக்குப் பிறகு இழக்கப்பட்டுப் போன சமயக் கருத்துகளின் ஒற்றுமையை மீட்டளிக்கும் பேறு பெற்றவை இவையே. - தவிர்க்க முடியாத வகையில் மாயாவாத மற்றும் இறுகிய படிமரபான "புதுக் கிறித்தவமே" ஆகும். ஆனால் விஞ்ஞானம் என்பது அறிஞர்களும், தொழில்துறை என்பது முதலாவதாயும் உழைக்கும் முதலாளி வர்க்கம், பட்டறை அதிபர்கள், வர்த்தகர்கள், வங்கி அதிபர்கள் ஆகவும் புலப்பட்டது. இந்த முதலாளிவர்க்கத்தினர் தம்மைத்தாமே பொது அதிகாரிகளாக, சமூக டிரஸ்டிகளாக மாற்றிக் கொள்வார்கள் என்றே நிச்சயமாயும் ஸான் சிமோன் உத்தேசித்திருந்தார். ஆனால் தொழிலாளர்களுடன் நேர் எதிராக வைத்துப் பார்க்கும் பொழுது அவர்கள் தலைமை தாங்கும் பொருளாதார முறையில் தனி உரிமையுள்ள அந்தஸ்தை இன்னும் வைத்திருப்பது தெரியவந்தது. கடனுதவிகளை முறைப்படுத்துவது மூலம் சமூக உற்பத்தி முழுவதையும் நெறியாண்மை செய்யும்படி வங்கி அதிபர்களிடம் விசேஷமாகக் கோரப்பட்டது. இந்தக் கருத்தோட்டம், பிரான்சில் நவீன தொழில்துறையும் அதனுடன் கூடவே முதலாளி வர்க்கத்துக்கும் மற்றும் பாட்டாளி வர்க்கத்துக்கும் இடையிலான பெரும் பிளவும் இப்போதுதான் காணப்பெறுகிற ஒரு காலத்துடன் சரி நுட்பமாக இசைந்திருந்தது. ஆனால் ஸான் சிமோன் விசேஷமான அழுத்தம் கொடுப்பது இதுவே: அவர் இதர விஷயங்கள் அனைத்திற்கும் மேலாக முதல் அக்கறை காட்டுவது "ஆகப் பெருவாரியாகவும்

மிகவும் ஏழைகளாகவும் இருக்கும் வர்க்கத்தின் நிலைமை குறித்தே யாகும் [(la class la plus nombreuse et la plus pauvre)].

"எல்லா மனிதர்களும் உழைக்க வேண்டும்"[187] என்ற அறுதி யுரையை ஸான் சிமோன் ஏற்கெனவே தமது ஜெனீவாக் கடிதங்களில் முன்வைத்துள்ளார்.

அதே நூலில் அவர் பயங்கர ஆட்சி உடைமை இல்லாத வெகு ஜனங்களின் ஆட்சியே என்பதையும் அங்கீகரிக்கிறார்.

அவர்களிடம் அவர் கூறுகிறார்: "அங்கு, உங்கள் தோழர்கள் ஆட்சி நடத்திய சமயம் பிரான்சில் என்ன நிகழ்ந்தது என்பதைப் பாருங்கள்; அவர்கள் ஒரு பஞ்சத்தைக் கொண்டு வந்தார்கள்."[188]

ஆனால் பிரெஞ்சுப் புரட்சியை [பிரபு வம்சத்துக்கும் முதலாளி வர்க்கத்துக்கும் இடையிலான போராட்டம் என்று காணலாம்] அதை பிரபுவம்சம், முதலாளி வர்க்கம் மற்றும் உடைமை இல்லாதவர் களிடையிலான ஒரு வர்க்கப்போராக அங்கீகரிப்பது என்பது 1802 ம் ஆண்டிலேயே மிகவும் கருத்து வளமிக்கதான கண்டுபிடிப்பாகும். 1816-ல் அவர் அரசியல் உற்பத்தியின் விஞ்ஞானம் என்று சாற்றுகிறார். மற்றும் அரசியல் பொருளியலில் முழுமையாகச் சேர்ந்து கலந்துவிடும் என்று முன்னறிந்து கூறுகிறார்.[189] பொருளாதார நிலைமைகள் அரசியல் அமைப்புகளின் அடிப்படை என்ற ஞானம் இங்கு கரு முளையாக மட்டுமே தோற்றமளிக்கிறது. எனினும், இங்கு முன்னரே மிகவும் தெளிவாகக் கூறப்பட்டிருப்பது என்னவென்றால், மனிதர்கள் மீதான அரசியல் ஆட்சியானது, பொருள்களின் நிர்வாகம் மற்றும் உற்பத்தி நிகழ்ச்சிப் போக்கை நெறியாண்மை செய்தல் என்பதாக எதிர்காலத்தில் மாற்றமடையும் என்ற கருத்தேயாகும். அதாவது "அரசு ஒழிக்கப்படும்" என்பதாகும். இது குறித்து அண்மையில் பெருமளவு கூக்குரல் எழுந்தது.

1814-ல் பாரிசுக்குள் நேச நாடுகள் பிரவேசித்த உடனேயும், மீண்டும் 1815-ல் நூறு நாள் போர் காலத்திலும் ஐரோப்பாவில் சுபிட்சமான வளர்ச்சியும், சமாதானமும் உத்தரவாதம் செய்யப்பட வேண்டுமானால் பிரான்சுடன் இங்கிலாந்தும், பிறகு அவ்விரு நாடுகளும் ஜெர்மனி யுடனும் கூட்டணி சேர வேண்டும் என்று பிரகடனம் செய்வது மூலம் ஸான் சிமோன் தனது சமகாலத்தவர்களுக்கு மேலாகத் தமது அதே மேம்பாட்டினைத் தோற்றுவிக்கிறார்.[190] வாட்டர்லூ வெற்றியாளர் களுடன் கூட்டணி சேருமாறு 1815-ல் பிரெஞ்சு மக்களுக்கு உபதேசிப் பதற்கு, ஜெர்மன் பேராசிரியர்களிடம் பயனற்ற சொற்போர் பிரகடனம் செய்வதற்குத் தேவைப்படுவதைவிடச் சற்று அதிகமான துணிவு வேண்டும்.[191]

ஸான் சிமோனிடம் சர்வாம்சங் கொண்ட விரிவான கருத்துப் பாங்கை நாம் காண்கிறோம் என்றால், அதன் காரணமாக பிந்தைய சோஷலிஸ்டுகளின் கறாராயும் பொருளியல் பாற்படாத கிட்டத்தட்ட எல்லாக் கருத்துகளும் அவரிடம் கருமுளையில் காணப்படுமானால், நாம் ஃபூரியேயிடம் சமுதாயத்தின் இன்றைய நிலைமைகள் பற்றிய ஒரு விமர்சனத்தை, உண்மையான பிரெஞ்சு பாணி நகைச்சுவையும் அது தீர்வுமுடையதான ஒரு விளக்கத்தைக் காண்கிறோம். ஃபூரியே முதலாளி வர்க்கத்தினரை, புரட்சிக்கு முந்தைய அவர்களது உணர்ச்சி பெற்ற தீர்க்கதரிசிகளையும், புரட்சிக்குப் பிந்தைய அவர்களது அக்கறை கொண்ட புகழ்பாடுகளையும் அவர்கள் சொந்த வாக்குறுதிப் படியே எடுத்துக் கொள்கிறார். முதலாளித்துவ உலகின் பொருளாயத மற்றும் ஒழுக்கமுறையின் அவலத்தை இரக்கமின்றி அம்பலப்படுத்து கிறார். இதை அவர், அறிவு மட்டுமே கட்டாயம் ஆட்சி செலுத்த வேண்டிய சமூக அமைப்பு பற்றியும், எல்லோருக்கும் இன்பவாழ்வு தரும் ஒரு நாகரிகம் பற்றியும், எல்லையற்ற மனிதச் செம்மை குறித்தும் [முந்தைய] தத்துவவியலாளர்கள் வழங்கிய ஒளிவீசும் வாக்குறுதிகளை, தமது காலத்திய முதலாளித்துவ சித்தாந்திகளின் ரோஜா- வண்ணச் சொல்லடுக்குகளுக்கு எதிராக வைக்கிறார். எல்லா இடங்களிலும் மிகவும் இரங்கத்தக்கதான எதார்த்தம் மிகவும் பகட்டோசையான சொற்களுக்கு இணையானதாக இருக்கிறது என்பதைச் சுட்டிக்காட்டு கிறார். மற்றும் இந்தச் சொல்லடுக்குகளின் படுமோசமான தோல்வியைத் தமது காரசாரமான வசையினால் மூழ்கடிக்கிறார்.

ஃபூரியே ஒரு விமர்சகர் மட்டுமல்ல; அவரது அமைதி குலையாத களங்கமற்ற தன்மை அவரை ஒரு நையாண்டிக் கலைஞர் ஆக்குகிறது. அவர் நிச்சயமாயும் எல்லாக் காலத்திற்குமான ஒரு மாபெரும் நையாண்டிக் கலைஞராகத் திகழ்கிறார். புரட்சியின் வீழ்ச்சியில் விகசித்த மோசடி வர்த்தகச் சூதாட்டங்களையும் அந்த நாளைய பிரெஞ்சு வாணிகத்தில் நிலவிய அதன் இனப்பண்பான கடை நடத்தும் உணர்வினையும் சமமான வன்மையுடனும் அழகுடனும் அவர் சித்திரிக்கிறார். இரு பாலினரிடையிலான உறவுகள் சம்பந்தமான முதலாளித்துவ வடிவத்தையும் முதலாளித்துவ சமுதாய அமைப்பில் மாதர்நிலை குறித்துமான அவரது விமர்சனம் மேலும் அதிக வல்லாண்மை திறமமைந்ததாகும். எந்த ஒரு சமுதாய அமைப்பிலும் சரி, மாதர் விடுதலையின் அளவே பொதுவான விடுதலையின் இயல்பான அளவுகோல் என்று முதல் முதலாகச் சாற்றியவர் அவரே.[192]

ஆனால் சமுதாயத்தின் வரலாறு பற்றிய அவரது கருத்தோட்டத்தில் ஃபூரியே மகத்தானவராக விளங்குகிறார். இது வரையிலான அதன்

போக்கை அவர் பரிணாமத்தின் நான்கு கட்டங்களாகப் பிரிக்கிறார்; மிருகப் பிராயம், தந்தைவழி முறை, காட்டுமிராண்டித்தனம், நாகரிகம். கடைசி கட்டம் இன்றைய முதலாளித்துவ சமூக அமைப்பு [அதாவது பதினாறாம் நூற்றாண்டுடன் வந்த சமுதாய அமைப்பு] எனப்படுவதுடன் முற்றொருமையுடையதாகும்.

> "நாகரிகமடைந்த கட்டம், காட்டுமிராண்டித்தனத்தால் சாதாரண மாதிரியில் வழக்கப்படுத்தப்பட்ட ஒவ்வொரு தீம்பினையும் வாழ்க்கையின் ஒரு சிக்கலான, இரு பொருளான, உறுதியற்ற, போலித்தனமான வடிவமாக - உயர்த்துகிறது"

என்றும், நாகரிகம் ஒரு "விஷ சக்கரத்தில்", முரண்பாடுகளில் இயங்குகிறது; இந்த முரண்பாடுகளுக்குத் தீர்வுகாண இயலாமலே அவற்றை இடையறாது புனர் உற்பத்தி செய்கிறது என்றும், எனவே அது எதை அடைய வேண்டும் என்று விரும்புகிறதோ அல்லது விரும்புவதாகப் பாசாங்கு செய்கிறதோ அதற்கு நேர் எதிர்முனை நோக்கியே அது இடையறாது போய்ச் சேருகிறது என்றும் அவர் நிரூபிக்கிறார்.[193] உதாரணமாக,

> "நாகரிகத்தின் கீழ் வறுமை மிகு மாவளத்திலிருந்தே பிறக்கிறது."[194]

ஃபூரியே தமது சமகாலத்தவரான ஹெகலைப் போலவே இயக்கவியல் முறையினை வல்லாண்திறமிக்க வழியில் பயன்படுத்துகிறார் என்பதையும் நாம் காணலாம். அதே இயக்கவியலைப் பயன்படுத்தி அவர் எல்லையற்ற மனித செம்மைத்திறம் பற்றிய பேச்சுக்கு எதிராக, ஒவ்வொரு வரலாற்று வளர்ச்சிப்படிக்கும் அதன் ஏறுமுக கால கட்டமும், அதன் இறங்கு முக காலகட்டமும் உள்ளன[195] எனவும் அவர் வாதிக்கிறார்; மற்றும் இந்த ஆராய்ச்சி முறையை மனித இனம் முழுவதன் எதிர்காலத்திற்குப் பிரயோகிக்கிறார். இயற்கை விஞ்ஞானத்தில் பூமியின் இறுதியான அழிவு பற்றிய கருத்தை கான்ட் புகுத்தியது போன்று, ஃபூரியே வரலாற்று வழி விஞ்ஞானத்தில் மனித இனத்தின் இறுதியான அழிவு பற்றிய கருத்தைப் புகுத்தினார்.

பிரான்சில் புரட்சிச் சூறாவளி வீசியடித்த அதேபொழுதில் இங்கிலாந்தில் மேலும் அமைதியான ஆனால் அதன் காரணமாகப் பேராற்றலில் சற்றும் குறையாத புரட்சி நடந்து கொண்டிருந்தது. நீராவி சக்தியும் புதிய கருவிகள் செய்யும் யந்திரங்களும் பட்டறைத் தொழில் நவீனத் தொழில்துறையாக மாற்றியமைத்தன, இவ்வாறாக முதலாளித்துவ சமுதாயத்தின் அடித்தளம் முழுவதையும் புரட்சிகரமாக மாற்றின. பட்டறைத் தொழில் காலகட்டத்தில் இருந்த வளர்ச்சியின் சுறுசுறுப்பற்ற முன்னேற்றம் உற்பத்தியின் உண்மையான

புயல் அலைமோதும் கட்டமாக மாறியது. இடையறாது அதிகரித்து வரும் வேகத்துடன் சமுதாயம் பெரிய முதலாளிகள் மற்றும் உடைமை எதுவுமில்லாத பாட்டாளிகள் என்று பிளவுறுவது தொடர்ந்து நீடித்தது. இவற்றுக்கு இடையே முன்னாள் இருந்த ஸ்திரமான நடுத்தர வர்க்கத்திற்குப் பதிலாக, ஸ்திரமற்ற திரளான கைவினைஞர்கள் மற்றும் சிறு கடைக்காரர்கள், மக்கள் தொகையில் மிகவும் ஊசலாடும் பகுதி, இப்போது மிகவும் இடர் செறிந்த வாழ்வு நடத்தியது.

புதிய உற்பத்திமுறை இன்னும் அதன் ஏறுமுகக் காலகட்டத்தின் துவக்கத்தில் மட்டுமே இருந்தது; இன்னும் அது சகஜமான [ஒழுங்கான] உற்பத்தி முறையாகவே இருந்தது. இது இருக்கும் நிலைமைகளில் சாத்தியமான ஒரே ஒரு முறையாகும். இருந்த போதிலும், அப்பொழுதே கூட அது மிக மோசமான கெடு செயல்களைப் புரிந்து கொண் டிருந்தது; பெரிய நகரங்களின் படுமோசமான வட்டாரங்களில் வீடற்ற மக்களைச் சேர்த்து அடைத்தல்; தந்தையிடம் பணிவு, குடும்ப உறவுகள், மரபான ஒழுக்க நெறி பந்தங்களைத் தளர்த்தல்; வேலை நாளை அளவுக்கு மீறி நீட்டுதல் குறிப்பாயும் மகளிர் மற்றும் குழந்தைகளை பயங்கரமான அளவுக்கு வேலை செய்யவைத்தல் அறவே புதிய நிலைமைகளுக்குள் [நாட்டுப்புறத்திலிருந்து நகரத்துக்கு, விவசாயத்தி லிருந்து நவீனத் தொழில்துறைக்கு, ஸ்திரமான வாழ்க்கை நிலைமை களில் இருந்து நாளுக்கு நாள் மாறும் பாதுகாப்பற்ற நிலைமைகளுக்கு] திடீர் என்று தள்ளித் தொழிலாளி வர்க்கம் முழுவதன் உள உரங் குலைத்தல் ஆகியவே இவை.

இந்தத் திருப்பக் கட்டத்தில் ஒரு சீர்திருத்தாளராக, 29 வயது வந்த ஒரு பட்டறை அதிபர் முன்வந்தார்; அவர் மாண்பு மிகுந்த, குழந்தை போன்ற எளிய இயல்புடையவராக அதே சமயம் பிறப்பிலேயே மனிதர்களின் தலைவராகத் திகழும் தகுதி கொண்ட ஒருவராக இருந்தார். மனிதனது தன்மை ஒருபுறம் மரபு வழியாலும், மறுபுறம் அவரது வாழ்நாளில் குறிப்பாக அவரது வளர்ச்சிக் காலகட்டத்தின் தருவாயில் ஒரு தனிநபரின் சுற்றுச்சூழலாலும் ஏற்படும் விளைவாகும் என்ற பொருள்முதல்வாதத் தத்துவவியலாளர்களின் போதனையினை ராபர்ட் ஓவன் ஏற்றுக் கொண்டிருந்தார். தொழில் புரட்சியின்போது அவரது வர்க்கத்தினரில் பெரும்பாலோர் பெருங்குழப்பத்தையும் சந்தடியையும் மற்றும் குழப்பநிலையைப் பயன்படுத்தித் தன்நலனைப் பெருக்கிக் கொள்வதற்கும், வேகமாகப் பெரும் செல்வம் திரட்டவுமான வாய்ப்பினையுமே கண்டார்கள். அவர், அதில் தமது பெரு விருப்ப மான தத்துவத்தை செயல்படுத்துவதற்கான, குழப்பத்தை நீக்கி ஒழுங்கினைக் கொண்டு வருவதற்கான வாய்ப்பினைக் கண்டார். மாஞ்

செஸ்டரில் இருந்த ஒரு தொழிற்சாலையில் 500க்கும் அதிகமான ஆட்களுக்கு மேலாளர் என்ற முறையில் இதை அவர் முன்னரே வெற்றிகரமாகச் சோதனை செய்திருந்தார். 1800 முதல் 1829 வரையில் அவர் இதே வழிகளில் ஆனால் மேலும் அதிகமான செயல் சுதந்திரத் தோடு ஸ்காட்லாந்தில் நியூ லனார்க்கில் இருந்த மாபெரும் பஞ்சாலையை நிர்வாகப் பங்காளியாக அவர் நெறியாண்மை செய்தார்; இதில் அவர் அடைந்த வெற்றி அவருக்கு ஐரோப்பா முழுவதிலும் நற்பெயர் ஈட்டித் தந்தது. துவக்கத்தில் மிகவும் பலவகைப்பட்டதான பகுதிகளைக் கொண்ட பெரும்பாலும் உள உரமிழந்த நபர்களைக் கொண்ட நியூ லனார்க் மக்கள் தொகையை, படிப்படியாக 2500 ஆகப் பெருகிய மக்கள்தொகையை அவர் ஒரு முன்மாதிரிக் குடியிருப்பாக மாற்றினார்; அங்கு குடிவெறி, போலீஸ் நீதிபதிகள், வழக்குகள், ஏழைகள் சட்டங்கள், தருமம் ஆகியவை இன்னதென்று தெரியா. இவையாவும் மக்களை மனித ஜீவன்களுக்கு உரியதான நிலைமைகளில் வைத்திருந்ததன் மூலமும் சிறப்பாக வருங்காலத் தலைமுறையினை மிகவும் கவனத் துடன் பேணி வளர்த்துவந்ததன் மூலமுமே சாதனையாயின. அவர் குழந்தைப் பள்ளிகளின் நிறுவராக இருந்து அவற்றை முதலில் நியூ லனார்க்கில் முதன் முதலாகத் தொடங்கிவைத்தார். இரண்டு வயதிலேயே குழந்தைகள் பள்ளிக்கு வந்தனர். அங்கு அவர்கள் எந்தளவு ஆடி மகிழ்ந்தனர் என்றால் அவர்கள் மறுபடி வீடு திரும்புவதே அரிதாக இருந்தது. அவருடன் போட்டியிட்ட தொழிலதிபர்கள் தமது ஆட்களிடம் ஒரு நாளைக்கு பதின்மூன்று அல்லது பதினான்கு மணி நேரம் வேலை வாங்கிய அதே பொழுதில் நியூ லனார்க்கில் வேலை நாள் பத்தரை மணி நேரமே, பஞ்சு நெருக்கடியால் நான்கு மாதங்கள் வேலைகள் நிறுத்தப்பட்டிருந்த பொழுது அவரது தொழிலாளர்கள் அந்தக் காலம் பூராவும் தமது முழுச் சம்பளத்தையும் பெற்றார்கள். இவை எல்லாவற்றையும் செயல்படுத்தியும் கூட தொழிலின் மதிப்பு இரு மடங்கு அதிகரித்தது, இறுதிவரை அதன் உரிமையாளர்களுக்குப் பெருமளவு லாபங்களை ஈட்டித் தந்தது.

இவை எல்லாம் இருந்த போதிலும் ஓவன் திருப்தியடையவில்லை. தனது தொழிலாளர்களுக்கு அவர் கிடைக்கச் செய்த வாழ்க்கை நிலைமை மனித ஜீவன்களுக்குப் போதிய தகுதியுள்ளது என்ற நிலையை இன்னும் எட்டவில்லை என்றே அவர் கண்டார்.

"மக்கள் என் தயவில் அடிமைகளாக இருக்கிறார்கள்."

அவர் அவர்களை வைத்திருந்த ஓரளவு சாதகமான நிலைமைகள் அவர்களது தன்மையும் மற்றும் அறிவாற்றல்களும் எல்லாத் திசை களிலும் பகுத்தறிவு முறையிலான வளர்ச்சியை இன்னும் போதியளவு

அனுமதிக்கவில்லை; அவர்களது வினைத்திறன்களைச் சுதந்திரமாகச் செயல்படுத்தப் போதியளவு அனுமதிக்கவில்லை.

> "எனினும் இந்த 2,500 பேர் கொண்டதான மக்கள் தொகையின் உழைக்கும் பகுதியானது அரை நூற்றாண்டுக்கும் சற்றுக் குறைவான காலத்திற்கு முன்னால் 600,000 பேர் கொண்ட மக்கள் தொகையின் உழைக்கும் பகுதி படைத்திருந்த அதே அளவான உண்மைச் செல்வத்தை சமுதாயத்திற்கு அன்றாடம் உற்பத்திச் செய்து அளித்தது. 2,500 பேர் நுகர்ந்த செல்வத்துக்கும் 600,00 பேர் நுகர்ந்திருக்கக் கூடிய செல்வத்துக்கும் இடையிலான மிச்சத் தொகை என்னவாயிற்று? என்று என்னை நானே கேட்டுக் கொண்டேன்."

விடை தெளிவாக இருந்தது. அந்தத் தொகை 300,000 பவுன் திட்டமான லாபத்துக்கும் கூடுதலாக, இந்த நிறுவனத்தின் உரிமை யாளர்கள் போட்டிருந்த மூலதனத்தின் மீது 5 சதவிகிதம் அவர்களுக்குச் செலுத்துவதற்காகப் பயன்படுத்தப்பட்டது. நியூ லனார்க் தொழிற் சாலை பெற்றிருந்த இந்த நிலைமையையே இங்கிலாந்தின் எல்லாத் தொழிற்சாலைகளும் மேலும் பெரியளவுக்குப் பெற்றிருந்தன.

> "இந்தப் புதிய செல்வம் இயந்திரங்கள் [அவை முற்றும் செம்மை யாகப் பிரயோகிக்கப்படாவிடினும் கூட] உருவாக்கப்படாமல் இருக்கும் பட்சத்தில் நெப்போலியனை எதிர்த்து நடந்த ஐரோப்பியப் போர்களும், சமுதாயத்தின் மேற்குலக் கோட்பாடு களை ஆதரிப்பதும் தொடர்ந்து செயல்பட்டிருக்க முடியாது. இருப்பினும் இந்தப் புதிய சக்தி தொழிலாளி வர்க்கத்தின் சிருஷ்டியேயாகும்."[196]*

எனவே இந்தப் புதிய சக்தியின் பலன்கள் அவர்களுக்கே சொந்த மாகும். இது வரையில் தனி நபர்களைச் செல்வந்தர்களாக்கவும் வெகு ஜனங்களை அடிமைப்படுத்தவும் மட்டுமே பயன்படுத்தப்பட்டு வந்த புதிதாகப் படைக்கப்பட்ட பிரம்மாண்டமான உற்பத்திச் சக்திகள் ஓவனுக்குச் சமுதாயத்தினை மறுநிர்மாணம் செய்வதற்கான அடிப்படை களை வழங்கின; அவை எல்லோரின் பொதுச் சொத்தாக, எல்லோரின் பொது நன்மைக்காகவும் வேலை செய்வனவாக முன்னரே உறுதி செய்யப்பட்டு விட்டன.

---

* [**மனதிலும் செயலிலும் புரட்சி** (பக்கம் 21) என்ற விண்ணப்பத்தில் இருந்து. இது "ஐரோப்பிய தீவிரக் குடியரசுவாதிகள், கம்யூனிஸ்டுகள் மற்றும் சோஷலிஸ்டுகளுக்கு என்று எழுதப்பட்டது. 1848-ல் பிரான்சின் இடைக்கால அரசாங்கத்துக்கும் "விக்டோரியா ராணிக்கும் அவரது பொறுப்புள்ள ஆலோசகர்களுக்கும்" அனுப்பப்பட்டது.] **(குறிப்பு எங்கெல்சினுடையது).**

ஓவனது கம்யூனிசம் இந்த முற்றிலும் தொழில் முறையிலான அடிப்படையை ஆதாரமாக்கியதாகும். அதாவது இது வாணிக மதிப் பீட்டின் விளைவாகும். அது எங்கணும் இந்த நடைமுறை சாத்தியத் தன்மையினைப் பேணி வந்தது. இவ்வாறாக, *1823*-ல் அயர்லாந்தில் ஏழ்மையை நீக்குவதற்குக் கம்யூனிஸ்டுக் குடியிருப்புகளை நிறுவலாம் என்று ஓவன் யோசனை முன்வைத்தார். அவற்றை நிறுவுவதற்கான செலவு, வருடாந்தச் செலவு மற்றும் உத்தேச வருவாய் பற்றிய முழுமையான மதிப்பீடுகளை வரைந்தார்.[197] எதிர்காலத்திற்கான அவரது நிர்ணயமான திட்டத்தில் [தளப் படம், முன், பக்கவாட்டு மற்றும் மேலிருந்து காணும் காட்சி உட்பட] விவரங்களின் தொழில் நுட்ப முறை விளக்கம் எத்தகைய நடைமுறை அறிவுடன் வகுக்கப் பட்டிருக்கிறது என்றால் சமூக சீர்திருத்தம் பற்றிய ஓவனது முறை அங்கீகரிக்கப்பட்டு விடும்பட்சத்தில் நடைமுறைக் கருத்து நோக்கில் விவரங்களை உண்மையில் முறைப்படுத்துவது பற்றி எதுவும் கூறுவதற் கில்லை எனலாம்.

கம்யூனிசத்தின் திசை வழியிலான அவரது முன்னேற்றமே ஓவனது வாழ்க்கையின் திரும்பு கட்டமாகும். அவர் வெறும் பரோபகாரியாக [philanthropist] இருந்த வரையில் அவருக்குச் செல்வம், பாராட்டு, மதிப்பு மற்றும் புகழ் யாவும் பரிசாக வந்தன. ஐரோப்பாவிலேயே ஆக ஜனப்பிரிய மனிதராக அவர் திகழ்ந்தார். அவரது சொந்த வர்க்கத்தைச் சேர்ந்த மனிதர்கள் மட்டுமன்றி அரசியல் அறிஞர்களும் மன்னர்களும் அவர் பேச்சைப் பாராட்டிக் கூர்ந்து கவனித்தார்கள். ஆனால் அவர் தமது கம்யூனிஸ்டுத் தத்துவங்களுடன் முன்வந்த பொழுது, நிலைமை முற்றிலும் வேறாகி விட்டது. தனிச்சொத்து, சமயம், இன்றைய திருமணமுறை என்ற மூன்று மாபெரும் முட்டுக் கட்டைகள் சமூக சீர்திருத்தத்திற்கான பாதையை முக்கியமாயும் தடைப்படுத்துகின்றன என்று அவர் கருதினார். இவற்றை அவர் தாக்கினால் அவர் எதிரிட வேண்டுவது என்ன - சட்ட காப்பு இழப்பு, அதிகாரபூர்வ சமுதாயத்தில் இருந்து விலக்கப்படுதல், தமது சமூக அந்தஸ்து முழுவதையும் இழத்தல் - என்பதை அவர் அறிந்திருந்தார். ஆனால் பின்விளைவுகள் குறித்த அச்சம் எதுவுமின்றி அவர் அவற்றைத் தாக்குவதை எதுவும் தடுத்து விடவில்லை; அவர் எதை எதிர்நோக்கினாரோ அது நிகழ்ந்தது. அதிகாரபூர்வமான சமூகத்தில் இருந்து விலக்கப்பட்டு, பத்திரிகைகள் அவரை எதிர்த்துத் திட்டமிட்டு மௌனம் சாதிக்க, அமெரிக்காவில் அவர் நடத்திய வெற்றிபெறாத கம்யூனிஸ்டு சோதனைகளால் நொடித்துப் போய், அவற்றில் தமது செல்வம் முழுவதையும் தியாகம் செய்து, அவர் தொழிலாளி வர்க்கத்திடம் நேரடியாகச் சென்றார்; முப்பதாண்டுகள் அவர்களிடையே தொடர்ந்து பணியாற்றினார். இங்கிலாந்தின் தொழிலாளிகள் சார்பான எல்லா சமுதாய இயக்கங்

களும் உண்மையான சகல முன்னேற்றங்களும் ராபர்ட் ஓவனின் நாமத்துடன் தாமே இணைந்திருப்பனவாகும். ஐந்தாண்டுகள் போராடி அவர் தொழிற்சாலைகளில் மகளிரும் சிறுவரும் வேலை செய்யும் மணிகளைக் கட்டுப்படுத்தும் முதல் சட்டத்தை 1819-ல் கொண்டு வருமாறு நிர்ப்பந்தப்படுத்தினார்.[198] இங்கிலாந்திலிருந்த தொழிற் சங்கங்கள் எல்லாம் தனி ஒரு மாபெரும் தொழிலாளர் அமைப்பில் ஒன்று சேர்ந்த முதல் மாநாட்டில் அவர் தலைமை வகித்தார்.[199] சமுதாயத்தை முழுவதும் கம்யூனிச முறையில் அமைப்பதற்கான இடைக்கால நடவடிக்கைகள் என்ற வகையில் ஒருபுறம் சில்லரை விற்பனை மற்றும் உற்பத்திக்கான கூட்டுறவுச் சங்கங்களைப் புதிதாகத் தொடங்கி வைத்தார். இவை குறைந்தபட்சம் அந்தக்காலம் முதலே வாணிகரும், பட்டறை அதிபரும் சமுதாய அடிப்படையில் முற்றிலும் அவசியமில்லாதவர்கள் என்பதை நடைமுறையில் நிரூபித்துவிட்டன. மறுபுறத்தில் அவர் உழைப்பு நோட்டுகளைப் பண சாதனமாகக் கொள்வது முலம் உழைப்பின் உற்பத்திப் பொருட்களைப் பரிமாற்றம் செய்துகொள்வதற்கான தொழிலாளர் கடைகளைப் புதிதாகத் துவக்கி வைத்தார்; இந்த உழைப்பு நோட்டுகளின் அலகு ஒரு மணி நேர வேலையாகும்.[200] இந்த அமைப்பு கட்டாயமாகத் தோல்வியடைந்தே தீரும். எனினும் இது மிகவும் பிந்தைய காலகட்டத்தில் ஏற்பட்ட புரூதோனின் பரிவர்த்தனை வங்கியை[201] முழுமையாக முந்திக் கொண்டது; அதோடு எல்லா சமூகத் தீம்புகளையும் தீர்க்கும் சஞ்சீவி என்று அது உரிமை கொண்டாடவில்லை, மாறாக சமூகத்தின் மேலும் தீவிரமான புரட்சியை நோக்கிய முதல் படி மட்டுமே என்று வலியுறுத்தியதன் மூலம் அந்த வங்கியிடமிருந்து முற்றிலும் வேறு பட்டிருந்தது.

இத்தகைய மனிதர்களைத்தான் சர்வசுதந்திர ஹெர் டூரிங் தனது "அறுதியும் இறுதியுமான உண்மையின்" முகட்டில் இருந்து வெறுப்பு டன் கேவலமாகப் பார்க்கிறார்; அவரது வெறுப்புக் குறித்த சில உதாரணங்களை நாம் "முகவுரையில்" தந்திருக்கிறோம். ஒரு வகையில் இந்த வெறுப்புக்குப் போதிய காரணம் இல்லாமல் இல்லை; ஏனெனில் இதன் அடிப்படை பிரதானமாயும் இந்த மூன்று கற்பனாவாதிகளின் நூல்கள் விஷயத்திலான அவரது உண்மையிலேயே திடுக்கிடச் செய்யும் அறியாமையே. இவ்வாறாக ஹெர் டூரிங் ஸான் சிமோன் பற்றிக் கூறியதாவது:

> "அவரது அடிப்படைக் கருத்து சாராம்சத்தில் சரியே, ஒரு சில சார்பு அம்சங்கள் நீங்கலாக இன்றும் கூட மெய்யான படைப்பு நோக்கிய நெறியாண்மை செய்யும் உந்து ஆற்றலை அது வழங்குகிறது."

ஆனால் ஹெர் டூரிங் தமது கைகளில் உண்மையிலேயே ஸான் சிமோனின் சில நூல்களை வைத்திருந்தது போலத் தெரிந்த போதிலும் ஸான் சிமோனின் "அடிப்படைக் கருத்துக்காக" சம்பந்தப்பட்ட இருபத்தேழு அச்சடித்த பக்கங்களில் நாம் முழுமையாகத் தேடிப் பார்த்தும் கெனே நூலில் "அட்டவணையின் பொருள் என்ன" என்று முன்பு நடத்திய தேட்டம் போலவே பயனற்றதாகி விட்டது. முடிவில் நாம் பின்வரும் சொல்லடுக்குகளோடு நின்று விடுகிறோம்:

> "ஸான் சிமோனின் சிந்தனைக் குவியல் முழுவதிலும் மேலாதிக்கம் செய்வது கற்பனை மற்றும் பரோபகார உணர்வு... அதனுடன் சேர்ந்து செல்லும் நம்பத்தகாத கனவுகளுமே!"

ஃபூரியேவை பொறுத்தவரையில் ஹெர் டூரிங்குக்குத் தெரிந்ததும் அல்லது அவர் கவனத்தில் எடுத்துக்கொள்வதும் எல்லாம் நவீன கற்பனை சார்ந்த விவரங்களுடன் தீட்டப்பெற்றுள்ள எதிர்காலம் பற்றிய அவரது கற்பனைக் கனவுகளே. இது, ஃபூரியே "சில சமயம் உண்மையான நிலைமைகளை விமர்சனம் செய்ய முயல்கிறார்" என்பதைப் பரிசீலிப்பதை விட, ஃபூரியோவை விடவும் ஹெர் டூரிங் மாபெருமளவு மேலானவர் என்பதை நிலை நாட்டுவதையே "மிகவும் அதிக முக்கியமானதாகக்" கருதுகிறது. சில சமயம்! உண்மையில் ஃபூரியேயின் நூல்களின் ஒவ்வொரு பக்கமும் நமது வீண் பெருமை நாகரிகத்தின் இழி தன்மை நோக்கி ஏவப்படும் சுடர்விடும் நையாண்டியும் விமர்சனமும் கொண்டு தளதளக்கிறது. இது ஹெர் டூரிங் "சில சமயங்கள்" மட்டுமே ஹெர் டூரிங் எல்லாக் காலத்திற்குமான ஆகப் பெரும் சிந்தனையாளர் என்று சாற்றுகிறார் எனக் கூறுவது போலாகும். ராபர்ட் ஓவன் பற்றி ஒதுக்கியுள்ள பன்னிரெண்டு பக்கங்களைப் பொறுத்தவரையில் ஹெர் டூரிங்குக்கு போலிப்பண்பாளர் சார்கண்ட் எழுதியுள்ள படுமோசமான வாழ்க்கைச் சரிதம் தவிர வேறு ஆதாரம் எதுவும் அறவே கிடையாது; சார்கண்டுக்கு ஓவனின் திருமணம் மற்றும் கம்யூனிஸ்ட் அமைப்புப் பற்றி என்ற மிக முக்கியமான நூல்கள் தெரியாது.[202] எனவே, நாம் ஓவனின் நூல்களில் "தெட்டத் தெளிவான கம்யூனிசம் எதுவும் இருப்பதாக உத்தேசிக்கக் கூடாது" என்று துணிவுடன் அடித்துக் கூறும் அளவுக்கு ஹெர் டூரிங் போக முடியும். ஓவனின் புதிய நன்னெறி உலகின் நூலை எப்பொழுதாவது ஹெர் டூரிங் விரலால் புரட்டியவாது பார்த்திருப்பாரானால் அதில் அவர் ஓவன் எப்போதும் சேர்த்துக் கூறுவது போன்று வயதுக்கு தக்கபடி சமமான முறையில் தொழிலாளருக்கு வேலை செய்ய சமமான கடப்பாடும், உற்பத்திப் பொருள்களில் சம உரிமைகளும் கொண்டதான ஆகத் தெட்டத் தெளிவான கம்யூனிசத்தின் சாத்தியக்கூறு தெளிவாக விளக்கப்பட்டிருப்பதை மட்டுமன்றி, அதன் தளப்படம், முன்,

பக்கவாட்டு மற்றும் மேலிருந்து காணும் காட்சி உள்ளிட்டதான எதிர்கால கம்யூனிஸ்ட் சமுதாயத்திற்கான சர்வாம்ச நிர்மாணத் திட்டம் பற்றியும் மிகவும் உறுதியாகக் கண்டிருப்பார். ஆனால் ஹெர் டூரிங்கைப் போன்று ஒருவர் "சோஷலிஸ்ட் கருத்து குவியல்களின் பிரதிநிதிகளின் நூல்கள் பற்றிய நேரடி ஆய்வினை" அவற்றின் தலைப்பு அல்லது அதிகபட்சம் இந்த நூல்களில் மிகச் சிலவற்றின்... தலைக் குறிப்பு வாசக அளவுக்குக் குறுக்கி விடுவாரானால், பிறகு செய்யக்கூடிய ஒரே காரியம் இத்தகைய முட்டாள்தனமான முற்றிலும் விசித்திரமான துணிபுரைகளை வெளியிடுவதேயாகும். ஓவன் "தெட்டத் தெளிவான கம்யூனிசத்தைப்" பிரசாரம் மட்டும் செய்யவில்லை, ஐந்தாண்டுகள் (முப்பதாம் ஆண்டுகளின் இறுதி நாற்பதாம் ஆண்டுகளின் துவக்கம்) ஹேம்ப்ஷயரில் Harmony Hall காலனியில்[203] அதைச் செயல்படுத்தினார்; அவரது கம்யூனிசத்தின் தெளிவான தன்மையில் எவ்வித மாசும் இருக்கவில்லை. இந்த கம்யூனிஸ்ட் மாதிரி சோதனைத் திட்டத்தின் முன்னால் உறுப்பினர் பலருடன் நானே பரிச்சயம் கொண்டிருந்தேன். ஆனால் சார்கண்டுக்கு இவை எல்லாம் குறித்தும், குறிப்பாக 1836-1850 இடையிலான ஓவனின் செயல்கள் எல்லாம் குறித்தும் அறவே எதுவும் தெரியாது; எனவே இதன் பின்விளைவாக ஹெர் டூரிங்கின் "மேலும் ஆழமான வரலாற்று சித்திரம்" அறியாமையின் கும்மிருட்டுக்குள் விடப்பட்டது. ஹேர் டூரிங் ஓவனை எல்லா வகையிலுமான விடாப் பிடியான பரோபகாரத்தின் ஒரு அசல் பூதம்" என்று அழைக்கிறார். ஆனால் அதே ஹெர் டூரிங் தலைப்போ மேற்கோள் வாசகமோ பற்றிச் சற்றும் தெரியாத நூல்களின் உள்ளடக்கம் பற்றி நமக்குத் தகவல் கொடுக்கும் போது நாம் அவர் "எல்லா வகையிலுமான விடாப் பிடியான அறியாமையின் அசல் பூதம்" என்று எக்காரணங்கொண்டும் கூறக்கூடாது அல்லவா, ஏனெனில் அது எமது உதடுகளில் இருந்து வரும் "ஏச்சு" ஆக நிச்சயம் இருக்கும்.

நாம் பார்த்த கற்பனாவாதிகள் கற்பனாவாதிகளாகவே இருந்தார்கள், காரணம் முதலாளித்துவ உற்பத்தி மிகவும் சொற்பமாகவே வளர்ச்சி யடைந்திருந்ததால் அவர்கள் வேறு எதுவாகவும் இருந்திருக்க முடியாது. அவர்கள் தமது சொந்தச் சிந்தனையில் இருந்தே ஒரு புதிய சமூக அமைப்புக்கான கூறுகளை நிர்மாணிக்க வேண்டியிருந்தது, காரணம் பழைய சமுதாய அமைப்புக்குள் புதிய சமுதாயத்தின் கூறுகள் இன்னும் பொதுவாக வெளிப்படவில்லை; புதிய சமுதாய மாளிகைக்கான அடிப்படைத் திட்டம் என்ற முறையில் அவர்கள் அறிவுக்கே வேண்டுகோள் விடமுடியும். சமகால வரலாற்றிடம் இன்னும் வேண்டுதல் செய்ய முடியாது. ஆனால் இப்போது, அவர்களது காலத்திற்குப் பிறகு கிட்டத்தட்ட எண்பது ஆண்டுகள் சென்றபின் ஹெர் டூரிங் மேடைமீது ஏறி ஒரு புதிய சமூக அமைப்புக்குரிய ஓர்

"அதிகாரபூர்வமான" முறையினை முன் வைக்கிறார்- இது அவர் வசம் இருந்த வரலாற்று ரீதியில் வளர்ச்சியடைந்த தகவல் பொருட்களி லிருந்து அல்ல, அவற்றின் இன்றியமையா விளைவாக உருவெடுத்த ஒன்று அல்ல - ஓ! அல்லவே அல்ல! - மாறாக அவரது சர்வசுதந்திர மண்டையில், "இறுதி உண்மைகளின்" வளம் நிரம்பிய அவரது மனத்தில் நிர்மாணிக்கப் பட்டது; எனவே எங்கும் காப்பியடிப்பவர் களையே [epigones] மோப்பம் கண்டு வருகிற அவர் தாமே கற்பனா வாதிகளின் மிக அணித்தான கற்பனாவாதியின் காப்பியடிப்பவராக இருக்கிறார். மாபெரும் கற்பனாவாதிகளை அவர் "சமுதாய இரச வாதிகள்" என்று அழைக்கிறார். அது அவ்வாறு இருக்கலாம். இரச வாதம் அதன் சகாப்தத்தில் அவசியமாக இருந்தது. ஆனால் அந்தக் காலத்திற்குப் பிறகு நவீனத் தொழில்துறையானது முதலாளித்துவ உற்பத்தி முறையில் உறங்கிக் கிடக்கும் முரண்பாடுகளை அத்தகைய மிக மோசமான பகைமைகளாக வளர்த்துள்ள காரணத்தால், இந்த உற்பத்தி முறையின் அருகிவரும் வீழ்ச்சி எளிதில் புலப்படுவதாக உள்ளது; புதிய உற்பத்திச் சக்திகள் தாமே அவற்றின் இன்றைய வளர்ச்சி கட்டத்துக்கு இணையான புதிய உற்பத்தி முறைகளைப் புகுத்துவதன் மூலம் மட்டுமே பராமரிக்கப்படும், மேலும் வளர்க்கப்படும்; இது காறும் நிலவிய உற்பத்தி முறையினால் பிறப்பிக்கப் பெற்று மேலும் கடுமையான பகைமையுடன் இடையறாது புனருற்பத்தியாகப் பெற்றதான இரு வர்க்கங்களுக்கு இடையிலான போராட்டம் நாகரிக நாடுகள் அனைத்தையும் பாதித்துள்ளது. இது நாளுக்குநாள் அதிக வன்மையடைகிறது; இந்த வரலாற்று முறை இடைத் தொடர்புகள், அவை அவசியமாக்கியுள்ள சமுதாய மாற்றத்தின் நிலைமைகள், இதே போன்று அவற்றால் நிர்ணயிக்கப்படுகிற இந்த மாற்றத்தின் அடிப் படை அம்சங்கள் யாவும் ஏற்கெனவே உணரப்பட்டு விட்டன. இப்போது ஹெர் டூரிங் தமக்குக் கிடைத்துள்ளதான பொருளாதாரத் தகவல் பொருட்களில் இருந்தல்லாமல், தமது சர்வ சுதந்திர மூளையில் இருந்து ஒரு புதிய கற்பனாவாத சமூக அமைப்பினை உற்பத்தி செய்வாரானால் அவர் வெறும் "சமூக இரசவாதத்தைச்" செயல்படுத்த வில்லை போலும். அவர் நவீன இரசாயனத்தின் விதிகள் கண்டு பிடிக்கப்பட்டு நிலைநாட்டப்பட்டு விட்டதற்குப் பிறகும் தத்துவ வியலாளரின் கல்லை கண்டுபிடிக்கும் ஏக நோக்கத்துடன் பழைய "இரசவாதத்தை" மீட்டுவர முயற்சிகள் நடத்தி, அணு எடை, மூலக்கூறுகளின் வாய்ப்பாடுகள், அணுக்களின் இணை திற அளவு [the quantivalence of atoms], படிக அமைப்பாய்வில் [crystallography] மற்றும் நிறமாலைப் பகுப்பாய்வு ஆகியவற்றைப் பயன்படுத்தும் ஒரு நபரைப் போலச் செயல்படுகிறார்.

உ. தத்துவ முறை

வரலாறு பற்றிய பொருள்முதல்வாதக் கருத்தோட்டமானது [மனித வாழ்வுக்கு ஆதாரமான சாதனங்களின்] உற்பத்தியும், அதற்கு அடுத்தபடி இந்த உற்பத்திப் பொருள்களின் பரிவர்த்தனையும்தான் சமுதாயக் கட்டமைப்பு அனைத்துக்குமான அடித்தளமாகும் என்ற வரையறுப்பிலிருந்து தொடங்குகிறது. வரலாற்றில் தோன்றியுள்ள ஒவ்வொரு சமுதாயத்திலும் எவ்விதம் செல்வம் வினியோகிக்கப் படுகிறது, சமுதாயம் எப்படி வர்க்கங்கள் அல்லது படி நிலைகளாய் பிரிக்கப்படுகிறது என்பது, என்ன உற்பத்தி செய்யப்படுகிறது, எப்படி உற்பத்தி செய்யப்படுகிறது, உற்பத்திப் பொருள்கள் எவ்விதம் பரிவர்த்தனை செய்து கொள்ளப்படுகின்றன என்பவற்றைச் சார்ந்தே உள்ளது. இந்தக் கண்ணோட்டத்தின் படி எல்லாச் சமுதாய மாறுதல் களுக்கும் அரசியல் புரட்சிகளுக்குமான இறுதிக் காரணங்களைப் பொருளுற்பத்தி மற்றும் வினியோக முறைகளின் மாற்றங்களில் கண்டறிய வேண்டுமே அல்லாது, மனிதனது மூளையில் அல்ல, நிலையான சாசுவத உண்மை மற்றும் சாசுவத நீதி குறித்து மனிதனுக்குக் கிடைக்கப் பெறும் முன்னிலும் சிறப்பான உள்ளுணர்வில் அல்ல. இவற்றை அந்தந்த சகாப்தத்தின் பொருளியலில் கண்டறிய வேண்டுமே அல்லாது தத்துவவியலில் அல்ல. தற்போது நிலவும் சமுதாய நிறுவனங்கள் பகுத்தறிவுக்கு ஒவ்வாமலும் நீதிக்கு முரணாகவும் இருக்கின்றன. நியாயம் அநியாயமாகவும், தர்மம் அதர்மமாகவும் மாறிவிட்டன[204] என்ற உணர்வு வளர்ந்து வருகிறதென்றால், பொருளுற்பத்தி, வினியோக முறைகளில் ஓசைப்படாமல் மாறுதல்கள் ஏற்பட்டு முந்தைய பொருளாதார நிலைமைகளுக்கு இசைவாயிருந்த சமுதாய அமைப்பு இனி இசை வற்றதாகி விட்டது என்பதற்கான நிரூபணமாகவே இருக்கிறது. பகிரங்கமாகிவிட்ட இந்த இசைவின்மையை அகற்றுவதற்கு வேண்டிய சாதனங்களும் மாறிவிட்ட இந்தப் பொருளுற்பத்தி முறைகளிலேதான், அதிகமாகவோ குறைவாகவோ வளர்ச்சியுற்ற நிலையில் இருந்தாக வேண்டும் என்பதும் இதிலிருந்து பெறப்படுகிறது. இந்தச் சாதனங்கள் புனையப்பட வேண்டியவை அல்ல, மூளையிலிருந்து விவாதித்துப் பெற வேண்டியவை அல்ல, மாறாக மூளையின் உதவியுடன் தற்போது நிலவும் பொருள் உற்பத்தியின் பௌதிக உண்மைகளில் இருந்தே கண்டறியப்பட வேண்டும்.*

★ **கற்பனாவாத சோஷலிசமும் விஞ்ஞான சோஷலிசமும்** என்ற நூலில் இந்த வாசகம் பின்வருமாறு: "இந்தச் சாதனங்கள் அடிப்படையான முதற்

அப்படியானால் இது தொடர்பாக நவீன சோஷலிசத்தின் நிலை என்ன?

தற்போதுள்ள சமூக அமைப்பு இன்றைய ஆளும் வர்க்கமாகிய முதலாளித்துவ வர்க்கத்தால் தோற்றுவிக்கப்பட்டதாகும் - தற்போது இது ஏறத்தாழப் பொதுவாய் ஒத்துக்கொள்ளப்படுகிறது. முதலாளி வர்க்கத்துக்கே பிரத்தியேகமான இந்தப் பொருள் உற்பத்திமுறை, மார்க்சிற்குப் பின் முதலாளித்துவப் பொளுற்பத்தி முறை என்று அறியப்படுவதாகும். இது ஸ்தலத் தனியுரிமைகள், மற்றும் படிநிலைத் தனியுரிமைகளுக்கும் பிரபுத்துவ அமைப்பின் பரஸ்பரமான சொந்த பந்தங்களுக்கும் ஒவ்வாததாக இருந்தது.* முதலாளித்துவ வர்க்கம் பிரபுத்துவ அமைப்பைத் தகர்த்து அதன் இடிபாடுகள் மீது முதலாளித்துவ சமூக அமைப்பைக் கட்டியது. கட்டற்ற போட்டிக்கும், ஆளுரிமைச் சுதந்திரத்திற்கும், பண்ட உடைமையாளர்கள் எல்லோருக்கும் சட்ட முன்னிலை சமத்துவத்துக்கும், இன்னபிற முதலாளித்துவ வரப் பிரசாதங்களுக்குமான அரசாட்சி அமைக்கப்பட்டது. இதற்குப் பிறகு முதலாளித்துவப் பொருளுற்பத்தி முறை தடையின்றிச் சுதந்திரமாய் வளர முடிந்தது. நீராவியும் யந்திர சாதனங்களும், இயந்திரங்களைச் செய்யும் சாதனங்களும் பழைய பட்டறைத் தொழிலை நவீனத் தொழில் துறையாய் மாற்றியது முதலாய் முதலாளித்துவ வர்க்கத்தின் வழி காட்டுதலின் கீழ் உருவாகிய உற்பத்திச் சக்திகள் இதற்கு முன் கண்டும் கேட்டுமிராத வேகத்திலும் அளவிலும் ஓங்கி வளர்ந்தன. ஆனால் முன்பிருந்த பழைய பட்டறைத்தொழிலும் அதன் செல்வாக்கில் புது வளர்ச்சி கண்டிருந்த கைத்தொழிலும் எப்படி அக்காலத்தில் கில்ட்களின் பிரபுத்துவத் தடை மதில்கள் மீது முட்டி மோதினவோ, அதேபோல இப்பொழுது நவீனத் தொழில்துறை மேலும் முழு அளவுக்கு வளர்ச்சி

கோட்பாடுகளில் இருந்து வருவித்துணர்ந்து புனையப்பட வேண்டியவை அல்ல; தற்போதுள்ள பொருளுற்பத்தி அமைப்பின் மறுக்க முடியாத உண்மைகளில் இருந்தே இவற்றைக் கண்டறிந்து கொள்ள வேண்டும்." - ப-ர்.

★ **கற்பனாவாத சோஷலிசமும் விஞ்ஞான சோஷலிசமும்** என்ற நூலில் இந்த வாசகம் பின்வருமாறு: "முதலாளித்துவ வர்க்கத்துக்கே உரித்தான தனி வகைப்பட்ட இந்தப் பொருளுற்பத்தி முறை, மார்க்சைத் தொடர்ந்து முதலாளித்துவப் பொருளுற்பத்தி முறை என்றழைக்கப்படும் இது பிரபுத்துவ அமைப்புக்கு ஒவ்வாததாய் இருந்தது; தனி நபர்களுக்கும் சமுதாய வகுப்புகளுக்கும் ஸ்தலக் கூட்டுரிமைக் குழுக்களுக்கும் பிரபுத்துவ அமைப்பு வழங்கியிருந்த தனியுரிமைகளுக்கும் மற்றும் பிறவியிலேயே மரபு வழியில் கீழ்ப்படியச் செய்த பிரபுத்துவச் சமுதாயக் கட்டமைவின் பந்தங்களுக்கும் இது ஒவ்வாததாய் இருந்தது". - ப-ர்.

யுற்றுள்ள அதன் இன்றைய நிலையில் முதலாளித்துவ உற்பத்தி முறை அதற்குத் தடைவிதித்து இருத்தி வைத்திருக்கும் வரம்புகள் மீது முட்டி மோதுகிறது. புதிய உற்பத்தி சக்திகள் அவற்றைப் பயன்படுத்திக் கொள் வதற்கான முதலாளித்துவ முறைக்குப் பொருந்தா அளவுக்கு ஏற்கெனவே விஞ்சி வளர்ந்து விட்டன. உற்பத்திச் சக்திகளுக்கும் பொருளுற்பத்தி முறைக்கும் இடையிலான மோதல், ஆதிப் பாவத்துக்கும் தெய்வ நீதிக்கும் இடையிலான மோதலைப் போல் மனிதனது மனத்திலே உதித்தெழுந்தது அல்ல. இம்மோதல் நமக்குப் புறத்தே, புறநிலை, உண்மையாய் எதார்த்த நிலவரமாய், இதை மூண்டெழச் செய்தோரது சித்தத்தையும் செயல்களையும் கூடச் சாராமல் தன்னியிலாய் நிலவுவ தாகும். நவீன சோஷலிசமானது எதார்த்த உண்மையான இந்த மோதலினாலும் சிந்தனையில் மறிவினையாய் ஏற்படும் பிரதிமையே அன்றி வேறல்ல. முதற்கண் இந்த மோதலால் நேரடியாய் வருத்தப்படும் வர்க்கமாகிய தொழிலாளி வர்க்கத்தின் மனத்தில் கருத்துருவாய் உண்டாகும் பிரதிபலிப்பே அன்றி வேறல்ல.

இந்த மோதல் எதில் அடங்கியிருக்கிறது?

முதலாளித்துவப் பொருளுற்பத்திக்கு முற்பட்ட காலத்தில் அதாவது மத்திய காலத்தில் சிற்றளவான தொழில் முறையே பொதுவாய் நிலவி வந்தது. உற்பத்திச் சாதனங்கள் அவற்றை உபயோகித்த உழைப்பாளர் களுடைய தனிச்சொத்தாய் இருந்ததே; இதன் அடிப்படை [கிராமப் புறங்களில்] சுதந்திரக் குடியானவர்களாகவோ பண்ணையடிமை களாகவோ இருந்த சிறு விவசாயிகளின் வேளாண்மையும் நகரங்களில் [கில்டுகளாய் ஒழுங்கமைந்திருந்த] கைத்தொழில்களும் நடைபெற்று வந்தன. நிலம், உழுபடைக் கருவிகள், பட்டறை, வேலைக்கருவிகள் முதலான உழைப்புச் சாதனங்கள் தனி ஆட்களின் உழைப்புச் சாதனங் களாய் அமைந்து, தனியொரு உழைப்பாளி உபயோகிப்பதற்கு ஏற்றன வாய் இருந்தன; எனவே தவிர்க்க முடியாதபடி அவை சின்னஞ் சிறியன வாய், சிறுதன்மையானவாய், குறுகிய எல்லைகளுக்கு உட்பட்டனவாய் இருந்தன. இக்காரணத்தால் அவை மிகப் பெரும்பாலும் உற்பத்தி யாளருக்கே சொந்தமாக இருந்தன. சிதறிக்கிடந்த, குறுகிய வரம்பு களுக்குட்பட்ட இந்த உற்பத்திச் சாதனங்களை ஒருசேரத் திரட்டிக் குவித்தல், இவற்றைப் பெரிதாக்குதல், பொருளுற்பத்திக்கான சக்தி மிக்க இன்றைய மாபெரும் உந்துகோல்களாய் இவற்றை மாற்றிடுதல் - இதுவேதான் முதலாளித்துவப் பொருளுற்பத்திக்கும் அதன் அதிபதி யாகிய முதலாளித்துவ வர்க்கத்துக்கும் உரித்தான வரலாற்றுப் பணி ஆயிற்று. பதினைந்தாம் நூற்றாண்டு முதலாய் எப்படி இந்தப் பணி எளிய ஒத்துழைப்பு, பட்டறைத் தொழில், நவீனத் தொழில்துறை ஆகிய

மூன்று கட்டங்கள் மூலம் வரலாற்று வழியில் செய்து முடிக்கப் பட்டிருக்கிறது என்பதை மூலதனம் நூலின் நான்காம் பிரிவில் மார்க்ஸ் விவரமாய் விளக்கியுள்ளார். இதே பிரிவில் காட்டப்பட்டிருப்பது போல முதலாளித்துவ வர்க்கம் தனி ஆட்களது உற்பத்திச் சாதனங் களாய் இருந்த இந்தச் சின்னஞ்சிறு உற்பத்திச் சாதனங்களை மனிதர்கள் கூட்டாய் ஒன்று சேர்ந்து மட்டுமே செயல்படுத்தக்கூடியதான சமூக உற்பத்திச் சாதனங்களாக அதே பொழுதில் மாற்றியமைக்காமல் அவற்றை ஆற்றல் மிக்க உற்பத்திச் சக்திகளாக மாற்றியமைக்க முடிய வில்லை. கைராட்டையும் கைத்தறியும் கொல்லுப்பட்டறைச் சம்மட்டியும் நூற்பு யந்திரமாகவும், விசைத்தறியாகவும், நீராவிச் சம்மட்டியாகவும் மாற்றப்பட்டன. தனி ஆளின் பட்டறையானது நூற்றுக்கணக்கான, ஆயிரக்கணக்கான வேலையாட்கள் ஒன்று சேர்ந்து ஒத்துழைப்பதை அவசியமாகக் கொண்டதான ஆலையாய் மாற்றப்பட்டது. இதே போல பொருளுற்பத்தி தனிப்பட்டவரின் செயல்களது கோவை என்பதிலிருந்து சமுதாயத்தின் செயல்களது கோவையாகவும், தனிப் பட்டவரது உற்பத்திப் பொருள்கள் சமுதாயத்தின் உற்பத்திப் பொருள் களாகவும் மாறின. இப்பொழுது ஆலையிலிருந்து வெளிவந்த நூலும் துணியும் உலோகச் சாமான்களும் பல தொழிலாளர்கள் சேர்ந்து கூட்டாய்த் தயாரித்த பொருள்களாகி விட்டன. வரிசையாய் இந்தத் தொழிலாளர்களின் கரங்களையெல்லாம் கடந்த பிறகே இவை தயார் நிலை எய்தமுடிந்தது. "இது நான் செய்தது, இது என்னுடைய உற்பத்திப் பொருள் என்று எந்தஒரு நபரும் இவை குறித்துச் சொல்லமுடியாது.

ஆனால் ஒரு குறிப்பிட்ட சமுதாய அமைப்பில் எங்கே [முன் கூட்டி வகுக்கப்பட்ட திட்டப்படி அல்லாமல் பையப் பையப் படர்ந்து வரும்] அந்தத் தன்முனைப்பான உழைப்புப் பிரிவினையானது பொருளுற் பத்தியின் அடிப்படை வடிவமாகி விடுகிறதோ அங்கே உற்பத்திப் பொருள்கள் பரிவர்த்தனைப் பண்டங்களின் வடிவை ஏற்கின்றன. இவற்றின் பரஸ்பரப் பரிமாற்றம், கொள்வினை மற்றும் விற்பனை மூலம் தனிப்பட்ட உற்பத்தியாளர்கள் பலதரப்பட்ட தமது தேவைகளை நிறைவு செய்துகொள்ள இயலுகிறது. மத்திய காலத்தில் இப்படித்தான் ஆயிற்று. உதாரணமாக விவசாயி தனது விவசாய விளைபொருள்களைக் கைவினைஞனிடம் விற்று அவனிடமிருந்து கைவினைப் பண்டங்களை வாங்கிக் கொண்டான். பரிவர்த்தனைப் பண்ட உற்பத்தியாளர்களான இந்தத் தனிப்பட்ட உற்பத்தியாளர்களது சமுதாயத்தினுள் புதிய உற்பத்திமுறை தன்னைப் புகுத்திக் கொண்டது. குறிப்பிட்ட திட்டம் ஏதுமின்றி தன்முனைப்பால் வளர்ந்து சமுதாயம் முழுமையிலும் ஆட்சி புரிந்துவந்த இந்தப்பழைய உழைப்புப் பிரிவினூடே இப்பொழுது ஆலையில் ஒழுங்கமையப் பெற்ற குறிப்பிட்ட திட்டத்தின் படியான உழைப்புப் பிரிவினை உதித்தெழுந்தது. இவ்விதம் தனி ஆள் பொருளுற்

பத்தியுடன் கூடவே சமூகப் பொருளுற்பத்தியும் தோன்றலாயிற்று. இரு துறைகளின் உற்பத்திப் பொருட்களும் ஒரே சந்தையில் விற்கப்பட்டன. ஆகவே குறைந்தபட்சம் தோராயமாகச் சமமான விலைகளில் இவை விற்பனையாயின. ஆனால் குறிப்பிட்ட திட்டத்தின் அடிப்படையிலான ஒழுங்கமைப்பு, தன்முனைப்பான உழைப்புப் பிரிவினையை விட வலிமை வாய்ந்தது. தனி ஆட்களது கூட்டமைவின் ஒன்றுபட்ட சமூக சக்திகளைக் கொண்டு இயங்கும் ஆலைகள் தனிப்பட்ட சிறு உற்பத்தியாளர்களைக் காட்டிலும் மிகவும் மலிவாய்த் தமது பண்டங்களை உற்பத்திச் செய்தன. ஒவ்வொன்றாய் எல்லாத் துறைகளிலும் தனி ஆள் பொருளுற்பத்தி தோல்வியடைந்தது. சமூகமயமான பொருளுற்பத்தி பழைய பொருளுற்பத்தி முறைகள் யாவற்றிலும் புரட்சிகர மாற்றத்தை உண்டாக்கியது. ஆனால் அதேபோதில் அதன் புரட்சித் தன்மை அங்கீகரிக்கப்படவில்லை. அதற்கு மாறாய் பரிவர்த்தனைப் பண்ட உற்பத்தியை அதிகமாக்குவதற்கும் வளர்த்துச் செல்வதற்குமான ஒரு மார்க்கமாகவே சமூகமயமான பொருளுற்பத்தி புகுத்தப்பட்டு வந்தது. அன்று அது உதித்தெழுந்த போது அது பொருளுற்பத்திக்கும் பண்டங்களது பரிமாற்றத்திற்கும் வேண்டிய குறிப்பிட்ட சில உபகரணங்கள் - வணிகர் மூலதனம், கைத்தொழில், கூலி உழைப்பு ஆகியவை - தயார் நிலையில் இருக்கக் கண்டது; இவற்றை அது தாராளமாய்ப் பயன்படுத்திக் கொண்டது. சமுதாய மயமாகிய பொருளுற்பத்தி இவ்வாறு பரிவர்த்தனைப் பண்ட உற்பத்திக்கான ஒரு புதிய வடிவமாய்த் தன்னைப் புகுத்திக் கொண்ட பொழுது இயல்பாகவே அதன் கீழும் பழைய சுவீகரிப்பு முறைகள் மாற்றமின்றி அப்படியே முழு வீச்சுடன் செயல்பட்டு வந்தன; அதன் உற்பத்திப் பொருள்களுக்கும் இதே முறைகள் அப்படியே கையாளப்பட்டன.

பண்ட உற்பத்தியின் மத்தியகால பரிணாம கட்டத்தில் உழைப்பின் உற்பத்திப் பொருளுடைய உடைமையாளர் பற்றிய பிரச்சனை எழ இடமில்லை. தனிப்பட்ட உற்பத்தியாளர் தமக்குச் சொந்தமானதும், பொதுவாய்த் தாமே தயாரித்ததுமான மூலப் பொருளைக் கொண்டு தமது சொந்தக் கருவிகளை உபயோகித்து, தமது கரங்களது உழைப்பாலோ, தமது குடும்பத்தாரின் உழைப்பாலோ அதை உற்பத்திச் செய்வதுதான் வழக்கமாக இருந்தது. இந்த உற்பத்தியாளர் இந்தப் புதிய உற்பத்திப் பொருளைச் சுவீகரிக்கத் தேவையில்லை. இயற்கையாகவே அது முற்றிலும் அவருக்கே உரியதாகி விட்டது. ஆகவே இந்த உற்பத்திப் பொருளில் அவருக்கிருந்த உடைமை அவருடைய சொந்த உழைப்பை அடிப்படையாய்க் கொண்டிருந்தது. வெளியார் உதவி உபயோகிக்கப்பட்டிருந்த சந்தர்ப்பங்களிலும்கூட வழக்கமாய் அது அதிக முக்கியத்துவம் பெறவில்லை; கூலிக்கும் கூடுதலாகப் பிற வகையில் அதற்கு ஈடுசெய்வதே வழக்கமாக இருந்தது.

கில்டுகளில் வேலை பழகிக் கொண்டோரும் துணையாளர்களும் வேலை செய்தது தாமும் உரிமை பெற்ற கைவினைஞர்களாகும் பயிற்சி பெறுவதற்கோ அன்றி சாப்பாட்டுடனான தங்கும் வசதி மற்றும் கூலி பெறுவதற்கோ அல்ல.

பிறகு உற்பத்திச் சாதனங்களும் [மற்றும் உற்பத்தியாளர்களும்] பெரிய தொழிலகங்களிலும் பட்டறைகளிலும் குவிந்து செறிந்து மெய்யாகவே சமூகமயமான உற்பத்திச் சாதனங்களாக [சமூகமயமான உற்பத்தியாளர்களாக] மாற்றமடைவது நிகழ்ந்தது. ஆனால் இந்த [சமூகமயமான உற்பத்தியாளர்களும்] உற்பத்திச் சாதனங்களும் மற்றும் அவற்றின் உற்பத்திப் பொருட்களும் இந்த மாற்றத்துக்குப் பிற்பாடும் முன்புபோலவே இருப்பதாய், அதாவது தனி ஆட்களின் உற்பத்திச் சாதனங்களாகவும் உற்பத்திப் பொருள்களாகவும் இருப்பதாய்க் கொள்ளப்பட்டுக் காரியங்கள் நடைபெற்றன இதுகாறும் உழைப்புச் சாதனங்களின் உடைமையாளர் உற்பத்திப் பொருட்களையும் தாமே சுவீகரித்துக் கொண்டிருந்தார். ஏனெனில் பொதுவாக அது அவரது உற்பத்திப் பொருளாகவே இருந்தது. ஏனையோருடைய உதவி விதி விலக்காகவே இருந்தது. இப்பொழுது உழைப்புச் சாதனங்களின் உடைமையாளர் உற்பத்திப் பொருள் தம்முடைய உற்பத்திப் பொருளாய் இல்லாமல் முற்றிலும் ஏனையோர் உழைப்பின் உற்பத்திப் பொருளாய் இருந்த போதிலும் அதைத்தாமே தொடர்ச்சியாகச் சுவீகரித்துக் கொண்டார். இவ்வாறாக, இப்பொழுது சமூக முறையில் உற்பத்திச் செய்யப்பட்ட இந்தப் பொருட்கள், உண்மையில் உற்பத்திச் சாதனங்களை இயக்கிப் பரிவர்த்தனைப் பொருட்களை உற்பத்திச் செய்தோரால் சுவீகரிக்கப்படவில்லை ஆனால் முதலாளிகளால் சுவீகரிக்கப்பட்டன. உற்பத்திச் சாதனங்களும் மற்றும் பொருளுற் பத்தியும் சாராம்சத்தில் சமூகமயமாகிவிட்டன. ஆயினும், தனி ஆட்களது தனியார் பொருளுற்பத்தி இருப்பது போலவும் ஆகவே இதன்படி ஒவ்வொருவரும் தமது உற்பத்திப் பொருளுக்குத் தாமே உடைமையாளராய் இருந்து அதைச் சந்தையில் விற்பனை செய்வது போலவும் அமைந்த சுவீகரிப்பு முறைக்கு இந்த உற்பத்திச் சாதனங் களும் பொருளுற்பத்தியும் உட்படுத்தப்பட்டன. பொருளுற்பத்தி முறையானது இந்தச் சுவீகரிப்பு முறைக்கு ஆதாரமாயமைந்த நிலைமை களை ஒழித்திட்ட போதிலும் அது இம்முறைக்கு உட்படுத்தப்படுகிறது.*

★ சுவீகரிப்பின் **வடிவம்** மாறாமல் அப்படியே இருப்பினுங்கூட மேலே விவரிக்கப்பட்ட மாறுதல்களால் பொருளுற்பத்தியில் ஏற்படும் அதே அளவுக்கு சுவீகரிப்பின் **தன்மையிலும்** புரட்சிகர மாற்றம் ஏற்படுகிறது என்பதை இந்தச் சந்தர்ப்பத்தில் கூறத்தேவையில்லை. என்னுடைய உற்பத்திப்பொருளை நானே சுவீகரித்துக் கொள்கிறேனா, அல்லது பிறரது உற்பத்திப்பொருளை நானே சுவீகரித்துக் கொள்கிறேனா என்பது முற்றிலும் வேறான விவகாரம்.

புதிய பொருளுற்பத்தி முறைக்கு அதன் முதலாளித்துவத் தன்மையை அளித்திடும் இந்த முரண்பாட்டில் இன்றையச் சமூகப் பகைமைகள் முழுவதன் கரு அடங்கியிருக்கிறது. எல்லா முக்கிய உற்பத்தித் துறைகளிலும் பொருளாதாரத் துறையில் நிர்ணயமான நாடுகள் அனைத்திலும்* புதிய பொருளுற்பத்தி முறை எவ்வளவுக் கெவ்வளவு ஆக்கம் பெற்றதோ தனி ஆள் பொளுற்பத்தியை எவ்வளவுக் கெவ்வளவு சுருங்கச்செய்து அற்பசொற்பமாக்கியதோ அவ்வளவுக் கவ்வளவு சமூகமயப் பொருளுற்பத்திக்கு முதலாளித்துவ சுவீகரிப்பு ஒவ்வாதென்பது தெளிவாய்ப் புலப்படுத்திக் காட்டப்பட்டது.

முதன் முதலில் தோன்றிய முதலாளிகள் ஏற்கெனவே நாம் கூறியது போல, [பிற உழைப்பு வடிவங்களுடன் கூடவே] கூலியுழைப்பு [சந்தையில்] தமக்குத் தயார் நிலையில் இருப்பதைக் கண்டார். ஆனால் இது விதிவிலக்காகவும், துணைக்கூறாகவும், இரண்டாந்தரமாகவும், தற்காலிகமானதுமான கூலி உழைப்பாக இருந்தது. விவசாயத் தொழிலாளி சில சமயம் நாட்கூலியாய் வேலைக்கு வந்த போதிலும் அவன் எப்படியோ ஒருவாறு பிழைப்பை நடத்துவதற்கான சில ஏக்கர் சொந்த நிலம் வைத்திருக்கிறான். கைவினைச் சங்க ஒழுங்கமைப்பில் இன்று சங்கத் துணைவினைஞனாக இருந்தவர் நாளைச் சங்கக் கை வினைஞராக முடிந்தது. ஆனால் உற்பத்திச் சாதனங்கள் சமூகமாயமாகி அவை முதலாளிகள் கைகளில் திரண்டு குவிந்ததும் இவையாவும் மாறலாயின. தனிப்பட்ட உற்பத்தியாளருடைய உற்பத்திச் சாதனங் களும் மற்றும் உற்பத்திப் பொருள்களின் மதிப்பும் மேலும் மேலும் குறைந்து போயின; முதலாளியிடம் வேலை செய்யும் கூலித் தொழி லாளியாக மாறுவதைத் தவிர அவருக்கு வேறுவழி ஏதும் இல்லை. இதற்கு முன் விதிவிலக்காகவும் இரண்டாந்தரமாகவும் இருந்த கூலி உழைப்பு இப்பொழுது பொருளுற்பத்தி அனைத்தின் விதிமுறையும் அடித்தளமுமாயிற்று; இதன் முன் துணைக்கூறாக இருந்த இது, இப்பொழுது தொழிலாளியின் எஞ்சி நின்ற ஒரே பணியாகி விட்டது. இடையிடையே சிறிது காலம் கூலித் தொழிலாளியாய் வேலை செய்து

முதலாளித்துவப் பொருளுற்பத்தி முறையனைத்தையும் கருவடிவில் கொண்டுள்ள கூலி உழைப்பானது மிகவும் தொன்மையானது; அடிமை உழைப்புடன் கூடவே இது விட்டு விட்டும் சிதறிய வடிவிலும் பல நூற்றாண்டு களாய் இருந்து வந்தது. ஆனால் தேவையான வரலாற்று முன்நிபந்தனைகள் உருவான பிறகே இந்தக் கருவடிவம் தக்கவாறு முதலாளித்துவப் பொருளுற்பத்தி முறையாய் வளர முடிந்தது என்பதை இதற்கிடையில் கவனிக்க வேண்டும். **[எங்கெல்சின் குறிப்பு.]**

★ **கற்பனாவாத சோஷலிசமும் விஞ்ஞான சோஷலிசமும்** என்ற நூலில் இந்த வாசகம் “எல்லாத் தொழில் துறை நாடுகளிலும் என்று உள்ளது” - ப-ர்.

வந்தவர் வாழ்நாள் முழுதுக்குமே கூலித் தொழிலாளியாகி விட்டார். இதே காலத்தில் நிகழ்ந்த பிரபுத்துவ அமைப்பின் தகர்வாலும், பிரபுத்துவக் கோமான்களின் பணியாட்களின் குழுக்கள் கலைக்கப்பட்டதாலும், விவசாயிகள் உடைமை நீக்கம் செய்யப்பட்டுத் தமது குடும்ப நிலங்களிலிருந்து வெளியேற்றப்பட்டதாலும் இன்ன பிறவற்றாலும் இந்த நிரந்தரக் கூலித் தொழிலாளர்களின் எண்ணிக்கை மேலும் பிரம்மாண்டமாக அதிகரித்தது. ஒருபுறம் தமது கைகளில் உற்பத்திச் சாதனங்கள் திரண்டு குவிந்திருந்த முதலாளிகளுக்கும், மறுபுறம் தமது உழைப்புச் சக்தி அன்றி வேறு எந்த உடைமையும் இல்லாத உற்பத்தியாளர்களுக்கும் இடையிலான பாகுபாடு முழு நிறைவாக்கப்பட்டது. சமூக மயமாகிவிட்ட பொருளுற்பத்திக்கும், முதலாளித்துவச் சுவீகரிப்புக்கும் இடையிலான முரண்பாடு, பாட்டாளி வர்க்கத்துக்கும் முதலாளித்துவ வர்க்கத்துக்கும் இடையிலான பகைமையாய்த் தன்னை வெளிப்படுத்திக் கொண்டது.

தமது உற்பத்திப் பொருள்களின் பரிவர்த்தனையைத் தம்மிடையிலான சமூகப் பந்தமாய்க் கொண்ட பரிவர்த்தனைப் பண்ட உற்பத்தியாளர்கள், தனிப்பட்ட உற்பத்தியாளர்களின் சமுதாயத்தினுள் முதலாளித்துவப் பொருளுற்பத்தி முறை புகுந்து தனக்குப் பாதை வகுத்துக் கொண்டதை நாம் கண்டோம். ஆனால் பரிவர்த்தனைப் பண்ட உற்பத்தியை அடிப்படையாய்க் கொண்ட ஒவ்வொரு சமுதாயத்திற்குமுரிய விசேஷ இயல்பு என்னவெனில் உற்பத்தியாளர்கள் தமது சொந்த சமூக இடையுறவுகள் மீதான கட்டுப்பாட்டை இழந்து விட்டார்கள் என்பதே. ஒவ்வொருவரும் தம்மிடம் இருக்கும்படி வாய்த்துள்ள உற்பத்திச் சாதனங்களைக் கொண்டு தமக்காகவும், தமது எஞ்சிய தேவைகளை நிறைவு செய்து கொள்வதற்கு அவசியமான பரிவர்த்தனைக்காகவும் உற்பத்திச் செய்கிறார். குறிப்பிட்ட தனது பண்டம் எந்தளவு சந்தைக்கு விற்பனைக்கு வரும். எந்தளவில் அதற்குத் தேவை இருக்கும் என்பது யாருக்கும் தெரியாது. தாம் உற்பத்திச் செய்யும் பண்டத்திற்கு உள்ளபடியே தேவை இருக்குமா, அவர் தமது உற்பத்திச் செலவை ஈடு செய்துகொள்ள முடியுமா என்றோ அல்லது தமது பண்டத்தை விற்கமுடியாமல் போகிறதா என்றோ கூட யாருக்கும் தெரியாது. சமூகமயமாகிவிட்ட பொருளுற்பத்தியில் அராஜகம் தலைவிரித்தாடுகிறது.

ஆயினும் பரிவர்த்தனைப் பண்ட உற்பத்தி, வேறு எந்த வகையான உற்பத்தியையும் போலவே அதற்கு உரியவையான உள்ளியல்பான விதிகளை, அதனின்று தனியே பிரிக்க முடியாத விதிகளைப் பெற்றிருக்கிறது. அராஜகத்தையும் மீறி இந்த விதிகள் அராஜகத்தினுள்ளும் அதன்

வாயிலாகவும் செயல்படுகின்றன. சமூக பரஸ்பர உறவுகளின் விடாப் பிடியான ஒரே வடிவத்தில், அதாவது பரிவர்த்தனையில், இவ்விதிகள் தம்மை வெளிப்படுத்திக் கொள்கின்றன. இங்கு இவை போட்டியின் கட்டாய விதிகளாய்த் தனிப்பட்ட உற்பத்தியாளர்களைப் பாதிக் கின்றன. ஆரம்பத்தில் இவை இந்த உற்பத்தியாளர்களுக்கே தெரியாத விதிகளாய் இருக்கின்றன. இவர்கள் இவற்றைச் சிறிது சிறிதாகவும் அனுபவத்தின் வாயிலாகவும் கண்டுபிடிக்க வேண்டியிருக்கிறது. ஆகவே இவை உற்பத்தியாளர்களைச் சாராது எதேச்சையாகவும் அவர்களுக்கு எதிராகவும் அவர்களது தனிவகைப் பொருளுற்பத்தி முறையின் இரக்கமற்ற இயற்கை விதிகளாய்ச் செயல்படுகின்றன. உற்பத்திப் பொருளானது உற்பத்தியாளர்களை ஆட்சி புரிகிறது.

மத்தியக் காலச் சமுதாயத்தில் முக்கியமாய் ஆரம்ப நூற்றாண்டு களில், பொருளுற்பத்தியானது சாராம்சத்தில் தனிமனிதத் தேவை களைப் பூர்த்தி செய்யும் நோக்குடையதாய் இருந்தது. அது பிரதான மாய் உற்பத்தியாளரின் தேவைகளையும் அவருடைய குடும்பத்தின் தேவைகளையும் மட்டுமே பூர்த்தி செய்து வந்தது. கிராமப்புறங்களில் இருந்தவற்றைப் போல் நேரடி ஆளுடைமைச் சார்பு உறவுகள் நிலவிய போது பிரபுத்துவக் கோமானுடைய தேவைகளையும் அது பூர்த்தி செய்து வந்தது. இவற்றில் எல்லாம் பரிவர்த்தனைக்கு இடமில்லை. ஆகவே உற்பத்திப் பொருட்கள் பரிவர்த்தனைப் பண்டங்களின் தன்மை பெறவில்லை. விவசாயியின் குடும்பத்தினர் தனக்கு வேண்டிய வற்றை அனேகமாய்த் தாமே உற்பத்திச் செய்து கொண்டார்கள்; துணிமணி தட்டுமுட்டுச் சாமான்கள் மற்றும் பிழைப்புக்குத் தேவை யான சாதனங்கள் ஆகிய யாவற்றையும் தாமே உற்பத்திச் செய்து கொண்டார்கள். தமது சொந்தத் தேவைகளுக்கும் பிரபுத்துவக் கோமானுக்குப் பண்டவகையில் செலுத்த வேண்டியிருந்ததற்கும் போதுமானதை விடவும் அதிக அளவில் அவர்கள் உற்பத்திச் செய்ய ஆரம்பித்த போதுதான் அவர்கள் பரிவர்த்தனைக்கான பொருட்களை உற்பத்திச்செய்யத் தொடங்கினர். இந்த உபரிப் பொருட்கள் சமூக மயமான பரிவர்த்தனையில் தள்ளப்பட்டு, விற்பனைக்கு வைக்கப்பட்டு பரிவர்த்தனைப் பண்டங்களாயின.

நகரங்களிலிருந்த கைவினைஞர்கள் ஆரம்பத்திலிருந்தே பரிவர்த்தனைக்காக உற்பத்திச் செய்தனர் என்பது மெய்தான். ஆனால் அவர்களுங்கூட தமது சொந்தத் தேவைகளில் மிகப்பெரும் பகுதியைத் தமது நேரடியான உழைப்பு மூலம் நிறைவேற்றிக் கொண்டனர்; அவர்களிடம் கொல்லைகளும் துண்டுதுக்காணி நிலங்களும் இருந்தன. தமது ஆடு மாடுகளைச் சமுதாயப் பொது மேய்ச்சல் காடுகளில் மேய

விட்டனர்; இதன்றி இந்தக் காடுகளிலிருந்து மரமும் விறகும் அவர் களுக்குக் கிடைத்தன. பெண்கள் மென்சணல் கம்பளி நூற்பிலும் பிற வேலைகளிலும் ஈடுபட்டு வந்தார்கள். பரிவர்த்தனைக்கான உற்பத்தி அதாவது பரிவர்த்தனைப் பண்ட உற்பத்தி அதன் பிள்ளைப் பருவத்தில் தான் இருந்து வந்தது. எனவே பரிவர்த்தனை ஒடுங்கிய வரம்புகளுக்கு உட்பட்டதாயும் சந்தை மிகவும் குறுகியதாகவும் உற்பத்திமுறைகள் நிலையாகவும் இருந்தன. வெளி உலகைப் பொறுத்தவரை ஒதுக்கமும், உள்ளே ஸ்தல ஐக்கியமும் - கிராமப்புறத்தில் மார்க்கும்[205] நகரத்தில் கைவினைச் சங்கமும் இருந்து வந்தன.

ஆனால் பரிவர்த்தனைப் பண்ட உற்பத்தி விரிவடைந்ததைத் தொடர்ந்து முக்கியமாய் முதலாளித்துவப் பொருளுற்பத்தி முறை புகுத்தப்பட்டதைத் தொடர்ந்து இதுகாறும் உள்ளடங்கி இருந்த பரிவர்த்தனைப் படை உற்பத்தி விதிகள் பகிரங்கமாகவும் அதிக வலிவோடும் செயல்பட முற்பட்டன. பழைய பந்தங்கள் தளர்ந்து பழைய ஒதுக்கு நிலையின் வரம்புகள் தகர்ந்து, உற்பத்தியாளர்கள் மேலும் மேலும் சுயேச்சையான தொடர்பில்லாத பரிவர்த்தனைப் பண்ட உற்பத்தியாளர்களாய் மாற்றப்பட்டனர். சமூக உற்பத்தியின் அராஜகம் வெளிப்படையாகியது. மேலும் மேலும் உச்சநிலைக்கு உயர்ந்து சென்றது.* ஆனால் சமூக பொருளுற்பத்தியின் இந்த அராஜகத்தைத் தீவிரமாக்குவதற்கு முதலாளித்துவப் பொருளுற்பத்தி முறைக்கு உதவிய பிரதான சாதனம், அராஜகத்துக்கு நேர் விரோதமான ஒன்றாகும். தனிப்பட்ட தொழில் நிலையம் ஒவ்வொன்றிலும் சமூக அடிப்படையில் பொருளுற்பத்தியின் மேலும் மேலும் கூடுதலான ஒழுங்கமைப்புதான் இந்தப் பிரதான சாதனம். அமைதியான அசையாத பழைய நிலைமைக்கு இதன் மூலம் முடிவு கட்டப்பட்டது. பொருளுற் பத்தியின் இந்த ஒழுங்கமைப்பு ஒரு தொழிற்கிளையில் எங்கெல்லாம் புகுத்தப்பட்டதோ அங்கெல்லாம் அது தன்னருகே வேறு எந்தப் பொருளுற்பத்தி முறையும் நீடிக்க முடியாதபடி செய்தது. [அது எங்கேனும் ஒரு கைவினைத் தொழிலைப் பற்றிப் பிடித்திருப்பின் அந்தப் பழைய கைவினைத் தொழில் அழித்தொழிக்கப்பட்டுவிடும்.] உழைப்பின் களம் போர்க்களமாகிவிட்டது. மாபெரும் பூகோளக் கண்டுபிடிப்புகளும் அவற்றைத் தொடர்ந்து நடைபெற்ற குடியேற்றமும் சந்தைகளைப் பல்கிப் பெருகச்செய்தன; கைவினைத் தொழில்

★ **கற்பனாவாத சோஷலிசமும் விஞ்ஞான சோஷலிசமும்** என்ற நூலில் இந்த வாசகம் பின்வருமாறு உள்ளது: "மொத்தத்தில் சமுதாயத்தின் பொருளுற் பத்தியானது திட்டமின்மையால், நெறிமுறையில்லா அகஸ்மாத்தினால், அராஜகத்தால் ஆட்சி புரியப்பட்டது தெரியலாயிற்று; இந்த அராஜகம் மேலும் மேலும் உச்சநிலைக்கு உயர்ந்து சென்றது." - ப-ர்.

பட்டறைத் தொழிலாய் மாற்றமடைவதைத் துரிதப்படுத்தின. போர் தொடங்கியது குறிப்பிட்ட பிரதேசங்களின் தனிப்பட்ட உற்பத்தி யாளர்களுக்கிடையே மட்டுமல்ல. பிரதேசங்களில் நடைபெற்ற போராட்டங்கள் தம்பங்குக்கு தேசங்களுக்கிடையிலான மோதல் களைப் பிறப்பித்தன. பதினேழாவாது மற்றும் பதினெட்டாவது நூற்றாண்டுகளில் இவை வாணிப யுத்தங்களாயின.[206]

இறுதியில் நவீனத் தொழில்துறை உதயமும் உலகச் சந்தையின் திறப்பும் இந்தப் போராட்டத்தை உலகளாவியதாக்கின. அதே போதில் அதற்குக் கண்டும் கேட்டுமிராத அளவு உக்கிரத்தையும் அளித்தன. பொருளுற்பத்திக்குரிய இயற்கை அல்லது செயற்கை நிலைமைகளில் இருக்கக்கூடிய அனுகூலங்கள் இப்பொழுது தனிப்பட்ட முதலாளி களின் வாழ்வையும் மறைவையும் மட்டுமன்றி முழுமையான தொழில்கள் நாடுகளின் கதியையே தீர்மானிக்கின்றன. கீழே விழுகிறவர் ஈவிரக்க மின்றிக் கழித்துக் கட்டப்பட்டார். வாழ்வதற்கான தனிநபரின் டார்வினியப் போராட்டம் மேலும் கடுமையான மூர்க்கம் பெற்று இயற்கையிலிருந்து சமுதாயத்திற்கு மாற்றப்படுகிறது. விலங்கினத் திற்குரிய இயற்கை வாழ்க்கை நிலைமைகள் மனித வளர்ச்சியின் இறுதி நிலையாகத் தோன்றுகின்றன. சமூகமயமாகிவிட்ட பொருளுற் பத்திக்கும் முதலாளித்துவ சுவீகரிப்புக்கும் இடையிலான முரண்பாடு இப்பொழுது தனிப்பட்ட தொழில் நிலையத்தின் பொருளுற்பத்தியின் ஒழுங்கமைப்புக்கும் பொதுவில் சமுதாயத்திலான பொருளுற்பத்தியின் அராஜகத்துக்கும் இடையிலான பகைமையாய்த் தன்னை வெளிப் படுத்திக் கொள்கிறது.

முதலாளித்துவப் பொருளுற்பத்தி முறை அதன் பிறவி இயல்பாய் அமைந்த இவ்விரு வடிவங்களிலான பகைமையுடன்தான் இயங்கி வருகிறது. ஃபூரியே ஏற்கெனவே கண்டுபிடித்துக்கூறிய அந்த "நச்சுச் சூழலில்" இருந்து அதனால் வெளிவர முடியவேயில்லை. அந்தக் காலத்தில் ஃபூரியேயால் கண்டறிய முடியாமற்போனது என்ன வென்றால், இந்தச் சுழல் சிறிது சிறிதாய்க் குறுகிக் கொண்டிருக்கிறது; இந்த இயக்கம் மேலும் மேலும் ஏறி இறங்கும் திருகுச் சுருளாகி வருகிறது; கிரகங்களின் இயக்கத்தைப் போல மையத்துடன் மோதி இது முடிவடைய வேண்டும் என்பதே. பொதுவில் சமுதாய அளவிலான பொருளுற்பத்தியில் நிலவும் அராஜகத்தின் கட்டாயப்படுத்தும் சக்திதான் மிகப் பெருவாரியான மனிதர்களை மேலும் முழுமையாய்ப் பாட்டாளிகளாய் மாற்றி வருகிறது; பாட்டாளி வர்க்கப் பெருந் திரளினர்தான் பொருளுற்பத்தியிலுள்ள அராஜகத்துக்கு இறுதியாய் முடிவு கட்டப் போகிறார்கள். சமுதாயப் பொருளுற்பத்தியிலுள்ள

அராஜகத்தின் கட்டாயப்படுத்தும் சக்திதான் நவீனத் தொழில் துறையில் இயந்திரச் சாதனங்கள் வரம்பின்றிச் செம்மை பெறத் தக்கனவாய் இருப்பதைக் கட்டாய விதியாக்கித் தனிப்பட்ட ஒவ்வொரு தொழில்துறை முதலாளியும் தனது இயந்திரச் சாதனங்களை மேலும் மேலும் செம்மைப்படுத்திச் செல்ல வேண்டும், இல்லையேல் அழிவுற வேண்டும் என்று எச்சரிக்கிறது.

ஆனால், இயந்திரச் சாதனங்களைச் செம்மைப்படுத்துவது மனித உழைப்பை மிகையானதாக்குகிறது. இயந்திரச் சாதனங்கள் புகுத்தப் படுவதும் மற்றும் அதிகரிக்கப்படுவதும் காரணமாக லட்சக்கணக்கான உடல் உழைப்பாளர்கள் அகற்றப்பட்டு அவர்களின் இடத்தில் ஒரு சில இயந்திர வேலை செய்யும் தொழிலாளர்கள் அமர்த்தப்படுகிறார்கள் என்றால், இயந்திரச் சாதனங்கள் மேம்படுத்தப்படுவதைத் தொடர்ந்து மேலும் மேலும் இந்த இயந்திர வேலை செய்யும் தொழிலாளர்களும் அகற்றப்பட வேண்டியதாகிறது. முடிவில் இதனால் ஏற்படுவது என்னவெனில், மூலதனத்தின் சராசரித் தேவைகளுக்கும் மிகுதியான எண்ணிக்கையில் உபரியாகக் கிடைக்கும்படியான கூலித் தொழி லாளர்கள் தோற்றுவிக்கப்பட்டு, 1845-ல் நான் அதற்குப் பெயரிட்டிருந்த படியான அந்த முழு நிறைவான தொழில்துறை ரிசர்வ் பட்டாளம் உருவாக்கப்படுவதுதான்.* தொழிற்துறை விறுவிறுப்புற்று மிக மும்முரமாய் வேலை செய்யும் காலங்களில் வேலைக்கு எடுத்துக் கொள்ளப்பட்டு, தவிர்க்க முடியாத தகர்வு வந்ததும் வேலையிலிருந்து நீக்கப்பட்டு நடுத்தெருவில் விடப்படும் இந்தப் பட்டாளம், வாழ்வுக்காக மூலதனத்துடன் போராடிக் கொண்டிருக்கும் தொழிலாளி வர்க்கத்தின் கால்களிலே மாட்டப்பட்ட தண்டச் சுமையாகவும், மூலதனத்தின் நலன்களுக்குப் பொருத்தமாய்க் கூலிவிகிதங்களைக் கீழ்மட்டத்தில் கட்டுப்படுத்தி வைக்கும் ஒழுங்கியக்கியாகவும் செயல்படுகிறது. மார்க்சின் சொற்களில் கூறுமிடத்து, இவ்வாறாக தொழிலாளி வர்க்கத்தை எதிர்த்து மூலதனம் நடத்தும் போரில் அதற்கு இயந்திரச் சாதனங்கள் சக்தி வாய்ந்த ஆயுதமாகி விடுகின்றன. உழைப்புக் கருவிகள் ஓயாமல் உழைப்பாளியின் கரங்களிலிருந்து பிழைப்புச் சாதனங்களைப் பறித்துக்கொண்டு விடுகின்றன; தொழிலாளி உற்பத்திச் செய்யும் பொருளே தொழிலாளியை அடக்கி ஒடுக்குவதற்கான கருவியாகி விடுகின்றது.[207] இவ்வாறாக உழைப்புக் கருவிகள் மூலம் கைவரப் பெறும் சிக்கனம், அதே போதில் தொடக்கத்திலிருந்தே உழைப்புச் சக்தி கண்மூடித்தனமாய் விரயமாக்கப்படும் கொடுமையாயும், உழைப்பு செயல்பாடும் சகஜ நிலைமைகளையே அடிப்படையாய்க்

★ **இங்கிலாந்தில் தொழிலாளி வர்க்கத்தின் நிலைமை** (Sonnen schein & Co.), பக்கம் 84. **[எங்கெல்சின் குறிப்பு.]**

கொண்டு நடைபெறும் கொள்ளையாயும் ஆகிவிடுகிறது.[208] இயந்திரச் சாதனம், உழைப்பு நேரத்தைக் குறைப்பதற்கு மிகவும் வல்லமை வாய்ந்த இந்தக் கருவி, உழைப்பாளியின் நேரத்திலும் உழைப்பாளியினுடைய குடும்பத்தின் நேரத்திலுமான ஒவ்வொரு நிமிடத்தையும் முதலாளி தமது மூலதனத்தின் மதிப்பை விரிவாக்கிக் கொள்ளும் நோக்கத்துக்காகப் பயன்படுத்தும் பொருட்டு தமது பிடிக்குள் வைத்திருப்பதற்குத் தவறாது உதவும் சாதனமாகி விடுகிறது. இவ்வாறாக, ஒரு பகுதியினிடம் வாங்கும் அளவு மீறிய வேலையானது வேறு பகுதியினரின் சோம்பேறித்தனத்துக்கு வகைசெய்யும் பூர்வாங்க நிபந்தனையாகி விடுகிறது; புதிய நுகர்வாளரைத் தேடி உலக முழுவதிலும் வேட்டையாடிச் செல்லும் நவீனத் தொழில்துறை உள்நாட்டில் பெருந்திரளானோரின் நுகர்வை அரைப்பட்டினி வாழ்க்கைக் குரிய குறைந்தபட்ச நிலைக்குப் பலவந்தமாய்த் தாழ்த்தி அதன் மூலம் தன் உள்நாட்டுச் சந்தையை அழித்துக் கொண்டு விடுகிறது. “ஒப்பளவில் உபரியான மக்கள் தொகையை அல்லது தொழில்துறை ரிசர்வ் பட்டாளத்தை மூலதனத் திரட்சியின் அளவுக்கும் ஆற்றலுக்கும் எப்பொழுதும் சமனப்படுத்தும் இந்த விதி வல்கனின் [Vulcan] ஆப்புகள் எவ்வளவு உறுதியாய்ப் புரோமித்தியசைப் பாறையோடு பிணைத்திருக்கிறதோ அதைக்காட்டிலும் உறுதியாய் உழைப்பாளியை மூலதனத்தோடு பிணைத்து இறுக்குகிறது. மூலதனத்தின் திரட்சிக்கு இணைவாய்த் துன்பதுயரத்தின் திரட்சியை நிலைநாட்டுகிறது. ஆகவே ஒரு முனையில் செல்வம் திரளுவதானது, அதே போதில் எதிர் முனையில் அதாவது மூலதனத்தின் வடிவில் தனது சொந்த உற்பத்திப் பொருளை உற்பத்திச் செய்யும் வர்க்கத்தின் பக்கம் துன்பதுயரமும், உழைப்பின் வேதனையும், அடிமைநிலையும், அறியாமையும், கொடுமையும், சிந்தனையின் இழிநிலையும் திரளுவதைக் குறிக்கிறது.” (மார்க்சின் மூலதனம் [sonnenschein & Co.], பக்கம் 671.[209] முதலாளித்துவப் பொருளுற்பத்தி முறையிலிருந்து வேறு எந்தவிதமான பண்ட வினியோகத்தையும் எதிர்பார்ப்பது, மின்கலத்துடன் இணைக்கப் பட்ட மின்வாய்கள் அமிலம் கலந்த நீரை சிதைத்துப் பிரித்து நேர் மின்வாயில் பிராண வாயுவையும் எதிர் மின்வாயில் நீர்வாயுவையும் வெளியிடாது என்று எதிர்பார்ப்பதைப் போன்றதேயாகும்.

நவீன இயந்திரச் சாதனங்களின் முடிவின்றி அதிகரித்து வரும் செம்மைத்திறன், சமுதாயப் பொருளுற்பத்தியின் அராஜகத்தால் தனிப்பட்ட தொழில்துறை முதலாளி ஓயாமல் தனது இயந்திர சாதனங்களை மேம்படுத்துமாறும், ஓயாமல் அவற்றின் உற்பத்தித் திறனை அதிகரிக்குமாறும் வலுவந்தம் செய்யும் கட்டாயம் விதியாக மாற்றப்படுகிறது என்பதை நாம் கண்டோம். பொருளுற்பத்தியின்

அளவை விரிவாக்குவதற்குரிய வெறும் சாத்தியப்பாடும் கூட இந்தத் தனிப்பட்ட முதலாளிக்கு இதேபோன்ற ஒரு கட்டாய விதியாய் மாற்றப்படுகிறது. நவீனத் தொழில்துறையின் அபாரமான விரிவகற்சித் திறன் - இதனுடன் ஒப்பிடுகையில் வாயுக்களுக்கு இருக்கும் இச்சக்தி சிறு பிள்ளை விளையாட்டுப் போன்றதாகும் - இயல்பு மற்றும் அளவு என்ற இரு வழிகளிலும் விரிவாக்கத்துக்கு இன்றியமையாத அவசிய மாய்ச் செயல்படுகிறது என்பது இப்பொழுது நமக்குத் தெரிகிறது; இந்த அவசியம் எந்தவிதமான எதிர்ப்பையும் சற்றும் பொருட்படுத்தாது எள்ளி நகையாடுகிறது. நுகர்வாலும், விற்பனையாலும், நவீனத் தொழில்துறையின் உற்பத்திப் பொருள்களுக்குள்ள சந்தைகளாலும் அதற்குக் காட்டப்படும் எதிர்ப்பு இத்தகையதே. ஆனால் விரிவாகவும் செறிவாகவும் விரிவடைவதற்குச் சந்தைகளுக்கு இருக்கும் ஆற்றலை முற்றிலும் வேறுவிதமான விதிகள் பிரதானமாயும் ஆட்சி புரிகின்றன. இவை மிகவும் குறைந்த வலுவுடன் செயல்படுபவை. சந்தைகளின் விரிவகற்சி பொருளுற்பத்தியின் விரிவகற்சியின் வேகத்துடன் ஈடாக நடைபோட முடியாது. மோதல் தவிர்க்க முடியாததாகி விடுகிறது. இது முதலாளித்துவப் பொருளுற்பத்தி முறையைச் சுக்குநூறாகத் தகர்த்திடாத வரை இதனால் எவ்வித மெய்யான தீர்வையும் உண்டாக்க முடியாததால் மோதல்கள் கால அலைவட்ட முறையில் நிகழ்கின்றன. முதலாளித்துவப் பொருளுற்பத்தி இன்னொரு "நச்சுச் சூழலை" உண்டாக்கிவிட்டது.

உண்மை நடப்பைக் கூறுமிடத்து, முதலாவது பொதுநெருக்கடி வெடித்த 1825 ம் ஆண்டு முதலாய், பத்து ஆண்டுகளுக்கு ஒருதரம் தொழில் மற்றும் வாணிப உலகு முழுவதிலும் எல்லா நாகரிக மக்களிடையிலும் அதிகமாகவோ குறைவாகவோ வளர்ச்சி குன்றிய நிலையில் இவர்களைச் சார்ந்து வாழ்வோரிடையிலும் பொருளுற் பத்தியும் பரிவர்த்தனையும் நிலைகுலைந்து விடுகின்றன. வாணிபம் தடைபட்டு நின்று போகிறது; சந்தைகள் விற்பனை இன்றி நிரம்பி வழிகின்றன; எந்தளவு விலைபோகவில்லையோ அந்தளவு பண்டங்கள் எண்ணிறந்தவையாய்க் குவிந்து கிடக்கின்றன; ரொக்கப் பணம் மறைந்து விடுகிறது; கடன் செலாவணி இல்லாமற் போய் விடுகிறது; ஆலைகள் மூடிக்கிடக்கின்றன; பெருந்திரளான தொழிலாளர்கள் பிழைப்புக்கு வேண்டிய சாதனங்கள் இல்லாது தவிக்கிறார்கள், காரணம் இந்தச் சாதனங்களை அவர்கள் மிதமிஞ்சி உற்பத்திச் செய்து விட்டார்கள்; முறிவுகளுக்கும் ஜப்திகளுக்கும் முடிவில்லாமற் போகிறது. பல ஆண்டுகளுக்கு மந்தம் நீடிக்கிறது; உற்பத்திச் சக்திகளும் பொருள் களும் பெருவித அளவில் விரயமாக்கப்பட்டும் அழிக்கப்பட்டும் வருகின்றன; பிறகு, திரண்டு அம்பாரமாய்க் குவிந்துவிட்ட பண்டங்கள்

அதிகமாகவோ குறைவாகவோ மதிப்புத் தேய்ந்து கரைந்து இறுதியாய் மறையும் வரை, பொருளுற்பத்தியும் பரிவர்த்தனையும் மெதுவாக மீண்டும் இயங்கத் தொடங்கும் வரை நிலைமை இதுவே. சிறிது சிறிதாக வேகம் அதிகரிக்கிறது. இது பெருநடையாகிறது. தொழில்துறையின் பெருநடை ஓட்டமாய் மாறுகிறது; ஓட்டம் பெருகி, தொழில்துறை, வாணிபக்கடன் செலவாணி, ஊகவாணிபம் ஆகிய எல்லாமாய்ச் சேர்ந்து தாவிக்குதித்துத் தலைதெறிக்க ஓடி முடிவில் குப்புற விழும்படி துள்ளிப் பாய்ந்தோடியபின் தொடங்கிய நிலைக்கே - நெருக்கடியின் சாய்க்குழியில் - வந்து முடிவுறுகின்றன. தொடர்ந்து திரும்பத் திரும்ப இதே கதைதான். 1825 ம் ஆண்டு முதலாய் ஐந்து தடவை இதை அனுபவித்திருக்கிறோம். தற்போது (1877) ஆறாவது தடவையாய் இதை அனுபவித்துக் கொண்டிருக்கிறோம். இந்த நெருக்கடிகளின் தன்மை மிகவும் தெளிவாய்த் தெரிகிறது; முதலாவது நெருக்கடியை crise plethorigue அதாவது அபரிமிதத்தால் ஏற்பட்ட நெருக்கடி என்று வர்ணித்த ஃபூரியே இந்த நெருக்கடிகள் யாவற்றின் தன்மையையும் தெளிவாக வரையறுத்துக் கூறியுள்ளார்.[210]

இந்த நெருக்கடியில் சமுதாயமயமான பொருளுற்பத்திக்கும் முதலாளித்துவ சுவீகரிப்புக்கும் இடையிலுள்ள முரண்பாடு மூர்க்க மாய் வெடித்தெழுகிறது. பரிவர்த்தனைப் பண்டப் புழக்கம் தற்காலிக மாய் நின்றுவிடுகிறது. புழக்கத்துக்குரிய சாதனமான பணம் புழக்கத்துக்கு இடையூறாகி விடுகிறது. பண்டங்களின் உற்பத்தி மற்றும் புழக்கம் சம்பந்தமான விதிகள் எல்லாம் தலைகீழாகி விடுகின்றன. பொருளாதார மோதல் அதன் உச்சநிலையை அடைந்துவிட்டது. பொருளுற்பத்தி முறை பரிவர்த்தனை முறையினை எதிர்த்துக் கலகம் புரிகிறது, பொளுற்பத்திச் சக்திகள் எதை மீறி வளர்ந்து விட்டனவோ அந்தப் பொருளுற்பத்தி முறைக்கு எதிராகக் கலகம் செய்கின்றன.

ஆலையினுள் பொருளுற்பத்தியின் சமூக ஒழுங்கமைப்பு வெகுவாய் வளர்ச்சியடைந்து விட்டது. ஆகவே அதனுடன் கூட நிலவி, அதன் மீது ஆதிக்கம் செலுத்தும் சமுதாய அளவிலான பொருளுற்பத்தியின் அராஜகத்துக்கு ஒவ்வாததாகி விட்டது என்கிற இந்த உண்மை நெருக்கடிகளின் போது பலபெரிய, இன்னும் அதிக அளவிலான சிறிய முதலாளிகள் நொடித்து அழிவதனால் ஏற்படும் பலாத்காரமான மூலதனக் குவிதலின் மூலம் நேரடியாய் முதலாளிகளுக்கே தெளிவாய் உணர்த்தப்படுகிறது. முதலாளித்துவப் பொருளுற்பத்தி முறையின் பொறியமைவு முழுவதுமே அதனாலேயே தோற்றுவிக்கப்பட்ட உற்பத்திச் சக்திகளால் நெரிக்கப்பட்டுக் குலைந்து போகிறது. பெரு வாரியான இந்தப் பொருளுற்பத்திச் சாதனங்களை அதனால் மூலதன மாக மாற்ற முடியவில்லை. இவை செயலற்று முடங்கிக் கிடக்கின்றன.

இதே காரணத்தால் தொழில்துறை ரிசர்வ் பட்டாளமும் வேலையின்றி நிர்க்கதியாய் நின்றாக வேண்டும். பொருளுற்பத்திச் சாதனங்கள், பிழைப்புக்கு வேண்டிய சாதனங்கள், வேலை செய்யத் தயாராக உள்ள தொழிலாளர்கள், இவ்வாறு பொருளுற்பத்தியின் எல்லாக் கூறுகளும் பொதுச் செல்வத்தின் எல்லாக் கூறுகளும் அபரிமிதமாய் இருக்கின்றன. ஆனால் "அபரிமிதமே கடுந்துன்பத்துக்கும் இல்லாமைக்கும் ஆதாரமாகி விடுகிறது" (ஃபூரியே), ஏனெனில் பொருளுற்பத்தி மற்றும் பிழைப்புச் சாதனங்கள் மூலதனமாக மாற்றப்படுவதைத் தடுத்துநிற்பது இதுவே. முதலாளித்துவ சமுதாயத்தில் உற்பத்திச் சாதனங்கள் முதலில் மூலதன மாய், மனித உழைப்புச் சக்தியைச் சுரண்டும் சாதனமாய் மாற்றப்பட்ட பிறகே செயல்பட முடியும். உற்பத்திச் சாதனங்களும் பிழைப்புக்கு வேண்டிய சாதனங்களும் இப்படி மூலதனமாய் மாற்றப்பட வேண்டி யிருக்கும் இந்த அத்தியாவசியமானது பேய் உருவெடுத்து இச்சாதனங் களுக்கும் தொழிலாளர்களுக்கும் இடையே வழிமறித்து நிற்கிறது. உற்பத்தியின் பொருளாயத வழியிலான நெம்புகோலும் ஆள் வழி யிலான நெம்புகோலும் ஒன்றுபட முடியாதவாறு இதுதான் தடுக்கிறது; உற்பத்திச் சாதனங்கள் செயல்பட முடியாமலும் தொழிலாளர்களை வேலை செய்யவும் வாழவும் முடியாமலும் இதுதான் தடைசெய் கின்றது. ஆகவே ஒருபுறத்தில் முதலாளித்துவ உற்பத்திமுறை தொடர்ந்து இந்த உற்பத்திச் சக்திகளை நெறியாண்மை புரியத் திறனற்றது என்பது நிரூபிக்கப்பட்டுத் தீர்ப்புக் கூறப்பட்டிருக்கிறது. மறுபுறத்தில் இந்த உற்பத்திச் சக்திகள் தற்போது நிலவும் முரண் பாட்டை நீக்குவதற்காக மூலதனம் என்ற முறையில் தமக்குள்ள இயல்பை ஒழிப்பதற்காக சமுதாய பொருளுற்பத்திச் சக்திகள் என்ற முறையில் தமக்குள்ள தன்மை நடைமுறையில் அங்கீகரிக்கப்படு வதற்காக மேலும் மேலும் கூடுதலான ஆற்றலுடன் போராடி முன்னேறிச் செல்கின்றன.

உற்பத்திச் சக்திகள் மேலும் மேலும் வலிமை மிக்கனவாய் வளர்ந்து, தமது முதலாளித்துவ இயல்பை எதிர்த்துப் புரியும் இந்தக் கலகம், அவற்றின் சமுதாயத் தன்மை அங்கீகரிக்கப்படுவதன் அவசியம் ஆகியவை முதலாளித்துவ நிலைமைகளில் எந்தளவுக்கு சாத்தியமோ அந்தளவுக்கு அவற்றை மேலும் மேலும் சமுதாயப் பொருளுற்பத்தி சக்திகளாய் நடத்தும்படி முதலாளி வர்க்கத்தைக் கட்டாயப்படுத்து கின்றன. தொழில்முறை விறுவிறுப்புற்று மிக மும்முரமாகும் காலமும், இக்காலத்தில் செலவாணியில் ஏற்படும் எல்லையற்ற வீக்கமும் இவை மட்டுமன்றி இவற்றை அடுத்துப் பெரும்பாலும் முதலாளித்துவத் தொழில் நிலையங்கள் நொடித்து விழுவதால் ஏற்படும் தகர்வும்

பெருந்திரளான உற்பத்திச் சாதனங்களை வெவ்வேறு வகையான கூட்டுப் பங்குக் கம்பெனிகளில் காணக்கூடிய வடிவில் சமுதாய மயமாக்கும்படித் தூண்டுகின்றன; இந்த உற்பத்தி மற்றும் வினியோக சாதனங்கள் பலவும், ரயில்வேக்களைப் போன்று, ஆரம்பத்திலிருந்தே பிரம்மாண்டமானவையாக இருப்பதால், அவை முதலாளித்துவப் பயன்பாட்டுக்கான ஏனைய வடிவங்களுக்கு இடமளிப்பதில்லை. பரிணாமத்தின் அடுத்துவரும் ஒரு கட்டத்தில் இந்த வடிவமும் போதுமானதல்ல. [குறிப்பிட்ட ஒரு நாட்டில் தொழில் துறையின் குறிப்பிட்ட ஒரு கிளையில் பொருளுற்பத்தியை ஒழுங்கியக்குவதற்காக அமைந்த கூட்டமைவான "டிரஸ்டில்" உற்பத்தியாளர்கள் பெரு மளவில் ஒன்று சேருகிறார்கள். உற்பத்திச் செய்யவேண்டிய மொத்த அளவை அவர்கள் நிர்ணயித்து அதைத் தம்மிடையே பங்கு பிரித்துக் கொள்கிறார்கள்; இவ்வாறு அவர்கள் முன்கூட்டியே நிர்ணயிக்கப் பட்ட விற்பனை விலைகளை ஏற்கும்படி நிர்ப்பந்திக்கிறார்கள். ஆனால் இவ்வகையான டிரஸ்டுகள் தொழிலும் வாணிபமும் மோசமாகியதும் சாதாரணமாய்க் குலைந்துவிடக் கூடியவை. இக்காரணத்தால் மேலும் கூடுதலான அளவில் இணைதல் அவசியமாகி விடுகிறது; குறிப்பிட்ட தொழில்துறை முழுவதுமே ஒரு பிரம்மாண்டமான கூட்டுப் பங்குக் கம்பெனியாக மாற்றப்படுகிறது; உள்நாட்டுப் போட்டியானது இந்த ஒரு கம்பெனியின் உள்நாட்டு ஏகபோகமாகி விடுகிறது. 1890-ல் ஆங்கிலேய 'ஆல்கலி' உற்பத்தியில் இப்படித்தான் ஆயிற்று; 48 பெரிய தொழில் நிலையங்கள் ஒன்றாய் இணைந்தபின் இந்தத் தொழிற்கிளை ஒரே கம்பெனியின் கைக்குள் அடங்கி 60,00,000 பவுன் மூலதனத்துடன் தனி ஒரு திட்டத்தின் பிரகாரம் நடத்தப்படுகிறது.]

டிரஸ்டுகளில் போட்டியிடும் சுதந்திரமானது அதற்கு நேர் முரணானதாக மாறுகிறது - ஏகபோகமாகிறது; முதலாளித்துவச் சமுதாயத்தின் உறுதியான திட்டம் ஏதும் இல்லாத பொருளுற் பத்தியானது வரப்போகும் சோஷலிசச் சமுதாயத்தின் உறுதிவாய்ந்த திட்டவழியிலான பொருளுற்பத்தியிடம் சரணடைகிறது. தொடக்கத்தி லிருந்து இது முதலாளிகளுடைய ஆதாயத்திற்காகவும் அனுகூலத்துக் காகவும் ஆனதே என்பது மெய்தான். ஆனால் இங்கு சுரண்டல் இப்படி அப்பட்டமானதாய் இருப்பதால் அது தகர்ந்தே தீர வேண்டும். லாப வெறியர்களது [dividend-monger's] ஒரு சிறுகும்பல் இப்படிப்பட்ட வர்த்தனமாய்ச் சமூகத்தைச் சுரண்டும் வகையில் டிரஸ்டுகள் நடத்தும் பொருளுற்பத்தியை எந்தத் தேசமும் சகித்துக் கொண்டிருக்காது.

எப்படியும் டிரஸ்டுகள் [இருந்தாலும் இல்லாவிட்டாலும்] முதலாளித்துவ சமுதாயத்தின் அதிகாரபூர்வமான பிரதிநிதியாகிய அரசு

முடிவில் பொருளுற்பத்தியின் நெறியாண்மையை ஏற்க வேண்டி வரும்.* அரசின் உடைமையாய் மாற்றப்பட வேண்டிய இந்த அவசியம் தகவல் தொடர்பு மற்றும் போக்குவரத்துக்கான மாபெரும் ஏற்பாடு களான அஞ்சல் நிலையம், தந்தி, ரயில்வே ஆகியவற்றில் முதலில் உணரப்படுகிறது.

நவீன உற்பத்திச் சக்திகளைத் தொடர்ந்து நிர்வகிப்பதற்கு முதலாளித்துவம் ஆற்றலற்று விட்டது என்பதை நெருக்கடிகள் எடுத்துக்காட்டுகின்றன என்றால் பொருளுற்பத்திக்கும் வினியோகத் துக்குமான மாபெரும் நிலையங்கள் கூட்டுப் பங்குக் கம்பெனிகளாகவும் [டிரஸ்டுகளாகவும்] அரசு உடைமைகளாகவும் மாற்றப்பட்டிருப்

★ **வேண்டி வரும்"** என்று கூறுகிறேன். ஏனெனில் பொருளுற்பத்திக்கும் வினியோகத்துக்குமான சாதனங்கள் கூட்டுப் பங்குக் கம்பெனிகள் மூலமான நிர்வாகி வடிவை **மெய்நடப்பில்** விஞ்சி வளர்ந்து விடும்போதுதான், ஆகவே அரசு இச்சாதனங்களைத் தானே எடுத்துக் கொள்ளுதல் **பொருளாதார வழியில்** தவிர்க்க முடியாததாய் ஆகும் போதுதான். அப்பொழுது மட்டுமே - இதைச் செய்வது இன்றுள்ள அரசாகவே இருப்பினுங்கூட - இது பொருளாதார முன்னேற்றமாய் இருக்கும். உற்பத்திச் சக்திகள் யாவற்றையும் நேரே சமுதாயமே எடுத்துக்கொள்வதற்குப் பூர்வாங்கமாய் அமையும் மற்றொரு நடவடிக்கையாய் இருக்கும். ஆனால் அண்மையில், பிஸ்மார்க் தொழில் நிலையங்களை அரசு உடைமையாக்கும் முயற்சியில் இறங்கியது முதலாய் ஒருவகைப் போலி சோஷலிசம் அவதரித்திருக்கிறது. அடிக்கடி இது அடிவருடியின் நிலைக்கு ஒத்த கேவலநிலைக்கு இழிவுற்று **எல்லா** அரசு உடைமையுமே, பிஸ்மார்க் வகைப்பட்டதும் கூட சோஷலிசத் தன்மை வாய்ந்ததே என்று கூறுகிறது. புகையிலைத் தொழிலை அரசு எடுத்துக்கொள்வது சோஷலிசத் தன்மை யுடையதானால் பின்னர் நெப்போலியனையும் மெட்டர்னிகையும் சோஷலிசத்தின் மூல முதல்வர்களது வரிசையிலேதான் அமர்த்த வேண்டும். பெல்ஜிய அரசு மிகச்சாதாரண அரசியல் நிதிவிவகாரக் காரணங்களை உத்தேசித்துத் தனது பிரதான ரயில் பாதைகளைத் தானே கட்டிமைத்துக் கொண்டதெனில், பிஸ்மார்க் எந்தப் பொருளாதார அவசியத்தையும் முன்னிட்டு அல்லாமல் பிரதான பிரஷ்ய ரயில் பாதைகள் அரசின் கையில் இருந்தால் யுத்தம் ஏற்படும்பட்சத்தில் நல்லதுதானே என்றும் ரயில்வே சிப்பந்திகளை அரசாங்கத்துக்கு ஓட்டுப்போடும் ஆட்டு மந்தைகளாய் வளர்த்திடலாம் என்றும் இன்னும் முக்கியமாய் நாடாளுமன்ற ஓட்டுகளுக்கு உட்படாத சுயேச்சையான புதிய வருமான ஆதாரத்தைத் தனக்குச் சிருஷ்டித்துக் கொள்ளலாம் என்றும் ரயில் பாதைகளை அரசின் உடைமையாய் எடுத்துக் கொண்டாரெனில் - எவ்விதத்திலும் அது நேரடியாகவோ மறைமுகமாகவோ உணர்வுபூர்வமாகவோ மனம் அறியாமலோ ஒரு சோஷலிச நடவடிக்கை ஆகிவிடவில்லை. இல்லையேல் மன்னரது கடற்கப்பல் கம்பெனியும்[211] [Sechandlung] மன்னரின் பீங்கான் பண்டத்தயாரிப்பும் சேனையின் பட்டாளத்துத் தையல் துறையுங்கூட சோஷலிச நிறுவனங்களாகி விடும். [ஏன் மூன்றாம் ஃபிரீட்ரிஹ் - வில்ஹெல்முடைய ஆட்சியின் போது கபட வேடதாரி ஒருவர் கூறிய ஆலோசனைக்கேற்ப விபசார விடுதிகளை அரசு எடுத்துக்கொண்டு விடுவதுங்கூடத்தான்.] **(எங்கெல்சின் குறிப்பு.)**

பதானது இந்தக் காரியத்துக்கு முதலாளித்துவ வர்க்கத்தினர் எவ்வளவு தேவையற்றவர்களாகி விட்டனர் என்பதைக் காட்டுகிறது. முதலாளிகள் செய்துவந்த எல்லாச்சமூக வேலைகளையும் இன்று சம்பளம் பெறும் சிப்பந்திகள் செய்து விடுகின்றனர். லாப ஈவுகளை [dividents] மூட்டைகட்டிக் கொள்வதையும், சீட்டுக் கத்திரிப்பதையும் [tearing off coupons], முதலாளிகள் ஒருவர் முதலை ஒருவர் சூறையாடிக் கொள்ளும் பங்கு மாற்றுச் சந்தையில் சூதாடுவதையும் தவிர முதலாளிக்கு இனிச் சமூக வேலை எதுவும் இல்லாமற் போய்விட்டது. முதலாளித்துவப் பொருளுற்பத்தி முறை முதலில் தொழிலாளர்களை வெளியே தள்ளுகிறது. இப்பொழுது அது முதலாளிகளையும் வெளியே தள்ளி, தொழிலாளர்களைச் செய்தது போலவே இவர்களையும் உடனடியாகத் தொழில்துறை ரிசர்வ் பட்டாளத்தின் அணிகளுக்கு இல்லாவிட்டாலும், வேண்டா உபரி மக்கள் தொகையின் அணிகளுக்குத் தாழ்த்திவிடுகிறது.

ஆனால் கூட்டுப் பங்குக் கம்பெனிகள், (டிரஸ்டுகளின்) உடைமை களாகவோ அல்லது அரசு உடைமைகளாகவோ மாற்றப்படுவதால் உற்பத்திச் சக்திகளுடைய முதலாளித்துவத் தன்மை நீக்கப்பட்டு விடவில்லை. கூட்டுப் பங்குக் கம்பெனிகள் மற்றும் டிரஸ்டுகள் விஷயத்தில் இது வெளிப்படையாகவே தெரிகிறது. நவீன அரசு என்பதுங் கூட தொழிலாளர்கள் மற்றும் முதலாளித்துவப் பொருளுற்பத்தி முறையின் பொதுவான புறநிலைமைகளை ஆதரிக்கும் பொருட்டு முதலாளித்துவ சமுதாயம் மேற்கொள்ளும் நிறுவன ஒழுங்கமைப்பே அன்றி வேறல்ல. அதன் வடிவம் எப்படி இருப்பினும் நவீன அரசானது சாராம்சத்தில் முதலாளித்துவப் பொறியமைவு ஆகும். முதலாளி களுடைய அரசு ஆகும். மொத்த தேசிய மூலதனத்தின் இலட்சிய ஆளுருவாக்கம் ஆகும். எவ்வளவுக்கு எவ்வளவு அது உற்பத்திச் சக்திகளை உடைமையாக்கிக் கொண்டு செல்கிறதோ அவ்வளவுக்கு அவ்வளவு அது மெய்நடப்பில் தேசிய முதலாளியாகிறது. தொழி லாளர்கள் இனியும் கூலித் தொழிலாளர்களாகவே அதாவது பாட்டாளி வர்க்கத்தவராகவே இருக்கின்றனர். முதலாளித்துவ உறவு அகற்றப்பட்டுவிடவில்லை; அதற்கு மாறாக, உச்சநிலைக்கு மும் முரமாக்கப்படுகிறது. இவ்விதம் உச்சநிலைக்கு மும்முரமாக்கப் படுகையில் அது குப்புற விழுகிறது. உற்பத்திச் சக்திகள் அரசின் உடைமையில் இருப்பதானது மோதலுக்குத் தீர்வு அல்ல. ஆனால் இந்தத் தீர்வின் கூறுகளாய் அமையும் வினை நுட்ப நிலைமைகள் வெளியே தெரியாமல் அதனுள் மறைந்திருக்கின்றன.

நவீன உற்பத்திச் சக்திகளுடைய சமூகத் தன்மையை நடை முறையில் அங்கீகரித்தலும், ஆகவே பொருளுற்பத்தி, சுவீகரிப்பு,

பரிவர்த்தனை முறைகளை உற்பத்திச் சாதனங்களுடைய சமூகத் தன்மைக்கு இசை வாக்குதலும்தான் இம்மோதலுக்குத் தீர்வாக முடியும். சமுதாயம் முழுமையின் கட்டுப்பாட்டை அன்றி வேறுஎந்தக் கட்டுப்பாட்டுக்கும் ஒவ்வாதனவாய் விஞ்சி வளர்ந்துவிட்ட உற்பத்திச் சக்திகளைப் பகிரங்கமாகவும் நேரடியாகவும் சமுதாயமே உடைமை யாக்கிக் கொள்வதன் மூலமே இந்த இசைவு ஏற்பட முடியும். உற்பத்திச் சாதனங்கள் மற்றும் உற்பத்திப் பொருட்களின் சமூகத் தன்மை உற்பத்தியாளர்களுக்கு எதிராய்ச் செயல்படுகிறது; பொருளுற்பத்தி, பரிவர்த்தனை அனைத்தையும் கால அலைவட்ட முறையில் குலைத் திடுகிறது; கண் மூடித்தனமாய், பலவந்தமாய், நாசகரமாய் இயங்கும் இயற்கையின் ஒரு விதியைப் போல் செயல்படுகிறது. ஆனால் சமுதாயம் இந்த உற்பத்திச் சக்திகளைத் தானே எடுத்துக் கொண்டதும், உற்பத்திச் சாதனங்கள் உற்பத்திப் பொருட்கள் இவற்றின் சமூகத் தன்மையை உற்பத்தியாளர்கள் சரிவர உணர்ந்து, பயன்படுத்திக் கொள்வார்கள். குழப்படிக்கும் காலவாரியான குலைவுக்கும் மூலகாரணமாய் இருப்பதற்குப் பதில் இது பொருளுற்பத்திக்கு மிகவும் சக்திவாய்ந்த நெம்பு கோலாகிவிடும்.

செயல் வன்மை வாய்ந்த சமூக சக்திகள் நாம் அவற்றைப் புரிந்து கொள்ளாமலும் கணக்கில் எடுத்துக் கொள்ளாமலும் இருக்கும் வரை இயற்கைச் சக்திகளைப் போலவே கண்மூடித்தனமாகவும், பலவந்த மாகவும், நாசகரமாகவும் செயல்படுகின்றன. ஆனால் அவற்றை நாம் புரிந்து கொண்டும், அவற்றின் செயலையும் திசை வழியையும் பலன் களையும் மனத்தால் மாற்றிக்கொண்டும் விட்டோமானால் பிறகு அவற்றை மேலும் மேலும் நமது சித்தத்துக்குக் கீழ்ப்படியச் செய்து, அவற்றைக் கொண்டு நமது நோக்கங்களை ஈடேற்றிக் கொள்வது முற்றிலும் நம்மையே பொறுத்ததாகும். முக்கியமாய் இது, பேராற்றல் கொண்ட இன்றைய உற்பத்திச் சக்திகளுக்கு மிகவும் பொருந்துவதாகும். இந்த உற்பத்திச் சக்திகளின் இயல்பையும் தன்மையையும் புரிந்து கொள்ள நாம் பிடிவாதமாய் மறுக்கும் வரையில் - இவற்றைப் புரிந்து கொள்வது முதலாளித்துவப் பொருளுற்பத்தி முறையின் மற்றும் அதன் காவலர்களின் பண்புக்கு முரணானது - இந்தச் சக்திகள் நம்மை மீறி, நமக்கு எதிராய் செயல்பட்டுக் கொண்டுதான் இருக்கும். மேலே நாம் விவரமாய் எடுத்துக்காட்டியுள்ளது போல நம்மீது ஆதிக்கம் புரிந்து கொண்டுதான் இருக்கும்.

ஆனால் அவற்றின் இயல்பு புரிந்து கொள்ளப்பட்டதும், ஒன்று சேர்ந்து வேலை செய்யும் உற்பத்தியாளர்களுடைய கரங்களில் ஆட்டிப் படைக்கும் பூதங்களாக அல்லாமல் மனமுவந்து பணிபுரியும்

பணியாட்களாய் அவற்றை மாற்றி விடலாம். இந்த வேறுபாடு புயலின் போது மின்னலிலான மின்விசையின் அழிவு சக்திக்கும் தந்தியிலும் வில்லிலும் [voltaic arc] பணிந்து செயல்படும் மின்விசைக்கும் இடையிலுள்ளது போன்றதாகும்; நாசம் விளைக்கும் பெருந்தீயிற்கும் மனிதனுக்குச் சேவைபுரியும் நெருப்புக்கும் இடையிலான வேறுபாடு போன்றதாகும். இன்றைய உற்பத்திச் சக்திகளுடைய மெய்யான தன்மை முடிவாய் இவ்விதம் புரிந்து கொள்ளப்பட்டதும், பொருளுற் பத்தியின் சமூக அளவிலான அராஜகம் ஒழிந்து அதனிடத்தில் சமுதாயத்தின் தேவைகளுக்கும் ஒவ்வொரு தனிமனிதனின் தேவை களுக்கும் ஏற்ப வரையறுக்கப்பட்ட திட்டத்தின் அடிப்படையில் பொருளுற்பத்தியின் சமூக அளவிலான ஒழுங்கியக்கம் கோலோச்சும். உற்பத்திப் பொருள் முதலில் உற்பத்தியாளரையும் பிறகு சுவீகரிப் பாளரையும் அடிமை செய்யும்படியான முதலாளித்துவப் பொருளுற்பத்தி முறை மறைந்து, அதனிடத்தில் நவீன உற்பத்திச் சாதனங்களது இயல்பின் அடிப்படையில் உற்பத்திப் பொருள்களைச் சுவீகரித்துக் கொள்ளப்படும்முறை அப்பொழுது உதித்தெழும். அதாவது, ஒரு புறத்தில் பொருளுற்பத்தியின் பராமரிப்பு மற்றும் விரிவாக்கத்துக்கான சாதனங்கள் என்ற முறையில், நேரடியான சமூக சுவீகரிப்பையும் மறுபுறத்தில் பிழைப்புக்கும் சுகானுபோகத்துக்குமான சாதனங்கள் என்ற முறையில் நேரடியான தனிமனித சுவீகரிப்பையும் அடிப் படையாய்க் கொண்டு சுவீகரிப்புமுறை ஏற்படும்.

முதலாளித்துவப் பொருளுற்பத்தி முறை மக்கள் தொகையில் மிகப் பெரும்பாலோரை மேலும் மேலும் முழுமையாய்ப் பாட்டாளி வர்க்கத்தோராய் மாற்றும் அதே பொழுதில், தானே அழியாதிருக்க வேண்டுமாயின், இந்தப் பெருமாற்றத்தைச் செய்து முடிக்கும்படியான கட்டாயத்துக்கு உள்ளாகும் ஒரு சக்தியையும் அது தோற்றுவிக்கிறது. ஏற்கெனவே சமூகமயமாகிவிட்ட பிரம்மாண்டமான பொருளுற்பத்திச் சாதனங்களை மேலும் மேலும் அரசின் சொத்தாக மாற்றமடையும்படி நிர்ப்பந்தம் செய்யும் அதே போதில் இந்தப் பெருமாற்றத்தினைச் செய்து முடிப்பதற்கான வழியையும் முதலாளித்துவப் பொருளுற்பத்தி முறை தானே சுட்டிக்காட்டுகிறது. பாட்டாளி வர்க்கம் அரசியல் ஆட்சியதிகாரத்தைக் கைப்பற்றிக் கொண்டு உற்பத்திச் சாதனங்களை முதலாவதாக அரசுச் சொத்தாய் மாற்றுகிறது.

ஆனால் இதைச் செய்வதன் மூலம் அது பாட்டாளி வர்க்கம் என்ற தனது நிலைக்கே முடிவுகட்டிக் கொள்கிறது. எல்லா வர்க்க வேறுபாடு களுக்கும் வர்க்கப் பகைமைகளுக்கும் முடிவு கட்டுகிறது. அரசு அரசாய் இருப்பதற்கும் முடிவு கட்டுகிறது. இதுவரை சமுதாயம்

வர்க்கப் பகைமைகளின் அடிப்படையில் அமர்ந்திருந்ததால் அதற்கு அரசு தேவைப்பட்டது, அதாவது அந்தந்தக் காலத்தில் சுரண்டும் வர்க்க மாய் இருக்கும் குறிப்பிட்ட வர்க்கத்துக்கான ஒழுங்கமைப்பு ஒன்று தேவைப்பட்டது; அதன் பொருளுற்பத்தியின் புறநிலைமைகளை பராமரிக்கவும்*, இன்னும் முக்கியமாய் சுரண்டப்படும் வர்க்கங்களை அந்தந்தப் பொருளுற்பத்தி அமைப்புக்கு (அடிமைமுறை, பண்ணை யடிமைமுறை, கூலி உழைப்புமுறை) பொருத்தமான ஒடுக்குமுறை நிலையில் பலவந்தமாக வைத்திருப்பதற்கும் ஓர் ஒழுங்கமைப்பு தேவைப்பட்டது. இந்த அரசு சமுதாயம் முழுவதன் அதிகாரபூர்வமான பிரதிநிதியாக, கண்கூடான அதன் உருவகத் திரட்சியாக விளங்கிற்று. ஆனால் எந்த வர்க்கம் தன்னுடைய காலத்தில் சமுதாயம் முழுவதற்கும் தானே பிரதிநிதியாக இருந்ததோ அந்த வர்க்கத்தின் அரசாய் இருந்த அளவுக்குத்தான், அதாவது புராதன காலத்தில் அடிமையுடைமைக் குடிகளின் அரசாகவும், மத்திய காலத்தில் பிரபுக்களின் அரசாகவும், நாம் வாழும் இக்காலத்தில் முதலாளித்துவ வர்க்கத்தின் அரசாகவும் இருந்த அளவுக்குத்தான், அரசால் இவ்வாறு விளங்க முடிந்தது. இறுதியில் அரசானது சமுதாயம் முழுமைக்கும் மெய்யான பிரதிநிதி யாகும் போது, அது தன்னைத்தானே அவசியமற்றதாக்கிக் கொள்கிறது. இனி கீழ்ப்படுத்தி வைக்க வேண்டிய சமூக வர்க்கம் எதுவும் இல்லாமற் போனதும் வர்க்க ஆதிக்கமும், பொளுற்பத்தியில் தற்போதுள்ள அராஜகத்தின் அடிப்படையில் நடைபெறும் தனியார் வாழ்வுப் போராட்டமும், இந்தப் போராட்டம் காரணமாய் எழும் மோதல் களும், மட்டுமீறிய செயல்களும் நீக்கப்பட்டதும் அடக்கி வைப்பதற்கு எதுவும் இல்லாமற் போகிறது, ஆதலால் தனிவகை அடக்குமுறை சக்தியான அரசு இனிமேல் அவசியமில்லை என்றாகிறது. அரசானது மெய்யாகவே சமுதாயம் முழுதுக்கும் பிரதிநிதியாய் முன்வந்து புரிந்திடும் முதலாவது செயல் - அதாவது உற்பத்திச் சாதனங்களைச் சமுதாயத்தின் பேரால் உடைமையாக்கிக் கொள்ளும் இச்செயல் - அரசு என்ற முறையில் சுயேச்சையாய் அது புரிந்திடும் இறுதிச் செயலாகவும் அமைந்து விடுகிறது. சமூக உறவுகளில் அரசின் தலையீடு ஒரு துறைக்குப்பின் இன்னொன்றாகத் தேவையற்றதாகிப் பிறகு தானாகவே தணிந்து அணைந்து விடுகிறது. ஆட்களின் ஆளுகை காரியங்களின் நிர்வாகமாய், பொருளுற்பத்தி வேலைகளது செயலாட்சியாய் மாறி விடுகிறது. அரசு "ஒழிக்கப்படவில்லை", அது உலர்ந்து உதிர்ந்து விடுகிறது. "சுதந்திர மக்கள் அரசு" என்னும் தொடர்[212] - கிளர்ச்சியாளர்கள் சில

★ **கற்பனாவாத சோஷலிசமும் விஞ்ஞான சோஷலிசமும்** என்ற நூலில் இந்த வாசகம் பின்வருமாறு உள்ளது: "பொருளுற்பத்திக்காக நடப்பிலுள்ள நிலைமை களில் வெளியார் தலையீடு எதுவும் இல்லாமல் தடுப்பதற்காகவும்"- ப-ர்.

சமயம் அதை நியாயமாகவே பயன்படுத்துவதில், முடிவில் விஞ்ஞான வழியில் குறைபாடானதாயும் இருந்ததையும்; மற்றும் அக்கணமே அரசு ஒழிக்கப்பட வேண்டும் என்னும் அராஜகவாதிகளின் கோரிக்கை எந்த அளவுக்கு மதிக்கத்தக்கது என்பதையும் மேற்கூறியது புலப் படுத்துகிறது.

முதலாளித்துவப் பொருளுற்பத்தி முறை வரலாற்றில் உதித் தெழுந்தது முதலாகவே, உற்பத்திச் சாதனங்கள் யாவும் சமுதாயத்தால் சுவீகரிக்கப்பட வேண்டும் என்பதை வருங்காலத்துக்குரிய ஒரு இலட்சியமாகத் தனி மனிதர்களும் குழுவினர்களும் தெளிவற்ற முறையில் கனவுகண்டு வந்துள்ளனர். ஆனால் இது சித்தி பெறுவதற்கு வேண்டிய எதார்த்த நிலைமைகள் தோன்றிய பிறகே இது சாத்தியமாக முடியும் வரலாற்று அவசியமாக முடியும். ஏனைய எந்த ஒரு சமூக முன்னேற்றத்தையும் போலவே இது வர்க்கங்கள் இருப்பது நீதிக்கும் சமத்துவத்துக்கும் இன்ன பிறவற்றுக்கும் முரணாகும் என்று மனிதர்கள் உணர்வதாலோ, அல்லது இந்த வர்க்கங்களை ஒழிக்க வேண்டும் என்று வெறுமனே விரும்புவதாலோ நடைமுறை சாத்தியமாகவில்லை. மாறாக சில குறிப்பிட்ட புதிய பொருளாதார நிலைமைகளின் காரண மாகவே நடைமுறை சாத்தியமாகிறது. சுரண்டும் வர்க்கமாகவும் சுரண்டப்படும் வர்க்கமாகவும், ஆளும் வர்க்கமாகவும் ஒடுக்கப்படும் வர்க்கமாகவும் சமுதாயம் பிளவுண்டதானது முற்காலங்களில் பொருளுற் பத்தியின் வளர்ச்சி பற்றாக்குறையாகவும் குறுகிய வரம்புக்குட்பட்ட தாகவும் நிலவியதால் ஏற்பட்டதன் தவிர்க்க முடியாத விளைவாகும். மொத்த சமூக உழைப்பால் கிடைக்கும் உற்பத்திப் பொருட்கள் எல்லோருடைய உயிர் வாழ்வுக்கும் வேண்டிய அத்தியாவசிய அளவைக் காட்டிலும் சொற்ப அளவே அதிகமாய் இருக்கும் வரை, இதன் காரணமாய்ச் சமுதாயத்தின் உறுப்பினர்களில் மிகப்பெரு வாரியானோரின் முழுநேரமும் அல்லது அனேகமாய் முழுநேரமும் உழைப்புக்காக ஈடுபடுத்த வேண்டியிருக்கும் வரையில் இந்தச் சமுதாயம் தவிர்க்க முடியாதவாறு வர்க்கங்களாய்ப் பிளவுற்றிருக்க வேண்டியதாகிறது. முற்றிலும் உழைப்பிலே மட்டும் ஈடுபட வேண்டிய கொத்தடிமைகளான மிகப் பெருவாரியுடன் கூடவே நேரடியான பொருளுற்பத்திக்குரிய உழைப்பில் இருந்து விடுபட்ட ஒரு வர்க்கம் தோன்றி உழைப்பை நெறிப்படுத்தல், அரசு, சட்டம், விஞ்ஞானம், கலை விவகாரங்கள் போன்ற சமுதாயத்தின் பொது அலுவல்களைக் கவனித்து வருகிறது. ஆகவே உழைப்புப் பிரிவினை விதிதான் வர்க்கப் பிரிவினைக்கு அடிப்படையாய் அமைகிறது. ஆனால் இந்த வர்க்கப் பிரிவினை பலாத்காரம், கொள்ளை, சூழ்ச்சி மற்றும் மோசடி மூலம் செயல்படுத்தப்படுவதை இது தடுக்கவில்லை. ஆதிக்க நிலை பெற்றதும்

ஆளும் வர்க்கம் தொழிலாளி வர்க்கத்துக்குப் பிரதிகூலமாக தனது ஆதிக்கத்தை உறுதியாக வலுப்படுத்திக் கொள்வதையோ, சமுதாயத்தில் தனக்கிருந்த தலைமையினைப் பெருந்திரளான மக்களை [மேலும் கடுமையாக] சுரண்டுவதற்காக மாற்றிக் கொள்வதையோ இது தடுக்க வில்லை.

ஆனால் வர்க்கப் பிரிவினைக்கு இந்த விதத்தில் வரலாற்று வழியில் ஓரளவு நியாயம் உண்டெனில், இது குறிப்பிட்ட காலத்துக்கு மட்டுமே குறிப்பிட்ட சமூக நிலைமைகளின் கீழ் மட்டுமே உள்ளதாகும். இதற்குப் பொருளுற்பத்தியின் போதாமையே அடிப்படையாக இருந்தது. இது நவீன உற்பத்திச் சக்திகளுடைய முழு வளர்ச்சியால் துடைத்தெறியப் பட்டுவிடும் வரலாற்று வழியிலான பரிணாம வளர்ச்சி குறிப்பிட்ட ஓர் அளவுக்கு இருப்பது முன்நிபந்தனையாகும். இந்தப் பரிணாம வளர்ச்சி ஏற்பட்டதும், குறிப்பிட்ட இந்த அல்லது அந்த ஆளும் வர்க்கம் மட்டுமன்றி, ஆளும் வர்க்கம் என்பதாய் எதுவும் இருப்பதும், ஆகவே வர்க்கப் பாகுபாடு இருப்பதும் காலங்கடந்து போய்ச் சிறிதும் ஒவ்வாதனவாகி விடும். சமுதாயத்தின் எந்த வர்க்கமும் உற்பத்திச் சாதனங்களையும் உற்பத்திப் பொருட்களையும் சுவீகரித்துக் கொள்வதும், அதோடு கூட அரசியல் ஆதிக்கம் செலுத்துவதும், கலாச்சார ஏகபோகமும் அறிவுத்துறை தலைமை வகிப்பதும் தேவை யற்றதாவதுடன் வளர்ச்சிப் பொருளாதார வழியிலும் அரசியல் வழியிலும் அறிவுத்துறை வழியிலும் இடையூறாகி விடும்படியான அளவுக்குப் பொருளுற்பத்தி வளர்ச்சியுற்று வர்க்கங்கள் ஒழிக்கப் படுவதற்குரிய முன்நிபந்தனையாகும்.

இந்த வளர்ச்சி நிலை தற்போது எய்தப்பட்டுவிட்டது. அரசியல் துறையிலும் அறிவுத்துறையிலும் முதலாளித்துவ வர்க்கம் வக்கிழந்து வகையிழந்து விட்டது என்பது முதலாளித்துவ வர்க்கத்துக்கே இனி ஓர் இரகசியமாய் இருப்பதாய்க் கூற முடியாது. இவ்வர்க்கத்தாரின் பொருளாதாரத்திலான வக்கிழந்த வகையிழந்த தன்மை [bankruptcy] பத்தாண்டுக்கு ஒரு தரம் முறையாய் மீண்டும் வெளிப்பட்டு வருகிறது. ஒவ்வொரு தரமும் நெருக்கடியின் போது சமுதாயம் அதனுடைய உற்பத்திச் சக்திகள், உற்பத்திப்பொருள்களது சுமையின்கீழ் திணறித் திக்குமுக்காடுகிறது. இந்த உற்பத்திச் சக்திகளையும் உற்பத்திப் பொருட் களையும் சமுதாயத்தால் உபயோகித்துக் கொள்ள முடியவில்லை; உற்பத்தியாளர்களுக்கு நுகர ஏதுமில்லை, ஏனெனில் நுகருவோர் போதியளவு இல்லை என்னும் இந்த அபத்த முரண்பாட்டின் முன்னால் சமுதாயம் ஒன்றும் செய்ய இயலாததாய் நிற்கிறது. உற்பத்திச் சாதனங்களுடைய விரிவகற்சியின் வலிமை முதலாளித்துவ உற்பத்தி

முறை அவற்றின் மீது திணித்துள்ள கட்டுகளை உடைத்தெறிகிறது. இந்தக் கட்டுகளிலிருந்து உற்பத்திச் சாதனங்கள் விடுதலை பெறுவது உற்பத்திச் சக்திகள் இடைமுறிவு இன்றி இடையறாது துரித வேகத்தில் வளர்ச்சி பெறுவதற்கும் இவ்விதம் பொருளுற்பத்தி அனேகமாய் வரம்பின்றிப் பெருகிச் செல்வதற்குமான ஒரேயொரு முன் நிபந்தனை யாகும். இதுமட்டுமல்ல உற்பத்திச் சாதனங்களைச் சமுதாயம் சுவீகரித்துக் கொள்வதானது தற்போது பொருளுற்பத்தி மீது இருந்து வரும் செயற்கையான தடைகளை ஒழித்துக் கட்டுவதோடு கூட இன்று பொருளுற்பத்தியின் தவிர்க்க முடியாத உடனிணைவுகளாகி நெருக்கடி களின் போது உச்சநிலைக்கு உக்கிரமாகிவிடும் உற்பத்திச் சக்திகள் மற்றும் உற்பத்திப் பொருள்களின் அப்பட்டமான விரயத்துக்கும் அழிவுக்கும் முடிவு கட்டிவிடும். தவிரவும் இன்றைய ஆளும் வர்க்கங் களும் அவற்றின் அரசியல் பிரதிநிதிகளும் புரிந்து வரும் அர்த்தமற்ற ஊதாரித்தனத்துக்கு முடிவு கட்டுவதன் மூலம் அது பொதுவில் சமுதாயத்துக்குப் பெரிய அளவில் உற்பத்திச் சாதனங்களையும் உற்பத்திப் பொருள்களையும் விடுவித்துக் கொடுக்கும். சமூகமயமான பொருளுற்பத்தி மூலம் சமுதாயத்தின் ஒவ்வொரு உறுப்பினருக்கும் பொருளாயத நிலையில் முற்றிலும் போதுமானதும் நாளுக்கு நாள் மேலும் பூரணமாகி வருவதுமான வாழ்வை மட்டுமன்றி எல்லோருக்கும் தமது உடல் ஆற்றல்களும் உள்ளத்து ஆற்றல்களும் தங்குதடையின்றி வளர்ச்சியடைவதற்கும் செயல்படுவதற்கும் உத்தரவாதம் செய்யும் வாழ்வையும் கிடைக்கச் செய்வதற்கான சாத்தியப்பாடு இப்பொழுது இருப்பதோடு, கை வரப் பெறவும் செய்கிறது.★

உற்பத்திச் சாதனங்களைச் சமுதாயம் கைப்பற்றிக் கொண்டதும், பரிவர்த்தனைப் பண்ட உற்பத்திக்கு முடிவுகட்டப்பட்டு விடுகிறது;

★ முதலாளித்துவ ஆதிக்கத்துக்கு உட்பட்டிருந்தும் கூட நவீன உற்பத்திச் சாதனங் களின் அபாரமான விரிவகற்சி வலிமையைத் தோராயமாக உணர்த்துவதற்கு ஒரு சில புள்ளி விவரங்களைக் குறிப்பிடலாம். திரு ஜிஃப்பன் தரும் மதிப்பீடுகளின்படி[213] கிரேட் பிரிட்டன் அயர்லாந்து இவற்றின் மொத்தச் செல்வம் முழுத் தொகைகளில்,

1814-ல் 220, 00, 00, 000	பவுனாகவும்
1865-ல் 610, 00, 00, 000	பவுனாகவும்
1875-ல் 850, 00, 00, 000	பவுனாகவும்

இருந்தது.

நெருக்கடியின் போது உற்பத்திச் சாதனங்களும் உற்பத்திப் பொருள்களும் விரயமாக்கப்படுவதற்கு ஓர் உதாரணம்: கடைசி நெருக்கடியின் போது ஜெர்மன் இரும்புத் தொழிலில் மட்டும் இரண்டாவது ஜெர்மன் தொழில் துறைக் காங்கிரசில் (பெர்லின், 1878, பிப்ரவரி 21)[214] தரப்பட்ட விவரங்களின்படி 2,27,50,000 பவுன் மொத்த நஷ்டம் உண்டாயிற்று. **[எங்கெல்சின் குறிப்பு.]**

இதனுடன் கூடவே உற்பத்தியாளரை உற்பத்திப் பொருள் அடக்கி ஆண்மை செலுத்துவதும் ஒழிந்து விடுகிறது. சமூகப் பொருளூற்பத்தியில் அராஜகம் ஒழிக்கப்பட்டு, திட்டப் பொருத்தமுடைய, உணர்வுபூர்வமான ஒழுங்கமைப்பு உண்டாக்கப்படுகிறது. தனி மனிதனின் பிழைப்புப் போராட்டம் மறைகிறது. இதன்பின் முதன் முதலாய் மனிதன் ஒருவகை அர்த்தத்தில் விலங்கின உலகிலிருந்து முடிவாய்த் துண்டித்துக் கொண்டு விலங்கின வாழ்நிலைமைகளிலிருந்து வெளிப்பட்டு மெய்யான மனித வாழ்நிலைமைகளினுள் பிரவேசிக்கிறான். மனிதனது சுற்றுச் சார்பாய் அமைந்து, அதுகாறும் மனிதனை ஆட்சி செய்து வந்த வாழ்நிலைமைகள் இப்பொழுது மனிதனுடைய ஆதிக்கத்துக்கும் கட்டுப்பாட்டுக்கும் உட்பட்டு விடுகின்றன; முதன் முதலாய் மனிதன் இயற்கையின் மெய்யான உணர்வுபூர்வமான அதிபதி ஆகின்றான். ஏனெனில் இப்பொழுது அவன் தனது சமூக ஒழுங்கமைப்பை ஆட்சி புரியும் எஜமானன் ஆகிவிடுகிறான். அவனுடைய சமூகச் செயற்பாடுகளின் விதிகள், இதுகாறும் இயற்கை விதிகளாய் அவனுக்கு அன்னியமாய் இருந்து ஆதிக்கம் செலுத்தி அவனை ஆட்டிப் படைத்த இந்த விதிகள், இனி அவனால் பூரணமாய் உணரப்பட்டுப் பயன்படுத்திக் கொள்ளப்படும்; ஆகவே மனிதன் இவற்றின் மீது ஆண்மை செலுத்துகிறவன் ஆகி விடுகிறான். இதுகாறும் இயற்கை மற்றும் வரலாற்றால் தவிர்க்க முடியாதது என்று மனிதனுக்கு எதிராகத் திணிக்கப்பட்டு வந்த மனிதனது சொந்த சமூக ஒழுங்கமைப்பானது இப்போது அவனது கட்டற்ற செயல்பாட்டின் விளைவாகிறது. இதுவரை வரலாற்றை ஆளுமை செய்த அயலான புறநிலை சக்திகள் நேரடியாய் மனிதனது கட்டுப்பாட்டின்கீழ் வருகின்றன. அது முதல்தான் மனிதன் முழு உணர்வுடன்* தனது சொந்த வரலாற்றைத் தானே படைப்பவனாவான்; அதுமுதல்தான் அவனால் இயக்குவிக்கப்பட்ட சமுதாய நோக்கங்கள் பிரதானமாயும் இடையறாத அதிகரித்த அளவிலும் அவன் உத்தேசித்த விளைவுகளை அடையும் அவசியத்தின் ஆட்சியலிருந்து சுதந்திரத்தின் ஆட்சிக்கு மனிதன் வளர்ந்து உயருவதை** இது குறிப்பதாகும்.

வரலாற்றுப் பரிணாம வளர்ச்சி குறித்து நாம் கூறியதைச் சுருக்கமாய்த் தொகுத்தளிப்போம்.

1. மத்தியகாலச் சமுதாயம் - தனிப்பட்டோரது சிறுவீதப் பொருளூற்பத்தி. உற்பத்திச் சாதனங்கள் தனிப்பட்டோரது

★ **கற்பனாவாத சோஷலிசமும் விஞ்ஞான சோஷலிசமும்** என்ற நூலில் இந்த வாசகம் "மேலும் மேலும் உணர்வுபூர்வமாய்" என்றுள்ளது. - ப-ர்.

★★ பிரெடெரிக் எங்கெல்சின் ஜெர்மன் மூல நூலில் இந்த வாசகம் "... der Sprung der Menschheit..." ("... மனித குலத்தின் பாய்ச்சல்...") என்று உள்ளது. - ப-ர்.

உபயோகத்துக்கு ஏற்றனவாய் இருக்கின்றன; ஆகவே புராதனமாய், செப்பமற்றனவாய், சின்னஞ்சிறியனவாய், செயலில் சிறு திறத்தனவா இருக்கின்றன. நேரே உற்பத்தியாளர் அல்லது அவரது பிரபுத்துவக் கோமானது உடனடி நுகர்வுக்காகப் பொருளுற்பத்தி நடைபெறுகிறது. இந்த நுகர்வுக்கும் கூடுதலாய் உற்பத்திச் செய்யப்படும் போதுதான் இந்த உபரிப்பொருள் விற்கப்படுகிறது, பரிவர்த்தனைக்கு வருகிறது. ஆகவே பரிவர்த்தனைப் பண்ட உற்பத்தி பிள்ளைப் பருவத்திலேதான் இருக்கிறது. ஆனால் பொதுவில் சமுதாயத்தின் பொருளுற்பத்தியிலான அராஜகத்தை அது ஏற்கெனவே தன்னுள் கருவடிவில் கொண்டு உள்ளது.

2. முதலாளித்துவப் புரட்சி - தொழில்துறை மாற்றியமைக்கப் படுதல்; முதலில் எளிய கூட்டுறவு அமைப்பு மற்றும் பட்டறைத் தொழில் இவற்றின் மூலம் இது நடைபெறுகிறது. இதுகாறும் சிதறிக்கிடந்த உற்பத்திச் சாதனங்கள் பெரிய தொழிலகங்களாய் ஒன்று குவிகின்றன. தனி ஆட்களது உற்பத்திச் சாதனங்களாய் இருந்தவை இதன் விளைவாய் சமூக உற்பத்திச் சாதனங்களாய் மாற்றப்படுகின்றன. ஆனால் இந்த மாற்றத்தால் மொத்தத்தில் பரிவர்த்தனையின் வடிவம் பாதிக்கப்பட்டு விடவில்லை. பழைய சுவீகரிப்புமுறைகள் மாற்றமின்றி அப்படியே செயல்பட்டு வருகின்றன. முதலாளி தோற்றமளிக்கிறார். உற்பத்திச் சாதனங்களுடைய உடைமையாளர் என்ற முறையில் உற்பத்திப் பொருள்களை அவர் தாமே அபகரித்துக் கொண்டு அவற்றைப் பரிவர்த்தனைப் பண்டங்களாக மாற்றிவிடுகிறார். பொருளுற்பத்தி சமூகச்செயலாகி விட்டது. பரிவர்த்தனையும் சுவீகரிப்பும் தொடர்ந்து தனி ஆள் செயல்களாய், தனிப்பட்டோரது செயல்களாய் நீடிக்கின்றன. சமூக உழைப்பினாலான உற்பத்திப் பொருள் தனிப்பட்ட முதலாளியால் சுவீகரித்துக் கொள்ளப்படுகிறது. இந்த அடிப்படை முரண்பாட்டில் இருந்துதான் நமது இன்றைய சமுதாயத்துக்கு உரியவையான எல்லா முரண்பாடுகளும் நவீனத் தொழில்துறையால் பகிரங்கமாக்கப்படும் இது எல்லா முரண்பாடுகளும் எழுகின்றன.

அ) உற்பத்தியாளர் உற்பத்திச் சாதனங்களிலிருந்து துண்டித்து விலக்கப்படுதல். தொழிலாளி ஆயுள் முழுதும் கூலி உழைப்பில் உழலும் சாபக்கேட்டுக்கு ஆளாவது. பாட்டாளி வர்க்கத்துக்கும் முதலாளித்துவ வர்க்கத்துக்கும் இடையிலான பகைமை.

ஆ) பரிவர்த்தனைப் பண்டங்களின் உற்பத்தியை ஆளுமை செய்யும் விதிகள் மேலும் மேலும் தலைமை ஆதிக்கம் பெறுதலும், மேலும் அதிகரித்த பயனுறுதி கொண்டனவாதலும். கட்டுக்கடங்காத

போட்டா போட்டி. தனிப்பட்ட ஆலையில் பொருளுற்பத்தியின் சமூகமயமாக்கப்பட்ட ஒழுங்கமைப்புக்கும் பொதுவில் பொருளுற் பத்தியிலான சமூக அராஜகத்துக்கும் இடையிலான முரண்பாடு.

இ) ஒருபுறத்தில் தனிப்பட்ட ஆலை அதிபர் ஒவ்வொருவருக்கும் போட்டா போட்டியினால் இயந்திரச் சாதனங்கள் மேலும் மேலும் செம்மை செய்யப்படுதல் கட்டாயமாதலும் இதைத் தொடர்ந்து மேலும் மேலும் அதிகமான தொழிலாளர் வேலையில்லாதாராய் ஆக்கப்படுதலும் - தொழில்துறை ரிசர்வ் பட்டாளம் உருவாதலும் மறுபுறத்தில் பொருளுற்பத்தி வரம்பின்றிப் பெருகிச் செல்லுதல் - இதுவும் போட்டா போட்டியின்கீழ் ஒவ்வொரு ஆலை அதிபருக்கும் கட்டாயமாகி விடுகிறது. இப்படி இரு வழிகளிலும் உற்பத்திச் சக்திகள் என்றுமில்லாதபடி வளர்ச்சியடைந்து ஓங்குதல், வரவு சந்தைத் தேவைக்கு விஞ்சியதாகி உபரியாதல், அபரிமித உற்பத்தி, பண்டங்கள் குவிந்து சந்தைகளில் தேவைக்கு மேல் தேங்கி வழிதல், பத்தாண்டுக்கு ஒரு தரம் நெருக்கடி, நச்சுச் சூழல் - இங்கே உற்பத்திச் சாதனங்களும் உற்பத்திப் பொருள்களும் அபரிமிதமாகி விட்டன; அங்கே தொழி லாளர்கள் அபரிமிதமாகி வேலை இன்றி பிழைப்புச் சாதனங்கள் இன்றித் திண்டாடுகின்றனர். பொருளுற்பத்திக்கும் மற்றும் சமுதாயத்தின் நல் வாழ்வுக்குமான இந்த இரு நெம்புகோல்களும் ஒன்றுசேர்ந்து செயல் பட முடியவில்லை. காரணம் முதலாளித்துவப் பொருளுற்பத்தி முறை முதலில் உற்பத்திப் பொருள்கள் மூலதனமாக மாற்றப்படாவிட்டால் உற்பத்திச் சக்திகள் செயல்படுவதையும், உற்பத்திப் பொருள்களைப் புழங்க விடாமலும் தடுக்கிறது - ஆனால் அவற்றின் அதீத அபரிமிதமே அவற்றை மூலதனமாய் மாற முடியாதபடி தடுக்கின்றது. இந்த முரண்பாடு ஓர் அபத்தமாய் வளர்ந்து விட்டது: பொருளுற்பத்தி முறை பரிவர்த்தனை முறையை எதிர்த்துக் கலகம் புரிகின்றது. முதலாளித்துவ வர்க்கம் தனது சொந்தப் பொருளுற்பத்திச் சக்திகளை நிர்வகிக்கத் திறனற்றதாகிவிட்டது என்பது நிரூபிக்கப்பட்ட தீர்ப்பாகிவிட்டது.

ஈ) உற்பத்திச் சக்திகளுடைய சமூக இயல்பைப் பகுதி அளவுக்கு அங்கீகரிக்கும்படியான பலவந்தம் முதலாளிகளுக்கே ஏற்படுகிறது. பொருளுற்பத்திக்கும் போக்குவரத்துக்குமான மாபெரும் நிலையங்கள் முதலில் கூட்டுப் பங்குக் கம்பெனிகள் பிறகு டிரஸ்டுகள், பிறகு அரசு ஆகியவற்றின் சொத்தாய் மாற்றப்படுதல். முதலாளித்துவ வர்க்கம் தேவையற்ற வர்க்கம் என்பது கண்கூடாக்கப்படுகிறது. அதனுடைய சமூக வேலைகள் யாவும் இப்பொழுது சம்பளச் சிப்பந்திகளால் செய்யப்படுகின்றன.

3. பாட்டாளி வர்க்கப் புரட்சி - முரண்பாடுகளுக்குத் தீர்வு ஏற்படுகின்றது. பாட்டாளி வர்க்கம் பொது ஆட்சியதிகாரத்தைக் கைப்பற்றிக் கொள்கிறது. முதலாளி வர்க்கத்தின் கைகளில் இருந்து நழுவிக் கொண்டிருக்கும் சமூகமயமான உற்பத்திச் சாதனங்களை இவ்விதம் அது பொதுச் சொத்தாய் மாற்றுகின்றது. இந்தச் செயலின் மூலம் பாட்டாளி வர்க்கம் உற்பத்திச் சாதனங்களை அவை இதுகாறும் தாங்கி இருந்த மூலதன இயல்பிலிருந்து விடுவித்து, அவற்றின் சமூக இயல்பு செயல்படுவதற்கு முழுச்சுதந்திரம் அளிக்கின்றது. சமூக மயமான பொருளுற்பத்தி இனி முன்கூட்டியே தீர்மானிக்கப்பட்ட திட்டத்தின் அடிப்படையில் நடைபெறுகிறது சாத்தியமாகிறது. பொருளுற்பத்தியின் வளர்ச்சியானது சமுதாயத்தில் வெவ்வேறு வர்க்கங்கள் இருத்தலை இனிமேல் காலத்திற்கொவ்வாததாக்குகிறது. சமூகப் பொருளுற்பத்தியில் அராஜகம் எவ்வளவுக்கு எவ்வளவு மறைகிறதோ அவ்வளவுக்கு அவ்வளவு அரசின் அரசியல் அதிகாரம் மடிந்து போகிறது. முடிவில் தனக்கு உரித்தான சமூக ஒழுங்கமைப்பை ஆட்சி புரியும் எஜமானனாகிவிடும் மனிதன், அதே போதில் இயற்கையின் அதிபதியும் ஆகி, தானே தனக்கு எஜமானன் ஆகிறான் - சுதந்திரமடைகிறான்.

உலகளாவிய இந்த விடுதலைப் பணியினைச் செய்து முடிப்பது நவீனப் பாட்டாளி வர்க்கத்தின் வரலாற்றுக் கடமையாகும். இந்தச் செயலுக்கான வரலாற்று நிலைமைகளையும் அதோடு கூடவே இதன் தன்மையையும் தீர்க்கமாய்ப் புரிந்துகொண்டு, தற்போது ஒடுக்கப் பட்டதாய் இருக்கும் பாட்டாளி வர்க்கத்துக்கு இந்த நிலைமை களையும் அது செய்து முடிக்க வேண்டிய சகாப்தகரச் சிறப்புடைத்த இந்தப் பணியின் முக்கியத்துவத்தையும் முழு அளவில் தெரியப் படுத்துவதுதான் பாட்டாளி வர்க்கத்தின் தத்துவார்த்த வெளியீடாகிய விஞ்ஞான சோஷலிசத்தின் கடமை.

3. பொருளுற்பத்தி

மேலே கூறப்பட்ட அனைத்தையும் கொண்டு பார்க்கும் பொழுது, முந்தைய பகுதியில் விவரிக்கப்பட்டுள்ள சோஷலிசத்தின் பிரதான அம்சங்கள் ஹெர் டூரிங்கின் கருத்துக்கு எவ்வகையிலும் பொருந்து வனவாக இல்லை என்பதை அறிந்து வாசகர் வியப்படைய மாட்டார். இதற்கு நேர்மாறாக, அவர் நிராகரிக்கப்பட்டதான "வரலாற்று மற்றும் தர்க்கவியல் கற்பனையில் போலிகளும்" "மலட்டுக் கருத்தோட்டங்களும் "குழப்பமான மற்றும் தெளிவற்ற கருத்துப்படிவங்களும்" எல்லாம் விழுந்து கிடக்கும் அகாதமான குழியில் அவற்றை வீசி எறிய வேண்டும். ஹெர் டூரிங்கைப் பொறுத்தவரை சோஷலிசம், வரலாற்று வளர்ச்சியின் அவசியமான விளைவு அல்லவே அல்ல, மற்றும் முற்றிலும் வயிற்றை நிரப்பும் திசையில் நெறியாண்மை செய்யப்படும் இன்றைய படு மோசமான பொருளாயதத் தன்மைவாய்ந்த பொருளாதார நிலைமை களின் விளைவும் அல்ல. இதை எல்லாம் அவர் மேலும் நல்ல முறையில் செய்து நிறைவேற்றியுள்ளார். அவரது சோஷலிசம் ஓர் இறுதியும் அறுதியுமான உண்மை;

> அது "சமுதாயத்தின் இயற்கையான அமைப்பு", இதன் வேர்கள் "நீதியின் சர்வப்பொதுக் கோட்பாட்டில்" காணப்படுவன;

கடந்த காலத்தின் பாவகரமான வரலாறு சிருஷ்டித்த தற்போதைய நிலைமையைக் கவனிக்காமல் அவரால் தவிர்க்க முடியவில்லை என்றால், அதற்குப் பரிகாரம் காண்பதற்காக இதை நீதியின் புனிதக் கோட்பாட்டுக்கு ஏற்பட்ட ஒரு துரதிருஷ்டம் என்றே கருத வேண்டும். ஹெர் டூரிங் மற்றவை எல்லாவற்றையும் போலவே தமது சோஷலிசத் தையும் தமது புகழார்ந்த இரு மனிதர்களை ஊடகமாகக் கொண்டே உருவாக்குகிறார். சென்ற காலத்தில் இந்த இரு பொம்மைகளும் எஜமான், வேலையாள் என்ற பாத்திரங்களில் நடித்தது போலன்றி, மாறாக இந்தத் தடவையில் ஒரு மாறுதலுக்காக, உரிமைகளின் சமத்துவம் பற்றிய கதையினை நடிக்கின்றனர் - டூரிங்கின் சோஷலிசத்தின் அடித்தளங்கள் நிறுவப்பட்டுவிட்டன.

எனவே ஹெர் டூரிங்கைப் பொறுத்தவரை, தொழில்துறையில் ஏற்படும் அலைவட்ட நெருக்கடிகளுக்கு நாம் கற்பித்துக் கூறுமாறு நிர்ப்பந்திக்கப்படும் வரலாற்று முக்கியத்துவம் எதுவுமே இல்லை என்பது கூறாமலே விளங்கும். அவரது கருத்துப்படி,

நெருக்கடிகள் "சகஜ நிலையில் இருந்து" எப்போதாவது ஏற்படும் திரிபுகள் மட்டுமே, மற்றும் அவை "மேலும் முறைப்படுத்தப் பட்ட ஓர் அமைப்பின் வளர்ச்சியை" மேம்படுத்தவே பெரும் பாலும் உதவுகின்றன என்பதாகும். அபரிமித உற்பத்தியால்தான் நெருக்கடிகள் ஏற்படுகின்றன என்று விளக்கும் "சாமானிய முறை" அவரது "விஷயங்கள் குறித்த மேலும் துல்லியமான கருத் தோட்டத்திற்கு" எவ்வகையிலும் போதுமானதல்ல. அத்தகைய விளக்கம் "குறிப்பிட்ட பகுதிகளிலான பிரத்தியேக நெருக்கடிகள் விஷயத்தில் அனுமதிக்கப்படலாம்" என்பது வாஸ்தவம். உதாரணம்: "பெருமளவில் விற்பனை செய்யத் தகுதியுள்ள நூல்களைத் திடீரென மறுபதிப்பாக வெளியிட்டுப் புத்தகச் சந்தையை விழுங்கிவிடுகிறது."

அவரது அமரத்துவம் பெற்ற நூல்கள் இத்தகைய உலகப் பேரிடர் ஏதையும் என்றுமே கொண்டு வந்துவிடா என்ற மன ஆறுதல் உணர்வுடன் ஹெர் டூரிங் உறங்கச் செல்லலாம்.

பெரிய நெருக்கடிகளில் "தரவுக்கும் தேவைக்கும் இடையிலான பிளவை இத்தனை மோசமாக விரிவாக்குவதற்கு" அபரிமித உற்பத்திக் காரணம் அல்ல என்றும், மாறாக "வெகுஜன நுகர்வு பின்தங்கி இருப்பதும்... செயற்கையாக உருவாக்கப்படும் குறை-நுகர்வும்... மக்களின் தேவைகளின்" *(!)* "இயல்பான பெருக்கத்தில் தலையிடுவதுமே" காரணம் என்றும் வாதாடுகிறார்.

அவரது இந்த நெருக்கடித் தத்துவத்திற்கு ஒரு சீடரைப் பெறும் நல்வாய்ப்பும் அவருக்குக் கிட்டியுள்ளது.

ஆனால் துரதிருஷ்டவசமாக வெகுஜனங்களின் இந்தக் குறை - நுகர்வும், அவர்களது பராமரிப்பு மற்றும் இனப்பெருக்கத்துக்குத் தேவையான நுகர்வைக் கட்டுப்படுத்துவதும் ஒரு புதிய புலப்பாடன்று. சுரண்டும் மற்றும் சுரண்டப்படும் வர்க்கங்கள் இருந்தவரையில் இது தொடர்ந்து நிலவி வந்துள்ளது. வெகுஜனங்களின் நிலைமை விசேஷமாயும் சாதகமாக இருந்த அந்த வரலாற்றுக் காலகட்டங்களில் கூட, உதாரணமாக 15 ம் நூற்றாண்டில் இங்கிலாந்தில், மக்கள் குறை - நுகர்வுக்கு இலக்காயிருந்தார்கள். தமது நுகர்வுக்குத் தமது ஒட்டு மொத்தமான வருடாந்த உற்பத்திப் பொருளைப் பயன்படுத்தும் உரிமை அவர்களுக்கு இருக்கவில்லை. எனவே குறை - நுகர்வு என்பது ஆயிரக்கணக்கான ஆண்டுகளாக வரலாற்றில் ஓர் இடையறாத அம்சமாக இருந்து வந்துள்ளது. அதே பொழுதில், உபரி உற்பத்தியின் விளைவாக ஏற்படும் நெருக்கடிகளால் சந்தை பொதுவாகச் சுருங்குவது என்பது கடந்த ஐம்பதாண்டுகளாக மட்டுமே இருக்கும் ஒரு

புலப்பாடாகும்; எனவே இந்தப் புதிய மோதலை அபரிமித உற்பத்தி என்ற புதிய புலப்பாடு மூலம் அல்லாது ஆயிரமாண்டு பழமையான குறை - நுகர்வு என்ற புலப்பாடு மூலம் விளக்குவதற்கு ஹெர் டூரிங்கின் மேம்போக்கான கொச்சைப் பொருளியல் முழுதும் தேவைப்படுகிறது. இது ஒரு கணிதவியலாளர் நிலையான ஒன்றும் மாறத்தக்க ஒன்றுமான இரு அளவுகளின் இடையிலான விகிதத்திலுள்ள வகை பிரிவினை மாற்றத்தக்க அளவைக் கொண்டு அல்லாமல் நிலையான அளவு மாற்றமடையாமல் இருக்கிறது என்ற உண்மையை வைத்து விளக்க முயல்வது போன்று உள்ளது. வெகுஜனங்களின் குறை-நுகர்வு சுரண்டலை அடிப்படையாக்கியதான எல்லா வடிவங்களிலுமான சமுதாயத்தின், இதன் பின்விளைவாக முதலாளித்துவ வடிவ சமுதாயத்தினதுமான அவசியமான நிபந்தனையாகும்; ஆனால் உற்பத்தியின் முதலாளித்துவ வடிவம்தான் முதலில் நெருக்கடிகளுக்குக் காரணமாக உள்ளது. எனவே வெகுஜனங்களின் குறை-நுகர்வு நெருக்கடி களுக்கான முன்தேவையான ஒரு நிபந்தனையுமாகும், மற்றும் இது நீண்ட காலமாக அங்கீகரிக்கப்பட்டு வந்த ஒரு பாத்திரத்தை அவற்றில் வகிக்கிறது. ஆனால் இது முன்னே ஏன் நெருக்கடிகள் நிலவவில்லை என்பதற்கு எவ்விதக் காரணமும் கூறாதது போலவே இன்று ஏன் நெருக்கடிகள் நிலவுகின்றன என்பதற்கும் எவ்விதக் காரணமும் கூறவில்லை.

உலகச் சந்தை பற்றிய ஹெர் டூரிங்கின் கருத்துப்படிவங்கள் முற்றிலும் விசித்திரமானவை. ஒரு முன்மாதிரி ஜெர்மன் இலக்கிய அறிஞரைப் போல அவர் உண்மையான தொழில் துறையின் பிரத்தியேக நெருக்கடிகளை லைப்சிக் புத்தகச் சந்தையிலான கற்பனை நெருக்கடிகள் மூலமாக - மாகடலில் எழும் புயலை தேயிலைக் கோப்பையில் எழும் புயலைப் போன்று - எவ்வாறு விளக்க முயல்கிறார் என்பதைக் கண்டோம்.

> இன்றைய முதலாளித்துவ உற்பத்தி "தனது சந்தைக்குப் பிரதானமாயும் உடைமை வர்க்கங்களின் வட்டங்களையே சார்ந்திருக்க வேண்டும்" எனவும் அவர் கற்பனை செய்கிறார்.

ஆனால் பதினாறு பக்கங்களுக்குப் பின்னால் பொதுவாக ஏற்கப்பட்டுள்ள வகையில், இரும்பு மற்றும் பருத்தித் தொழில்களை நிர்ணய முக்கியத்துவமுடைய நவீனத் தொழில்கள் என்று முன் வைப்பதை - அதாவது உற்பத்தியின் இந்தக் குறிப்பிட்ட இரு பிரிவு களின் பண்டங்கள் உடைமை வர்க்கங்களால் மிகவும் சொற்பமான அளவே நுகரப்படுகின்றன, எனவும் இவை எல்லாவற்றையும் விட அதிகமாக வெகுஜனங்களின் உபயோகத்தையே சார்ந்திருக்கின்றன

என்று எடுத்துக் கூறுவதை அக்கற்பனை தடை செய்யவில்லை. ஹெர் டூரிங் நூல்களை எங்கு திருப்பிப் பார்த்தாலும் வெறுமையும் முரண்பாடுமான தொணதொணப்பு தவிர வேறு எதுவும் கிடையாது. பருத்தித் தொழிலில் இருந்து ஓர் உதாரணத்தை எடுத்துக் கொள்வோம். ஓரளவு சிறிய நகரமான ஓல்ட் ஹாம் - இது மாஞ்செஸ்டரைச் சுற்றியுள்ள டஜன் நகரங்களில் ஒன்று - பருத்தி ஆலைத்தொழிலில் ஈடுபட்டுள்ள 50 ஆயிரம் முதல் 1 லட்சம் மக்களைக் கொண்டது. இந்த நகரில் மட்டும் 1872 முதல் 1875 வரையிலான நாலாண்டுகளில் 32 ம் நம்பர் நூலை மட்டுமே நூற்கும் கதிர்களின் எண்ணிக்கை 25 லட்சத்திலிருந்து ஐம்பது லட்சமாக அதிகரித்தது; எனவே ஒரு நடுத்தர ஆங்கில நகரில் மட்டுமே ஆல்சேஸ் பகுதி உள்ளிட்ட ஜெர்மனி முழுவதில் உள்ள பஞ்சாலைத் தொழிலில் இருக்கும் அளவு குறிப்பிட்ட நம்பர் நூலை நூற்கும் கதிர்கள் இருந்தன. இங்கிலாந்திலும் ஸ்காட்லாந்திலும் பஞ்சாலைத் தொழிலின் இதர பிரிவுகளிலும் துறைகளிலும் விரிவாக்கம் தோராயமாக இதே விதத்தில் ஏற்பட்டு உள்ளது. இந்தத் தகவல்கள் காரணமாக, நூல் மற்றும் துணி மார்க்கெட்டில் இன்றுள்ள முழுமையான தேக்கத்தை ஆங்கில பஞ்சாலை உடைமையாளர்கள் நடத்திய அபரிமித உற்பத்தியால் விளைந்தது என்று குறிப்பிடாமல், ஆங்கில வெகுஜனங்களின் குறை - நுகர்வே காரணம் என்று விளக்குவதற்கு மிகவும் ஆழ வேரூன்றிய பலமான வெட்கமற்ற துணிச்சல் வேண்டும்.*

ஆனால் இது போதும். லைப்சிக் புத்தக மார்க்கெட்டை நவீனத் தொழில்துறை அர்த்தத்திலான மார்க்கெட் என்று கருதும் அளவுக்கு பொருளியல் பற்றி அறியாமையில் இருக்கும் பேர்வழிகளிடம் விவாதம் செய்து பயனில்லை. நெருக்கடிகள் சம்பந்தமாக ஹெர் டூரிங்கிடம் இன்னும் ஒரே ஒரு தகவல் மட்டும் இருக்கிறது என்று மாத்திரமே நாம் குறிப்பிடுவதோடு சரி:

> அதாவது நெருக்கடிகளில் "கடும் உழைப்பு மற்றும் ஓய்வின் சாமானியமான இடைவிளைவு" தவிர வேறு எதுவுமில்லை; அளவு மீறிய ஊகவாணிகம் ஏற்படக் காரணம் "தனியார் நிறுவனங்கள் திட்டமற்ற முறையில் பல்கிப்பெருகுவது மட்டுமல்ல", "அதோடு தனிப்பட்ட தொழில் முனைவர்களின்

★ நெருக்கடிகளுக்கு "குறை - நுகர்வு" காரணம் என்னும் விளக்கம் சிஸ்மோண்டியுடன் துவங்கியது; அவரது விரிவுரையில் இதற்கு ஒரு குறிப்பிட்ட அர்த்தம் இருந்தது. ரோட்பெர்டஸ் இதை சிஸ்மோண்டியிடமிருந்து எடுத்துக் கொண்டார். ஹெர் டூரிங் தம் வகைக்கு இதையே ரோட்பெர்டசிடமிருந்து தமது வழக்கமான கொச்சைத்தனமான பாணியில் காப்பியடித்தார். [குறிப்பு எங்கெல்சுடையது.]

அவசரப்பதற்றமும் தனியார்களின் கவனமின்மையும் அபரிமித சப்ளை ஏற்படக் காரணமாக உள்ளன."

இந்த அவசரப்பதற்றமும் தனியார் கவனமின்மையும் "ஏற்படக் காரணம்" என்ன? குறிப்பாயும் முதலாளித்துவப் பொருளூற்பத்தியின் திட்டமற்ற தன்மையே இதற்குக் காரணம். இது தனியார் நிறுவனங்கள் திட்டமற்ற முறையில் பல்கிப் பெருகுவதில் வெளிப்படுகிறது. ஒரு பொருளியல் உண்மை ஒரு தார்மிகக் கண்டனமாக மொழி பெயர்த்துக் காட்டப்படுவதை ஒரு புதிய காரணத்தின் கண்டுபிடிப்பு என்று தவறாகக் கருதுவதும் மிகவும் மோசமான "அவசரப்பதற்றச்" செயலாகும்.

இதோடு நாம் நெருக்கடிகள் பிரச்சனையை விட்டுவிடலாம். முந்தைய பகுதியில் அவை தவிர்க்க முடியாத வகையில் முதலாளித்துவப் பொருளூற்பத்தி முறையினால் தோற்றுவிக்கப்படுகின்றன என்பதை எடுத்துக்காட்டி, இந்தப் பொருளூற்பத்தி முறையின் நெருக்கடிகளே சமுதாயப் புரட்சியைக் கட்டாயப்படுத்தும் சாதனங்களாவதன் முக்கியத்துவத்தையும் விளக்கினோம். இந்த விஷயம் குறித்த ஹெர் டூரிங்கின் மேம்போக்கான போக்குக்கு இந்தப் பதிலே போதும். அவரது நேர்நிலைப் படைப்புகளான "சமுதாயத்தின் இயற்கை அமைப்பு" பற்றிக் கவனிப்போம்.

"சர்வப்பொதுவான நீதிக் கோட்பாடு" மீது நிர்மாணிக்கப் பட்டுள்ளது இந்த அமைப்பு, ஆகவே தொல்லைதரும் பயனுள்ள தகவல்களைப் பற்றிய எல்லாப் பரிசீலனையில் இருந்தும் விடுபட்ட இந்த அமைப்பு பொருளாதாரக் கம்யூன்களின் ஒரு சமஷ்டியைக் கொண்டதாகும். அவற்றிடையே

> "இயங்கும் சுதந்திரமும், நிலையான சட்டங்கள் மற்றும் நிர்வாக விதிகளின் அடிப்படையில் புதிய உறுப்பினர்களை ஏற்றுக் கொள்ளவேண்டிய கட்டாயமும் உள்ளன."

எல்லாவற்றுக்கும் மேலாக பொருளாதாரக் கம்யூனே

> "மனித வரலாற்றில் மாபெரும் முக்கியத்துவமுடைய ஒரு சர்வாம்ச வரைமுறைத் திட்டமாகும்"; இது உதாரணமாக ஏதோ ஒரு மார்க்சின் "தவறான அரைகுறை நடவடிக்கைகளை" விடவும் மிகவும் மேலானதாகும். "ஒரு வரையறுக்கப்பட்டதான நிலப் பரப்பையும் உற்பத்தியில் ஈடுபட்டுள்ள நிறுவனங்களின் ஒரு தொகையினையும் தம் விருப்பப்படி நடத்திச் செல்லும் பொது உரிமையால் இணைக்கப்பட்ட நபர்களின் கூட்டு அமைப்பே இது. இவற்றை நடத்துவதற்கு, அவற்றிலிருந்து வரும் லாபத்தைப்

பெறுவதற்கு அவர்கள் கூட்டாகக் கலந்து கொண்டனர். இந்தப் பொதுஉரிமை "பொருளுக்குரிய உரிமையாகும்... இயற்கை மற்றும் உற்பத்தித் திறனுள்ள அமைப்புகளுடன் முற்றிலும் பொதுவான உறவு" என்பதாகும்.

இதன் பொருள் என்ன என்பதைப் பற்றித் தம் மண்டையை உடைத்துக் கொள்ளுமாறு பொருளாதாரக் கம்யூனின் எதிர்கால சட்ட நிபுணர்களுக்கு விட்டு விடுகிறோம். நாம் இதிலிருந்து தெரிந்து கொண்ட ஒரு தகவல்:

இது "தொழிலாளர் சங்கங்களின் கூட்டு உடைமை" போன்றதல்ல என்பதும் இது பரஸ்பரப் போட்டியையும், கூலித் தொழிலாளர்களைச் சுரண்டுவதையும் விலக்கிவிடவில்லை என்பதுமேயாகும்.

இதன் தொடர்பாக அவர்,

மார்க்சின் நூல்களில் காணப்படும் "கூட்டு உடைமை" பற்றிய கருத்தோட்டம் "தெளிவில்லாதது கேள்விக்கு இடமானது, ஏனெனில் எதிர்காலம் பற்றிய இந்தக் கண்ணோட்டம் தொழிலாளர் குழுக்களால் கூட்டாக உடைமை கொள்ளப்படுவது என்ற கருத்துப் பதிவையே எப்போதும் தருகிறது" என்ற விமரிசனத்தைத் தருகின்றார்.

இது ஹெர் டூரிங் விஷயத்தில் சர்வசகஜமாகிவிட்ட இடைச் செருகல்களின் பல "தீய போலி நடைகளுக்கு" மேலும் ஓர் உதாரண மாகும். அவற்றின் இந்தக் "கொச்சையான இயல்புக்கு" - அவரது கூற்றுப்படி - "கொச்சைச் சொல்லான சிடுசிடுப்பான என்பதே முற்றிலும் பொருத்தமானதாகும்." இதுவும் கூட்டு உடைமை என்னும் போது மார்க்ஸ் "தனிப்பட்டதும் சமுதாயபூர்வமானதுமான இரு உடைமைகளையும் ஏககாலத்தில் இருப்பதாகப் பொருள் கொள்கிறார்" என்னும் ஹெர் டூரிங்கின் இன்னொரு புனைவு போன்ற, ஆதாரமற்ற ஒரு பொய்க் கூற்றாகும்.

எப்படியும் இந்தளவு தெளிவாக உள்ளது; ஒரு பொருளாதாரக் கம்யூனுக்கு அதன் உழைப்புக் கருவிகள் விஷயத்தில் பொதுவான சட்ட உரிமை என்பது இதர எல்லா பொருளாதாரக் கம்யூன்களையும் சமுதாயத்தையும் அரசாங்கத்தையும் எதிர்த்துத் தனியான உடைமை உரிமை என்பதாகும்.

ஆனால் இந்த உரிமை "இந்தக் கம்யூன் வெளி உலகத்திடமிருந்து தன்னைத் தனியாகப் பிரித்துக் கொள்ளும் உரிமையை வழங்கு வதற்குள்ளதல்ல, ஏனெனில் பல்வேறு பொருளாதாரக் கம்யூன் களுக்கு இடையே இயங்கும் சுதந்திரம் உள்ளது. நிலையான

சட்டங்கள் மற்றும் நிர்வாக விதிகளின் அடிப்படையில் புதிய உறுப்பினர்களை ஏற்றுக்கொள்ளும் கட்டாயமும் உள்ளது... இன்று ஓர் அரசியல் அமைப்புக்குள் சேரவும் அல்லது கம்யூனின் பொருளாதார விவகாரங்களில் கலந்து கொள்ளவும் ஆன உரிமைகள் உள்ளன... இது போன்ற..."

எனவே செல்வந்த கம்யூன் ஏழை கம்யூன் என்பது இருக்கும், மக்கள் செல்வந்த கம்யூன்களில் திரண்டு சேர்ந்து ஏழை கம்யூன்களை விட்டு விலகிவிடுவர்; இவ்வாறுதான் சமப்படுத்தல் நடைபெறுகிறது. எனவே ஹெர் டூரிங் வர்த்தகத்தின் தேசிய ஒழுங்கமைப்பு மூலம் தனிப்பட்ட கம்யூன்களிடையே உற்பத்திப் பொருளிலான போட்டியை ஒழிக்க விரும்பியபோதிலும், அவர் உற்பத்தியாளரிடையே போட்டி தொடர்ந்து நீடிக்க அமைதியாக அனுமதிக்கிறார். போட்டியின் மண்டலத்திலிருந்து பொருள்கள் அகற்றப்படுகின்றன, ஆனால் மனிதர்கள் அதற்கு ஆட்பட்டே உள்ளனர்.

ஆனால் "பொது விவகார உரிமை" என்ற பிரச்சனையை நாம் இன்னும் தெளிவாகப் புரிந்துகொள்ளவில்லை. இரண்டு பக்கங்களுக்கு அப்பால் ஹெர் டூரிங்

வர்த்தகக் கம்யூன் "முதலில் அரசியல் - சமூக மண்டலத்தைச் செயற்களமாகக் கொள்ளும்; அதில் வாழ்பவர்கள் தனி ஒரு சட்டபூர்வ முழுமையாக இருப்பர்; இந்த இயல்பு காரணமாக நிலம் முழுவதும், குடியிருப்பிடங்கள் மற்றும் உற்பத்தி அமைப்புகள் யாவும் அவர்கள் வசம் இருக்கும்"

என்று நமக்கு விளக்கம் தருகிறார்.

எனவே இந்தப் பொருள்களை வைத்துக் காரியம் செய்வது தனிப்பட்ட கம்யூனல்ல மாறாக தேசம் முழுவதுமாகும். "பொது உரிமை", "பொருளுக்குரிய உரிமை", "இயற்கையுடன் பொது விவகார உறவு" இத்தியாதி எல்லாம் "தெளிவற்ற கேள்விக்குரிய விஷயங்கள்" என்பது மட்டுமல்ல, இது தனக்குத்தானே நேருக்கு நேர் முரண்பாடாக உள்ளது. எப்படியும் தனிப்பட்ட பொருளாதாரக் கம்யூன் ஒவ்வொன்றும் இதேபோன்று சட்டபூர்வ முழுமையாக இருப்பதன் காரணமாக உண்மையில் இது "ஏககாலத்தில் தனிப்பட்டதும் மற்றும் சமுதாய பூர்வமானதுமான உடைமையாக" இருக்கிறது; இந்தப் பிந்தைய "தெளிவற்ற கலப்பினத்தை" மீண்டும் ஒருமுறை ஹெர் டூரிங்கின் சொந்தப் படைப்பில்தான் சந்திக்கிறோம்.

எப்படியும், பொருளாதாரக் கம்யூன் வசம் பொருளுற்பத்தி நோக்கத்துக்காக உழைப்புக் கருவிகள் உள்ளன. இந்தப் பொருளுற்பத்தி

எவ்வாறு நடத்தப்படுகிறது? கம்யூன், முதலாளிகளின் இடத்தை மேற்கொள்கிறது என்பதைத் தவிர மற்றயாவும் கடந்த காலத்தில் போலவே நடத்தப்படுகிறது என்று ஹெர் டூரிங் நம்மிடம் கூறியுள்ளார். அதிகபட்சமாக நம்மிடம் கூறப்பட்டுள்ளது என்னவென்றால், ஒவ்வொருவரும் தமது வேலையைத் தேர்ந்து கொள்ளும் சுதந்திரம் உண்டு, வேலை செய்ய வேண்டும் என்ற சமமான கடப்பாடும் ஒவ்வொருவருக்கும் உண்டு என்பதே.

இதுவரையிலான எல்லாப் பொருளுற்பத்தியின் அடிப்படை வடிவமும், ஒருபுறத்தில் சமுதாயம் முழுவதனுள்ளும், மறுபுறம் ஒவ்வொரு தனி உற்பத்தி நிறுவனங்களுக்கு இடையேயுமான உழைப்புப் பிரிவினையாகவே இருந்து வந்துள்ளது. இந்தப் பிரச்சனை மீது டூரிங்கின் "சமூக இயல்பு" ["sociality"] மேற்கொள்ளும் நிலை என்ன?

சமுதாயத்தில் முதல் மாபெரும் உழைப்புப் பிரிவினை நகரத்துக்கும் நாட்டுப்புறத்துக்கும் இடையிலுள்ள பிரிவினையே.

இந்தப் பகைமுரண்பாடு, ஹெர் டூரிங் கருத்துப்படி, "பொருள்களது இயல்பின் காரணமாகவே தவிர்க்க வொண்ணாதது". ஆனால் "விவசாயத்துக்கும் தொழில்துறைக்கும் இடையிலான பிளவு இணைக்க முடியாதது என்று கருதுவது பொதுவாக சந்தேகத்துக்குரியது. உண்மையில் ஓரளவுக்கு இடையுறவின் நிலையான தன்மை ஏற்கெனவே நிலவுகிறது. எதிர்காலத்தில் இது கணிசமான அளவுக்கு அதிகரிக்க வாய்ப்புண்டு". ஏற்கெனவே இரு தொழில்கள் விவசாயத்திலும் கிராமியப் பொருளுற்பத்தியிலும் ஊடுருவிவிட்டதாக அறிகிறோம்; "முதலாவதாக மதுவடித்தல் [distilling], இரண்டாவதாக பீட் - சக்கரை உற்பத்தி... மதுவகை உற்பத்தி ஏற்கெனவே அத்தகைய முக்கியத்துவம் பெற்றிருப்பதால் இது மிகைப்படுத்தப்படுவதைவிடக் குறைவாகவே மதிப்பிடப்படும்". "சில புனைவுகள் விளைவாக இவ்வளவு பெரும் எண்ணிக்கையில் தொழில்கள் வளர்வது சாத்தியமாகுமானால், நாட்டுப்புறத்தில் தமது பொருளுற்பத்தியை வைத்திருக்கவும், மூலப்பொருள்கள் உற்பத்தியுடன் நேரடியான தொடர்பு பூண்டு நடத்துமாறும் அவற்றைக் கட்டாயப்படுத்த வேண்டும்" - பிறகு இது நகருக்கும் நாட்டுப்புறத்துக்குமிடையிலான முரண் தன்மையைப் பலவீனப்படுத்தும் "நாகரிகத்தின் வளர்ச்சிக்கான ஆகச் சாத்தியமான அடித்தளத்தை வழங்கும்". மேலும், "ஓரளவு இதே போன்ற பலனை இன்னொரு வழியிலும் அடையலாம். தொழில் நுணுக்கத் தேவைகள் ஒரு புறமிருக்க, சமுதாயத் தேவைகள் மேலும் மேலும் முன்னணிக்கு

வருகின்றன, மனிதச் செயல்பாடுகளை இணைப்பதில் இவை பிரதானமாகக் கருதப்படும்பட்சத்தில், நாட்டுப்புறத்திலுள்ள வேலைகளுக்கும் மூலப்பொருள்களை உருவாக்கும் தொழில் நுணுக்கச் செயல்பாடுகளுக்கும் இடையிலான நெருக்கமான மற்றும் முறையான தொடர்பிலிருந்து எழும் அந்தச் சாதகங் களைப் புறக்கணிப்பது இனிமேல் சாத்தியமல்ல."

இப்போது பொருளாதாரக் கம்யூனில் குறிப்பாயும் சமுதாயத் தேவைகள் முன்னணிக்கு வருகின்றன; எனவே, மேலே குறிப்பிடப் பட்டதான விவசாயம் மற்றும் தொழில்துறை இணைப்பைச் சாத்தியமான அளவு ஆக முழுமையாக அது தனக்குச் சாதகமாக எடுத்துக்கொள்ள உண்மையிலேயே விரையுமா? ஹெர் டூரிங் தமக்கு வழக்கமாகிவிட்ட நீட்டி விளக்கும் முறையில் இந்தப் பிரச்சனை பற்றிய பொருளாதாரக் கம்யூனின் போக்கு மீதான தமது "ஆகச் சரியான கருத்தோட்டங்களை" நமக்குத் தவறாமல் எடுத்துச் சொல்லுவாரா? சொல்லமாட்டார் என்று எதிர்பார்க்கும் வாசகர் மிகவும் கடுமையான ஏமாற்றத்துக்குள்ளாவார். பிரஷ்ஷியன் Landrecht (நிலச் சட்ட) அதிகார மண்டலத்திற்குள் மீண்டும் ஒருமுறை மதுவகை வடித்தல் மற்றும் பீட் - சர்க்கரை உற்பத்திக்கு அப்பால் கடந்து செல்லாத மேலே குறிப்பிடப்பட்ட சொற்பமான தயங்கித் தடுமாறும் சாமானியத் தகவல்களை மட்டுமே நிகழ்காலத்துக்கும் எதிர்காலத்துக்குமான நகருக்கும் நாட்டுப்புறத்துக்குமிடையிலான முரண்தன்மை விஷயமாக ஹெர் டூரிங் கூறுகிறார்.

உழைப்புப் பிரிவினையைப் பற்றி மேலும் விரிவாகப் பார்ப்போம். இங்கு ஹெர் டூரிங் "மேலும் சற்று சரிநுட்பமாக" இருக்கிறார்.

"தன்னைத்தானே முற்ற முழுமையாக ஒரு வடிவிலான தொழிலில் ஈடுபடுத்திக் கொள்ள வேண்டிய ஒரு நபரைப்பற்றி" அவர் பேசுகிறார். சர்ச்சைக்குரிய விஷயம் ஒரு புதிய உற்பத்திப் பிரிவை துவக்குவது பற்றி இருக்குமானால், "தனி ஒரு பொருளை உற்பத்திச் செய்வதற்குத் தம்மை ஈடுபடுத்திக் கொள்ள வேண்டிய ஒரு சில நபர்களுக்கு [entities] அவர்களுக்குத் தேவைப்படும் நுகர்வை" (!) "எப்படியாவது வழங்க முடியுமா என்பதைப் பொறுத்தே பிரச்சனை இருக்கிறது. சமூக இயல்பு சார்ந்த அமைப்பில் [the socialitarian system] உற்பத்திப் பிரிவு எதற்குமே "பலபேர் தேவைப்படாது". அங்கும் கூட தமது "வாழ்க்கை முறையினால் சிறப்பு எய்திய" மனிதர்களின் "பொருளாதார இனங்கள்" இருக்கும்.

இதற்கேற்ப, உற்பத்தித் துறையில் எல்லாம் பெருமளவு முன்பு இருந்து போலவே நீடித்து இருக்கின்றன. எனினும்

சமுதாயத்தில் இதுவரையில் ஒரு "தவறான உழைப்புப் பிரிவினை" இருந்து வந்துள்ளது;

இது என்ன, பொருளாதாரக் கம்யூனில் இது எதனால் மாற்றீடு செய்யப்படும் என்ற கேள்விகளுக்கு நம்மிடம் கூறப்படுவதாவது:

"உழைப்புப் பிரிவினையைப் பொறுத்தவரை ஏற்கெனவே மேலே நாம் கூறியது போல - பல்வேறு இயற்கை நிலைமைகள் மற்றும் தனிப்பட்டவர் ஆற்றல்களைக் கவனத்தில் எடுத்துக் கொண்ட உடனேயே இந்தப் பிரச்சனைக்குத் தீர்வு கண்டுவிட்டதாகக் கருதலாம்.

ஆற்றல்களுடன் கூடவே தனிப்பட்ட விருப்பங்களும் கவனத்தில் எடுத்துக் கொள்ளப்படுகின்றன:

"மேலும் கூடுதல் ஆற்றல்களையும் பயிற்சியையும் உள்ளடக்கிய செயல்பாடுகளின் மாதிரிகளை நோக்கி எழுச்சியுறுவதில் பெறும் இன்பம், சம்பந்தப்பட்ட வேலையில் ஏற்படும் பற்றுகை, மற்றும் குறிப்பாக இதை வேறு எதையுமல்ல அமுல்செய்வதிலான மகிழ்ச்சி" [ஒன்றை அமுல்செய்தல்!] "ஆகியவற்றையே முற்றிலும் சார்ந்திருக்கும்".

இதன் விளைவாக சமூக இயல்பு சார்ந்த அமைப்புக்குள் போட்டியைத் தூண்டிவிடும்.

"உற்பத்திதானே அக்கறை ஊட்டுவதாயிருக்கும், இதில் சம்பாத்தியத்திற்குரிய ஒரு சாதனத்தைத் தவிர வேறு எதையும் காணாத மந்தமான நாட்டம், நிலைமைகள் மீது தனது கனமான முத்திரைகளைப் பதிக்காது."

உற்பத்தி தானாகவே வளர்ச்சியடைந்துள்ள ஒவ்வொரு சமுதாய அமைப்பிலும் - நமது நிகழ்கால சமூகம் இந்த மாதிரியானதே - இருக்கும் நிலைமையில் உற்பத்தியாளர்கள் உற்பத்திச் சாதனங்கள் மீது ஆதிக்கம் செலுத்தவில்லை, மாறாக உற்பத்திச் சாதனங்கள் உற்பத்தியாளர்கள் மீது ஆதிக்கம் செலுத்துகின்றன. இத்தகைய சமுதாய அமைப்பில் உற்பத்தியின் ஒவ்வொரு புதிய நெம்புகோலும் உற்பத்திச் சாதனங்களிடம் உற்பத்தியாளர்களை ஆட்படுத்தும் புதிய வழிமுறை களாகத் தவிர்க்க முடியாதபடி உருமாற்றப்படுகிறது. நவீனத் தொழில் துறை புகுத்தப்படுவதற்கு முன்னால் ஆக வலிமை வாய்ந்ததாக விளங்கிய உற்பத்தியின் நெம்புகோலான உழைப்புப் பிரிவினை

விஷயத்தில் இது மிகப்பெருமளவு மெய்யாகியுள்ளது. முதல் மாபெரும் உழைப்புப் பிரிவினை - நகரத்தையும் நாட்டுப்புறத்தையும் தனியே பிரித்த பிரிவினை - நாட்டுப்புற மக்களை ஆயிரக்கணக்கான ஆண்டுகளுக்குப் படுமந்தமான மனப்போக்கில் ஆழ்த்தியது. நகர மக்களை அவர் தம் சொந்த தனிப்பட்ட தொழிலுக்கு அடிப்படுத்தியது. இது முந்தைய பகுதியினரின் அறிவுத்துறை வளர்ச்சிக்கும் பிந்தைய பகுதியினரின் உடல் வளர்ச்சிக்குமான அடித்தளத்தை அழித்தது. விவசாயி தனது நிலத்தையும் நகரவாசி தன் தொழிலையும் கைப்பற்றிக் கொள்ளும் பொழுது நிலம் விவசாயியையும், தொழில் நகரவாசியையும் அதே அளவுக்குப் பற்றிக் கொள்கின்றன. உழைப்புப் பிரிவினையில் மனிதனும் பிரிவுறுகிறான். தனி ஒரு செயல்பாட்டின் வளர்ச்சிக்காக அனைத்து உடல் மற்றும் மனம் சார்ந்த திறன்களும் தியாகம் செய்யப்படுகின்றன. இவ்வாறு மனிதனது வளர்ச்சி தடைப்படுத்தப் படுதல் உழைப்புப் பிரிவினை போன்று அதே அளவில் பெருக்க மடைகிறது, உழைப்புப் பிரிவினை பட்டறைத் தொழிலில் தன் ஆக உயர் வளர்ச்சியை அடைகிறது. பட்டறைத் தொழில் ஒவ்வொரு தொழிலையும் அதன் தனிப்பட்ட பகுதி இயங்குமுறைகளாய்ப் பிரிக்கின்றது; இவை ஒவ்வொன்றையும் ஒரு தனிப்பட்ட தொழி லாளியிடம் அவனது வாழ்க்கைத் தொழில் என்ற முறையில் ஒப்படைக்கிறது; இவ்வாறாக அவனை வாழ்க்கை முழுவதும் ஒரு குறிப்பிட்ட தனிவகைச் செயலுடன், ஒரு குறிப்பிட்ட கருவியுடன் பிணைத்து விடுகிறது. “பெருமளவிலான உற்பத்தி ஆற்றல்களையும் இயல்பூக்கங்களையும் இழக்கவைத்து அவனது தனிவகை அருந் திறனை வலுவந்தப்படுத்துவதன் மூலம் ஒரு தொழிலாளியை முடமாக்கப்பட்ட கோர உருவாக மாற்றிவிடுகிறது... தனிநபர் கூறிடப்பட்ட இயங்குமுறையின் தானியங்கி விசைப்பொறி ஆக்கப் படுகிறான்” (*மார்க்ஸ்*).[215] பெரும்பாலோனோர் விஷயத்தில் இந்த விசைப்பொறி, தொழிலாளியை உடலிலும் உள்ளத்திலும் வெளிப் படையாக முடமாக்குவதன் மூலமே செவ்வைப்படுத்தப் படுகிறது. நவீனத் தொழில்துறையின் யந்திரங்கள் தொழிலாளியை ஒரு யந்திரம் என்ற நிலையில் இருந்து ஒரு யந்திரத்தின் வெறும் பின் சேர்ப்பு என்ற அளவுக்குத் தரம் தாழ்த்துகின்றன. “அதே ஒரு கருவியைக் கையாளு வதிலான வாழ்நாள் முழுவதிலுமான தனித்திறமை இப்போது அதே ஒரே யந்திரத்திற்குச் சேவை செய்யும் வாழ்நாள் முழுவதிலுமான தனித் திறமையாகிறது. தொழிலாளியை, அவனது குழந்தைப் பருவம் தொட்டே, ஒரு தனிவகை யந்திரத்தின் பகுதியாக உருமாற்றம் செய்யும் நோக்கத்துடன் யந்திரங்கள் தவறாகப் பயன்படுத்தப்படுகின்றன” (*மார்க்ஸ்*).[216] தொழிலாளர் மட்டுமன்றித் தொழிலாளர்களை நேரடி

யாகவோ மறைமுகமாகவோ சுரண்டிவரும் வர்க்கங்களும் கூட, உழைப்புப் பிரிவினை மூலம், அவர்களது செயல்பாட்டுக் கருவிக்கு அடிப்படுத்தப்படுகின்றனர்; வெற்று மூளை முதலாளி தனது சொந்த மூலதனத்துக்கும் லாபத்திற்குமான வெறிபிடித்த பேராசைக்கு அடிமையாகிறான்; வழக்குரைஞர் சுதந்திர சக்தியாக ஆதிக்கம் செலுத்திவரும் தமது மக்கிப்போன சட்டக் கருத்தோட்டங்களுக்கு ஓர் அடிமையாகிறான்; "படித்த வர்க்கங்கள்" பொதுவாகப் பல விதமான ஸ்தல குறுமனப்போக்குகள், ஒரு சார்புத்தன்மை, தமது சொந்தப் பௌதிக மற்றும் மனம் சார்ந்த குறு நோக்கு, தனிப்பட்ட கல்வி, தனிப்பட்ட செயல்பாட்டுடன் - இந்தத் தனிப்பட்ட செயல்பாடு வெறுமனே ஒன்றும் செய்யாமையாக இருப்பினும் - வாழ்நாள் முழுதும் பிணைக்கப் பட்டிருப்பது ஆகியவற்றால் அடிமைப்படுத்தப்படுகின்றனர்.

ஒரு புறத்தில் தொழிலாளியின் வளர்ச்சியைத் தடுப்பதும் மறுபுறம் வாழ்க்கை முழுவதுமான ஒரே மாதிரியான, அதே இயங்கு முறையினை யந்திரமாக மீண்டும் மீண்டும் நடத்துவதோடு வரையறுக்கப்பட்டதான தொழிலாளர் பணியின் வளர்ச்சியைத் தடுப்பதுமான உழைப்புப் பிரிவினையின் விளைவுகள் பற்றிக் கற்பனாவாதிகள் தமது மனங்களில் ஏற்கெனவே முற்றிலும் தெளிவாகத் தெரிந்து வைத்திருக்கிறார்கள். நகருக்கும் நாட்டுப்புறத்துக்கும் இடையிலான முரண் தன்மை ஒழிக்கப்பட வேண்டும் என்றும் இது பழைய உழைப்புப் பிரிவினையை முற்றிலுமாக ஒழிப்பதற்கான முதல் முன்தேவை எனவும் ஓவனைப் போலவே ஃபூரியேயும் கோரியிருந்தார். மக்கள்தொகை நாடு முழுவதிலும் 1600 முதல் 3000 பேர்கள் கொண்ட கோஷ்டிகளாகப் பரவலாக்கப்பட வேண்டும். ஒவ்வொரு கோஷ்டியும் நிலத்தின் மையத்தில் இருந்த ஒரு பிரம்மாண்டமான மாளிகையில் வசிக்க வேண்டும், குடும்ப அலுவல்கள் சமுதாய வழிகளில் நடத்தப்பட வேண்டும் என்று இருவரும் நினைத்தார்கள். ஃபூரியே எப்போதாவது நகரங்களைப் பற்றிக் குறிப்பிடுகிறார் என்பது உண்மையே. ஆனால் இவை ஒன்றுக்கொன்று அருகருகே உள்ளதான இத்தகைய நாலைந்து மாளிகைகளைக் கொண்டதாக இருக்கும். சமூகத்தின் உறுப்பினர் ஒவ்வொருவரும் விவசாயத்திலும் தொழில் துறையிலும் பணிபுரிய வேண்டும் என்றே இரு நூலாசியர்களும் விரும்பினார்கள். ஃபூரியே தொழில்துறையில் பிரதானமாயும் கைவினைத் தொழில்களையும் பட்டறைத் தொழிலையும் உட்படுத்தியிருந்தார். அதே பொழுதில் ஓவன் நவீனத் தொழில்துறைக்கே முக்கிய பாத்திரத்தை ஒப்படைக்கிறார்; வீட்டு வேலைகளுக்கு நீராவி சக்தியும் யந்திரங்களும் புகுத்தப்பட வேண்டும் என்று ஏற்கெனவே கோருகிறார். விவசாயம் மற்றும் தொழில்துறைக்குள் ஒவ்வொரு தனிநபருக்கும் ஆக அதிக சாத்தியமான

அளவுக்குப் பல்வகைப்பட்ட வேலைகளைத் தரவும், இதற்கு ஏற்ப இளைஞருக்குச் சாத்தியமான அளவு அதிகபட்சமான சர்வாம்ச தொழில்நுட்பச் செயல்பாடுகளுக்கான பயிற்சியை வழங்கவும் வேண்டும் என்று இருவரும் கோருகின்றனர். சர்வாம்ச நடைமுறைச் செயல்பாடு மூலம் மனிதன் சர்வப் பொதுவான வளர்ச்சியினை அடைதல் வேண்டும். உழைப்பானது முதலில் வேலையின் வகை மாற்றம் காரணமாயும் ஃபூரியே சொல்லில் கூறினால்²¹⁷ குறிப்பிட்ட ஒரு வகையான வேலைக்கு ஈடுபடுத்தப்படும் "அமர்வின்" குறுகிய காலம் காரணமாயும் உழைப்புப் பிரிவினையால் அழிக்கப்பெற்று விட்டதான தன் கவர்ச்சித்தன்மையினை உழைப்பு மீட்டுப் பெற வேண்டும் என்றும் அவர்கள் கருதுகின்றனர். ஹெர் டூரிங் வாரிசாகப் பெற்ற சுரண்டும் வர்க்கங்களின் சிந்தனைப் பாங்கு விஷயத்தில் ஃபூரியே மற்றும் ஓவன் இருவருமே மிகவும் முந்தி இருந்தார்கள். டூரிங் கருத்துப்படி நகரத்துக்கும் நாட்டுப்புறத்துக்கும் இடையிலான முரண் தன்மை நிலைமைகளின் இயல்பு காரணமாக தவிர்க்க முடியாததாகும் பல "நபர்கள்" ["entities"] எப்படியும் தனி ஒரு பொருளை மட்டுமே உற்பத்திச் செய்யும் கதிக்கு ஆளாக்கப் பட்டிருக்கிறார்கள் என்ற குறுகிய நோக்கு அவர்களது வாழ்க்கை முறையினால் வேறுபடுத்திக் காட்டப்படும் மனிதர்களின் "பொருளாதார வகையினை" நிரந்தர மாக்க விரும்பும் நோக்கு. அதற்கு ஏற்ப, வேறு எதையும் அன்றிக் குறிப்பாக இதையே செய்வதில் மகிழ்ச்சி காணும் மக்கள் மிகவும் தாழ்ந்தநிலைக்கு இறங்கி தமது சொந்த அடிமைத்தனத்திலும் ஒரு சார்புப் போக்கிலும் அகமகிழ்ச்சி அடைகிறார்கள். "மடையன்" என்ற (அடைமொழிக்குள்ளான) ஃபூரியேயின் மிகவும் கண்மண் தெரியாத துணிந்த கற்பனைகளின் அடிப்படைக் கருத்தோட்டங்களுடன் ஒப்பு நோக்கின், ஓவனின் "முருடான, பலவீனமான, அற்பமான" ஆகச் சொற்பமான கருத்துகளுடன் ஒப்புநோக்கின் ஹெர் டூரிங் தாமே இன்னும் ஒரு துடுக்கான குள்ளனைப் போன்று உழைப்புப் பிரிவினையால் முழுமையாக ஆதிக்கம் செலுத்தப்படுகிறார்.

உற்பத்திச் சாதனங்கள் அனைத்துக்கும் தன்னைத்தானே எஜமான னாக்கிக் கொள்ளவும் ஒரு சமூகத் திட்டப்படி அவற்றைப் பயன் படுத்தவும் முயலும் சமுதாயமானது, மனிதர்கள் தமது சொந்த உற்பத்திச் சாதனங்களுக்கு ஆட்பட்டுக் கிடந்த முன்னாள் நிலைமைக்கு முடிவு கட்டுகிறது. ஒவ்வொரு தனிநபரும் விடுவிக்கப்பட்டாலன்றி சமுதாயம் தன்னைத்தானே விடுவித்துக்கொள்ள முடியாது என்பது சொல்லாமலே விளங்கும். எனவே பழைய உற்பத்தி முறை அடிமுதல் முடிவரை புரட்சிகரமாக மாற்றப்பட வேண்டும். குறிப்பாக முன்னாள் உழைப்புப் பிரிவினை மறைய வேண்டும். அதற்குப் பதிலாக நிறுவப்

படும் உற்பத்தி அமைப்பில் ஒருபுறம் எந்த ஒரு தனிநபரும் மற்றவர்கள் தோள்கள் மீது மனித வாழ்க்கையின் இயல்பான நிபந்தனையான உற்பத்தித்திறனுள்ள உழைப்பின் தமது பங்கைச் சுமத்த முடியாது; மறுபுறம் உற்பத்தித்திறனுள்ள உழைப்பு மனிதர்களை அடிமைப் படுத்தும் ஒரு சாதனமாக இல்லாமல், ஒவ்வொரு தனிநபரும் தனது உடல் மற்றும் உள்ளத்து ஆற்றல்களை எல்லாத் திசைகளிலும் வளர்த்துக் கொள்ளவும் அவற்றை முழுமையாகச் செயல்படுத்தவுமான வாய்ப்பினை வழங்குகிறது; எனவே இதன் கீழ் உற்பத்தித் திறனுள்ள உழைப்பு ஒரு சுமையாக இல்லாமல் மகிழ்ச்சி தருவதாக இருக்கும்.

இன்று அது ஆகாசக் கற்பனையோ அல்லது செயல்படா விருப்பமோ அல்ல. உற்பத்திச் சக்திகளின் இன்றைய வளர்ச்சி, உற்பத்திச் சக்திகள் சமூகமயமாதல், முதலாளித்துவ உற்பத்தி முறையின் விளைவான தடைகள் மற்றும் தொந்தரவுகள் ஒழிக்கப்படுதல், உற்பத்திப் பண்டங்களும் உற்பத்திச் சாதனங்களும் விரயமாவது தவிர்க்கப்படுதல் ஆகியவற்றால் பொருளுற்பத்தி பெருகுவதானது ஒவ்வொருவரும் தமது பங்கு வேலையைச் செய்யும் பட்சத்தில், உழைப்பதற்கு அவசியமான நேரத்தை ஓர் அளவுவரை குறைப்பதற்குப் போதுமானது, இந்த நேரம் இன்றைய கருத்தோட்டங்களை வைத்து அளவிடும் போது உண்மையில் சிறிதாகவே இருக்கும்.

பழைய உழைப்புப் பிரிவினையை ஒழிப்பது என்ற கோரிக்கையை நிறைவேற்றுவதில் தொழிலாளர் உற்பத்தித்திறன் பாதிக்கப்பட வேண்டுவதில்லை. நிலைமை நேர்மாறானது. நவீனத் தொழில்துறை காரணமாக அது உற்பத்தியின் ஒரு நிபந்தனையாகிவிட்டது. “இயந்திரங்கள் பயன்படுத்தப்படுவதானது, பட்டறைத் தொழில் பான்மையில் ஒரு குறிப்பிட்ட நபரை ஒரு குறிப்பிட்ட பணியில் இடை யறாது இணைத்து வைத்திருக்கும் வகையில், இந்த வினியோகத்தைக் கெட்டிப்படுத்த வேண்டிய அவசியத்தை அகற்றிவிடுகிறது. இந்த அமைப்பு முழுவதன் இயக்கமும் தொழிலாளியிடமிருந்து துவங்கு வதில்லை. மாறாக யந்திரத்திலிருந்து துவங்குவதால் வேலையில் எவ்வித இடைமுறிவும் இன்றி எந்தநேரமும் ஆட்களை மாற்றுவது நடை பெறலாம்... கடைசியாக, இளைஞர்கள் இயந்திர வேலையை மிகவும் விரைவாகக் கற்றுத் தெரிந்து கொள்வதால், யந்திரங்களில் வேலை செய்வதற்கு என்று தனியாகத் தனிவகையான ஊழியர்களை வளர்த்துக் கொண்டுவர வேண்டிய அவசியம் இல்லை.”[218] யந்திரங்களைப் பயன் படுத்தும் முதலாளித்துவ முறை மரத்துப்போன தனித்தொழிலுடன் கூடிய பழைய உழைப்புப் பிரிவினையை - தொழில் நுணுக்க நோக்கு நிலையிலிருந்து இது மிகையாகிவிட்ட போதிலும் - தவிர்க்க முடியாத

வகையில் நிரந்தரமாக்குகிறது. ஆனால் இந்தப் பத்தாம் பசலிப் போக்கை எதிர்த்து இயந்திரமே கலகம் புரிகிறது. நவீனத் தொழில் துறையின் தொழில்நுட்ப அடித்தளம் புரட்சிகரமானது. “இயந்திரங்கள், இரசாயனச் செய்முறைகள் மற்றும் இதர முறைகளின் மூலம் அது உற்பத்தியின் தொழில்நுட்ப அடித்தளத்தில் மட்டுமன்றி, தொழிலாளியின் பணிகளிலும், உழைப்பு நிகழ்ச்சிப் போக்கின் சமூக இணைப்புகளிலும் தொடர்ச்சியாக மாற்றங்களை விளைத்து வருகிறது. அதே சமயம் அது சமூகத்திற்குள் உழைப்புப் பிரிவினையைப் புரட்சிகரமாக மாற்றுகிறது. பெருந்திரளான மூலதனத்தையும் உழைக்கும் மக்களையும் உற்பத்தியின் ஒரு பிரிவிலிருந்து இன்னொன்றுக்கு இடையறாது இறக்கிவிடுகிறது. தனது இயல்பு காரணமாக, நவீனத் தொழில்துறையானது உழைப்பில் மாற்றம், செயல்பாட்டில் நெகிழ்வு, தொழிலாளரின் சர்வப்பொதுவான இயங்கு மாற்றம் ஆகியவற்றை இன்றியமையாதனவாக்குகிறது... இந்த முற்ற முழு முரண்பாடு, தொழிலாளி வர்க்கத்தினிடமிருந்து இடை யறாது மனித பலி வாங்கியும், உழைப்புச் சக்தியைத் துடுக்குத்தனமாக வீணடித்தும், சமூக அராஜகம் மூலம்... நாசம் விளைத்தும் தனது ஆத்திரத்தைக் காட்டுகிறது என்பதை நாம் கண்டோம். இது எதிர்மறை அம்சம். ஆனால் ஒருபுறம், தற்போது உழைப்பில் மாற்றம் செய்வது அடக்க முடியாத இயற்கை விதி என்ற பான்மையில், எல்லாக் கட்டங்களிலும் எதிர்ப்புக்குள்ளாகும் இயற்கை விதியின் கண்மூடித் தனமான நாசகரச் செயலுடன் தன்னைத்தானே திணித்துக் கொள்கிறது என்றால், மறுபுறத்தில் நவீனத் தொழில் துறையானது அதன் பேரிடர்கள் மூலம் உழைப்பில் மாற்றத்தை, இதன் பின்விளைவாக பலவகையான வேலைகளைச் செய்வதற்கான தொழிலாளியின் தகுதியை, இதன் பின்விளைவாக அவரது பல்வகையான நாட்டங்கள் சாத்தியமான வரை மிகப்பெரும் வளர்ச்சியடைவதை, உற்பத்தியின் அடிப்படை விதி என்று அங்கீகரிக்கும் அவசியத்தைத் திணிக்கிறது. இந்த விதியின் சகஜமான செயல்பாட்டுக்கு உற்பத்தி முறையினைத் தகவமைத்துகொள்வது சமுதாயத்துக்கு ஒரு ஜீவமரணப் பிரச்சனை யாகிறது. ஒரே மாதிரியான அற்பமான செயலையே வாழ்நாள் முழுதும் திரும்பத் திரும்பப் புரிந்து முடமாக்கப்பட்டு ஒரு மனிதத் துண்டமாக்கப்பட்டுள்ள இன்றைய சிறுவேலைத் தொழிலாளி அகற்றப்பட்டு அந்த இடத்தில் பலவகையான உழைப்புக்குத் தகுதி புள்ள, உற்பத்தி மாறுதல் எதையும் எதிரிடத் தயாராக உள்ள முற்றிலும் வளர்ச்சியடைந்த நபரை அமர்த்த வேண்டும் இல்லையேல் சாவுதான் என்று சமுதாயத்தைக் கட்டாயப்படுத்துகிறது நவீனத் தொழில் துறை. வளர்ச்சியடைந்த இந்த நபர் தான் புரியும் பல்வேறு சமுதாயப் பணிகளைத் தனது சொந்த இயற்கையாற்றல்களுக்கும், தேடிப்

பெற்றதான ஆற்றல்களுக்கும் தாராளமான வாய்ப்புகளை வழங்கும் பல்வேறு பாங்குகளே என்று கருதுகிறான்" (மார்க்ஸ், மூலதனம்).[219]

கிட்டதட்ட சர்வாம்சங்களிலும் நடைமுறை சாத்தியமான மூலக்கூறுகளின் இயக்கத்தினைத் தொழில்நுட்ப நோக்கங்களுக்கான பொருண்மைகளின் இயக்கமாக மாற்றுவதற்கு நமக்குப் போதித்துள்ள நவீனத் தொழில்துறை இதன்மூலம் உற்பத்தியை ஸ்தலக் கட்டுப் பாடுகளிலிருந்து கணிசமான அளவுக்கு விடுவித்துள்ளது. நீர்விசை [water- power] ஸ்தலத்துக்குரியது; நீராவிசக்தி கட்டுப்பாடற்றது. நீர்விசை இன்றியமையாத வகையில் நாட்டுப்புறத்தைச் சார்ந் திருக்கிறது, ஆனால் நீராவிசக்தி நகர்ப்புறத்தை சார்ந்திருக்க வேண்டும் என்ற கட்டாயத் தேவை இல்லை. முதலாளித்துவப் பயன்பாடுதான் இதைப் பிரதானமாயும் நகரங்களில் செறியும்படி செய்கிறது, தொழில் கிராமங்களை தொழில் நகரங்களாக மாற்றுகிறது. இவ்வாறு செய்யும் போது இது அதே சமயத்தில் தொழில்துறை இயங்கிவரும் நிலைமை களைக் குலைக்கிறது. நீராவி எஞ்சினின் முதல் தேவையும், நவீனத் தொழில்துறையின் ஏறத்தாழ எல்லா உற்பத்திப் பிரிவுகளின் பிரதானத் தேவையும் ஓரளவு சுத்தமான தண்ணீரே. ஆனால் தொழில்நகரம் எல்லாத் தண்ணீரையும் நாற்றமடிக்கும் எருவாக மாற்றி விடுகிறது. எனவே நகர்ப்புறச் செறிவு என்பது எவ்வளவுதான் முதலாளித்துவ உற்பத்தியின் அடிப்படை நிபந்தனையாக இருந்த போதிலும், ஒவ்வொரு தனிப்பட்ட தொழில்துறை முதலாளியும் இந்தச் செறிவினால் தவிர்க்க முடியாதபடி படைக்கப்பட்ட பெரிய நகரங்களிலிருந்து வெளி யேறவும், தனது ஆலையை நாட்டுப்புறத்துக்கு மாற்றவும் இடையறாது முயல்கிறார். இந்த நிகழ்ச்சிப் போக்கை லங்காஷயா மற்றும் யார்க்ஷயர் போன்ற ஜவுளி ஆலைத் தொழில் மாவட்டங்களில் விவரமாக ஆய்வு செய்யலாம்; நகரங்களிலிருந்து நாட்டுப்புறத்திற்கு இடையறாது வெளியேறுவதன் மூலம் நவீன முதலாளித்துவத் தொழில் துறை இடைவிடாமல் புதிய பெரிய நகரங்களைத் தோற்றுவித்துக் கொண்டே இருக்கிறது. உலோகத் தொழில் மாவட்டங்களிலும் நிலைமை இதுவே; அங்கு வேறு காரணங்களும் ஓரளவுக்கு இதே விளைவைக் கொண்டு வருகின்றன.

நவீனத் தொழில்துறையின் முதலாளித்துவத் தன்மை ஒழிக்கப் பட்டுவிட்டால் மட்டுமே இந்தப் புதிய நச்சுச் சூழலிலிருந்து நாம் வெளியேற முடியும். இடையறாது தன்னைத்தானே மறு உற்பத்திச் செய்து கொள்ளும் நவீனத் தொழில்துறையிலான இந்த முரண் பாட்டுக்குத் தீர்வு காணமுடியும். தனியொரு விரிவான திட்டத்தின் அடிப்படையில் உற்பத்திச் சக்திகளை ஒன்றுக்கொன்று இசைவாக

உறுதியாகப் பொருத்தச் செய்யக்கூடிய சமூக அமைப்பு மட்டுமே, தொழிலின் சொந்த அபிவிருத்திக்கும் மற்றும் இதர உற்பத்திக் கூறுகளைப் பராமரித்து வளர்ப்பதற்கும் சிறப்பாகப் பொருந்தக்கூடிய வழியில் நாடுமுழுவதிலும் தொழில்துறை பரவலாக்கப்படுவதை அனுமதிக்க முடியும்.

எனவே, நகரத்துக்கும் நாட்டுப்புறத்துக்கும் இடையிலான முரண் தன்மையை ஒழிப்பது சாத்தியம் மட்டுமல்ல. இது தொழில்துறைப் பொருளுற்பத்தியின் நேரடி அவசியமாகி விட்டது, விவசாயப் பொருளுற்பத்திக்கு பொது சுகாதாரம் போன்று அவசியமாகிவிட்டது. நகரம் மற்றும் நாட்டுப்புறத்தின் கூட்டிணைவு மூலம் மட்டுமே காற்று, நீர் மற்றும் நிலத்தை இன்று விஷப்படுத்தும் நிலைமைக்கு முடிவுகட்ட முடியும்; இத்தகைய கூட்டிணைவு மட்டுமே இப்போது நகரங்களில் நலிவுற்றுவாடுகிற வெகுஜனங்களின் நிலைமையை மாற்றி அவர்களது கழிவுகள் நோய்களை உற்பத்திச் செய்வதற்குப் பதில் தாவரங்களின் வளர்ச்சிக்குப் பயன்படுவனவாகச் செய்ய முடியும்.

தனது தேவைகளுக்கான மூலப்பொருள் ஆதாரங்களின் ஸ்தல வரம்புகளிலிருந்து முதலாளித்துவ தொழில்துறை ஏற்கெனவே தன்னைத்தானே ஓரளவுக்கு சுதந்திரமாக்கிக் கொண்டு விட்டது. ஜவுளித்தொழில் பிரதானமாயும் இறக்குமதி செய்யப்பட்ட மூலப்பொருள்களைக் கொண்டே இயங்குகிறது. ஸ்பெயின் நாட்டின் இரும்பு கனியம் இங்கிலாந்திலும் ஜெர்மனியிலும் ஆலைகளில் பயன்படுத்தப்படுகிறது. ஸ்பெயின் நாட்டின் மற்றும் தென் - அமெரிக்க நாடுகளின் செம்பு கனியம் இங்கிலாந்தில் பயன்படுத்தப்படுகிறது. ஒவ்வொரு நிலக்கரிக் களமும் இப்போது தனது எல்லைகளுக்கும் அப்பாற்பட்ட பிரதேசத்துக்கு நிலக்கரி வழங்குகிறது. இந்தப் பிரதேசம் ஆண்டுதோறும் விரிவடைந்து வருகிறது. ஐரோப்பியக் கடற்கரை முழுவதிலும் நீராவி எஞ்சின்களுக்கு இங்கிலாந்தின் நிலக்கரியும் ஓரளவுக்கு ஜெர்மன் நிலக்கரியும் பெல்ஜியன் நிலக்கரியும் பயன் படுத்தப்படுகின்றன. முதலாளித்துவ உற்பத்தியின் தடைவேலிகளி லிருந்து விடுதலை பெற்ற சமுதாய அமைப்பு இன்னும் பெருமளவு முன்னேறிச் செல்லலாம். சர்வாம்சப் பயிற்சி பெற்ற உற்பத்தியாளர் இனம் ஒன்றைப் பிறப்பிப்பதன் மூலம் - அவர்கள் ஒட்டுமொத்தமாகத் தொழில்துறை உற்பத்தியின் விஞ்ஞான அடிப்படையைப் புரிந்து கொண்டு, உற்பத்திப் பிரிவுகளின் முழு வரிசையிலும் அடிமுதல் முடிவரை அவர்கள் நடைமுறை அனுபவம் பெற்றுக் கொண்டார்கள். சமுதாயம் ஒரு புதிய உற்பத்திச் சக்தியைத் தோற்றுவிக்கிறது. இது மிகவும் தொலைவான இடங்களிலிருந்து மூலப்பொருள்களையும் எரி

பொருள்களையும் ஏற்றிக்கொண்டு வருவதற்குத் தேவைப்படும் உழைப்பைப் பெருமளவு ஈடு செய்யும்.

நகரத்துக்கும் நாட்டுப்புறத்துக்கும் இடையில் இருந்த பிரிவை ஒழிப்பது என்பது கற்பனாவாதமல்ல; நாடு முழுவதிலும் நவீனத் தொழில்துறையை சாத்தியமான அளவுக்கு மிகவும் சமமாகப் பங்கீடு செய்தல் மூலம் இது நெறியாக்கம் செய்யப்படுமானால் இது சாத்தியமே. பெரிய நகரங்களில் நாகரிகம் நமக்கு விட்டுச் சென்றுள்ள மரபுரிமையை ஒழிப்பதற்கு அதிக நேரமும் அதிக சிரமமும் எடுக்கும் என்பது உண்மை. ஆனால் இந்த நிகழ்ச்சிப் போக்கு எத்துணை நீடித்ததாக இருந்த போதிலும் இந்த மரபுரிமை கட்டாயம் ஒழிக்கப் பட வேண்டும், ஒழிக்கப்படும். பிரஷ்யன் தேசத்தின் ஜெர்மன் சாம்ராஜ்ஜியத்துக்கு என்ன கதி ஏற்பட்டாலும் சரி பெரிய நகரங்கள் அழிய வேண்டும் என்ற பிஸ்மார்க்கின் உள்ளத்தின் விருப்பம் நிச்சய மாயும் நிறைவேற்றப்படும் என்று பெருமையுடன் உணர்ந்தபடி அவர் சாவை வரிக்கலாம்.[220]

ஹெர் டூரிங்கின் கருத்துகள் எத்துணை சிறுபிள்ளைத்தனமாக இருக்கின்றன என்பதை இப்போது பாருங்கள்; பொருளுற்பத்தியின் பழைய முறையை அடிமுதல் முடிவரை புரட்சிகரமாக மாற்றாமல், முதலாவதாகப் பழைய உழைப்புப் பிரிவினைக்கு முடிவு கட்டாமல், சமூகம் ஒரே மொத்தமாக உற்பத்திச் சாதனங்கள் அனைத்தையும் கைப்பற்ற முடியும்; "இயற்கை நாட்டம் [aptitudes] மற்றும் சொந்த ஆற்றல்களைக் கவனத்தில் எடுத்துக் கொண்டால்" எல்லாமே முறைப் படி இருக்கும். ஆனால் முன்னைப்போலவே தனி ஒரு பண்டத்தின் உற்பத்திக்கு ஆட்பட்டுப் பெருந்திரளான நபர்கள் அப்படியே இருப்பார்கள்; மக்கள் தொகை முழுதுமே உற்பத்தியின் தனி ஒரு பிரிவில் ஈடுபடுத்தப்படும்; முன்போலவே மனிதஇனம் பல்வேறு முடமாக்கப்பட்ட "பொருளாதார இனங்களாகத்" தொடர்ந்து பிளவுபட்டிருக்கும். ஏனெனில் இன்னும் "போர்ட்டர்கள்" மற்றும் "சிற்பிகள்" இருக்கிறார்கள். சமூகம் உற்பத்திச் சாதனங்கள் ஒட்டு மொத்தத்திற்கும் எஜமானனாக வேண்டும்; அப்பொழுதுதான் ஒவ்வொரு தனிநபரும் அவரது உற்பத்திச் சாதனத்திற்கு அடிமையாகத் தொடர்ந்து இருப்பார்; எந்த உற்பத்திச் சாதனத்தால் அவர் அடிமைப் படுத்தப்பட வேண்டும் என்பதை மட்டுமே அவர் தேர்வு செய்து கொள்ளமுடியும். ஹெர் டூரிங் நகரத்தையும் நாட்டுப்புறத்தையும் பிரிப்பது "இயல்பாகவே தவிர்க்க முடியாதது" என்று எவ்வாறு கருதுகிறார் என்பதையும் வெறிமது வடித்தல் மற்றும் பீட் - சர்க்கரை உற்பத்தி என்ற இரண்டில் குறிப்பாயும் பிரஷ்யன் தொழில் பிரிவுகளில்

மட்டுமே சிறு ஆறுதல் காண்கிறார் என்பதையும், அவர் எவ்வாறு நாட்டில் தொழில்துறையின் பங்கீடை ஒரு சில எதிர்காலப் புனைவு களையும், மூலப்பொருள்களை முயன்று பெறுவதைத் தொழிற் துறையுடன் நேரடியாக இணைப்பதன் அவசியத்தையும் சார்ந்ததாக்கு கிறார் என்பதையும் - இந்த மூலப்பொருள்கள் அவை தோன்று மிடங்களில் இருந்து மிகவும் அதிகமான தொலைதூரத்தில் ஏற்கெனவே பயன்படுத்தப்படுகின்றன! - பாருங்கள். தான் பின்வாங்கிச் செல்வதை இறுதியாக மூடி மறைக்கச் செய்யும் முயற்சியில் ஹெர் டூரிங், முடிவில் சமுதாயத் தேவைகள் பொருளாதாரக் காரணங்களுக்குக்கூட எதிராக - இது ஏதோ பொருளாதாரத் தியாகம் போலும்! - விவசாயத்தையும் தொழில்துறையையும் இணைக்கும் என்று நமக்கு உறுதியளிக்கிறார்.

நகரத்தை நாட்டுப்புறத்திடமிருந்து பிரித்து வைப்பது உட்பட்ட பழைய உழைப்புப் பிரிவினையை ஒழித்துவிடக் கூடியதும். உற்பத்தி முழுவதையும் புரட்சிகரமாக மாற்றக்கூடியதுமான புரட்சிகர சக்திகள் நவீன பெருவீதத் தொழில்துறையில் ஏற்கெனவே கருவுருவில் உள்ளன. அவற்றின் வளர்ச்சி தற்போது நிலவும் முதலாளித்துவ உற்பத்தி முறையினால் தடைசெய்யப்படுகிறது என்பதைப் பார்க்க வேண்டு மானால், பிரஷ்யன் Leandrecht என்ற நிலச்சட்டம் அமுலாகும் அரங்கைவிட மிகவும் விரிவான கண்ணோட்டம் அவசியம், வெறிமது மற்றும் பீட் - சர்க்கரை உற்பத்தியே கேந்திரத் தொழிலாக இருக்கும், வர்த்தக நெருக்கடியைப் புத்தக மார்க்கெட்டில் படித்தாராயத்தக்க ஓர் அரங்கை விடவும் விரிவான கண்ணோட்டம் அவசியம். இவற்றைப் பார்ப்பதற்கு உண்மையான பெருவீதத் தொழிலின் வரலாற்று வளர்ச்சி, அதன் இன்றைய எதார்த்த வடிவம், குறிப்பாக அதன் தாயகமான ஒரு நாட்டில், எங்கு அது சிறந்த மாதிரி வளர்ச்சியைப் பெற்றுள்ளதோ அங்கு இருக்கும் நிலைமை பற்றிய அறிவு அவசியம். இதன் பின் எவரும் நவீன விஞ்ஞான சோஷலிசத்தைக் கொச்சைப்படுத்தவோ மற்றும் ஹெர் டூரிங்கின் பிரத்தியோகமான பிரஷ்யன் சோஷலிசமாக அதை இழிவுபடுத்தவோ முயல்வது பற்றி எண்ணமாட்டார்கள்.

4. வினியோகம்

டூரிங்கின் பொருளியல் பின்வரும் கருத்துரைக்கு வந்து சேருவதை நாம் ஏற்கெனவே கண்டோம்: முதலாளித்துவ உற்பத்திமுறை முற்றிலும் நல்லதே, அது நிலைத்து இருக்கலாம்; ஆனால் முதலாளித்துவ வினியோகமுறை தீயது, அது மறைந்தொழிய வேண்டும். ஹெர் டூரிங்கின் "சமூக இயல்பு" சார்ந்த அமைப்பு இந்தக் கோட்பாட்டைக் கற்பனையில் நிறைவேற்றும் ஒன்றைத்தவிர வேறெதுவுமன்று என்பதை இப்போது நாம் காண்கிறோம். உண்மையில் முதலாளித்துவ சமூக அமைப்பின் உற்பத்திமுறை குறித்து ஹெர் டூரிங்குக்கு அறவே எவ்வித ஆட்சேபமும் இல்லை என்பதும், அவர் பழைய உழைப்புப் பிரிவினையை அதன் எல்லாப் பிரதான அம்சங்களுடனும் நீடித்து வைத்திருக்கவே விரும்புகிறார். இதன் பின்விளைவாக அவரது பொருளாதாரக் கம்யூனுக்குள்ளான பொருளுற்பத்தி குறித்து அவரிடமிருந்து ஒரு சொல்கூட வருவது அரிதாக இருக்கிறது. பொருளுற்பத்தி என்பது உரமுள்ள செயலுண்மைகள் கையாளப்படுகிற ஒரு துறை என்பது கண்கூடு, எனவே இதன் பின்விளைவாக இதில் "பகுத்தறிவுக் கற்பனை" தனது சுதந்திர ஆன்மா பறப்பதற்குக் கிஞ்சிற்றும் வாய்ப் பளித்தல் கூடாது. காரணம் மிகவும் கேவலமான அபத்தம் விளைப் பதற்கான அபாயம் பெருமளவு இருக்கிறது. வினியோகத்தின் நிலைமை முற்றிலும் வேறு - ஹெர் டூரிங்கின் கருத்துப்படி இதற்கு உற்பத்தியுடன் எவ்விதத் தொடர்பும் இல்லை, இது உற்பத்தியால் நிர்ணயிக்கப்படுவதில்லை, மாறாக சித்தத்தின் தூய செயலால் நிர்ணயிக்கப்படுகிறது. வினியோகம் அவரது "சமூக இரசவாதச் செயல்பாட்டின்" முன்னுறுதி செய்யப்பட்ட துறையாகும்.

உற்பத்திச் செய்வதற்கான சம கடமைக்கு இணையாக நுகர்வுக்கான சமஉரிமையும் பொருளாதாரக் கம்யூனிலும் பெருவாரியான பொருளாதாரக் கம்யூன்களைத் தழுவிய வாணிகக் கம்யூனிலும் ஸ்தாபன முறையில் அமுல் செய்யப்படுகின்றன. "இங்கு உழைப்பு... சமமதிப்பீட்டின் அடிப்படையில் இதர உழைப்புடன் பரிவர்த்தனை செய்யப்படுகிறது. சேவையும் பிரதி சேவையும் இங்கு உழைப்பு அளவு நிலைகளுக்கு இடையிலான உண்மையான சமத்துவத்தைக் குறிக்கின்றன." இந்த "மனித ஆற்றல்களின் சரிசமமாக்கல் தனிநபர் உண்மையில் அதிகம் அல்லது குறைவாக வேலை செய்தாலும், அல்லது ஒரு வேளை எதுவுமே செய்யவில்லையாயினும்"

பிரயோகிக்கப்படுகிறது; நேரமும் ஆற்றலும் ஈடுபடுத்தப்படும் எல்லா செயல் நிறைவேற்றத்தையும் புரிந்த உழைப்பாகக் கருதலாம் - எனவே கால் பந்தாட்டமாடுதலும் உலாவப்போவதுகூட இவ்வாறு கருதப்படலாம். சமுதாயமே எல்லா உற்பத்திச் சாதனங் களுக்கும் அதன் பின்விளைவாக எல்லா உற்பத்திப் பொருள் களுக்கும் உரிமையாளராக இருப்பதால் தனிநபர்களுக்கிடையே இந்தப் பரிவர்த்தனை நடைபெறுவதில்லை; ஒருபுறத்தில் இது ஒவ்வொரு பொருளாதாரக் கம்யூனுக்கும் அதன் தனிப்பட்ட உறுப்பினர்களிடையிலும், மறுபுறம் பல்வேறு பொருளாதார மற்றும் வாணிகக் கம்யூன்கள் தமக்கிடையேயும் நடைபெறுகிறது. "குறிப்பாயும் தனிப்பட்ட பொருளாதாரக் கம்யூன்கள் முற்றிலும் திட்டமிட்ட விற்பனை மூலம் தமது சொந்தப் பிரதேசங்களுக்குள் சில்லறை வர்த்தகத்தை மாற்றீடு செய்துவிடும்." இதே வழிகளில் மொத்த வர்த்தகம் ஒழுங்கமைக்கப்படும். இதன் பின்விளைவாக, "சுதந்திரப் பொருளாதார சமூக அமைப்பு... ஒரு விரிவான பரிவர்த்தனை அமைப்பாக நிலவுகிறது. இதன் அலுவல்கள் விலையுயர் உலோகங்கள் வழங்கும் அடிப்படையில் நிறைவேற்றப் படுகின்றன. இந்த அடிப்படைப் பண்பின் தவிர்க்கமுடியாத அவசியம் பற்றிய இந்த நுண்ணறிவுதான் நடப்பு சோஷலிசக் கருத்துகளின் மிகவும் அறிவார்ந்த வடிவங்களைக் கூடப் பற்றி நிற்கும் அந்தத் தெளிவற்ற கருத்துப் படிவங்களிலிருந்து நமது திட்டத்தைச் சிறப்பித்துக்காட்டுகிறது."

இந்தப் பரிமாற்ற நோக்கங்களுக்காக, சமூக உற்பத்திப் பொருள் களின் முதல் சுவீகரிப்பாளர் என்ற முறையில் பொருளாதாரக் கம்யூன் சராசரி உற்பத்திச் செலவினை அடிப்படையாக்கி "பண்டங்களின் ஒவ்வொரு மாதிரிக்குமான ஒரு சீரான விலையை" நிர்ணயிக்க வேண்டும்.

"இன்று மதிப்பு மற்றும் விலை விஷயத்தில் உற்பத்திச் செலவுகள் எனப்படுபவை தோற்றுவிக்கும் முக்கியத்துவம்" (சமூக இயல்பு சார்ந்த அமைப்பில்) "வேலையில் ஈடுபடுத்தப்பட வேண்டிய உழைப்பு அளவின் மதிப்பீடுகளால் வழங்கப்படும். இந்த மதிப்பீடுகள், பொருளாதாரத் துறையிலுங்கூட ஒவ்வொரு தனிநபருக்கும் சமஉரிமை என்ற கோட்பாடு அனுசரிக்கப்படுவது காரணமாக, உழைப்பில் பங்கு பற்றிய நபர்களின் எண்ணிக் கையை அடிப்படையாக்கியதாக இருக்கும் என்பதைக் காணலாம்; அவை விலைகளின் உறவை உற்பத்தியின் இயல்பான உறவுகள் மற்றும் விற்பனை செய்யும் சமூக உரிமைகள் இரண்டுக்கும் இணையாக வழங்கும். விலையுயர்ந்த அரிய உலோகங்களின்

உற்பத்தி இப்போது போலவே இனி மேலும் தொடர்ந்து பணத்தின் மதிப்பை நிர்ணயிக்கும்... மாற்றமடைந்த சமுதாய அமைப்பில் ஒருவர் முதலாவதாக மதிப்புகளின் மற்றும் மதிப்புடனான பண்டங்களினிடையிலான பரிவர்த்தனை உறவுகளின் நிர்ணயிப்புக் காரணி மற்றும் அளவுகோலை இழக்கவில்லை என்பது மட்டுமல்ல ஆனால் முதல் தடவையாக அவற்றை நன்றாகவும் சரியாகவும் வென்று பெறுகிறார் என்பதை இதிலிருந்து காணலாம்."

புகழார்ந்த "முற்றமுழு மதிப்பு" கடைசியாகக் கைவரப் பெறுகிறது.

எனினும், மறுபுறத்தில் இந்தக் கம்யூன் தனது தனிப்பட்ட உறுப்பினர்களுக்கு அவரது உழைப்புக்கு ஈடு என்ற வகையில் ஒரு குறிப்பிட்ட அளவு பணத்தை நாள், வார அல்லது மாத ஊதியமாக அளிக்க வேண்டும். இது எல்லோருக்கும் ஒரே மாதிரி இருக்க வேண்டும். இவ்வாறு செய்வதன் மூலம் அவர்கள் உற்பத்திச் செய்யப்பட்ட பண்டங்களைக் கம்யூனிடமிருந்து விலைக்கு வாங்கும் நிலையில் வைக்கப்பட வேண்டும். "சமூக இயல்பு சார்ந்த நோக்கு நிலையிலிருந்து பார்க்கும் பொழுது கூலிகள் மறைந்தொழிய வேண்டும் அல்லது அவை பொருளாதார வருவாயின் தனிவடிவமாக வேண்டும் என்று நாம் எதைச் சொன்னாலும் சரி" அது குறித்துக் கவலையில்லை. சம ஊதியங்களும், சமமான விலைகளும் பயனீடு சம்பந்தமாகப் "பண்புநிலை சமத்துவம் இல்லாவிடினும் அளவுநிலை சமத்துவத்தை" நிலை நாட்டுகின்றன; அதன் மூலம் பொருளாதாரத் துறையில் "சர்வப் பொதுவான நீதிக் கோட்பாடு" கைவரப் பெறுகிறது.

எதிர்கால ஊதியத்தின் மட்டத்தை எவ்வாறு நிர்ணயிப்பது என்பதைப் பொறுத்தவரை

இங்கும் மற்ற இடங்களில் போலவே "சம உழைப்புக்குச் சம உழைப்பு" பரிவர்த்தனை நடக்கும் என்று மட்டுமே ஹெர் டூரிங் நம்மிடம் கூறுகிறார். எனவே ஆறுமணி உழைப்புக்குத் தன்னுள் ஆறு மணி உழைப்பை உள்ளடக்கிய பணத்தொகை வழங்கப்படும்.

இருந்த போதிலும் "சர்வப் பொதுவான நீதிக் கோட்பாட்டைக்" கொச்சையான சமனாக்குதலுடன் போட்டுக் குழப்பக் கூடாது. ஏனெனில் இது முதலாளிவர்க்கம் எல்லாக் கம்யூனிசத்தையும் தொழிலாளர்களில் தன்னியல்பான கம்யூனிசத்தைக் குறிப்பாயும் ஆத்திரத்தோடு எதிர்க்கச் செய்கிறது. இக்கோட்பாடுதான் தோற்ற

மளிக்க விரும்புவது போல எவ்வழியிலும் அத்துணை கடினமான ஒன்றல்ல.

"பொருளாதார உரிமைகள் பற்றிய கோட்பாட்டளவிலான சமத்துவம் நீதியால் வேண்டப்படும் தனி அங்கீகாரம் மற்றும் மதிப்பின் வெளிப்பாடு சுய விருப்பமாகச் சேர்க்கப்படுவதை விலக்கவில்லை... நுகர்வுக்கு ஒரு சுமாரான கூடுதல் ஒதுக்கீடு செய்வதன் மூலம் வேலையில் உயர்மாதிரித் திறனுக்குப் பெருமை வழங்கி சமூகம் தன்னைத்தானே பெருமைப்படுத்திக் கொள்கிறது.

ஒரு புறாவின் பேதைமையை ஒரு நல்ல பாம்பின் இரண்டகத்துடன் சேர்த்திணைத்து எதிர்கால டூரிங்குகளுக்கு சுமாரான கூடுதல் ஒதுக்கீடு பெறுவது சம்பந்தமாக இத்தகைய உருக்கமான அக்கறையைக் காட்டும்பொழுது ஹெர் டூரிங்கும் தம்மைத்தாமே கௌவுரவித்துக் கொள்கிறார்.

இது இறுதியாக முதலாளித்துவ வினியோக முறைக்கு முடிவு கட்டும்.

"இத்தகைய நிலைமைகளின் கீழ் யாராவது ஒருவரிடம் உண்மையில் உபரியாகச் சொந்தமான சாதனங்கள் இருக்கின்றன என்று வைத்துக் கொண்டால் அவர் மூலதனம் என்ற முறையில் அதில் எந்தப் பயனையும் காண முடியாது. பரிவர்த்தனை அல்லது கொள்முதல் என்ற வழியில் தவிர உற்பத்திக்காக அவற்றை அவரிடமிருந்து தனி நபரோ அல்லது ஒரு குழுவோ ஆர்ஜிதம் செய்து கொள்ளாது. அதோடு அவருக்கு வட்டியோ லாபமோ செலுத்தும் சந்தர்ப்பம் எதுவும் இருக்காது." எனவே "சமத்துவம் என்ற கோட்பாட்டுக்கு ஒத்ததான பரம்பரைச் சொத்து" அனுமதிக்கத்தக்கதாகும். இது இன்றியமையாதது. ஏனெனில் "ஒரு குறிப்பிட்ட வடிவிலான பரம்பரைச் சொத்து எப்போதுமே குடும்பக் கோட்பாட்டுக்கு அவசியமான துணைக்கூறாகும்" பரம்பரைச் சொத்துரிமை இருப்பினும் "பெருமளவில் செல்வம் குவிப்பதற்கு அது இட்டுச் செல்லாது, ஏனெனில் சொத்துச் சேர்ப்பது என்பது... இனிமேல் என்றுமே உற்பத்திச் சாதனங்களைப் படைப்பதையோ முற்றிலும் நிதி வைத்திருக்கும் [fund-holder] வாழ்க்கை முறையினையோ லட்சியமாகக் கொள்ள முடியாது."

அதிருஷ்டவசமாக இது பொருளாதாரக் கம்யூனை முழுமை செய்கிறது. அது எவ்வாறு வேலை செய்கிறது என்பதை நாம் இப்போது காண்போம்.

ஹெர் டூரிங்கின் பூர்வாங்க நிபந்தனைகள் யாவும் முழுமையாக நிறைவேற்றப்பட்டுவிட்டன என்று நாம் எடுத்துக் கொள்கிறோம்; எனவே பொருளாதாரக் கம்யூன் அதன் உறுப்பினர் ஒவ்வொருவருக்கும் நாளுக்கு ஆறுமணி நேர உழைப்புக்கு ஒரு தொகையை, பன்னிரண்டு ஷில்லிங்குகளை வழங்குகிறது என்று வைத்துக் கொள்வோம். இந்தத் தொகையில் இதே போல ஆறு மணி நேர உழைப்பு அடக்கம். மேலும் விலைகள் மதிப்புகளுக்குச் சரியாக ஒத்திருக்கிறது என்று உத்தேசித்துக் கொள்கிறோம். எனவே நமது அனுமானப்படி இது மூலப்பொருள்களின் விலை, யந்திரங்களின் தேய்மானம், உழைப்புக் கருவிகள் பயனீடு, கொடுபட்ட கூலி ஆகியவற்றை மட்டுமே கொண்டதாக இருக்கும். அப்பொழுது, நூறு உழைக்கும் உறுப்பினர்கள் கொண்ட ஒரு பொருளாதாரக் கம்யூன் ஒரு நாளில் 1200 ஷில்லிங்குகள் அதாவது 60 பவுன் மதிப்புள்ள பண்டங்களை உற்பத்திச் செய்யும்; 300 வேலை நாட்கள் உள்ள ஓராண்டில் 18,000 பவுன்கள் மதிப்புள்ள பண்டங்களை உற்பத்திச் செய்யும். அது இதே தொகையைத் தன் உறுப்பினர்களுக்குக் கொடுக்கிறது. அவர்கள் ஒவ்வொருவரும் தமது பங்கை வைத்து விருப்பப்படி எதுவும் செய்யலாம். அவர்களது பங்கு தினத்துக்கு 12 ஷில்லிங்குகள், ஆண்டுக்கு 180 பவுன்களாகும். ஓர் ஆண்டின் இறுதியிலும் சரி, அல்லது நூற்றாண்டுகள் முடிந்த பிறகும் சரி இந்தக் கம்யூன் ஆரம்பத்தில் இருந்ததை விட எவ்விதத்திலும் செல்வமடைந்ததாக இல்லை. இந்தக் காலகட்டம் முழுவதிலும் ஒரு தடவை கூட அது ஹெர்டூரிங்கின் நுகர்வுக்கு மிகவும் சாதாரணக் கூடுதல் ஒதுக்கீட்டை வழங்கும் நிலையில் இருந்ததில்லை. அப்படி ஒதுக்க எண்ணினால் அது உற்பத்திச் சாதனங்களின் சேமநிதியிலிருந்தே செய்யப்பட வேண்டும். திரட்சி என்பது முற்றாக மறக்கப்பட்டுவிட்டது. நிலைமை இன்னும் மோசமானது; திரட்சி ஒரு சமுதாயத் தேவையாக இருப்பதாலும், பணத்தை வைத்திருப்பது திரட்சிக்கு வசதியான ஒரு வடிவத்தை வழங்குவதாலும் பொருளாதாரக் கம்யூன் அமைப்பு அதன் உறுப்பினர்களைத் தனியாகத் திரட்சி செய்யுமாறு கட்டாயப்படுத்துகிறது. அதன் மூலம் அதன் சொந்த அழிவுக்கே இட்டுச் செல்கிறது.

பொருளாதாரக் கம்யூனின் தன்மையிலான இந்த மோதலை எவ்வாறு தவிர்ப்பது? அது ஹெர் டூரிங்கின் அன்புக்குரிய "வரிகளில்", விலை மிகு கட்டணத்தில் புகலிடம் தேடலாம். அதன் வருடாந்த உற்பத்தியை 18,000 பவுன்களுக்குப் பதில் 24,000 பவுன்களுக்கு விற்கலாம். ஆனால் இதர பொருளாதாரக் கம்யூன்கள் எல்லாம் இதே நிலையில் இருப்பதால், அதே வழியில் அவையும் செயல்படும் என்பதால், எனவே மற்றவற்றோடான அதன் பரிவர்த்தனைகளில் தான் எடுத்துக்கொள்ளும் அளவுக்கு வரிகள் செலுத்த வேண்டும் என்பதால் இந்தக் "கப்பம்" அதன் உறுப்பினர்கள் மீதே சுமத்தப்படும்.

அல்லது பொருளாதாரக் கம்யூன்கள் அதிக அமளியின்றி இந்த விவகாரத்தைப் பின்வருமாறு முடித்துவிடலாம்; ஒவ்வொரு உறுப்பினருக்கும் ஆறுமணி நேர வேலைக்கு ஆறுமணிக்கு குறைவான பண்டத்தின் அதாவது நான்குமணி நேர உழைப்பின் பயனை கொடுப்பது, அதாவது ஒரு நாளைக்கு 12 ஷில்லிங்குக்கு பதில் 8 ஷில்லிங்குகள் மட்டுமே தருவது. ஆனால் பண்டங்களின் விலைகளை அவற்றின் முந்தைய மட்டத்திலேயே விட்டுவைப்பது. இந்த இடத்தில், இது முந்தைய நிகழ்வில் எதை மறைவாயும் நேரடியின்றியும் செய்ய முயன்றதோ அதையே நேரடியாகவும் பகிரங்கமாயும் செய்கிறது; தனது உறுப்பினர்களுக்கு அப்பட்டமான முதலாளித்துவ வழிகளில் அவர்கள் உற்பத்திச் செய்த மதிப்பைக் காட்டிலும் குறைவாக ஊதியம் தந்து, இது ஆண்டுதோறும் 6000 பவுன் தொகைவரும். இது மார்க்சால் கண்டுபிடிக்கப்பட்ட உபரி மதிப்பை உருவாக்குகிறது. அதே பொழுதில் அவர்களுக்கு, அதனிடமிருந்து மட்டுமே வாங்கக்கூடியதான பண்டங்களை அவற்றின் முழு மதிப்புக்கு விற்பனை செய்கிறது. எனவே பொருளாதாரக் கம்யூனானது ஆக விரிவான கம்யூனிஸ்டு அடிப்படையில் தன்னை ஒரு "மேன்மையுற்ற" truck system* என்று வெளிக்காட்டிக் கொள்வதன் மூலம் மட்டுமே ஒரு சேமநிதியைப் பெற முடியும்.

எனவே உங்களுக்கு எதுவேண்டுமோ அதைத் தேர்ந்து கொள்ளுங்கள்; பொருளாதாரக் கம்யூன் "சம உழைப்புக்குச் சம உழைப்பைப்" பரிவர்த்தனை செய்யும். ஆனால் இந்த இடத்தில் அதனால் பொருளுற்பத்தியைப் பராமரிக்கவும் விரிவாக்கவுமான ஒரு நிதியைச் சேகரம் செய்ய முடியாது. ஆனால் தனிப்பட்ட உறுப்பினர்கள் மட்டுமே இதைச்செய்ய முடியும்; அல்லது அது இத்தகைய சேமநிதியை உருவாக்கும். ஆனால் இந்த இடத்தில் அது "சம உழைப்புக்குச் சம உழைப்பைப்" பரிவர்த்தனை செய்யாது.

பொருளாதாரக் கம்யூனிலுள்ள பரிவர்த்தனையின் உள்ளடக்கம் இத்தகையதாகும். அதன் வடிவம் எத்தகையது? இந்தப் பரிவர்த்தனை உலோகப் பணத்தை சாதனமாக வைத்து நடத்தப்படுகிறது. இந்தச் சீர்திருத்தத்தின் "உலக வரலாற்று முக்கியத்துவம்" குறித்து ஹெர் டூரிங் மிகவும் பெருமை கொள்கிறார் போலும். ஆனால் இந்தக் கம்யூனுக்கும் அதன் உறுப்பினர்களுக்குமிடையேயான வாணிகத்தில் பணம் பணமே அல்ல. அது பணமாக எந்த வழியிலும் செயல்படவில்லை. அது வெறும்

★ இங்கிலாந்தில் இருந்த இந்த **டிரக் அமைப்பு** ஜெர்மனியிலும் பிரபலமாகி இருந்தது. இந்த அமைப்பின் கீழ் பட்டறையதிபர்கள் தாமே கடைகளை நடத்தித் தமது தொழிலாளர்கள் அங்கேயே தமது பொருள்களை வாங்கும்படி கட்டாயப்படுத்தினர். **[குறிப்பு எங்கெல்சுடையது.]**

உழைப்புச் சான்றிதழாகவே உதவுகிறது. மார்க்சின் சொல்லில் கூறினால் இது "பொது உழைப்பில் தனிநபர் எடுத்துக்கொண்ட பங்குக்கும், நுகர்வுக்கு என்று தீர்மானிக்கப்பட்ட பொது உற்பத்திப் பொருளில் ஒரு குறிப்பிட்ட பங்கைப் பெறுவதற்கான அவரது உரிமைக்குமான வெறும் சான்று மட்டுமே" இந்தப் பணியை நிறைவேற்றுவதில் இது "நாடகத்திற்கான டிக்கெட் என்பதைவிட வேறு அதிகப்படி 'பணம்' என்று இருக்கவில்லை."[221] இதை வேறு எந்த அடையாளத்தாலும் மாற்றீடு செய்யலாம்; வெய்த்லிங் இதை "ஒரு கணக்குப் பேரேடு" ["ledger"] வைத்து மாற்றீடு செய்கிறார். அதில் வேலை செய்த உழைப்பு மணிகள் ஒருபுறத்தில் பதியப்பட்டுள்ளன. இதற்கு ஈடாக எடுத்துக் கொள்ளப்பட்ட பிழைப்புச் சாதனங்கள் இன்னொரு புறத்தில் பதியப் பட்டுள்ளன.[222] ஒரே சொல்லில் கூறினால், தனது உறுப்பினர்களோடு வாணிகம் செய்யும் பொருளாதாரக் கம்யூனில் இது ஓவனது "உழைப்புப் பணமாகவே" வேலை செய்கிறது. அந்தப் "போலி உருவை" ஹெர் டூரிங் வெறுப்புடன் கேவலமாகக் கருதுகிறார். இருந்தும் அவரே தமது எதிர்காலத்திற்கான பொருளியலில் இதைப் புகுத்த வேண்டிய கட்டாயம் ஏற்பட்டுள்ளது. "உற்பத்திச் செய்யும் கடமையினை" நிறைவேற்றி அதன்மூலம் "நுகர்வுக்கான உரிமையினை" சம்பாதித்த அளவினை சான்று தந்து உறுதிப்படுத்தும் இந்த அடையாளம் ஒரு துண்டுக் காகிதமா, ஒரு வட்டா, அல்லது தங்க நாணயமா என்பது இந்த நோக்கத்துக்கு முற்றிலும் முக்கியமில்லாதது. மற்ற நோக்கங் களுக்கோ இது எவ்வகையிலும் புறக்கணிக்கத்தக்கதல்ல.

எனவே, ஒரு பொருளாதாரக் கம்யூன் தனது உறுப்பினர்களுடன் வாணிகம் செய்யும் போது உலோகப் பணம் பணமாகச் செயல்படாமல் மாறுவேட உழைப்புச் சான்றிதழாக இருக்குமேயானால், வெவ்வேறு பொருளாதாரக் கம்யூன்களுக்கிடையிலான பரிவர்த்தனையில் அது தனது பணத்தின் பணியினை இன்னும் குறைவாகவே செய்கிறது. இந்தப் பரிவர்த்தனையில், ஹெர் டூரிங் புரிந்துள்ள அனுமானங்களைக் கொண்டு பார்க்கும் பொழுது, உலோகப் பணம் முற்றிலும் மிகையான தாகும். உண்மையில் கணக்கு வைப்பது மட்டுமே போதும், இந்தக் கணக்கு உழைப்பு மணிகளைப் பணமாக முதலில் மாற்றுவதைவிட உழைப்பின் இயல்பான அளவுகோலான நேரத்தை - உழைப்பு மணியை ஓர் அலகாக - பயன்படுத்துமானால் - சம உழைப்புடைய உற்பத்திப் பொருள்களைச் சம உழைப்புடைய உற்பத்திப் பொருள்களுக்கு மேலும் எளிதாகப் பரிவர்த்தனை செய்யும். இந்தப் பரிவர்த்தனை உண்மையில் பண்டத்திலான சாமானியப் பரிவர்த்தனையாகும். எல்லா மீதத் தொகைகளும் மற்ற கம்யூன்களின் பேரிலான பண வண்டிகள் மூலம் எளிதில் பட்டுவாடா செய்யப்படுகின்றன. ஆனால் ஒரு

கம்யூனுக்கு வேறு கம்யூன்களுடனான அலுவல்களால் பற்றாக்குறை ஏற்படுமானால் "உலகில் இருக்கும் தங்கம்" அனைத்தும் இது இயல்பான பணமாக இருப்பினும் இந்தக் கம்யூனைப் பாதுகாக்க முடியாது. அது இந்தப் பற்றாக்குறையை ஈடுசெய்யத் தனது சொந்த உழைப்பின் அளவை அதிகரிக்க வேண்டும். இல்லையேல் தனது கடன் காரணமாக அது மற்ற கம்யூன்களைச் சார்ந்திருக்கும் நிலைக்கு ஆளாகும். நாம் எதிர்காலத்திற்கான எந்த மாளிகையையும் கட்டிக் கொண்டிருக்கவில்லை என்பதை வாசகர் எப்போதும் மனதிலிருத்து வாராக; நாம் ஹெர் டூரிங்கின் அனுமானங்களை அப்படியே ஏற்றுக் கொண்டு அவற்றிலிருந்து தவிர்க்க முடியாத முடிவுகளுக்கு வருகிறோம், அவ்வளவே.

இவ்வாறாக, பொருளாதாரக் கம்யூனுக்கும் அதன் உறுப்பினர் களுக்கும் இடையிலான பரிவர்த்தனையிலும் சரி, அல்லது வெவ்வேறு கம்யூன்களிடையிலான பரிவர்த்தனையிலாயினுஞ்சரி "இயற்கை யாகவே பணமாக இருக்கும்" தங்கம் தனது இயல்பு கைவரப் பெற இயலாது. இருந்தபோதிலும் ஹெர் டூரிங் இதற்கு "சமூக இயல் சார்ந்த" அமைப்பிலுங்கூட பணத்தின் பணியை ஒப்படைக்கிறார். எனவே அதன் பணப் பணியை அமுல்படுத்தக்கூடிய வேறு துறைகள் எதுவாயினும் உள்ளனவா என்பதை நாம் பார்க்க வேண்டும். இந்தத் துறை இருக்கிறது. ஹெர் டூரிங் எல்லோருக்குமே "அளவு முறையில் சம நுகர்வு" பெறும் உரிமையினைத் தருகிறார். ஆனால் அதைச் செயலாக்குமாறு எவரையும் அவர் கட்டாயப்படுத்த முடியாது. மாறாகத் தாம் படைத்துள்ள உலகில் யாரும் தமது பணத்தைக் கொண்டு தம் விருப்பப்படி எதையும் செய்யலாம் என்று பெருமை கொள்கிறார். எனவே ஒரு சிலர் ஒரு சிறு பணத் தொகையைப் பதுக்கிச் சேர்ப்பதை அவரால் தடுக்க முடியாது. அதே பொழுதில் தமக்குத் தரப்படும் கூலியைக்கொண்டு வாழ்க்கை நடத்தவியலாத வேறு பலர் உள்ளனர். பரம்பரைச் சொத்துரிமையில் குடும்பச் சொத்து பொது வாக உடைமை கொள்ளப்பட வேண்டும் என்பதைப் பகிரங்கமாக அங்கீகரிப்பதன் மூலம் இதை அவர் தவிர்க்க முடியாததாக்குகிறார்; அதனால் தமது குழந்தைகளைப் பராமரிக்கும் கடமையும் பெற்றோருக்கு வருகிறது. ஆனால் இது அளவு முறையில் சம நுகர்வு என்பதில் பெரிய உடைப்பை ஏற்படுத்துகிறது. தனக்குக் கிடைக்கும் எட்டு அல்லது பன்னிரெண்டு ஷில்லிங் தினப்படியை வைத்துக்கொண்டு மணமாகாத பிரம்மச்சாரி ஒரு பிரபுவைப் போன்று ஆனந்தமாயும் திருப்தியுடனும் வாழ்கிறான். அதே பொழுதில் தாரமிழந்த ஒருவன் எட்டுக் குழந்தை களை வைத்துக்கொண்டு இந்தப் பணத்தின் மீது சமாளிக்க முடியாமல் மிகவும் கஷ்டப்படுகிறான். வழங்கீடுக்குப் பணத்தை எவ்வித ஆட்சேபமும்

இன்றி ஏற்றுக்கொள்வதன் மூலம் மறுபுறம், கம்யூன் இந்தப் பணம் தனிநபரின் சொந்த உழைப்பு மூலமன்றி வேறு வழிகளிலும் அடைவதற்கான வாய்ப்புகளைத் திறந்து விடுகிறது. Non olet (பணத்திற்கு நாற்றமில்லை).[223] அது எங்கிருந்து வருகிறது என்பது கம்யூனுக்குத் தெரியாது. இந்த வழியில் உலோகப் பணத்தை அனுமதிப்பதற்கான எல்லா நிலைமைகளும் உருவாக்கப்படுகின்றன. இதுவரையில் வெறும் உழைப்புக்குச் சான்றிதழ் என்ற பாத்திரத்தை வகித்து வந்த இது தனது உண்மையான பணப் பணியினைப் புரிவதற்கு அனுமதிக்கப்படுகிறது. ஒருபுறம் பணத்தைப் பதுக்கிச் சேர்க்கவும் மறுபுறம் கடனாளியாகவும் உரிய வாய்ப்பும் நோக்கும் நிலவுகின்றன. பணம் தேவைப்படும் தனிநபர் பணத்தைப் பதுக்கிச் சேர்த்துள்ள தனிநபரிடமிருந்து கடன் வாங்குகிறார். பிழைப்புச் சாதனங்களுக்கு விலையாக கம்யூனால் ஏற்றுக்கொள்ளப்படும் கடனாகப் பெற்ற பணம் மீண்டும் ஒருமுறை இன்றைய சமூகத்தில் மனித உழைப்பின் சமூகப் பண்புருவாக, உழைப்பின் உண்மையான அளவீடாக, புழக்கத்தின் பொதுச் சாதனமாக ஆகிறது. உலகின் எல்லா "சட்டங்களும் மற்றும் நிர்வாக விதிகளும்" பெருக்கல் வாய்ப்பாட்டையும் தண்ணீரின் இரசாயன இயைபையும் மாற்ற வலிமையற்றுக் கிடப்பது போலவே அதை மாற்ற வலிமையற்றுக் கிடக்கின்றன. பணத்தைப் பதுக்கிச் சேர்ப்பவர் அது தேவைப்படும் மக்களிடமிருந்து வட்டியைப் பறித்துக் கொள்ளும் நிலையில் இருக்கிறார். உலோகப் பணம் பணமாகப் பணிபுரிவதோடு கூடவே லேவாதேவி மீண்டும் நிலைநாட்டப்படுகிறது.

இதுவரை உலோகப் பணத்தை டூரிங்கின் பொருளாதாரக் கம்யூனின் துறைக்குள் இயங்கும் அளவில் வைத்திருப்பதற்கான விளைவுகளை மட்டுமே கவனித்தோம். ஆனால் இந்தத் துறைக்கு வெளியே, உலகின் இதர பகுதி, நடைகேடான உலகம் இதற்கிடையில் வழக்கப்படியான பழைய வழியிலேயே திருப்தியாகச் செயல்படுகிறது. உலகச் சந்தையில் தங்கமும் வெள்ளியும் உலகப் பணமாக, கொள்முதல் மற்றும் கொடுக்கலின் பொதுவான சாதனமாக, செல்வத்தின் முழுமையான சமூக உருவகமாக நீடித்து நிலவுகின்றன. விலையுயர்ந்த அரிய உலோகத்தின் இந்தப் பண்பு பொருளாதாரக் கம்யூனின் தனிப்பட்ட உறுப்பினர்களுக்குப் பணத்தைப் பதுக்கிச் சேர்க்கவும், செல்வந்தர்களாகவும், வட்டி பறிக்கவும் ஒரு புதிய உள் அவாவைத் தருகிறது; கம்யூன் சம்பந்தமாயும் அதற்கு வெளியிலும் இஷ்டப்படி சுதந்திரமாகச் சூழ்ச்சிகள் செய்யும் உள் அவாவைத் தருகிறது. அவர்கள் திரட்டியுள்ள தனிச்சொத்தை உலகச் சந்தையில் கைவரச் செய்யும் உள் அவாவைத் தருகிறது. லேவாதேவிக்காரர்கள் புழக்க சாதனங்களில் ஈடுபட்டவர்களாக, பாங்கர்களாக, புழக்க சாதனத்தையும் உலகப்

பணத்தையும் கட்டியாளுவோராக மாற்றமடைகிறார்கள். இதன் மூலம் உற்பத்தியைக் கட்டியாளுவோராக, உற்பத்திச் சாதனங்களை - இவை பெயரளவில் பொருளாதார மற்றும் வாணிகக் கம்யூன்களின் சொத்தாகப் பல ஆண்டுகளுக்குப் பதிவு செய்யப்பட்டிருந்த போதிலும் - கட்டியாளுவோராக மாற்றமடைகிறார்கள். எனவே, பாங்கர்களாக மாற்றப்பட்ட பதுக்கல்காரர்களும் கடுவட்டியாளர்களும் தாமே பொருளாதார மற்றும் வாணிகக் கம்யூன்களின் எஜமானர்களாகி விடுகின்றனர். ஹெர் டூரிங்கின் "சமூக இயல்பு சார்ந்த"அமைப்பு உண்மையில் இதர சோஷலிஸ்டுகளின் "தெளிவற்ற கருத்துப்படிவங் களிலிருந்து" முற்றிலும் அடிப்படையாக வேறுபட்டதாகும். உயர் நிதிமுறையை மறுபடைப்புச் செய்வது தவிர வேறுநோக்கம் இதற்குக் கிடையாது; இதன் கட்டுப்பாட்டின் கீழ் இதன் பண ஆதாயத்திற்காகப் பொருளாதாரக் கம்யூன் - இது எப்போதாவது நிலைநாட்டப் பெற்றது. நீடிக்குமானால் - தீரத்துடன் உழைக்கும். பணம் பதுக்கிச் சேர்ப் பவர்கள் தமது உலகப் பணம் மூலம் சாத்தியமான அளவு விரைவில் கம்யூனைவிட்டு ஓடுவதில்தான் இதன் விமோசனத்திற்கான ஒரே நம்பிக்கை இடம் பெற்றுள்ளது.

முந்தைய சோஷலிசச் சிந்தனை பற்றிய அறியாமை ஜெர்மனியில் மிகவும் பரவலாக இருப்பதால் அப்பாவி இளைஞர் ஒருவர் ஓவனது உழைப்பு நோட்டுகள் அதேபோன்ற துர் உபயோகத்துக்கு இட்டுச் செல்லாதா என்று இந்தக் கட்டத்தில் கேள்வி எழுப்பலாம். இந்த உழைப்பு நோட்டுகளின் முக்கியத்துவம் சம்பந்தமாக நாம் இங்கு கவனம் செலுத்தாவிடினும்கூட, டூரிங்கின் "விரிவான வரைமுறை இயலை" ஓவனது "முருடான, பலவீனமான அற்பமான கருத்து களுடன்" ஒப்பிட்டு வேறுபாடுகளைக் காணும் நோக்கத்துக்காகப் பின்வருவன வற்றுக்கு இடமளிக்கப்பட வேண்டும்; ஓவனது உழைப்பு நோட்டுகள் அவ்வாறு தவறாகப் பயன்படுத்தப்பட வேண்டுமானால் அவை உண்மைப் பணமாக மாற்றப்படுவது அவசியம். ஆனால் ஹெர் டூரிங் அது வெறும் உழைப்பின் சான்றிதழாக மட்டுமன்றி வேறு வகையில் பணிபுரிவதைத் தடைசெய்ய முயன்றபோதிலும் உண்மைப் பணத்தை முன்னனுமானிக்கிறார். ஓவனின் திட்டத்தில் உண்மையான துர் உபயோகம் இருக்கவேண்டும். அதே பொழுதில் டூரிங்கின் திட்டத்திலோ மனித விருப்பாற்றலிலிருந்து சுதந்திரமாக இருக்கும் பணத்தின் உள்ளார்ந்த தன்மை தன்னைத்தானே உறுதிப்படுத்திக் கொள்ளும்; ஹெர் டூரிங் பணத்தின் இயல்பு குறித்த தமது அறியாமை காரணமாக அதன் மீது திணிக்கமுயலும் தவறான வழக்கு இருப்பினும் பணத்தின் பிரத்தியேகமான, சரியான உபயோகம் தன்னைத்தானே உறுதிப்படுத்திக் கொள்ளும். இரண்டாவதாக ஓவனைப் பொறுத்த

வரையில் உழைப்பு நோட்டுகள் சமூகத்தின் செல்வாதாரங்களின் பொதுவுரிமையை முழுமைப்படுத்தவும் அவற்றை விருப்பப்படிப் பயன்படுத்தவுமான ஒரு இடைமாற்ற வடிவம் மட்டுமேயாகும்; இதற்கிடையில் இது பிரிட்டிஷ் பொதுமக்கள் கம்யூனிசத்தை சரியானது என்று கருதும்படிச் செய்யும் ஒரு சாதனமாகவும் இருந்தது. எனவே, எந்த வழியிலாவது தவறாகப் பயன்படுத்தப்பட்டது என் பதற்காக உழைப்பு நோட்டுகளை ஒழித்துவிட வேண்டிய கட்டாயம் ஓவனது சமூகத்திற்கு ஏற்படுமானால் அந்தச் சமூகம் தனது லட்சியத்தை நோக்கி ஒரு படி முன்னே வைத்து, அதன் வளர்ச்சியின் மேலும் முழுமையான ஒரு கட்டத்திற்குள் நிச்சயம் பிரவேசிக்கும். டூரிங்கின் பொருளாதாரக் கம்யூன் பணத்தை ஒழிக்கிறது என்றால் அது அதன் "உலக வரலாற்று முக்கியத்துவத்தை" ஒரே அடியில் அழிக்கிறது. அதன் பிரத்தியேக அழகுக்கு முடிவு கட்டுகிறது; இதன் விளைவாக டூரிங்கின் பொருளாதாரக் கம்யூன் என்ற நிலையினை இழக்கிறது, தெளிவற்ற கருத்துப்படிவங்கள் மட்டத்திற்குச் சரிகிறது என்பதாகும், இதிலிருந்து இதை உயர்த்த ஹெர் டூரிங் தமது பகுத்தறிவு கற்பனையின் பெருமளவு கடின உழைப்பினை அர்ப்பணித்திருக்கிறார்.*

அப்படியானால் டூரிங்கின் பொருளாதாரக் கம்யூன் சுற்றியுழலும் விசித்திரமான தவறுகள் சிக்கல்களின் ஆதாரம்தான் என்ன? ஹெர் டூரிங்கின் மனத்திரையில் மதிப்பு மற்றும் பணம் பற்றிய கருத்துருக் களை மூடிமறைத்து, இறுதியாக அவரை உழைப்பின் மதிப்பைக் கண்டுபிடிக்க முயலுமாறு முடுக்கும் மூடுபனியேயாகும். ஜெர்மனி விஷயத்தில் இத்தகைய குழப்பநிலை ஹெர் டூரிங்குக்கு எவ்வகையிலும் ஏகபோகமாக இல்லை. மாறாக பல போட்டியாளர்களை அவர் சந்திக்கிறார். எனவே நாம் "ஒரு கணம் நமது தயக்கத்தை வென்று சமாளித்து இங்கு அவர் ஏற்பாடு செய்துள்ளதான இந்த முடிச்சை விடுவிப்போம்."

பொருளியலில் அறியப்படுவதான ஒரே மதிப்பு பண்டங்களின் மதிப்பேயாகும். பண்டங்கள் என்றால் என்ன? ஏறத்தாழ வெவ்வேறான தனியார் உற்பத்தியாளர்களின் சமுதாயத்தில் செய்யப்பட்ட பொருள்

★ ஓவனது கம்யூனிஸ்ட் சமூகத்தின் உழைப்பு நோட்டுகள் வகித்த பங்கு குறித்து ஹெர் டூரிங்குக்கு முற்றிலும் எதுவுமே தெரியாது என்பதைப் போகிற போக்கில் இங்கு குறிப்பிட வேண்டும் Labour Exchange Bazaars இவை (உழைப்புப் பரிவர்த்தனை கடைகளில்)[224] தலைகாட்டியது சம்பந்தமாக சார்கண்ட் குறிப்பு களிலிருந்து அவர் அறிந்திருந்தார். நடப்பிலுள்ள சமூக அமைப்பிலிருந்து கம்யூனிஸ்ட் சமூக அமைப்புக்கு நேரடி உழைப்புப் பரிவர்த்தனை மூலம் கடந்து செல்லும் முயற்சிகள் என்றளவில் இவை தோல்வி கண்டன. **[குறிப்பு எங்கெல்சுடையது.]**

களே. எனவே, முதன்முதலாகத் தனியார் பொருள்களாகும். எனினும் இந்தத் தனியார் பொருள்கள், அவை தமது உற்பத்தியாளர்களின் நுகர்வுக்காக அன்றி மற்றவர்களின் நுகர்வுக்காக அதாவது சமூக நுகர்வுக்காகச் செய்யப்படும் பொழுது பண்டங்களாகின்றன; அவை பரிவர்த்தனை மூலம் சமுதாய நுகர்வுக்குள் பிரவேசிக்கின்றன. எனவே இவ்வாறு சமூகரீதியில் இடைத்தொடர்பு கொண்டுள்ள தனியார் உற்பத்தியாளர்கள் ஒரு சமூகமாக அமைகிறார்கள். எனவே, அவர்களது உற்பத்திப் பொருள்கள், ஒவ்வொரு தனிப்பட்ட நபரின் தனியார் பொருள்களாக இருந்தபோதிலும் அதே சமயம், ஆனால் எண்ணிச் செய்யப்படாமலே, தானாகவே இயல்வது போன்று. சமுதாய உற்பத்திப் பொருள்களாயும் இருக்கின்றன. அப்படியானால் இந்தத் தனியார் உற்பத்திப் பொருள்களின் சமுதாயத்தன்மை எதில் அடங்கியுள்ளது? இரண்டு பிரத்தியேகத் தன்மைகளில் என்பது கண்கூடு; முதலாவதாக அவையாவும் ஏதேனும் மனிதத் தேவைகளை நிறைவு செய்கின்றன; உற்பத்தியாளர்களுக்கு மட்டுமன்றி மற்றவர் களுக்கும் உபயோக மதிப்புடையதாய் இருக்கின்றன; இரண்டாவதாக, அவை மிகவும் பல்வகைப்பட்டதான தனிநபர் உழைப்பின் உற்பத்திப் பொருள்களாக இருந்தபோதிலும் அவை அதேசமயம் மனித உழைப்பின் பொருள்கள் என்ற முறையில், பொதுவான மனித உழைப்பின் உற்பத்திப் பொருள்களாகும். மற்ற நபர்களுக்கும் கூட அவை உபயோக மதிப்புடையனவாக இருக்கின்றன என்ற அளவுக்கு அவை, பொதுவாகக் கூறுமிடத்து பரிவர்த்தனைக்குள் பிரவேசிக்கலாம். ஆனால் அனைத்திலும் பொதுவான மனித உழைப்பு மனித உழைப்புச் சக்தியின் சாமானியச் செலவீடு இணைக்கப்பட்டிருக்கிறது என்ற அளவுக்குப் பரிவர்த்தனையில் அவை ஒன்றோடொன்று ஒப்பிடப் படலாம். சமம் அல்லது சமமல்ல என்று ஒவ்வொன்றிலும் உருவகம் பெற்றுள்ள இந்த உழைப்பின் அளவுக்கேற்பச் சொல்லப்படலாம். தனிப்பட்ட முறையில் செய்யப்பட்ட இரண்டு சமமான பொருள் களில், சமுதாய நிலைமைகள் சமமாக இருக்க தனிப்பட்ட உழைப்பு சமமற்ற அளவில் அடங்கியிருக்கலாம். ஆனால் எப்போதும் பொது வான மனித உழைப்பு சம அளவிலேயே இருக்கும். தேர்ச்சியுள்ள கம்மியர் பத்துக் குதிரை லாடங்களைச் செய்யும் நேரத்தில் தேர்ச்சி யில்லாத கம்மியர் 5 குதிரை லாடங்கள் செய்யலாம். ஆனால் சமுதாயம் ஒரு தனிநபரின் தற்செயலான தேர்ச்சியின்மையைக் கொண்டு மதிப்பை உருவாக்குவதில்லை; அது குறிப்பிட்ட காலகட்டத்தில் சகஜமான சராசரி அளவு தேர்ச்சியுள்ள உழைப்பையே பொதுவான மனித உழைப்பாக அங்கீகரிக்கிறது. எனவே பரிவர்த்தனையில் இரண்டாவது கம்மியர் செய்த குதிரை லாடங்களில் ஒன்றுக்கு அதே நேரத்துக்குள்

மற்றவர் செய்த பத்துக் குதிரை லாடங்களில் ஒன்றைவிட அதிகமான மதிப்பு எதுவுங்கிடையாது. தனிப்பட்டவர் உழைப்பில் சமூகரீதியில் அவசியம் என்ற அளவுக்கு மட்டுமே பொதுவான மனித உழைப்பு அடங்கியுள்ளது.

எனவே ஒரு பண்டத்துக்கு குறிப்பிட்ட மதிப்பு இருக்கிறது என்று நான் சொல்லும் போது 1) அது சமுதாயரீதியில் பயனுள்ள பொருள்; 2) தனியார் கணக்கில் தனிப்பட்ட நபரால் இது உற்பத்தி செய்யப் பட்டுள்ளது; 3) தனிப்பட்ட உழைப்பின் உற்பத்திப் பொருளாக இது இருந்த போதிலும், அதே சமயம் இது உற்பத்தியாளர்களது அறிவின்றி தானாகவே இயல்வது போன்ற சமூக உழைப்பின் உற்பத்திப் பொருளாகவும் இருக்கிறது. இந்த உழைப்பின் திட்டவட்டமான அளவு பரிவர்த்தனை மூலம், சமூக வழியில் உறுதிப்படுத்தப்பட்டது என்பதைக் குறிப்பிட வேண்டும் என்று கூறுகிறேன்; 4) இந்த அளவை நான் உழைப்பு தன்னிலையோ அல்லது இத்தனை பல உழைப்பு மணி களிலேயோ கூறவில்லை. ஆனால் இன்னொரு பண்டத்தில் கூறுகிறேன். எனவே நான் இந்தக் கடிகாரம் அந்தத் துணியளவு மதிப்புள்ளது, அவை ஒவ்வொன்றும் 50 ஷில்லிங் மதிப்புடையவை என்று கூறும் போது கடிகாரம், துணி மற்றும் பணத்தில் சம அளவிலான சமூக உழைப்பு அடங்கியிருக்கிறது என்று கூறுகிறேன். எனவே அவற்றில் உருவமைந்துள்ள சமூக உழைப்பு நேரம் சமூகரீதியில் அளவிடப்பட்டுச் சமமானது என்று காணப்பட்டது என்று அடித்துக் கூறுகிறேன். ஆனால் இது உழைப்பு நேரம் வழக்கமாக அளவிடப்படுவது போன்று நேரடியாகவோ முழுமையாகவோ உழைப்பு மணிகள் அல்லது நாட்கள் என்ற வழியில் அன்றி சுற்றிவளைத்த வழியில், பரிவர்த்தனை சாதன மூலம் ஒப்புநோக்கில் அளவிடப்படுகிறது. இதனால்தான் நான் இந்த உழைப்பு நேரத்தின் திட்டவட்டமான அளவை உழைப்பு மணிகளில் வெளியிட முடியவில்லை - இவற்றின் எண்ணிக்கை இன்னும் எனக்குத் தெரியாமல் இருக்கின்றது - ஆனால் சுற்றிவளைத்த வழியில், ஒப்புநோக்கில், சம அளவிலான சமூக உழைப்பு நேரத்தை உருவகப்படுத்தும் இன்னொரு பண்டத்தில் மட்டுமே வெளியிட முடியும். இந்தக் கடிகாரம் இந்தத் துணியின் அளவுக்கு மதிப்புள்ளது.

பண்டங்களின் உற்பத்தியும் பரிவர்த்தனையும் அவற்றை அடிப் படையாகக் கொண்ட சமுதாய அமைப்பை இந்தச் சுற்றிவளைத்த வழியை மேற்கொள்ளுமாறு கட்டாயப்படுத்தும் பொழுது இந்தச் சுற்று வழியைச் சாத்தியமான அளவு குறுகியதானதாகச் செய்யும்படியும் அதே போன்று கட்டாயப்படுத்துகின்றன. பொதுவான பண்டங்களி ருந்து, எல்லா இதரப் பண்டங்களின் மதிப்பையும் முடிவாக

வெளிப்படுத்தக் கூடியதான ஒரு சர்வ மதிப்புள்ள பண்டத்தைத் தேர்ந்தெடுக்கின்றன; இந்தப் பண்டம், சமுதாய உழைப்பின் நேரடி உருவகமாக அங்கீகரிக்கப்பட்டது. எனவே நேரடியாகவும் நிபந்தனை யின்றியும் எல்லாப் பண்டங்களுடனும் பரிவர்த்தனை செய்து கொள்ளத் தக்க பண்டமான பணம் ஆகும். மதிப்பு என்னும் கருத்துருவில் பணம் ஏற்கெனவே கருவுருவில் அடக்கமாகியுள்ளது; இது வளர்ச்சியடைந்த வடிவில் மட்டுமேயான மதிப்பாகும். ஆனால் பண்டங்களுக்கு மாறாக பண்டங்களின் மதிப்பு பணமாகச் சுதந்திரமான நிலவுதலை மேற் கொள்வதன் காரணமாக, பண்டங்களை உற்பத்திச் செய்யும் மற்றும் பரிவர்த்தனை செய்யும் சமூகத்தில் ஒரு புதிய காரணி தோற்றமளிக் கிறது; இது புதிய சமுதாயப் பணிகள் மற்றும் விளைவுகளைக் கொண்டதான காரணியாகும். தற்போதைக்கு இதனுள் அதிக நெருக்க மாகச் செல்லாமல் இந்த உண்மையை மட்டும் வெளியிட்டால் போதும்.

ஓரளவுக்கு மட்டுமே தெரிந்துள்ள காரணிகளைப் பற்றி விளக்கந் தர வேண்டிய ஒரே விஞ்ஞானமாகப் பண்ட உற்பத்தியின் அரசியல் பொருளாதாரம் எவ்வகையிலும் இருக்கவில்லை. பௌதிக விஞ்ஞானத்திலும் இதே நிலைமைதான்; அதில் ஒரு குறிப்பிட்ட அளவு வாயுவில் - இதன் அழுத்தம் வெப்பநிலை ஆகியவையும் தரப்பட்டு உள்ளன - எத்தனை தனித்தனி வாயு மூலக்கூறுகள் அடக்கம் என்பது நமக்குத் தெரியாது. ஆனால் பாயிலின் விதி சரி என்ற அளவுக்கு, எந்த ஒரு வாயுவின் சம்பந்தப்பட்ட அளவிலும் அதே அழுத்தம் மற்றும் வெப்பநிலை கொண்ட வேறு எந்த வாயுவின் அளவுக்குச் சமமான அத்தனை மூலக்கூறுகள் அடக்கம் என்பதை நாம் அறிவோம். எனவே நாம் மிகவும் வேறுபட்ட அழுத்தம் மற்றும் வெப்பநிலைமைகளின் கீழ், மிகவும் வெவ்வேறான வாயுக்களின் மிகவும் வெவ்வேறான அளவுகளின் மூலக்கூறு உள்ளடக்கத்தை நாம் ஒப்பிட்டுப் பார்க்க முடியும்; இதில் ஓர் அலகாக 0^0C யும் 760 மில்லிமீட்டர் அழுத்தமும் உள்ள ஒரு லிட்டர் வாயுவை எடுத்துக் கொள்வோமானால், மேலே குறிப்பிட்ட மூலக்கூறு உள்ளடக்கத்தை இந்த அலகினால் அளக்க முடியும்.

இரசாயனத்தில் பல்வேறு மூலகங்களின் தனிம அணு எடைகள் பற்றி நமக்குத் தெரியாது. ஆனால் அவற்றின் பரஸ்பர உறவுகளை நாம் அறிந்திருக்கும் அளவுக்கு அவற்றைச் சார்புநிலையில் அறிவோம். எனவே, பண்ட உற்பத்தியும் அதன் பொருளியலும் இந்தப் பண்டங் களின் ஒப்பியலான உழைப்பு உள்ளடக்கத்தின் அடிப்படையில் இந்தப் பண்டங்களை ஒப்புநோக்குவதன் மூலம் பல்வேறு பண்டங்களில் அடங்கியுள்ள தெரியாத அளவிலான உழைப்பைப் பற்றிய ஓரளவான உருவத்தை எவ்வாறு பெறுகிறதோ, அதேபோன்று இரசாயனமும்,

பல்வேறு தனிமங்களை அவற்றின் அணு எடைகளின் அடிப்படையில் ஒப்புநோக்கியும், ஒரு தனிமத்தின் அணு எடையினை மற்ற தனிமங்களின் பெருக்கல்தொகை அல்லது பின்னத்தொகையில் (கந்தகம், உயிர்வளி, நீர்வளி) வெளியிடுவதன் மூலமும் தனக்குத் தெரியாத அணு எடையின் பருமானம் குறித்த ஓரளவான உருவத்தைப் பெறுகிறது. பண்ட உற்பத்தியானது, எல்லா இதரப் பண்டங்களுக்கும் ஒரு பொது சமமதிப்பு என்ற முறையிலும் எல்லா மதிப்புகளின் அளவீடு என்ற முறையிலும் தங்கத்தைத் தனிமுதல் பண்டம் என்ற மட்டத்திற்கு எவ்வாறு உயர்த்துகிறதோ அதே போன்று இரசாயனம் நீர்வளியின் அணு எடையினை 1 என்று நிர்ணயித்தும், மற்ற தனிமங்களின் எடைகளை எல்லாம் அதன் எடைக்கு வகைப்படுத்தி அதன் அணு எடையின் பெருக்கல் தொகைகளாக வெளியிடுவதன் மூலம் நீர்வளியை இரசாயனப் பணப் பண்டம் என்ற வரிசைக்கு மேம்படுத்துகிறது.

எனினும் பண்ட உற்பத்தி எவ்வகையிலும் சமூகப் பொருளுற்பத்தியின் ஒரே வடிவமல்ல. பண்டைக்கால இந்திய மக்கட் சமுதாயத்திலும் தென்திசை ஸ்லாவ் மக்களின் குடும்பக் கம்யூன்களிலும் பொருள்கள் பண்டங்களாக மாற்றப்படவில்லை. குடிவாழ் கூட்டுக்களின் உறுப்பினர்கள் உற்பத்தியில் நேரடியாகச் சேர்த்துக் கொள்ளப்படுகிறார்கள். மரபு மற்றும் தேவைகளுக்கு ஏற்ப வேலை பங்கிடப்படுகிறது. நுகர்வுக்கே உரியவை என்ற அளவுக்குப் பொருட்களும் பங்கிடப்படுகின்றன. நேரடியான சமூகப் பொருளுற்பத்தியும் நேரடி வினியோகமும் பண்டங்களின் பரிவர்த்தனை அனைத்தையும் தவிர்த்து விடுகின்றன. எனவே பொருள்கள் பண்டங்களாக மாற்றப்படுவதையும் (சமுதாயத்திற்கு உள்ளே) இதன் பின்விளைவாக அவை மதிப்புகளாக மாற்றப்படுவதையும் தவிர்த்து விடுகின்றன.

சமூகம் எப்பொழுது உற்பத்திச் சாதனங்களை உடைமை கொள்ள இறங்கி, அவற்றை உற்பத்தியில் நேரடியாக இணைத்துழைக்கப் பயன்படுத்துகிறதோ அந்தத் தருணத்திலிருந்தே ஒவ்வொரு தனிநபரின் உழைப்பும், அதன் பிரத்தியேகமான பயனுள்ள இயல்பும் எத்துணை வகைப்பட்டதாக இருந்தபோதிலும், துவக்கத்திலும் மற்றும் நேரடியாகவும் சமூக உழைப்பாகி விடுகிறது. இதற்குப் பிறகு ஒரு பொருளில் அடங்கியுள்ள சமூக உழைப்பின் அளவைச் சுற்றி வளைத்த வழியில் நிலைநாட்ட வேண்டுவதில்லை; சராசரியாக எவ்வளவு உழைப்புத் தேவை என்பதை அன்றாட அனுபவமே நேரான வழியில் எடுத்துக் காட்டுகிறது. ஒரு நீராவி எஞ்சினில், கடந்த அறுவடையின் ஒரு புஷல் [bushel] கோதுமையில் அல்லது ஒரு குறிப்பிட்ட தரத்தையுடைய 100 சதுர கஜத் துணியில் எத்தனை மணிநேர உழைப்பு அடங்கியுள்ளது

என்பதைச் சமூகம் எளிதில் கணக்கிட முடியும். உற்பத்திப் பொருள் களில் செலுத்தப்பட்டுள்ள உழைப்பின் அளவுகளை - நேரடியாகவும் முழுமையான அளவிலும் தெரிந்த அளவுகளை - அவற்றின் இயல்பான, போதுமானதான, முழுமையான அளவீடான நேரம் என்பதால் வெளியிடுவதைவிட வேறு முறையில், மேலும் ஒப்பியலாக மட்டுமின்றி ஏறி இறங்கியும் போதாமலும் இதைவிடச் சிறந்தது இல்லை என்பதால் முன்னாட்களில் தவிர்க்க முடியாமலும் இருந்த அளவீட்டால் ஒரு மூன்றாவது உற்பத்திப் பொருளில் வெளியிடலாம் என்று சமுதாயத்திற்கு என்றுமே தோன்றவில்லை. இதுபோலவே இரசாயன விஞ்ஞானத்துக்கு முழுமையாகவும், போதிய அளவிலும் அதாவது உண்மையான எடையினை ஒரு கிராமின் பில்லியனின், குவாட்ரில்லியனின் பகுதி என்று வெளியிட இயலும் பட்சத்தில் அணு எடைகளை சுற்றி வளைத்த வழியில், நீர்வளி அணு மூலம் ஒப்பியலாக அவற்றை வெளியிடத் தேவையில்லை என்று இன்னும் தோன்றவில்லை. எனவே நாம் மேலே குறிப்பிட்ட நிபந்தனைகளில் சமுதாயம் உற்பத்திப் பொருள்களுக்கு மதிப்பை வழங்காது. அதற்கு ஆயிரம் மணி நேர உழைப்பின் மதிப்பு இருப்பதாகக் கூறி, நூறு சதுர கஜத்துணியை உற்பத்திச் செய்வதற்கு ஏறுமாறான மற்றும் அர்த்தமற்ற வழியில் ஆயிரம் மணிநேர உழைப்புத் தேவைப்பட்டது என்ற சாமானிய உண்மையை வெளியிடாது. அப்பொழுதும் கூட நுகர்வுப் பொருள் ஒவ்வொன்றின் உற்பத்திக்கும் எந்தளவு உழைப்புத் தேவை என்பதைச் சமுதாயம் அறிந்திருக்க வேண்டியது இன்னும் அவசியமாகவே இருக்கும் என்பது உண்மை. அது தனது பொருளுற்பத்தித் திட்டத்தை அதன் உற்பத்திச் சாதனங்களுக்கு ஏற்ப முறைப்படுத்திக் கொள்ள வேண்டும்; இவற்றுள் குறிப்பாயும் உழைப்புச் சக்தி உட்படும். பல்வேறு நுகர்வுப் பொருள்களின் பயனுள்ள விளைவுகள் ஒன்றோடொன்று ஒப்புநோக்கப்படுவதும் அவற்றின் உற்பத்திக்குத் தேவைப்படும் உழைப்பின் அளவுகளுமே இறுதியில் இந்தத் திட்டத்தை நிர்ணயிக்கும். மீகு வீம்படிக்கும் "மதிப்பின்" தலையீடு இல்லாமல் மக்கள் மிகவும் எளிதாக எல்லாவற்றையும் நிர்வாகம் செய்துகொள்ள முடியும்.*

★ ஒரு கம்யூனிசச் சமூக அமைப்பில் மதிப்பின் அரசியல் - பொருளாதாரக் கருத்துருவைப் பொறுத்தவரை மீதமிருக்கப் போவதெல்லாம், உற்பத்தி சம்பந்தமாக முடிவுகள் செய்வதில் நுகர்வுப் பொருள்களின் பயனுள்ள விளைவுகளையும் உழைப்பின் செலவீட்டையும் நிர்ணயிப்பது குறித்து நான் மேலே சுட்டிக் காட்டியுள்ளவை மட்டுமே என்று நான் மிகவும் முன்னால் 1844 லேயே கூறினேன். (Deutsch- Franzo sische Jahrbucher, பக்கம் 95).[225] இந்த அறிவிப்புக்கான விஞ்ஞான ஆதாரம் வழங்குதல் மார்க்சின் **மூலதனம்** மூலம் மட்டுமே சாத்தியமாயிற்று. **[எங்கெல்சின் குறிப்பு.]**

மதிப்புப் பற்றிய கருத்துருவானது மிகவும் பொதுவானது எனவே பண்ட உற்பத்தியின் பொருளாதார நிலைமைகளின் ஆகச் சர்வாம்சமான வெளியீடாகும். இதன் பின்விளைவாக இந்தக் கருத்துரு பணத்தினது மட்டுமன்றி பண்டங்களின் உற்பத்தி மற்றும் பரிவர்த்தனையின் அதிக வளர்ச்சியடைந்த வடிவங்களினது கருமூலத்தைத் தன்னுள் அடக்கியிருக்கிறது. மதிப்பு என்பது தனியாக உற்பத்தி செய்யப்பட்ட பொருள்களில் அடங்கியுள்ள சமூக உழைப்பின் வெளிப்பாடு என்ற உண்மையானது தானே இந்தச் சமூக உழைப்புக்கும், இதே பொருள்களில் அடங்கியுள்ள தனியார் உழைப்புக்கும் இடையே ஒரு வேற்றுமை எழுவதற்கான சாத்தியக் கூறை உருவாக்குகிறது. எனவே சமூக உற்பத்தி முறை வளர்ந்து வரும் அதே பொழுதில் ஒரு தனியார் உற்பத்தியாளர் தொடர்ந்து பழைய வழியிலேயே உற்பத்திச் செய்வாரானால் இந்த வேற்றுமை அவருக்கு எளிதில் தெளிவாகும். ஒரு குறிப்பிட்ட வகையான பொருள்களைத் தனியார் உற்பத்தியாளர்களின் ஒரு திரள் சமுதாயத்தின் தேவைகளை விஞ்சும் அளவுக்கு உற்பத்தி செய்யுமானால் இதே விளைவு பின்தொடரும். ஒரு பண்டத்தின் மதிப்பு இன்னொரு பண்டத்தின் மதிப்பு மூலம் மட்டுமே வெளியிடப்படுகிறது என்பதும், அதனுடனான பரிவர்த்தனையில் மட்டுமே இது கைவரப்பெறும் என்பதும், பரிவர்த்தனை மொத்தத்தில் நடைபெறாமலே போகலாம் அல்லது குறைந்தபட்சம் சரியான மதிப்பை அடையாமல் போகலாம் என்ற சாத்தியக்கூறுக்கு இடமளிக்கிறது. இறுதியாக, பிரத்தியேகமான பண்டமான உழைப்புச் சக்தி சந்தையில் தோன்றும் போது அதன் மதிப்பும், இதர பண்டங்களைப் போலவே, அதன் உற்பத்திக்கு சமூக ரீதியில் அவசியமாகவிருந்த உழைப்பு நேரத்தால் நிர்ணயிக்கப்படுகிறது. எனவே உற்பத்திப் பண்டங்களின் மதிப்பு வடிவம் ஏற்கெனவே தன்னுள் முதலாளித்துவ உற்பத்தி முறை முழுவதன், முதலாளிகளுக்கும் கூலித் தொழிலாளர்களுக்குமிடையிலான பகைமை, தொழில்துறை ரிசர்வ் பட்டாளம், நெருக்கடிகள் ஆகிய அனைத்திற்கும் கருவுருவில் கொண்டிருக்கிறது. எனவே "உண்மை மதிப்பை" நிலைநாட்டுவதன் மூலம் முதலாளித்துவ உற்பத்திமுறையை ஒழிக்கமுயல்வது, "உண்மையான" போப்பைத் தேர்ந்தெடுப்பதன் மூலம் கத்தோலிக்க சமயத்தை ஒழிக்க முயல்வதற்கு ஒப்பாகும் அல்லது உற்பத்தியாளர்கள் தமது சொந்த உற்பத்திப் பொருளாலேயே அடிமைப்படுத்தப்படும் ஆக சர்வாம்ச வெளிப்பாடான ஒரு பொருளாதார வகையினத்தை முரணின்றி வாழ்க்கைக்குள் கொண்டுவருவதன் மூலம் இறுதியாக உற்பத்தியாளர்கள் தமது உற்பத்திப் பொருள்களைக் கட்டுப்படுத்தும் ஒரு சமூகத்தை நிறுவ முயல்வதற்கு ஒப்பாகும்.

பண்டங்களில் உள்ளார்ந்த முறையில் இருக்கும் மதிப்பு வடிவத்தை பண்ட - உற்பத்தி சமூகம் பண வடிவமாக மேலும் வளர்க்கத் தொடங்கியவுடனேயே மதிப்பில் இன்னும் ஒளிந்து நிற்கும் பல்வேறு கருக்கள் பகிரங்கமாக வெளிவரத் தொடங்குகின்றன. முதலாவதும் மிக முக்கியமானதுமான விளைவு பரிவர்த்தனைப் பண்ட வடிவம் பொதுமைப்படுத்தப்படுவதாகும். இதுவரையில் சொந்த நுகர்வுக்காக நேரடியாக உற்பத்திச் செய்யப்பட்ட பொருள்களின் மீது கூடப் பணம் பண்ட வடிவத்தைத் திணிக்கிறது; அவற்றை அது பரிவர்த்தனைக்குள் இழுக்கிறது. இவ்வாறாக, பண்ட வடிவமும் பணமும் சமூக உற்பத்தியில் நேரடியாக இணைக்கப்பட்டுள்ள மக்கட் சமுதாயத்தின் உள் நிர்வாகத்தில் ஊடுருவுகின்றன; இக்கூட்டுறவை ஒரு பந்தத்திற்குப்பின் இன்னொன்றாக உடைத்து, மக்கட் சமுதாயத்தினைத் தனியார் உற்பத்தியாளர்களின் திரளாக கலைத்துவிடுகின்றன. இந்தியாவில் காணப்படுவதுபோல, முதலில் பணம் நிலத்தைக் கூட்டாகப் பண் படுத்தி வந்ததை மாற்றித் தனிநபர் பண்படுத்தலைப் புகுத்துகிறது; பிந்தைய கட்டத்தில் பண்படுத்தும் பரப்பின் பொதுவுடைமைக்கு முடிவு கட்டுகிறது. இது இறுதிப் பங்கீடு மூலம் அலைவட்ட முறையில் மறு வினியோகத்தில் இன்னும் வெளிப்படுகிறது. (உதாரணமாக மோசெலில்[226] இருந்த கிராம சமுதாயங்களில் இறுதிப் பங்கீடு காணப் படுகிறது; இது தற்போது ரஷ்யக் கிராமக் கம்யூன்களிலும் தொடங்கி யுள்ளது.) இறுதியாக, இது இன்னும் பொதுவுடைமையில் இருக்கும் ஏதேனும் வனநிலங்கள் மற்றும் மேய்ச்சல் நிலங்களைப் பங்கீடு செய்யுமாறு நிர்ப்பந்திக்கிறது. உற்பத்தியின் வளர்ச்சியில் எழும் இதர காரணங்கள் ஏதாவது இருப்பின் அவையும் இங்கு செயல்படுகின்றன. சமுதாயக்குழுக்கள் மீது செல்வாக்குச் செலுத்தும் மிகவும் வலிமை மிக்க சாதனமாகப் பணம் எப்போதும் நிற்கிறது. "சட்டங்கள் மற்றும் நிர்வாக விதிகள்" எல்லாம் இருந்தபோதிலும் பணம், டூரிங்கின் பொருளாதாரக் கம்யூன் எப்போதாவது தோன்றுமானால், அதை இதே இயற்கையான தேவையுடன் தவிர்க்க முடியா வகையில் தகர்த்து விடும்.

நாம் மேலே ஏற்கெனவே (அரசியல் பொருளாதாரம், அத்தியாயம் VI இல்) உழைப்பின் மதிப்பைப் பற்றிப் பேசுவது தன்னிலையிலேயே ஒரு முரண்பாடு என்பதைக் கண்டோம். ஒரு சில சமுதாய உறவுகளின் கீழ் உழைப்புப் பொருள்களை மட்டுமன்றி மதிப்பையும் உற்பத்திச் செய்வதாலும், இந்த மதிப்பு உழைப்பால் அளவிடப்படுவதாலும் அதற்கு எடையைப் போன்று - எடைக்குத் தனியான எடை அல்லது வெப்பத்துக்குத் தனி வெப்ப அளவு போன்று தனி மதிப்பு இருக்க முடியாது. இன்று நிலவும் சமுதாய அமைப்பில் தொழிலாளி தனது உழைப்புக்கான முழு "மதிப்பையும்" பெறுவதில்லை என்றும்,

சோஷலிசம் நிச்சயமாயும் இதற்கு நிவாரணம் செய்யும் எனவும் கற்பனை செய்வது "உண்மை மதிப்பு" மீது ஆழ்ந்து சிந்திக்கும் எல்லா சமுதாயக் குழப்பங்களின் தனிச்சிறப்புள்ள பிரத்தியேக இயல்பாகும் இது. எனவே முதலாவதாக உழைப்பின் மதிப்பு என்ன என்பதைக் கண்டுபிடிப்பது அவசியமாகும்; இது உழைப்பை அதன் போதுமான அளவுகோலான நேரத்தால் அளவிடாமல் மாறாக அதன் உற்பத்திப் பொருளை வைத்து அளவிடுவதன் மூலம் செய்யப்படுகிறது. இக் கண்ணோட்டத்தின்படித் தொழிலாளி "உழைப்பின் முழு விளை பயனையும்"[227] பெற வேண்டும். உழைப்பின் உற்பத்திப் பொருள் மட்டு மன்றி உழைப்பு தானும் பொருட்களுடன் நேரடியாகப் பரிவர்த்தனை செய்து கொள்ளப்பட வேண்டும். ஒரு மணி நேர உழைப்பு இன்னொரு ஒரு மணி நேர உழைப்பின் உற்பத்திப் பொருளுடன் பரிவர்த்தனை செய்து கொள்ளப்பட வேண்டும். ஆனால் இது உடனடியாக மிகவும் "முக்கியமான" முட்டுப்பாடைக் கிளப்பிவிடுகிறது. உற்பத்திப் பொருள் முழுவதும் வினியோகிக்கப்படுகிறது. சமுதாயத்தின் ஆக முக்கியமான முற்போக்குப் பணியான திரட்சி சமுதாயத்திடமிருந்து எடுத்துக் கொள்ளப்பட்டுத் தனிநபர்கள் கைகளில், அவர்களது தன்னிச்சையான உசிதப்படிச் செயல்படுமாறு கொடுக்கப்பட்டுள்ளது. தனிநபர்கள் தமது "வருமானத்தைக்" கொண்டு விருப்பப்படி எதுவும் செய்யலாம்; ஆனால் சமுதாயம் பெரும்பாலும் முன்னிருந்தபடியே செல்வத்தில் அல்லது ஏழ்மையில் நீடித்து நிலவுகிறது. எதிர்காலத்தில் சேகரமாகும் எல்லா உற்பத்திச் சாதனங்களையும் மீண்டும் ஒருமுறை தனிநபர்களின் கைகளில் பிரித்தளிக்கும் பொருட்டு மட்டுமே கடந்த காலத்தில் சேகரிக்கப்பட்ட உற்பத்திச் சாதனங்கள் சமுதாயத்தின் கைகளில் கேந்திரப்படுத்தப்பட்டுள்ளன. இவ்வாறே ஒருவர் தமது சொந்த மெய்க்கோள்களைத் தாமே துண்டுதுண்டாகத் தகர்த்துக் கொள் கிறார். முற்றிலும் அபத்தமான ஒரு நிலைக்கு வந்து சேருகிறார்.

நெகிழ்வான உழைப்பு, தீவிரமான உழைப்புச் சக்தி உழைப்பின் உற்பத்திப் பொருளுடன் பரிவர்த்தனை செய்து கொள்ளப்பட வேண்டும். அப்பொழுது உழைப்புச் சக்தி, அது எதனுடன் பரிவர்த்தனை செய்யப் படுகிறதோ அந்த உற்பத்திப் பொருளைப் போன்று அதுவும் ஒரு பண்டமாகும். பிறகு இந்த உழைப்புச் சக்தியின் மதிப்பு எவ்வகையிலும் அதன் உற்பத்திப் பொருளால் நிர்ணயிக்கப்படமாட்டாது; மாறாக, அதில் உருவகம் பெற்றுள்ள சமூக உழைப்பால் - கூலிகளின் இன்றைய சட்டத்திற்கு ஏற்ப - நிர்ணயிக்கப்படும்.

குறிப்பாக இதைத்தான் செய்யக்கூடாது என்று நம்மிடம் கூறப் பட்டது. நெகிழ்வான உழைப்பு, உழைப்புச் சக்தி அதன் முழு உற்பத்தி

பொருளுடன் பரிவர்த்தனை செய்யப்படக் கூடியதாக இருத்தல் வேண்டும். அதாவது, அது அதன் மதிப்பை வைத்துப் பரிவர்த்தனை செய்யப்படுவதில்லை. மாறாக அதன் உபயோக மதிப்பை வைத்தே பரிவர்த்தனை செய்யப்படுகிறது; மதிப்பின் விதி எல்லாப் பண்டங் களுக்கும் பிரயோகிக்கப்பட வேண்டும். ஆனால் உழைப்புச் சக்தியைப் பொறுத்தவரை ரத்தாக்கப்பட வேண்டும் என்பதே இதன் பொருள். "உழைப்பு மதிப்பின்" பின்னால் காணக்கிடக்கும் சுய - நாசக் குழப்பம் இத்தகையதே.

"சம மதிப்பீடு என்ற கோட்பாட்டின் மீது உழைப்புடன் உழைப்பைப் பரிவர்த்தனை செய்வது" என்ற டூரிங்கின் சொற்றொடரில் ஏதாவது பொருள் இருக்குமானால், சம சமூக உழைப்பைக் கொண்ட உற்பத்திப் பொருள்கள் பரஸ்பர பரிவர்த்தனை செய்யப்படுகின்றன என்று இது குறிப்பிடுமானால் இது மதிப்பு பற்றிய விதி, குறிப்பாயும் பண்ட உற்பத்தியின் அடிப்படை விதியாகிறது; அதன் ஆக உயர் வடிவமான முதலாளித்துவ உற்பத்தியினதும் அடிப்படை விதியாகிறது. தனியார் உற்பத்தியாளர்களின் சமுதாயத்தில் பொருளாதார விதிகள் எவ்வாறு தம்மைத்தாமே வலியுறுத்திக் கொள்கின்றனவோ அது போன்று இன்றைய சமூகத்தில் இது தன்னைத்தானே வலியுறுத்திக் கொள்கிறது; வஸ்துக்களிலும் உறவுகளிலும் உள்ளார்ந்து கிடக்கும் கண்மூடித்தனமாகச் செயல்படும் இயற்கையின் விதியாக, உற்பத்தி யாளர்களின் சித்தம் அல்லது செயல்களைச் சார்ந்திராமல் இது தன்னைத்தானே வலியுறுத்திக் கொள்கிறது. இந்த விதியைத் தமது பொருளாதார கம்யூனின் அடிப்படை விதியாக உயர்த்தியும், இதைக் கம்யூன் உணர்வுபூர்வமாகச் செயல்படுத்த வேண்டும் என்று கோரியும் ஹெர் டூரிங் இன்றைய சமுதாயத்தின் அடிப்படை விதியைத் தனது கற்பனை சமுதாயத்தின் அடிப்படை விதியாக மாற்றுகிறார். இன்றைய சமுதாயத்தை அவர் வேண்டுமென்கிறார், ஆனால் அதன் தீம்புகள் எதுவும் கூடாது என்கிறார். இதில் அவர் புரூதோனின் நிலையையே மேற்கொள்கிறார். அவரைப் போலவே பண்ட உற்பத்தி முதலாளித்துவ உற்பத்தியாக வளர்ச்சியடைந்ததால் எழுந்த தீம்புகளை ஒழிக்க விரும்புகிறார். இதற்கு அவர் பண்ட உற்பத்தியின் அடிப்படை விதியை அவற்றுக்கு எதிராக முன்வைக்கிறார். ஆனால் குறிப்பாயும் இந்த விதியின் அமுல் காரணமாக இந்தத் தீம்புகள் ஏற்பட்டன. அவரைப் போலவே விசித்திரமான ஒரு விதியின் மூலம் மதிப்புப் பற்றிய விதியின் உண்மையான பின்விளைவுகளை ஒழித்துக்கட்ட விரும்புகிறார்.

"சர்வப் பொதுவான நீதிக் கோட்பாடு" என்ற தமது உத்தம ரொசினான்ட் குதிரை மீது அமர்ந்து, தனது தீரனான சான்ச்சோ

பான்சோ என்ற ஆப்ரஹாம் என்சால் பின்தொடரப்படும் நமது நவீன டான் குவிக்சோட் "உழைப்பின் மதிப்பு" என்ற மம்பிரினோவின் தலைக் கவசத்தை வென்று பெறப் பெருமையுடன் தமது அறக்காப்பு வீரர் அருஞ்செயலில் இறங்கிவிட்டார்; ஆனால் அவர் பழைய சவரக் கிண்ணம் தவிர வேறுஎதையும் கொண்டுவரமாட்டார் என்று அஞ்சு கிறோம், மிகவும் அஞ்சுகிறோம்.[228]

5. அரசாங்கம், குடும்பம், கல்வி

முந்தைய இரண்டு அத்தியாயங்களில் நாம் ஹெர் டூரிங்கின் "புதிய சமூக இயல்பு சார்ந்த அமைப்பின்" பொருளாதார உள்ளடக்கத்தைப் பற்றிக் கிட்டத்தட்டச் சொல்வன யாவும் சொல்லித் தீர்த்துவிட்டோம். அவரது "வரலாற்று ஆய்வின் உலகளாவிய வீச்சு" மேலே குறிப்பிடப் பட்ட சுமாரான உபரி நுகர்வு நீங்கலாக அவரது சொந்த விசேஷ நலன்களைப் பாதுகாத்துக் கொள்வதிலிருந்து அவரைச் சற்றும் தடைசெய்யவில்லை என்ற குறிப்பை மட்டுமே இங்கு சேர்க்கலாம். சமூக இயல்பு சார்ந்த அமைப்பில் பழைய உழைப்புப் பிரிவினை தொடர்ந்து நிலவுவதால் பொருளாதாரக் கம்யூன் சிற்பிகள் மற்றும் போர்டர்கள் பற்றி மட்டுமன்றி எழுத்தாளர் தொழில் புரிவோரையும் கணக்கில் எடுத்துக்கொள்ளவேண்டும்; பிறகு நூலாசிரியர் உரிமைகள் பற்றி என்ன நடவடிக்கை மேற்கொள்ளப்படும் என்ற கேள்வி எழுகிறது. இந்தக் கேள்வி மற்ற எதையும்விட அதிகமாக ஹெர் டூரிங்கின் கவனத்தில் இடம் பெறுகிறது. எங்குமே வாசகர், நூலாசிரியர் உரிமைகள் பிரச்சனையின் குறுக்கே தடுமாறுகிறார்; உதாரணமாக, லுயீ பிளாங் மற்றும் புரூதோன் சம்பந்தமாகவும் பாட நூலில் ஒன்பது முழு பக்கங்களிலும் இதைப் பற்றிய வாதம் இடம் பெறுகிறது. சுமாரான உபரி நுகர்வு இருக்கிறதா இல்லையா என்று கூறாமலே, "மர்மமான உழைப்புக்கான பிரதிபலன்" வடிவில் இது பத்திரமாகச் "சமூக இயல்பின்" சுவர்க்கத்துக்கு இறுதியாகக் கொண்டு வரப்படுகிறது. சமுதாயத்தின் இயற்கை அமைப்பில் உண்ணிகள் வசிக்கும் இடம் சம்பந்தமான ஓர் அத்தியாயம் சேர்க்கப்படுவது பொருத்தமாக இருக்கும், எப்படியும் மிகவும் குறைந்தளவு சலிப்பூட்டுவதாய் இருக்கும்.

தத்துவவியல் பற்றிய பாடம் எதிர்காலத்தின் அரசாங்க அமைப்புக்கான விவரமான விதிமுறைகளை வழங்குகிறது. இங்கு, ரூஸ்ஸோ ஹெர் டூரிங்கின் "முக்கியமான ஏக முன்னோடியாக" இருந்த போதிலும், "போதியளவு ஆழமான அடித்தளத்தை இடவில்லை"; அவரைவிட மேலும் ஆழமான வாரிசு, ரூஸ்ஸோவின் கருத்துகளை முழுமையாக நீர்க்க வைத்துப் பிறகு அவற்றை உரிமை பற்றிய ஹெகலின் தத்துவவியலின் மீதமிச்சங்கள் அடங்கிய நீர்த்த குழப்பத் தோடு சேர்த்துக் கலவை செய்கிறார். "தனிநபரின் சர்வசுதந்திரம்" டூரிங்கின் எதிர்கால அரசின் அடிப்படையாகிறது; இது பெரும்

பான்மையோர் ஆட்சியால் ஒடுக்கப்படலாகாது; மாறாக அதில் அதன் உண்மையான உச்சநிலையை எட்ட வேண்டும். இது எவ்வாறு செயல்படுகிறது? மிகவும் எளிதாகவே.

"ஒருவர், ஒவ்வொரு தனிநபருக்கும், ஒவ்வொரு இதரத் தனி நபருக்கும் இடையில் எல்லாத் திசைகளிலும் உடன்பாடுகளை முன்னனுமானித்தாரனால், இந்த உடன்பாடுகளின் நோக்கம் அநீதியான தாக்குதல்களை எதிர்த்துப் பரஸ்பரம் உதவிக் கொள் வதானால், பிறகு உரிமையைப் பராமரிப்பதற்குத் தேவையான சக்தி மட்டுமே வலுவடைகிறது, மற்றும் உரிமை தனிநபருக்கு எதிராகப் பலரது மேலும் உயர்ந்த பலத்திலிருந்தோ, சிறுபான்மை யினருக்கு எதிராகப் பெரும்பான்மையினரின் பலத்திலிருந்தோ பெறப்படுவதில்லை.

எதார்த்தத்தின் தத்துவவியலின் செப்படி வித்தையின் உயிர்ப்புள்ள சக்தி இத்துணை எளிதில் மிகவும் கடக்கவியலாத தடைகளை வென்று சமாளிக்கிறது. இதற்குப் பிறகும் வாசகருக்கு முன்னைவிட அதிக விவேகம் பிறக்கவில்லையென்றால் இது அத்தகைய எளிய விஷயம் என அவர் நினைக்கக் கூடாது என்று ஹெர் டூரிங் பதில் கூறுகிறார், காரணம்:

"கூட்டமைப்பின் பாத்திரம் பற்றிய கருத்தோட்டத்தில் ஏற்படும் ஆகச் சொற்பமான தவறும் கூடத் தனிநபரின் சர்வசுதந்திரத்தை அழித்துவிடும்; இந்தச் சர்வசுதந்திரம் மட்டுமே (!) உண்மையான உரிமைகளுக்குச் சாதகமானது."

பொது மக்களைக் கேலிசெய்யும் போது அவர்களைத் தகுதிக் கேற்றவாறு நடத்துகிறார் ஹெர் டூரிங். அவர், அவர்களை வெளிப் படையாகவே அதிக முகப்புகழ்ச்சி செய்திருக்கலாம்; எதார்த்தத்தின் தத்துவவியல் மாணவர்கள் எப்படியும் இதைக் கவனித்திருக்க மாட்டார்கள்.

"தனிநபர் அரசின் முழுமையான கட்டாயத்திற்கு இலக்காகிறார் என்பதில்தான் முக்கியமாயும் தனிநபரின் சர்வசுதந்திர உரிமை அடங்கியுள்ளது; இது "இயற்கையான நீதிக்கு உண்மையிலேயே சேவை புரிகிறது" என்ற அளவுக்கு மட்டுமே இந்தக் கட்டாயத்தை நியாயப்படுத்த முடியும். இந்த முடிவைக் கருத்தில்கொண்டு "சட்டமியற்றும் மற்றும் நீதித்துறை அதிகாரம்" உருவாகும். ஆனால் இது "சமூகத்தின் கரங்களில் இருக்க வேண்டும்"; இதோடு பாதுகாப்புக்கான ஒரு கூட்டணியும் இருக்கும். இது உள்நாட்டுப் பந்தோபஸ்தைப் பராமரிப்பதற்கான "சேனையில்

அல்லது ஒரு நிர்வாகப் பிரிவின் கூட்டு நடவடிக்கையாக வெளிப் பாடடையும்";

அதாவது ஒரு சேனை, போலீஸ், காவற்படை [gendarmerie] இருக்கும். தாம் ஒரு நல்ல பிரஷ்யன் என்பதை ஹெர் டூரிங் ஏற்கெனவே பல தடவை எடுத்துக் காட்டியுள்ளார்; இங்கு அவர் அந்த முன்மாதிரி பிரஷ்யனின் இணையாளியாகத் தம்மைத்தாமே நிரூபித்துக் காட்டிக் கொள்கிறார். இந்த முன்மாதிரி பிரஷ்யன், காலஞ்சென்ற அமைச்சர் வான் ரோஹவ் கூறுவது போல, "தனது காவற்படையினை மார்பில் எடுத்துச் செல்கிறான்". எனினும் இந்த வருங்காலத்திய காவற்படை இன்றைய போலீஸ் போக்கிரிகள் அளவுக்கு அவ்வளவு அபாயகரமான தல்ல. சர்வசுதந்திரத் தனிநபர் அவர்களிடம் சிக்கி எவ்வளவுதான் துன்பப்பட்டாலும் அவருக்கு எப்போதும் ஓர் ஆறுதல் இருக்கும்.

> "சுதந்திர சமுதாயத்தால் அவர்பால் சந்தர்ப்பச் சூழல்களுக்குத் தக்கபடி அமுல் செய்யப்படும் நன்மையும் தீமையும் இயற்கை நிலைமை தன்னோடு கொண்டு வரக்கூடியவற்றை விட எவ் விதத்திலும் மோசமாக இராது என்பதே!"

ஹெர் டூரிங் நம்மை மீண்டும் ஒருமுறை எப்போதும் வழியில் குறுக்கிடும் அவரது நூலாசிரியர் உரிமைகள் குறித்து நம்மை இடற விட்டபிறகு, தமது எதிர்கால உலகில்,

> "எல்லோருக்குமான முற்றிலும் சுதந்திரமான நியாயத்தலம் உண்மையில் கிட்டும்" என்று உறுதியளிக்கிறார்.

"இன்று கருத்தில் உருவாக்கப் பெறும் வகையிலான சுதந்திர சமுதாயம்" தொடர்ந்து மேலும் மேலும் கலப்பு அடைகிறது. சிற்பிகள், போர்டர்கள், எழுத்தாளர் தொழில் புரிவோர், காவல் படையினர், இப்போது வழக்குரைஞர்கள்! "நிதானமான மற்றும் விமர்சக சிந்தனையில் இந்த உலகமும்" தமது மண்ணுலக வாழ்வில் இனிமை யூட்டிய வஸ்துக்களை மாறுபட்ட வடிவில் ஒரு பக்தர் எப்போதும் காண்கிற வெவ்வேறு சமயங்களின் பல்வேறு சுவர்க்க ராஜ்ஜியங்களும் இரண்டு கடலைகள் போல இருக்கின்றன. "ஒவ்வொருவரும் தன் சொந்த வழியில் இன்பமாய் வாழும்"[229] அரசின் ஒரு குடிமகன் ஹெர் டூரிங். நமக்கு இதற்கு மேல் என்ன வேண்டும்?

நமக்கு என்ன வேண்டும் என்பது பற்றிக் கவலையில்லை. ஹெர் டூரிங்குக்கு என்ன வேண்டும் என்பதே இங்கு முக்கியமானது. இந்த விஷயத்தில் அவர் இரண்டாம் ஃபிரீட்ரிஹ் இடமிருந்து வேறு படுகிறார். டூரிங்கின் வருங்கால அரசியல் நிச்சயமாயும் எல்லோருமே

தம் சொந்த வழியில் இன்பமாக வாழ்வது என்பது இயலாது. இந்த எதிர்கால அரசின் அரசியல் சட்டம் வழங்குவதாவது:

> "இந்தச் சுதந்திர சமுதாயத்தில் சமய வழிபாடு கிடையாது, காரணம், இந்த உறுப்பினர்கள் அனைவருமே பலிகள் மற்றும் பிரார்த்தனைகளால் செல்வாக்குக்கு ஆளாக்கப்படக்கூடிய சக்திகள் இயற்கைக்குப் பின்னாலோ அல்லது அப்பாலோ இருக்கின்றன என்ற ஆதிகாலக் குழந்தைத்தனமான மூடநம்பிக்கையை அறவே கடந்தவர்களாவர்". "எனவே சரியாக கருத்தில் உருவாக்கப்பட்ட ஒரு சமூக இயல்பு சார்ந்த அமைப்பு சமய ஜாலவித்தையின் மூட்டை முடிச்சு எல்லாவற்றையும் அதோடு கூடவே சமய வழிபாட்டின் முக்கியமான கூறுகள் அனைத்தையும் ஒழித்துவிட வேண்டும்."
>
> சமயம் தடை செய்யப்படுகிறது. எல்லாச் சமயங்களுமே, மனிதர்களின் அன்றாட வாழ்க்கையைக் கட்டுப்படுத்துகிற அந்தப் புறம்பான சக்திகள் பற்றி மனிதர்களின் மனங்களில் ஏற்படும் கற்பனையின் பிரதிபலிப்பே தவிர வேறு எதுவுமல்ல; இந்தப் பிரதிபலிப்பில் மண்ணுலக சக்திகள் இயற்கையை மீறியதான சக்திகளின் வடிவத்தை மேற்கொள்கின்றன. வரலாற்றின் துவக்கத்தில் இயற்கையின் சக்திகளே அவ்வாறு பிரதிபலிக்கப் பட்டன; மேலும் ஏற்பட்ட பரிணாமப் போக்கில் இவை பல்வேறு மக்களிடையே மிகவும் பன்முகமான பல்வகையான உருவகத் தோற்றங்களை மேற்கொண்டன. இந்த ஆரம்ப இயக்கப் போக்குக்கு மூலாதாரம் இந்திய வேதங்களில் தோன்றிய முன்பு - குறைந்தபட்சம் இந்தோ - ஐரோப்பிய மக்கள் விஷயத்தில் - ஒப்பியல் புராணங்களால் தேடிக்கண்டுபிடிக்கப்பட்டுள்ளது. பாரசீகர்கள், கிரேக்கர்கள், ரோமானியர்கள், ஜெர்மனியர்களிடையே விவரமாக எடுத்துக்காட்டப்பட்டிருக்கிறது. கிடைத்துள்ள தகவல்களையொட்டி கெல்ட்டுகள், லிதுவேனியர், ஸ்லாவ் மக்களிடையிலும் காணப்பட்டுள்ளது.

ஆனால் விரைவிலேயே இயற்கையின் சக்திகளுடன் அக்கம் பக்கமாகச் சமுதாயச் சக்திகளும் செயலூக்கமடையத் தொடங்குகின்றன. இந்தச் சக்திகள் மனிதனைச் சம அளவில் புறம்பாகவும், முதலில் சம அளவில் விளக்கமுடியாத வகையிலும் எதிரிடுகின்றன. இயற்கைச் சக்திகளைப் போலவே காணப்படுகின்ற அதே இயற்கை அவசியத்துடன் அவன்மீது ஆதிக்கம் செலுத்துகின்றன. முதலில் இயற்கையின் விந்தையான சக்திகளை மட்டுமே பிரதிபலித்து வந்த கற்பனையான உருவங்கள் இந்தக் கட்டத்தில் சமுதாய இயல்புகளைப்

பெற்று வரலாற்றுச் சக்திகளின் பிரதிநிதிகளாகின்றன.* பரிணாமத்தின் இன்னும் கூடுதலான ஒரு கட்டத்தில் எண்ணற்ற பல கடவுள்களின் இயற்கையான மற்றும் சமூகத் தன்மைகள் ஒரு சர்வவல்லமை கொண்ட கடவுளுக்கு மாற்றப்படுகின்றன; அவர் சூக்கும மனிதனின் பிரதிபலிப்பே தவிர வேறு எதுவுமல்ல. ஒரு கடவுள் கொள்கையின் [monotheism] துவக்கம் இத்தகையதே; இதுவே பிந்தையகால கிரேக்கர்களின் கொச்சையான தத்துவவியலின் வரலாற்று வழியிலான கடைசிச் சரக்காகும். இது தனது அவதாரத்தை யூதர்களின் முற்றிலும் தேசியக் கடவுளான ஜெஹோவாவில் [jehovah] கண்டது. இந்த வசதியான, கைப்பழக்கமான சர்வப்பொதுவாக மாற்றியமைத்துக் கொள்ளக்கூடிய வடிவில், மனிதர்கள் புறம்பான, இயற்கை மற்றும் சமுதாயச் சக்திகளின் ஆதிக்கத்தின் கீழ் இருக்கும் வரையில், அவர்கள் மீது ஆதிக்கம் செலுத்தும் இந்தச் சக்திகளுடனான மனிதர்களின் உறவின் நேரடியான அதாவது உணர்ச்சிபூர்வமான வடிவில் சமயம் தொடர்ந்து நிலவ முடியும். எனினும் நிலவும் முதலாளித்துவ சமுதாயத்தில் மனிதர்கள் தம்மாலேயே உருவாக்கப்பட்ட பொருளாதார நிலைமைகளால், அவர்களே உண்டாக்கியுள்ள உற்பத்திச் சாதனங்களால் புறம்பான ஒரு சக்தியின் மூலம் போன்று ஆதிக்கம் செலுத்தப்படுகின்றனர். எனவே, சமயத்தைத் தோற்றுவிக்கும் பிரதிபலிக்கிற செயல்பாட்டின் உண்மை யான அடிப்படை தொடர்ந்து நிலவுகிறது, அதோடு சேர்ந்து அதன் சமயப் பிரதிபலிப்பும் நிலவுகிறது. இந்தப் புறம்பான ஆதிக்கத்தின் தற்செயலான தொடர்பு குறித்து முதலாளித்துவ அரசியல் பொருளா தாரம் ஒரு குறிப்பிட்ட அளவு நுண்ணறிவினை வழங்கியிருந்த போதிலும் இதனால் முக்கியமான வித்தியாசம் எதுவும் ஏற்பட்டுவிடவில்லை. முதலாளித்துவப் பொருளாதாரத்தால் பொதுவாக நெருக்கடிகளைத் தடுக்க முடியாது; தனிப்பட்ட முதலாளிகளை நஷ்டம், திரும்பிவராத கடன், வக்கற்ற வகையற்ற நிலை ஆகியவற்றிலிருந்து பாதுகாக்கவும் முடியாது; தனிப்பட்ட தொழிலாளர்களுக்கு வேலையில்லாத்

★ தேவதைகளால் பின்னால் மேற்கொள்ளப்பட்டதான இந்த இருவகையான தன்மை பின்னால் ஏற்பட்ட புராணங்களின் விரிந்து பரவிய குழப்பத்திற்கான காரணங்களில் ஒன்றாக இருந்தது - இந்தக் காரணத்தை ஒப்பியல் புராண இலக்கியம் புறக்கணித்தது, ஏனெனில் அது இயற்கைச் சக்திகளின் பிரதிபலிப்புகள் என்ற முறையில் அவற்றின் தன்மை மீதே முழு கவனமும் செலுத்தியது. இவ்வாறாகச் சில ஜெர்மானியப் பூர்வகுடிகளிடையே போர் - கடவுள் (பழைய நார்டிக் மொழியில்) டைர் [Tyr] அல்லது பழைய உயர் ஜெர்மனியில் சியோ [Zio] என்று அழைக்கப்படுகிறார். எனவே இது கிரேக்க சியுஸ் மற்றும் லத்தீன் ஜுபிட்டர் (டியூ-பிடர் என்ற பெயருக்கும்) இணையாக உள்ளது; வேறு ஜெர்மன் பழங்குடிகளிடையே எர், இயோர் கிரேக்க ஏரஸ், லத்தீன் மார்ஸ் ஆகியவற்றுக்கு இணையாக உள்ளன. **[குறிப்பு எங்கெல்சுடையது.]**

திண்டாட்டம் மற்றும் வறுமைக்கு எதிராகப் பாதுகாப்பளிக்கவும் முடியாது. மனிதன் ஒன்று நினைக்கத் தெய்வம் (அதாவது முதலாளித்துவ உற்பத்தி முறையின் அன்னிய ஆதிக்கம்) ஒன்று கட்டளையிடுகிறது என்பது இன்னும் மெய்யாகவே உள்ளது. முதலாளித்துவப் பொருளாதார விஞ்ஞானத்தைக் காட்டிலும் மேலும் கூடுதலாகவும் அதிக ஆழமாகவும் சென்றதாயினும் சரி, வெறும் அறிவு சமூக சக்திகளை சமூகத்தின் ஆதிக்கத்தின்கீழ் கொண்டுவருவதற்குப் போது மானதல்ல. எல்லாவற்றுக்கும் மேல் இதற்கு அவசியமாக இருப்பது ஒரு சமுதாயச் செயலே. இந்தச் செயல் நிறைவேற்றப்படும் பொழுது, சமுதாயம் எல்லா உற்பத்திச் சாதனங்களின் உடைமையையும் மேற்கொண்டு, அவற்றைத் திட்டமிட்ட அடிப்படையில் பயன் படுத்துவதன் மூலம் தன்னையும் தனது உறுப்பினர்கள் எல்லோரையும் அவர்களாலேயே உண்டாக்கப்பட்டு அவர்களை (வெல்ல) முடியாத அன்னிய சக்தியாக எதிரிட்டு நிற்கும் இந்த உற்பத்திச் சாதனங்களால் அவர்கள் தளைப்படுத்தி வைக்கப்பட்டிருக்கும் நிலையிலிருந்து தன்னைத் தானே விடுவித்துக்கொள்ளும் பொழுது, - மனிதன் நினைப்பது மட்டுமின்றி செயல்படவும் செய்கிறான். - அப்பொழுது மட்டுமே சமயத்தில் இன்னும் பிரதிபலித்துக் கொண்டிருக்கும் கடைசி அன்னிய சக்தி மறையும், அதனுடன் சமயப் பிரதிபலிப்பும் மறையும்; இதற்குக் காரணம் பிறகு பிரதிபலிப்பதற்கென்று எதுவும் மீதமாக இருக்காது.

இயற்கையான அதன் மரணத்தில் சமயம் மறையும் வரையில் ஹெர் டூரிங்கால் காத்திருக்க முடியாது. அவர் மிகவும் ஆழ வேரூன்றிய பாணியில் முன் செல்கிறார். அவர் பிஸ்மார்க்கை விஞ்சுகிறார்; அவர் கத்தோலிக்க சமயத்திற்கு எதிராக மட்டுமன்றி வேறு எதுவாயினும் சரி சமயம் எல்லாவற்றையும் எதிர்த்து மேலும் கடுமையான மே சட்டங் களைப்[230] பிறப்பிக்கிறார்; தமது எதிர்காலக் காவற்படையினரைச் சமயத்துக்கு எதிராகத் தூண்டிவிடுகிறார். இதன்மூலம் அதற்கு லட்சியத் திற்கான தியாகப் பெருமை மற்றும் நீடித்த உயிர் வாழ்க்கையும் கிடைப்பதற்குத் துணை செய்கிறார். நாம் எங்கு திரும்பினாலும் பிரத்தியேகமான பிரஷ்யன் சோஷலிசத்தினைக் காண்கிறோம்.

ஹெர் டூரிங் இவ்வாறு சமயத்தைப் பொருத்தமாக அழித்துவிட்ட பின்னர்,

"தன் மீதும் இயற்கை மீதும் முற்றாகச் சார்ந்து நிற்கும்படி செய்யப்பட்ட மனிதன் தனது கூட்டு ஆற்றல்களின் அறிவில் முதிர்ச்சியடைந்த மனிதன், நிகழ்ச்சிகளின் போக்கும் அவனது சொந்த வாழ்நிலையும் திறந்துவிடும் எல்லாப் பாதைகளிலும் துணிந்து பிரவேசிக்க முடியும்."

ஹெர் டூரிங்கின் வழிகாட்டுதலோடு தன்மீது முற்றாகச் சார்ந்து நிற்கும்படி செய்யப்பட்ட மனிதன் துணிந்து பிரவேசிக்கத்தக்கதான இந்த “நிகழ்ச்சிகளின் போக்கு” என்ன என்பதை ஒரு மாறுதலுக்காக இப்போது பரிசீலிப்போம்.

மனிதன் தன்னைத்தானே சார்ந்திருக்கும்படி செய்யப்பட்ட நிகழ்ச்சிகளின் முதல் போக்கு: பிறப்பதுதான்.

> பிறகு இயல்பான இளம் பருவ காலகட்டத்தில் “குழந்தைகளின் இயற்கையான போதகரான” தன் தாய்க்குப் பொறுப்புடையவனாக இருக்கிறான். “இந்தக் கட்டம் பண்டைய ரோமன் சட்டத்தில் இருப்பது போன்று பருவம் எய்தும்வரை அதாவது பதினான்காம் வயதுவரை நீடிக்கும்”. மோசமாக வளர்க்கப்பட்ட வயதுவந்த பையன்கள் தமது தாயின் அதிகாரத்துக்குச் சரியான மதிப்பளிக்கவில்லையானால் இதைக் கழுவாய் தேடிச் சரிப்படுத்த தந்தையின் உதவியையும் குறிப்பாகப் பொதுக் கல்வி விதிகளையும் நாடவேண்டியுள்ளது. பருவமடைந்ததும் குழந்தை அவனது தந்தையின் “இயல்பான காப்பாளர் பொறுப்புக்கு” ஆட்பட்டவனாகிறான் - உண்மையான மறுக்கவியலா தந்தை முறை இருக்கும்பட்சத்தில். இல்லையேல் சமூகம் ஒரு காப்பாளரை நியமனம் செய்கிறது.

முன்னதாக ஒரு கட்டத்தில் ஹெர் டூரிங் முதலாளித்துவ உற்பத்தி முறை உற்பத்தியை மாற்றியமைக்காமலே தானாகவே சமுதாய உற்பத்தி முறையால் மாற்றீடு செய்யப்படும் என்று கற்பனை செய்து கொண்டார், எனவே இப்போது அதன் வடிவம் முழுவதையும் மாற்றாமலே நவீன முதலாளித்துவக் குடும்பத்தை அதன் முழுப் பொருளாதார அடித்தளத்திலிருந்தும் பிய்த்தெடுக்க முடியும் என்று கற்பனை செய்து கொள்கிறார். இந்த வடிவம் அவருக்கு மிகவும் மாற்ற வொண்ணாததாக இருப்பதால் அவர் “பண்டைய ரோமன் சட்டத்தைச்” சற்றே “உன்னதமாக்கப்பட்ட” வடிவில் குடும்பத்தின்மீது எல்லாக் காலத்துக்கும் ஆட்சி செய்யும்படி விடுகிறார். ஒரு குடும்பத்தை அவர் ஒரு “மரபுரிமை வழங்கும்” அதாவது உடைமையுள்ள அலகாக மட்டுமே கருதிப் பார்க்கிறார். இந்தப் பிரச்சனையில் கற்பனாவாதிகள் ஹெர் டூரிங்கைவிட மிகவும் முன்னேறியுள்ளனர். மக்கள் சுதந்திரமாகச் சேர்ந்து கொள்வதிலிருந்தும், தனியார் குடிசை வேலை பொதுத் தொழில்துறையாக மாற்றப்படுவதன் மூலமும் இளைஞர் கல்வி சமுதாயமயமாக்கப்படுவதும் ஒரு குடும்ப உறுப்பினர்களிடையேயான பரஸ்பர உறவுகளில் உண்மையான சுதந்திரமும் நேரடியாகப் பின் தொடரும் என்று அவர்கள் கருதினார்கள். மேலும் மார்க்ஸ்

(மூலதனம், பாகம் I பக்கம் 515-ம் அடுத்துவரும்) "நவீனத் தொழில் துறை உற்பத்தி நடைமுறையில், வீட்டுத் துறைக்குப் புறம்பாக, மாதர், இளைஞர் மற்றும் இருபாலரான சிறுவர்களுக்கும் ஒரு முக்கியமான பங்கை ஒதுக்கிக் கொடுப்பதன் மூலம், குடும்பத்தின் மற்றும் இருபாலரிடையிலான உறவுகளின் ஓர் உயர் வடிவத்திற்கான ஒரு புதிய பொருளாதார அடித்தளத்தைப் படைக்கிறது."[231]

> "சமுதாயச் சீர்திருத்தங்கள் பற்றிக் கனவுகாணும் ஒவ்வொருவரும் தனது புதிய சமூக வாழ்க்கைக்கு இணையான ஒரு போதனை முறையை இயல்பாகவே தயாராக வைத்திருக்கிறார்" என்கிறார் ஹெர் டூரிங்.

இந்த ஆய்வுரையின் மூலம் நாம் நிர்ணயம் செய்வதென்றால் ஹெர் டூரிங் சமுதாய சீர்திருத்தங்கள் பற்றிக் கனவு காண்போரிடையில் "ஓர் அசல் ராட்சசனாகவே" விளங்குவார். காரணம் எதிர்காலப் பள்ளிக்கூடம் அவரிடம் அவரது ஆசிரிய உரிமைகள் அளவுக்குக் குறைந்தபட்சம் அவரது கவனத்தில் இடம் பெற்றுள்ளது, இது உண்மையிலேயே மிகவும் பெரிய அளவிலான விளக்கமாகும். அவரிடம் பள்ளிக்கூடத்துக்கும் பல்கலைக்கழகத்துக்குமான அவரது பாடத்திட்டம் யாவும் தயாராகவும் முழுமையாகவும் உண்டு. இது "முன்னறியக் கூடும் எதிர்காலம் முழுவதற்கும் மட்டுமன்றி மாறிச் செல்லும் காலகட்டத்திற்கும் கூட உரியதாகும். இறுதியும் அறுதியு மான சமூக இயல்பு சார்ந்த அமைப்பில் இருபாலையும் சார்ந்த இளம் மக்களுக்கு என்ன போதிக்கப்படும் என்பதைத் தெரிந்து கொள்வதோடு நாம் அமைவோம்.

> இந்தச் சர்வப் பொதுமக்கள் பள்ளி "தானேயும் கோட்பாடு ரீதியாகவும் மனிதனுக்கு ஏதாவது கவர்ச்சி தருகிற அனைத்தையும் வழங்கும்", எனவே குறிப்பாயும் "உலகம் மற்றும் வாழ்க்கை யினைப் புரிந்துகொள்வதைப் பற்றியதான எல்லா விஞ்ஞானங் களின் அடிப்படைகளையும் பிரதான முடிவுகளையும்" வழங்கும். எனவே முதலாவதாக அது கணிதவியலைப் போதிக்கிறது, உண்மையில் இது சாமானிய எண்மானம் மற்றும் கூட்டல் தொட்டுத் தொகையீட்டு நுண்கணிதம் வரையில் "பூர்த்தியாக நிறைவேற்றத்தக்க" அளவுக்கு எல்லா அடிப்படையான கருத்துருக் களையும் முறைகளையும் போதிக்கிறது.

ஆனால் இந்தப் பள்ளியில் எவரும் உண்மையிலேயே இணைப் பாக்கம் செய்யலாம் அல்லது பாகுபாடு செய்யலாம் என்று இதற்குப் பொருளல்ல. நிலைமை நேர்மாறானது, அங்கு போதிக்கப்படப்

போவது என்னவென்றால், பொதுக்கணிதவியலின் முற்றிலும் புதிய கூறுகள் பற்றியேயாகும், இவை சாமானிய ஆரம்ப கணிதம் மற்றும் உயர் கணிதம் இரண்டினது கருமூலங்களையும் உள்ளடக்கியதாகும்.

எதிர்காலப் பள்ளி பயன்படுத்தப்போகும் "பாட புத்தகங்களின் உள்ளடக்கம்" பற்றிய "வரைமுறை ரீதியிலான, பிரதானமான பொது விவரங்கள்" தமது மனதில் ஏற்கெனவே இருப்பதாக ஹெர் டூரிங் அடித்துக்கூறிய போதிலும், துரதிருஷ்டவசமாக அவர் "பொதுக் கணிதத்தின் இந்தக் கூறுகளை"க் கண்டுபிடிப்பதில் இன்னும் வெற்றி யடையவில்லை; அவர் எதைச் சாதிக்க முடியாதோ

> "அதைப் புதிய சமுதாய அமைப்பின் சுதந்திரமான மேம்படுத்தப் பட்ட சக்திகளிடமிருந்து மட்டுமே உண்மையில் எதிர்பார்க்க முடியும்".

ஆனால் வருங்கால கணிதத்தின் பழங்கள் இன்னும் மிகவும் புளிப்பாக இருக்கின்றனவென்றால், எதிர்கால வானவியல், இயந்திரவியல் மற்றும் பௌதிகவியல் ஆகியவை கடினமாக இரா.

> அவை "எல்லாப் பள்ளிப் படிப்புக்குமான சாரப் பொருளாக விளங்கும்"; அதே பொழுதில் "தத்துவங்கள் எல்லாம் இருந்த போதிலும் தாவரங்கள் மற்றும் விலங்குகள் பற்றிய விஞ்ஞானம் முக்கியமாயும் வர்ணனைத் தன்மைக் கொண்டதாகவே இருக்கும்... வேடிக்கை உரையாடலுக்கான விஷயங்களாகப் பெருமளவில்" உதவும்.

இது தத்துவவியல் பற்றிய பாடத்தில், பக்கம் 417-ல் அச்சில் காணப்படுகிறது. இன்றுங்கூட ஹெர் டூரிங்குக்குப் பிரதானமாயும் வர்ணனை உருவில் - இருப்பவை தவிர வேறு தாவரவியல், விலங்கியல் எதுவும் தெரியாது. அங்கக உலகின் ஒப்பீட்டு உடலுறுப்பியல், கருவியல் மற்றும் தொல்லுயிரியலைத் தழுவியதான அங்கக உடல் வடிவ அமைப்பியல் [organic morphology] முழுவதன் பெயர் கூட அறவே தெரியாது. உயிரியல் துறையில் அவருக்குப் பின்னால் டஜன் கணக்கில் முற்றிலும் புதிய விஞ்ஞானங்கள் எழுச்சியுற்று வரும்போது அவரது சிறுபிள்ளை உணர்வு "இயல்பான விஞ்ஞானச் சிந்தனை முறையால் வழங்கப்படும் சிறப்பான நவீனக் கல்விக்குரிய கூறுகளை" நாடி இன்னும் ராஃபின் எழுதிய குழந்தைகளுக்கான இயற்கை வரலாற்றிடம் செல்கிறது; அங்கக உலகின் இந்த அமைப்பை அவர் அப்படியே "முன்னறியக் கூடும் எதிர்காலம்" முழுவதற்கும் உரியதென ஆணையிடுகிறார். இங்கும்கூட அவரது பழக்கப்படி அவர் இரசாயன வியலை முற்றாக மறந்துவிடுகிறார்.

கல்வியின் அழகியல் அம்சத்தைப் பொறுத்தவரை, ஹெர் டூரிங் அதை முற்றிலும் புதிதாகப் புனைய வேண்டியுள்ளது. இந்த நோக்கத்திற்குக் கடந்த காலத்திய கவிதையால் பயனில்லை. எல்லா சமயங்களும் தடைசெய்யப்பட்டுள்ள இங்கு, இதுகாறும் கவிஞர்களின் மரபுக்கூறான "புராண அல்லது சமய ஒப்பனைகளை" இந்தப் பள்ளியில் அனுமதிக்க முடியாது. "கேதே மிகவும் விரிவான அளவில் கையாண்டது போன்றதான கவிதை சார்ந்த மாயாவாதமும்" கண்டனத்திற் குரியதாகும். எனவே ஹெர் டூரிங் "அறிவுடன் இசைந்ததான, மேலும் உயர்வான கற்பனைத் தேவைகளுக்கு ஏற்பத்" தலைசிறந்த கவிதா படைப்புகளை உருவாக்கவும், "உலகின் முழு நிறைவினைச் சுட்டும்" உண்மையான லட்சியத்தை உருவாக்கவும் வேண்டும். இவற்றை வைத்துக்கொண்டு அவர் காத்திருக்க வேண்டுவதில்லை! பொருளாதாரக் கம்யூன் அறிவுடன் இசைந்ததான அலெக்சாந்தரியப் பாடலின் விரைவான வாசகத்துடன் [Alexandrine double] சேர்ந்து இயங்கினால் மட்டுமே அது அதன் உலகினை வெல்ல முடியும்.

வருங்காலத்தின் வயது வந்த குடிமகன் மொழியியல் பற்றி அதிகத் தொந்தரவுக்குள்ளாக மாட்டான்.

> "செத்துப்போன மொழிகள் முழுமையாக நீக்கப்பட்டுவிடும்... உயிர்வாழும் அன்னிய மொழிகள்... இரண்டாந்தர முக்கியத் துவத்துடன் இருக்கும்". எங்கு தேசங்களுக்கிடையிலான பரஸ்பரத் தொடர்பு மக்கள் தாமாகவே இயங்கும் அளவுக்கு விரிவடை கிறதோ அங்கு தேவைகளுக்கு ஏற்ப எளிதான வடிவில் இந்த மொழிகளை அறிந்துகொள்வதற்கு வகை செய்யப்படும். "மொழிகள் விஷயத்தில் உண்மையிலேயே கல்விபுகட்டவல்ல பயிற்சி" ஒரு வகையான பொது இலக்கணம் மற்றும் குறிப்பாக "ஒருவரது சொந்த மொழியின்சாரம் மற்றும் வடிவம் பற்றிய ஆய்வு மூலம்" வழங்கப்படும்.

இன்றைய மனிதனின் தேசியக் குறுமனப்போக்கு ஹெர் டூரிங்குக்கு இன்னும் மிகவும் போலி உலகநயத் தன்மையுடையதாகவே காணப்படுகிறது. இன்று உலகம் இருக்கும் நிலையில் குறுகிய தேசியக் கொள்கை நிலைக்கு மேல் உயர்வதற்கான வாய்ப்பினைக் குறைந்த பட்சம் தருகிற இரண்டு நெம்புகோல்களையும் அவர் ஒழித்துவிட விரும்புகிறார். அவையாவன: சாஸ்திரியக் கல்வி பயின்ற பல்வேறு தேசிய இனங்களைச் சேர்ந்த மக்களுக்காவது குறைந்தபட்சம் மேலும் விரிவான பொது அறிவெல்லையைத் திறந்துவிடும் தொன்மை மொழிகளில் அறிவு; எதைச் சாதனமாகக் கொண்டு மட்டுமே பல்வேறு தேசங்களைச் சார்ந்த மக்கள் ஒருவருக்கொருவர் தம்மைத்

தாமே புரிந்துகொள்ளவும் தமது சொந்த எல்லைகளுக்கு அப்பால் என்ன நடக்கிறது என்பதை அறிந்துகொள்ளவும் முடிகிறதோ அந்த நவீன மொழிகளை அறிந்துகொள்வது. இதற்கு நேர்மாறாகத் தாய் மொழியின் இலக்கணம் கண்டிப்பாகப் பயிற்சி மூலம் படிய வைக்கப் படும். மொழியின் தோற்றத்தையும் படிப்படியான பரிணாமத்தையும் சுவடு கண்டுகொண்டால் மட்டுமே “ஒருவரது சொந்த மொழியின் சாரமும் வடிவமும்” புரிந்துகொள்ளத் தக்கதாகிறது; முதலாவதாக இதன் சொந்த வழக்கொழிந்த வடிவங்களையும் இரண்டாவதாக இருப்பதும் இறந்ததுமான இருவகைப்பட்ட இன மொழிகளையும் கணக்கில் எடுத்துக்கொள்ளாமல் இதைச் செய்யமுடியாது. இது நம்மை மீண்டும் பகிரங்கமாகத் தடை செய்யப்பட்டுள்ள பிரதேசத் திற்குள் கொண்டு வருகிறது. ஹெர் டூரிங் தமது பாடத்திட்டத்திலிருந்து நவீன வரலாற்று இலக்கணம் அனைத்தையும் அகற்றிவிடுவாரானால் பழைய சாஸ்திரிய மொழியல் பாணிக்கு வகுக்கப்பெற்ற பழைய மோஸ்தர் மொழிநுட்ப இலக்கணமும் எவ்வித வரலாற்று அடிப் படையுமில்லாததால் வாயடிவேதாந்தமும் மனம்போன போக்கும் கொண்டு இருப்பது தவிர அவரது மொழிப்பாடப் பயிற்சிக்கு வேறு எதுவும் இராது. பழைய மொழியியலின் பேரிலான அவரது வெறுப்பு, அவரைப் பழைய மொழியியலின் மிகவும் மோசமான சிருஷ்டியை “மொழியின் உண்மையான கல்விபுகட்டும் பயிற்சியின் மைய இடத்திற்கு” உயர்த்துமாறு செய்கிறது. கடந்த அறுபதாண்டுகளாக நடைபெற்றதான மொழிகளின் வரலாற்று விஞ்ஞானத்தின் பிரம்மாண்ட மான வெற்றிகரமான வளர்ச்சி குறித்து ஒரு சொல்லைக்கூடக் கேட்டிராத ஒரு மொழி நிபுணர் நம்முன் இருக்கிறார் என்பது தெட்டத் தெளிவு. எனவே அவர் மொழியியலின் “பிரபலமான நவீன கல்வி புகட்டும் அம்சங்களை” போப், கிரிம் மற்றும் டியஸ் போன்றார் நூல்களில் அன்றி மறைந்த பழம் நூலாசிரியர்களான ஹெய்ஸெ மற்றும் பெக்கர் நூல்களில் தேடுகிறார்.

ஆனால் இவையாவும் வருங்காலத்தின் இளம் குடிமகன் “தன்மீது தானே சார்ந்திருக்கும்படி” செய்வதற்கு எவ்விதத்திலும் போது மானவையல்ல.

> இதை அடைவதற்கு “மிகவும் அண்மியதான தத்துவவியல் கோட் பாடுகளைத் தன்வயப்படுத்துவதன் மூலம்” மீண்டும் ஓர் ஆழமான அடிப்படையினை நிறுவ வேண்டுவது அவசியமாகும். ஹெர் டூரிங் இப்போது தமது பாதையைத் திறந்து வைத்துவிட்டதனால், “அடிப்படையை அத்தகைய முறையில் ஆழப்படுத்துவது என்பது ஒரு பிரம்மாண்டமான கடமையாக இருக்கவே இருக்காது”.

உண்மையில் "வாழ்நிலையின் பொதுவான வரைமுறை இயலாளர் ஜம்பமடித்துக் கொள்ளும் மிகச்சில விஞ்ஞானபூர்வ உண்மைகளில் இருந்து போலியான சமயசித்தாந்தக் கழிவுகளைப் போக்கி விட்டால்" டூரிங்கால் உரிமைச் சான்றளிக்கப்பட்டதான "எதார்த்தத்தை மட்டுமே செல்தகைமை உள்ளது என்று அனுமதிக்க உறுதி கொள்வாரானால்" ஆரம்பத் தத்துவவியல் வருங்கால இளைஞருக்கும் முழுமையாகக் கிடைக்கும். எவற்றின் மூலம் "இதுவரையில் அறியப்பட்டிராத முக்கியத்துவம் வரம்பிலிக் கருத்துருவாக்கங்களுக்கும் அவற்றின் விமர்சனத்துக்கும் அளிக்கப் பட்டதோ அதற்காக நாம் கையாண்ட இந்த மிகவும் எளியதான முறைகளை உங்கள் மனதில் நினைவுகூருங்கள் - அதன்பின் "இன்றைய ஆழப்படுத்தலாலும் கூர்மைப்படுத்தலாலும் இத்தகைய சாதாரண வடிவம் அளிக்கப்பட்டுள்ள விசும்பு மற்றும் காலம் பற்றிய சர்வப்பொதுக் கருத்தோட்டத்தின் கூறுகள் ஏன் இறுதியில் ஆரம்ப பாடப்பயிற்சியின் வரிசைகளில் போய்ச் சேரக்கூடாது என்பதை உங்களால் பார்க்க முடியாது..." ஹெர் டூரிங்கின் "மிகவும் ஆழ வேரூன்றிய கருத்துகள் புதிய சமூக அமைப்பின் சர்வப்பொதுக் கல்வித் திட்டத்தில் சார்புநிலைப் பாத்திரம் வகிக்கக் கூடாது." பருப்பொருளின் சுயசமத்துவ நிலையும், மதிப்பைக் கணிக்க முடியாததன் மதிப்புக் கணிப்பும் இதற்கு மாறான வகையில் மனிதனை அவனது சொந்தக் கால்களில் நிற்கும்படி செய்வது மட்டுமன்றி, முற்ற முழுமையான தடைக்கால் எனப்படுவது அவரிடம் இருக்கிறது என்பதை அவரே உணரும்படியும் செய்கிறது."

வருங்காலத்தின் மக்களது பள்ளி ஓரளவு "உயர்த்தப்பட்ட" பிரஷ்யன் இலக்கண பாடசாலையே தவிர வேறொன்றுமல்ல என்பதை ஒருவர் காணமுடியும். இதில் கிரேக்க மற்றும் லத்தீன் பாங்களுக்குப் பதிலாகச் சற்று அதிகமாகத் தனிநிலை மற்றும் பிரயோக கணிதம் மற்றும் குறிப்பாக எதார்த்தத்தின் தத்துவவியலின் அம்சங்கள் போதிக்கப்படுகின்றன. ஜெர்மன் போதனை காலம் சென்ற பெக்கரி நூல்களின் வடிவில் மீண்டும் கொண்டு வரப்பட்டு நான்காம் படிவ மட்டத்தில் போதிக்கப்படுகிறது.ஹெர் டூரிங் தொட்டுச் செயல்பட்ட துறைகள் அனைத்திலும் அவருக்குள்ளதான வெறும் பள்ளிமாணவன் மட்ட "அறிவு" குறித்து உண்மையில் நாம் எடுத்துக்காட்டிவிட்டோம், எனவே இது, நமது பூர்வாங்க பூரணக் "களையெடுப்புக்குப்" பிறகு மீதமாக நிற்கும் யாவும் உண்மையில் - இந்த வரிசைகளை என்றுமே விட்டு நீங்காத காரணத்தால் - இறுதியாக "ஆரம்பப் படிப்பின் வரிசைகளில் ஏன் சென்று சேரக்கூடாது", - என்பதை வாசகரால்

பார்க்கவே இயலாது. ஹெர் டூரிங் சோஷலிச சமுதாயத்தில் வேலையும் பயிற்சியும் இணைக்கப்படுவது பற்றிக் கேள்விப்பட்டிருக்கிறார் என்பது வாஸ்தவம், இது சகலதுறை தொழில்நுட்பக் கல்வியை உத்தரவாதம் செய்யவும் விஞ்ஞானப் பயிற்சிக்கான நடைமுறை அடித் தளமாக வகை செய்யவும், இந்த விஷயத்தையும் அவர் தமது வழக்க மான வழியில் சமூக இயல்பு சார்ந்த திட்டத்திற்குப் பயன்படுத்துகிறார். டூரிங்கின் வருங்காலப் பொருளூற்பத்தியிலும் பழைய உழைப்புப் பிரிவினை அதன் பிரதான அம்சங்களில் குறைவுறாது நீடிக்கும் என்பதை நாம் ஏற்கெனவே பார்த்தோம். எனவே பள்ளியில் அளிக்கப்படும் இந்தத் தொழில்நுட்பப் பயிற்சிக்குப் பின்னால் நடைமுறையிலான எவ்விதப் பயனுமோ உற்பத்தி தன்னிலேயே எவ்வித முக்கியத்துவமோ கிடையாது. பள்ளிக்குள் மட்டுமே இதற்கு ஒரு நோக்கம் உள்ளது; இது உடற்பயிற்சியை மாற்றீடு செய்யும்; அதை நமது ஆழ வேரூன்றிய புரட்சியாளர் முற்றிலும் புறக்கணிக்க விரும்புகிறார். எனவே அவர்

> "இளைஞரும் முதியோரும் உழைப்பு என்ற சொல்லின் முக்கியமான பொருளில் செயல்படுவார்கள் என்பதைப் போலச் சில சொற்றொடர்களை மட்டுமே நமக்கு வழங்க முடியும்.

இந்த வலுவற்ற பொருளற்ற பிதற்றல், மூலதனம் நூலில் *508* முதல் *515* ம் பக்கம் வரையுள்ள வாசகத்துடன் ஒப்பிடும் பொழுது மெய்யாகவே பரிதாபகரமாக உள்ளது. அந்த நூலில் மார்க்ஸ் பின் வரும் ஆய்வுரையை முன்வைக்கிறார்: "ராபர்ட் ஓவன் நமக்கு விவரமாக எடுத்துக் கூறியுள்ளது போன்று ஆலை அமைப்பிலிருந்து வருங்காலக் கல்வியின் கரு வளர்ந்தது, இந்தக் கல்வியானது பொருளூற்பத்தியின் திறனைக் கூடுதலாக்கும் முறைகளில் இது ஒன்று என்பதனால் மட்டு மல்ல மாறாக, முழு வளர்ச்சியடைந்த மனித ஜீவன்களை உருவாக்கும் ஒரேமுறை என்ற வகையில் ஒரு குறிப்பிட்ட வயதுக்கு மேல் ஒவ்வொரு குழந்தைக்கும் பயனுள்ள உழைப்புடன் போதனையையும் உடற் பயிற்சியையும் இணைக்கும்."[232]

எதார்த்தத்தின் தத்துவவியல் அனைத்து அறிவின் சாரப்பொருளாக இருக்கப்போகிற, மருத்துவக் கலையியல் துறையும் சட்டக்கலைத் துறையும் முழு மலர்ச்சி பெற்றுத் தொடர்ந்து நிலவக்கூடிய வருங்காலப் பல்கலைக்கழகத்தை நாம் இங்கு விவ்ரியாது விட்டுவிட வேண்டும்; "சில பாட விஷயங்களுக்கு" மட்டுமேயாக இருப்பன என்று மட்டுமே நாமறிந்துள்ள "விசேஷப் பயிற்சி நிறுவனங்களையும்" நாம் விட்டுவிட வேண்டும். வருங்காலத்தின் இளம் குடிமகன் தனது கல்விப் பயிற்சி அனைத்தையும் முடித்து இறுதியாகத் தனக்கு ஒரு மனைவியைத் தேடிக்கொள்ளப் போதுமான அளவு "தன்மீது தானே சார்ந்திருக்கும்

நிலையைப்" பெற்றிருந்தான் என்று வைத்துக்கொள்வோம். இந்தத் துறையில் அவனுக்கு ஹெர் டூரிங் வழங்கும் நிகழ்ச்சிகளின் பாதை என்ன?

"பண்புகளைப் பேணுதலும், அகற்றுதலும், இரண்டறக் கலத்தலும், ஏன் புதிதாகப் படைத்து வளர்ப்பதற்கும் கூட இனப்பெருக்கம் முக்கியமானது என்பதால் மனிதத் தன்மையின் மற்றும் மனித இயல்பு அற்ற தன்மையின் இறுதி வேர்கள் பெருமளவுக்குப் பால் உறவிலும் பால் தேர்விலும், மேலும் குறிப்பிட்ட பிறப்பு முடிவுகளை உத்தரவாதம் செய்வதற்குச் சாதகமாகவும் எதிராகவும் மேற்கொள்ளப்படும் அக்கறையிலும் தேடப்படவேண்டியிருக்கிறது. இந்தத் துறையில் இப்போது மிகுதியாகவிருக்கும் கொடுமை மற்றும் மடமை பற்றித் தீர்ப்புக் கூறுவதைப் பிந்தைய சகாப்தத்திற்கே உண்மையில் விட்டுவிட வேண்டும். இருப்பினும் தப்பெண்ணங்கள் கனமாக இருந்த போதிலும் பிறப்புகளின் எண்ணிக்கையைக் காட்டிலும் நிச்சயமாயும் அவற்றின் தரம் சம்பந்தமாக இயற்கை அல்லது மனித விழிப்புடைமை வெற்றி பெற்றதா அல்லது தோல்வியடைந்ததா என்பது அதிக முக்கியமானது என்பதை நாம் துவக்கத்திலேயே தெட்டத் தெளிவாக்கிவிட வேண்டும். எல்லாக் காலங்களிலும் எல்லாச் சட்ட அமைப்புகளின் கீழும் கோர உருவங்கள் அழிக்கப்பட்டுவிட்டன என்பது மெய்யே; ஆனால் சகஜமான மனித ஜீவிக்கும், மனித ஜீவியின் எல்லா ஒத்த தோற்றமும் இல்லாத உருத்திரிபுக்கும் இடையே விரிவான அளவிலான தர வித்தியாசம் இருக்கிறது... ஓர் ஊனமுள்ள ஜீவனாக மட்டுமே இருக்கப்போகிற ஒரு மனித உயிர் பிறப்பதைத் தடை செய்வது நன்மை தருவதே என்பது கண்கூடு."

இன்னொரு வாசகம் கூறுவதாவது:

"சாத்தியமான அளவு ஆகச்சிறந்த இயைபுக்கு பிறவாத உலகின் உரிமையைப் புரிந்துகொள்வதற்குத் தத்துவவியல் சிந்தனைக்கு எவ்விதக் கஷ்டமும் இல்லை... கருவுறுதலும் அவசியமேற்படின் பிறப்பும் இதன் தொடர்பாக தடுப்பு அல்லது பிரத்தியேகமான சம்பவங்களில் தேர்வு எச்சரிக்கை நடவடிக்கைக்கான வாய்ப்பை வழங்குகின்றன."

மீண்டும்:

குறைந்தளவு கலையம்சம் கொண்ட, கோடிக்கணக்கான மக்களின் கதி என்ற நோக்கு நிலையிலிருந்து மனித வடிவத்தைச் சதை மற்றும் இரத்தத்தால் செம்மைப்படுத்தும் மேலும் முக்கியமான

கடமை மேற்கொள்ளப்படும் பொழுது கிரீஸ் நாட்டின் கலை - மனிதனை பளிங்குக் கல்லில் லட்சிய வடிவமாகச் செதுக்குவது - அதன் வரலாற்று கலை வெறும் கல்லோடு நடவடிக்கை மேற் கொள்வதோடு நிற்பதில்லை, இதன் அழகியல் இறந்துபட்ட வடிவங்களைப் பற்றிய சிந்திப்பில் அக்கறை கொண்டதல்ல"- இத்தியாதி.

அரும்பி வரும் நமது வருங்காலக் குடிமகன் மீண்டும் மண்ணுலகுக்குக் கொண்டுவரப்படுகிறான். ஹெர் டூரிங்கின் உதவி யில்லாமலே அவன் திருமணம் செய்து வெறும் கல்லுடன் நடவடிக்கை மேற்கொள்வதோ அல்லது இறந்துபட்ட வடிவங்கள் பற்றிய சிந்திப் புடனோ தொடர்புடைய கலை அல்ல என்பதை நிச்சயமாயும் அறிவான்; சொந்தமான உடலுடன் சேர்ந்த ஓர் அனுதாபமுள்ள பெண் இதயத்தைக் கண்டுபிடிக்கும் பொருட்டு அவன் நிகழ்ச்சிகளின் போக்கும் மற்றும் அவனது சொந்த இயல்பும் அவனுக்குத் திறந்து வைத்துள்ள எல்லாப் பாதைகளிலும் அவன் தனக்கென ஒரு வழியைக் காணமுடியும் என்று ஹெர் டூரிங் வாக்களித்திருக்கிறார் அல்லவா. ஆனால் "இதுபோன்ற எதுவும் நடவாது" என்று "அதிக ஆழமும் அதிக கண்டிப்புமான ஒழுக்கமுறை" அவன் முன்னால் இடி முழங்குகிறது. பால் உறவு மற்றும் பால் தேர்வின் துறையில் தற்போது மிகுதியாக உள்ள கொடுமையையும் மடமையையும் ஒழித்துவிட வேண்டியது அவனது முதல் வேலை, மற்றும் சாத்தியமான அளவு ஆகச்சிறந்த இயைபுக்குப் புதிதாகப் பிறக்கும் உலகின் உரிமையை மனதிற்கொள்ள வேண்டும். இந்த வீறார்ந்த தருணம் அவனுக்கு மனித வடிவத்தைச் சதை மற்றும் இரத்தத்தால் செம்மைப்படுத்திக் கொள்ளவும், இவ்விஷயத்தில் ஒரு ஃபிதியஸ் ஆவதற்கும் உரியதாகும். இதை அவன் எவ்வாறு செய்யத் தொடங்குவான்? இது ஒரு "கலை" என்று ஹெர் டூரிங் தாமே கூறிய போதிலும் மேலே மேற்கோள் காட்டப்பட்ட ஹெர் டூரிங்கின் விந்தையான கூற்றுகள் அவனுக்கு அறவே எதையும் சுட்டிக் காட்ட வில்லை. ஜெர்மன் புத்தகக் கடைகளில் இப்போது நிரம்பிக் கிடக்கும் சீல் வைத்த அட்டைகளுடன் கூடிய வகையில் இந்த விஷயத்தைப் பற்றிய ஒரு பாடநூலும் ஒருவேளை "அவரது மனக்கண்ணில் கிரமப் படி" ஹெர் டூரிங் வைத்திருக்கிறாரோ? நாம் இனியும் சமூக இயல் சார்ந்த சமூக அமைப்பில் இல்லை மாறாக மாயக்குழலின் இரகசியத்தில்[233] இருக்கிறோம் - இதிலுள்ள ஒரேயொரு வித்தியாசம் என்னவென்றால் தடித்த கேண்மை சார்ந்த மாசோன் புரோகிதரான [Masonic priest] சரஸ்ட்ரோ நமது மேலும் ஆழமான மேலும் கண்டிப்பான ஒழுக்க நெறியாளருடன் ஒப்பீட்டில் "இரண்டாந்தரப் புரோகிதர்" என்ற வரிசையில் வருவது கூட அரிதாகும் என்பதே. "சுதந்திரமான மற்றும்

அறநெறியான திருமண" நிலைக்குள் பிரவேசிப்பதற்கு முன்னால் ஹெர் டூரிங் தமது இரு சர்வசுதந்திரத் தனிநபர்கள் மீது நடத்தும் அச்சுறுத்தும் சோதனையுடன் ஒப்பிடும்போது சரஸ்ட்ரோ தமது காதலில் கைதேர்ந்த ஜோடி மீது நடத்தும் சோதனை வெறும் குழந்தை விளையாட்டாகும். எனவே "சுய சார்புடையவராகச் செய்யப்படும்" நமது வருங்கால டாமினோவிடம் உண்மையிலேயே முற்ற முழுமையான தடைக்கால் இருக்கும்படி நேரலாம், ஆனால் அவரது கால்களில் ஒன்று இருக்க வேண்டியதை விடவும் இரண்டு படி குட்டையானதாக இருக்கலாம், இதனால் தீநாவினர் அவரைக் குட்டைக்காலன் என்று அழைக்கலாம். அவரது ஆகச்சிறந்த வருங்காலக் காதலி பமினா அவளது வலது தோளின் பக்கம் இருக்கும் சிறு சாய்வு காரணமாக மேலே கூறப்பட்ட முழுமை மீது முற்றும் நேராக நிற்கமுடியாது போகலாம்; இதைப் பொறாமை நாவினர் சிறுகூனல் என்று கூறலாம். அப்போது என்ன நேரும்? நமது அதிக ஆழமும் அதிக கண்டிப்புமுள்ள சரஸ்ட்ரோ அவர்கள் மனித இனத்தைச் சதையாலும் இரத்தத்தாலும் செம்மைப்படுத்தும் கலையினைச் செயற்படுத்தக் கூடாது என்று தடை போடுவாரா; கருவுறும் போது தமது "தடுப்புக் காப்பு" அல்லது பிறப்பின் போது தமது "தேர்வுக் காப்பை" அமுல்படுத்துவாரா? பத்தில் ஒன்று காரியங்கள் வேறுவிதமாகவே நிகழும்; காதலர் ஜோடி சரஸ்ட்ரோ - டூரிங்கை அவர் நிற்குமிடத்திலேயே விட்டுவிட்டு திருமணப் பதிவு அலுவலகத்திற்கு விரைவார்கள்.

நில் அங்கே! கூவுகிறார் ஹெர் டூரிங். நான் கருதியது இது அல்லவே அல்ல. விளக்கம் தர எனக்கு ஒரு வாய்ப்புத் தாருங்கள்!

> ஆரோக்கியமான பாலுறவுகளின் உயர்ந்த உண்மையான மனித உள் அவாக்களில்... மனித உணர்ச்சியுடன் உன்னதப்படுத்தப்பட்ட வடிவிலான பால் கிளர்ச்சி அதன் முனைப்பான வெளிப்பாட்டில் பேருணர்ச்சியைக் காட்டும் காதலாகும்; இது மற்றவரால் ஒத்தளாவப்படுமேல் இதன் விளைவிலும் ஏற்றுக்கொள்ளத்தக்க தான ஓர் உறவிற்கான சிறந்த உத்தரவாதமாகும்... தானே இசை வானதான ஓர் உறவிலிருந்து ஒத்திசைவாக உருவாக்கப்பட்ட சாதனம் தோன்ற வேண்டும் - இது இரண்டாம் பட்சமான விளைவு மட்டுமே. மறுபுறம், எத்தகைய கட்டாயப்படுத்தலும் பாதகமான விளைவுகளைக் கொண்டதாக இருக்கும் என்று ஏற்படுகிறது."

இவ்வாறாக சாத்தியமான சமூக இயல் சார்ந்த உலகங்கள் அனைத்திலும் சிறந்ததில் மிகச்சிறந்த வழியில் யாவும் முடிவுறுகின்றன; குட்டைக்காலனும் கூனல் முதுகியும் ஒருவரை ஒருவர் பேரார்வத்தோடு

காதலிக்கின்றனர், எனவே தமது ஒத்தளாவிய உறவில் "இரண்டாம் பட்சமான இசைவான விளைவுக்குச்" சிறந்த உத்தரவாதம் வழங்கு கிறார்கள்; இவையாவும் ஒரு நவீனம் போன்று உள்ளது - அவர்கள் ஒருவரை ஒருவர் காதலிக்கிறார்கள், ஒருவரை ஒருவர் அடைகிறார்கள், அதிக ஆழமான அதிக கண்டிப்பான ஒழுக்கநெறி அனைத்தும் வழக்கம்போல இசைவான வெறுஞ்சொல்லாகி விடுகிறது.

பொதுவாகப் பெண்பாலர் குறித்த ஹெர் டூரிங்கின் உன்னதக் கருத்துகளை இன்றைய சமூகம் பற்றிய பின்வரும் குற்றப்பட்டியலில் இருந்து திரட்டித் தரலாம்:

> "மனிதஜீவிக்கு மனிதஜீவியை விற்பனை செய்வதை அடிப்படை யாக்கிய ஓர் ஒடுக்குமுறை சமுதாய அமைப்பில், விபச்சாரம் ஆடவருக்குச் சாதகமாகக் கட்டாயத் திருமண பந்தங்களின் இயல்பான நிறைவு அம்சமாக ஒப்புக் கொள்ளப்படுகிறது. மகளிரைப் பொறுத்தவரை இத்தகைய எதுவும் சாத்தியமல்ல என்பது மிகவும் புரிந்துகொள்ளக் கூடியது மட்டுமன்றி மிகவும் முக்கியமான உண்மைகளில் ஒன்றாகும்."

இந்தப் பாராட்டுக்கு மகளிரிடமிருந்து ஹெர் டூரிங்குக்கு வந்து திரண்டு குவியத்தக்கதான இந்த நன்றிகளின் முன் இந்த உலகில் வேறு எத்தகைய நன்றியையும் சட்டைசெய்ய மாட்டேன். ஆனால் உண்மையில் ஹெர் டூரிங் பெண்கள் பென்ஷன் [schurzenstipendium] என்று அறியப்படுகிற வருவாய் வடிவம் குறித்துக் கேள்விப்படவே இல்லையா? இப்போது இது எவ்விதத்திலும் விதிவிலக்காக இல்லை. ஹெர் டூரிங் தாமே முன்பொருக்கால் கருத்து வாக்கெடுப்பாளரா யிருந்தார்.[234] அவர் பெர்லினில் வாழ்கிறார், அங்கு எனது காலத்திலும் கூட முப்பத்தாறு ஆண்டுகளுக்கு முன்னால் Referendarius என்ற சொல் - துணை ஆட்கள் குறித்து எதுவும் சொல்லத் தேவையில்லை - Schurzen stipendiarius என்பதுடன் அடிக்கடி இசை போடும்!

❑❑❑

பெரும்பாலும் சுவையற்றதும் துயரகரமிகுந்ததுமான எமது விஷயத்திலிருந்து கிண்டலான மற்றும் சமரசக் குறிப்புடன் விடை வாங்கிக்கொள்ள வாசகர் எம்மை அனுமதிப்பாராக. மேலும் எழுப்பப் பட்ட தனித்தனிப் பிரச்சனைகளைப் பொறுத்தவரை எமது நிர்ணயிப்பு எதார்த்தமான மறுக்கமுடியாத உண்மைகளால் கட்டுப்படுத்தப் பட்டிருந்தது; இந்த உண்மைகளின் அடிப்படையில் பெரும்பாலும் எமது நிர்ணயிப்புகள் தவிர்க்கமுடியாத வகையில் கூரியனவாயும் கடுமையாகவும் கூட இருந்தன. இப்போது தத்துவவியல், பொருளியல்

மற்றும் சமூக இயல்பு சார்ந்த அமைப்பு ஆகிய அனைத்தும் எம் பின்னால் கிடக்கும் பொழுது, நாம் முன்னாட்களில் தனித்தனி அம்சங்களில் பரிசீலிக்க வேண்டியிருந்த ஆசிரியரின் சித்திரம் முழுமை யாக நமது முன்னால் இருக்கும் பொழுது - மனித நோக்கங்கள் முன்னணிக்கு வரலாம். இந்தக் கட்டத்தில் பல புரிந்து கொள்ள வியலாத விஞ்ஞானப் பிழைகள் மற்றும் இறுமாப்புக்கான தனி இயல்புகளால் விளக்க அனுமதிக்கப்பட்டு, ஹெர் டூரிங்குக்கு எதிரான எமது தீர்ப்பைத் தற்பெருமைக் கோளாறு காரணமாக ஏற்பட்ட அறிவுத் திறமையின்மை என்ற சொற்களில் தொகுத்துக் கூறுகிறோம்.

பகைவர்கள்

பிற்சேர்க்கைகள்

"டூரிங்குக்கு மறுப்பு" என்ற நூலுக்கான பழைய முகவுரை

இயக்கவியலைப் பற்றி[235]

பின்வரும் நூல் ஏதோ ஓர் "உள்தூண்டுதல்" காரணமாக எவ் வகையிலும் தோன்றியதல்ல. அதற்கு மாறாக, ஹெர் டூரிங்கின் புத்தகம் புதிய சோஷலிசத் தத்துவத்தின் மீது விமர்சன ஒளியை வீசும்படி என்னைத் தூண்ட எவ்வளவு பெரிய முயற்சி எனது நண்பர் லீப்க்-னெஹ்ட் செய்ய வேண்டியிருந்தது என்பதற்கு அவரே சான்று கூறுவார். இவ்வாறு செய்வது என்று என் மனதில் தீர்மானித்தவுடனேயே, ஒரு புதிய தத்துவியல் அமைப்பின் ஆக அணித்தான நடைமுறைப் பலன் என்ற உரிமை கொண்டாடுகிற இந்தத் தத்துவத்தை, அதற்கும் இந்த அமைப்பிற்கும் உள்ள தொடர்பிலும் அலசி ஆராயவும் இவ்வாறாக அந்த அமைப்பையே பரிசீலனை செய்யவும் முன்வருமாறு தவிர எனக்கு வேறு வழியில்லை. ஆகவே சாத்தியமான எல்லா விஷயங் களைப் பற்றியும் அதோடு கூட வேறு சிலவற்றைப் பற்றியும் அவர் பிரஸ்தாபிக்கும் இந்த விரிந்த பிரதேசத்தில் ஹெர் டூரிங்கைப் பின்தொடர்ந்து செல்லவேண்டிய கட்டாயம் எனக்கு ஏற்பட்டது. 1877ம் ஆண்டுத் துவக்கத்திலிருந்து ஆரம்பித்து லைப்சிக் Vorworks பத்திரிகையில் வெளிவந்த தொடர் கட்டுரைகளின் மூலம் இதுவே; இங்கு அவை தொடர்புள்ள முழுத் தொகுப்பாகத் தரப்படுகின்றன.

எவ்வளவுதான் தற்புகழ்ச்சி செய்துகொண்டாலும், விஷயத்தின் தன்மை காரணமாகவே மிக மிக முக்கியத்துவமில்லாததாக இருக்கும் பொழுது ஓர் அமைப்புப் பற்றிய விமரிசனம், இவ்வளவு அதிக விவரமாக ஏன் முன்வைக்கப்பட்டிருக்கிறது என்பதற்குச் சமாதானமாக இரண்டு சந்தர்ப்பச் சூழல்களைச் சுட்டலாம். ஒருபுறத்தில் இன்று முற்றிலும் பொதுவான விஞ்ஞான அல்லது நடைமுறை அக்கறைக் குரியதான, சர்ச்சைக்குரியதான பிரச்சனைகள் மீதான எனது கண் ணோட்டத்தைப் பல்வேறு துறைகளிலும் உருப்படியான வடிவில் முன்வைப்பதற்கு இந்த விமர்சனம் எனக்கு வாய்ப்பளித்தது. ஹெர் டூரிங்கின் அமைப்புக்கு ஒரு மாற்றாக இன்னொரு அமைப்பை முன் வைக்க வேண்டும் என்ற எண்ணம் எனக்குக் கொஞ்சம்கூட மனதில் தோன்றவில்லை எனினும் அதே போதில் என்னால் பல்வேறுவகையான

விஷயாதாரங்கள் பரிசீலிக்கப்பட்டிருந்த போதிலும், என்னால் முன்வைக்கப்பட்டுள்ள கருத்துகளில் உள்ளார்ந்து கிடக்கும் பரஸ்பரத் தொடர்பை வாசகர் கவனிக்காமலிருக்க முடியாது என்று நம்புகிறோம்.

மறுபுறத்தில் "அமைப்பு - உருவாக்கம்" ஹெர் டூரிங் தற்கால ஜெர்மனியில் எவ்வகையிலும் ஒரு தனிமைப்பட்ட புலப்பாடு அன்று. அந்த நாட்டில் சென்ற சிறிது காலமாகவே தத்துவவியல் விசேஷமாயும் இயற்கைத் தத்துவவியல் அமைப்புகள் காளான்களைப் போன்று ஓர் இரவுக்குள் டஜன்கணக்கில் முளைத்தெழுந்து கொண்டிருக்கின்றன; அரசியல், பொருளாதாரம் ஆகியவற்றிலான எண்ணற்ற புதிய அமைப்பு களை நான் இதில் குறிப்பிடத் தேவையில்லை. நவீன அரசில் எவ்வாறு ஒவ்வொரு குடிமகனும் அவன் வாக்களிக்குமாறு கோரப்படுகிற எல்லாப் பிரச்சனைகளைப் பற்றியும் தீர்ப்பளிக்கத் தகுதிவாய்ந்தவனாக எண்ணப்படுகிறானோ, பொருளாதாரத்தில் எவ்வாறு ஒவ்வொரு வாங்குவோனும் தனது பராமரிப்புக்காக வாங்கும் வாய்ப்புடைய எல்லாப் பண்டங்களையும் பற்றிய ரசனைத் தேர்ச்சியுள்ளவனாக எண்ணப்படுகிறானோ, அதே மாதிரியான அனுமானங்கள் இப்போது விஞ்ஞானத்திலும் செய்யப்படவிருக்கின்றன. எதைப்பற்றியும் யாரும் எழுதலாம். தாம் படித்தாராயாத விஷயங்களைப் பற்றி மக்கள் வேண்டுமென்றே எழுதுவதிலும், இது ஒன்றே கறாரான விஞ்ஞான பூர்வமான முறை என்று முன்வைப்பதிலுமே துல்லியமாயும் இன்றைய "விஞ்ஞான சுதந்திரம்" அடங்கியுள்ளது. இந்த இறுமாப்புடைய போலி - விஞ்ஞானத்தின் ஆகக் குறிப்பிடத்தக்க மாதிரியே ஹெர் டூரிங்; இந்தப்போலி விஞ்ஞானம் ஜெர்மனியில் இற்றை நாட்களில் எல்லாவிடங்களிலும் முண்டியடித்து முன்னுக்கு வந்து, தனது அதிர்வூட்டும் உன்னத மடமையைக் கொண்டு எல்லாவற்றையும் மூழ்கடித்து வருகிறது. காவியம், தத்துவவியல், பொருளாதாரம், வரலாற்றியல் இவற்றில் உன்னதமான மடமை; விரிவுரையாற்றும் மண்டபத்திலும் பொதுமேடையிலும் உன்னதமான மடமை; இதர நாடுகளின் சாமானியமான எளிமையான மடமையிலிருந்து தன்னை வேறுபடுத்திக்கொண்டு கருத்தாழத்திற்கும் மேன்மைக்கும் உரிமை கொண்டாடுகிற உன்னதமான மடமை; ஜெர்மனியில் செய்யப்பட்ட இதர சரக்குகளைப் போலவே - மலிவான ஆனால் மோசமான - ஜெர்மனியின் அறிவுத்துறைத் தொழிலின் ஆகக் குறிப்பிடத்தக்கப் பெருமளவிலான உற்பத்திப் பொருளும் உன்னத மடமையே, துரதிருஷ்டவசமாக இது பிலெடெல்ஃபியா பொருட்காட்சியில்[236] உற்பத்திச் சரக்குகளுடன் சேர்த்துக் காட்சிக்கு வைக்கப்படவில்லை. சமீபத்தில் ஜெர்மன் சோஷலிசமும் கூட, குறிப்பாக ஹெர் டூரிங்கின் நல்ல முன்னுதாரணத்திற்குப் பிறகு கணிசமான அளவில் உன்னத

மடமைக்கு ஆளாகியிருக்கிறது; நடைமுறைச் சமூக ஜனநாயக இயக்கம் இந்த உன்னத மடமையினால் தவறான வழிக்கு இட்டுச் செல்லப் படுவதற்குச் சிறிதும் இடங்கொடுக்கவில்லை என்றால், இயற்கை விஞ்ஞானத்தைத் தவிர ஏறக்குறைய மற்றெல்லாத் துறைகளிலும் அசௌக்கியமுற்றுள்ள அந்த நாட்டில் இன்று தொழிலாளி வர்க்கம் குறிப்பிடத்தக்க அளவு ஆரோக்கியமான நிலையில் உள்ளது என்பதற்கு மேலும் ஒரு சான்றாகும்.

மனித அறிவு என்றைக்கும் சர்வத்தையும் அறிந்த ஞானத்தின் தன்மையைப் பெறமுடியாது[237] என்று நகேலி மியூனிக் நகரில் நடை பெற்ற இயற்கை விஞ்ஞானிகளின் கூட்டத்தில் ஆற்றிய உரையில் குறிப்பிட்டபோது, அவர் ஹெர் டூரிங்கின் சாதனைகளை அறிந்திருக்க முடியாது என்பது தெளிவாகிறது. இந்தச் சாதனைகள், அதிகபட்சம் பொழுது போக்குக்கு என்ற அளவில் மட்டுமே இயங்கக் கூடியதான பலதுறைகளில் நான் அவரைப் பின்பற்றுமாறு என்னைக் கட்டாயப் படுத்தின. ஒரு "சாமானிய மனிதன்" ஏதேனும் ஒரு கருத்தை வெளி யிடுவது தகாத் துணிச்சல் என்று பெரும்பாலும் கருதப்பட்ட இயற்கை விஞ்ஞானத்தின் பல்வேறு பிரிவுகளுக்கும் இது குறிப்பாகப் பொருந்தும். தனது விசேஷத் துறைக்கப்பால் ஒவ்வோர் இயற்கை விஞ்ஞானியும் ஒரு கற்றுக்குட்டியே[238] vulgo ஒரு சாமானிய மனிதனே என்ற அதே மியூனிக் நகரில் விர்ஹோவால் உரைக்கப்பட்டு, பின்னால் வேறிடத்தில் விரிவாக விவாதிக்கப்பட்ட கருத்து எனக்குச் சற்றே ஊக்கமூட்டுவதாக உள்ளது. அப்படிச் சிறப்பான தேர்ச்சியுடைய ஒருவன் அருகாமையிலுள்ள துறைகளிலும் அவ்வப்போது அத்துமீறிப் பிரவேசிப்பதற்கான சுதந்திரத்தை எடுத்துக் கொள்ளலாம், எடுத்துக்கொள்ள வேண்டும். அந்தத் துறைகளிலுள்ள விசேஷத் தேர்ச்சியுடையவர்கள் சிறு பிழைகள், நேர்த்திக் குறைவான சொல்லாட்சி விஷயமாக அவனுக்குச் சலுகை காட்டுவது போல, நானும் எனது பொதுவான தத்துவார்த்தக் கருத்துகளுக்குச் சான்றாக இயற்கையின் மாற்றப்போக்குகளையும் இயற்கையின் நியதிகளையும் எடுத்துக்காட்டும் சுதந்திரத்தை மேற் கொண்டுள்ளபடியால் நானும் அந்தச் சலுகையை எதிர்பார்க்கலாம் என்று நம்புகிறேன்.* நவீன இயற்கை விஞ்ஞானம் அடைந்துள்ள விளைவுகள் ஓர் இயற்கை விஞ்ஞானியை, அவர் விரும்பினாலும் விரும்பாவிட்டாலும் இன்று எவ்வாறு பொதுவான தத்துவரீதியான முடிவுகளுக்கு வருமாறு வலுவந்தமாக இட்டுச் செல்கிறதோ அதைத்

★ எங்கெல்ஸ் தமது பழைய முகவுரையில் ஒரு பகுதியை ஆரம்பத்திலிருந்து இந்த வாக்கியம் வரை ஒரு செங்குத்தான கோடு போட்டு அடித்து விட்டிருக்கிறார்; காரணம், இந்தப் பகுதியை **டூரிங்குக்கு மறுப்பு** என்கிற தமது நூலில் முதற்பதிப்பின் முகவுரையில் அவர் பயன்படுத்திக் கொண்டிருக்கிறார். - ப-ர்.

தடுக்க முடியாத வலிமையுடன் தத்துவரீதியான விவகாரங்களில் ஈடுபட்டுள்ள ஒவ்வொருவர்மீதும் வலிந்து செயல்படுகின்றன. இங்கு ஒரு விதத்தில் ஒரு குறை ஈடுசெய்யப்படுகிறது. இயற்கை விஞ்ஞானத்தில் தத்துவவாதிகள் கற்றுக்குட்டிகள் என்னும் பட்சத்தில் இயற்கை விஞ்ஞானிகளும் இன்று தத்துவத்துறையில், தத்துவவியல் என்று இதுவரை அழைக்கப்பட்டுவருகிற துறையில் அதே அளவுக்கு எதார்த்தத்தில் அப்படியேதான் உள்ளனர்.

அனுபவவாத இயற்கை விஞ்ஞானம் அறிவுத் துறைக்குப் பிரம் மாண்டமான அளவில் உருப்படியான விஷயாதாரங்களைச் சேகரம் செய்துள்ளது; ஆகவே திட்டமிட்ட முறையில் அவற்றின் பரஸ்பர உள் தொடர்புகளுக்கு ஏற்ப, ஒவ்வொரு தனிப்பட்ட ஆராய்ச்சித் துறையிலும் அவற்றை வகைப்படுத்துவது முற்றிலும் அவசர அவசியமாகிவிட்டது. தனிப்பட்ட அறிவுத் துறைகளையும் ஒன்றோடொன்று சரியான தொடர்புக்குள் கொண்டு வரவேண்டியதும் அதே அளவுக்கு அவசர அவசியமாகிவிட்டது. அப்படிச் செய்யும் பொழுது இயற்கை விஞ்ஞானம் தத்துவத்துறைக்குள் பிரவேசிக்கிறது; இங்கு அனுபவ வாதத்தின் முறைகள் பயன்படா, தத்துவரீதியிலான சிந்தனையே உதவிகரமாக இருக்க முடியும்.* ஆனால் தத்துவ ரீதியான சிந்தனை என்பது இயற்கையான திறன் என்ற அளவில் மட்டுமே ஓர் உள்ளார்ந்த பண்பாகும். இந்த இயற்கையான திறன் வளர்க்கப்பட்டு மேம்படுத்தப் பட வேண்டும்; அதன் மேம்பாட்டுக்கு முந்தைய தத்துவவியலைப் படித்தாராய்வது தவிர வேறு வழிகள் கிடையாது.

ஒவ்வொரு சகாப்தத்திலும் - ஆகவே நம்முடையதிலும் - தத்துவ ரீதியான சிந்தனை என்பது ஒரு வரலாற்றுபூர்வமான விளைவாகும்; அது வெவ்வேறு காலங்களில் மிகவும் வெவ்வேறான வடிவங்களையும் அத்துடன் வெவ்வேறு உட்கிடக்கைகளையும் கொள்கிறது. ஆகவே சிந்தனையின் விஞ்ஞானம் என்பதும் மற்றவற்றைப் போலவே ஒரு வரலாற்று ரீதியான விஞ்ஞானமாகும்; மனிதச் சிந்தனையின் வரலாற்று ரீதியான வளர்ச்சியின் விஞ்ஞானமாகும். அனுபவ ரீதியான துறைகளில் சிந்தனையை நடைமுறையில் பிரயோகிக்கும் போதும் இது முக்கியத் துவமுடையதாகிறது. ஏனெனில், முதலாவதாக, சிந்தனையின் நியதி களைப் பற்றிய தத்துவம், "தர்க்கவியல்" என்ற சொல்லைக் குறித்து பிலிஸ்தீனியரின் அறிவாய்வு கற்பனை செய்து கொள்வதுபோல என்றென்றைக்குமாக நிலைநாட்டப்பட்டுவிட்டதான ஒரு "நிரந்தர உண்மை"யாகாது. சம்பிரதாயத் தர்க்கவியல் அரிஸ்டாட்டில் கால

★ கைப்பிரதியில் இந்த வாக்கியமும் அதற்கு முந்தைய வாக்கியமும் பென்சிலால் அடியில் கோடு போட்டுக் காட்டப்பட்டுள்ளன. - ப-ர்.

முதல் இந்த நாள் வரைக்கும் வன்மையான சர்ச்சையின் அரங்கமாக இருந்து வந்துள்ளது. இயக்க இயலை இதுவரை ஓரளவுக்கு நெருக்க மாகப் பரிசீலனை செய்தவர்கள் அரிஸ்டாட்டில், ஹெகல் ஆகிய இரு சிந்தனையாளர்கள் மட்டுமே. ஆனால் இற்றை நாள் இயற்கை விஞ்ஞானத்திற்கு மிகவும் முக்கியமான சிந்தனா வடிவமாக அமைவது குறிப்பாயும் இயக்க இயல் ஒன்றே; ஏனெனில் இயற்கையில் நிகழ்கிற பரிணாம மாற்றப்போக்குகளையும், பொதுவான பரஸ்பரத் தொடர்பு களையும், ஒரு பரிசீலனைத் துறையிலிருந்து மற்றொன்றுக்கு மாறுவதில் உள்ள இடைநிலைகளையும் விளக்குகிற முறையாக மட்டுமின்றி, அதற்கு ஒப்பான ஒரு மாதிரி - அமைப்பையும் அது மட்டுமே அளிக்கிறது.

இரண்டாவதாக, மனிதச் சிந்தனையின் படிப்படியான வளர்ச்சியின் வரலாற்றுபூர்வமான பாதையைப் பற்றியும், பல்வேறு காலங்களில் புற உலகத்திலான பொதுவான பரஸ்பரத் தொடர்புகள் குறித்த கருத்து களைப் பற்றியும், மற்றொரு கூடுதல் காரணத்திற்காகத் தத்துவரீதியான இயற்கை விஞ்ஞானம் அறிந்திருக்க வேண்டியது அவசியம், அதாவது இந்த விஞ்ஞானம் தானே பிரகடனம் செய்த தத்துவங்களுக்கு அதுவே ஓர் உரைகல்லை வழங்குகிறது. இருந்தபோதிலும் கூட இங்குதான் தத்துவியலின் வரலாற்றைப் போதியளவு அறிந்து கொள்ளாததன் குறைபாடு மிக அடிக்கடியும் வெளிப்படையாகவும் காட்சியளிக்கிறது. பல நூற்றாண்டுகளுக்கு முன்னரே தத்துவவியலில் முன்வைக்கப்பட்டு, தத்துவவியல் துறையில் வெகுகாலத்துக்கு முன்பே செயலாட்சி இழந்து விட்டதான உத்தேசக் கருத்துகளைத் தத்துவம் உருவாக்கும் இயற்கை விஞ்ஞானிகள் புத்தம் புதிய விவேகமாக அடிக்கடி முன்வைக்கின்றனர்; இந்த உத்தேசக் கருத்துகள் சிறிய காலத்துக்குப் புது பாணியாகவும் இருக்கின்றன. வெப்பத்தைப் பற்றிய இயாந்திரிக தத்துவம் ஆற்றலின் அழியாநிலைக் கோட்பாட்டைப் பல புதிய ஆதாரங்களைக் கொண்டு வலுப்படுத்தி அதை மீண்டும் முன்னணியில் கொண்டுவந்து நிறுத்திய தானது நிச்சயமாயும் அதனுடைய மகத்தான சாதனையே; ஆனால் இந்தக் கோட்பாடு ஏற்கெனவே டெக்கார்டால் முறைப்படுத்தி முன் வைக்கப்பட்டது என்பதை மதிப்புக்குரிய பௌதிகவியலாளர்கள் நினைவில் வைத்திருந்தார்கள் என்றால் அந்தக் கோட்பாடு முற்றிலும் புதிய ஒன்றாக மேடையில் தோன்றியிருக்க முடியுமா? பௌதிகவியலும் இரசாயனவியலும் அனேகமாக முற்றிலுமாக மூலக்கூறுகள் மற்றும் அணுக்களைப் பற்றி மறுபடியும் ஆராய்வதால் பண்டைய கிரேக்க நாட்டின் அணுத் தத்துவவியல் அவசியத்தை முன்னிட்டு மறுபடியும் முன்னுக்கு வந்துள்ளது. ஆனால் அதை இயற்கை விஞ்ஞானிகளில் சிறந்தவர்களே எவ்வளவு மேலெழுந்த வாரியாகப் பார்க்கின்றனர்! இவ்வாறாக, அதைத் தோற்றுவித்தது லெவ்க்கிப்பஸ் அல்ல மாறாக

டெமாகிரிடஸ்தான் என்று கெக்கூலே நம்மிடம் சொல்லுகிறார் [Ziele und Leistungen der Chemie"]★. பண்புரீதியில் வேறுபட்ட மூலக அணுக்கள் நிலவுவதாக முதலில் அனுமானித்தவர் டால்டன் என்றும் வெவ்வேறு மூலகங்களுக்குத் தக்கதான வெவ்வேறு எடைகளை முதலில் அவற்றுக்குச் சாட்டியதும் அவரே என்றும் அவர் சாதிக்கிறார்.[239] ஆனால் பருமாணத்திலும் வடிவிலும் மட்டுமல்ல எடையிலும் அணுக்களுக்கு வேறுபாடுகளை ஏற்கெனவே சாட்டியவர் எபிக்யூரஸ் என்பதை, அதாவது அணு எடையைப் பற்றியும் அணுப் பருமனைப் பற்றியும் அவர் தமது சொந்த வழியில் ஏற்கெனவே அறிந்திருந்தார் என்பதை டியோஜெனில் லார்டியஸ் எழுதிய நூலில் (X, §§ 43-44, 61) யாரும் படிக்க முடியும்.

1848 ம் ஆண்டு, ஜெர்மனியில் வேறு எதையும் ஒரு முடிவுக்கு கொண்டு வராவிட்டாலும் தத்துவவியல் துறையில் மட்டும் ஒரு முழுமையான புரட்சியையே நிறைவேற்றி இருந்தது. அந்த நாடு நடைமுறைத் துறைக்குள் குதிப்பதன் மூலம் ஒரு புறத்தில் நவீனத் தொழில்துறை மற்றும் மோசடியின் ஆரம்பத்தை நிலைநாட்டியது; மறுபுறத்தில் கேலிச்சித்திரம் போன்ற நாடோடி மதப்பிரச்சாரகர் களான வோக்ட், புஹ்னர் ஆகியவர்களால் அங்குரார்ப்பணம் செய்யப் பட்டு, இயற்கை விஞ்ஞானம் பின்னாட்களில் ஜெர்மனியில் அடைந்த மாபெரும் முன்னேற்றத்தைத் துவக்கிவிட்டது; பெர்லின் நகரத்துப் பழைய ஹெகலியவாதம் என்ற மணற்பாலையிலே தன்னை இழந்து விட்ட சாஸ்திரிய ஜெர்மன் தத்துவவியலின்பால் நாடு உறுதியுடன் முதுகைத் திருப்பி நின்றது. பெர்லின் நகரத்துப் பழைய ஹெகலிய வாதத்திற்கு இது முற்றிலும் வேண்டியதே. ஆனால் விஞ்ஞானத்தின் கொடுமுடிகளை எட்டிப்பிடிக்க விரும்பும் ஒரு நாடு தத்துவார்த்தச் சிந்தனையின்றி அதைச் சமாளிப்பது சாத்தியமல்ல. இயற்கையின் மாற்றப் போக்குகளின் இயக்க இயல் தன்மை மனத்தின் மீது தடுக்க முடியாதவாறு தன்னைத் திணித்துக் கொண்டிருந்த நேரத்தில் தத்துவம் என்ற மலையில் வழி கண்டுபிடித்து ஏறிச்செல்ல இயற்கை விஞ்ஞானத்திற்கு இயக்க இயல் மட்டுமே துணைசெய்ய முடியும் என்றிருந்த நேரத்தில் ஹெகலியவாதம் மட்டுமல்ல, இயக்க இயலுங் கூட கழித்து வெளியே தள்ளப்பட்டது. ஆகவே பழைய இயக்க மறுப்பியலுக்கு வேறு வழியின்றித் திரும்பிச் செல்ல வேண்டியதாயிற்று. அது முதற்கொண்டு பொது மக்களிடையே செல்வாக்குப் பெற்று நடப்பிலிருந்தது என்னவெனில், ஒரு பக்கம் பிலிஸ்தீனியருக்குப்

★ **இரசாயனவியலின் நோக்கங்களும் சாதனைகளும்** என்ற கெக்கூலேயின் பிரசுரத்தை இங்கு எங்கெல்ஸ் குறிப்பிடுகிறார். இது 1878-ல் பானில் வெளிவந்தது. - ப-ர்.

பொருத்தமாக உருவாக்கப்பட்ட ஹோபன்ஹவரின் சத்தில்லாத சிந்தனைகளும் பின்னர் இவற்றுடன் சேர்ந்த கார்ட்மன் கருத்துகளும்; மறுபுறத்தில் வோக்ட், புஹ்னர் போன்றோரின் நாடோடிப் பிரச்சாரத் தன்மையுள்ள விஞ்ஞானக் கேடான பொருள்முதல்வாதமுமே ஆகும். பல்கலைக்கழகங்களில் கதம்பவாதத்தின் மிக வேறுபட்ட பல ரகங்கள் ஒன்றோடொன்று போட்டியிட்டன; பழைய தத்துவவியல்களின் மிச்சமிகுதிகளிலிருந்து மட்டுமே புனையப்பட்டு எல்லாமே இயக்க மறுப்பியல் தன்மை கொண்டவையாக இருந்ததே அவற்றின் பொதுப் படையான ஒரே அம்சம். சாஸ்திரிய தத்துவவியலின் மிச்ச மிகுதி களிலிருந்து பாதுகாக்கப்பட்டதெல்லாம் ஒருவகையான புதிய கான்ட்டியவாதம் மட்டுமே; அதிலுங்கூட நிரந்தரமாக அறியவே முடியாத தன்னிலைப்பொருள் இருப்பதாக முடிந்த முடிபாகக் கூறும் பகுதியே, பாதுகாக்கப்படச் சற்றும் தகுதியில்லா கான்ட் தத்துவத்தின் பகுதி அது. இவற்றின் இறுதி விளைவு தற்போது நிலவும் தத்துவார்த்த சிந்தனையிலுள்ள குளறுபடியும் குழப்பமுமேயாகும்.

இயற்கை விஞ்ஞானம் பற்றிய எந்த ஒரு தத்துவார்த்த நூலை ஒருவர் விரித்து நோக்கினாலும், இயற்கை விஞ்ஞானிகளின் மீது இந்தக் குளறுபடியும் குழப்பமும் எந்தளவுக்கு ஆட்சி செலுத்துகின்றன என்பதையும் தற்போது நடப்பிலுள்ள தத்துவவியல் எனப்படுவது அவர்களுக்கு அறவே எவ்வித வழியையும் காட்டவில்லை என்பதையும் அவர்களே உணருகிறார்கள் என்ற அபிப்பிராயத்தைப் பெறாமல் இருக்க முடியாது. இங்கு இயக்க மறுப்பியல் சிந்தனையிலிருந்து இயக்க இயல் சிந்தனைக்கு ஏதாவது ஒருமுறையில் திரும்பிவராமல் தெளிவு பெறுவதற்கான சாத்தியக்கூறு இல்லை, உண்மையிலேயே வேறு வழி கிடையாது.

இந்தத் திரும்பிவருதல் என்பது பல வேறு வழிகளில் நடைபெற முடியும். இயக்க மறுப்பியலின் பழைய வலுவந்தமாக அளவறுத்த படுக்கைக்குள் [Procrustean bed] மடங்க முடியாது என மறுக்கும் இயற்கை விஞ்ஞானக் கண்டுபிடிப்புகளில் வெறும் வன்மை மூலம் தன்னியல்பாக இயக்க இயலுக்குத் திரும்பிவர முடியும். ஆனால் அது நீண்ட நெடிய வருந்தி உழைக்கத்தக்க பாதையாகும்; இதில் மிகப் பெரிய அளவிலான அவசியமில்லாத உரைசலைப் போக்க வேண்டும். இந்த மாற்றப் போக்கு பெரிய அளவுக்கு குறிப்பாக உயிரியல் துறையில் ஏற்கெனவே நிகழ்ந்து வருகிறது. இயற்கை விஞ்ஞானத் துறையிலுள்ள தத்துவவாதிகள் இயக்க இயல் தத்துவவியலை அதனுடைய வரலாற்று பூர்வமாக நிலவும் வடிவங்களில் மேலும் நெருக்கமாக அறிந்து கொள்வார்களானால் அந்தப் பாதை பெருமளவுக்குச் சுருங்கும். அந்த வடிவங்களிடையே நவீன இயற்கை விஞ்ஞானத்திற்கு விசேஷமான பலனை அளிக்கக்கூடிய இரண்டு உள்ளன.

இவற்றில் முதலாவது கிரேக்க தத்துவவியல். இங்கு இயக்க இயல்ரீதியான சிந்தனை இன்னும் அதன் ஆரம்ப எளிமையுடன் விளங்குகிறது; 17ஆவது 18ஆவது நூற்றாண்டுகளைச் சேர்ந்த இயக்க மறுப்பியல் - இங்கிலாந்தில் பேகனும் லோக்கும் செய்தது போல, ஜெர்மனியில் வோல்ஃப் செய்தது போல - தனது பாதைக்கு குறுக்கே தானே போட்டுக்கொண்ட வசீகரமான தடைகளால் சங்கடப்பட வில்லை; இந்தத் தடைகளைப் போட்டுக்கொண்டதால் இயக்க மறுப்பியல் தன்னுடைய சொந்த முன்னேற்றத்தைத் தானே தடுத்துக் கொண்டது; ஒரு பகுதியைப் புரிந்துகொள்வதிலிருந்து முழுமையையும் புரிந்து கொள்ள முன்னேறுவதை, விஷயங்களின் பொதுவான பரஸ்பரத் தொடர்புகள் பற்றி ஒரு நுண்ணறிவு பெற முன்னேறுவதைத் தடைப்படுத்திக் கொண்டது. கிரேக்கர்கள் இயற்கையைப் பகுத்து ஆய்வு செய்து பார்ப்பதில் இன்னும் போதியளவு முன்னேறாத காரணத்தால் அவர்கள் இன்னும் இயற்கையை முழுமையாக, பொதுப் படையாகவே பார்த்தனர். இயற்கைப் புலப்பாட்டின் சர்வவியாபகமான தொடர்பு அதன் பிரத்தியேக அம்சங்களில் இன்னும் நிரூபிக்கப்பட வில்லை, கிரேக்கர்களைப் பொறுத்தவரை இது நேரடியான சிந்தனை விசாரத்தின் விளைவாகவே இருந்தது. இங்குதான் கிரேக்கத்தத்துவ வியலின் பற்றாக்குறை காணக்கிடக்கிறது; இதன் காரணமாகத்தான் உலகத்தைப் பற்றிய இதர கண்ணோட்ட முறைகளுக்கு அது விட்டுக் கொடுக்க வேண்டிவந்தது. அதன் பிறகு அதை எதிர்த்துத் தோன்றிய எல்லா இயக்க மறுப்பியல் வாதிகளையும் விட அதற்குள்ள மேன்மையும் இங்குதான் உள்ளது. கிரேக்கர்களைப் பொறுத்தவரை இயக்க மறுப்பியல் தனது பிரத்தியேக அம்சங்களில் சரியாக இருந்ததெனில் இயக்க மறுப்பியலைப் பொறுத்தவரை கிரேக்கர்கள் பொது அம்சங்களில் சரியாக இருந்தனர். மனித வளர்ச்சியின் வரலாற்றில் வேறு எந்த மக்களும் உரிமை கொண்டாட முடியாத இடத்தை அந்தச்சிறிய நாட்டு மக்கள் தங்களது சர்வவியாபகமான அறிவுத் திறனாலும் செயல் பாட்டினாலும் பெற்றிருப்பதனாலேயே மற்றெல்லாத் துறைகளையும் போலவே தத்துவவியல் துறையிலும் நாம் அடிக்கடி அவர்களது சாதனைகளை நோக்கித் திரும்பி வரும்படி ஏன் நிர்ப்பந்திக்கப் படுகிறோம் என்பதற்கு இதுவே முதல் காரணம். இன்னொரு காரணம், உலகத்தைப் பற்றிய தான பிந்தைய கண்ணோட்ட முறைகள் ஏறத்தாழ எல்லாமே கிரேக்கத் தத்துவவியலின் பலவிதமான வடிவங்களில் கரு உருவில், முளைப்பருவத்தில் அடங்கியிருந்தன என்பதே. ஆகையால், தத்துவார்த்த இயற்கை விஞ்ஞானம், தான் இன்று பற்றி நிற்கும் பொதுக்கோட்பாடுகளின் தோற்றம் மற்றும் வளர்ச்சி ஆகியவற்றின் வரலாற்றை அறிய விரும்புமானால், கிரேக்கர்களிடம் அதே விதமாகத்

திரும்பிச் செல்லுமாறு நிர்ப்பந்திக்கப்படுகிறது. இந்த நுண்ணறிவு மேலும் மேலும் உந்தித் தள்ளிக்கொண்டு முன்னணிக்கு வந்து கொண் டிருக்கிறது. கிரேக்கர்கள் அனுபவரீதியான இயற்கை விஞ்ஞானத்தைப் பெற்றிருக்கவில்லை என்ற காரணத்தால் பேகனுடைய அகந்தையுடன் அவர்களை இழிவாகப் பார்த்து, அதே பொழுதில் கிரேக்கர்களுடைய தத்துவவியலின், உதாரணமாக அணுவியலின், துண்டுதுணுக்குகளை வைத்துக்கொண்டு - நிரந்தர உண்மைகளைப்போல - தாமே செயல் பட்டு வருகிற இயற்கை விஞ்ஞானிகள் தற்போது அரிதாகி வருகின்றனர். இந்த நுண்ணறிவு கிரேக்க தத்துவவியலுடன் உண்மையான பரிச்சயம் ஏற்படுத்திக் கொள்ள இன்னும் முன்னேற வேண்டும் என்பதே விரும்பத் தக்கது.

ஜெர்மானிய இயற்கை விஞ்ஞானிகளுக்கு மிக நெருங்கி வருகிற இயக்கவியலின் இரண்டாவது வடிவம் கான்ட் முதல் ஹெகல் வரை யிலான சாஸ்திரிய ஜெர்மன் தத்துவவியலாகும். மேலே குறிப்பிடப் பட்ட புதிய கான்ட்டியவாதம் போக, கான்ட்டுக்கு மறுபடியும் திரும்புவது என்பது ஒரு புதிய பாணியாகி வருகிறது என்ற முறையில் முயற்சி தொடங்கிவிட்டது. முன்பு லாப்ளாஸ் கண்டுபிடித்தார் என்று நம்பி ஒப்புக்கொள்ளப்பட்டதான சூரிய மண்டலத்தின் பிறப்பைப் பற்றிய தத்துவம் மற்றும் பூமியின் சுழற்சி ஏற்றவற்றத்தால் வேகம் குறைக்கப்படுகிறது என்ற தத்துவம் ஆகிய இரு ஒளிமிக்க அனுமான தத்துவங்களை ஆக்கியோர் கான்ட்டே எனக் கண்டுபிடிக்கப்பட்டதும், அவையின்றி இன்று தத்துவரீதியான இயற்கை விஞ்ஞானம் எவ்வித முன்னேற்றமும் அடைய முடியாது என்பதனாலும் கான்ட் இயற்கை விஞ்ஞானிகளிடையே மறுபடியும் பெருமையான இடத்தை வகிக் கிறார்; இது அவருக்கு முற்றிலும் பொருத்தமே. ஆனால் கான்ட்டின் நூல்களில் இயக்கவியலைப் பயில முயல்வது என்பது பயனற்ற முறையில் கடினமானதும், எவ்விதப் பலனும் தராததுமான வேலை யாகும்; ஏனெனில், இயக்கவியலை முற்றிலும் தவறான தொடக்க முனையில் நின்று வளர்த்த போதிலும் அதன் விரிவான சாராம்சத்தினை உட்கொண்டுள்ள ஹெகலின் நூல்கள் தற்போது கிடைக்கின்றன.

ஒருபுறத்தில், “இயற்கைத் தத்துவவியலுக்கு” எதிர்ச்செயல் - அது தவறான தொடக்க முனையாலும் பெர்லின் நகரத்து ஹெகலிய வாதம் நிராதரவாகச் சீரழிந்ததாலும் பெருமளவு நியாயமாயிருந்தது - முழுவதும் ஓய்ந்து, வெறும் அவதூறாக மட்டுமே சீரழிந்த பிறகு, மறுபக்கத்தில், இயற்கை விஞ்ஞானம் அதன் தத்துவார்த்தத் தேவை களைப் பொறுத்தவரை இன்றைய கதம்பவாத இயக்கமறுப்பியலினால் இவ்வளவு வெளிப்படையாகவே கைவிடப்பட்ட பிறகு, திரு டூரிங்

இவ்வளவு குஷியாக ஸெயின்ட் விடுஸ் நடனத்தைத் தூண்டிக் கிளப்பாமல், இயற்கை விஞ்ஞானிகளின் முன்னிலையில் ஹெகலின் நாமத்தை மறுபடியும் உச்சரிப்பது சாத்தியமாகலாம்.

ஆன்மா, மனம் கருத்து இதுவே முதல், எதார்த்த உலகம் என்பது கருத்தின் ஒரு நகல் மட்டுமே என்ற ஹெகலினுடைய தொடக்க முனையை நியாயப்படுத்தி ஆதரிப்பது என்ற பிரச்சனையே இங்கு எழவில்லை என்பதை முதலிலேயே இவ்விடத்தில் நிலைநாட்டிவிட வேண்டும். பாயர்பாக் ஏற்கெனவே அதைக் கைவிட்டுவிட்டார். விஞ்ஞானத்தின் ஒவ்வொரு துறையிலும் - வரலாற்று விஞ்ஞானத்தைப் போல இயற்கை விஞ்ஞானத்திலும் - ஒருவர் குறிப்பிடப்பட்ட எதார்த்த உண்மைகளிலிருந்துதான் ஆராயப் புறப்பட வேண்டும் என்பதில் நாம் எல்லோரும் உடன்படுகிறோம்; ஆகையால் இயற்கை விஞ்ஞானத்தில் பொருளின் பல்வேறு வடிவங்கள் மற்றும் பொருளினுடைய இயக்கத்தின் பல்வேறு வடிவங்கள் இவற்றிலிருந்தே தொடங்க வேண்டும்;* ஆகவே தத்துவார்த்த இயற்கை விஞ்ஞானத்திலுங் கூடப் பரஸ்பரத் தொடர்பு களைப் புனைந்து எதார்த்த உண்மைகளுக்குள் புகுத்திப் பார்ப்ப தென்பதல்ல, அதற்கு மாறாக அவற்றிலிருந்தே கண்டுபிடித்து எடுக்கப்பட வேண்டும்; அப்படிக் கண்டுபிடிக்கப்படுகிற பொழுது அவை பரிசோதனை மூலம் முடிந்தவரை சரிபார்க்கப்பட வேண்டும்.

பெர்லின் நகரத்து ஹெகலியவாதிகளில் முதியவர்களும் இளைஞர் களும் பிரசாரம் செய்கிற அந்த ஹெகலிய அமைப்பின் வரட்டுத் தத்துவவாத சாராம்சத்தை ஸ்திரப்படுத்துவது என்பதும் அதே மாதிரியாகத் தற்போதைய பிரச்சனையல்ல. எனவே கருத்துமுதல் வாதத்தின் தொடக்கமுனை வீழ்ச்சியடையும் போது அதன் மேல் கட்டப்பட்ட அமைப்பும், குறிப்பாக ஹெகலிய இயற்கைத் தத்துவ வியலும் சேர்ந்து, வீழ்ச்சியடைகிறது. இருந்தபோதிலும், ஹெகலுக்கு எதிராக இயற்கை விஞ்ஞானிகள் நடத்திய தர்க்கவாதம் அவர்கள், அவரைச் சரியாகப் புரிந்துகொண்ட அளவுக்கு, கீழ்க்கண்ட இரண்டு விஷயங்களை மட்டும் எதிர்ப்பதாக இருந்தது என்பதையும் நாம் நினைவில் கொள்ள வேண்டும், அதாவது கருத்துமுதல்வாதத்தின் தொடக்கமுனை என்பதும், எதார்த்த உண்மைகளுக்குச் சவால்விட்டு எதேச்சையாகக் காட்டப்படும் அந்த அமைப்புமேயாகும்.

இத்தனைக்கும் ஈடுசெய்த பிறகு மிகுவது ஹெகலின் இயக்கவியல். "பண்பாடுள்ள ஜெர்மனியில் இன்று வாய்வீச்சடித்துத் திரியும்,

★ அசல் வாசகத்தில் இங்கு ஒரு முற்றுப்புள்ளி உள்ளது. அதன்பிறகு கீழ்க்கண்ட வாக்கியம் எழுதப்பட்டுக் கைப்பிரதியில் அடிக்கப்பட்டுள்ளது: "இந்த அம்சத்தில் சோஷலிஸ்ட் பொருள்முதல்வாதிகளாகிய நாம் இயற்கை விஞ்ஞானிகளைவிட இன்னும் மேலே போகிறோம்; அதாவது..." - ப-ர்.

எப்பொழுதும் பிறரைப் பின்பற்றும், அகந்தையும் வெடுவெடுப்பும் உள்ள இரண்டாந்தரமான பேர்வழிகளுக்கு"[240] நேர்மாறாக மறக்கப் பட்ட இயக்கவியல் முறையையும் அதற்கு ஹெகலியன் இயக்க வியலுடன் உள்ள தொடர்பையும், அத்துடன் வேறுபட்டுள்ள தன்மை யினையும் மீண்டும் முன்னுக்குக் கொண்டு வந்ததிலும், அதே சமயம் அந்த முறையினை மூலதனம் என்ற நூலில் ஓர் அனுபவவாத விஞ்ஞானமான அரசியல் பொருளாதாரத்தின் உண்மைத் தகவல் களுக்கு பிரயோகித்ததிலும் முதல்வராகத் திகழ்ந்தார் என்னும் பெருமை மார்க்சையே சார்ந்ததாகும். ஜெர்மனியிலுங்கூட மார்க்சை விமர்சனம் செய்வதென்ற பாசாங்கின் பேரில் அவரைக் காப்பி அடிப்பதன் மூலம் (பல தடவை தவறாகவே) புதிய பொருளாதாரக் கருத்துப் பிரிவினர், விஞ்ஞானபூர்வமற்ற தடையற்ற வாணிபமுறை ஆதரவாளர்களை விட மேலுயர்ந்து நிற்கும் அளவுக்கு மார்க்ஸ் அதை வெற்றிகரமாகச் செய்தார்.

ஹெகலுடைய அமைப்பின் இதர எல்லாக் கிளைப் பிரிவுகளையும் போலவே அவருடைய இயக்கவியலிலும் எல்லா எதார்த்தமான பரஸ்பரத் தொடர்புகளும் தலைகீழாக நிற்கின்றன. ஆனால் மார்க்ஸ் கூறுவதைப் போல: "ஹெகலின் கரங்களில் இயக்கவியல் மாயா வாதத்தில் சிக்கித் தவிக்கிறது; என்றாலும் அது ஒரு விரிவான, உணர்வு பூர்வமான முறையில் அதன் செயல்பாட்டின் பொது வடிவத்தை முன்வைப்பதில் முதல்வராக இருப்பதிலிருந்து அவரை எவ்விதத்திலும் தடுக்கவில்லை. அவரைப் பொறுத்தவரை அது தன் தலையின்மீது நிற்கிறது. மாயாவாதக் கூட்டுக்குள் உள்ள அதன் பகுத்தறிவு உட்சாரத்தைக் கண்டுபிடிக்க வேண்டுமெனில் அது நேராக நிறுத்தப்பட வேண்டும்."[241]

இயற்கை விஞ்ஞானத்திலுங்கூட மெய்த்தொடர்பு தலையின் மீது நிற்கிற, அசல் வடிவத்திற்குப் பதில் அதன் நிழலை உண்மையென நினைக்கிற தத்துவங்களை நாம் அடிக்கடி சந்திக்கிறோம்; இதன் விளைவாக அவற்றை நேராக நிறுத்த வேண்டிய அவசியம் ஏற்படுகிறது. அப்படிப்பட்ட தத்துவங்கள் பெரும்பாலும் கணிசமான காலத்துக்கு மேலோங்கி நிற்கின்றன. ஏறக்குறைய இரண்டு நூற்றாண்டு காலம் வெப்பம் ஒரு சாதாரணப் பருப்பொருளின் ஓர் இயக்க வடிவம் என்பதற்குப் பதிலாக ஒரு விசேஷ மர்மப் பொருளாகக் கருதப்பட்டு வந்தது குறிப்பாயும் அத்தகைய ஒரு நிகழ்ச்சியாகும்; வெப்பம் பற்றியதான யாந்திரிக தத்துவம் அதை நேராக நிறுத்திவைத்தது. இருந்த போதிலும் கலோரிக் தத்துவத்தால் ஆட்கொள்ளப்பட்டிருந்த பௌதிகவியல் தொடர்ந்தாற்போல மிகவும் முக்கியத்துவம் வாய்ந்த வெப்ப நியதிகளைக் கண்டுபிடித்து, குறிப்பாக ஃபூரியே, சாடி

கார்னோ[242] இவர்களின் மூலமாகச் சரியான கருத்துக்கு வழிவகுத்தது; அது இப்பொழுது தனது முன்னோடியால் கண்டுபிடிக்கப்பட்ட நியதிகளை நேராகத் தூக்கி நிறுத்தும் பணியை, தனது சொந்த மொழியில் அவற்றைப் பெயர்க்கும் படியான பணியைத் தன் பங்குக்கு ஆற்ற வேண்டியதாயிற்று.* அதே விதமாக இரசாயனவியலில் நூறு வருடப் பரிசோதனைகளைக் கொண்டு ஃபுளோஜிஸ்டன் தத்துவம் வேண்டிய விஷயாதாரங்களை முதலில் வழங்கியது; அவற்றின் உதவியால் லவுவாஸியே, பிரிஸ்ட்லியால் பெறப்பட்டதான பிராண வாயுவிலே அந்த விசித்திரமான ஃபுளோஜிஸ்டனுக்கு உண்மையான எதிரிடை என்று கண்டுபிடிக்க முடிந்தது, அதன் மூலம் ஃபுளோஜிஸ்டன் தத்துவம்[243] முழுவதையும் அப்படியே தூக்கி எறிவதற்கு முடிந்தது. ஆனால் ஃபுளோஜிஸ்டன் தத்துவத்தின் பரிசோதனை விளைவுகள் இதனால் சற்றும் பாதிக்கப்படவில்லை. அதற்குமாறாக, அவை தொடர்ந்து நீடித்தன; அவற்றின் வரையறுப்பு மட்டுமே தலை நேராக்கப்பட்டது; ஃபுளோஜிஸ்டன் வகைப்பட்டது என்பதற்குப் பதில் தற்போது செல்லத்தக்க இரசாயன மொழியில் பெயர்க்கப் பட்டது; இவ்வாறு அவை தமது செல்தகமையினை உறுதிப்படுத்திக் கொண்டன.

கலோரிக் தத்துவத்திற்கும் வெப்பத்தின் யாந்திரிகத் தத்துவத் திற்கும் என்ன உறவுள்ளதோ, ஃபுளோஜிஸ்டன் தத்துவத்துக்கும் லவூவாஸியே தத்துவத்துக்கும் என்ன சம்பந்தம் உள்ளதோ அதே மாதிரியான சம்பந்தம்தான் ஹெகலிய இயக்கவியலுக்கும் பகுத்தறிவு பூர்வமான இயக்கவியலுக்கும் உள்ளது.

★ கார்னோவின் வினைப்படுத்துகிற C அப்படியே தலைகீழாக மாற்றப்பட்டு 1/C = முற்றமுழு வெப்ப நிலையாகியது. இப்படி மாறாமல் இதைக் கொண்டு ஒன்றும் செய்யவியலாது. **[எங்கெல்சின் குறிப்பு]**

"டூரிங்குக்கு மறுப்பு" என்ற நூலுக்கான எங்கெல்சின் தயாரிப்பு விஷயதானங்கள்[244]

பாகம் 1*

அத்தியாயம் 3

[கருத்துகள் எதார்த்தத்தின் பிரதிபலிப்புகள்]

எல்லாக் கருத்துகளும் அனுபவத்திலிருந்து மேற்கொள்ளப் பட்டவை, அவை எதார்த்தத்தின் மெய்யான அல்லது சிதைக்கப்பட்ட பிரதிபலிப்பாகும்.

[பொருளாயத உலகும் சிந்தனை விதிகளும்]

இருவகையான அனுபவங்கள்; புறநிலை, பொருளாயதத் தன்மை யுடையது; அகநிலை - சிந்தனை விதிகளும் சிந்தனை வடிவங்களும் ஓரளவுக்கு வளர்ச்சியின் மூலம் மரபுரிமையாகப் பெற்ற சிந்தனை வடிவங்கள் (சுய - விளக்கம், உதாரணமாக ஐரோப்பியர்களுக்கு கணிதவியல் மூதுண்மைகளின் சுய - விளக்கம், தென் ஆப்பிரிக்க நாடோடி வேடர் மற்றும் ஆஸ்திரேலிய நீக்ரோக்களுக்கும் இவை நிச்சயமாயும் இல்லை).

எமது முதற்கோள்கள் சரியாக இருக்குமானால் அவற்றுக்கு நாம் சிந்தனை விதிகளைச் சரியாகப் பிரயோகிப்போமானால் எவ்வாறு பகுப்பு முறை வடிவகணிதத்தில் (ஜியோமிதியில்) ஒரு கணிப்பு மதிப்பீடு ஜியோமிதி வடிவகணிதத்தின் உருவமைப்புடன் பொருத்தமாக இருப்பது போல - இந்த இரண்டும் முற்றிலும் வேறுபட்ட முறைகளாக இருந்த போதிலும் - இதன் பலன் எதார்த்தத்துக்குப் பொருத்தமாக இருத்தல் வேண்டும். துரதிருஷ்டவசமாக இது கிட்டத்தட்ட நடப்பதே

---

* டூரிங்குக்கு மறுப்பு என்ற நூலுக்கான எங்கெல்சின் தயாரிப்பு விஷயதானங் களின் ஒவ்வொரு குறிப்பின் தலைப்பில் காணப்படும் பாகம், அத்தியாயம் மற்றும் பக்க விவரங்களும், அடைப்பில் வைக்கப்பட்ட தலைப்புகளும் சோவியத் யூனியன் கம்யூனிஸ்டு கட்சி மத்தியக் கமிட்டியின் மார்க்சிய - லெனினியக் கழகத்தின் பதிப்பாசிரியரால் தரப்பட்டவை. - ப-ர்.

இல்லை, அப்படி நடந்தாலும் மிகவும் சாதாரண செயற்பாடுகளில் மட்டுமே நடைபெறுகிறது.

மறுபுறம் புறநிலை உலகம் என்பது ஒன்றா இயற்கை அல்லது சமுதாயமாகும்.

[சிந்தனைக்கும் வாழ்நிலைக்குமான உறவு]

சிந்தனையின் ஏக உள்ளடக்கம்
உலகமும் சிந்தனை விதிகளுமே

உலகை அலசி ஆராய்வதன் பொது விளைவுகள் இந்த அலசி ஆராய்வின் இறுதியில் அடையப் பெறுகின்றன; எனவே அவை கோட்பாடுகள், தொடக்க நிலைகள் அல்ல ஆனால் விளைவுகள் முடிவுகளாகும். பிந்தையதை (விளைவுகளை) ஒருவர் மூளையில் கட்டியமைத்து, அவற்றைத் துவக்கத்துக்கான அடிப்படையாக்கிப் பிறகு அவற்றிலிருந்து உலகினைத் தம் மூளையில் புனர்நிர்மாணம் செய்வது சித்தாந்தம் ஆகும்; இதுகாறும் நிலவி வந்துள்ள பொருள் முதல்வாதத்தின் ஒவ்வொரு ராசியையும் கறைப்படுத்திய சித்தாந்த மாகும். இதற்குக் காரணம், இயற்கையில் வாழ்நிலையின்பாலான சிந்தனையின் உறவு நிச்சயமாயும் ஓரளவுக்குப் பொருள்முதல் வாதத்திற்குத் தெளிவாகவும் இருந்தது ஆனால் அதே பொழுதில் வரலாற்றில் அவ்வாறு இருக்கவில்லை; பொருள்முதல்வாதம் ஒரு குறிப்பிட்ட காலகட்டத்தில் நிலவும் வரலாற்றுப் பொருளாயத நிலைமைகள் மீது எல்லாச் சிந்தனையும் சார்ந்திருக்கிறது என்பதை உணரவில்லை.

டூரிங் உண்மைகளிலிருந்தன்றி "கோட்பாடுகளில்" இருந்து செயல்படத் தொடங்குவதால் அவர் ஒரு சித்தாந்தவாதியாக இருக்கிறார். தாம் அவ்வாறு இருப்பதை அவர் தமது கருத்துரைகளை - அவை மூதுண்மை சார்ந்த, கவர்ச்சி அற்றதாகத் தோன்றும் விதத்தில் - அத்தகைய பொதுவான வெறுமையான சொற்களில் முறைப்படுத்தி முன்வைப்பதன் மூலமே திரையிட்டு மறைத்துக்கொள்ள முடியும். மேலும் அவற்றிலிருந்து எவ்வித முடிவுக்கும் வர முடியாது. ஆனால் அவற்றுள் தான் தோன்றித்தனமான உள்ளடக்கத்தைப் புகுத்த முடியும். உதாரணமாக ஏக வாழ்நிலை என்ற கோட்பாட்டைச் சுட்டலாம். உலகத்தின் ஒற்றுமையும் இதற்கு அப்பாற்பட்ட உலகம் பற்றிய முட்டாள்தனமும் உலகம் பற்றிய முழுமையான அலசி ஆராய்தலின் பலனே; ஆனால் இங்கு சிந்தனை மூதுண்மையிலிருந்து தொடங்கி

a priori (அனுபவத்திற்கு முந்தைய) அறிவாக நிரூபிக்கப்பட இருப்பதாகும். எனவே மடமையானதாகும்.

ஆனால் இந்தச் சுற்றி வளைத்தல் இன்றி புறநீங்கலான தத்துவவியல் சாத்தியமல்ல.

[உள்ளிணக்கத்தின் முழுமை என்ற முறையில் உலகம்.
உலகம் பற்றிய அறிவு]

அமைப்பு முறைமை இயல்* ஹெகலுக்குப் பிறகு சாத்திய மல்ல. உலகம், தெளிவாயும், தனி ஒரு அமைப்பினை அதாவது ஓர் உள்ளிணக்கமான முழுமையினையும் கொண்டதாகும்; ஆனால் இந்த அமைப்புப் பற்றிய அறிவு, மனிதனால் என்றுமே அடைய முடியாத அனைத்து இயற்கை மற்றும் வரலாறு பற்றிய அறிவை முன்னனுமானிக்கிறது. எனவே அமைப்புகளைச் செய்பவர் எண்ணற்ற இடைவெளிகளைத் தமது சொந்த கற்பனையின் புனைசுருட்டுகளால் நிரப்புதல் வேண்டும்; அதாவது பகுத்தறிவற்ற கற்பனைகளில் ஈடுபட்டு சித்தாந்தக் கனவுகாணுதல் வேண்டும்.

பகுத்தறிவுக் கற்பனை - alias [வேறு சொற்களில் கூறினால்] இணைப்பு!

[கணிதவியல் செயற்பாடுகள் மற்றும்
முற்றிலும் தர்க்கவியல் செயற்பாடுகள்]

கணித்தாய்கிற அறிவு - கணித்தாய்வு செய்யும் பொறியமைவு! - கருத்தியலாயினும்கூட நேரடி பௌதிக சிந்திப்பை அடிப்படையாக்கி இருப்பதால் பௌதிக சான்று விளக்கமும் நிரூபணமும் புரியும் ஆற்றல் கொண்ட கணிதவியல் செயற்பாடுகளை, உய்த்துணர்தல் மூலமே நிரூபிக்கும் ஆற்றலுடைய, எனவே கணிதவியல் செயற்பாடுகளினிடம் உள்ளதான ஆக்கபூர்வமான நிச்சயத்தன்மை இல்லாத முற்றிலும் தர்க்கவியலான செயற்பாடுகளுடன் போட்டு விசித்திரமான முறையில் குழப்புவதாகும் - இவற்றில் எத்தனை தவறானவை! இணைப் பாக்கத்துக்குப் பொறியமைவு (ஆண்ட்ரூஸின் உரையை Nature சஞ்சிகையில் செப்டம்பர் 7, 1876 பார்க்க).[245]

திட்டம் = மாறா உருப்படிவம்

★ **அமைப்பு முறைமை இயல்:** இங்கு, முற்றும் முழுமை செய்யப்பட்ட அமைப்பைக் கட்டுவது என்ற பொருள் கொண்டிருக்கிறது. - ப-ர்.

[எதார்த்தம் மற்றும் சூக்குமம்]

எந்த ஒரு கணிதவியல் மூதுண்மையிலிருந்தும் ஒரு முக்கோணம் அல்லது ஒரு கோளத்தை நிர்மாணிப்பதோ, அல்லது பிதகோரசின் தேற்றத்தைப் பெறுவதோ எவ்வாறு டூரிங்குக்குச் சாத்தியமல்லவோ அதைப்போலவே, போப்பும் ஷேக்-உல்-இஸ்லாமும்[246] தமது பிழை புரியா ஆற்றல் மற்றும் சமயத்திலிருந்து பிறழாமல் ஆர்வத்துடன் ஆதரிக்கக்கூடியதான, சகலமுந்தழுவிய வாழ்நிலையின் ஏகத்துவத்தின் அறுதியுரையின் உதவியுடன் அனைத்து வாழ்நிலையின் தனிப்பட்ட பொருளாயத தன்மையை மெய்ப்படுத்திக் காட்டுவதும் டூரிங்குக்குச் சாத்தியமல்ல. இரண்டுக்கும் உண்மையான முன்தேவையான நிலைமைகள் அவசியம்; இவற்றை அலசி ஆராய்வதன் மூலம் மட்டுமே மேற்குறிப்பிட்ட பலன்களை அடைய முடியும். பொருளாயத உலகு தவிர்த்த ஓர் ஆன்மிக உலகு நிச்சயமாயும் இல்லை என்பது, மனித மூளையின் விளைபயன்கள் மற்றும் போக்குகள் உள்ளிட்டதான உண்மையான உலகு பற்றி நீண்ட சலிப்பூட்டும் வகையில் அலசி ஆராய்ந்ததன் விளைவாகப் பெறப்பட்டது. வடிவகணிதத்தின் விளைவுகள் பல்வேறு கோடுகள், மேற்பரப்புகள், திண்மங்கள் அல்லது அவற்றின் இணைப்புகளின் இயல்பான தன்மைகளே; இவற்றில் பெரும்பாலும் மனிதன் வாழ்வதற்கு மிகவும் முன்னதாகவே இயற்கையில் நிகழ்ந்தன (கடற்பாசி [radiolaria], கிருமிகள், பளிங்கு, இத்தியாதி).

[பருப்பொருளின் நிலைநிற்புப் பாங்கு என்ற முறையில் இயக்கம்]

இயக்கம் பருப்பொருளின் நிலைநிற்புப் பாங்கு ஆகும்; எனவே அது அதன் வெறும் ஒரு தன்மை என்பதைவிட அதிகமானது. இயக்கம் இன்றிப் பருப்பொருள் இல்லை, எப்போதுமே இருந்திருக்க முடியாது. பேரண்ட விசும்பில் இயக்கம், தனியொரு விண்கோளின் மீதான சிறிய கட்டிகளின் இயாந்திரிக இயக்கம், மூலக்கூறுகளின் அதிர்வான வெப்பம், மின்சார அழுத்தம், காந்தத் துருவத் தன்மை, இரசாயன சிதைவு மற்றும் இணைவு, அதன் ஆக உயர்ந்த விளைவான சிந்தனை வரை உயிர் வாழ்க்கை - என்றவாறு சம்பந்தப்பட்ட ஒவ்வொரு கணத்திலும் பருப்பொருளின் ஒவ்வொரு தனிப்பட்ட அணுவும் இந்த இயக்கத்தின் ஏதாவது ஒரு வடிவில் நிலவுகிறது. அனைத்து சமன நிலையும் ஓரளவுக்கான ஓய்வுநிலை மட்டுமாகும் அல்லது, கோள்களின் இயக்கம் போன்று, சமனநிலையிலான இயக்கமாகும். முற்றமுழு

ஒய்வு என்பது பருப்பொருள் இல்லாவிடத்தில் மட்டுமே கருதிப் பார்க்கக் கூடியதாகும். எனவே இயக்கத்தை அல்லது இயாந்திரிக சக்தி போன்ற அதன் வடிவங்களில் எதையேனுமோ பருப்பொருளிலிருந்து பிரிக்க முடியாது, அல்லது புறம்பான அல்லது அன்னியமான சிலவாகக் கருதிப் பருப்பொருளுக்கு எதிர்ப்பாக வைக்கவும் முடியாது. அவ்வாறு செய்ய முயல்வது அபத்தமாகும்.

[இயற்கைத் தேர்வு]

இயற்கைத் தேர்வு குறித்து டூரிங் மகிழ்ச்சியடைய வேண்டும், ஏனெனில் அது அவரது உணர்வுபூர்வமான நோக்கம் மற்றும் சாதனங்கள் பற்றிய தத்துவத்துக்கு ஆகச்சிறந்த உதாரணத்தை வழங்குகிறது.

இயற்கை தேர்வில் மெதுவான ஒரு மாறுதல் நடைபெறும் வடிவம் பற்றி உசாவுகிறார் டார்வின், ஆனால் டூரிங் இந்த மாறுதலுக்கான காரணத்தையும் டார்வின் கூறவேண்டும் என்று கோருகிறார், இது பற்றி அவரைப் போலவே டூரிங்குக்கும் ஒன்றும் தெரியாது. விஞ்ஞானம் என்னதான் முன்னேறியிருந்த போதிலும் சரி, ஏதோ சில இன்னும் போதவில்லை என்று ஹெர் டூரிங் எப்போதும் பறைசாற்றுவார்; எனவே குறைப்பட்டுக்கொள்ள அவருக்கு ஏராளமான ஆதாரங்கள் இருக்கும்.

அத். 7

[டார்வின் குறித்து]

முற்றிலும் தன்னடக்கம் கொண்ட டார்வினது நிலை எவ்வளவு மகத்தானது. அவர் உயிர் இயல் முழுவதிலுமிருந்து ஆயிரக்கணக்கான உண்மை விவரங்களைத் திரட்டி, முறைப்படுத்தி விரித்துரைப்ப தோடன்றி எவ்வளவு முக்கியத்துவமில்லாதவராயினும் சரி தனது முன்னோடி எவரையும் பற்றி - தனது சொந்தப் புகழைக் குறைவு படுத்தும் அளவுக்குக்கூட - குறிப்புகளை வெளியிடுவதில் மகிழ்ச்சி கொள்கிறார். இதோடு ஒப்புநோக்கில் வீண்பெருமையாளர் டூரிங் தம்மளவில் மதிப்புடைய எதையும் வழங்காமலே மற்றவர்கள் விஷயத்தில் அளவுக்குமீறிக் கண்டிப்புக் காட்டுகிறார்...

டூரிங்கியனா. டார்வினியம், பக். 115.[247]

தாவரங்களின் தகவமைப்பு பௌதிக சக்திகள் அல்லது இரசாயன இயக்கிகளின் இணைப்பாகும்; எனவே தகவமைப்பு இல்லை. "வளரும்

போது ஒரு செடி ஆக அதிகமான வெளிச்சத்தைப் பெறக்கூடிய பாதையை மேற்கொள்ளுமானால்", அது இதைப் பல்வேறு வழிகளில் பல்வேறு சாதனங்கள் மூலம் செய்கிறது; இவை அதன் இனம் மற்றும் பிரத்தியேக இயல்புகளுக்கு ஏற்ப வேறுபடுகின்றன. எனினும் பௌதிக சக்திகளும் இரசாயன இயக்கிகளும் இங்கு ஒவ்வொரு தாவரத்திலும் வெவ்வேறு விதமாகச் செயல்படுகின்றன, எப்படியும் இந்த "இரசாயன மற்றும் பௌதிக சாதனமாகவன்றி" ஏதோ வேறுபட்டதாக இருக்கும். இந்தத் தாவரம் அதன் நீடித்த முந்தைய பரிமாணத்தின் மூலம் பிரத்தியேகமாகிவிட்ட வழியில் அது தேவைப்படும் வெளிச்சத்தைப் பெறுவதற்குத் துணைசெய்கின்றன. உண்மையில், இந்த வெளிச்சம் தாவர அணுக்களின் மீது ஒரு புறத் தூண்டுதலாகச் செயல்படுகிறது மற்றும் அவற்றினுள்ளே எதிர்ச்செயல் என்ற முறையில் குறிப்பாயும் அந்தச் சக்திகள் மற்றும் இயக்கிகளை இயக்குவிக்கிறது.★ இந்த நிகழ்ச்சிப்போக்கு உயிர்ப்புள்ள அணுக்களாலான கட்டமைப்பில் தொடர்ந்து நடப்பதாலும் மற்றும் புறத்தூண்டல் மற்றும் எதிர்ச் செயல் வடிவத்தை மேற்கொள்வதாலும், மனித மூளையில் நரம்புகளின் கடத்தீடு புரிவது போன்ற, செயல் இங்கு நடைபெறுகிறது. இரு இடங் களிலும் ஒரே மாதிரியான வெளிப்பாடும் தகவமைப்பும் முழுமையாக நிறைவு செய்யப்பட வேண்டுமானால் உணர்வும் தகவமைப்பும் எங்கே தொடங்குகின்றன, எங்கே முடியும்? மொனேராவுடனா, பூச்சி தின்னும் தாவரத்துடனா, கடற்பஞ்சுடனா பவளத்துடனா, முதல் நரம்புடனா? இந்த எல்லைக்கோட்டை வரையக் கூடுமானால் டூரிங் பழைய பாணி இயற்கை விஞ்ஞானிகளுக்கு ஒரு மாபெரும் சாதகத்தைச் செய்தவ ராவார். உயிர்ப்புள்ள புரோடோபிளாசம் எங்கெல்லாம் இருக்கிறதோ அங்கெல்லாம் புரோடோபிளாசத்தின் தூண்டுதலும் எதிர்ச்செயலும் காணப்படுகின்றன. மெதுவாக மாற்றமடைந்து வரும் தூண்டுதலின் செல்வாக்கு புரோடோ பிளாசத்திலும் மாற்றத்தைக் கோருவதால், - இல்லையேல் அது அழிந்துவிடுமாதலால், தகவமைப்பு - என்னும் அதே சொல் எல்லா உயிர்ப்புள்ள பொருட்களுக்கும் கட்டாயம் பிரயோகிக்கப்பட வேண்டும்.

[தகவமைப்பும் மரபுவழி இயல்பும்]

உயிரினங்களின் பரிமாணம் சம்பந்தமாக ஹெகல் தகவமைப்பை மாற்றத்தை உண்டாக்கும் எதிர்மறையானதாய் ஒன்றாகவும், மரபுவழி இயல்பை நிலையாகப் பேணும் ஆக்கநிலையுடையதாய் ஒன்றாகவும்

★ இங்கு ஓர் ஓரக்குறிப்பு கூறுவதாவது: "விலங்குகளின் இடையிலுங்கூட தன்னியல்பான தகவமைப்பு மிகவும் முக்கியமானது" - ப-ர்.

கருதிப் பார்க்கிறார். இதற்கு மாறாக டூரிங் மரபுவழி இயல்புக்கு எதிர் மறை விளைவுகள் உள்ளன, அதுவும் மாறுதல்களை உண்டாக்குகிறது என்று (பக்கம் 122) கூறுகிறார் (இது தவிர பூர்வாங்க அமைப்புப் பற்றிய அருமையான குப்பைக் கூளமும்).[248] இது போன்ற எல்லா எதிர்க் கூற்றுகளையும் போலவே இத்தகைய எதிர்க்கூற்றுகளையும் மறுபுறம் திருப்பி, தகவமைப்பு குறிப்பாயும் வடிவத்தை மாற்றுவதன் மூலம் சாரத்தை, உறுப்புத் தன்னையே பேணிவைத்துக் கொள்கிறது; அதே பொழுதில் மரபுவழி இயல்பு ஒவ்வொரு சமயமும் வெவ்வேறான இரு நபர்களின் கலப்பு என்ற தகவலால் மட்டுமே இடையறாது மாறுதல்களைக் கொண்டுவருகிறது. இவற்றின் திரட்டு உயிரினங்களில் மாற்றத்தை விலக்கிவிடுவதில்லை என்று நிரூபிப்பதைவிட எளிதான காரியம் வேறு எதுவும் இல்லை. உண்மையில் தகவமைப்பின் பலன்களும் மரபுவழிப் பெறப்பட்டவையே! ஆனால் இது நம்மை ஒரு படிகூட முன்னே கொண்டு செல்லாது. சம்பவத்தின் உண்மைகளை அப்படியே எடுத்துக்கொண்டு அவற்றை அலசி ஆராய வேண்டும்; பிறகு நாம், ஹெகல் மரபுவழி இயல்பு இந்த நிகழ்ச்சிப் போக்கின் பிரதானமாயும் பழமை சார்ந்த, ஆக்கநிலை அம்சம் என்றும், தகவமைப்பு அதன் புரட்சிகரப்படுத்தும் எதிர்மறை அம்சம் எனவும் கருதியது முற்றிலும் சரியே என்பதைக் காண்போம். பழக்கி வசப்படுத்தலும் வளர்ப்பும் தன்னியல்பான தகவமைப்பும் டூரிங்கின் நுண்ணயமான கருத்தோட்டங்கள் அனைத்தையும்விட முனைப்பாக உள்ளன.

டூரிங், பக்கம் 141

வாழ்க்கை. பருப்பொருளின் வளர்சிதை மாற்றம், கடந்த இருபதாண்டுகளாக உடலியல் - இரசாயன நிபுணர்களாலும் இரசாயன உடலியலாளர்களாலும் எண்ணற்ற பல தடவை வலியுறுத்தப்பட்ட வாழ்வின் ஆக முக்கியமான புலப்பாடு; இது இங்கு வாழ்க்கையின் வரையறுப்பாக மீண்டும் மீண்டும் புகழ்ந்துரைக்கப்படுகிறது. ஆனால் இது துல்லியமானதும் அல்ல, யாவுமளாவியதானதும் அல்ல. உயிர் இல்லாவிடத்தும் பருப்பொருளின் வளர்சிதை மாற்றம் காணப் படுகிறது. உதாரணம், சாமானியமான இரசாயன நிகழ்வில் போதி யளவு மூலப்பொருள்கள் வழங்கப்பட்டால் அவை தமது நிலைகளை இடையறாது மறுபடியும் உருவாக்கும், இதில் திட்டவட்டமான சேர்மம் இந்தச் செயல்முறையினைத் தாங்கிச் செல்வதாகும் (கந்தக அமில உற்பத்தி பற்றிய உதாரணங்களை ரோஸ்கோவின் நூல், பக்கம் 102 ல் பார்க்க);[249] உட்கசிவு மற்றும் புறக்கசிவில் [in endosmose and exos mose] (*செத்த அங்கக மற்றும் உயிர்ப்பற்ற சவ்வுகள் மூலம்?*), டிராவுபேயின் செயற்கை ஜீவ அணுக்களுக்கும் அவற்றின் சாதனத்துக்குமிடையே இது நடைபெறுகிறது. உயிரை அமைப்பதாகக் கருதப்படும் வளர்சிதை மாற்றம் அதற்கே அதிகத் துல்லியமான வரையறுப்புத் தேவைப்படுகிறது. இவ்வாறு, ஆழமான அடிப்படைகள், நுண்ணியமான கருத்தோட்டங்கள் மேலும் நெருக்கமான அலசி ஆராய்தல்கள் இருந்த போதிலும் இந்த விஷயத்தின் அடியாழத்திற்கு நாம் இதுவரை செல்லவில்லை; உயிர் என்றால் என்ன என்று இன்னும் கேட்கிறோம்.

விஞ்ஞானத்திற்கு வரையறுப்புகள் பயனற்றவை; காரணம் அவை எப்போதுமே போதுமானவையல்ல. ஒரே உண்மையான வரையறுப்பு வஸ்துவின் தானேயான வளர்ச்சியே, ஆனால் இது ஒரு வரையறுப்பாக இல்லை. உயிர் வாழ்க்கை என்பது என்ன என்பதை அறிந்து கொள்ளவும் எடுத்துக்காட்டவும் எல்லாவடிவிலுமான உயிர் வாழ்க்கையினை நாம் பரிசீலிக்க வேண்டும் அவற்றை அவற்றின் இடைத் தொடர்பாட்டில் முன்வைக்க வேண்டும். மறுபுறம், சாமானிய நோக்கங்களுக்காக, இந்த வரையறுப்பு எனப்படுவதன் ஆகப் பொதுவானதும் அதே சமயம் மிகவும் முக்கியமானதுமான அம்சங்களைச் சுருக்கமாக விளக்குவது பெரும்பாலும் பயனுள்ளது, அவசியமானதுங்கூட; அது எந்தளவு விபரந்தர முடியுமோ அதற்குமேல் அதனிடம் எதிர்பார்க்கவில்லையானால் அதனால் எவ்விதமான பாதகமும் ஏற்படாது. எனவே உயிர் வாழ்க்கை பற்றி அத்தகைய வரையறுப்பைத் தர முயல்வோம், இந்த முயற்சியால் பலர் வீணாகத் தம் மூளைகளைப் பயன்படுத்தியுள்ளனர் (நிக்கல்ஸனின் நூலைப் பார்க்க).[250]

உயிர் வாழ்க்கை என்பது அல்புமின் சேர்மங்களின் நிலைநிற்புப் பாங்காகும்; இந்த நிலைநிற்புப் பாங்கு அவற்றின் இரசாயன ஆக்கக் கூறுகளை ஊட்டம் மற்றும் கழிவு மூலம் இடையறாது புதுப்பிப்பதிலேயே பிரதானமாயும் அடங்கியுள்ளது.

...அல்புமினின் பிரதானச் செயல்பாடு என்ற முறையில், பருப்பொருளின் அங்கக வளர்சிதை மாற்றத்திலிருந்தும், அதன் பிரத்தியேகமான உருமாற்றத்தக்க [plasticity] தன்மையிலிருந்தும் உயிர் வாழ்க்கையின் இதர ஆகச் சாதாரண செயல்பாடுகள் பெறப்படுகின்றன. அவையாவன: தூண்டுதல் - இது ஏற்கெனவே ஊட்டம் மற்றும் அல்புமினுக்கு இடையிலான பரஸ்பர கிரியையில் உட்படுத்தப் பட்டுள்ளது; உணவுப் பயனீட்டில் குறுகும் தன்மை; வளர்ச்சியின் சாத்தியக்கூறு - இது அதன் ஆகக் கீழ் நிலையில் (மொனேரா) உயிரணு வகுத்தல் மூலமான இனப்பெருக்கத்தை உட்படுத்தும்; உணவை விழுங்குவதோ அல்லது ஜீரணிப்பதோ இதின்றி சாத்தியமில்லாத உள்

இயக்கம். ஆனால் சாதாரண உருமாற்றத் தன்மையுள்ள அல்புமினிலிருந்து அணுக்கருக்களுக்கான வளர்ச்சி, இவ்வாறு அங்கஜீவியின் வளர்ச்சி, எவ்வாறு நிறைவேற்றப்படுகிறது என்பதை முதலில் காட்சிப் பதிவீட்டிலிருந்து படித்தறியக் கூடும் ஆனால் அத்தகைய விசாரணை உயிர் வாழ்வு பற்றிய சாதாரண நடைமுறை வரையறுப்பின் ஒரு பகுதி அல்ல. (14) பக்கத்தில் டூரிங், இரத்தவோட்ட நெய்மக்குழாய்கள் மற்றும் "கரு மூலத்திட்டம்" இன்றி உண்மையான உயிர்வாழ்க்கை இல்லை என்ற அளவில் இது தவிர ஒரு முழுமையான இடைத்தட்டு உலகைக் குறிப்பிடுகிறார். அற்புதமான வாசகம்.)

அத். 10.

[டூரிங் - பொருளியல் - இரண்டு மனிதர்கள்]

ஒழுக்கநெறி வாதத்துக்குரிய விஷயமாக இருக்கும் காலம் வரையில் டூரிங் அவர்களைச் சமமாக வைத்திருக்கலாம். ஆனால் பொருளியல் விவாதத்திற்கு வந்தவுடன் அந்த நிலை முடிந்து விடுகிறது. உதாரணமாக, இந்த இரண்டு மனிதர்களில் எல்லாத் தொழில்களிலும் புகுந்து பார்த்த ஒரு யாங்கியும் மற்றும் தனது பட்டச் சான்றிதழையும் எதார்த்தத்தின் தத்துவவியலையும் மற்றும் கூடுதலாகக் கோட்பாடு வழியில் வாள் பயிற்சி மூலம் வலுப்படுத்தப்படாத கரங்களும் கொண்ட ஒரு பெர்லின் மாணவனுமானால் இங்கு சமத்துவம் எங்கே வரும்? யாங்கி எல்லாவற்றையும் உற்பத்திச் செய்கிறார், மாணவர் இங்கு மங்குமாக உதவி புரிகிறார்; ஆனால் வினியோகம் ஒவ்வொருவரின் பங்குப் பணிக்கும் ஏற்ப நடைபெறுகிறது. விரைவில் யாங்கியிடம் காலனியின் மக்கள் தொகையின் எந்த வகையிலேனும் நேரக்கூடிய அதிகரிப்பை (பிறப்புகள் மற்றும் குடியேற்றம்) முதலாளித்துவ முறையில் சுரண்டுவதற்கான சாதனம் இருக்கும். எனவே இந்த இரு மனிதர்களும் எவரிடமும் கொடுவாள் இன்றியே முழுமையான நவீன அமைப்பு, முதலாளித்துவ உற்பத்தி, முதலியவற்றைக் கொண்டுவர முடியும்.

டூரிங்கியனா.

சமத்துவம் நீதி - சமத்துவம் என்பது நீதியின் வெளியீடு, அரசியல் மற்றும் சமூக அமைப்புமுறையின் முழுநிறைவின் கோட்பாடு என்ற கருத்து முற்றிலும் வரலாற்று வழியில் எழுந்தது. சமத்துவம் ஆதிகால சமுதாயங்களில் நிலவவில்லை. அப்படியே இருந்தாலும் தனிப்பட்ட சமுதாயங்களின் முழு உறுப்பினர்களுக்கு மிகவும் ஓரளவுக்குட்பட்டே இருந்தது, அடிமைத்தனத்துடன் இணைந்திருந்தது. தொன்மை கிரேக்க அல்லது ரோமானிய ஜனநாயகத்திலும் நிலைமை இதுவே.

கிரேக்கர்கள், ரோமானியர், காட்டுமிராண்டிகள், விடுதலை பெற்ற மனிதர் மற்றும் அடிமைகள், பிரஜைகள் மற்றும் அன்னியர், குடி மக்கள் மற்றும் அரசின் பெற்றவர்கள் [peregrines] ஆகிய அனைத்து மக்களின் சமத்துவம் என்பது பழங்காலத்தவர்களுக்கு பைத்தியக் காரத்தனம் மட்டுமல்ல, ஆனால் ஒரு குற்றச் செயலாகவே தோன்றியது; கிறித்தவ உலகில் இதன் முதல் தோற்றங்கள் தண்டனைக்குள்ளாக்கப் பட்டது இயல்பே.

கிறித்தவத்தில், பாவிகள் என்ற முறையில் கடவுள் முன் எல்லா மனித ஜீவிகளின் எதிர்மறை சமத்துவம் இருந்தது. மற்றும் மேலும் குறுகிய முறையில் விளக்கப்பட்டதான கிறித்துவின் [Chirst] கருணை யாலும் குருதியாலும் மீட்கப்பட்ட கடவுளின் எல்லாக் குழந்தைகளின் சமத்துவம் இருந்தது. இரு கூற்றுகளும் அடிமைகளின், பிரஷ்டம் செய்யப்பட்டோரின், உடைமை பறிக்கப்பட்டோரின், அடக்கப் பட்டோரின், ஒடுக்கப்பட்டோரின் சமயம் என்ற முறையில் கிறித்தவத்தின் பாத்திரத்தில் நிலைநிறுத்தப்பட்டுள்ளன. கிறித்தவத்தின் வெற்றியுடன் இந்த நிலைமை பின்னணிக்குத் தள்ளப்பட்டது மற்றும் பிரதான முக்கியத்துவம் விசுவாசிகள் அவிசுவாசிகள், வைதிகர் மற்றும் முரண் சமயத்தவர்களிடையிலான முரண்நிலைக்குத் தரப்பட்டது.

நகரங்கள் மலர்ந்தெழுந்ததும், முதலாளித்துவ வர்க்கம் மற்றும் பாட்டாளி வர்க்கத்தின் கிட்டதட்ட வளர்ச்சியடைந்த சக்திகள் தோன்றியதும் முதலாளித்துவ வாழ்க்கைக்கான ஒரு நிபந்தனை என்ற முறையில் சமத்துவத்துக்கான கோரிக்கை படிப்படியாக நிச்சயமாயும் புத்தெழுச்சி பெறுவதாக இருந்தது. பாட்டாளி வர்க்கம் அரசியல் சமத்துவத்திலிருந்து சமுதாய சமத்துவத்தை நோக்கிச் செல்ல வேண்டும் என்ற முடிவை எடுத்ததோடு இணைக்கப்பட்டது. இது இயல்பாயும் சமய வடிவம் மேற்கொண்டு, விவசாயிகள் போரில் முதன்முறையாகக் கூர்மையாக வெளிப்பட்டது.

சமத்துவத்தைப் பற்றிய முதலாளி வர்க்கத்தின் கோரிக்கையை முதலில் கூறிய வகையில் - ஆனால் இன்னும் அனைத்து மனிதகுலத்தின் சார்பிலேயே - முறைப்படுத்தி முன்வைத்தார் ரூஸ்ஸோ. முதலாளி வர்க்கம் அனைத்துக் கோரிக்கைகளைச் சமர்ப்பித்த எக்காலத்திலும் போலவே இங்கும் பாட்டாளி வர்க்கம் காலப்போக்கை மாற்றி யமைக்கும் நிழலை இட்டு அதைத் தொடர்ந்து, தனது சொந்த முடிவுகளை எடுத்தது (பாபெஃப்). முதலாளித்துவ சமத்துவத்துக்கும், பாட்டாளிகள் முடிவுகளை எடுப்பதற்கும் இடையிலான இந்தத் தொடர்பாடு மேலும் பெரியளவு விவரமாக வளர்க்கப்பட வேண்டும்.

எனவே "சமத்துவம் = நீதி" என்ற கோட்பாட்டை வகுத்துரைக்க பழைய வரலாறு அனைத்தும் எடுத்துக் கொள்ளப்பட்டது; முதலாளித்துவ வர்க்கமும் பாட்டாளி வர்க்கமும் தோன்றிய பிறகே இது அடையப்பெற்றது. சமத்துவக் கோட்பாடு தனி உரிமைகள் கூடாது என்பதைக் குறிப்பிடுகிறது, எனவே இது பிரதானமாயும் எதிர்மறையானது, பழைய வரலாறு யாவும் கடைகெட்டது என்று சாற்றுகிறது. அதில் ஆக்கபூர்வமான உள்ளடக்கம் இல்லாததாலும், பழங்கால முழுவதையும் சகட்டுமேனிக்கு அது நிராகரிப்பதாலும் அது ஒரு மாபெரும் புரட்சியின் (1789-1796) பிரகடனத்திற்கு எந்தளவுக்குப் பொருத்தமானதோ, அந்தளவுக்கு அமைப்பு முறைகளை உருவாக்கும் பிந்தைய முட்டாள்களுக்கும் பொருத்தமானதாகும். ஆனால் சமத்துவத்தை = நீதியை ஆக உயர்ந்த கோட்பாடாக மற்றும் இறுதி உண்மையாக உருவமைத்துக் காட்டுதல் அபத்தமானது. சமத்துவம் அசமத்துவத்திற்கு எதிர்நிலையாகவும், நீதி அநீதிக்கு எதிர்நிலையாகவுமே நிலவுகின்றன; எனவே அவை இன்னும் பழைமைக்கு, பழைய வரலாற்றுக்கு எனவே பழைய சமுதாயத்திற்கேயான எதிர்ப்பை இன்னும் சுமந்தபடி உள்ளன.*

சாசுவத நீதி மற்றும் சாசுவத உண்மையில் ஆக்கிப் படைப்பதிலிருந்து சமத்துவம் மற்றும் நீதி என்ற கருத்துகளைத் தடுத்து நிறுத்த இது போதுமானது. ஒரு கம்யூனிஸ்ட் ஆட்சியின் கீழிலான சில தலைமுறைக்கால சமுதாய வளர்ச்சியும் பிழைப்புச் சாதனங்களின் அதிகரித்த அளவும் மனிதகுலத்தை ஒரு கட்டத்திற்கு இட்டுச் செல்லும்; அந்தக் கட்டத்தில் சமத்துவம் மற்றும் உரிமைகள் பற்றிய இந்த ஜம்பமடிப்பு, இன்று பிரபுக்குலத்தின் தனியுரிமைகள் பிறப்பாலான உரிமைகள் பற்றிய ஜம்பமடிப்புப் போன்று, முட்டாள்தனமாக இருக்கும். இங்கு பழைய அசமத்துவத்துக்கும் பழைய நேர்நிலை நியதிக்குமான எதிர்ப்பும் புதிய இடைக்கால நியதிக்கான எதிர்ப்பும் கூட நடைமுறை வாழ்விலிருந்து மறைந்துவிடும்; இங்கு உற்பத்திப் பொருளில் தனது சமமான நியாயமான பங்கு கிடைக்க வேண்டுமென்று செருக்குடன் வற்புறுத்தும் எவரும் இதுபோன்று இருமடங்காக அளிக்கப்பட்டு, எள்ளி நகையாடப்படுவார். டூரிங்கும்கூட இதனை "முன்னறியத் தக்கதாகக்" காண்பார்; இப்படியானால் வரலாற்று நினைவுகளின் கழிவுக் கிடங்கு தவிர வேறு எங்கே சமத்துவம் மற்றும் நீதிக்கான இடம் கிடைக்கும்? இத்தகைய சொற்றொடர்கள் இன்று அருமையான பிரச்சாரத் தகவல் பொருள்களாக இருப்பது காரணமாக, இது

★ இங்கு இந்தக் கையெழுத்துப் பிரதி பின்வரும் ஓரக் குறிப்பினைத் தாங்கி நிற்கிறது: "சமத்துவம் என்ற கருத்து, பண்ட உற்பத்தியில் பொதுவான மனித உழைப்பின் சமத்துவத்திலிருந்து தொடர்கிறது. **மூலதனம்** பக்கம். 36."[251]

எவ்வகையிலும் ஒரு சாசுவத உண்மையாக மாற்றமடைந்துவிட முடியாது.

(சமத்துவத்தின் உள்ளடக்கம் விரித்துரைக்கப்பட வேண்டும் - உரிமைகளுக்குக் கட்டுப்பாடு, முதலியவை.)

மேலும் ஒரு கருத்தியலான சமத்துவத் தத்துவம் இன்று ஓர் அபத்தமே. இன்னும் கணிசமான கால அளவுக்கு அது அவ்வாறே நீடித்து இருக்கும். தனக்கும் ஒரு தென் ஆப்பிரிக்க நாடோடி வேட்டைக்காரன், அல்லது டியரா டெல்ஃபியூகோ தீவுவாசி, அல்லது ஒரு விவசாயி, அல்லது அரை-நிலப்பிரபுத்துவ விவசாய நாள்-தொழிலாளிக்கும் இடையிலான கருத்தியலான சமத்துவத்தை அறிந்துணர வேண்டும் என்று ஒரு சோஷலிஸ்ட் பாட்டாளிக்கோ அல்லது தத்துவவாதிக்கோ தோன்றுவதே கிடையாது; இது வென்று சமாளிக்கப்பட்டவுடன், ஐரோப்பாவில் மட்டுமே என்றாலுங்கூட, கருத்தியலான சமத்துவம் பற்றிய நோக்குநிலையும் வென்று சமாளிக்கப்படும். பகுத்தறிவான சமத்துவம் கொண்டுவரப்படுவதோடு அந்தச் சமத்துவம் பொருளற்றதாகிவிடும். இப்போது சமத்துவம் கோரப்படுமானால், இது இன்றைய வரலாற்று நிலைமைகளில் தானாகவே பின்தொடரும் அறிவுத்துறை மற்றும் தார்மிக சமத்துவப்படுத்தலை எதிர்நோக்கிச் செய்யப்படுவதாக இருக்கும். சாசுவத ஒழுக்க நெறி எல்லாக் காலங்களிலும் எல்லா இடங்களிலும் சாத்தியமாக இருக்க வேண்டும். சமத்துவம் சம்பந்தமாக டூரிங் இதை வலியுறுத்தாவிடினும்கூட, இதற்கு மாறாக, அவர் இடைக்கால ஒடுக்குமுறையை அனுமதிக்கிறார். எனவே அவர் சமத்துவம் என்பது சாசுவத உண்மையல்ல, ஆனால் ஒரு வரலாற்று விளைவு, ஒரு திட்டவட்டமான வரலாற்று நிலைமைகளின் இயற்பண்பு என்பதை ஒப்புக்கொள்கிறார்.

முதலாளித்துவ வர்க்கத்தின் சமத்துவம் (வர்க்கச் சலுகைகளை ஒழிப்பது) பாட்டாளி வர்க்கத்தின் சமத்துவத்தில் இருந்து (வர்க்கங்கள் தம்மையே ஒழிப்பது மிகவும் வேறுபட்டதாகும். பிந்தையதற்கும் மேலாக முடுக்கப்படின், அதாவது கருத்தியலான முறையில் கருதிப் பார்க்கும் பட்சத்தில் சமத்துவம் ஓர் அபத்தம் ஆகிவிடுகிறது. எனவே இறுதியில், ஹெர் டூரிங் பின்கதவு வழியாக ஆயுதமேந்திய மற்றும் நிர்வாக, நீதி மற்றும் போலீஸ் பலப்பிரயோகத்தை மறுபடியும் புகுத்துமாறு கட்டாயப்படுத்தப்படுகிறார்.

இவ்வாறாக, சமத்துவம் என்ற கருத்து தானே ஒரு வரலாற்று வழி விளைவாகிறது, அதன் விரிவிளக்கத்துக்கு முந்தைய வரலாறு முழுவதுமே தேவைப்படுகிறது; எனவே அது அனைத்து அனாதி கால

முதலே உண்மையாக நிலவவில்லை. இப்போது கோட்பாடளவில் - பெரும்பாலான மக்கள் இது இருப்பதாக வைத்துக் கொள்கிறார்கள் என்ற நிலைமை - அது மூதுண்மை சார்ந்ததாக இருப்பதன் காரணத்தால் ஏற்பட்டதல்ல, மாறாகப் பதினெட்டாம் நூற்றாண்டின் கருத்துகள் பரவுவதால் ஏற்பட்டதாகும். ஆகவே, இந்த இரு புகழார்ந்த மனிதர்களும் சமத்துவக் கோட்பாடுமீது உறுதியாக நிற்பார்களானால், அதை அவர்களைப் பத்தொன்பதாம் நூற்றாண்டின் "படித்த" மக்களாகச் சித்திரிப்பதன் வாயிலாக விளக்க முடியும், இது அவர்கள் விஷயத்தில் "இயல்பானதாகவே" இருக்கும். உண்மையான மக்கள் எவ்வாறு நடக்கிறார்கள், எவ்வாறு நடந்தார்கள் என்பது அவர்கள் வாழ்ந்து வந்த வரலாற்று நிலைமைகளைப் பொறுத்தே இருக்கிறது, எப்போதும் அவற்றைப் பொறுத்தே இருந்தது.

அத். 9 அத். 10

[கருத்துகள் சமுதாய உறவுகளைச் சார்ந்திருப்பது]

மக்களின் எண்ணங்கள் மற்றும் கருத்தோட்டங்களே அவர்களது வாழ்க்கை நிலைமைகளை உருவாக்குகின்றன, வாழ்க்கை நிலைமைகள் எண்ணங்களையும் கருத்தோட்டங்களையும் உருவாக்கவில்லை என்ற கருத்து பழைய வரலாறு அனைத்தாலும் மறுக்கப்படுகிறது; இதில் எது விரும்பப்பட்டதோ அதனுடன் எப்போதும் வேறுபட்டதான விளைவுகள் ஏற்பட்டன, மேலும் பிந்தைய நிகழ்ச்சிகளின் போக்கில் பெரும்பாலும் எதிரான விளைவுகள் கூட ஏற்பட்டன. மனிதர்கள் மாறிய நிலைமைகள் காரணமாக சமூக அமைப்பினை [Verfas sung] (sitvenia verbo) [இந்தச் சொல்லைப் பயன்படுத்த ஒருவர் அனுமதிக்கப் படும் பட்சத்தில்] மாற்ற வேண்டிய அவசியத்தை முன்கூட்டியே புரிந்துகொண்டு, அவர்கள் அதை உணராமலே அல்லது அதை விரும்பாமலே அது அவர்கள் மீது வலுவந்தமாகத் திணிக்கப்படுவதற்கு முன்பாகவே, மாற்றத்தை விரும்பினால் மட்டுமே, கிட்டத்தட்ட தொலை எதிர்காலத்தில் இந்தக் கருத்து எதார்த்தமாக முடியும்.

சட்டம் பற்றிய கருத்தோட்டங்கள் விஷயத்திலும் எனவே அரசியலிலும் இதுவே உண்மை நிலையாகும் (இதைப் பொறுத்தவரை, இந்த விஷயம் "தத்துவவியல்" என்ற பாகத்தில் விளக்கப்படும். அதே சமயம் "பலப்பிரயோகம்" "அரசியல் பொருளாதாரத்திற்கு" ஒதுக்கப் பட்டுள்ளது).

அத். 11 (பாகம் 3, அத். 5)

அனுபவத்தின் நீண்ட வரலாற்றின் விளைவாக இயற்கை பற்றிய ரியான பிரதிபலிப்பும் கூட மிகவும் கடினமாக உள்ளது. ஆதிகால

மனிதனுக்கு இயற்கையின் சக்திகள் அன்னியமாக, மாயமாக, மேம்பட்டதாக இருந்தன. நாகரிகமுள்ள மக்கள் அனைவரும் கடந்து சென்றுள்ள ஒரு குறிப்பிட்ட கட்டத்தில் அவன் உருவகஞ்செய்தல் மூலம் அவற்றைப் பழகிக் கொள்கிறான். உருவகஞ்செய்வதற்கான இந்தத் தூண்டுதலே எங்கு நோக்கினும் கடவுள்களைப் படைத்தது, கடவுள் இருப்பது பற்றிய நிரூபணத்திற்கான (consensus gentium) (மக்களின் கருத்து ஒருமைப்பாடு) இந்த உருவகஞ்செய்யும் தூண்டுதலின் சர்வப்பொதுத் தன்மையினை இன்றியமையாத ஓர் இடைக்கால கட்டமாகவும் இதன் பின்விளைவாகச் சமயத்தின் சர்வப்பொதுத் தன்மையினையும் எப்படியும் நிரூபிக்கிறது. இயற்கையின் சக்திகள் பற்றிய உண்மையான அறிவு மட்டுமே கடவுள்கள் அல்லது கடவுளை ஒரு துறைக்குப்பின் மற்ற துறையிலிருந்து வெளியேற்றுகிறது (செக்கியும் அவரது சூரிய மண்டலமும்). இப்போது இந்த மாறுதல் போக்கு எந்தளவு முன்னேறியுள்ளதென்றால் தத்துவார்த்தரீதியில் இதை முடிவுற்றுவிட்டதாகக் கருதலாம்.

சமுதாயத் துறையில் பிரதிபலிப்பு இன்னும் அதிகக் கடினமான தாகும். சமூகம் பொருளாதார உறவுகளால், பொருளுற்பத்தி மற்றும் பரிவர்த்தனையாலும், இவை தவிர வரலாற்று வழியிலான முன் தேவையான நிலைமைகளாலும் நிர்ணயிக்கப்படுகிறது.

அத். 12

முரண்நிலை - முரண்நிலை ஒரு வஸ்துவின் குணமாக இருந்தால் அது தன்னிலேயே முரண்பாடு கொண்டதாக இருக்கும். சிந்தனை உருவிலான அதன் வெளிப்பாடும் அவ்வாறே இருக்கும். உதாரணமாக, "நிலைமம்" மற்றும் "மாற்றம்" என்ற முரண்நிலையினைக் கொண்டுள்ள ஒரு பொருள் அப்படியே இருப்பதிலும் மேலும் இடையறாது மாறி வருவதிலும் ஒரு முரண்பாடு உள்ளது.

அத். 13

[நிலைமறுப்பு நிலைமறுக்கப்படல்]

...இந்தோ-ஜெர்மானிய மக்களினங்கள் யாவும் பொதுவான சொத்துடைமையுடன் செயல் தொடங்கின. சமுதாய வளர்ச்சியின் போக்கில், ஏறத்தாழ அவர்கள் அனைவரிடமிருந்தும் பொதுச்சொத்து ஒழிக்கப்பட்டது, நிலை மறுக்கப்பட்டது, இதர வடிவங்களான தனிச்சொத்து, நிலப்பிரபுத்துவச் சொத்துகளால் மாற்றப்பட்டது. இந்த நிலைமறுப்பை நிலைமறுக்க, வளர்ச்சியின் மேலும் ஓர் உயர்ந்த மட்டத்தில் பொதுச்சொத்துடைமையினை மீண்டும் நிலைநாட்டுவது சமுதாயப் புரட்சியின் கடமையாகும். அல்லது: தொல்பழமைத்

தத்துவவியல் துவக்கத்தில் தன்னியலான பொருள்முதல்வாதமாக இருந்தது. பின்னது கருத்தியல்வாதம், ஆன்மீகவாதம் என்னும் பொருள்முதல்வாத நிலைமறுப்பினை முதலில் ஆன்மா மற்றும் உடல் என்ற முரண்நிலையின் உருவிலும் பின்னால் இறவாமை பற்றிய போதனை மற்றும் ஏகதெய்வவாதம் [monotheism] ஆகியவற்றிலும் தோற்றுவித்தது. இந்த ஆன்மீகவாதம் கிறித்தவ சமயத்தின் மூலமாக உலகளாவிய அளவில் பரப்பப்பட்டது. இந்த நிலைமறுப்பு நிலைமறுக்கப்படுவதானது - பழையதை மேலும் உயர்மட்டத்தில் மறு உருவாக்கப் பெற்ற நவீனப் பொருள்முதல்வாதமாகும்; இது பழைமைக்கு நேர்மாறாக அதன் தத்துவார்த்த முடிவுகளை விஞ்ஞான சோஷலிசத்தில் காண்கிறது.

...இந்த இயற்கையான மற்றும் வரலாற்றுவழி நிகழ்ச்சிப்போக்குகள் சிந்திக்கும் மூளையில் தமது பிரதிபலிப்பை ஏற்படுத்தி அதில் தம்மைத்தாமே புனருற்பத்தி செய்து கொள்கின்றன என்பது கூறாமலே விளங்கும். இது மேலே குறிப்பிடப்பட்ட உதாரணங்களில் - a x -a, இத்தியாதி வெளியிடப்பட்டது; இந்த முறையில் மட்டுமே தலையாய இயக்கவியல் பிரச்சனைகளுக்குத் தீர்வு காணப்படுகிறது.

அதோடு மோசமான பயனற்ற நிலைமறுப்பும் உள்ளது.

உண்மையான, இயற்கையான, வரலாற்று வழி மற்றும் இயக்க வியல் நிலைமறுப்பே (சகஜமாக எடுத்துக் கொள்ளப்பட்டால்) குறிப்பாயும் முரண்நிலைகளாகத் துண்டாடுதல், அவற்றின் போராட்டம் மற்றும் தீர்வு ஆகிய எல்லா வளர்ச்சியின் இயக்கு சக்தியாக அமைகிறது. அதே சமயம், பெற்ற அனுபவத்தின் அடிப்படையில் ஆரம்பநிலை யினை, ஆனால் உயர் மட்டத்தில் மறுபடியும் சென்றடையலாம் (ஓரளவு வரலாற்றிலும் சிந்தனையில் முழுமையாகவும்).

பயனற்ற நிலைமறுப்பு என்பது முற்றிலும் அகநிலையான, தனிப்பட்ட ஒன்றாகும். பொருளின் ஒரு வளர்ச்சிக் கட்டமல்ல என்பதால் இது வெளியிலிருந்து புகுத்தப்பட்டதான ஓர் அபிப்பிராய மாகும். அதிலிருந்து எதுவும் விளைய முடியாது என்பதால், நிலை மறுப்பவர் உலகுடன் சச்சரவிடும் நிலையில் இருக்க நேரும், நிலவுகிற அனைத்தையும் நிகழ்ந்த அனைத்தையும் வரலாற்று வழி வளர்ச்சி முழுவதையும் அவர் கண்டனம் செய்ய வேண்டும். தொல்பழங்கால கிரேக்கர்கள் சிலவற்றை நிறைவேற்றினார்கள் என்பது மெய்யே, ஆனால் அவர்களுக்கு நிறமாலைப் பகுப்பாய்வு, இரசாயனவியல், வகையீட்டு நுண்கணிதம், நீராவி எஞ்சின்கள், ரோடுகள், மின்சாரத் தந்தி முறை அல்லது ரயில்வே குறித்து எதுவும் தெரியாது. இத்தகைய

சிறிய முக்கியத்துவமேயுள்ள மக்களின் விளைபயன்கள் பற்றி நீண்ட விளக்கம் எதற்கு? இந்த வகையான நிலைமறுப்பாளர் ஒரு நம்பிக்கை ஆர்வமற்றவராய் இருக்கும் வரை - அப்பழுக்கின்றி இருக்கும் நமது உயர்தன்மை தவிர மற்றயாவும் மோசம், இவ்வாறு நமது நம்பிக்கை யின்மை நன்னம்பிக்கையாய் தானே மாற்றமடைகிறது. இவ்வாறு நாமே ஒரு நிலைமறுப்பை நிலைமறுப்புச் செய்துவிட்டோம்!

வரலாற்றைப் பார்ப்பதிலான ரூஸ்ஸோவின் வழியுங்கூட: ஆரம்ப சமத்துவம் - அசமத்துவம் மூலம் சீரழிவு; மேலும் உயர்மட்டத்தில் சமத்துவம் மீண்டும் நிலைநாட்டப்படல் - ஒரு நிலைமறுப்பின் நிலைமறுப்பே.

டூரிங் இடைவிடாது கருத்துமுதல்வாதத்தை - லட்சியக் கருத் தோட்டங்களைப் பிரச்சாரம் செய்கிறார். தற்போது நிலவும் உறவு களிலிருந்து நாம் எதிர்காலம் பற்றிய முடிவுகளை எடுப்போமானால், வரலாற்றின் போக்கில் இயங்கும் எதிர்மறை சக்திகளின் ஆக்கபூர்வ அம்சத்தை நாம் கண்டு அலசி ஆராய்வோமானால், - இதை ஆகக் குறுகிய மனம் படைத்த முற்போக்காளர், கருத்துமுதல்வாதி லஸ்கரும் கூடச் செய்கிறார், - இதனை டூரிங் "கருத்துமுதல்வாதம்" என்கிறார். அதிலிருந்து பள்ளிகளுக்கு ஒரு பாடத்திட்டத்தினைக் கூட வழங்கும் எதிர்காலத்திற்கான ஒரு திட்டத்தை வடிவமைக்கும் உரிமையினை ஊகிக்கிறார், எனினும் இந்தத் திட்டம் கற்பனைக் கனவே, காரணம் இது அறியாமையை அடிப்படையாக்கியது. இவ்வாறு செய்வதன் மூலம் அவரும் ஒரு நிலைமறுப்பு நிலைமறுக்கப்படலைச் செய்கிறார் என்ற உண்மையினை அவர் பார்க்கத் தவறுகிறார்.

[நிலைமறுப்பு நிலைமறுக்கப்படலும் முரண்பாடும்]

"ஒரு நேர்பபடியின் 'இன்மை' ஒரு திட்டவட்டமான இன்மை யாகும்" என்கிறார் ஹெகல்.[252]

"வகையீடுகள் [differentials], விவாதிக்கப்படும் கேள்வியின் நிலையால் நிர்ணயிக்கப்படும் ஒன்றோடொன்றான உறவில் நிற் பவையான மெய்யான பூஜ்யங்களாகக் கருதப்பட்டு, அவ்வாறு நடத்தப்படலாம்". கணிதவியல் முறையில் இது முட்டாள்தனமல்ல என்று சொல்கிறார். பொஸ்ஸு,[253] 0/0 மேல் எண்ணும் கீழ் எண்ணும் ஏககாலத்தில் மறையும் பொழுது பெறும்பட்சத்தில ஒரு திட்ட வட்டமான மதிப்பை உருவகப்படுத்தலாம் என்று பொஸ்ஸு தொடர்ந்து கூறுகிறார்.

இதுவே 0:0 = A: B, அங்கு 0/0 = A /B என்பது பின்னால் A அல்லது B யின் மதிப்பில் ஏற்படும் மாறுதலுடன் மாற்றமடைகிறது (உதாரணங்கள் பக்கம் 95 இல்). பூஜ்யங்கள் வீதங்களாக வடிவெடுப்பது, அதாவது பொதுவாக மதிப்பு மட்டுமன்றி எண்களில் வெளியிடக் கூடியதான பல்வேறு மதிப்புகளைக் கொண்டிருப்பது ஒரு "முரண்பாடு" அல்லவா? *1:2 = 1:2; 1 - 1:2 - 2= 1:2; 0:0 = 1 : 2.*[254]

வரம்பற்ற சிறிய பரிமாணங்களின் கூட்டுதல்கள் கணிதவியலில் ஆக உயர்ந்த வகைகளாகும். சாமானிய சொற்களில் கூறினால் தொகையீட்டு நுண்கணிதமாகும் என்று டூரிங் தாமே சொல்கிறார். இது எவ்வாறு செய்யப்படுகிறது? என்னிடம் இரண்டு, மூன்று அல்லது அதிகமான மாறியல் மதிப்புருக்கள் உள்ளன, அதாவது மாறும் பொழுது தமக்கிடையே ஒரு திட்டவட்டமான உறவைப் பேணி வைத்திருக்கும் தன்மையுடையவை. உதாரணமாக, இரண்டு மதிப் புருக்கள் x மற்றும் y, சாதாரண கணிதவியலால் விடைகாண முடியாத ஒரு திட்டவட்டமான பிரச்சனைக்கு விடைகாண வேண்டும். இதில் x மற்றும் y செயல்படுகின்றன. நான் x மற்றும் y ஐ வகையீடு செய்கிறேன். அதாவது x மற்றும் y ஐ மிகவும் வரம்பற்ற சிறியவையாக எடுத்துக் கொள்கிறேன், - எவ்வளவு சிறியதாயினும் சரி எந்த ஒரு மெய்யான மதிப்புருவுடனும் ஒப்புநோக்கும் போதில் அவை மறைந்து விடுகின்றன. x மற்றும் y யில் எதுவுமே மீதமில்லை. எவ்வித பௌதிக அடிப் படையுமற்ற அவற்றின் பரஸ்பர உறவு மட்டுமே உள்ளது; இதன் பின்விளைவாக dx / dy = *0/0*, ஆனால் *0/0* என்பது x/y என்ற வீதத்தில் தோற்றப்படுத்தப்படுகிறது. மறைந்துவிட்ட இரு மதிப்புகளுக்கு இடையிலான இந்த வீதம், அவற்றின் மறைவின் குறிப்பிட்ட தருணம், ஒரு முரண்பாடு என்பது எம்மைத் தொந்தரவு செய்ய முடியாது. இப்போது நான் x ஐயும் y ஐயும் அவற்றைப் பற்றி இனிமேல் கவலையில்லை என்ற வகையிலல்ல, மாறாக நிலைமையின் மெய்யான தகவல்களுக்கு இசைவான வழியில் நிலைமறுப்புச் செய்திருப்பது தவிர வேறு என்ன செய்திருக்கிறேன்? x உம் y யும் இருந்த இடத்தில் அவற்றின் நிலைமறுப்பான dx ம் dy யும் என் முன் வாய்ப்பாடுகள் அல்லது சமன்பாடுகளில் உள்ளன. இந்த வாய்ப்பாடுகளை வைத்து வழக்கம் போல இயங்குகிறேன், dx மற்றும் dy ஐ மெய்யான மதிப்புருக்கள் போன்று கருதிச் செயல்படுகிறேன். ஒரு குறிப்பிட்ட கட்டத்தில் நான் நிலைமறுப்பை நிலைமறுப்புச் செய்கிறேன். அதாவது வகையீட்டு வாய்ப்பாட்டை தொகையிடாக்கி, dx மற்றும் dy யினிடத்தில் x மற்றும் y என்ற மெய்யான மதிப்புருக்களை வைக்கிறேன்; நான் துவக்கத்தில் இருந்த இடத்தில் இருக்கமாட்டேன், மாறாக இந்த முறையைப்

பயன்படுத்தியதன் மூலம் சாமானிய வடிவ கணிதமும் அல்ஜிப்ராவும் ஒன்றும் செய்ய முடியாது. வீணே தமது முகவாயை உடைத்துக் கொண்டிருக்க நான் பிரச்சனைக்கு விடை கண்டுவிட்டேன்.

பாகம் 2

அத். 2

எங்கெல்லாம் அடிமை முறை பொருளுற்பத்தியின் பிரதான வடிவமாக இருக்கிறதோ அங்கு அது உழைப்பை அடிமைச் செயல் பாடாக மாற்றுகிறது, இதன் விளைவாக அதைச் சுதந்திர மனிதர் களுக்கு மதிப்புக் கேடானதாக்குகிறது. இவ்வாறு அத்தகைய உற்பத்தி முறையிலிருந்து விடுபடும் மார்க்கம் தடை செய்யப்படுகிறது; அதே பொழுதில் அடிமை முறை மேலும் வளர்ச்சியடைந்த உற்பத்தி முறைக்கு முட்டுக்கட்டையாக உள்ளது; இதை அவசரமாக அகற்றுவது தேவை என்று அந்தமுறை கோருகிறது. இந்த முரண்பாடு அடிமைமுறையினை அடிப்படையாக்கியதான எல்லா உற்பத்திக்கும் அதனை அடித்தளமாக்கிய எல்லா சமுதாயங்களுக்கும் அழிவைக் கொண்டு வருகிறது. பெரும்பாலும் சீரழிந்து வரும் சமுதாயங்களை மற்றவை, மேலும் வலிமையுள்ளவை, வலுவந்தமாக அடக்குவதன் மூலமே (கீரிஸ் மாசிடோனியாவாலும் பிறகு ரோமினாலும் கீழடக்கப் பட்டது) பரிகாரம் காணப்படுகிறது. இவை தாமும் அடிமைமுறையையே தமக்கு அடிப்படையாகக் கொண்டிருக்கும் காலம் வரை இது மையம் மாற்றப்படுவதோடு மட்டுமே நின்றுவிடுகிறது இறுதியாகப் படை யெடுத்து வெல்லும் மக்கள் (ரோம்) அடிமைமுறையை அகற்றி வேறொரு பொருளுற்பத்தி முறையினைப் புகுத்தும் வரையில் இதே நிகழ்ச்சிமுறை உயர்ந்த கட்டத்தில் மீண்டும் நடைபெறுவதாகவே இருக்கும். அல்லது அடிமைமுறை கட்டாயத்தால் அல்லது சுய விருப்பால் ஒழிக்கப்பட்டு, இதன் பின்னால் முன்னாள் உற்பத்தி முறை அழிவுற்று, அமெரிக்காவில் போன்று பெருவீத சாகுபடி முறைக்குப் பதில் சிறு விவசாயி நிலவுடைமையாளர் சாகுபடி நிறுவப்படலாம். இவ்வாறே கிரீசும் அடிமைமுறை காரணமாக அழிவுற்றது. அடிமை களுடனான சமூகத் தொடர்பு குடிமக்களை நெறிகெடச் செய்கிறது என்று ஏற்கெனவே அரிஸ்டாட்டில் கூறியுள்ளார்; அடிமைமுறை குடி மக்களுக்கு வேலையைச் சாத்தியமற்றதாக்குகிறது என்பது தெரிந்ததே. கீழ் நாடுகளில் நிலவுவது போன்ற உள்நாட்டு அடிமைமுறை வேறு விஷயம். இங்கு இது நேரடியாக அன்றி, குடும்பத்தின் ஓர் கூறான பகுதி என்ற முறையில் உள்ளது; குடும்பத்திற்குள் காணாமலே கடந்து புகுகின்றது (அந்தப்புரப் பெண் அடிமைகள்).

அத். 3

டூரிங்கின் கண்டனத்திற்குரிய வரலாற்றில் பலப்பிரயோகம் ஆதிக்கம் செலுத்துகிறது. மெய்யான முற்போக்கான வரலாற்றுவழி இயக்கத்தில் மேலோங்கி நிற்பது பொருளாயத ஆதாயங்களே; அவை பேணி வைக்கப்படுகின்றன.

அத். 3

பலப்பிரயோகம், ராணுவம் எவ்வாறு பராமரிக்கப்படுகிறது? பணத்தின் மூலமே, எனவே மீண்டும் பலப்பிரயோகம் பொருளுற்பத்தியையே சார்ந்திருக்கிறது. ஏதன்ஸ் கடற்படை மற்றும் 380 - 340 அரசியல் கொள்கையையும் ஒப்பிடுங்கள். நீண்டதும் ஊக்கமிகுந்ததுமான போர்களை நடத்துவதற்குரிய பொருளாயத சாதனங்கள் போதாமையால் நேச நாடுகளை எதிர்த்துத் தொடுக்கப்பட்ட பலப்பிரயோகம் பயனற்றுப்போனது. புதிய தொழில்துறை, நவீனத் தொழில்துறை வழங்கிய ஆங்கில உதவிமான்யங்கள் நெப்போலியனைத் தோற்கடித்தன.

அத். 3

[கட்சியும் ராணுவப் பயிற்சியும்]

பிழைப்புக்கான போராட்டத்தையும் போராட்டம் மற்றும் ஆயுதங்களை எதிர்த்த டூரிங்கின் முழக்கங்களையும் கவனிக்கும் பொழுது, ஒரு புரட்சிக் கட்சி எவ்வாறு போராடுவது என்பதையும் கட்டாயம் அறிந்திருக்க வேண்டும் என்பதை வலியுறுத்த வேண்டியுள்ளது. அண்மை எதிர்காலத்தில் ஏதேனும் ஒருநாள் அது புரட்சியை நடத்த வேண்டியிருக்கலாம், ஆனால் இன்றைய ராணுவ - அதிகார வர்க்க அரசாங்கத்தை எதிர்த்து அல்ல. அரசியல் ரீதியில் இது இயக்குநர் குழுமம் [the Directorate] கம்யூனிசத்திற்கு உடனடியாகக் குதிப்பதற்கு பாபெஃப் செய்த முயற்சி போன்று பையித்தியக்காரச் செயலாக இருக்கும்; இயக்குநர் குழுமம் எப்படியும் ஒரு முதலாளித்துவ மற்றும் விவசாயி அரசாதலால்[255] மேலும் பையித்தியக்காரத்தனமாகும். ஆனால் முதலாளிவர்க்கம் பிறப்பித்துள்ள சட்டங்களைப் பாதுகாக்கும் பொருட்டே கட்சி இன்றுள்ள அரசாங்கத்தை மாற்றி அதனிடத்தில் வரவிருக்கும் முதலாளித்துவ அரசினை எதிர்த்துப் புரட்சிகரமான நடவடிக்கைகளை மேற்கொள்ளுமாறு கட்டாயப்படுத்தப்படலாம். எனவே நமது காலத்திய சர்வப் பொதுவான படைக்கு ஆள் திரட்டுவதைச் சாதகமாகப் பயன்படுத்தி, எல்லோரும் எப்படிப் போராடுவது என்பதைப் படித்துக்கொள்ள வேண்டும். குறிப்பாகக் கல்வி காரணமாக ஓராண்டு சுயவிருப்ப சேவையில்

அதிகாரியின் பயிற்சியைப் பெறுவதற்கு உரிமையுள்ளவர்கள் இந்த வாய்ப்பினைப் பயன்படுத்திக்கொள்ள வேண்டும்.

அத். 4

"பலப்பிரயோகம்" பற்றி

சமூக இயல்பு சார்ந்த நிலைமைக்கு மாறிச் செல்வது போன்ற நிர்ணயமான முக்கியத்துவமுடையதான எல்லா "நெருக்கடியான" சகாப்தங்களிலும் பலப்பிரயோகம் புரட்சிகரமான முறையில் செயற் படுகிறது என்பது அங்கீகரிக்கப்பட்டதாகும். ஆனால் அப்பொழுதும் கூட வெளியிலுள்ள பிற்போக்கான எதிரிகளை எதிர்த்துத் தற்காப்புக்காக மட்டுமே செயல்படுகிறது. எனினும் மார்க்சால் சித்திரிக்கப் பெற்றதான இங்கிலாந்தில் பதினாறாம் நூற்றாண்டில் ஏற்பட்ட திடீர் மாற்றத்துக்கு புரட்சிகர அம்சமும் இருந்தது. அது நிலப்பிரபுத்துவ நிலவுடைமைகளை முதலாளித்துவ நிலவுடைமையாக மாற்றுவது மற்றும் முதலாளித் துவத்தின் வளர்ச்சிக்கான அடிப்படை நிலைமையாகும். அதே போன்று 1789-ல் நடைபெற்ற பிரெஞ்சுப் புரட்சியும் பெருமளவுக்குப் பலப்பிரயோகத்தைப் பயன்படுத்தியது; ஆகஸ்ட் 4 விவசாயிகளின் பலப்பிரயோகச் செயல்களை அப்படியே அனுமதித்தது. இதை முழுமையாக்கும் முறையில் பிரபுக்குலத்தின் மற்றும் சமய அமைப்பு களின் சொத்துகள் பறிமுதல் செய்யப்பட்டன.[256] பழங்கால ஜெர்மானி யரின் பலப்பிரயோகப் படையெடுப்புகளும், படையெடுத்துப் பிடித் தடக்கிய பிரதேசத்தில் நகரப்புறம் அன்றி நாட்டுப்புறம் ஆதிக்கம் செலுத்திய அரசுகளை நிறுவியதும் (தொல்பழங்காலத்தில் போலவே), - குறிப்பாயும் பிந்தைய காரணத்திற்காக, - அடிமை முறையை மேலும் கடுமை குறைந்த பண்ணையடிமை முறையாக அல்லது நிலப்பிரபுத்துவ சார்பு நிலையாக மாற்றுவதன் மூலம் தொடர்ந்து (தொல்பழங் காலத்தில் சாகுபடி நிலத்தை மேய்ச்சல் நிலமாக மாற்றுவது மிகப் பெரிய நிலவுடைமையின் [latifundia] உடனிணைந்த அம்சமாக இருந்தது).

அத். 4

[பலப்பிரயோகம், சமுதாயச் சொத்து, பொருளியல், அரசியல்]

இந்தோ - ஜெர்மானியர் ஐரோப்பாவுக்குப் பெயர்ந்து சென்ற பொழுது அவர்கள் நீண்டகாலமாக வாழ்ந்து வரும் ஆதிவாசிகளான மக்களை பலப்பிரயோகம் மூலம் வெளியேற்றி, சமுதாயத்தின் உடைமையில் இருந்த நிலங்களை உழுது பயிரிட்டனர். கெல்ட்டுகள், ஜெர்மானியர் மற்றும் ஸ்லாவ் இனங்களிடையே சமுதாய உடைமை உரிமையை இன்னும் வரலாற்று வழியில் தேடிக்காணலாம், மற்றும்

ஸ்லாவ், ஜெர்மன் மற்றும் கெல்ட்டுகள் [rundale] இடையில் இது இன்னும் நேரடி (ரஷ்யா) அல்லது மறைமுகமான (அயர்லாந்து) நிலப் பிரபுத்துவ அடிமை முறையாக நிலவுகிறது. லாப் மக்களும் பாஸ்க் மக்களும் விரட்டப்பட்டதோடு பலப்பிரயோகம் முடிவுக்கு வந்தது. உள்விவகாரங்களில் சமத்துவம் அல்லது சுயவிருப்பத்துடன் விட்டுக் கொடுக்கப்பட்ட சலுகை பரவி நிலவியது. நிலத்தில் பொதுவான உடைமையிலிருந்து தனிப்பட்ட விவசாயிகளின் தனியார் உடைமை எழுந்த இடங்களில் இந்தப் பிரிவினை பதினாறாம் நூற்றாண்டு வரையில் சமுதாய உறுப்பினர்களிடையே முற்றிலும் தன்னியல்பாக நடைபெற்றது. பெரும்பாலான இடங்களில் இது முற்றிலும் படிப்படியாகவே நிகழ்ந்தது. பொதுச்சொத்துடைமையின் மீதமிச்சங்கள் மிகவும் அடிக்கடி எதிர்ப்பட்டன. பலப்பிரயோகத்தைப் பயன்படுத்தும் எண்ணம் இருக்கவில்லை; இந்த மீதமிச்சங்களை (இங்கிலாந்தில் பதினெட்டு மற்றும் பத்தொன்பதாம் நூற்றாண்டிலும், ஜெர்மனியில் பிரதானமாயும் பத்தொன்பதாம் நூற்றாண்டிலும்) எதிர்த்து மட்டுமே அது பிரயோகிக்கப்பட்டது. அயர்லாந்து விஷயம் தனியானது. இந்தியாவிலும் ருஷ்யாவிலும் மிகவும் வெவ்வேறான பலாத்காரமான படையெடுப்புகள் மற்றும் எதேச்சாதிகாரங்களின் கீழ் இந்தப் பொதுவான உடைமை அமைதியாக நீடித்து நிலவியது; அவற்றின் அடித்தளமாக விளங்கியது. உற்பத்தி உறவுகள் எவ்வாறு பலப் பிரயோகத்தின் அரசியல் உறவுகளை நிர்ணயிக்கின்றன என்பதற்கு ருஷ்யாவே சான்று. பதினேழாம் நூற்றாண்டின் இறுதிவரையில் ருஷ்ய விவ்சாயி ஒடுக்குமுறையால் வருந்தவில்லை. எங்கும் செல்வதற்கான உரிமையை அனுபவித்தான், மிக அரிதாகவே பண்ணையடிமையாக இருந்தான். முதல் ரொமானவ் மன்னர் விவசாயிகளை நிலத்தோடு இணைத்தார். பீட்டர் மன்னர் காலமுதல் ஏற்றுமதிக்கு விவசாயப் பண்டங்களை மட்டுமே கொண்டிருந்த ருஷ்யாவில் வெளிநாட்டு வர்த்தகம் தொடங்கியது. இது விவசாயிகள் மீது ஒடுக்குமுறையைக் கொண்டு வந்தது. இது எதற்காகக் கொண்டு வந்து புகுத்தப்பட்டதோ அந்த ஏற்றுமதிகளைப் போன்று அதே அளவில் வளர்ந்தது; இறுதியாக, எக்க தெரினா அரசி ஒடுக்குமுறையை முழுமைப்படுத்தி, இதைப் பற்றிய சட்டம் வெளியிட்டார். ஆனால் இந்தச் சட்டம் நில உரிமையாளர்கள் விவசாயிகளை மேலும் மேலும் வருத்தி ஒடுக்க அனுமதித்தது, இதனால் அவர்களது ஆதிக்கம் சகிக்க முடியாதளவு கடுமையாகியது.

அத். 4

பலப்பிரயோகம் சமுதாய, அரசியல் நிலைமைகளுக்குக் காரணம் என்றால், பலப்பிரயோகத்துக்குக் காரணம் என்ன? மற்றவர்கள்

உழைப்பின் உற்பத்திப் பொருட்களையும் மற்றும் மற்றவர்களின் உழைப்புச் சக்தியையும் கைப்பற்றிக் கொள்வதேயாகும். பலப் பிரயோகம் பொருள்களின் நுகர்வில் மாறுதல்களைச் செய்ய முடிந்தது. ஆனால் உற்பத்தி முறையை மாற்றமுடியவில்லை; தேவையான நிலைமைகள் இருந்தால் மற்றும் கொத்தடிமை உழைப்பு பொருளுற்பத்திக்கு ஒரு தளையாகிவிட்டாலொழிய அதனால் கொத்தடிமை உழைப்பைக் கூலி உழைப்பாக மாற்ற முடியவில்லை.

அத். 4

இதுவரையில் பலப்பிரயோகம் - இனிமேல் சமூக இயல்பு சார்ந்த நிலைமை. முற்றிலும் ஒரு வெற்று விருப்பம், "நீதியின்" கோரிக்கை. 350 ஆண்டுகளுக்கு முன்னால் இந்தக் கோரிக்கையினை தாமஸ் மோர் ஏற்கெனவே முன்வைத்தார்,[257] *ஆனால் அது இதுவரை நிறைவேற்றப் படவில்லை. அது இப்போது எதற்காக நிறைவு செய்யப்பட வேண்டும்? டூரிங் இதற்கு விடை காணமுடியாது திண்டாடுகிறார். உண்மையில் நவீனத் தொழில்துறை இந்தக் கோரிக்கையை, நீதிக்கான கோரிக்கை யாகவன்றி, ஆனால் உற்பத்திக்கு அவசியமானது என்ற முறையில் முன்வைக்கிறது, - இது எல்லாவற்றையும் மாற்றுகிறது.*

பாகம் 3

அத். 1

ஃபூரியே (Nouveau Monde Industriel et Societaire).[258]

அசமத்துவத்தின் கூறு: "மனிதன் இயல்பூக்கத்தால் ஜீவியாக இருப்பவன் சமத்துவத்தின் எதிரி" (பக்கம் 59).

"நாகரிகம் என்று அழைக்கப்படும் இந்த ஏமாற்றும் பொறியமைவு" (பக்கம் 81).

"அவர்களை (மகளிரை) நாம் வழக்கமாகச் செய்வது போன்று நன்றி கெட்ட கடமைகளுக்கோ, மகளிர் படைக்கப்பட்டதே. சட்டி களைக் கழுவவும், பழைய காற்சட்டைகளை ஒட்டுப்போட்டுத்தைக்கவும் என்று உரிமை கொண்டாடும் தத்துவவியல் அவர்களுக்கு ஒதுக்கியுள்ள குற்றேவல் பாத்திரங்களுக்கோ தள்ளிவிடுவதைத் தவிர்க்க வேண்டும்" (பக்கம் 141).

"பட்டறைத் தொழில் உழைப்புக்கு கடவுள் ஒரு கவர்ச்சித் தன்மையினை அருளியுள்ளார். இது சமுதாய மனிதன் வேலைக்குத் தரும் காலஅளவில் கால்பங்குக்கு இணையானதாகும்." மீதிநேரம் விவசாயம், கால்நடை வளர்ப்பு, சமையலறை, தொழில்துறைப் படைகள் ஆகியவற்றுக்குப் பயன்படுத்தப்பட வேண்டும் (பக்கம் 152).

"கனிவுள்ள ஒழுக்க நெறி, வாணிபத்தின் கருணையுள்ள பரிசுத்த நண்பன்" (பக்கம் 161). ஒழுக்கநெறி பற்றிய விமர்சனம் (பக்கம் 162 பின்வருவன).

இன்றைய சமுதாய அமைப்பில், "நாகரிகமடைந்த பொறி யமைவில்" "இரண்டகமான செயல்பாடு, கூட்டு நலன்களுக்கும் தனிநபர் நலன்களுக்குமிடையே முரண்பாடு" ஆதிக்கம் வகிக்கின்றது; இது "தனிநபர்கள் வெகுஜனங்களை எதிர்த்து நடத்தும் சர்வப் பொதுவான போர். இருந்தபோதிலும் நமது அரசியல் விஞ்ஞானங்கள் செயல் ஒற்றுமை பற்றித் துணிந்து பேசுகின்றன!" (பக்கம் 172).

"இயற்கை பற்றிய ஆராய்ச்சியில் நவீனகால மக்கள் எல்லா இடங்களிலும் தோல்வியடைந்தார்கள், காரணம் அவர்களுக்கு விதி விலக்குகள் அல்லது மாறிச் செல்லுதல்கள் பற்றிய தத்துவம், இனக் கலப்புகள் பற்றிய தத்துவம் தெரியாது" "இனக்கலப்பு" உதாரணங்கள்: "சீமை மாதுளம் பழம், பேரி இனக்கனி, மலங்கு, வௌவால்" இத்தியாதி (பக்கம் 191).

டூரிங்குக்கு மறுப்பு என்ற நூலின் தயாரிப்புக் கட்டுரையில் கையெழுத்துப் பிரதியின் இரண்டாம் பகுதியில் டூரிங்கின் அரசியல் மற்றும் சமூகப் பொருளாதாரப் பாடம் என்ற நூலில் இருந்து பல பகுதிகள் தரப்பட்டுள்ளன, இவற்றுக்கு நேருக்கு நேர் எங்கெல்சின் விமரிசனக் குறிப்புகளும் தரப்பட்டுள்ளன.

பின்வரும் மேற்கோள்கள் எங்கெல்சின் குறிப்புகளாகும்; இவை டூரிங்குக்கு மறுப்பு நூலில் விரித்துரைக்கப்பட்டுள்ளதான அறுதியுரை களை நாம் புரிந்துகொள்வதற்கு உதவிகரமாக இருக்கும். டூரிங்கின் நூலிலிருந்து எடுத்த பகுதிகள் இங்கு சுருக்கப்பெற்ற வடிவில் தரப்பட்டுள்ளன. அவை நெருங்கியமைந்த வரிகளில் அச்சிடப்பட்டு சதுரவளைவுகளில் அடைப்புகளில் தரப்பட்டுள்ளன.

["பல்வேறு வடிவிலான மனித கூட்டுறவுகள் எதன் மூலம் படைக்கப்படுகின்றனவோ அந்தத் துணிபாற்றல் செயல்பாடு தானே இயற்கை நியதிகளுக்குக் கட்டுப்பட்டது" என்ற டூரிங்கின் உறுதியுரை குறித்து எங்கெல்ஸ் குறிப்பிடுவதாவது:]

எனவே, வரலாற்று வளர்ச்சி பற்றி எவ்விதக் குறிப்பிடுதலும் இல்லை. வெறும் இயற்கையின் சாசுவத நியதி. எல்லாமே உளவியல், துரதிருஷ்டவசமாகப் பிந்தையது அரசியலை விடவும் மிகவும் "பிற்பட்டதாக" உள்ளது.

[அடிமை முறை, கூலிக் கொத்தடிமை, பலப்பிரயோகத்தை வடிப்படையாக்கிய சொத்துடைமை ஆகியவற்றை "முற்றிலும்

அரசியல் தன்மை கொண்ட சமூக - பொருளாதார அரசியல் சட்ட வடிவங்கள்" என்னும் டூரிங்கின் ஆய்வாராய்வின் தொடர்பாக எங்கெல்ஸ் எழுதியதாவது:]

அரசியல் பொருளாதாரத்திற்கு இயற்கையின் சாசுவத நியதிகள் மட்டுமே உள்ளன என்றும், மாறுதல் மற்றும் புரட்டுகள் யாவும் அவக்கேடான அரசியலால் ஏற்படுத்தப்பட்டவை என்றும் எப்போதும் நம்புதல்.

எனவே, பலப்பிரயோகம் பற்றிய தத்துவம் முழுவதிலும், இது வரையில் எல்லா வடிவங்களிலுமான சமுதாய அமைப்புகள் தம்மைத் தாமே பராமரித்துக் கொள்ள பலப்பிரயோகம் தேவைப்பட்டது. மற்றும் ஏதாவது ஓர் அளவுக்குப் பலப்பிரயோகத்தால் இவை நிறுவப் பட நேர்ந்தது என்ற வரையில் சரி. இந்தப் பலப்பிரயோகத்தின் ஸ்தாபன வடிவமே அரசு என்று அழைக்கப்படுகிறது. எனவே இங்கு, மனிதன் காட்டுமிராண்டி நிலைகளிலிருந்து மேலே எழுந்தவுடனேயே எங்கும் அரசுகள் நிலவின என்ற சாமானியக் கருத்து வெளியிடப் பட்டது. டூரிங் தெரிந்து கொள்ளும் முன்பே இது மனித குலத்திற்கு ஏற்கெனவே தெரிந்திருந்தது.

ஆனால் அரசு மற்றும் பலப்பிரயோகம் குறிப்பாயும் இதுகாறும் நிலவி வந்த சமுதாய வடிவங்களின் பொது அம்சங்களாகும்; உதாரண மாக நான் கீழ்த்திசை கொடுங்கோலாட்சிகள், தொன்மை கிரேக்க (ரோமானிய) குடியரசுகள். மாசிடோனிய முடியரசுகள், ரோமன் சாம்ராஜ்ஜியம், மத்தியகால நிலப்பிரபுத்துவம் ஆகியவற்றை அவை யாவும் பலப்பிரயோகத்தை அடிப்படையாகக் கொண்டவை என்று விளக்க முயல்வேனாகில், இதுவரை எதையும் விளக்கி விட்டதாகக் கருத முடியாது. எனவே பல்வேறு சமூக மற்றும் அரசியல் வடிவங் களைப் பலப்பிரயோகம் - எப்படியும் இது சதா ஒரேமாதிரி இருந்தது - காரணமாக எழுந்தவை என்று விளக்கக் கூடாது, மாறாக பலப் பிரயோகம் எதன்மீது பயன்படுத்தப்பட்டதோ அதன் காரணமாக, எது கொள்ளையடிக்கப்படுகிறதோ அதன் காரணமாக - சம்பந்தப்பட்ட சகாப்தத்தின் உற்பத்திப் பொருட்கள் மற்றும் உற்பத்திச் சக்திகள் அவை தம்மில் இருந்தே விளையும் அவற்றின் வினியோகம் ஆகியவற்றால் விளக்கப்பட வேண்டும். பிறகு கீழ்த்திசைக் கொடுங்கோலாட்சி பொதுச்சொத்துடைமை மீதும், தொல்பழங்காலக் குடியரசு விவசாயத்தில் ஈடுபட்ட நகரங்கள் மீதும், ரோமன் சாம்ராஜ்ஜியம் பெரிய பண்ணைகள் மீதும், நிலப்பிரபுத்துவம் நகரங்கள் மீதும், நாட்டுப்புறத்தின் மேலாதிக்கம் மீதும் நிறுவப்பட்டன; அதற்குரிய பௌதிகக் காரணங்கள் உள்ளன என்பது தெரியவரும்.

[எங்கெல்ஸ் டூரிங் நூலிலிருந்து பின்வரும் மேற்கோளைக் காட்டினார்:

"அரசு மற்றும் சமூக அமைப்புகளின் செயற்பாடுகளையும் குறிப்பாக பலப்பிரயோகத்தை அடிப்படையாக்கிய, கூலிக் கொத்தடிமை தொடர்புடைய சொத்துடைமை அமைப்புகளின் செயற்பாடுகளையும் மனத்தளவில் ஒழிப்பதன் மூலமும், பிந்தையவற்றை மனிதனது நிலையான இயல்பின் அவசியமான பின்விளைவைக் கருதாமல் எச்சரிக்கையாக இருப்பதன் மூலம் மட்டுமே பொருளாதாரத்தின் இயற்கை நியதிகளை அவற்றின் அனைத்துக் கறார்த்தன்மையுடன் வெளிப்படுத்த முடியும் (!)..."

டூரிங்கின் இந்த விரிவுரை மீது எங்கெல்ஸ் பின்வரும் விமர்சனம் செய்தார்:]

எனவே ஒருவர் தமது மனத்தை இதுவரை நிலவி வந்துள்ள பொருளியலில் இருந்து பிரித்தெடுத்தால் மட்டுமே பொருளாதாரத்தின் இயற்கை நியதிகள் கண்டுபிடிக்கப்படும்; இதுவரையில் அவை சிதைவடையாதபடி என்றுமே தம்மைத்தாமே வெளிப்படுத்திக் கொள்ளவில்லை!

மனிதனின் நிலையான இயல்பு - மனிதக்குரங்கு முதல் கெதே வரையில்!

தொல்பழங்காலம் தொட்டே எல்லா இடங்களிலும் பெரும்பான்மையினர் பலப்பிரயோகத்திற்கு ஆட்பட்டிருப்பதும், சிறுபான்மையினர் அந்த பலப்பிரயோகத்தைப் பயன்படுத்துவதும் எவ்வாறு நடைபெறுகிறது என்பதை டூரிங் இந்த "பலப்பிரயோகத்" தத்துவம் மூலம் விளக்க உத்தேசித்திருந்தார். பலப்பிரயோகத்தின் உறவு பொருளாதார நிலைமைகளை அடிப்படையாக்கியது. இது அரசியல் சாதனங்களால் குலைத்துவிடக்கூடிய அவ்வளவு எளிதானதல்ல என்பதற்கு இது ஒன்றே சான்றாகும்.

டூரிங்கின் நூல்களில் வாரம், லாபம், வட்டி மற்றும் கூலி ஆகியவை விளக்கப்படவில்லை. அவை பலப்பிரயோகம் மூலம் நிறுவப்பட்டன என்று மட்டுமே கூறப்பட்டுள்ளது. எங்கிருந்து பலப்பிரயோகம்? Nonest [இல்லை, அதாவது விடை இல்லை] பலப்பிரயோகம் உடைமைக்குக் காரணமாகிறது, உடைமை பொருளாதார அதிகாரத்திற்குக் காரணமாகிறது. எனவே பலப்பிரயோகம் - அதிகாரம்.

பண்ட உற்பத்தி விதிகளின் வளர்ச்சியின் ஒரு குறிப்பிட்ட கட்டத்தில் அதன் ஏமாற்று அனைத்துடனுமான முதலாளித்துவ உற்பத்திமுறை எவ்வாறு தவிர்க்க முடியாதபடி தோற்றுவிக்கப் படுகிறது என்பதையும், இந்த நோக்கத்துக்கு எவ்விதமான பலப் பிரயோகமும் தேவையில்லை என்பதையும் மார்க்ஸ் தமது மூலதனம் (திரட்டுதல்) நூலில் எடுத்துக் காட்டியிருக்கிறார்.[259]

அரசியல் செயற்பாடு வரலாற்றின் இறுதியான நிர்ணயமான சக்தி என்று கருதி, அது ஏதோ புதிதானது என்று நீங்கள் நம்ப வேண்டும் என்று டூரிங் விரும்புகிற பொழுது, அவர் சமுதாய வடிவங்கள் முற்றிலும் அரசியல் வடிவங்களாலேயே நிர்ணயிக்கப்படுகின்றன, பொருளுற்பத்தியால் அல்ல என்ற கருத்தைக் கொண்டிருந்த முன்னாள் வரலாற்றாசிரியர்கள் அனைவரும் கூறியதையே திருப்பிக் கூறுகிறார்.

C'est trop bon! [அருமை!] ஆடம் ஸ்மித்துடன் தொடங்கும் கட்டற்ற வர்த்தகத்தின் போக்கு [Free Trade school] முழுமையும், உண்மையில் மார்க்சுக்கு முந்தையதான அரசியல் பொருளாதாரம் அனைத்தும், அது புரிந்து கொண்டவரை பொருளாதார விதிகளை "இயற்கை விதிகள்" என்றே கருதுகின்றது. அவற்றின் செயல்பாடு அரசால், "அரசு மற்றும் சமூக அமைப்புகளின் செயல்பாட்டால்" புரட்டப்படுவதாக சாதிக்கின்றது!

எப்படியும் இந்தத் தத்துவம் முழுவதும் சோஷலிசத்தை ஆதாரப் படுத்தி நிரூபிக்குமாறு கேரியை அனுமதிக்கும் முயற்சி மட்டுமேயாகும்: பொருளாதாரம் தன்னளவில் இசைவானது, அரசு தனது தலையீடு மூலம் எல்லாவற்றையும் கெடுத்து விடுகிறது.

சாசுவத நீதி பலப்பிரயோகத்தின் நிரப்புக்கூறு; இது 282 பக்கத்தில் வெளியாகும்.

[ஸ்மித், ரிக்கார்டோ மற்றும் கேரி பற்றிய தமது விமர்சனத்தில் வளம்பெற்றதான டூரிங்கின் கருத்துகளை எங்கெல்ஸ் பின்வருமாறு சித்திரிக்கிறார்: "பொருளுற்பத்தியை அதன் ஆக ஸ்தூலமற்ற வடிவில் ராபின்சனை உதாரணமாகக் கொண்டு முற்றிலும் நன்றாகப் படித் தாராயலாம்; வினியோகத்தை ஒரு தீவில் இரண்டு பேர்களை மாத்திரம் எடுத்துக்கொண்டு, எஜமானனுக்கும் அடிமைக்கும் இடையிலான பூரண சமத்துவம் மற்றும் பூரண எதிர்ப்புக்கு இடையிலான எல்லா இடைப்பட்ட கட்டங்களையும் கற்பனை செய்து படித்தாராயலாம்... டூரிங் நூலிலிருந்து பின்வரும் வாக்கியத்தை எங்கெல்ஸ் மேற்கோள் தருகிறார்: "இறுதியாக ஆய்வு செய்யும் பொழுது வினியோகம் பற்றிய தத்துவத்துக்கு உண்மையிலேயே நிர்ணயகரமாக இருக்கும் நோக்கு

நிலையினை முக்கியமான சமூக (!) தியானம் (!) மூலம் மட்டுமே வந்தடைய முடியும்." இதைப் பற்றி எங்கெல்ஸ் கூறியதாவது:]

எனவே ஒருவர் மெய்யான வரலாற்றில் இருந்து பல்வேறு சட்ட உறவுகளை வடித்தெடுத்து, அவை எதிலிருந்து தோன்றினவோ எதன் மீது மட்டுமே அவற்றுக்குப் பொருள் உண்டோ அந்த வரலாற்று அடிப்படையிலிருந்து பிரித்து, இரு தனி நபர்களான ராபின்சன் மற்றும் ஃபிரைடேக்கு மாற்றுகிறார்; இங்கு அவை முற்றிலும் தான்தோன்றித் தனமாகக் காட்சியளிப்பது இயல்பே. இந்த உறவுகள் முற்றிலும் பலப்பிரயோகம் என்ற நிலைக்கு மட்டுப்படுத்தப்பட்ட பிறகு அவை மீண்டும் மெய்யான வரலாற்றுக்கு மாற்றப்படுகின்றன; இங்கும் எல்லாம் வெறும் பலப்பிரயோகத்தை அடிப்படையாகக் கொண்டே இருக்கின்றன என்பது நிரூபிக்கப்படுகிறது. பலப்பிரயோகம் ஒரு பொருளாயத அடிநிலைக் கூறுக்குப் [substratum பயன்படுத்தப்பட வேண்டும், இங்கு நிரூபிக்கப்பட வேண்டிய விஷயம் இது எங்கிருந்து வந்தது என்பதே என்ற உண்மை டூரிங்கைப் பாதிக்கவில்லை.

[டூரிங்கின் அரசியல் மற்றும் சமூகப் பொருளாதாரப்பாடம் என்ற நூலில் இருந்து எங்கெல்ஸ் பின்வரும் வாசகங்களை மேற்கோள் காட்டுகிறார்: "வினியோகம் ஒரு இடைவரவான நிகழ்ச்சிமுறை என்று அழைக்கத்தக்கது, அது பொருளுற்பத்தியால் உருவாக்கப்பட்ட ஏராள மான, முழுமை செய்யப்பட்ட கூட்டு உற்பத்தி என்று கருதப்படும் ஏராளமான பொருள்கள் சம்பந்தப்பட்டது என்று மட்டுமே அரசியல் பொருளாதாரத்தின் அனைத்து அமைப்புகளும் மரபாகக் கருதி வருகின்றன;... மேலும் ஆழமான அடிப்படைகள் பொருளாதாரம் அல்லது பொருளாதாரரீதியில் செயல்பட்டு வரும் விதிகள் தம்மைக் குறித்தே அக்கறை கொண்ட ஒரு வினியோக முறையினை கூர்ந்தாய வேண்டும், இந்த விதிகளின் இடைவரவான, திரட்டும் தன்மையதான பின்விளைவுகளை மட்டுமல்ல." இதன்மீது எங்கெல்ஸ் பின்வருமாறு விமர்சித்தார்]:

இவ்வாறாக, நடப்பு உற்பத்தியின் வினியோகத்தை அலசி ஆராய்ந்தால் போதாது.

நிலவாரம் நிலச் சொத்துடைமையையும், லாபம் - மூலதனத்தையும், கூலி - உடைமையற்ற, உழைப்புச் சக்தியை மட்டும் உடைமை கொண்ட தொழிலாளர்களையும் முன்னனுமானிக்கின்றன. இது எங்கிருந்து வருகிறது என்பது குறித்து விசாரணை செய்ய வேண்டும். இது தனது கவனத்திற்குரியது என்ற அளவுக்கு மார்க்ஸ் தனது முதல் தொகுப்பில் மூலதனம் மற்றும் உடைமையற்ற உழைப்புச் சக்தி பற்றி

விவரித்துள்ளார்; நவீன நிலச் சொத்துடைமையின் தோற்றம் பற்றிய அலசி ஆராய்தல் நில வாரத்தைச் சேர்ந்தது. எனவே அவரது இரண்டாம் தொகுப்பில் ஒரு பகுதியாக உள்ளது.[260] டூரிங்கின் அலசி ஆராய்தலும் வரலாற்று அடிப்படையும் "பலப்பிரயோகம்"! என்ற தனி ஒரு சொல்லில் அடங்கியுள்ளது. இங்கு நேரடியான mala fides [நேர்மையின்மை] காணப்படுகிறது.

பெரிய நிலச் சொத்துடைமை குறித்த டூரிங்கின் விளக்கத்துக்கு செல்வம் மற்றும் மதிப்பு பார்க்க; இவற்றை இங்கேயே வாதிட்டு விளக்குதல் நல்லது.

ஆக, பலப்பிரயோகமே ஒரு சகாப்தம் ஒரு மக்கள் இத்தியாதியின் பொருளாதார, அரசியல் வாழ்க்கை இத்தியாதி நிலைமைகளை உருவாக்குகிறது. ஆனால் பலப்பிரயோகத்தை உருவாக்குவது யார்? ஸ்தாபன ரீதியான பலப்பிரயோகம் பிரதானமாயும் இராணுவமாகும். மற்றும் ஒரு இராணுவத்தின் இயைபு, ஒழுங்கமைப்பு, படைக்கலன்கள், ஆதாரப் போர்த்தந்திரம், போர் உபாயங்கள் போன்று தெட்டத் தெளிவாயும் பொருளாதார நிலைமைகளைச் சார்ந்து நிற்பது வேறு எதுவும் இல்லை. படைக்கலன்களே அடிப்படை, அது தன்னளவில் பொருளுற்பத்தித் தரத்தை நேரடியாகச் சார்ந்திருக்கிறது. கல், வெண்கலம் மற்றும் இரும்பாலான ஆயுதங்கள், கவசம், குதிரைப்படை, வெடிமருந்து, பின்னால் சுழல் பின்வாய் துப்பாக்கி, பீரங்கிகள் மூலம் நவீனத் தொழில்துறை ஏற்படுத்தியுள்ள அந்தப் பிரம்மாண்டமான புரட்சி - இந்தப் பொருட்களைக் கிட்டத்தட்ட முற்றும் ஒருபடித்தான பொருட்களைச் செய்து குவிக்கும் தனது திற லயத்துடன் இயங்கும் யந்திரங்களைக் கொண்டு மட்டுமே நவீனத் தொழில் செய்ய முடியும். இயைபு மற்றும் ஒழுங்கமைப்பு, ஆதாரப் போர்த்தந்திரம், போர் உபாயம் ஆகியவை தம்மைப் பொறுத்தவரை படைக்கலத்தைச் சார்ந்துள்ளன. போக்குவரத்துச் சாதனங்களைப் போர்த்தந்திரங்கள் சார்ந்துள்ளன, - படைகளைக் கொண்டுசெல்வதும் யெனா போரில் அடைந்த வெற்றிகளும் இன்றைய ரோடுகளை வைத்துக்கொண்டு சாத்தியமல்ல - இறுதியாக ரயில்வேக்கள்! எனவே, இன்றைய உற்பத்தி நிலைமைகள் காரணமாக வேறு எதைக்காட்டிலும் அதிகமாகப் பலப்பிரயோகம் மேலோங்கியிருக்கிறது என்பது தெளிவு, இதை கேப்டன் யான்ஸ் கூட உணர்ந்துவிட்டார் (Kolnische Zeitung-மாக்கியவெல்லி, இத்தியாதி).[261]

வெற்றி தோல்விகள் வாளேந்திய மனிதனால் அன்றி ஆயுதத்தால், துருப்புகள் மோசமாக இருக்கும் போது படைவரிசை அல்லது நீளணியால், - இதுவும் துப்பாக்கிவீரர்களால் காப்பாற்றப்பட

வேண்டும் - (யெனா contra வெலிங்டன்) [யெனா வெலிங்டனுக்கு எதிராக]; இறுதியாக dispersion into small groups சிறு பகுதிகளாகப் பிரிந்து மெதுவான அணிவகுப்பிலிருந்து விரைவான நடைக்கு மாறுவது ஆகியவற்றால் நிர்ணயம் செய்யப்படும் நிலையில் சனியனைக் கொண்ட துப்பாக்கி முதல் பின்வாய் துப்பாக்கி வரையிலான நவீன முறைகளை விசேஷமாக வலியுறுத்த வேண்டும்:

[டூரிங்கின் கூற்றுப்படி "தனது உற்பத்தியை சமுதாயத்திற்குச் சொந்தமாக்கும் ஓர் யந்திரம் போன்று, தேர்ச்சிமிக்க கரமும் திறமை மிகு மூளையும் சமுதாயத்திற்குச் சொந்தமான உற்பத்திச் சாதனங் களாகும்." இது பற்றி எங்கெல்ஸ் கூறியதாவது:]

ஆனால் ஒரு யந்திரம் மதிப்பைச் சேர்ப்பதில்லை, தேர்ச்சிமிக்க கரம் மதிப்பைச் சேர்க்கிறது! மதிப்புப் பற்றிய பொருளாதார விதி, quant a cela [அதைப் பொறுத்தவரை], தடை செய்யப்படுகிறது, எனினும் அது அமுலில் இருக்க வேண்டுமாம்.

["சமூக இயல்பு சார்ந்த அமைப்பு முழுவதன் அரசியல் - சட்ட நியதி அடித்தளம்" குறித்த டூரிங்கின் கருத்தோட்டம் பற்றி எங்கெல்ஸ் பின்வருமாறு கூறினார்:]

இவ்வாறாக, உடனடியாகக் கருத்துமுதல்வாத அளவுகோல் பிரயோகிக்கப்படுகிறது. உற்பத்தி தானேயல்ல மாறாகச் சட்டம்.

[டூரிங்கின் "கம்யூன்" மற்றும் அதில் நிலவும் உழைப்புப் பிரிவினை, வினியோகம், பரிவர்த்தனை பற்றிய அமைப்பு, பண அமைப்பு சம்பந்தமாக எங்கெல்ஸ் கூறியதாவது:]

எனவே, சமுதாயத்தால் தனிப்பட்ட தொழிலாளிக்கு கூலி கொடுப்பதும் இதில் அடங்கும்.

எனவே, செல்வம் திரட்டல், கடுவட்டி, கடன் தருதல், மற்றும் பண நெருக்கடி மற்றும் பணப்பஞ்சம் வரையிலும் அவை உட்பட்டதுமான எல்லாப் பின்விளைவுகளும் அடங்கும். இப்போது பணம் ருஷ்யன் கம்யூனையும் குடும்பக் கம்யூனையும், - பண ஏற்பட்டால் தனிப்பட்ட உறுப்பினர்களிடையே பரிவர்த்தனைக்கு ஏற்பாடு செய்யப்பட்ட வுடனே, - எவ்வாறு தவிர்க்க முடியாத வகையில் தகர்க்கப் போகிறதோ அதைப்போன்று அது பொருளாதாரக் கம்யூனையும் தகர்க்கிறது.

[டூரிங்கின் பின்வரும் வாக்கியத்தை மேற்கோளாகத் தந்த எங்கெல்ஸ் தனது விமரிசனத்தை அடைப்புக் குறிக்குள் கொடுத்தார்: "எனவே எந்த வடிவிலான மெய்யான உழைப்பும் ஆரோக்கியமான ஸ்தாபனங்களை (இதிலிருந்து இதற்கு முந்தையவை எல்லாம்

ஆரோக்கியமானவையல்ல என்று ஆகிறது) ஆளுமை செய்யும் இயற்கையின் சமூக விதியாக அமைகிறது." இதன் காரணமாக எங்கெல்ஸ் கூறியதாவது:]

உழைப்பு இங்கு பொருளாதார, பொருளாயத ரீதியில் விளை பயனுள்ள உழைப்பாகக் கருதப்படும் பட்சத்தில் இந்த வாக்கியம் முட்டாள்தனமானது, பழைய வரலாறு அனைத்தோடும் வேறுபட்டதாகும். அல்லது உழைப்பு மேலும் பொதுவான வடிவில் எண்ணிப் பார்க்கப்பட்டு, ஒரு காலகட்டத்தில் அவசியம் அல்லது பயனுடையதான எல்லா வகையான செயல்பாடுகளையும் - ஆளுதல், நீதி நிர்வாகம், இராணுவ ஒத்திகைகள் போன்றவற்றையும் - கொண்டதாக இருப்பதாகக் கருதப்படுமானால் இதுமிகப் பெருமளவுக்கு ஊதிப் பருக்க வைத்த பகட்டாரவாரமாகும். இதற்கு அரசியல் பொருளாதாரத்துடன் எவ்வித உறவும் இல்லை. இதற்கு "இயற்கை விதி" என்று பெயரிட்டு இந்தப் பழைய குப்பையை வைத்து சோஷலிஸ்டுகளைக் கவர்ச்சி செய்ய முயல்வது சற்றே திமிரான செயலாகும் [a trifle impudent].

[செல்வத்துக்கும் கொள்ளையடித்தலுக்கும் இடையிலான தொடர்பு குறித்த டூரிங்கின் விவாதம் பற்றி எங்கெல்ஸ் கூறியதாவது:]

இங்கு அவருடைய முழு முறையும் காணப்படுகிறது. எல்லா வரலாற்று நிர்ணயங்களும் ஒருபுறமிருக்க ஒவ்வொரு பொருளாதார உறவும் உற்பத்தியின் நோக்கு நிலையில் இருந்தே முதலில் கருதிப் பார்க்கப்படுகிறது. எனவே எல்லாப் பொது அம்சங்களையும் பற்றியதான மிகவும் பொதுவானவற்றை மட்டுமே சொல்ல முடியும், இதற்கு அப்பாற்பட்டு டூரிங் செல்ல விரும்புவாரானால் அவர் சம்பந்தப்பட்ட சகாப்தத்தின் திட்டவட்டமான வரலாற்று உறவுகளைக் கவனத்தில் எடுத்துக்கொள்ள வேண்டும், அதாவது கருத்தியலான உற்பத்தியின் துறையிலிருந்து வெளிப்பட்டுக் குழப்பத்தை உருவாக்க வேண்டும். பிறகு அதே பொருளாதார உறவு வினியோகம் என்ற கோணத்திலிருந்து கருதிப் பார்க்கப்படுகிறது, அதாவது, இதுவரையில் சென்றுள்ள வரலாற்று நிகழ்ச்சிப் போக்கு பலப்பிரயோகம் என்ற சொல் அளவுக்குக் குறுக்கப்படுகிறது; இதன்பின் பலப்பிரயோகத்தின் தீய பின்விளைவுகள் குறித்த கோபாவேசக் குரல் எழுகிறது. நாம் இயற்கை விதிகளை ஆராயும் பொழுது இது நம்மை எங்கே இட்டுச் செல்லும் என்பதைப் பார்க்கலாம்.

[பெருவீதமான ஒரு நிறுவனத்தை நிர்வாகம் செய்வதற்கு அடிமை முறை அல்லது நிலப்பிரபுத்துவச் சார்புநிலை வேண்டும் என்ற டூரிங்கின் உறுதியுரை மீது எங்கெல்ஸ் பின்வருமாறு கூறுகிறார்:]

எனவே, முதலில், உலகின் வரலாறு பெரிய நிலச் சொத்துடைமை யுடன் துவங்குகிறது போலும்! பெரிய பரப்பிலான நிலங்களில் சாகுபடி செய்வது பெரிய நிலவுடைமை உரிமையாளர் சாகுபடியுடன் முற்றொருமையானது போலும்! பெரிய பண்ணை உடைமைகளால் மேய்ச்சல் நிலமாக மாற்றப்பட்ட இத்தாலிய நிலம் முன்னால் பண்படுத்தப்படாது கிடந்ததே! அமெரிக்க ஐக்கிய நாடு விரிந்த பரந்த நிலத்தைப் பண்படுத்த முடிந்தது சுதந்திர விவசாயிகள் மூலமல்ல, மாறாக அடிமைகள் மற்றும் பண்ணையடிமைகள் மூலமே! இத்தியாதி.

மீண்டும் mauvais calambou: [ஒரு மோசமான சிலேடை] "கணிசமான அளவிலான நிலப்பரப்புகளில் சாகுபடி செய்தல்" என்பது அவற்றை வெட்டித் திருத்துவது என்பதற்குச் சமமாகும். ஆனால் இது உடனடியாக, பெருவீதச் சாகுபடி என்றும் பெரிய நிலச் சொத்துடை மைக்குச் சமம் எனவும் வியாக்கியானம் செய்யப்படுகிறது! இந்தப் பொருளில் என்ன ஒரு மாபெரும் கண்டுபிடிப்பு, ஒருவர் தானும் தன் குடும்பமும் சேர்ந்து உழுது பயிரிட முடியாத அளவு அதிக நிலம் வைத்திருந்தால் மற்றவர்கள் உழைப்பின்றி நிலம் அனைத்திலும் பயிர் செய்ய முடியாதாம்! மேலும் பண்ணையடிமைகள் மூலம் சாகுபடி செய்வது கணிசமான அளவு நிலத்தில் சாகுபடி செய்வதாகாது ஆனால் சிறு நிலவுடைமை அளவில் இருக்கும், மற்றும் சாகுபடி செய்தல் எப்போதுமே பண்ணையடிமை முறைக்கு முற்பட்டதாகும் (ருஷ்யா, ஃபிளெமிஷ், டச்சு மற்றும் ஃபிரிசியன் காலனிகள், ஸ்லாவிய மார்க்கில், லெங்கதல் நூல்களைப் பார்க்க[262]); ஆரம்பத்தில் சுதந்திரமாக இருந்த விவசாயிகள் பண்ணையடிமைகளாக மாற்றப்பட்டது, இங்குமங்கும் அவர்கள் சுயவிருப்பப்படி என்பது போல வெளித்தோற்றத்துக்கு காணப்பட்டது.

மதிப்பின் பரிமாணம் தேவைகளை நிறைவு செய்யும் நிகழ்ச்சிப் போக்கு எதிரிடுகிற எதிர்ப்பின் பரிணாமத்தால் நிர்ணயிக்கப்படுகிறது, மற்றும் இது பொருளாதார ஆற்றல் அதிகமாக அல்லது குறைவாகச் செலவிடப்படுவதை இன்றியமையாததாக்குகிறது" (!) என்ற டூரிங்கின் கூற்றுக்கு எங்கெல்சிடமிருந்து எழுந்த விமர்சனமாவது:

எதிர்ப்பை சமாளித்தல் - கணிதவியல்ரீதி இயந்திரவியலிலிருந்து கடன்வாங்கிய ஒரு வகையினம் அரசியல் பொருளாதாரத்தில் அபத்த மாக்கப்படுகிறது. "நான் வெற்றிகரமாக நூற்கிறேன், நெய்கிறேன், பருத்தித் துணிகளை வெள்ளையாக்கியும் வண்ணங்கள் அச்சிட்டும் தருகிறேன்" என்று ஒருவர் கூறுவதற்குப் பதில் "நூற்கப்படுவதற்கு எதிரான பஞ்சின் எதிர்ப்பை, நெய்யப்படுவதற்கு எதிரான நூலின் எதிர்ப்பை, வெள்ளையாக்கலையும் வண்ணங்கள் அச்சிடப்படுவதையும்

எதிர்த்த துணியின் எதிர்ப்பை வென்று சமாளிக்கிறேன் என்று கூற வேண்டும்." "நான் நீராவி எஞ்சின் செய்கிறேன்" என்பதற்குப் பதில் "நான் இரும்பு நீராவி எஞ்சினாக மாற்றப்படுவதில் எழும் எதிர்ப்பை வென்று சமாளிக்கிறேன்" என்று இப்போது சொல்ல வேண்டும். நான் இந்த விஷயத்தைப் பகட்டோசையுடைய மிகு சொற்கள் கொண்டு வெளியிடுகிறேன், இது புரட்டைத் தவிர வேறு எதையும் சேர்ப் பதில்லை. ஆனால் இந்த வழியில் நான் வினியோக மதிப்பைக் கொண்டு வரமுடியும், அங்கும் வென்று சமாளிக்க வேண்டிய எதிர்ப்பு இருப்பதாகக் கருதப்படுகிறது. இதனால்தான்!

["உற்பத்திச் செய்யப்படாத பொருள்களைக் கையாட்சி செய் வதற்கோ அல்லது" (!) "சாமானிய வார்த்தைகளில் கூறினால் எங்கு இந்த" (உற்பத்திச் செய்யப்படாத!) "பொருள்கள் தாமே மெய்யான உற்பத்தி மதிப்புடைய பொருள்கள் அல்லது சேவைகளுக்குப் பரிவர்த்தனை செய்து கொள்ளப்படும் அதிகாரம் இருக்கிறதோ அங்கு மட்டுமே வினியோக மதிப்பு அதன் சுத்தமான மற்றும் முழுமையான வடிவில் நிலவுகிறது" என்று டூரிங் உரிமை கொண்டாடுகிறார். இது குறித்து எங்கெல்ஸ் கூறுவதாவது:]

உற்பத்திச் செய்யப்படாத பொருள் என்பது என்ன? நவீன முறையில் சாகுபடி செய்யப்பட்ட நிலமா? அல்லது உரிமையாளர் தானே உற்பத்திச் செய்யாத பொருள்கள் என்று அர்த்தமா? ஆனால் செய்யப்படாத பொருளுக்கு எதிராக "மெய்யான உற்பத்தி மதிப்பு" வைக்கப்பட்டது. பின்வரும் வாக்கியம் இங்கு மீண்டும் ஒரு "மோசமான சிலேடை" இருப்பதைக் காட்டுகிறது. உற்பத்திச் செய்யப்படாத இயற்கையில் காணப்பெறும் பொருள்கள் "பிரதிசேவை இன்றி உரிமைப்படுத்திக் கொள்ளப்படும் மதிப்பின் ஆக்கக்கூறான பகுதிகளுடன்" ஒரு குவியல்மீது வீசப்படுகின்றன.

[எல்லா மனித நிறுவனங்களும் கறாராக நிர்ணயிக்கப்படுகின்றன. ஆனால், "இயற்கையில் புறவய சக்திகளின் செயல்பாடு போலன்றி" அவை எவ்வகையிலும் "தமது பிரதான அம்சங்களில் மெய்யாகவே மாற்ற முடியாதவனாக" இல்லை என்று டூரிங் உரிமை கொண்டாடு வதை எங்கெல்ஸ் பின்வருமாறு கண்டன விமர்சனம் செய்தார்:]

பின்விளைவாக, இதுவே இயற்கையின் நியதியாக உள்ளது, நீடித்து நிலவுகிறது.

திட்டமிடப்படாத ஒழுங்கமைக்கப் பெறாத உற்பத்தி அனைத் திலும் பொருளாதார விதிகள் இதுகாறும் எதார்த்த விதிகளாகவே மனிதர்களை எதிரிட்டுள்ளன, அவற்றை எதிர்த்து நிற்க மனிதர்களுக்கு

வலுவில்லை, - எனவே இயற்கையின் விதிகள் என்ற வடிவில் உள்ளன. இதைப்பற்றி ஒரு வார்த்தைகூட இல்லை.

["அனைத்து அரசியல் பொருளாதாரத்தின் அடிப்படை விதியை" டூரிங் பின்வருமாறு முறைப்படுத்தி முன்வைத்தார்: "பொருளாதார சாதனங்களின் - இயற்கை மூலவளங்கள் மற்றும் மனித சக்தியின் - உற்பத்தித் திறன் புதுப்புனைவுகள் மற்றும் கண்டுபிடிப்புகளால் மேம்படுத்தப்படுகிறது; இது வினியோகம் எப்படியிருப்பினும் அதன் சம்பந்தமின்றி நடைபெறுகிறது; வினியோகம்தான் கணிசமான மாறுதலுக்கு ஆளாகலாம் அல்லது மாறுதலை ஏற்படுத்தலாம். ஆனால் இது இந்த முறையில் பிரதான விளைவின் முத்திரையினை" (!) "நிர்ணயிப்பதில்லை." எங்கெல்ஸ் விமர்சனமாவது:]

வாக்கியத்தின் இறுதிப் பகுதியான: "இது... நடைபெறுகிறது" போன்ற தொடர்விதிக்குப் புதிதாக எதையும் சேர்ப்பதில்லை, ஏனெனில் விதி மெய்யாக இருக்குமானால், வினியோகத்தால் இதில் எதையுமே மாற்ற முடியாது, இது எல்லா வடிவிலுமான வினியோகத் திற்கும் சரியானது, இல்லையேல் அது இயற்கையின் விதியாக இருக்க முடியாது என்று கூறுவது மிகையாகும். எனினும் இந்தச் சாரமற்ற மற்றும் அறவே அர்த்தமற்ற சட்டத்தை அதன் எல்லாப் பகட்டார வாரத்தோடும் படைக்க டூரிங் மிகவும் வெட்கமுற்றதன் காரணமாகவே இது சேர்க்கப்பட்டது. தவிரவும் இது சுய முரண்பாடானது, காரணம், வினியோகம் பெருமளவில் மாற்றத்தை உண்டாக்கலாம் என்ற போதிலும் ஒருவர் இதற்கு "முற்றிலும் சம்பந்தமின்றி" என்று சொல்ல முடியாது. எனவே நாம் இந்தக் கடைசிப் பகுதியை எடுத்துவிட்டு சுத்தமும் எளிதுமான விதியை - அனைத்து அரசியல் பொருளா தாரத்தின் அடிப்படை விதியைப் பெறுகிறோம்.

ஆனால் இது போதியளவு ஆழமின்மை கொண்டதல்ல.

[பொருளாதார முன்னேற்றம் உற்பத்திச் சாதனங்களின் ஒட்டு மொத்தத்தைப் பொறுத்ததல்ல, "ஆனால் அறிவு மற்றும் செயல் முறையின் பொதுவான தொழில்நுட்ப முறைகளை மட்டுமே சார்ந்தது" என்று டூரிங் வலியுறுத்துகிறார். இது, டூரிங்கின் கருத்துப் படி, "மூலதனம் உற்பத்தியின் ஒரு கருவியாக, அதன் இயல்பான பொருளில் புரிந்து கொள்ளப்படுமானால் உடனே தோற்றமளிக்கும்." இதைப் பற்றி எங்கெல்ஸ் கூறுவதாவது:]

நைல் நதிக் கரையில் விழுந்து கிடக்கும் கெடிவின்[263] நீராவி ஏர்களும், தமது கொட்டகைகளில் வேலையின்றிக் கிடக்கும் ருஷ்யப் பிரபுக்களின் கதிரடிக்கும் இயந்திரங்களும் இவை போன்ற கருவிகளும்

இதற்குச் சான்று. நீராவிக்கும் அதற்குரிய வரலாற்று முன்தேவை நிலைமைகள் உள்ளன; இவை நிலைநாட்டப்படுவது ஒப்புநோக்கில் எளிதே என்ற பொழுதிலும், இவை நிலைநாட்டப்பட வேண்டும். இதன் மூலம் அந்த ஆய்வுரையை, இதன் பொருளை எந்தளவுக்கு முற்றிலும் வேறாகக் காட்டினார் என்றால் இந்தக் "கருத்து நமது மேலதிகமான முக்கியத்துவமுள்ள விதிக்கு ஒத்ததாக இருக்கிறது", சீரழித்தது பற்றி டூரிங் முற்றிலும் பெருமையடைகிறார். இந்த விதியில் சாரமான ஏதோ சில இருப்பதாகப் பொருளாதாரவாதிகள் இன்னும் நினைத்தார்கள். டூரிங் இதை வெறும் சர்வசாதாரண விஷயமாக மட்டுப்படுத்திவிட்டார்.

["உழைப்புப் பிரிவினை பற்றிய இயற்கை விதி" குறித்து டூரிங் முறைப்படுத்தி முன்வைத்துள்ளதாவது: "தொழில்களைப் பிளவு படுத்தலும் செயல்பாடுகளின் கூறுபடுத்தலும் உழைப்பின் உற்பத்தித் திறனை உயர்த்துகின்றன." இதைப் பற்றி எங்கெல்ஸ் கூறியதாவது:]

இந்த முறைவரையறுப்பு தவறானது, இது முதலாளித்துவ உற்பத்திக்கு மட்டுமே சரியானது. இங்கு தனித்துறைகள் என்று பிரிப்பதும் ஏற்கெனவே உற்பத்தியைக் கட்டுப்படுத்துவதாக உள்ளது, ஏனெனில் இது தனிநபரை முடமாக்கி இறுகிப்போகச் செய்கிறது; எதிர்காலத்தில் ஒன்றுமில்லாமற் செய்துவிடும். இன்றுள்ள தன்மையில் தனித்துறைகள் என்று பிரிப்பதானது டூரிங்கின் மனதில் ஏதோ நிரந்தரமானது போலவும் சமுதாய இயல்பு சார்ந்த நிலைக்கும் செல்தகமையுடையதாகவும் தோன்றுவதை நாம் இங்கு ஏற்கெனவே காண்கிறோம்.

காலாட்படைப் போர்த்தந்திரம், அதன் பொருளாயத அடித்தளம்[264] 1700 - 1870

பதினான்காம் நூற்றாண்டில் வெடி மருந்தும் சுடும் ஆயுதங்களும் மேற்கு மற்றும் மத்திய ஐரோப்பாவில் தெரியவரலாயின; இந்த முற்றிலும் தொழில்நுட்ப முறையிலான முன்னேற்றங்கள் போர் முறைகளை முழுமையாகப் புரட்சிகரமாக மாற்றின என்பதை ஒவ்வொரு பள்ளிக் குழந்தையும் அறியும். ஆனால் இந்தப் புரட்சி மிகவும் மெதுவான கதியில் சென்றது. ஆரம்பகால சுடும் ஆயுதங்கள், குறிப்பாயும் பழந்துப்பாக்கிகள் [arquebus], மிகவும் முருடானதாக இருந்தன. மிகப் பெருமளவிலான தனித்தனி மேம்பாடுகள் மிகவும் முன்பாகவே புனையப்பட்ட போதிலும் - சுழல் துப்பாக்கி, பின்வாய் குண்டடைக்கும் துப்பாக்கி, துப்பாக்கித் தட்டுப் பொறி [wheel-lock] போன்றவை - காலாட்படை முழுவதையும் ஆயுத பாணியாக்கு வதற்கான பொருத்தமான துப்பாக்கிகளை நிர்மாணிப்பதற்கு முன்னூறு ஆண்டுகளுக்கு மேல் பிடித்தது; பதினேழாம் நூற்றாண்டின் இறுதியில் தான் இது சாதனையாயிற்று.

பதினாறாம் மற்றும் பதினேழாம் நூற்றாண்டுகளில் காலாட் படையில் ஒரு பகுதி ஈட்டி வீரர்கள், ஒரு பகுதி துப்பாக்கி வீரர்கள் இருந்தார்கள். துவக்கத்தில் ஈட்டி தாங்கியோர்களின் கடமை எதிரியைத் தாக்குவதன் மூலம் ஒரு முடிவைச் செயல்படுத்துவதாக இருந்தது, துப்பாக்கியால் சுடுவது தற்காப்பு நோக்கங்களுக்கு உதவியது. எனவே ஈட்டி வீரர்கள் நெருக்கமான திரளாய், பலர் கொண்ட அணிகளில் நின்று பண்டைக்கால கிரேக்க வியூகம் [Phalanx] போன்று போராடினர். துப்பாக்கி வீரர்கள் எட்டு முதல் பத்துப் பேர் கொண்ட வரிசைகளில் வியூகம் வகுத்து நின்றனர்; இதனால் குண்டைப் புகுத்து முன்பாகப் பலர் வரிசையாகச் சுடுவது சாத்தியமாகியது. கெட்டித்த ஆயுதம் வைத்திருந்த எவரும் முன்னால் குதித்து, சுட்டுவிட்டு, மீண்டும் குண்டை நிரப்புவதற்காகக் கடைசி வரிசைக்குப் பின்வாங்கிச் செல்ல முடிந்தது.

சுடும் ஆயுதங்கள் படிப்படியாகச் செம்மை செய்யப்பட்டதானது இந்த உறவை மாற்றியது. வத்தித்துப்பாக்கியை [match-lock musket] இறுதியாக மிகவும் விரைவில் கெட்டிக்க முடிந்ததால் ஐந்து பேரே

அதாவது ஐந்து பேர் வரிசை கொண்ட துருப்புகள் மட்டுமே தொடர்ந்து சுடுவதற்குப் போதுமானதாக இருந்தது. இவ்வாறு இதே எண்ணிக்கையிலான துப்பாக்கிவீரர்கள் முன்னைப் போல இரு மடங்கு நீளமான முனையினை எதிர்த்து அணி நிற்க முடிந்தது. பல மனிதர்களை அடுக்கு வரிசையாகக் கொண்ட பெரிய வியூகங்கள் மீது சுடுவது மிகவும் நாசகரமான விளைவினை ஏற்படுத்துவதன் காரணமாக, ஈட்டி வீரர்கள் கூட இப்போது ஆறு முதல் எட்டுப் பேர் கொண்ட அணிகளாகவே வகுக்கப் பெற்றனர்; இதன் மூலம் போராட்ட வரிசை பாணி உருவாக்கத்துடன் படிப்படியாக தோராயமடைந்தது, இதில் துப்பாக்கியால் சுடுவது நிலைமையை நிர்ணயிப்பதாக இருந்தது. ஈட்டி வீரர்கள் தாக்குதலுக்கு என்று ஈடுபடுத்தப்படுவது நிறுத்தப்பட்டு, குதிரைப் படைகளை எதிர்த்துப் போராடும் திடுமெனச் சுடுவோருக்குக் காவலாக நிறுத்தப்பட்டனர். இந்தக் காலகட்டத்தின் இறுதியில் நாம் இரண்டு படைப் பிரிவுகளும் ஒரு சேமப் படைப்பிரிவும் கொண்ட போர் அணியினைக் [battle array] காண்கிறோம். ஒவ்வொரு பிரிவும் வரிசை வகுத்துக் கொண்டன. பெரும்பாலும் ஆறு பேர் கொண்ட அடுக்கு வரிசையுடன் இருந்தன; பட்டாளங்கள் இடையேயும் மற்றும் பக்க வாட்டுகளில் ஓரளவு பீரங்கிப்படைகளும் குதிரை வீரர்களும் இருந்தன; ஒவ்வொரு காலாட்படை பட்டாளத்திலும் அதிகபட்சம் மூன்றில் ஒரு பங்கு ஈட்டி வீரர்களும் குறைந்தபட்சம் மூன்றில் இரண்டு பங்கு துப்பாக்கி வீரர்களும் இருந்தனர்.

பதினேழாம் நூற்றாண்டின் இறுதியில் துப்பாக்கிச் சனியனும் தயார் நிலை தோட்டாக்களும் கொண்ட பொறித் துப்பாக்கிகள் [flint-lick musket] கடைசியாக உற்பத்திச் செய்யப்பட்டன. இதோடு காலாட்படை சேவையிலிருந்து ஈட்டி என்றென்றைக்குமாக மறைந்து போயிற்று. கெட்டிப்பதற்கான நேரம் குறைந்து கொண்டே வந்தது, மேலும் துரிதமாகச் சுடுவதே ஒரு பாதுகாப்பாக இருந்தது, அவசிய மான பொழுது ஈட்டிக்கு பதில் துப்பாக்கிச் சனியன் பயன்படுத்தப் பட்டது. ஆக, அணியின் அடுக்கு வரிசையை ஆறிலிருந்து நாலாகவும், பின்னால் மூன்றாகவும் மற்றும் இறுதியாக அங்குமிங்கும் இரண்டாகவும் கூடக் குறைக்க முடிந்தது. எனவே அதே எண்ணிக்கையிலான வீரர் களுடன் அணி வரிசை தொடர்ந்து நீளமாகியது, ஏககாலத்தில் அதிக துப்பாக்கிகள் பயன்படுத்தப்பட்டன. ஆனால் இந்த நீண்ட மெல்லிய வரிசைகள் மேலும் மேலும் எளிதில் கையாள முடியாதனவாகி, சமநிலமான, முட்டுக்கட்டைகள் இல்லாத பரப்பில் மட்டுமே வியூகமாக இயங்கக்கூடியதாய், அங்கும் கூட மிக மிக மெதுவாக நிமிடத்துக்கு 70-75 தப்படிகள் மட்டுமே இயங்கக்கூடியதாய் இருந்தன; இவ்வாறு சமநிலத்தில்தான் இந்த வரிசைகள், விரோதிக் குதிரைப்

படைகள் தமது பக்க அணிகளை வெற்றிகரமாகத் தாக்குவதற்கு இடமளித்தது. இந்தப் பக்க அணிகளைப் பாதுகாப்பதற்கும், வெற்றி தோல்விகளை நிர்ணயிக்கும் போரிடும் படைவரிசையினை வலுப் படுத்தவும் குதிரைப்படை முற்றிலுமாக இரு சாரிகளில் திரட்டப் பட்டன. அதன் மூலம் பிரதானப் போர் வரிசையில் காலாட்படை வீரர்களும் அவர்களது சிறு பீரங்கிகள் மட்டுமே இருந்தன. மிகவும் எளிதில் கையாள முடியாத கனரக பீரங்கிகள் சாரிகளின் முன்னே நிறுத்தப்பட்டன. அவை ஒரு போரின் பொழுது அதிகபட்சம் ஒரே ஒருமுறை மட்டுமே இடம் மாறின. காலாட்படை வீரர்கள் இரு பிரிவு களாக வகுக்கப்பட்டனர். அவர்களது பக்க அணிகள் ஒரு கோணத்தில் வகுக்கப்பட்ட காலாட்படையினால் காப்புச் செய்யப்பட்டன. இந்தப் படையணி முழுவதும் ஒரு மிகவும் நீண்ட செவ்வகமாக உருப் பெற்றிருந்தது. இந்த எளிதில் கையாள முடியாத ஜனத்திரளை அது முழுவதுமாக இயங்கும் தேவை இல்லாத போது மூன்று பகுதிகளாகப் பிரிக்கலாம் - மையப் பகுதி மற்றும் இரண்டு சாரிகள்.

விரோதியைப் பக்கவாட்டில் தாக்கும் பொருட்டு எதிரியின் படையை விடவும் எண்ணிக்கையில் மேம்பட்டு நிற்கும் சாரி அணி யினை முன்னோக்கி இயக்குவதோடு இந்தப் பிரிவுகளை மாற்றும் பணி அடங்கும். எதிரி அதற்கேற்பத் தனது முன்னணியினை மாற்றி யமைத்துக் கொள்வதைத் தடுப்பதற்கான இன்னொரு பிரிவு, ஓர் அச்சுறுத்தலாகப் பின்னணியில் நிற்கும். போரின் போது துருப்புகளின் இடப்பெயர்வில் முழுமையான மாற்றம் பெருமளவு காலம் எடுத்துக் கொள்ளும். எதிரிக்குப் பல பலவீனமான அம்சங்களை வெளிக்காட்டும், எனவே இந்த முயற்சி பெரும்பாலும் எப்போதும் தோல்வியில் போயே முடிந்துள்ளது. ஆரம்பத்தில் படையணி போர் முழுவதையும் ஆளுமை செய்தது. காலாட்படை வீரர்கள் போரில் சேர்ந்தவுடன் ஒரு பலத்த தாக்கு வெற்றி தோல்வியை முடிவு செய்துவிட்டது. இரண்டாம் பிரெட்ரிக் மன்னரால் ஆக உயர்ந்த மட்டத்துக்கு வளர்க்கப்பட்ட இந்தப் போர்முறை முழுதும் சேர்ந்து செயல்பட்டுவரும் இரண்டு பொருளாயத காரணிகளின் தவிர்க்க முடியாத விளைவாகும்: முதலாவது, அந்தக் காலத்திய மானுடம் கடுமையாகப் பயிற்றுவிக்கப் பட்ட ஆனால் முற்றும் நம்ப முடியாததான மன்னர்களின் கூலிப் பட்டாளம் அடிக்கு அஞ்சி மட்டுமே சேர்ந்து நிற்கும் இவர்களில் பெரும்பாலோர் ராணுவ சேவையில் கட்டாயமாகச் சேர்த்துக் கொள்ளப்பட்ட பகைமையான போர்க்கைதிகளாவர்; இரண்டாவது; ஆயுத தளவாடங்கள் - எளிதில் கையாள முடியாத கனரக பீரங்கிகளும், சனியனைக் கொண்ட, விரைவாக ஆனால் நன்றாகச் சுடாத ஊடிழைவான பொறித்துப்பாக்கிகள்.

இரண்டு விரோதிகளும் மனித சக்திகள் மற்றும் ஆயுதங்களைப் பொறுத்தவரை அதே மட்டத்தில் இருந்தவரையில் இந்தப் போர் முறை நிலவியது; இருவரும் வகுத்து வைத்ததான விதிகளை அனுசரிப் பதற்கும் பொருத்தமாயிருந்தது. ஆனால் அமெரிக்க சுதந்திரப் போர் வெடித்ததும் நல்ல பயிற்சியளிக்கப்பட்ட கூலிப்படைகளைப் புரட்சிக்காரர் படையினர் எதிர்பாராத வகையில் எதிர்கொண்டனர்; அவர்கள் அணி வகுத்து நடத்துவது எப்படி என்பதை அறியாவிடினும் அருமையாகச் சுடும் திறன் பெற்றிருந்தார்கள். பெரும்பாலும் குறிதவறாத சரியான துப்பாக்கிகளையே வைத்திருந்தார்கள். தமது சொந்த லட்சியத்திற்காகவே போராடிய காரணத்தால் இடையில் விட்டுவிட்டு ஓடவில்லை. இந்தப் புரட்சிக்காரர்கள் ஆங்கிலப் படைகள் பிரபலமான போராட்ட நாட்டியமாட இடமளிக்கவில்லை; திறந்த வெளியில் மெதுவாக தடம்பதிக்கவோ அல்லது ராணுவ மரியாதைப் பாணிகளின் மரபான விதிகளைப் பின்பற்றவோ இல்லை. அவர்கள் தமது விரோதிகளை அடர்ந்த காடுகளுக்குள் ஈர்த்தனர். அங்கு விரோதிப் படைகள் தற்காப்புக்கான சாத்தியக்கூறுகள் இல்லாமல் அணிவகுத்துச் சென்ற அவர்களது நீண்ட வியூகங்கள் பரவலாய் ஒளிந்திருந்து கைகலப்பு நடத்தியவர்களின் துப்பாக்கிச் சூட்டிற்கு இலக்காயின. நெகிழ்வான முறையில் இயங்கிவந்த அவர்கள் எதிரிகளைத் துன்புறுத்துவதற்கு ஒளிய உதவும் ஒவ்வொரு இயற்கையான மறைவிடத்தையும் சாதகமாகப் பயன்படுத்தினர். அதே சமயம் அவற்றின் விரைவான பெயர்ச்சி காரணமாகச் சுறுசுறுப்பாகச் சமாளிக்க முடியாத எதிரிப் படைவீரர் திரளால் ஜதைபோட முடியாத அளவில் வைத்திருந்தார்கள். பரவலாக இருந்த சுடுபவர்களின் போராட்ட ஆற்றல், - எளிதில் கையாளும் சுடு கருவிகள் புகுத்தப் பட்டது முதலே முக்கியத்துவம் பெற்றுவிட்டது - சில இடங்களில், குறிப்பாயும் சிறு மோதல்களில் வரிசைபாணி முறைகளை எதிர்த்துப் போராட்டத்தில் மேம்பட்டதாக இருந்தது.

ஐரோப்பாவின் கூலிப்படையை அமைத்த படைவீரர்கள் நெகிழ் வான முறையில் போராடத் தகுதியற்று இருந்தார்கள். அவர்களது ஆயுதங்களும் அவ்வாறே இருந்தன. பழைய பொறி துப்பாக்கி வகையில் இருந்தது போன்று துப்பாக்கியைச் சுடும்போது மார்பில் அழுத்த வேண்டிய அவசியம் இல்லை என்பது மெய்யே. இப்போது இருந்தது போன்று, துப்பாக்கி தோள்வரையில் கொண்டுவரப்பட்டது. இருப்பினும் குறிபார்த்தலுக்கு இன்னும் இடமில்லை. ஏனெனில் துப்பாக்கிக் குழலின் வரிசையில் முற்றிலும் நேரான பிடங்கு தொடர்ந்து இருக்கக் கண்ணால் இஷ்டம்போல குறி பார்க்க முடியாது. பிரான்சில் 1777-ல் தான் வேட்டைத் துப்பாக்கியின் தன்மையான வளைந்த

பிடங்கைக் காலாட்படைத் துப்பாக்கிகளிலும் ஏற்கப்பட்டதன் விளைவாகத் திறமான குறிபார்த்துச் சுடுவது சாத்தியமாக்கப்பட்டது. குறிப்பிடப்பட வேண்டிய இரண்டாவது மேம்பாடு, கிரிபொவாலால் பதினெட்டாம் நூற்றாண்டின் நடுப்பகுதியில் அமைக்கப்பட்ட லேசான ஆனால் உறுதியான பீரங்கி வண்டியாகும். இது மட்டுமே பின்னால் பீரங்கிப்படையிடம் தேவைப்பட்டதான மேலதிகமான இயங்கு திறனைச் சாத்தியமாக்கியது.

போர்க்களத்திலான இந்த இரண்டு தொழில்நுட்ப மேம்பாடு களையும் பயன்படுத்தும் வாய்ப்பு பிரெஞ்சுப் புரட்சிக்கு ஒதுக்கி வைக்கப்பட்டிருந்தது. ஐரோப்பிய நேசநாடுகள் அதைத் தாக்கிய பொழுது, அது ஆயுதம் ஏந்தும் ஆற்றல் கொண்ட நாட்டின் உறுப்பினர்கள் அனைவரையும் அரசனிடம் ஒப்படைத்தது. பிரஷ்யன் மற்றும் ஆஸ்திரியன் பழம்பெரும் காலாட்படையினை எதிர்க்கக் கூடிய அளவுக்குப் போதுமானதான வரிசைபாணிப் போர்த்தந்திரத்தின் சிக்கலான சாகசங்களில் பயிற்சி பெற இந்த நாட்டுக்குக் காலஅவகாசம் இருக்கவில்லை. பிரான்சில் அமெரிக்காவிலிருந்த ஆதிகாலத்துக் காடுகள் மட்டுமின்றி, பின் வாங்கிச் செல்வதற்குரியதான எல்லையற்ற பிரதேசமும்கூட இல்லை. விரோதியை எல்லைக்கும் பாரிஸ் நகரத் திற்கும் இடையே தோற்கடிக்க வேண்டிய அவசியம் இருந்தது. அதாவது ஒரு திட்டவட்டமான நிலப்பரப்பைப் பாதுகாக்க வேண்டி யிருந்தது, இதைப் பகிரங்கமான வெகுஜனப் போராட்டம் மூலமே முடிவில் செய்ய முடியும். எனவே இதன் பின்விளைவாகச் சுடுபவர்களின் தொடர் வளையங்களுக்கும் கூடுதலாகப் பயிற்சி இல்லாத பிரெஞ்சு வெகுஜனங்கள் ஐரோப்பிய நிரந்தரப் படைகளை வெற்றிக்கான ஏதோ சில வாய்ப்புடன் எதிர் கொள்வதற்கு மேலும் இன்னொரு வடிவத்தைக் கண்டுபிடிப்பது அவசியமாயிற்று. இந்த வடிவம், சில இடங்களில் பெரும்பாலும் அணிவகுப்பு மைதானங்களில் ஏற்கெனவே பயன் படுத்தப்பட்டு வரும், அடக்கமான நீளணிகளில் காணப்பட்டது. வரிசை பாணியைக் காட்டிலும் நீளணியை முறையாக வைத்திருப்பது எளிது. ஓரளவுக்கு அலங்கோலத்தில் தள்ளப்பட்ட பொழுதிலுங்கூட இதன் நெருக்கமான திரள் குறைந்தபட்சம் செயலற்ற எதிர்ப்பினை யாவது தொடர்ந்து கொடுத்து வந்தது. நீளணியினைக் கையாள்வது எளிதாக இருந்தது. தளபதியின் நேரடிக் கட்டுப்பாட்டின்கீழ் மேலும் எளிதாக இருந்தது, மேலும் வேகமாக இயங்க முடிந்தது. அதன் வேகம் நிமிஷத்துக்கு 100 தப்படிகளும் அதற்கு அதிகமாகவும் இருந்தது. ஆனால் இதன் ஆக முக்கியமான விளைவுகள் பின்வருமாறு: நீளணி, முழுமையான பெருமளவிலான போர் வியூகமாகப் பயன்படுத்திய தானது, பழைய போர் முறையின் எளிதில் சமாளிக்க முடியாத ஒரே

மாதிரியான வரிசை பாணியைப் பிரித்துத் தனித்தனிப் பகுதிகளாக்கி, ஒவ்வொன்றுக்கும் ஓரளவுக்குச் சுதந்திரம் வழங்கி, ஒவ்வொன்றும் தாம் எதிரிடும் சந்தர்ப்ப சூழல்களுக்கு ஏற்பத் தம் பொது உத்தரவுகளை ஏற்க வகை செய்யப்பட்டது; இப்பகுதிகளில் மூவகை ஆயுதப்படைகளும் அடங்கியிருக்கலாம். நீளணி படைகளை ஈடுபடுத்துவதில் சாத்தியமான எல்லாவகை இணைப்புகளுக்கும் இடமளிக்கும் அளவுக்கு நெகிழ்வாக இருந்தது; இரண்டாம் ஃபிரீட்ரிஹ் கண்டிப்பான முறையில் தடை செய்திருந்த கிராமங்கள் மற்றும் பண்ணை வீடுகளைப் பின்னணியில் பயன்படுத்த அனுமதித்தது. இதற்குப்பின் அவை ஒவ்வொரு போரிலும் பிரதானமான ஆதாரக் கூறுகளாகிவிட்டன. நீளணி முறையை எந்த ஒரு போர்ப் பரப்பிலும் ஈடுபடுத்த முடியும்; எல்லாவற்றையும் பந்தயம் வைக்கும் வரிசைபாணி போர்த்தந்திரத்துக்கு எதிராக நீளணியை வைக்க முடியும்: போராட்ட உத்திகள் காரணமாகவும், தொடர்ச்சியான பல கைகலப்புகளாலும், போர் நிகழ்ச்சியை நீடித்து படிப்படியாகப் படைகளைப் பயன்படுத்துவதாலும், வரிசை சோர்வடைந்து, பிறகு சேமநிலையில் வைத்திருந்த புதிய படைகளின் தாக்குதலை இறுதி வரையில் தாக்குப்பிடிக்க முடியாமல் அந்தளவுக்கும் கீழடக்கப்படும் பொழுது இறுதியாக அது வரிசை பாணி போர்த்தந்திரத்தை எதிர்க்க முடியும். வரிசைபாணி அமைப்பு எல்லா முனைகளிலும் சம அளவில் பலமாக இருக்கும் பொழுது, நெருக்கமான நீளணி அமைப்பில் போராடி வரும் விரோதி வரிசையில் ஒரு பகுதியைத் தனது துருப்பு களின் சிறு குழுக்களைக் கொண்டு போலித் தாக்குதல் நடத்துவதன் மூலம் போரில் ஈடுபடுத்தி வைக்க வேண்டும். அதே சமயம் கேந்திரமான நிலைகள் மீது தாக்குதல் தொடுக்க தனது பிரதான படையினை ஒருமுகப்படுத்த முடியும்.

சுடுபவர்களின் நெகிழ்வான அமைப்புகள் இப்போது பெரும் பாலான சுடும் வேலையைச் செய்தன. அதே பொழுதில் நீளணிகள் துப்பாக்கிச் சனியனால் தாக்குதல் நடத்தின. இது சுடும் படைகளுக்கும், பெருமளவிலான ஈட்டி வீரர்களுக்கும் இடையே பதினாறாம் நூற்றாண்டின் துவக்கத்தில் நிலவிய அதே உறவினை மீண்டும் நிலை நாட்டியது. எனினும், நவீன நீளணிகள் எந்த நேரத்திலும் கலைக்கப் பட்டு, சுடுபவர்களின் தொடர் வளையங்களாக உருவாகலாம். இவை மீண்டும் நீளணிகளாக அமையலாம் என்ற விதிவிலக்கு இருந்தது.

நெப்போலியன் செம்மையின் கொடி முடிக்கு வளர்ந்து உயர்த்திய இந்தப் புதிய போர்முறை, பழையதை விடவும் மிகவும் மேன்மை யுற்றதாக இருந்ததால் புதிய முறையினை எதிர்க்கும் பொழுது பழைய முறை படுமோசமாகச் சரிந்து விழுந்தது, கடைசியாக இது யேனாவில் நடந்தது. அங்கே எளிதில் சமாளிக்க முடியாத மந்த கதியிலான

பிரஷ்யன் படைவரிசைகள் நெகிழ்வான முறையில் போருக்குப் பெருமளவு பயனற்ற நிலையில் பிரெஞ்சு குறிபார்த்துச் சுடுவோர் குண்டுமாரி பொழிந்த பொழுது அறவே முறிந்து மறைந்து போயின; அடக்கமான வரிசைகளில் ஒழுங்கமைக்கப்பட்ட காலாட்படையினர் சுடுவதன் மூலமே அவர்களை எதிர்க்க முடிந்தது. வரிசைபாணி போராட்ட முறை தோல்வியடைந்த போதிலும் வரிசை போராட்ட உருவாக்கம் என்ற முறையில் எவ்வகையிலும் அவ்வாறு இருக்க வில்லை. யேனாவில் பிரஷ்யர்கள் தமது வரிசை பாணியுடன் மிகவும் மோசமான நிலைக்கு ஆளாகியதற்குச் சில வருடங்கள் பின்னால் பிரெஞ்சு நீளணிகளுக்கு எதிராக வெலிங்டன் தமது ஆங்கிலப் படைகளை வரிசை உருவாக்க முறையில் தலைமைதாங்கி அவற்றைப் பொதுவாகத் தோற்கடித்தார். வெலிங்டன் பிரெஞ்சு போர்த்தந்திரம் முழுவதையும் மேற்கொண்டார், விதிவிலக்காக அவர் வரிசையில் போராட நெருக்கமாயமைந்த காலாட்படையினை - நீளணி உருவாக்கத்தை அல்ல - ஏவினார். இவ்வாறு அவர் சுடும் பொழுது எல்லாத் துப்பாக்கிகளையும், தாக்கும் பொழுது எல்லாத் துப்பாக்கிச் சனியன்களும் ஏககாலத்தில் செயல்படுத்தும் சாதகத்தைப் பெற்றார். இந்தப் போராட்ட முறையில் ஆங்கிலேயர்கள் சில ஆண்டுகள் முன்புவரை போராடி, எண்ணிக்கையில் தம்மைவிட அதிகமாக எதிரிகள் இருந்த போதும் கூட தாக்குதல் [Albuera] மற்றும் தற்காப்பு [Inkerman][265] இரண்டிலும் சாதக நிலையில் இருந்தார்கள். ஆங்கில வரிசைபாணி படைகளை எதிரிட்ட பியுஜோ தனது மரணம் வரை நீளணிகளை விட அவற்றை மேலாக மதித்தார்.

மேலும் காலாட்படையின் சுடும் ஆயுதங்கள் மிகவும் மோச மானவையாக இருந்தன, நூறு தப்படி தூரத்தில் தனியாக நின்றிருக்கும் ஒரு நபரைச் சுடுவதுகூட அரிது, முன்னூறு தப்படி தொலைவிலுள்ள ஒரு படைப்பிரிவு முழுவதையும் சுடுவது கூட அரிது என்ற அளவுக்குப் படுமோசமாக இருந்தன. இவ்வாறாக, பிரெஞ்சுப் படைகள் அல்ஜீரியாவுக்கு வந்த பொழுது பெடுயின்களின் [Bedouins] நீண்ட துப்பாக்கிகள் வெகுதொலைவில் இருந்தும் கூடத் தாக்கும் பொழுது, பிரெஞ்சுப் படைகள் பெருமளவு நஷ்டத்திற்கு இலக்காயின. இங்கு சுழல் துப்பாக்கிகள் மட்டுமே வேண்டும். ஆனால் குறிப்பாயும் பிரான்சில்தான், ஒரு துணை ஆயுதம் என்ற முறையிலும் கூட, கைத் துப்பாக்கியைப் பயன்படுத்துவது எப்போதும் மறுக்கப்படுகிறது, காரணம் இதைக் கெட்டிப்பதற்கு நீண்ட காலம் எடுக்கிறது, மிகவும் விரைவாக அடைபட்டு விடுகிறது. இப்போது எளிதில் கெட்டிக்கக் கூடிய துப்பாக்கியின் தேவை உணரப்பட்ட பொழுது அது உடனடி யாக நிறைவேற்றப்பட்டது. தெல்வீனின் தயாரிப்பு வேலைகளைத்

தொடர்ந்து துவெனெனின் துப்பாக்கியும் [tigerifle] மினியேவின் வீசிப் பரவும் குண்டுகளும் வந்தன. இந்தக் கண்டுபிடிப்புகள் ஊடிழைவான குழலுடைய துப்பாக்கி மற்றும் சுழல் துப்பாக்கியைக் கெட்டிப்புக் கால விஷயத்தில் சமநிலையில் வைத்தன. எனவே இப்போது காலாட்படை முழுவதற்கும் குறிதவறாத நெடுந்தொலைவுக்குச் சுடக் கூடிய துப்பாக்கிகளை வழங்க முடிந்தது. அதன் பயன்பாட்டுக்கான பொருத்தமான போர்த்தந்திரத்தை வாய்ப்பக்கம் குண்டடைக்கும் சுழல் துப்பாக்கி நிலைநாட்டிக் கொள்வதற்கு முன்னால், இதனிடத்தில் மிகவும் நவீனமான ஆயுதமான பின்வாய் குண்டடைக்கும் சுழல் துப்பாக்கிக்கு மாற்றாக வந்தது; அதே பொழுதில் சுழல் பீரங்கிகள் நாளொருமேனி அதிகரித்து போராட்ட திறனை வளர்த்தன.

புரட்சி துவக்கிவைத்த நாட்டு மக்கள் அனைவரையும் ஆயுத பாணிகளாக்கும் திட்டம், விரைவில் பெருமளவிலான கட்டுப்பாடு களை அனுபவிக்க நேர்ந்தது. ராணுவ சேவைக்குக் கடமைப்பட்ட இளைஞர்களில் ஒரு பகுதியினர் சீட்டு மூலம் தேர்வு செய்யப்பட்டு நிரந்தர சேனையில் சேர்த்துக் கொள்ளப்பட்டனர், குடிமக்களில் மீதமிருந்தவர்களில் பெரிய அல்லது சிறிய பகுதி, அதிகபட்சம் பயிற்சி பெறாத தேசியக் காவல்படையாக அமைந்தது [National Guard]. சர்வப் பொதுவான படை திரட்டல் மெய்யாகவே கறாராக அமுல் செய்யப் பட்ட சுவிட்சர்லாந்து போன்ற நாடுகளில் அதிகபட்சமாக ஒரு காவல் ராணுவப் பிரிவு [militia] உருவாக்கப்பட்டு, படைக்கொடியின்கீழ் சில வாரங்களுக்கு மட்டுமே பயிற்சியளிக்கப்பட்டது. சர்வப்பொது படை திரட்டல் மற்றும் காவல் ராணுவப் பிரிவு இவற்றிடையே எதைத் தேர்ந்தெடுப்பது என்பதை நிதி சம்பந்தப்பட்ட காரணங்கள் நிர்ண யித்தன. ஐரோப்பாவில் ஒரே ஒரு நாடு மட்டுமே, அதிலும் மிகவும் ஏழ்மையான நாடு மட்டுமே சர்வப்பொது படைதிரட்டலையும் நிரந்தர ராணுவத்தையும் இணைக்க முயன்றது. அந்த நாடு பிரஷ்யாவாகும். நிரந்தர ராணுவத்தில் சேவை செய்ய வேண்டும் என்ற சர்வப்பொது கடப்பாடும் நிதி சம்பந்தமான காரணங்களால் தோராயமாக மட்டுமே அமுலாகியது. இருந்த போதிலும், பிரஷ்யன் Landwehr அமைப்பு[266] தயார்நிலை ஊழியர்களான கணிசமான எண்ணிக்கையிலான பயிற்சி பெற்ற மக்களை அரசின் உபயோகத்திற் கென்று வழங்கியதால் பிரஷ்யா, சம அளவிலான மக்கள் தொகை கொண்ட வேறு எந்த நாட்டை விடவும் நிர்ணயமாயும் மேம்பட்ட நிலையில் இருந்தன.

1870 ம் ஆண்டு பிரெஞ்சு - ஜெர்மன் போரில் பிரெஞ்சு படை திரட்டல் அமைப்பு பிரஷ்யன் Landwehr அமைப்புக்குப் பணிந்தது. இந்தப் போரில் இரு தரப்புகளும் முதல் தடவையாக பின்வழி குண்டு

அடைக்கும் துப்பாக்கிகளைக் கொண்டிருந்தன, ஆனால் இயங்குவது போராடுவது யாவும் பழைய பொறித் துப்பாக்கியின் காலத்தில் இருந்தது போலவே முக்கியமாயும் இருந்தன. அதிகபட்சம் சுடுபவர் களின் வளையங்கள் ஓரளவுக்கு மேலதிக நெருக்கமாக இருந்தன. மற்றவற்றைப் பொறுத்தவரை, பிரெஞ்சுக்காரர்கள் பட்டாலியன் நீளணி உருவாக்கம் முறையிலும், சில சமயம் வரிசை உருவாக்க முறையிலுமே போர் நடத்தினர். அதே பொழுதில் ஜெர்மன் தரப்பில் கம்பெனி நீளணி உருவாக்க முறையினைப் புகுத்துவதற்கும், புது வடிவிலான ஆயுதங்களுக்கு மேலும் தக்கதான போராட்ட முறை யினைக் கண்டறியவும் முயற்சிகள் செய்யப்பட்டன. இவ்வாறு முதல் சில போர் மோதல்கள் நிர்வகிக்கப்பட்டன. செயின்ட் பிரிவாவைத் தாக்கிய பொழுது (ஆகஸ்ட் 18) பிரஷ்ய காவற்படையின் மூன்று பிரிவுகள் கம்பெனி நீளணி உருவாக்கத்தை மிகவும் பொறுப்புடன் பிரயோகிக்க முயன்றன; பின்வழி குண்டு அடைக்கும் துப்பாக்கிகளின் பெரு நாசம் புரியும் ஆற்றல் வெளிப்பட்டது. பிரதானமாகப் போரில் ஈடுபட்டிருந்த ஐந்து ரெஜிமெண்டுகளில் (15,000 படைவீரர்) ஏறத்தாழ எல்லா அதிகாரிகளும் (176) மற்றும் 5.114 வீரர்களும் அதாவது மூன்றில் ஒரு பங்குக்கும் மேற்பட்டவர்கள் போரில் வீழ்ந்து மடிந்தனர். போரில் சேரும்போது 28,160 பேர்களைக் கொண்டிருந்த காவல் காலாட்படை மட்டுமே 307 அதிகாரிகள் உட்பட 8,230 பேர்களை அந்த நாளில் இழந்தது.[267] அந்த நாள் தொட்டு போர் வியூகம் என்ற முறையில் கம்பெனி நீளணிகள், பட்டாலியன் நீளணி உருவாக்கமும் மற்றும் வரிசைமுறையும் போலவே பயனற்றது என்று அறிவிக்கப்பட்டது வேறு எந்த வகையிலும் துருப்புகளை நெருக்கமான உருவாக்கங்களில் விரோதியின் துப்பாக்கிச் சூட்டுக்கு மேலும் காட்டிக் கொடுக்கும் எண்ணம் யாவும் கைவிடப்பட்டது; இது நல்ல போர்வியூகம் அல்ல என்று உயர் தலைமை எதிர்த்த போதிலும்கூட, ஜெர்மன் தரப்பில் இதற்குப் பிந்தைய போராட்டம் யாவும் சுடுபவர்களின் நெருக்கமான வளையங்கள் மூலம் மட்டுமே நடத்தப்பட்டது. இவற்றுள் நீளணிகள் முறையாக பயங்கரமான குண்டு மாரியின் கீழ்த் தாமே பிரிந்து அமைந்து நின்றன. மீண்டும் ஒருமுறை படைவீரன் அதிகாரியைக் காட்டிலும் கூர்மதியுடன் செயல்பட்டான்; அவனே இதுவரையில் பின்வழி குண்டு அடைக்கும் துப்பாக்கிச் சுடுதலின் கீழ் பயனுடையது என்று நிரூபிக்கப்பட்டதான ஒரே போராட்ட முறையினை இயல்பூக்கத்துடன் கண்டான். தனது அதிகாரிகளிடமிருந்து எதிர்ப்பு ஏற்பட்ட போதிலும் இதை வெற்றிகரமாக நிறைவேற்றினான். இதே போன்று பயங்கரமான துப்பாக்கிச் சூட்டின் அளவெல்லைக்குள் இப்போது பயன்படுத்தப்பட்டுவரும் ஒரே பெயர்ச்சி முறை ஓடிக்கடத்தல் முறையாகும்.

“டூரிங்குக்கு மறுப்பு” நூலுக்கான குறிப்புகள்

(அ) யதார்த்த உலகில் கணிதவியல் வரம்பிலியின்
மூலமுன்மாதிரிகளைப் பற்றி[268]

சிந்தனைக்கும் வாழ்நிலைக்கும்
இடையே உடன்பாடு. கணிதவியலில் வரம்பிலி

நமது அகநிலைச் சிந்தனையும் புறநிலை உலகமும் ஒரே விதமான நியதிகளுக்கு ஆட்பட்டவை என்பதும், எனவே அதோடு கூட இறுதியாகப் பகுப்பாய்வு செய்யும் போதில் அவை தமது விளைவுகளில் ஒன்றையொன்று முரண்படுத்த இயலாது, ஆனால் ஒன்றுக்கொன்று இயைந்திருக்க வேண்டும் என்பதுமான யதார்த்த உண்மை நமது தத்துவார்த்தச் சிந்தனை முழுதையும் பரிபூரணமாக ஆளுகை செய்கிறது. அது தத்துவார்த்தச் சிந்தனைக்குத் தன்னுணர்வற்றதும் நிபந்தனையற்றதுமான மெய்க்கோளாகும். 18 வது நூற்றாண்டின் பொருள்முதல்வாதம், அதனுடைய சாராம்சமான இயக்கமறுப்பியல் இயல்பின் காரணமாக உள்ளடக்கம் பொறுத்தவரை மட்டுமே இந்த மெய்க்கோளை அலசி ஆராய்ந்தது. புலச்சார்பான அனுபவத்திலிருந்து மட்டுமே அனைத்துச் சிந்தனை மற்றும் அறிவின் உட்கிடக்கை பெறப்பட வேண்டும் என்ற நிரூபணத்தின் அளவோடு அது தன்னைக் கட்டுப்படுத்திக் கொண்டது; அது nihil est inintellectu, quod non fuerit in sensu[269] என்ற கோட்பாட்டைப் புதுப்பித்தது. நவீன கருத்து முதல்வாத, ஆனால் அதே சமயம் இயக்கவியல் ரீதியான தத்துவவியல், குறிப்பாக ஹெகலின் தத்துவவியல், அதை முதன்முதலாக அதன் வடிவத்தைப் பொறுத்தவரையும் கூட அலசி ஆராய்ந்தது. இங்கு எண்ணற்ற தான்தோன்றித்தனமான உருவமைதிகளையும் கற்பனை களையும் எல்லாம் நாம் எதிரிட்ட போதிலும் கூட, அதனுடைய விளைபயனின் - சிந்தனை மற்றும் வாழ்நிலையின் ஒற்றுமை - வடிவம் தலைகீழாகவும் கருத்துமுதல்வாத ரீதியில் இருந்த போதிலும் கூட, இந்தத் தத்துவவியல் இயற்கை மற்றும் வரலாற்றின் மாற்றப் போக்கு களுடனான சிந்தனையின் மாற்றப்போக்குகளின் ஒப்புமையையும், பின்னதற்கு முன்னதோடான ஒப்புமையையும், இந்த மாற்றப்போக்குகள் அனைத்துக்கும் இதேபோன்ற நியதிகளின் செல்தகமையையும் மிகப் பலவகையான துறைகளில் எடுத்துக் கொண்ட எண்ணற்ற உதாரணங் களால் நிரூபித்தது என்பதை மறுக்க முடியாது. மறுபுறத்தில்

அதனுடைய பழைய இயக்க மறுப்பியல் வரையறையையும் வரையறுப்பையும் உடைத்தெறியும் வழியில் நவீன இயற்கை விஞ்ஞானம் அனுபவத்திலிருந்தே எல்லா சிந்தனை - உள்ளடக்கமும் தோன்றுகிறது என்ற கோட்பாட்டை விரிவுபடுத்தியுள்ளது. அடையப்படும் இயல்புகளின் மரபுரிமையை அங்கீகரித்ததன் மூலம் அது அனுபவத்தின் ஆதாரப் பொருளைத் தனி ஜீவனிலிருந்து இனத் தொகுதிக்கு விரிவு படுத்தியது; ஒவ்வொரு தனி ஜீவனும் தன்நிலையாக எல்லாவற்றையும் அனுபவிக்க வேண்டும் என்பது இனிமேல் தேவையில்லை, அதன் தனிப்பட்ட அனுபவம் ஓரளவுக்கு அதன் பல மூதாதையர்களின் அனுபவங்களின் பலன்களால் மாற்றீடு செய்யப்படலாம். உதாரணமாக நம்மிடையே ஒவ்வொரு எட்டு வயதுக் குழந்தைக்கும் அனுபவத்திலிருந்து நிரூபணங்கள் தேவைப்படாமலே கணிதவியலின் மூதுண்மைகள் சுய - தெளிவுடன் விளங்குகின்றன என்றால் இது முற்றிலும் "திரட்டப் பெற்ற மரபுவழி உடைமையின்" விளைவாகும். அவற்றை ஒரு நிரூபணத்தின் மூலம் ஒரு தென் ஆப்பிரிக்க நாடோடி அல்லது ஆஸ்திரேலிய நீக்ரோவுக்குப் போதிப்பது என்பது கடினமாகும்.

இந்த நூலில், இயக்கம் முழுவதன் மிகப் பொதுமையான நியதிகளைப் பற்றிய விஞ்ஞானமாகவே இயக்கவியல் கருதப்படுகிறது. இயற்கை மற்றும் மனித வரலாறு இவற்றின் இயக்கத்துக்கு அதனுடைய நியதிகள் எந்தளவு செல்தகைமை உள்ளனவோ அதற்குச் சற்றும் குறையாமல் சிந்தனையின் இயக்கத்துக்கு அவை செல்தகைமை உள்ளவை என்பது இதில் உள்ளடங்குகிறது. இயக்கமறுப்பியல் அற்பவாதிதான் அறியநேரிட்டது அதே நியதியைத்தான் என்பதைத் தெளிவாக அறிந்து கொள்ளாமலே, இந்த மூன்று துறைகளில் இரண்டில், உண்மையில் மூன்றிலுமே கூட அத்தகைய நியதியை இனங்காண முடியும்.

ஓர் உதாரணத்தை எடுத்துக் கொள்வோம். பதினேழாம் நூற்றாண்டின் மறுபாதியில் கண்டுபிடிக்கப்பட்ட வரம்பிலி நுண் கணிதத்தைப் [the infinitesmal calculus] போல மனித சிந்தனையின் வெற்றிக்கு அவ்வளவு உயர் இணையான வேறு எதுவும் தத்துவார்த்த முன்னேற்றங்கள் அனைத்திலும் நிச்சயமாக இல்லை. மனித மதிநுட்பத்தின் முழுமையான தனிச் சிறப்புள்ள அருஞ்செயல் எங்கேனும் இருக்குமாயின் அது இங்கேதான் காணக்கிடக்கிறது. வரம்பிலி நுண் கணிதத்தில் பயன்படுத்தப்படும் பரிமாணங்கள் - வகையீடுகள் பல்வகை அளவுகளிலான வரம்பிலிகள் ஆகியவற்றை - இன்றுங்கூடச் சுற்றி வளைத்திருக்கும் மர்மமே, இங்கு விளக்கப்படுபவை மனித மனதின் அப்பட்டமான "இஷ்டப்படியான படைப்புகள் மற்றும்

கற்பனைகள்" [இது டூரிங் பயன்படுத்திய ஒரு சொற்றொடர்] என்றும் புற உலகில் இவற்றுக்கு ஒத்திசைவானவை ஒன்றும் இல்லை என்றும் இன்னும் கற்பிதம் செய்யப்படுகிறது என்பதற்குச் சிறந்த சான்றாகும். எனினும் உண்மை இதற்கு மாறுதலையானது. இந்தக் கற்பிதப் பரிமாணங்கள் அனைத்திற்கும் இயற்கை மூலமுன்மாதிரிகளை வழங்குகிறது.

நமது வடிவகணிதம் இடவெளி உறவுகளையும், நமது எண் கணிதமும் அல்ஜிப்ராவும் எண் பரிமாணங்களையும் துவக்க நிலையாகக் கொண்டுள்ளன; இவை நமது பூவுலக நிலைமைகளுடன் ஒத்திசைவு பூண்டுள்ளன; எனவே இயந்திரவியலால் கட்டிகள் என்று குறிப்பிடப் படும் - பூமியில் தோன்றி மனிதர்களால் அசைவுக்கு உட்படுத்தப்படும் கட்டிகளான - பொருட்களின் பரும அளவுகளுடன் அவை ஒத்திசைவு கொண்டுள்ளன. இந்தக் கட்டிகளுடன் ஒப்பிடும் பொழுது பூமியின் கட்டி வரம்பற்ற பிரம்மாண்டமானதாகவே பாவிக்கிறது. பூமியின் ஆரம் ∞ க்குச் சமம்; இதுவே வீழ்ச்சி நியதியில் இயந்திரவியல் முழுவதன் அடிப்படைக் கோட்பாடாக உள்ளது. தொலைநோக்கிக் கருவி மூலம் கண்ணுக்குப் புலனாகிற நட்சத்திர மண்டலத்தில் தூரங்களை ஒளியாண்டுகளைக் கொண்டு நாம் கணக்கிடத் தொடங்கியதும் பூமி மட்டுமல்ல, மாறாக முழுமையான சூரிய மண்டலமும் அதில் தோன்றும் தூரங்களும் வரம்பற்ற நுண்ணிய அளவுக்குச் சிறிதாகக் காணப் படுகின்றன. எனவே எம்மிடம் ஏற்கெனவே வரம்பிலி கூட இங்கு உள்ளது. வரம்பற்ற அண்டவெளியில் இன்னும் உயர்ரகமான வரம்பிலிகளை உருவமைக்கும் பணியை வாசகர்கள் அவ்வாறு செய்ய விரும்பும் பட்சத்தில் அவர்களது கற்பனைக்கே விட்டு விடுகிறோம்.

பௌதிகவியல் மற்றும் இரசாயனவியலில் தற்காலத்தில் மேலோங்கி நிலவும் கருத்தின்படி பூவுலகக் கட்டிகள், இயந்திரவியல் செயல்படுத்தும் பொருட்கள் ஆகச்சிறு துகள்களாலான கூட்டணுக் களைக் கொண்டவை, சம்பந்தப்பட்ட பொருளின் பௌதிக மற்றும் இரசாயனப் பண்புருவைச் சிதைக்காமல் இந்தக் கூட்டணுக்களை மேலும் பிரிக்க முடியாது. வி. தாம்ஸனின் கணக்கீடுகளின்படி இந்தக் கூட்டணுக்களின் ஆகச் சிறியதன் விட்டம் ஒரு மில்லிமீட்டரில் ஐந்து கோடியில் ஒரு பங்குக்கும் சிறிதாக இருக்க முடியாது.[270] இதில் ஆகப் பெரிய கூட்டணுவின் விட்டம் ஒரு மில்லிமீட்டரில் இரண்டரைக் கோடியில் ஒரு பங்கு என்று நாம் அனுமானித்துக் கொண்டாலுங்கூட இயந்திரவியல், பௌதிகவியல் அல்லது இரசாயனவியல் செயல் படுத்துகிற மிகச்சிறிய கட்டியுடன் ஒப்பிடும்பொழுது அது வரம்பற்ற சிறிய பரிமாணமாகும். இருந்தபோதிலும் ஆய்விலுள்ள கட்டிக்கே

பிரத்தியேகமாகவுள்ள பண்புகள் அனைத்தையும் அந்தக் கூட்டணுக்கள் உரித்தாக்கிக் கொண்டும் பௌதிகவியல் ரீதியாகவும் இரசாயனவியல் ரீதியாகவும் அந்தக் கட்டியின் பிரதிநிதியாக அமைந்தும் எல்லா இரசாயனச் சமன்பாடுகளிலும் உண்மையில் அதைப் பிரதிநிதித்துவப் படுத்தவே செய்கிறது. சுருங்கக்கூறின், கணிதவியல் வகையீடு தமது மாறிகளோடான [variables] உறவில் என்ன பண்புகளைப் பெற்றுள்ளதோ அதே பண்புகளை அது தனது ஒத்திசைவான கட்டிகளுடனான உறவில் பெற்றுள்ளது. ஒரே ஒரு வித்தியாசம் என்னவென்றால், கணிதவியல் சூக்குமங்களில் [abstraction], வகையீட்டில் விவரிக்க இயலாததாயும் மர்மமாயும் தோன்றுவது இங்கு இயல்பான நடைமுறையாகவும் தெளிவானது போலவும் தோன்றுகிறது.

தனது சூக்குமமான வகையீடுகளுடன் கணிதவியல் எந்த வழியில் எந்த நியதிகளின்படி செயல்படுகிறதோ அதே வழியில் அதே நியதிகளுக்கு ஏற்ப இந்த வகையீடுகளான கூட்டணுக்களுடன் இயற்கையும் செயற்படுகிறது. இவ்வாறாக உதாரணமாக, $x^3 = 3x^2\ dx$ இன் வகையீடு; இதில் $3xdx^2$ மற்றும் dx^3 யும் புறக்கணிக்கப்படுகின்றன. இதை வடிவ கணித உருவில் வைத்தால் x நீளமுள்ள பக்கங்களைக் கொண்ட கனசதுரத்தைப் பெறுகிறோம்; இதில் அந்த நீளம் dx என்ற வரம்பற்ற சிறிய அளவுக்கு அதிகரிக்கப்படுகிறது. இந்தக் கனசதுரம் பதங்கமான தொரு தனிமத்தை [asublimated element] - கந்தகம் என்று வைத்துக் கொள்வோம் - கொண்டதாகவும்; ஒரு மூலையை உருவாக்கும் அதன் மூன்று பரப்புகள் பாதுகாக்கப்பட்டதாயும், இதர மூன்று பரப்புகள் திறந்து சுதந்திரமாக இருப்பதாயும் பாவித்துக் கொள்வோம். இப்போது நாம் இந்தக் கந்தக கனசதுரத்தை கந்தக ஆவிக்குள் விட்டு வெப்பநிலையைப் போதுமான அளவுக்குத் தாழ்த்துவோம்; அந்தக் கனசதுரத்தின் மூன்று சுதந்திரமான பக்கங்களிலும் கந்தகம் படிவமுறும். இந்த மாற்றப்போக்கை அதன் அப்பட்டமான வடிவத்தில் சித்திரிக்கும் பொருட்டு முதலாவதாக ஒரே ஒரு கூட்டணுவின் கனத்திற்கு அந்த மூன்று பக்கங்கள் ஒவ்வொன்றிலும் கந்தகம் படிவமுறும் என்று நாம் உத்தேசித்துக் கொண்டால் அது பௌதிகவியல், இரசாயனவியல் இவற்றின் சாதாரண நடைமுறைப் போக்கிற்கு உட்பட்டதாகவே இருக்கும். கனசதுரப் பக்கங்களின் x நீளம் கூட்டணுவின் விட்டமான dx என்ற அளவுக்கு அதிகமாகிறது. கனசதுரம் x^3 யின் உட்கிடக்கையானது, x^3 க்கும் $x^3 + 3x^2dx + 3xdx^2 + dx^3$ க்கும் இடையேயான வித்தியாசத்தின் அளவுக்கு அதிகமாகிறது; இதில் ஒரே ஒரு கூட்டணுவான dx^3 ம் $x + dx$ நீளமுள்ள மூன்று வரிசைகளான $3xdx^2$ ம், நேர்கோட்டு ரீதியான சீரமைக்கப்பட்ட கூட்டணுக்களால் அமைந்த இதை - கணிதவியல் புறக்கணிப்பதன் அதே நியாயத்தைக்

கொண்டு - புறக்கணித்து விடலாம். இதன் விளைபயன் ஒன்றே - கனசதுரத்தின் கட்டியில் ஏற்பட்டுள்ள அதிகம் $3x^2$ dx ஆகிறது.

கறாராகக் கூறுவதானால், கந்தகக் கனசதுரத்தின் விஷயத்தில் dx^3 ம், $3xdx^2$ என்பதும் நிகழ்வதில்லை, ஏனெனில் இரண்டு அல்லது மூன்று கூட்டணுக்கள் ஒரே இடத்தில் வியாபித்திருக்க முடியாது, எனவே கனசதுரத்தின் ஆகிருதிப் பெருக்கம் சரிநுட்பமாயும் $3x^2$ dx + 3xdx + dx என்பதாகும். இதைக் கீழ்க்கண்டவாறு விளக்கலாம் - கணிதவியலில் dx என்பது ஒரு நேர்க்கோட்டுப் பரிமாணமாகும்; கனமோ அகலமோ அற்றதான அத்தகைய நேர்க்கோடுகள் சுயேச்சையாக இயற்கையில் நிகழ்வதில்லை என்பது அறிந்ததே, எனவே கணிதவியல் சூக்குமங் களுக்கு தனிநிலைக் கணிதவியலில் மட்டுமே தங்கு தடையற்ற செல்தகைமை உள்ளது. தனிநிலைக் கணிதவியல் $3xdx^2 + dx^3$ என்பதைப் புறக்கணிப்பதால் எவ்வித வேறுபாடும் நிகழ்வதில்லை.

இதைப் போலவே நீராவியாதலிலும், ஒரு கோப்பைத் தண்ணீரில் கூட்டணுக்களின் உச்சப்படிவம் நீராவியாகும் போது, நீர்ப் படிவத்தின் உயரம் x என்பது dx அளவுக்குக் குறைகிறது. ஒரு கூட்டணுப் படிவத்திற்குப் பின் இன்னொரு படிவமாகத் தொடர்ந்து ஆவியாகச் செல்லுதல் என்பது உண்மையிலேயே ஒரு தொடர்ந்த வகையீட்டு நிகழ்ச்சியாகும். உஷ்ணமான நீராவி மற்றொரு பாத்திரத்தில் அழுத்தத்தின் மூலமாகவும் குளிர்வித்தல் மூலமாகவும் திரும்பவும் தண்ணீராக வடிபடும் பொழுது ஒரு கூட்டணுப் படிவத்தின் மீது மற்றொன்றாக (இந்த மாற்றப்போக்கை அசுத்தம் கலந்ததாகச் செய்யும் இரண்டாந்தரமான சந்தர்ப்பச் சூழ்நிலைகளை இங்குக் கவனத்தில் எடுக்காமல் விட்டுவிடுவது அனுமதிக்கத்தக்கதே) அந்தப் பாத்திரம் நிரம்புவம்வரை அவை படியும்பொழுது, இங்கே உண்மையான ஓர் தொகையீடு நிகழ்ந்தேறுகிறது; இதற்கும் கணிதவியல் ரீதியான ஒன்றுக்கும் ஒன்றில் மட்டுமே வித்தியாசம் உண்டு. ஒன்று மனித மூளையால் உணர்வுபூர்வமாக நிறைவேற்றப்படுகிறது, அதே போதில் மற்றொன்று இயற்கையால் உணர்வுபூர்வமின்றியே நிறைவேற்றப் படுகிறது. வரம்பிலி நுண்கணிதத்தின் மாற்றப்போக்குகளுக்குப் பூரணமாக ஒப்புமையுள்ள மாற்றப்போக்குகள் திரவநிலையிலிருந்து வாயுநிலைக்கும் பின்னது முன்னதாகவும் மாறுவதில் மட்டும் நிகழ்வதில்லை.

கட்டி இயக்கம் என்பதானது - மோதலின் மூலம் - ஒழிக்கப் பட்டு வெப்பமாக, கூட்டணு இயக்கமாக, நிலைமாறுதலடையும் போது கட்டி இயக்கம் வகையீடு செய்யப்படுகிறது என்பதைத் தவிர வேறு என்ன நிகழ்கிறது? நீராவி எஞ்சினின் சிலிண்டரில் நீராவிக்

கூட்டணுக்களின் ஓட்டங்கள் கூட்டிச் சேர்க்கப்பட்டு பிஸ்டனை ஒரு திட்டமான அளவுக்கு உயர்த்துகின்றன என்றால், அவை கட்டி இயக்கமாக நிலை மாறுகின்றன என்றால், அவை தொகையீடு செய்யப் பட்டன என்றாகவில்லையா? இரசாயனவியலானது மூலக்கூறுகளை அணுக்களாக, மூலக்கூறுகளை விடக் குறைந்த கட்டியும் குறைந்த இடைவெளியும் உள்ள பரிமாணங்களாக, ஆனால் அதே ரகத்தைச் சேர்ந்த பரிமாணங்களாகப் பிரிக்கிறது; இதனால் அவை இரண்டும் திட்டமான வரம்புள்ள உறவுகளுடன் பரஸ்பரம் நிற்கின்றன. எனவே பொருட்களின் கூட்டணு ஆக்கத்தை வெளிப்படுத்துகின்ற எல்லா இரசாயனச் சமன்பாடுகளும் வடிவத்தில் வகையீட்டுச் சமன்பாடு களாகவே உள்ளன. ஆனால் யதார்த்தத்தில் அவற்றுள் இடம் பெற்றுள்ள அணு எடைகளின் காரணமாக அவை ஏற்கெனவே தொகையீடடைந்துள்ளன. ஏனெனில் அதன் பரிமாணங்களின் பரஸ்பர சம்பந்தம் அறியப்பட்ட வகையீடுகளைக் கொண்டே இரசாயனவியல் கணக்கீடு செய்கிறது.

ஆயினும் அணுக்கள் சாமானியமானவையாகவோ, அல்லது பொதுப்படையாக பொருளின் அறியப்பட்ட மிகச்சிறிய துகள் களாகவோ எவ்விதத்திலும் கருதப்படுவதில்லை. அணுக்களும் கூட்டுகைப் பொருட்களே என்ற கருத்துக்கு மேலும் மேலும் செவி சாய்த்துவரும் இரசாயனவியல் ஒருபுறமிருக்க, பௌதிகவியலாளர்களில் பெரும்பாலோரும் ஒளி, வெப்பம் இவற்றின் கதிர்வீச்சைக் கடத்துகிற பிரபஞ்சரீதியான ஈதருங்கூட அதேபோலத் தனித்துவமான ஆனால் மிகச்சிறியதான துகள்களைக் கொண்டது என்றும் ஆனால் அவை இரசாயன அணுக்களுடனும் பௌதிகக் கூட்டணுக்களுடனும் கொண்டுள்ள உறவு, பிந்தையவை இயந்திரவியல் கட்டிகளுடன் கொண்டுள்ள உறவுக்கு, அதாவது d^2x க்கு dx கொண்டுள்ள உறவுக்கு ஒப்புமையானது எனவும் வலியுறுத்துகிறார்கள்.

ஆகையால், இங்கு பருப்பொருளின் ஆக்கத்தைக் குறித்த தற்போது வழக்கமாக நிலவும் கருத்துப்படிவத்தில் இதே போன்ற இரண்டாம் ரகமான வகையீட்டை நாம் பெற்றுள்ளோம்; d^3x, d^4x முதலியவற்றுக்கு ஒப்புமையானவை இயற்கையிலும் நிகழ்கிறது என்பது தமக்குத் திருப்தியளிக்குமானால் எவரும் அவ்வாறு ஏன் கற்பனை செய்யக்கூடாது என்பதற்கு யாதொரு காரணமும் இல்லை.

ஆகவே பருப்பொருளின் ஆக்கத்தைப் பற்றி ஒருவர் என்ன கருத்தைக் கொண்டிருந்தாலும் சரி இந்தளவு நிச்சயம்: அது ஒப்பு நோக்கில் வெவ்வேறான கட்டித்தன்மையுடைய திட்டமாக வரை யறுக்கப்பட்ட தொடர் வரிசையான பெரிய திரள்களாகப் பிரிக்கப்

பட்டுள்ளது. ஒவ்வொரு தனிப்பட்ட திரளின் உறுப்புகளும் ஒன்றுடன் மற்றொன்று திட்டமான வரம்புள்ள கட்டி விகிதங்களைப் பெற்றுள்ளன; இதற்கு நேர் எதிர்மாறான வகையிலுள்ள அடுத்த திரளைச் சேர்ந்தவை கணிதவியல் அர்த்தத்தில் வரம்பற்ற பெரிய அல்லது வரம்பற்ற சிறிய விகிதத்தை அவற்றுடன் கொண்டுள்ளன. காட்சிக்குப் புலனாகும் நட்சத்திரங்களின் அமைப்பு, சூரிய மண்டலம், பூவுலகக் கட்டிகள், மூலக்கூறுகள், அணுக்கள் இறுதியாக ஈதர் துகள்கள் ஆகியன ஒவ்வொன்றும் அப்படிப்பட்டதொரு திரளாகும். இந்தத் தனிப்பட்ட திரள்களிடையே இடைநிலைப் பிணைப்புகள் காணப்படலாம் என்பதால் இந்த விஷயம் மாறிவிடாது. இவ்விதமாகச் சூரிய மண்டலக் கட்டிகளுக்கும் பூவுலகக் கட்டிகளுக்கும் இடையே விண் நுண் கோள்கள் (அவற்றின் சிலவற்றின் விட்டம் ரைஸ் இளம் பிரிவின் ராஜ்ஜியத்தை[271] விடவும் பெரிதாக இல்லை), எரி நட்சத்திரங்கள் முதலியன வருகின்றன. இவ்விதமாக உயிர்ப்புள்ள உலகில் பூவுலகக் கட்டிகளுக்கும் கூட்டணுக்களுக்கும் இடையே ஜீவஅணு வருகிறது. இயற்கையில் பாய்ச்சல்கள் இல்லை, இதற்கு மிகச்சரியான காரணம் இயற்கை முழுதுமே பாய்ச்சல்களால் ஆக்கப்பட்டது என்பதைத்தான் இந்த இடைநிலைப் பிணைப்புகள் நிரூபிக்கின்றன.

உண்மையான பரிமாணங்களை வைத்து கணக்கீடு செய்கிற வரையில் கணிதவியலும் சற்றும் தயக்கமின்றி இந்தக் கண்ணோட்டப் பாங்கைக் கையாளுகிறது. ஆக அருகிலுள்ள நிலைபெற்ற நட்சத்திரங்களுக்கு அப்பால் விரிவடைந்து செல்கிற நட்சத்திர மண்டல அமைப்பை வானியல் ஆராயத் தொடங்கியவுடனேயே, சூரியமண்டலக் கிரகங்களின் கட்டிகளும் அவற்றிடையேயுள்ள தூரங்களும் சிறுத்து ஒன்றுமில்லாமற் போவது போல, வானியலுக்கு பூவுலகக் கட்டிகளும் அவற்றுக்கு ஒத்திசைவான எரிநட்சத்திரங்களும் வரம்பற்ற சிறியவனாக இருப்பதைப்போல, பூவுலக இயந்திரவியலுக்கு பூமியின் கட்டி வரம்பற்ற பெரியதுமாகும். ஆயினும் கணிதவியலாளர்கள் தனிநிலைக் கணிதம் எனப்படும் தமது சூக்குமம் என்ற வலிமைமிக்க கோட்டைக்குள் பின்வாங்கியவுடன் இந்த ஒப்புமைகள்யாவும் மறக்கப்பட்டு விடுகின்றன. வரம்பிலி முற்றிலும் மர்மமான ஏதோ ஒன்றாகிவிடுகிறது; அதைக்கொண்டு பகுப்பாய்வில் எம்மாதிரியாகச் செயல்கள் நிகழ்த்தப் படுகின்றன என்பதைப் பார்க்கும்பொழுது அது முற்ற முழுமையாகவே புரிந்துகொள்ள முடியாத ஒன்றாக, அனைத்து அனுபவத்துக்கும் அனைத்து பகுத்தறிவுக்கும் முரண்பட்டதாகத் தோற்றமளிக்கிறது. கணிதவியலாளர்கள் தமது ஆய்வுமுறைப் பாங்கினை - இது எப்போதுமே சரியான விளைபயன்களுக்கு இட்டுச் சென்றது வியப்பிற்குரியதே - விளக்குவதற்குப் பதிலாகச் சாக்குப்போக்குச் சொல்லித்

தப்புவதற்குப் பயன்படுத்திய மட்டித்தனங்களும் அபத்தங்களும் மிக மோசமான மேலீடானதும் மற்றும் உண்மையானதுமான கற்பனைச் சித்திரங்களையும் கூட உதாரணமாக இயற்கையைப் பற்றிய ஹெகலின் தத்துவியலையும்கூட, விஞ்சி விட்டன; கணிதவியலாளர் களும் இயற்கை விஞ்ஞானிகளும் இத்தத்துவவியலைப் பற்றிய தமது திகிலை வெளிப்படுத்தப் போதுமான சொற்கள் கிட்டவில்லை. அவர்கள் ஹெகல் மீது சாட்டிய குற்றச்சாட்டை, அதாவது அவர் சூக்குமங்களைக் கடைக் கோடிவரை உந்திக்கொண்டு போகிறார் என்பதை, அவர்களே இன்னும் பெரியளவில் செய்கிறார்கள். தனிநிலை கணிதவியல் எனப்படுவது முழுதும் சூக்குமங்கள் சம்பந்தப்பட்டதே என்பதையும், அதனுடைய பரிமாணங்கள் அனைத்தும் கறாராகக் கூறுவதானால் கற்பனையானவை என்பதையும் எல்லா சூக்குமங் களையும் கடைக்கோடி வரையில் தள்ளிச் சென்றால் அவை முட்டாள் தனமாகவோ, அல்லது அதன் நேர் எதிரிடைகளாகவோ நிலைமாறுதல் அடைகின்றன என்பதையும் அவர்கள் மறந்து விடுகிறார்கள். கணிதவியல் வரம்பிலி உணர்வுபூர்வமல்லாவிடினும் யதார்த்தத்தி லிருந்தே பெறப்படுகிறது. எனவே அதை யதார்த்தத்தை வைத்தே விளக்க முடியும்; அதை அதிலிருந்தே, கணிதவியல் சூக்குமங்களி லிருந்து விளக்க முடியாது. நாம் ஏற்கெனவே கண்டது போல, இது சம்பந்தமாக யதார்த்தத்தை ஆராய்வோமானால், வரம்பிலியின் கணிதவியல் உறவு எங்கிருந்து பெறப்பட்டதோ அந்த யதார்த்தமான உறவுகளுக்கும் கூட வந்து சேருகிறோம்; இந்த உறவு எந்தக் கணிதவியல் வழியில் செயற்படுகிறதோ அதனுடைய இயற்கையான ஒப்புமை களுக்கும் வந்து சேருகிறோம். இவ்வாறாக இந்த விஷயம் விளக்கப் படுகிறது.

(சிந்தனை வாழ்நிலை இவற்றின் முற்றொருமையினை ஹெகல் மோசமான முறையில் திரும்ப உரைத்திருப்பது. ஆனால் தொடர்ந்த பருப்பொருள் மற்றும் தனித்துவமான பருப்பொருளுக்கும் இடை யிலான முரண்பாடும்கூட; ஹெகல் நூலைப் பார்க்க).[272]

(ஆ) இயற்கை குறித்த "இயாந்திரீக" கருத்தோட்டம் பற்றி

இயக்கத்தின் பல்வேறு வடிவங்களும் மற்றும் அவற்றை விளக்கும் விஞ்ஞானங்களும்

மேற்கூறிய கட்டுரை Vorwarts, (பிப்ரவரி 9, 1877) வெளிவந்த பிறகு கெக்கூலே தமது Die wissenschafilichen Ziele und Leistungender Chemie [இரசாயனவியலின் விஞ்ஞான நோக்கங்களும் சாதனைகளும்] என்ற நூலில் இயந்திரவியல், பௌதிகவியல் மற்றும் இரசாயனவியல் குறித்து முற்றிலும் இதே முறையில் விளக்கவுரை செய்துள்ளார்:

"பருப்பொருளின் இயல்பு பற்றிய இந்தக்கருத்து அடிப்படையாகக் கொள்ளப்பட்டால், இரசாயனவியலை அணுக்களின் விஞ்ஞானம் என்றும் பௌதிகவியலை கூட்டணுக்களின் விஞ்ஞானம் என்றும் பொருள் வரையறை செய்யமுடியும்; பின்னர் கட்டிகளைப் பற்றி ஆராய்கிற நவீன பௌதிகவியலின் அந்தப் பகுதியை ஒரு விசேஷ விஞ்ஞானமாக வேறாக்கிப் பிரித்து அதற்கு இயந்திரவியல் என்ற பெயரை ஒதுக்கிவிடுவதும் இயல்பாகவே இருக்கும். இவ்வாறாக, பௌதிகவியலும் இரசாயனவியலும் ஒருசில அம்சங்களில், விசேஷமாகச் சில கணக்கீடுகளில் தமது கூட்டணுக்கள் அல்லது அணுக்களைக் கட்டிகளாகக் கருதவேண்டிய அளவுக்கு இயந்திரவியல் அவற்றின் அடிப்படை விஞ்ஞானமாக வெளிப்படுகிறது."[273]

இந்த வரையறுப்பு உரைமூலத்திடமிருந்தும் முந்தைய குறிப்பிடமிருந்தும் சற்றே திட்டவட்டமாக இல்லை என்ற அளவில் மட்டுமே வேறுபடுகிறது என்பதைக் காணலாம். ஆனால் ஓர் ஆங்கில சஞ்சிகை (Nature) மேற்கூறிய கெக்கூலேயின் வாசகவுரையை இயந்திரவியல் என்பது கட்டிகளின் நிலையியலும் விசையியலும் என்றும், பௌதிகவியல் என்பது கூட்டணுக்களின் நிலையியலும் விசையியலும் என்றும், இரசாயனவியல் என்பது அணுக்களின் நிலையியலும் விசையியலும்[274] என்றும் உருப்படுத்தியது. பிறகு இரசாயன மாற்றப் போக்குகளையும் கூட கேவலம் யாந்திரீகப் போக்குகளாக எவ்வித நிபந்தனையுமின்றித் தாழ்த்துவதானது ஆராய்ச்சித் துறையை, குறைந்த பட்சம் இரசாயனவியல் ஆராய்ச்சித் துறையை மட்டுமிஞ்சிய அளவுக்குக் கட்டுப்படுத்துகிறது என்றே எனக்குப்படுகிறது. இருப்பினும், "யாந்திரீக" மற்றும் "ஒருமைவாத" ["monistic"] என்ற சொற்களை ஒரே பொருள் கொண்டனவாக எடுத்துக்காட்டாக ஹெகல் தொடர்ந்து உபயோகிக்கிறார் என்ற அளவுக்கு அது ஒரு பாஷனாகிவிட்டது. அவருடைய அபிப்பிராயத்தில்,

"நவீன மனித உடலியல்... தனது துறையில் பௌதிக- இரசாயன - அல்லது இதன் விரிவான பொருளில் யாந்திரீக சக்திகளின் செயற்பாட்டை மட்டுமே அனுமதிக்கிறது" (Perigenesis).[275]

கூட்டணுக்களின் இயந்திரவியலுக்குப் பௌதிகவியல் என்றும், அணுக்களின் பௌதிகவியலுக்கு இரசாயனவியல் என்றும் மேலும் புரதப்பொருளின் (அல்புமின்) இரசாயனவியலுக்கு உயிரியல் என்றும் நான் பெயர் சூட்டினால் அதன் மூலம் இந்த விஞ்ஞானங்களின் எந்த ஒன்றும் மற்றொன்றாக மாறுவதை, எனவே தொடர்பு, தொடர்ச்சி மற்றும் வேறுபாடு, தனிவேறான வித்தியாசம் இரண்டையுமே வெளியிட விரும்புகிறேன் என்பதாகும். மேலே சென்று இரசாயனவியலையும்

அதே போல இயந்திரவியலின் ஒருவகை என்று பொருள் விளக்கம் செய்வது அனுமதிக்க முடியாதது என்று எனக்குப் படுகிறது. இயந்திரவியல் - அதன் பரந்த அல்லது குறுகிய அர்த்தத்தில் - அளவுகளை மட்டுமே அறியும். அது நேர்வேகங்கள், கட்டிகள் மற்றும் அதிகமாய்ப் போனால் கன அளவுகள் இவற்றைக் கொண்டே கணக்கிடுகிறது. நீர்நிலையியல் [hydrostatics] மற்றும் வாயுநிலையியல் [aerostatics] போன்றவற்றில் போல இதைப் பொருள்களின் பண்புகள் குறுக்கிடும் இடத்தில், அது கூட்டணுக்களின் நிலைகளுக்குள்ளும் கூட்டணு இயக்கங்களுக்குள்ளும் செல்லாமல் எதையும் சாதிக்க முடியாது. அதுதான் ஒரு துணை விஞ்ஞானமாக, பௌதிகவியலின் முற்படியாக மட்டும் இருக்கிறது. ஆயினும் பௌதிகவியலில், இன்னும் அதிகமாக இரசாயனவியலில் அளவுநிலை மாறுபாட்டின் பின்விளைவாகத் தொடர்ந்தாற்போலப் பண்புநிலை மாறுபாடு, அதாவது அளவுநிலை பண்புநிலையாக நிலை மாறுதலடைவது, நிகழ்கிறது என்பது மட்டுமல்ல அளவுநிலை மாறுபாட்டின் மீதான அவற்றின் சார்புநிலை எவ்வகையிலும் நிரூபிக்கப்படாத அனேக பண்புநிலை மாறுபாடுகளையுங்கூடக் கணக்கிலெடுக்க வேண்டி யுள்ளது. விஞ்ஞானத்தின் தற்போதைய போக்கியல்பு இந்தத் திசையில் தான் செல்கிறது என்பதை உடனே ஒப்புக்கொள்ளலாம், ஆனால் இந்தத் திசைதான் முற்றும் சரியான ஒன்று என்பதையோ, இந்தப் போக்கியல்பைப் பின்பற்றுவதன் மூலம் பௌதிகவியல் மற்றும் இரசாயனவியல் முழுவதையும் ஆய்ந்து தீர்த்து விடலாம் என்றோ இதனால் நிரூபித்ததாகக்கொள்ள முடியாது. இயக்கம் என்பதனைத்தும் யாந்திரீக இயக்கத்தை, பருப்பொருளின் ஆகப்பெரிய அல்லது ஆகச் சிறிய கூறுகளின் இடமாற்றத்தை உள்ளடக்கியதேயாகும்; விஞ்ஞானத்தின் முதற் கடமை - முதலாவது மட்டுமே - இந்த இயக்கத்தைப் பற்றிய ஞானத்தைப் பெறுவதே. ஆனால் இந்த யாந்திரீக இயக்கம் இயக்கம் முழுவதையும் ஆய்ந்து தீர்ப்பதாக இல்லை. இயக்கம் என்பது கேவலம் இடப்பெயர்ச்சி மட்டுமல்ல; இயந்திரவியலை விட உயர்ந்த துறைகளில் அது பண்புநிலை மாறுபாடாகவும் உள்ளது. வெப்பம் என்பது மூலக்கூறு இயக்கம் என்ற கண்டுபிடிப்பு சகாப்தகரமான தாகும். வெப்பம் என்பது மூலக்கூறுகளின் ஒருவகையான இடப் பெயர்ச்சி என்பதைவிட அதிகமாக அதைப்பற்றிக்கூற எனக்கு மேலாக வேறெதுவும் இல்லையென்றால் நான் மௌனமாக இருப்பதே சாலச்சிறந்தது. அணு கன அளவுகள் அணு எடைகளின் பால் கொள்கிற விகிதத்திலிருந்து தனிமங்களின் அனேக இரசாயன, பௌதிகவியல் ரீதியான பண்புகளை விளக்கும் பாதையில் இரசாயனவியல் நன்கு முன்னேறியுள்ளதாகவே தெரிகிறது. ஆனால் லோத்தர் மேயர்

வளைவுக் கோட்டில்[276] ஒரு தனிமம் பெற்றுள்ள ஸ்தானத்திலிருந்து அதனுடைய பண்புகள்யாவும் பூரணமாக வெளிப்படுகின்றன என்றும், இதனால் மட்டும் அங்கக வாழ்வின் முக்கியமான தாங்கியாக அமைந்துள்ள கார்பனின் அலாதியான உள்ளாக்கத்தையோ அல்லது மூளையில் பாஸ்பரசுக்கான அவசியத்தையோ விளக்குவது என்றாவது சாத்தியமாகும் என எந்த இரசாயனவியலாளரும் அறுதியிட்டுக்கூற முடியாது. இருப்பினும், "யாந்திரீகக்" கருத்தோட்டம் இதுவே அன்றி வேறெதுவுமன்று. அது இடப்பெயர்ச்சியிலிருந்து எல்லா மாற்றத் தையும், அளவுநிலை வித்தியாசங்களிலிருந்து பண்புநிலை வேறுபாடு களனைத்தையும் விளக்குகிறது; பண்புநிலைக்கும் அளவுநிலைக்கும் உள்ள உறவு பரஸ்பரம் சமமானது என்பதை, அளவுநிலை பண்பு நிலையாக எந்தளவுக்கு நிலைமாற்றம் அடையுமோ அந்தளவுக்கு பண்புநிலை அளவுநிலையாக நிலைமாறுதலடையும் என்பதை, உண்மையில் பரஸ்பரச் செயற்பாடு நிகழ்கிறது என்பதை அது காணத் தவறுகிறது. பண்புநிலையான எல்லா வேறுபாடுகளையும் மாற்றங் களையும் அளவுநிலையான வேறுபாடுகள் மற்றும் மாற்றங்களுக்கு குறுக்கிவிடுவதெனில், யாந்திரீகமான இடப்பெயர்ச்சியாக்கி விடுவ தெனில் பின்னர் நாம் அனைத்துப் பருப்பொருளும் முற்றொருமையான ஆகச்சிறிய துகள்களைக் கொண்டது என்ற, பருப்பொருளின் இரசாயனத் தனிமங்களின் எல்லாப் பண்புநிலை வேறுபாடுகளும் அளவுநிலையின் எண்ணிக்கையிலான வேறுபாடுகளாலும், அணுக் களாக அமைவதற்கு அந்த ஆகச்சிறிய துகள்கள் இடவெளி ரீதியில் திரள்களாக ஒன்று கூட்டப்படுவதாலும் நிகழ்வன என்ற அறுதிக் கருத்திற்குத் தவிர்க்க முடியாதவாறு வந்து சேருகிறோம். ஆனால் நாம் இன்னும் கூட அந்தத் தொலைவை எட்டவில்லை.

தற்போது ஜெர்மானிய பல்கலைக்கழகங்களில் மட்டுமீறி வளர்ந் துள்ள ஆக இரண்டாந்தரமான கொச்சையான தத்துவவியலைத் தவிர, வேறு எந்தத் தத்துவவியலுடனும் நமது இயற்கை விஞ்ஞானிகளுக்குப் பரிச்சயமில்லாதிருக்கும் நிலையே அவர்கள் தவிர்க்க முடியாத வகையில் சுமக்க வேண்டி நேரிடும் பின்விளைவுகளைப் பற்றிக் கணக்கில் எடுத்துக் கொள்ளாமலும் அவை குறித்து ஐயமுறாமலும் கூட அவர்கள் "யாந்திரீக" என்பது போன்ற சொல்லுருக்களை இம்மாதிரியாகப் பயன்படுத்த இடமளிக்கிறது. பருப்பொருளுடைய பூரணப் பண்புநிலை முற்றொருமைத் தத்துவத்திற்கு ஆதரவாளர்கள் உண்டு - அனுபவவாத ரீதியில் அதை மறுதலிப்பதோ அல்லது நிரூபணம் செய்வதோ இரண்டும் ஒரேயடியாக சாத்தியமல்ல. ஒவ்வொன்றையும் "யாந்திரீகமாகவே" விளக்க விரும்புகிற இந்த நபர்களிடம் இந்தப் பின்விளைவை அவர்கள் உணர்ந்திருக்கிறார்களா,

பருப்பொருளின் முற்றொருமையினை ஏற்றுக்கொள்கிறார்களா என்று ஒருவர் கேட்டால் எத்தனை வகைவகையான விடைகள் கிடைக்கும்!

இதைப்பற்றிய மிகவும் ஹாஸ்யமான பகுதி என்னவெனில் "பொருள்முதல்வாதத்தை" "யாந்திரீகத்துக்கு" சரி இணையாக்குவது என்பது ஹெகலிடமிருந்தே பெறப்பட்டதாகும். அவர் "யாந்திரீகத்தைப்" பொருள்முதல்வாதத்தோடு கூட்டிப் பொருள்முதல்வாதத்தின் மீது அவதூறு பொழிந்தார் என்பதே. ஹெகலால் விமரிசிக்கப்பட்ட பொருள்முதல்வாதம் - பதினெட்டாம் நூற்றாண்டின் பிரெஞ்சுப் பொருள்முதல்வாதம் - மெய்யாகவே முழுமையாக யாந்திரீகமாக இருந்தது; அதற்கு உள்ளபடியே ஒரு பொருத்தமான காரணமும் உண்டு; அந்தக் காலத்தில் பௌதிகவியல், இரசாயனவியல் மற்றும் உயிரியல் ஆகியவை இன்னும் குழந்தைப் பருவத்திலேயே இருந்தன. மேலும் இயற்கையைப் பற்றிய ஒரு பொதுவான கண்ணோட்டத் திற்கான அடிப்படையினை அளிக்கக்கூடிய நிலையிலிருந்து அவை வெகுதொலைவில் இருந்தன. இதேபோன்று ஹெகல் ஹெகலிட மிருந்து causae efficients - "யாந்திரீக முறையில் செயற்படும் காரணங்கள்", மற்றும் causae finales - "நோக்கங்கொண்டு செயற்படும் காரணங்கள்" என்பவற்றின் மொழிபெயர்ப்பை எடுத்துக் கொள்கிறார். எனவே ஹெகல் இதில் "யாந்திரீக" என்பதைக் கண்ணை மூடிக் கொண்டு செயற்படுகிறது, நனவின்றிச் செயற்படுகிறது என்பதற்குச் சரி இணையாக உபயோகிக்கிறாரே அன்றி யாந்திரீக என்ற சொல்லுக்கு ஹெகல் அளிக்கும் பொருளைச் சரி இணையாக வைப்பதில்லை. ஆனால் ஹெகலுக்கே இந்த முரணுரை முழுவதும் பெருமளவுக்கு ஒரு சமாளிக்கப்பட்ட விஷயமாக இருந்ததால் அவரே தமது தர்க்கவியல் என்ற நூலில் காரணங்களின் செயற்பாடு பற்றிய இரண்டு விரிவுரைகள் ஏதாவதொன்றில் கூட அதைப்பற்றிச் சொல்லக்கூட இல்லை - ஆனால் அவருடைய தத்துவவியல் வரலாறு என்ற நூலில் மட்டும் அது வரலாற்றுரீதியாக வருமிடத்தில் (மேம்போக்கான அறிவின் விளைவாக ஹெகல் இதை முற்றிலும் தவறாகப் புரிந்துகொண்டார்!) காரணகாரியவாதம் பற்றிச் சொல்லுமிடத்தில் (Logik, III, II, 3)* மிகவும் இடை நிகழ்வாக யாந்திரீகவாதம் மற்றும் காரணகாரியவாதத்தின் முரணுரையாகப் பழைய இயக்கமறுப்பியல் கருத்தில் உருவாக்கிய வடிவமே அது எனக்கூறுகிறார். மற்றபடி நீண்ட காலத்துக்கு முன் சமாளிக்கப்பட்ட விஷயமாகவே அவர் அதைப் பாவிக்கிறார். ஹெகல்

★ இங்கு எங்கெல்ஸ் ஹெகலின் **தர்க்கவியலின் விஞ்ஞானம்**, மூன்றாம் தொகுப்பு (கருத்துப்படிவத்தின் போதனை), பாகம் II, அத். 3 ஐக் குறிப்பிடுகிறார். - ப-ர்.

தமது "யாந்திரீக" கருத்தோட்டத்திற்கு ஓர் ஊர்ஜிதத்தைக் கண்டுவிட்ட மகிழ்ச்சியில் அதைத் தவறாக நகல் செய்து கொண்டார். எனவே இதிலிருந்து ஒரு விலங்கில் அல்லது ஒரு செடியில் இயற்கைத் தேர்வின் மூலமாகக் குறிப்பிட்ட மாற்றம் உண்டாக்கப்பட்டதெனில் அது ஒரு causa efficiens ஆல் நிகழ்த்தப்பட்டது என்றும், அதே மாற்றம் செயற்கைத் தேர்வின் மூலமாக எழுந்ததெனில் அப்பொழுது அது causa finalis ஆல் நிகழ்த்தப்பட்டது என்றும் ஓர் அழகான முடிவுக்கு வந்து சேர்ந்தார்! வளர்ப்பவர் ஒரு causa finalis! ஹெகலைப் போன்ற திராணியுள்ள ஓர் இயக்கவியல்வாதி causa efficiene மற்றும் causa finalis என்னும் குறுகிய முரணுரையின் விஷ வட்டத்திற்குள் சிக்கிக் கொள்ள முடியாது என்பது திண்ணம். மேலும் நவீன நோக்குநிலையைப் பொறுத்தவரை இந்த முரணுரையைப் பற்றிய பயனற்ற குப்பைக் கூளம் முழுவதிற்கும் முற்றுப்புள்ளி இடப்பட்டது. ஏனெனில் பருப் பொருளும் அதன் நிலைநிற்புப் பாங்கான இயக்கமும் படைக்கப்பட முடியாதன என்றும், எனவே அவற்றின் இறுதிக் காரணமாக அவையே இருக்கின்றன என்றும் நாம் அனுபவத்திலிருந்தும் தத்துவத்திலிருந்தும் அறிகிறோம். பிரபஞ்சத்தினுடைய இயக்கத்தின் பரஸ்பரச் செயற் பாட்டில் இடரீதியாகவும் கணநேரத்திற்கும் தனிமைப்பட்டுப் போகிற அல்லது நமது சிந்திக்கும் உள்ளத்தால் தனிமைப்படுத்தப்படுகிற தனிப்பட்ட காரணங்களுக்குச் செயல் விளைவுள்ள காரணங்கள் என்று பெயர் சூட்டுவதால் அது புதியதொரு நிர்ணயத்தை அறவே கூட்டுவதில்லை. ஆனால் ஒரு குழப்பும் கூறாக மட்டுமே இருக்கும். செயல் விளைவு இல்லாத ஒரு காரணம் காரணமே அல்ல.

N.B. - பருப்பொருள் என்பது சிந்தனையின் அப்பட்டமான ஒரு படைப்பு, ஒரு சூட்சுமமாகும். பருப்பொருள் என்ற கருத்துருவின் கீழ் ஆகிருதி பூர்வமாக இருக்கும் வஸ்துக்களை நாம் ஒன்று சேர்க்கும் போது அவற்றிடையேயான பண்புநிலையான வேறுபாடுகளைக் கணக்கிலெடுப்பதில்லை. எனவே பருப்பொருள் என்பது திட்டமாக நிலவும் பொருட் கூறுகளிலிருந்து வேறுபட்ட வகையில் புலனறிவுக் குட்பட்டு இருக்கும் வேறு எதுவுமல்ல. ஒரு சீரான பருப்பொருளைத் தேடும் நாட்டத்தில், முற்றொருமையான ஆகச்சிறிய துகள்களை இணைப்பதில் பண்புநிலை வேறுபாடுகளைக் கேவலம் அளவுநிலை வேறுபாடுகளாக மட்டுப்படுத்த இயற்கை விஞ்ஞானம் தனது முயற்சி களை நெறிப்படுத்துமானால், அது செர்ரிகள், பேரிக்காய்கள், ஆப்பிள்கள் இவற்றுக்குப் பதிலாகப் பழம் என்ற ஒன்றை,[277] அல்லது பூனைகள், நாய்கள், ஆடுகள் முதலானவற்றுக்குப் பதிலாகப் பாலூட்டிகள் என்பதாக ஒன்றை, வாயு என்ற முறையில், உலோகம், கல், இராசயனக் கூட்டுகைப் பொருள் என்ற முறையில், இயக்கம் என்ற

முறையில் பார்க்கும்படி கோருவதற்கு ஒப்பான ஒன்றையே அது செய்கிறது. டார்வினின் தத்துவம் அத்தகைய ஆதி முதலான பாலூட்டியை, ஹெகலின் Promammale ஆரம்பகாலப் பாலூட்டியை)[278] கோருகிறது; ஆனால் அதே சமயத்தில் இந்த ஆரம்பகாலப் பாலூட்டி, தற்கால மற்றும் எதிர்காலப் பாலூட்டிகள் அனைத்தையும் கருவுருவத்தில் தன்னுள் கொண்டிருக்கிறதெனில் இன்றைய பாலூட்டிகள் அனைத்தையும் விட அது உண்மையிலேயே தாழ்நிலையில்தான் இருக்கும் என்பதையும் அது பழம்பாணியில் நயக்குறைவானதாகவே இருக்கும் என்பதையும், எனவே அவற்றில் எதையும் விட அதிகளவு நிலையற்றதாகவுமே இருக்கும் என்பதையும் ஒப்புக்கொண்டுதானாக வேண்டும். ஏற்கெனவே ஹெகல் எடுத்துக் காட்டியது போல (Encyclopaedia, I, p. 199) இந்தக் கண்ணோட்டம், இந்த "ஒரு சார்பான கணிதவியல் கண்ணோட்டம்" - இதன்படி பருப்பொருளை அளவுநிலை நிர்ணயத்தை முற்றொருமை கொண்டதாயும் பார்க்க வேண்டும் - 18 ம் நூற்றாண்டின் பிரெஞ்சுப் பொருள்முதல்வாதத்தினுடைய நிலைபாடன்றி "வேறெதுவும் அல்ல,"[279] இது எண்ணை, அளவுநிலையான நிர்ணயத்தை பண்டங்களின் சாராம்சமாகக் கருதி வந்த பிதகோரசின் நிலைபாட்டுக்குப் பின்வாங்குவதாகும்.

ருஷ்யப் பதிப்பாசிரியர் முன்னுரை

டூரிங்குக்கு மறுப்பு என்னும் இந்த நூல் எங்கெல்சால் 1876 - 1878 ஆம் ஆண்டுகளில் எழுதப்பட்டது. அந்தக் காலம் முதலாளித்துவம் வேகமாக, ஆனால் ஓரளவு அமைதியாக அபிவிருத்தியடைந்து வந்த கட்டமாகும். அதோடு, அந்தக் காலகட்டத்தினுள்ளேயே முதலாளித்துவப் பொருளுற்பத்தியின் வளர்ச்சி அதன் வரலாற்றில் ஒரு முக்கியமான திருப்புமுனைக்குக் கொண்டுவரப்பட்டிருந்தது. 1873 ஆம் ஆண்டின் உலகப் பொருளாதார நெருக்கடி ஏகபோகத் தன்மை வாய்ந்த (ஏக போகங்கள்) இணைப்புகளின் துரிதமான விரிந்த அளவிலான பெருக்கத்தைத் தூண்டிவிட்டது. அதுவே ஏகபோக கட்டத்திற்கு முந்தைய முதலாளித்துவம் ஏகபோக முதலாளித்துவமாக மாறிச் செல்லும் கட்டத்தின் துவக்கமாகும்; இது இருபதாம் நூற்றாண்டின் ஆரம்பத்தோடு முடிவடைந்தது.

உலக வரலாற்றில், பாட்டாளி வர்க்கத்தின் விடுதலைப் போராட்டத்தின் ஒரு புதிய காலகட்டத்தைத் துவக்கி வைத்த ஆதார முக்கியத்துவமுடைய நிகழ்ச்சி (1871 ஆம் ஆண்டின்) பாரிஸ் கம்யூனாகும். பாட்டாளி வர்க்க சர்வாதிகாரத்தை ஸ்தாபிப்பதற்கான இந்த முதல் நடைமுறை முயற்சியின் அனுபவம், விஞ்ஞானக் கம்யூனிசக் கோட்பாடுகளால் வளர்க்கப்பட்ட ஒரு வெகுஜனப் பாட்டாளிக் கட்சியின் தலைமை தாங்குதல் இன்றி எந்த ஒரு பாட்டாளி வர்க்கப் புரட்சியையும் வெற்றிகரமாக நிறைவேற்ற முடியாது என்பதை எடுத்துக் காட்டியது. இவ்வாறு தனித்தனி நாடுகளில் இத்தகைய கட்சிகளை உருவாக்குதல் அடிப்படை முக்கியத்துவமுள்ள காரியமாகிவிட்டது.

பாரிஸ் கம்யூன், ஆளும் வர்க்கங்களிடையே வரவிருக்கும் பாட்டாளி வர்க்க ஆதிக்கம் பற்றி உயிர் அச்சத்தை எழுப்பியது. தொழிலாளர் இயக்கம் மேலும் மேலும் உண்மையான சக்தியாகி, தொழிலாளி வர்க்கத்தின் முன்னணிப்படையின் மனங்களை விஞ்ஞான சோசலிசம் மேலும் மேலும் கவர்ந்திழுக்கக் கண்ட மார்க்சியத்தின் சித்தாந்த விரோதிகள் மார்க்சிய போதனையைக் கடுமையான கண்டன விமரிசனத்திற்குள்ளாக்கினர்.

முதலாளித்துவ வளர்ச்சியின் விஞ்சிய முனைப்பும் இந்த வளர்ச்சி யால் ஏற்பட்ட மிகவும் கடுமையான முரண்பாடுகளும் ஜெர்மனியில், - அந்நாடு பிரான்கோ - பிரஷ்யன் போரில் வெற்றியடைந்து, அதைத்

தொடர்ந்து நாடு அரசியல் ரீதியில் ஒன்றிணைக்கப்பட்டதன் பின்னால், - மிகவும் முக்கியமாகக் காணப்பட்டன. பாரிஸ் கம்யூனின் தோல்விக்குப் பிறகு ஐரோப்பியப் புரட்சி இயக்கத்தின் கேந்திரம் ஜெர்மனிக்குச் சென்றது. இங்கு முதல் வெகுஜன பாட்டாளி வர்க்கக் கட்சி உருவாக்கப் பட்டது.

மார்க்சியத்திற்குப் பகைமையான ஜெர்மன் சித்தாந்தப் போக்கு களிடையே குட்டி பூர்ஷுவா சித்தாந்தவாதியான டூரிங்கின் கருத்து களும் இடம் பெற்றிருந்தன. இவற்றை, கொச்சைப் பொருள்முதல் வாதம் கொச்சைப் பொருளாதாரம் மற்றும் கருத்தியல்வாத, நேர்க் காட்சி, போலி சோசலிசத் தத்துவங்களிலிருந்து இரவல் பெற்ற எல்லா வகையான கருத்துகள் கருத்துருக்களின் ஒரு கதம்பக் கலவை என்று சித்திரிக்கலாம். டூரிங்குக்கு முந்தைய மார்க்சிய விரோதிகள் பிரதான மாயும் மார்க்சியத்தின் அரசியல் கோட்பாடுகளை எதிர்த்து நிராகரித் தார்கள். ஆனால் டூரிங்கோ மார்க்சிய தத்துவத்தின் எல்லா உள்ளடக்கக் கூறுகளையும் அதாவது தத்துவவியல், அரசியல் பொருளாதாரம் மற்றும் விஞ்ஞான சோஷலிசத்தைக் கண்டன விமர்சனம் செய்து ஒரு புதிய சர்வப்பொது தத்துவவியல் அமைப்பை,அரசியல் பொருளாதாரத்தை மற்றும் சோசலிசத்தைப் படைப்பவராக உரிமை கொண்டாடினார். இந்தச் சூழல்களின் கீழ், கட்சி இன்னும் விஞ்ஞான சோசலிசக் கோட்பாடுகளை முழுமையாக மேற்கொள்ளாத பொழுது, தொழி லாளர் இயக்கம் கற்பனாவாத சோஷலிசத்தின் பல்வேறு வடிவங்களின் செல்வாக்கிலிருந்து இன்னும் விடுபட்டிராத பொழுதில், டூரிங்கின் கருத்துகள் பரப்பப்படுவது தொழிலாளர் இயக்கத்துக்கு விசேஷ அபாயமாக இருந்தது. எனவே மார்க்சின் போதனையை ஆதரித்து வளப்படுத்தி மக்களிடையே பரப்புவது அவசியமாயிற்று.

புதிதாக அமைக்கப்பட்ட கட்சியின் உறுப்பினர்களிடையே மார்க்சியக் கோட்பாடுகளை ஆதரித்துப் பரப்ப வேண்டியதன் பொறுப்பு தமது கடமையாகும் என்று எங்கெல்ஸ் கருதினார். இரண்டே ஆண்டுகளில் (1876-1878) எங்கெல்ஸ் திரு. ஓய்கேன் டூரிங் விஞ்ஞானத்தில் நிகழ்த்திய ஒரு புரட்சி (டூரிங்குக்கு மறுப்பு) என்ற தலைப்பில் ஒரு நூலை எழுதினார். இதில் அவர் டூரிங்கின் கருத்து களைத் தகர்க்கும் முறையில் விமர்சனம் செய்தார், அதோடு மார்க் சியத்தின் அடிப்படைக் கோட்பாடுகள் பற்றிய ஒரு விவரமான விளக்கத்தையும் வழங்கினார். கற்பனாவாத சோசலிசமும் விஞ்ஞான சோசலிசமும் என்ற நூலின் ஆங்கிலப் பதிப்பின் முகவுரையில் எங்கெல்ஸ் எழுதினார்: "எனது எதிராளியின் ஒட்டுமொத்தமான முறை, அவருடன் நடத்தும் வாதத்தின் வழியாக இந்தப் பல்வேறு

விஷயங்களைக் குறித்த மார்க்சின் கருத்துகளையும் எனது கருத்து களையும் முன்னைவிடப் பெருமளவுக்கு முறைப்படுத்தித் தொகுத்து வெளியிடத் தூண்டியது" (பி. எங்கெல்ஸ், மேற்குறிப்பிட்ட நூல், மாஸ்கோ, 1872, பக்கம் 10). டூரிங்கின் போதனை பற்றிய எதிர்மறை விமர்சனம் மார்க்சியத்தின் நேர்முறை விளக்கமாக மாறியது. இதன் மூலம் டூரிங்குக்கு மறுப்பு என்ற நூலின் வாசகர்களுக்கு மார்க்சியத்தைப் பற்றிய ஒட்டுமொத்தமான கருத்துருவினைப் பெறவும், அதைப் படித்தாராயவும் அதன் நோக்குகள், கருத்துகள் ஆகியவற்றில் தங்கு தடையற்ற தேர்ச்சி பெறவும் வாய்ப்புக் கிடைத்தது.

1877 ஆம் ஆண்டின் துவக்கம் முதல் *1878* ஆம் ஆண்டின் நடுப்பகுதி வரையில் இந்த நூல் சமூக - ஜனநாயகக் கட்சியின் மத்திய ஏட்டில் வெளியிடப்பட்டது. பின்னால் எங்கெல்ஸ் டூரிங்கை எதிர்க்க வேண்டிய பணித்திட்டம் எவ்வாறு தமது கடமையாக வந்தது என்பதை விளக்கிக் கூறினார்: "மார்க்சுக்கும் எனக்குமிடையே நிலவி யதான கடமைகளைப் பகிர்ந்து கொள்ளும் முறையில் விளைவாக, நான் எமது நோக்குகளைப் பத்திரிகைகளின் மூலம் அறிவிக்கும் வேலைக்குப் பொறுப்பாளியாக இருந்தேன், - குறிப்பாயும் மார்க்ஸ் தமது மாபெரும் பிரதான நூலைப் [மூலதன] பூர்த்தி செய்வதற்கு இயலும் வகையில் அவருக்குக் கால அவகாசத்தை ஒதுக்கிப் பகைமையான சித்தாந்தப் போக்குகளை எதிரிடும் பொறுப்பை நான் மேற்கொண்டேன். இந்தச் சந்தர்ப்பச் சூழ்நிலை காரணமாக இதர கருத்துகளுக்கு எதிராக எமது கருத்துகளைப் பிரதானமாயும் வாத வடிவத்தில் விளக்க வேண்டுவது என் கடமையாக இருந்தது."

டூரிங்குக்கு மறுப்பு நூலை உருவாக்குவதில் மார்க்ஸ் நேரிடையாகப் பங்கெடுத்தார். தேவையான சான்றாதார ஆவணங்களைத் திரட்ட எங்கெல்சுக்கு உதவினார், நூலைக் கையெழுத்துப் பிரதியிலேயே பார்வையிட்டார். அரசியல் பொருளாதாரத்தின் வரலாறு சம்பந்தமாக டூரிங்கின் கருத்துகளைக் கண்டன விமர்சனம் செய்த அத்தியாயத்தைத் தாமே எழுதிச் சேர்த்தார். இதனால்தான் டூரிங்குக்கு மறுப்பு என்னும் நூல் துவக்க முதல் முடிவு வரை மார்க்ஸ் மற்றும் எங்கெல்ஸ் இருவரின் கருத்துகளையும் பிரதிநிதித்துவப்படுத்துகிறது.

எங்கெல்சின் நூல் சமூக - ஜனநாயகக் கட்சியின் மத்திய ஏடான Vorwarts (முன்னேற்றம்) பத்திரிகையில் தனித்தனிக் கட்டுரைகளாகத் தொடர்ச்சியாகப் பிரசுரிக்கப்பட்டது. இவ்வாறு ஆயிரக்கணக்கான முற்போக்கான தொழிலாளர்களுக்கு எளிதாகக் கிடைத்தது. அந்த நாட்களிலேயே மார்க்சுக்கும் எங்கெல்சுக்கும் எண்ணற்ற பலர் எழுதி யிருந்த கடிதங்கள் டூரிங்குக்கு மறுப்பு என்ற நூலின் வெளியீட்டுக்குக்

கிட்டிய விரிவான ஆதரவை ஊர்ஜிதம் செய்தன. டூரிங்குக்கு மறுப்பு கட்டுரைகள் பத்திரிகையில் வெளியிடப்பட்ட பிறகு உடனடியாகவே தனித் தொகுப்பாகப் பதிப்பிக்கப்பட்டன; எங்கெல்ஸ் வாழ்ந்த காலத்திலேயே இரண்டு தடவை மறுபதிப்புச் செய்யப்பட்டன. கற்பனாவாத சோசலிசமும் விஞ்ஞான சோசலிசமும் என்ற தலைப் பிலான நூலில் மூன்று அத்தியாயங்கள் எங்கெல்சால் பதிப்பிக்கப் பெற்றுச் சில திருத்தங்களுடன் பிரசுரிக்கப்பட்டது. இதை மார்க்ஸ் "விஞ்ஞான சோஷலிசத்திற்கான அறிமுகம்" என்று சிறப்பித்துக் கூறினார். எங்கெல்ஸ் வாழ்ந்த காலத்திலேயே இந்த நூல் பிரதான ஐரோப்பிய மொழிகளில் மொழி பெயர்க்கப்பட்டு டூரிங்குக்கு மறுப்பு என்ற நூலின் சித்தாந்த உள்ளடக்கம் பரவலான வெகுஜனங்களுக்கு எளிதில் கிடைத்தது.

டூரிங்குக்கு மறுப்பு வெளியிடப்பட்டது மார்க்சிய விரோதி களிடையே மூர்க்கமான ஆத்திரத்தை ஏற்படுத்தியது. 1877-ல் சமூக-ஜனநாயகக் கட்சியின் காங்கிரசில் டூரிங்கின் தத்துவத்தின் ஆதர வாளர்கள் எங்கெல்சின் நூல் வெளியிடப்படுவதைத் தடுத்து நிறுத்த முயன்றார்கள். 1878 ல் ஜெர்மனியில் "சோஷலிஸ்டுகளை எதிர்த்த சட்டம்" ஏற்கப்பட்ட பிறகு டூரிங்குக்கு மறுப்பு என்ற நூலினைப் பிரசுரிப்பது தடை செய்யப்பட்டது. ஆனால் இந்த எதிர்ப்பு நடவடிக் கைகள் இருந்த போதிலும் எங்கெல்சின் நூல் அதன் மாபெரும் வரலாற்றுப் பணித்திட்டத்தை நிறைவேற்றியது: தொழிலாளர் இயக்கத்தில் மார்க்சியத்தின் தத்துவார்த்த வெற்றிக்குத் துணை புரிந்தது.

எங்கெல்சின் இந்த மேதைமை மிக்க படைப்பு மார்க்சிய தத்துவத்தின் வற்றாத பொக்கிஷம் என்ற முறையிலும், டூரிங்குக்கு மறுப்பு என்ற நூலில் எங்கெல்ஸ் தகர்த்துத் தரைமட்டமாக்கிய, ஓரளவுக்கு அதே கருத்துகளைப் பற்றி நிற்கும் இன்றைய மார்க்சிய விரோதிகளான பலவகைப்பட்ட திருத்தல்வாதிகள், கதம்பக் கொள்கையினர், போலி சோஷலிஸ்டுகளை எதிர்த்த ஒரு சித்தாந்த ஆயுதம் என்ற முறையிலும் நிரந்தர மதிப்புடையதாகும்.

டூரிங்குக்கு மறுப்பு நூலின் தத்துவார்த்த சாரம் ஒரு நூற்றாண்டு கால வரலாற்றின் போக்கால் ஊர்ஜிதம் செய்யப்பட்டது.

விளக்கக் குறிப்புகள்

1. **திரு. ஓய்கேன் டூரிங் விஞ்ஞானத்தில் நிகழ்த்திய ஒரு புரட்சி** என்ற எங்கெல்சின் மூலச்சிறப்புடைய படைப்பு வரலாற்றில் **டூரிங்குக்கு மறுப்பு** என்ற பெயரில் புகழீட்டியது.

இந்த நூலை எங்கெல்ஸ் படைத்ததற்கு அடிப்படையாக இருந்தது ஜெர்மன் சமூக - ஜனநாயகக் கட்சிக்குள் நடைபெற்ற சித்தாந்தப் போராட்டமேயாகும்.

1870 ம் ஆண்டுகளின் நடுப்பகுதியிலேயே டூரிங்கின் கருத்துகள் சமூக - ஜனநாயகவாதிகள் மீது கணிசமான செல்வாக்குச் செலுத்தலாயின. டூரிங்கின் கருத்துகளை மிகவும் செயலூக்கமுடன் பின்பற்றியவர்கள் எ. பெர்ன்ஷ்டைன், இ. மோஸ்ட் மற்றும் ஃபி. ஃபிரீட்ஷே முதலியோர் ஆவர்.

1875 ம் ஆண்டின் துவக்கத்திலேயே டூரிங்கின் கருத்துகள் பரவுவது விசேஷமாயும் அபாயகரமானது என்று காணப்பட்டது. டூரிங்கின் **அரசியல் பொருளாதாரம் மற்றும் சோஷலிசம் பற்றிய விமர்சன வரலாறு** என்ற நூலின் இரண்டாம் பதிப்பும் (1874 நவம்பரில் வெளியிடப்பட்டது). அவரது **தத்துவவியல் பற்றிய பாடம்** (இதன் கடைசிப் பகுதி 1875 பிப்ரவரியில் வெளியிடப்பட்டது) வெளியிடப்பட்டது இந்த அபாயத்தை மேலும் அதிகரித்தது. இந்த நூல்களில் தம்மை சோஷலிசத்தில் கைதேர்ந்தவர் என உரிமை கொண்டாடும் டூரிங் மார்க்சியத்தைக் கடுமையாகத் தாக்கினார். இதை ஒட்டி எங்கெல்சுக்கு லீப்க்னெஹ்ட் எழுதிய கடிதத்தில் (1875, பிப்ரவரி 1 மற்றும் ஏப்ரல் 21) டூரிங்கின் தாக்குதல்களை எதிர்த்துப் பதிலடி கொடுக்குமுகமாக எங்கெல்ஸ் Volksstaat செய்தி ஏட்டில் கட்டுரைகள் எழுத வேண்டும் என்று கேட்டுக் கொண்டார்.

டூரிங்கின் கருத்துகளுக்குச் செல்வாக்குப் பெருகிவருவதும், அண்மையில் நிறுவப்பட்ட (1875 மே மாதம் கோத்தே காங்கிரசில் தோற்றுவிக்கப்பட்ட) ஜெர்மனியின் ஐக்கிய சோஷலிஸ்ட் தொழிலாளர் கட்சி உறுப்பினர்களில் ஒரு சில குழுக்களிடையே இவை பரப்பப்படுவதும் காரணமாக எங்கெல்ஸ் **இயற்கையின் இயக்கவியல்** நூல் பற்றிய தமது எழுத்துப் பணிகளை நிறுத்தி வைத்து, புதிதாகப் பிறந்த "சோஷலிஸ்ட்" தத்துவத்தின் தாக்குதல்களுக்குப் பதிலடி தரவும், பாட்டாளி வர்க்கத்தின் ஒரே உண்மையான கண்ணோட்டம் என்ற முறையில் மார்க்சியத்தைக் காத்து நிற்கவும் முன்வரும்படி நேர்ந்தது.

இந்த முடிவு 1876 மே மாத இறுதியில் எடுக்கப்பட்டது. மார்க்சுக்கு 1876, மே 24ந் தேதி எழுதிய தம் கடிதத்தில் எங்கெல்ஸ் டூரிங்கின் நூல்களைப் பற்றிய கண்டன விமர்சனத்துடன் முன்வருவதற்கான தமது உத்தேசத்தை அறிவித்திருந்தார். மார்க்ஸ் தமது பதிலில் (மே 25ந் தேதி எழுதிய கடிதத்தில்) இந்த உத்தேசத்தை உறுதியாக ஆதரித்தார். எங்கெல்ஸ் உடனடியாகத் தமது பணிகளைத் தொடங்கினார். மே 28 ந் தேதி மார்க்சுக்கு எழுதிய கடிதத்தில் தமது நூலின் பொதுவான திட்டம் மற்றும் அதன் உள்ளடக்கம் பற்றியும் உருவரை செய்து விளக்கியிருந்தார்.

இந்த நூலை எழுதி முடிக்க எங்கெல்சுக்கு இரண்டாண்டுகள் அதாவது 1876 மே மாதம் இறுதி முதல் 1878 ஜூலை மாதத் துவக்கம் வரை பிடித்தன.

இந்த நூலின் முதல் பகுதி பிரதானமாயும் 1876. செப்டம்பர் முதல் 1877 ஜனவரி வரையிலான காலப் பகுதியில் எழுதப்பட்டது. இது Vorwarts பத்திரிகையில் 1877 ஜனவரி முதல் மே வரையான காலகட்டத்தில் தத்துவவியலில் திரு ஓய்கேன் டூரிங் நிகழ்த்தி வந்த ஒரு புரட்சி என்ற தலைப்பில் தொடர் கட்டுரைகளாக வெளியிடப்பட்டது.

இந்த நூலின் இரண்டாம் பகுதி 1877 ஜூன் முதல் ஆகஸ்ட் வரையிலான காலப் பகுதியில் பிரதானமாய் தயாரிக்கப்பட்டது. அரசியல் பொருளாதாரத்தின் வரலாற்றை விளக்கும் இந்த நூலின் கடைசி 10 ஆவது அத்தியாயம் மார்க்சால் எழுதப்பட்டது. இரண்டாம் பகுதி விஞ்ஞான சிறப்பிதழிலும் Vorwarts செய்தி ஏட்டின் சிறப்பிதழிலும் **திரு. ஓய்கேன் டூரிங் அரசியல் பொருளாதாரத்தில் நிகழ்த்திய ஒரு புரட்சி** என்ற தலைப்பில் 1877 ஜூலை முதல் டிசம்பர் வரையிலான காலகட்டத்தில் வெளியிடப்பட்டது.

இந்த நூலின் மூன்றாம் பகுதி பிரதானமாய் 1877 ஆகஸ்ட் முதல் 1878 ஏப்ரல் வரையிலான காலகட்டத்தில் பூர்த்தி செய்யப்பட்டது. இது **திரு. ஓய்கேன் டூரிங் சோஷலிசத்தில் நிகழ்த்திய ஒரு புரட்சி** என்ற தலைப்பில் Vorwarts செய்தி ஏட்டில் 1878 மே-ஜூலை சிறப்பிதழ்களில் வெளியிடப்பட்டது.

டூரிங்குக்கு மறுப்பு நூல் வெளியிடப்பட்டதால் டூரிங்கின் கைதேர்ந்த ஆதரவாளர் சார்பில் வன்மையான எதிர்ப்பு எழுந்தது. 1877 மே 27, 28-ல் கோத்தேவில் நடைபெற்ற கட்சிக் காங்கிரசில் அவர்கள் கட்சியின் மத்திய செய்தி ஏட்டில் **டூரிங்குக்கு மறுப்பு** நூலை வெளியிடாதபடி தடை செய்ய முயற்சிகள் செய்தார்கள். அவர்களது எதிர் நடவடிக்கைகளின் விளைவாக **டூரிங்குக்கு மறுப்பு** இச்செய்தி ஏட்டில் மிகவும் ஒழுங்கற்ற முறையில் வெளியிடப்பட்டது.

1878 ஜூலை துவக்கத்தில் **டூரிங்குக்கு மறுப்பு** முதல் தனித்தொகுதி பதிப்பு வெளியிடப்பட்டது. இதில் எங்கெல்சின் முகவுரை இடம் பெற்றிருந்தது. இது F. Engels, Herrn Eugen Duhring's Umwalzung der Wissenschaft. Philosophie. Polittische Oekonomie. Sozialismus (பி.எங்கெல்ஸ், திரு. ஓய்கேன் டூரிங் விஞ்ஞானத்தில் நிகழ்த்திய ஒரு புரட்சி. தத்துவவியல். அரசியல் பொருளாதாரம். சோஷலிசம்) என்ற தலைப்பில் லைப் சிக்கில் 1878-ல் வெளியிடப்பட்டது. இந்த நூலின் இதர ஜெர்மன் பதிப்புகள் இதே தலைப்பைத் தொடர்ந்து தாங்கிவந்தன, ஆனால் "தத்துவவியல், அரசியல் பொருளாதாரம், சோஷலிசம்" என்ற உபதலைப்பு அகற்றப்பட்டது. இதன் இரண்டாம் பதிப்பு 1886-ல் ஜூரிக்கில் வெளியிடப் பட்டது. விமர்சனம் மற்றும் பின் சேர்ப்புக் கட்டுரை சேர்ந்த **டூரிங்குக்கு மறுப்பு** நூலின் மூன்றாம் பதிப்பு 1894-ல் ஷ்துத்கார்த்தில் வெளியிடப்பட்டது. இதுவே எங்கெல்சின் வாழ்நாட்களில் வெளி வந்த **டூரிங்குக்கு மறுப்பு** நூலின் கடைசிப் பதிப்பு.

போல் லபார்க்கின் வேண்டுகோளின் படி 1880-ல் எங்கெல்ஸ் **டூரிங்குக்கு மறுப்பு** நூலின் மூன்று அத்தியாயங்களில் ("முகவுரையின்" முதல் அத்தியாயம், நூலின் மூன்றாம் பாகத்தின் அத்தியாயங்கள் 1, 2 ஆகியவற்றில்) சில திருத்தங்கள் செய்து அவற்றைத் தனி பிரசுரமாக வெளியிட்டார். இது முதலில் **கற்பனாவாத சோஷலிசமும் விஞ்ஞான சோஷலிசமும்** என்ற தலைப்பிலும் பின்னால் **கற்பனாவாதத்திலிருந்து விஞ்ஞானத்திற்கான சோஷலிசத்தின் வளர்ச்சி** என்ற தலைப்பில் வெளியிடப்பட்டது. இந்தப் பிரசுரம் எங்கெல்ஸ் வாழ்நாட்களிலேயே பல ஐரோப்பிய மொழிகளில் மொழிபெயர்க்கப்பட்டு, முற்போக்குத் தொழிலாளர்களிடையே மிகவும்

விரிவான அளவில் பரப்பப்பட்டது. இந்த நூல் அதன் உள்ளடக்கத்தின் வரிசைமுறை விஷயத்தில் **டூரிங்குக்கு மறுப்பு** நூலின் இதன் இணையான அத்தியாயங்களிலிருந்து வேறுபடுகிறது; **டூரிங்குக்கு மறுப்பு** வாசகத்திலிருந்து வேறான சில சேர்ப்புகள், சில திருத்தங்கள் உட்படுத்தப்பட்டுள்ளன (இந்தப் பதிப்பில் அவை சதுர அடைப்புகளில் அச்சிடப் பட்டுள்ளன). - 1

2. Der Volksstaat ("மக்கள் அரசு") - ஜெர்மன் சமூக-ஜனநாயகத் தொழிலாளர் கட்சியின் (ஐசனாஹர்களின்) மத்திய ஏடு, லைப் சிக்கில் 1869, அக்டோபர் 2-ந் தேதி முதல் 1876, செப்டம்பர் 29 வரையில் வெளியிடப்பட்டது (இது முதலில் வாரம் இருமுறையும், 1873, ஜூலைக்குப் பிறகு வாரம் மும்முறையும் வெளியிடப்பட்டது). ஜெர்மன் தொழிலாளி வர்க்க இயக்கத்தின் புரட்சிகரப் போக்கின் ஆதரவாளனாக இருந்த இவ்வேடு அதன் தீரமான புரட்சிகர அறிக்கைகளுக்காக அரசின் மற்றும் போலீசின் இடைவிடாத அடக்கு முறைக்கு இலக்காயிற்று. ஆசிரியர்கள் கைது செய்யப்பட்டதால், இதன் ஆசிரியர் குழு அடிக்கடி மாறியது. ஆனால் இப்பத்திரிகையின் பொதுவான நெறியாண்மை வில்ஹெல்ம் லீப்க்னெஹ்ட் இடமே இருந்தது. இந்தச் செய்தி ஏட்டில் ஔகுஸ்ட் பெபெல் ஒரு முக்கியமான பாத்திரம் வகித்தார்; அவர் Volksstaat அச்சகத்திற்குப் பொறுப்பாக இருந்தார்.

இந்தச் செய்தி ஏட்டின் ஆசிரியர்களுடன் மார்க்சும் எங்கெல்சும் நெருங்கிய தொடர்பு வைத்திருந்தார்கள், முறையாகக் கட்டுரைகள் எழுதி வந்தார்கள். அவர்கள் இந்தச் செய்தி ஏட்டுக்கு அளப்பரிய முக்கியத்துவம் அளித்தார்கள்; அதன் நடவடிக்கைகளைக் கவனத்துடன் கண்காணித்து வந்தார்கள்; பல்வேறு பிசகுகள் மற்றும் தவறுகளுக்காக அதைக் கண்டித்தார்கள். அதன் போக்கைச் சரியான படி வைத்திருந்தார்கள். இதன் விளைவாகவே அது 1870 ம் ஆண்டுகளில் தலையாய தொழிலாளர் செய்தி ஏடுகளில் ஒன்றாக விளங்கியது. - 1

3. அமெரிக்க ஐக்கிய நாடு (1776 ஜூலை 4-ல்) ஸ்தாபிக்கப்பட்டதன் நூறாவதாண்டு விழாவை ஒட்டி ஃபிலடெல்ஃபியாவில் ஆறாவது உலகத் தொழில்துறைக் கண்காட்சி 1876, மே 10 ஆம் நாள் திறக்கப்பட்டது. அதில் கலந்து கொண்ட 40 நாடுகளில் ஜெர்மனியும் ஒன்று. ஜெர்மன் அரசினால் ஜெர்மன் மத்தியஸ்தர் குழுவின் தலைவராக நியமிக்கப்பட்ட பெர்லின் தொழில்துறை பேரவையின் நெறியாளராக இருந்த பேராசிரியர் பிரான்ஸ் ரிலோ, ஜெர்மன் தொழில்துறை மற்ற நாடுகளின் தொழில்துறையை விடவும் மிகவும் பின்தங்கியிருந்தது என்றும், அதன் வழிகாட்டிக் கோட்பாடு "எளிதானது ஆனால் மோசம்" என்பதாக இருந்தது என்றும் ஒப்புக்கொள்ள வேண்டிய கட்டாயம் ஏற்பட்டது. இந்த அறிக்கை குறித்துப் பத்திரிகைகள் விரிவான கருத்துரை கொடுத்தன. ஜூலை - செப்டம்பர் மாதங்களில் Volksstaat இந்த அவதூறான தகவல் பற்றித் தொடர்ச்சியாகப் பல கட்டுரைகளை வெளியிட்டது. - 3

4. அவர்கள் "மெய்யாகவே ஒரு சொல்லைக் கூடக் கற்றறிந்து கொள்ளவில்லை" என்ற சொற்றொடர் பரவலாகப் பயன்படுத்தப்பட்டதாகும்; இது பிரெஞ்சு கடற்படைத் தளபதி தி பனா எழுதிய கடிதத்திலிருந்து வந்ததாகும். சில சமயங்களில் இது டேலிராண்டின் பேரில் சார்த்திக் கூறப்படுகிறது. இது முடியரசுவாதிகள் [the Royalists] பற்றிக் கூறப்பட்டதாகும். அவர்கள் 18 ம் நூற்றாண்டின் இறுதியில் நடைபெற்ற பிரெஞ்சு பூர்ஷ்வா புரட்சியிடமிருந்து எவ்விதப் படிப்பினையும் பெறவில்லை. - 3

5. *1877, செப்டம்பர் 22-ந் தேதி மியூனிக்கில் நடைபெற்ற ஜெர்மன் இயற்கை வாதிகள் மற்றும் டாக்டர்களின் 50 வது மாநாட்டில் ரு. விர்ஹோவ் ஆற்றிய உரையை எங்கெல்ஸ் குறிப்பிடுகிறார்.* R. Virchow, Die Freiheit der Wissenschaft im modernen Staat *("நவீன அரசியல் விஞ்ஞானத்தின் சுதந்திரம்"), பெர்லின், 1877, பக்கம் 13. - 4*

6. *சோஷலிஸ்டு மற்றும் தொழிலாளி வர்க்க இயக்கத்தை எதிர்த்துப் போராடும் நோக்கத்துடன் 1878, அக்டோபர் 21 ம் நாள் ரைஹ் ஸ்டாக்கின் (நாடாளு மன்றத்தின்) பெரும்பான்மை ஆதரவுடன் பிஸ்மார்க் அரசு* **சோஷலிஸ்ட் - எதிர்ப்புச் சட்டத்தைப்** *பிரகடனம் செய்தது. இந்தச் சட்டம் ஜெர்மன் சமூக-ஜனநாயகக் கட்சியைத் தடை செய்தது; எல்லாக் கட்சி அமைப்புகளும், தொழிலாளர்களின் வெகுஜன ஸ்தாபனங்களும், சோஷலிஸ்ட் மற்றும் தொழிலாளர் பத்திரிகைகளும் சட்ட விரோதமாக்கப்பட்டன; சோஷலிஸ்ட் நூல்கள் பறிமுதல் செய்யப்பட்டன, சமூக- ஜனநாயகவாதிகள் அடக்கு முறைக்கு இலக்காயினர். எனினும் மார்க்ஸ் மற்றும் எங்கெல்சின் செயலூக்கமான ஆதரவுடன் சமூக - ஜனநாயகக் கட்சி தனது அணிகளிலிருந்து சந்தர்ப்பவாத மற்றும் "அதீத இடதுசாரி" நபர்களை வென்று சமாளித்தது. சோஷலிஸ்ட் - எதிர்ப்புச் சட்டம் அமுல் செய்யப்பட்ட பொழுது சட்டபூர்வ சாத்தியக்கூறுகளுடன் சட்ட விரோத நடவடிக்கைகளையும் பிழையின்றி இணைத்து, மக்களிடை தனது செல்வாக்கைப் பெருமளவு மேம்படுத்தி விரிவுபடுத்திக் கொண்டது. வெகுஜன தொழிலாளி வர்க்க இயக்கத்தின் நிர்ப்பந்தத்தின் கீழ் இந்தச் சட்டம் 1890, அக்டோபர் 1-ந் தேதி ரத்துச் செய்யப்பட்டது. - 5*

7. **புனிதக் கூட்டணி** *- புரட்சிகர இயக்கங்களை ஒடுக்கவும் பல்வேறு நாடுகளில் பிரபுத்துவ முடியரசுகளைப் பேணிக் காக்கவும் வேண்டி 1815 ம் ஆண்டில் ஜாராட்சி ருஷ்யா, ஆஸ்திரியா மற்றும் பிரஷ்யாவில் நிறுவப்பெற்ற ஐரோப்பிய முடியரசுகளின் ஒரு பிற்போக்குக் கூட்டணி. - 5*

8. *கா. மார்க்ஸ்,* Misere de la philosophie *("மெய்யறிவின் வறுமை"). பாரிஸ் - பிரஸ்ஸல்ஸ், 1847.* Manifest der Kommuni stischen Partie.

   கா. மார்க்ஸ், Das Kapital *("மூலதனம்"), தொகுதி* I, *ஹாம்பர்க், 1867. - 6*

9. *ஒய்கேன் டூரிங் 1863 முதல் பெர்லின் பல்கலைக்கழகத்தில் தனியார் ஆசிரிய ராகவும், 1873 முதல் பெண்களுக்கான தனியார் பள்ளியில் விரிவுரையாள ராகவும் இருந்தார். 1872க்குப் பின் அவர் எழுதிய நூல்களில் பல்கலைக்கழகப் பேராசிரியர்களை அவர் கடுமையாகத் தாக்கினார். உதாரணமாக அவரது,* Kritische Geschichte der allgemeinen Prinzipien der Mechanik *("இயந்திரவியலின் பொதுக் கோட்பாடுகளின் விமர்சன வரலாறு") என்ற நூலின் முதல் பதிப்பில் அவர் ஹெ. ஹெல்ம்ஹோல்ட்ஸ், ராபர்ட் மேயரின் நூல்களை வேண்டுமென்றே புறக்கணித்தார் என்று குற்றம் சாட்டப்பட்டார். பல்கலைக்கழக நடைமுறைப் பழக்கங்களையும் அவர் கடுமையாக விமர்சித்தார். இந்தக் கண்டன விமர்சனத்திற்காக அவர் பிற்போக்குப் பேராசிரியர்களால் துன்புறுத்தப் பட்டார். 1876-ல் இந்தப் பேராசிரியர்கள் தலையீட்டால் பெண்கள் பள்ளியில் விரிவுரையாற்றும் வாய்ப்பு அவருக்கு மறுக்கப்பட்டது.* **இயந்திரவியலின் வரலாறு** *(1877) இரண்டாம் பதிப்பிலும் மகளிர் கல்வி பற்றிய ஒரு நூலிலும் (1877) அவர் மேலும் கடுமையான பாஷையில் தமது குற்றச் சாட்டுகளை மீண்டும் வெளியிட்டார். 1877 ஜூலையில் தத்துவவியல் பிரிவு பல்கலைக் கழகத்தில் போதனை நடத்தும் உரிமையை அவருக்கு மறுத்தது. அவர்*

விலக்கப்பட்டதை எதிர்த்து அவரது ஆதரவாளர்களிடையிருந்து பெருங் கூக்குரலான கண்டனப் பிரச்சார இயக்கம் வெடித்தது; பரவலான ஜனநாயக வட்டங்களும் கண்டனம் செய்தன.

1881 முதல் பிஸ்மார்க்கின் சொந்த மருத்துவராக இருந்த ஏ. ஷ்வெனிங்கர் 1884-ல் பெர்லின் பல்கலைக்கழகப் பேராசிரியராக நியமனம் செய்யப்பட்டார். - 7

10. இங்கு குறிப்பிடப்படுவது லூ.ஹெ. மார்கன் எழுதியுள்ள Ancient Society or Researches in the Lines of Human Progress from Savagery through Barbarism to Civilisation ("தொடக்ககால சமுதாயம் அல்லது மிருகப்பிராயம் முதல் நாகரிகம் வரை காட்டுமிராண்டித்தனம் மூலமான மனித இன முன்னேற்ற வழிகள் பற்றிய ஆராய்ச்சிகள்") என்ற அடிப்படையான நூலாகும். இது லண்டனில் 1877-ல் வெளியிடப்பட்டது. - 8

11. 1869-ல் எங்கெல்ஸ் மாஞ்செஸ்டர் வாணிக விடுதியை விட்டு வெளியேறி, 1870, செப்டம்பர் 20-ந் தேதி லண்டனில் குடியேறினார். - 8

12. விவசாய இரசாயனவியல் பற்றிய தமது அடிப்படையான நூலுக்கு எழுதிய முகவுரையில் யூஸ்டஸ் லீபிஹ் தமது விஞ்ஞானக் கருத்துகளின் பரிணாமம் பற்றிக் கூறுகிறார். அவர் குறிப்பிடுவதாவது: "இரசாயனவியல் நம்பற்கரிய வேகத்தில் முன்னோக்கி இயங்கி வருகிறது, இரசாயனவியலாளர்கள் அந்த வேகத்துக்கு ஈடுகொடுக்க வேண்டும் என்ற ஆர்வத்தால் இடையறாது சிறகுதிர்த்தபடி உள்ளனர். பறப்பதற்குத் தகுதியில்லாத முதல் சிறகுகள் இறகுகளிலிருந்து விழுகின்றன, அவற்றின் இடத்தில் புதிய சிறகுகள் முளைக்கின்றன; பறப்பது வலிமையும் எளிமையும் கொண்டதாகிறது." யூ. லீபிஹ், Die Chemie in ihrer Anwen- dung auf Agricultur und Physiologie ("சாகுபடி மற்றும் உடலியல் சம்பந்தமாகப் பிரயோகிக்கப்படும் இரசாயனவியல்"), 7 ஆம் பதிப்பு, பிரான்ஷ்விக், 1862, பாகம் 1, பக்கம் 26. - 8

13. இங்கு குறிப்பிடப்படுவது ஜெர்மன் சமூக - ஜனநாயகவாதியான ஹீன்ரிஷ் வில்ஹெல்ம் ஃபேபியன் மார்க்சுக்கு 1880, நவம்பர் 6-ல் எழுதிய கடிதம் (எங்கெல்ஸ் காவுத்ஸ்கிக்கு 1884, ஏப்ரல் 11லும், பெர்ன்ஷ்டைனுக்கு 1884, செப்டம்பர் 13லும், சொர்கேவுக்கு 1885, ஜூன் 3லும் எழுதிய கடிதங்களைப் பார்க்க). எங்கெல்ஸ் - 1 பற்றி **டூரிங்குக்கு மறுப்பு** என்ற நூலின் 1 ம் பாகம், 12 அத்தியாயத்தில் கூறுகிறார். (இந்தப் பதிப்பு பக்கம் 204-208 ஐப் பார்க்க). - 9

14. Naturliche Schopfungsgeschichte (4 ஆம் பதிப்பு, பெர்லின் 1873, பக்கங்கள் 83-88) என்ற நூலில் "கேதே மற்றும் ஒகெனின் பரிணாமத் தத்துவம்" என்ற தலைப்பிலான நான்காம் சொற்பொழிவின் இறுதியில் ஹெகல் செய்துள்ள அறிவிப்பை இங்கு எங்கெல்ஸ் குறிப்பிடுகிறார். - 10

15. எங்கெல்ஸ் தமது Dialectics of Nature ("இயற்கையின் இயக்கவியல்") என்ற நூலில் "இயக்கத்தின் அடிப்படை வடிவங்கள்" என்ற அத்தியாத்தில் ஹெகல் மற்றும் ஹெல்ம்ஹோல்ட்ஸின் அறிக்கைகளைப் பரிசீலிக்கிறார். - 10

16. கான்ட்டின் ஒளிமுகில் தத்துவம் பற்றிய குறிப்பு 28 ஐப் பார்க்க.

கான்ட்டின் ஏற்றவற்ற உராய்வு தத்துவம் குறித்து எங்கெல்சின் **இயற்கையின் இயக்கவியல்** நூலில் "ஏற்றவற்ற உராய்வு" பற்றிய அத்தியாயத்தைப் பார்க்க. - 11

17. இங்கு எங்கெல்சின் **இயற்கையின் இயக்கவியல்** மற்றும் மார்க்சின் கணிதவியல் கையெழுத்துப் பிரதிகள் குறிப்பிடப்படுகின்றன. 1000க்கு

அதிகமாகத் தாள்கள் கொண்ட இந்தக் கையெழுத்துப் பிரதிகள் 1850 ம் ஆண்டுகளின் இறுதி முதல் 1880 ம் ஆண்டுகளின் ஆரம்ப கட்டம் வரையில் எழுதப்பட்டவை. - 11

18. இங்கு குறிப்பிடப்படுவது அயர்லாந்து நாட்டு பௌதிகவியலாளர் தாமஸ் ஆண்ட்ரூஸ் (1869), பிரெஞ்சு பௌதிகவியலாளர் லூயி போல் காய்யெதே மற்றும் சுவிட்ஸர்லாந்து பௌதிகவியலாளர் ரா. பிக்டெ (1877) ஆகியோரின் நூல்களாகும். - 11

19. இங்கு குறிப்பிடப்படுவது முதலாவதாக platypus (வாத்தலகி), இரண்டாவதாக archaeopteryx (ஊர்வன பறப்பனவுக்கு இடைப்பட்ட பறவை). - 12

20. ரு. விர்ஹோவ் தமது Die Cellularpathologie என்ற நூலில் (இதன் முதல் பதிப்பு 1858-ல் வெளியிடப்பட்டது) ஆராய்ந்து விளக்கியுள்ள தத்துவத்தின்படி தனி விலங்கு உறுப்பு மூலங்களாகப் (tissue) பிரிகிறது, உறுப்பு மூலம் ஜீவ அணுப்பகுதிகளாகவும், ஜீவ அணுப்பகுதிகள் தனி ஜீவ அணுக்களாகவும் பிரிகின்றன; இறுதியாக ஆய்வு செய்து பார்க்கும் பொழுது தனி விலங்கு தனித்தனி ஜீவ அணுக்களின் ஓர் இயாந்திரிக தொகுப்பாகிறது (R. Virchow, Die Cellularpatologie, 4 ம் பதிப்பு, பெர்லின், 1871, பக்கம் 17).

இந்தத் தத்துவத்தின் "முற்போக்குத்" தன்மை பற்றிக் கூறும் எங்கெல்ஸ், ஜெர்மன் பூர்ஷ்வா முன்னேற்றக் கட்சியில் விர்ஹோவ் உறுப்பினராக இருந்ததைக் குறிப்பிடுகிறார். விர்ஹோவ் அக்கட்சியின் நிறுவகர்களில் ஒருவராயும் முக்கியத் தலைவருள் ஒருவராயும் இருந்தார். இந்தக் கட்சி 1861 ஜூனில் ஸ்தாபிக்கப்பட்டது. இதன் வேலைத்திட்டம், குறிப்பாயும், பிரஷ்யன் தலைமையின் கீழ் ஜெர்மனியை ஒற்றுமைப்படுத்துவதையும் ஸ்தல சுயாட்சியை அமுல் செய்வதையும் கோரியது. - 12

21. **டூரிங்குக்கு மறுப்பு** நூலின் மூன்று அத்தியாயங்களைக் **கற்பனாவாத சோஷலிசமும் விஞ்ஞான சோஷலிசமும்** என்ற தனி பிரசுரமாகப் பதிப்பதற்கு முன்னால், அவற்றுக்குத் திருத்தங்கள் செய்தபோது எங்கெல்ஸ் வாசகத்தில் பலவற்றைப் புதிதாகச் சேர்த்தார், மாறுதல்களைப் புகுத்தினார். இந்தச் சேர்ப்புகள் சிலவற்றை **டூரிங்குக்கு மறுப்பு** இரண்டாம் பதிப்பில் (இந்தப் பதிப்பு பக்கம் 6 ஐ பார்க்க) சேர்த்துக் கொண்டார். இந்தப் பிரசுரங்களின் முதலாவது பதிப்பை மற்றும் விசேஷ நான்காவது ஜெர்மன் பதிப்பைத் தயாரிக்கும் போது எங்கெல்ஸ் செய்த சேர்ப்புகள், - ஆனால் அவரது வாழ்நாளில் வெளியிடப்பட்ட பதிப்புகளில் சேர்க்க விட்டுப் போனவை, - சதுர அடைப்புகளில் தரப்பட்டுள்ளன. - 17

22. இந்த வாசகத்தை எங்கெல்ஸ் தமது **கற்பனாவாத சோஷலிசமும் விஞ்ஞான சோஷலிசமும்** என்ற பிரசுரத்தில் ஓர் அடிக்குறிப்பு மூலம் விளக்குகிறார். - 17

23. ரூஸ்ஸோவின் தத்துவப்படி மக்கள் ஆரம்பத்தில் எல்லோரும் சமமாக இருந்த ஒரு இயற்கையான நிலையிலேயே வாழ்ந்திருந்தார்கள். தனி உடைமை உரிமையின் தோற்றமும், சொத்துடைமையில் அசமத்துவம் ஆழமடைந்ததும் காட்டு மிராண்டித்தனமான நிலையிலிருந்து நாகரிக நிலையை நோக்கிய மாற்றத்தைத் துவக்கியது, சமுதாய ஒப்பந்தத்தின் மீது நிறுவப்பெற்றதான அரசாங்கங்களின் உருவாக்கத்திற்கு இட்டுச் சென்றது. எனினும், அரசியல் அசமத்துவம் மேலும் ஆழமடைவது சமுதாய ஒப்பந்தம் மீறப்படுவதற்கும், புதிய ஒடுக்குமுறை அரசுக்கும் இட்டுச் செல்கிறது. ஒரு புதிய சமுதாய ஒப்பந்தத்தின் மீது தோற்றுவிக்கப்பட்ட ஒரு விவேகமான அரசாங்கத்திடம் இந்த ஒடுக்குமுறையை அகற்றுமாறு கோரப்படுகிறது.

இந்தத் தத்துவம் ரூஸ்ஸோவின் பின்வரும் நூல்களில் தரப்பட்டுள்ளது. Discours sur I' origine et les fondement de I'negalite parmi les hommes ("மக்களிடையேயான அசமத்துவத்தின் தோற்றம் மற்றும் அடிப்படைகள் பற்றிய விளக்கம்"), ஆம்ஸ்டர்டாம், 1755; Du contract social; ou, Principes du droit politique ("சமுதாய ஒப்பந்தம் அல்லது அரசியல் உரிமையின் கோட்பாடுகள்"), ஆம்ஸ்டர்டாம், 1762. - 18

24. **மெய்யான சமனவாதிகள்** (Levellers) அல்லது "தோண்டுவோர்" (Diggers) என்போரை எங்கெல்ஸ் இங்கு குறிப்பிடுகிறார். இவர்கள் 17 ம் நூற்றாண்டு ஆங்கில முதலாளித்துவப் புரட்சிக் கால கட்டத்தில் தீவிர இடதுசாரிப் போக்கின் பிரதிநிதிகளாவர். "தோண்டுவோர்" கிராமப்புற மற்றும் நகர்ப்புற ஆக ஏழ்மைப்பட்ட வரிசையினரின் நலன்களை வெளியிட்டனர்; தனியார் நிலவுடைமை ஒழிக்கப்பட வேண்டும் என்று கோரினர்; புராதன சமனவாத கம்யூனிசக் கருத்துகளைப் பிரசாரம் செய்தனர்; பொது நிலங்களைக் கூட்டாகச் சாகுபடி செய்வதன் மூலம் இந்தக் கருத்துகளைப் பிரயோகிக்க முயன்றனர். - 19

25. இங்கு எங்கெல்ஸ் முதன் முதலாக கற்பனாவாதக் கம்யூனிசத்தின் பிரதிநிதிகளது நூல்களைக் குறிப்பிடுகிறார். அவையாவன: தாமஸ் மோரின் Utopia ("கற்பனை உலகம்",1516-ல் வெளியிடப்பட்டது), தா. கம்பனேல்லாவின் ("சூரிய நகரம்", 1623-ல் வெளியிடப்பட்டது). - 19

26. டெனி தீத்ரோவின் Le neveu de Rameau ("ரமோவின் மருகன்") என்ற உரையாடல் 1762 வாக்கில் எழுதப்பட்டது, பிறகு இதன் நூலாசிரியரால் இருமுறை திருத்தப்பட்டது. 1805-ல் லைப்சிக்கில் கேதேயின் ஜெர்மன் மொழியாக்கத்தில் இது முதலில் வெளியிடப்பட்டது. மூல பிரெஞ்சு பிரசுரம் Oeuvres inedites de Diderot ("தீத்ரோவின் வெளியிடப்படாத நூல்கள்") என்ற நூலாக 1823-ல் வெளிவந்தது. - 21

27. விஞ்ஞானத்தின் **அலெக்சாந்திரியன் காலகட்டம்** என்பது கி.மு. மூன்றாம் நூற்றாண்டு முதல் கி.பி. ஏழாம் நூற்றாண்டு வரை நீடித்தது. இந்தப் பெயர் எகிப்திய நகரமான அலெக்சாந்திரியாவிலிருந்து பெறப்பட்டது. மத்தியதரைக் கடலைத் தொட்டிருந்த இந்த நகரம் அந்த நாட்களில் சர்வதேச வாணிகத்தின் பிரதானக் கேந்திரமாக இருந்தது. அலெக்சாந்திரியன் யுகத்தில் கணிதவியல், இயந்திரவியல் (யூக்ளிட், ஆர்க்கிமிடீஸ்), புவி இயல், வானியல், உடற்கூறியல், உடலியல் மற்றும் இதர விஞ்ஞானங்கள் துரிதமாக வளர்ந்துவிட்டன. - 23

28. சூரிய மண்டலம் ஓர் ஆரம்ப ஒளிமுகிலில் இருந்து பரிணமித்தது எனக் கூறும் கான்ட்டின் ஒளிமுகில் சார்ந்த தத்துவம் Allgemeine Naturgeschichte und Theorie des Himmels, order Versuch, von der Verfassung und dem mechanischen Ursprunge des ganzen Weltgebaudes nach Newtonischen Grundsatzen abgehandelt ("இயற்கையின் பொது வரலாறு மற்றும் வானமண்டலத் தத்துவம் அல்லது நியூட்டனின் கோட்பாடுகளை ஆதாரமாக்கிப் பிரபஞ்சம் முழுவதன் ஏற்பாட்டையும் அதன் இயந்திரிகத் தோற்றத்தையும் விளக்கும் சோதனை", கோனிக்ஸ்பர்க், லைப் சிக், 1755) என்ற ஆய்வு நூலில் விரித்துரைக்கப்பட்டுள்ளது. இந்த நூல் ஆக்கியோன் பெயரின்றி வெளியிடப்பட்டது.

சூரிய மண்டலத் தோற்றம் பற்றிய லாப்ளாசின் கற்பிதக் கொள்கை Exposition du systeme du monde ["உலக அமைப்புப் பற்றிய விரிவுரை", பாகங்கள் 1-2, பாரிஸ், பிரெஞ்சுக் குடியரசின் 4 ம் ஆண்டு (1796)] என்ற நூலின் கடைசி அத்தியாயத்தில் முதன் முதலாக விரித்துரைக்கப்பட்டது. இந்த நூலின் கடைசியான ஆறாவது பதிப்பில் - இது லாப்ளாசின் வாழ்நாளிலேயே

தயாரிக்கப்பட்டு அவர் மறைவுக்குப் பின் வெளியிடப்பட்டது (1835) - இந்தக் கற்பிதக் கொள்கை கடைசியில் ஒரு குறிப்பு மூலம் தெளிவுபடுத்திக் கூறப்பட்டுள்ளது.

ஆரம்ப கட்டத்திலான ஒளிமுகிலைப் போன்றதான வெண்சுடர் வாயுத் திரட்சிகள் நிலவுவதைக் கான்ட் லாப்ளால் ஒளிமுகில் சார்ந்த தத்துவம் ஊகித்தது; இதை ஆங்கில வானியல் நிபுணரான வில்லியம் ஹகின்ஸ் 1864-ல் நிறமாலை ஆய்வு மூலம் நிரூபித்தார். அவர் வானியலில் (1859-ல் குஸ்தாவ் கிர்ஹோஃவ் மற்றும் ராபர்ட் புன்சென் உருவாக்கியதான) நிறமாலை ஆய்வு முறையினைப் பரவலாகப் பிரயோகித்தார். இங்கு எங்கெல்ஸ். ஆ. செக்கியின் **சூரியன்** என்ற நூலைப் பயன்படுத்தினார் (A. Secchi, Die Sonne, பிரான்ஸ்ஷ்விக், 1872, பக்கங்கள் 787, 789-90). - 27

29. **கற்பனாவாத சோஷலிசமும் விஞ்ஞான சோஷலிசமும்** என்ற நூலின் முதல் ஜெர்மன் பதிப்பிலேயே (1882) எங்கெல்ஸ் ஒரு முக்கியமான தனிக்குறிப்பீடைப் புகுத்தி, சம்பந்தப்பட்ட கருத்துரையைப் பின்வரும் சொற்களால் முறைப்படுத்தி முன்வைத்தார்: "அதன் புராதன கட்டங்கள் நீங்கலாகப் பழைய வரலாறு **அனைத்தும்** வர்க்கப் போராட்டத்தின் வரலாறே". - 30

30. ஓ. டூரிங், Cursue der Philosophie als streng wissenschaftlicher Weltanschauung und Lebensgestltung ("ஒரு கறாரான விஞ்ஞானக் கண்ணோட்டம் மற்றும் உயிரின் தோற்றம் என்ற முறையில் தத்துவவியல் பாடநூல்"), லைப்சிக், 1875; Cursus der National-und Socialokonomie einschliesslich der Hauptpunkte der Finanzpolitik ("நிதிக் கொள்கை பற்றிய அடிப்படைப் பிரச்சினைகள் உள்ளிட்ட அரசியல் மற்றும் சமூகப் பொருளாதாரப் பாடநூல்"), 2 ஆம் பதிப்பு, லைப்சிக், 1876 (முதல் பதிப்பு 1873-ல் பெர்லினில் வெளியிடப்பட்டது); Kritisce Geschichet der Nationalokonomie und des Socialismus ("அரசியல் பொருளாதாரம் மற்றும் சோஷலிசம் பற்றிய ஒரு விமர்சன வரலாறு"), 2 ஆம் பதிப்பு, பெர்லின், 1875 (முதல் பதிப்பு 1871-ல் பெர்லினில் வெளியிடப்பட்டது). - 33

31. **சமுதாயப் பொதுவாழ்வு நிலையங்கள்** (Phalansteries) - பிரெஞ்சு கற்பனாவாத சோஷலிஸ்டான சார்லஸ் ஃபூரியேவின் கருத்துகளுக்கு ஏற்ப லட்சிய சோஷலிச சமுதாயத்தில் உற்பத்தி - நுகர்வு சங்கங்களின் உறுப்பினர்கள் வாழ்ந்து பணிபுரியும் கட்டடங்கள். - 38

32. கி.வி. ஃப். ஹெகல், Encyclopadie der philosophiscen Wissens chaften im Grundrisse ("தத்துவவியல் விஞ்ஞானங்களின் கலைக்களஞ்சியம் சுருக்கமான உரு வரையில்"), ஹீடெல்பர்க், 1817. இதில் (1) தர்க்கவியல், (2) இயற்கையின் தத்துவவியல், (3) மனம் பற்றிய தத்துவவியல் ஆகிய மூன்று பகுதிகள் அடங்கியுள்ளன.

டூரிங்குக்கு மறுப்பு என்ற தமது நூலில் எங்கெல்ஸ் ஹெகலின் கட்டுரைகளைப் பயன்படுத்தினார்; முக்கியமாயும் ஹெகல் மறைவுக்குப்பிறகு அவரது சீடர்கள் வெளியிட்ட அவரது நூல்களின் பதிப்பைப் பயன்படுத்தினார். - 44

33. மிஹெலெட்டை "ஹெகலின் கொள்கைக்குழாமின் தேசாந்திரி யூதர்" என்று எங்கெல்ஸ் அழைக்கிறார். காரணம் ஹெகல் கொள்கை பற்றிய மேம்போக்கான அறிவு மட்டுமே கொண்டிருந்த அவர் அதை மாறாமல் பின்பற்றி வந்தார். உதாரணமாக, 1876-ல் ஐந்து தொகுப்புகளைக் கொண்ட System of Philosophy ("தத்துவவியல் அமைப்பு") என்ற நூலை வெளியிடத் தொடங்கினார். இதன் பொதுவான கட்டுக்கோப்பு ஹெகலின்

கலைக்களஞ்சியத் திட்டத்தையே மீண்டும் வெளியிடுவதாக உள்ளது. [கா. மிஹெலெட்டின் Das system der Philosophie als exacter Wissenschaft enthaltend Logik, Naturpilosophie und Geis ters philosophie ("துல்லிய விஞ்ஞானம் என்ற முறையில் தர்க்கவியல், இயற்கையின் தத்துவவியல், மனம் பற்றிய தத்துவவியல் தழுவியதான தத்துவவியல் அமைப்பு"), தொகுப்புகள் 1-4, பெர்லின், 1876-81.] - 45

34. 1885-ல் **டூரிங்குக்கு மறுப்பு** நூலின் இரண்டாம் பதிப்பைத் தயாரித்த பொழுது எகெல்ஸ் இங்கு ஒரு குறிப்பைத்தர உத்தேசித்திருந்தார்; அதற்கான சுருக்கத்தை ("எதார்த்த உலகில் கணிதவியல் வரம்பிலியின் மூல முன் மாதிரிகள்") அவர் பின்னால் **இயற்கையின் இயக்கவியல்** என்ற நூலில் சேர்த்துக் கொண்டார் (இந்தப் பதிப்பின் அனுபந்தம் காண்க). - 45

35. இது 1848, டிசம்பர் 5-ந் தேதி மன்னர் அளித்த அரசியல் சட்டத்தை ஏற்றுக் கொண்டு அதே சமயத்தில் பிரஷ்யன் அரசியல் நிர்மாண சபையைக் கலைத்துவிட்ட பிரஷ்யர்களது அடிமைத் தனமான கீழ்ப்படிதலைக் குறிப்ப தாகும். பிற்போக்காளரான உள்துறை அமைச்சர் பாரன் மான்டொய்பெல் கலந்துகொண்டு வரையப்பட்ட அந்த அரசியல் சட்டம் 1850, ஜனவரி 31-ம் நாள் நான்காம் ஃபிரெடெரிக் வில்கெல்மால் அங்கீகரிக்கப்பட்டது. - 50

36. ஹெகலின் **தத்துவவியல் விஞ்ஞானங்களின் கலைக்களஞ்சியம்,** பாரா 188, மற்றும் **தர்க்கவியலின் விஞ்ஞானம்,** புத்தகம் 3, பாகம் 1, அத்தியாம் 3, "ஜீவியின் இருத்தல் மீதான உய்த்துணர்தலின் நாலாவது எண்" பற்றிய பாராவும் பிறகு பிரிவு 3, அத்தியாயம் 2, தேற்றங்கள் பற்றிய பாராவும் காண்க. - 50

37. **டூரிங்குக்கு மறுப்பு** நூலின் முதல் பகுதியில் இவ்வகை குறிப்புகள் யாவும் டூரிங்கின் **தத்துவவியல் பற்றிய பாடம்** என்ற நூல் பற்றியதாகும். - 51

38. 19 ம் நூற்றாண்டில் நிகழ்ந்த ஐரோப்பியப் போர்களின் பல முக்கியமான போர் நிகழ்ச்சிகளை எங்கெல்ஸ் தொகுத்தளிக்கிறார்.

ஆஸ்டெர்லிட்ஸ் சண்டை (1805, டிசம்பர் 2) - இதில் நெப்போலியன் ருஷ்ய - ஆஸ்திரியன் கூட்டுப் படையினைத் தோற்கடித்தார்.

யேனா சண்டை (1806, அக்டோபர் 14) - இதில் நெப்போலியன் பிரஷ்யன் சேனையை முறியடித்தார். இந்தப் போரைத் தொடர்ந்து பிரஷ்யா நெப்போலியனுக்குக் கீழடங்கியது.

கோனிக்ராட்ஸ் சண்டை (தற்போது Hradec Kralove) 1866, ஜூலை 3- ல் பொகேமியாவில் நடைபெற்றது. இதில் பிரஷ்யன் படைகள் ஆஸ்திரியா மற்றும் சாக்ஸனிப் படைகளை முடிவாகத் தோற்கடித்து, 1866 போரில் ஆஸ்திரியாவை எதிர்த்து பிரஷ்யாவுக்கு வெற்றியளித்தன. இந்தச் சண்டை சதோவா போர் என்றும் அறியப்படும்.

செடன் சண்டை 1870, செப்டம்பர் 1-2ல் நடைபெற்றது. இதில் பிரஷ்யன் படைகள் மக்மகோன் தலைமையில் இருந்த பிரெஞ்சுப் படைகளைத் தோற்கடித்து, அதைச் சரணடையும்படி கட்டாயப்படுத்தின. இது 1870-71 பிரெஞ்சு - பிரஷ்யன் போரில் நிர்ணயமான சண்டை நிகழ்ச்சியாகும். - 53

39. கி.வி. ஃபி. ஹெகல் Wissenschaft der Logik ("தர்க்கவியலின் விஞ்ஞானம்"), தொகுப்பு 1-3, நூரம்பர்க், 1812-16. தொகுப்பு 1 - "எதார்த்தத் தர்க்கவியல்; இருத்தல் பற்றிய போதனை" (1812-ல் வெளியிடப்பட்டது); தொகுப்பு 2- "எதார்த்த தர்க்கவியல்; சாரத்தின் போதனை" (1813-ல் வெளியிடப்பட்டது); தொகுப்பு 3- "அகநிலைத்

தர்க்கவியல் அல்லது கருத்துப்படிவத்தின் போதனை" *(1816-ல் வெளியிடப் பட்டது). - 57*

40. கி.வி. ஃபி. ஹெகல், **தத்துவவியல் விஞ்ஞானங்களின் கலைக் களஞ்சியம்,** *பாரா 94. - 59*

41. *இம்மானுவேல் கான்ட்*, Kritik der reinen Vernunft, Riga, 1781, *பக்கங்கள் 426-33. - 63*

42. யூக்லிடினது அல்லாத வடிவகணிதம் பற்றிய, குறிப்பாகப் பல அளவைக்கூறு உள்ள விசும்பு பற்றிய வடிவகணிதம் பற்றி மாபெரும் ஜெர்மன் கணித நிபுணர் கார்ல் ஃபிரெடெரிக் காஸின் தத்துவங்களை டூரிங் தாக்கியிருப்பது பற்றி இங்கு குறிப்பிடப்படுகிறது. - 64

43. ஹெகலின் **தர்க்கவியலின் விஞ்ஞானம்,** நூல் *2*, "சாரத்தின் போதனையின்" துவக்கத்தைக் காண்க. "முன்கூட்டிக் கருத்தில் உருவாக்கவியலா ஜீவி" பற்றிய நவ - ஹெல்லிங்கியன் முற்கோள் பற்றிய எங்கெல்சின் Schelling and Revellation ("ஷெல்லிங்கும் வெளிப்பாடும்) என்ற நூலைக் காண்க. - 67

44. இயக்கத்தின் அளவைப் பேணிக்காப்பது பற்றிய கருத்து ஏடக் கார்ட்டால் Treatise on Light ("ஒளி பற்றிய ஆய்வு") என்ற நூலிலும் ("உலகம்" என்ற நூலின் முதல் பகுதி 1630-33-ல் எழுதப்பட்டது; ஆசிரியர் மறைவுக்குப் பிறகு 1664-ல் வெளியிடப்பட்டது) 1639, ஏப்ரல் 30-ந் தேதி அவர் ஃபிளொரிமண்ட் தெபோனுக்கு எழுதிய கடிதத்திலும் முன்வைக்கப்பட்டது. இந்த முற்கோள் டெக்கார்ட்டின் Principia Philosophiae ("தத்துவவியலின் கோட்பாடுகள்" ஆம்ஸ்டர்டாம் 1644, பாகம் 2, பாரா 36) என்ற நூலில் மிகவும் முற்றாக விரித்துரைக்கப்பட்டுள்ளது. - 69

45. எங்கெல்ஸ் தமது **லுத்விக் ஃபாயர்பாகும் மூலச்சிறப்புள்ள ஜெர்மன் தத்துவஞானத்தின் முடிவும்** என்ற நூலில் கோப்பர்னிக் அமைப்புப் பற்றிப் பின்வருமாறு கூறுகிறார்: "மூன்று நூற்றாண்டுகளுக்குக் கோப்பர்னிக்கசின் சூரிய மண்டல அமைப்பு ஒரு கருதுகோளாகவே நீடித்தது, உண்மையில் நிகழக்கூடிய ஒன்றுதான் எனினும் இன்னும் கருதுகோளாகவே இருந்தது. ஆனால் லெவெரியர் இந்த அமைப்பின் கருத்துருவங்களின் அடிப்படையில் இன்னொரு இன்னும் கண்டுபிடிக்கப்படாத விண்கோள் இருக்க வேண்டும் என்று நிரூபித்ததோடு மட்டுமன்றி விசேஷ கணக்கீடுகள் மூலம் அது பிரபஞ்சத்தில் இருக்க வேண்டிய இடத்தையும் சுட்டிக்காட்டிய பொழுது, இதை கால் உண்மையிலேயே கண்டுபிடித்த பொழுது கோப்பர்னிக் அமைப்புக்குச் சான்றாதாரம் கிட்டியது". இங்கு குறிப்பிடப்பட்ட கோளான நெப்ட்யூன் 1846-ல் பெர்லின் வானியல் ஆராய்ச்சிக் கூடத்தைச் சேர்ந்த யோஹான் கால்லால் கண்டுபிடிக்கப்பட்டது. - 75

46. பின்னால் திட்டம் செய்யப்பட்ட கணக்கீடுகளின் படி 100°C தண்ணீர் ஆவியாக மாறுவதன் மறைந்த வெப்பம் *538.9* கலோரி/ கிராம் சமமாகும். - 83

47. **டூரிங்குக்கு மறுப்பு** என்ற நூலின் இரண்டாம் பதிப்பை எங்கெல்ஸ் தயாரித்த போது இங்கே ஒரு குறிப்பைத்தர உத்தேசித்திருந்தார்; இது ("இயற்கை பற்றிய 'இயந்திரிகக்' கருத்தமைப்பு") பின்னால் **இயற்கையின் இயக்கவியல்** என்ற நூலில் சேர்க்கப்பட்டது. - 87

48. சார்லஸ் டார்வின், The Origin of Species by Means of Natural Selection, or the Preservation of Favoured Races in the Struggle for Life ("இயற்கைத் தேர்வின் மூலம் இனவகைகளின் தோற்றம் அல்லது வாழ்க்கைப் போராட்டத்தில் சாதகம் பெற்ற இனங்களைப் பேணிக்காத்தல்"), ஆறாம் பதிப்பு, லண்டன் 1872 பக்கம் 428. இதுவே

டார்வினால் திருத்தம் செய்யப்பட்டு விரிவுபடுத்தப்பட்ட கடைசிப் பதிப்பு. முதல் பதிப்பு லண்டனில் 1859-ல் வெளியிடப்பட்டது.

கீழே 129 பக்கத்தில் எங்கெல்ஸ் அதே பதிப்பைக் குறிப்பிடுகிறார். - 96

49. ஏர்னஸ்ட் ஹெகல் Naturliche Schopfungsgeschichte. Gemeinverstandliche wissenschaftliche Vortage uber die Entwickleungslehre im Allgemeinen und diejenige von Darwin, Goethe und Lamarck im Besonderen ("படைப்பின் இயற்கை வரலாறு. பரிணாமத் தத்துவத்தைப் பற்றிப் பொதுவாகவும், டார்வின், கேதே மற்றம் லாமார்க் இவர்களுடைய பரிணாமத் தத்துவத்தைப் பற்றிக் குறிப்பாகவும் எளிதில் விளக்கும் விஞ்ஞான சொற்பொழிவுகள்"), 4 ம் பதிப்பு, பெர்லின், 1873. முதல் பதிப்பு 1866-ல் பெர்லினில் வெளியிடப்பட்டது.

புரோடிஸ்டா (கிரேக்க மொழியில் protistos - முதல்) - ஹெக்கலின் வகைப் படுத்தலின்படி ஒற்றை அணு, மற்று அணுவில்லா சாமானிய அங்கஜீவிகளைத் தழுவியதும், பல அணுக்கள் கொண்ட ஜீவிகளின் (தாவரங்கள், விலங்குகள்) இரு உலகங்களையும் கூடவே அங்கக இயற்கையின் விசேஷமாக மூன்றாம் உலகையும் உருவாக்கும் விரிவான குழு.

மொனேரா (கிரேக்க மொழியில் Moneres - ஏகம்) - ஹெக்கலின் கருத்துப்படி புரதப் பொருளின் கரு இல்லாத கட்டமைப்பற்ற துளிகள். இவை உயிர் வாழ்க்கையின் எல்லா ஜீவாதாரப் பணிகளையும் - உணவருந்துவது, அசைவது, உயிர்ப்பியக்கத் தூண்டுகைகளுக்குப் பிரதிபலிப்பு, இனப்பெருக்கம் ஆகியவற்றைப் - புரிந்து வருகின்றன. ஹெகல் தன்னியக்க ரீதியான பிறப்பினால் தோன்றிய, தற்போது அழிந்து போய்விட்ட ஆதி மொனேராவையும் நவீன நடப்பிலுள்ள மொனேராவையும் வேறுபடுத்திக் காட்டுகிறார். முந்தையதி லிருந்தே அங்கக இயற்கையின் மூன்று உலகங்களும் வளர்ந்தன; உயிரணு வளர்ந்தது. பிந்தையது புரோடிஸ்டா உலகைச் சேர்ந்தது; அதன் முதல், ஆக எளிய வகையில் அடங்குவது. நவீன மொனேரா ஹெகலின் கருத்துப்படி பல்வேறு இன வகைகளை உருவகப்படுத்துகிறது.

புரோடிஸ்டா மற்றும் **மொனேரா** என்ற சொற்கள் 1866-ல் ஹெக்கலால் தமது General Morphology of Organisms ("அங்க ஜீவிகளின் பொது உடல்வடிவ அமைப்பியல்") என்ற நூலில் உருவாக்கப்பட்டவை. ஆனால் அவை விஞ்ஞானத்தில் வேரூன்றவில்லை. இன்று ஹெகல் புரோடிஸ்டா என்று கருதும் அங்க ஜீவிகள் தாவரங்கள் அல்லது விலங்குகள் என்று பகுக்கப் பெறுகின்றன. அதே போன்று மொனேரா நிலவுகிறது என்பதும் உறுதிப் படுத்தப்படவில்லை. எனினும், உயிரணுக்களுக்கு முந்தைய உருவாக்கங்களி லிருந்து உயிரணு அங்கஜீவிகள் பரிணாமமுற்றது பற்றிய பொதுவான கருத்தும், ஆரம்ப அங்கஜீவிகளைத் தாவரங்கள், விலங்குகள் என்று பிரிக்கும் கருத்தும் விஞ்ஞான அங்கீகாரம் பெற்றுள்ளன. - 96

50. **நிபெலுங்கின் வளையம்** (Ring of the Nibelung) - ரீஹர்ட் வாக்னரின் மாபெரும் நான்மைத் தொடர் இசை நாடகம் ("ரைன் தங்கம்", "வால்கிரி", "சீக்ஃபிரிட்", "கடவுளர் மரணம்"). 1876-ல் பெய்ரைத் நகரில் வாக்னர் நாடக அரங்கு **நிபெலுங்கின் வளையம்** என்ற நிகழ்ச்சியுடன் தொடங்கப்பட்டது.

இங்கு எங்கெல்ஸ் வேடிக்கையாக வாக்னரை "எதிர்காலத்தின் இசையமைப் பாளர்" என்று அழைக்கிறார். வாக்னரின் எதிராளிகள் அவரது இசையை நையாண்டியாக "எதிர்காலத்தின் இசை" என்று அழைத்தார்கள்; வாக்னரின் நூல் Das Kunstwerk der Zukunft ("வருங்காலக் கலையின் படைப்பு" லைப்சிக், 1850) அதற்குக் காரணம். - 100

51. **தாவர விலங்குகள்** அல்லது ஜூபிட்டுகள் (Pflanzentiere) - இந்தப் பெயர் 16 ம் நூற்றாண்டு முதல் முதுகெலும்பில்லாத, தாவரங்களின் சில தன்மைகளை யுடைய (உதாரணமாக, அசைவின்மை) இனங்களைக் குறித்தது. எனவே அவை தாவரங்கள் மற்றும் விலங்குகளுக்கு இடைப்பட்டதான வடிவங் களாகக் கருதப்பட்டன. 19 ம் நூற்றாண்டின் இரண்டாவது பாதியிலிருந்து ஜூபிட்டுகள் என்ற சொல் பவளம் போன்ற உயிரினங்களுக்கு இணைச் சொல்லாகப் பயன்படுத்தப்பட்டது; தற்போது இது வழக்கிலிருந்து அகற்றப்பட்டுவிட்டது. - 104

52. இந்தப் பகுப்பீடு தா.ஹெ. ஹக்ஸ்லியின் Lectures on the Elements of Comparative Anatomy ("ஒப்பியல் உடலமைப்பியலின் கூறுகள் பற்றிய உரைகள்", லண்டன், 1864, உரை 5) என்ற நூலில் தரப்பட்டது. இது முதலில் 1870-ல் வெளியிடப்பட்ட ஹெ. அ. நிக்கல்ஸனின் Manual of Zoology ("விலங்கியல் கையேடு") உள்ளீடாகக் கொண்டிருந்தது. இதை எங்கெல்ஸ் தமது **டூரிங்குக்கு மறுப்பு** மற்றும் **இயற்கையின் இயக்கவியல்** நூல்களில் பயன்படுத்தினார். - 104

53. **டிராவுபேயின் செயற்கை ஜீவ அணுக்கள்:** உயிர் அணுக்களின் ஒரு மாதிரியை உருவகப்படுத்தும் உயிர்ப்பற்ற உருவாக்கங்கள்; வளர்சிதை மாற்றத்தையும் வளர்ச்சியையும் புனருற்பத்தி செய்யும் சக்திவாய்ந்தன; ஜீவாதாரமான புலப்பாடுகளை ஆய்வு செய்ய உதவுகின்றன. இவற்றை ஜெர்மன் உடலியல் விஞ்ஞானி, இரசாயனவியலாளரான டிராவுபே கரை தக்கைக் [colloidal] கரைசலைக் கலப்பதன் மூலம் செய்தார். 1874, செப்டம்பர் 23-ந் தேதி அவர் ஜெர்மன் இயற்கை இயலாளர் மற்றும் மருத்துவர்களின் 47 வது காங்கிரசில் தமது சோதனைகள் பற்றிய ஒரு கட்டுரையைப் படித்தார். மார்க்சும் எங்கல்சும் டிராவுபேயின் கண்டுபிடிப்பை உயர்வாக மதிப்பிட்டனர் (1875, ஜூன் 18-ந் தேதி பி.எல். லவ்ரோவுக்கும், 1877, ஜனவரி 21-ல் வி.அ. பிரெய்ண்டுக்குமான மார்க்சின் கடிதம் காண்க). - 108

54. இங்கு எல்கெல்ஸ், 1876, நவம்பர் 16-ந் தேதி Nature சஞ்சிகையில் வெளிவந்த அறிக்கையின் உட்கிடக்கையைத் தருகிறார். இது வார்சாவில் நடைபெற்ற ருஷ்ய இயற்கை இயலாளர் மற்றும் டாக்டர்களின் 5 ஆவது காங்கிரசில் தி.இ. மெந்தெலேயிவின் சொற்பொழிவைப் பற்றி விளக்கியது. தமது சொற் பொழிவில் மெந்தெலேயிவ் 1875-76-ல் யூ.ஏ. பொகுஸ்கியுடன் சேர்ந்து பாயில் - மாரியோட் நியதியைப் பரிசீலிப்பதற்காக நடத்திய தமது சோதனைகளின் விளைவுகளைக் கூறினார்.

டூரிங்குக்கு மறுப்பு என்ற நூலின் இந்தச் சம்பந்தப்பட்ட அத்தியாயத்தின் படிகளைத் திருத்திக் கொண்டிருந்த சமயத்தில் இந்தக் குறிப்பை எங்கெல்ஸ் எழுதினார் என்று தெரிகிறது. இது Vorwarts பத்திரிகையில் 1877, பிப்ரவரி 28-ந் தேதி அச்சிடப்பட்டது. செருகு தொடராகக் கொடுக்கப்பட்டுள்ள இந்த குறிப்பின் கடைசிப்பகுதி எங்கெல்ஸ் **டூரிங்குக்கு மறுப்பு** நூலின் இரண்டாம் பதிப்புக்குத் தயாரிப்புகள் செய்து கொண்டிருந்த போது சேர்க்கப்பட்டது. - 123

55. கேதே, **பாவுஸ்ட்**, பாகம் 1, காட்சி 3 - 124

56. கேதே, **பாவுஸ்ட்**, பாகம் 1, காட்சிகள் 2, 3, - 127

57. ரூஸ்ஸோவின் **மக்களிடையேயான அசமத்துவத்தின் தோற்றம் மற்றும் அடிப்படைகள் பற்றிய விளக்கம்** 1754-ல் எழுதப்பட்டது, 1755-ல் வெளியிடப்பட்டது (குறிப்பு 23 ஐ காண்க). - 131

58. **முப்பதாண்டுப் போர்** *(1618-48) - பொது ஐரோப்பியப் போர்: புரோட்டஸ்டென்டுகளுக்கும் கத்தோலிக்கர்களுக்குமிடையிலான சச்சரவி லிருந்து வெடித்தது. ஜெர்மனியே இந்தப் போரின் பிரதான அரங்கமாயும், ராணுவச் சூறையாடலுக்கும் கொள்ளைக்காரக் கோரிக்கைகளுக்குமான இலக்காகவும் இருந்தது. - 133*

59. இங்கு குறிப்பிடப்படும் நூல்: மாக்ஸ் ஷ்டிர்னர் எழுதிய, Der Einzige und sein Eigenthum", ("நான் மற்றும் தான்"), லைப்சிக், 1845. இந்த நூல் **ஜெர்மன் சித்தாந்தம்** என்ற நூலில் மார்க்சாலும் எங்கெல்சாலும் கண்டன விமரிசனத்திற் குள்ளாக்கப்பட்டது. - 133

60. ஜாராட்சி ருஷ்யா மத்திய ஆசியாவில் படையெடுத்த காலகட்டத்தில் நடைபெற்ற நிகழ்ச்சிகள் இங்கு குறிப்பிடப் படுகின்றன. 1873 ஹீவா படையெடுப்பின் போது ஜூலை -ஆகஸ்ட் மாதங்களில் தளபதி காஃப்மன், துர்க்மேனியன் யோமுத் குடிகளுக்கு எதிராகத் தண்டப்படையெடுக்கத் தளபதி கொலவசோவின் கீழ் ஒரு படையை அனுப்பினார்; படுமோசமான கொடுமைகள் விளைக்கப்பட்டன. இந்த நிகழ்ச்சிகள் பற்றிய விவரங்களுக்கு எங்கெல்சுக்குக் கிட்டிய பிரதான ஆதாரம் ருஷ்யாவிலிருந்த அமெரிக்க தூதரான யூஜின் சுகிலர் இரு தொகுப்புகளில் எழுதிய. Turkistan. Notes of a Journey in Russian Tukristan Khokand, Bukhara, and Kuldja ("துர்கெஸ்தானம். ருஷ்ய துர்கெஸ்தான், கோகண்ட், பொகாரா, குல்ட்ஜா நடத்திய பயணம் பற்றிய குறிப்புகள்"), லண்டன், 1876, பக்கங்கள் 356-359. - 136

61. இங்கு எங்கெல்ஸ் மார்க்சின் **மூலதனம்** நூலிலிருந்து மேற்கோள் தருகிறார். (கா. மார்க்ஸ், **மூலதனம்,** தொகுதி 1, மாஸ்கோ, 1961, பக்கம் 60, ஆங்கிலப் பதிப்பு.) - 141

62. கா. மார்க்ஸ், Das Kapital, BD. 1, 2 Aufl., Hamburg, 1872, S. 36 (கா. மார்க்ஸ், **மூலதனம்,** தொகுதி 1, மாஸ்கோ, 1961, பக்கம் 60).

டூரிங்குக்கு மறுப்பு நூலில் எங்கெல்ஸ் **மூலதனம்** நூலின் இரண்டாம் ஜெர்மன் பதிப்பின் தொகுப்பு 1 லிருந்து மேற்கோள்களைப் பயன்படுத்துகிறார். **டூரிங்குக்கு மறுப்பு** மூன்றாம் பதிப்பில் இரண்டாம் பகுதி, 10 ம் அத்தியாயத்தை திருத்தியதில் மட்டுமே மூன்றாம் ஜெர்மன் பதிப்பின் முதல் தொகுப்பைப் பயன்படுத்தினார். - 144

63. 1848 பிப்ரவரியில் லஸ்ஸால் கைது செய்யப்பட்டார். கோமகள் சோஃபி ஹாட்ஸ்ஃபெல்ட் மணவிலக்கு வழக்கில் பயன்படுத்து வதற்காகத் தஸ்தாவேஜுகளடங்கிய பணப்பெட்டியைத் திருடுவதற்கு தூண்டினார் என்பதே அவர் மீதான குற்றச்சாட்டு. இந்த வழக்கில் அவர் 1846 முதல் 1854 வரை சட்ட ஆலோசகராகச் செயல்பட்டார். லஸ்ஸாலின் வழக்கு விசாரணை 1848, ஆகஸ்ட் 5-11 ல் நடைபெற்றது; நீதிபதிகளால் அவர் விடுதலை செய்யப் பட்டார். - 146

64. Code penal (குற்றச் சட்டத் தொகுப்பு) - 1810-ல் ஏற்கப்பட்ட பிரெஞ்சு குற்றச் சட்டத் தொகுப்பு 1811-ல் பிரான்சிலும் பிரான்சால் படையெடுத்துக் கைப் பற்றப்பட்ட மேற்கு, தென்மேற்கு ஜெர்மன் பிரதேசங்களிலும் அமுலாக்கப் பட்டது. 1815-ல் பிரஷ்யாவில் கைப்பற்றிச் சேர்த்துக் கொள்ளப்பட்ட பிறகு ரைன் மாகாணத்தில் இது சிவில் சட்டத் தொகுப்புடன் சேர்ந்து அமுலில் இருந்தது. - 147

65. **நெப்போலியன் சட்டத் தொகுப்பு** - *1804-ல் ஏற்கப்பட்ட பிரெஞ்சு சிவில் சட்டத் தொகுப்பு. இதை எங்கல்ஸ் "பூர்ஷ்வா சமுதாயத்தின் சாஸ்திரிய சட்டத் தொகுப்பு" என்றழைத்தார்.*

இங்கு எங்கெல்ஸ் நெப்போலியனின் கீழ் (1804-10-ல்) ஏற்கப்பட்டதான ஐந்து சட்டத் தொகுப்புகளை - சிவில், சிவில் நடைமுறை, வாணிகம், குற்றவியல் மற்றும் குற்றவியல் நடைமுறை ஆகியவற்றை மனதிற்கொண்டு விரிவான அர்த்தத்தில் கூறுகிறார். - 147

66. Ethics (*"ஒழுக்க நெறி", பகுதி 1, சேர்க்கை) என்ற நூலில் எல்லாவற்றையும் நிர்ணயிப்பது "தெய்வச் செயலே" என்றும், அதுவே இறுதிக் காரணம் என்றும் கூறி, இதர காரணங்கள் பற்றிய அறியாமையையே அதற்கான வாதத்தின் ஒரே சாதனமாகக் கொண்டுள்ள சமயக் காரண - காரியவாதிகள் கருத்தை எதிர்த்து ஸ்பினோசா இதைக் கூறினார். - 148*

67. Corpus juris civilis - *ரோமன் அடிமையுடைமை சமுதாயத்தில் சொத்து உறவுகளை முறைப்படுத்தும் சிவில் சட்டத் தொகுப்பு. ஜஸ்டினியின் சக்கரவர்த்தியின் கீழ் இது ஆறாம் நூற்றாண்டில் வரையப்பட்டது. - 148*

68. *பிரஷ்யாவில் பிறப்புகள், திருமணங்கள் மற்றும் இறப்புகளைக் கட்டாயமாக சிவில் முறையில் பதிவு செய்ய வேண்டும் என்ற சட்டம் பிஸ்மார்க்கின் முன்முயற்சியால் ஏற்கப்பட்டது; இது மார்ச் 9-ல் அங்கீகரிக்கப்பட்டு 1874, அக்டோபர் 1-ல் அமுலாக்கப்பட்டது. 1875, பிப்ரவரி 9-ல் ஜெர்மன் சாம்ராஜ்ஜியம் முழுவதுக்குமான இதற்கு இணையொப்பமான சட்டம் பிறப்பிக்கப்பட்டது. அது சமய அமைப்புகளின் இத்தகைய பதிவு உரிமையைக் கவர்ந்து கொண்டது. இதன் மூலம் அவற்றின் செல்வாக்கு மற்றும் வருவாயைக் கணிசமாகக் குறைத்தது. இந்தச் சட்டம் பிரதானமாயும் கத்தோலிக்க சமய பீடத்திற்கு எதிராவே இயக்குவிக்கப்பட்டது, "கலாச்சாரத்திற்கான ஊக்குவிப்புக்குரிய" பிஸ்மார்க்கின் செயல்களில் ஜீவாதாரப் பகுதியாக இருந்தது. - 150*

69. *இங்கு குறிப்பிடப்படுவது பிராண்டன்பர்க், கிழக்குப் பிரஷ்யா, மேற்குப் பிரஷ்யா, போஸ்னான், பொமெரானியா மற்றும் சைலிசியா மாகாணங்களாகும், இவை 1815 வியன்னாக் காங்கிரஸ் வரை பிரஷ்யா ஆட்சியின் பகுதிகளாக இருந்தன. பொருளாதார முறையிலும், அரசியலிலும், கலாச்சாரத் துறையிலும் ஆக வளர்ச்சி பெற்றிருந்த ரைன் மாகாணத்தை இதில் சேர்க்கவில்லை. ரைன் மாகாணம் 1815-ல் பிரஷ்யாவுடன் இணைந்தது. - 152*

70. personal equation (*சொந்த சமன்பாடு) - பார்வையாளரின் மனத்தத்துவ மற்றும் உடற்கூறு சார்ந்த அம்சங்களையும், செல்கையைப் பதிவு செய்யப் பயன்படுத்தும் முறையினைச் சார்ந்தும் திட்டமிட்ட தளத்தில் ஒரு விண்ணகக்கோளின் செல்கையின் தருணத்தை நிர்ணயிப்பதில் முறையாக ஏற்படும் தவறு. - 153*

71. *ஹெகல்,* **தத்துவவியல் விஞ்ஞானங்களின் கலைக்களஞ்சியம்,** *பாரா 147, பிற்சேர்க்கை. - 153*

72. *மார்க்ஸ் தனது பிரதானப் பொருளியல் நூலை எழுதிக் கொண்டிருக்கும் பொழுது, அதை முறைப்படுத்துவது பற்றியதான திட்டம் அடிக்கடி மாற்றம் செய்யப்பட்டது.* **மூலதனம்** *நூலின் முதல் தொகுதி வெளியிடப்பட்ட 1867 தொட்டு மார்க்ஸ் இந்த நூல் முழுவதையும் மூன்று தொகுதிகளாய் நான்கு புத்தகங்களாய் வெளியிடத் திட்டமிட்டிருந்தார். இந்தப் புத்தகங்களில் 2-ம்*

3-ம் இரண்டாம் தொகுதியில் இருக்கும். மார்க்ஸின் மறைவுக்குப் பிறகு எங்கெல்ஸ் 2ஆவது 3ஆவது புத்தகங்களை 2-ம் மற்றும் 3-ம் தொகுதிகளாக வெளியிட்டார். கடைசிப் புத்தகம் “உபரி மதிப்பின் தத்துவம்” **(மூலதனம்,** தொகுதி 4) எங்கல்சின் மறைவுக்குப் பிறகு வெளியிடப்பட்டது. - 166

73. 1867-ல் Erganzungsblatter zur Kenntniss der Gegenwart என்னும் சஞ்சிகை (தொகுதி 3, இதழ் 3) பக்கங்கள் 182-86) மார்க்சின் **மூலதனம்,** முதல் தொகுதி பற்றி டூரிங்கின் விமர்சனத்தை வெளியிட்டது. - 167

74. கா. மார்க்ஸ், **மூலதனம்,** தொகுதி 1, மாஸ்கோ, 1961, பக்கங்கள் 307-308. - 169

75. கா. மார்க்ஸ், **மூலதனம்,** தொகுதி 1, மாஸ்கோ, 1961, பக்கம் 309. - 170

76. கா. மார்க்ஸ், **மூலதனம்,** தொகுதி 1, மாஸ்கோ, 1961, பக்கம் 326 - 171

77. கா. மார்க்ஸ், **மூலதனம்,** தொகுதி 1, மாஸ்கோ, 1961, பக்கம் 309 - 171

78. நெப்போலியனின் **“ராணுவக்கலை பற்றிய விளக்கவுரை” என்ற தலைப்பிலான நூலுக்கு எழுதிய பதினேழு குறிப்புகள்,** 1816-ல் பாரிஸில் வெளியிடப்பட்டது. குறிப்பு 3: **குதிரைப் படை** பற்றிப் பின்வரும் புத்தகத்தில் பார்க்க: Memories pour servir a I' histoire de France, sous Napoleon, ecrits a Sainte Helene, Par les generaux qui ont partage sa captivite, et publies sur les manuscrits entrieremnet corriges de la main de Napolen (“நெப்போலியன் ஆட்சியில் பிரான்சின் வரலாறு பற்றிய நினைவுக் குறிப்புகள். நெப்போலியனுடன் சிறையிலிருந்த தளபதிகளால் செயின்ட் ஹெலெனாவில் எழுதப்பட்டது. நெப்போலியன் தானே சொந்தக்கைகளால் திருத்தம் செய்த கையெழுத்துப் பிரதிப்படி வெளியிடப்பட்டது”), தொகுதி 1, ஜெனரல் கௌண்ட்டி மந்தலோன் தொகுத்தது, பாரிஸ், 1823, பக்கம் 262. - 174

79. கா. மார்க்ஸ், **மூலதனம்,** தொகுதி 1, மாஸ்கோ, 1961, பக்கங்கள் 763: 764. - 177

80. கா. மார்க்ஸ், **மூலதனம்,** தொகுதி 1, மாஸ்கோ, 1961, பக்கம் 78. - 177

81. கா. மார்க்ஸ், **மூலதனம்,** தொகுதி 1, மாஸ்கோ, 1961, பக்கம் 761-764. - 179

82. கா. மார்க்ஸ், **மூலதனம்,** தொகுதி 1, மாஸ்கோ, 1961, பக்கம் 763. - 180

83. கா. மார்க்ஸ், **மூலதனம்,** தொகுதி 1, மாஸ்கோ, 1961, பக்கம் 763. - 181

84. இங்கு குறிப்பிடப்படுவது ரூஸ்ஸோவின் **மக்களிடையேயான அசமத்துவத்தின் தோற்றம் மற்றும் அடிப்படைகள் பற்றிய விளக்கம்.** ஆம்ஸ்டர்டாம், 1755 (குறிப்பு 23 ஐப் பார்க்க), 1754-ல் எழுதப்பட்டது. கீழே எங்கெல்ஸ் இந்த நூலின் இரண்டாம் பகுதியில் இருந்து மேற்கோள் தருகிறார் (1755 பதிப்பு, பக்கங்கள் 116, 118, 146, 175-76 மற்றும் 176-77). - 188

85. ஏ. ஹெகல், Naturliche Schopfungsgeschichte, 4 ம் பதிப்பு, பெர்லின், 1873, பக்கங்கள் 590 - 91. ஹெகலின் வகைப்படுத்தலில் Alali **(அலாலி)** நடைமுறை மனித இனத்திற்கு உடனடி முந்தைய கட்டமாகும். அலாலி என்போர் “பேச்சறியா புராதன மக்களாவர்,” மேலும் சரியாகக் கூறினால் குரங்கு - மனிதராவர் (pithecanthropi). மனிதனைப் போன்ற குரங்குகளுக்கும் இன்றைய மனிதனுக்கு மிடையே இடைக்கால வடிவம் ஒன்று இருந்தது என்ற ஹெகலின் கருதுகோள் 1891-ல் டச்சு மனித இன ஆராய்ச்சியாளர் ஏ. டியுபுவா ஜாவாவில் புதைபடிவ மனிதனின் மீதங்களைக் கண்டுபிடித்த போது உறுதிப்படுத்தப்பட்டது. இந்தக் கண்டுபிடிப்புக்கு pithecanthropus என்று பெயரிடப்பட்டது. - 188

86. 1674, ஜூன் 2-ந் தேதி ஜாரிச் ஜெல்லெசுக்கு ஸ்பினோஸா எழுதிய கடிதத்தில் “determinatio est negatio” என்ற வாசகம் காணப்படுகிறது. (பாருக் ஸ்பினோசா,

கடிதங்கள், கடிதம் 50 ஐக் காண்க). அதில் இந்த வாசகம் "நிர்ணயிப்பு என்பது ஒரு நிலைமறுத்தல்" என்ற பொருளில் பயன்படுத்தப்பட்டுள்ளது. "Omnis determinatio est negatio" என்ற வாசகமும் "ஒவ்வொரு நிர்ணயிப்பும் ஒரு நிலை மறுத்தலே" என்ற அதன் விளக்கமும் ஹெகலின் நூல்களில் காணப்படுகின்றன. இதன் காரணமாக அவை பரவலாகத் தெரிய வந்துள்ளன. (கி.வி. ஃபி. ஹெகல், **தத்துவவியல் விஞ்ஞானங்களின் கலைக்களஞ்சியம்,** பாகம் 1, § 91, பின்சேர்க்கை; **தர்க்கவியலின் விஞ்ஞானம்,** புத்தகம் 1, பிரிவு 1, அத். 2, பண்பு பற்றிய பாராவுக்குரிய குறிப்பு: "தத்துவவியல் வரலாறு பற்றிய உரைகள்", ஜெர்மன் பதிப்பு, தொகுதி 1, பாகம் 1, பிரிவு 1, அத். 1, பர்மனை டிஸ் பற்றிய பாரா.) - 191

87. இந்த வாசகம் ரோமன் கவிஞர் ஜீவினால் எழுதிய முதல் நையாண்டி நூலிலிருந்து எடுக்கப்பட்டது. - 203

88. **டூரிங்குக்கு மறுப்பு** நூலின் 2 பாகத்தில், அத்தியாயம் 10-ல் இருப்பதைத் தவிர, மற்ற அதே போல குறிப்புகள் யாவும் டூரிங்கின் **அரசியல் மற்றும் சமூகப் பொருளாதாரப் பாடம்,** இரண்டாம் பதிப்போடு சம்பந்தப்பட்டவை. - 206

89. The Reptile Press - அரசின் உதவிப்பணம் பெற்ற பிற்போக்குப் பத்திரிகைகள். - 211

90. கா. மார்க்ஸ், **மூலதனம்,** தொகுதி 1, மாஸ்கோ, 1961, பக்கம் 235 - 213

91. ஒ. டூரிங் Die Schiecksale meiner socialen Denkschrift fur das Preussische Staatsministerium ("பிரஷ்யன் அமைச்சுக்குச் சமுதாயப் பிரச்சனை பற்றி எழுதிய எனது மகஜரின் கதி"), பெர்லின், 1868, பக்கம் 5. - 213

92. அதாவது டூரிங்கின் **அரசியல் மற்றும் சமூகப் பொருளாதாரப் பாட நூல்,** இரண்டாம் பதிப்பில் (குறிப்பு 30 ஐக் காண்க). - 213

93. இங்கு எங்கெல்ஸ் ஷேக்ஸ்பியரின் நாடகமான **நாலாம் ஹென்றி மன்னன்,** பகுதி 1, அங்கம் 2, காட்சி 4-ல் ஃபால்ஸ் டாஃப் பேசுவதை மேற்கோள் காட்டுகிறார்: "காரணங்கள் பெரிப்பழங்களைப் போன்று மலிவாக இருக்குமானால் நான் யாருக்கும் கட்டாயத்தின கீழ் ஒரு காரணத்தைத் தரமாட்டேன்." - 216

94. மீட்டமைத்தல் காலகட்டம் பிரெஞ்சு வரலாற்றில் 1814 முதல் 1830 வரையானது. நாடு, 1792 முதலாளித்துவப் புரட்சியால் வீழ்த்தப்பட்ட புர்போன் அரச வமிசத்தினரால் ஆளப்பட்டது.

    இங்கு குறிப்பிடப்படுவது தியரி, கிசோ, மினியே மற்றும் தியேர். - 216

95. எங்கெல்ஸ் இந்தத் தகவல்களை வி. வாச்சுஸ்முதின் Hellenische Alterhumskunde aus dem Gesichtspunkte des Staates ("அதன் அரசாங்க அமைப்புப் பற்றிய கருத்து நிலையிலிருந்து ஹெல்லனிக் தொன்மை பற்றிய ஓர் ஆய்வு", பகுதி 2, பிரிவு 1, ஹால், 1829, பக்கம் 44) என்ற நூலில் இருந்து எடுத்தாண்டுள்ளார் போலும். ஆதிகால கிரேக்க எழுத்தாளர் அத்தீனியசின் Banquet of Sophists, நூல் 4 கிரேக்க - பாரசீக போர்களின் போது சாரிந்திலும் எகினாவிலும் இருந்த அடிமைகளின் எண்ணிக்கை பற்றிய ஆதாரம் தருகிறது. - 218

96. எங்கெல்ஸ், ஜி. ஹேன்செனின் Die Gehoferschaften (Erbgeno ssenschaften) im Regierungbezirk Trier" ["ட்ரியர் பிராந்தியத்தில் கிராமச் சமுதாயங்கள் (மரபு வழித் தோழமைகள்") பெர்லின் 1863] என்ற நூலைப் பயன்படுத்தினார். - 220

7. கா. மார்க்ஸ், **மூலதனம்,** தொகுதி 1, மாஸ்கோ, 1961, பக்கங்கள் 583-584. - 221

98. 1870-71ல் நடந்த பிரான்ஸ் - பிரஷ்யன் போரில் தோல்வியடைந்த பிறகு சமாதான ஒப்பந்தத்தின் நிபந்தனைகளின்படி பிரான்ஸ் ஜெர்மனிக்கு 1871-73-ல் ஐந்நூறு கோடி பிராங்குகள் இழப்பீட்டு தண்டத்தொகை கொடுத்தது இங்கு குறிப்பிடப்படுகிறது. - 227

99. The Prussian Landwehr system (பிரஷ்யன் நிலப்படை அமைப்பு) - இதன் கீழ் வயது வந்த உடல் வலிமையுள்ள சேமப்படையினர் மூலம் உருவாக்கப்பட்ட ஆயுதப்படைப் பிரிவுகள், முறையான சேனையில் சேவைசெய்த பிறகு, நிர்ணயிக்கப்பட்ட காலத்திற்கு சேமப்படையில் இருந்த பிறகு Landwehr க்கு ஒதுக்கப்படுவார்கள். Landwehr முதலில் பிரஷ்யாவில் 1813-14-ல் நெப்போலியனை எதிர்ப்பதற்காக ஒரு மக்கள் ராணுவமாக [militia] நிறுவப்பட்டது. 1870-71 பிரான்ஸ் - பிரஷ்ய போரின் போது முறையான படைகளுடன் இது பயன்படுத்தப்பட்டது. - 230

100. இங்கு குறிப்பிடப்படுவது 1866-ன் ஆஸ்திரிய - பிரஷ்யன் போராகும். - 231

101. செயின்ட் பிரிவா போரில் 1870, ஆகஸ்ட் 18-ல் ஜெர்மன் படை மிகப்பெரிய இழப்புக்குப்பின் பிரெஞ்சு ரைன் சேனையைத் தோற்கடித்தது. வரலாற்று இயக்கத்தில் இது கிரவலோட்டே போர் என்றும் அறியப்படுகிறது. - 231

102. "மாக்கியவெல்லியும் பொதுப்படை திரட்டல் பற்றிய கருத்தும்" பற்றிய மாக்ஸ் ஜான்ஸ் அறிக்கை Kolnische Zeitung, 108, 110, 112 மற்றும் 115 இதழ்களில் 1876, ஏப்ரல் 18, 20, 22 மற்றும் 25-ந் தேதிகளில் வெளியிடப்பட்டது. மேற்கோள்களில் அழுத்தம் எங்கெல்சினுடையது.

Kolnische Zeitung ("கொலோன் செய்தி ஏடு") - 1802 முதல் கொலோனில் வெளியிடப்பட்டு வந்த ஜெர்மன் தினசரியாகும்; இது பிரஷ்யன் மிதவாத பூர்ஷ்வாக்களின் கொள்கையைப் பிரதிபலித்தது. - 234

103. **கிரீமியப் போர்** (1853-56). இது மத்திய கிழக்கிலான அவற்றின் பொருளாதார அரசியல் நலன்களில் மோதல் ஏற்பட்டதன் விளைவாக ருஷ்யாவுக்கும், பிரிட்டன், பிரான்ஸ், துருக்கி, சார்டினிய நாடுகளைக் கொண்ட ஒரு கூட்டணிக்கும் இடையே நடைபெற்றது. - 234

104. குறிப்பின் இறுதியில் வளைவுகளுக்குள் தரப்பட்டுள்ள வாசகம் எங்கெல்சால் 1894-ல் வெளியிடப்பட்ட **டூரிங்குக்கு மறுப்பு** மூன்றாம் பதிப்பில் சேர்க்கப்பட்டது. - 236

105. டூரிங் தனது "இயக்கவியலை" ஹெகலின் "இயல்பல்லாத" இயக்கவியலில் இருந்து இனம் பிரித்துக் காட்டுவதற்காக "இயல்பான" என்று கூறினார். ஓ. டூரிங்கின் Naturliche Dialektik. Neue logische Grundlegungen der Wissenschaft und Philosophie ("இயல்பான இயக்கவியல். விஞ்ஞானம் மற்றும் தத்துவவியலின் புதிய தர்க்கவியல் கோட்பாடுகள்", பெர்லின், 1865.) காண்க. - 240

106. பொது விஷயத்தைப் பற்றி விவரிக்கும் ஜேர். மாவுரர் நூல்கள் (12 தொகுப்புகள்) மத்திய காலத்திய ஜெர்மனியின் விவசாய, நகர்ப்புற மற்றும் அரசு அமைப்புப் பற்றிய ஆய்வாகும். இந்த நூல்களாவன Einletung zur Geschichte der Mark-, (Hot-Dorf- und Stadt- Verfassung und der offentlichen Gewalt ("மார்க், குடும்பம், கிராம மற்றும் நகர்ப்புற அமைப்பும் பொது அதிகாரமும் பற்றிய வரலாற்றுக்கு ஓர் முகவுரை"), மியூனிக் 1854; Geschichte der Markenverfassung in Deutschland ("ஜெர்மனியின் மார்க் அமைப்பு பற்றிய வரலாறு"), எர்லாங்கென், 1856; Geschichte der Fronhofe, der Bauernhofe und der Hofverfassung in Deutschland ("பிரபுக் குடும்பங்கள், விவசாயக் குடும்பங்கள், ஜெர்மனியின் குடும்ப அமைப்பு பற்றிய

வரலாறு"). தொகுதிகள் 1-5, எர்லாங்கென், 1862-63; Geschichte der Dorfver- fassung in Deutschland ("ஜெர்மனியின் விவசாய அமைப்பு பற்றிய வரலாறு"), தொகுதிகள் 1- 2, எர்லாங்கென், 1865-66; Geschichte der Stadteverfassung in Deutschland ("ஜெர்மனியில் நகர்ப்புற அமைப்புப் பற்றிய வரலாறு"), தொகுதிகள் 1-4, எர்லாங்கென், 1869-71. முதல், இரண்டாவது மற்றும் நாலாவது தொகுதிகள் ஜெர்மன் மார்க் முறையைப் பற்றி ஆய்வு செய்துள்ளன. - 240

107. **கோபஸ் 1** என்ற ஹைனேயின் கவிதையிலிருந்து இது எடுக்கப்பட்டது. - 240

108. எங்கெல்ஸ், இளம் வமிசத்து இரு செல்வாக்குள்ள ரைஸ் இளவரசருள் (ரைஸ்-லோபன்ஷ்டைன்- எபர்ஸ்டோர்ஃப்) ஒருவரான ஹென்ரிஹ் LXXII ன் பட்டப்பெயரைக் கேலியாக மாற்றுகிறார். கிரைஸ் - ரைஸ் சிற்றரசின் தலைநகரம் (மூத்த வமிசத்து ரைஸ் - கிரைஸ்). ஷ்லீட்ஸ் - இளம் வமிசத்து ரைஸ் இளவரசர் வட்டம் (ரைஸ்- ஷ்லீட்ஸ்), ஹென்ரிஹ் LXXII ன் உடைமையாக இருக்கவில்லை. - 241

109. கெயஸ் பிளீனி செக்குண்டஸ், Naturalis historia ("இயற்கை வரலாறு"), நூல் XVIII, 35 - 241

110. இது நாலாவது ஃபிரெடெரிக் வில்ஹெல்ம் மன்னர் - பிரஷ்யன் சேனைக்கு விடுத்த புத்தாண்டு வாழ்த்துச் செய்தியின் வாசகம் (1849, ஜனவரி 1). - 251

111. கா. மார்க்ஸ், **மூலதனம்,** தொகுதி 1, மாஸ்கோ 1961, பக்கம் 751 - 251

112. ஃபி. எ. ரோஹவ், Der Kinderfreund. Ein Lesebuch Zum Gebrauch in Landschulen ("குழந்தைகள் நண்பன். கிராமப் பள்ளிகளுக்கான ஒரு பாடநூல்"), பிரண்டன்பர்க் மற்றும் லைப் ஸிக், 1776. - 252

113. இங்கு குறிப்பிடப்படுவது யூக்லிடின் Elements ("மூலக் காரணங்கள்") (13 நூல்கள்). இதில் அவர் பண்டைய கணிதவியலின் அடிப்படைகளை முன் வைக்கிறார். - 252

114. பி. ஜோ. புரூதோன், Qu'est-ce que la propriete? ou Recherches sur le principe du droit et du gouvernement ("சொத்து என்பது என்ன? அல்லது உரிமை மற்றும் அதிகாரம் குறித்த கோட்பாடு பற்றிய ஆய்வு"), பாரிஸ், 1840, பக்கம் 2. - 255

115. டேவிட் ரிக்கார்டோ On the Principles of Political Economy, and Taxation ("அரசியல் பொருளாதாரம் மற்றும் வரிகள் பற்றிய கோட்பாடுகள்"), 3 ஆம் பதிப்பு, லண்டன், 1821, பக்கம் 1. - 267

116. கா. மார்க்ஸ், **மூலதனம்,** தொகுதி 1, மாஸ்கோ, 1961, பக்கம் 44. - 269

117. கா. மார்க்ஸ், **மூலதனம்,** தொகுதி 1, மாஸ்கோ, 1961, பக்கம் 44. - 272

118. உழைப்பின் "முழுமையான" அல்லது "குறைபடாத உழைப்பின் விளைபயன்" என்ற லஸ்ஸாலின் கோஷம் பற்றிய ஒரு விரிவான விமர்சனம் மார்க்சின் **கோத்தா வேலைத்திட்டம் பற்றிய விமர்சனம்** என்ற நூலின் முதலாவது பகுதியில் தரப்பட்டுள்ளது. - 275

119. கா. மார்க்ஸ், **மூலதனம்,** தொகுதி 1, மாஸ்கோ, 1961, பக்கம் 146. - 277

120. கா. மார்க்ஸ், **மூலதனம்,** தொகுதி 1, மாஸ்கோ, 1961, பக்கம் 163. - 278

121. கா. மார்க்ஸ், **மூலதனம்,** தொகுதி 1, மாஸ்கோ, 1961, பக்கம் 167. - 279

122. கா. மார்க்ஸ், **மூலதனம்,** தொகுதி 1, மாஸ்கோ, 1961, பக்கங்கள் 170-171. - 279

123. கா. மார்க்ஸ், **மூலதனம்,** தொகுதி 1, மாஸ்கோ, 1961, பக்கம் 169. - 281

124. கா. மார்க்ஸ், **மூலதனம்,** தொகுதி 1, மாஸ்கோ, 1961, பக்கம் 169. - 281

125. கா. மார்க்ஸ், **மூலதனம்,** தொகுதி 1, மாஸ்கோ, 1961, பக்கம் 235. - 284

126. கா. மார்க்ஸ், **மூலதனம்,** தொகுதி 1, மாஸ்கோ, 1961, பக்கம் 206. - 288

127. கா. மார்க்ஸ், **மூலதனம்,** தொகுதி 1, மாஸ்கோ, 1961, பக்கம் 220. - 288

128. கா. மார்க்ஸ், **மூலதனம்,** தொகுதி 1, மாஸ்கோ, 1961, பக்கம் 524. - 289

129. கா. மார்க்ஸ், **மூலதனம்,** தொகுதி 1, மாஸ்கோ, 1961, பக்கம் 564. - 289

130. குறிப்பு 219 ஐக் காண்க. - 291

131. கா. மார்க்ஸ், **மூலதனம்,** தொகுதி 1, மாஸ்கோ, 1961, பக்கம் 316. - 291

132. விவிலியக் கதை ஒன்றின்படி இஸ்ரவேலர்களால் ஜெரிச்சோ முற்றுகையிடப் பட்ட பொழுது அதன் தகர்க்க முடியாத சுவர்கள் எக்காள ஒலியால் தகர்ந்து விழுந்தன (**விவிலிய நூல்,** "ஜோஷுவாவின் புத்தகம், அத். 6). - 293

133. ரோட்பெர்டஸ், Sociale Briefe an von Kirchmann, Zweiter Brief: Kirchmann's sociale Theorie und die meinige ("வன்கிர்ஹ்மனுக்கு சமூகக் கடிதங்கள். இரண்டாவது கடிதம். கிர்ஹ்மனது சமூகத் தத்துவம் மற்றும் எனது சமூகத் தத்துவம்", பெர்லின், 1850, பக்கம் 59). அழுத்தம் எங்கெல்சுடையது. - 299

134. கா. மார்க்ஸ், **மூலதனம்,** தொகுதி 1, மாஸ்கோ, 1961, பக்கம் 519ம் அடுத்துவரும். - 299

135. **விசுவாச எக்கார்ட்** - ஜெர்மன் மத்திய கால நாடோடி இலக்கியத்தில் ஈடுபாடுள்ள நம்பகமான ஒரு காவலனைக் குறிக்கிறது. டன் ஹைசர் பற்றிய கர்ணபரம்பரைக் கதையில் அவர் வீனஸ் மலையடிவாரத்தில் காவல் நின்றதாயும், வீனஸின் அழகால் விளையும் அபாயம் பற்றி நெருங்கி வந்த எல்லோரையும் எச்சரிக்கை செய்ததாகவும் கூறுகிறது. - 300

136. மோலியர், Bourgeois gentilhomme அங்கம் 2, காட்சி 4. - 303

137. Volks-Zettung ("மக்கள் செய்தி ஏடு") - பெர்லினில் 1853க்கு பிறகு வெளியிடப்பட்டு வந்த ஜெர்மன் ஜனநாயக நாளேடு. இதன் "கொச்சை தத்துவவிசாரம்" பற்றி எங்கெல்ஸ் 1860, செப்டம்பர் 15-ல் மார்க்சுக்கு எழுதிய கடிதத்தில் குறிப்பிட்டார். - 303

138. இது டூரிங்கின் Kritische Grundlegung der Volkswrtschaftslehre ("தேசியப் பொருளாதாரம் பற்றிய விமர்சன அடிப்படை போதனை") 1866-ல் பெர்லினில் வெளியிடப்பட்டதன் ஒரு குறிப்பீடாகும். டூரிங் **அரசியல் பொருளாதாரம் மற்றும் சோஷலிசம் பற்றிய விமர்சன வரலாறு** (2 ம் பதிப்பு) என்ற நூலின் "முகவுரையில்" இதைக் குறிப்பிடுகிறார். - 303

139. A. Smith. An Inguiry into the Nature and Causes of the Wealth of Nation. Vol. 1, London, 1776, p. 63-65 (ஆ. ஸ்மித், "தேசங்களின் செல்வத் தன்மையும் காரணங்களும் பற்றிய ஓர் ஆய்வு". தொகுதி 1, லண்டன், 1776, பக்கங்கள் 63-65). - 308

140. கா. மார்க்ஸ், **மூலதனம்,** தொகுதி 1, மாஸ்கோ 1961, பக்கம் 364 - 311

141. கா. மார்க்ஸ், Zur Kritik der Politischen Oekonomie ("அரசியல் பொருளாதாரம் பற்றிய விமர்சனத்திற்கு விஷயதானம்"), எர்ஸ்டெஸ் பதிப்பு, பெர்லின், 1859, பக்கம் 29. - 311

142. இங்கு குறிப்பிடுவது மாக்ஸ் ஷ்டிர்னரின் பிரதான நூலான Der Einzige und sein Eigenthum ("நான் மற்றும் தான்"). டூரிங்கைப் போலவே ஷ்டிர்னர் தமது அகந்தை மூலம் பிரபலமாயிருந்தார் (குறிப்பு 59 ஐக் காண்க). - 312

143. அரிஸ்டாட்டில், Dr republica ("குடியரசு") நூல் 1, அத். Aristotelis opera ex recensione 1. Bekkeri (அரிஸ்டாட்டில், "அரசியல்" 1. பெக்கெரி பதிப்பு, தொகுதி 10, ஆக்ஸ்போர்ட், 1837, பக்கம் 13). மார்க்ஸ் இந்த வாசகத்தை **அரசியல் பொருளாதாரம் பற்றிய விமர்சனத்திற்கு விஷயதானம்** மற்றும் **மூலதனம்** நூல்களில் மேற்கோள் காட்டுகிறார். - 313

144. கா. மார்க்ஸ், **மூலதனம்,** தொகுதி 1, மாஸ்கோ, 1961, பக்கங்கள் 365-367. 319. 13, ஜூரிச், 1840). - 313

145. மார்க்ஸ் பிளாட்டோவின் குடியரசு நூலின் புத்தகம் 2ஐக் குறிப்பிடுகிறார். (Platonis opera omnia, தொகுதி 13, ஜூரிச், 1840). - 313

146. மார்க்ஸ் இங்கு கிசெனஃபோனின் Cyropaedia, புத்தகம் 8, அத். 2 ஐக் குறிப்பிடுகிறார். - 313

147. வி. ரோஷர், System der Volkswirthschaft ("தேசியப் பொருளாதாரத்தின் அமைப்பு"), தொகுதி 1, 3 ம் பதிப்பு, ஷ்டுட்கார்ட், ஆக்ஸ்பர்க், 1858, பக்கம் 86. - 314

148. கா. மார்க்ஸ், **மூலதனம்,** தொகுதி 1, மாஸ்கோ, 1961, பக்கங்கள் 745-759. - 314

149. அரிஸ்டாட்டில், De Republica, புத்தகம் 1, அத். 8-9 (கா. மார்க்ஸ், **மூலதனம்,** தொகுதி 1, மாஸ்கோ, 1961, பக்கங்கள் 152, 164-65 ஐக் காண்க). - 314

150. மார்க்ஸ் இங்கு அரிஸ்டாட்டிலின் **நிக்கொமாஹின் அறநெறி** (Ethica Nicomachea), நூல் V, அத்தியாயம் 8 ஐ குறிப்பிடுகிறார். Aristotelis opera ex recensione 1, பெக்கரி பதிப்பு, தொகுதி IX, அக்ஸ்ஃபர்ட், 1837. - 314

151. ஃபி. லிஸ்ட், Das nationale System der politischen Oekonomie ("அரசியல் பொருளாதாரத்தின் தேசிய அமைப்பு"), தொகுதி 1, ஷ்டுட்கார்ட், டியூபிங்கன், 1841, பக்கங்கள் 451, 456. - 315

152. அந்தோனியோ செர்ராவின் Breve trattato delle cause chepossono for abbondare li regni d'oro e d'argento dove non sono minitere ("தமக்குச் சொந்தமான சுரங்கங்களைக் கொண்டிராத நாடுகளில் தங்கம் மற்றும் வெள்ளியை அமோகமாகக் கொண்டு வரும் ஆற்றலுள்ள காரணங்கள் பற்றிய ஒரு சிறிய விளக்கம்") நேப்பிள்ஸில் 1613-ல் வெளியிடப்பட்டது. இந்த நூலின் பியேட்ரோகுஸ்டோடி பதிப்பை - Scrittori classici italiani de economia politica. (அரசியல் பொருளாதாரத்தின் இத்தாலிய சாஸ்திரிய நூல், பகுதி 1, தொகுதி 1, மிலான் 1803) - மார்க்ஸ் பயன்படுத்தினார். - 315

153. தாமஸ் மன் A Discourse of Trade from England into the East Indies ("இங்கிலாந்திலிருந்து கிழக்கிந்தியத் தீவுகளுக்குள் வர்த்தகம் பற்றிய விரித்துரை") 1609-ல் லண்டனில் வெளியிடப்பட்டது. திருத்தப்பட்ட பதிப்பு 1664-ல் England's Treasure by Foreign Trade ("வெளிநாட்டு வர்த்தக மூலம் பிரிட்டனின் செல்வம்") என்ற தலைப்பில் லண்டனில் வெளியிடப்பட்டது. - 315

154. வில்லியம் பெட்டியின் A Treatise of Taxes and Contributions ("வரிகள் மற்றும் பங்குப் பணம் பற்றிய ஆய்வுரை") என்ற நூல் ஆசிரியர் பெயர் போடாமல் 1662-ல் லண்டனில் வெளியிடப்பட்டது. இங்கும் வேறிடங்களிலும் மார்க்ஸ் பெட்டியின் நூலின் பக்கங்கள் 24-25 ஐ மேற்கோள் காட்டுகிறார். - 317

155. ஹாலிபாக்ஸ் பிரபுவுக்கு ஒரு வேண்டுகோள் என்ற வடிவில் 1682-ல் வில்லியம் பெட்டியால் எழுதப்பட்டதான Guantulumcunque அல்லது **பணம் சம்பந்தமான ஆய்வு** என்ற நூல் இங்கு குறிப்பிடப்படுகிறது. இது 1695-ல் லண்டனில் வெளியிடப்பட்டது. மார்க்ஸ் 1760 ஆம் ஆண்டுப் பதிப்பைப் பயன்படுத்தினார்.

வி. பெட்டியின் The Political Anatomy Ireland ("அயர்லாந்தின் அரசியல் உடற்கூறு") என்ற நூல் 1672-ல் எழுதப்பட்டு, 1691-ல் லண்டனில் வெளியிடப்பட்டது. - 319

156. இங்கு குறிப்பிடப்படுவது பிரெஞ்சு இரசாயனவியலாளரான அ. லொ. லவுவாஸீயே எழுதியுள்ள பொருளியல் நூல்களாகும்: Dela richesse territoriale du royaume de France மற்றும் Essaisur la population de la ville de Paris, sur la richesse et ses consommations. அதோடு லவுவாஸீயேயும் பிரெஞ்சு கணிதவியலாளர் லக்ரான்ழும் சேர்ந்து எழுதியுள்ள Essai d' arithmeique Politique என்ற நூல் குறிப்பிடப்படுகிறது. - 319

157. பி. பௌகில்பெர்ட், Dissertation sur la nature des richesses, de l' argenl et des tributs, அத். 2 (Economistes financiers du XVIIIe siecle, பாரிஸ், 1843, பக்கம் 397). - 320

158. தங்கத்தின் ஆதாரமின்றி பாங்கு நோட்டுகளை வெளியிடுவதன் மூலம் அரசு தனது செல்வத்தை அதிகரித்துக்கொள்ளலாம் என்ற தமது முற்றிலும் ஏற்கத்தக்கதல்லாத கருத்தை ஆங்கிலப் பொருளியல் நிபுணரும் நிதி விவகாரங்களில் திறமையாளருமான ஜான் லோ செயல்படுத்த முயன்றார். 1716-ல் அவர் பிரான்சில் ஒரு தனியார் வங்கியைத் துவக்கினார், இது 1718-ல் அரசு வங்கியாகியது. பாங்கு நோட்டுகளை வரம்பின்றி வெளியிட்டதோடு கூடவே லோவின் வங்கி நாணயங்களைப் புழக்கத்திலிருந்து திரும்பப் பெற்றது. இதன் விளைவாக பங்கு மார்க்கெட் பேரங்கள் முன் என்றுமே கேட்டிராத அளவுக்கு அதிகரித்து, 1720-ல் வங்கியும் அதோடு "லோவின் முறையும்" ஓட்டாண்டியாவதில் கொண்டு போய்விட்டது. - 321

159. வில்லியம் பெட்டி **வரிகள் மற்றும் பங்குப் பணம் பற்றிய ஆய்வுரை**, லண்டன், 1662, பக்கங்கள் 28-29. - 322

160. டாட்லி நார்த், Discourses upon Trade ("வர்த்தகம் பற்றிய விளக்கங்கள்"), லண்டன், 1691 பக்கம் 4. இந்த நூல் ஆசிரியர் பெயர் இன்றி வெளியிடப்பட்டது. - 323

161. இங்கு குறிப்பிடப்படுவது டேவிட் ஹியூம் எழுதிய Political Discourses) ("அரசியல் உரைக் கோவை"), எடின்பர்க், 1752. மார்க்ஸ் பின்வரும் பதிப்பிலிருந்து மேற்கோள் காட்டுகிறார்: டே. ஹியூம், Essays and Treatises on Several Subjects ("பல்வேறு பொருட்களைப் பற்றிய கட்டுரைகளும் ஆய்வுரைகளும்"). இரு தொகுப்புகளில், டப்ளின், 1779. இதில் **அரசியல் உரைக்கோவை** முதல் தொகுப்பின் இரண்டாம் பகுதியாகும். - 324

162. கா. மார்க்ஸ், **மூலதனம்,** தொகுதி 1, மாஸ்கோ, 1961, பக்கங்கள் 124, 514. - 325

163. இங்கு சுட்டப்படுவது ஷார்ல் மாண்டிஸ்குயேவின் L'esprit des loix ("சட்டங்களின் உணர்வு") என்ற நூல். இதன் முதற்பதிப்பு ஆசிரியர் பெயரின்றி ஜெனீவாவில் 1748-ல் வெளியிடப்பட்டது. - 325

164. டேவிட் ஹியூம், **பல்வேறு பொருட்களைப் பற்றிய கட்டுரைகளும் ஆய்வுரைகளும்,** தொகுதி 1, டப்ளின், 1779, பக்கங்கள் 303 - 304, - 326

165. கா. மார்க்ஸ், Zur Critique der Politischen Oekonomie ("அரசியல் பொருளாதாரம் பற்றி விமர்சனத்திற்கு விஷயதானம்"). - 327

166. டேவிட் ஹியூம், **பல்வேறு பொருட்களைப் பற்றிய கட்டுரைகளும் ஆய்வுரைகளும்,** தொகுதி 1, டப்ளின், 1779, பக்கம் 313. - 328

167. அதே நூல், பக்கம் 314. - 329

168. தகவல் விவரம் தவறாக உள்ளது - ரிச்சர்ட் காண்டிலனது நூலான Essai sur la nature du commerce en general ("பொதுவாக வர்த்தகத்தின் இயல்பு மீதான

அனுபவம்") 1752-ல் வெளியிடப்படவில்லை. 1755-ல்தான் வெளியிடப்பட்டது. இதை மார்க்ஸ் தாமே **மூலதனம்,** *தொகுதி 1-ல் (***மூலதனம்** *தொகுதி 1, மாஸ்கோ, 1961, பக்கம் 555-ல்) சுட்டிக் காட்டியுள்ளார்.* **தேசங்களின் செல்வம் தன்மையும் காரணங்களும் பற்றிய ஓர் ஆய்வு** *என்ற தமது நூலில் (தொகுதி 1) ஆடம் ஸ்மித் காண்டிலனது நூலைக் குறிப்பிடுகிறார். - 329*

169. *டேவிட் ஹியூம்,* **பல்வேறு பொருட்களைப் பற்றிய கட்டுரைகளும் ஆய்வுரைகளும்,** *தொகுதி 1, டப்ளின், 1779, பக்கம் 367. - 330*

170. *அதே நூல், பக்கம் 379. - 330*

171. *1866- ல் பிஸ்மார்க் தமது ஆலோசகரான கெ. வாக்னர் மூலமாகச் செயல்பட்டு, பிரஷ்யன் அரசுக்குத் தொழிலாளர் பிரச்சனை குறித்து ஒரு மகஜர் தயாரிக்கும்படி டூரிங்கைக் கேட்டுக் கொண்டார். தொழிலாளருக்கும் முதலாளிகளுக்குமிடையே இணக்கத்தை ஆதரித்த டூரிங் இந்த வேண்டு கோளை ஏற்றுக் கொண்டார். ஆயினும் அவரது நூல் அவருக்குத் தெரியாமல், ஆசிரியர் பெயரின்றியும், பின்னால் வாக்னரின் பெயரிலும் வெளியிடப் பட்டது. உரிமைப் பதிவு விதிகளை மீறியதாகக் குற்றம் சாட்டி டூரிங் வாக்னர் மீது வழக்குத் தொடுக்க இது காரணமாக இருந்தது. 1868-ல் டூரிங் தமது வழக்கில் வெற்றியடைந்தார். இந்தக் கேவலமான வழக்கு விசாரணையின் உச்சக் கட்டத்தில் டூரிங்,* **பிரஷ்யன் அமைச்சுக்குச் சமுதாயப் பிரச்சனை பற்றி எழுதிய எனது மகஜரின் கதி** *என்ற நூலை எழுதினார் (91 ம் குறிப்பைப் பார்க்க). - 331*

172. *ஃபி.ஹி. ஷ்லோசர்,* Weltgeschichte fur das deutsche Volk *("ஜெர்மன் மக்களுக்கான உலக வரலாறு"), தொகுதி 18, ஃபிராங்க் ஃபர்ட் - ஆண்மெயின், 1855, பக்கம் 76. - 331*

173. *வி. கொபிட்,* A History of the Protestant "Reformation" in England and Ireland *("இங்கிலாந்திலும் அயர்லாந்திலுமான புரோட்டஸ்டென்ட் 'மகா சீர்திருத்தத்தின்' வரலாறு"), லண்டன், 1824, §§ 149, 116, 130. - 331*

174. *கெனேயின்* Tableau economique *("பொருளாதார அட்டவணை") முதலில் 1758-ல் சிறு பிரசுர வடிவில் வெர்சேல்சில் வெளியிடப்பட்டது. - 332*

175. *கெனேயின்* Analyse du Tableau economique *("பொருளாதார அட்டவணையின் பாகுபாடு") நில ஆதிக்கவாத* (Physiocrat *சஞ்சிகையான* Journal de I' agriculture, du commerce et des finances *இல் 1766-ல் முதலில் வெளியிடப்பட்டது. மார்க்ஸ் டார் பதிப்பின்படி இந்த நூலை மேற்கோள் காட்டுகிறார்* (Physiocrats, *பகுதி 1, பாரிஸ், 1846). - 335*

176. *மார்க்ஸ் அபே பொடோவின்* Explication du Tableau economique *("பொருளாதார அட்டவணையை விளக்குதல்") என்ற நுலின் கடைசிப் பாராவைக் குறிப்பிடு கிறார். இது முதல் தடவையாக நில ஆதிக்கவாத சஞ்சிகையான* Ephemerides du Citoyen *இல் 1767-ல் வெளியிடப்பட்டது.* physiocrats, *டார் பதிப்பு பாகம் 2, பாரிஸ் 1846 பக்கங்கள் 864 - 67ஐப் பார்க்க. - 335*

177. **துயர ஓலம்** (atra Cura) *ஹொரோசியோவின் பாடலில் வரும் ஒரு வாசகம். - 336*

178. Livre tournois - *தூர் என்னும் நகரத்தின் பெயரிடப்பட்ட பிரெஞ்சு நாணயம். 1740 முதல் இது ஒரு பிராங்குக்கு சமமாக இருந்தது. 1795-ல் இது பிராங்கால் மாற்றீடு செய்யப்பட்டது. - 358*

179. Physiocrats, *("நில ஆதிக்கவாதிகள்"), பாகம் 1, பாரிஸ், 1846, பக்கம் 68. - 342*

180. ஜேம்ஸ் ஸ்டுவர்ட், An Inquiry into the Principles of Political Economy ("அரசியல் பொருளாதாரக் கோட்பாடுகள் பற்றிய ஓர் விசாரணை"), இரு தொகுப்புகள், லண்டன், 1767. - 345

181. ஹெ. கேரி, The Past, the Present, and the Future ("கடந்த காலம், நிகழ்காலம், எதிர்காலம்"), ஃபிலடெல்ஃபியா, 1848, பக்கங்கள் 74-75. - 346

182. எங்கெல்ஸ் "முகவுரையின்" முதல் அத்தியாயத்தின் ஆரம்பத்தைக் குறிப்பிடு கிறார் (பக்கங்கள் 35-40 ஐ பார்க்க). ஆரம்பத்தில் Vorwarts செய்தி ஏடு **டூரிங்குக்கு மறுப்பு** என்ற நூலின் முதல் 14 அத்தியாயங்களைத் **திரு ஒய்கேன் டூரிங் தத்துவவியலில் நிகழ்த்திய புரட்சி** என்ற பொதுத் தலைப்பின் கீழ் வெளியிடப்பட்டது. இது புத்தக வடிவில் வெளியிடப்பட்ட போது (பிந்தைய பதிப்புகள் எல்லாவற்றிலும்) முதல் இரண்டு அத்தியாயங்கள் நூல் முழுவதுக்கு மான "முகவுரை" என்ற தலைப்பில் இணைக்கப்பட்டன; அடுத்த 12 அத்தியாயங்கள் முதல் பகுதியான "தத்துவவியல்" ஆயின. அத்தியாயங்களின் எண்ணிக்கை மாற்றப்படவில்லை. முதல் பகுதியான "தத்துவவியல்" இன் முதல் அத்தியாயத்திற்கு அடிக்குறிப்பு எங்கெல்ஸ் **டூரிங்குக்கு மறுப்பு** பத்திரிகை கட்டுரைகளுக்கு எழுதியது. எங்கெல்சின் வாழ்நாளில் எவ்வித மாற்றமும் இன்றி இந்த நூலின் எல்லாப் பதிப்புகளிலும் வெளியிடப்பட்டது. - 351

183. இது ஜாக்கொபின் புரட்சிகர - ஜனநாயக சர்வாதிகார காலகட்டத்தை (1793 ஜூன் முதல் 1794 ஜூலை வரை) குறிக்கிறது. அந்தக் கட்டத்தில் ஜிரோண்டு வாதிகள் மற்றும் அரசு ஆதரவாளர்களின் Royalists எதிர்ப்புரட்சிப் பயங்கரத்துக்கு எதிராகப் புரட்சிகர பயங்கர மூலம் பதிலடி தந்தார்கள் ஜாக்கொபின்வாதிகள்.

இயக்குநர் குழுமம் (ஐந்து இயக்குநர்கள் கொண்ட அமைப்பு. இவர்களில் ஒருவர் மாறிமாறி ஆண்டுதோறும் மறு தேர்தலுக்கு நிற்க வேண்டும்) - 1794-ல் ஜாக்கொபின் புரட்சிகர - ஜனாநயக சர்வாதிகாரம் வீழ்ச்சியுற்ற பிறகு ஏற்கப்பட்ட 1795 ம் ஆண்டு அரசியல் சட்டத்தின்கீழ் பிரான்சில் நிறுவப்பட்ட நிர்வாக அதிகாரம் பெற்றிருந்த அமைப்பு. இது 1799-ல் நெப்போலியன் நிகழ்த்திய திடீர்ப் புரட்சி வரை நிலவியது; இது அதிகாரத்தில் இருந்த போது ஜனநாயக சக்திகளுக்கு எதிராகப் பயங்கர தர்பார் நடத்தியது, பெரிய பூர்ஷ்வாக்களின் நலன்களை ஆதரித்தது. - 351

184. Th. Carlyle, Past and Present. London, 1843, p. 198 (தாமஸ் கார்லைல், "பழங்காலமும் நிகழ்காலமும்", லண்டன், 1843, பக்கம் 198). - 352

185. இது "சுதந்திரம், சமத்துவம், சகோதரத்துவம்" என்ற 18 ஆம் நூற்றாண்டின் இறுதியில் ஏற்பட்ட பிரெஞ்சு பூர்ஷ்வாப் புரட்சியின் போது நடப்பில் இருந்த கோஷத்தைக் குறிக்கிறது. - 352

186. Letters d' un habitant du Geneva a ses contemporains ("தமது சம காலத்தவருக்கு ஒரு ஜெனீவாவாசி எழுதிய கடிதங்கள்") - ஸான் சிமோனின் முதல் நூலாகும். இது ஜெனீவாவில் 1802-ல் எழுதப்பட்டு, 1803-ல் பாரிசில் ஆசிரியர் பெயர் போடாமல் வெளியிடப்பட்டது.

ஷார்ல் ஃபூரியேயின் முக்கியமான முதல் நூல் - Theorie des quatre mouvements et des destinees generales ("நான்கு இயக்கங்கள் மற்றும் பொதுவான கதிகள் பற்றிய தத்துவம்"). இது 19 ம் நூற்றாண்டின் துவக்கத்தில் எழுதப்பட்டு, 1808-ல் ஆசிரியர் பெயரின்றி லியோனில் வெளியிடப்பட்டது (தணிக்கை காரணத்தால் தலைப்பு பக்கத்தில் பிரசுரிக்கப்பட்ட இடம் லைப்சிக் என்று கொடுக்கப் பட்டுள்ளது).

நியூ லனார்க் (New Lanark) - ஸ்காட்லாந்தில் லனார்க் நகருக்கருகில் தொழிலாளர் குடியிருப்புடன் கூடிய பருத்தி ஆலை; இது 1784-ல் துவங்கப்பட்டது. - 352

187. சமுதாயத்தின் நோக்கம் ஆக ஏழைகளாயும் ஆகப் பெரும் எண்ணிக்கையிலும் இருக்கும் வர்க்கத்தின் வாழ்க்கை நிலைமைகளை மேம்படுத்துவதாக இருத்தல் வேண்டும் என்ற சான் சிமோனின் கருத்து அவரது இறுதி நூலான **புதிய கிறித்தவம்** (Nouveau Christianisme) என்ற நூலில் மிகவும் தெட்டத் தெளிவாக வெளியிடப்பட்டுள்ளது. இதன் முதல் பதிப்பு ஆசிரியர் பெயர் போடாமல் பாரிசில் 1825-ல் வெளியிடப்பட்டது. - 356

188. சான் சிமோனின் **தமது சம காலத்தவருக்கு ஒரு ஜெனிவாவாசி எழுதிய கடிதங்கள்** என்ற நூலிலிருந்து இரண்டாவது கடிதத்தை எங்கெல்ஸ் மேற்கோள் காட்டுகிறார். - 356

189. சான் சிமோனின் **ஓர் அமெரிக்கனுக்கு எழுதிய கடிதங்கள்** என்ற நூலில் (எட்டாவது கடிதம்) உள்ள ஒரு வாசகத்தை எங்கெல்ஸ் குறிப்பிடுகிறார். இந்தக் கடிதங்கள் ஒரு தொகுப்பாக வெளியிடப்பட்டன; அ. சான் சிமோன், L'Industrie, ou Discussions politiques, morales et Philosophiques, dans I'interet de tous les hommes livres a des travaux utiles et independans ("பயனுள்ள மற்றும் சுதந்திரமான முயற்சிகளில் அர்ப்பணிப்புடைய அனைத்து மக்களின் நலனுக்காகத் தொழில்துறை அல்லது அரசியல், ஒழுக்கநெறி மற்றும் தத்துவவியல் பேருரைகள்"), தொகுப்பு 2, பாரிஸ், 1817. - 356

190. இங்கு சான் சிமோன் தனது சீடர் ஒ. தியரியுடன் சேர்ந்து எழுதியுள்ள பின்வரும் இரு நூல்கள் குறிப்பிடப்படுகின்றன: De la reorganisation de la societe europeenne, ou de la necessite et des moyens de rassembler les peuples de I' Europe en unseul corps politique, en conservant a chacun son independance nationale ("ஐரோப்பிய சமூகத்தை மறு அமைப்புச் செய்வது பற்றி அல்லது ஒவ்வொன்றின் தேசிய சுதந்திரத்தையும் ஏக காலத்தில் நிலுவையில் வைத்துக்கொண்டே ஐரோப்பிய மக்களை ஓர் அரசியல் முழுமையாக ஒற்றுமைப்படுத்துவதற்கான அவசியம் மற்றும் வழிகள் பற்றி") மற்றும் Opinion sur les mesures a prendre contre la coalition de 1815 ("1815 இன் கூட்டாட்சிக்கு எதிராக மேற்கொள்ள வேண்டிய நடவடிக்கைகள் பற்றிய கருத்து"). இந்தப் பிரசுரங்கள் முறையே பாரிஸில் 1814 அக்டோபரில் மற்றும் 1815-ல் வெளியிடப்பட்டன.

ஆறாவது பிரெஞ்சு எதிர்ப்புக் கூட்டணியின் (ருஷ்யா, ஆஸ்திரியா, பிரிட்டன், பிரஷ்யா மற்றும் இதர நாடுகள்) நேசப்படைகள் 1814, மார்ச் 31-ல் பாரிசுக்குள் புகுந்தன. நெப்போலியனின் சாம்ராஜ்ஜியம் வீழ்ச்சியடைந்தது. நெப்போலியன் பதவி துறந்த பின் எல்பா தீவுக்கு நாடு கடத்தப்பட்டார். பிரான்சில் புர்போன் மன்னர்கள் மீண்டும் பதவிக்கு வந்தார்கள்.

நூறு நாட்கள்: போனப்பார்ட்டின் சாம்ராஜ்ஜியம் மீண்டும் நிலைநாட்டப் பட்ட குறுகிய கால கட்டம் - அதாவது 1815, மார்ச் 20-ந் தேதி நெப்போலியன் பாரிசுக்குத் திரும்பி வந்தது முதல் அதே ஆண்டு, ஜூன் 22-ந் தேதி அவர் வாட்டர்லூவில் தோற்கடிக்கப்பட்டு, பதவி துறந்தது வரை. - 356

191. **வாட்டர்லூ போரில்** (பெல்ஜியம்) 1815, ஜூன் 18-ந் தேதி நெப்போலியனிப் படை வெலிங்டன் கீழிருந்த ஆங்கில-டச்சுப் படைகளாலும் பிளூச்சர் தலைமை யிலான பிரஷ்யன் சேனையாலும் தோற்கடிக்கப்பட்டது. இந்தச் சண்டை 1815 போரில் தீர்மானகரமான பாத்திரம் வகித்து ஏழாவது பிரெஞ்சு எதிர்ப்பு கூட்டணியின் (பிரிட்டன், ருஷ்யா, ஆஸ்திரியா, பிரஷ்யா, ஸ்வீடன்,

ஸ்பெயின் இதர நாடுகள்) இறுதி வெற்றியையும், நெப்போலியனது சாம்ராஜ்ஜியத்தின் வீழ்ச்சியையும் முன்கூட்டியே நிர்ணயம் செய்தது.

ஜெர்மன் பேராசிரியர்களை எதிர்த்த டூரிங்கின் "குழப்பும் சண்டை" பற்றி குறிப்பு 9 ஐக் காண்க. - 356

192. இந்தக் கருத்து ஃபூரியேயின் முதல் நூலான Theorie des quatre mouvements ("நான்கு இயக்கங்கள் பற்றிய தத்துவம்") என்ற நூலில் முன்வைக்கப்பட்டது. அதில் பின்வரும் பொதுவான ஆய்வுரை அடங்கியுள்ளது: "ஒரு கால கட்டத்தின் சமுக முன்னேற்றம் மற்றும் மாற்றங்கள் விடுதலையை நோக்கிய மாதர் முன்னேற்றத்தால் பின்தொடரப்படும், அதே பொழுதில் ஒரு சமூக அமைப்பின் வீழ்ச்சி அதனுடன் மாதர் அனுபவித்த சுதந்திரங்களைக் குறைக்கும் போக்கை கொண்டுவரும்." இதிலிருந்து ஃபூரியே பின்வரும் முடிவுக்கு வருகிறார்: "மாதர் உரிமைகளை விரிவுபடுத்துவது எல்லா சமூக முன்னேற்றத்திற்குமான அடிப்படைக் கோட்பாடாகும்." (ஃபூரியே, Oeuvres completes, தொகுதி 1, பாரிஸ், 1841, பக்கங்கள் 195 - 196). - 357

193. ஷார்ல் ஃபூரியே, Theorie de I' unite universelle ("சர்வப் பொது ஒற்றுமையின் தத்துவம், தொகுதி 1 மற்றும் 4; Oeuvres completes, தொகுதி 2, பாரிஸ், 1843, பக்கங்கள் 78-79 மற்றும் தொகுதி 5, பாரிஸ், 1841, பக்கங்கள் 213.

நாகரிகத்தின் "நச்சுச் சுழல்" பற்றி ஃபூரியேயின் Le Nouveau monde industrielle et societaire, ou invention du procede d' industrie attrayante et naturelle distribuee en series passionees", Oeuvres completes, ("புதிய தொழில்துறை மற்றும் சமூகம் சார்ந்த உலகம், அல்லது கவர்ச்சியின் அளவுக்கு ஏற்ப வினியோகிக்கப் படும் ஒப்புதலுக்குரிய இயற்கை மாதிரியான வேலை", **நூல் திரட்டு,** தொகுதி 1, பாரிஸ், 1841, பக்கம் 202 ஐக் காண்க. - 358

194. ஷார்ல் ஃபூரியே, Oeuvres completes, தொகுதி 6, பாரிஸ், 1845, பக்கம் 35. - 358

195. ஷார்ல் ஃபூரியே, Oeuvres completes, தொகுதி 6, பாரிஸ், 1845, பக்கம் 50-ம் அடுத்து வரும். - 358

196. இந்த வாசகத்தை எங்கெல்ஸ் **கற்பனாவாத சோஷலிசமும் விஞ்ஞான சோஷலிசமும்** என்ற நூலில் ஓர் அடிக்குறிப்பு மூலம் விளக்குகிறார். அதில் இந்தப் பக்கத்திலுள்ள மேற்கோள்கள் பின்வரும் நூல்களிலிருந்து எடுக்கப் பட்டுள்ளன என்பதைச் சுட்டிக் காட்டுகிறார்; ரா. ஓவன், **மனித இனத்தின் சிந்தனையிலும் செயலிலுமான புரட்சி அல்லது பகுத்தறிவின்மையிலிருந்து பகுத்தறிவை நோக்கி வரும் மாறுதல்,** லண்டன், 1849.

முந்தைய பக்கத்தில் ஓவனது வாழ்க்கை பற்றிக் குறிப்பிடப்பட்டுள்ள தகவல்களும் இதே ஆதாரத்திலிருந்து எடுக்கப்பட்டவை. - 361

197. ராபர்ட் ஓவன், Report of the Proceedings at the Several Public Meetings, Held in Dublin... on the 18th March, 12th April, 19th April and 3rd May ("டப்ளினில்... மார்ச் 18, ஏப்ரல் 12, ஏப்ரல் 19, மே 3 தேதிகளில் நடைபெற்ற பல கூட்டங்களின் நடவடிக்கைகள் பற்றிய அறிக்கை"), டப்ளின், 1823. - 362

198. 1815, ஜனவரியில் கிளாஸ்கோவில் நடைபெற்ற ஒரு பெரிய பொதுக் கூட்டத்தில் ஓவன் தொழிற்சாலைகளில் குழந்தைகள் மற்றும் வயதுவந்தோர் வேலை நிலைமைகளை மேம்படுத்துவது சம்பந்தமான பல நடவடிக்கைகளைப் பற்றி யோசனை கூறினார். ஓவனது முன்முயற்சியால் 1815 ஜூன் மாதம் முன் வைக்கப்பட்டதான சட்டம், அதன் நசுங்கிய ஒடுங்கிய உருவில் 1819 ஜூலையில்

நாடாளுமன்றத்தால் நிறைவேற்றப்பட்டது. பருத்தி ஆலைகளில் உழைப்பை முறைப்படுத்தும் சட்டம் 9 வயதுக்கு குறைந்த குழந்தைகள் வேலைக்கமர்த்தப் படுவதைத் தடைசெய்தது; 18 வயதுக்குட்பட்டோருக்கு வேலை நாளை 12 மணி நேரமாக வரையறுத்தது; தொழிலாளர்களுக்கு காலை உணவு மற்றும் மதிய உணவுக்கான இரு இடைவேளைகளை மொத்தம் ஒன்றரை மணி நேரம் நிறுவியது. - 363

199. ஓவன் தலைமையில் 1833 அக்டோபரில் லண்டனில் கூட்டுறவுச் சங்கங்கள் மற்றும் தொழிற்சங்கங்களில் காங்கிரஸ் நடைபெற்றது. இந்தக் காங்கிரஸ் மாமூலாக கிரேட் பிரிட்டன் மற்றும் அயர்லாந்து நாடுகளது தொழில் உற்பத்தியின் (துறையின்) மாபெரும் தேசிய ஒன்றிணைந்த தொழிற்சங்கத்தை நிறுவியது; 1834-ல் இதன் சாசனம் ஏற்கப்பட்டது. இந்தச் சங்கம் உற்பத்தி நிர்வாகத்தை மேற்கொண்டு சமுதாயத்தைச் சமாதான முறையில் மாற்றி யமைக்க வேண்டும் என்பதே ஓவனின் உத்தேசம். இந்தக் கற்பனாவாதத் திட்டம் விரைவில் தகர்ந்து விட்டது. பூர்ஷ்வா சமூகத்திடமிருந்தும் அரசிடமிருந்தும் எழுந்த பலமான எதிர்ப்பால் இந்தச் சங்கம் 1834, ஆகஸ்டிலிருந்து இயங்கவில்லை. - 363

200. Equitable Labour Exchange Bazaars (நியாயமான உழைப்புப் பரிவர்த்தனை கடைகள்) தொழிலாளர் கூட்டமைப்புகளால் இங்கிலாந்தின் பல பகுதிகளில் தோற்றுவிக்கப்பட்டன; இந்தக் கடைகளின் முதல் மாதிரி ராபர்ட் ஓவனால் லண்டனில் 1832 செப்டம்பரில் நிறுவப்பட்டது, இது 1834 நடுப்பகுதி வரையில் நிலவியது. - 363

201. 1848-49 புரட்சியின் போது புரூதோன் பரிவர்த்தனை வங்கி ஒன்றை நிறுவ முயன்றார். அவரது Banque du peuple (மக்கள் வங்கி) 1849, ஜனவரி 31-ல் பாரிசில் தோற்றுவிக்கப்பட்டது. இது வெறும் பெயரளவில் இரண்டு மாதங்கள் வேலை செய்தது. முறையாக இயங்கத் தொடங்கு முன்பே இது ஓட்டாண்டியாகி, ஏப்ரல் மாதத் துவக்கத்தில் மூடப்பட்டது. - 363

202. வி.லு. சார்கண்ட், Robert Owen, and his Social Philosophy ("ராபர்ட் ஓவனும் அவரது சமூகத் தத்துவவியலும்"), லண்டன், 1880.

திருமணம் மற்றும் கம்யூனிஸ்டு அமைப்பு பற்றிய ஓவனின் அடிப்படையான நூல்கள்: **புதிய ஒழுக்கநெறி உலகில் திருமண முறை (1838), புதிய ஒழுக்க நெறி உலக நூல் (1836-1844), மனம் மற்றும் மனித இனத்தின் நடைமுறையில் புரட்சி (1849)**. - 364

203. Harmony Hall (இசைவிணக்க மண்டபம்) - ஆங்கில கற்பனாவாத சோஷலிஸ்டுகள் ராபர்ட் ஓவன் தலைமையில் நிறுவிய கம்யூனிஸ்டுக் குடியிருப்பு. இது இங்கிலாந்தில் ஹாம்ப்ஷயரில் 1839-ல் இறுதியில் நிறுவப்பட்டது. 1845 வரை இது நிலவியது. - 365

204. கேதே, **பாவுஸ்ட்**, பாகம் 1, காட்சி 4. - 367

205. **மார்க்கைக்** குறிப்பிட்ட ஒரு குறிப்பு எங்கெல்சால் **கற்பனாவாத சோஷலிசமும் விஞ்ஞான சோஷலிசமும்** என்பதில் கொடுக்கப்பட்டுள்ளது. - 376

206. இங்கு 17 ஆவது மற்றும் 18 ஆவது நூற்றாண்டுகளில் பிரதான ஐரோப்பிய நாடுகளிடையே இந்தியாவுடனும் அமெரிக்காவுடனுமான வாணிகத்தில் ஆதிக்கம் பெறவும் காலனி மார்க்கெட்டுகளைக் கைப்பற்றவும் நடைபெற்ற போர்கள் குறிப்பிடப்படுகின்றன. முதலில் பிரதானப் போட்டியாளர்கள் இங்கிலாந்தும் ஹாலந்துமே (1652-54, 1664-67 மற்றும் 1672-74 ஆண்டுகள் நடந்த

ஆங்கில - டச்சுப் போர்கள் குறிப்பாயும் வாணிகப் போர்களே), பின்னால் இங்கிலாந்துக்கும் பிரான்சுக்குமிடையே ஒரு நிர்ணயமான போராட்டம் பொங்கி எழுந்தது. இந்தப் போர்களில் இங்கிலாந்து வெற்றியடைந்தது. 18 ம் நூற்றாண்டின் இறுதியில் உலக வாணிகம் ஏறத்தாழ முழுவதும் அதன் கரங்களில் செறிந்து கிடந்தது. - 377

207. இங்கு எங்கெல்ஸ் **மூலதனம்**, தொகுதி 1 லிருந்து மேற்கோள் காட்டுகிறார் (கா. மார்க்ஸ், **மூலதனம்**, தொகுதி 1, மாஸ்கோ, 1961, பக்கங்கள் 435-436, 487 ஐக் காண்க). - 378

208. கா. மார்க்ஸ், **மூலதனம்**, தொகுதி 1, மாஸ்கோ, 1961, பக்கம் 462. - 379

209. கா. மார்க்ஸ், **மூலதனம்**, தொகுதி 1, மாஸ்கோ, 1961, பக்கம் 645. - 379

210. ஷார்ல் ஃபூரியே, Oeuvres Completes, தொகுதி 6, பாரிஸ் 1845, பக்கங்கள் 393-394. - 381

211. Seehandlung (கடல் வர்த்தகம்) - 1772-ல் பிரஷ்யாவில் நிறுவப்பட்ட ஒரு வர்த்தக கடன் வழங்கு நிறுவனம். இது பல முக்கியமான சலுகைகளை அனுபவித்தது; அரசுக்குப் பெரிய கடன்களை வழங்கியது. நடைமுறையில் அதன் வங்கியாகவும் நிதித் தரகராகவும் செயல்பட்டது. 1904-ல் இது அதிகாரபூர்வமாகப் பிரஷ்யன் அரசாங்க வங்கியாகியது. - 384

212. **சுதந்திர மக்கள் அரசு** 1870 ம் ஆண்டுகளில் ஜெர்மன் சமூக - ஜனநாயக வாதிகளின் வேலைத்திட்டக் கோரிக்கையாகவும் கவரும் சொல்லடுக்காகவும் இருந்தது. மார்க்சின் **கோத்தா வேலைத் திட்டம் பற்றிய விமர்சனம்** என்ற நூலின் நாலாம் பகுதியில் மற்றும் 1875, மார்ச் 18-28-ல் எங்கெல்ஸ் பெபெலுக்கு எழுதிய கடிதத்தில் இந்தக் கோஷம் விமர்சிக்கப்பட்டுள்ளது. - 388

213. கிரேட் பிரிட்டன் மற்றும் அயர்லாந்தின் மொத்தச் செல்வம் பற்றிய புள்ளி விவரங்கள் "இங்கிலாந்தில் அண்மைக் கால மூலதனத் திரட்சி" என்ற ராபர்ட் ஜிஃப்பனின் கட்டுரைகளிலிருந்து எடுக்கப்பட்டவை. இது 1878, ஜனவரி 15-ல் புள்ளிவிவர சங்கத்தில் படிக்கப்பட்டு, Journal of the Statistical Society ("புள்ளி விவர சங்கத்தின் சஞ்சிகை") யில் 1878 மார்ச் மாதம் வெளியிடப்பட்டது. - 391

214. ஜெர்மன் தொழிலதிபர்களின் மத்திய சங்கத்தின் இரண்டாவது காங்கிரஸ் 1878, பிப்ரவரி 21-22-ல் பெர்லினில் நடைபெற்றது. - 391

215. கா. மார்க்ஸ், **மூலதனம்**, தொகுதி 1, மாஸ்கோ, 1961, பக்கம் 360 - 406

216. கா. மார்க்ஸ், **மூலதனம்**, தொகுதி 1, மாஸ்கோ, 1961, பக்கம் 422. - 406

217. ஷார்ல் ஃபூரியே, **புதிய பொருளாதார மற்றும் சமூகம் சார்ந்த உலகம்**, புத்தகம் 3, அத். 2, 5, 6, - 408

218. கா. மார்க்ஸ், **மூலதனம்**, தொகுதி 1, மாஸ்கோ, 1961, பக்கம் 421. - 409

219. கா. மார்க்ஸ், **மூலதனம்**, தொகுதி 1, மாஸ்கோ, 1961, பக்கம் 487-488. - 411

220. பிரஷ்யன் சட்டமன்றத்தின் (Landtag) கீழ் சபையின் 1852, மார்ச் 29-ந் தேதி பிஸ்மார்க் நிகழ்த்திய ஓர் உரையை எங்கெல்ஸ் மனதில் கொண்டிருந்தார் (இந்தச் சபையில் பிஸ்மார்க் 1849 முதல் உறுப்பினராக இருந்தார்). புரட்சிகர இயக்கங்களுக்குப் பெரிய நகரங்கள் மையமாக இருந்ததால் பிரஷ்யன் பெரிய நிலப்பிரபுக்களின் பகைமையினை வெளியிட்ட பிஸ்மார்க் புரட்சி இயக்கத்தின் இன்னொரு எழுச்சி ஏற்படுமானால் இந்த நகரங்கள் அழித்தொழிக்கப்பட வேண்டும் என்றார். - 413

221. கா. மார்க்ஸ், **மூலதனம்,** தொகுதி 1, மாஸ்கோ, 1961, பக்கம் 94. - 421

222. வி. வெய்த்லிங்கின் Garantien der Harmonie und Freiheit ("இசைவிணக்கத்தையும் சுதந்திரத்தையும் உத்தரவாதம் செய்தல்") என்ற நூலில் **வரவு செலவு கணக்குப் புத்தகம்** (Kommerzbuch) விவரிக்கப்பட்டுள்ளது.

வெய்த்லிங்கின் கற்பனாவாதத் திட்டப்படி எதிர்கால சமுதாய அமைப்பில் உடலுரமுள்ள அனைவரும் நாளில் குறிப்பிட்ட மணி நேரம் வேலை செய்து, பிரதியாகப் பிழைப்புச் சாதனங்களைப் பெறுவர். இந்த நேரத்துக்கு மேல் ஒவ்வொரு நபருக்கும் பல "வர்த்தக மணிகள்" வேலை செய்யும் உரிமையுண்டு. இதற்குப் பிரதியாக அவர் ஆடம்பரப் பொருள்களைப் பெறலாம். இந்தக் கூடுதல் மணி நேரமும் அவர்களுக்காகப் பெறப்பட்ட பொருள்களும் "கணக்குப் புத்தகத்தில்" பதிவு செய்யப்படும். - 421

223. "Non olet" (இது - அதாவது பணம் - நாறுவதில்லை - இந்தச் சொற்களை ரோமன் சக்கரவர்த்தி வெஸ்பாசியன் (கி.பி. 69-79) கக்கூசுகளுக்கு வரி விதித்ததற்காகத் தம்மைக் குறைகூறிய தம் மகனுக்குப் பதில் சொல்லும் முறையில் கூறினார். - 423

224. சார்கண்ட்டின் நூல் பற்றி குறிப்பு 202 ஐக் காண்க.

Labour Exchange Bazaars (உழைப்புப் பரிவர்த்தனைக் கடைகள்) - குறிப்பு 200 ஐக் காண்க. - 425

225. எங்கெல்ஸ் Deutsch- Franzosische Jahrbucher சஞ்சிகையில் வெளியிடப்பட்ட **அரசியல் பொருளாதாரம் பற்றிய விமர்சக ஆய்வின் உருவரை** என்ற தமது கட்டுரையைக் குறிப்பிடுகிறார். Deutsch - Franzosische Jahrbucher ("ஜெர்மன் - பிரெஞ்சு ஆண்டுமலர்") பாரிசில் ஜெர்மன் மொழியில் வெளியிடப்பட்டது. மார்க்ஸ் மற்றும் ரூகே அதன் பதிப்பாசிரியராக இருந்தனர். வெளியிடப்பட்ட ஒரே இதழ் - 1844 பிப்ரவரி இரட்டை இதழாகும். இதில் மார்க்ஸ் எழுதிய **யூதப் பிரச்சனை குறித்து, சட்டம் குறித்த ஹெகலின் தத்துவவியல் பற்றிய விமர்சனம். முகவுரை,** எங்கெல்சின் **அரசியல் பொருளாதாரம் பற்றிய விமர்சக ஆய்வின் உருவரை, இங்கிலாந்தின் நிலைமை.** தாமஸ் கார்லைல். **நிகழ்காலமும் பழங்காலமும்** ஆகிய கட்டுரைகள் அடங்கியிருந்தன. இந்த நூல்கள் மார்க்சும் எங்கெல்சும் இறுதியாகப் பொருள்முதல்வாதம் மற்றும் கம்யூனிசக் கருத்துகளுக்கு மாறிச்சென்றதைக் குறிப்பனவாகும். இந்தச் சஞ்சிகையின் நிறுத்தத்திற்குப் பிரதான காரணம் மார்க்சுக்கும் முதலாளித்துவ வகைப்பட்ட தீவிரவாத ரூகேயுக்கும் இடையிலான கோட்பாடு சம்பந்தமான சித்தாந்த முரண்பாடுகளேயாகும். - 430

226. குறிப்பு 96 ஐக் காண்க. - 432

227. குறிப்பு 118 ஐக் காண்க. - 433

228. பின்னால் முகச்சவரக்காரர் வட்டக்கிண்ணம் என்று தெரியவந்த மாம் பிரினோவின் மாந்திரிக தலைக்கவசம் வெற்றி அடைந்தது பற்றிய சாகசச் செயலுடன் இணைந்தது. இது செர்வாண்டிசின் நாவலான **டாக் குவிக் சோட்,** பாகம் 1, அத். 21-ல் சித்திரிக்கப்படுகிறது.

ஆப்ரஹாம் என்ஸ், மார்க்ஸ், எங்கெல்ஸ் இருவருக்கும் எதிரான ஒரு வசை நையாண்டியின் ஆசிரியர்; Vorwarts பத்திரிகையில் ஜனவரி- பிப்ரவரி 1877ல் வெளியிடப்பட்ட **டூரிங்குக்கு மறுப்பு** முதல் அத்தியாயங்கள் சம்பந்தமாக அவர் அப்பாடல்களை எழுதினார். - 435

229. புரோட்டஸ்டென்ட் பிரஷ்ய அரசில் கத்தோலிக்கப் பள்ளிகளை அனுமதிக்கலாமா என்று அமைச்சர் வான் பிராண்டும் கோவில் மன்றத்தின் தலைவரான ரைஷன் பாஹுூம் கேட்ட கேள்விக்குப் பதிலாக 1740, ஜூலை 22-ல் பிரஷ்ய மன்னர் இரண்டாம் ஃபிரெடெரிக் எழுதிய தீர்மானத்தில் இருந்து ஒரு சொற்றொடர். - 438

230. **மே சட்டங்கள்** என்பவை பிஸ்மார்க்கின் முன் முயற்சியால் பிரஷ்யன் கலாச்சார அமைச்சர் ஃபால்க் 1873, மே 11-14 தேதிகளில் ரைஷ்ஸ்டாக் மூலம் நிறைவேற்றிய நான்கு சட்டங்களாகும். இந்தச் சட்டங்கள் கத்தோலிக்கச் சர்ச் மீது கறாரான அரசுக் கட்டுப்பாட்டை நிலைநாட்டின; இவை "கலாச்சார ஊக்குவிப்பு" முயற்சிக்கான இறுதி நடவடிக்கைகளைக் குறித்தன. தெற்கு மற்றும் தென்-மேற்கு ஜெர்மனியிலிருந்த பிரிவினைவாதிகளின் நலன்களைப் பிரதிநிதித்துவப்படுத்திய "நடுக்" கட்சியின் பிரதான ஆதாரம் என்ற முறையில் கத்தோலிக்க குருமார்களை எதிர்த்து நெறியாக்கம் செய்யப்பட்ட பிஸ்மார்க்கின் 1872-1875 சட்ட வரிசையில் மிகவும் முக்கியமான கண்ணியாகும். போலீஸ் அடக்குமுறை கத்தோலிக்கரிடையே ஆவேசமான எதிர்ப்பை எழுப்பியது; அவர்களுக்குத் தியாக முத்திரையைத் தந்தது. 1880-87-ல் தொழிலாளி வர்க்க இயக்கத்துக்கு எதிராக எல்லா பிற்போக்குச் சக்திகளையும் ஒன்றிணைக்கும் பொருட்டு பிஸ்மார்க்கின் அரசு எல்லா கத்தோலிக்க விரோதச் சட்டங்களையும் முதலில் தளர்த்தவும் பிறகு கிட்டத்தட்ட எல்லாவற்றையும் ரத்து செய்யவும் நிர்ப்பந்திக்கப்பட்டது. - 441

231. கா. மார்க்ஸ், **மூலதனம்,** தொகுதி 1, மாஸ்கோ, 1961, பக்கங்கள் 489-490. - 443

232. கா. மார்க்ஸ், **மூலதனம்,** தொகுதி 1, மாஸ்கோ, 1961, பக்கங்கள் 483-490. - 448

233. The Magic Flute ("மாயக் குழல்") - மொத்ஸார்ட்டின் கடைசி ஆபெரா. இதில் இமானுவேல் ஷிகனேடர் வாசகங்கள் அமைத்தார்; இது 1791-ல் இசையமைக்கப்பட்டு நடிக்கப்பட்டது. இதில் மசானிக் கருத்துகள் (Masonic ideas) பிரதிபலிக்கப்பட்டன. வசன கர்த்தாவும், மொத்ஸார்ட்டும் இக்கழக உறுப்பினர்களாக இருந்தார்கள். **ஐரஸ்ட்ரோ, டாமினோ, பாமினா** என்ற நூலில் பின்னால் குறிப்பிடப்படுவோர் இந்த ஆபெராவின் பிரதான பாத்திரங்களாவர். - 450

234. ராஃபரெண்டரி - ஜெர்மனியில் ஒரு கீழ்நிலை அதிகாரி, பிரதானமாயும் ஒரு நீதித்துறை ஊழியர்; நீதிமன்றம் அல்லது அரசு அலுவலகத்தில் தொழில் பயில்பவராகப் பயிற்சி பெறுபவர். வழக்கமாக அவர் ஊதியம் எதுவும் பெறுவதில்லை. - 452

235. இந்தக் கட்டுரை 1878, மே மாதத்திலோ அல்லது ஜூலை மாதத்துவக்கத்திலோ **டூரிங்குக்கு மறுப்பு** நூலின் முதல் பதிப்பின் முகவுரையாக எழுதப்பட்டது; எனினும் எங்கெல்ஸ் இந்த முகவுரைக்குப் பதில் சுருக்கமான ஒரு முகவுரையினைத் தர முடிவு செய்தார் (இந்தப் பதிப்பு பக்கங்கள் 1-3 ஐப் பார்க்க).

1878, ஜூன் 11-ந் தேதிய புதிய முகவுரை, இதில் பயன்படுத்தப்பட்டுள்ள "பழைய முகவுரையுடன்" பிரதானமாயும் இசைந்ததாகவே உள்ளது. - 457

236. குறிப்பு 3 ஐக் காண்க. - 458

237. Tageblatt der 50. Versammlung deutscher Natuforscher und Aerzte in Munchen 1877, Beilage, S. 18. - 459

238. குறிப்பு 5 ஐக் காண்க. - 459

239. A. Kekule, Die wissenschaftlichen Ziele und Leistungen der Chemie, Bonn, 1878, S. 13-15. - 462

240. *கா. மார்க்ஸ்,* ***மூலதனம்,*** *தொகுதி 1, மாஸ்கோ, 1961, பக்கம் 19. - 467*

241. *கா. மார்க்ஸ்,* ***மூலதனம்,*** *தொகுதி 1, மாஸ்கோ, 1961, பக்கம் 20. - 467*

242. *இங்கு பின்வரும் நூல்கள் குறிப்பிடப்படுகின்றன: ஷார்ல் ஃபூரியே.* Theorie analytique de la chaleur *("வெப்பம் பற்றிய பகுப்பாய்வு தத்துவம்"), பாரிஸ், 1822; சாடி கார்னா,* Reflexioussur la puissance motrice du feu et sur les machines propres a developper cette puissance *("நெருப்பின் உந்து சக்தி மற்றும் இந்தச் சக்தியை வளர்க்கும் ஆற்றலுள்ள யந்திரங்களும் பற்றிய கருத்துகள்"), பாரிஸ், 1824. எங்கெல்ஸ் சுட்டிக்காட்டியுள்ள C செயல்பாடு கார்னாவின் நூலில் 73-79 பக்கங்களிலுள்ள குறிப்புகளில் விளக்கப்பட்டுள்ளன. - 468*

243. *17, 18 ம் நூற்றாண்டுகளில் இரசாயனவியலில் மேலோங்கி நின்ற தத்துவம். இது எரியும் நடைமுறையினை ஃபிளோஜிஸ்டன் என்ற பெயரிலான ஒரு குறிப்பிட்ட சாதனம் பருப்பொருளில் இருப்பதால் ஏற்படுவதாக விளக்குகிறது. - 468*

244. ***டூரிங்குக்கு மறுப்பு*** *நூலுக்கான எங்கெல்சின் தயாரிப்புக் கட்டுரைகள் இரு பகுதிகளைக் கொண்டவை. முதல் பகுதியில் பல்வேறு அளவிலான தனித்தனி ஏடுகள் கொண்ட (மொத்தம் 35 கையெழுத்து பக்கங்கள்) டூரிங்கின் நூலிலிருந்து எடுத்தாளப்பட்ட பகுதிகளும் எங்கெல்சின் குறிப்புகளும் அடங்கும்.* ***டூரிங்குக்கு மறுப்பு*** *நூலில் பயன்படுத்தப்பட்ட குறிப்புகள் அடிக்கப்பட்டுள்ளன. இரண்டாம் பகுதி பெரியளவிலான ஏடுகளைக் கொண்டது (மொத்தம் 17 கையெழுத்துப் பக்கங்கள்). அவை இரு பத்திகளாகப் பிரிக்கப்பட்டுள்ளன; இடது புறப்பத்தியில் முக்கியமாயும் டூரிங்கின்* ***அரசியல் மற்றும் சமூகப் பொருளாதாரப் பாடம்*** *என்ற நூல், இரண்டாம் பதிப்பிலிருந்து எடுத்தாளப்பட்ட பகுதிகளும், வலது பக்கப்பத்தியில் எங்கெல்சின் விமர்சனக் குறிப்புகளும் உள்ளன. சில சேர்ப்புகள் குறுக்கே அடிக்கப்பட்டுள்ளன; அவை* ***டூரிங்குக்கு மறுப்பு*** *நூலில் பயன்படுத்தப் பட்டவை.*

மேலும் கூடுதலாக ***டூரிங்குக்கு மறுப்பு,*** *நூலுக்கான தயாரிப்புக் கட்டுரைகளில் அடக்கம்; அடிமைத்தனம் பற்றிய ஒரு குறிப்பு, ஃபூரியேயின்* ***புதிய தொழிற் துறை மற்றும் சமூகம் சார்ந்த உலகம்*** *என்ற நூலில் இருந்து பகுதிகள், நவீன சோஷலிசம் பற்றிய குறிப்புகள், - இவையே* ***டூரிங்குக்கு மறுப்பு*** *நூலுக்கான "முகவுரையின்" ஆரம்ப பாடபேதம். இந்த மூன்று குறிப்புகளும்* ***இயற்கையின் இயக்கவியல்*** *நூலுக்கான தகவல் பொருட்களின் முதல் வரிசையாகும். இந்தப் பதிப்பு இந்தக் குறிப்புகளில் இரண்டை* ***டூரிங்குக்கு மறுப்பு*** *நூலுக்கான தயாரிப்புக் கட்டுரைகளாகவும், "முகவுரையின்" முதல் மற்றும் இறுதி வாசகங்களிடையிலான முக்கிய வேறுபாடுகளையும் "முகவுரை யின்" முதல் அத்தியாயத்திலான அடிக்குறிப்புகளில் தருகிறது.*

இந்தப் பதிப்பில் ***டூரிங்குக்கு மறுப்பு*** *நூலின் அடிப்படை வாசகத்தை முக்கியமாய் நிரப்பும் தயாரிப்புக் கட்டுரைகள் உள்ளன. தயாரிப்புக் கட்டுரைகளின் முதற் பகுதியின் குறிப்புகள் அவை குறிப்பிடும்* ***டூரிங்குக்கு மறுப்பு*** *நூலின் வாசகத்திற்கு ஏற்ப முறைப்படுத்தப்பட்டுள்ளன. இரண்டாம் பகுதியின் துணுக்குகள் எங்கெல்சின் கையெழுத்துப் பிரதியிலுள்ள வரிசைக் கிரமப்படி தரப்பட்டுள்ளன; விமர்சனக் குறிப்புகள் குறிப்பிடும் டூரிங்கின் நூலிலிருந்து எடுத்தாளப்படும் பகுதிகள் சதுர அடைப்புகளுக்கிடையே சுருக்கமான வடிவில் தரப்பட்டுள்ளன.*

டூரிங்குக்கு மறுப்பு நூலுக்கான தயாரிப்புக் கட்டுரைகளின் முதற் பகுதியில் அடங்கியுள்ள குறிப்புகள் 1876-ல் எழுதப்பட்டவை, இரண்டாம் பகுதி 1877-ல் எழுதப்பட்டது என்பது தெளிவு. - 469

245. 1876, செப்டம்பர் 6-ந் தேதி கிளாஸ்கோவில் நடைபெற்ற விஞ்ஞான முன்னேற்றத்திற்குப் பங்குப் பணியாற்றும் பிரிட்டிஷ் சங்கத்தின் 46 ஆவது காங்கிரசில் தாமஸ் ஆண்ட்ரூஸ் நிகழ்த்திய உரையினை இங்கு எங்கெல்ஸ் குறிப்பிடுகிறார். இந்த உரை Nature சஞ்சிகையில் 1876, செப்டம்பர் 7-ந் தேதி வெளியிடப்பட்டது. - 471

246. **ஷேக்-உல்-இஸ்லாம்** (Sheikh-ul-Islam) - உஸ்மான் பேரரசில் முஸ்லிம் சமய குருக்களின் தலைவரது பட்டப்பெயர். - 472

247. இங்கும் இதற்கு அப்பாலும் குறிக்கப்படும் பக்கங்கள் டூரிங்கின் **தத்துவவியல் பற்றிய பாடம்** சம்பந்தப்பட்டதாகும். - 473

248. **முன்னுருவாக்கம்** (Preformation) - முன்னரே உருவானது - 17, 18 ம் நூற்றாண்டுகளில் உயிரியலாளர்களிடையே பரவலாக நிலவிவந்த இயக்க மறுப்புத் தத்துவம். இதன்படி முழு நிறைவான உயிரமைப்பின் எல்லாப் பகுதிகளும் முற்றிலும் கருவிலேயே உருவாகிவிடுகிறது; வளர்ச்சி அவை அதிகரிப்பதில் மட்டுமே அடங்கியுள்ளது; பின்வளர்ச்சி (epigenesis) எதுவும் நடைபெறுவதில்லை. பின்வளர்ச்சி பற்றிய தத்துவம் வோல்ஃப் முதல் டார்வின் வரையான பிரபல உயிரியல் நிபுணர்களால் ஆதாரப்படுத்திக் காட்டப்பட்டு வளர்க்கப்பட்டது. - 475

249. ஹெ. எ. ரோஸ்கோ, Kurzes Lehrbuch der Chemie nach denneuesten Ansicheten der Wissenschaft ("மிக அணித்தான விஞ்ஞானக் கருத்துகளுக்கு ஏற்ப தொகுக்கப்பட்ட இரசாயனவியல் சுருக்கப்பாடநூல்"), பிரான்ஷ்வெக், 1867, பக்கம் 162. - 475

250. இங்கு எங்கெல்ஸ் ஹெ. அ. நிக்கல்ஸன் எழுதிய **விலங்கு நூல் கையேடு** என்ற நூலின் "பொது முகவுரையை" மனதிற் கொண்டிருக்கிறார். இதில் இயற்கை மற்றும் வாழ்க்கை நிலைமைகளை விவரிக்கும் ஒரு பாராவில் ஆசிரியர் வாழ்க்கை பற்றிய பல்வேறு வரையறுப்புகளைத் தருகிறார். - 476

251. கா. மார்க்ஸ், **மூலதனம்,** தொகுதி 1, மாஸ்கோ, 1961, பக்கம் 60. - 479

252. ஹெகல், **தர்க்கவியல்,** நூல் 1, பகுதி 1, அத். 1, கருத்துப் படிவங்களில் இருத்தல் மற்றும் இன்மையின் முரண்நிலை பற்றிய குறிப்பு (G.W.F. Hegel, Werke, Bd. III, 2. Aufi. Berlin; 1841, S. 74). - 484

253. ஷார்ல் பொஸ்ஸீ, Traites de Calcul differentiel et de Calculintegral ("வகையீட்டு, தொகையீட்டு நுண்கணிதம் பற்றிய ஆய்வுக் கட்டுரைகள்"), தொகுப்பு 1, பாரிஸ், ஆறாம் ஆண்டு (1789), பக்கம் 94. - 484

254. பொஸ்ஸுவின் நூலில் 95-96 ம் பக்கங்களில் பூஜ்யங்களுக்கிடையிலான உறவு பற்றிய ஆய்வுரை பின்வருமாறு விளக்கப்படுகிறது; இரு பூஜ்யங்களுக்கிடையே ஓர் உறவு நிலவுகிறது என்பதில் அபத்தமானதோ ஏற்கக் கூடாததோ எதுவுமில்லை. பின்வரும் சமவீதம் இருப்பதாக A:B = C:D; இதிலிருந்து (A-C):(B-D) = A:B யாகும்; C = A யானால் அதன் விளைவாக D = B யானால் பிறகு O:O = A:B யாகும்; இந்த உறவு A மற்றும் B யின் மதிப்பை ஒட்டி மாறுகிறது. பொஸ்ஸுவின் இந்த வாதத்தை எங்கெல்ஸ் மதிப்புகள் பற்றிய தமது உதாரணத்தில் A = C = 1 மற்றும் B = D = 2 என்று சித்திரித்துள்ளார். - 485

255. *குறிப்பு 183 ஐக் காண்க. - 487*

256. *வளர்ந்து வரும் விவசாய இயக்கத்தால் நெருக்கப்பட்டு 1789, ஆகஸ்ட் 4-ந் தேதி பிரெஞ்சு அரசியல் நிர்ணயசபை பல நிலப்பிரபுத்துவ வரிக்கட்டணங்களை ரத்தாக்குவதாகப் பிரகடனம் செய்தது; உண்மையில் இவற்றைப் புரட்சிகர விவசாயிகள் தாமே ஒழித்து விட்டார்கள். ஆனால் இந்தப் பிரகடனத்தை ஒட்டியே பிறப்பிக்கப்பட்ட சட்டங்கள் சொந்த வரிகளை மட்டுமே மீட்புப் பணமின்றி ரத்து செய்தன. ஜாக்கொபின் சர்வாதிகாரத்தின் கீழில்தான் 1793 ஜூலை 17-ந் தேதிய சட்டப்படி எல்லா நிலப்பிரபுத்துவ வரிக்கட்டணங்களும் மீட்புப் பணம் இன்றி ரத்து செய்யப்பட்டன.*

சமய நிறுவனங்களின் சொத்தைப் பறிமுதல் செய்யும் ஆணை 1789, நவம்பர் 2-ந் தேதி அரசியல் நிர்ணய சபையால் நிறைவேற்றப்பட்டது; நாடு கடத்தப்பட்ட பிரபுக்களின் சொத்துக்களைப் பறிமுதல் செய்வதற்கான சட்டம் 1792, பிப்ரவரி 9-ந் தேதி சட்டமன்றத்தால் நிறைவேற்றப்பட்டது. - 488

257. *இங்கு குறிப்பிடப்படுவது தாமஸ் மோர் எழுதிய* Utopia *("கற்பனையுலகம்"). இதன் முதல் பதிப்பு 1516-ல் பெல்ஜியத்திலுள்ள லுவெனில் வெளியிடப் பட்டது. - 490*

258. *இதற்குமேல் எங்கெல்ஸ் பின்வரும் ஃபூரியேவின் நூலிலிருந்து மேற்கோள் காட்டுவது:* CH. Fourier. Oeuvres ccmpletes, t. VI, Paris, 1845. - 490

259. *எங்கெல்ஸ் இங்கு* **மூலதனம்** *நூலின் முதல் தொகுதியிலுள்ள ஏழாவது பிரிவான* **மூலதனத் திரட்சி** *பற்றிக் குறிப்பிடுகிறார்.* **மூலதனத்தின்** *இந்தப் பகுதியிலுள்ள சம்பந்தப்பட்ட வாசகம் எங்கெல்சால் தமது* **டூரிங்குக்கு மறுப்பு** *நூலின் இரண்டாம் பகுதியின் இரண்டாம் அத்தியாயத்தில் தரப்பட்டுள்ளது (இந்நூலின் பக்கங்கள் 275-278 ஐக் காண்க). - 494*

260. *குறிப்பு 71 ஐக் காண்க. - 496*

261. *குறிப்பு 101 ஐக் காண்க. - 496*

262. *இங்கு கி.எ. லெங்கதலால் எழுதிய நான்கு தொகுதிகளிலான* **ஜெர்மன் விவசாயத்தின் வரலாறு** *என்ற நூலை (1847-1856-ல் யேனாவில் வெளியிடப் பட்டது) குறிப்பிடுகிறார் எங்கெல்ஸ். - 499*

263. **ஹெடிவ்** *- துருக்கி ஆதிக்கம் செலுத்திய காலத்தில் (1867-ல் துவக்கம்) எகிப்தின் மரபான ஆட்சியாளர் கொண்டிருந்த பட்டம். - 501*

264. *இந்தக் கட்டுரை துவக்கத்தில்* **டூரிங்குக்கு மறுப்பு** *நூலின் கையெழுத்துப் பிரதியின் இரண்டாம் பிரிவில் ஒரு துண்டாக இருந்தது. இது இரண்டாம் பகுதியில் மூன்றாம் அத்தியாயத்தில் சேர்க்கப்பட்டது. பின்னால் எங்கெல்ஸ் இதற்குப் பதில் வேறு ஒரு சிறுவாசகத்தை வெளியிட்டார் (இந்த நூலில் பக்கங்கள் 283-289 ஐக் காண்க). முந்தைய பகுதிக்குக் "காலாட்படைப் போர்த்தந்திரம், அதன் பொருளாயத அடித்தளம். 1700 - 1800" என்ற தலைப்பை அளித்தார். சம்பந்தப்பட்ட இந்தச் சிறுபகுதி 1877-ல் - ஜனவரி துவக்கத்தில் எங்கெல்ஸ் முதல் பகுதியைப் பூர்த்தி செய்த பொழுதும் ஆகஸ்ட் நடுப்பகுதியில்* **டூரிங்குக்கு மறுப்பு** *நூலின் இரண்டாம் பகுதி மூன்றாம் அத்தியாயம்* Vorwarts *செய்தித்தாளில் வெளியிடப்பட்ட பொழுதும் - எழுதப்பட்டது. - 503*

265. **அல்புரா போர்** (Battle of La Albuera) *(ஸ்பெயின்) 1811, மே 16-ல் நடைபெற்றது. இதில் பெரெஸ்ஃபோர்ட் தலைமையில் பட ஹோஸ் கோட்டையை*

முற்றுகையிட்டிருந்த பிரிட்டிஷ் சேனை மார்ஷல் சுல்ட் கீழிலான பிரெஞ்சுப் படையைத் தோற்கடித்தது. இதை எங்கெல்ஸ் **அல்புரா** என்னும் கட்டுரையில் வர்ணிக்கிறார்.

இங்கெர்மன் போர் கிரீமியன் யுத்தத்தின் போது 1854, நவம்பர் 5-ல் ருஷ்ய சேனைக்கும் ஆங்கில - பிரெஞ்சு படைகளுக்கும் இடையே நடந்தது. நேச நாடுகள் குறிப்பாக பிரிட்டிஷாருக்கு பெருமளவு ஆட்சேதம் ஏற்பட்டது; இதனால் அவர்கள் செஸ்தோபொலை உடனடித் தாக்குவது என்பதான தமது திட்டத்தைக் கைவிடவும், கோட்டையை நீண்டகாலம் முற்றுகையிடவும் வேண்டிய கட்டாயம் ஏற்பட்டது. இந்தப்போரை எங்கெல்ஸ் **இங்கெர்மன் போர்** என்ற கட்டுரையில் விரிவாகச் சித்திரித்துள்ளார். - 509

266. குறிப்பு 99 ஐக் காண்க. - 510

267. செயின்ட் பிரிவா போரில் பிரஷ்ய சேனைக்கு ஏற்பட்ட மனித இழப்பு மற்றும் இதர நஷ்டங்கள் சம்பந்தமான எல்லாத் தகவல்களையும் எங்கெல்ஸ் பிரெஞ்சு - பிரஷ்யப் போரின் (1870-1871) அதிகாரபூர்வமான வரலாற்றில் கிடைத்த தகவல்களிலிருந்து ஆய்ந்து பெற்றார். இந்த நூல் பிரஷ்ய ராணுவ தலைமை அலுவலகத்திலுள்ள ராணுவ - வரலாற்று பிரிவால் தொகுக்கப்பட்டது. Des deutseh-franzosische Krieg 1870-71, பெர்லின், தொகுதி 1, பாகம் 2, 1875, பக்கம் 669 ஐப் பார்க்க. - 511

268. இந்தக் குறிப்புகள் பெரும்பாலும் 1885-ல் எழுதப்பட்டிருக்கலாம்; எப்படியும் நிச்சயமாக 1884 ஏப்ரல் நடுப்பகுதிக்கு முன்பல்ல (அப்போது எங்கெல்ஸ் **டூரிங்குக்கு மறுப்பு** நூலின் இரண்டாவது விளக்கப்பட்ட பதிப்பைத் தயாரிக்க முடிவு செய்திருந்தார்), 1885 செப்டம்பர் முடிவுக்குப் பிறகும் அல்ல (அப்பொழுது இரண்டாம் பதிப்புக்கான முகவுரை பூர்த்தியாக்கப்பட்டு வெளியிட்டாளர்களுக்கு அனுப்பப்பட்டிருந்தது). 1884-ல் பெர்ன்ஷ்டைனுக்கும் கா. காவுத்ஸ்கிக்கும், 1885-ல் ஜி. ஷ்லூடருக்கும் எங்கெல்ஸ் எழுதிய கடிதங்களிலிருந்து அவர் **டூரிங்குக்கு மறுப்பு** நூலின் பல்வேறு பகுதிகளுக்கு இயற்கை-விஞ்ஞானத் தன்மையுடையதான வரிசையான பல "குறிப்புகள்" அல்லது "பிற்சேர்க்கைகளை" எழுதவும் அவற்றை இரண்டாம் பதிப்பின் இறுதியில் வைக்கவும் உத்தேசித்திருந்தார் என்பது துலாம்பரமாகத் தெரிகிறது. எனினும் இதர வேலைகளின் நெருக்கம் (பிரதானமாயும் மார்க்ஸ் எழுதிய **மூலதனம்** நூலின் இரண்டு மற்றும் மூன்றாம் தொகுப்பு வெளியீடு) இந்த உத்தேசத்தை அவர் நிறைவேற்ற முடியாதபடி தடைசெய்து விட்டது. அவர் **டூரிங்குக்கு மறுப்பு** நூலின் முதற் பதிப்புக்கு (பக்கங்கள் 17-18, 46க்கு) இரண்டு குறிப்புகளை மட்டுமே எழுத முடிந்தது. இந்தக் குறிப்புகள் எங்கெல்சால் **இயற்கையின் இயக்கவியல்** நூலில் சேர்க்கப்பட்டது. - 512

269. Nihil est in intellectu, quod non fuerit in sensu (புலன்களில் உள்ளடங்கியிராத எதுவும் அறிவில் உள்ளடங்கிக் கிடக்கவில்லை) புலனுணர்வுவாதத்தின் கோட்பாட்டின் அடிப்படைப் போதம். இந்தச் சூத்திரம் அரிஸ்டாட்டிலின் Posterior Analytics ("பின்னான பகுத்தாய்வியல்"), நூல் 1, அத்தியாயம் 18லும் De Anma ("ஆன்மா பற்றி"), நூல் 3, அத்தியாயம் 8 லும் இருந்து வருகிறது. - 512

270. இந்த இலக்கணம் வில்லியம் தாம்ஸனின் The Size of Atoms ("அணுக்களின் பரிமாணம்") என்ற கட்டுரையில் சுட்டப்பட்டுள்ளது. இது முதலில் Nature சஞ்சிகை, 1870, மார்ச் 31ந் தேதி இதழிலும் பிறகு வி. தாம்ஸன் மற்றும் பி.ஜி. டெய்ட்டின் **இயற்கைத் தத்துவவியல் மீதான ஆய்வுரை** என்ற நூலின்

இரண்டாம் பதிப்பின் அனுபந்தமாகவும் மறு மதிப்புச் செய்யப்பட்டது (W. Thomson, P.G. Tait, Treatise on Natural Philosophy. Vol. I, part II, new ed., Cambridge, 1883, p. 501-502). *- 514*

271. **இளம் வரிசையின் ரைஸ்** - மிகவும் "குள்ளமான" சிறிய ஜெர்மன் ராஜ்ஜியங்களில் ஒன்று. இது *1871*-ல் ஜெர்மன் சாம்ராஜ்ஜியத்தில் சேர்க்கப்பட்டது. *- 518*

272. இங்கு எங்கெல்ஸ் ஹெகலின் உடலுள ஆய்வியல் ஒருமை வாதத்தையும் பருப்பொருளின் கட்டுமானம் பற்றிய அவரது கருத்துகளையும் குறிப்பிடுகிறார். எங்கெல்ஸ் தமது **டூரிங்குக்கு மறுப்பு** நூலின் இரண்டாம் "குறிப்பில்" மேற்கோள் காட்டும் Die Pertgenesis der Plastidule இல் ஹெகல் ஒரு ஆரம்ப "ஆன்மா" பிளாஸ்டிடுல்களில்" (புரோடோபிளாசமின் மூலக்கூறுகளில்) மட்டுமன்றி அணுக்களிலும் இருக்கிறது; அணுக்கள்யாவும் "உயிர்ப்பூட்டப்பட்டு, "உணர்வையும்" "சித்தத்தையும்" உடைத்தனவாக உள்ளன என்று கூறுகிறார். இந்தச் சிறுநூலில் ஹெகல் அணுக்கள் முற்றிலும் தனிநிலையானவை, முற்றிலும் பிரிக்க வொண்ணாதவை, முற்றிலும் மாற்றவொண்ணாதவை என்பதோடு, தனிநிலை அணுக்களுடன் கூடவே முற்றிலும் தொடர்ந்து நீடிக்கும் ஒன்றாக ஈதர் இருத்தலைப் பற்றியும் பேசுகிறார் (E. Haeckel, Die Perigenesis der Plastidule, *பெர்லின், 1876, பக்கங்கள் 38-40*).

பருப்பொருளின் தொடர்ச்சிக்கும் மற்றும் பிரிநிலைக்கும் இடையிலான முரண்பாட்டை ஹெகல் அறவே ஒழித்துக்கட்டி விடுகிறார் என்ற உண்மையை எங்கெல்ஸ் தமது **இயற்கையின் இயக்கவியல்** நூலில் "பருப்பொருளின் பிரியுந்தன்மை" என்ற குறிப்பில் சுட்டுகிறார். *- 519*

273. கெக்கூலே, Die wissenschaftlichen Ziele und Leistungen der Chemie, *பான், 1878, பக்கம் 12. - 520*

274. இந்தத் தகவல் Nature என்னும் சஞ்சிகையில் இதழ் *420-ல், 1877*, நவம்பர் 15-ந் தேதி வெளியான ஒரு குறிப்புப் பற்றியது. இது *1877*, அக்டோபர் *18*-ல் பான் பல்கலைக்கழகத்தின் ரெக்டர் பதவியை மேற்கொண்ட ஒளகுஸ்ட் கெக்கூலே ஆற்றிய உரையினைச் சுருக்கிக் கூறுகிறது. *1878*-ல் கெக்கூலே தமது உரையை **இரசாயனத்தின் விஞ்ஞான நோக்கங்களும் சாதனைகளும்** என்ற தலைப்பில் சிறு பிரசுரமாக வெளியிட்டார். *- 520*

275. ஏ. ஹெகல், Die Perigenesis der Plastidule, *பெர்லின் 1876, பக்கம் 13. - 520*

276. **லோத்தர் மேயர் விளைவு** தனிமங்களின் அணு எடைக்கும் அவற்றின் அணுப்பரிமாணத்திற்குமிடையிலான விகிதங்களை எடுத்துக் காட்டுகிறார். இதை ஜெர்மன் இரசாயன நிபுணர் லோத்தர் மேயர் வரைந்தார். *1870*-ல் இது Die Natur der chemischen Elemente als Funktion threr Atom gewichte ("அவற்றின் அணு எடைகளின் பணி என்ற முறையில் இரசாயனத் தனிமங்களின் தன்மை") என்ற கட்டுரையாக Annalen der Chemie und Pharmacie என்ற சஞ்சிகையின் *7* ஆவது கூடுதல் தொகுப்பு, இதழ் *3*-ல் வெளியிடப்பட்டது.

இரசாயனத் தனிமங்களின் அணு எடைக்கும் அவற்றின் பௌதிக மற்றும் இரசாயனத் தன்மைகளுக்கும் இடையிலான இயல்பான இணைப்பினை மாபெரும் ருஷ்ய விஞ்ஞானி திமித்ரி மெந்தெலேயெவ் கண்டுபிடித்தார். அவர்தான் இரசாயனத் தனிமங்களின் ஆவர்த்தன நியதியினை முதலில் **ருஷ்ய இரசாயனிகள் சங்கத்தின் சஞ்சிகையில்** *1869* மார்ச் மாதம் **தனிமங்களின் அணு எடைபாலான தன்மைகளின் உறவுகள் பற்றி** என்ற தலைப்பிலான கட்டுரையில் முறைப்படுத்தி முன்வைத்தார். மெந்தெலேயெவின் கண்டு

பிடிப்புகள் பற்றி அறிந்த பொழுது மேயரும் அது போலவே ஆவர்த்தன நியதியை நிலைநாட்டுவதை நோக்கி முன்சென்று கொண்டிருந்தார். லோத்தர் மேயர் விளைவு மெந்தெலெயெவ் கண்டுபிடித்த நியதியை மிகத் தெளிவாகச் சித்திரிக்கிறது, ஆனால் அது இதைப் புறவயமாக, மெந்தெலேயெவ் அட்டவணையிலிருந்து வேறுபட்டு, ஒரு சார்பாகக் காட்டுகிறது.

மெந்தெலேயெவ் தமது அனுமானங்களில் மேயரை விடவும் அதிகமாக முன் சென்றார். அவரால் கண்டுபிடிக்கப்பட்ட ஆவர்த்தன நியதியின் அடிப் படையில் அந்தக் காலத்தில் தெரிந்திராத இரசாயனத் தனிமங்களின் நிலவுதலையும் அவற்றின் தன்மைகளையும் முன்னறிந்து கூறினார். மேயர் தமது பிந்தைய நூல்களில் தாம் ஆவர்த்தன நியதியைப் புரிந்து கொள்ள வில்லை என்பதைக் காட்டினார். - 522

277. ஹெகல், **தத்துவஞான விஞ்ஞானங்களின் கலைக்களஞ்சியம்**, பாரா 13, குறிப்பு: "வழக்கமாக எடுத்துத் தனிப்பட்டதுடன் **அடுத்தடுத்து** வைக்கப்படும் பொழுது பொதுவானது தனிப்பட்டதாக மாறுகிறது; அன்றாடம் பயன்படுத்தும் பொருள்கள் விஷயத்தில் இத்தகைய கண்ணோட்டத்தைப் பிரயோகிப்பதன் பொருத்தமற்ற தன்மையும் அபத்தமும் கண்கூடாகத் தெரியவரும்; உதாரணமாக, பழம் வேண்டும் என்று கேட்டவர் பிறகு செர்ரிப் பழம், பேரி மற்றும் திராட்சைப் பழங்களை அவை செர்ரிகள், பேரி, திராட்சையே அன்றி **பழங்களல்ல** என்ற காரணத்தால் வேண்டாம் என்று மறுத்தாராம்". - 524

278. ஏ.ஹெகல், Naturliche Schopfungsgeschichte, 4 ஆம் பதிப்பு, பெர்லின், 1873, பக்கங்கள் 538, 543, 588; Anthropogenie, லைப்சிக், 1874, பக்கங்கள் 460, 465, 492. - 525

279. ஹெகல், **தத்துவஞான விஞ்ஞானங்களின் கலைக்களஞ்சியம்**, பாரா 99, "பின்சேர்க்கை". - 525

நூல் பட்டியல்

Engels, F. Socialism: Utopian and Scientific, Geneva 1884.

Andrews, Th. Inaugural address (delivered at the forty-sixth annual meeting of the British Association for the Advancement of Science in Glasgow). In-. "Nature", vol. XIV, No. 358, September 7, 1876.

Aristoteles. De republica libri VIII. In: Aristotelis opera ex recensione I. Bekkeri. Tomus X. Oxonii, 1837.

Aristoteles. Ethics Nicomachea. In: Aristotelis opera ex recensione I. Bekkeri. Tomus IX. Oxonii, 1837.

Baudeau, l'abbe. Explication du Tableau economique (1767). In: Physiocrates. Avec une introduction sur la doctrine des physiocrates, des commentaires et des notices historiques, par E. Daire. Deuxieme partie. paris, 1846.

Bible.

Boisguillebert, P Dissertation sur la nature des richesses, de l'argent et des tributs. In: Economistes financiers du XVIII-e siecle. Precedes de notices historiques sur chaque auteur, et acompagnes de commentaires et de notes explicatives, par E. Daire. Paris, 1843.

Bossut, Ch. Traites de calcul differentiel et de calcul integral. Tome 1. Paris, an VI (1798).

[Cantillon, R.] Essai sur la nature du commerce en general. Londres, 1755.

Carey, H. C. The Past, the present and the future. Philadelphia, 1848.

Carnot, S. Reflexions sur la puissance motrice du feu et sur les machines propres a developper cette puissance. Paris, 1824.

Cervantes de Saavedra, M. El ingenioso hidalgo Don QuiJote de Mancha (Don Quixote).

Cobbett. W. A. History of the protestant "reformation", in England and Ireland, showing how that event has impoverished and, degraded the main body of the people in those countries in a series of letters, addressed to all sensible and just English men.-,=, London, 1824.

Code penal. Promulgated in 1810.

Code Napoleon. Promulgated in 1804.

Corpus juris civilis (Codified in VI century).

Darwin. Ch. The Origin of species by means of natural selection. or the Preservation of favoured races in the struggle for life. Sixth, edition, with additions and corrections. London, 1872.

Detoe, D. The Life and strange surprising adventures of Robinnson, — Crusoe.

Der Deutsch- franzosische Krieg 1870-71. Theil 1. Band 11. Berlin. 1875.

Diderot. D. Le neveu de Rameau. In: Oeuvres inedites de Diderot. Paris, 1821.

Diogenes Laertius. De vitis philosophorum libri X cum indice rerum. Ad optimorum librorum fidem accurate editi. Edition stereotypa C. Tauchnitu. Tomus 11. Lipsiae, 1833.

Duhring, E. Cursus der National - und Sociallokonomie einschliesslich der Hauptpunkte der Finanzpolitik. Zweite, theilweise umgearbei-tete Auflage. Leipzig, 1876. First Published in Berlin in 1873.

Duhring E. Cursus der Philosophie als streng wissenschaftlicher Weltanschauung und Lebensgestaltung. Leipzig, 1875.

Duhring, E. Kritische Geschichte der Nationallokonomie und des Socialismus. Berlin, 1871.

Idem. Zweite, theilweise umgearbeitete Auflage. Berlin, 1875.

Duhring, E. Kritische Grundlegung der volkswirtschaftslehre. Berlin, 1866.

Duhring, E. Marx, Das Kapital, Kritik der politischen Oekonomie, 1. Band, Hamburg 1867. 1n: " Erganzugsblatter zur kenntn if der Gegenwart". Band 111, Heft 3. Hilburghausen, 1867.

Duhring E. Naturirliche Dialektik. Neue logische Grundlegungen der Wissenschaft und Philosophic. Berlin, 1865.

Duhring, E. Neue Grundgesetze zur rationellen Physik und Chemie. Erste Folge. Leipzig, 1878.

Duhring, E. Die Schicksale meiner socialen Denkschrift for des Preussische Staatsministerium. Berlin, 1868.

Engels. F Die Entwicklung des Sozialismus von der Utopie zur Wissenschaft. Hottingen-Zurich, 1882.

Idem. Z we ite unveranderte Auflage a Hottingen-Zurich, 1883.

Idem. Engels Dritte unverinderte Auflage. Hottingen Zurich, 1883.

F Herrn Eugen Duhring's Unwalzung der Philosophic. Herrn Eugen Duhring's Umwalzung der politischen Oekonomie. Herrn Eugen Duhring's Umwalzung des Sozialismus. In'"Vorwdrts", 3. Januar 1877-7, Juli 1878.

Engels, F. Herrs Eugen Duhrings' Umwalzung der Wissenschaft. Philosophic. Politische Oekonomie. Sozialismus. Leizpig, 1878.

Engels, F. Herrn Eugen Duhliring's Umwalzung der Wissenschaft. Zweite Auflage. Zurich, 1886.

dem. Dritte, durchgesehene und vermehrte Auflage. Stuttgart, 1894.

Engels, F. Die Lage der Arbeitenden Klasse in England. Nach eigner Anschauung und authentischen Quellen. Leipzig, 1845.

Engels, F. Socialisme utopique et socialismo scientifique. Traduction francaise par P. Lafargue, Paris, 1880.

Engels, F. 11 socialismo utopico e it socialismo scientifico. Benevento, 1883.

Engels, F. Socyjalizm utopijny a naukowy. Geneve, 1882.

Engels, F Umrisse zu einer Kritik der Nationaloekonomie. In: "Deutsch-Franzosische Jahrbucher" herausgegeben von Arnold Ruge Und Karl Marx. 1-ste und 2-te Lieferung. Paris, 1844.

Engels, F. Der Ursprung der Famille, des Privateigenthums and des— Staats. im Anschluss an Lewis H. Morgan's Forschlungen Hottingen- Zurich, 1884.

Engels, F. Socialismens Udvikling fra Utopi til Videnskab.— Kjobenhavn, 1885.

Enb, A. Engels Attentat auf den gesunden Menschenverstand oderDer wissenschaftiliche Bankerott im Marxistischen Sozialismus Ein offener.brief an meine Freunde in Berlin. Grand-Saconnex (Schweiz), 1877.

Euclides. Elements.

Fourier, Ch. Oeuvres completes. T. I. -VI.

Tome 1. Theorie des quatre mouvements et des destinees generales. Paris, 1841.

Tome II. Theorie du l'unite universelle. Premier volume. Paris. 1843.

Tome V. Theorie de l'unite universelle. Quatrieme volume. Paris. 1841.

Tome VI. Le Nouveau Monde industriel et societaire, ou Invention du procede d'industrie attrayante et naturele distribuee en series passionnees. Paris 1845.

Fourier, J.B.J. Theorie analytique de la chaleur. Paris, 1822.

Gif~fen, R. Recent accumulations of capital in the United Kingdom. In: "Journal of the Statistical Society", vol. XLI, part I, London, 1878.

Haeckel, E. Naturliche Scnopfungs-geschichte. Gemeinverstandliche wissenschaftliche Vortrage uber die Entwickelungslehre im Allgemeinen und diejenige von Darwin, Goethe and Lamarck im Besonderen. Vierte verbesserte Auflage. Berlin, 1873. First published in Berlin in 1868.

Haeckel, E. Die Perigenesis der Plastidule oder die Wellenzeugung der Lebenstheilichen. Ein Versuch zur mechanischen Erklarung der elementaren EntwickelLungs-Vorgange. Berlin, 1876.

Hanssen, G Die Gehoferschaften (Erbgenossenschaften) im Regierun-gsbezirk Trier. Aus den Abhandlungen der Konigl. Akademie der Wissenschaften zu Berling 1863. Berlin, 1863.

Hegel, G W.F. Werke. Vollstandige Ausgabe durch einen Verewigten: Ph. Marheineke, J. Schulze, Ed. Gans, Lp. v. Henning, H. Hotho, C. Michelet, F. Forster. Bd. I-XVIII

Band 111. Wissenschaft der Logik. Erster Theil. Die omjective ective Logik. Erste Abtheilung. Die Lehre vom Seyn. Zweite unvern-derte Auflage. Berlin, 1841.

Band IV. Wissenschaft der Logik. Erster Theil. Die objective Logik. Zweite Abtheilung. Die Lehre vom Wesen. Zweite unvernanderte Auflage. Berlin, 1841.

Band V. Wissenschaft der Logik. Zweiter Theil. Die subjective Logik, oder: Die Lehre vom Begriff. Zweite unveranderte Auflage. Berlin. 1841.

Band VI. Encyklopadie der philosophischen Wissenschaften im Grundrisse. Erster Theil. Die Logik Zweite Auflage. Berlin, 1843.

Band VII. Erste Abtheilung. Vorlesungen Uber die Naturphilosophie als der Encyclopadie der philosophischen Wissenschaften im Grundrisse. Zweiter Theil Berlin, 1842.

Band VIII. Grundlinien der Philosophic des Rechts oder Naturrecht und Staatswissenschaft im Grundrisse. Zweite Auflage. Berlin, 1840.

Band IX. Vorlesungen Uber die Philosophie der Geschichte. Zweite Auflage. Berlin, 1840.

Band XIII. vorlesungen Uber die Geschichte der Philosophic. Erster Band. Berlin, 1833.

Band XIX Vorlesungen Uber die Geschichte der Philosophie. Zweiter Band, Berlin, 1833.

Band XV Vorlesungen Uber die Geschichte der Philosophic. Dritter Band. Berlin, 1836.

Heine, H. Kobes 1.

Horatius. Carmina. Liber 111, carmen I.

Hubbard, G Saint-Simon. Sa vie et ses travaux. Suivi de fragments des plus celebres ecrits de Saint-Simon. Paris, 1857.

Hume, D. Essays and treatises on se

edition. London, 1777. First published in four volumes, London and Edinburgh, in 1753-54.

Jahns, M. Macchiavelli Und der Gedanke der allgemeinen Wehrpflicht Vortrag, gehalten im Wussenschaftlichen Vereine zu Berlin am-26. Februar 1876. In "Knische Zeltung" NN 108, 110, 112. 1 vom 18., 20., 22., 25. April 1876.

Juvenalis. Satirae.

Kant, I. Allgemeine Naturgeschiclite und Theorie des Himmels, oder versuch von der Verfassung Unddem mechanischen Ursprunge des ganzen Weltgebaudes, nach Newton'schen Grundsatzen abgehandelt. 1755. In: I. Kant, Sammtliche Werke. In chronologis-cher Reihenfolge herausgegeben von G. Hartenstein. Rand 1. Leipzig, 1867.

Kant, 1. Kritik der reinen Vernunft. Riga, 1781.

Kant, I. Untersuchung der Frage, ob die Erde in ihrer Umdrehung urn die Achse, wodurch sic die Abwechselung des Tages und der Nacht hervorbringt, einige veranderung seit den ersten Zeiten ihres Ursprunges erlitten habe, und woraus man rich ihrer versichern konne. 1754. In: 1. Kant. Sammtliche Werke. In chronologischer Reihenfolge herausgegeben von G. Hartenstein. Band I. Leipzig, 1867.

Kekule, A. Die wissenschaftlichen Ziele und Leistungen der Chemie. Reds gehalten beim Antritt des Rectorates der Roheinischen Friedrich-Wilhelms-Universitat am 18. October 1877. Bonn, 1878.

Kirchhof. G. vorlesungen uber mathematische Physik. Mechanik. Auflage. Leipzig, 1877. First published in Leipzig in 1876.

Langethal, Ch.E. Geschichte der deutschen Landwirtschaft. Bucher I-IV. Lena, 1847-1856.

Lapiace, P S. Exposition du systems du monde. Tome 11. Paris, I'am IV de la Republique Francaise (1796).

Lavoisier, A. L. -See *Melanges d'economie poltique.*

Low, J. Considerations sur le numeraire et le commerce. In: Economistes financiers duXVIII-e siecle. Precedes de notices historiques sur chaque auteur, et accompagnes de commentaires et de notes explicatives, par E. Daire. Paris, 1843.

E. Daire. Paris, 1843.

Liebig, J. Die Chemie in ihrer Anwendung auf Agricultur ud Physio-logic. In zwei Theilen. Slebente Auflage. Theil 1: Der chemische Procef, der Ernahrung der Vegetabilien. Braunschweig. 1862. First published in Braunschweig, in 1840.

List, F. Das nationals System der politischen Oekonomie. Band 1: Der Internationale Handel, die Handelspolitik und der deutsche Zollverein. Stuttgart und Tubingen 1841.

Locke, J. Some considerations of the. consequences of the lowering of interest, and raising the value of money. London, 1691.

Marx, K. Das Kapital. Kritik der politischen Oekonomie. Erster Band. Buch I: Der Produktionsprocess des Kapitals. Hamburg. 1867.

Idem. Zweite verbesserte Auflage. Hamburg, 1872.

Idem. Dritte vermehrte Auflage. Hamburg, 1883.

Marx, K. Misers de la Philosophie. Reponse a la Philosophie de la misers de M. Proudhon. Paris-Bruxelles, 1847.

Marx, K. Zur Kritik der politischen Oekonomie. Erster Heft. Berlin, 1859.

[Marx, K. und Engels, F] Manifest der Kommunistischen Partei. London, 1848.

[Massie, J] An Essay on the governing causes of the natural rate of interest; wherein the sentiments of Sir William Petty and Mr. Locke, on that head, are considered. London, 1750.

Maurer, G.L. Einleitung zur Geschichte der Mark-, Hof-, Dorf- und Stadt-Verfassung und der offentlichen Gewalt. Munchen, 1854.

Maurer G.L. Geschichte der Dorfverfassung in Deutschland Bd. I-II. Erlangen, 1865-1866.

Maurer, G.L. Geschichte der Eronhofe, der Bavornhofe und der Hof vefassung in Deuschland. Bd I - IV Erlangen, 1862-1863.

Maurer, G.L. Geschichte der Markenverfassung in Deutschlant Erlangen, 1856.

Melanges d'economie politique. Preedes de notices historiques sur chaque auteur, et accompagnes de commentaires et de notes explicatives, par E. Daire et G. de Molinari. Vol. I. Paris, 1847.

Meyer, L. Die Natur der chemischen Elemente als Function ihrer Atomgewichte. In: "Annalen der Chemie und Pharmacie" herausgegeben und redigirt von F. Wohler, J. Liebig und H. Kopp. VII. Supplementband. Leipzig und Heidelberg, 1870.

Moliere, J.B. Le Bourgeois gentilhomme.

[Montesquieu, Ch.] De l'espirit des loix. Geneve, 1748.

Morgan, L.H. Ancient society or Researches in the lines of human progress from savagery, through barbarism to civilisation. London, 1877.

Morus, Th. Utopia. First published in Louvain, in 1516.

[Mun], T A Discourse of trade, from England into the East-Indies: answering to diverse objections which are usually made against the same. London, 1609.

Mun, T England's treasure by foreign trade, Or, the Balance of our foreign trade is the rule of our treasure. Written by Thomas Mun of Lond., merchant, and now published for the common good by his son John Mun. London, 1664.

Nageli, C. Die Schranken der naturwissenschaftlichen Erkenntniss. Vortag, gehalten in der zweiten allgemeinen Sitzung. In: "Tageblatt der 50. Versammlung deutscher Naturforscher und Aerzte in Munchen 1877". Beilage.

Napoleon. Dix-sept notes sur louvrage intitule, Considerations sur l'art de la guerre, imprime a Paris, en 1816. In: Memoires pour servir A l'histoule de France, sous Napoleon, ecrits a Sainte-Helene, parles generaux qui ont partage sa captivite, et publies sur les manuscrits entierement corriges de la main de Napoleon. Tome 1, ecrit par le general Comte de Montholon. Paris, 1823.

"Nature". A weekly illustrated journal of science. London and New York. vol. XV, No. 368, November 16, 1876. Notes (On the report of Prof. eMndeleeff, made at the Warsaw meeting of Russian naturalists, on the results of researches, pursued by him during 1875 and 1876 for the verification of Moriotte's law).

Idem. Vol. XVII, No. 420, November 15, 1877. University and educational intelligence: Bonn (On the address on the scientific position of chemistry, and the fundamental principles of this science, delivered by Prof. Kekule on entering upon the duties of rector of the University).

Nicholson, H.A. A Manual of zoology. First published in Edinburgh and London in 1870.

[North. D.] Discourses upon trade; principally directed to the cases of the interest, coinage, clipping, increase of money. London, 1691.

Owen, Robert. The Book of the new moral world. Parts I-VII. London, 1836-1844.

Owen, Robert. Te Revolution in the mind and practice of the human race; or the Coming change from irrationality to rationality. London, 1849.

Petty, W. The Political anatomy of Ireland. 1672. To which is added Verbum sapienti. London, 1691.

Petty, W. Quantulumcunque concerning money, 1682. To the Lord Marquess of Halyfax, London, 1695.

[Petty, W.] A Treatise of taxes and contributions. London, 1662.

Plato. Res publica. In: Platonis opera omnia. Recognoverunt I. G. Baiterus, I.C. Orellius, A.G. Winckelmannus. Vol. XIII. Turici. 1840.

Plinius. Naturalis historic. Liber XVIII.

Proudhon, P.J. Qu'est-ce que la propriete? ou Recherches Sur le principe du droit et du gouvernement. Premier memoire. Paris. 1840.

Quesnay, F Analyse du Tableau economique (1766). In: Physiocrates. Avec une introduction Sur le dotrine des physiocrates, des commen taires et des notices historiques, par E. Daire. Premiere partie. Paris, 1846.

Raft, G Naturgeschichte fur Kinder, zum Gebrauch in Stadt-und Land schulen. G0ttingen, 1778.

Ricardo, D. On the principles of political economy. and taxation. Third edition. London, 1821. First published in London in 1817.

Rochow, F.E. Der Kinderfreund. Ein Lesebuch zum Gebrau, in Landschulen. Brandenburg und Leipzig, 1776.

Rodbertus, J.K. Soiale Briefs an von Kirchmann, Zweiter Brief: Kirch-mane's socials Theorie und die meinige. Berlin, 1850.

Roscher, W. System der olkswirtschaft. Band I.- Die Grundlagender Nationalokonomie. Dritte, vermehrte und verbesserte Auflage Stuttgart und Augsburg, 1858. First published in Stuttgart and Tubingen in 1854.

Roscoe, H.E. Kurzes Lehrbuch der Chemie each den neuesten Ansichten der Wissenschaft. Deutsche Ausgabe, unter Mitwirkung des Verfassers bearbeitet von Carl Schorlemmer. Braunchwel'. 1867.

Rousseau, J.J. Discours sur l'origins et les fondemens de l'inegalite parmi les hommes. Amsterdam, 1755.

Rousseau, J.J. Du contrat social; ou, Principes du droit politique. Amsterdam, 1762.

Saint-Simon, H. Letters a un americain. In: H. Saint-Simon. L'Industrie, ou Discussions politiques, morales et philosophiques dans l'interet de tous les hommes livres a des travaux utiles et independans. Tome II. Paris, 1817.

[Saint-Simon, H.] Letters d'un habitant de Geneve d ses contemporains. (Paris, 1803).

Saint-Simon, H. et Thierry, A. De la reorganisation de la societe europeenne, ou De la necessite et des moyens de rassembles les peuples de l' Europe en un seul corps politique, en conservant A chacun son independance nationals. Paris, 1814.

Saint-Simon, H. et Thierry, A. Opinion sur les mesures d'prendre contre la coalition de 1815, Paris, 1815.

Sargant, W.L. Robert Owen, and his social phylosophy. London, 1860.

Schlosser, F.C. Weltgeschichte fur das deusche Volk. Band XVII. Neuere Geschichte. Neunter Tell. (Geshichte des achtzehnten Jahrhunderts.) Frankfurt a. M., 1855.

Secchi, A. Die Sonne, Die wichtigeren neuen Entdekcungen Uber ihren Bau, ihre Strahungen, ihre Stellung im weltall und ihr Verhaliniss zu den ubrigen Himmelskorpern. Autorisirte deutsche Ausgabe. Braunschweig, 1872.

Serra, A. Breve trattato delle cause the possono far abbondare li regni d'oro e d'argento dove non sono miniere (1613). In: Scrittori classici italiani di economai politica. Parte antica. Tomo 1, Milano, 1803.

Shakespeare, W. Konig Heinrich der Vierte. Erster Theil. Uber setzt von A. W. Schlegel.

Sismondi, J.C.L. Simonde de. Etudes sur 1'economie politique. Tome 11. Bruxelles, 1838.

Smith, A. An Inquiry into the nature and causes of the wealth of nations. In two volums. Vol. I. London, 1776.

Spinoza, B. Epistolae doctorum quorundam virorum ad B. de Spinoza et auctoris responsiones; ad aliorum ejus operum elucidationem non parum facientes. First published in Amsterdam in 1677.

Spinoza, B. Ethica ordine geometrico demonstrate et in quinque partes distincta. First published in Amsterdam in 1677.

Steuart, J. An Inquiry into the principles of political oecononly. In two volumes. London, 1767.

Stirner, M. Der Einzige und sein Eingenthum. Leipzig, 1845.

Vanderlint, J.n. Money answers all things: or, an Essay to make money sufficiently plentiful amongst all ranks of people. London, 1734.

விளக்கக் குறிப்புகள் - நூல் பட்டியல் - பெயர்க் குறிப்பகராதி / 573

Virchow; R. Die Cellularpathologie in ihrer Begrundung auf physiologis-che und pathologische Gewebelehre. Vierte, neu bearbeitete und stark vermehrte Auflage. Berlin, 1871. First published in Berlin in 1858.-19

Virchow, R. Die Freiheit der Wissenschaft im modernen Staat. Rede gehalten in der dritten allgemeinen Sitzung der funfzigsten Versammlung duetscher Naturforscher und Aerzte zu Munchen am 22 September 1877. Berlin, 1877.

Weitling. W. Garantien der Harmonie und Freiheit. Vivis, 1842.-359-60)
xynophon. Cyropaedia.

பெயர்க் குறிப்பகராதி

அரிஸ்டாட்டில் [Aristotle] *(384-322 கி.மு) - பண்டைய கிரேக்கச் சிந்தனையாளர்; தத்துவவியலில் அவர் பொருள்முதல்வாதத்திற்கும் கருத்துமுதல்வாதத்திற்கு மிடையே ஊசலாடினார். - 21, 119, 312, 314, 460, 461, 488*

அலெக்சாந்தர் II *(1818-1881) - ருஷ்யாவின் சக்கரவர்த்தி. - 445*

ஆண்ட்ரூஸ் [Andrews], **தாமஸ்** *(1813-1855) - அயர்லாந்தைச் சேர்ந்த இரசாயன வியலாளர், பௌதிகவியலாளர். - 471*

எக்கதெரினா II [Catherine II] *(1729-1796) - ருஷ்யாவின் சக்கரவர்த்தினி. - 489*

எபிக்யூரஸ் [Epicurus] *(சுமார் 341-சுமார் 270 கி.மு.) - பண்டைய கிரேக்கப் பொருள்முதல்வாதத் தத்துவவியலாளர். - 462*

என்ஃபாண்டின் [Enfantin], **பார்த்தலெமி பிராஸ்பர் (1796-1864)** - பிரெஞ்சு கற்பனாவாத சோஷலிஸ்டு, சான் சிமோனின் சீடர். - 38

என்ஸ் [Enss], **ஆப்ரஹாம்** *(19 ம் நூற்றாண்டு) - பிரஷ்யன் சாகுபடியாளர், ஐசனாஹர்களின் ஆதரவாளர், டூரிங்கைப் பின்பற்றுபவர்; மார்க்சையும் எங்கெல்சையும் இழிவுபடுத்தும் ஒரு விஷமத்தனமான கட்டுரை எழுதினார். - 435*

ஓகென் [Oken], **லாரென்ஸ்** *(1779-1851) - ஜெர்மானிய இயற்கை விஞ்ஞானி, இயற்கை தத்துவவியலாளர். - 10*

ஓவன் [Owen], *ராபர்ட் (1771-1858) - ஆங்கில கற்பனாவாத சோஷலிஸ்டு. - 19, 38, 202, 213, 352, 359-365, 407, 408, 421, 424, 425, 448*

ஃபெரியே [Ferrier], **ஃபிரான்சுவா லூயீ அகுஸ்த்** *(1777-1861) - பிரெஞ்சு முதலாளித்துவ வகைப்பட்ட பொருளியலாளர். - 346*

ஃபிதியஸ் [Phidias], *(சுமார் 500-சுமார் 430 கி.மு) - கிரேக்க சிற்பக் கலைஞர். - 450*

ஃபூரியே [Fourier], **ஷார்ல்** *(1772-1837) - பிரெஞ்சு கற்பனாவாத சோஷலிஸ்டு. - 19, 37, 38, 202, 273, 352, 357-364, 377, 381, 382, 407, 408, 490*

ஃபூரியே [Fourier], **ஜான் பாதீஸ்த் ஜோசப்** *(1768-1830) - பிரெஞ்சு கணிதவியலாளர்; அல்ஜிப்ராவிலும் கணிதவியல் பௌதிகவியலிலும் ஆராய்ச்சிகள் நடத்தினார். - 467*

ஃபேபியன் [Fabian], **ஹேன்ரிஹ் வில்ஹெல்ம்** *- ஜெர்மன் சமூக - ஜனநாயகவாதி. - 10*

கஃப்மன் [Kaufman], **கான்ஸ்டண்டின் பெத்ரோவிச்** *(1818-1882) - ருஷ்யன் தளபதி, அரசியலறிஞர், காக்கஸஸ் மற்றும் மத்திய ஆசியாவைப் படையெடுத்துப் பிடிப்பதற்கான ஜாரின் கொள்கையைத் தீவிரமாக நிறைவேற்றியவர். - 136*

கன்பூசியஸ் [Confucius], *(551-479 கி.மு) - சீனத் தத்துவஞானி, அறநெறி-அரசியல் போதனையின் நிறுவகர், அவரது காலத்தில் முற்போக்குவாதி. - 346*

காண்டிலன் [Cantillon], **ரிச்சர்ட்** *(1680-1734)- ஆங்கிலப் பொருளியல்வாதி, நில ஆதிக்கவாதிகளின் முன்னோடி. - 329*

காபட் [Cobbett], **வில்லியம்** (1762-1835) - ஆங்கில அரசியல்வாதி, பத்திரிகையாளர்; குட்டி முதலாளித்துவத் தீவிரவாதத்தின் தலையாய பிரதிநிதி. - 331

காம்ப்ஹாவுஸன் [Comphausen], **லூதோல்ஃப்** (1803-1890) - ஜெர்மன் வங்கி அதிபர், ரைன் பிரதேசத்தைச் சேர்ந்த மிதவாத முதலாளி வர்க்கத்தினரின் தலைவர்களில் ஒருவர். 1848 மார்ச்சு முதல் ஜூன் வரை பிரஷ்யாவில் முதலாளித்துவ - மிதவாத அரசாங்கத்தின் பிரதமராக இருந்தார். - 146

கார்ட்மன் [Hartmann], **எடுவர்டு** (1842-1906) - ஜெர்மன் கருத்துமுதல்வாதத் தத்துவியலாளர். - 462

கார்னோ [Carnot], **நிக்கோலா லியோனார்ட் சாடி** (1796-1882) - பிரெஞ்சுப் பொறியியல் வல்லுநர், பௌதிகவியல்வாதி; வெப்ப விசையியலின் ஸ்தாபகர்களில் ஒருவர் - 467

காலென் [Galen], **கிளாடியஸ்** (சுமார் 130-சுமார் 200) - கிரேக்க மருத்துவர், தத்துவவியலாளர்; அரிஸ்டாட்டிலின் சீடர். இரத்த ஓட்டம் பற்றிய ஆய்வினைத் தோற்றுவித்தவர். - 118

கான்ட் [Kant], **இம்மானுவேல்** (1724-1804) - ஜெர்மன் கருத்து முதல்வாதத் தத்துவவியலாளர்; அவரது இயற்கை விஞ்ஞான ஆராய்ச்சிகளாலும் அறியப்பட்டவர். - 10, 26, 36, 37, 63, 64, 74 - 76, 82, 86, 331, 358, 463, 465

காஸ் [Gauss], **கார்ல் பிரீட்ரிஹ்** (1777-1855) - ஜெர்மன் கணிதவியலாளர்; வானியல், புவிபரப்பு அளவியல், பௌதிகம் ஆகிய துறைகளில் பல நூல்களின் ஆசிரியர். யூக்ளிட் முறையல்லாத வடிவியல் கணித மூலவருள் ஒருவர். - 64

கிசென்ஃபோன் [Xenophon], (சுமார் 430- சுமார் 354 கி.மு.) - கிரேக்க வரலாற்றாசிரியர், தத்துவவியலாளர். - 313

கிப்பன் [Gibbon], **எடுவர்டு** (1737-1794) - ஆங்கில வரலாற்றாசிரியர், **ரோம சாம்ராஜ்ஜியத்தின் நலிவும் வீழ்ச்சியும் பற்றிய வரலாறு** என்ற பல்தொகுப்பு நூலாசிரியர். - 331

கிரிபொவால் [Gribeauval], **ழ்ரான் பாப்டிஸ்ட்** (1715-1789) - பிரெஞ்சு தளபதி, புதுப்புனைவாளர். - 230, 507

கிரிம் [Grimm], **யாக்கப்** (1785-1863)- ஜெர்மன் மொழியியல் புலவர்; பெர்லின் சர்வகலாசாலையில் ஒரு பேராசிரியர். ஒப்பியல் மொழியியலின் ஸ்தாபகர்களில் ஒருவர்; ஜெர்மன் மொழிகளின் முதல் ஒப்பியல் இலக்கணத்தை எழுதியவர். - 446

கிர்ஹோஃவ் [Kirchhoff], **குஸ்தாவ் ராபர்ட்** (1824-1887) - ஜெர்மன் பௌதிகவியல்வாதி. - 10

கெக்கூலே [Kekule], **பீரிட்ரிஹ் ஒளகுஸ்ட்** (1829-1896) - ஜெர்மானிய இரசாயனவியல்வாதி. கரிம, தத்துவ இரசாயனவியலை வளர்த்தவர். - 462, 519, 520

கெப்ளர் [Kepler], **யோஹன்** (1571-1630) - ஜெர்மன் வானவியல்வாதி, கோள்களின் இயக்கவிதிகளைக் கண்டுபிடித்தவர். - 10

கெனே [Quesnay], **ஃப்ரான்சுவா** (1694-1774) - பிரெஞ்சு பொருளியலாளர், நில ஆதிக்கவாதக் கொள்ளைக் குழுவின் நிறுவகர். - 14, 322-338, 340, 342, 344, 364

கேதே [Goethe], **யோஹன் வோல்ப்காங்க் வான்** (1749-1832)- ஜெர்மானிய கவிஞர், சிந்தனையாளர்; இயற்கை விஞ்ஞானத்தைப் பற்றி ஆய்வுரைகளை எழுதியவர். - 127, 196, 445, 493

கெர்ஹாட் [Gerhardt], **சார்லஸ் பிரெடெரிக்** (1816-1856) - பிரெஞ்சு இரசாயன வியலாளர். - 171

கோப்பர்னிகஸ் [Copernicus], **நிக்கோலஸ்** (1473-1543) - போலந்து வானியல்வாதி; பிரபஞ்சத்தின் சூரிய மையத் தத்துவத்துக்கு அடிக்கல் நாட்டியவர். - 75

சார்கண்ட் [Sargant], **வில்லியம் லூகாஸ்** (1809-1889) - ஆங்கில ஆசிரியத்துறையாளர், பொருளியலாளர்; ராபர்ட் ஓவனின் வாழ்க்கை வரலாற்று ஆசிரியர். - 364, 365, 425

சிஸ்மோண்டி [Sismondi], **ழான் ஷார்ல் லியோனார்ட் ஸிமொந்தெ** (1773-1842) - சுவிட்சர்லாந்து நாட்டைச் சேர்ந்த பொருளியலாளர். பொருளியல் தன்னுணர்ச்சி வாதத்தின் பிரதிநிதி. - 311, 399

செக்கி [Secchi], **ஆஞ்செலோ** (1818-1878) - இத்தாலிய வானவியலாளர். - 482

செர்ரா [Serra], **அந்தோனியோ** (16, 17 நூற்றாண்டுகள்) - இத்தாலியப் பொருளியலாளர், வாணிகவாதத்தின் [Mercantilism] ஆரம்பகாலப் பிரதிநிதி. - 315

சைல்ட் [Child], **ஜோசியா** (1630-1699) - ஆங்கிலப் பொருளியலாளர், வங்கி அதிபர், வணிகர், வணிகவாத ஆதரவாளர். - 328

டார்வின் [Darwin], **சார்லஸ்** (1809-1882)- ஆங்கில இயற்கை விஞ்ஞானி; விஞ்ஞான பரிணாம உயிரியலைத் தோற்றுவித்தவர். - 26, 37, 89-93, 95-99, 107, 170, 194, 377, 473, 525

டால்டன் [Dalton], **ஜான்** (1766-1844) - ஆங்கில இரசாயனவியல் வாதியும் பௌதிகவியல்வாதியுமாவார்; இரசாயனவியலில் அணுவியல் கருத்துகளை வளர்த்தவர். - 462

டியஸ் [Diez], **ஃபிரீட்ரிஹ் கிறிஸ்தியன்** (1794-1876) - ஜெர்மன் மொழியியலாளர், வரலாற்று ஒப்பியல் மொழியியலின் நிறுவகருள் ஒருவர். - 446

டியோஜெனிஸ் [Diogenes], **லாயர்தியஸ்** (3 ம் நூற்றாண்டு) - கிரேக்க தத்துவவியல் வரலாற்றாசிரியர்; பண்டைய தத்துவவியலாளர் பற்றிய பெரும் தொகுப்பின் ஆசிரியர். - 462

டிராவுபே [Traube], **மொரிற்ஸ்** (1826-1894) - ஜெர்மானிய இரசாயனவியல்வாதி, உடலியல்வாதி; வளர்சிதை மாற்றம், வளர்ச்சி இவை பொருந்திய செயற்கை உயிரணுக்களை அவர் படைத்தார். - 108, 476

டூரிங் [Duhring], **ஓய்கேன் கார்ல்** (1833-1921) - ஜெர்மன் கதம்பவாத தத்துவியலாளர்; விஞ்ஞானக்கேடான பொருளியல்வாதி; 1863-1877ல் அவர் பெர்லின் சர்வகலாசாலையின் தனியார் ஆசிரியராக [Private docent] இருந்தார். - 1-455, 457-510, 514-520, 527

டெமாக்கிரிடஸ் [Democritus], (சுமார் 460-370 கி.மு.) - பண்டைய கிரேக்கப் பொருள் முதல்வாதத் தத்துவவியலாளர்; அணுத் தத்துவத்தின் ஸ்தாபகர்களில் ஒருவர். - 462

டெக்கார்ட் [Decartes], **ரெணே** (லத்தீனில் Renatul Cartesius) (1596-1650) - பிரெஞ்சு கணிதவியல்வாதி, இயற்கையியல்வாதி; இருமைவாதத் தத்துவியல்வாதி [dualist]. - 21, 69, 78, 165, 462

தாம்ஸன் [Thomson], **வில்லியம்** 1892 லிருந்து முதல் கெல்வின் பிரபு [Baron Kelvin] (1824-1907) - ஆங்கிலப் பௌதிகவியல்வாதி; 1852-ல் "பிரபஞ்சத்தின் வெப்ப மரணம்" என்ற கருத்துமுதல்வாதத் தத்துவத்தை முன்வைத்தார். - 514

தியுர்கோ [Turgot], **அன் ரோபர் றாக்** (1727-1781) - பிரெஞ்சு அரசுத்துறை அறிஞர், பொருளியலாளர்; நில ஆதிக்கவாதி. - 345

திரிவிரானஸ் [Treviranus], **காட்ஃப்ரீட் ரீன்ஹோால்ட்** (1776-1837) - ஜெர்மன் இயற்கை இயலாளர்; அங்கக இயற்கையின் பரிணாமம் பற்றிய கருத்தை ஆதரித்தார். **உயிரியல், அல்லது வாழும் இயற்கையின் தத்துவவியல்** என்னும் நூலின் ஆசிரியர் - 10

தீத்ரோ [Diderot], **டெனி** (1713-1784) - பிரெஞ்சு பொருள்முதல்வாத தத்துவவியலாளர், எழுத்தாளர்; கலைக்களஞ்சியவாதிகளுக்குத் தலைவராக (Encyclopaedists) இருந்தவர். - 21

துவெனின் [Thouvenin], **லுயீ எட்டியேன்** (1791-1882)- பிரெஞ்சு ராணுவ அதிகாரி, புதுமை புனைவோர் - 510

தெல்வீன் [Delvigne], **அன்றி குஸ்தாவ்** (1799-1876) - ஜெர்மன் தாவரவியல்வாதி; டார்வினியத்தை எதிர்த்தவர். - 509

நார்த் [North], **டாட்லி** (1641-1691) - இங்கிலாந்தின் மூலச்சிறப்புடைய முதலாளித்துவ அரசியல் பொருளாதாரத்தின் ஆரம்பகாலப் பிரதிநிதி. - 14, 320, 321-324

நிக்கல்ஸன் [Nicholson], **ஹென்றி அல்லேயின்** (1844-1899) - ஆங்கில உயிரியல் வாதி; விலங்கியல், தொல்லுயிரியல் இவற்றின் ஆராய்ச்சிகளால் அறியப் பட்டவர். - 476

நியுட்டன் [Newton], **ஐசக்** (1642-1727) - ஆங்கிலப் பௌதிகவியல்வாதி, வானவியல் வாதி, கணிதவியல்வாதி; மூலச்சிறப்புடைய இயந்திரவியலின் ஸ்தாபகர். - 10, 26, 29, 38

நெப்போலியன், முதலாவது போனப்பார்ட் [Napoleon I Bonaparte], (1769-1821) - பிரெஞ்சு பேரரசர் (1804-1814 மற்றும் 1815). - 120, 147, 173, 174, 230, 351, 354, 361, 384, 487, 508

பாபெஃப் [Babeuf], **ஃபிரான்சுவா நோயல், கிரேக்கஸ்** (1760-1797) - பிரெஞ்சுப் புரட்சியாளர்; கற்பனாவாத சமத்துவவாதக் கம்யூனிசத்தின் தலைசிறந்த பிரதிநிதி; "சமத்துவவாதிகளின்" சதியை ஏற்பாடு செய்தவர். - 19, 37, 478, 487

போப் [Bopp], **ஃபிரான்ஸ்** (1791-1867) - ஜெர்மன் சமஸ்கிருத மொழியியலாளர்; வரலாற்று ஒப்பியல் மொழியியல் துறை நிறுவகருள் ஒருவர். - 446, 472

பாயர்பாக் [Feuerbach], **லுத்விக்** (1804-1872) - மார்க்சுக்கு முந்தைய காலகட்டத்தைச் சேர்ந்த ஜெர்மன் பொருள்முதல்வாத தத்துவவியலாளர். - 466

பாய்ல் [Boyle], **ராபர்ட்** (1627-1691)- ஆங்கில இரசாயனவியல்வாதி, பௌதிகவியல் வாதி. - 122, 123, 428

பிதகோரஸ் [Pythagoras], (சுமார் 571- சுமார் 497 கி.மு.) - பண்டைய கிரேக்க கணிதவியல்வாதி; கருத்து முதல்வாதத் தத்துவியல்வாதி. - 472, 525

பியுஜோ டெ லா பிக்கொனெரி [Bugeaud de la Piconnerie], **தாமஸ் ராபர்ட்** (1784-1849)- பிரான்சின் மார்ஷல், ராணுவ விஞ்ஞானத்துறை எழுத்தாளர்; பெனின்சுலார் போரில் (1808-1814) கலந்து கொண்டார். - 509

பிரீஸ்ட்லி [Priestley], **ஜோசெப்** (1733-1804) - ஆங்கில இரசாயனவியல்வாதி, பௌதிகவியல்வாதி பொருள்முதல்வாதத் தத்துவியல்வாதர்; 1774-ல் ஆக்சிஜன் கண்டுபிடித்தவர். - 468

பிரெடெரிக் II [Frederick II], *(1712-1786)* - பிரஷ்ய மன்னர் *(1740-1786).* - 228, 384, 438, 505, 507

பிரெடெரிக் வில்லியம் IV [Frederick-William IV], *(1795-1861)* - பிரஷ்ய மன்னர் *(1840-1861).* - 251

பிளாங் [Blanc], **லூயீ** *(1811-1882)* - பிரெஞ்சுக் குட்டி முதலாளித்துவ சோஷலிஸ்டு, வரலாற்றாசிரியர்; 1848-49-ல் நடந்த புரட்சியில் முக்கியாமனவர்; முதலாளித்துவ வர்க்கத்துடன் உடன்பாட்டிற்கு வரலாம் என்று வாதித்தவர். - 37, 436

பிளாட்டோ [Plato], *(சுமார் 427- சுமார் 347 கி.மு.)* - கிரேக்கத் தத்துவவியலாளர், புறநிலை கருத்துமுதல்வாதி. - 303, 313

பிளினி [Pliny,] **(கையஸ் பிளினியஸ் செகுண்டஸ்)** *(23-79)* - ரோமன் இயற்கை விஞ்ஞானி; 37 பாகங்களைக் கொண்ட **இயற்கை வரலாறு** என்ற நூலின் ஆசிரியர். - 241

பிஸ்மார்க் [Bismark], **ஒட்டோ,** இளவரசர் *(1815-1896)* - பிரஷ்ய, ஜெர்மன் அரசுத் துறையாளர், பிரஷ்ய அமைச்சர்- அதிபர் *(1862-1871),* ஜெர்மன் ரைஹின் சான்ஸ்லர் *(1871-1890);* சோஷலிஸ்டு- எதிர்ப்பு விசேஷச் சட்டத்தை *(1878)* பிறப்பித்தவர்; ஜெர்மனியை பிரஷ்ய மேலாதிக்கத்தின் கீழ் வலுவந்தமாக ஒன்றுபடுத்தியவர். - 150, 384, 413, 441

பிஹ்டே [Fichte], **யோஹன் கொட்லிப்** *(1762-1814)* - ஆதர்ச ஜெர்மன் அகநிலைக் கருத்துமுதல்வாதத் தத்துவவியல்வாதி. - 36, 196

பீட்டர் I [Peter I], *(1672-1725)* - ருஷ்யன் ஜார் *(1682-1721),* ருஷ்யாவின் சக்கரவர்த்தி *(1721-1725).* - 489

புருதோன் [Proudhon], **பியேர் ழோசேப்** *(1809-1865)* - பிரெஞ்சுப் பத்திரிகையாளர், பொருளாதார நிபுணர், சமூகவியலாளர், அராஜகவாதத்தின் மூலவர்களில் ஒருவர். - 255, 348, 363, 434, 436

புஹ்னர் [Buchner], **லுத்விக்** *(1824-1899)* - ஜெர்மன் உடலியல்வாதி, தத்துவவியல் வாதி; விஞ்ஞானக்கேடான பொருள்முதல்வாதத்திற்காகப் பரிந்துரை யாற்றியவர். - 462, 463

பெக்கர் [Becker], **கார்ல் ஃபெர்டினான்ட்** *(1775-1849)*- ஜெர்மன் மொழியியல் நிபுணர், ஆசிரியர். - 446, 447

பெட்டி [Petty], **வில்லியம்** *(1623-1687)*- இங்கிலாந்தில் சம்பிரதாய முதலாளித்துவ வகை அரசியல் பொருளாதாரத்தின் மூலவர். - 14, 311, 316-330

பேகன் [Bacon], **ஃபிரான்சிஸ், வெருலம் பிரபு** *(1561-1626)* - ஆங்கிலத் தத்துவவியல்வாதி, இயற்கையியல்வாதி, வரலாற்றுப் புலவர்; ஆங்கிலப் பொருள்முதல்வாதத்தின் ஸ்தாபகர். - 23, 464, 465

பொகுஸ்கி [Bogusky], **யூசெஃப் பெழி** *(1853-1933)* - போலந்து நாட்டு பௌதிக வியலாளர், இரசாயனவியலாளர். - 123

பொடோ [Baudeau], **நிக்கோலஸ்** *(1730-1792)*- பிரெஞ்சு சமய முதல்வர் பொருளியல் நிபுணர், நில ஆதிக்கவாதி. - 335

பொஸ்ஸ்ு [Bossut], **ஷார்ல்** *(1730-1814)* - பிரெஞ்சு கணிதவியல்வாதி; கணிதவியல் தத்துவம், வரலாறு குறித்த பல அடிப்படை நூல்களின் ஆசிரியர். - 484

விளக்கக் குறிப்புகள் - நூல் பட்டியல் - பெயர்க் குறிப்பகராதி / 579

பௌகில்பெர்ட் [Boisguillebert], பியேர் *(1646-1714)* - பிரான்சில் மூலச் சிறப்புடைய முதலாளித்துவ பொருளாதாரத்தின் நிறுவகர்; நில ஆதிக்கவாதிகளுக்கு முன்னோடி - 311, 320, 324

மக்லெயோட் [Mocleod], **ஹென்றி டன்னிங்** *(1821-1902)*- ஸ்காட்லந்தைச் சேர்ந்த முதலாளித்துவ வகைப்பட்ட பொருளியலாளர் - 346

மன் [Mun], **தாமஸ்** *(1571-1641)* - ஆங்கிலேய வர்த்தகர், பொருளியலாளர்; வர்த்தக சமநிலையின் வணிகவியல் தத்துவத்தின் ஆசிரியர்; 1615 முதல் கிழக்கிந்தியக் கம்பெனியின் கமிட்டி உறுப்பினர். - 315

மாப்லி [Mably], **கப்ரியேல்** *(1709-1785)* - பிரெஞ்ச சமூகவியலாளர்; கற்பனாவாத, சமனவாதக் கம்யூனிசத்தின் ஆதரவாளர் - 19

மாயர் [Mayer], **யூலியஸ் ராபர்ட்** *(1814-1878)* - ஜெர்மன் இயற்கையியல்வாதி; ஆற்றலின் அழியாநிலை, மாறும் நிலை விதியின் கண்டுபிடிப்பாளர்களில் ஒருவர். - 80

மார்கன் [Morgan], **லெவிஸ் ஹென்றி** *(1818-1881)* - அமெரிக்க இனப்பரப்பு விளக்க இயலாளர், தொல்பொருள் ஆராய்ச்சியாளர், புராதன சமுதாயம் பற்றிய வரலாற்றாசிரியர்; தன்னியல்பான பொருள்முதல்வாதி. - 8

மார்க்ஸ் [Marx], **கார்ல்** *(1818-1883)* - 6-9, 14, 32, 38, 39, 58, 141, 144, 145, 165-181, 189, 204, 211, 221, 251, 262, 267-273, 276-293, 296-300, 311, 325, 329, 346, 348, 368, 370, 378, 401, 406, 411, 420, 421, 430, 442, 448, 467, 488, 494, 495, 527-529

மால்தூஸ் [Malthus], **தாமஸ் ராபர்ட்** *(1766-1834)* - ஆங்கிலப் பொருளியல்வாதி, பிற்போக்கான ஜனத்தொகைத் தத்துவத்தை முன்வைத்தவர். - 89, 91, 99

மால்பிகி [Malpighi], **மார்செல்லோ** *(1628-1694)* - இத்தாலிய உயிரியலாளர், மருத்துவர்; நுண்பெருக்காடி உடற்கூறியல் மூலவர், 1661-ல் நாடிநாள இணைப்பு இரத்த ஓட்டத்தைக் கண்டுபிடித்தவர். - 118

மாவுரர் [Maurer], **ஜார்ஜ் லுத்விக்** *(1790-1872)* - ஜெர்மன் வரலாற்றாசிரியர்; புராதன மற்றும் மத்தியகால ஜெர்மன் சமுதாய அமைப்பைப் பற்றி குறிப்பாகவும் மத்தியகால சமுதாயக் கூட்டான மார்க் பற்றி ஆராய்ச்சி செய்தார். - 236

மான்டிஸ்கியே [Montesquieu], **ஷார்ல்** *(1689-1755)* - பிரெஞ்சு முதலாளித்துவச் சமூகவியலாளர், பொருளியலாளர், எழுத்தாளர், 18 ஆம் நூற்றாண்டைச் சேர்ந்த முதலாளித்துவ அறிவொளி இயக்கத்தின் பிரதிநிதி. - 325

மான்டெய்ப்பெல் [Manteuffel], **ஓட்டோ தியோடோர்** *(1805-1882)* - ஒரு பெரும் பிரபு; பிரஷ்ய அரசதந்திரி; உள்நாட்டு அமைச்சர் (1848-50); பிரதமர் (1850-1858). - 50

மாஸ்ஸி [Massie], **ஜோசெப்** *(மரணம் 1784)* - ஆங்கிலேய முதலாளித்துவ வகைப்பட்ட பொருளியலாளர். - 325, 327

மிரபோ [Mirabeau], **ஓனொரே கப்ரியெல்** *(1749-1791)* - 18 ஆம் நூற்றாண்டு இறுதியில் நடைபெற்ற பிரெஞ்சு முதலாளித்துவப் புரட்சியின் தலைவருள் ஒருவர். - 345

மினியே [Minie], **கிளாட் எட்டியென்** *(1804-1879)* - பிரெஞ்சு ராணுவ அதிகாரி, துப்பாக்கி ஆயுதங்களைப் புனையக் கண்டுபிடித்தவர். - 510

மிஹெலெட் [Michelet], **கார்ல் லுத்விக்** *(1801-1893)* - ஜெர்மன் கருத்துமுதல்வாதத் தத்துவவியலாளர், ஹெகலைப் பின்பற்றியவர். - 45

முன்ட்சர் [Munzer], **தாமஸ்** *(சுமார் 1490-1525)* - மகாசீர்திருத்த காலத்திலும் 1525 ம் ஆண்டு விவசாயப் போரிலும் சாமானிய மக்களது முகாமின் தலைவரும்

சித்தாந்தவாதியும் ஆவார். கற்பனாவாத, சமனவாதக் கம்யூனிசக் கருத்துகளைப் பிரச்சாரம் செய்தார். - 19, 213

மெட்டர்னிக் [Metternich], கிளெமன்ஸ், இளவரசர் (1773-1859) - ஆஸ்திரிய அரசுத்துறை அறிஞர், ராஜ்ஜியத்துறையாளர்; அயல் விவகார அமைச்சர் (1809-1821), சான்சலர் (1821-1848). - 384

மெந்தெலேயெவ் [Mendeleev], திமீத்ரீம் இவானவிச் (1884-1907) - ருஷ்ய இராசயன விஞ்ஞானி; 1869- ல் இரசாயன மூலங்களின் ஆவர்த்தன விதியைக் கண்டு பிடித்தார். - 123

மேயர் [Meyer], யூலியஸ் லோத்தர் (1830-1895) - ஜெர்மன் இரசாயனவியல்வாதி; பௌதிக இரசாயனவியலின் பிரச்சனைகளைச் சிறப்பாக ஆராய்ந்தார். - 521

மொரெல்லி [Morelly], (18 ம் நூற்றாண்டு) (பிரான்சில் கற்பனாவாத, சமனவாதக் கம்யூனிசத்தின் பிரதிநிதி - 19

மொலியேர் [Moliere], ழான் பாதீஸ்ட் (போகெலின் [Poquelin], என்பவரின் புனைப் பெயர்) (1622-1673) - பிரெஞ்சு நாடகாசிரியர். - 303

மோர் [More], தாமஸ் (1478-1535) - ஆங்கில அரசியல்வாதி, மனிதநேய எழுத்தாளர்; கற்பனாவாதக் கம்யூனிசத்தின் ஆரம்பகாலப் பிரதிநிதி. - 490

யூக்ளிட் [Euclid], (கி.மு. 4வது நூற்றாண்டின் கடைசி- 3 வது நூற்றாண்டின் துவக்கத்தில்) - பண்டைய கிரேக்க வடிவியல் கணிதவியல்வாதி. - 253

ராஃப் [Raff], ஜார்ஜ் கிறிஸ்தியன் (1748-1788) - ஜெர்மன் ஆசிரியத் துறையாளர், இளைஞர்களுக்கான இயற்கை விஞ்ஞான நூல்களின் ஆசிரியர். - 444

ரிக்கார்டோ [Ricardo], டேவிட் (1772-1823) - ஆங்கிலப் பொருளாதார நிபுணர், மூலச்சிறப்புடைய முதலாளித்துவ அரசியல் பொருளாதாரத்தின் மாபெரும் பிரதிநிதிகளில் ஒருவர். - 91, 131, 262, 263, 267, 305, 311, 346, 494

ரூஸ்ஸோ [Rousseau], ழான்-ழாக் (1712-1778) - பிரெஞ்சு தத்துவவியலாளர், பொதுவிவகார எழுத்தாளர், அறிவொளி இயக்கவாதி - 18, 21, 131, 132, 138, 187, 188, 189, 190, 195, 207, 351, 436, 478, 484

ரெனியோ [Regnault], அன்ரி விக்டோர் (1810-1878) - பிரெஞ்சு பௌதிகவியலாளர், இரசாயனவியலாளர். - 122

ரொமானவ் [Romanov], மிகயில் ஃபியோதரவிச் (1596-1645) - ருஷ்ய ஜார் (1613-1645). - 489

ரோட்பெர்ட்ஸ் - யாகெட்சாவ் [Rodbertus-Jagetzow], யோஹான் கார்ல் (1805-1875) - ஜெர்மன் விஞ்ஞானக் கேடான பொருளாதாரவாதி, அரசுப் பிரமுகர், பிரஷ்ய பிற்போக்கான அரசாங்க சோஷலிசத்தின் பிரதிநிதி. - 299, 399

ரோஷர் [Roscher], வில்ஹெல்ம் கியோர்க் ஃபிரீட்ரிஹ் (1817-1894) - ஜெர்மன் விஞ்ஞானக் கேடான பொருளாதார நிபுணர். - 313

ரோஸ்கோ [Roscoe], ஹென்றி என்ஃபீல்டு (1833-1915) - ஆங்கில இரசாயனவியல்வாதி; இரசாயனவியலைப் பற்றிய பல கையேடுகளை இயற்றியவர். - 475

ரோஹவ் [Rochow], குஸ்தாவ் அடோல்ஃப் (1792-1847) - பிரஷ்யன் உள்நாட்டு அமைச்சர் (1834-1842). - 438

ரோஹவ் [Rochow], ஃபிரீட்ரிஹ் எபர்ஹார்ட் (1734-1805) - ஜெர்மன் ஆசிரியத் துறையாளர். - 252, 253

விளக்கக் குறிப்புகள் - நூல் பட்டியல் - பெயர்க் குறிப்பகராதி / 581

லபார்க் [Lafarqu], போல் (1842-1911) - பிரெஞ்சு மற்றும் சர்வதேசத் தொழிலாளர் இயக்கத்தின் முக்கியத் தலைவர்களில் ஒருவர்; மார்க்சியத்தின் தத்துவாசிரியர்; தலைசிறந்த பிரச்சாரகர்; பிரெஞ்சு தொழிலாளர் கட்சியின் மூலவர்களில் ஒருவர்; மார்க்ஸ் மற்றும் எங்கெல்சின் சீடராயும் கூட்டாளியுமாய் இருந்தார். - 7

லவுவாஸீயே [Lavoisier], அன்டுவான் லொராான் (1743-1794) - பிரெஞ்சு இரசாயனவியல்வாதி; ஃபிளோஜிஸ்டன் தத்துவத்தை உடைத்தெறிந்தார்; அரசியல் பொருளாதாரம், புள்ளி இயல் ஆகிய துறைகளில் நூல்கள் எழுதியுள்ளார். - 319

லஸ்ஸால் [Lassalle], ஃபெர்டினாண்ட் (1825-1864) - ஜெர்மன் குட்டி முதலாளித்துவ சோஷலிஸ்டு, சர்வதேச சந்தர்ப்பவாதத்தின் ஒரு வகையான லஸ்ஸாலியத்தின் மூலவர்; தத்துவியல் கருத்துகளில் கருத்துமுதல்வாதி. - 38, 39, 146, 147, 171

லாக் [Locke], ஜான் (1632-1704) - மாபெரும் ஆங்கிலேய இருபொருள்வாத தத்துவியலாளர், முதலாளித்துவ பொருளாதார நிபுணர்; பொருள் முதல்வாத புலனுணர்வுவாதத்தின் மூலவர். - 14, 23, 320, 321-324, 327, 464

லாப்பிளாஸ் [Laplace], பியேர் சிமோன் (1749-1827) - பிரெஞ்சு வானவியலாளரும் கணிதவியலாளரும் பௌதிகவியலாளருமாவார். சூரிய மண்டலமானது வாயுத்திரளிலிருந்து உருவானதென்னும் கருதுகோளை, கான்ட்டுடன் தொடர்பின்றி சுயேச்சையாய் வளர்த்துக் கணித முறையில் நிலைநாட்டிக் காட்டினார். - 27, 465

லாமார்க் [Lamarck], ழான் பாப்திஸ்ட் பியேர் அன்டுவான் (1744-1829) - பிரெஞ்சு விஞ்ஞானி; உயிரியலில் முதன் முழுமையான பரிணாமத் தத்துவத்தை ஸ்தாபித்தவர்; டார்வினின் முன்னோடி - 37, 89, 98, 100

லாஸ்கர் [Lasker], எடுவர்டு (1829-1884) - ஜெர்மன் அரசியல்வாதி, பிஸ்மார்க்கின் பிற்போக்குக் கொள்கையை ஆதரித்த தேசிய மிதவாதக் கட்சியின் நிறுவகரும் தலைவருமாவார். - 484

லின்னேயஸ் [Linne], கார்ல் (1707-1778) - ஸ்வீடிஷ் இயற்கை விஞ்ஞானி, தாவரங்களையும் பிராணிகளையும் வகைபிரிப்பதற்கான ஒரு முறையை வகுத்திட்டவர். - 29

லிஸ்ட் [List], ஃபிரீட்ரிஹ் (1789-1846) - ஜெர்மன் விஞ்ஞானக் கேடான பொருளியலாளர், பாதுகாப்புக் கொள்கையின் ஆதரவாளர். - 315, 346

லீபிஹ் [Liebig], யூஸ்டஸ் (1803-1873) - ஜெர்மன் விஞ்ஞானி; விவசாய இரசாயன வியலுக்கு அடிக்கல் நாட்டியவர்களில் ஒருவர். - 8

லீப்க்னெஹ்ட் [Liebknecht], வில்ஹெல்ம் (1826-1900) - ஜெர்மானிய, சர்வதேசத் தொழிலாளர்களின் இயக்கத்தின் சிறந்த தலைவர்; ஜெர்மன் சமூக- ஜனநாயகக் கட்சி ஸ்தாபகர்களில் ஒருவர்; மார்க்ஸ், எங்கெல்ஸ் இவர்களின் நண்பரும் கூட்டாளியுமாவார். - 457

லெவ்கிப்பஸ் [Leucippus], (கி.மு. 5 வது நூற்றாண்டு) - பண்டைய கிரேக்கப் பொருள் முதல்வாதத் தத்துவவியல்வாதி; அணுத் தத்துவத்தின் ஸ்தாபகர் - 461

லென்கதல் [Langethal], கிறிஸ்தியன் எடுவர்டு (1806-1878) - ஜெர்மன் தாவர இயலாளர் - 499

லைப்னிட்ஸ் [Leibniz], கோஃபிரிட் வில்ஹெல்ம் (1646-1716) - ஜெர்மன் கணிதவியல்வாதி; கருத்துமுதல்வாதத் தத்துவியலாளர். - 36, 182

லொரண்ட் [Laurent], **ஔகுஸ்ட்** (1807-1853) - பிரெஞ்சு இரசாயனவியலாளர். - 171

லோ [Law], **ஜான்** (1671-1729) - ஸ்காட்லாந்து முதலாளித்துவ வகைப்பட்ட பொருளியலாளர், நிதியாளர்; 1719-20ல் பிரான்சில் நிதி அமைச்சர்; காகிதப் பணம் அடித்துவிட்டு சூதாட்ட பேரம் நடத்துவதில் இகழ்மார்ந்தவர். இம்முயற்சி பிரம்மாண்டமான வீழ்ச்சி கண்டது. - 320, 321, 324

வாக்னர் [Wagner], **ரீஹர்ட்** (1813-1883) - புகழ்பெற்ற ஜெர்மன் இசைவாணர். - 33, 156, 196, 207, 331

வாண்டர்லிண்ட் [Venderlint], **ஜேகப்** (மரணம் 1740) - ஆங்கிலப் பொருளியலாளர், நில ஆதிக்கவாதிகளுக்கு முன்னோடி; பணத்தின் அளவுத் தத்துவத்தின் ஆரம்ப காலப் பிரதிநிதி - 324, 325, 330

வால்போல் [Walpole], **ராபர்ட், ஆக்ஸ்போர்ட் கோமகன்** (1676-1745) - ஆங்கில ராஜ தந்திரி, விக் கட்சியின் தலைவர், பிரிட்டனின் பிரதமர் (1721-1742). - 329, 330

விர்ஹோவ் [Virchow], **ருடொல்ஃப்** (1821-1902) - ஜெர்மன் இயற்கையியலாளர், உயிரணு ரீதியான நோய்க்குறி நூல் ஸ்தாபகர்; டார்வினுக்கு எதிர்ப்பாளர்; முன்னேற்றக் கட்சியின் நிறுவகரும் தலைவருமாவார். - 4, 12, 459

வெய்த்லிங் [Weitling], **வில்ஹெல்ம்** (1808-1871) - ஜெர்மன் தொழிலாளர் இயக்கத்தின் உதய காலத்தில் அதன் முக்கியத் தலைவர்களில் ஒருவராய் இருந்தவர்; கற்பனாவாத, சமனவாதக் கம்யூனிசத்தில் தத்துவவாதி. - 20, 274, 421

வெலிங்டன் [Wellington], **அர்த்தூர், வெல்ஸ்லி, கோமகன்** (1769-1852) - ஆங்கில தளபதி, டோரி ராஜதந்திரி, அரசுத்துறையாளர்; முதலாம் நெப்போலியனை எதிர்த்த போர்களில் 1808 முதல் 1814 வரை பிறகு 1815-ல் பிரிட்டிஷ் படைக்குத் தலைமை தாங்கி நடத்தினார். - 497, 509

வகெனர் [Wagener], **ஹெர்மன்** (1815-1889) - ஜெர்மன் பத்திரிகையாளர், அரசியல் வாதி, பிரஷ்ய கன்சர்வேடிவ் கட்சி நிறுவகர்; பிஸ்மார்க் அரசில் பிரிவி கவுன்சிலர் (1866-1873). - 331

வோக்ட் [Vogt], **கார்ல்** (1817-1895) - ஜெர்மன் இயற்கையியல்வாதி; விஞ்ஞானக் கேடான பொருள்முதல்வாதத்தின் ஆதரவாளர்; குட்டி முதலாளித்துவ ஜனநாயகவாதி. - 9, 462, 463

வோல்ப் [Wolff], **கிறிஸ்தியன்** (1679-1754) - ஜெர்மன் கருத்து முதல்வாதத் தத்துவவியலாளர்; இயக்கமறுப்பியல்வாதி. - 464

ஐஹான்ஸ் [Hahns], **மாக்ஸ்** (1837-1900) - பிரஷ்ய ராணுவ அதிகாரி, ராணுவ விஞ்ஞானம் பற்றிய எழுத்தாளர். - 234

ஷெல்லிங் [Schelling], **ஃபிரீட்ரிஹ் வில்ஹெல்ம்** (1775-1854) - ஜெர்மன் தத்துவ வியலாளர், புறநிலை கருத்துமுதல்வாதி. - 36, 67

ஷோபன்ஹவர் [Schopenhauer], **அர்த்தூர்** (1788-1860) - ஜெர்மன் கருத்துமுதல்வாதத் தத்துவியல்வாதி; அவர் விருப்பத்துணிவாற்றல், பகுத்தறிவு மறுப்பு (irrationalism) நம்பிக்கையின்மை இவற்றைப் பிரச்சாரம் செய்தார். - 463

ஷ்டிர்னர் [Striner], **மாக்ஸ் (காஸ்பர் ஷ்மிட்டின்** [Kaspar Schmidt] **புனைபெயர்)** (1806-1856) - ஜெர்மன் தத்துவவியலாளர், இளம் ஹெகலியவாதி. - 133

ஷ்லோசர் [Schlosser], **ஃபிரீட்ரிஹ் கிறிஸ்டஃப்** (1776-1861) - ஜெர்மன் வரலாற்றாசிரியர். - 331

ஷ்வெனிங்கர் [Schweninger], ***ஏர்னஸ்ட்*** *(1850-1924) - 1881 முதல் பிஸ்மார்க்கின் தனிப்பட்ட மருத்துவர்; 1884-ல் பெர்லின் பல்கலைக்கழகப் பேராசிரியராக நியமிக்கப்பட்டார். - 7*

ஸான் ஸிமோன் [Saint-Simon], ***அன்ரி*** *(1760-1825) - பிரெஞ்சுக் கற்பனாவாத சோஷலிஸ்டு. - 19, 27, 37, 38, 202, 273, 352-357, 363, 364*

ஸே [Say], ***மூான் பாப்திஸ்ட்*** *(1767-1832) - பிரெஞ்சு விஞ்ஞானக் கேடான பொருளியலாளர். - 208*

ஸ்டூவர்ட்டுகள் [Steuarts], *ஸ்காட்லாந்தையும் (1371-1714) இங்கிலாந்தையும் (1603-49 மற்றும் 1660-1714) ஆண்ட அரசவம்சம் - 345*

ஸ்டூவர்ட் [Steuart], ***ஜேம்ஸ்*** *(1712-1780) - ஆங்கில முதலாளித்துவ வகைப்பட்ட பொருளியலாளர், வணிகவாதத்தின் கடைசிப் பிரதிநிதிகளில் ஒருவர். - 345, 346*

ஸ்துரூவே [Struve], ***குஸ்தாவ்*** *(1805-1870) - ஜெர்மன குட்டி முதலாளித்துவ ஜனநாயகவாதி, பத்திரிகையாளர். - 160*

ஸ்பினோசா [Spinoza], ***பருஹ் (பெனெடிக்ட்)*** *(1632-1677) - டச்சுப் பொருள் முதல்வாதத் தத்துவவியலாளர். - 21, 148, 191*

ஸ்மித் [Smith], ***ஆடம்*** *(1723-1790) - ஆங்கில நாட்டுப் பொருளாதார அறிஞர்; சம்பிரதாய முதலாளித்துவ அரசியல் பொருளாதாரத்தின் தலைசிறந்த பிரதிநிதி. - 131, 205, 263, 302, 304, 307, 308, 314, 318, 324, 329, 332, 345, 346, 494*

ஸ்மித் [Smith], ***ஜார்ஜ்*** *(1840-1876) - ஆங்கிலத் தொல்பொருள் ஆராய்ச்சியாளர்; அஸ்ஸிரியப் பிரதேசத்தில் அவர் நடத்திய அகழ்வாராய்ச்சிகள் பிரபலமானவை. - 96, 327, 494*

ஹக்ஸ்லி [Huxley], ***தாமஸ் ஹென்ரி*** *(1825-1895) - ஆங்கில இயற்கையியல், உயிரியல்வாதி; சார்லஸ் டார்வினின் நெருங்கிய கூட்டாளி, அவருடைய தத்துவத்தைப் பிரச்சாரம் செய்தவர். - 103, 104*

ஹார்வி [Harvey], ***வில்லியம்*** *(1578-1657) - ஆங்கில வைத்தியர், விஞ்ஞான ரீதியான உடலியலின் மூலவர்களில் ஒருவர்; இரத்தச் சுற்றோட்ட அமைப்பைக் கண்டுபிடித்தவர். - 323*

ஹியூம் [Hume], ***டேவிட்*** *(1711-1776) - ஆங்கில தத்துவவியல்வாதி, அகநிலைக் கருத்துமுதல்வாதி, சமுதாயவாதத் தத்துவவியல்வாதி, வரலாற்றாசிரியர், பொருளியலாளர், வாணிகவியலின் எதிராளி. - 14, 168, 324, 325, 326, 327, 328, 329-332, 345*

ஹெகல் [Hegel], ***கியோர்க் ஃபிரீட்ரிஹ் வில்ஹெல்ம்*** *(1770-1831) - ஆதர்ச ஜெர்மன் தத்துவவியலின் தலைசிறந்த பிரதிநிதிகளில் ஒருவர்; புறநிலை கருத்துமுதல் வாதத் தத்துவவியலாளர். - 9, 10, 21, 27-30, 37, 39, 44-46, 48, 50, 54, 57, 58-59, 67-68, 77, 87-88, 93, 94, 96, 98, 105, 137, 153, 161, 165, 167, 169, 170, 173-178, 188-190, 192, 194, 196, 255, 348, 358, 436, 461, 462, 465-474, 484, 512, 519, 520, 523-525*

ஹெக்கல் [Haeckel], ***ஏர்னஸ்ட் ஹேன்ரிஹ்*** *(1834-1919) - ஜெர்மன் உயிரியல்வாதி, டார்வினைப் பின்பற்றுபவர், நாத்திகர்; "சமூக டார்வினியம்" என்ற போதனையின் மூலவர்கள் மற்றும் சித்தாந்தவாதிகளில் ஒருவர். - 10, 93, 94, 96, 188, 468-476, 519, 520*

ஹெராக்லிடஸ் [Heraclitus], *(சுமார் 540- சுமார் 480 கி.மு.)* - கிரேக்கத் தத்துவவியல்வாதி, தன்னியல்பான பொருள்முதல்வாதி; இயக்க இயலுக்கு அடிக்கல் நாட்டியவர்களில் ஒருவர். - 22

ஹேல்ம்ஹோல்ட்ஸ் [Helmholtz], **ஹெர்மன் லுத்விக் ஃபெர்தினான்ட்** *(1821-1894)* - ஜெர்மன் பௌதிகவியல்வாதி, உடலியல்வாதி, பொருள்முதல்வாதி என்ற முறையில் முன்னுக்குப்பின் முரணுள்ளவர்; எனவே நியோகான்ட்டிய அறியொணாவாதத்தை (agnosticism) மிக நெருங்கிப் போனார். - 10

ஹென்ரிஹ் LXXII [Heinrich LXXII], - **ரைஸ்-லோபன்ஷ்டைன்**- எபர்ஸ்டோர்ஃப் என்ற ஜெர்மன் சிறு அரசின் இளவரசர் *(1797-1853). - 241*

ஹைனே [Heine], **ஹென்ரிஹ்** *(1797-1856)* - ஜெர்மன் புரட்சிக் கவிஞர். - 241

* * *